என் சரித்திரம்

# என் சரித்திரம்

தமிழ்த் தாத்தா
உ.வே.சா.

நற்றிணை பதிப்பகம்

என் சரித்திரம் * சுயசரிதை * தமிழ்த் தாத்தா உ.வே.சா. *
முதல் பதிப்பு: மார்ச் 2018 * இரண்டாம் பதிப்பு : நவம்பர் 2020
* மூன்றாம் பதிப்பு : நவம்பர் 2022 * வெளியீடு: நற்றிணை
பதிப்பகம் (பி) லிமிடெட் * எண். 136, தரைத்தளம், சோழன்
தெரு, ஆழ்வார்திருநகர், சென்னை–600 087.

* மின்னஞ்சல் : natrinaipathippagam@gmail.com
* கைப்பேசி : 94861 77208
* தொலைபேசி : 044 – 4273 2141
* அச்சாக்கம் : துர்கா பிரிண்டர்ஸ், சென்னை–600 005

## பொருளடக்கம்

| | |
|---|---:|
| எங்கள் ஊர் | 9 |
| என் முன்னோர்கள் | 15 |
| என் பாட்டனார் | 19 |
| சில பெரியோர்கள் | 25 |
| கனம் கிருஷ்ணையர் | 29 |
| என் தந்தையார் குருகுல வாசம் | 32 |
| கிருஷ்ண சாஸ்திரிகள் | 40 |
| எனது பிறப்பு | 46 |
| குழந்தைப் பருவம் | 50 |
| இளமைக் கல்வி | 55 |
| விளையாட்டும் வித்தையும் | 61 |
| அரியிலூர் ஞாபகங்கள் | 66 |
| தமிழும் சங்கீதமும் | 71 |
| சடகோபையங்காரிடம் கற்றது | 74 |
| குன்னம் சிதம்பரம் பிள்ளை | 80 |
| கண்ணன் காட்சியின் பலன் | 86 |
| தருமம் வளர்த்த குன்னம் | 91 |
| குன்னத்தில் அடைந்த தமிழ்க்கேள்வி | 97 |
| தருமவானும் லோபியும் | 102 |
| விவாக முயற்சி | 108 |
| சிதம்பர உடையார் | 115 |
| என் கல்யாணம் | 119 |
| ஏக்கமும் நம்பிக்கையும் | 126 |
| காரிகைப் பாடம் | 132 |
| செங்கணத்தில் வாசம் | 137 |
| மாயூரப் பிரயாணம் | 145 |
| பிள்ளையவர்கள் முன் முதல் நாள் | 150 |
| பாடம் கேட்கத் தொடங்கியது | 157 |
| தந்தையார் விடை பெற்றுச் செல்லுதல் | 163 |

| | |
|---|---|
| தளிரால் கிடைத்த தயை | 169 |
| என்ன புண்ணியம் செய்தேனோ! | 174 |
| தமிழே துணை | 181 |
| அன்பு மயம் | 186 |
| புலமையும் வறுமையும் | 191 |
| சுப்பிரமணிய தேசிகர் முன்னிலையில் | 196 |
| எல்லாம் புதுமை | 202 |
| எனக்குக் கிடைத்த பரிசு | 208 |
| நான் கொடுத்த வரம் | 214 |
| யான் பெற்ற நல்லுரை | 220 |
| பட்டீச்சுரத்திற் கேட்ட பாடம் | 227 |
| 'ஆறுமுக பூபாலர்' | 232 |
| சிலேடையும் யமகமும் | 237 |
| ஸரஸ்வதி பூஜையும் தீபாவளியும் | 242 |
| திருவாவடுதுறைக் காட்சிகள் | 247 |
| புலமையும் அன்பும் | 253 |
| இரட்டிப்பு லாபம் | 259 |
| அன்பு மூர்த்திகள் மூவர் | 265 |
| சில சங்கடங்கள் | 270 |
| கலைமகள் திருக்கோயில் | 277 |
| மகா வைத்தியநாதையர் | 283 |
| சிதம்பரம்பிள்ளையின் கலியாணம் | 288 |
| திருப்பெருந்துறைப் புராணம் | 295 |
| அம்மை வடு | 301 |
| எழுத்தாணிப் பாட்டு | 306 |
| சிறு பிரயாணங்கள் | 312 |
| நான் இயற்றிய பாடல்கள் | 318 |
| திருப்பெருந்துறை | 323 |
| எனக்கு வந்த ஜ்வரம் | 329 |
| திருவிளையாடற் பிரசங்கம் | 336 |
| அம்பரில் தீர்ந்த பசி | 342 |
| பிரசங்க சம்மானம் | 348 |
| இரட்டைத் தீபாவளி | 354 |
| 'சிவலோகம் திறந்தது' | 360 |

| | |
|---|---|
| அபய வார்த்தை | 367 |
| தேசிகர் சொன்ன பாடங்கள் | 371 |
| மடத்திற்கு வருவோர் | 376 |
| சந்திரசேகர கவிராஜ பண்டிதர் | 382 |
| திரிசிரபுரம் கோவிந்த பிள்ளை | 387 |
| ராவ்பகதூர் திரு. பட்டாபிராம பிள்ளை | 392 |
| புதுவீடு | 396 |
| சிறப்புப் பாடல்கள் | 401 |
| நான் பெற்ற சன்மானங்கள் | 405 |
| 'நானே உதாரணம்' | 410 |
| நான் பதிப்பித்த முதல் புஸ்தகம் | 414 |
| இரண்டு புலவர்கள் | 419 |
| ஸ்தல தரிசனம் | 423 |
| சமயோசிதப் பாடல்கள் | 427 |
| குறை நிவர்த்தி | 433 |
| பாடும் பணி | 438 |
| புதிய வாழ்வு | 443 |
| பிரியா விடை | 448 |
| சோதனையில் வெற்றி | 453 |
| காலேஜில் முதல் நாள் அனுபவம் | 459 |
| எனக்கு உண்டான ஊக்கம் | 466 |
| கோபால ராவின் கருணை | 470 |
| விடுமுறை நிகழ்ச்சிகள் | 476 |
| கவலையற்ற வாழ்க்கை | 482 |
| "என்ன பிரயோசனம்?" | 488 |
| ஜைன நண்பர்கள் | 494 |
| அன்பர் பழக்கமும் ஆராய்ச்சியும் | 501 |
| எனது இரண்டாவது வெளியீடு | 507 |
| சிந்தாமணி ஆராய்ச்சி | 512 |
| மூன்று லாபங்கள் | 518 |
| இடையே வந்த கலக்கம் | 525 |
| சிந்தாமணிப் பதிப்பு ஆரம்பம் | 532 |
| சிந்தாமணிப் பதிப்பு நிகழ்ச்சிகள் | 538 |
| பலவகைக் கவலைகள் | 544 |

| | |
|---|---:|
| புதிய ஊக்கம் | *551* |
| மகிழ்ச்சியும் வருத்தமும் | *556* |
| சிந்தாமணி வெளியானது | *561* |
| அன்பர்கள் கொண்ட மகிழ்ச்சி | *566* |
| அடுத்த நூல் | *573* |
| சுப்பிரமணிய தேசிகர் வியோகம் | *579* |
| திருநெல்வேலிப் பிரயாணம் | *585* |
| பத்துப் பாட்டின் நல்ல பிரதிகள் | *590* |
| நல்ல சகுனம் | *597* |
| கண்டனப் புயல் | *602* |
| பத்துப் பாட்டுப் பதிப்பு | *608* |
| சிலப்பதிகார ஆராய்ச்சி | *613* |
| பயனற்ற பிரயாணம் | *620* |
| பல ஊர்ப் பிரயாணங்கள் | *626* |
| தமிழ்க் கோயில் | *633* |
| ஹிருதயாலய மருதப்பத் தேவர் | *639* |
| சிலப்பதிகாரப் பதிப்பு | *647* |
| சிலப்பதிகார வெளியீடு | *652* |
| கம்பர் செய்தியும் சேதுபதி ஸம்மானமும் | *659* |
| புறநானூற்று ஆராய்ச்சி | *666* |
| மூன்று துக்கச் செய்திகள் | *672* |
| புறநானூற்றுப் பதிப்பு | *679* |
| மணிமேகலை ஆராய்ச்சி | *685* |
| மணிமேகலைப் பதிப்பு ஆரம்பம் | *692* |
| நான் பெற்ற பட்டம் | *697* |

# 1

## எங்கள் ஊர்

சற்றேறக்குறைய இருநூறு வருஷங்களுக்கு முன்பு தஞ்சாவூர் ஸமஸ்தானத்தை ஆண்டு வந்த அரசர் ஒருவர் தம்முடைய பரிவாரங்களுடன் நாடு முழுவதையும் சுற்றிப் பார்க்கும் பொருட்டு ஒருமுறை தஞ்சாவூரிலிருந்து புறப்பட்டார். அங்கங்கே உள்ள இயற்கைக் காட்சிகளையெல்லாம் கண்டுகளித்தும், ஸ்தலங்களைத் தரிசித்துக் கொண்டும் சென்றார். இடையில், தஞ்சைக்குக் கிழக்கே பதினைந்து மைல் தூரத்திலுள்ள பாபநாசத்திற்கு அருகில் ஓரிடத்தில் தங்கினார். வழக்கம்போல் அங்கே போஜனம் முடித்துக் கொண்ட பிறகு தாம்பூலம் போட்டுக்கொண்டு சிறிது நேரம் சிரம பரிகாரம் செய்திருந்தார்; தம்முடன் வந்தவர்களோடு பேசிக் கொண்டு பொழுது போக்குகையில் பேச்சுக்கிடையே அன்று ஏகாதசியென்று தெரியவந்தது.

அரசர் ஏகாதசியன்று ஒரு வேளை மாத்திரம் உணவுகொள்ளும் விரதமுடையவர்; விரத தினத்தன்று தாம்பூலம் தரித்துக்கொள்வதும் வழக்கமில்லை. அப்படியிருக்க, அவர் ஏகாதசியென்று தெரியாமல் அன்று தாம்பூலம் தரித்துக்கொண்டார். தஞ்சாவூராக இருந்தால் அரண்மனை ஜோதிஷர் ஒவ்வொரு நாளும் காலையில் வந்து அன்றன்று திதி வார நக்ஷத்திர யோககரண விசேக்ஷங்கள் இன்னவையென்று பஞ்சாங்கத்திலிருந்து வாசித்துச் சொல்வார். அதற்காகவே அவருக்கு மான்யங்களும் இருந்தன.

அரசருடைய பிரயாணத்தில் ஜோதிஷர் உடன் வரவில்லை. அதனால் ஏகாதசியை அரசர் தெரிந்துகொள்ள முடியவில்லை. எதிர்பாராதபடி விரதத்திற்கு ஒரு பங்கம் நேர்ந்ததைப் பற்றி வருந்திய அரசர் அதற்கு என்ன பரிகாரம் செய்யலாமென்று சில பெரியோர்களைக் கேட்கத் தொடங்கினர். அவர் வைதிக ஒழுக்கமும் தானசீலமும் உடையவரென்பதை யாவரும் அறிந்திருந்தனர்; ஆதலின் அப்பெரியோர்கள், "ஓர் அக்கிரகாரப் பிரதிஷ்டை செய்து வீடுகள் கட்டி வேதவித்துக்களாகிய அந்தணர்களுக்கு அவ்வீடுகளோடு பூமியையும் தானம் செய்தால் இந்தத் தோஷம் நீங்கும்" என்றார்கள்.

"இதுதானா பிரமாதம்? அப்படியே செய்துவிடுவோம்; இதே இடத்தில் பிரதிஷ்டை செய்வோம்" என்று அரசர் மனமுவந்து கூறி, உடனே அங்கே ஓர் அக்கிரகாரத்தை அமைக்க ஏற்பாடு செய்தார்.

அதில் 48 வீடுகளைக் கட்டி, இரண்டு வீடுகளுக்கு ஒரு கிணறாக 24 கிணறுகளையும் அமைக்கச் செய்தார். வேதாத்தியயனம் செய்த 48 பிராமணர்களை அருகிலும் தூரத்திலும் உள்ள ஊர்களிலிருந்து வருவித்து, அந்த வீடுகளையும், ஒவ்வொருவருக்கும் பன்னிரண்டு மா நன்செயும் அதற்குரிய புன்செயுமாகிய நிலத்தையும் தானம் செய்தார். அந்த உத்தமமான தானப் பொருளாக அமைந்தமையால் அவ்வூர் *உத்தமதானபுரம் என்னும் பெயரால் வழங்கலாயிற்று.

அரசருடைய விரதபங்கம் நாற்பத்தெட்டுக் குடும்பங்களுக்குப் பாக்கியத்தை உண்டாக்கிற்று. அந்தக் குடும்பத்தினர் அனைவரும் உத்தமதானபுரத்தில் வைதிக ஒழுக்கம் பிறழாமல் வாழ்ந்து வந்தார்கள். ஒவ்வொரு குடும்பத்தினரும் பெற்ற நிலங்கள் இன்றும் தனித் தனியே ஒரு பங்கு என்று வழங்கி வருகின்றன. நாற்பத்தெட்டு பங்கு நிலமும், நாற்பத்தெட்டு வீடுகளும், இருபத்துநாலு கிணறு களும் கொண்ட இந்த உத்தமதானபுரம் இன்னும் தன் பெயரை இழந்துவிடாமல் தஞ்சாவூர் ஜில்லாவில் பாபநாசம் தாலூகாவில் ஒரு கிராமமாக இருந்து வருகின்றது.

இவ்வூருக்குப் பழைய காலத்தில் பழையகரமென்று பெயர். அகரமென்பதற்கு அக்கிரகாரமென்று அர்த்தம். பக்கத்திலுள்ள அக்கிரகாரங்கள் எல்லாவற்றையும்விட இது பழமையானமையின் இப்பெயர் பெற்றது போலும். இப்பொழுது உள்ள குடியானத் தெரு முன்பு பிராமணர்கள் குடியிருந்த இடமாக இருந்ததென்றும், அரசர் தானம் செய்த காலத்தில் அங்கிருந்தவர்கள் புதிய அக்கிரகாரத்திற் குடியேறினரென்றும் சொல்வார்கள். குடியானத் தெருவின் மேலைக் கோடியில் ஒரு பெருமாள் விக்கிரகமும் தென் கிழக்கில் கண் கொடுத்த பிள்ளையாரென்று ஒரு விநாயகரது கோயிலும் இருக் கின்றன. அக்கிரகாரமாக அது முன்பு இருந்ததென்பதற்கு உரிய அடையாளங்கள் இவை. பாபநாசத்திலுள்ள ஸ்ரீநிவாசப் பெருமாள் தமக்குரிய பிரம்மோத்ஸவத்தில் இந்தப் பெருமாளிடமும் உத்தம தானபுரம் புதிய அக்கிரகாரத்திலுள்ள பெருமாள் கோயிலுக்கும் வந்து செல்கின்றார்.

உத்தமதானபுர அக்கிரகாரம் இரண்டு தெருக்களை உடையது. ஒன்று கீழ் மேலாகவும், மற்றொன்று தென் வடலாகவும் உள்ளன. ஒவ்வொரு தெருவிலும் இரண்டு சிறகுகள் இருக்கின்றன. கீழ்மேல் தெருவின் மேல் கோடியில் பெருமாள் கோயிலும் தென்வடல் தெருவின் தென்கோடியின் தென்புறத்தில் சிவாலயமும் இருக்கின்றன. பெருமாளுக்கு லக்ஷ்மீ நாராயணப் பெருமாளென்பது திரு நாமம். சிவாலயத்தின் ஸந்நிதியில் ஒரு குளம் உள்ளது.

அதற்கு லக்ஷ்மீ தீர்த்தமென்று பெயர். சிவாலயத்தில் எழுந் தருளியுள்ள ஸ்வாமியின் திருநாமம் கைலாசநாதரென்பது; ஆனந்த

---

* பாபநாசம் ரெயில்வே ஸ்டேஷனுக்குக் கிழக்கே முக்கால் மைல் தூரத்தில் உள்ளது.

வல்லியென்பது அம்பிகையின் திருநாமம். இக்கோயிலில் உள்ள விநாயகமூர்த்தியிடம் இவ்வூரினர் மிக்க பக்தியுடையவர்கள். இவ்வூரில் வசிப்பவர்களும், இவ்வூரிலிருந்து வெளியூர் சென்று வாழ் பவர்களும் தங்கள் வீடுகளில் ஏதேனும் சுபகாரியம் நடைபெற்றால் அதற்கு முன்பு அந்த மகா கணபதிக்கு நிறைபணி செய்துவிட்டுப் போவார்கள். காது குத்துக் கல்யாணமாக இருந்தாலும் அந்த விநாயக மூர்த்தியை அவர்கள் மறப்பதில்லை. இவ்விரண்டு கோயில்களிலும் நித்தியபூஜையும் உத்ஸவங்களும் கிரமமாக நடைபெற்று வருவதுண்டு.

இதுதான் எங்கள் ஊர். இப்போது உள்ள உத்தமதானபுரத்துக் கும் 'எங்கள் ஊர்' என்று பெருமையோடு நான் எண்ணும் உத்தம தானபுரத்துக்கும் எவ்வளவோ வேறுபாடு உண்டு. என் இளமைக் காலத்தில் இருந்த எங்கள் ஊர் தான் என் மனத்தில் இடங்கொண் டிருக்கிறது. இந்தக் காலத்தில் உள்ள பல சௌகரியமான அமைப் புக்கள் அந்தக் காலத்தில் இல்லை; ரோடுகள் இல்லை; கடைகள் இல்லை; உத்தியோகஸ்தர்கள் இல்லை; ரெயிலின் சப்தம் இல்லை.

ஆனாலும், அழகு இருந்தது; அமைதி இருந்தது; ஜனங்களிடத் தில் திருப்தி இருந்தது; பக்தி இருந்தது. அவர்கள் முகத்தில் மகிழ்ச்சி நிலவியது; வீடுகளில் லக்ஷ்மீகரம் விளங்கியது.

இவ்வளவு ரூபாயென்று கணக்கிட்டுச் சொல்லும் ஆஸ்தி அந்தக் காலத்து உத்தமதானபுர வாசிகளிடம் இல்லை; ஆயினும் நீரும் நிழலும் தானியங்களும் இருந்தன. அவர்களுடைய வாழ்க் கையில் வேகம் காணவில்லை; அதனால் ஒரு குறைவும் வந்து விடவில்லை. அவர்களுடைய உள்ளத்தில் சாந்தி இருந்தது.

இப்போதோ அந்தச் சாந்தியை எங்கேயோ போக்கிவிட்டு வெகு வேகமாக ஓடிக்கொண்டே இருக்கிறோம். நம்முடைய வேகம் அதிகரிக்க அதிகரிக்க அந்தச் சாந்திக்கும் நமக்கும் இடையிலுள்ள தூரம் அதிகமாகின்றதேயொழியக் குறையவில்லை.

எங்கள் ஊரைச் சுற்றிப் பல வாய்க்கால்கள் உண்டு. குட முருட்டி ஆற்றிலிருந்து பிரிந்து வரும் பெரிய வாய்க்கால் ஒன்று முக்கியமானது. பெரியவர்கள், விடியற் காலையில் எழுந்து குட முருட்டியாற்றுக்குப்போய் நீராடி வருவார்கள். அங்கே போக முடியாதவர்கள் வாய்க்காலிலாவது குளத்திலாவது ஸ்நானம் செய் வார்கள். அந்நதி ஊருக்கு வடக்கே ஒன்றரை மைல் தூரத்தில் இருக்கிறது. அதற்கு ஒற்றையடிப் பாதையிற் போகவேண்டும்; வயல் களின் வரப்புக்களில் ஏறி இறங்கவேண்டும். சூரியோதய காலத்தில், நீர்க் காவியேறிய வஸ்திரத்தை உடுத்து நெற்றி நிறைய விபூதி தரித்துக்கொண்டு வீடுதோறும் ஜபம் செய்துகொண்டிருக்கும் அந்தணர்களைப் பார்த்தால் நம்மை அறியாமலே அவர்களிடம் ஒரு விதமான பக்தி தோற்றும். காயத்திரி ஜபமும் வேறு ஜபங்களும் முடிந்த பிறகு அவர்கள் சூரிய நமஸ்காரம் செய்வார்கள்.

அது வரையில் தவக்கோலத்தில் இருக்கும் அவர்கள் பிறகு வயற்காட்டை நோக்கிக் கிளம்பி விடுவார்கள். சிலர் மண்வெட்டியையும். சிலர் அதனோடு அரிவாளையும் எடுத்துக்கொண்டு புறப்படுவார்கள். தேக பலத்திற் சிறிதும் குறைவில்லாத அவ்வந்தணர்கள் நடுப் பகல் வரையில் வயற்காடுகளில் வேலை வாங்கித் தாமே வேலை செய்தும் பொழுது போக்குவார்கள். பிறகு வீட்டிற்கு வந்து பூஜைசெய்து உணவை உட்கொண்ட பின் இராமாயண பாரத புராண கதைகளைப் படிப்பார்கள். தமிழ் ஸம்ஸ்கிருதம் என்ற இரண்டு பாஷைகளிலும் உள்ள நூல்களைப் படித்தும் படிக்கச் செய்தும் இன்புறுவார்கள்.

பிற்பகலில் மீண்டும் வயற் காட்டுக்குச் சென்று கவனிக்க வேண்டியவற்றைக் கவனித்து விட்டு ஆறு மணியளவுக்கு வீட்டுக்கு வருவார்கள். அப்பால் லக்ஷ்மீ தீர்த்தத்தில் ஸந்தியாவந்தனம் செய்து கொண்டு ஆலயங்களுக்குச் சென்று தரிசனம் செய்வார்கள். பிறகு வீட்டுக்கு வந்து ஆகாரம் செய்து விட்டு ஒன்பது மணி வரையில் புராண சிரவணம் செய்வார்கள். வாரத்தில் சில நாட்கள் பஜனை செய்வதும் உண்டு.

காய்கறித் தோட்டங்கள் போட்டு அவற்றை நன்றாகப் பாது காத்து விருத்தி செய்வதிலும், பசுக்களையும் எருமைகளையும் வளர்த்துப் பாதுகாப்பதிலும் அவர்களுக்கு ஊக்கம் அதிகம்.

இளமை தொடங்கியே உழைக்கும் பழக்கம் அவர்களிடம் காணப்பட்டது. இவ்வாறு உழைப்பதிலும், நல்ல விஷயங்களைக் கேட்பதிலும் அவர்கள் பொழுது போக்கிக்கொண்டு இருந்ததனால் வேறு விதமான காரியங்களைக் கவனிக்க நேரமோ மனமோ இருப்பதில்லை.

எங்கள் ஊரில் அந்தணர்களுள் மாத்தியமர், வடமர், அஷ்ட ஸகஸ்ரத்தினர் என்னும் வகையினர் இருந்தார்கள். விஷ்ணுவாலய பூஜை செய்துவந்த நம்பியார் குடும்பம் ஒன்றும், சிவாலய பூஜகராகிய ஆதி சைவர் குடும்பம் ஒன்றும் உண்டு. அஷ்ட ஸ்கஸ்ரத்தினரில் ஏழெட்டுக் குடும்பத்தினர் வைதிகர்கள். அயலூரிலுள்ள அக்கிர காரங்களுக்கு இவர்களே உபாத்தியாயர்கள்; அங்கங்கே சென்று வைதிக காரியங்களைச் செய்வித்துச் சுக ஜீவிகளாக வாழ்ந்து வந்தார்கள். இவர்கள் கவலையின்றியிருந்தமையால் தேக பலம் மிக்கவர்களாக விளங்கினார்கள். வியாதி இவர்கள் இருந்த திக்கிலே கூட வராது.

உத்தமதானபுரத்தில் அண்ணா ஜோஸ்யரென்ற ஓர் அந்தணர் இருந்தார். அவர் ஜோஸ்யத்தினாலும் வைதிக வாழ்க்கையினாலும் வேண்டியவற்றைப் பெற்றுக் கவலையின்றி ஜீவனம் செய்து வந்தார். நல்ல கட்டுள்ள தேகம் வாய்ந்த அவர் ஒரு நாள் எங்கோ ஒரு கிராமத்தில் பிராமணார்த்தம் (சிராத்த உணவு) சாப்பிட்டு விட்டு மார்பு நிறையச் சந்தனமும், வாய் நிறையத் தாம்பூலமும், குடுமியிற்

பூவும் மணக்க உல்லாசமாக ஊருக்கு வந்து கொண்டிருந்தார். நடுவழியே பாபநாசத்தில் தஞ்சாவூர் கலெக்டர் 'முகாம்' செய்திருந்தார். அவ்வழியே வரும்போது கலெக்டரும் சிரஸ்தேதாரும் வெளியே நின்றுகொண்டிருந்தனர். கலெக்டர் வெள்ளைக்காரர்; சிரேஸ்தேதார் இந்தியர்.

கலெக்டர் துரையினுடைய பார்வை அண்ணா ஜோஸ்யர் மேல் விழுந்தது. அவருடைய அங்க அமைப்பையும் ரிஷபம் போன்ற நடையையும் முகத்தில் இருந்த ஒளியையும் கண்டபோது கலெக்டர் துரைக்கு மிக்க ஆச்சரியம் உண்டாயிற்று. திடீரென்று அவரை அழைக்கச் செய்து சிரஸ்தேதார் மூலமாக அவரைச் சில விஷயங்கள் கேட்கலானார்.

கலெக்டர் : உமக்குப் படிக்கத் தெரியுமா?
ஜோஸ்யர் : தெரியும்.
கலெக்டர் : கணக்குப் பார்க்கத் தெரியுமா?
ஜோஸ்யர் : அதுவும் தெரியும். நான் ஜோஸ்யத்தில் நல்ல பழக்கமுடையவன்; அதனால் கணக்கு நன்றாகப் போடுவேன்.
கலெக்டர் : கிராமக் கணக்கு வேலை பார்ப்பீரா?
ஜோஸ்யர் : கொடுத்தால் நன்றாகப் பார்ப்பேன்.

அவர் கம்பீரமாக விடையளிப்பதைக் கேட்ட துரைக்கு ஸந்தோஷம் உண்டாகி விட்டது. ஜோஸ்யர் நன்றாக அதிகாரம் செய்யக் கூடியவரென்றும், ஜனங்கள் அவருக்கு அடங்குமென்றும் அவர் நம்பினார். உக்கடை (உட்கிடை) யென்னும் வட்டத்தின் கர்ணம் தம் வேலையைச் சரியாகப் பாராமையால் கலெக்டர் அவரைத் தள்ளிவிட்டு வேறொருவரை நியமனம் செய்வதற்காக யோசித்துக் கொண்டிருந்த சமயம் அது. அந்த வேலையில் *அண்ணா ஜோஸ்யரை அவர் நியமித்து விட்டார். அக்காலத்தில் வேலைக்குப் போட்டி இராது. ஆளைப் பார்த்து, வாட்ட சாட்டமாக இருந்தால் உத்தியோகங்களைக் கொடுத்து விடுவது வழக்கம்.

கலெக்டருடைய கண்ணைக் கவர்ந்த தேகக் கட்டு அண்ணா ஜோஸ்யர் ஒருவருக்குத்தான் அமைந்திருந்ததென்று எண்ண வேண்டாம். ஒவ்வொருவரும் அவரைப் போலவே தேக வன்மை பொருந்தியவராக இருந்தனர். இரண்டு வேளைகளே உண்டாலும் அவர்கள் உண்ணும் உணவின் ஒவ்வோர் அணுவும் உடம்புக்குப் பலத்தைத் தந்தது.

உத்தமதானபுரத்தில் தச்சர், கொல்லர், தட்டார், வலைஞர், நாவிதர், வண்ணார் என்பவர்களுக்கும் மானியங்களுண்டு. அவர்கள் அவற்றை அனுபவித்துக்கொண்டு தத்தம் வேலைகளை ஒழுங்காகப் பார்த்து வந்தார்கள்.

---

* அவர் பரம்பரையினர் இப்போது உத்தமதானபுரத்தில் கிராம முன்சீப்பாக இருக்கின்றனர்.

நாவிதர்களில் வைத்தியத்திற் சிறந்தவர்களும் இருந்தார்கள். அவர்கள் அன்புடன் நோயாளிகளுக்கு மூலிகைகளாலும் வேறு சரக்குகளாலும் செய்த மருந்துகளைக் கொடுத்து நோயைப் போக்கு வார்கள். இதற்காக அவர்கள் வாங்கும் 'பீஸ்' நாலணாவே. ஒருவர் ரண சிகித்ஸையிலும் பழக்கமுடையவராக இருந்தார், அவரிடம் வைத்திய நூல்கள் பல இருந்தன. பல வியாதிகளின் சிகித்ஸைகள் புஸ்தகங்களில் இருந்தனவே யொழிய அந்த மருத்துவர் அனுபவத் தில் கண்டு உணரும்படி அவ்வியாதிகள் மனிதர்களைப் பீடிப்ப தில்லை.

மூப்பச் சாதியார் முதலிய குடியானவர்களிற் பலர் அந்தணர் களுடைய நிலங்களைக் கவனித்துக் கொண்டு அவர்களுடைய மனைக் கட்டுகளில் குடியிருந்து வந்தனர். அவர்கள் அந்த நிலங்க ளைக் கண்ணுங்கருத்துமாகப் பாதுகாத்து வந்தார்கள். தம் யஜ மானர் வீடுகளில் அவசியமான வேலைகளையும் குறைவின்றிச் செய்து வந்தனர். இவற்றிற்காக அவர்களுக்கு அந்தணர்கள் எல்லா வசதிகளையும் கொடுத்து ஒரு கவலையும் ஏற்படாமல் பார்த்து வந்தார்கள்.

அதனால் அவர்கள் அடைந்த திருப்தி பெரிதாக இருந்தது. அவர்கள் வஞ்சகமின்றிப் பாடுபட்டனர். நிலத்தின் சொந்தக் காரரைவிட அவர்களுக்கே பூமியில் சிரத்தை அதிகமாக இருந்தது. இருசாராரும் மனவொற்றுமையும் அன்பும் உடையவர்களாகி ஒருவருக்கொருவர் இன்றியமையாத நிலைமையில் வாழ்ந்து வந்த னர்.

வேறு சில குடியானவர்கள் தம்முடைய சொந்த நிலத்தைச் சாகுபடி செய்துகொண்டு வாழ்ந்தார்கள். இவர்களால் வணங்கப் பெறும் கிராம தேவதைகளின் கோயில்கள் சில உண்டு. எல்லாக் கோயில்களிலும் ஊராருடைய ஒற்றுமையினால் உத்ஸவங்கள் நன்றாக நடைபெற்றன.

இவ்வூரைச் சூழ மிகவும் சமீபமாக நான்கு அக்கிரகாரங்கள் உண்டு. தென் கிழக்கு மூலையில் கோட்டைச்சேரியென்பதும், தென் மேற்கில் மாளாபுரமென்பதும், அதற்கு மேற்கே கோபு ராஜபுரமென்பதும், வடமேற்கே அன்னிகுடியென்பதும் உள்ளன. கோட்டைச் சேரியில் வேத சாஸ்திரங்களிற் பரிச்சயமுள்ள வடகலை ஸ்ரீ வைஷ்ணவர்கள் வாழ்ந்து வந்தனர். மாளாபுரத்தில் வித்துவான்களாகிய ஸ்ரீவைஷ்ணவர்களும், அஷ்டஸகஸ்ரம் வடமரென்னும் இருவகை ஸ்மார்த்தர்களும் இருந்தனர். கோபுராஜ புரத்தில் தஞ்சாவூர் அரச குருவின் உறவினரான மகாராஷ்டிரப் பிராமணர்கள் வாழ்ந்து வந்தனர்.

அவர்களைப் பண்டிதர்களென்று வழங்குவர். அவர்கள் செல்வர்களாதலின் அன்னதானம் செய்து வந்தார்கள். அன்னி

குடியில் தெலுங்கப் பிராமணர்கள் வசித்தனர். அவர்களிற் பலர் சங்கீதத்திலும் பரத சாஸ்திரத்திலும் மந்திர சாஸ்திரத்திலும் மிகுந்த திறமையுடையவர்களாக விளங்கினார்கள். சங்கச் செய்யுட்களில் அன்னியென்னும் பெயருடைய ஓர் உபகாரி கூறப் பெறுகிறான். இவ்வூர் அவன் பெயரால் அமைக்கப் பெற்றதென்று கூறுவர்.

உத்தமதானபுரத்துக்குக் கிழக்கே நல்லூரென்ற தேவாரம் பெற்ற சிவஸ்தலம் இருக்கிறது. அறுபத்து மூன்று நாயன்மார்களுள் ஒருவராகிய அமர்நீதி நாயனார் அவதரித்த ஸ்தலம் அது. அங்கே கோயில் ஒரு கட்டு மலையின் மேல் இருக்கிறது. எங்கள் ஊரிலிருந்து பார்த்தால் அந்தக் கோயில் நன்றாகத் தெரியும். வட மேற்கில் திருப்பாலைத்துறை என்ற தேவாரம் பெற்ற ஸ்தலம் உள்ளது. அங்கே பேஷ்வாக்களென வழங்கும் மகாராஷ்டிரப் பிராமணச் செல்வர்கள் இருந்தார்கள்.

இந்தக் கிராமங்களினிடையே, சோம்பலை அறியாத ஜனங் களை உடையதாய், நவீன நாகரிகத்தின் வாசனை சிறிதளவும் வீசாமல், நிலமகள் தரும் வளத்தை யாவரும் பங்கிட்டு உண்ணுவ தற்கும் அமைதியான வாழ்க்கையை நடத்துவதற்கும் இடமாக விளங்கியது எங்கள் ஊர்.

உத்தமதானபுரம் ஒரு சிறிய கிராமந்தான்; ஆனாலும் அந்த ஊர் எங்கள் ஊர்; என் இளமைக் காலத்தின் இனிய நினைவு களையும், விரிந்த உலகத்தை அறியாத என் இளங் கண்களுக்குக் கவர்ச்சியை அளித்த தோற்றத்தையும் கொண்ட என்னுடைய ஊர். வேறு எந்த ஊரும் நகரமும் என் உள்ளத்தில் அதன் ஸ்தானத்தைப் பெறுவதென்பது சாத்தியமா?

## 2

## என் முன்னோர்கள்

'பதினாயிரம் பிராமணர்களுக்கு அன்னதானம் செய்ய எண் ணியிருக்கிறேன்; அதற்கு மகாராஜா உதவி செய்ய வேண்டும்' என்று ஒருவர் ஓர் அரசரை வேண்டிக் கொண்டாராம். அந்த அரசர் அதற்காக நிறையப் பொருளுதவி செய்தார். அந்தத் தொகையைப் பெற்று அவர் தம் வீட்டில் இரண்டே அந்தணர்களை அழைத்து அவர்கள் திருப்தியடையும்படி போஜனம் செய்வித்து மிகுதியான தக்ஷிணையும் கொடுத்து அனுப்பினார்.

அயல் வீட்டிலுள்ள ஒருவர் அவருடைய விஷயங்களை நன்கு அறிந்து கொண்டவராதலின் அவரை, "பதினாயிரம் பேருக்கு அன்னம் இடுவதாக ராஜாவை ஏமாற்றி விசேஷமான பொருளை வாங்கி வந்தீரே; இரண்டு பேருக்குத்தானே சாப்பாடு போட்டீர்?"

என்று கேட்ட போது அவர், "நான் பதினாயிரத்துக்கு மேல் ஆயிரம் சேர்த்துப் பதினோராயிரம் பேர்களுக்குப் போஜனம் செய்வித்தேனே!" என்றார்.

கேள்வி கேட்டவர், "இது பெரும் புரட்டாக அல்லவோ இருக்கிறது? இரண்டு பேருக்குப் போட்டு விட்டுப் பதினோராயிரம் பேருக்குப் போட்டதாகவும் சொல்லுகிறீரே!" என்று மீண்டும் கேட்டார். அந்தச் சாமர்த்தியசாலி, "நான் போஜனம் செய்வித்தவர்களில் ஒருவர் எண்ணாயிரத்தார்; மற்றொருவர் மூவாயிரத்தார் இருவரும் சேர்ந்து பதினோராயிரம் பேர் ஆகவில்லையா?" என்று சமத்கார மாகப் பதிலளித்தார். குறை கூறியவருக்கு விஷயம் விளங்கியது.

அஷ்ட ஸகஸ்ரப் பிராமணர் ஒருவரும், சிதம்பர தீக்ஷிதர் ஒரு வரும் அவர் வீட்டில் உணவருந்தினார்களென்றும், எண்ணாயிர வரும், தில்லை மூவாயிரவரும் சேர்ந்து உண்டதையே அவர் சாதுரி யமாகப் பதினோராயிரவரென்று கூறினாரென்றும் உணர்ந்து கொண்டாராம்.

இந்தக் கதை உண்மையோ பொய்யோ எப்படியிருந்தாலும், இத்தகைய தந்திரத்தை விநோதார்த்தமாக நானும் உபயோகித்த துண்டு. "நான் ஒருவனாக இருந்தாலும் எண்ணாயிரம்" என்று சிலேடை தோன்றச் சில இடங்களிற் சொல்லியிருக்கிறேன். அதைக் கேட்ட ஒவ்வொருவரும் தத்தமக்குத் தோன்றியபடி அர்த்தம் செய்து கொள்வார்கள். "பிராமணர்களுக்குள் அஷ்ட ஸகஸ்ரமென்பது ஒரு பிரிவு; அதற்கு எண்ணாயிரம் என்று அர்த்தம். அந்தப் பிரிவைச் சேர்ந்தவன் நான்" என்று சொன்ன பிறகே யாவரும் என்னுடைய சிலேடையைத் தெளிவாக உணர்வார்கள்.

அந்தணர்களுக்குள் எண்ணாயிரம் பேர்கள் ஒரு தொகுதியாக வடநாட்டிலிருந்து வந்த காலத்தில் அவர்களை 'எண்ணாயிரத்தார்' என்னும் பெயரால் யாவரும் வழங்கியிருக்க வேண்டும். பிறகு அவர் கள் பல இடங்களிற் பரவி எண்ணாயிரம் எண்பதினாயிரமாகப் பெருகிய காலத்திலும் அஷ்ட ஸகஸ்ரமென்ற பெயரே அவர்களுக்கு நிலைத்து விட்டது. ஸ்மார்த்தப் பிராமணர்களுள் ஒரு வகையா ராகிய இந்த வகுப்பினர் தமிழ் நாட்டிற் பல இடங்களில் இருந்து வருகின்றனர்.

இந்த வகுப்பிலும் மூன்று பிரிவுகள் உண்டு. அத்தியூர், அருவாட்பாடி, நந்திவாடி என்னும் ஊர்களின் பெயரால் அப் பிரிவுகள் வழங்கப்பெறும்.

நந்திவாடியென்பது இன்னவூரென்று இப்போது தெரிய வில்லை. அவ்வூரிலிருந்த பிரிவினர் இக்காலத்தில் தேப்பெருமாள் நல்லூர், திருவையாறு முதலிய இடங்களில் இருக்கின்றனர். அருவாட்பாடி என்பது மாயூரத்திற்கு வடகிழக்கே மூன்று மைல் தூரத்தில் திருக்குறுக்கை யென்னும் ஸ்தலத்துக்குப் போகும்

மார்க்கத்திலும், திருநீடூரென்னும் ஸ்தலத்துக்கு அருகிலும் உள்ளது; அருவாப்பாடி என்று இப்போது வழங்கி வருகிறது. அருவாளர் என்ற ஒரு கூட்டத்தினருடைய பெயர் பழைய தமிழ் நூல்களிற் காணப்படுகின்றது.

அருவாப்பாடி அவர்கள் இருந்த இடமாக இருத்தல் கூடுமென்று எண்ணுகிறேன். அங்கிருந்த அஷ்ட ஸகஸ்ரத்தினர் கிடைத்த தொழில்களைப் பெற்று ஜீவித்து வந்தார்கள்.

அத்தியூரென்பது தென்னார்க்காடு ஜில்லாவில் உள்ளது. அதில் உள்ளவர்கள் சாஸ்திர ஞானமும் வைதிக ஒழுக்கமும் தெய்வ பக்தியும் உடையவர்களாக இருந்தார்கள். அவர்கள் அவ்வூரில் ஒற்றுமையாக வாழ்ந்து வந்தார்கள். அந்த ஊரைப்பற்றி எங்கள் பிரிவினருக்குள் ஒரு வரலாறு வழங்கி வருகின்றது.

அத்தியூருக்கு வெளியூரிலிருந்து ஓர் அந்தணர் வந்திருந்தார். அவர் ஒரு வீட்டில் ஆகாரம் செய்த பிறகு திண்ணையில் படுத்திருந்தார்; நடு இரவில் எழுந்து வடக்கு முகமாக இருந்து அற்பசங்கைக்குப் போனார். அப்போது ஊர்க் காவலன் அவரைத் திருடனென்று எண்ணிப் பிடித்துக்கொண்டு, "நீ எந்த ஊர்?" என்று கேட்டான்.

அவர், "இந்த ஊர்தான்" என்று கூறினார்.

காவற்காரன் அதை நம்பவில்லை; "நீ இந்த ஊர்க்காரனல்ல; நிச்சயமாகத் தெரியும். இந்த ஊர்க்காரனாக இருந்தால் இந்த மாதிரி செய்ய மாட்டாய்" என்றான்.

அந்தப் பிராமணர், "நான் என்ன காரியம் செய்துவிட்டேன்?" என்றார்.

"இந்த ஊரில் 'இரா வடக்கு' இல்லையே! இந்த ஊர்க்காரர்கள் இப்படி அநாசாரமாக நடக்க மாட்டார்களே!" என்றான் அவன்.

இரவில் வடக்கு திசை நோக்கி அற்ப சங்கையைத் தீர்த்துக் கொள்வது அநாசாரமாகும். ஆசாரம் நிரம்பிய அத்தியூரில் 'இரா வடக்கு' இல்லையாதலால் அவர் வேற்றூராரென்று காவலன் அறிந்து கொண்டான். இந்த வரலாறு அவ்வூராரினது ஆசார சீலத்தை விளக்குகிறதல்லவா?

அத்தியூர்ப் பிரிவினராகிய அஷ்ட ஸகஸ்ரத்தார் தஞ்சாவூர், கும்பகோணம், புதுக்கோட்டை, மதுரை, திருநெல்வேலி முதலிய இடங்களில் குடியேறித் தங்களுக்கு ஏற்ற தொழில்களைப் பெற்று வாழ்ந்து வரலாயினர். இவர்களில் ஒருவர் உத்தமதானபுரமென்று பின்பு வழங்கிய பழையகரத்தில் வந்து குடியேறினர். அவர் திருப்பதி ஸ்ரீ வேங்கடேசப் பெருமாளிடத்தில் மிகுந்த பக்தி உடையவர்; அப்பெருமாளையே குலதெய்வமாகக் கொண்டவர். அப்பெருமாளைப் பிரார்த்தித்து, தமக்குப் பிறந்த பிள்ளைக்கு

வடமலையப்பன் என்னும் பெயரை வைத்தார்; வடமலையென்பது திருவேங்கடம்; அப்பனென்பது வேங்கடாசலபதியின் திருநாமம். அந்தத்தமிழ்ப் பெயரே வடமலை யாஞ்ஞானென்றும் வழங்கும். ஆஞ்ஞானென்பதும் அப்பனென்பதும் ஒரே பொருளுடையன. வடமலையப்பருக்கும் திருப்பதி வேங்கடாசலபதியினிடம் அளவற்ற பக்தியிருந்தது.

அவர் காலந் தொடங்கி இந்த வமிசத்திற் பிறக்கும் பிள்ளை களுக்கு வீட்டில் அழைக்கும் பெயர் வேறாக இருந்தாலும், உப நயனம் ஆகும் பொழுது வைக்கப்படும் சர்ம நாமம் வேங்கடாசலம், வேங்கடநாராயணன், வேங்கடராமன், வேங்கட சுப்பிரமணியன், ஸ்ரீநிவாஸன் முதலாகத் திருப்பதிப் பெருமாளின் பெயர்களுள் ஏதாவது ஒன்றாகத்தான் இருக்கும். பிராமணர்களை இருபிறப்பாள ரென்று வழங்குவர்; உபநயன காலத்துக்கு முன் ஒரு பிறப்பென்றும் அதற்குப் பின் ஒரு பிறப்பென்றும் சொல்லுவர். வடமலை யாஞ் ஞானது பரம்பரையினரோ, இரு பிறப்பாளராக இருந்ததோடு பெரும்பாலும் இரு பெயராளராகவும் இருந்து வருகின்றனர்.

இந்தக் குடும்பத்திலுள்ள ஆண் பெண் அனைவரும் புரட்டாசி மாதத்துச் சனிக்கிழமைகளில் காலையில் ஸ்நானம் செய்து ஈரவஸ் திரத்துடன் சில வீடுகளுக்குச் சென்று அரிசிப் பிக்ஷை எடுப்பார்கள். அவ்வாறு எடுத்த அரிசியை வீட்டிற்குக் கொணர்ந்து ஆராதன மூர்த்தியின் முன்னே வைத்து நமஸ்காரஞ் செய்து அதையே சமைத்து ஸ்வாமிக்கு நிவேதனம் செய்து விட்டு உண்பதும், இரவில் பலகாரம் செய்வதும் வழக்கம். இந்த வழக்கத்தை நாளடைவில் இவ்வூரில் மற்றக் குடும்பத்தினரும் பின்பற்றத் தொடங்கினர். இன்னும் உத்தமதானபுரத்தில் இது நடைபெற்று வருகின்றது.

வடமலையப்பருடைய குடும்பம் நல்ல பூஸ்திதியுடையதாக இருந்தது. அவருக்குப் பின் வந்தவர்களுள் ஸ்ரீநிவாஸையரென்பவர் ஒருவர். அவருக்கு வேங்கட சுப்பையரென்றும் வேங்கட நாராய ணையரென்றும் இரண்டு குமாரர்கள் இருந்தார்கள். இவ்விருவருள் வேங்கட சுப்பையரென்பவர் தம்முடைய மாமனார் ஊராகிய சுரைக்காவூருக்குச் சென்று தம் மனைவிக்கு ஸ்திரீதனமாகக் கிடைத்த நிலங்களை வைத்துக் கொண்டு அவ்விடத்திலே நிலை யாக வாழ்ந்து வரலாயினர். வேங்கட நாராயணையரென்பவர் உத்தமதானபுரத்திலேயே தம்முடைய நிலங்களைக் கவனித்துக் கொண்டு சௌக்கியமாக வசித்து வந்தார்.

இவ்வூரிலிருந்த எல்லோரும் தேகபலம் மிக்கவர்களாக இருந் தார்கள். அவர்களுடைய உடலுழைப்பும் சுத்தமான வாழ்க்கையும் அவர்களுக்குப் பின்னும் பலத்தைத் தந்தன. மேற்கூறிய வேங்கட நாராயணையர் மாத்திரம் மெலிந்தவராக இருந்தமையின் அவரது மெலிவு விளக்கமாகத் தெரிந்தது. அவரது மெலிவான தேகமே அவருக்குச் சிறந்த அடையாளமாயிற்று. அதனால் “சோனன்”

என்று அவருக்கு ஒரு பட்டம் கிடைத்தது. சோனியென்றும் சோன னென்றும் மெலிந்தவனை அழைப்பது இந்நாட்டு வழக்கமென்பது பலருக்கும் தெரிந்த செய்திதானே? அவர் இருந்த வீட்டைச் 'சோனன் ஆம்' (சோனன் அகம்) என்று பிற்காலத்தாரும் வழங்கி வருவதுண்டு. அந்த வீடுதான் எங்கள் வீடு. அவரே என்னுடைய கொள் பாட்டனார்; என்னுடைய பாட்டனாருக்குத் தந்தையார்.

வீரர்கள் இறந்தால் கல் நாட்டி வழிபடுவது பழைய வழக்கம். அந்தக்கல்லை வீரக்கல் என்று சொல்வார்கள். இப்படியே பதிவிரதைகள் இறந்த இடத்தையோ அவர்கள் ஞாபகத்தையோ குறிக்கும் கல்லை மாஸதிக்கல் என்று கூறுவர். இறந்த பிறகு அவர்களை இந்தக் கல்லெல்லாம் ஞாபகப்படுத்துகின்றன. எங்கள் கொள் பாட்டனார் உயிரோடு வாழ்ந்த காலத்திலேயே அவருடைய ஞாபகத்திற்கு அடையாளமாக ஒரு கல் ஏற்பட்டு விட்டது. அந்தக் கல் இன்றும் உள்ளது. அது மற்ற அடையாளக் கற்களைப்போல உபயோகப்படாமல் இல்லை. எல்லோருக்கும் உபயோகப்பட்டு வருகிறது.

எங்கள் ஊர் குளத்துப் படித் துறையில் "சோனப் பாட்டா கல்" என்ற ஒரு கல் இருக்கிறது. குளத்தில் நீராடிவிட்டு வழு வழுப்பாயிருந்த அந்தக் கல்லிலேயே வேங்கடநாராயண ஐயர் வேஷ்டி துவைப்பாராம். அதனால் அந்தக் கல்லுக்கு அப்பெயர் நிலைத்து விட்டது. எவ்வளவோ பேர்கள் எவ்வளவோ கற்களில் துவைத்திருப்பார்கள். ஆனால் எல்லாக் கல்லுக்கும் பெருமை உண்டாகிறதா? இன்றும் அந்தக் குளத்தங்கரைக் கல்லைக் காணும் பொழுது, 'சாஸனமில்லாத இந்த வெறும் கல் நம் கொள் பாட்ட னாரின் பெயரை நினைப்பூட்டுகின்றது; இதில் அவருடைய கை பட்டிருக்கிறது' என்ற எண்ணத்தினால் என்னுடைய கைகள் தாமே குவியும்.

## 3

## என் பாட்டனார்

என் பாட்டனாராகிய வேங்கடாசலையரென்பவர் வேங்கட நாராயணையருடைய மூத்த குமாரர். அவருக்கு ஐயாக்குட்டி ஐய ரென்ற ஒரு தம்பி இருந்தார். வேங்கடாசலையருடைய மனைவி பெயர் செல்லத்தம்மாளென்பது. அந்த அம்மாளே என்னுடைய பாட்டியார்; அவருடைய தகப்பனாராகிய *ஓதனவனேசுவர ரென்பவர் தமிழ்வித்துவான்; தாயார் கனம் கிருஷ்ணையரென்னும் சங்கீத வித்துவானுடைய சகோதரி.

---

* ஓதனவனேசுவரரென்பது திருச்சோற்றுத்துறை யென்னும் ஸ்தலத்தில் எழுந்தருளியுள்ள சிவபெருமான் திருநாமம்.

இங்ஙனம் சங்கீதமும் தமிழும் கலந்த குடும்பத்திலே பிறந்த என் பாட்டியார் நன்றாகப் பாடுவார். அவருக்குப் பல கீர்த்தனங்கள் பாடம் உண்டு. என் பாட்டனார் கடுமையாக நடத்தினாலும் பொறுமையுடன் அடங்கி நடப்பார். அவர் சாதம் பிசைந்து கையில் போட நான் சிறு பிராயத்தில் சாப்பிட்டிருக்கிறேன்.

என் பாட்டனார் காலத்தில் எங்கள் குடும்பத்தில் கடன் ஏற்பட்டமையால் அவர் தம்முடைய நிலத்தைப் போக்கியம் வைத்துப் பணம் வாங்கிப் பழைய கடனை அடைத்தார். நிலத்தை வைத்துக் கொண்டு பாதுகாத்து அதில் வரும் வருவாயினால் சுகமாக வாழ்ந்து வரும் நிலையிலிருந்த அவருக்கு அந்நிலத்தைப் போக்கியம் வைப்பதால் ஜீவனத்துக்குக் கஷ்டமுண்டாகுமென்று தெரியும். ஆனாலும் கடனை வைத்துக்கொண்டு உண்ணும் உணவு அவர் உடம்பில் ஒட்டவில்லை. ‘கடனில்லாச் சோறு கால் வயிறு போதும்’ என்பது பழமொழி. ‘ஏதாவது வேலை செய்து சம்பாதிக் கலாம்; கடன் நிர்ப்பந்தம் மட்டும் கூடாது’ என்று எண்ணித் துணிந்து போக்கியத்துக்கு வைத்துவிட்டார்.

அவருக்குத் தமிழிலும் ஸம்ஸ்கிருதத்திலும், கணக்கிலும் நல்ல பழக்கம் இருந்து வந்தது. ஆகையால், ‘ஜீவனத்துக்கு என்ன செய் வோம்!’ என்று ஏங்காமல் ஒரு பள்ளிக்கூடம் வைத்துப் பல பிள்ளைகளுக்குப் பாடஞ்சொல்லிக் கொடுக்க ஆரம்பித்தார். அவரிடம் பலர் படித்தார்கள். அந்தப் பிள்ளைகளின் மூலமாகக் கிடைக்கும் வரும்படியைக் கொண்டு அவர் செட்டாகக் குடித்தனம் செய்து வந்தார். அவருக்கு அம்மணியம்மாளென்ற ஒரு பெண்ணும், வேங்கட சுப்பையர், ஸ்ரீநிவாஸையர் என்ற இரண்டு பிள்ளைகளும் முறையே பிறந்தனர். வேங்கட சுப்பையரே என்னுடைய தந்தையார்.

என் பாட்டனாரை எனக்கு நன்றாக ஞாபகமிருக்கிறது. எனக்கு அரிச்சுவடி சொல்லிக் கொடுத்தவர் அவரே. எவ்வளவோ தெய்வ ஸ்தோத்திரங்களை வாய்ப் பாடமாகச் சொல்லிக் கொடுத் திருக்கிறார். அவை இப்போது மறந்து போய்விட்டன. ஆனால் அவர் கொடுத்த பலமான அடிகளை மாத்திரம் நான் மறக்க வில்லை.

அவர் உபாத்தியாயராக இருந்த நிலை எனக்கு ஞாபகத்துக்கு வரவில்லை. அவரைத் தாத்தாவாக முதிய நிலையில் பார்த்த ஞாபகந்தான் இருக்கிறது. அவர் ஜீவந்தராக இருக்கும்போதே என் பாட்டியார் காலஞ் சென்று விட்டார். அதன் பிறகு எங்கள் பாட்டனாருக்கு வேண்டிய உபசாரங்களை என்னுடைய தாயார் செய்து வந்தார்.

அவருக்கு என் தந்தையாரிடம் மிகுந்த அன்பு இருந்தது. தம்மு டைய மரணகாலத்தில் அவர் அருகில் இருக்க வேண்டுமென்று

விரும்பி அங்ஙனமே இருக்கச் செய்தார். இடையே சில மாதங்கள் என் தந்தையார் சிறிய தந்தையாருடன் வெளியூருக்குச் சென்றிருந்த போது என் பாட்டனார் மிகவும் கலக்கமடைந்திருந்தார். ஒவ்வொரு நாளும் என் தகப்பனாரது வரவை எதிர்பார்த்துக் கொண்டேயிருந்தார். ஒரு நாள் அவர் ஊரிலிருந்து வந்துவிட்டா ரென்றும், தெருக்கோடியில் வருகிறாரென்றும் தெரிந்தபோது மனத்தினுள் இருந்த உணர்ச்சி பொங்கி வந்தது; என்னைக் கூப்பிட்டு, "சாமா, உங்கப்பா வந்துட்டாண்டா!" என்று சொல்லி விட்டு அழ ஆரம்பித்தார். தாயைப் பிரிந்திருந்த குழந்தை மீட்டும் தாயைக் காணும்பொழுது அழுவதுபோல இருந்தது அது. அன்பு எந்த உருவத்தில் இருந்தால் தான் என்ன? பிரிவினால் பெரிய துக்கத்தை உண்டாக்குவதில் எல்லாம் ஒன்றுதான்.

முதிய பருவத்தில் தம்முடைய மனைவியை இழந்த வருத்தத் தாலும் பிள்ளையை அடிக்கடி பிரிவதனால் உண்டாகும் துயரினா லும் அவருக்கு மனக்கலக்கம் இருந்தே வந்தது. தம்மை ஒருவரும் சரியாகக் கவனிக்கவில்லை என்ற எண்ணமும் இருந்தது. அவருக்கு இன்ன இன்ன வேண்டுமென்பதை என் தாயாருக்கு அறிவிக்கும் தூதனாக நான் இருந்தேன். என் பாட்டனாருக்குத் தூது செல்லும் உத்தியோகத்தினால் எனக்கு, 'கத்தரிக்காய்த் தொகையல்' என்று இளமையில் ஒரு பெயர் கிடைத்தது. அதற்குத் தாத்தாவே காரணம்.

தாத்தா காலையில் எங்கள் வீட்டுக்கு எதிர் வீட்டுத் திண்ணை யில் வெயில் காய்ந்து கொண்டு உட்கார்ந்திருப்பார். தகப்பனார் ஊரில் இல்லாத காலம் அது. என் தாயார் என்ன சமையல் செய் வதென்று தாத்தாவைக் கேட்டு வரும்படி என்னை அனுப்புவார். அக்காலத்தில் எனக்கு ஆறு பிராயம் இருக்கும்.

நான் போய், "இன்றைக்கு என்ன சமையல் செய்கிறது?" என்று கேட்பேன்.

அவர், "சமையலா..." என்று நீட்டுவார். அவருக்கு எல்லாம் வெறுப்பாகத் தோற்றும். "சமையல் தானே? மண்ணாங்கட்டி, தெருப் புழுதி, சாம்பல் கொழுக்கட்டை" என்பார். அவருக்கு இந்த உலகத்திலே உள்ள வெறுப்பின் அடையாளம் அந்த வார்த்தை களென்று எனக்கு அப்போது தெரியாது.

குடுகுடுவென்று ஓடிப் போய்த் தாயாரிடம் தாத்தா சொன் னதை அப்படியே ஒப்பிப்பேன். "போடா பைத்தியம்! என்ன சமையல் பண்ணுவதென்று போய்க் கேட்டு வா" என்று மீண்டும் அன்னையார் அனுப்புவார்.

நான் மறுபடியும் போய்த் தாத்தாவைக் கேட்பேன். அவர் ஆர அமர யோசித்துவிட்டு, "கத்தரிக்காய் இருக்கா?" என்று கேட்பார். அதற்கு ஒரு தடவை ஓடிப் போய்க் கேட்டு வந்து பதில் சொல்வேன். "பிஞ்சா இருக்கா?" என்று அடுத்த கேள்வி போடுவார். அதற்கும் ஒருமுறை ஓடிப் போய் வருவேன்.

"அந்தக் கத்தரிக்காயைச் சுட்டுட்டு..." சிறிது நிறுத்துவார்.

"தெரியறதா? அதை நன்னாச் சுட்டுத் தாளிச்சுக் கொட்டி..."

அவர் சொல்லும் வார்த்தைகளில் ஒவ்வொன்றுக்கும் ஹுங் காரம் செய்து கொண்டே இருப்பேன். இல்லாவிட்டால் அவர் பேச்சு மேலே போகாது.

"தாளிச்சுக் கொட்டறப்போ உளுத்தம் பருப்பைப் போட்டு டுவா; அதைப் போடச் சொல்லாதே. எண்ணெயை அதிகமா விடச் சொல்லாதே"

அப்போது மேலெழும் கோபத்தால் சிறிது நேரம் மௌனம் ஏற்படும்.

மறுபடியும் ஆரம்பிப்பார்:

"அதை அம்மியிலே வச்சு நன்னா ஓட்டி ஓட்டி ஓட்டி ஓட்டி அரைக்கணும்"

அந்த 'ஓட்டி' என்னும் சொல்லை அவர் பலமுறைசொல்லு வார். அப்படிச் சொல்லும்போது அவர் கைகளின் அபிநயத்தைப் பார்த்தால் உண்மையாகவே கத்தரிக்காய்த் துவையலை அரைப் பவர்கள் கூட அவ்வளவு சிரத்தை கொள்ள மாட்டார்களென்று தோற்றும்.

தாத்தாவின் வார்த்தைகளைக் கேட்டுக் கொண்டு கொஞ்ச தூரம் போவேன். அதற்குள் மறுபடியும் அவர், "டே, இங்கே வாடா" என்று கூப்பிடுவார். "நான் சொல்றது தெரியறதா? நன்னா ஓட்டி ஓட்டி அரைக்கச் சொல்லு. உளுத்தம் பருப்பை அதிலே போட வேண்டாம்" என்று மறுபடியும் எச்சரிக்கை செய்வார். நான் கேட்டுக்கொண்டு அப்படியே என் தாயாரிடம் சொல்லி விடுவேன்.

இப்படி என் பாட்டனாருக்குப் பிரியமான கத்தரிக்காய்த் துவையலின் பக்குவத்தைப் பற்றியும் வேறு விஷயங்களைப் பற்றியும் அவர் சொல்லும் சமாசாரங்களை என் தாயாரிடம் சொல்லும் வேலை எனக்கு அடிக்கடி நேரும். இந்த ஸம்பாஷணையைக் கேட்டிருக்கும் அயலார்கள் எனக்கு அந்தப் பெயரை வைத்து விட்டார்கள்.

அந்தக் காலத்தில் பெண்களுடைய நிலைதான் மிகவும் கஷ்ட மானதாக இருந்தது. மாமனார், மாமியார் நாத்தனார் முதலிய வர்களால் அவர்கள் படுங் கஷ்டங்கள் பெரும்பாலான வீடுகளில் உண்டு. மற்ற எல்லா விஷயங்களிலும் அக்கால வாழ்க்கை சிறந்த தாக இருந்தாலும், இந்த ஒரு விஷயத்தில் மாத்திரம் குறைபாடா கவே இருந்தது.

எங்கள் பாட்டனார் அடிக்கடி கூறும் குறைகளைக் கேட்டுக் கொண்டு என் தாயார் மிக்க பொறுமையுடன் இருந்து வந்தார். ஒருநாள் என்னையும் அழைத்துக் கொண்டு ஓர் ஊருக்குச் செல்லு

கையில் இடையே மணஞ் சேரியென்னும் கிராமத்தில் தங்க நேர்ந் தது. அப்பொழுது மாலை நேரம்.

நாங்கள் தங்கியிருந்த வீட்டுத் திண்ணையில் தாவளியைப் போர்த்துக்கொண்டு ஒரு கிழவர் உட்கார்ந்திருந்தார். அவர் சந்தியா வந்தனம் செய்வதற்காகத் தீர்த்தம் கொண்டு வரும்படி தம் பேரனை ஏவினார். அவன் பஞ்சபாத்திரத்தில் தீர்த்தம் கொண்டு வந்து வைத்துவிட்டு உத்தரணியைக் காணவில்லை என்றான். கிழவருக்குக் கோபம் வந்து விட்டது. ”போய் நான்னாத் தேடிப் பாரு. அவள் அங்கே வெந்நீரடுப்புக்குள்ளே சாம்பல்லே செருகியிருப்பா, பாரு'' என்று சொல்லும் போதே அந்தத் தொனியிலே அவர் சினம் வெளிப்பட்டது. ‘அவள்’ என்றது அவருடைய மருமகளைத் தானென்பது நிச்சயம்.

அவர் கூறிய வார்த்தைகள் என் தாயாரின் காதிலும் விழுந்தன; “ஓகோ! அங்கேதான் இருக்கிறீரென்று நினைத்தேன்; இங்கேயும் இருக்கிறீரா?” என்று என் தாயார் அப்போது கூறிய வார்த்தை களுக்கு அந்த இளம் பருவத்தில் எனக்குப் பொருள் விளங்க வில்லை; பிறகு விளங்கியது. அந்த வீட்டிலும் மருமகளைக் குறை கூறும் முதிய மாமனார் இருப்பதில் என் தாயாருக்கு ஓர் ஆறுதல் உண்டாயிற்றென்றே எண்ணுகிறேன். இது மனித சுபாவந்தானே?

எங்கள் ஊரில் சிலர் முதிய பிராயத்தில் சந்நியாஸம் வாங்கிக் கொண்டு சில காலம் இருந்து பிறகு சித்தியடைந்தார்கள். பிறகு அவர்கள் ஓரிடத்தில் சமாதியில் வைக்கப்பட்டார்கள். அவ்வா றுள்ள சமாதிகள் சில. ஆனால் அவை பாதுகாக்கப்படவில்லை. சில முதிய ஸ்திரீகள் அந்த இடத்தில் சாணி தட்டி உலர்த்துவார் கள்.

என் பாட்டனார் மிகுந்த அசௌக்கியமாக இருந்த போது, ஒரு வைதிகர் வந்து, “உமக்குத்தான் வயசாகி விட்டதே; ஆபத்சந்நி யாஸம் வாங்கிக் கொள்ளுமே” என்றார். அதைக் கேட்டபொழுது என் பாட்டனார் சந்நியாஸ ஆச்சிரமத்தின் பெருமையையோ, அவ்வாச்சிரமத்திற்குரிய ஒழுக்கங்களையோ எண்ணவில்லை. முன்பு சந்நியாஸம் வாங்கிக் கொண்டவர்களுடைய சமாதிகளின் நிலை தான் ஞாபகத்துக்கு வந்தது. உடனே, “ஐயையோ! வேண்டவே வேண்டாம். நான் சந்நியாஸம் வாங்கிக் கொண்டால், சேஷியும் குப்பிச்சியும் என் தலையில் சாணி துகைத்துத் தட்டுவார்கள்! அந்தப் பதவி எனக்கு வேண்டாம்!” என்று கூறினார்.

அந்தக் காலத்தில் கும்பகோணத்தில் தாசில்தாராக இருந்த சிவகுரு பிள்ளை என்பவர் ஒரு சமயம் எங்கள் வீட்டிற்கு வந்திருந்தார். அவருக்கும் என்னுடைய தந்தையாருக்கும் பழக்கம் உண்டு. அதனால் அவர் எங்கள் வீட்டில் தங்கி ஆகாரம் செய்தார். செய்த பிறகு என் தந்தையார் அவரோடு பேசிக் கொண்டிருந்தார்.

பிறகு பாட்டனாரிடம், "இவர் தாசில்தார்; ஏதாவது நம் குடும்பத்துக்குச் சகாயம் செய்ய வேண்டுமென்று நீங்கள் கேட்டுக் கொண்டால் உபகாரம் செய்யக்கூடியவர். கொஞ்ச நாழிகை பேசிக் கொண்டிருங்கள்" என்று கூறி மரியாதையை உத்தேசித்து வெளியிலே இருந்தார்.

பாட்டனார் தாசில்தாரிடம் போய் க்ஷேம சமாசாரங்களை விசாரித்தார். தாசில்தாரும் என் பாட்டனாரைப் பதிலுக்கு க்ஷேமம் விசாரித்தார். அப்போது சாதாரணமாக, "சௌக்கியமாகத்தான் இருக்கிறேன்" என்று அவர் சொல்லவில்லை. "ஒன்றும் சுகமில்லை. உடம்பே சரிப்படுவதில்லை. வாய்க்கு ஒன்றும் வேண்டியிருக்கவுமில்லை. வயிற்றுவலி இருக்கிறது. ஆகாரம் ஜீரணமாகவில்லை" என்று வரிசையாகத் தம்முடைய சொந்தக் குறைகளைச் சொல்ல ஆரம்பித்து விட்டார். குடும்பத்துச் சமாசாரத்தையே அவர் மறந்து போனார். சிவகுரு பிள்ளை அவர் கூறிய விஷயங்களை அரையுங் குறையுமாகக் காதில் போட்டுக்கொண்டு போய்விட்டார்.

"அவரிடம் குடும்பத்துக்கு அநுகூலம் செய்ய வேண்டுமென்று கேட்கவில்லையே" என்று என் தந்தையார் பாட்டனாரைக் கேட்டார்.

"மறந்து போய்விட்டேன். மற்றொரு சமயம் வந்தால் பார்த்துக் கொள்ளலாம்" என்று அவர் விடை கூறினார். மற்றொரு சமயம் வரவேயில்லை. என் பாட்டியார் இறந்து இரண்டு வருஷங்களுக்குப் பிறகு என் பாட்டனாரும் இம்மண்ணுலக வாழ்வை நீத்தார்.

அவர் மரணாவஸ்தையில இருந்தபோது வீட்டிலுள்ளவர்களை ஒவ்வொருவராக அழைத்து அவரவர்களுக்கு ஏற்ற வண்ணம் புத்தி சொல்லிக் கொண்டு வந்தார். என் தாயாரை அழைத்து, "நீ எனக்கு எவ்வளவோ உபசாரம் செய்திருக்கிறாய். நான் உன்னைப் பல சமயங்களில் கடிந்து பேசியிருக்கிறேன். வருத்தப்படாதே. நீ நல்ல பெண்" என்று சொல்லிவிட்டுத் தம் தலைமாட்டிலுள்ள சிறுமூட்டையை எடுத்தார். அதில் ஒரு முடிச்சை மெல்ல அவிழ்த்தார். "இவைகளை நான் நெடுநாளாக வைத்திருக்கிறேன். எனக்கு மிகவும் உபயோகமாக இருந்தன. இந்தா, என்னுடைய ஞாபகமாக இவைகளை வைத்துக் கொள். உனக்கு வேறு என்ன தரப்போகிறேன்! நீ க்ஷேமமாயிருப்பாய்" என்று இரண்டு பழைய ஊசிகளை எடுத்துக் கொடுத்தார்.

என் தாயார் அவற்றை பக்தியோடு வாங்கிக் கொண்டார். என் பாட்டனார் அடிக்கடி தம்முடைய வஸ்திரத்தை அந்த ஊசிகளைக் கொண்டு தைத்துக் கொள்வார். என் தாயார் அவற்றைப் பல வருஷங்கள் வரையில் பாதுகாத்து வந்ததுண்டு.

அவருடைய முதுமைப் பருவத்தின் நிகழ்ச்சிகளைத்தான் நான் ஞாபகத்தில் வைக்க முடிந்ததென்றாலும் அவைகளைக் கொண்டே

அவருடைய இயல்பை அறிந்துகொள்ள முடியாது. முதுமைப் பருவத்தில் சில இயல்புகள் எல்லோருக்குமே உண்டாவது வழக்கம்.

அவர் முயற்சியுள்ளவர். ஜீவனாதாரமாக இருந்த நிலத்தைப் போக்கியம் வைத்துக் கடனைத் தீர்த்தது அவருடைய தைரியத் தையும் மானத்தையும் வெளிப்படுத்தியது. அவர் பிறகு ஜீவனத்தின் பொருட்டுப் பள்ளிக்கூடம் வைத்து உபாத்தியாயராக இருந்து கௌரவமாக வாழ்ந்து வந்தார். இந்த விஷயங்கள் அவருக்குப் பெருமையைத் தருவதற்குரியனவாகும்.

# 4

## சில பெரியோர்கள்

### ஐயாக்குட்டி ஐயர்

என் சிறிய பாட்டனாராகிய ஐயாக்குட்டி ஐயர் முதலில் நன்றாக வேதாத்தியயனம் செய்தார்; பிறகு வடமொழியில் காவிய நாடகங்களைக் கற்றார்; இராமாயணம், பாரதம், பாகவதம், ஹாலாஸ்ய மாஹாத்மியம் முதலியவற்றைப் படித்து உபந்நியாசம் செய்யும் திறமை அவர்பால் இருந்தது; வைத்தியம், ஜோதிஷம், மந்திரம், யோகம் இவற்றிலும் அவருக்கு நல்ல பயிற்சி உண்டு, சங்கீதமும் வரும்; மலையாளத்தில் இருந்த ஒரு பெரியாரிடம் மந்திர உபதேசம் செய்து கொண்டார்.

ஒருவர் பின் ஒருவராக மூன்று மனைவியரை அவர் மணந்து கொண்டார். மூவரும் காலம் சென்றனர். அவருக்குக் குழந்தை யொன்றும் பிறக்கவில்லை. குடும்பத்துக்குரிய நிலம் கடன் தொல்லையினால் போக்கியம் வைக்கப்பட்ட பிறகு அவர் உத்தம தானபுரத்தில் ஒருவித முயற்சியுமின்றி இருப்பதை விரும்பவில்லை. தம்முடைய தமையனார் பள்ளிக்கூடம் ஒன்றை நடத்த ஆரம்பித் ததை அறிந்தும் அந்தக் கிராமத்திலே அடைபட்டுக் கிடப்பது அவருடைய இயல்புக்கு விரோதமாக இருந்து வந்தது. புராணப் பிரசங்கம் செய்பவர்களுக்கு அந்தக் காலத்தில் இந்நாட்டில் நல்ல மதிப்பு உண்டு. ஆதலின் எங்கே போனாலும் தமக்கு ஜீவனத்திற்குக் குறைவில்லை என்பதை ஐயாக்குட்டி ஐயர் உணர்ந்து தமிழ் நாட் டிலுள்ள பல ஊர்களுக்குச் சென்று புராணப் பிரசங்கங்கள் செய்யத் தொடங்கினார்.

அவரோ ஏகாங்கி; அதிக ஆசையற்றவர்; ஜனங்களுடைய மனத்தைக் கவர்வதற்கு வேண்டிய இயல்புகள் அவரிடம் நிரம்பி யிருந்தன. அவருடைய பூஜை மிகவும் சிறப்பாக இருக்கும். ஸ்ரீ பஞ் சமுக ஆஞ்சநேயர் பூஜையையும் அவர் செய்து வந்தார். அவர் பூஜை செய்த விக்கிரகம் இப்பொழுது உத்தமதானபுரம் சிவாலயத் தில் வைக்கப்பெற்று ஆராதனை செய்யப்பட்டு வருகிறது.

சென்ற இடங்களிலெல்லாம் அவருக்குச் சிறப்பு உண்டாயிற்று. தெய்வ பக்தியும், ஜோஸ்யம் மந்திரம் முதலியவைகளில் மிகவும் உறுதியான நம்பிக்கையும் கிராமத்தில் உள்ளவர்களிடம் இருந்தன. ஆதலின் ஐயாக்குட்டி ஐயரை ஒரு பெரிய யோகியென்றும், ஞானி யென்றும், ஆசாரியரென்றும் பலர் போற்றிப் பாராட்டி வந்தனர். அவர் மணி மந்திர ஔஷதங்களின் மூலமாகப் பலருக்கு உபகாரம் செய்து வந்தார்.

அவரை நான் நன்றாகக் கவனித்திருக்கிறேன். இடையிடையே சில காலங்களில் அவர் உத்தமதானபுரம் வந்து சில நாட்கள் தங்குவார். அக்காலங்களிலெல்லாம் அவரைச் சுற்றி ஜனங்கள் கூடிக்கொண்டேயிருப்பார்கள். ஒருவருக்கு ஜோஸ்யம் சொல்வார்; மற்றொருவருக்கு மந்திரிப்பார்: வேறொருவருக்கு மருந்துச் சரக்கு களைச் சொல்வார். இரவில் புராணப் பிரசங்கம் செய்வார். பெரும்பாலும் தாமே சமையல் செய்து கொண்டு உண்பார்; அயலிடங்களில் உண்பதில்லை.

உத்தமதானபுரத்தில் குளத்தின் மேல்கரையில் இப்பொழுது பள்ளிக்கூடம் உள்ள இடத்தில் ஓர் ஆசிரமம் அமைத்துக் கொண்டு அதில் அவர் யோகாப்பியாசம் செய்து வந்தார். தினந்தோறும் காலையில் யோகப் பட்டையைத் தரித்து யோக தண்டத்தையும் ஊன்றிக்கொண்டு யோகம் செய்ய உட்கார்ந்து விடுவார். மணிக் கணக்காக அந்நிலையிலேயே அமர்ந்திருப்பார். மத்தியானத்தில் பூஜை செய்யும்போது யாராக இருந்தாலும் அவரது தோற்றத்தைக் கண்டு ஈடுபடாமல் இருக்க முடியாது.

வான வெளியில் உத்ஸாகமாகப் பறந்து செல்லும் பறவையைப் போல் அவர் வாழ்ந்து வந்தார். மனைவியில்லை, பிள்ளை இல்லை என்ற கவலை சிறிதளவும் அவருக்கு உண்டாகவில்லை. அவர் ஒரு யோகி என்பதை அந்த நிலை காட்டியது. எழுபது பிராயத் துக்குமேல் அவர் வாழ்ந்திருந்தார். இறக்கும் வரையில் அவர் தலை நரைக்கவேயில்லை.

## தமிழ் வித்துவான்கள்

எங்கள் பந்துக்களில் தமிழ் வித்துவான்களும் சிலர் உண்டு. முன்னே கூறிய என் பாட்டனாரின் மாமனாராகிய ஓதனவனேசு வரையரென்பவர் தமிழ் இலக்கண இலக்கியங்களைக் கற்றுத் தேர்ந்தவர். சங்கீதத்திலும் அவருக்கு நல்ல பழக்கம் இருந்தது. அவர் தமிழில் பிரசங்கம் செய்யும் திறமையுடையவர்.

அடிக்கடி புதுச்சேரி முதலிய வெளியூர்களுக்குச் சென்று திருவிளையாடல், கம்பராமாயணம், பாரதம் முதலிய நூல்களைத்

தொடர்ந்து சில நாட்கள் பிரசங்கம் செய்துவிட்டு ஊரார் அளிக்கும் சம்மானங்களைப் பெற்று வருவார்.

உத்தமதானபுரத்தில் லிங்கப்பையர் என்ற வித்துவான் ஒருவர் இருந்தார். அவரும் தமிழ்ப் புலமை மிகுந்தவர்; செய்யுள் இயற்றும் ஆற்றலும் உடையவர்; சங்கீதப் பயிற்சியும் பெற்றவர்; கம்பராமாயணப் பிரசங்கம், செய்வதிற் புகழ் வாய்ந்தவர்.

அவர் பல தமிழ்க் கீர்த்தனங்களை இயற்றியிருக்கிறார். கும்பகோணத்துக்கு அருகேயுள்ள சுவாமிமலை என்னும் சுப்பிரமணிய ஸ்தல விஷயமாக ஒரு குறவஞ்சி நாடகத்தை அவர் பாடி அரங்கேற்றினார். உத்தமதானபுரம் கோவிலிலுள்ள அம்பிகையாகிய ஸ்ரீ ஆனந்தவல்லி மீதும் மகா கணபதியின் மீதும் பல கீர்த்தனங்களை அவர் இயற்றியிருக்கின்றார். அவற்றை அக்காலத்தில் எங்கள் ஊரில் அவர் குமாரர்களும் பிறரும் பாடக் கேட்டிருக்கிறேன். இப்பொழுது ஒரு கீர்த்தனமும் கிடைக்கவில்லை.

சங்கீதத்திலும் சாகித்தியத்திலும் வல்ல வித்துவான்கள் பலர் தமிழில் கீர்த்தனங்களை இயற்றியிருக்கிறார்கள். பாடுவோரும் பாராட்டுவோரும் இல்லாமையால் வரவர அக் கீர்த்தனங்கள் மறைந்து போயின. ஆயிரக்கணக்கான தமிழ்க் கீர்த்தனங்கள் இந் நாட்டில் முன்பு வழங்கி வந்தன. கர்நாடக ராகங்களின் கதிக்கு மிகவும் பொருத்தமாக அவை அமைந்திருந்தன. அன்று நான் கேட்ட அவை இன்று இருந்தவிடம் தெரியாமல் மறைந்து போய் விட்டன. "தமிழில் கீர்த்தனங்களே இல்லை" என்று கூறவும் சிலர் அஞ்சுவதில்லை. எல்லாம் சற்றேறக் குறைய அறுபது வருஷங்களில் நிகழ்ந்த மாறுபாடு. இந்த மாறுபாட்டின் வேகத்திலே லிங்கப் பையரின் சாகித்தியங்களும் அகப்பட்டு மறைந்தன.

லிங்கப்பையருக்குச் சேஷுவையர், சாமிநாதையர் என்ற இரண்டு குமாரர்கள் இருந்தார்கள். தந்தையாரைப் போல் அவர்கள் தமிழிலும் சங்கீதத்திலும் பயிற்சியும் வாக்கு வன்மையும் பெற்றிருந்தார்கள். ஊர் தோறும் சென்று அருணாசல கவியின் இராமாயணக் கீர்த்தனங்களைப் பாடிப் பொருள் சொல்லிக் காலக்ஷேபம் செய்து வந்தனர். அவ்வாறு சொல்லும்பொழுது இடையிடையே கம்பராமாயணத்திலிருந்து சந்தர்ப்பத்திற்கு ஏற்ற செய்யுட்களை இசையுடன் சொல்லிக் கேட்போரை மகிழ்விப்பார்கள். அவர்களுடைய இனிய சாரீரமும், அருணாசலகவி இராமாயணக் கீர்த்தனங்களின் அமைப்பும், கம்பராமாயணச் செய்யுட்களின் பொருளாழமும் கேட்போர் மனத்தைக் கவர்ந்தன.

அந்தக் காலத்தில் தமிழ்நாட்டில் இராமாயண பாரத பாகவதங்களிலும் புராணக் கதைகளிலும் ஜனங்களுக்கு அதிக விருப்பம் இருந்தது. புலவர்கள் புராணங்களைப் பாடுவதில் ஈடுபட்டனர். திருச்சிராப்பள்ளியைச் சார்ந்த பம்பரஞ் சுற்றியென்னும் ஊரிலிருந்த

சுப்பையரென்னும் வித்துவான் ஒருவர் மயில்ராவணன் சரித்திரத்தைத் தமிழில் கீர்த்தனங்களாகப் பாடியிருந்தார்.

அச்சரித்திரக் கீர்த்தனங்களையும் அவ்விரண்டு சகோதரர்களும் கற்றுக் கொண்டு சில சில இடங்களில் அவற்றைப் பாடிப் பொருளுரைத்து வந்தார்கள். இராமாயணக் கீர்த்தனத்தைப் பாடுகையில் இடையிடையே கம்பராமாயணச் செய்யுட்களைச் சொல்வதுபோல, மயில் ராவணன் சரித்திரக் கீர்த்தனத்தைப் பாடிப் பொருள் சொல்லுகையில் உபயோகிப்பதற்கு அச்சரித்திர சம்பந்தமான செய்யுட்கள் இல்லை; ஆதலின் சந்தர்ப்பத்திற்குத் தக்கபடி வேறு பொதுவான செய்யுட்களைச் சொல்லி வந்தார்கள். ஆனாலும் அச்சரித்திர சம்பந்தமான பாடல்கள் இல்லையேயென்ற குறை அவர்களுக்கு இருந்து வந்தது. "அப்பா இருந்தால் அவரைப் புதிய செய்யுட்களைப் பாடும்படி சொல்லலாம். இப்போது யார் நமக்குப் பாடித் தருவார்கள்?" என்று எண்ணி வருந்தினார்கள்.

இவ்வாறு இருக்கும் போது ஒரு சமயம் அவர்கள் திருச்சிராப் பள்ளிக்கு அருகிலுள்ள பூவாளூர் என்னும் ஊருக்குச் சென்றிருந்தார்கள். அங்கே அவர்கள் சில நாள் தங்கி இராமாயணக்கீர்த்தன காலக்ஷேபம் செய்து காலங் கழித்தார்கள். இடையே ஒருநாள் அவ்வூருக்குத் திரிசிரபுரம் மகாவித்துவானாகிய ஸ்ரீ மீனாட்சி சுந்தரம் பிள்ளையவர்கள் வந்திருப்பதாகக் கேள்வியுற்றார்கள். பிள்ளையவர்கள் திரிசிரபுரத்தில் வசித்து வந்த காலம் அது. அவருடைய பெருமை அந்நகரத்தைச் சுற்றியுள்ள இடங்களிலெல்லாம் பரவியிருந்தது.

சேஷுவையரும் சாமிநாதையரும் அப் புலவர்பிரான் வந்திருப்பது தெரிந்து நெடுநாட்களாகத் தங்கள் மனத்திலிருந்த குறையை நிறைவேற்றிக் கொள்ளலாமென்ற எண்ணத்தோடு சென்று அவரைக் கண்டு பேசிக்கொண்டிருந்தார்கள். தமிழ் வித்துவான்களைக் கண்டால் உபசரித்து அன்போடு உபகாரம் செய்வது அப் பெரியாருடைய வழக்கம். தமிழ்க் கல்வியில் ஒருவருக்குச் சிறிதளவு அன்பிருந்தாலும் அதைப் பெரிதாகப் பாராட்டி ஊக்க மூட்டுவார்.

இரண்டு சகோதரர்களும் தம்முடைய வரலாற்றைக் கூறினார்கள்; தம் தந்தையார் இயற்றிய குறவஞ்சியிலிருந்து சில பாட்டுக்களைப் பாடிக் காட்டினார்கள்.

*பிள்ளையவர்கள்:* எல்லாம் நன்றாக இருக்கின்றன. தமிழ் வித்துவானாகிய உங்களுடைய தந்தையாரை நான் பாராவிட்டாலும் உங்கள் இயல்பே அவருடைய பெருமையை விளக்குகின்றது. உங்களுக்கும் செய்யுள் இயற்றும் பழக்கம் உண்டோ?

*சகோதரர்கள்:* இல்லை; இனிமேல் பழகிக் கொள்வதும் இயலாத காரியம், தங்களிடம் ஒரு வேண்டுகோள் செய்துகொள்ள வந்திருக்கிறோம்.

பிள்ளை : என்ன அது?

சகோ: பம்பரஞ் சுற்றியென்னும் ஊரினராகிய சுப்பைய ரென்பவர் இயற்றிய மயில் ராவணன் சரித்திரக் கீர்த்தனங்களை நாங்கள் பாடிப் பொருள் சொல்வதுண்டு. அச் சரித்திர சம்பந்த மான செய்யுட்கள் இருப்பின் இடையிடையே சொல்ல அனுகூல மாக இருக்கும். தாங்கள் சில கவிகள் இயற்றித் தந்தால் இசையுடன் பாடி யாவரையும் மகிழச் செய்து பிழைப்போம்.

பிள்ளை : அப்படியே செய்து தருகிறேன்.

இவ்வாறு சொல்லி அக் கவிஞர் அங்கிருந்தபோதே மயில் ராவணன் சரித்திரத்தை அவர்களைச் சொல்லச் செய்து கேட்டு அதனை நூறு செய்யுட்களாக எளிய நடையிற் பாடி அளித்தனர். அந்த இரண்டு வித்துவான்களும் அளவற்ற திருப்தியையும் சந்தோ ஷத்தையும் அடைந்தார்கள்.

அதுமுதல் தங்கள் குறை நீங்கிய அவர்கள் மயில் ராவணன் சரித்திரக் கீர்த்தனங்களைப் பாடும் போது அச் சரித்திரச் செய்யுட் களையும் இடையிடையே கூறிப் பொருள் விரித்து வந்தனர்.

அவ்விருவரையும் நான் பார்த்துப் பழகியிருக்கிறேன். பிற்காலத் தில் சாமிநாதையர் உத்தமதானபுரத்திலே சில வருஷங்கள் பள்ளிக் கூடம் வைத்திருந்தார். அவரிடம் நான் இளமையிற் சில காலம் படித்ததுண்டு. அவரே இவ்வரலாற்றை எனக்குச் சொன்னவர்.

# 5

## கனம் கிருஷ்ணையர்

சென்ற நூற்றாண்டில் தமிழ்நாட்டில் இருந்து புகழ் பெற்ற சங்கீத வித்துவான்களுள் இவர் ஒருவர். என்னுடைய பாட்டி யாருக்கு இவர் அம்மான். இவருடைய இயற்பெயர் கிருஷ்ணைய ரென்பது. சங்கீத மார்க்கங்களாகிய கனம், நயம், தேசிகம் என்னும் மூன்றனுள் ஒன்றாகிய கனமார்க்கத்தை மிக்க ஊக்கத்துடன் அப்பியாசம் செய்து அதிற் சிறந்த திறமையைப் பெற்றார்.

இவர் உடையார்பாளையம் தாலூகாவில் உள்ளதாகிய திருக் குன்றம் என்ற ஊரிலே பிறந்தவர். இவருடைய பரம்பரையினர் சங்கீத வித்துவான்கள். இவருக்கு நான்கு தமையன்மார்கள் இருந் தனர். அவர்களும் சங்கீதத்தில் பயிற்சியுள்ளவர்களே. ஆயினும் சகோதரர் ஐவரிலும் மூத்தவராகிய சுப்பராமையரென்பவரும், யாவ ரினும் இளையவராகிய கிருஷ்ணையரும் சங்கீத சாகித்தியங்களிற் பெருமை பெற்றனர்.

இவர் இளமையில் தம் தந்தையாராகிய இராமசாமி ஐயரிடத் தும் அப்பால் தஞ்சாவூர் ஸமஸ்தான சங்கீத வித்துவானாக இருந்த

பச்சைமிரியன் ஆதிப்பையரிடத்தும் சங்கீத சிக்ஷை பெற்றார். பிறகு சில காலம் தஞ்சாவூர் ஸமஸ்தானத்துச் சங்கீத வித்துவான்களுள் ஒருவர் ஆனார்.

அக்காலத்தில் பொப்பிலி ஸமஸ்தானத்தைச் சேர்ந்த கேசவையா என்னும் பிரபல சங்கீத வித்துவான் ஒருவர் தஞ்சைக்கு வந்தார். அவர் கன மார்க்கத்தில் மிகச் சிறந்த வன்மை பெற்றவர். தஞ்சை அரசருடைய சபையில் அவர் பாடினார். கன மார்க்கத்தின் தன்மையை அரசரும் பிறரும் அறிந்து பாராட்டினர். தமிழ்நாட்டில் அக்காலத்தில் கனமார்க்கம் வழக்கத்தில் இல்லை. அதனால், 'இந்த வித்துவானுடைய உதவியால் யாரேனும் கனமார்க்கத்தை அப்பியாசம் செய்துகொண்டால் எவ்வளவு நன்றாக இருக்கும்! நமது ஸமஸ்தானத்திற்கும் கௌரவமாக இருக்குமே!' என்று அரசர் எண்ணினார். ஸமஸ்தான வித்துவான்கள் கூடியிருந்த சபையில் அவ்விருப்பத்தை அவர் வெளியிட்டபோது ஒருவரேனும் அங்ஙனம் செய்ய முன் வரவில்லை. கன மார்க்க சங்கீதத்திற்கு நல்ல தேக பலமும் இடைவிடாத முயற்சியும் வேண்டும். அதனால் வித்துவான் கள் அதனைப் புதிதாகப் பயில்வதற்கு முன் வரவில்லை.

அப்போது இளைஞராக இருந்த கிருஷ்ணையர் தாம் அப்பியாசம் செய்வதாகத் தைரியத்துடன் கூறினார். பொப்பிலி கேசவையாவிடம் அந்த மார்க்கத்தின் இயல்புகளையும் அதனைச் சார்ந்த சக்கரதானத்தைப் பாடும் முறையையும் தெரிந்துகொண்டு கபிஸ்தலமென்னும் ஊருக்குச் சென்று இராமபத்திர மூப்பனாரென்னும் செல்வருடைய ஆதரவில் அப்பியாசம் செய்யத் தொடங்கினார்.

அந்த அப்பியாசம் வரவர முதிர்ச்சி அடைந்தது. கடைசியில் தஞ்சை அரசர் முன்னிலையில் பொப்பிலி கேசவையாவே வியந்து பாராட்டும்படி பாடிக் காட்டினார். அது முதல் இவர் கனம் கிருஷ்ணையரென்றே வழங்கப் பெற்றார்.

கனம் கிருஷ்ணையர் சில காலம் திருவிடைமருதூரில் மகாராஷ்டிர மன்னர் வமிசத்தைச் சேர்ந்த அமர சிம்மரது சமூக வித்துவானாக இருந்தார். நந்தன் சரித்திரக் கீர்த்தனையின் ஆசிரியராகிய ஸ்ரீ கோபால கிருஷ்ண பாரதியார் அங்கே வந்து அரண்மனை வித்துவானாகிய ராமதாசரென்னும், பெரியாரிடத்தில் சங்கீத அப்பியாசம் செய்து வந்தார். இடையிடையே கனம் கிருஷ்ணையருடன் பழகி இவரிடமும் சில கீர்த்தனைகளைக் கற்றுக் கொண்டார்.

பிறகு கனம் கிருஷ்ணையர் உடையார்பாளையம் ஸமஸ்தானாதிபதியாக அப்போதிருந்த கச்சிரங்கப்ப உடையாரால் அழைக்கப் பெற்றுத் தம் வாழ்வு முழுவதும் அந்த ஸமஸ்தானத்துக்கு வித்துவானாகவே விளங்கி வந்தார். இவர் தமிழில் கீர்த்தனங்களை இயற்றும் சக்தியும் பெற்றிருந்தார்.

திருவையாற்றுக்கு இவர் ஒரு முறை சென்ற காலத்தில் ஸ்ரீ தியாகையரைச் சந்தித்து அவருடைய விருப்பத்தின்படி அடாணா ராகத்தில், "சும்மா சும்மா வருகுமா சுகம்" என்னும் கீர்த்தனம் ஒன்றை இயற்றியிருக்கிறார்.

இவருடைய பெருமையினால் சிலருடைய பொறாமைத் தீ மூண்டு எரியத் தொடங்கியது. யாரோ சிலர் உடையார் பாளையம் ஜமீன்தாரிடம் இவரைப்பற்றிக் குறை கூறி அவரது மனம் சிறிது சலிக்கும்படி செய்து விட்டனர். அந்த ஜமீன்தார் கச்சிரங்கப் பருடைய குமாரராகிய கச்சிக் கல்யாணரங்க உடையாரென்பவர்.

ஒரு நாள் கனம் கிருஷ்ணையர் வழக்கம்போல் ஜமீன்தாரைப் பார்க்கப் போனபோது அவர் முகம் கொடுத்துப் பேசவில்லை. ஏதோ வேலையாக இருப்பவரைப்போல் இருந்தார். அறிவாளி யாகிய இந்தச் சங்கீத வித்துவானுக்கு, 'இது யாரோ செய்த விஷமத் தின் விளைவு' என்று தெரிந்து விட்டது. இவர் மனம் வருந்தியது. ஆனாலும் அதைத் தாம் தெரிந்து கொண்டதாக அறிவித்து விட வேண்டுமென்று விரும்பினார்.

தம்முடைய மனவருத்தத்தை வெளிப்படையாகத் தெரிவிப்பது இவருக்கு உசிதமாகப் படவில்லை. குறிப்பாகத் தெரிவிக்க எண்ணி னார். சங்கீதமும் சாகித்தியமும் இவருக்கு எந்தச் சமயத்திலும் ஏவல் புரியக் காத்திருந்தன. ஒரு நாயகி பாடுவதாகப் புதிய கீர்த் தனம் ஒன்றைப் பாட ஆரம்பித்தார்.

"பத்துப்பை முத்துப்பை வஜ்ரப் பதக்கமும்
பைபையாப் பணத்தைக் கொடுத்தவர் போலப்
பாடின பாட்டுக்கும் ஆட்டுக்கும் நீரென்னைப்
பசப்பின தேபோதும் பலனறி வேன்காணும்"

என்று சுருட்டி ராகத்தில் ஒரு பல்லவியை எடுத்தார்.

ஜமீன்தார் திடுக்கிட்டுப் போனார். இந்தச் சுருட்டி ராகம் அவர் உள்ளத்தைச் சுருட்டிப் பிடித்தது. கனம் கிருஷ்ணையர் நினைத்திருந்தால் பெரிய ஸமஸ்தானங்களில் இருந்து ராஜ போகத்தில் வாழலாமென்பதை அவர் அறிந்தவர். தம்முடைய சம்மானத்தை எதிர்பாராமல் அன்பை மாத்திரம் விரும்பி உடையார்பாளையத்தில் இருப்பதும் ஜமீன்தாருக்கு நன்றாகத் தெரியும். இந்த எண்ணங்களைப் பொறாமைக்காரருடைய போதனைகள் மறையச் செய்தன. கிருஷ்ணையருடைய பல்லவி அந்த ஜமீன்தாருடைய காதில் விழுந்ததோ இல்லையோ உடனே அவரது பழைய இயல்பு மேலெழுந்து நின்றது. 'என்ன பைத்தியக்காரத்தனம் பண்ணி விட்டோம்! நாம் இவருக்கு முத்துப் பையா தந்திருக்கிறோம்! வஜ்ரப் பதக்கமா கொடுத்தோம்! இவரால் நமக்கு எவ்வளவு பெருமை! நடுக்காட்டிலுள்ள இந்த ஊருக்கு

வேறு ஸமஸ்தானத்திலிருந்து வித்துவான்களெல்லாம் வந்து போவது யாராலே? இவராலே அல்லவா? இதை நாம் மறந்து விட்டோமே' என்று நினைந்து இரங்கினார்.

"ஸ்வாமீ! க்ஷமிக்க வேண்டும். நான் தெரியாமல் பராமுகமாக இருந்து விட்டேன்" என்று ஜமீன்தார் வேண்டிக் கொண்டார்.

நினைத்த காரியத்தைச் சாதித்துக் கொண்ட கிருஷ்ணையர் பழைய பல்லவியை ஜமீன்தாரைப் புகழும் முறையில் மாற்றிப் பாடத் தொடங்கினார்:

"பத்துப்பை முத்துப்பை வஜ்ரப் பதக்கமும்
பரிந்து கொடுத்து மிகச்சுகந் தந்துபின்
பஞ்சணை மீதினிற் கொஞ்சி விளையாடி
ரஞ்சிதமும் அறிந்த மகராஜனே"

என்று இவர் அதை மாற்றிப் பாடவே ஜமீன்தார் முகம் மலர்ந்தது.

"சங்கீதமும் சாகித்தியமும் உங்களுடைய அதிகாரத்தின் கீழ் உங்கள் இஷ்டப்படி ஏவல் செய்கின்றனவே!" என்றார் அவர்.

"நான் என்ன ஜமீன்தாரா? ஏவல் செய்ய எனக்கு வேறு யார் இருக்கிறார்கள்? என்னுடைய அதிகாரத்துக்கு யார் வணங்கு வார்கள்?" என்று சிரித்துக்கொண்டே கிருஷ்ணையர் கூறினார்.

"இதோ, நான் இருக்கிறேன்; உங்கள் சங்கீத அதிகாரத்துக்குத் தலை வணங்க ஆயிரம் பேர் இருக்கிறார்கள்" என்று ஜமீன்தார் சொல்லியபோது அவ்விருவருடைய அன்புள்ளங்களும் மீட்டும் பொருந்தி நின்றன.

இவ்வாறு கனம் கிருஷ்ணையருடைய* வாழ்க்கையில் நிகழ்ந்த நிகழ்ச்சிகள் பல உண்டு. அந்த அந்தச் சந்தர்ப்பங்களுக்கு ஏற்றபடி இவர் பாடிய கீர்த்தனங்களும் பல. இவருடைய சந்தோஷமும், கோபதாபங்களும், வெறுப்பும், பக்தியும் கீர்த்தனங்களாக வெளிப் பட்டுள்ளன.

இவரிடம் என் தந்தையாரும் சிறிய தந்தையாரும் சங்கீத அப்பியாசம் செய்தனர். அவ்விருவருக்கும் இவருடைய கீர்த்தனங் கள் பல பாடம் உண்டு.

## 6

## என் தந்தையார் குருகுல வாசம்

"எப்போதும் சிவபக்தி பண்ணிக் கொண்டிரு" என்பது என் தந்தையார் எனக்குக் கடைசியில் கூறிய உபதேசம். அந்த

---

* கனம் கிருஷ்ணையருடைய சரித்திரத்தை 1936–ஆம் வருஷத்தில் தனியே விரிவாக எழுதிக் கீர்த்தனங்களுடன் வெளியிட்டிருக்கிறேன்.

உபதேசத்தை நான் கடைப்பிடிப்பதனால் இந்த அளவில் தமிழ்த் தொண்டு புரியவும் அன்பர்களுடைய ஆதரவைப் பெறவும் முடிந்த தென்று உறுதியாக நம்பியிருக்கிறேன். அவர் என் விஷயமாக உள்ளத்தே கொண்டிருந்த கவலையை நான் முதலில் அறிந்து கொள்ளாவிட்டாலும் நாளடைவில் உணர்ந்து உருகலானேன். அவரிடம் எனக்கு இருந்த பயபக்தி வரவர அதிகரித்ததே யொழியக் குறையவில்லை.

இளமையில் எனக்கு ஒரு தக்க ஆசிரியரைத் தேடித் தந்ததும், பின்பு தமிழ்ச் சுவடிகளே கதியாகக் கிடந்த எனக்கு லௌகிகத் தொல்லை அணுவளவேனும் இல்லாமற் பாதுகாத்ததும், சிவபக்தி யின் மகிமையைத் தம்முடைய நடையினால் வெளிப்படுத்தியது மாகிய அரிய செயல்களை நான் மறக்கவே முடியாது. அவருடைய ஆசார சீலமும், சிவ பூஜையும், பரிசுத்தமும், சங்கீதத் திறமையும் அவரைத் தெய்வமாக எண்ணும்படி செய்தன. அவருக்கு என்பா லுள்ள வாத்ஸல்யம் வெளிப்படையாகத் தோற்றாது; அவரது உள்ள மாகிய குகையிலே அது பொன்போற் பொதியப்பட்டிருந்தது. அதன் ஒளியைச் சில முக்கியமான சந்தர்ப்பங்களில் நான் அறிந் திருக்கிறேன்.

என் தந்தையாருடைய இயல்பான பெயர் வேங்கட சுப்ர மணிய ஐயரென்பது; வேங்கடசுப்பையரென்றே அது மருவி விட்டது. அவரது பெயர் முன்னோர்களின் பெயரானமையின் வீட்டிலுள்ளவர்கள் அதைக் கூறமாட்டார்கள். அதனால் “ஸாமி” என்றே அவரை அழைத்து வந்தனர். என்னுடைய தந்தையாருக்கு இளைய சகோதரர் ஒருவர் இருந்தார். இவருக்கு ஸ்ரீநிவாஸையரென்பது முதற்பெயர். ஸாமி என்று என் தந்தையாரை அழைத்த காரணம் பற்றி அவரை யாவரும் ‘சின்னசாமி’ என்று வழங்கலா யினர். அவருக்கு அதுவே பெயராக நிலைத்து விட்டது. என் தந்தையாருக்கு ஒரு தமக்கையார் இருந்தார்.

என் தந்தையாருக்கும் சிறிய தந்தையாருக்கும் இளமையில் என் பாட்டனாரே வடமொழியையும் தமிழையும் கற்பித்தார். என் பாட்டியார் சங்கீதப் பழக்கம் உடையவராதலின் அவருடைய அம்சம் என் தந்தையாரிடமும் இருந்தது. அவருக்குச் சங்கீதத்தில் இளமை தொடங்கியே விருப்பம் உண்டாகி வளர்ச்சியடைந்து வந்தது.

என் தந்தையாருக்கு உபநயனம் ஆயிற்று. பாட்டியாருக்கு அவரைச் சங்கீதத் துறையில் ஈடுபடுத்த வேண்டுமென்ற அவா இருந்து வந்தது. தம்முடைய அம்மானாகிய கனம் கிருஷ்ணையர் உடையார்பாளையம் ஸமஸ்தானத்தில் சங்கீத வித்துவானாக இருந்து சிறப்படைந்திருந்தமையின் அவரிடமே தம் மூத்த குமாரரை ஒப்பித்துக் குருகுலவாசம் செய்யும்படி விடலாமென்று

எண்ணினார். என் பாட்டனாரும் இதற்குச் சம்மதித்தார். என் தகப்பனாருக்கோ சங்கீத அப்பியாசத்தில் இருந்த ஆவல் சொல்லும் அளவினதன்று. தமக்கு வாய்க்கப்போகிற குரு தாய்வழியினர் என்று தெரிந்த போது அவரோடு சுலபமாகப் பழகலாமென எண்ணி மிக்க சந்தோஷத்தை அடைந்தார்.

"ஸாமி, எங்கள் மாமாவைப் பற்றி நீ நன்றாகத் தெரிந்து கொண்டிருக்க மாட்டாய். அவரால் திருக்குன்றத்துக்கும் நம்மைச் சார்ந்தவர்களுக்கும் எவ்வளவு பெருமை உண்டாயிருக்கிறது தெரியுமா? அவருக்கு இதுவரையில் நல்ல சிஷ்யன் ஒருவனும் கிடைக்கவில்லை. நீ அவரிடம் ஜாக்கிரதையாகப் பழகி அவர் மனம் குளிரும்படி நடந்து வந்தால் அவருடைய வித்தை முழுவதும் உனக்கு வராவிட்டாலும் முக்காற் பங்காவது வரும். சங்கீதத்தில் அவருடைய மார்க்கமே தனி. அதை நீ கற்றுக் கொண்டால் பிற்காலத்தில் நீயும் கியாதியை அடைவாய்" என்று என் பாட்டியார் கூறினார். அவ்வாறு கூறுகையில் அவர் தம்முடைய குமாரரும் பிற்காலத்தில் ஒரு ஸமஸ்தானத்தில் பலரும் பாராட்டும் வண்ணம் சங்கீத வித்துவானாக இருந்து விளங்குவதாகப் பாவித்திருக்க வேண்டும். ஒவ்வொரு தாயும் தன் மகனைப் பற்றி இவ்வாறு காணும் கனவுகளுக்குக் கணக்கு உண்டோ?

ஒரு நல்ல நாளில் என் பாட்டியார் தம் அருமைப் புதல்வரை அழைத்துக்கொண்டு உடையார்பாளையம் சென்றார். தன் அம்மானிடம் தம் குமாரரை ஒப்பித்துத் தம் கருத்தையும் கூறினார். கனம் கிருஷ்ணையர், "அடே, ஏதாவது பாடு பார்க்கலாம்" என்றார். என் தந்தையாருக்கு என் பாட்டியார் கனம் கிருஷ்ணையர் கீர்த்தனங்கள் சிலவற்றைக் கற்றுக் கொடுத்திருந்தார். அவற்றில் ஒன்றை என் தந்தையார் பாடிக் காட்டினார். அது ஸ்வர சுத்தமாக இருந்தது கண்ட கிருஷ்ணையர், "உன் பிள்ளைக்குச் சாரீரம் இருக்கிறது; நீயும் கொஞ்சம் சொல்லித் தந்திருக்கிறாய். முன்னுக்கு வருவான்" என்று கூறினார்.

"மாமா, உங்களிடம் இவனை ஒப்பித்து விட்டேன். இனிமேல் இவனுக்கு ஒரு குறையும் இல்லை" என்றார் பாட்டியார்.

"எல்லாம் நன்றாகத்தான் இருக்கின்றன. ஆனால் இவனுக்குத் தேக புஷ்டிதான் போதாது. நன்றாகச் சாப்பிட வேண்டும். உடம்பு வளைந்து வேலை செய்ய வேண்டும்" என்று கிருஷ்ணையர் கூறினார்.

"நமக்குச் சொந்தக்காரராக இருப்பதனால்தான் நம்முடைய தேக சௌக்கியத்தைப் பற்றி இவ்வளவு தூரம் சொல்லுகிறார்" என்று எந்தையார் நினைத்துக் கொண்டார். ஆனால் உண்மை வேறு.

கனமார்க்க சங்கீதம் எல்லோராலும் சாதித்துக் கொள்ள இயலாதது. யானையின் பலமும் சிங்கத்தின் தொனியும் இருப்பவர்களே

அதை முற்றும் கடைப்பிடிக்கலாம். கனம் கிருஷ்ணையருக்குச் சரீர வன்மையும் சாரீர பலமும் நன்றாகப் பொருந்தியிருந்தன. அதனால் அவர் அந்த மார்க்கத்தில் நல்ல சாதனை பெற்றார். சங்கீத வித்துவான்கள் சாரீரத்தை மாத்திரம் பரீட்சை செய்து பார்ப்பார்கள். கனமார்க்க சங்கீத வித்துவானாகிய அவர் சரீரத்தையும் சாரீரத்தையும் ஒருங்கே பார்த்தார். இரண்டு வன்மையும் சேர்ந்தால்தான் தம்முடைய வழி பிடிபடுமென்பது அவர் தம் அநுபவத்திற் கண்டதல்லவா?

"இனிமேல் மண் வைத்து ஒட்டிப் புஷ்டிப்படுத்த முடியுமா? இருக்கிற உடம்பைச் சரியாகக் காப்பாற்றிக் கொண்டால் போதும்" என்று என் பாட்டியார் சொல்லிச் சில நாள் அங்கே தங்கியிருந்து பிறகு விடை பெற்று உத்தமதானபுரம் போய்ச் சேர்ந்தார்.

என் தந்தையாருடைய குருகுல வாசம் ஆரம்பமாயிற்று, கனம் கிருஷ்ணையர் மனோதைரியமும் பிரபுத்துவமும் உடையவர். என் தந்தையாரை அவர் மிக்க அன்போடு பாதுகாத்து வந்தார். ஆனாலும் அவருக்குப் பல வேலைகளை ஏவுவார். தினந்தோறும் தம்முடைய ஆசிரியருக்கு என் தந்தையார் வஸ்திரம் துவைத்துப் போடுவார்; வெந்நீர் வைத்துக் கொடுப்பார்.

அந்த ஸமஸ்தான ஜமீன்தாராகிய கச்சிக் கல்யாண ரங்கர் கிருஷ்ணையரையும் ஒரு ஜமீன்தாரைப் போலவே நடத்திவந்தார். அவருக்கு எல்லாவிதமான சௌகரியங்களையும் அமைத்துக் கொடுத்தார். கனம் கிருஷ்ணையர் குதிரையின் மேல் சவாரி செய்வதுண்டு. ஜமீன்தார் அவருக்கு ஓர் அழகிய குதிரை வாங்கித் தந்திருந்தார்; பல்லக்கும் கொடுத்திருந்தார். "எங்கள் மாமாவுக்கு ராஜ யோகம். அவருடைய மேனியழகும் எடுப்பான பார்வையும் ராஜஸ சுபாவமும் ராஜாவாகப் பிறக்கவேண்டியவர் தவறிப் பிராமணராகப் பிறந்து விட்டார் என்றே தோற்றச் செய்யும்" என்று தந்தையார் கூறுவார்.

தம்முடைய ஆசிரியர் குதிரையில் ஏறிச் செல்லும்போது சில சமயங்களில் என் தந்தையார் அக்குதிரையின் லகானைப் பிடித்துச் செல்வதுண்டாம். இளைய பிரம்மசாரியாகிய என் தந்தையார் இத்தகைய வேலைகளில் கிருஷ்ணையர் தம்மை ஏவுவது குறித்துச் சில சமயங்களில் மனம் வருந்துவார்; 'சொந்தக்காரர்; மரியாதையாக நடத்துவார்' என்று தாம் எண்ணியதற்கு மாறாக இருப்பதை நினைந்து வெறுப்படைவார். ஆனால் அந்த வருத்தமும் கோபமும் அடுத்த கணத்திலே மறைந்து விடும். உணவு விஷயத்திலும் மற்றச் சௌகரியங்களிலும் என் தந்தையாருக்கு ஒரு விதமான குறைவும் நேரவில்லை. தம் மாணாக்கரின் உடம்பு புஷ்டிப் படுவதற்காக இத்தகைய ஏவல்களை அவர் இட்டனரென்றே எனக்கு இப்போது தோற்றுகின்றது.

முறையாக என் பிதா தம் ஆசிரியரிடம் சங்கீத அப்பியாசம் செய்து வந்தார். ஒவ்வொரு நாளும் விடியற்காலையில் எழுந்து உடையார்பாளையம் காண்டீப தீர்த்தத்தின் தென்கரையிலுள்ள திருவாவடுதுறை மடத்தில் சாதகம் செய்வது வழக்கம். கிருஷ்ணை யருடைய கீர்த்தனங்கள் பலவற்றைக் கற்றுக் கொண்டார். அவ்வப்போது அப்பெரியார் இயற்றும் சாகித்தியங்களையும் பாடம் பண்ணி ஜமீன்தாருக்கும் அந்த ஸமஸ்தானத்துக்கு வரும் வித்துவான்களுக்கும் பாடிக் காட்டுவார். பல பழைய சங்கீத வித்துவான்கள் இயற்றிய கீர்த்தனங்கள் அவருக்குப் பாடமாயின. கனம் கிருஷ்ணையரையன்றி வேறு யாருக்கும் தெரியாத சக்ரதானத்தையும் கற்றுக் கொண்டார்.

இவ்வாறு இரவும் பகலும் குருவின் பணிவிடையிலும் சங்கீதப் பயிற்சியிலும் என் தந்தையார் சோம்பலின்றி ஈடுபட்டிருந்தார். பன்னிரண்டு வருஷ காலம் இந்தக் குருகுல வாசம் நடைபெற்றது.

கனம் கிருஷ்ணையருக்கு வரவர என் தந்தையாரிடத்தில் அன்பு அதிகமாயிற்று. வேறு சிஷ்யர் சிலர் சில நாள் இருப்பினும் யாரும் அவரிடம் நிலையாக இருந்ததில்லை. அதனால் என் தந்தை யாரிடத்தில் இருந்த அன்பு வன்மை பெற்றது. முதலில் உள்ளத்துள் இருந்த அது நாளடைவில் விரிந்து வெளிப்படலாயிற்று. அவர்தாம் செல்லும் இடங்களுக்கெல்லாம் தம் மாணாக்காரை அழைத்துச் சென்றார். ஜமீன்தாரிடத்திலும் அடிக்கடி அழைத்துச் சென்று பழக்கம் செய்து வைத்தார்.

ஜமீன்தாருக்கு என் தகப்பனாரிடத்தில் அன்பு உண்டாயிற்று; "வேங்கட சுப்பு" என்று பிரியமாக அழைத்துப் பேசி மகிழ்வார். பிறகு மாதச் சம்பளமும் அவருக்கு ஏற்படுத்தினார்.

கனம் கிருஷ்ணையர் வித்துவான்கள் கூடிய சபையில் பாடும் போது என் தந்தையாரையும் உடன் பாடச் சொல்வார். சில சந்தர்ப்பங்களில் அவரைத் தனியே பாடச் செய்து கேட்டு மகிழ் வார். இத்தகைய அன்புச் செயல்களால் என் தந்தையாருக்கு ஊக்க மும் சங்கீதத்தில் திறமையும் அதிகமாகிக் கொண்டே வந்தன.

என் பிதா அவர்கள் உடையார்பாளையம் சென்ற சில வருஷங் களுக்குப் பின் என் சிறிய தந்தையாராகிய சின்னசாமி ஐயரும் அங்கே சென்று கனம் கிருஷ்ணையரிடம் சங்கீத அப்பியாசம் செய்யத் தொடங்கினர்.

என் தந்தையாருக்குக் கலியாணம் செய்யும் பருவம் வந்தது. அக்காலத்தே இவ்விஷயத்தில் பிள்ளை வீட்டாருக்குத்தான் செலவு அதிகம். விவாகச் செலவிற்கும் கூறை முதலியவற்றிற்கும் ஆபரணங் களுக்கும் பிள்ளை வீட்டுக்காரர்களே பணம் கொடுப்பது வழக்கம்; ஒரு திருமங்கலியம் மட்டும் பெண் வீட்டார் பெண்ணுக்குக் கொடுப் பார்கள். ஆதலின் கலியாண விஷயத்தில் இந்தக் காலத்தைப்

போலப் பெண் வீட்டார் பொருளில்லையே என்ற கவலை கொள்ள மாட்டார்கள்.

தம்முடைய குமாரருக்கு விவாகம் செய்விக்க வேண்டுமென்னும் கவலை என் பாட்டியாருக்கு உண்டாயிற்று. பாட்டனார் தம்முடைய ஜீவனத்துக்குப் போதுமான வருவாயை மாத்திரம் சம்பாதித்து வந்தார். நிலங்களெல்லாம் போக்கியத்தில் இருந்தன. கடன் வாங்குவதற்கும் மார்க்கம் இல்லை. இந்த நிலையில் விவாகச் செலவுக்கு என்ன செய்வதென்ற யோசனை பாட்டனாருக்கும் பாட்டியாருக்கும் உண்டாயிற்று. "மாமா தான் வழிவிட வேண்டும். ஸாமி இப்போது நமக்குப் பிள்ளையாக இல்லை. அவருக்குத்தான் பிள்ளையாக வாழ்ந்து வருகிறான். அவர் முயற்சி பண்ணினால் கலியாணம் நிறைவேறும்" என்று அவர் நினைத்தார்.

இடையிடையே என் தந்தையாரைப் பார்க்கும் வியாஜத்தால் என் பாட்டனாரும் பாட்டியாரும் உடையார்பாளையம் வந்து சில நாள் தங்கிவிட்டுச் செல்வது வழக்கம். அங்ஙனம் ஒரு முறை வந்திருந்தபோது என் பாட்டியாராகிய செல்லத்தம்மாள் தன் அருமை அம்மானிடம் தம் குமாரருடைய சங்கீதத் திறமையைப் பற்றி விசாரித்தார்.

கனம் கிருஷ்ணையர், "நல்லபிள்ளை; எல்லோருக்கும் பிரியமாக நடந்து கொள்ளுகிறான். எனக்கு எவ்வளவோ சகாயம் செய்து வருகிறான். ஜமீன்தாருக்கும் அவனிடம் பிரீதி உண்டு" என்றார்.

அதுதான் தம்முடைய விருப்பத்தை வெளியிடுவதற்கு ஏற்ற சமயமென்று துணிந்த செல்லத்தம்மாள், "எல்லாம் உங்கள் ஆசீர்வாத விசேஷந்தான். உத்தமதானபுரத்தில் இருந்தால் வீணாய்ப் போய்விடுவானென்று உங்களிடம் ஒப்பித்தேன். உங்களுடைய கிருபைதான் அவனுக்கு எல்லாப் பெருமையும் உண்டாவதற்குக் காரணம். நீங்கள் வைத்த மரம். எனக்கு ஒரு குறை மாத்திரம் இருக்கிறது" என்று பேச்சைத் தொடங்கினார்.

"என்ன குறை?"

"இவனுக்குக் கலியாண வயசாகி விட்டது. நல்ல இடத்திலே கலியாணம் ஆகவேண்டும். உங்களுடைய சம்பந்தத்தால் இவனுக்கு நல்ல யோக்கியதை உண்டாகியிருக்கிறது. ஆனாலும் இவனுடைய கலியாணச் செலவுக்கு வேண்டிய பணம் எங்களிடம் இல்லை. நாங்கள் இவனைப் பெற்றதைத் தவிர வேறொன்றும் செய்யவில்லை. எல்லாப் பொறுப்பையும் நீங்களே வகித்துக் கொண்டீர்கள். உங்களுடைய கிருபையால் இவனுக்குக் கலியாணமாக வேண்டும்."

"அதைப் பற்றி நீ ஏன் கவலைப்படுகிறாய்? ஈசுவர கிருபை எல்லாவற்றையும் நடத்தும்" என்றார் கிருஷ்ணையர்.

இந்த வார்த்தை என் பாட்டியார் காதில் அமிர்தம் போல் விழுந்தது. தம் அம்மானது பெருந்தன்மையான குணத்தை

உணர்ந்தவராதலின், "இவர் எப்படியாவது கலியாணத்தை நிறைவேற்றி வைப்பார்" என்ற தைரியம் அவருக்கு உண்டாயிற்று. அந்தத் தைரியத்தோடு அவர் உத்தமதானபுரத்துக்குத் திரும்பிச் சென்றார்.

கனம் கிருஷ்ணையர் இந்தச் சுபகாரியத்தை ஜமீன்தார் உதவியைக்கொண்டு நிறைவேற்றுவது மிகவும் சுலபமென்று அறிந்தவர். அதனால்தான் என் பாட்டியாரிடம் அவ்வளவு உறுதியாகப் பேசினார். ஒருநாள் தம் கருத்தை அவர் ஜமீன் தாருக்குத் தெரிவித்தார். எல்லோரையும் போலத் தெரிவிக்கும் வழக்கந்தான் அவருக்கு இல்லையே. ஒரு செய்யுள் மூலமாக அதனைத் தெரிவித்தார். அந்தச் செய்யுள் ஒரு கட்டளைக் கலித்துறை. அது முற்றும் இப்போது கிடைக்கவில்லை.

"வன்ய குலோத்தமன் ரங்க மகீபன் வரிசைமைந்தா"

என்ற முதலடி மாத்திரம் என் சிறிய தந்தையார் எழுதி வைத் துள்ள குறிப்பிலிருந்து கிடைத்தது. கனம் கிருஷ்ணையருடைய வேண்டுகோள் நிறைவேறுவதில் தடையொன்றும் உண்டாக வில்லை. கச்சிக் கலியாணரங்கர், கலியாணத்துக்குப் பொருளுதவி செய்வதாக ஏற்றுக் கொண்டார். பெண் நிச்சயமானவுடன் பணம் உதவுவதாக வாக்களித்தார். அது முதல் என் தந்தையாருக்கு ஏற்ற பெண்ணை என் பாட்டியாரும் பாட்டனாரும் ஆராயத் தொடங் கினர்.

இவ்வாறு இருக்கையில் திடீரென்று கனம் கிருஷ்ணையருக்கு வறள்வாயு என்னும் ஒருவகை நோய் கண்டது. முதுமையினால் இயல்பாகவே அவருக்கு உடல் தளர்ச்சியும் இருந்து வந்தது. அந்த நிலைமையில் உடையார்பாளையத்திலே இருப்பதைக் காட்டிலும் தம்முடைய ஊராகிய திருக்குன்றத்தில் போய் இருந்தால் நல மென்று அவருக்குத் தோன்றியது. ஜமீன்தாரிடம் விடைபெற்றுக் கொண்டு திருக்குன்றம் சென்று இருக்கலானார். ஜமீன்தார் அக்காலங்களில் வேண்டிய பணமும் நெல் முதலியனவும் அனுப்பி உதவி புரிந்தார். தக்கவர்களை அடிக்கடி விடுத்துச் செய்தியைத் தெரிந்து வரச் செய்தார்.

கிருஷ்ணையர் திருக்குன்றம் சென்றபோது அவருடன் என் தந்தையாரும் சென்றார். அவர் நோய்வாய்ப்பட்டிருந்த காலத்தில் அவருக்கு வேண்டிய பணிவிடைகளை எல்லாம் எந்தையார் செய்து வந்தார். அவருடைய மெலிவைக் கண்டு மிகவும் மனம் வருந்தினார். அவர் தம்மைப் பாதுகாத்து வந்த அருமையை நினைக்கும் போதெல்லாம் விம்மினார்; அவருடைய கட்டுவாய்ந்த அழகிய மேனிகுலைந்து தளர்ந்து வாடுவதைக்கண்டு அழுது புலம்பினார்.

எந்தையாருடைய மன வருத்தத்தைக் கனம் கிருஷ்ணையர் அறிந்து, "என்னுடைய வாழ்வு இவ்வளவுதான் என்று தோன்றுகிறது.

நான் ராஜயோகத்தை அனுபவித்தேன், இனியும் அப்படியே அனுபவிப்பதென்பது இயலாத காரியம். அவரவர்கள் கொடுத்து வைத்ததுதான் அவரவர்களுக்குக் கிடைக்கும். அந்த அளவுக்குமேல் ஒன்றும் கிடைக்காது" என்று சொல்லிச் சிறிது மௌனமாக இருந் தார். பிறகு "அப்பா, வேங்கடசுப்பு ஏட்டை எடு; ஒரு கீர்த்தனம் சொல்லுகிறேன்; எழுதிக்கொள்" என்று கூறிவிட்டு,

"கொடுத்துவைத் ததுவரும் ஏறாசை யால்மிகக்
குறைப்பட்டால் வருகுமோ பேய்மனதே"

என்ற பல்லவியை முதலாக உடையதும் பைரவி ராகத்தில் அமைந்ததுமாகிய கீர்த்தனத்தைச் சொல்லத் தொடங்கினார். எல்லாவிதமான பலமும் போன அந்த நிலையில் அந்த வித்து வானுக்கு இறைவனது தியானந்தான் பயனுடையதென்ற உணர்வு மேலெழுந்து நின்றது.

"படுத்தால் பின்னாலே கூட வருவாருண்டோ
பயறணீ சரைநிதம் பக்தியாய்த் தொழுதிரு"

என்ற அநுபல்லவியைப் பாடினார். அவர் மனம் உடையார் பாளையம் ஆலயத்திலுள்ள சிவபெருமானாகிய பயறணீசரிடம் சென்றது. மேலே மூன்று சரணங்களையும் பாடி முடித்தார். என் தந்தையார் அக்கீர்த்தனத்தை எழுதினார். அந்த நிலையிலும் அப்பெரியாருடைய சாகித்திய சக்தி முன் நிற்பதை நினைந்தபோது வியப்பும், "இத்தகைய பெரியோரை இழந்து விடுவோமோ" என்று எண்ணியபோது துக்கமும் உண்டாயின. கண்ணில் நீர் வழிய அதை எழுதினார். அதன் பின்பும் கனம் கிருஷ்ணையர் தாம் இறப்பதற்கு இரண்டு நாட்களுக்கு முன்பு பந்துவராளி ராகத்தில் சிதம்பரம் ஆனந்த நடராஜமூர்த்தி விஷயமாக,

"தில்லையப் பாவுனது பஞ்சா க்ஷரப்படியிற்
சின்மயமாய்த் தினந்தினமும் வந்துதரி சிப்பேன்"

எனத் தொட ங்கும் ஒரு கீர்த்தனத்தைச் சொல்லி எழுதச் செய்தார்.

கனம் கிருஷ்ணையரிடத்தில் இயல்பாகவே பக்தியுடைய என் தந்தையாருக்கு அவரது இறுதிக்கால நிகழ்ச்சிகள் அதனைப் பன் மடங்கு அதிகமாக்கின. கனம் கிருஷ்ணையருடைய உள்ளத்துள்ளே புதைந்திருந்த பக்தி அப்போது வெளிப்பட்டது. அந்தப் பக்தியின் மலர்ச்சியை அதுகாறும் அவ்வளவு விளக்கமாக எந்தையார் கண்டதில்லை. அக்காலத்தில் அறிந்த போது என் தந்தையாரிடம் முளைத்திருந்த சிவபக்தி வலிவுடையதாயிற்று.

கனம் கிருஷ்ணையர் வாழ்க்கை முடிவடைந்தது. அப்போது என் தந்தையார் துடித்துப் போனார். தம் அருமைக் குருவினிடத்தில்

அவர் வைத்திருந்த பக்தி அவர் வாழ்நாள் முழுவதும் மங்கவே இல்லை. அடிக்கடி, "அவர்களைப்போல் இனி யாரைப் பார்க்கப் போகிறேன்!" என்று சொல்லுவார். அப்போது அவர் கண் கலங்கும்.

அப்பால் என் பிதா உடையார்பாளையம் சென்று ஜமீன்தா ருடைய ஆதரவிலே இருந்து வரலானார். கனம் கிருஷ்ணையருக்குப் பிறகு அவரது ஸ்தானத்தை வகிப்பதற்கேற்ற சங்கீத வித்துவான் ஒருவரைக் கச்சிக் கலியாணரங்கர் தேடிக் கொண்டிருந்தார். தாளப் பிரஸ்தாரம் சாமா சாஸ்திரிகளின் குமாரராகிய சுப்பராயரென்னும் வித்துவானை வருவித்து அவரைத் தம்முடைய ஆஸ்தான சங்கீத வித்துவானாக நியமித்துக் கொண்டார்.

என் தகப்பனார் சுப்பராயரிடம் மிக்க பக்தியோடு ஒழுகியும், கனம் கிருஷ்ணையருடைய கீர்த்தனங்களைப் பாடி ஜமீன்தாரையும் மற்றவர்களையும் உவப்பித்தும் வாழ்ந்து வந்தனர். இவ்வாறு அவரும் ஸமஸ்தானத்து வித்துவானாகவே சில காலம் இருந்து வந்தார்.

# 7

## கிருஷ்ண சாஸ்திரிகள்

வாழ்நாள் முழுவதும் சிவ பூஜையும் ஜபம் முதலிய கர்மானுஷ்டானங்களுமே புரிந்து வந்து வேறு எந்த முயற்சியிலும் ஈடுபடாமல் உள்ளும் புறமும் தூய்மையுடன் ஒரு கிருகஸ்தர் வாழ்க்கை நடத்துவதென்றால் அது சாத்தியமென்று இக்காலத்தில் தோன்றாது. ஆனால், எங்கள் மாதாமகர் (தாயாரின் தகப்பனார்) அவ்வாறு இருந்தவர். அவர் பெயர் கிருஷ்ண சாஸ்திரிகளென்பது.

அவர் காவிரியின் வடகரையில் கஞ்சனூரென்னும் ஸ்தலத்துக்கு வடகிழக்கே ஒன்றரை மைலிலுள்ள சூரிய மூலையென்னும் ஊரில் இருந்தார். அவர் ருக்வேதத்திற் பாரங்கதர்; சிவ பக்தியிற் சிறந்தவர். ஹரதத்த சிவாசாரியார், அப்பைய தீக்ஷிதர், நீலகண்ட தீக்ஷிதர், திருவிசைநல்லூர் ஐயா அவர்களென்னும் ஸ்ரீதர வேங்கடேசர் முதலிய பெரியோர்கள் இயற்றிய சிவ ஸ்தோத்திரங்களிலும் நூல்களிலும் அவருக்கு நல்ல பயிற்சி உண்டு. எப்பொழுதும் அவருடைய வாயிலிருந்து சிவநாமம் இனிய மெல்லிய தொனியிலே வெளிவந்து கொண்டிருக்கும். வண்டின் ரீங்காரத்தைப் போல உள்ள அந்தச் சிவ நாமத்திலே நான் இளமையிலே ஈடுபட்டேன். என்னை அறியாமல் நானும் சிவநாம ஜபம் என் ஆறாம் பிராய முதலே செய்யத் தொடங்கினேன். இன்றளவும் 'நின்றும் இருந்தும் கிடந்தும்' அந்த ஜபத்தைச் செய்து கொண்டு வருகிறேன்.

இளமையில், கிருஷ்ண சாஸ்திரிகளுடைய திருவாக்கிலிருந்து எழுந்த அந்த நாமத்தின் இனிமை என் கருத்தில் மிகவும் நன்றாகப் பதிந்து விட்டது. பிறகு நான் முறையாகப் பல மந்திர ஜபங்களை உபதேசம் செய்து கொண்டேன். எல்லாவற்றிற்கும் முன் எனக்கு முதல் உபதேசமாக என் நெஞ்சில் தானே ஊன்றியது சிவநாமந் தான்; அதை ஊன்ற வைத்த முதற் குரு என் மாதாமகராகிய கிருஷ்ண சாஸ்திரிகளே யாவர்.

புதுக்கோட்டையைச் சார்ந்த ஆரணப்பட்டி என்னும் ஊரில் அவர் இருந்தார்; பதினான்கு பிராயத்தில் தம் தந்தையாரிடம் பார்த்திப பூஜையும் ஸ்படிக லிங்க பூஜையும் பெற்றுக் கொண்டனர். அந்த ஸ்படிக லிங்கமாகிய மூர்த்திக்குச் சிதம்பரேசரென்பது திருநாமம். அவர் நாள்தோறும் லக்ஷம் சிவநாம ஜபம் செய்வார். ஆருணம் சொல்லி 124 சூரிய நமஸ்காரம் செய்து ஸஹஸ்ரநாம பாராயணம் பண்ணுவார். விடிய நான்கு நாழிகை தொடங்கி இரவு பத்து நாழிகை வரையில் பெரும்பாலும் வைதிக மார்க்கத்திலேயே அவருடைய காலம் செல்லும்.

தம்முடைய தந்தையார் காலஞ்சென்ற பிறகு ஆரணப் பட்டியிலே இருந்து வருகையில், அவருடைய மூத்தசகோதரியார், புருஷர் காலஞ் சென்றதனால் தம் குழந்தைகளுடன் பிறந்த வீட்டிற்கு வந்து விட்டார். அது முதல் அவரே குடும்பத்தின் பொறுப்பை வகித்து நடத்தத் தொடங்கினார். சிவ பூஜா துரந்தர ராகிய கிருஷ்ண சாஸ்திரிகள் தம்முடைய தமக்கையார் அடைந்த கோலத்தைக் கண்டு வருந்தினாலும், 'எல்லாம் ஈசன் செயல்' என்று எண்ணுபவராதலால் "நமக்குக் குடும்பத் தொல்லை இரா வண்ணம் திருவருள் இவ்வாறு செய்வித்தது போலும்" என்று ஒருவாறு ஆறுதலுற்றார். சில காலம் அங்கே இருந்து வந்தபோது தம்முடைய பந்துக்கள் நிறைந்துள்ள சோழ நாட்டில் காவிரிக் கரையை அடுத்துள்ள ஊர்களில் ஈசுவர ஆராதனம் செய்து கொண்டு காலங் கழிக்க வேண்டுமென்ற எண்ணம் உண்டாயிற்று. குடும்ப நிர்வாகத்தில் தமக்கு ஒரு சம்பந்தமும் இல்லாமையால் எந்தச் சமயத்திலும் புறப்படும் நிலையில்தான் அவர் இருந்தார்.

அவருக்குத் தம் நிலங்கள் முதலியவற்றைப் பற்றியே ஞாபகம் இல்லை. வீடு, நிலம் எல்லாவற்றையும் தமக்கையாரிடமே ஒப்பித்து விட்டு அவற்றிற்கு ஈடாக ஒரு தொகையைப் பெற்றுக் கொண்டு செல்லலாமென்று எண்ணித் தமக்கையாரிடம் தம் கருத்தைச் சொன்னார். அவர் தம் தம்பியாருடைய மனோபாவத்தை உணர்ந்து ஐந்நூறு ரூபாயை அவரிடம் கொடுத்து அவர் விருப்பப்படியே செல்லும்படி கூறினர்.

கிருஷ்ண சாஸ்திரிகள் அத்தொகையில் செலவுக்கு வேண்டி யதை வைத்துக்கொண்டு எஞ்சியதைக் காவிரியின் வடபாலுள்ள

 நற்றிணை பதிப்பகம் ◆ 41

கோட்டூரென்னும் ஊரில் இருந்த தம் முதல் மைத்துனி குமாரர்களுக்கு அனுப்பிவிட்டு ஆரணப்பட்டியை விட்டுப் புறப்பட்டார். தம்முடைய பூஜையுடன் மனைவியாரை அழைத்துக்கொண்டு சோழ நாட்டை நோக்கி வருகையில் இடையிடையே பல ஊர்களில் தங்கினர். சிவ பூஜையும் வைதிக ஒழுக்கமும் உடைய அவரை அங்கங்கே உள்ளவர்கள் ஆதரித்து உபசரித்தனர்.

அக்கிரகாரங்களில் அத்தகைய பக்தரைக் கண்டுவிட்டால் சிவகணத்தைச் சேர்ந்த ஒருவரே வந்ததாகக் கருதி அவரை உபசரித்துப் பாராட்டுதல் அக்காலத்து வழக்கம். தெய்வ பக்தியும் உபகார சிந்தையும் உடையவர்கள் ஒவ்வொரு கிராமத்திலும் இருந்தனர். எல்லா வகை வருணத்தினரும் பக்தியுடையவர்களிடத்தில் பெருமதிப்பு வைத்திருந்தார்கள். ஆதலின் கிருஷ்ண சாஸ்திரிகளுக்குப் பிரயாணத்தில் எந்த விதமான இடையூறும் நேரவில்லை. அவருக்கு உலக வியாபாரம் ஒன்றும் தெரியாது. செல்வம், அதிகாரம், கல்வி முதலியன அவருக்கு இல்லை. ஆனாலும் அவருடைய சிவபக்தி நிறைந்த மனமும், கவலையின் தோற்றம் இல்லாமல் கடவுள் திருவருளையே நம்பியிருக்கும் தெளிவைக் காட்டும் முகமும், சாந்த நடையும் அவருக்கு மதிப்பை உண்டாக்கின. அவர் ஒரு முயற்சியும் செய்யாமலே பெருமையை அடைந்தார்; அவருடைய மௌனமே புலவர் பேச்சைவிடக் கவர்ச்சி தந்தது; அலங்காரமற்ற அவரது உருவத்தின் தூய்மையே அவருக்கு மிக்க அழகை அளித்தது.

இடையிடையே சில ஸ்தலங்களைத் தரிசித்துக்கொண்டு கிருஷ்ண சாஸ்திரிகள் உடையார்பாளையம் வந்து சேர்ந்தார். அங்கே அப்பொழுது கச்சிக் கலியாண ரங்கப்ப உடையார் ஸமஸ்தானாதிபதியாக இருந்தார். தானாதிகாரியாக இருந்த ஸ்ரீ சுப்பராய சாஸ்திரிகளென்பவர் என் மாதாமகருடைய இயல்பை அறிந்து அவரைத் தம் வீட்டுக்கு அழைத்துச் சென்று உபசரித்தார். அப்பால் அந்த ஸமஸ்தானத்தைச் சார்ந்த இடத்தில் அவரைச் சௌக்கியமாக இருக்கச் செய்ய வேண்டுமென்று எண்ணிய தானாதிகாரி அருகிலிருக்கும் கங்கைகொண்ட சோழபுரத்திலுள்ள சிவாலயத்தில் அவரை அத்தியாபகராக நியமித்தார். கிருஷ்ண சாஸ்திரிகள், “பரம சிவனது கைங்கரியம் கிடைத்தது ஈசுவர கிருபையே” என்று எண்ணி அங்கே இருந்து வரலானார்.

கங்கை கொண்ட சோழபுரத்திலுள்ள சிவாலயம் இராஜேந்திரனென்னும் சோழ சக்கரவர்த்தியால் அமைக்கப் பெற்றது. அந்த ஆலயத்தின் பெயர் கங்கை கொண்ட சோழீச்சுரமென்பது. கோயில் மிகப் பெரியது. அந்தப் பெரிய கோவிலுக்கு ஏற்றபடி சிவலிங்கப் பெருமானும் மிகப் பெரிய திருவுருவத்தை உடையவர். அங்கே சாரத்தில் ஏறித்தான் அபிஷேகம் முதலியன செய்வார்கள். அரிய சிற்பத் திறன் அமைந்த அவ்வாலயம் சரித்திரப் பிரசித்தி பெற்றது. வட நாட்டுக்குச் சென்று வெற்றி கொண்ட இராஜேந்திரசோழன்

வட நாட்டு அரசர்கள் தலையில் கங்கா ஜலத்தை ஏற்றிக் கொணர்ந்தானென்றும் அதனால் அவனுக்குக் கங்கைகொண்ட சோழனென்னும் சிறப்புப் பெயர் வந்ததென்றும் சொல்வர். தனது வடநாட்டு வெற்றிக்குப் பின் அச்சக்கரவர்த்தி கங்கை கொண்ட சோழபுரத்தை நிருமாணம் செய்து அங்கே சிவாலயத்தையும் அரண்மனையையும் அமைத்தான். பழைய காலத்தில் சோழ ராஜதானியாக இருந்த அந்நகரம் இப்போது சிற்றூராக இருக்கிறது. ஆலயம் பழைய நிலை மாறிப் பல இடங்களில் குலைந்து காணப்படுகின்றது.

அந்த ஆலயத்தில் சிங்கக் கிணறு என்ற ஒரு தீர்த்தம் உண்டு. சிங்கத்தின் வாய்க்குள் புகுந்து செல்வதுபோல அதன் படிகள் அமைந்துள்ளன. வட நாட்டு அரசர்களால் எடுப்பித்து வந்த கங்கா ஜலத்தை அந்தக் கிணற்றில் விடும்படி அரசன் கட்டளையிட்டான். அதனால் அதனைக் கங்கையென்றே கூறுவார்கள். பிற்காலத்தில் கங்கை அதில் ஆவிர்ப்பவித்ததாக ஓர் ஐதிஹ்யம் ஏற்பட்டு விட்டது.

கிருஷ்ண சாஸ்திரிகள் தமக்கு அளிக்கப் பெற்ற ஒரு வீட்டில் இருந்து தமக்குரிய வருவாயைப் பெற்றுத் திருப்தியுற்றார். தம்முடைய நித்திய கர்மங்களைத் தவறாமல் முடித்துக்கொண்டும், ஆலயத்திற்குச் சென்று தம்முடைய கடமையைச் செய்து கொண்டும் வாழ்ந்து வந்தார். சிங்கக் கிணற்றில் விடியற் காலம் ஸ்நானம் செய்வது அவர் வழக்கம். ஆலயத்தின் தேவகோஷ்டத்தைச் சூழ்ந்து சுவரில் அமைந்துள்ள சிவபெருமானுடைய அறுபத்து நான்கு மூர்த்தங்களையும் தரிசித்து இன்புறுவர். தேவகோஷ்டத்தின் முன்பு தெற்கும் வடக்குமுள்ள வாயில்களில் கீழ்ப்பக்கத்துச் சுவரில் மேற்கு முகமாக மிகப் பெரியனவாகவும் அழகுடையனவாகவும் லக்ஷ்மி வடிவமும், ஸரஸ்வதி வடிவமும் உள்ளன. அவ்விரண்டு தேவிகளிடத்தும் அவருக்கு அன்பும் ஈடுபாடும் அதிகம்.

கங்கை கொண்ட சோழபுரத்தில் அவர் இருந்த காலத்தில் மூன்று பெண்கள் பிறந்தனர். அவர்களுக்கு முறையே லக்ஷ்மி பாகீரதி, ஸரஸ்வதி என்னும் பெயர்களை வைத்தனர். தேவ கோஷ்டத்திலுள்ள பிம்பங்களும் சிங்கக் கிணற்றின் கங்கையுமே அப்பெயர்களை வைப்பதற்குக் காரணமாயின.

மூன்றாம் பெண்ணாகிய ஸரஸ்வதியே என் தாயார். என் தாயாரது முகத்தின் முகவாய்க்கட்டை (chin)யில் ஒரு தழும்பு உண்டு. என் மாதாமகர் கங்கை கொண்ட சோழபுரத்தில் இருந்த தற்கு அடையாளம் அது. என் அன்னையார் சிறு குழந்தையாக இருக்கையில் திண்ணையில் விளையாடும் பொழுது அங்கே சுவரிற் சார்ந்திருந்த காசாங் கட்டையின் நுனி கிழித்து விட்டதாம். அதனால் காயம் உண்டாகிச் சில காலம் இருந்ததாம். அந்தத் தழும்பே அது.

சில வருஷங்கள் கிருஷ்ண சாஸ்திரிகள் கங்கை கொண்ட சோழபுரத்தில் இருந்து வருகையில் ஒரு நாள் அங்கிருந்த பிராமணர் ஒருவர் இறந்தனர். அவரை ஸ்மசானத்துக்குக் கொண்டு போவ தற்குப் பிராமணர் நால்வர் வேண்டுமல்லவா? கிருஷ்ண சாஸ்திரி கள் அந்தக் கைங்கரியத்தைச் செய்வதாக முன் வந்தார். மற்றொரு வரும் உடன்பட்டார். பின்னும் இருவர் வேண்டுமே; அகப்பட வில்லை. வேறு வழியின்மையால், வேறு ஜாதியினராகிய இரு வரைப் பிடிக்கச் செய்து நால்வராகக் காரியத்தை நிறைவேற்றினர்.

வைதிக சிரத்தை மிக்க கிருஷ்ண சாஸ்திரிகளுக்கு அந்த நிகழ்ச்சி ஒரு பெரிய கவலையை உண்டாக்கியது "நமக்கும் இவ்வாறு நேர்ந் தால் என்ன செய்வது?" என்று அவர் யோசித்தார். "இத்தகைய இடத்தில் இருப்பது தவறு" என்று நினைத்துக் கோயிலதிகாரியிடம் விடைபெற்று அவ்வூரைவிட்டுப் புறப்பட்டார்.

அப்பால் அவர் தம்முடைய மைத்துனி குமாரர்களாகிய இருவர் உள்ள கோட்டூருக்கு வந்து சேர்ந்தார். அக்கினீச்சுவர ஐயர், குருசாமி ஐயர் என்னும் பெயருடைய அவ்விருவரும் நிரம்பிய செல்வர்கள். மிகுதியான பூஸ்திதியையுடையவர்கள்; வைதிக சிரத்தையும் தெய்வ பக்தியும் பொருந்தியவர்கள். யார் வந்தாலும் அன்னமளித்து உபசரிப்பார்கள். எந்த ஜாதியினரானாலும் உபகாரம் செய்வார்கள். அவர்கள் பலருக்கு விவாகங்களும் உபநயனங்களும் செய்து வைத்தார்கள். உத்யோகஸ்தர்களும் வித்துவான்களும் மிராசுதார்களும் அவர்களிடம் நல்ல மதிப்பு வைத்திருந்தார்கள்.

கிருஷ்ண சாஸ்திரிகளைக் கண்டவுடன் அவர்களுக்கு மிக்க மகிழ்ச்சி உண்டாயிற்று. "எங்கள் தகப்பனாருடைய ஸ்தானத்தில் நீங்கள் இருக்கிறீர்கள். பல இடங்களில் நீங்கள் ஏன் அலைய வேண்டும்? இங்கேயே இருந்து உங்கள் பூஜை முதலியவற்றைக் கவலையில்லாமல் செய்து கொண்டு எங்களை ஆசீர்வதிக்க வேண்டும்" என்றார்கள். அவர்கள் விருப்பப்படியே அவர் சில காலம் அங்கே தங்கியிருந்தார். ஆயினும், அவருடைய மனம் தனியே இருத்தலை நாடியது. கவலையற்றுத் தனியே வாழவேண்டு மென்று விரும்பினார். தம் கருத்தை அச்சகோதரர்களிடம் தெரிவிக்கவே, அவர்கள் முன்பே தம்மிடம் கிருஷ்ண சாஸ்திரிகள் அனுப்பியிருந்த தொகையோடு தாமும் சிறிது பொருள் சேர்த்துச் சூரியமூலையில் நன்செய் புன்செய்கள் அடங்கிய முப்பதுமா நிலம் வாங்கி அளித்துத் தமக்குரிய வீடொன்றையும் உதவி அங்கே சுகமாக வசித்து வரும்படி கேட்டுக் கொண்டனர்.

"பரமேசுவரனது கிருபை இந்த இடத்தில் சாந்தியோடு வாழ வைத்தது" என்ற எண்ணத்தோடு கிருஷ்ண சாஸ்திரிகள் சூரிய மூலையில் தனியே வாழ்ந்து வரலானார். நிலங்களைக் குத்தகைக்கு

விட்டுச் சிவ பூஜையிலும் மந்திர ஜபங்களிலும் ஆனந்தமாகப் பொழுதைப் போக்கிச் சிவ கிருபையைத் துணையாகக்கொண்டு திருப்தியோடு இருந்து வந்தார்.

நிலங்களைக் குத்தகை எடுத்த குடியானவர்கள் அவருக்குக் கவலை வைக்காமல் அவற்றைப் பாதுகாத்தும் அவருக்கு வேண்டி யவற்றைக் கவனித்து அளித்தும் வந்தனர்.

சூரியமூலை இப்போது சூரியமலையென்று வழங்குகிறது. கஞ்சனூருக்கு ஈசானிய மூலையில் அவ்வூர் இருக்கின்றது. ஈசானிய மூலைக்குச் சூரியமூலையென்பது ஒரு பெயர். அதனால் இப்பெயர் வந்தது. இதனைச் சூரிய கோடியென்று வடமொழியில் வழங்குவர். அவ்வூர்ச் சிவாலயத்திலுள்ள சிவபெருமானுக்குச் சூரிய கோடீசுவர ரென்பது திருநாமம். சூரிய மூலை பெரிய ஊரன்று; பெரிய ஸ்தலமுமன்று. ஆனால் அடக்கமாக வாழ விரும்பிய கிருஷ்ண சாஸ்திரிகளுக்கு அந்த மூலை ஊரே சிறந்ததாகத் தோன்றியது. “இந்தச் சின்ன ஊரிலே நீங்கள் இருக்கிறீர்களே” என்று யாராவது கேட்டால், “அனாசாரத்திற்கு இடமில்லாதது இந்த ஊர். திரண காஷ்ட ஜல சமர்த்தியுள்ளது. வேறு என்ன வேண்டும்?” என்று விடையளிப்பார். (திரணம்-புல்; காஷ்டம்-விறகு.) பசுவுக்குப் புல்லும், சமைப்பதற்கு விறகும், ஸ்நானத்திற்குத் தீர்த்தமும் நிரம்பின இடம் வசிப்பதற்குக் தகுதியுள்ளதென்பது அவர் கருத்து.

சூரிய மூலைக்கு வடபால் பழவாறு என்ற நதி ஓடுகிறது. காவிரியிலிருந்து வயல்களுக்குப் பாய்ந்த கழிவு நீரோடை அது. அது முதலில் ஓட்டை வாய்க்காலென்னும் பெயரோடு வருகிறது. அதுவே பழவாறாகிப் பிறகு விநாயகநதி யென்ற பெயரைப் பெறுகிறது. திருவெண்காட்டுக்கருகில் மணி கர்ணிகை என்னும் தீர்த்தமாகிப் புராணத்தாற் பாராட்டப்படும் பெருமையை உடைய தாக விளங்குகின்றது.

கிருஷ்ண சாஸ்திரிகள் அந்தப் பழவாற்று ஸ்நானத்தையே கங்கா ஸ்நானத்திலும் பெரியதாக நினைத்தார். தம்முடைய வீட்டின் பின்புறத்திலும் மேல் பக்கத்திலும் உள்ள விசாலமான இடங்களில் பலவகையான புஷ்ப மரங்களும் செடிகளும் கொடிகளும் பஞ்ச பில்வங்களும் வைத்துப் பயிர் செய்தார். அவற்றிலிருந்து நாள் தோறும் மிகுதியான புஷ்பங்களையும் பத்திரங்களையும் பறித்துப் பூஜை செய்வார். அபிஷேகத்திற்குப் பசுவின் பாலும் அருச்சனைக்கு வில்வமும் இல்லாமல் பூஜை செய்ய மாட்டார். அருச்சனைக்கு மலர் தரும் பூஞ் செடிகளை வைத்துப் பாதுகாத்தது போலவே அபிஷேகத்துக்குப் பால் தரும் பசுக்களையும் அவர் அன்போடு வளர்த்து வந்தார். மாலை வேளையில் தாமே புல் பறித்து எடுத்து வந்து பசுக்களுக்குப் போடுவார். அவர் நினைத்திருந்தால் தம் நிலங்களில் பயிர் செய்து பொழுது போக்கலாம். அவர் கருத்து

அதில் ஊன்றவில்லை. தம்முடைய பூஜைக்கு வேண்டிய மலர்களை உதவும் மலர் வனத்தைப் பயிர் செய்வதில்தான் அவருடைய விருப்பம் சென்றது. மகா கைலாச அஷ்டோத்தரம் சொல்லி அம்மலர்களால் அருச்சனை புரிவதே அவருக்கு இன்பத்தைத் தந்தது.

விடியற் காலையில் எழுந்திருப்பதும் பழவாற்றில் ஸ்நானம் செய்வதும் அனுஷ்டானங்கள் செய்வதும் விரிவாகப் பூஜை செய்வதும் ஆகிய காரியங்கள் நிறைவேறப் பிற்பகல் இரண்டு மணி வரையில் ஆகும். அப்பால் போஜனம் செய்வார். பிறகு சிவநாமம் செய்து கொண்டே இருப்பார். மாலையில் சென்று பசுவுக்குப் புல் எடுத்து வருவார். சந்தியா காலத்தில் சந்தியா வந்தனம் செய்து விட்டுத் தம்முடைய ஆத்மார்த்த மூர்த்தியாகிய சிதம்பரேசருக்கு அர்ச்சனையும் நிவேதனமும் கற்பூர ஹாரத்தியும் செய்வார். பிறகு உண்பார். எப்போதும் சிவநாமஸ்மரணையை மறவார். சூரிய மூலைக்கு வந்த பிறகு அவருக்குச் சுப்பலக்ஷ்மி யென்னும் பெண்ணும் சிவராமையர் என்னும் குமாரரும் மீனாக்ஷி யென்னும் குமாரியும் பிறந்தார்கள்.

என் தந்தையாருக்கு விவாகம் செய்விக்க ஏற்ற பெண்ணைத் தேடிக் கொண்டிருந்த என் பாட்டனாரும் பாட்டியாரும் கிருஷ்ண சாஸ்திரிகளின் இயல்பை உணர்ந்து அவருடைய மூன்றாம் குமாரி யாகிய ஸரஸ்வதியைத் தம் குமாரனுக்கு மணம் செய்து கொள்ள ஏற்பாடு செய்தனர். விவாகம் நிச்சயமானது தெரிந்து உடையார் பாளையம் ஜமீன்தார் பொருளுதவி செய்ய, என் தந்தையாருடைய விவாகம் இனிது நிறைவேறியது.

## 8

## எனது பிறப்பு

விவாகம் ஆன பிறகு என் தந்தையார் உடையார்பாளையத் திலேயே இருந்து வந்தனர். அக்காலத்தில் தம் தாய் தந்தையரையும் தம்பியாரையும் அழைத்து வந்து தம்முடன் இருக்கச் செய்தனர். நடுவில் சில காலம் உத்தமதானபுரம் சென்று இருக்க வேண்டு மென்ற ஆவல் அவருக்கு உண்டாயிற்று. அதனால் உடையார் பாளையம் ஜமீன்தாரிடம் உத்தரவு பெற்றுக்கொண்டு தாய் தந்தை யாரோடும் தம்பியாரோடும் உத்தமதானபுரம் வந்து தம் வீட்டில் தங்கியிருந்தார். தம்முடைய தந்தையாரால் போக்கியத்திற்கு விடப் பட்ட குடும்ப நிலங்களை மீட்க வேண்டுமென்ற கவலை அவருக்கு அதிகமாக இருந்தது. அக்காலத்தில் நிலங்களின் விலை அதற்கு முன்பிருந்ததைவிட ஏறிக் கொண்டு வந்தது.

குடும்ப நிலமாகிய பன்னிரண்டு மாவும் கணபதி அக்கிர காரத்தில் இருந்த* அஸ்தாந்தரம் கணபதி ராமைய ரென்பவரிடம் *500* ரூபாய்க்காக என் பாட்டனாரால் போக்கியத்துக்கு வைக்கப் பட்டிருந்தது. உத்தமதானபுரத்தில் இருந்த அண்ணாதுரை ஐயரென்பவரிடம் என் பிதா *500* ரூபாய் கடன் வாங்கி அத் தொகையைக் கொண்டு பன்னிரண்டு மா நிலத்தையும் மீட்டார். அப்பால் அந் நிலத்தில் ஆறு மாவை அண்ணாதுரை ஐயரிடம் தாம் பெற்ற தொகைக்காகப் போக்கியத்துக்கு வைத்தார். எஞ் சியிருந்த ஆறு மா நிலத்தில் ஒரு பாதியாகிய மூன்று மாவைத் தம் சிறிய தந்தையாராகிய ஐயாக்குட்டி ஐயருக்கு அளித்தார். எல்லாம் போக இருந்தது மூன்று மா நிலமே.

அதிலிருந்து கிடைத்த வருவாய் குடும்பச் செலவுக்குப் போத வில்லை. அக்காலத்தில் புன்செய் நிலங்களில் கறிகாய் போட்டு வீட்டுக்கு உபயோகித்துக் கொள்வதும் மிகுந்தனவற்றை விற்று மற்றச் செலவுக்கு வைத்துக் கொள்வதும் வழக்கம். அப்படிச் செய்து பார்த்தும் கஷ்டம் தீரவில்லை.

பரம்பரையாக வந்த நிலத்தில் ஒரு பகுதி ஸ்வாதீனமானது குறித்து என் பாட்டனாருக்கும் தந்தையாருக்கும் ஒரு வகையில் திருப்தி உண்டாயிற்று. ஆயினும் எஞ்சியுள்ள பகுதியையும் கடனி லிருந்து மீட்பதற்கு வழியில்லையே என்ற வருத்தம் என் பிதாவுக்கு இருந்து வந்தது. இந்த நிலையில் அவர் என் தாயாருடன் இல்லறம் நடத்தத் தொடங்கினார்.

அக்காலத்தில் கபிஸ்தலம் 'எஸ்டேட்'டில் மானேஜராகத் தாவீது பிள்ளை என்னும் கிறிஸ்தவ கனவான் ஒருவர் இருந்தார். அவர் சங்கீதத்தில் விருப்பம் உடையவர். கனம் கிருஷ்ணை யருடைய நண்பர். என் தந்தையார் கிருஷ்ணையருடைய மாணாக்க ரென்பதை அறிந்தவராதலின் அவர் என் தந்தையாருடைய க்ஷேம லாபங்களைப் பற்றி விசாரித்துக்கொண்டே இருப்பார். உத்தம தானபுரத்தில் எந்தையார் இருப்பதையும், அவரது குடும்ப நிலை யையும் உணர்ந்து தம்மாலான உதவி புரிய வேண்டுமென்று எண்ணினார். என் பிதாவை அடிக்கடி கபிஸ்தலத்துக்கு வருவித்து அவருடைய சங்கீதத்தைக் கேட்டு மகிழ்ந்து பொருளுதவி செய்து வந்தார். அவர் எந்தையார் பால் காட்டிய மரியாதையைக் கண்ட பிறரும் அவருடைய பெருமையை அறிந்து கொண்டனர். ஐயம் பேட்டையிலிருந்த சௌராஷ்டிரச் செல்வர்களும், கணபதி அக்கிர காரத்தில் இருந்த அப்பாவையரென்பவரும் இங்ஙனமே உபகாரம் செய்து வந்தனர். இத்தகைய அன்பர்களுடைய உதவியைப் பெற்றுச் சில காலம் என் தகப்பனார் உத்தமதானபுரத்தில் தங்கியிருந்தனர். அப்போது அவருக்கு ஸீமந்தம் நடைபெற்றது.

---

* ஜி.ஏ.வைத்தியராமையர், ராவ்பகதூர் ஜி.ஏ.நடேசையர் இவர்களுடைய பாட்டனார் இவர்.

இவ்வாறு இருக்கையில் மேற்கூறிய தாவீது பிள்ளை வேறு உத்தியோகத்தை மேற்கொண்டு அயலூருக்குச் சென்றுவிட்ட மையால் அவரால் கிடைத்து வந்த பொருளுதவி நின்று போயிற்று. அதனால், காலக்ஷேபத்திற்குக் கஷ்ட முண்டாகுமென்று அறிந்த என் தந்தையார் மீட்டும் குடும்பத்துடன் உடையார்பாளையம் சென்று ஜமீன்தாருடைய உதவியைப் பெற்று வாழ்ந்து வரலானார். அவர் உடையார்பாளையம் சென்ற சமயத்தில் கர்ப்ப தீக்ஷை வளர்த்திருந்தார். கறுகறுவென்று மீசையும் தாடியும் செழிப்பாக வளர்ந்திருந்தன. அவற்றைக் கண்ட ஜமீன்தார், "வேங்கடசுப்பு, உனக்கு இருக்கும் இந்த மீசையைக் கண்டு எனக்கு அதிகப் பொறாமை உண்டாகிறது. எனக்கு இப்படி இல்லையே என்று வருந்துகின்றேன்" என்றாராம்.

ஒரு சமயம் அரியிலூர் ஜமீன்தார் உடையார்பாளையத்திற்கு வந்திருந்தார். அவர் உடையார்பாளையம் ஜமீன்தாருக்கு மாப் பிள்ளை. அவர் வந்த காலத்தில் அவருக்கும் என் தந்தையாருக்கும் பழக்கம் உண்டாயிற்று. என் தந்தையாரது சங்கீத ஞானத்தை அவர் அறிந்து தம்முடன் வந்து அரியிலூரில் இருக்கும்படி வேண்டினார்; தம்முடைய மாமனாராகிய கச்சிக் கல்யாண ரங்கரிடமும் தமது கருத்தைத் தெரிவித்தார். அவர் அதற்கு இணங்கவே என் தந்தை யார் தம் குடும்பத்துடன் அரியிலூர் சென்று அந்த ஜமீன் சங்கீத வித்துவானாக இருந்து வரத் தொடங்கினார்.

அக்காலத்தில் என் தந்தையார் தம்முடைய சங்கீதத்தால் யாவரையும் மகிழ்விக்கும் ஆற்றலை நன்றாகப் பெற்றிருந்தார். அவ ருக்குப் பல பெரியோர்களின் கீர்த்தனங்கள் பாடமாக இருந்தன. கனம் கிருஷ்ணையர், பெரிய திருக்குன்றம் சுப்பராமையர், ஸ்ரீரங்கம் ஸ்ரீநிவாஸன், பல்லவி கோபாலையர், பாபநாச முதலியார், ஆனை ஐயா முதலியவர்களுடைய கீர்த்தனங்களை அவர் பாடுவார். பல்லவி பாடுவதும் கீர்த்தனங்கள் பாடுவதும் ராக ஆலாபனம் செய்வதும் ஆகியவைகளில் அவர் நல்ல தேர்ச்சி பெற்றிருந்தார். தாம் பாடும்போது கனமார்க்க முறையைப் புலப்படுத்துவார்; அருணாசல கவி இயற்றிய இராம நாடக கீர்த்தனங்கள் அவருக்கு முற்றும் பாடம். தனியே சங்கீத வினிகைகள் நடத்துவதையன்றி இராமாயண கீர்த்தனங்களை இசையுடன் பாடிச் சுருக்கமாகப் பொருள் கூறுதலும் அவருக்கு வழக்கமாக இருந்தது. அவர் பாடும் போதெல்லாம் என் சிறிய தகப்பனாராகிய சின்னசாமி ஐயரும் சேர்ந்து பாடுவார்; பின் பாட்டும் பாடுவதுண்டு. தமிழ், தெலுங்கு, வடமொழி என்னும் மூன்று பாஷைகளிலும் உள்ள பல உருப்படி கள் எந்தையாருக்குப் பாடமாக இருந்தன. பக்திச் சுவையுள்ள கீர்த்தனங்களையும் வேதாந்த பரமான கீர்த்தனங்களையும் மனத்தை உருக்கும் வண்ணம் பாடுவார்.

இத்தகைய ஆற்றல் இருந்தமையால் ஜனங்களுக்கு அவரிடத்தில் மிக்க மதிப்பு இருந்தது. கனம் கிருஷ்ணையருடைய மாணாக்க

ரென்பதனாலும் பெருமை உண்டாயிற்று. கனம் கிருஷ்ணையருடன் சில காலம் என் தகப்பனார் திருக்குன்றத்தில் இருந்த காரணம் பற்றி அவரைத் திருக்குன்றத்து ஐயரென்றே பெரும்பாலோர் வழங்கி வந்தனர். சங்கீத வித்தையினால் ஒருவாறு காலக்ஷேபம் செய்யலாம் என்ற தைரியம் தந்தையாருக்கு இருந்து வந்தது.

அரியிலூரில் இருந்தபோது அவ்வூர் ஜமீன்தார் எந்தையாரை மரியாதையோடு ஆதரித்து வந்தார். அந்த ஜமீனைச் சேர்ந்த இலந்தங்குழி என்னும் கிராமத்தில் பத்துக்காணி நிலம் அவருக்கு ஸர்வமானியமாக அளிக்கப்பட்டது. ஒவ்வொரு காணிக்கும் வருஷம் ஒன்றுக்கு ஐந்து ரூபாயாக ஐம்பது ரூபாய் வரும்படி கிடைத்தது. அதைக் கொண்டும், இடையிடையே அன்பர்களிடமிருந்து கிடைக்கும் உதவியைக் கொண்டும் அரியிலூரில் திருப்தியாக என் தந்தையார் வாழ்ந்து வந்தார். அரண்மனை உத்தியோகஸ்தர்களுடைய அன்பையும் அந்த ஆஸ்தானத்துச் சங்கீத வித்துவானும் தமிழ் வித்துவானுமாக இருந்த சடகோப ஐயங்காரென்பவருடைய பிரீதியையும் அவர் பெற்றார். அந்த உத்தியோகஸ்தர்களாகிய கார்காத்த வேளாளச் செல்வர்களும் வேறு சிலரும் அவரை ஸ்திரமாகவே அவ்வூரில் இருக்கச் செய்ய வேண்டுமென்று எண்ணி, பெருமாள் கோயில் சந்நிதி வீதியில் வட சிறகின் கீழ் கோடியில் அனுமந்தராயன் கோயிலுக்கு வடக்கே ஒரு கூரை வீடு கட்டிக் கொடுத்தனர். இது சென்ற ஆனந்த வருஷத்திற்கு முந்திய ஆனந்த வருஷம் நிகழ்ந்தது (1854).

உத்தமதானபுரத்தில் என் தந்தையாருக்கு ஸீமந்தம் நடைபெற்ற பிறகு என் மாதாமகர் என் தாயாரைத் தம் ஊராகிய சூரிய மூலைக்கு ஒரு நல்ல தினம் பார்த்து அழைத்துச் சென்றனர். அங்கே ஆனந்த வருஷம் மாசி மாதம் 9ஆம் தேதி திங்கட்கிழமை (19.02.1855) இரவு நான் பிறந்தேன். என் ஜாதகம் வருமாறு:

ஆனந்த ௵ மாசி ௴ 9ஆம் ௳ திங்கட்கிழமை; திரிதியை 35, உத்திரட்டாதி 39½ சாத்யநாம யோகம் 26½, தைதுலாகரணம் 16½, திவி 5¼; இந்தச் சுபதினத்தில் ராத்திரி 5½ நாழிகையளவில் கன்னியா லக்கினத்தில் சுப ஜனனம்.

| | | | |
|---|---|---|---|
| சந் | ரா | சனி | |
| சூ செ பு சு | ராசி | | |
| குரு | | | |
| | | கே | ல |

| | | | |
|---|---|---|---|
| பு | சு கே சனி | குரு | ல |
| செ | அம்சம் | | |
| | | | |
| சூ | சந் | ரா | |

நான் பிறந்த பிறகு ஐந்து மாதங்கள் என் அன்னையார் சூரிய மூலையில் இருந்தனர். பிறகு என் பாட்டனார் என் அன்னையாரையும் என்னையும் அரியிலூருக்குக் கொணர்ந்து வந்து விட்டுச் சென்றனர். எங்களுக்காகப் புதிதாகக் கட்டப்பெற்ற வீட்டில் நான் என் தாயாருடன் புகுந்தேன்.

ஒவ்வொரு தாயும் தன்னுடைய குழந்தையை அதிர்ஷ்ட சாலியென்று கருதுவது வழக்கம். தங்களுக்குக் கிடைத்த லாபங்களெல்லாம் அக் குழந்தையின் அதிர்ஷ்ட பலனாகவே பாராட்டுவர். என்னுடைய அன்னையாரும் அவ்வாறு சொல்லுவதுண்டு. நான் பிறந்த வருஷத்தில் எங்களுக்கென்று அரியிலூரில் ஒரு வீடு ஏற்பட்டது என் அதிர்ஷ்டத்தின் பலனென்றே நம்பினார். அது மட்டுமன்று; அந்தப் பக்கத்தில் இருந்த ஒரு சந்நியாசி இறந்து போகும் போது, "ஆனந்த வருஷத்தில் இங்கே ஓர் அதிசயம் நடக்கப் போகிறது; அதைக் காணாமல் போகிறேன்" என்று சொல்லி உயிர் நீத்தாராம். இந்த நாட்டிற்கு முதல் முதலாக ரெயிலும் தந்தியும் வந்தமையே அவர் கூறிய அதிசயம் என்று எல்லோரும் கூறினார்கள். அந்த அதிசயம் நிகழ்ந்த வருஷத்தில் நான் பிறந்ததும் ஓர் அதிசயமென்றே என் தாயாரின் உள்ளத்துள் ஒரு சந்தோஷ உணர்ச்சி உண்டாகியிருக்கக்கூடும். ஆனால் அதை வெளிப்படையாகச் சொல்வதில்லை. "இப்படி ஒரு சந்நியாசி சொன்னாராம். அந்த வருஷத்தில்தான் நீ பிறந்தாய்" என்று பிற்காலத்தில் பலமுறை என் அருமை அன்னையார் அன்புடன் கூறியிருக்கிறார்.

# 9
### குழந்தைப் பருவம்

அரியிலூரில் என் தந்தையார் ஒருவாறு திருப்தியோடு காலங்கழித்து வந்தாராயினும், அவருடைய உள்ளத்துள்ளே ஒரு வருத்தம் இருந்தே வந்தது. தம் குடும்பக் கடனாகிய 500 ரூபாயைத் திருப்பிக் கொடுக்க முடியவில்லையே என்ற எண்ணமே அதற்குக் காரணம். அதனால் அவருக்கு இடையிடையே ஊக்கக்குறைவு ஏற்பட்டது. 'எவ்வாறேனும் 500 ரூபாய் சம்பாதித்துக் குடும்பக் கடனைத் தீர்த்து நிலங்களை மீட்க வேண்டும்' என்ற கவலை அவருக்கு வரவர அதிகரித்து வந்தது.

இல்லற தர்மத்தை மேற்கொண்ட பிறகு அவருக்குக் குடும்ப பாரம் அதிகமாயிற்று. 'குடும்பத்தைப் பாதுகாப்பதற்கே பெருமுயற்சி செய்ய வேண்டியிருக்கையில் பழங்கடனைத் தீர்ப்பதற்கு மார்க்கம் ஏது?' என்று அவர் எண்ணி எண்ணிக் கலக்கமுற்றார். ஸமஸ்தான சங்கீத வித்துவானாக இருந்ததில் அவருக்குப் பெருமையும் பல

அன்பர்களுடைய பழக்கமும் உண்டாயின. ஸமஸ்தான நிலத்தி லிருந்து கிடைத்த வருஷ வருவாய் ரூபாய் ஐம்பது; ஊரிலுள்ள மூன்று மா நிலத்திலிருந்து வந்த வரும்படி அதிகமன்று. இந்த நிலையில் நண்பர்களிடமிருந்து காரணமின்றிப் பொருளுதவி பெறு வதையும் அவர் விரும்பவில்லை. அதனால் இராமாயண கீர்த்தனங் களை இசையுடன் முறையாகச் சில நாட்கள் படித்துப் பொருள் சொல்லிப் பட்டாபிஷேகம் செய்து முடிக்கும் ஒரு முயற்சியைத் தொடங்கினார். அம்முயற்சியினால் நல்ல பயன் உண்டாயிற்று. சில இடங்களில் உள்ளவர்கள் அவரைத் தங்கள் தங்கள் ஊருக்கு வருவித்து இராமாயண கீர்த்தனம் கேட்கத் தொடங்கினர்.

ஒவ்வொரு முறையும் இராமாயணம் நிறைவேறியவுடன் அன்பர்கள் ஒரு தொகை தொகுத்து அளிப்பார்கள். அந்தத் தொகை குடும்பத்துக்கு மிகவும் உபயோகமாக இருக்கும், இவ்வாறு தொடங்கிய இராமாயண முயற்சியே என்னுடைய தந்தையாரின் உள்ளக் கவலையைத் தீர்ப்பதற்கு உதவியாயிற்று.

அரியிலூருக்கு கிழக்கே மணலேரி என்னும் ஊரொன்று உண்டு. அங்கே மணிகட்டி உடையார் என்ற செல்வர் ஒருவர் இருந்தார். அவர் என் தந்தையாரிடம் அன்புடையவர்; அடிக்கடி தம் ஊருக்கு வருவித்து அவர் பாட்டைக் கேட்டு இராமாயணப் பிரசங்கமும் நடைபெறச் செய்து பொருளுதவி செய்து வந்தார். ஒரு சமயம் குடும்பக் கடனைத் தாமே தீர்த்து விடுவதாகவும் சொன்னார். அது கேட்ட என் தகப்பனாரது கவலை குறைந்தது. எவ்வாறேனும் கடன் சுமையைப் போக்கி விடலாமென்ற நம்பிக்கை உதயமாயிற்று.

மணிகட்டி உடையாரைப் போன்ற பல வேளாளச் செல்வர் களுடைய ஆதரவு அக்காலத்தில் என் பிதாவுக்குக் கிடைத்தது. என் ஆண்டு நிறைவு அரியிலூரிலே மிகவும் சிறப்பாக நடந்தது. முற்கூறிய செல்வர்கள் செய்த உதவிகளே அச்சிறப்புக்குக் காரணம்.

அக்காலத்தில் என் தந்தையாரை ஆதரித்தவர்கள் அல்லிநகரம் சோமசுந்தரம் பிள்ளை, சுந்தர சபாபதி பிள்ளை, கொத்தவாசல் குமர பிள்ளை, *சிவசிதம்பரம் பிள்ளை, இராமகிருஷ்ண பிள்ளை, இராமசாமி பிள்ளை, முத்துவேலாயுதம் பிள்ளை, பாலகிருஷ்ண பிள்ளை, ஆறுமுகம் பிள்ளை முதலியோர். அரண்மனையில் ராயஸமாக இருந்த ராம பத்திரையரென்பவரும், ஜமீன்தாரின் குருவாகிய தாத்தாசாரியாரென்பவரும், கிராம முன்சீபாக இருந்த வேங்கட சுப்பையரென்பவரும் வக்கீல் ரங்காசாரியாரென்பவரும் அவ்வப் போது தங்கள் தங்களால் இயன்ற உபகாரத்தைச் செய்து வந்தார்கள்.

---

* இவர் தஞ்சையில் வக்கீலாக இருந்தவரும் தமிழறிஞரும் என் அன்பருமாகிய ராவ்பகதூர் ஸ்ரீ கே. எஸ். ஸ்ரீநிவாச பிள்ளையின் தந்தையார்.

நான் பிறந்தபோது எனக்குச் சாமிநாதன் என்னும் பெயர் இடப்பட்டது. சாமிமலை என்னும் ஸ்தலத்திலுள்ள முருகக் கடவுளுக்குச் சாமிநாதனென்பது திருநாமம். எங்கள் ஊரினரும் பிறரும் அந்த ஸ்தலத்துக்குச் சென்று வருவார்கள். எங்கள் குடும்பத்தினருக்கும் அதில் ஈடுபாடு அதிகம். அது பற்றியே எனக்கு அப்பெயர் இட்டார்கள். எல்லோரும் என்னை, 'சாமா' என்றே அழைப்பார்கள். சாமிநாதனென்பதே மருவி அவ்வாறு ஆயிற்று.

என் தந்தையார் இராமாயணப் பிரசங்கம் செய்யுங் காலங்களில் என் சிறிய தந்தையாரான சின்னசாமி ஐயர் உதவி புரிவார். அரியிலூர்ச் சடகோபையங்கார் வீணை வாசிப்பதிற் பழக்கமுள்ள வராதலின் அவரிடம் என் சிறிய தகப்பனார் வீணை பயின்றார்.

நாங்கள் அரியிலூரில் இருந்த காலத்தில் என் சிறிய தந்தையாருக்குக் கலியாணம் நடைபெற்றது. மாயூரத்தில் மகாதானத் தெருவில் இருந்த சேஷையரென்பவர் குமாரியாகிய லக்ஷ்மியை அவர் மணந்து கொண்டார். இராமாயணப் பிரசங்கத்தினாற் கிடைத்த பணமும் சில செல்வர்களுடைய உதவியாற் கிடைத்த பொருளும் அந்தக் கலியாணத்திற்கு உபயோகமாயின.

அந்த மணத்தின் முன்பும் பின்பும் என் தந்தையார் சில முறை மாயூரம் செல்ல நேர்ந்தது. அக்காலத்தில் அங்கே கோபால கிருஷ்ண பாரதியார் இருந்து வந்தார். அவருடைய பழக்கம் என் தந்தையாருக்கு உண்டாயிற்று. கோபால கிருஷ்ண பாரதியார் சில காலம் கனம் கிருஷ்ணையரிடம் பயின்றவராதலின் அந்த வித்துவானுடைய பந்துவும் மாணாக்கருமாகிய என் பிதாவிடம் அவருக்கு மிக்க அன்பு உண்டாயிற்று. என் தந்தையாரை அவர் காணும் போதெல்லாம் கனம் கிருஷ்ணையருடைய கீர்த்தனங்களைச் சொல்லச் செய்து கேட்டு இன்புறுவார். அவருடன் பழகும்போது என் பிதாவுக்குத் தம் குருகுல வாசம் நினைவுக்கு வந்தது. இருவரும் சங்கீத சம்பந்தமான சம்பாஷணையிற் பொழுது போக்குவார்கள். இரண்டு பேரும் சிவபக்தர்கள்; அத்துவைத சாஸ்திரப் பயிற்சியுடையவர்கள்.

அக் காலத்தில் கோபாலகிருஷ்ண பாரதியார் நந்தனார் சரித்திரக் கீர்த்தனத்தை இயற்றிப் புகழ் படைத்திருந்தார். பல இடங்களில் அந்தச் சரித்திரத்தைப் பிரசங்கம் செய்து வந்தார். தமிழ்நாடு முழுவதும் நந்தன் சரித்திரத்திற்கு ஒரு பிரசித்தி உண்டாகி இருந்தது. தாம் நந்தனார் சரித்திரத்தை இயற்றுவதற்குக் காரணமாக இருந்த* நிகழ்ச்சிகளையும் தம் அநுபவங்களையும் என் தந்தையாரிடம் அவர் சொல்லி மகிழ்வார்; தம்முடைய கீர்த்தனங்களையும் பாடிக் காட்டுவார். என் தந்தையார் அவரிடமிருந்து பல கீர்த்தனங்களைத் தெரிந்து கொண்டார்; மாயூரத்திற்கு

---

\* இவற்றை நான் எழுதிப் பதிப்பித்துள்ள கோபால கிருஷ்ண பாரதியார் சரித்திரத்திற் காணலாம்.

எந்தையார் எப்பொழுது சென்றாலும் பாரதியாரைப் பாராமல் வருவதில்லை.

பாரதியாருடைய பழக்கம் ஏற்பட்ட பின்பு நந்தன் சரித்திரக் கீர்த்தனங்களிற் சிலவற்றையும் என் தந்தையார் தம் இராமாயணப் பிரசங்கத்தினிடையே பாடிக் காட்டலானார். அக்கீர்த்தனங்களின் எளிய நடையும் அவற்றில் அமைந்திருந்த பக்திச் சுவையும் கேட் போர் உள்ளங்களைக் கவர்ந்தன.

என் குழந்தைப் பிராயத்தில் எனக்கிருந்த பழக்கம் ஒன்றை என் தாயார் சொல்லியிருக்கிறார்; நான் காலையில் எழும் பொழுதே எனக்கு ஏதேனும் ஆகாரம் கொடுக்க வேண்டுமாம். ரொட்டி, பிஸ்கோத்து முதலிய உணவுப் பொருள்கள் அந்தக் காலத்தில் இல்லை. என் தாயார் எனக்காக ஒரு கரண்டியப்பம் ஊற்றி ஓர் இலையில் என் படுக்கையின் பக்கத்தில் வைத்து ஒரு பாத்திரத்தால் மூடி வைத்திருப்பாராம். நான் எழுந்தவுடன் அந்தப் பாத்திரத்தை ஒரு தட்டுத் தட்டிவிட்டு உள்ளே இருக்கும் கரண்டியப்பத்தை எடுத்துத் தின்பேனாம். காலையில் எந்தக் காரியத்தைச் செய்ய மறந்தாலும் எனக்காகக் கரண்டியப்பம் பண்ணி வைப்பதை மாத்திரம் என் தாயார் மறக்க மாட்டாராம். கரண்டியப்பம் சாப்பிட்ட சிறிது நேரத்துக்குப் பிறகு பழையமுதும் சாப்பிடுவதுண்டு.

நாங்கள் அரியிலூரில் இருந்து வருகையில் என் பாட்டனா ருக்கும் பாட்டியாருக்கும் முதுமைப் பருவத் தளர்ச்சி மிகுதியா யிற்று. எந்தச் சமயத்தில் தமக்கு மரணம் சம்பவிக்குமோ என்று என் பாட்டனார் கலக்கமடைந்திருந்தார். பரம்பரையாக இருந்த ஊரைவிட்டு வேறு ஊருக்கு வந்து இருப்பதில் அவருக்குத் திருப்தி உண்டாகவில்லை. வேறுவழி இல்லாமையால் அரியிலூரில் வந்து இருந்தார். ஆயினும், வந்த ஊரிலே இறப்பதை அவர் விரும்ப வில்லை. "நம்முடைய ஊரில் நம் வீட்டில் பந்துக்கள் சூழ்ந்த இடத்தில் மரணமடைய வேண்டும்" என்றே அவர் விரும்பினார். நதி தீரத்தைச் சார்ந்துள்ள உத்தமதானபுரத்தை விட்டுக் காட்டு நாட்டில் உயிர் நீப்பதைப்பற்றி நினைக்கும் போதே அவருக்குத் துக்கம் பொங்கும்.

ஒரு நாள் என் தகப்பனாரிடம் தம்முடைய கருத்தை என் பாட்டனார் தெரிவித்தார். குடும்ப பாரத்தினால் நைந்த மன முடைய அவருக்கு மீண்டும் கவலை உண்டாயிற்று. "ஏதோ ஒரு விதமாக இங்கே வந்து நிலையாக வாழத் தொடங்கினோம். கடவுள் கிருபையால், கடன் வாங்காமல் தம்பிக்குக் கலியாணம் நடத்தி னோம். ஊருக்குப் போனால் நாம் எவ்வாறு காலக்ஷேபம் செய்ய முடியும்?" என்ற யோசனையில் ஆழ்ந்தார்.

என் பாட்டனாரோ அடிக்கடி தம் கருத்தை வற்புறுத்தி வந்தார். முதுமைப் பருவத்தில் அவருக்கு இருக்கும் ஆசையை

 நற்றிணை பதிப்பகம் ◆ 53

நிறைவேற்றாமல் இருப்பது பாவமென்ற நினைவும் என் பிதாவுக்கு உண்டாயிற்று. இரு தலைக்கொள்ளி எறும்பு போலக் கலங்கினார். தம் பெற்றோரை உத்தமதானபுரத்திற்கு அனுப்பிவிடலாமா என்றும் எண்ணினார். இறுதிக் காலத்தில் தம் குமாரர் அருகில் இருக்க வேண்டுமென்று கருதியே என்பாட்டனார் உடையார்பாளையத் திற்கும் பின்பு அரியிலூருக்கும் வந்தார்.

ஆதலின் தம்மைப் பிரிந்து அவர் இருத்தல் அரிது என்பதை நினைத்துப் பார்த்த எந்தையார், "எவ்வாறானாலும் சரி; அவரு டைய இஷ்டத்தைப் பூர்த்தி செய்வதுதான் நம் கடமை" என்ற உறுதி பூண்டு அரியிலூர் ஜமீன்தாரிடமும் மற்ற அன்பர்களிடமும் விடைபெற்றுக்கொண்டு தம் குடும்பத்துடன் உத்தமதானபுரம் வந்து சேர்ந்தார்.

உத்தமதானபுரம் வந்த பின்பும் சில வருஷங்கள் என் பாட்டனாரும் பாட்டியாரும் ஜீவித்திருந்தனர். இடையிடையே என் தந்தையார் வெளியூர்களுக்குச் சென்று இராமாயணப் பிரசங்கம் செய்து பொருள் ஈட்டி வருவார். அப்படிச் சென்றிருக்கும் சில நாட்களில் என் பாட்டனாருக்கு மனக் கலக்கம் அதிகமாகிவிடும். எந்தையார் அரியிலூருக்கும் சென்று ஜமீன்தாரையும் தம் அன்பர்களையும் பார்த்து அவர்களால் கிடைக்கும் பொருளையும் தம் ஸர்வ மானியத்திலிருந்து கிடைப்பதையும் பெற்று வருவார். பாபநாசத்தில் இருந்த வக்கீல்களாகிய கபிஸ்தலம் கிருஷ்ணசாமி ஐயங்கார், வேங்கடராவ் என்பவர்களும், போலீஸ் இன்ஸ்பெக்டர் முத்தியாலு நாயக்கரென்பவரும் அக்காலத்தில் அவருக்குப் பொருளுதவி செய்து ஆதரித்து வந்தனர்.

எனது மூன்றாம் பிராயத்தில் எனக்கு ஒரு சகோதரி பிறந்தாள். அப்பெண்ணுக்குத் தையல் நாயகி என்ற பெயர் வைத்தார்கள். ஸ்திரீகளுக்குப் பெண் குழந்தைகளிடம் அதிக அன்பு இருப்பது உலக இயல்பு. என் அன்னையார் அக்குழந்தையிடம் மிக்க வாத் ஸல்யம் உடையவராக இருந்தார். அந்தக் குழந்தை சில வருஷம் வாழ்ந்திருந்து இறந்து போயிற்று. அப்போது என் தாயார் துடி துடித்துப் போனார். அந்தக் குழந்தை இறந்த துக்கம் அவருடைய நெஞ்சில் பல வருஷங்கள் ஆறாமல் இருந்தது. நான் இளம் பருவத்தில் விஷமம் செய்தபோது சில சமயங்களில் என் தாயார் என்னை அடித்து வைவார். அவ்வாறு வையும் சில சமயங்களில் அவர் கூறும் வார்த்தைகள் இறந்துபோன அக் குழந்தையின் பால் அவருக்கு எவ்வளவு பற்று இருந்ததென்பதைப் புலப்படுத்தும். பெண் குழந்தையை இழந்த குறை என் தாயாருக்குத் தீரவே இல்லை; அந்தக் குழந்தைக்குப் பிறகு எனக்குத் தங்கையே பிறக்க வில்லை.

எனக்கு ஐந்தாம் பிராயம் நடைபெற்ற போது வித்தியாப் பியாசம் செய்வித்தார்கள். என் பாட்டனார் அரிச்சுவடி சொல்லித்

தந்தார். முதலில் உத்தமதானபுரத்தில் தெற்கு வடக்குத் தெருவில் இருந்த பள்ளிக்கூடத்தில் நாராயண ஐயரென்பவரிடம் சில மாதங்களும், பிறகு வடக்குத் தெருவில் இருந்த பள்ளிக் கூடத்தில் சாமிநாதையரென்பவரிடம் சில வருஷங்களும் படித்தேன். தமிழில் கீழ்வாயிலக்கம், நெல் இலக்கம் முதலியவற்றையும், வடமொழியில் சில நூல்களும் படித்தேன். பள்ளிக்கூடத்தில் படிப்பதோடு வீட்டிலும் என் பாட்டனார், தந்தையார், சிறிய தகப்பனார் ஆகியவர்களும் எனக்குக் கற்பித்து வந்தனர்.

# 10

## இளமைக் கல்வி

முதலில் உத்தமதானபுரத்தில் எனக்கு உபாத்தியாயராக இருந்த நாராயணையர் சற்றேறக்குறைய முப்பத்தைந்து பிராயம் கொண்டவர்; நல்ல வடிவம் உடையவர். அவரைக் காணும்போது எனக்கும் மற்றப் பிள்ளைகளுக்கும் பயம் உண்டாகும்; பிரம்பை அதிகமாக அவர் உபயோகிப்பார். அவரை நினைக்கும்போதெல்லாம் அவருடைய பிரம்படிதான் எனக்கு ஞாபகம் வருகிறது.

அவரது பள்ளிக்கூடத்தில் அக்கிரகாரத்துப் பிள்ளைகளும் குடியானத் தெருப் பிள்ளைகளும் படித்தார்கள். அடிக்கிற விஷயத்தில் அவர் யாரிடமும் பக்ஷபாதம் காட்டுவதில்லை. பிள்ளைகளுக்குள் பிச்சு என்று ஒருவன் இருந்தான். அவன் தகப்பனார் பணக்காரர். அதனால் அவனுக்குச் சிறிது கர்வமும் தைரியமும் இருந்தன. உபாத்தியாயர் அடிக்கும்போது அவன் திருப்பி அடிக்க முயல்வான். முரட்டுத்தனத்தினால் குழந்தைகளை அடக்கியாள்வது கஷ்டமென்பதை அந்த உபாத்தியாயர் தெரிந்து கொள்ளவில்லை. அவருக்கு அவருடைய கைப்பிரம்பே செங்கோலாக இருந்தது. எல்லாப் பிள்ளைகளும் தம்முடைய தண்டனையை ஏற்றுக் கொள்ளும்போது பிச்சு மாத்திரம் எதிர்த்தால் அவர் சும்மா இருப்பாரா? மேலும் மேலும் கடுமையான தண்டனைகளை விதித்தார். அவன் சிறிதும் அடங்கவில்லை. பிறகு அவனைப் பள்ளிக் கூடத்தை விட்டே நீக்கி விட்டார். "அவன் பெற்ற விடுதலை நமக்கும் கிடைக்காதா?" என்று விரும்பிய பிள்ளைகளும் உண்டு.

பள்ளிக்கூடத் தொல்லையிலிருந்து நீங்கிய பிச்சு பிறகு படிப்பைப் பற்றி நினைப்பதே இல்லை. பிற்காலத்தில் கையெழுத்துப் போடுவதைத்தவிர வேறு ஒன்றும் எழுதவோ படிக்கவோ இயலாதவனாக இருந்தான். பணக்காரப் பிச்சுவையருக்குப் படிப்பிருந்தால் என்ன? இராவிட்டால் என்ன?

நாராயணையர் அரிச்சுவடி, எண்சுவடி முதலியவைகளைத் தான் கற்பிப்பார். அவரிடம் நான் கற்றபின்பு சாமிநாதையரது

பள்ளிக்கூடத்தில் சேர்ந்தேன். அங்கேதான் ஏட்டில் எழுதக் கற்றுக் கொண்டேன். அக்காலத்தில் காகிதம் பள்ளிக்கூடம் வரைக்கும் வரவில்லை. சிலேட்டும் இல்லை. முதலில் மாணாக்கன் மணலில் எழுதிப் பழக வேண்டும். பிறகு அவனே எழுத்தாணியால் ஓலைச் சுவடியில் எழுதக் கற்றுக்கொள்ள வேண்டும்.

சாமிநாதையர் சங்கீதமும் ஸம்ஸ்கிருதமும் தெரிந்தவர். முன்பே அவரைப் பற்றி எழுதியிருக்கிறேன். எனக்கு அவர் சம்க்ஷேப ராமாயணம், விஷ்ணு ஸஹஸ்ரநாமம், நீதி சாரம், அமரம் மூன்று காண்டங்கள் என்பவற்றைப் போதித்தார். அவ்வளவும் எனக்கு மனப்பாடமாக இருந்தன. தமிழும் கணக்கும் கற்பித்தார். அவர் நாராயணையரைப்போல் கடுமையானவர் அல்லர்.

ஆனாலும் அந்தக் காலத்துக் கிராம உபாத்தியாயர்களுக்குப் பிரம்பு ஆடாவிட்டால் மாணாக்கர்கள் படிக்க மாட்டார்களென்ற எண்ணம் பரம்பரையாக இருந்து வந்தது, அவருக்கும் அந்தக் கொள்கை உண்டு.

கிராமத்துப் பள்ளிக்கூடங்களைத் திண்ணைப் பள்ளிக் கூடங் கள் என்றும் சொல்லுவார்கள். அந்தப் பள்ளிக் கூடங்களில் மாணாக்கர்கள் பயிலும் முறையே வேறு. இப்போது அதனை எங்கும் பார்க்க முடியாது.

பிள்ளைகள் யாவரும் விடியற் காலையில் ஐந்து மணிக்கே எழுந்து சுவடித்தூக்கோடு பள்ளிக்கூடத்திற்கு வந்துவிடவேண்டும். சுவடிகளையெல்லாம் வைத்துத் தூக்கிச் செல்லும் கயிறுகள் சேர்ந்த பலகைக்குச் சுவடித்தூக்கென்று பெயர். அந்தத் தூக்கு ஒருவகை உறியைப் போல இருக்கும். தூக்கைப் பள்ளிக்கூடத்தில் ஓரிடத்தில் மாட்டி விட்டுப் பிள்ளைகள் முறைப்படி இருந்து முதல் நாள் நடந்த பாடங்களைப் பாராமல் ஒப்பிக்க வேண்டும். அதற்கு முறை சொல்லுதல் என்று பெயர். அப்போது உபாத்தியாயர் வீட்டிற்குள் படுத்துக் கொண்டிருப்பார்; அல்லது வேறு ஏதேனும் செய்து வருவார். அவரை எதிர்பாராமல் பிள்ளைகள் பாடங்களை முறை சொல்ல வேண்டும். அதை அவர் உள்ளே இருந்தபடியே கவனிப்பார். பெரும்பாலும் திண்ணைப் பள்ளிக்கூடங்கள் உபாத்தியாயரது வீட்டுத் திண்ணையிலேயே இருக்கும்.

ஆறு மணிக்குமேல் பிள்ளைகளெல்லாம் வாய்க்கால் அல்லது குளம் முதலிய இடங்களுக்குப் போய்த் தந்த சுத்தி செய்து தங்கள் தங்கள் குலத்திற்கேற்ற சின்னங்களைத் தரித்துக்கொண்டு ஸந்தியா வந்தனமோ வேறு அனுஷ்டானமோ செய்வார்கள். பிறகு தங்கள் வஸ்திரங்களில் மணலை எடுத்துக்கொண்டு மூஷிகவாகனம், ஸரஸ்வதி ஸ்தோத்திரம் முதலியவற்றைச் சொல்லிக்கொண்டே பள்ளிக் கூடத்திற்கு வருவார்கள். முன்பிருந்த பழைய மணலை அகற்றி விட்டுப் புதிய மணலைப் பரப்புவார்கள்.

எழுதுவதற்குரியவர்கள் அதில் எழுதுவார்கள்; மற்றவர்கள் தங்கள் பாடங்களைப் படிப்பார்கள்.

ஒன்பது மணிக்குப் பிள்ளைகளைப் பழையது (பழைய அமுது) சாப்பிடவிடுவது வழக்கம். அப்பொழுது உபாத்தியாயர் ஒரு பக்கத்தில் வீற்றிருந்து ஒவ்வொரு பிள்ளையின் கையிலும் பிரம்பால் அடித்து அனுப்புவார். பழைய சோற்று ருசியில் பள்ளிக் கூட ஞாபகம் மறக்கக் கூடாதென்பதற்காக அங்ஙனம் செய்வார் போலும்!

பிள்ளைகளுக்குள்ளே கெட்டிக்காரனாகவும் பலசாலியாகவும் இருப்பவனை உபாத்தியாயர் சட்டாம் பிள்ளையாக நியமிப்பார். அவன் புத்திசாலியாக இராவிட்டாலும் பலசாலியாக இருக்க வேண்டியது அவசியம். உபாத்தியாயருக்குப் பிரதிநிதியாகப் பிள்ளைகளை அடக்கி யாள்வதும் பாடம் ஒப்பிக்கக் கேட்பதும் அவன் வேலைகள். அவனிடம் எல்லோரும் அடங்கி நடக்க வேண்டும். சில பிள்ளைகள் அவனுக்கு வேண்டிய தின்பண்டங் களைக் கொடுத்துத் தம் வசப்படுத்தி உபாத்தியாயருடைய பிரியத்தையும் அவன் மூலமாகச் சம்பாதிப்பார்கள். சில சமயங் களில் உபாத்தியாயரது கடுமையைக் காட்டிலும் சட்டாம் பிள்ளை யின் கடுமை அதிகமாக இருக்கும்.

மாணாக்கர்களுக்குள் பழையவர்கள் புதியவர்களுக்குக் கற்பிப்பதும் பள்ளிக்கூட வழக்கங்களில் ஒன்று.

பன்னிரண்டு மணிக்குமேல் மத்தியானச் சாப்பாட்டுக்குப் பிள்ளைகள் வீட்டுக்குச் செல்வார்கள். பிறகு மூன்று மணிக்கு மீண்டும் பாடம் தொடங்கப்படும். இரவு ஏழு மணி வரையிற்கூடப் பள்ளிக்கூடம் நடை பெறுவதுண்டு.

ஒவ்வொரு நாளும் பாடங்கள் முடிந்தவுடன் பிள்ளைகளை வீட்டுக்கு அனுப்பும்போது அவர்களது ஞாபக சக்தியை விருத்தி செய்விப்பதற்காக ஒவ்வொருவருக்கும் பூ, மிருகம், பட்சி, ஊர் இவற்றின் பெயர்களில் வகைக்கு ஒவ்வொன்றை உபாத்தியாயர் சொல்லி அனுப்புவார். அந்தப் பெயர்களை மறுநாள் மறவாமல் வந்து சொல்ல வேண்டும். 'மறந்து போய்விடுவோமோ' என்ற பயத்தால் சில பிள்ளைகள் வீடு சென்றவுடன் தமக்கு உபாத்தியாயர் சொன்ன பொருள்களின் பெயர்களைத் தம் தாய் தகப்பனாரிடம் சொல்லி விடுவார்கள். மறுநாள் விடியற் காலையில் அவர்களிடம் அவற்றைக் கேட்டுத் தெரிந்து கொண்டு வந்து சொல்வார்கள்.

பள்ளிக்கூடத்திற்குக் காலையில் ஐந்து மணிக்கே வந்துவிட வேண்டுமாகையால் துணைக்கு யாரையேனும் பிள்ளைகள் அழைத்து வருவார்கள்; பெரும்பாலும் முதிய ஸ்திரீகளை அழைத்து வருவதே வழக்கம். நேரம் கழித்து வந்தால் பிரம்படி பலமாகக் கிடைக்குமே என்ற பயத்தால் ஒவ்வொருவனும் எல்லோருக்கும்

நற்றிணை பதிப்பகம் ◆ 57

முன்பே வந்துவிட முயல்வான். இவ்வாறு வருவதன் பிரயோசனம் பழையதுக்கு உபாத்தியாயர் வீட்டுக்கு விடும்போது தெரியும். வழக்கப்படி பிள்ளைகளைப் பிரம்பினால் அடித்து அனுப்பும் போது, முதலில் வந்தவன் கையில் பிரம்பினால் தடவி விடுவார்; இரண்டாம் பையனை மெல்ல அடிப்பார். வரவர அடி அதிக மாகும்; பலமாகவும் விழும். இதனால், முதல் நாள் பலமான அடி வாங்கினவன் அதற்குப் பயந்து மறுநாள் எல்லோருக்கும் முன்பே வந்து விடுவான். முதலில் வருபவனை வேத்தான் என்று சொல்வார்கள். வேற்றான் என்னும் சொல்லே அவ்வாறு வந்தது. மற்றவர்களை விட வேறான தனிப் பெருமை உடையவனென்பது அதன் பொருள். உபாத்தியாயரது கைக் கோலின் அடியைப் பெறாமல் தடவுதலை மாத்திரம் பெறுவது ஒரு தனிப் பெருமை யல்லவா?

சில சமயங்களில், 'நாமே இன்று முதலில் வந்து விட்டோம்' என்ற பெருமிதத்தோடு ஒரு பிள்ளை தன் துணைக்கு வந்த பாட்டியோடு பள்ளிக்கூடத்தில் நுழைவான். ஆனால் இவனுக்கு முன்பே ஒருவன் அங்கே இருப்பான். இருட்டில் அவன் இருப்பது இவனுக்குத் தெரியாது. ஆனாலும் தான் முன் வந்ததாக எண்ணி இவன் சந்தோஷப்படக் கூடாதென்னும் நினைவினால் அங்கிருப் பவன் இவன் புகுந்தவுடன் சிறிது கனைப்பான். அப்போது இவனு டைய மகிழ்ச்சி எங்கோ பறந்து போய்விடும்.

பிள்ளைகளுக்கு மணல்தான் சிலேட்டின் ஸ்தானத்தில் இருந்தது. பனையேடுதான் புஸ்தகம். எழுத்தாணியே பேனா. உபாத் தியாயர் எழுதித் தரும் ஏட்டுச் சுவடியிலிருந்து முதலில் நெடுங் கணக்கை (அரிச்சுவடியை)க் கற்றுக் கொள்வான் மாணாக்கன். அப்பால் எண் சுவடி முதலிய சுவடிகள் பெற்றுப் படிப்பான். ஓலை வாரவும், சுவடி சேர்க்கவும், நன்றாக எழுதவும் தெரிந்து கொள்வதற்குப் பல நாளாகும். சுவடியைப் பிரித்து ஒழுங்காகக் கட்டுவதற்குக் கூடப் பழக்கம் வேண்டும். பிள்ளைகளுக்கு எழுத்துப் பழக்கம் உண்டாக உபாத்தியாயர் ஓர் ஓலையில் எழுதித் தருவார். பிள்ளைகள் அதே மாதிரி எழுதிப் பழகுவார்கள். அந்த மூல ஓலைக்குச் சட்டம் என்று பெயர்.

ஏட்டுச் சுவடிகளில் மஞ்சள், ஊமத்தையிலைச்சாறு, வசம்புக் கரி முதலியவற்றைத் தடவிப் படிப்பது வழக்கம், எழுத்துக்கள் தெளிவாகத் தெரிவதற்கும் பூச்சிகள் வராமல் இருப்பதற்கும் அவ்வாறு செய்வார்கள். ஏட்டுச் சுவடிகளுக்குக் குறிப்பிட்ட அளவு ஒன்றும் இல்லை. வெவ்வேறு அளவில் அவை இருக்கும். சுவடி களில் ஒற்றைத் துவாரம் இருக்கும். ஒரு நூற் கயிற்றைக் கிளிமூக்கு என்ற ஒன்றில் முடிந்து சுவடியின் துவாரத்தின் வழியே செலுத்தி அதைக் கட்டுவார்கள். பனையோலையை நரம்போடு சேர்த்துச் சிறுசிறு துண்டுகளாக நறுக்கிக் கிளி மூக்குகளாக உபயோகப்

படுத்துவார்கள். கிளிமூக்கிற்குப் பதிலாகப் பொத்தானையோ, துவாரம் பண்ணின செம்புக் காசையோ, சோழியையோ முடிவதும் உண்டு. ஏடுகளின் ஆரம்பத்திலும் இறுதியிலும் வெற்றேடுகள் சில சேர்த்திருப்பார்கள்.

எழுத்தாணிகளில் குண்டெழுத்தாணி, வாரெழுத்தாணி, மடக் கெழுத்தாணி என வெவ்வேறு வகை உண்டு. வாரெழுத்தாணிக்குப் பனையோலையினாலே உறைசெய்து அதற்குள் செருகி வைப்பார் கள். மடக்கெழுத்தாணிக்குப் பிடி இருக்கும்; மடக்கிக் கொள்ளலாம், அந்தப்பிடி மரத்தினாலோ தந்தத்தினாலோ மாட்டுக் கொம்பி னாலோ அமைக்கப்படும்.

ஒரு பையன் புதியதாக ஒரு நூலைப் படிக்கத் தொடங்கு வதைச் சுவடி துவக்கல் என்பார்கள். பனையோலையில் அந்த நூலை எழுதி மஞ்சள் தடவி விநாயக பூஜை முதலியவற்றைச் செய்து பையனிடம் கொடுத்து உபாத்தியாயர் படிப்பிப்பார். அவன் வீட்டிலிருந்து வந்த காப்பரிசி நிவேதனம் செய்யப்படும். அது தேங்காய்த் துண்டு, எள்ளு, வெல்லம் இவைகள் சேர்க்கப் பெற்று மிகச் சுவையாக இருக்கும். அதைப் பிள்ளைகளுக்கும் பிறருக்கும் விநியோகம் செய்வார்கள். அன்றைத் தினம் பள்ளிக்கூடத்திற்கு விடுமுறை நாளாகும்.

சுவடி துவக்கலென்றால் பிள்ளைகளுக்கு அளவற்ற சந்தோஷம் உண்டாகும். புதிய நூலைக் கற்பதனால் உண்டாவதன்று அது; “காப்பரிசி கிடைக்கும்; பள்ளிக்கூடம் இராது” என்ற ஞாபகமே அதற்குக் காரணம்.

பௌர்ணமி, அமாவாசை, பிரதமை, அஷ்டமியாகிய தினங் களில் பள்ளிக்கூடம் நடைபெறாது. அந்த விடுமுறை நாட்களை ‘வாவு’ என்று சொல்வார்கள். உவா என்பதே அவ்வாறு மருவியது. உவா என்பது பௌர்ணமிக்கும் அமாவாசைக்கும் பெயர்.

ஒவ்வொரு பிள்ளையும் தினந்தோறும் உபாத்தியாயருக்கு ஏதேனும் ஒரு பொருள் கொண்டு வந்து கொடுப்பான்; ஒரு விறகோ, வறட்டியோ, காயோ, பழமோ தருவது வழக்கம். விசேஷ தினங்களில் அந்த விசேஷத்திற்கு உபயோகப்படும் பொருள்களைத் தருவார்கள். விடுமுறை நாட்களில் பணமும் கொடுப்பதுண்டு. அதை ‘வாவுக் காசு’ என்று சொல்லுவர்.

உபாத்தியாயருக்கு மாதம் கால் ரூபாய் சம்பளம் ஒவ்வொரு பையனும் கொடுப்பான். பணக்காரர்கள் வருஷாசனமாக நெல் கொடுப்பார்கள். விசேஷ காலங்களில் மரியாதையும் செய்வார்கள். நவராத்திரி காலங்களில் உபாத்தியாயருக்கு ஒரு வகையான வரும் படி உண்டு. அந்த உத்ஸவத்தை ‘மானம்பூ’ என்று சொல்வார்கள்; மகா நோன்பு என்னும் சொல்லே அந்த உருவத்தை அடைந்தது. அக்காலத்தில் பிள்ளைகள் நன்றாக அலங்கரித்துக் கொண்டு

வந்து பாட்டுப் பாடுவார்கள்; கோலாட்டம் போடுவார்கள். அதற்கெனவே தனியே பாட்டுக்கள் உண்டு. ஒவ்வொருவர் வீட்டுக்கும் பிள்ளைகளை அழைத்துச் சென்று பாடச் செய்வது உபாத்தியாயர் வழக்கம். வெளியூருக்கும் அழைத்துச் செல்வது உண்டு. அவரவர்கள் தங்கள் தங்கள் நிலைமைக்குத் தக்கபடி பணம் தருவார்கள். இந்தப் பணம் முழுவதையும் உபாத்தியாயர் எடுத்துக் கொள்வார். மானம்பூ வருவாயினால்தான் உபாத்தியாயர்கள் தங்கள் வீட்டுக் கல்யாணம் முதலிய காரியங்களைச் சிறப்பாக நடத்துவார்கள்.

உபாத்தியாயருக்கு அக்காலத்தே கணக்காயரென்ற ஒரு பெயருண்டு. கிராமத்து ஜனங்கள் உபாத்தியாயரிடம் மரியாதையோடு பழகுவார்கள். பிள்ளைகளை அவர் என்ன செய்தாலும் அது குறித்து வருத்தமடைய மாட்டார்கள். அவரைக் கேட்கவும் மாட்டார்கள். வீட்டில் விஷமம் செய்யும் பிள்ளைகளை உபாத்தியாயரிடம் சொல்லி அடக்குவார்கள். இளமைப் பருவம் முழுவதும் பிள்ளைகள் உபாத்தியாயருடைய ஆட்சியின் கீழ் இருக்கவேண்டும். அவரையே தெய்வமாக மதிப்பதும் இன்றியமையாத வேளைகளில் அவர் வீட்டு வேலைகளைச் செய்வதும் மாணாக்கர்களுக்கு இயல்பு.

பள்ளிக்கூடத்தில் உபாத்தியாயர் செய்விக்கும் தண்டனைகள் மிகவும் கடுமையானவை. அவரது பிரம்படி ஒன்றினாலேயே மாணாக்கர்கள் கதிகலங்குவார்கள். விட்டத்தில் கயிற்றைக் கட்டி அதைப் பிடித்துத் தொங்கிக் கொண்டு சில நேரம் இருக்கும்படி செய்வது ஒரு தண்டனை. அதைக் கோதண்டம் என்று கூறுவர். அப்படிப் பையன் தொங்கும் போது கீழிருந்து உபாத்தியாயர் அவனது காலில் அடிப்பதும் உண்டு. நான் ஒரு முறை இந்தத் தண்டனையை அடைந்திருக்கிறேன். பாடம் நன்றாய்ச் சொன்னவனைச் சொல்லாதவன் முதுகில் ஏறச் செய்து பிற்பகலில் பிள்ளைகளைச் சுற்றி வரச்செய்வது வழக்கம். அதற்குக் குதிரையேற்றம் என்று பெயர். அவ்விதம் நான் ஒரு முறை சவாரி செய்திருக்கிறேன்.

இவ்வாறு மாணாக்கர்கள் மனத்தில் அச்சத்தை உண்டாக்கிக் கல்வி புகட்டும் இந்த வழக்கம் இக்காலத்தில் யாவராலும் கண்டிக்கப்படுகிறது. அக்காலத்தில் பெரும்பாலான திண்ணைப் பள்ளிக்கூடங்கள் இந்த முறையில் தான் நிகழ்ந்து வந்தன. அடிக்குப் பயந்தாவது பையன் படித்து வந்தான். அவனுக்குப் பல விஷயங்கள் மனனம் ஆகும்.

காகிதம், புஸ்தகம் என்பவை வழக்கத்தில் வராத அக்காலத்தில் மாணாக்கனுக்கு ஞாபக சக்தியை அபிவிருத்தி செய்வதற்கு உபாத்தியாயர்கள் சிரமப்படுவார்கள். ஒரு மனிதன் தன் வாழ்க்கைக்கு அடிப்படையான விஷயங்களை இளமையில் பள்ளிக்

கூட வாழ்வில் மனப்பாடமாகத் தெரிந்து கொள்வான். எண் சுவடியிலுள்ள கீழ்வாயிலக்கம், மேல்வாயிலக்கம், குழிமாற்று, நெல் இலக்கம் முதலிய வாய்ப்பாடுகள் பெரிய வியாபாரிகள் தங்கள் வியாபாரத்தை நடத்துவதற்கும், ஜனங்கள் பெரிய உத்தியோகங் களை வகிப்பதற்கும் உரிய வழியைப் புலப்படுத்தின. எல்லாம் பெரும்பாலும் மனக் கணக்காகவே இருக்கும். அக்காலத்தில் பள்ளிக்கூடத்தில் பிரபவாச் சுவடி (பிரபவாதிச் சுவடி) என்ற ஒரு புஸ்தகம் பாடமாக இருந்தது. அதில் வருஷங்கள், மாதங்கள், நட்சத்திரங்கள், யோகம், கரணம், ராகு காலம், குளிகை காலம், யமகண்டம் முதலிய சோதிட விஷயங்களும், லோகங்கள், சக்கரவர்த்திகள், மன்வந்தரம், தீவுகள் முதலிய பல விஷயங்களும் இருக்கும். அவற்றை நன்றாக மனப்பாடம் பண்ணிக் கொண்ட மாணாக்கன் பிறகு பல சந்தேகங்களை ஆசிரியரின்றியே தெரிந்து கொள்ளும் சக்தியைப் பெறுவான்.

பண்டிகை நாட்களில் பிள்ளைகள் யாவரும் ஒன்றாகச் சேர்ந்து கோயிலுக்குச் செல்வார்கள். ஆடி மாதம் பதினெட்டாந் தேதியில் பழஞ் சுவடிகளை எல்லாம் சேர்த்து அழகான ஒரு சப்பரத்தில் வைத்து மேள தாளத்துடன் இழுத்துச் சென்று ஆற்றிலோ குளத்திலோ விடுவார்கள். பிள்ளையார் சதுர்த்தியன்று ஏழு பிள்ளையாரைத் தரிசிக்க வேண்டுமென்பது ஒரு சம்பிரதாயம். ஸ்ரீ ஜயந்தியிலும் சிவராத்திரியிலும் பிள்ளைகள் சேர்ந்து பாடிச் சென்று வீடு தோறும் எண்ணெய் தண்டி இரவில் கண் விழித்துப் பாடிக் கொண்டும் கதை சொல்லிக் கொண்டும் வேடிக்கையாகப் பொழுது போக்குவார்கள்.

## 11

## விளையாட்டும் வித்தையும்

விடுமுறை நாட்களில் நான் உடன்படிக்கும், பிள்ளைகளோடு விளையாடுவது வழக்கம். ஆயினும், என் தந்தையார் காணாமல் விளையாடுவேன். கண்டால் அடித்து விடுவாரென்ற பயம் இருந்தது. நான் பள்ளிக்கூடத்தில் படிப்பதோடு வீட்டிலும் எப்போதும் படிக்க வேண்டுமென்பது அவரது நினைவு.

என் சிறிய தகப்பனார் எனக்கு வீட்டில் பாடம் சொல்லித் தந்தார். அவர் நயமாகக் கற்பிப்பார். என் பாட்டனாரும் கற்பிப்ப துண்டு; அவர் வார்த்தைகளால் கடிந்து கொண்டு போதிப்பார்; சில சமயம் அடிப்பார். என் தந்தையாரோ கற்பிக்கும் போதெல் லாம் அடிப்பார்; வைவார்; அவரிடம் கற்றுக்கொள்வதைவிட அடிபடுவதுதான் அதிகமாக இருக்கும். அப்பொழுது என் தாயார் வந்து, “குழந்தையை ஏன் இப்படி அடிக்கிறீர்கள்?

அடிக்க வேண்டாம்” என்று கூறுவார். அந்த வேண்டுகோள் என் தந்தையாருக்குப் பின்னும் கோபத்தையே உண்டாக்கும்.

பிள்ளைகளோடு பிள்ளையார் பந்து, கிட்டுப்புள், பாண்டி, பட்டம் விடுதல் முதலிய விளையாட்டுக்களை விளையாடுவேன். வீட்டிலிருந்தபடியே ஒட்டி, பல்லாங்குழி, பதினைந்தாம் புள்ளி முதலிய ஆட்டங்களும் ஆடுவேன்.

## ஜலகண்டம்

எனக்கு நீச்சல் தெரியாது. வாய்க்காலிலும் குளத்திலும் என் தோழர்கள் நீந்தி விளையாடுவதைப் பார்க்கும்போது எனக்கு அவர்களிடம் பொறாமை உண்டாகும். அவர்கள் நீந்துவதை வேடிக்கை பார்ப்பதோடு நிற்பேன். ஆயினும் ஒருமுறை பிள்ளைகளோடு சேர்ந்து எங்கள் ஊர்க் குளத்தில் நீராடிக்கொண்டிருந்த போது ஆழத்திற்குச் சென்று மூழ்கி விட்டேன். ஒருவர் வந்து என்னை எடுத்தார். என் தாயார் என் ஜாதகத்தில் எனக்கு மூன்று ஜல கண்டங்கள் ஏற்படுமென்று இருப்பதாகச் சொல்வார். அன்று நான் மூழ்கியதே முதற் கண்டம். பிறகு பட்டீச்சுரத்திலும், அவிநாசியிலும் இரண்டு முறை நான் ஜலகண்டத்திற்கு உட்பட்டு மீண்டேன்.

## சங்கீத அப்பியாசம்

எனக்கு ஆறாம் பிராயம் நடக்கும்போதே சங்கீதத்தில் பிரியம் உண்டாயிற்று. எங்கள் குடும்பத்திற்குச் சொந்தமான அந்த வித்தையில் இயல்பாகவே எனக்கு விருப்பம் இருப்பதை அறிந்து என் சிறிய தந்தையார் சரளி வரிசை சொல்லித் தந்தார். அவரும் என் தந்தையாரும் பாடுவதைக் கேட்டுக் கேட்டு அவ்வாறே பாட முயன்று பார்ப்பேன்.

## சித்திரப் பழக்கம்

சித்திரம் எழுதுவதிலும் எனக்கு இயற்கையாகவே ஒரு முயற்சி இருந்து வந்தது. காகிதங்களைப் பலவிதமான பூக்களைப் போலக் கத்தரித்து அமைக்கும் பழக்கமும் உண்டாயிற்று. பலவகையான மிருகங்களையும் பறவைகளையும் போல எழுதுவேன்; அன்ன பட்சி போலவும் யானை போலவும் வரைவேன். சில தெய்வங்களின் படங்களையும் எழுதுவேன். எந்தக் கோயிலுக்குப் போனாலும் அங்கேயுள்ள சித்திரங்களில் என் கருத்துச் செல்லும். ஒவ்வொன்றையும் கவனித்து ஆராய்வேன்.

இராத்திரி காலங்களில் எங்கள் ஊரில் நடைபெறும் புராணக் கதைகளைக் கேட்பதனாலும், என் சிறிய தகப்பனாரது போதனையினாலும் எனக்குச் சில புராண வரலாறுகள் தெரிந்தன. அந்த அறிவினால் கோயிலிலுள்ள சித்திரங்களைக் கண்டு தெளிந்து இன்புறும் உணர்ச்சி ஏற்பட்டது.

ஒரு சமயம் என் தந்தையார் என்னையும் என் தாயாரையும் அழைத்துக்கொண்டு சுவாமிமலைக்குப் போனார். அங்கே கோயிலுக்குச் சென்று ஸ்வாமி தரிசனம் செய்தோம். கோயிலில் பாவு கல்லிலே பல சித்திரங்கள் அழகாக எழுதப் பெற்றிருந்தன. நானும் தந்தையாரும் பிறரும் அவற்றைக் கவனித்து வந்தோம். ஒரு சித்திரத்தில் ஒரு பெரியவர் கை கட்டி வாய் புதைத்து வணக்கக் குறிப்புடன் நின்றிருந்தார். அருகில் ஒரு குழந்தை ஆசனத்தில் உட்கார்ந்திருந்தது. 'இந்தப் படம் எதைக் குறிக்கின்றது?' என்று என் தகப்பனார் யோசித்தபடியே அதை உற்றுக் கவனித்தார். நான், 'சுப்பிரமணிய சுவாமி பரமசிவனுக்கு உபதேசம் செய்ததாக இருக்கலாமோ?" என்று சொன்னேன். என் தகப்பனார் முகத்தில் சந்தோஷம் பொங்கியது; என்னை எடுத்து அணைத்துக் கொண்டார். முருகக் கடவுள் சிவபெருமானுக்கு உபதேசம் செய்த அவசரமே சுவாமி மலையில் உள்ள ஐதிஹ்யம்.

உத்தமதானபுரத்தில் இரண்டு நந்தவனங்கள் இருந்தன. நானும் வேறு சில பிள்ளைகளும் அங்கே சென்று எங்கள் வீட்டுப் பூஜைக்கு வேண்டிய பத்திர புஷ்பங்களை எடுத்துவந்து கொடுப்போம்.

## மாதாமகர் உபதேசம்

இடையிடையே என் தாயார் தம்முடைய பிறந்தகமாகிய சூரிய மூலைக்கு என்னை அழைத்துச் சென்று வருவார். அப்போது இடை வழியில் என் பெரிய தாயார் இருந்த தியாக சமுத்திரத்திலும், சிறிய தாயார் இருந்த கோட்டூரிலும் தங்கிச் செல்வோம். சூரிய மூலையில் என் மாதாமகருடைய நித்திய கர்மானுஷ்டானங்களையும் சிவ பூஜையையும் சாந்தமான இயல்பையும் கவனித்த போது எனக்கு அவரிடத்தில் பக்தி உண்டாயிற்று. அவர் பூஜையை முடித்துக் கொண்டு பகல் இரண்டு மணிக்கு உண்பார்; அப்போது அவரோடு நானும் உண்பேன். அவ்வாறு உண்ணும்போது எனக்கு ஒருவித இன்பம் உண்டாகும்; உடம்பில் ஒரு புதிய வேறுபாடு தோற்றும். தெய்வப் பிரஸாதத்தை உண்ணுகிறோமென்ற நினைவே அதற்குக் காரணம். அவருடைய தூய்மை என் உள்ளத்தைக் குளிரச் செய்தது.

விடியற் காலத்திலும் பிற்பகலிலும் இரவிலும் அவர் செய்து வந்த சிவநாம ஸ்மரணை என் காதில் விழும்; அது மெல்ல மெல்ல என் உள்ளத்திலும் இடங்கொண்டது. நானும் அதில் ஈடுபட்டு ஓய்ந்த நேரங்களில் சிவ நாமத்தைச் சொல்லி வரலானேன்.

ஒரு நாள் நான் சிவ நாமம் சொல்லிக்கொண்டிருந்தபோது என் மாதாமகராகிய கிருஷ்ண சாஸ்திரிகள் அதனை அறிந்து வியந்தார். அப்போது என்னிடத்தில் அவருக்குக் கருணை பிறந்தது. உடனே மிருத்தியுஞ்சய ஸ்தோத்திர சுலோகங்கள் பதினாறையும் எனக்கு உபதேசித்தார்; மார்க்கண்டேயர் அந்த மந்திரத்தால் சிரஞ்

சீவியாக வாழலானாரென்ற புராண வரலாற்றையும் கூறி, "அப்பா, இந்த மந்திரங்களைத் தினந்தோறும் சூரியாஸ்தமனத்திற்குப் பின்பு ஒவ்வொரு சுலோகமாகச் சொல்லி ஈசுவரத் தியானம் செய்து நமஸ்காரம் செய்வாயானால் நல்ல சௌக்கியம் ஏற்படும்; ஆயுர் விருத்தியும் உண்டாகும்" என்று கட்டளையிட்டார். அப்படியே நாள்தோறும் செய்யத் தொடங்கினேன் சில வருஷங்களுக்கு முன்பு வரையில் நமஸ்காரம் செய்ய முடிந்தது. சில காலமாகச் சுலோகத்தை மாத்திரம் சொல்லி வருகிறேன்.

## இங்கிலீஷ் எழுத்துக்கள்

என் இளமைக் காலத்தில் கிராமங்களுக்கு இங்கிலீஷ் படிப்பு வரவில்லை, நகரங்களில் சில பள்ளிக்கூடங்களில் இங்கிலீஷ் கற்றுத் தந்தார்கள். இங்கிலீஷ் தெரிந்தவர்களுக்கு அளவற்ற மதிப்பு இருந்தது. அரை குறையாகத் தெரிந்து கொண்டவர்களுக்குக்கூட எளிதில் ஏதேனும் வேலை கிடைக்கும்.

கிராமப் பள்ளிக்கூடங்களில் தமிழ் எண்களே வழக்கத்தில் இருந்தன. நான் இளமையில் அவற்றையே கற்றுக் கொண்டேன்.

உத்தமதானபுரத்தில் நாங்கள் இருந்தபோது எனக்கு உபாத்தியாயராக இருந்த சாமிநாதையர் வீட்டிற்கு அவருடைய பந்து ஒருவர் அடிக்கடி வருவார். அவருக்குச் சிவஸ்வாமி ஐயரென்று பெயர். அவர் இங்கிலீஷ் படித்தவர். அவர் வந்த காலத்தில் என் உபாத்தியாயர் அவரிடம் சொல்லி எனக்கு இங்கிலீஷ் எழுத்துக்களை கற்பிக்கும்படி கூறினர். அப்படியே அவர் கற்பிக்க நான் அவற்றைக் கற்றுக்கொண்டேன். இங்கிலீஷ் எண்களையும் (1, 2 முதலியவற்றையும்) அவரிடமே தெரிந்து கொண்டேன்.

இங்கிலீஷ் எழுத்துக்களைத் தெரிந்து கொண்ட போது எனக்குள் இருந்த பெருமிதம் இவ்வளவென்று சொல்ல முடியாது. அந்த எழுத்துக்கு அவ்வளவு பிரபாவம் இருந்தது. வெறும் எழுத்துக் களைத் தெரிந்து கொண்ட மாத்திரத்தில் பெருமை பாராட்டுவதும், கையெழுத்து மாத்திரம் இங்கிலீஷில் போடத் தெரிந்து திருப்தி யடைவதும் அக்காலத்தில் அதிகமாகக் காணப்பட்டன.

எனக்கு இங்கிலீஷ் எழுத்துக்களைச் சொல்லித் தந்த சிவ ஸ்வாமி ஐயர் பிற்காலத்தில் திருவனந்தபுரம் ஸமஸ்தானத்தில் தக்க உத்தியோகத்தைப் பெற்று வாழ்ந்தனர்.

## பாட்டியார் பாட்டனார் பிரிவு

எனக்கு ஆறாம் பிராயம் நடந்தபோது என் பாட்டியார் மிக்க அசௌக்கியத்தை அடைந்தார். ரௌத்திரி வருஷம் வைகாசி மாதம் (1860) அவர் தேக வியோகமானார். அதற்குச் சரியாக ஒரு வருஷத்திற்குப்பின், அதாவது துன்மதி வருஷம் வைகாசியில் (1861)

என் பாட்டனார் உலக வாழ்வை நீத்தார். பாட்டனார் பாட்டியார் இருவரும் முதுமையும் தளர்ச்சியும் உடையவர்களாகவே இருந்தனர். பெரும்பாலும் பாட்டனாரே முந்தி இறந்து விடுவார் என்று எண்ணினோம். நல்ல வேளையாகப் பாட்டியார் முந்திக் கொண்டார். சுமங்கலியாக இறந்து போவதைப் பெரும் பேறாகக் கருதுவது நம் நாட்டு வழக்கம் அல்லவா? என் பாட்டியாரது மரணம் அவருக்கு ஒரு புகழை உண்டாக்கியது; "கொடுத்து வைத்த மகராஜி; தாலியோடும் மஞ்சள் குங்குமத்தோடும் போனாள்" என்று ஊரினர் சொல்லிக் கொண்டனர்.

பாட்டனார் இறந்தபோது அபரக் கிரியைகளெல்லாம் முறை யாக என் தந்தையார் செய்தார். தாய் தந்தை இருவருடைய மரணத் தாலும் அவருக்கு அதிகச் செலவு ஏற்பட்டது. "அன்ன விசாரம் அதுவே விசாரம்; அது ஒழிந்தாற் சொன்ன விசாரந் தொலையா விசாரம்" என்று பட்டினத்தார் கூறியிருக்கிறார். என் தந்தையார் நிலை அப்படித்தான் இருந்தது. குடும்ப ஸம்ரக்ஷணைக்கு வேண்டிய பொருளைத் தேடும் முயற்சிக்கு இடையிடையே விசேஷச் செலவு கள் வந்து விடுவதனால் கவலைக்கு உள்ளானார். தம் பெற்றோர்கள் ஊரில் இருக்கவேண்டுமென்று விரும்பியது காரணமாகவே உத்தம தானபுரம் வந்தவராதலின், அவ்விருவருடைய காலமும் ஆனபிறகு, "இனி நாம் பழையபடியே அரியிலூருக்குப் போய்க் காலக்ஷேபம் செய்தால் தான் ஒருவாறு கஷ்டம் நீங்கும்" என்ற எண்ணம் அவருக்கு உண்டாயிற்று.

### அரியிலூர்ப் பிரயாணம்

உறவினர்களெல்லாம் அவரிடம் பற்றுடையவர்கள். ஊரை விட்டு அவர் செல்லுவதில் அவர்களுக்கு மனமில்லை. "மாதம் மாதம் செய்ய வேண்டிய கிரியைகளை இங்கே இருந்து நடத்தி ஆப்திக சிராத்தத்தையும் செய்துவிட்டுப் பிறகு போகலாமே" என்று சிலர் சொன்னார்கள்.

"அவை கிரமமாக நிறைவேற வேண்டுமானால் பணம் வேண்டாமா? அங்கே போனால் பணம் சம்பாதிக்கலாம்" என்று கூறி எந்தையார் தம் தம்பியாரை மட்டும் உத்தமதானபுரத்தில் வைத்து விட்டு என்னையும் என் தாயாரையும் அழைத்துக்கொண்டு அரியிலூரை நோக்கிப் புறப்பட்டனர்.

குடமுருட்டி நதியைக் கடந்து வடக்கே செல்லுகையில் எதிரே எங்கள் பந்துவாகிய முதியவர் ஒருவர் வந்தார். என் தந்தையார் ஊரை விட்டுச் செல்வதைக் காண அவர் மனம் சகிக்கவில்லை. "நீ உங்கள் வீட்டைத் தம்பி கையில் ஒப்பித்துவிட்டுப் போவது ஸ்ரீ ராமன் ராஜ்யத்தை விட்டு அயோத்தியிலிருந்து சீதையோடும் லக்ஷ்மணனோடும் போனதைப் போல இருக்கிறது" என்று அவர்

சொல்லி வருத்தமடைந்தார். என் தந்தையாருடைய இராமாயணப் பிரசங்கத்தில் அவர் ஈடுபட்டவர். அவருக்கு இராமாயணச் செய்தியே உபமானமாகத் தோன்றியது.

பெரிய திருக்குன்றத்தில் என் அத்தை இருந்தமையால் அங்கே நாங்கள் சில நாட்கள் தங்கினோம். அப்பால் துன்மதி வருஷம் ஐப்பசி மாதம் (1861) அரியிலூர் போய்ச் சேர்ந்தோம்.

# 12

## அரியிலூர் ஞாபகங்கள்

அரியிலூரில் முன்பு நாங்கள் இருந்த வீடு பாதுகாப்பின்மையால் சிதைந்து போயிற்று. அதனால் பெருமாள் கோயில் சந்நிதிக்கு நேர் வடக்கில் தெற்கு வடக்காக உள்ள தெருவில் கீழ் சிறகில் வைத்தியநாதையரென்பவருடைய வீட்டில் இருந்து வந்தோம்.

எங்கள் வரவைக் கேட்ட பழைய அன்பர்கள் மிக்க குதூகலம் அடைந்தனர். பலர் வந்து என் தந்தையாரைப் பார்த்து அன்போடு வார்த்தையாடிச் சென்றனர். அப்போது எனக்கு ஏழாம் பிராயம் நடந்து வந்தமையால் உலகத்துக் காட்சிகளும் நிகழ்ச்சிகளும் நன்றாக மனத்திற் பதிந்தன. நான் அக்காலத்திற் கண்ட இடங்களும் பார்த்த மனிதர்களும் நிகழ்ந்த நிகழ்ச்சிகளும் எனக்குப் புதிய சந்தோஷத்தையும் ஊக்கத்தையும் அளித்தன. அரியிலூர்தான் எனக்குப் பெரிய நகரம். அந்த ஊர் ஜமீன்தார் தான் கதைகளில் கேட்ட ராஜா. அங்கிருந்த அன்பர்களே பழைய வரலாறுகளில் வரும் உபகாரிகள்.

### பழங் கணக்கு

அரியிலூரென்பது அரியிலென்றும் வழங்கும். அரிக்கு இல்லாக இருத்தலின் அப்பெயர் வந்தது. அரியதிருமால்; இல்=இருப்பிடம். இந்த ஸமஸ்தானம் அக் காலத்தில் அவரோகண நிலைமையில் இருந்தது. புதிய பெருமை இல்லாதவர்கள் பழம் பெருமை அதிகமாகப் பாராட்டிக் கொள்வது உலக இயல்வு. 'பசித்தவன் பழங்கணக்குப் பார்ப்பதுபோல்' என்ற பழமொழி அதை விளக்கத்தான் எழுந்தது. ஆதலின் அக்காலத்தில் அரியிலூர் ஸமஸ்தானம் உயர்ந்த நிலையில் இராவிட்டாலும் அதன் பழைய வரலாறுகள் மிக்க பெருமையோடு யாவராலும் சொல்லப்பட்டு வந்தன. அச்சரித்திரங்கள் எனக்கு மிக்க சுவையுள்ளனவாகத் தோன்றும். நான் முதன் முதலாகத் தெரிந்து கொண்ட சரித்திரச் செய்திகளாதலால் அவற்றில் என் மனம் ஈடுபட்டது.

அரியிலூர் ஒரு ஸமஸ்தானத்தின் தலைநகரமாகையால் தமிழ்நாட்டு ஸமஸ்தானங்களைப் போலவே வீரர், புலவர்,

உபகாரிகள் ஆகியவர்களுடைய தொடர்பு கொண்டது. ஒவ்வொரு ஸமஸ்தானத்திலும் ஜனங்கள் மனத்தைக் கவரும் இயல்புள்ள சரித்திர வரலாறுகள் உண்டு. அரியிலூர் ஸமஸ்தான சம்பந்த மாகவும் அத்தகைய வரலாறுகளுக்குக் குறைவில்லை.

அரியிலூர் உள்ள நாட்டுக்குக் குன்ற வளநாடென்பது பழம் பெயர். அதைக் குன்றையென்றும் சொல்வார்கள். அரியிலூர் ஜமீன்தார்களுக்கு 'ஒப்பில்லாதவள்' என வழங்கும் தேவி குல தெய்வம். அத்தேவியின் அடியவர்களாதலின் அவர்களுக்கு ஒப்பிலாத மழவராயரென்பது குடிப் பெயராக அமைந்தது. மழவ ராயரென்பதற்கு வீரர் தலைவர் என்பது பொருள். மழவர்கள் என்பார் தமிழ்நாட்டிற் பழங் காலத்தில் இருந்த சிறந்த வீரர்களில் ஒரு வகையினர்.

அந்தகக் கவி வீரராகவ முதலியார் இந்த ஊருக்கு வந்து பரிசு பெற்றுச் சென்றார். அக்காலத்தில் இங்கே ஜமீன்தாராக இருந்தவர் கிருஷ்ணைய ஒப்பிலாத மழவராயரென்பவர்.

## படியளந்த ஜமீன்தார்

கிருஷ்ணைய ஒப்பிலாத மழவராயர் ஏழைகளுக்கு இரங்கும் தன்மையினர். புலவர்களை ஆதரிக்கும் வள்ளல். தினந்தோறும் தம்மிடம் விருந்தினர்களாக வந்தவர்களுக்கும் மற்றவர்களுக்கும் வேண்டிய பொருளை வழங்குவதை முதற்கடமையாகக் கொண் டனர். அவரவர்களுக்கு வேண்டியவைகளை அளந்து தரச் செய்த னர்.

கவி வீரராகவ முதலியார் வந்த காலத்தில் ஜமீன்தார் படி யளந்து கொண்டிருப்பதை அறிந்தார். பல பேர்களுக்கு வழங்க வேண்டியிருந்தமையின் நெடுநேரமாயிற்று, அதை உணர்ந்த கவிஞ ருக்குப் பெருவியப்பு உண்டாயிற்று. 'ஏதேது! இன்றைக்கு லக்ஷம் பேருக்குப் படி அளந்திருப்பார்போல் இருக்கிறதே' என்று நினைத் தார். கவிஞர் நினைப்பதற்கும் மற்றவர்கள் நினைப்பதற்கும் வித்தி யாசம் இல்லையா? அவர் நினைப்பு ஒரு கவியாக மலர்ந்தது, 'இந்த ஒப்பில்லாத மழவராயருக்கு மகாவிஷ்ணு ஒப்பாவரோ? திருமால் அளந்தது மூன்றுபடியே (படிஉலகம்) இவர் அளப்பது ஒரு நாளைக்கு லக்ஷம் இருக்குமே' என்ற பொருளுடையது அந்தச் செய்யுள்:

"சேயசெங் குன்றை வருமொப்பி லாதிக்குச் செங்கமலத்
தூயசெங் கண்ணன் இணையொப்ப னோதண் துழாயணிந்த
மாயன் அளக்கும் படிமூன்று க்ருஷ்ணைய மாமழவ
ராயன் அளக்கும் படியொரு நாளைக் கிலக்கமுண்டே."

இத்தகைய வரலாறுகள் பல உண்டு.*

அரியிலூரில் ஒரு கோட்டையும் அதற்குள் ஓர் அரண்மனையும் இருந்தன. அவை இடிந்து போயின. கோட்டைக்குப் பாதுகாப்பாக இருந்த கோட்டைமுனி என்ற தெய்வத்தின் கோயில் இன்றும் இருக்கிறது. இந்த ஸமஸ்தானத்துக்குத் தனியே படைகள் இருந்தன. இப்போதும் இவ்வூரில் தளகர்த்த பிள்ளை வீடென்று ஒரு வீடுண்டு.

அதில் முன்பு படைத்தலைவர் வசித்திருந்தார். அதனால்தான் அப்பெயர் வந்தது. ஸ்தானாதிபதி குமாரசாமி பிள்ளை என்பவரது வீடொன்று உள்ளது. இவை இவ்வூரின் பழம் பெருமையைக் காட்டும் அடையாளங்கள்.

## குளங்களும் கோயில்களும்

இவ்வூரில் செட்டி குளம், குறிஞ்சான்குளம் என இரண்டு பெரிய குளங்கள் உள்ளன. குறிஞ்சான் குளக்கரையில் அரசு நட்ட பிள்ளையார் கோயில் என்ற ஆலயம் இருக்கிறது. அந்தப் பிள்ளையார் சம்பந்தமாகவும் ஒரு கதை உண்டு: ஒரு ஜமீன்தார் தம்முடைய பகையரசருக்குப் பயந்திருந்தாராம். அப்பால் ஒருவாறு தைரியமடைந்து பகைவர்களை எதிர்க்கச் சென்றார். செல்லும்போது அந்த விநாயகரை வேண்டிக்கொண்டு சென்றாராம். பகைவர்களுடன் நடத்திய போரில் அவர் வென்றார். விநாயகருடைய திருவருள்தான் தமக்குப் பலமாக இருந்ததென்று நம்பினார். அந்தப் பிள்ளையாருக்குக் கோயில் அமைத்துப் பூஜை செய்வித்தார். அவரது அரசைப் பகைவர் கையில் சிக்காதபடி பாதுகாத்து நிலைநாட்டியமையால் விநாயகருக்கு அரசு நட்ட பிள்ளையார் என்ற திருநாமம் வழங்கலாயிற்று. அந்த ஜமீன்தார் பிறகு அரசு நட்டான் ஏரி என்பதையும் அருகில் வெட்டுவித்தார்.

குறிஞ்சான் குளத்துத் தென் கரையில் மீனாட்சி மண்டபமென்ற இடத்தில் விநாயகர் கோயிலும் சிவ விஷ்ணு ஆலயங்களும் உள்ளன. அம்மண்டபம் முதலியன இந்த ஸமஸ்தானத்தில் அதிகாரியாக விளங்கிய ஸ்ரீ மீனாட்சி தீக்ஷிதரென்பவரால் கட்டப்பட்டவை. அங்குள்ள மூர்த்திகளுக்கு உரிய பூஜைகள் நன்றாக நடைபெற்று வந்தன.

இங்குள்ள விஷ்ணு கோயில் பெரியது. பெருமாளுக்கு வேங்கடேசப் பெருமாளென்பது திருநாமம். கோயிலின் மகா மண்டபத்தில் மகா விஷ்ணுவின் பத்து அவதாரங்களின் திருவுருவங்களும் தூண்களில் அமைக்கப்பட்டிருக்கின்றன. அதனால் அம்மண்டபத்திற்குத் தசாவதார மண்டபமென்ற பெயர் வழங்குகின்றது. அங்கே மூர்த்திகளெல்லாம் மிக அழகாக அமைந்திருக்கின்றன.

---

* நான் எழுதி வெளியிட்டுள்ள நல்லுரைக் கோவை முதற் பாகத்தில் மற்ற வரலாறுகளைக் காணலாம்.

இங்கே ஒரு சிவாலயமும் இருக்கிறது. சிவபெருமானுக்கு ஆலந்துறை ஈசரென்றும் அம்பிகைக்கு அருந்தவநாயகியென்றும் திருநாமங்கள் வழங்குகின்றன. ஜமீன்தார்கள் குலதெய்வமாகிய ஒப்பிலாதவளென்னும் துர்க்கையின் கோயிலும், காமாக்ஷியம்மன் கோயில், விசுவநாதஸ்வாமி கோயில். சஞ்சீவிராயன் கோயில், காளிங்க நர்த்தனர் கோயில், அனுமார் கோயில், முதலிய வேறு கோயில்களும் இவ்வூரில் இருக்கின்றன. என் இளமையில் இவ்வளவு கோயில்களிலும் ஜனங்கள் ஈடுபட்டு வழிபட்டு வந்தனர்.

இந்த ஊரில் அந்தணர்களில் வைஷ்ணவர்கள், ஸ்மார்த்தர்கள், மாத்வர்கள் என்னும் மூன்று மதத்தினரும் வாழ்ந்தனர். ஸ்மார்த்தர் களில் எங்கள் உறவினர் பலர் உண்டு. வேறு சாதியினரும் தங்கள் தங்களுக்குரிய இடங்களில் வசித்தனர். கார்காத்த வேளாளச் செல்வர்கள் இவ்வூரில் அதிகமாக இருந்தனர். அவர்கள் தெய்வ பக்தியும் பரோபகார சிந்தையும் மிகுதியாக உடையவர்கள். கோயில் களில் நித்திய நைமித்திகங்கள் அரண்மனை யாருடைய ஆதரவில் முன்பு நடந்து வந்தன. நாளடைவில் ஜமீன்தாரது செல்வநிலை குறையவே அவ்வேளாளச் செல்வர்கள் அக் கடமையை மேற் கொண்டனர்.

காலை நேரத்தில் குறிஞ்சான் குளத்துக்குப் போய்ப் பார்த்தால் கார்காத்த வேளாளச் செல்வர்களாகிய ஆடவரும் பெண்டிரும் நீராடிவிட்டுத் தூய்மையே உருவாக அமர்ந்து பூஜை செய்வதையும் தியானம் செய்து கொண்டிருப்பதையும் காணலாம். அப் பக்கங் களில் அத்வைத சாஸ்திரப் பயிற்சி அதிகமாகப் பரவியிருந்தது. பல துறவிகள் அங்கங்கே மடம் அமைத்து வேதாந்த சாஸ்திரங் களைப் பாடஞ் சொல்லியும் தியானம் செய்தும் அடக்கமாகக் காலங்கழித்து வந்தனர். அவர்களுடைய முகத்திலுள்ள தெளிவி லிருந்தே உள்ளத்திலுள்ள அமைதியை அறிந்து கொள்ளலாம்.

அரியிலூரில் சில நந்தவனங்களும் இருந்தன. அங்கங்கே சில சிறு காடுகள் உண்டு. அந்தக் காட்சிகள் என் கண்களுக்கு விருந்தாக இருக்கும். காவிரி நீர் பாய்ந்து வளம் பெருக்கும் தஞ் சாவூர் ஜில்லாவிலுள்ள வயல்களையும் வரப்புகளையும் பார்க்கும் போது கூட எனக்கு அந்தப் பழைய சந்தோஷம் உண்டாவதில்லை. என் இளமைக் காலத்திற் கண்ட அக்காட்சிகளைத்தான் என் உள்ளத்துக்குள் உயர்வாகப் போற்றி வருகிறேன்.

## கிருஷ்ண வாத்தியார்

அரியிலூருக்குச் சென்ற பிறகு கிருஷ்ண வாத்தியார் என் பவரிடம் முதலிற் படித்தேன். அவர் பெருமாள் கோவிலுக்கு வடக்கேயுள்ள வேளாளத் தெருவில் இருக்கும் பிள்ளையார் கோவிலில் பள்ளிக்கூடம் வைத்து நடத்தி வந்தார். அவரிடம் நான் ஒரு வருஷம் படித்தேன்.

கிருஷ்ண வாத்தியார் கிழவர். அவரிடம் பல பிள்ளைகள் படித்தார்கள். அவர் தமிழ் இலக்கியங்களில் நல்ல பழக்க முடையவர். ஆத்திசூடி, மூதுரை, மணவாள நாராயண சதகம் முதலிய சதகங்கள், இரத்தினசபாபதி மாலை, நாலடியார், குறள் முதலியவற்றையும் கணக்கையும் அவரிடம் கற்றேன். நாலடியார் குறளென்னும் நூல்கள் அவ்வளவு இளம் பிராயத்தில் நன்றாகப் பொருளறிந்து கற்பது சாத்தியமன்று. ஆயினும் அவற்றை மனப்பாடம் செய்யும்படி கிருஷ்ண வாத்தியார் மாணாக்கர்களை வற்புறுத்துவார். எழுத்தாணியால் ஏடுகளில் எழுதியும் கறடா (மட்டி)க் காகிதத்தில் கொறுக்காந் தட்டைப் பேனாவால் எழுதியும் திருத்தமாக எழுதிக் கற்றுக் கொண்டோம். கையெழுத்து நன்றாக இராவிட்டால் குண்டெழுத்தாணியால் கட்டை விரலில் உபாத்தி யாயர் அடிப்பார். அவரிடம் படித்தவர் யாவரும் எழுதுவதில் நல்ல பழக்கத்தைப் பெற்றனர்.

அவரிடம் படித்த நூல்களெல்லாம் எனக்கு மனப்பாடமாயின. வீட்டிலும் என் தந்தையார் தினந்தோறும் பாடங்களைப் பற்றி விசாரிப்பார். நாளுக்கு ஐந்து செய்யுட்கள் பாடம் பண்ணி அவரி டம் ஒப்பிக்க வேண்டும். இல்லையெனில் அவரது தண்டனைக்கு உட்பட நேரும்.

## ஏறாத தெலுங்கு

எனது கல்வி விஷயத்தில் என் தந்தையாருக்கு மனத்துக்குள் கவலை இருந்து வந்தது. என்னையும் சங்கீதத் துறையில் பழக்க வேண்டுமென்றே அவர் நினைத்திருந்தார். அக் காலத்தில் சங்கீத வித்வான்கள் யாவருக்கும் தெலுங்கு மொழியிற் பழக்கம் இருந்தது. தமிழ், தெலுங்கு, ஸம்ஸ்கிருதம் என்னும் மூன்று பாஷைகளிலும் உள்ள கீர்த்தனங்களை அவர்கள் பாடுவார்கள்.

சங்கீதப் பயிற்சிக்குத் தெலுங்கு உதவியாக இருக்குமென்ற எண்ணத்தின்மேல் என் தந்தையார் கிருஷ்ண வாத்தியார் பள்ளிக் கூடத்தை விட்டு என்னை வேறொரு பள்ளிக்கூடத்திற் சேர்த்தார். பெருமாள் கோவிலுக்குத் தெற்கேயுள்ள காமாக்ஷியம்மன் கோவிலில் அந்தப் பள்ளிக்கூடம் இருந்தது. அதன் தலைவராகிய முத்து வேலாயுத பண்டாரமென்னும் வீர சைவர் தெலுங்கும் கற்பித்து வந்தார். அவரிடம் தெலுங்கு கற்கத் தொடங்கி, குணிதம் முதலியனவும் வேமன்ன சதகம், ராமதாச சதகமென்னும் சிறு நூல்களும் கற்றேன்.

சங்கீதத்திலும், தமிழிலும் என் புத்தி சென்றது போலத் தெலுங்கிற் செல்லவில்லை. என் நிலைமையை உணர்ந்த தந்தையார் சிறிது வருத்தத்தை அடைந்தார்; "நீ ஒரு காரியத்திற்கும் உபயோகம் இல்லாதவன்; பரிசாரக வேலைக்கு கூடப் பயன்பட மாட்டாய்" என்று என்னைக் கடிந்து கொண்டார். அன்று அவர்

கூறின அவ் வார்த்தைகள் என் மனத்தைப் புண்படுத்தின. நான் என்ன செய்வேன்! எனக்குப் படிப்பில் விருப்பம் இருந்தது; தமிழும் சங்கீதமும் எனக்கு இன்பத்தை அளித்தன. தெலுங்கில் அந்த இன்பத்தை நான் காணவில்லை. எனக்கும் அதற்கும் வெகுதூர மென்ற எண்ணம் ஆரம்பத்திலேயே எனக்கு உண்டாயிற்று. நான் வேண்டுமென்று அதை வெறுக்கவில்லை.

தெலுங்கு கற்பதனால் வீண் சிரமம் உண்டாவதைத் தந்தையார் உணர்ந்தமையால் என்னைப் பள்ளிக்கூடத்திற்கு அனுப்பாமல் நிறுத்திக்கொண்டார். வீட்டில் தாமே சதகங்களையும் வேறு நூல்களையும் கற்பித்து வரலானார். சங்கீதத்திலும் சரளி, வரிசை, அலங்காரம் முதலியவற்றைக் கற்றுத் தந்தார். நான் சிறிதளவேனும் அயர்வாக இருந்தால் கடுமையாகக் கண்டிப்பார். அவர் செய்யும் தண்டனையினால் நான் துன்புறுவேன்; என் துன்பத்தைக் கண்ட என் தாயாரும் வருந்துவார்.

## 13

## தமிழும் சங்கீதமும்

என் தகப்பனார் சொற்படி பள்ளிக்கூடத்திற் படிப்பதை விட்டு வீட்டிலேயே படித்து வந்தேன். தெலுங்கு ஸம்ஸ்கிருதம் இரண்டும் என்னை விட்டுப் பிரிந்து நெடுந்தூரம் சென்றுவிட்டன.

ஒன்றுக்கும் உதவாதவனாக நான் போகக் கூடாதென்ற கவலையினால் நான் ஏதேனும் ஜீவனத்துக்கேற்ற வித்தையைக் கற்றுக் கொள்ள வேண்டுமென்று என் தந்தையார் விரும்பினார். அரியிலூரில் இருந்த தில்லைக் கோவிந்தபிள்ளை என்பவரிடம் என்னை ஒப்பித்துக் கிராமக் கணக்கு வேலையைப் பயிலுவிக்கும் படி வேண்டிக் கொண்டார். நான் அவரிடமிருந்து அவர் சொன்னபடியே நடந்து கணக்கையும் கற்றுவந்தேன்; அட்டையில் கொறுக்காந் தட்டைப் பேனாவால் எழுதும் பழக்கத்தையும் செய்து வந்தேன். இவ்வாறு எழுதிப் பழகுவது அக்காலத்து வழக்கம்.

### தீயினில் மூழ்கினார்

இங்ஙனம் இருந்து வருகையில் ஒரு சமயம் பெரிய திருக்குன்றத்தில் என் அத்தை குமாரருக்கு உபநயனம் நடைபெற்றது. அதற்கு என் தாய் தந்தையரும் நானும் போயிருந்தோம். பந்துக்களில் பலர் வந்திருந்தனர்.

அந்த விசேஷத்தில் ஒரு சங்கீத வித்துவான் வினிகை நடத்தினார். அவர் கோபாலகிருஷ்ண பாரதியார் இயற்றிய கீர்த்தனங்களையும் பாடினார். தமிழ்நாடு முழுவதும் பரவி வந்த நந்தனார் சரித்திரத்திலிருந்தும் சில உருப்படிகளைப் பாடினார். கானடா ராகத்தில் உள்ள

"தீயினில் முழுகினார். திருநாளைப் போவார்
தீயினில் முழுகினார்"

என்ற கீர்த்தனத்தை மிக அழகாகப் பாடினார். அவர் பாடும் முறை என் மனத்தில் நன்றாகப் பதிந்தது. அக்கீர்த்தனமும் எனக்குப் பாடமாகி விட்டது. என் தகப்பனார் கற்றுத் தராமல் சில உருப்படி களை இவ்வாறு கேள்வியினாலேயே நான் அறிந்து கொண்ட துண்டு. அவற்றை நானே பாடிவருவேன்; வேறு யாரிடமேனும் பாடிக் காட்டுவேன். என் தகப்பனார் முன்னிலையில் மட்டும் பாடுவதற்கு அஞ்சுவேன். 'சிறு பையன் பாடுகிறான்' என்று சொல்லி மற்றவர்கள் என்னைப் பாராட்டி ஊக்கம் அளிப்பார்கள்.

ஒரு நாள் அந்த உபநயனத்திற்கு வந்திருந்த சிலரிடம் என்னு டைய 'சங்கீதத் திறமை' யைக் காட்டிக் கொண்டிருந்தேன். "எங்கே, தீயினில் முழுகினார் என்பதைப் பாடு" என்றார் ஒருவர். எனக்கு அந்தக் கீர்த்தனத்தைப் பாடுவதென்றால் அதிகம் உத்ஸாகம் உண்டு. ஆதலின் அதைக் கூடியவரையில் நன்றாகப் பாடினேன். அதை மறைவிலிருந்தபடியே என் தந்தையார் கேட்டுக் கொண்டிருந்தார். எனது சங்கீத விருப்பமும், அதில் தனியே எனக்கு இருந்த பழக்கமும் அவருக்கு அப்போதுதான் புலப்பட்டன. தெலுங்கோடு சங்கீதத்தையும் மறந்து விடுவேனென்று அவர் நினைத்திருந்தாரோ என்னவோ அறியேன்; அன்று அவர் ஒரு புதிய திருப்தியை அடைந்தார்.

பின்பு அவர் நேரே வந்தார். நான் அச்சத்தால் பாட்டை நிறுத்தினேன். "பயப்படாதே; பாடு. உனக்கும் சங்கீதம் நன்றாக வரும் போல் இருக்கிறதே!" என்று அவர் கூறினார். அவருடைய திருப்தி அந்த வார்த்தைகளிலும் முகமலர்ச்சியிலும் வெளிப்பட்டது. அன்றே என் தந்தையாருக்கு வேறு யார் மூலமாகவேனும் எனக்குச் சங்கீதமும் தமிழும் கற்பிக்க வேண்டுமென்ற எண்ணம் உண்டாயிற்று.

## தமிழ் விதை விதைத்தவர்

என் பிதாவுடைய நண்பராகிய அரியிலூர்ச் சடகோபையங் கார் சங்கீதத்திலும் தமிழிலும் வல்லவர். அவர் வீணையும் வாசிப் பார். சில சமயங்களில் என் தந்தையார் பாட அவர் வீணை வாசிப்பதுண்டு. இருவரும் சங்கீத சம்பந்தமாக அடிக்கடி மனங் கலந்து பேசிக் கொண்டிருப்பது வழக்கம். அவர் வீடு பெருமாள் கோயில் சந்நிதியில் வட சிறகில் உள்ளது.

சடகோபையங்காரே எனக்கு ஏற்ற குருவென்று எந்தையார் நிச்சயித்தார். அரியிலூருக்கு வந்தவுடன் ஒரு நாள் என்னை அவரிடம் அழைத்துச் சென்று, "இவனுக்குச் சங்கீதத்திலும் தமிழிலும் பிரியம் இருக்கிறது. மற்ற விஷயங்களில் இவன் புத்தி

செல்லவில்லை. நான் இவ்வளவு நாள் சொல்லிக் கொடுத்தேன். மேலே கற்பிக்க என்னால் இயலவில்லை, நீங்கள் இவனை உங்கள் மாணாக்கனாகக் கொண்டு இரண்டு வகையிலும் பயிற்சி செய்விக்க வேண்டும்" என்று கேட்டுக்கொண்டார். உடனே அவர் மிக்க அன்போடு என்னை ஏற்றார்.

என் பிதா சடகோபையங்காரிடம் என்னை ஒப்பித்ததற்கு முக்கியமான காரணம் சங்கீதத்தில் எனக்கு நல்ல பழக்கம் உண்டாக வேண்டுமென்றும், அதற்கு உதவியாகத் தமிழறிவு பயன்படுமென்றும் எண்ணியதே. ஆனால் என் விஷயத்தில் அந்த முறை மாறி நின்றது. தமிழில் அதிகப் பழக்கமும் அதற்கு உபகாரப்படும் வகையில் சங்கீதமும் இருப்பதையே நான் விரும்பினேன். சடகோபையங்காரிடம் என்று நான் மாணாக்கனாகப் புகுந்தேனோ அன்றே தமிழ்த் தாயின் அருட்பரப்பிற் புகுந்தவனானேன். எனக்குத் தமிழில் சுவை உண்டாகும் வண்ணம் கற்பித்த முதற் குரு சடகோபையங்காரே. பொம்மை (பாவை)களைக் காட்டி குழந்தைகளைக் கவர்வது போலத் தமிழ்ச் செய்யுட்களின் நயத்தை எடுத்துக்காட்டி என் உள்ளத்துக்குள் அந்த இளம்பருவத்தில் தமிழ் விதையை விதைத்தவர் அவரே.

## சடகோபையங்கார் பரம்பரை

சடகோபையங்கார் பரம்பரையாக வித்துவான்களாக இருந்தோர் மரபிற் பிறந்தவர். அவர் பரம்பரையினர் யாவருக்கும் சண்பக மன்னார் என்ற குடிப்பெயர் உண்டு. அவர்கள் தென்கலை ஸ்ரீவைஷ்ணவர்கள். அவர்களிற் பலர் சிறந்த கவிஞர்களாக விளங்கினர். அவர்களுக்குப் பாலஸரஸ்வதி, பாலகவி என்னும் பட்டங்கள் உண்டு. அவர்களில் ஒருவர் 'திருக்கல்யாண நாடகம்' என்பதையும் மற்றொருவர் 'சிவராத்திரி நாடகம்' என்பதையும் இயற்றியிருக்கின்றனர். சடகோபையங்காருடைய பாட்டனாராகிய ஸ்ரீநிவாசையங்கார் என்பவர் சிறந்த ஞானி. அத்வைத சாஸ்திரங்களில் தேர்ச்சி பெற்றவர். தமிழ்ப் புலமையும் மிக்கவர். அவர் நவராத்திரி நாடகம், சாரங்கபாணி நொண்டி நாடகம் முதலியவற்றை இயற்றியிருக்கிறார். அவருக்கு அவர் குடிப்பெயராகிய சண்பக மன்னாரென்பதே இயற் பெயரைப் போல வழங்கி வந்தது. அவரிடம் வேதாந்த சாஸ்திரங்களைப் பாடங்கேட்கத் திருச்சிராப்பள்ளி ஜில்லாவில் அங்கங்கே உள்ள ஊர்களில் மடங்களை அமைத்துக்கொண்டு அடக்கமாகக் காலங்கழித்து வந்த பரதேசிகள் பலர். அவரும் அரியிலூரில் தமக்கென ஒரு மடம் கட்டி அங்கேயே இருந்து பாடஞ் சொல்லி வந்தார். பிற்காலத்தில் அவருடைய குரு பூஜை அரியிலூரிலும் அவர் மாணாக்கர்கள் இருந்த இடங்களிலும் வருஷந்தோறும் நடந்து வந்தது. அவர் பேரராகிய சடகோபையங்காரை உட்கார வைத்து அந்தக் குரு பூஜையில் சண்பக மன்னாராகப் பாவித்து வழிபடுவார்கள்.

### ஐயாவையங்கார்

சண்பக மன்னாருடைய மூத்த குமாரராகிய ஐயாவையங்கார் ரென்பவரே சடகோபையங்காருடைய தந்தையார். அவரிடம் பரம் பரை இயல்புகளாகிய தமிழ்ப் புலமையும் துறவுணர்ச்சியும் விளங் கின. ஜமீன்தாரது ஆஸ்தான வித்துவானாக அவர் சில காலம் இருந்தார். தியானம் செய்தல், தெய்வ கைங்கரியம் புரிதல் முதலிய வற்றிலேதான் அவர் அதிகமாக ஈடுபட்டிருந்தார். அதனால் மற்ற வர்களைப் போல ஜமீன்தாருக்குத் திருப்தி உண்டாகும்படி நடந்து கொள்ள முடியவில்லை. தம்முடைய வயிற்றுக்காக ஆத்ம நாய கனது கைங்கரியத்திற்குக் குறை உண்டாக்கிக் கொள்வதில் அவ ருக்கு விருப்பமில்லை. இறுதியில் ஜமீன் உத்தியோகத்தை விட்டு விட்டு ஆண்டவன் அடித் தொண்டே கதியென்றெண்ணி அதில் முனைந்து நின்றார்.

அரியிலூர்ப் பெருமாள் கோயில் தசாவதார மண்டபத்தில் உள்ள நரசிங்கமூர்த்தியை அவர் உபாசித்து வந்தார். அரண்மனை உத்தியோகத்தினின்றும் நீங்கியது சிறையினின்றும் விடுபட்டது போன்ற உணர்ச்சியை அவருக்கு உண்டாகியது; 'முன்பே இந்தக் காரியத்தைச் செய்யாமல் இருந்தோமே!' என்று அவர் உருகினார்;

"வஞ்ச மாரும் மனத்தரைக் காவென்று
வாழ்த்தி வாழ்த்தி மனதுபுண்ணாகவே
பஞ்ச காலத்திற் பிள்ளைவிற் பார்கள்போல்
ப்ரபந்தம் விற்றுப் பரிசு பெறாமலே
நெஞ்சம் வாடி இளைத்துநொந் தேனையா!
நித்த நின்மல நின்னடி தஞ்சங்காண்
செஞ் சொல் நாவலர் போற்றவெந் நாளிலும்
செழித்து வாழரி யில்நர சிங்கமே"

என்ற பாட்டைக் கூறிக் கதறினார். பஞ்ச காலத்திற் பிள்ளை விற்பார்கள்போல் கவிதையை மனிதருக்கு வீணே அர்ப்பணம் செய்த குறை நீங்க அவர் தம் வாழ்வு முழுவதையும் நரசிங்க மூர்த்தியின் சேவையிலே போக்கி இன்புற்றார்.

ஐயாவையங்காருக்கு ஐந்து குமாரர்கள் இருந்தார்கள். எல்லோரிலும் இளையவரே சடகோபையங்கார். அந்த ஐவரும் தமிழிலும் சங்கீதத்திலும் பயிற்சியுடையவர்களே.

## 14

## சடகோபையங்காரிடம் கற்றது

சடகோபையங்கார் மாநிறமுடையவர். குட்டையாகவும் பரும னாகவும் இருப்பார். பலசாலி. அவர் பேசும்போது அவரது குரல்

சிறிது கம்மலாக இருக்கும்; ஆனால் பாடும்போது அது மறைந்து விடும். தமிழில் சுவை தெரிந்து படித்தவர் அவர். அவரை ஆவண்ணாவென்று யாவரும் அழைப்பர்.

அவருக்குச் சங்கீதமும் தமிழும் ஒரு தரத்திலே இருந்தன. சங்கீதப் பயிற்சியுடையவர் தாமும் இன்புற்று மற்றவர்களையும் இன்புறுத்துவரென்பார்கள். சடகோபையங்காரிடமிருந்த தமிழா னது சங்கீதம் போலவே அவரை முதலில் இன்புறச் செய்து பின்பு மற்றவர்களையும் இன்புறுத்தும்; சில சமயங்களில் கேட்பவர்களுக்கு இன்புறும் தகுதியில்லாமற் போனாலும் அவர் அடையும் இன்பத் திலே சிறிதும் குறைவு வராது.

### பாடம் சொல்லுதல்

பாடம் சொல்வதில் அவருக்கு விருப்பம் அதிகம். காலையில் ஐந்து மணிக்கே எழுந்துவிடுவார். நித்திய கர்மானுஷ்டானங்களை ஒழுங்காகச் செய்வார். பின்பு புத்தகங்களை எடுத்துக்கொண்டு தம் வீட்டு வெளித் திண்ணையின் மேலைக் கோடியில் உட்கார்ந்து கொள்வார். எந்த நூலையாவது படித்து இன்புற்றுக் கொண்டே இருப்பார். அந்த வழியே போவோர் அவரைக் கண்டு வணங்குவார் கள். சிலர் திண்ணையில் வந்து மரியாதையோடு அமர்வார்கள். உடனே சடகோபையங்கார் ஏதாவது தமிழ்ப் பாடல் சொல்ல ஆரம்பித்து விடுவார்; நயமாகப் பொருள் சொல்வார். வந்தவர்கள் கேட்டு மகிழ்வார்கள். அவர் இருக்குமிடம் தேடி வந்து அவருடைய இனிய தமிழ்ப் பிரசங்கத்தைக் கேட்டுப் போவார் பலர். செவ்வைச் சூடுவார் பாகவதத்திலும் அத்வைத சாஸ்திரத்திலும் அவருக்கு ஆராய்ச்சி அதிகம். கம்பராமாயணத்திலும் நல்ல பழக்கம் இருந்தது. அந்த நூற் செய்யுட்களைச் சொல்லி மணிக்கணக்காகப் பொருள் கூறிக் கொண்டிருப்பார். கேட்பவர்களுக்கு நேரம் போவதே தெரி யாது. ஏதோ இனிய சங்கீதக் கச்சேரியைக் கேட்பது போலவே இருக்கும்.

அவரிடம் சிலர் முறையாகப் பாடங் கேட்டு வந்தார்கள். நாள்தவறாமல் திண்ணையில் உட்கார்ந்து வந்தவர்களுக்குப் பாடஞ் சொல்வதில் அவருக்குச் சலிப்பே உண்டாவதில்லை. “கம்பத்தை வைத்துக் கொண்டாவது பாடஞ் சொல்ல வேண்டும். கேட்பவனை மாத்திரம் உத்தேசித்துச் சொல்லக்கூடாது. பாடஞ் சொல்வதனால் உண்டாகும் முதல் லாபம் நம்முடையது. பாடம் சொல்லச் சொல்ல நம் அறிவு உரம்பெறும்” என்பார்.

“என் தமையனராகிய நரசிம்மையங்கார் தஞ்சாவூர் ஸமஸ்தான வித்துவான்களிடம் கற்றுக் கொண்டார். அவர் தமிழிலும் சங்கீதத்திலும் சிறந்த அறிவு வாய்ந்தவர். கல்வியில் அவர் என்னை மிஞ்சி விட்டார். இதற்கு என்ன காரணமென்று கவனித்தேன். அவர் பல சிஷ்யர்களுக்குப் பாடஞ் சொன்னார்.

அவர்களைக் கேள்வி கேட்டுக் கேட்டு அவர்களுடைய அறிவை விருத்தி பண்ணியதோடு தம்முடைய கல்வியையும் பலப்படுத்திக் கொண்டார். இந்த நுட்பத்தை நானும் தெரிந்து கொண்டேன். மாணாக்கர்களைக் கசக்கத் தொடங்கினேன். இதனால் என் தமையனாரை விட நான் சிறிதளவு உயர்ந்துவிட்டேனென்று கூடத்தோற்றியது" என்று ஒருமுறை அவர் சொன்னதுண்டு.

ஒரு நாள் அவர் தம் வீட்டுத் திண்ணையில் அமர்ந்து யாருக்கோ நெடுநேரம் பாடஞ் சொல்லிக் கொண்டிருந்தார். அப் போது நாங்கள் குடியிருந்தது எதிர் வீடு. வழக்கமான குரலில் அவர் பாடஞ் சொல்லாமல் சற்று இரைந்து சொல்லிக் கொண்டி ருந்தார். இடையே சிறிதும் தடையில்லாமல் அவர் சொல்லி வந்தபோது எங்கள் வீட்டுக்குள் இருந்த எனக்கு ஒரு சந்தேகம் உண்டாயிற்று; "இவர் யாருக்குப் பாடஞ் சொல்லுகிறார்? கேட்பவர் நடுவில் சந்தேகம் ஒன்றும் கேட்க மாட்டாரா?" என்று எண்ணி எட்டிப் பார்த்தேன். எனக்குப் பெரிய ஆச்சரியம் உண்டாயிற்று. கோபாலசாமி ஐயங்காரென்ற ஒருவர் சடகோபையங்காருக்கு முன் உட்கார்ந்திருந்தார். உட்கார்ந்திருந்தாரென்று மட்டும் சொல்லலா மேயன்றிப் பாடங் கேட்டாரென்று சொல்ல இயலாது. அவர் முழுச் செவிடர். சடகோபையங்காருக்கும் அந்த விஷயம் தெரியும். அப்போது, 'கம்பத்தை வைத்துக் கொண்டாவது பாடஞ் சொல்ல வேண்டும்' என்று அவர் சொன்னது எனக்கு ஞாபகம் வந்தது. கம்பமாயிருந்தாலென்ன? செவிடராயிருந்தாலென்ன?

## செய்யுட்களும் கீர்த்தனங்களும்

ஐயங்கார் பல செய்யுள் நூல்களையும் தனிப் பாடல்களையும் கீர்த்தனங்களையும் இயற்றியிருக்கின்றார். ஸ்ரீவைஷ்ணவராயினும் அவருக்கு அத்வைதக் கொள்கையிற் பற்று அதிகம். தெய்வ வழி பாட்டில் அவர் சமரசமான நோக்கமுடையவர். விநாயகர், சிவ பெருமான், அம்பிகை முதலிய தெய்வங்களின் விஷயமாக அவர் பல செய்யுட்களையும் கீர்த்தனங்களையும் இயற்றியிருக்கிறார். இராமாயண வண்ணம், இராமாயணச் சிந்து, ஜீவப்பிரம்ம ஐக்கிய சரித்திரம் முதலிய நூல்களை அவர் பாடினார். ஐந்து கன ராகங் களில் பஞ்ச ரத்தினக் கீர்த்தனங்களை அவர் இயற்றியிருக்கின்றார்.

அக்காலத்தே கோயில்களை நிர்வாகம் செய்வதற்கு நூதன மாகத் தருமகருத்தர் நியமிக்கப்பட்டனர். ஒரு கோயிலை நிர்வாகம் செய்துவந்த தருமகருத்தர் ஒழுங்காக அதனைக் கவனிக்கவில்லை. அதை உணர்ந்த சடகோபையங்கார் அத்தகையவர்களைப் பரிகசித்து 'பஞ்சாயத்து மாலை' என்ற ஒரு செய்யுள் நூல் இயற்றினார். அதில் தருமகருத்தர்களுடைய ஒழுங்கீனமான செயல்களைப் புலப்படுத்தினார். தருமகருத்தர்களைப் பஞ்சாயத்தாரென்றும் சொல்வதுண்டு.

## கல்வி இன்பமும் வறுமை நிலையும்

கல்வியின்பமொன்றையே பெரிதாகக் கருதி வாழ்ந்த அவர் வறுமை நிலையில்தான் இருந்தார். அதனால் அவர் மனம் சலிக்கவில்லை. அரியிலூர் ஸமஸ்தானத்தில் நிலை வர வர க்ஷீணமடைந்தமையால் அவருக்கு அதன் ஆதரவு குறைந்து போயிற்று. தம் சிஷ்யர்களது உதவியைக் கொண்டே அவர் ஜீவனம் செய்து வந்தார்.

குளிருக்குப் போர்த்திக் கொள்ளத் துப்பட்டி இல்லை. அதற்காக மல்லூர்ச் சொக்கலிங்கம் பிள்ளை என்பவருக்கு ஒரு பாட்டு எழுதி அனுப்பினார்.

"துப்பட்டி வாங்கித் தரவேண்டும் லிங்க துரைசிங்கமே" என்பது அதன் இறுதி அடி. அந்தக் கனவான் ஒன்றுக்கு இரண்டு துப்பட்டிகளை வாங்கி அனுப்பினார்.

மாலை வேளையில் அவர் கடை வீதி வழியே செல்வார். என் வஸ்திரத்தை வாங்கி மேலே போட்டுக்கொண்டு போய்விடுவார். அதுதான் அவருடைய திருவுலாவிலே அங்கவஸ்திரமாக உதவும். அவர் செல்லும்போது அவரைக் கண்டு ஒவ்வொரு கடைக்காரரும் எழுந்து மரியாதை செய்வார். அவரை அழைத்து ஆசனத்தில் இருக்கச் செய்து மரத்தட்டில் நான்கு வெற்றிலையும் இரண்டு பாக்கும் வைத்துக் கொடுப்பார். அந்த அன்புக் காணிக்கையை ஐயங்கார் அப்படியே வீட்டுக்குக் கொண்டு வருவார். எல்லாவற்றையும் சேர்த்து விற்று வேறு ஏதாவது வாங்கிக் கொள்வார். அதனால் வருவது பெரிய தொகையாக இராது; இராவிட்டால் என்ன? உப்புக்காவது ஆகாதா? இந்த நிலைக்கும் அவருடைய தமிழ் இன்பத்துக்கும் சம்பந்தமே இல்லை. அந்த உலகமே வேறு, அதில் அவர்தாம் சக்கரவர்த்தி. அங்கே பசியில்லை, வறுமையில்லை, இளைப்பில்லை. அந்த உலகத்திற்கு அவர் என்னையும் இழுத்துக் கொண்டார்.

### அவர் ஊட்டிய தமிழமுதம்

எந்த விஷயத்தைச் சொன்னாலும் அதில் ஒரு தனியான சுவை உண்டாகும்படி சொல்வது அவர் வழக்கம். ஒரு வேளைக்கு இரண்டு மூன்று செய்யுட்களே சொல்வார். ஆயினும் அச்செய்யுட்களின் பொருளை நல்ல உதாரணங்களோடும் உபகதைகளோடும் தெளிவாகச் சொல்லி மனத்தில் நன்றாகப் பதியும்படி செய்வார். பாட்டின் பொருள் வழியே தம்முடைய மனம் முழுவதையும் செல்ல விட்டுக் கேட்போரையும் இழுத்துச் செல்வார். ஏழாம் பிராயத்திலே அவர் சிறிது சிறிதாக ஊட்டிய தமிழமுதத்தின் சுவை இன்றும் எனக்கு மறக்கவில்லை.

## முதற் பாடங்கள்

முதல் முதலில் சடகோபையங்கார் தாம் இயற்றிய ஆலந்துறை யீசர் பதிகத்தை எனக்குக் கற்பித்தார். அரியிலூரிலுள்ள சிவபெருமான் விஷயமாக அமைந்தது அது. சங்கீதத்திலும் அவர் இயற்றிய கீர்த்தனமொன்றையே முதலிற் சொல்லிவைத்தார்.

"ரவிகுல தாமனேயதுகுல சோமனே
பரமபதி மாயனேபாண்டவச காயனே"

என்று ஆரம்பிப்பது அக்கீர்த்தனம்.

அக்கீர்த்தனம் சகானா ராகத்தில் அமைந்தது, அவர் முதலில் சொல்லித் தந்த அக்கீர்த்தனத்தோடு அதன் இராகமும் என் மனத்தைக் கவர்ந்தது. அதுமுதலே அந்த ராகத்தில் எனக்கு விருப்பம் வளர்ந்து வந்தது. இன்றும் அந்த விருப்பம் இருந்து வருகிறது.

## கீர்த்தனம் பிறந்த வரலாறு

ஒரு கவிஞர் தாம் இயற்றிய செய்யுட்களையும் கீர்த்தனங் களையும் கற்பிக்கும்போது மற்றவர்களாற் சொல்ல முடியாத பல செய்திகளைத் தெரிவிப்பார். "ஒரு செய்யுள் கவிஞன் வாயிலிருந்து உதிப்பதற்கு முன் அதன் பொருளுக்குரிய கருத்து எவ்வாறு தோன்றியது? எவ்வாறு வளர்ந்தது? எவ்வாறு அதற்கு ஓர் உருவம் உண்டாயிற்று?" என்னும் வரலாறுகள் அக்கவிஞனால்தான் சொல்ல முடியும். அவை எவ்வளவோ சுவையுடையனவென்பதை யாவரும் அறிவர்.

சடகோபையங்கார் பாடம் சொல்லும்போது அவருடைய சொந்தப் பாட்டுக்களைப் பற்றிய வரலாறுகளையும் சொல்லுவார். எனக்கு முதலிற் கற்பித்த சகானா ராகக் கீர்த்தனத்தின் பிறப்பைப் பற்றியும் அவர் சொன்னார்:

மைசூர் ஸமஸ்தானத்திலே பக்ஷி என்ற பட்டம் பெற்ற சங்கீத வித்துவானாகிய வீணை ஸாம்பையரென்பவர் ஒருமுறை அரியிலூருக்கு வந்தார். அவர் வீணையில் சிறந்த வித்துவான்.

சிவ பக்தர். விரிவாகச் சிவ பூஜை செய்பவர். பூஜையின் இறுதியில் வீணையில் சில ஸ்தோத்திரங்களைப் பாடி உருகுவார். அவ்வாறு பூஜா காலத்தில் அவர் மனமொன்றிப் பாடும் கீர்த்தனங் களைக் கேட்பதற்குப் பலர் காத்திருப்பார்கள்.

சடகோபையங்கார் அவர் பூஜையைத் தரிசனம் செய்யச் சென்றார். அவருடைய பக்தியையும் பூஜா விதானங்களையும் பார்த்த போது அவரிடம் அதிக அன்பு உண்டாயிற்று. பூஜையின் முடிவில் ஸாம்பையர் வீணையை எடுத்து வாசித்தார். சகானா

ராகத்தை ஆலாபனம் செய்தார். சடகோபையங்கார் அதிலே கரைந்து நின்றார்.

“மகா தேவா மகா தேவா”

என்ற பல்லவியை அவர் தொடங்கினார். மனத்தைப் பலவேறு திசைகளில் இழுத்துச் செல்லும் பொருள் அந்தப் பல்லவியில் இல்லை. இறைவன் திருநாமம் மாத்திரம் இருந்தது. வெறும் இராகத்தில் ஓர் இனிமை இருந்தாலும் அதில் தூய்மையான அந்த நாம சப்தத்தின் இணைப்பு அந்த இனிமைக்கும் ஓர் இனிமையை உண்டாக்கிற்று. சகானா ராகமும் மகாதேவ சப்தமும் வீணா கானத்தில் இழைந்து ஒன்றி மனத்தைச் சிவானந்த விலாசத்திற் பதிய வைத்தன. மேலும் அந்த வித்துவான்

“சங்கர சங்கர சங்கர சங்கர
சங்கர சங்கர சங்கர சங்கர
மகா தேவா”

என்பதைப் பக்தியில் தோய்ந்த உள்ளத்திலிருந்து உருகிவரும் இன்னிசையிலே எழுப்பினார். இராகமும் நாம சப்தமும் ஒருபடி உயர்ந்து நின்றன. சடகோபையங்கார் அந்த இன்பத்தில் ஊறி இசையும் பக்தியும் ஒன்றிக் கலந்த வெளியிலே சஞ்சாரம் செய்தார். அதிலிருந்து இறங்குவதற்குச் சிறிது நேரம் ஆயிற்று. கண்ணில் நீர் வர ஸாம்பையரை வணங்கினார்.

அன்றைய அனுபவம் சடகோபையங்காரைச் சும்மா இருக்க விடவில்லை. அந்தச் சகானா ராகமும் கீர்த்தனத்தின் மெட்டும் அவர் நினைவில் பசுமையாக நின்றன. அந்த மெட்டிலே அவரும் ஒரு கீர்த்தனம் பாடினார். அதுவே, “ரவிகுல தாமனே” என்ற பாட்டு. இந்த வரலாற்றை அவர் சொல்லி விட்டுக் கீர்த்தனத்தைப் பாடினார். பாடும்போது பழைய ஞாபகங்கள் அவருக்கு வந்தன. கண்ணில் நீர் துளித்தது. அவர் மனம் ஸாம்பையரது வீணா கானத்தை அப்பொழுதும் கேட்டதென்பதை அவர் முகக்குறிப்பு விளக்கியது. “சங்கீதம் ஒரு தெய்விக வித்தை. அது யாவருக்கும் பூரணமாக வாய்ப்பது அரிது. அந்தக் கலை தெய்வ பக்தியோடு கலந்தால் நிறைவுற்று நிற்குமென்பதை ஸாம்பையரிடத்தில் நான் கண்டேன்” என்று சடகோபையங்கார் சொல்வார்.

## வேறு பாடங்கள்

சடகோபையங்காரிடத்தில் வேறுபல கீர்த்தனங்களையும் கற்றுக் கொண்டேன். தமிழில் திருவேங்கடத்தந்தாதி, திருவேங்கடமாலை முதலியவற்றைக் கேட்டேன். அந்தப் பாடங்களையன்றி வீட்டில் சூடாமணி நிகண்டு பன்னிரண்டு தொகுதிகளையும், மணவாள நாராயண சதகம், அறப்பள்ளீசுவர சதகம், குமரேச சதகம்,

இரத்தினசபாபதி மாலை, கோவிந்த சதகம், நீதி வெண்பா என்னும் நீதி நூல்களையும், நன்னூற் சூத்திரங்களையும் மனப்பாடம் செய்து தந்தையாரிடம் ஒப்பித்து வந்தேன்.

## 15
### குன்னம் சிதம்பரம் பிள்ளை

அரியிலூரில் இருக்கையில் எனக்குக் கல்வியில் அபிவிருத்தி ஏற்பட்டதோடு விளையாட்டிலும் ஊக்கம் அதிகரித்தது. பிராயத் திற்கு ஏற்றபடி விளையாட்டிலும் மாறுதல் உண்டாயிற்று. அரியிலூ ரிலுள்ள பெருமாள் கோயில் வாசலிலும் உள்ளிடங்களிலும் நண்பர் களோடு விளையாடுவேன். படத்தை (காற்றாடியை)ப் பறக்க விட்டு அதன் கயிற்றை ஆலயத்திற்கு வெளியேயுள்ள கருடஸ்தம்பத்திலே கட்டி அது வான வெளியில் பறப்பதைக் கண்டு குதித்து மகிழ் வேன். கோபுரத்தின் மேல் ஏறி அங்கும் படத்தின் கயிற்றைக் கட்டு வேன். தோழர்களும் நானும் சேர்ந்து ஒளிந்து பிடிக்கும் விளையாட் டில் ஈடுபடுவோம். கோயிலிலுள்ள மூலைமுடுக்குகளிலெல்லாம் போய் நான் பதுங்குவேன்.

தசாவதார மண்டபத்தில் வாமன மூர்த்திக்கு மேல் புறத்தில் ஓர் இடுக்கு உண்டு. அதில் நான் ஒரு முறை ஒளிந்துகொண்டேன். அந்த இடம் மிகவும் குறுகலானது. என் நண்பர்கள் நெடுநேரம் என்னைத் தேடியும் கண்டுபிடிக்க இயலவில்லை. பிறகு வேறிடத் தில் தேடப் போனார்கள். அப்போது நான் வெளியில் வந்து நின்று அவர்களை அழைத்தேன். என்னை அவர்கள் கண்டுபிடிக்க வில்லையென்பதில் எனக்கு ஒரு சிறிது பெருமை உண்டாயிற்று. "எங்கே ஒளிந்திருந்தாய்?" என்று அவர்கள் என்னைக் கேட்ட போது நான் இடத்தைக் கூறவில்லை. அந்த இடம் நான் ஒளிந்து கொள்வதற்காக அமைந்ததென்று தோற்றியது.

சில வருஷங்களுக்கு முன் நான் அரியிலூருக்கு ஒரு முறை போயிருந்தேன். அப்போது நான் இளமையிற் பழகிய இடங்களைப் பார்த்து மகிழ்ந்தேன். என்னுடன் சில கனவான்கள் வந்திருந் தார்கள். அவர்களையும் அழைத்துக் கொண்டு தசாவதார மண்ட பத்திற்குப் போனேன். அங்கே வாமன மூர்த்திக்கு அருகில் நான் இளமையில் ஒளிந்திருக்கும் இடத்தை உற்றுக் கவனித்தேன். அப்போது, "இந்தக் குறுகிய இடத்தில் நாம் எப்படி இருந்தோமோ?" என்று எனக்கு வியப்பும் அச்சமும் உண்டாயின.

உடன் வந்த அன்பர்களில் ஒருவர், "அங்கே என்ன விசேஷம்? அவ்வளவு கவனமாகப் பார்க்கிறீர்களே" என்று கேட்டார்.

பார்த்த இடத்தில் சிற்பம் ஒன்றும் இல்லை; கட்டிட விசேஷ மும் இல்லை. அங்கே அவர்கள் கண்ணுக்கு ஒரு புதுமையும் தோன்ற

வில்லை. எனக்கோ அப்படி அன்று. நான் அங்கே என்னையே கண்டேன்; என் இளமைப் பருவத்தின் விளையாட்டைக் கண் டேன். அவர்களுக்கு விஷயத்தை எடுத்துக் கூறிய பிறகு அவர்களும் அந்த இடத்தைப் பார்த்தார்கள்.

## தந்தையார் கவலை

எனக்கு ஏழாம் பிராயம் நடந்தது. என் தந்தையார் மாதந் தோறும் என் பாட்டனாருக்குச் செய்ய வேண்டிய கிரியைகளைச் செய்து வந்தார். வருஷ முடிவில் செய்ய வேண்டிய ஆப்திக சிராத் தம் நெருங்கியது. அதற்கு வேண்டிய பொருளைச் சம்பாதிப்பதில் அவருக்கு நாட்டம் உண்டாயிற்று. அந்தக் கவலையோடு மற்றொரு செலவைப்பற்றிய கவலையும் சேர்ந்தது.

எனக்கு உபநயனம் செய்ய வேண்டிய பிராயம் வந்துவிட்ட மையால் அதற்குரிய முயற்சிகளும் செய்யவேண்டியிருந்தன. எல்லாம் பணத்தினால் நடைபெற வேண்டியவை. “எப்படியாவது ஆப்திக சிராத்தத்தை நடத்திவிடலாம்” என்ற தைரியம் என் தந்தை யாருக்கு இருந்தது. “உபநயனம் செய்ய வேண்டும்; அதற்கு என்ன செய்வது?” என்ற சிந்தனையில் அவர் ஆழ்ந்தார். சாணேற முழம் சறுக்கும் வாழ்க்கைப் போராட்டத்தில் அவர் மனம் தத்தளித்து நின்றது.

## குமரபிள்ளை

அக்காலத்தில் என் தந்தையாரை ஆதரித்து வந்தவர்களுள் ஒருவராகிய கொத்தவாசற் குமரபிள்ளை என்பவர் ஒரு சமயம் எங்கள் வீட்டுக்கு வந்திருந்தார்; அப்போது என் தந்தையாருடைய க்ஷேமலாபங்களை விசாரித்தார். பேசிவருகையில் என் உபநயனத் தைப்பற்றி அவர் கவலையடைந்திருப்பதையறிந்து, “அது விஷய மான கவலை தங்களுக்கு வேண்டாம். உபநயனத்துக்கு நான்கு நாட்களுக்கு முன் தங்களுக்குப் பணம் கிடைக்கும்” என்று வாக்களித்தார்.

துந்துபி வருஷம் வைகாசி மாதம் (1862, ஜூன்) என் பாட்டனாருக்கு ஆப்திக சிராத்தம் வந்தது. அதன் பொருட்டு உத்தமதானபுரம் செல்வதாக ஏற்பாடாகியிருந்தது. குமரபிள்ளை பொருளுதவி செய்வதாகச் சொல்லியிருப்பதை நம்பி ஆப்திகம் ஆன பிறகு ஆனி மாதமே என் உபநயனத்தை உத்தமதானபுரத்தில் நடத்தி விட எந்தையார் நிச்சயித்தார்.

## உபநயனம்

நாங்கள் உத்தமதானபுரத்திற்குச் சென்றோம். என் பாட்ட னாரது சிராத்தம் நடைபெற்றது. அப்பால் எனக்கு உபநயனம்

நற்றிணை பதிப்பகம் ◆ 81

செய்வதற்குரிய முயற்சிகள் ஆரம்பமாயின. என் பிதா இன்ன தினத்தில் முகூர்த்தம் வைத்திருக்கிறதென்று குறிப்பிட்டுக் கொத்த வாசற் குமர பிள்ளைக்கு ஒரு கடிதம் எழுதி அனுப்பினார். முகூர்த்தத்திற்கு நான்கு தினங்கள் முன்னதாக அந்த உபகாரி இரண்டு வேளாளப் பிள்ளைகளை வேண்டிய தொகையுடன் அனுப்பினார். அவர்கள் வந்து பணத்தை என் தந்தையார் கையிலே கொடுத்தார்கள். அதை வாங்கும்போது என் தந்தையாரும் அருகிலிருந்த சிறிய தந்தையாரும் கண்ணீர் விட்டு உருகினார்கள். குறிப்பிட்ட முகூர்த்தத்தில் எனக்கு உபநயனம் நடைபெற்றது. அதற்கு அரியிலூர், மாயூரம், கும்பகோணம், தியாக சமுத்திரம், சுவாமிமலை, கோட்டூர், சூரிய மூலை, திருக்குன்றம், கணபதி அக்கிரகாரம், திருவையாற்றுக்குடி, திருவையாறு திருப்பழனம், பாபநாசம், சுரைக்காவூர், பொன்வேய்ந்தநல்லூர், தேவராயன் பேட்டை, அச்சு தேசுவரபுரம், உள்ளிக்கடை, ஊற்றுக்காடு, உடையாளூர், நல்லூர் என்னும் இடங்களிலிருந்து பந்துக்களும் அன்பர்களும் வந்திருந்தார்கள்.

உபநயன காலங்களில் நடைபெறும் ஊர்வலம் விநோதமானது. பெரும்பாலும் வாகனங்களில் அது நடைபெறாது. உபநயனப் பையன் தன் அம்மான் தோளில் ஏறிக் கொள்வான். பெண்களும் ஆண்களும் புடை சூழ வாத்திய கோஷத்துடன் ஊர்வலம் செல் லும். ஒவ்வொரு வீட்டு வாசலிலும் அம்மான் நிற்பார். வீட்டிலுள்ள பெண்கள் ஆரத்தி எடுப்பார்கள். அவ்வாறு எடுத்த தாம்பாளத்தில், ஊர்வலத்துடன் செல்லும் பெண்கள் தாங்கள் கொண்டு செல்லும் பக்ஷியங்களையும் தாம்பூலத்தையும் வைத்துப் போவார்கள். இப்படி ஒவ்வொரு வீட்டிலும் நடைபெறும். இவ்வூர்வலம் என் உபநயனத் திலும் நடந்தது.

எங்கள் குடும்ப வழக்கப்படி உபநயன காலத்தில் எனக்கு 'வேங்கடராம சர்மன்' என்று நாமகரணம் செய்யப்பட்டது. அந்தப் பெயரே நன்றாக உள்ளதென்று என் தகப்பனாரும் பிறரும் எண்ணி னர். அது முதல் எனக்கு வேங்கடராமனென்ற பெயரே பலரால் வழங்கப்பட்டு வந்தது.

உபநயன காலத்தில் நான் யஜூர் வேதத்தை அத்தியயனம் செய்வதற்கு உரியவனென்றும், வாதூல கோத்திரத்தினனென்றும், ஆபஸ்தம்ப சூத்திரத்தைக் கடைப்பிடிப்பவனென்றும் உணர்ந்தேன்.

பூணூல் அணிந்து துவிஜனாகிய புதிதில் எனக்கு என் அம்மான் சிவராமையர் மந்திரங்களையெல்லாம் கற்பித்தனர். சந்தியா வந்தனங்களைத் தவறாமல் ஒழுங்காகச் செய்துவந்தேன். மந்திரஜபம் செய்வதில் எனக்கு இயல்பாகவே விருப்பம் உண்டு.

## கௌரீ மந்திரம்

உபநயனம் ஆனபிறகு மீண்டும் நாங்கள் அரியிலூர் வந்து சேர்ந்தோம். நான் தமிழ்க் கல்வியிற் சுவை கண்டேனாதலால் சடகோபையங்காரை விடாமற் பற்றிக்கொண்டேன்.

ஒரு சமயம் என் சிறிய பாட்டனாராகிய ஐயாக்குட்டி ஐயர் எங்களைப் பார்ப்பதற்காக அரியிலூருக்கு வந்தார். சிலர் கேட்டுக் கொண்டபடி சில தினங்கள் நாங்கள் இருந்த வீட்டில் ஹாலாஸ்ய மாகாத்மியம் வாசித்துப் பொருள் சொல்லி வந்தார். நான் தினந் தோறும் அதைக் கேட்டு வந்தேன். ஸ்ரீ சோமசுந்தரக் கடவுள் கௌரி என்னும் பெண்ணுக்கு அருள்புரிந்த திருவிளையாடல் ஒன்று அந்த மாகாத்மியத்தில் இருக்கிறது. தமிழ்த் திருவிளையாடற் புராணத்தில் அந்த வரலாறு உள்ள பாகத்திற்கு 'விருத்த குமார பாலரான படலம்' என்று பெயர். ஐயாக்குட்டி ஐயர் அந்தச் சரித்தி ரத்தைச் சொல்லும்போது, "கௌரிக்கு அவள் தகப்பனார் கௌரீ மந்திரத்தை உபதேசம் செய்தார். அந்த மந்திரம் மிக்க நன்மையைத் தரவல்லது" என்று கூறி அந்த மந்திரத்தையும் எடுத்துரைத்தார். அவர் உரைத்த மந்திரத்தையும் அதை உச்சரிக்கும் முறையையும் அப்பொழுதே நான் மனத்திற் பதியச் செய்து கொண்டேன். அவர் அன்றிரவு மந்திரத்தைச் சொன்னதையே உபதேசமாகக் கருதி அது முதல் அதனை நானும் ஜபித்து வரலானேன்.

## துன்பத்தின்மேல் துன்பம்

என் தந்தையார் அரியிலூரைச் சூழ்ந்துள்ள இடங்களுக்கு அழைப்பின் மேல் அடிக்கடி சென்று தம் சங்கீதத்தால் ஜனங்களை உவப்பித்து அங்கங்கே உள்ள அன்பர்களாற் பொருளுதவி பெற்று வருவார். சில கிராமங்களில் கிடைத்த பொருள் வருவாயிலிருந்து என் உபநயனத்திற்குக் குமரபிள்ளை உதவிய தொகையைத் திருப்பிக் கொடுத்து விட்டார். ஸமஸ்தான வித்துவானென்ற பெயரே ஒழிய ஜமீன்தாரது ஆதரவு வர வரக் குறையலாயிற்று. ஜமீன்தாரே கடனில் மூழ்கியிருந்தார். கடன்தாரர்கள் கடனை வற்புறுத்திக் கேட்டபோது அவர் தம் கிராமங்களை விற்று அதனை அடைக்கத் தொடங்கினார். சுரோத்திரியமாக விட்ட நிலங்களையும் விற்றார். எங்களுக்கு இலந்தங்குழி என்னுமிடத்தில் விட்டிருந்த சர்வமானி யத்தையும் அவர் விற்று விட்டார். ஸமஸ்தானத்து உதவி இவ்வாறு அடியோடு நின்று போயிற்று.

இந்த வாழ்க்கைப் போராட்டத்தில் ஒரு துன்பம் போனால் மற்றொன்று வருவதற்குக் காத்து நிற்பதை என் தந்தையார் அநுபவத்தில் அறிந்தார். ஜமீனது சம்பந்தமும் ஆதரவும் அற்று விடவே, "இனி என்ன செய்வது?" என்ற யோசனை அவருக்கு உண்டாயிற்று. குடும்பம் நடத்தும் விஷயத்தில் ஏற்பட்ட கவலையை

விட அதிகமான கவலை என் கல்வி விஷயத்தில் ஏற்பட்டது. அரியிலூரில் கல்விக்கு வேண்டிய உதவி இருந்தது; ஆனால் வருவாய் இல்லை. "இவ்வூரை விட்டால் வேறு எங்கே போவது?" என்னும் கவலை அவர் மனத்தை அலைக்கத் தொடங்கியது.

## குன்னம் சிதம்பரம் பிள்ளை

இவ்வளவு சங்கடங்களில் அகப்பட்டுக் கலங்கும் எந்தையாரது உள்ளக் குறிப்பைச் சிதம்பரம் பிள்ளை என்னும் ஒருவர் ஒருவாறு ஊகித்து அறிந்துகொண்டார். அரியிலூருக்கு வடக்கே உள்ள குன்னம் (குன்றம்) என்னும் கிராமத்துக் கணக்குப் பிள்ளை அவர்; கார்காத்த வேளாளர்; நல்ல செல்வாக்குள்ளவர்; என் தந்தையாருடைய பால்ய நண்பர். அவருடைய பந்துக்கள் அரியிலூரில் இருந்தனர். அவர்கள் வீட்டிற்கு அவர் அடிக்கடி வருவார். அப்படி வரும்போதெல்லாம் எங்கள் வீட்டிற்கும் வந்து என் தந்தையாரிடம் பேசி அளவளாவி விட்டுச் செல்வார் அவர் தமிழிலும் அறிவு வாய்ந்தவர். நான் தமிழ் படித்து வருவதை அறிந்து என்னிடம் பிரியமான வார்த்தைகளைப் பேசிப் பாராட்டி ஊக்கம் உண்டாக்குவார்.

என் தகப்பனார் ஒரு நாள் சிதம்பரம் பிள்ளையோடு பேசிக் கொண்டிருந்தார். அவர் பேச்சில் பழைய கம்பீரம் காணாமையால் சிதம்பரம்பிள்ளை அவர் உள்ளத்துள் இருக்கும் கவலையே அதற்குக் காரணமென்று ஊகித்து அறிந்தனர். பிறகு மெல்ல மெல்ல விசாரித்து ஜமீன் ஆதரவு இன்மையை உணர்ந்து வருந்தினார். குடும்பக் கடனைப் பற்றியும் அவர் அறிந்தார். உடனே, "நீங்கள் இனிமேல் இங்கே இருக்க வேண்டாம். குன்னத்திற்கு வந்து விடுங்கள் அங்கே ஸ்திரமாக இருந்து வரலாம். உங்களுக்குக் குடும்பக் கவலை இல்லாதபடி நானும் என் அன்பர்களும் கவனித்துக் கொள்ளுகிறோம். உங்கள் குடும்பக் கடன் அடைவதற்கும் ஏதாவது வழி செய்கிறோம்" என்றார்.

என் தந்தையாருக்குப் புத்துயிர் உண்டாயிற்று. ஆண்டவன் கைவிடாமல் காப்பாற்றுவானென்ற எண்ணம் உறுதி பெற்றது. குன்னம் வருவதாகச் சிதம்பரம் பிள்ளையிடம் கூறினார். அந்தச் செல்வர் ஊருக்குப் போனவுடனே நாங்கள் குடியிருப்பதற்காக ஒரு வீடு திட்டம் செய்து எங்கள் வரவை எதிர்பார்த்திருந்தார். அடிக்கடி மனிதர்களை அனுப்பி வரும்படி சொல்லியனுப்பிக் கொண்டும் வந்தார்.

## குன்னத்துக்குப் பிரயாணம்

என் தந்தையாருக்கு அரியிலூரை விட்டுச் செல்ல மனம் துணியவில்லை. பழகிய மனிதர்களை விட்டுப் பிரிவது எளிதான காரியமா? என் படிப்பு விஷயத்திற் கருத்துடைய அவருக்குச் சடகோ

பையங்காரிடம் நான் கற்று வருவதில் திருப்தி இருந்தது. அரியிலூரை விட்டுச் சென்றால் அதற்குத் தடை உண்டாகுமென்ற எண்ணமும் அவரைத் துன்புறுத்தியது. உணவுக்கு அடுத்தபடிதான் கல்வியாதலின் குன்னம் போவதே சரியென்று தீர்மானம் செய்து, அதற்குரிய நாளொன்றும் பார்த்து, அச்செய்தியைச் சிதம்பரம் பிள்ளைக்குச் சொல்லியனுப்பினார்.

## வண்டி நகர்ந்தது

நாங்கள் ஒரு நாள் விடியற் காலையில் புறப்பட்டுக் குன்னம் செல்வதாக ஏற்பாடாகி இருந்தது. முதல் நாள் அரியிலூரில் எல்லோரிடமும் சொல்லிக் கொண்டோம். புதிய ஊர்களைப் பார்ப்பதில் எனக்கு விருப்பம் அதிகமே; ஆயினும் சடகோபையங்காரிடத்தில் பாடம் கேட்க முடியாதே என்று வருந்தினேன். அதனை அறிந்த அவர், “நீ எப்போது வந்தாலும் இங்கே சில தினம் இருந்து பாடம் கேட்கலாம்” என்று சொல்லி விடையளித்தார்.

எங்கள் பிரயாணத்திற்காக ஒரு வண்டி திட்டம் செய்து கொண்டு குமரபிள்ளை வந்தார். செலவுக்கும் பணம் அளித்து அவர் விடை பெற்றுச் சென்றார், விடிய ஐந்து நாழிகையளவில் எங்கள் வீட்டு வாசலில் வண்டி வந்து நின்றது. என் தந்தையாரும் நானும் வீட்டை விட்டு வெளியே வந்தோம். தந்தையார் ஈசுவரப் பிரார்த்தனை செய்துகொண்டே என்னை எடுத்து வண்டியில் உட்கார வைத்தார். அந்தச் சமயத்தில் பெருமாள் கோயிற் பக்கம் மேள வாத்தியத்தின் சத்தம் கேட்டது. தந்தையார் திரும்பிப் பார்த்தார். அங்கே காளிங்க நர்த்தன மூர்த்தியைப் படிச்சட்டத்தின் மீது எழுந்தருளுவித்துக் கோயில் வாயிலில் தீபாராதனை செய்தார்கள். என் தந்தையாருக்குப் மயிர்க்கூச்செறிந்தது. “நல்ல சகுனமாக இருக்கிறது. தெய்வத்தை நம்பிப் பிரயாணப் படுகிறோம்” என்று அவர் மனமுருகிக் கூறினார்.

பெருமாள் கோவிலுக்குத் திருப்பணி செய்வதற்காக அயலிலுள்ள கிராமங்களுக்குச் சென்று பொருள் சேகரிக்க எண்ணிய கோவிலதிகாரிகள் அதன் பொருட்டு அந்தக் கிருஷ்ண விக்கிரகத்தை எழுந்தருளப் பண்ணி ஸந்நிதிக்கெதிரில் நிறுத்தித் தீபாராதனை செய்தார்கள். அந்தச் சமயமும் எந்தையார் என்னை வண்டியில் ஏற்றிய சமயமும் ஒன்றாக இருந்தன. கிருஷ்ண பகவானது திருமுக மண்டலத்தை விளக்கிய அந்தக் கற்பூர ஒளி, “பழகிய இடத்தை விட்டுவிட்டுப் புதிய இடத்திற்குப் போகிறோமே!” என்ற கவலையுடன் இருந்த என் தந்தையாருடைய உள்ளத்தையும் விளக்கியது. எதிர் காலத்தைப் பற்றி ஒன்றும் தெரியாத வாழ்க்கைப் பிரயாணத்தில் தெய்வத்தின் திருவருள் துணை செய்யுமென்ற ஆறுதல் அவர் நெஞ்சிற் குடிகொண்டது.

என் தாயார் வண்டியில் ஏறினார்; தந்தையாரும் வண்டியில் அமர்ந்தார். குன்னத்தை நோக்கி எங்கள் வண்டி நகர்ந்தது.

## 16
### கண்ணன் காட்சியின் பலன்

காலை எட்டு நாழிகையளவில் குன்னம் போய்ச் சேர்ந்தோம். சிதம்பரம் பிள்ளையும் அவர் நண்பர்களும் எங்கள் வரவை ஆவலுடன் எதிர்பார்த்திருந்தனர். அங்கே எங்களுக்காக அமைக்கப் பெற்றிருந்த வீட்டில் இறங்கினோம்.

அந்த ஜாகை அவ்வூரிலிருந்து ஸ்ரீ வைஷ்ணவராகிய ராம ஐயங்காரென்பவருடைய வீட்டின் ஒரு பகுதியாகும். அவர் என் தந்தையாருக்கு இளமை முதல் நண்பர்; சித்த வைத்தியத்தில் நல்ல பயிற்சியுடையவர். அவர் வசிஷ்டபுரத்தாரென்னும் வகையைச் சேர்ந்தவர். குன்னத்திலும் அதைச்சார்ந்துள்ள ஊர்களிலும் அவ்வகையினர் இருந்தனர். அவர்கள் வைதிகத் தொழில் செய்து வந்தனர். பிறரை ஆதரிக்கும் குணமும் எல்லாரோடும் மன மொத்துப் பழகும் தன்மையும் வாய்ந்தவர்கள்.

என் தந்தையார் அரியிலூரிலிருந்து வந்தமையால் அவரை 'அரியிலூரையர்' என்ற பெயரால் குன்னம் முதலிய இடங்களி லுள்ளவர்கள் வழங்கலாயினர். அப்பக்கங்களில் உள்ளவர்கள் அவருடைய கதைகளையும் சங்கீதத்தையும் முன்னமே கேட்டவர்கள். "அரியிலூரையர் இங்கே வந்திருக்கிறார்" என்ற செய்தி எல்லாரிடத் தும் பரவியது. அவரவர்கள் அன்போடு தங்கள் தங்களால் இயன்ற பொருள்களைக் கொணர்ந்து கொடுத்து என் தந்தையாரைப் பார்த்துச் சென்றார்கள். அரிசி, பருப்பு, காய், கறி முதலிய உணவுப் பொருள்கள் வீட்டில் நிரம்பி விட்டன. அவற்றைப் பார்த்தபோது என் தந்தையார், அரியிலூர்க் கோயில் வாசலில் நிகழ்ந்த தீபாரா தனையையும் கண்ணன் காட்சியையும் நினைந்து நினைந்து இன் புற்றார். 'ஊர் ஊராய்த் திரிந்து ஜீவிக்க வேண்டி நேர்ந்தால் என் செய்வது!' என்று அவருக்கிருந்த சிந்தனை மாறியது.

### ஊற்றை நாட்டாரும் பிறரும்

குன்னத்திற்கு எங்களை வருவித்த சிதம்பரம் பிள்ளை கார்காத்த வேளாளர். அவ்வூரிலுள்ள மற்ற வேளாளர்களிற் பெரும் பான்மையோர் ஊற்றை நாட்டார். குன்னத்திற்கு அருகில் ஊற்றத் தூரென்ற தேவார வைப்புஸ்தலமொன்று இருக்கிறது. அதைத் தலைநகராகக் கொண்ட ஊர்களின் தொகுதி ஊற்றை நாடு என்று பழங்காலத்தில் வழங்கி வந்தது. அங்கே வாழ்ந்தமையால் அவ்வேளாளர்களுக்கு ஊற்றை நாட்டாரென்னும் பெயர் வந்தது. ஊற்றத்தூரிலுள்ள சுத்தரத்னேசுவரரென்னும் கடவுளே அவ்வகுப்

பினருக்குக் குல தெய்வம். படையாட்சிகள், உடையார்கள் முதலிய வேறு சாதியினரும் குன்னத்தில் இருந்தனர். யாவரும் தெய்வ பக்தியும் தரும சிந்தையும் உடையவர்கள். காலை மாலைகளிற் கோயில்களிற் சென்று ஸ்வாமி தரிசனம் செய்து தேவார திருவா சகங்களைச் சொல்லித் தோத்திரம் பண்ணி விட்டு வருவார்கள். தங்கள் வருவாயில் ஒரு பகுதியைத் தருமத்திற் செலவிடுவார்கள்.

அவர்களுள் நல்ல நூல்களைக் கற்றவர்கள் பலர்; கல்லாவிடினும் பல நூல்களிலுள்ள விஷயங்களைக் கேட்டுத் தெரிந்து கொண்டோரும் உண்டு. கல்வி, கேள்வி இல்லாதவர்களும் கற்றவர்களிடத்தில் அன்பு வைத்து மரியாதையோடு நடப்பார்கள். செல்வத்தினால் உண்டாகும் அகங்காரம் முதலிய குற்றங்களும் தம்முள் விரோதமும் அவர்கள்பால் இருக்கலாம்; ஆனாலும் கல்வியுடையவர்களைக் கண்டால் அவர்களை ஆதரிப்பதில் எல்லோரும் ஒரு முகப்பட்டு நிற்பார்கள். இந்த நிலை அக்காலத்தில் தமிழ்நாட்டுக் கிராமங்கள் எங்கும் காணப்பட்டதுதான்.

## ஆனந்தமான பரம்

குன்னத்திற்குச் சென்ற தினம் பிற்பகலில் தந்தையாரும் நானும் சிதம்பரம் பிள்ளையின் வீட்டிற்குச் சென்றோம். அவ்வீட்டுத் திண்ணையிற் பலர் கூடியிருந்தார்கள். சிதம்பரம் பிள்ளையும் அவர் தமையனாராகிய அப்புப் பிள்ளை என்பவரும் அங்கேயிருந்தனர். எல்லோரும் எங்களை வரவேற்றனர். அவர்கள் முகத்தில் விளங்கிய புன்னகையில் எங்கள் மனங்கள் திளைத்துத் தளிர்த்தன. சிதம்பரம் பிள்ளை தந்தையாரை அழைத்துத் தம் வீட்டுக்குள் சென்று இடைகழியிலுள்ள தம் புஸ்தக அலமாரியைக் காட்டினார். அதிலே பல புஸ்தகங்கள் இருந்தன. அதில் ஒரு புஸ்தகத்தை என் தந்தையார் எடுத்தார்; அது தாயுமானவர் பாடலாக இருந்தது. அதைப் பிரித்து என் கையிற் கொடுத்து "இவர்களுக்குப் படித்துக்காட்டு" என்று கூறினார். பிரித்த இடம் ஆனந்தமான பரமென்னும் பகுதி. நான் வாசல் திண்ணையில் உள்ளவர்களுக்கு அப்பகுதியிலுள்ள பாடல்களில் ஒவ்வொன்றையும் தோடி முதலிய ஒவ்வொரு ராகத்தில் வாசித்துக் காட்டினேன். தாயுமானவர் யாவருக்கும் விளங்கும் சொற்களில் தம் அனுபவ உணர்ச்சியை நன்றாக வெளியிட்டுள்ள அப்பாடல்களின் பொருளும், இளமைக்குரிய முறுக்கோடு வெளிவரும் என் தொனியும் அங்கிருந்தவர்களுக்கு இன்பத்தை விளைவித்தன. "அரியிலூர் ஐயர் தம் குமாரரையும் நன்றாகப் பழக்கி வைத்திருக்கிறார்கள். அவர்களைப் போலவே இவரும் நல்ல நிலைக்கு வருவார்" என்று அவர்கள் பேசிக் கொண்டார்கள். குன்னத்திற் புகுந்த முதல் நாளே 'ஆனந்தமான பரத்'தைத் துணையாகக் கொண்டு அவர்கள் உள்ளத்திலும் நாங்கள் புகுந்து கொண்டோம்.

## ஸ்தலங்கள்

ஸ்தலங்களைப்பற்றிய வரலாறுகளைத் தெரிந்து கொள்வதில் அக்காலத்தினருக்கு அதிக விருப்பம் இருந்தது. ஸ்தலத்தில் விருக்ஷம், மூர்த்திகளின் திருநாமம், வழிபட்டவர்கள் வரலாறு, தீர்த்த விசேஷம் முதலிய விஷயங்களை அங்கங்கே உள்ளவர்கள் நன்றாகத் தெரிந்து கொண்டு மற்றவர்களுக்குச் சொல்வார்கள். தங்கள் ஊர் சிறந்த ஸ்தலமென்றும் பலவகையான மாகாத்மியங்களை உடையதென்றும் சொல்லிக் கொள்வதில் அவர்களுக்கு ஒரு திருப்தி இருந்தது. குன்னத்தின் ஸ்தல மாகாத்மியங்களை என் தந்தையார் விசாரிக்கத் தொடங்கினார். நானும் அவற்றைத் தெரிந்து கொண்டேன்.

மிகச் சிறந்த ஸ்தலங்களுக்குச் சென்று அங்குள்ள மூர்த்திகள் பால் ஈடுபட்டவர்கள் தங்கள் ஊரிலும் அந்த ஸ்தலங்களைப் போன்ற அமைப்புக்களை உண்டாக்கி வழிபடுதல் பழங்காலத்து வழக்கம். பெரிய புராணத்தை இயற்றிய சேக்கிழார் சோழ நாட்டி லுள்ள திருநாகேசுவரமென்னும் சிவ ஸ்தலத்தில் ஈடுபாடுடையவர். அவர் சென்னைக்கருகே உள்ள தம் ஊராகிய குன்றத்தூரிலும் ஒரு திருநாகேசுவரத்தை உண்டாக்கினார். நடு நாட்டில் பெண்ணை யாற்றங் கரையில் ஸ்ரீரங்கம், ஜம்புகேசுவரம், தாயுமானவர் கோயில் என்னும் மூன்று ஸ்தலங்களுக்கும் பிரதியாக மூன்று ஸ்தலங்கள் உள்ளன. அரியிலூரில் உள்ள ஆலந்துறேசர் கோயில் தேவார ஸ்தலமாகிய கீழைப் பழூவூரிலுள்ள கோயிலைக் கண்டு அமைத்ததே யாகும். இவ்வாறே கும்பகோணத்தில் கும்பேசுவரரைத் தரிசித்த ஒருவர் குன்னத்தில் ஒரு கோயில் நிருமித்து அங்கே பிரதிஷ்டை செய்த மூர்த்திக்கு ஆதி கும்பேசரென்னும் திருநாமத்தையும் அம்பிகைக்கு மங்களாம்பிகை என்னும் பெயரையும் இட்டனர். அன்றியும் கும்பகோணத்துக்குக் கிழக்கே திருவிடைமருதூர் இருப்பது போலக் குன்றத்திற்குக் கிழக்கே வெண்மணி என்னும் ஊர் இருக்கிறது. திருவிடைமருதூருக்கு மத்தியார்ஜுனம் என்று பெயர். அதற்கு வெண்மையாகிய இருதயாகாசத்தின் மத்தியென்று பொருள் செய்து, திருவிடை மருதூர் தகராகாசத்திற்குச் சமானமானதென்று தத்துவார்த்தம் கூறுவர் சிலர். (அர்ஜுனம்–வெள்ளை) வெண்மணி என்னும் பெயர் மத்தியார்ஜுனமென்னும் பெயரோடு ஒருவாறு ஒப்புமையுடையதாகவே, அவ்வூரில் தோன்றிய கோயில் மூர்த்திக்கு ஆதி மகாலிங்கமென்ற திருநாமம் உண்டாயிற்று. மகாலிங்கமென் பது திருவிடை மருதூர் ஸ்வாமியின் திருநாமம். பிருகத் குச நாயகி யென்பதே இரண்டிடங்களிலும் உள்ள அம்பிகையின் திருநாமம்.

இத்தகைய அமைப்புக்களால் ஆலய வழிபாட்டைப் பழங் காலத்தில் எவ்வளவு அவசியமானதாகக் கருதினரென்பதை உணர லாம். என் இளமையிலும் அந்நிலை மாறாமலே இருந்தது.

## தானிய வருவாய்

நாங்கள் குன்னத்திற்குச் சென்ற காலம் அறுவடை நாள். அவ்வூரிலுள்ளவர்கள் நவதானியங்களுள் கம்பு, சோளம், சாமை, கேழ்வரகு, தினை முதலியவற்றைத் தங்கள் தங்களால் இயன்றவளவு கொணர்ந்து எங்களுக்கு அளித்தார்கள். அவற்றில் உபயோகப் படுவன போக மிகுந்தவற்றை நாங்கள் விற்று நெல்லாக மாற்றி வைத்துக்கொண்டோம்.

## இராமாயணப் பிரசங்கம்

குன்னத்தில் நாட்டாண்மைக்காரர்கள் நான்கு பேர் இருந்தனர். அவர்களும் சிதம்பரம் பிள்ளையும் சேர்ந்து யோசித்து என் தந்தை யாரைக் கொண்டு அருணாசலகவி ராமாயணத்தை இரவிற் பிரசங்கம் செய்வித்துக் கேட்க விரும்பினார்கள் அவ்வாறே பிரசங்கம் தொடங்கப் பெற்றது. தினந்தோறும் இரவில் சிதம்பரம் பிள்ளையின் வீட்டுத் திண்ணையில் அது நடைபெற்றது. அக்காலத்தில் என் சிறிய தகப்பனாரும் உத்தமதானபுரத்திலிருந்து வந்திருந்தார்.

இராமாயணப் பிரசங்கம் நன்றாக நடந்தது. ஊராருடைய ஆதரவு அதிகமாக இருந்தமையால் என் தந்தையாருக்கு மிக்க ஊக்கம் உண்டாயிற்று. அவரோடு சிறிய தந்தையாரும் சேர்ந்து கொண்டார். நானும் இடையிடையே பாடி வந்தேன். என் சாரீரம் பழக்கத்தால் வன்மை பெற்று வந்தது. அதனால் வரவர இராமா யணப் பிரசங்கத்தில் அதிகமாகப் பாடிவந்தேன். என் பாட்டைக் கேட்டவர்கள், "சிறு பையன் இப்படிப் பாடுகிறானே" என்று ஆச்சரியமடைந்தார்கள். அதனால் எனக்கும் ஊக்கம் உண்டாயிற்று.

பிரசங்கத்திடையே என் தந்தையார் கம்பராமாயணத்திலிருந்து உசிதமான செய்யுட்களை இசையோடு சொல்லுவார். அக்காலத்தே சாதாரண ஜனங்களுக்கும் கம்பராமாயணத்திலே சுவை இருந் தமையால் அவருடைய பிரசங்கம் சபையோருடைய மனத்தை மிகவும் கவர்ந்தது. குன்னத்திலுள்ளோரும் அயலூரினரும் கூட்ட மாக வந்து கூடினர். தந்தையார் சந்தோஷத்தின் உச்சியிலிருந்து கதையை நடத்தி வந்தார். ஒவ்வொரு நாளும் ஜனங்களுக்கு உண் டான திருப்தி அதிகமாயிற்று.

இரண்டு மாத காலமாக இராமாயணப் பிரசங்கம் நிகழ்ந்து வந்தது. யுத்தக் காண்டம் நடைபெறுகையில் ஒருநாள் அனுமார் சஞ் சீவி மலையைக் கொணர்ந்து, பிரம்மாஸ்திரத்தால் கட்டுண்டு கிடந்த லக்ஷ்மணர் முதலியோரை எழுப்பின கட்டம் வந்தது. லக்ஷ்மணர் பிரம்மாஸ்திரத்தாற் கட்டுண்டு வீழ்ந்தது கண்டு இராமர் அடைந்த சோகத்தையும், அவர் சோகத்தால் மூர்ச்சையுற்றுக் கிடந்ததையும்

கேட்டவர்கள் உருகினார்கள். தம்முடைய அநுபவத்தில் எவ்வளவோ துன்பங்களை உணர்ந்து புண்பட்டவராகிய என் தந்தையார் அந்தச் சோக ரஸத்தைத் தாமும் அநுபவித்துப் பிறரும் அநுபவிக்கச் செய்தார். சோகம் நிரம்பிய அச்சமயத்தில் 'அனுமார் சஞ்சீவி மலையைத் தூக்கி வந்தார்; அதன் காற்றுப் பட்ட மாத்திரத்திலே லக்ஷ்மணர் முதலியோர் உயிர்த்து எழுந்தனர்' என்ற விஷயம் வரும்போது சோகக் கடலில் ஆழ்ந்திருந்த ஜனங்கள் அனைவரும் சந்தோஷ ஆரவாரம் செய்தனர். அவர்கள் இராமாயணக் கதை யைக் கேட்பவர்களாகத் தோற்றவில்லை. போர்க்களத்தில் இருந்து இராமலக்ஷ்மணர்கள் சோகத்தைக் கண்டு துயருற்றும் அனுமாரது வீரத்தைக் கண்டு சந்தோஷமடைந்தும் நிற்பவர்களைப்போல இருந்தனர். என் தந்தையாருக்கோ அரியிலூரைவிட்டுப் பிரிந்த தனால் உண்டான துயரம் பிரம்மாஸ்திரம் போல இருந்தது; குன்னத்திற் பெற்ற ஆதரவு சஞ்சீவிமலையைப் போலாயிற்று. இவ்வாறு துன்பமும் அதனைப் போக்கி நிற்கும் இன்பமும் அநுபவத்திலே ஒரு யுத்தக்காண்டத்தை உண்டாக்கினமையால் என் தந்தையார் அந்த அநுபவத்தைக் கொண்டு மிகவும் ரஸமாகப் பிரசங்கம் செய்தார். சோகரஸம் உள்ள இடங்களில் தாமே சோகமுற்றும் சந்தோஷச் செய்தி வருமிடங்களில் தாமே மகிழ்ச்சியுற்றும் அவர் செய்த கதாப்பிரசங்கம் கேட்டவர்களுடைய உள்ளத்தைக் கவர்ந்தது.

அன்று கதை முடிந்தவுடன் எல்லோரும் என் தந்தையாரைப் பற்றிப் பாராட்டிப் பேசியதற்கு அளவில்லை. சிதம்பரம் பிள்ளை முதலியவர்கள், "இந்த இராமாயணம் இன்னும் சில நாட்களிற் பூரித்தியாகிவிடும். இதை ஒரு தடவை கேட்ட மாத்திரத்தில் நமக்குத் திருப்தியுண்டாகாது; பலமுறை கேட்க வேண்டும்" என்று ஆலோசித்தார்கள். 'இவர்களை இந்த ஊரிலேயே நிரந்தரமாக இருக்கும்படி செய்ய வேண்டும்' என்று எண்ணி அதற்குரிய ஏற்பாட்டையும் செய்யத் தொடங்கினார்கள். பிறகு சிதம்பரம் பிள்ளை முதலிய பன்னிரண்டு பேர்கள் மாதத்திற்கு ஒருவராக ஐந்தைந்து ரூபாய் கொடுப்பதென்று தீர்மானித்து அந்த விஷயத்தை ஒரு பனை ஓலையில் எழுதி அப்பன்னிருவரும் கையெழுத்திட்டார் கள். அதை என் தந்தையாரிடம் கொடுத்து, "நாங்கள் செய்துள்ள இந்த ஏற்பாட்டை அங்கீகரித்துக் கொள்ளவேண்டும்" என்றார்கள். தந்தையார் ஏற்றுக்கொண்டு நன்றியறிவு புலப்படும் வார்த்தை களைக் கூறிப் பாராட்டினார்.

அது முதல் ஒவ்வொரு மாதமும் தவறாமல் அவர்கள் உதவி கிடைத்து வந்தது. வேறு வகையில் கிடைத்த வரும்படிகளும் சேர்ந்தமையின் எங்கள் வாழ்க்கை சுகமாக நடைபெறலாயிற்று.

இராமாயண பட்டாபிஷேகம் நடந்தபோது அவ்வூரினரும் பிறரும் பொதுவில் இருபது வராகன் (70 ரூபாய்) சேர்த்துக்

கொடுத்தார்கள். குன்னத்திலேயே சுப்பராய படையாட்சி என்ற செல்வர் ஒருவர் இருந்தார். சிலருடைய முயற்சியால் அவர் வீட்டிலும் இராமாயணப் பிரசங்கம் நடைபெற்றது. பட்டாபிஷேக காலத்தில் அவரிடமிருந்து என் தகப்பனாருக்கு இருபது வராகன் சம்மானம் கிடைத்தது. அவற்றைக் கொண்டு குடும்பக் கடனில் ஒரு பகுதியைத் தீர்த்துக் கொள்ளலாமென்று எந்தையார் எண்ணினார்.

## ஆபரணம் பெற்ற அன்னையார்

என் பாட்டனாரது சிராத்தம் நடத்த எங்களை அழைத்துக் கொண்டு என் பிதா உத்தமதானபுரம் சென்றனர். தாம் கொணர்ந் திருந்த தொகையைக் கொண்டு தாம் நினைத்தவாறே குடும்பக் கடனில் ஒரு பகுதியை அடைக்க முயலும்போது பந்துக்களில் முதியவர்களாகிய சிலர் அவ்வாறு செய்வதைத் தடுத்தார்கள்; "இப்போதுதான் நீ ஏதோ சம்பாதித்துக்கொண்டு வந்திருக்கிறாய். உன் மனைவிக்கு ஒரு நகை கூட இதுவரையிற் பண்ணிப் போட வில்லை. முதலில் அவளுக்கு ஏதாவது தங்கத்தில் பண்ணிப் போடு. இவ்வளவு நாள் இருந்த கடனுக்கு இப்போது என்ன அவசரம்? இனிமேல் நீ சம்பாதிக்கப் போவதில்லையா? கடன் அடைபடாமலே நின்றுவிடப் போகிறதா? சரியான காலத்தில் ஸ்திரீகளுக்கு நகை பண்ணிப் போட்டால்தானே அழகு? பிராயம் ஆன பிறகு போட்டு என்ன பயன்? நகை பண்ணிப் போட்ட பிறகு மிகுந்ததைக் கடனுக்குக் கொடு" என்று சொன்னார்கள்.

என் தாயாருக்கு அக்காலத்தில் திருமாங்கலியம் ஒன்றுதான் தங்கத்தில் இருந்தது. மற்றவை எல்லாம் பித்தளையே. என் தந்தை யார் உறவினர் கூறியதைக் கேட்டு அவ்வாறே அத்தொகையைக் கொண்டு காது ஓலை, குடைக் கடுக்கன், பஞ்ச கலசவாளி ஆகிய வற்றைத் தங்கத்தாற் செய்வித்து என் தாயாருக்கு அணிவித்தார். என் தாயார் அவற்றை அணிந்து கொண்டபோது அடைந்த மகிழ்ச்சி இவ்வளவென்று சொல்ல முடியுமா? அரியிலூர்ப் பெரு மாள் கோவில் வாசலில் நடந்த தீபாராதனையை அவரும் மறக்க வில்லை. அவர் காதிற் பொன்னகையும் முகத்திற் புன்னகையும் விளங்க நின்ற கோலம் என் கண்முன் நிற்கிறது.

# 17

## தருமம் வளர்த்த குன்னம்

உத்தமதானபுரத்தில் நாங்கள் சில காலம் இருந்த போது என் தந்தையார் பாபநாசம் முதலிய இடங்களில் உள்ள செல்வர்களிடம் சென்று வருவார். ஒருமுறை பாபநாசத்திற் சில பிரபுக்களுடைய வேண்டுகோளின்படி சில தினங்கள் நந்தனார் சரித்திரக் கீர்த்தனங்

களை அவர் பாடிப் பொருள் கூறி வந்தார். சரித்திரம் நிறைவேறிய வுடன் அப்பிரபுக்கள் 70 ரூபாய் (20 வராகன்) சேர்த்துச் சம்மானம் செய்தார்கள். என் தந்தையாருடைய கதாப் பிரசங்கத்தின் முடிவில் இருபது வராகன் சம்மானம் அளிப்பதென்பது ஒரு பழக்கமாகி விட்டது. பாபநாசத்திற் பெற்ற தொகையைக் கொண்டு அவர் இடையிடையே தாம் வாங்கிய கடன்களைத் தீர்த்து வந்தார்.

## குன்னம் சென்றது

மறுபடியும் நாங்கள் குன்னம் சென்று இராமையங்கார் வீட்டில் இருந்து வரலானோம். சிதம்பரம் பிள்ளை முதலிய செல்வர் பன்னிருவரும் தாங்கள் எழுதிக் கொடுத்தபடி மாதந்தோறும் பத்து ரூபாய் வீதம் அளித்து வந்தனர். என் தந்தையாருக்கு வரவர என் விஷயத்திற் கவனம் அதிகமாயிற்று. குடும்பப் பாதுகாப்பைப் பற்றிய கவலை குன்னத்தில் அவருக்குப் பெரும்பாலும் இல்லை. அவருடைய கதாப் பிரசங்கத்திற்கு மதிப்பு உயரஉயர அன்பர்களது ஆதரவு விரிவு பெற்றது. நான் சுறுசுறுப்புள்ளவனாகவும் கல்வியில் விருப்பமுள்ளவனாகவும் இருப்பதை உணர்ந்த அவருக்கு என் கல்வியபிவிருத்தியில் ஊக்கமும் கவலையும் இருந்தன. சங்கீதத் துறையில் எனக்குப்பழக்கம் மிகுதியாகி வந்தாலும் தமிழில் தனி விருப்பம் இருப்பதை அவர் அறிந்து கொண்டாரென்றே தோற்றியது. அதனால் தம்முடைய கதாப் பிரசங்கங்களுக்கு என்னை உதவியாக வைத்துக் கொண்டதோடு தமிழ் நூல்களை நான் கற்றுவருவதற்குரிய ஏற்பாடும் செய்யத் தொடங்கினார்.

## சிதம்பரம் பிள்ளையிடம் பாடம் கேட்டது

சிதம்பரம் பிள்ளையின் நட்பு எங்களுக்கு உண்டானதில் பல லாபங்கள் கிடைத்தன. அவர் தமிழிற் பயிற்சியுடையவர்; சில பிரபந்தங்களிலும் திருவிளையாடற் புராணம் முதலிய நூல்களிலும் சிறந்த பழக்கத்தைப் பெற்றிருந்தார். அவரிடம் நான் பாடம் கேட்கத் தொடங்கினேன். முதலிற் சில சிறு நூல்களைக் கேட்டு விட்டுப் பிறகு திருவிளையாடற் புராணத்தை முறையாகக் கேட்டு வரலானேன். அவ்வூரிலிருந்த முத்தப்பிள்ளை என்ற அன்பர் நான் கேட்டுக் கொண்டபடி திருவிளையாடற் புராணப் புஸ்தகம் ஒன்றும் குறள் மூலமும் எனக்கு அளித்தார்; குறள் தெளிபொருள் விளக்கவுரைப் புஸ்தகம் ஒன்றையும் சில காலம் படித்துவிட்டுத் தரும்படி கொடுத்தார். அதை வைத்துக் குறளைப் படித்து வந்தேன்.

## உதவிக் கணக்கு

என் வாழ்க்கையில் எனக்கு ஜீவனத்திற்கு ஏற்ற வழிகள் சில தெரிந்திருக்க வேண்டுமென்பது என் தகப்பனார் விருப்பம். "நாலு வித்தை தெரிந்திருந்தால் சமயம்போல் ஏதாவது ஒன்றைக்கொண்டு

பிழைக்கலாம்" என்பது அவர் எண்ணம். சங்கீதமும் தமிழும் ஒருகால் என் ஜீவனத்துக்கு உபயோகப்படாவிட்டால் வேறொரு தொழில் இருந்தால் நல்லதென்று அவர் நினைத்தார் போலும்! அக் காலத்தில் கிராமக் கணக்குப்பிள்ளைக்கு இருந்த கௌரவமும் செல்வாக்கும் மிக அதிகம். கணக்குப் பிள்ளையே ஒரு கிராமத்தில் பிரதான புருஷர். அவர் வைத்தது சட்டம். அவருக்கு அபசாரம் பண்ணினவன் தப்ப முடியாது. ஆதலால் இங்கிலீஷ் படிக்காத எனக்கு ஒரு கணக்குப்பிள்ளை வேலை கிடைத்தால் எவ்வளவு நன்றாக இருக்கும்! என் தந்தையார் மனோபாவம் அப்படி யெல்லாம் விரிந்து சென்றது. அரியிலூரிலேயே நான் ஒருவரிடம் கணக்குப் பழக்கம் செய்து வந்தேனல்லவா? அப்பழக்கத்தை விட்டு விடாமல் குன்னத்திலும் சிதம்பரம் பிள்ளையிடம் இருந்து கணக்கு வேலை பழகி வந்தேன். என் தகப்பனார் எனக்குக் கணக்கு வேலை பழக்கி வைக்க வேண்டுமென்று மிக்க ஆவலாக அவரிடம் கேட்டுக் கொண்டார்.

நான் சிதம்பரம்பிள்ளையிடம் உதவிக் கணக்கு உத்தியோ கத்தை வகிக்கலானேன். கிராமக் கணக்கு வகைகளைப் பதிவதற்குத் தனித் தனியே அச்சிட்ட 'நமூனா' க்கள் வரும். அவற்றில் ஒழுங்காக 'ரூல்' போடுவது முதல் கணக்குகளைப் பதிவு செய்வது வரையில் எல்லா வேலைகளையும் நான் செய்து வந்தேன்.

## இயற்கை தந்த இன்பம்

சிதம்பரம் பிள்ளை தினந்தோறும் கிராமத்திலுள்ள புன்செய்க் காடுகளுக்குச் சென்று வருவார்; கணக்குப் பிள்ளை உத்தியோக முறையில் நிலங்களிற் செய்யப்படும் சாகுபடி முதலியவற்றைக் கவனிப்பதற்குச் செல்வார். அச்சமயங்களில் நானும் அவருடன் செல்வேன். அவர் வழக்கப்படி காரியங்களைக் கவனிப்பார். அக் காடுகளின் தோற்றம் எனக்கு மகிழ்ச்சியை உண்டாக்கும்.

பயிர்கள் வகை வகையாகக் கொல்லைகளில் விளைந்து கதிர் விட்டிருப்பதும், அங்கங்கே புன்செய் நிலங்களில் இடையிடையே மொச்சை, துவரை முதலியவை வளர்ந்திருப்பதும் என் கண்களைக் கவரும். எவருடைய பாதுகாப்பையும் வேண்டாமல் இயற்கையாகப் படர்ந்திருக்கும் முல்லைக் கொடிகளும் துளசியும், நன்றாகச் செழித்து வளர்ந்திருக்கும் வில்வம், வன்னி முதலிய மரங்களும், மலர்ந்திருக்கும் அலரியும் பிறவும் இயற்கைத் தேவியின் எழிலைப் புலப்படுத்திக் கொண்டு விளங்கும். கம்பு விளையும் நிலத்தருகே கரைகளில் துளசி படர்ந்திருக்கும். கணக்குப்பிள்ளை கம்புப் பயிரை மாத்திரம் கண்டு மகிழ்வார்; அதனால் உண்டாகும் வருவாய்க் கணக்கில் அவர் கருத்துச் செல்லும். நான் அவரோடு பழகியும் அத்தகைய கணக்கிலே என் மனம் செல்வதில்லை. கம்பங் கதிர் தலை வளைந்து நிற்கும் கோலத்திலும் அழகைக் கண்டேன்; துளசி

கொத்துக் கொத்தாகப் பூத்துக் கதிர்விட்டிருக்கும் கோலத்திலும் அழகைக் கண்டேன். "கம்பிலே தான் காசு வரும்; துளசியிலே என்னவரும்?" என்ற வியவகார புத்தி எனக்கு இல்லை. இரண்டும் என் கண்களுக்குக் குளிர்ச்சியான காட்சியை அளித்தன. வில்வ மரமும் வன்னி மரமும் எனக்கு இயற்கைத் தாயின் எழில் வடிவத்தின் ஒரு பகுதியாகவே தோற்றின. மனிதன் வேண்டுமென்று வளர்க்காமல் தாமே எழுந்த அவற்றில் இயற்கையின் அழகு அதிகமாகவே விளங்கியது.

அங்கங்கே நீரோடைகள் உண்டு. அவற்றின் கரையிலே படர்ந்திருக்கும் பசுஞ் செடிகளின் காட்சியில் நான் ஊன்றி நிற்பேன். தினந்தோறும் காலையில் எழுந்து அவ்விடங்களுக்குச் சென்று பத்திர புஷ்பங்களை எடுத்து வந்து என் தந்தையார் பூஜைக்குச் சேர்ப்பிப்பேன்!

குன்னத்தில் என் மனத்திற்கு உத்ஸாகம் உண்டாவதற்கு மேலே கூறிய நிகழ்ச்சிகள் காரணமாயின. அடிக்கடி அவ்வூருக்கு வருவோர்களுடைய பழக்கத்தாலும் எனக்கு நன்மை உண்டாயிற்று.

## தருமங்கள்

திருவையாறு முதலிய இடங்களிலுள்ள வைதிக பிராமணர் சிலருக்குக் குன்னத்தில் மான்யங்கள் இருந்தன. வருஷந்தோறும் அவர்கள் வந்து சில தினம் அங்கே தங்கிக் குத்தகைக்காரர்களிடமிருந்து தமக்குரிய தொகையைப் பெற்றுச் செல்வார்கள். அவர்களுக்கு ஊரினரும் பொருள் உதவி செய்வதுண்டு.

நாட்டாண்மைக்காரரிடம் ஊரின் பொதுப்பணம் இருக்கும். ஊரினர் தங்கள் தங்கள் வீடுகளில் நடைபெறும் விசேஷங்களிலும் அறுவடைக் காலங்களிலும் தங்களுக்குரிய பங்கை உதவுவார்கள். அத்தொகைகளெல்லாம் பொதுப்பணமாக இருக்கும். வெளியூர்களிலிருந்து வரும் வித்துவான்களையும் பெரியோர்களையும் ஆதரிப்பதற்கும், ஊரின் பொதுச் செலவுகளுக்கும் அப்பணம் உபயோகமாகும்.

கிராமத்தில் தருமம் பொதுச் சொத்தாக இருக்கும்போது அங்கே பொருளுதவி பெற வருபவர்களுக்குக் குறைவு ஏது? மரம் பழுத்தால் வௌவாலை வாவென்று கூவி இரந்து அழைப்பாரும் வேண்டுமோ?

தருமத்தை இவ்வாறு வளர்த்து வந்த கிராமங்களுள் குன்னம் ஒன்று. அங்கே அடிக்கடி புலவர்களும் கவிராயர்களும் பாகவதர்களும் இவர்களைப் போன்றவர்களும் வந்து சில தினம் இருந்து தங்கள் தங்கள் ஆற்றலைக் காட்டிப் பரிசு பெற்றுச் செல்வார்கள்.

## புலவர் வருகை

திருநெல்வேலியைச் சார்ந்த புளியங்குடி முதலிய இடங்களி லிருந்தும் கோயம்புத்தூர், சேலம் முதலிய இடங்களிலிருந்தும் கூட் டம் கூட்டமாகவும் இருவர் மூவராகவும் தனியாகவும் புலவர்கள் வருவார்கள். எல்லோரும் இலக்கண இலக்கியப் பயிற்சி நிரம்ப உடையவர்களென்று சொல்ல முடியாது. சிலருக்கு எளிய நடையில் விரைவாகச் செய்யுள் இயற்றும் பழக்கம் இருக்கும். சிலருக்குச் சில நூல்களில் மாத்திரம் பயிற்சி இருக்கும். ஆனால் எல்லோரும் தனிப் பாடல்கள் பலவற்றைப் பாடஞ் செய்து சமயத்துக்கேற்றபடி அவற்றைச் சொல்லிக் கேட்போரை மகிழ்விப்பார்கள். சிலர் மிக்க ஆடம்பரத்தோடு சில பேரைக் கூட்டிக் கொண்டு ஆரவாரம் செய்துகொண்டு வருவார்கள். வேறு சிலர் அடக்கமாக வருவார்கள். அவர்களுக்குக் கிராமத்தார் அளிக்கும் சம்மானம் ஒரு ரூபாய் முதல் ஐந்து ரூபாய் வரையில் இருக்கும்.

ஒவ்வொரு நாட்டுக்கும் ஏற்றபடி புலவர்களின் நடையுடை பாவனைகளில் வேறுபாடு காணப்படும். புளியங்குடியிலிருந்து வரும் புலவர்கள் ஆடம்பரத்தோடு வருவார்கள். பூவந்திக் கொட்டைச் சாயம் ஏற்றிய தலைக்குட்டையும் துறட்டுக் கடுக்கனும் அணிந்து கொண்டிருப்பார் புலவர் தலைவர். அவர் தம் கையில் ஒரு தடி வைத்திருப்பார். அவரோடு சிலர் மாணாக்கர்களென்று சொல்லிக் கொண்டு வருவார்கள். ஒருவிதமான இசையோடு புலவர் சடசடவென்று சலிப்பின்றித் தனிப் பாடல்களைச் சொல்லுவார். தென் பாண்டி நாட்டுக் கவிராயர்கள் பாடல் சொல்லும் இசை ஒருவிதம்; கொங்கு நாட்டுப் புலவர்கள் சொல்லும் இசை ஒருவிதம்; திருச்சிராப்பள்ளியைச் சார்ந்தவர்கள் சொல்லுவது ஒருவிதம்.

இத்தகைய புலவர்கள் குன்னத்திற்கு வந்தால் முதலில் சிதம் பரம் பிள்ளையைப் பார்ப்பார்கள். பிறகு பலருடைய முன்னி லையில் தங்கள் புலமையை வெளிப்படுத்தி நன்கொடை பெற்றுச் செல்வார்கள். புலவர்கள் வருஷந்தோறும் வந்து செல்வார்கள். இக் கிராமங்களை நம்பியே அவர்கள் புலவர்களாகவும் கவிராயர் களாகவும் வாழ்ந்து வந்தனர்.

இவ்வாறு புலவர்கள் வரும்போது அவர்கள் கூறும் செய்யுட் களைக்கேட்டு நான் பாடம் பண்ணிக் கொள்வேன். அவர்களு டைய பழக்கம் என் தமிழ்ப் பசியை அதிகமாக்கிற்று.

## ஆடம்பரப் புலவர்

ஒருநாள் ஒரு புலவரும் அவரைச் சேர்ந்த பரிவாரங்களும் பெரிய ஆரவாரத்துடன் குன்னத்திற்கு வந்தார்கள். புலவர் ஒரு சிவிகையில் ஏறிவந்தார். அவரைச் சேர்ந்த மாணாக்கர்களும் ஏவலாளர்களுமாகப் பத்துப் பதினைந்து பேர் ஒரு கூட்டமாக

உடன் வந்தனர். பழங்காலத்தில் புலவர்களுக்கு அரசர் பல்லக்கு அளித்தனரென்று நான் கேட்டிருந்தேன். "இக்காலத்திலும் இந்தச் சிறப்பைப்பெற்று இவர் பெரும் புலவராகத்தான் இருக்க வேண்டும். இவரிடமிருந்து பல விஷயங்களை நாம் தெரிந்துகொள்ளலாம்" என்று நான் சந்தோஷம் அடைந்தேன்.

சிவிகை சிதம்பரம்பிள்ளை வீட்டு வாயிலில் வந்து நின்றது. அதிலிருந்த புலவர் கீழே இறங்கினார். அதற்குள் அவருடைய மாணாக்கர் சிலர் தாம் கொணர்ந்திருந்த ஒரு விரிப்பை எடுத்துத் திண்ணையில் விரித்தனர். ஒருவர் திண்டைக் கொணர்ந்து சாத்தினார். புலவர் மிகவும் கம்பீரமாகத் திண்ணையில் வந்து அமர்ந்தார். மற்றவர்கள் கை கட்டிக்கொண்டு நின்றார்கள். சிலர் வாரிய பனையேடும் கையுமாக நின்றார்கள். இக்கூட்டத்தைக் கண்டு ஊரார் கூடி விட்டனர்.

சிதம்பரம் பிள்ளை வந்து புலவரைக் கண்டார். "நீங்கள் எந்த ஊர்?" என்று விசாரித்தார்.

அவர், "நாம் பிறந்தது திரிபுவனம்; பிரதாப சிம்மமகாராஜாவின் ஆஸ்தான வித்துவான்; வரகவி" என்று கூறினார். அப்பால் சிதம்பரம் பிள்ளை விஷயமாகத் தாம் இயற்றி வந்த செய்யுட்களை அவர் சொன்னார்.

அவருடைய ஆடம்பரமும் தொனியும் சூழ்ந்திருக்கும் பரிவாரத்தின் படாடோபமும் அவர் ஒரு ஸமஸ்தானத்து வித்துவானாகவே இருக்க வேண்டுமென்ற எண்ணத்தை யாவருக்கும் உண்டாக்கின. ஆனால் அவர் கூறிய செய்யுட்கள் அவருடைய உண்மையான சக்தியை வெளிப்படுத்தின. சிதம்பரம் பிள்ளை நல்ல தமிழறிவுடையவராதலின், "இவர் வெறும் ஆடம்பரப் புலவர்" என்பதை உணர்ந்து கொண்டார். அவர் கூறிய விருத்தம் ஒன்றில் நாலடிகளும் ஒத்து இராமல் இரண்டு அடிகள் அளவுக்கு மேற்பட்ட சீர்களை உடையனவாக இருந்தன. சிதம்பரம் பிள்ளை அப்புலவரை நோக்கி, "இவற்றில் சீர்கள் அதிகமாக இருக்கின்றனவே!" என்று கேட்டார்.

அவர் சிறிதும் அஞ்சாமல், "தங்களுக்கு சீர் அதிகமாக வேண்டுமென்று பாடியிருக்கிறேன். சீரைக் குறைத்து விடலாமோ?" என்று விடை கூறினார். கூறிவிட்டு அயலில் நின்றவர் முகங்களை நிமிர்ந்து பார்த்தார். சிதம்பரம்பிள்ளை மேலும் சில கேள்விகளைக் கேட்டார். புலவரோ சம்பந்தமில்லாத விடைகளை உரத்த குரலிற் சொன்னார். சிலருக்குச் சிதம்பரம்பிள்ளை கேட்ட வினாக்களுக்கு அப்புலவர் அநாயாசமாக விடை சொல்லுகிறாரென்றே தோன்றியது. சிதம்பரம் பிள்ளைக்கு ஒருபால் சிரிப்பும் ஒருபால் கோபமும் உண்டாயின.

அப்புலவர் இலக்கண இலக்கியப் பயிற்சி சிறிதும் இல்லாதவர். பழம் பாடல்களைச் சொல்லி இடையிடையே தாம் காணும்

பிரபுக்களின் பெயர்களைச் செருகித் தாம் பாடியனவென்று ஏமாற்றிப் பணம் பறிப்பவர். சில இடங்களில் பொருள் தராதவரை வைது பாடுவதும் உண்டு "அறம் வைத்துப் பாடுவோம்" என்று பயமுறுத்தி ஜனங்களை நடுங்கச் செய்வதிலும் வல்லவர். ஒருவர் மேல் அறம் வைத்துப் பாடினால் அவர் இறந்து விடுவாரென்ற நம்பிக்கையொன்று அக்காலத்தில் தமிழ்நாட்டில் இருந்தது. அவர் பெரும்பாலும் கல்விமான்கள் இல்லாத கிராமங்களாகப் பார்த்துச் சென்று ஜனங்களை மருட்டிப் பணம் ஈட்டிவருவார். இந்த ஊரையும் அப்படியே நினைத்து வந்தார் போலும்!

சிதம்பரம் பிள்ளைக்கு அவர்பால் கோபம் உண்டாயினும், "தமிழின் பெயரைச் சொல்லிக்கொண்டு வந்திருக்கிறானே; இவ்வளவு பேர்களையும் காப்பாற்ற வேண்டும்?" என்றும், அவர்களுக்கு ஒருவேளை உணவுக்காவது உதவ வேண்டுமென்றும் எண்ணி மூன்று ரூபாய் கொடுத்தார்.

அப்பொழுது புலவருக்கு வந்த கோபத்தைப் பார்த்த போது அங்கு நின்ற பலர், 'ஐயோ, இவர் சிதம்பரம் பிள்ளையின் மேல் அறம் வைத்துப் பாடிவிடுவாரோ' என்ற பயத்தாலே கலக்க மடைந்தனர்.

"நான் பிச்சை எடுக்கவா வந்தேன்? ராஜாங்கத்து வித்துவானாகிய என் கௌரவத்தை நீங்கள் அறிந்ததாகத் தெரியவில்லையே" என்று அவர் படபடத்துப் பேசினர்.

தைரியசாலியாகிய சிதம்பரம் பிள்ளை புன்னகை செய்துகொண்டே அவரைத் தனியே அழைத்துச் சென்றார். "இம்மாதிரி என்னை மருட்டிவிடலாமென்று எண்ண வேண்டாம். உம்முடைய கல்வியின் ஆழம் இவ்வளவென்று எனக்குத் தெரிந்து விட்டது. இந்த மூன்று ரூபாயும் உம்மேல் இரக்கத்தால் கொடுப்பதேயன்றி உமது புலமைக்காக அன்று. அது வேண்டாமென்று பிடிவாதம் செய்தால் இதுவும் இல்லாமல் பட்டினியோடு வந்த வழியே போகவேண்டியதுதான். உம்முடைய ஆடம்பரத்தைக் கண்டு மயங்குவேனென்றும், வீண் வார்த்தைகளைக் கேட்டு அஞ்சுவேனென்றும் நினைக்க வேண்டாம்" என்று எச்சரித்தார். பாவம்! அந்தப் புலவர் அடங்கினார்; அந்த மூன்று ரூபாயை வாங்கிக்கொண்டு தம் கூட்டத்துடன் திரும்பிப் போய்விட்டார்.

## 18

## குன்னத்தில் அடைந்த தமிழ்க்கேள்வி

குன்னத்திற்கு அடிக்கடி வித்துவான்கள் பலர் வருவார்கள். அவர்களுள் கதிர்வேற் கவிராயரென்பவர் ஒருவர். அவர் மூலமாக நான் பல விஷயங்களை அறிந்துகொண்டேன். சேலத்தைச் சார்ந்த

சார்வாய் என்னும் ஊரிலே குமாரசாமிக் கவிராயர் என்ற தமிழ் வித்துவான் ஒருவர் இருந்தார். அவர் அரியிலூரிலும் உடையார் பாளையத்திலும் சில காலம் ஸமஸ்தான வித்துவானாக விளங்கி னார். அவருடைய மாணாக்கரே கதிர்வேற் கவிராயர். குன்னத்தில் அவரை நான் பார்த்த போது அவருக்கு எழுபது பிராயம் இருக்கும். அம்முதுமையிலும் அவர் தமிழ்ச் செய்யுட்களைச் சொன்ன முறை கேட்பதற்கு இனிமையாகவே இருந்தது. கம்பராமாயணம், முதலிய இலக்கியங்களிலும் நன்னூல் முதலிய இலக்கணங்களிலும் அவருக்கு நல்ல பழக்கம் உண்டு. நூற்றுக்கணக்கான பாடல்கள் அவருக்கு மனப் பாடமாக இருந்தன; பழைய தனிப்பாடல்கள் பலவற்றை அவர் தடையின்றிச் சொல்லி வருவார்; செய்யுள் இயற்றும் பழக்கமும் உடையவர்; ஓய்ந்த நேரங்களிலெல்லாம் ஏதேனும் செய்யுளைப் புதிதாக எழுதிக் கொண்டிருப்பார்.

அக்கவிராயர் ஒருமுறை குன்னத்துக்கு வந்து கணக்குப் பிள்ளை வீட்டில் சில தினங்கள் தங்கியிருந்தார். அவருடைய பழக்கத்தாற் பல தமிழ்நூற் பெயர்களை நான் தெரிந்து கொண்டேன். ஒவ்வொரு நூலைப்பற்றியும் அவர் சொல்லும்போது எனக்குப் புதிய புதிய இன்பம் உண்டாகும். "இவ்வளவு நூல்கள் தமிழில் உள்ளனவா!" என்று ஆச்சரியமடைவேன்.

தனிப் பாடல்களை அவர் சொல்லும்போது ஒவ்வொரு பாடலையும் இயற்றிய புலவரைப் பற்றிய வரலாறு, அதைப் பாடியதற்குக் காரணம் முதலிய விஷயங்களை மிகவும் சுவைபடச் சொல்லுவார். அப்போது வாயில் ஈப்புகுவது கூடத் தெரியாமல் நான் கேட்டுக் கொண்டிருப்பேன். அத்தனிப் பாடல் ஒவ்வொன் றும் ஒவ்வொரு கற்கண்டுக் கட்டிபோல் இருக்கும். 'பாடம் செய்து' என்ற முயற்சியில்லாமலே பல பாடல்கள் என் மனத்தில் தாமே பதிந்தன. அம்முதியவர் அவ்வளவு பாடல்களைச் சலிப்பின்றிச் சொல்வதைக் கேட்டு, அவ்வளவையும் மனத்திற் பதித்துக்கொள்ள வேண்டுமென்ற ஆசை எனக்கு உண்டாயிற்று. கவிராயர் பின்னும் ஒரு மாதமோ இரண்டு மாதங்களோ தங்கியிருந்தால் நான் ஒருவாறு அந்த ஆசையை நிறைவேற்றிக் கொண்டிருப்பேன். அவரோ சில தினங்களே குன்னத்தில் இருந்து தம் ஊருக்குப் போய் விட்டனர்.

வித்துவானோ, கவிராயரோ, பரதேசிகளோ யார் வந்தாலும் "அவர்கள் ஏதாவது தமிழ் சம்பந்தமான செய்தியைச் சொல்ல மாட்டார்களா?" என்று ஆவலோடு எதிர்பார்ப்பது எனக்கு வழக்கமாகி விட்டது. புதிய புதிய பாடல்களையும் புதிய புதிய செய்திகளையும் கேட்கும்போது எனக்கு உண்டாகும் திருப்தி வேறு எதிலும் உண்டாவதில்லை.

## பரதேசிகள்

விருத்தாச்சலத்தைச் சேர்ந்த மாடு வெட்டி மங்கலம் என்னும் ஊரில் ஒரு மடம் கட்டிக்கொண்டு சில பரதேசிகள் இருந்தனர். அவர்கள் வருஷந்தோறும் திருவையாற்றில் நடைபெறும் ஸப்தஸ்தான உத்ஸவ தரிசனத்திற்காகப் புறப்பட்டுக் குன்னத்திற்கு வந்து கணக்குப்பிள்ளையின் உதவியைப் பெற்றுச் செல்வது வழக்கம். அவர்களில் ஒருவர் ஆசிரியர்; மற்றவர்கள் மாணாக்கர்கள். யாவரும் தமிழ் இலக்கியங்களிலும் அடிப்படையான இலக்கண நூல்களிலும் பயிற்சியுடையவர்கள்; தமிழிலுள்ள வேதாந்த சாஸ்திரங்களில் நல்ல திறமையைப் பெற்றிருந்தார்கள். ஞானவாசிட்டம், குமார தேவர் சாஸ்திரம், கைவல்ய நவநீதம், சசிவர்ண போதம், வைராக்கிய சதகம் முதலிய நூல்களிலுள்ள பாடல்களைச் சொல்லிப் பொருள் கூறுவார்கள். அந்தச் சாஸ்திரப் பயிற்சியை லக்ஷியமாகக் கொண்டே முதலில் இலக்கிய இலக்கணங்களை அவர்கள் பயின்றார்கள்.

அவர்களுடைய வேதாந்த சாஸ்திர ஞானமும் அடக்கமும் சாத்விக இயல்பும் சீலமும் தெய்வ பக்தியும் அவர்கள் மேற்கொண்ட துறவுக்கு அலங்காரமாக விளங்கின. அவர்களாலே நான் சில விஷயங்களைத் தெரிந்து கொண்டேன்.

குன்னத்தில் பள்ளிக்கூடத்தில் உபாத்தியாயராக இருந்த ஒருவர் முன்னே குறிப்பிட்ட சார்வாய்க் குமாரசாமிக் கவிராயருடைய மாணாக்கர்; தமிழ்நூற் பயிற்சியும் கவித்துவ சக்தியும் உள்ளவர்; மிக்க தைரியசாலி. அவர் எங்கள் வீட்டிற்கு வேண்டிய நெய்யை மாதந்தோறும் தம் செலவில் வாங்கிக் கொடுத்து உதவி வந்தார். அவரிடமும் சில தமிழ்ச் செய்யுட்களை நான் பாடங் கேட்டேன்.

## கஸ்தூரி ஐயங்கார் வருகை

நான் இவ்வாறு குன்னத்தில் இருக்கும்போது ஸ்ரீ வைஷ்ணவர் ஒருவரது வீட்டில் ஒரு கல்யாணம் நடந்தது. அதற்காக அவ்வூரின் வடக்கேயுள்ள கார்குடி என்னும் கிராமத்திலிருந்து அந்த வீட்டினருக்குப் பந்துக்களாகிய சிலர் வந்தனர். அவர்களில் கஸ்தூரி ஐயங்காரென்பவர் ஒருவர். அவர் சிதம்பரம்பிள்ளைக்குப் பழக்கமானவர். சிதம்பரம்பிள்ளை என்னிடம் கஸ்தூரி ஐயங்காரைப்பற்றி "அவர் சிறந்த தமிழ் வித்துவான். இந்தப் பக்கங்களில் அவரைப் போன்றவர் ஒருவரும் இல்லை. கம்பராமாயணத்திலும் மற்ற நூல்களிலும் நல்ல பழக்கமுடையவர். நன்றாகப் பிரசங்கம் செய்வார். முருக்கங்குடியிலிருந்த ஒரு வீர சைவப்புலவரிடம் பாடங் கேட்டவர்" என்று கூறினார். அப்போது எனக்கு அவரைப் பார்க்க வேண்டுமென்றும் அவரிடமிருந்து அரிய விஷயங்களைத் தெரிந்து கொள்ள வேண்டுமென்றும் அவா உண்டாயிற்று. அதற்குரிய முயற்சி செய்யத் தொடங்கினேன்.

விவாகம் நடந்த மறுநாட் காலையில் கஸ்தூரி ஐயங்காரே நாங்கள் இருந்த வீட்டின் சொந்தக்காரராகிய ராமையங்காரைப் பார்க்க வந்தார். அவ்விருவரும் உறவினர். அவர் வந்தபோது அவரு டன் வேறு பலரும் வந்தனர். எல்லோரும் ஓரிடத்தில் இருந்து பேசிக்கொண்டிருந்தார்கள். நானும் ஒரு பக்கமாக இருந்து அவர் களுடைய சம்பாஷணையைக் கவனித்து வரலானேன். கஸ்தூரி ஐயங்கார் பேசுவது மிகவும் ரஸமாக இருந்தது. அவர் இடை யிடையே தமிழ்ப்பாடல்களைச் சொல்லிப் பொருளும் கூறினார். அவற்றைக் கேட்டு நான் மிக்க உத்ஸாகத்தை அடைந்தேன்.

அப்போது என் மனத்தில் ஓர் ஆவல் உண்டாயிற்று; "இவர் நம்மைப் பார்த்துப் பேச மாட்டாரா? ஏதேனும் நம்மைக் கேட்க மாட்டாரா?" என்று எண்ணினேன். என் கருத்தை ஊகித்தறிந்த ஒருவர் கஸ்தூரி ஐயங்காரை நோக்கி, "ஸ்வாமீ, இந்தப் பையன் தமிழ் படித்து வருகிறான். உங்களைப் பார்க்க வேண்டும், பார்க்க வேண்டுமென்று துடித்துக் கொண்டிருந்தான். இப்போது உங்கள் பேச்சையே கேட்டுக்கொண்டிருக்கிறான்" என்றார்.

## கஸ்தூரி ஐயங்கார் பரீக்ஷித்தது

கேட்ட அவர், "அப்படியா? சந்தோஷம்" என்று சொல்லி விட்டு என்னைப் பார்த்து, "நீ யாரிடம் படித்து வருகிறாய்?" என்று கேட்டார்.

"இவ்வூர்க் கணக்குப்பிள்ளையவர்களிடம் படிக்கிறேன்."

"என்ன படிக்கிறாய்?"

"திருவிளையாடற் புராணம்."

"முன்பு வேறு யாரிடமேனும் படித்ததுண்டோ?"

"உண்டு. அரியிலூர்ச் சடகோபையங்காரவர்களிடமும் வேறு சிலரிடமும் படித்தேன்" என்று கூறி நான் படித்த நூல்கள் இன்னவையென்றும் தெரிவித்தேன்.

கேட்டதும் அவர், "அப்படியா? சடகோபையங்காரவர்கள் நல்ல படிப்பாளி. அவர்களிடம் படித்தாய் என்பதைக் கேட்க எனக்கு மிகவும் திருப்தியாக இருக்கிறது. எங்கே, ஒரு பாடல் சொல் கேட்போம்" என்றார். உடனே நான் பைரவி ராகத்தில் திருவேங்கடத்தந்தாதியிலிருந்து ஒரு பாடல் சொன்னேன். பொருள் கூறும்படி அவர் கேட்டார். நான் சுருக்கமாகக் கூறினேன். "நன்றாக இருக்கிறது" என்று சொல்லி அவர் சந்தோஷமடைந்தார். அவர் சொன்னது எனக்குக் கனகாபிஷேகம் செய்ததுபோல் இருந்தது. அவ்வளவு பெரிய வித்துவான் என்னை ஒரு பொருட்படுத்தி என் பாட்டைக் கேட்டுப் பாராட்டுவதென்றால் நான் எவ்வளவு பாக்கியம் செய்திருக்க வேண்டும்!

"வேறு ஏதேனும் தெரிந்தால் சொல்லு" என்று கேட்டார் அவர்.

எனக்கு ஊக்கம் அதிகரித்தது. சதகங்களிலிருந்து சில பாடல்கள் சொன்னேன்.

"திருவேங்கட மாலை படித்திருக்கிறாயா?" என்று அவர் கேட்டார்.

"இல்லை" என்றேன்.

"நான் இப்போது ஒரு பாடல் சொல்லுகிறேன். எழுதிக்கொள்" என்றார்.

"இன்று நாம் நரி முகத்திலேதான் விழித்திருக்கிறோம்" என்று எண்ணி நான் மிக்க குதூகலமடைந்தேன்.

"தேனியலுங் கூந்தலார் செங்கரமு மாதவத்தோர்
மேனியுமை யம்பொழியும் வேங்கடமே – ஞானியர்கள்
தாங்குறியெட் டக்கரத்தார் தாளூரன்மேல்–வைத்துவெண்ணெய்
தாங்குறியெட் டக்கரத்தார் சார்பு"

(திருவேங்கடமாலை, 57)

என்ற பாடலை அவர் மெல்லச் சொல்லி என்னை எழுதிக் கொள்ளச் செய்தார். பிறகு அதன் பொருளையும் சொன்னார். அப்பால், "எங்கே, அதை ஒரு முறை படித்து அர்த்தம் சொல், பார்க்கலாம்" என்று உரைத்தார்.

"இவருடைய மனத்தில் நம்மைப்பற்றி நல்ல அபிப்பிராயத்தை உண்டாக்க வேண்டும்" என்று மனம் அவாவியது. மிகவும் நிதானமாகப் படித்துப் பயபக்தியுடன் நான் கேட்டபடியே பொருள் சொன்னேன்.

கஸ்தூரி ஐயங்காருக்கு என்பால் அன்பு அரும்பியது. "நல்ல கிராஹ்ய சக்தி இருக்கிறது. நன்றாய்ப் படித்துக் கொண்டு வா" என்றார் அவர்.

### வாக்களித்தது

அங்கே இருந்தவர்களுள் ஒருவர், "தாங்களே இந்தப் பையனுக்குப் பாடஞ்சொல்லிக் கொடுக்க முடியுமா?" என்று வினவினார். அவர், "நான் பாடம் சொல்வதற்கு ஒரு தடையுமில்லை. கார்குடிக்கு வந்தால் வேண்டிய சௌகரியம் செய்வித்து இவனைப் படிப்பிக்கிறேன். இந்தப் பிள்ளை விருத்திக்கு வருவானென்று தோற்றுகிறது" என்று விடை கூறினார்.

அந்தக் கூட்டத்தில் இருந்து எல்லாவற்றையும் கவனித்துக் கொண்டிருந்த என் தந்தையார், "தாங்கள் சொன்னபடியே கார்குடிக்கு வருகிறோம். இவனுக்குத் தாங்கள் பாடம் சொல்ல

வேண்டும்; மற்றக் காரியங்களில் இவன் புத்தி செல்லவில்லை” என்று சொன்னார். அவர் இவ்வாறு கூறியபோது அவருடைய பேச்சில் உணர்ச்சி ததும்பியது. கிடைத்தற்கரிய பேறு கிடைத்தது போல இருந்தது கஸ்தூரி ஐயங்காருடைய வார்த்தை.

“அங்கே வந்து விடுங்கள். நானும் என் சொந்தக்காரர்களும் உங்களுக்கு வேண்டிய சௌகரியங்கள் செய்து கொடுக்கிறோம். இவனையும் படிப்பிக்கிறேன்” என்று கஸ்தூரி ஐயங்கார் சொன்னார்.

அப்போது சாமி ஐயங்காரென்ற ஒருவர் அங்கே வந்தார். அவரும் கார்குடியில் இருப்பவரே. கல்யாணத்தின் பொருட்டுக் குன்னம் வந்தவர்; கஸ்தூரி ஐயங்காருடைய நண்பர்; தமிழிலும் சங்கீதத்திலும் வல்லவர்; கவித்துவ சக்தியும் உள்ளவர். அவரைக் கண்டவுடன் கஸ்தூரி ஐயங்கார் அங்கே நிகழ்ந்தவற்றையெல்லாம் அவரிடம் தெரிவித்தார்.

அவர் அதைக் கேட்டதுதான் தாமதம்; உடனே எந்தையாரை நோக்கி, “அடடா, மிகவும் சந்தோஷம்! நீங்கள் அப்படி வந்தால் என்னால் ஆன அனுகூலத்தை நானும் செய்விக்கிறேன்; தமிழ்ப் பாடமும் இவனுக்குச் சொல்லுகிறேன்” என்று வாக்களித்தார்.

ஒருவரையொருவர் அன்பிலும் ஆதரவிலும் தரும சிந்தையிலும் மிஞ்சியிருப்பதை யறிந்தபோது, “இனி நமக்கு நல்ல காலந்தான்” என்று நான் நிச்சயஞ் செய்து கொண்டேன்.

“நல்ல நாள் பார்த்துக்கொண்டு வந்து விடுங்கள்” என்று என் தந்தையாரிடமும், “வருகிறாயா? வா” என்று என்னிடமும் கூறி விட்டுக் கஸ்தூரி ஐயங்கார் புறப்பட்டார். மற்றவர்களும் சென்றனர்.

கஸ்தூரி ஐயங்கார் சென்ற திக்கையே நான் பார்த்துக் கொண்டிருந்தேன். அவர் தூரத்தில் மறைய மறைய என் மனத்துள் கார்குடியைப் போன்ற தோற்றம் ஒன்று உண்டாயிற்று. என் தமிழ்க் கல்வியின் பொருட்டு எந்த இடத்துக்குச் செல்வதற்கும் என் தந்தையார் சித்தமாக இருந்தார்.

# 19
# தருமவானும் லோபியும்

## கார்குடி சென்றது

கார்குடிக்குப் போவதில் எனக்கிருந்த வேகத்தை அறிந்து என் தந்தையார் ஒரு நல்ல நாளில் என்னையும் என் தாயாரையும் அழைத்துக்கொண்டு அவ்வூரை அடைந்தார். நாங்கள் வருவோ மென்பதை முன்னமே கஸ்தூரி ஐயங்கார் மூலம் அறிந்திருந்த

அவ்வூர் ஸ்ரீவைஷ்ணவர்கள் எங்களை உபசரித்து எங்கள் வாசத் துக்கு ஏற்ற ஏற்பாடுகள் செய்யத் தொடங்கினர்.

அங்கே ஸ்ரீநிவாஸையங்கார் என்ற ஒரு செல்வர் வீட்டில் நாங்கள் ஜாகை வைத்துக் கொண்டோம். அக்கிரகாரத்தாரிட மிருந்து உணவுப் பொருள்கள் மிகுதியாக வந்தன. அங்கிருந்த ஸ்ரீ வைஷ்ணவர்கள் யாவரும் சுரோத்திரியதார்கள். மாதந்தோறும் எங்கள் தேவைக்குரிய நெல்லை அவர்கள் தம்முள் தொகுத்துக் கொடுத்து வந்தார்கள்.

### கஸ்தூரி ஐயங்கார்
### பாடம் சொன்னது

கஸ்தூரி ஐயங்கார் நன்னூலில் நல்ல பயிற்சியுடையவர். தஞ்சாவூரில் இருந்த இலக்கணம் அண்ணாப் பிள்ளையென்ற வித்துவானும் அவரும் இலக்கண இலக்கிய விஷயமான செய்திகளை ஓலையில் எழுதி வினாவுவதையும் விடையளிப்பதை யும் வழக்கமாகக் கொண்டிருந்தார்கள். அவ்வோலைகளை நானும் பார்த்திருக்கிறேன். இராமாயணம், பாரதம், பாகவதம் முதலிய நூல்களைத் தம் கையாலேயே கஸ்தூரி ஐயங்கார் ஏடுகளில் எழுதி வைத்திருந்தார். ஐயங்காரிடம் நான் பாடங் கேட்கத் தொடங்கினேன். குன்னத்திலிருந்த போது தஞ்சையிலிருந்து வந்த ஸ்ரீநிவாஸையங்காரென்பவரிடம் மகாலிங்கையர் இலக்கணத்தைப் பாடம் கேட்டேன். நன்னூல் முதலிய இலக்கணங்களைத் தொடர்ந்து கேட்க வேண்டுமென்ற விருப்பம் எனக்கு இருந்து வந்தது. அதனால் முதல் முதல் அவரிடம் நன்னூல் பாடங் கேட்கலானேன். விசாகப் பெருமாளையர் இயற்றிய காண்டிகை யுரையை ஒருவாறு பாடம் சொல்லி அதன் கருத்துரை, விசேஷ உரை முதலியவற்றை எனக்குப் பாடம் பண்ணி வைத்துவிட்டார். தினந்தோறும் நன்னூல் முழுவதையும் ஒருமுறை நான் பாராமற் சொல்லி வந்தேன். நிலவில் பொருள்கள் காணப்படுவது போல் நன்னூலிலுள்ள இலக்கணங்கள் எனக்குத் தோற்றின; அந்நூலைச் சிக்கறத் தெளிந்து கொள்ளவில்லை. படித்தவர் யாரேனும் வந்தால் கஸ்தூரி ஐயங்கார் எனக்குப் பாடம் சொல்லிய நன்னூல் சூத்திரங் களையும் உரையையும் என்னைச் சொல்லும்படி செய்வார். அவற்றை நான் ஒப்பிப்பேன். இப்பழக்கத்தால் அவை என் மனத்திற் பின்னும் நன்றாகப் பதிந்தன.

அக்காலத்தில் நன்னூலுக்கு நல்ல மதிப்பு இருந்தது. ஐயமற அதனை ஒருவன் தெரிந்துகொண்டால் அவனை நல்ல புலவ னென்று யாரும் கூறுவர். சூத்திரங்களில் விசேஷ உரைகளிலுள்ள ஆக்ஷேப சமாதானங்களை நன்றாகத் தெரிந்துகொண்டு விளக்கு பவர்கள் சிலரே இருந்தனர். இலக்கியப் பயிற்சியிலேயே பெரும் பாலோருக்குக் கவனம் சென்றதேயன்றி இலக்கணப் பயிற்சியிற்

செல்லவில்லை. இந்த நிலையில் நான் நன்னூற் சூத்திரங்களையும் உரையையும் மனனம் பண்ணித் தமிழில் 'இலக்கண வித்துவான்' ஆகக் கூடுமென்ற எண்ணம் என்னைக் கண்டோருக்கு உண்டாக் கினேன். அத்துறையில் நான் பின்னும் எவ்வளவோ தெரிந்து கொள்ள வேண்டியதுண்டென்பதை நான் மறக்கவில்லை.

கஸ்தூரி ஐயங்காரிடம் நவநீதப் பாட்டியல் முதலிய பொருத்த நூல்கள் சில இருந்தன. எனக்கு அவற்றிலும் சிறிது பழக்கம் உண்டாயிற்று. இடையிடையே வேங்கட வெண்பா முதலிய சில பிரபந்தங்களையும் அவர் கற்பித்து வந்தார்.

### சாமி ஐயங்காரிடம் கேட்ட பாடம்

கஸ்தூரி ஐயங்காருடைய நண்பரான சாமி ஐயங்காரும் எங்களிடம் மிக்க அன்போடு இருந்து வந்தார். தாம் வாக்களித்த படியே அவரும் எனக்குப் பாடம் சொல்லலானார். கம்பராமா யணத்தில் அவர் பழக்கமுள்ளவர். என் தந்தையாரும் நானும் இராமாயண கதாப் பிரசங்கத்தில் ஈடுபட்டவர்களாதலின் கம்ப ராமாயணத்தைப் பாடங் கேட்க வேண்டுமென்ற விருப்பம் எனக்கு இருந்தது. இராமாயணத்திற் பாலகாண்டத்திலிருந்து தொடங்காமல் சுந்தரகாண்டத்திலிருந்து ஆரம்பிப்பது ஒரு முறை. அதன் படியே சாமி ஐயங்காரிடம் நான் சுந்தர காண்டம் பாடம் கேட்க ஆரம்பித் தேன். அவர் இசையோடே பாடல் சொல்லுவார். அது மிகவும் நயமாக இருக்கும். திருவரங்கத்தந்தாதியில் முதல் இருபத்தேழு செய்யுட்களுக்கு அவரிடம் பொருள் கேட்டுத் தெரிந்து கொண் டேன். "இதற்கு மேல் நான் பாடம் கேட்டதில்லை; அரியிலூர்ச் சடகோபையங்கார் முழுவதும் பாடம் சொல்வார்; அவரைப் பார்க்கும்போது நீ மற்றப் பாடல்களைக் கேட்டுக் கொள்ளலாம்" என்று அவர் கூறியமையால் இருபத்தெட்டாம் செய்யுள் முதலிய வற்றை நான் தெரிந்துகொள்ள முடியவில்லை. ஆயினும் யாரிட மேனும் அந்நூல் முழுவதையும் கேட்டுவிட வேண்டுமென்ற குறை மட்டும் எனக்கு இருந்தது.

புதிய நூல்களையும் புதிய விஷயங்களையும் நான் தெரிந்து கொண்டேனென்பது உண்மையே. ஆனால் அவற்றை ஐயந்திரி பின்றித் தெளிவாகவும் சாங்கோபாங்கமாகவும் தெரிந்து கொள்ள வில்லை. படித்து அறிவு பெறுவது ஒரு வகை. படித்தவற்றைப் பாடம் சொல்வது ஒரு வகை. பாடஞ் சொல்லும் திறமை சிலரிடமே சிறப்பாகக் காணப்படுகின்றது.

கார்குடியில் ஆறு மாதங்கள் இருந்தோம். கஸ்தூரி ஐயங்காரும் சாமி ஐயங்காரும் தங்கள் தங்களால் இயன்ற அளவு பாடம் சொல்லி வந்தார்கள். அவர்களுடைய மனைவிமார்களும் படித்த வர்கள். அவர்களும் என்னிடம் பிரியமாக இருந்தார்கள். எனக்குத்

தெரிந்த பல கீர்த்தனங்களை அவர்களுக்கு எழுதிக் கொடுத்துப் பாடிக் காட்டினேன்.

### குன்னம் வந்தது

ஆறு மாதங்களுக்குப் பிறகு கஸ்தூரி ஐயங்கார் முதலியவர்களிடம் விடை பெற்றுக்கொண்டு நாங்கள் மீண்டும் குன்னத்திற்கே வந்து சேர்ந்தோம். தருமத்திற் சலிப்பில்லாத அவ்வூரார் எங்களை ஆதரிப்பதிலும் எங்கள்பால் அன்பு பாராட்டுவதிலும் சிறிதும் குறையவில்லை.

எனக்கு 'மகாலிங்கையர் இலக்கணம்' பாடஞ் சொன்ன தஞ்சை ஸ்ரீநிவாஸையங்காரென்பவர் ஆத்திசூடி, கொன்றை வேந்தன், வெற்றி வேற்கை, மூதுரை, நல்வழி, நன்னெறி, நீதிநெறி விளக்கம் என்னும் ஏழு நீதி நூல்களும் அடங்கிய புஸ்தகம் ஒன்று கொடுத்திருந்தார். அப்புஸ்தகம் மத சம்பந்தமான செய்யுட்களை மட்டும் நீக்கிப் புதுச்சேரியில் அச்சிடப்பட்டது; பதவுரை பொழிப்புரையோடு தெளிவாகப் பதிப்பிக்கப் பெற்றிருந்தது. அதிலுள்ள செய்யுட்களையும் உரைகளையும் படித்து ஆராய்ந்து மனனம் செய்து கொண்டேன். பொன் விளைந்த களத்தூர் வேதகிரி முதலியார் அச்சிட்ட நைடத மூலமும் உரையுமுள்ள புஸ்தகமும் நாலடியார் உரையுள்ள புஸ்தகமும் கிடைத்தன. உரையின் உதவியால் இரண்டு நூல்களையும் ஒருவாறு பல முறை படித்துப் பொருள் தெரிந்துகொண்டேன். அவ்விரண்டு நூல்களும் எனக்கு மனப்பாடமாகி விட்டன. இடையிடையே சில சந்தேகங்கள் தோற்றின. கார்குடி சென்று கஸ்தூரி ஐயங்காரிடம் அவற்றைக் கேட்டுத் தெளிந்து கொள்ளலாமென்று எண்ணினேன்.

### அன்னையாரின் அன்பு

என் கருத்தை அறிந்த தந்தையார் என்னை மாத்திரம் அழைத்துக்கொண்டு கார்குடிக்குச் சென்றார். அங்கே நான்கு தினங்கள் இருந்து கேட்கவேண்டியவற்றைக் கஸ்தூரி ஐயங்காரிடம் கேட்டுத் தெரிந்து கொண்டேன். ஐந்தாம் நாட் காலையில் அவரிடம் விடை பெற்று நான் மட்டும் ஒரு துணையுடன் குன்னத்திற்கு வந்தேன். தந்தையார் சில தினங்கள் பொறுத்து வருவதாகச் சொல்லிக் கார்குடியில் இருந்தார்.

நான் குன்னத்திற்கு வந்து சேரும்போது என் தாயார் சில ஸ்திரீகளுடன் ஓரிடத்தில் நின்று கொண்டிருந்தார். என்னைக் கண்டவுடன் வேகமாக வந்து என்னைத் தழுவிக் கொண்டார். கண்ணீர் விட்டபடியே, "என்னப்பா, நீ ஊருக்குப் போனது முதல் நான் சாப்பிடவில்லை; தூங்கவில்லை. உன் ஞாபகமாகவே இருக்கிறேன்" என்று சொல்லித் தம்முடைய ஆற்றாமையை வெளிப்படுத்தினார்.

அது வரையில் அவர் என்னைப் பிரிந்து இருந்ததேயில்லை. அப்போது எனக்குப் பிராயம் பன்னிரண்டுக்கு மேலிருக்கும். நான் அறிவு வந்த பிள்ளையாக மற்றவர்களுக்குத் தோற்றினும், என் அன்னையாருக்கு மட்டும் நான் இளங் குழந்தையாகவே இருந்தேன். தம் கையாலேயே எனக்கு எண்ணெய் தேய்த்து எனக்கு வேண்டிய உணவளித்து வளர்த்து வந்தார். தமது வாழ்க்கை முழுவதும் என்னைப் பாதுகாப்பதற்கும் என் அபிவிருத்தியைக்கண்டு மகிழ்வதற்குமே அமைந்ததாக அவர் எண்ணியிருந்தார். தாயின் அன்பு எவ்வளவு தூய்மையானது! தன்னலமென்பது அணுவளவு மின்றித் தன் குழந்தையின் நலத்தையே கருதி வாழும் தாயின் வாத்ஸல்யத்தில் தெய்வத்தன்மை இருக்கிறது.

என் அன்னையார் என்னைத் தழுவிப் பிரிவாற்றாமையினால் உண்டான வருத்தத்தைப் புலப்படுத்தியபோது அங்கு நின்ற பெண் மணிகள் சிரித்தார்கள். நான் ஒன்றும் விளங்காமல் பிரமித்து நின்றேன். நான் வந்த சில தினங்களுக்குப் பிறகு என் தந்தையாரும் குன்னத்துக்கு வந்து சேர்ந்தார்.

## வெண்மணிக்குச் சென்றது

குன்னத்தில் இருந்தபோது மத்தியில் அதன் கிழக்கேயுள்ள வெண்மணியென்னும் ஊரில் இருந்த செல்வர்கள் எங்களை அங்கே அழைத்துச் சென்றனர். அவர்கள் விருப்பத்தின்படியே அங்கு அருணாசலகவி ராமாயணப் பிரசங்கம் நடந்தது. அது நிறைவேறிய காலத்தில் என் தகப்பனாருக்கு இருபது வராகன் சம்மானம் கிடைத்தது.

## அமிர்த கவிராயர்

வெண்மணிக்கு அமிர்த கவிராயரென்ற ஒருவர் ஒரு நாள் வந்தார். அப்போது அவருக்கு எழுபது பிராயமிருக்கும். அவர் அரியிலூர்ச் சடகோப ஐயங்காரிடத்தும் அவருடைய தந்தை யாரிடத்தும் சில நூல்களைப் பாடம் கேட்டவர். பல நூல்களைப் படித்திராவிட்டாலும் படித்த நூல்களில் அழுத்தமான பயிற்சியும் தெளிவாகப் பொருள் சொல்லும் ஆற்றலும் அவர்பால் இருந்தன. சங்கீதப் பயிற்சியும் அவருக்கு உண்டு. அவர் இசையுடன் பாடல் சொல்வது நன்றாக இருக்கும். அவரை நான் அரியிலூரிலிருந்த பொழுதே பார்த்திருக்கிறேன்.

அவர் வெண்மணியில் கிராம மணியகாரர் வீட்டில் தங்கியிருந் தார். அங்கே சிலர் முன்னிலையில் அவர் சில பாடல்களைச் சொல்லி உபந்நியாசம் செய்தார். அப்போது இடையிலே உதாரண மாக, "அக்கரவம்புனை" என்ற பாடலைக்கூறி அதற்குப் பொருளும் சொன்னார். அது திருவரங்கத்தந்தாதியில் உள்ள 28ஆம் செய்யுள்.

அதற்கு முந்தி 27 செய்யுட்களில் பொருளையும் நான் கார்குடி சாமி ஐயங்காரிடம் கேட்டிருந்தேனல்லவா? "மேற்கொண்ட செய்யுட்களின் பொருளை யாரிடம் கேட்டுத் தெளியலாம்?" என்ற கவலையுடன் இருந்த நான் அமிர்த கவிராயர் 28ஆம் செய்யு ளுக்குப் பொருள் கூறியபோது மிகவும் கவனமாகக் கேட்டேன். "இவர் இந்நூல் முழுவதையும் யாரிடமேனும் பாடம் கேட்டிருக்கக் கூடும். நம் குறையை இவரிடம் தீர்த்துக்கொள்ளலாம். ஏதேனும் பொருளுதவி செய்தாவது இவரிடம் பொருள் தெரிந்து கொள்ள லாம்" என்று எண்ணினேன். உடனே தலை தெறிக்க எங்கள் வீட்டுக்கு ஓடிச் சென்று திருவரங்கத்தந்தாதியை எடுத்து வந்தேன். இருபத்தொன்பதாம் செய்யுளாகிய "ஆக்குவித்தார் குழலால்" என் பதைப் படித்துப் பொருள் சொல்லும்படி அவரைக் கேட்டேன். அதற்கும் விரிவாக அவர் பொருள் உரைத்தார். மிக்க கவனத்தோடு கேட்டு என் மனத்திற் பதித்துக் கொண்டேன். பிறகு முப்பதாவது செய்யுளைப் படித்தேன். அவர் சொல்லுவதாக இருந்தால் அந்த நூல் முழுவதையுமே ஒரே மூச்சிற் படித்துக் கேட்கச் சித்தனாக இருந்தேன். ஆனால் என் விருப்பம் அவ்வளவு சுலபத்தில் நிறை வேறுவதாக இல்லை.

"பல பாடல்களுக்கு இன்று பொருள் தெரிந்து கொள்ளலாம்" என்ற ஆவலோடு முப்பதாவது பாடலைப் படித்து நிறுத்தி அவர் பொருள் சொல்லுவார் என்று எதிர்பார்த்து வாயையே நோக்கி யிருந்தேன்.

"திருவரங்கத்தந்தாதி யமகம் அமைந்தது. எல்லோருக்கும் இது சுலபமாக விளங்காது. மிகவும் கஷ்டப்பட்டுப் பாடங் கேட்டால் தான் தெரியும். மற்ற நூல்களில் நூறு பாடல்கள் கேட்பதும் சரி; இதில் ஒரு பாடல் கேட்பதும் சரி" என்று அவர் எதற்கோ பீடிகை போட ஆரம்பித்தார்.

ஒரு நூலைப் பாடம் சொல்லும்போது அந்நூலின் அமைப் பைப் பற்றியும் அந்நூலாசிரியர் முதலியோரைப்பற்றியும் கூறுவது போதகாசிரியர்கள் வழக்கம். அம்முறையில் அவர் சொல்லுவதாக நான் எண்ணினேன். திருவரங்கத்தந்தாதியைச் சுலபமாகத் தெரிந்து கொள்ள இயலாதென்பதை அவர் சொன்னபோது அதனை நான் அனுபவத்தில் அறிந்தவனாதலால், "உண்மைதான்; கார்குடி சாமி ஐயங்காரவர்களே இருபத்தேழு பாடல்களுக்கு மட்டுந்தான் பொருள் நன்றாகத் தெரியுமென்று சொன்னார்கள்" என்றேன்.

"பார்த்தீர்களா? அதைத்தான் நான் சொல்ல வருகிறேன். எவ்வளவோ தனிப்பாடல்களுக்கு அர்த்தம் சொல்லிவிடலாம். நைடதம் முழுவதையும் பிரசங்கம் செய்யலாம். இந்த அந்தாதி அப்படி ஊகித்து அர்த்தம் சொல்ல வராது. அழுத்தமாகப் பாடம் கேட்டிருக்க வேண்டும். நான் எவ்வளவோ சிரமப்பட்டுக் கேட்டேன். ஒவ்வொரு பாட்டும் ஒவ்வொரு புதையலுக்குச் சமானம்".

"புதையலென்பதில் சந்தேகமில்லை" என்று நான் என் மனத்துள் சொல்லிக் கொண்டேன்.

"இவ்வளவு பிரயாசைப்பட்டுக் கற்றுக்கொண்டதை இந்தத் தள்ளாத காலத்தில் சுலபமாக உமக்குச் சொல்லி விடலாமா? கஷ்டப்பட்டுத் தேடிய புதையலை வாரி வீசுவதற்கு மனம் வருமா? மேலும், எனக்குத் தொண்டை வலி எடுக்கிறது. நான் போய் வருகிறேன்" என்று சொல்லி உடனே எழும்பிப் போய்விட்டார். நான் பெரிய ஏமாற்றத்தை அடைந்தேன். "கைக்கெட்டியது வாய்க் கெட்டவில்லையே!" என்று வருத்தமுற்றேன்; "அக்கவிராயர் அவ் வளவுநேரம் பேசியதற்குப் பதிலாக இரண்டு செய்யுட்களுக்கேனும் பொருள் சொல்லியிருக்கலாமே!" என்று எண்ணினேன்.

உடனிருந்து எங்கள் சம்பாஷணையைக் கவனித்தவர்கள் என் முக வாட்டத்தைக் கண்டு, "பாவம்! இந்தப்பிள்ளை எவ்வளவு பணிவாகவும் ஆசையாகவும் கேட்டார்? அந்தக் கிழவர் சொல்ல முடியாதென்று சிறிதேனும் இரக்கமில்லாமற் போய் விட்டாரே! திருவரங்கத்தந்தாதி புதையலென்று அவர் கூறியது உண்மையே; அதைக் காக்கும் பூதமாக வல்லவோ இருக்கிறார் அவர்?" என்று கூறி இரங்கினார்கள்.

கவிராயர் ஒரு வேளை திரும்பி வருவாரோ என்ற சபலம் எனக்கு இருந்தது. அவர் போனவர் போனவரே. நாங்கள் அந்த ஊரில் இருந்த வரையில் அவர் வரவேயில்லை.

கரும்பு தின்னக் கூலி கொடுப்பதுபோல எனக்குப் பாடமும் சொல்லி எங்கள் குடும்பத்திற்கு வேண்டிய உதவியும் செய்த கஸ்தூரி ஐயங்கார் முதலியோரின் இயல்புக்கும் அமிர்த கவிராயர் இயல்புக்கும் உள்ள வேறுபாட்டை எண்ணி எண்ணி வியந்தேன். பொருட் செல்வம் படைத்தவர்களிலேதான் தருமவானும் லோபியும் உண்டு என்று நினைத்திருந்தேன். கல்விச்செல்வமுள்ள வர்களுள்ளும் அந்த இரண்டு வகையினர் இருப்பதை அன்றுதான் நான் முதலில் அறிந்து கொண்டேன்.

# 20

## விவாக முயற்சி

வெண்மணியில் இராமாயணப் பிரசங்கம் நிறைவேறியவுடன் நாங்கள் மீண்டும் குன்னத்திற்கே வந்து சேர்ந்தோம். எங்களுக்குத் தலைமையான பற்றுக்கோடாக அந்த ஊர் இருந்தது. கணக்குப் பிள்ளை சிதம்பரம்பிள்ளையும் அவருடைய அன்பர்களும் குன்னத் தில் எங்களுக்கிருந்த பற்றைத் தங்கள் ஆதரவினால் பின்னும் உறுதி பெறும்படி செய்து வந்தனர்.

சிதம்பரம்பிள்ளையினிடம் பல ஏட்டுச்சுவடிகள் இருந்தன. அவற்றைத் தனியே ஓர் அறையில் தொகுத்து வைத்துக் கருத்துடன் அவர் பாதுகாத்து வந்தார். அச்சுவடிகளிற் சிலவற்றை நான் சில சமயங்களிற் படித்துப் பார்ப்பேன். ஒருநாள் பெரும்புலியூர் (பெரம்பலூர்) பள்ளிக்கூடத்துத் தலைமை உபாத்தியாயராகிய ராயர் ஒருவர் குன்னத்திற்கு வந்திருந்தார். அவர் தமிழ்ப்பயிற்சி உடையவர். நான் தமிழ் நூல்களைப் படிப்பதையும் புஸ்தகங்கள் இல்லாமல் துன்புறுவதையும் உணர்ந்தார். முத்தப்பிள்ளையிடம் இரவலாகப் பெற்றிருந்த திருக்குறள் உரைப்புஸ்தகத்தை நான் படித்துக் கொண்டிருப்பதைப் பார்த்து அந்தப் புஸ்தகம் இரவலென் பதைத் தெரிந்து கொண்டு, “என்னிடம் இந்தப் புஸ்தகம் ஒன்று இருக்கிறது; அங்கே வந்தால் தருகிறேன்” என்று சொன்னார். அவருடைய இரக்கத்தைக் கண்டு நான் ஆறுதலுற்றேன். குன்னத்தில் இருந்த காலத்தில் சில முறை பெரும்புலியூர் போக முயன்றும் அங்ஙனம் செய்ய இயலவில்லை. முத்தப்பிள்ளையின் புஸ்தகத்தை அவரிடமே கொடுத்துவிட்டேன்.

## செய்யுள் இயற்றல்

சதகங்கள், மாலைகள் முதலிய நூல்களைப் படித்துப் படித்து உண்டான பழக்கத்தால் அவற்றின் ஓசையைப் பின்பற்றி நான் செய்யுள் இயற்றத் தொடங்கினேன். எதுகை மோனைகள் அமைய வேண்டுமென்பது பழக்கத்தால் ஒருவாறு தெரிய வந்தது. ஆனால் அசை, சீர், தளை, தொடை முதலிய பாகுபாடுகளோ வேறு வகையான யாப்பிலக்கண விதிகளோ எனக்குத் தெரியா. சதகப் பாட்டுக்களைப் போன்ற விருத்தங்களைப் பாடலானேன். குன்னத்திலுள்ள ஆதி கும்பேசுவரர் விஷயமாகவும், மங்களாம்பிகை விஷயமாகவும், ஆயிரவல்லி என்னும் துர்க்கையின் விஷயமாகவும் சில பாடல்களை இயற்றினேன். தாயுமானவர் பாடல், பட்டினத்துப் பிள்ளையார் பாடல் முதலியவற்றிலே கண்ட கருத்துக்களை அவற்றில் அமைத்தேன். “நான் பெண்களின் அழகிலே ஈடுபட்டுக் காலத்தைக் கடத்தி விட்டேன். அவர்கள் மயக்கத்திற்பட்டு வாழ்க்கையை வீணாக்கினேன்” என்றும், “செல்வரைப் புகழ்ந்து பாடி அலைந்து துன்புற்றேன்” என்றும் கருத்துக்களை அமைத்துச் செய்யுட்களை இயற்றினேன். பழம்பாடல்களின் ஓசையை மாதிரியாக வைத்துக்கொண்டதைப்போலவே அவற்றின் கருத்துக் களையும் அப்படியே அமைத்துக் கொள்வதை ஒரு பெருமையாக நான் கருதினேன்.

ஒரு நாள் நான் இயற்றிய செய்யுட்கள் சிலவற்றை என் பிதா வினிடம் சொல்லிக் காட்டினேன். அவர் அவற்றைக் கேட்டு என்னைப் பாராட்டி எனக்கு உத்ஸாகத்தை உண்டாக்குவாரென்று எண்ணினேன். அவரோ, “அட பைத்தியமே! இப்படியெல்லாம்

பாடாதே" என்றார். "அவர்களெல்லாம் பாடியிருக்கிறார்களே; நான் பாடுவதில் என்ன தவறு?" என்று நான் கேட்டேன்.

"நீ சிறு பையன்; அவர்கள் உலக அனுபவத்தில் கஷ்டப்பட்டவர்கள். அவர்கள் சொன்னவற்றையெல்லாம் நீயும் சொல்வது பொருத்தமன்று, பெண் மயலிற் சிக்கி வருத்தப்பட்டேனென்று அவர்கள் சொல்லலாம்; நீ சொல்லலாமா?" என்றார்.

அவர் சொன்ன தடை அப்போது எனக்கு நன்றாக விளங்கவில்லை. என் பாட்டில் என் அனுபவந்தான் இருக்க வேண்டுமென்பதை நான் தெரிந்துகொள்ளவில்லை. பெண் மயலிற் சிக்குவதற்குரிய பிராயமே வராத நான் அதிற் சிக்கி உழன்று வைராக்கியம் பிறந்தவனைப்போலே பாடுவது பேதமையென்பதை நன்றாக உணரவில்லை. அவர்கள் பாடினார்கள்; நானும் பாடினேன். அவர்கள் பாட்டை அடிக்கடி சொல்லுவது, அதன் ஓசையை ஒட்டி நானும் பாடுவது, அவர்கள் பாட்டிலுள்ள கருத்தைச் சிறிது மாற்றி வைப்பது என்னும் இந்த முயற்சிகளைத் தவிர, என் மனத்தில் யோசித்துக் கற்பனை செய்து ஒரு கருத்தை அமைக்க நான் முயலவில்லை; நான் இயற்றிய செய்யுட்களைப் பல முறை சொல்லிச் சொல்லி இன்புறுவேன்; அவற்றைச் சொல்லும்போது ஒரு வகையான பெருமிதத்தை அடைவேன்.

### கல்யாணக் கவலை

வர வர எனது கல்வி அபிவிருத்தியடைந்து வருவதை என் தந்தையார் கவனித்து வந்தார். என்னைப்பற்றிய ஞாபகமே அவருக்கு நாளுக்கு நாள் அதிகமாயிற்று. என் கல்வியைப்பற்றிய முயற்சிகளைச் செய்து கொண்டு வந்த அவருக்கு என் விவாகத்தைப் பற்றிய எண்ணமும் உண்டாயிற்று. பிள்ளைகளுக்கும் பெண்களுக்கும் இளம் பருவத்திலேயே கல்யாணம் செய்துவிடும் வழக்கம் அக்காலத்தில் அதிகமாகப் பரவியிருந்தது. ஒரு குறிப்பிட்ட பிராயத்திற்குள் கல்யாணமாகாவிட்டால் பெரிய அகௌரவமென்று கருதி வந்தார்கள்.

எனக்குப் பதின்மூன்றாம் பிராயம் நடந்தபோதே என் தந்தையாருக்கு என் விவாகத்தைப்பற்றிய கவலை உண்டாகி விட்டது. அக்காலத்தில் பெண்ணுக்காகப் பிள்ளையைத் தேடும் முயற்சி பெரும்பாலும் இல்லை; பிள்ளைக்காகப் பெண்ணைத் தேடும் முயற்சியே இருந்தது. "பெண்ணுக்கு வயசாகி விட்டதே" என்ற கவலை பெற்றோர்களுக்கு இருப்பதில்லை; "எங்கே இருந்தாவது ஒருவன் வந்து கல்யாணம் பண்ணிக்கொண்டு போவான்" என்ற தைரியம் இருந்தது. பிள்ளையைப் பெற்றவர்களோ தங்கள் பிள்ளைகளுக்குத் தக்க பருவம் வருவதற்கு முன்பே நல்ல இடத்தில் பெண் தேடி விவாகம் செய்விக்கவேண்டுமென்ற கவலையுடன் இருப்பார்கள்.

இத்தகைய கால நிலையில் என் தந்தையாரும் எனக்கு ஏற்ற பெண்ணைத் தேடத் தொடங்கினர். கல்யாணத்தில் பிள்ளை வீட்டினருக்கே செலவு அதிகம். குன்னத்தில் பெற்ற ஆதரவினால் ஊக்கமடைந்த என் தந்தையாருக்கு முன்பெல்லாம் குடும்பக்கடனை அடைக்க வேண்டுமென்ற நோக்கம் இருந்து வந்தது. நாளடைவில் அந்த நோக்கம் மாறி, "நிலத்தையேனும் விற்றுக் கடனை அடைத்து விடலாம்; இவனுக்கு எப்படியாவது கல்யாணத்தைப் பண்ணி வைத்துவிட வேண்டும். வரும் பணத்தை அதற்காகச் சேர்க்க வேண்டும்" என்ற எண்ணமே வலியுற்றது. ஒருபால் பெண்ணைத் தேடும் முயற்சியும், ஒருபால் என் கல்யாணத்துக்குரிய பொருளைத் தேடும் முயற்சியும் நடைபெற்று வந்தன. இந்த முயற்சிகளில் தந்தையாரோடு என் சிறிய தந்தையாரும் சேர்ந்துகொண்டனர்.

### களத்தூர் சென்றது

பெரும்புலியூர்த் தாலுகாவிலுள்ள களத்தூரினராகிய ராமையங்காரென்பவர் குன்னத்திற்கு அடிக்கடி வருவார். அவர் நாங்கள் வசித்து வந்த வீட்டினருக்கு உறவினர்; சுரோத்திரியதார்; நல்ல செல்வாக்குடையவர்; தமிழிலும் பழக்கமுள்ளவர். என் தந்தையாருக்கும் அவருக்கும் பழக்கம் உண்டாயிற்று; இருவரும் சிநேகிதராயினர். அக்கனவான் என் தந்தையாருக்கு என் விவாகத்தைப்பற்றிய கவலை இருப்பதை நன்கு உணர்ந்து, "நீங்கள் களத்தூருக்கு வந்தால் விவாகத்திற்கு வேண்டிய அனுகூலங்கள் கிடைக்கும். பணம் வேண்டுமேயென்று நீங்கள் கவலைப்பட வேண்டிய அவசியம் இல்லை" என்று சொல்லி அழைத்தார். தமக்குச் சங்கடங்கள் நேரும் போதெல்லாம் இவ்வாறு அன்பர்கள் உதவ முன் வருவதைக் கடவுளின் திருவருளாகவே எண்ணி மகிழும் தந்தையார் அவர் அழைப்பை ஏற்றுக்கொண்டார்.

ராமையங்கார் தம் ஊருக்குச் சென்று சில தினங்களுக்குப் பிறகு எங்களை அழைத்து வரும்படி ஒரு வண்டியை அனுப்பினார். நாங்கள் அவ்வண்டியிற் சென்று களத்தூரை அடைந்தோம். எங்களுடன் சிறிய தந்தையாரும் சிறிய தாயாரும் வந்தனர்.

எங்களை வருவித்த ராமையங்கார் தனிகர். அவருக்கு ஒரு பெரிய மெத்தை வீடு உண்டு. அதில் ஒரு பாகத்தை ஒழித்துக் கொடுத்து எங்களை இருக்கும்படி சொன்னார். நாங்கள் அதில் தங்கினோம். எல்லா வகையான சௌகரியங்களும் அங்கே கிடைத்தன.

### களத்தூரின் அமைப்பு

களத்தூர் ஜீவநதியாகிய வடவெள்ளாற்றின் கரையிலுள்ளது. பலவகை ஜாதியினரும் நிரம்பப் பெற்றது. முகம்மதியர்கள் கொடிக்கால் வைத்துக்கொண்டு சுகமாக வாழ்ந்து வந்தனர். அவர்களிற்

 நற்றிணை பதிப்பகம் ◆ 111

சிலர் தமிழ்நூற் பயிற்சியுடையவர்களாக இருந்தனர். அவ்வூரில் ஓர் அக்கிரகாரம் உண்டு. அதில் ஸ்ரீ வைஷ்ணவர்கள், மாத்துவர்கள், தெலுங்கர்கள், ஸ்மார்த்தர்கள் என்னும் வகையினர் வாழ்ந்து வந்தனர். சிவ விஷ்ணு ஆலயங்களில் விஷ்ணு ஆலயம் பிரபல மானது. துர்க்கை முதலிய தெய்வங்களின் ஆலயங்களும் உண்டு. பல இடங்களில் நந்தவனங்களும் தோட்டங்களும் இருந்தன.

களத்தூரைச் சார்ந்து ரஞ்சனகடி துர்க்கமென்ற மலையரணும் ஊரும் உண்டு. அங்கே ஒரு நவாப் இருந்து வந்ததாகச் சொல்லு வார்கள். அவருக்குச் சொந்தமான நிலங்களும் மிகப்பெரிதான தோட்டமும் களத்தூரில் இருந்தன. அத்தோட்டத்தில் பல பழ விருட்சங்களும் புஷ்பச்செடிகளும் நிரம்பியிருக்கும்.

களத்தூரும் அதனைச் சார்ந்த துர்க்கமும் நல்ல காட்சிகளை யுடையன. எனக்கு அவை அதுகாறும் அடையாத ஆனந்தத்தை உண்டாக்கின. ரஞ்சனகடி துர்க்கத்திற்குச் சென்று அத்துர்க்கத்தின் அமைப்பையும் களத்தூரிலுள்ள தோட்டத்தின் அழகையும் கண்டு மனமகிழ்வேன். அப்பக்கங்களிலுள்ள முகம்மதியர்களில் தமிழறிவு நன்கு வாய்ந்தவர்களைச் சந்தித்து அவர்களோடு சம்பாஷித்து அவர்கள் கூறும் செய்யுட்களைக் கேட்டு இன்புறுவேன். அவர்கள் வேறு மதத்தினராக இருந்தாலும் தமிழின் நயத்தில் ஈடுபட்டுத் தமிழ்ச் செய்யுட்களைப் பாடம் பண்ணுவதும், அவற்றின் சுவையை அனுபவித்துப் பிறருக்கும் எடுத்துக் கூறி அவர்களையும் அனுபவிக்கச் செய்வதுமாகிய காரியங்களைச் செய்து வந்தனர்.

துறைமங்கலம் சிவப்பிரகாச சுவாமிகள் சஞ்சரித்த இடங் களாதலின் அப்பிரதேசங்களில் அவரைப்பற்றிய செய்திகள் மிகுதியாக வழங்கி வரலாயின. அவருடைய நூல்களிலே மதிப்பு வைத்து யாவரும் படித்து வந்தனர். அவர் வீர சைவராக இருப் பினும் முன்னே கூறிய முகம்மதியர்கள் அவருடைய வாக்குக்குரிய மதிப்பை அளித்தலில் தவறவில்லை. அவர்கள் மஸ்தான் சாஹிபு பாடல், சீறாப்புராணம் என்பவற்றில் அன்பு வைத்துப் படித்து வந்தார்கள்; அவற்றைப் போலவே கம்பராமாயணம், திருவிளை யாடல், பிரபு லிங்கலீலை முதலியவற்றிலும் மதிப்புடையவர்களாகிக் கற்று வந்தனர். ஆதலின் அவர்களிடத்தே எனக்கு ஈடுபாடு உண்டாயிற்று.

### இராமாயணப் பிரசங்கம்

நாங்கள் களத்தூரில் எல்லாவிதமான அனுகூலங்களையும் பெற்றோம். அங்கே சென்று சில தினங்கள் ஆனவுடன் ராமையங் கார் முதலியோருடைய விருப்பத்தின்படி ஒரு நல்ல நாளில் என் தந்தையார் இராமாயண கதாப் பிரசங்கத்தைத் தொடங்கினார். நாள்தோறும் இரவு எட்டு மணியளவுக்கு ஆரம்பிக்கப் பெற்ற

பிரசங்கம் பதினொரு மணி வரையில் நடைபெறும். பலர் வந்து உத்ஸாகத்துடன் கேட்டுச் செல்வர்.

இக் கதாப் பிரசங்கத்தில் தழும்பேறிய என் தந்தையார் தம் சங்கீதத் திறமையை மிக விரிவாகக் காட்டினார்: அதற்கு என் சிறிய தந்தையாரும் துணை செய்தனர். கீர்த்தனங்களை ராகத்தோடு பாடுவதிலே அதிக முயற்சியும் பொருள் சொல்வதில் சிறிதளவு கருத்தும் முதலில் இருந்தன. வரவரப் பொருள்கூறும் முறையும் விரிவடைந்தது. தமக்குள்ள தமிழறிவையும் ஸம்ஸ்கிருத ஞானத் தையும் எந்த அளவிற்குப் பயன்படுத்திக் கொள்ளலாமோ அந்த அளவிற்கு அவற்றைப் பயன்படுத்திப் பொருள்கூறத் தொடங்கினர். இராமாயணக் கீர்த்தனத்திற்குப் பொருள் சொல்லுகையில் மேற் கோளாக வேறு கீர்த்தனங்களைச் சொல்வார்; பல தமிழ்ப் பாடல் களையும் ஸம்ஸ்கிருத சுலோகங்களையும் எடுத்துக் காட்டுவார். அத்தகைய சந்தர்ப்பங்களில் உதாரணமாகச் சொல்லவேண்டிய பாடல்களுக்கு அவர் முதலெடுத்துத் தருவார்; நான் அவர் குறிப்பை அறிந்து அவற்றைப் பாடிக் காட்டுவேன். என் சாரீரமும் நான் பாடல் சொல்லும் முறையும் சபையினருக்கு மிக்க திருப்தியை அளித்தன என்பதை அவ்வப்போது சில குறிப்பால் தெரிந்துகொள் வேன். எனக்கு அப்போது உண்டாகும் உத்ஸாகம் அடுத்த முறை நான் பாடல் சொல்லுகையில் வெளிப்படும். பணமாகவும் பிற பொருளாகவும் பெறும் லாபத்தைக் காட்டிலும் அபிமானத்தினால் வெளியிடப் பெறும் பாராட்டையே பெரிய ஊதியமாகக் கருதும் இயல்பு மனிதர் யாவரிடத்தும் காணப்படுகின்றது. இளமைப் பருவத்தில் அக்கருத்து என்பால் மிகுதியாக இருந்ததில் ஆச்சரியம் ஒன்றும் இல்லை.

களத்தூரில் இராமாயண பட்டாபிஷேகம் வெகு விமரிசையாக நடைபெற்றது. ராமையங்காரும் பிறரும் நூறு வராகன் (350) ரூபாய் தம்முட் சேர்த்துச் சம்மானம் செய்தார்கள். அதற்கு முன்பெல்லாம் இருபது வராகனே சம்மானமாகக் கிடைத்து வந்தது. அம்முறை என் தந்தையார், சிறிய தந்தையார், நான் ஆகிய மூவரும் சேர்ந்து வெளிப்படுத்திய சங்கீதத் திறமை முதலியவற்றாலும் என் விவாகப் பிரயத்தனத்தினாலும் அதிகமாகச் சம்மானம் கிடைத்தது. கிடைத்த 350 ரூபாயில் செலவுக்கு 150 ரூபாய் போக எஞ்சிய 200 ரூபாயை விவாக காலத்துப் பெற்றுக் கொள்வதாக ராமையங்காரிடமே தந்தையார் கொடுத்து வைத்திருந்தார்.

## நந்தன் சரித்திரப் பிரசங்கம்

இராமாயணப் பிரசங்கம் நிறைவேறியவுடன் பலர் நந்தனார் சரித்திரம் சொல்லும்படி என் தந்தையாரைக் கேட்டுக் கொண்ட னர். அக்காலத்தில் நந்தனார் சரித்திரம் தமிழ்நாடு முழுவதும் பரவியிருந்தது. அதன் ஆசிரியராகிய கோபால கிருஷ்ண பாரதியார்

என் தந்தையாருடைய நண்பராதலின் அச்சரித்திரத்தை என் தந்தையார் நன்றாகச் சொல்வாரென்பதை யாவரும் தெரிந்து கொண்டிருந்தனர். அதிலுள்ள கீர்த்தனங்களை அதன் ஆசிரியர் அமைத்த சங்கீத அமைப்புப்படியே எந்தையார் பாடுவார். பாரதியார் நந்தனார் சரித்திரத்தை இயற்றுதற்குக் காரணம் இன்னதென்பது, அதனை இயற்றிய காலத்தில் நிகழ்ந்த சம்பவங்கள் முதலியவற்றை அவர் அடிக்கடி எடுத்துரைப்பதும், இராமாயணப் பிரசங்கத்தின் போது அச்சரித்திரக் கீர்த்தனங்களைச் சொல்லிக் காட்டுவதும் உண்டு. பாரதியார் காரைக்காலுக்குச் சென்று அங்கிருந்த கலெக்டராகிய ஸிஸே துரைக்கு முன் நந்தன் சரித்திரத்தை நடத்தினாரென்றும், அது கேட்டு அத்துரை மயங்கி அவரைப் பாராட்டிக் கொண்டாடினாரென்றும், பின்பு அத்துரையின் முயற்சியால் அச்சரித்திரம் அச்சிற் பதிப்பிக்கப்பட்டதென்றும் சொல்லுவார்.

பாரதியார் என் தந்தையாருக்கு அச்சரித்திரத்தின் அச்சுப் பிரதி ஒன்றை அளித்திருந்தார். அதை அவர் மிகவும் ஜாக்கிரதையாக வைத்துப் பாதுகாத்து வந்தார். அப்பிரதி இன்னும் என்னிடத்தில் உள்ளது.

அன்பர்களது விருப்பப்படியே நந்தனார் சரித்திரம் ஆரம்பிக்கப் பெற்றது. என் தந்தையார் சிவ பக்தியில் நன்கு ஊறினவராதலின் அச்சரித்திரத்திலே செறிந்து கிடக்கும் பக்திச் சுவையை நன்றாக வெளிப்படுத்தினார். இளம் பருவமுடையவர்களையும் உருக்கும் அமைப்பையுடையது அச் சரித்திரம். அதில் ஜனங்கள் அதிகமாக ஈடுபட்டனர். வர வரக் கூட்டம் மிகுதியாயிற்று. இப்பிரசங்கத்தைக் கேட்டவர்கள் நந்தன் சரித்திரக் கீர்த்தனங்களில் ஒன்றையேனும் பலவற்றையேனும் பாடம் பண்ணிக் கொண்டு பாடி உருகலாயினர். சங்கீதத்தின் வாசனையே அறியாதவர்களும் அவற்றை வாய்விட்டுச் சொல்வதில் ஓர் இன்பத்தை அடைந்தனர்.

நான் எங்கேயாவது போய்க்கொண்டிருப்பேன்; எங்கேயிருந்தோ, “பித்தந் தெளிய மருந்தொன்றிருக்குது” என்று ஒரு தொனி உண்டாகும். மற்றோரிடத்தில் அபஸ்வரத்தில் “சிவலோக நாதனைக் கண்டு” என்று ஒரு குரல் எழும்பும். கிழவர்களைக் காணும்போது சில இளைஞர்கள், “மீசை நரைத்துப் போச்சே கிழவா–ஆசை நரைக்கலாச்சோ” என்று பாடத் தொடங்கி விடுவார்கள். சில இளம் பிள்ளைகள், “மார்கழி மாதந் திருவாதிரை நாள் வரப் போகுதையே” என்று சொல்லிக்கொண்டு ஆடுவார்கள். வேதாந்த சாஸ்திரப் பயிற்சியுள்ளவர்கள், “வாசியாலே மூலக் கனல் வீசியே சுழன்றுவர” என்று சொல்லிக் கொண்டிருப்பார்கள். இப்படி இளம்பிள்ளைகள், காளைப் பருவமுடையவர்கள், வயசு வந்தவர்கள், கிழவர்கள் ஆகிய எல்லோருடைய மனத்திலும் நந்தனார் சரித்திரக் கீர்த்தனங்கள் புகுந்து விளையாடின. ஒன்றும் அறியாத பெண் பிள்ளைகள், “நந்தன் சரித்திரம் நடக்குது” என்று

சொல்லிக் கொண்டு வந்து கேட்பார்கள். களத்தூரைச் சுற்றியுள்ள ஊர்களிலிருந்து பலர் தினந்தோறும் வந்து கேட்டுச் செல்வார்கள்.

## 21
### சிதம்பர உடையார்

என் தந்தையார் களத்தூரில் நந்தன் சரித்திரம் நடத்திய பொழுது வந்து கேட்டவர்களுள் சிதம்பர உடையாரென்பவர் ஒருவர். அவர் அவ்வூருக்கு வடபாலுள்ள மறவனத்தமென்னும் ஊரிலிருந்த பெரிய தனவான். சிவபக்தி மிக்கவர். எப்போதும் விபூதி ருத்திராட்ச தாரணத்தோடே இருப்பார். ஏழைகள்பால் அன்பும் இரக்கமுமுடையவர். பிறருடைய கண்ணைக்கவரும் சிவந்த நிறத்தினர்.

அவருக்கு நான்கு குமாரர்களும் நான்கு குமாரிகளும் இருந்தனர். நான்கு பிள்ளைகளுக்காக நான்கு வீடுகள் ஒரு சிறகிலும் நான்கு மாப்பிள்ளைகளுக்காக நான்கு வீடுகளை மற்றொரு சிறகிலும், கட்டிக் கொடுத்து அங்கே அவர்களைத் தனித் தனியே இருக்கச் செய்தனர். வரும்படிகளைப் பகிர்ந்து கொடுத்து இரண்டு சிறகுக்கும் கோடியில் தாம் தனியே ஒரு வீடு கட்டிக்கொண்டு தம் மனைவியுடனிருந்து கடவுள் வழிபாடு செய்துகொண்டும் சுகமாக வாழ்ந்து வந்தார். நான் பார்த்தபொழுது அவருக்கு எழுபது பிராயமிருக்கும்.

குடும்பத்தில் ஒற்றுமை சிறிதும் குலையாமல் இருந்தது. பணக் காரர்கள் அவருடைய நிலையையும் ஒழுங்கையுங் கண்டு பாராட்டி னார்கள். எவ்வளவு பிராயமானாலும், குடும்ப நிர்வாகம் அனைத் தையும் தம் கையில் வைத்துக்கொண்டு வயசு வந்த பிள்ளைகளை அடக்கியாளும் தந்தையார் பலர் தாமும் சுகம் பெறாமல் தம் குடும்பத்தினருக்கும் சந்தோஷத்தை உண்டாக்காமல் வாழ்வது உலக இயல்பு. குடும்பப் பொறுப்பு இத்தகையதென்பது அறியாத அப்பிள்ளைகள் தம் தந்தையார் காலத்திற்குப் பிறகு அடிபட்ட பழக்கமில்லாமையால் குடும்பத்தை நன்றாக நடத்தி வரத்தெரியா மல் துன்புறுகிறார்கள். இத்தகைய கஷ்டங்களை நினைத்தே சிதம்பர உடையார் தம் பிள்ளைகளும் மாப்பிள்ளைகளும் குடும்ப நிர்வாகத்தைத் தனித் தனியே நடத்தி வரும்படி ஏற்பாடு செய்தார். அதனால் அவர்களும் உடையாரும் கவலையின்று வாழ்ந்து வந்த னர்.

சிவ பக்திச் செல்வராதலின் நந்தனார் சரித்திரம் கேட்பதில் அவருக்கு அதிக ஆவல் இருந்தது. அச்சரித்திரம் தொடங்கிய நாள் முதல் தினந்தோறும் தவறாமல் வந்து கேட்டுச் செல்வார். அவருடைய நெஞ்சம் நந்தனார் சரித்திரத்தைக் கேட்டு உருகியது.

முதல் நாளில் பிரசங்கம் முடிந்தவுடன் அவர் என் தந்தையாரிடம் வந்து பணிந்தார். "கிருபை வைக்க வேண்டும்; அடியேன் ஒவ்வொரு நாளும் வந்து கேட்டுப் போவேன்" என்று சொல்லி விடை பெற்றுச் சென்றார். சிறந்த செல்வரும் செல்வாக்குடையவருமாகிய அவர் அவ்வளவு பணிவோடு இருந்தது எங்களுக்கும் பிறருக்கும் பெரிய ஆச்சரியத்தை விளைவித்தது. அவருக்கு ஒரு குதிரை உண்டு. எங்கும் அதன் மேல் ஏறி வருவார். ஒவ்வொரு நாளும் அவர் வந்து என் தந்தையாரை வணங்கிவிட்டுச் செல்வார். சரித்திரம் நடைபெறும் பொழுது அவர் கண்ணீர்வார மெய் சிலிர்க்கப் பரவசமாகிக் கேட்பார். சிதம்பரத்தின் பெருமையையும் அந்த ஸ்தலத்திற்குச் செல்லவேண்டுமென்று ஏங்கி நின்ற நந்தனாரது பக்தித் திறத்தையும் கேட்கக் கேட்க அவரே நந்தனாராகத் தொடங்கினார்.

"தில்லை தில்லை யென்றாற் பிறவி
இல்லை இல்லை என்று மறைமொழியும்"

என்ற கீர்த்தனத்தை அவர் சொல்லிக்கொண்டே இருப்பார்; கண்ணீர் விடுவார். யாரேனும் அவருடைய பெயரைக் கேட்டால் "என் பெயர் தில்லை" என்று சொல்வார். சிதம்பரமும் தில்லையும் ஒன்றாயினும் 'தில்லை' என்ற சொல்லைச் சொல்லும்போது அவர் ஒரு தனி இன்பத்தை அனுபவித்தார். நந்தனார் எப்பொழுதும் தில்லை ஸ்தலத்தைப்பற்றிய ஞாபகத்திலே எவ்வாறு தம்மையே மறந்தாரோ அந்த நிலைமைக்குச் சிதம்பரவுடையாரும் வந்துகொண் டிருந்தார். அதற்கு முன் அவர் பல சிவஸ்தலங்களைத் தரிசித்தவரே யானாலும் நந்தனார் சரித்திரத்தைக் கேட்ட பின்பு அவருக்குச் சிதம்பரத்தில் மிகுதியான பற்று உண்டாயிற்று. சரித்திரம் நிறை வேறியவுடன் சிதம்பரம் சென்று அங்கே அறுபது ரூபாயில் சோம வாரக் கட்டளை நடத்தும்படி ஒரு தீக்ஷிதர் முகமாக ஏற்பாடு செய்து அந்த வட்டி வருவதற்குரிய முதலையும் கொடுத்துவிட்டு வந்தார்.

சிதம்பர உடையாருக்கு என் தந்தையாரிடம் பக்தி அதிகமா யிற்று. அடிக்கடி வந்து வணங்கி ஏதாவது சொல்லச் சொல்லிக் கேட்டுவிட்டுச் செல்வார். நந்தனார் சரித்திரம் நிறைவேறியபோது உடையார் நூறு ரூபாய் அளித்தார். அன்றியும் அயலூரிலிருந்த தம்முடைய பந்துக்களிடத்தும் நண்பர்களிடத்தும் அழைத்துச் சென்று உசிதமான வரும்படிகளைச் செய்வித்தனர். இயல்பாகவே அப்பக்கங்களிலுள்ளவர்கள் எந்தையாரிடம் அன்பு பூண்டு ஆதரித் தனர். சிதம்பர உடையாருடைய பழக்கம் அந்த ஆதரவைப் பின்னும் பெருகச் செய்தது.

### ஜகந்நாத உடையார்

அக்காலத்தில் திரு ஆலந்துறை என்னும் ஸ்தலத்தில் கோயில் தர்ம கர்த்தாவாக இருந்த ஜகந்நாத உடையார் என்பவர் எந்தையாரை அக்கோயிலுக்கு அழைத்துச் சென்று தரிசனம் செய்வித்து என் விவாகச் செலவுக்கென்று ஐம்பது ரூபாய் அளித்தனர்.

களத்தூரில் இருந்தபோது என் தாயாருக்கு முடக்கு ஜ்வரம் வந்து சிலநாள் கஷ்டப்பட்டார். அப்பால் தாளம்மையால் சிலநாள் துன்புற்றார். அக்காலங்களில் நானே சமையல் செய்வேன்; என் தாயாருக்கு வேண்டிய பணிவிடைகளையும் செய்து வருவேன்.

### கார்குடி சென்று வந்தது

களத்தூரிலிருந்து கார்குடியிலுள்ள அன்பர்களைப் பார்க்கும் பொருட்டு மீண்டும் அவ்வூருக்குச் சென்றோம். அங்கே சில நாள் தங்கினோம். அவ்வூரினர் ஐம்பது ரூபாய் என் விவாகச் செலவுக்காக அளித்தார்கள். பின்பு களத்தூருக்கே வந்து சேர்ந்தோம்.

### விவாக முயற்சி

என் தந்தையார் இடையிடையே பெண் பார்ப்பதற்காகப் பந்துக்களுள்ள வெளியூர்களுக்குச் சென்று விசாரித்துக்கொண்டு வருவார். நானும் என் தாயாரும் களத்தூரில் இருந்தோம். நான் வழக்கம் போலவே தமிழ் நூல்களைப் படித்துக்கொண்டு வந்தேன். 'நமக்கு ஏற்ற ஆசிரியர் ஒருவரும் கிடைக்கவில்லையே!' என்ற எண்ணம் எனக்குண்டாகி நாள் ஆக ஆக அதிகரித்தது. எனக்கு விவாகம் செய்விக்கும் முயற்சியில் என் தந்தையாரும் சிறிய தந்தையாரும் ஈடுபட்டிருந்தனரென்பதை அறிந்தபோது எனக்குச் சந்தோஷமும் உண்டாகவில்லை; வருத்தமும் உண்டாகவில்லை. விவாகம் பண்ணிக்கொண்டு கிருகஸ்தன் என்று பெயர் வாங்கிக் கொள்வதில் அக்காலத்தில் ஒரு பெரிய கௌரவம் இருந்தது. பதினாறு வயசுடைய ஒருவன் விவாகமாகாமல் பிரமசாரியாக இருந்தால் ஏதோ பெரிய குறையுடையவனைப் போல அக்காலத்தவர் எண்ணினார்கள்.

காலப் போக்கோடு கலந்து வாழும் மனிதர்களுடைய கொள்கைகள் என்றும் ஒரே நிலையாக நிற்பதில்லை. அக்காலத்தில் எதைக் கௌரவமென்று நினைத்தார்களோ அதையே இக் காலத்தில் பைத்தியக்காரத்தனம் என்று நினைக்கிறோம். அகௌரவமான செயல் என்று எதை முன்பு நினைத்து விலக்கினார்களோ அதையே கௌரவமென்று இப்போது மேற்கொள்ளுகிறோம்.

என் தகப்பனார் பல மாதங்களாகப் பெண் தேடினார்; பல ஜாதகங்களைப் பார்த்தார். ஒன்றும் பொருத்தமாக இல்லை. ஒருவாறு விவாகச் செலவுக்கு வேண்டிய பொருளைச் சேகரித்து

வைத்துக் கொண்ட அவருக்கு அப்போது 'பெண் கிடைக்க வில்லையே' என்ற சிந்தனை அதிகமாயிற்று. எனக்கு விரைவில் விவாகமாகாவிட்டால் ஏதோ பெரிய நஷ்டம் வந்துவிடும் என்பது போன்ற நினைவு அவருக்கு இருந்தது போலும்! நாங்கள் ஸ்திரமாக ஓர் ஊரில் வாழவில்லை; நானோ மேற்கொண்டு தமிழைத் திருப்தி யுண்டாகும்படி கற்றுக் கொள்ளவில்லை; எங்கள் வாழ்க்கையில் எந்த வகையான நிலையும் உண்டாகவில்லை. இவைகளுக்கிடையே பின்னும் சில வருஷங்கள் கல்யாணம் செய்யாமலே இருந்தால் ஒரு குறையும் நேரப்போவதில்லை. இந்நிலையில் நான் பிரமசாரி யாக இருப்பது ஒரு பெருங்குறையாக என் தந்தையாருக்குத் தோற்றியதற்குக் காரணம் அக்காலத்திலிருந்த வழக்கந்தான்.

## விவாக நிச்சயம்

எங்கெங்கோ தேடிய பிறகு கடைசியில் எங்கள் ஊருக்குப் பக்கத்தில் உள்ள மாளாபுரத்தில் ஒரு பெண்ணைப் பார்த்து ஜாதகம் பொருந்துவதை உணர்ந்து நிச்சயம் செய்து என் தந்தையார் எங்களுக்குத் தெரிவித்தார். மாளாபுரத்தில் எங்களுக்குப் பரம்பரைப் பந்துவாகிய கணபதி ஐயரென்பவருடைய குமாரி மதுராம்பிகை யென்ற பெண்ணை எனக்கு விவாகம் செய்து வைக்கத் தீர்மானித்தார்கள். கணபதி ஐயரும் அவருடைய தந்தையா ராகிய ஐயாவையரென்பவரும் தமிழிற் பழக்க முடையவர்கள். நான் தமிழ் படித்து வருகிறேனென்றறிந்து, "எப்படியாவது பையன் பிழைத்துக் கொள்வான்" என்று நம்பிப் பெண்ணைக் கொடுக்கச் சம்மதித்தார்கள். "அந்தப் பிள்ளை பார்க்க லக்ஷணமாயிருக்கிறான்; தலை நிறையக் குடுமி இருக்கிறது; நன்றாகப் பாடுகிறான்" என்று அந்த வீட்டிலிருந்த முதிய பெண்பாலார் திருப்தியடைந்தனர்.

ஐயாவையர் தஞ்சாவூருக்குக் கிழக்கேயுள்ள திட்டையில் கர்ணமாக இருந்தார். அவருடைய மூத்த குமாரர் கணபதி ஐயர் அவர்கள் எங்களைக் காட்டிலும் நல்ல நிலைமையுடையவர்கள். பூஸ்திதியும் உண்டு; அவர்கள் வீடு ஒன்றுதான் அவ்வூரில் அக்காலத்தில் மாடி வீடாகக் கட்டப்பட்டிருந்தது; அதற்கு 'மாடியாம்' (மாடியகம்) என்று பெயர். என் தந்தையாருடைய சிவ பக்தியும் நல்லொழுக்கமும் புகழுமே அவர்களைக் கவர்ந்தன. அதனால் இந்த விவாகம் செய்வதில் அவர்கள் பூரணமான திருப்தி உடையவர்களாக இருந்தார்கள்.

## சிதம்பர உடையார் செய்த உதவி

விவாகச் செலவுக்கு இருநூறு ரூபாயும், கூறைச் சிற்றாடை முதலியவற்றிற்காக முப்பத்தைந்து ரூபாயும், நகைக்காக ரூபாய் நூற்றைம்பதும் என் தந்தையார் கணபதி ஐயரிடம் அளிப்பதாக வாக்களித்தார். மேலும் கிருகப்பிரவேசம் முதலியவற்றிற்குரிய

செலவுக்கு வேறு பணம் வேண்டியிருந்தது. தம் கையிலிருந்த பணத்தையும் ஆகவேண்டிய செலவையும் கணக்கிட்டுப் பார்த்தபோது பின்னும் நூற்றைம்பது ரூபாய் இருந்தால் கஷ்டமில்லாமல் இருக்குமென்று என் தந்தையாருக்குத் தோற்றியது. பின்பு மறவனத்தம் சென்று சிதம்பர உடையாரை அணுகி இவ் விஷயத்தைக் கூறினார். என் விவாகம் நிச்சயமானது தெரிந்து அவர் மிக்க சந்தோஷமடைந்ததோடு, "பணத்தைப் பற்றி நீங்கள் ஏன் கவலைப்பட வேண்டும்? நடராஜ மூர்த்தியின் திருவருளைப் பெற்ற தங்களுக்கு எது தான் கிடைக்காது?" என்று சொல்லித் தந்தையாரைத் தம்முடைய எலுமிச்சந்தோட்டத்திற்கு அழைத்துச் சென்றார். அவர் தம் மடியில் வைத்திருந்த தம் பாக்குப் பையை எடுத்தார். அதிலிருந்து நூறு ரூபாயை எடுத்துக் கொடுத்து, "இதை வைத்துக் கொள்ளுங்கள். முகூர்த்தத்தின்போது ஐம்பது ரூபாய் தருகிறேன். இன்னும் வேண்டியிருந்தாலும் கொடுக்கிறேன்" என்றார். அதைப் பெற்றுக் கொண்டு கல்யாணத்திற்கு வந்து சிறப்பிக்க வேண்டுமென்று எந்தையார் அவரிடம் கூறினார். "அவசியம் வந்து சேருகிறேன். என் தந்தையாருக்குத் திதி வருகிறது. அதை நடத்தி விட்டுப் புறப்பட்டு வருகிறேன். வரும்போது பணம் கொண்டு வருகிறேன். தாங்கள் கவலைப்படவேண்டாம். சந்தோஷ மாகப் போய் வாருங்கள்" என்று உடையார் விடையளித்தார், எந்தையார் என்னையும் தாயாரையும் களத்தூரிலிருந்து அழைத்துக் கொண்டு உத்தமதானபுரம் வந்து சேர்ந்தார்.

## 22

## என் கல்யாணம்

கல்யாணத்திற்கு வேண்டிய ஏற்பாடுகளெல்லாம் மாளாபுரத் தில் நிகழ்ந்தன. பந்து ஜனங்கள் பல ஊர்களிலிருந்து வந்து கூடினர். ரெயில் வண்டியின் வேகம், பஸ்ஸின் வேகம் முதலியவற்றைக் கண்டறியாத அந்நாட்களில் கல்யாண ஏற்பாடு விரைவில் நடைபெ றாது; மெல்ல மெல்ல நடைபெறும். கல்யாணத்திற்கு ஒரு மாதத் துக்கு முன்பிருந்தே வேண்டிய காரியங்கள் ஆரம்பமாகிவிடும். ஒரு மாதத்துக்கு மேல் குடும்பம் கல்யாண முயற்சியில் ஈடுபட்டிருக்கும்.

### இன்றும் அன்றும்

இக்காலத்திலோ எல்லாம் வேகம், முதல் நாள் கல்யாணம் நிச்சயமாவதும் மறுநாள் கல்யாணம் நடைபெறுவதும் மூன்றாம் நாள் கல்யாணம் நடைபெற்ற அடையாளமே மறைவதும் இந்த நாட்காட்சிகள். முகூர்த்த பத்திரிகையில் சம்பிரதாயத்திற்குக்கூட நான்கு நாள் முன்னதாக வரவேண்டுமென்று எழுதுவதில்லை. கல்யாணமே ஒரு நாளில் நிறைவேறும்போது விருந்தினர்கள் நான்கு நாள் வந்து தங்கி என்ன செய்வது?

அக்காலத்தில் ஒரு குடும்பத்தில் கல்யாணம் நடப்பதாயிருந் தால் ஒரு மாதத்துக்கு முன்பே சில பந்துக்கள் வந்து விடுவார்கள். ஒரு வாரத்துக்கு முன்பு பலர் வருவார்கள். வந்தவர்கள் தாங்கள் உபசாரம் பெறுவதில் கருத்துடையவர்களாக இருக்கமாட்டார்கள். தங்கள் தங்களால் இயன்ற உதவிகளை வலிந்து செய்வார்கள். பந்தற் கால் நடுவது, பந்தல் போடுவது, பந்தலை அலங்கரிப்பது முதல் கல்யாணம் ஆன பிறகு பந்தல் பிரிக்கும் வரையில் நடக்கும் காரியங்களில் ஊரினரும் கல்யாணத்திற்காக வந்தவர்களும் கலந்து உதவி புரிவார்கள். கல்யாண வீட்டின் அகலத்திற்குத் தெருவை யடைத்துப் பந்தல் போடுவார்கள். பெண்மணிகள் சமையல் செய்தல், பரிமாறுதல், ஒருவரையொருவர் அலங்கரித்தல் முதலிய உதவிகளைச் செய்வார்கள். ஆதலின் வேலைகளைச் செய்வதற்காக வேறு மனிதர்களைத் தேடி அலைய வேண்டிய சிரமம் இராது. எல்லோரும் சேர்ந்து ஈடுபடுவதனால் எவரும், "எனக்கு உபசாரம் செய்யவில்லை" என்ற குறை கூற இடமிராது. ஆயினும் சம்பந்திகளுக்கிடையே மனஸ்தாபம் நேர்வது எங்கும் இருந்தது. கல்யாணமென்றால் சம்பந்திச் சண்டையும் ஒரு நிகழ்ச்சியாக ஏற்பட்டு விட்டது.

கிராமத்தாருடைய ஒற்றுமையும் உபகார சிந்தையும் கல்யா ணத்தைப் போன்ற விசேஷ காலங்களில் நன்றாக வெளிப்படும். பணச் செலவு இந்தக் காலத்திற்போல அவ்வளவு அதிகம் இராது. இக்காலத்திற் செலவுகளுக்குப் புதிய புதிய துறைகள் ஏற்பட்டிருக் கின்றன. உணவு வகைகளில் இப்போது நடைபெறும் செலவைக் கொண்டு அக்காலத்திலும் கல்யாணங்கள் பலவற்றை நடத்தி விடலாம். கிராமங்களில் விளையும் காய்கறிகளும், பழவகைகளும் விருந்துக்கு அக்காலத்தில் உபயோகப்பட்டன. இப்போதோ, இங்கிலீஷ் பெயரால் வழங்கும் காய்கறிகளும், ஹிந்துஸ்தானிப் பெயரால் வழங்கும் பக்ஷிய வகைகளும் மேல் நாட்டிலிருந்து தகரப் பெட்டிகளில் அடைத்து வரும் பழங்களும் கல்யாண விருந்துக்கு இன்றியமையாத பொருள்களாகி விட்டன. மற்ற விஷயங்களில் பல தேச ஒற்றுமை தெரியாவிட்டாலும் பணம் செலவிட்டு வாங்கும் பொருள்களில் பல நாடுகளும் சம்பந்தப்படுகின்றன.

ஊர்வலம் நடத்துவதில் எத்தனை செலவு! மோட்டார் வாகனத்தையே புஷ்ப வாகனமாக மாற்றி விடுகின்றனர்! சில மணி நேரம் புறத் தோற்றத்தை மாத்திரம் தரும் அந்த வாகனத்திற்கு எவ்வளவு அலங்காரங்கள்! எவ்வளவு பேருடைய உழைப்பு! கோவில்களில் உத்ஸவ மூர்த்திகளுக்குச் செய்யும் புஷ்பாலங்காரம் கல்யாணத்திற் செய்யப்படுகின்றது! அதற்கு மேலும் செய்கிறார்கள்.

இவ்வளவு செலவு செய்து நடைபெறும் கல்யாணத்தில் விருந்தி னர்கள் வருவதும் போவதும் வெறும் சம்பிரதாயமாகி விட்டன. கல்யாணம் எல்லாம் நிறைவேறிய பிறகு கணக்குப் பார்க்கும்போது

தான் வயிறு பகீரென்கிறது. சந்தோஷத்தை மேலும் மேலும் உண்டாக்க வேண்டிய கல்யாணமானது சில இடங்களில் கண்ணை மூடிக் கொண்டு செய்யும் பணச் செலவு காரணமாகக் கடனையும் அதனால் துன்பங்களையும் விளைவிக்கின்றது. கல்யாணத்தாற் கஷ்டத்தை விலைக்கு வாங்கிக் கொண்ட குடும்பங்கள் இத்தமிழ் நாட்டில் எவ்வளவோ இருக்கின்றன.

அக்காலத்தில் சிலவகையான செலவுகள் குறைந்திருந்தன. முதல்நாள் நிச்சயதாம்பூலம் வழங்கப்பெறும். முதல்நாள் இரவு கல்யாணம் சொல்வதும் மாப்பிள்ளையை அழைப்பதும் அவை காரணமாக நேரும் செலவுகளும் பெரும்பாலும் இல்லை. கல்யாணத்திலும் பந்தற் செலவு, பூரி, தக்ஷிணை, மேளம் முதலிய செலவுகளில் பிள்ளைவீட்டாரும் பெண்வீட்டாரும் பாதிப்பாதி ஏற்றுக் கொள்வார்கள். நான்காம் நாள் நடைபெறும் கிராமப் பிரதக்ஷிணச் செலவு முழுவதும் பிள்ளை வீட்டாருடையது.

## போஜனக் கிரமம்

காலையில் காப்பி என்பது அக்காலத்தினர் அறியாதது. துவரம் பருப்புப் பொங்கலும் பரங்கிக்காய்க் குழம்புமே காலை ஆகாரம்; கருவடாம், அப்பளம், வற்றல்கள் இவை அந்த ஆகாரத்துக்குரிய வியஞ்சனங்கள். சிலர் பழையதும் உண்பதுண்டு. ஆண்டில் இளைய பெண்மணிகளும் அவற்றை உண்பார்கள். பிற்பகலில் இடைவேளைச் சிற்றுண்டி உண்ணும் வழக்கமும் அக்காலத்தில் இல்லை. குழந்தைகள் பசித்தால் அன்னம் உண்பார்கள். மத்தியான விருந்துக்குப் பின் இராத்திரிப் போஜனந்தான். பன்னிரண்டு மணிக்குப் பிறகே பகற் போஜனம் நடைபெறும். பெரியவர்கள் தாங்கள் செய்ய வேண்டிய பூஜை முதலியவற்றை நிறைவேற்றிய பின்பே இலை போடுவார்கள். எல்லோரும் ஒருங்கே உண்பார்கள். இக்காலத்தைப்போல வந்தவர்கள் தங்கள் தங்கள் மனம் போனபடி எந்த நேரத்திலும் வருவதும் உள்ளே சென்று இலை போடச் செய்து அதிகாரம் பண்ணுவதும் இல்லை. அப்பளம், ஆமவடை, போளி என்பவைகளே அக் காலத்துப் பக்ஷியங்கள்.

கல்யாணம் நடைபெறும் நான்கு நாட்களிலும் ஒவ்வொரு வேளையிலும் போஜனத்திற்கு ஊரிலுள்ள எல்லோரையும் அழைப் பார்கள். யாவரும் குறித்த நேரத்தில் வந்துவிடுவார்கள்.

## நலங்கு முதலியன

காலை மாலை நடக்கும் ஊஞ்சலிலும் பிற்பகலில் நடைபெறும் நலங்கு முதலிய விளையாட்டுக்களிலும் பெண்மணிகள் குதூ கலத்துடன் ஈடுபடுவார்கள். முதிர்ந்த பிராயமுடையவர்கள் ஓரத்தில் உட்கார்ந்துகொண்டு பார்த்துக் களிப்பார்கள். பெண் கட்சியிற் பாடுபவர்களும் பிள்ளையின் கட்சியிற் பாடுபவர்களும்

வழக்கமாகப் பாடிவரும் கிராமப்பாட்டுக்களைப் பாடுவார்கள். பெரும்பான்மையான பாட்டுக்கள் தமிழாகத்தான் இருக்கும். ஒவ்வொரு நாளும் காலையிலும் மாலையிலும் பன்னாங்குப் பல்லக்கில் (வளைவுப் பல்லக்கில்) ஊர்வலம் நடைபெறும். கடைசிநாள் ஊர்வலத்தில் மத்தாப்பும் சீறுவாணமும் விடுவார்கள். சிறு பிள்ளைகளே அவற்றை விடுவார்கள். ஊர்வலத்தின்போது ஒவ்வொரு வீட்டிற்கும் தாம்பூலம் அளிப்பார்கள். ஒரு வீட்டிலுள்ள குடித்தனத்திற்கு ஏற்றபடி கொட்டைப்பாக்கைக் கணக்குப் பண்ணிப் போடுவார்கள். அதற்குத் திண்ணைப் பாக்கு என்று பெயர். அதனை வழங்காவிட்டால் வீட்டுக்காரருக்குக் கோபம் வந்துவிடும். முகூர்த்த காலத்தில் பழமும் வெற்றிலை பாக்கும் தருவார்கள். மரியாதைக்கு ஒரு மஞ்சள் பூசிய தேங்காயைத் தாம்பாளத்தில் வைத்திருப்பார்கள். தாம்பூலத்தைப் பஞ்சாதி சொல்லிக் கொடுப் பார்கள். கொடுக்கும்போது மஞ்சள் தேங்காயைக் கெட்டியாகப் பிடித்துக் கொள்வார்கள். தேங்காயை எடுத்துக் கொள்ளும் வழக்கமில்லை. உபநயனத்தில்தான் ஒவ்வொருவருக்கும் தேங்காய் வழங்குவது பெரும்பான்மையான வழக்கம். சிறு பையன்கள் கொட்டைப் பாக்குகளை ஒரு வரும் அறியாமல் திருடிக் கொண்டு போய் மாம்பழக்காரியிடம் கொடுத்து மாம்பழம் வாங்கித் தின்பார்கள். இந்தக் கொட்டைப் பாக்கு வியாபாரத்தை எதிர் பார்த்தே சில மாம்பழக்கூடைக்காரிகள் கல்யாண வீட்டுக்கு அருகில் வந்து காத்திருப்பார்கள்.

நான்காம் நாள் இரவில் நடைபெறும் ஆசீர்வாதத்திற்குப் பந்துக்களிலும் ஊரினரிலும் அனைவரும் வர வேண்டுவது அவசியம். இல்லாவிட்டால் பெரிய மனஸ்தாபங்கள் நேரும். அத னால் சிலர் வரவை எதிர்பார்த்து ஆசீர்வாதத்தைத் தாமதப்படுத்து வார்கள்.

## விநோத நிகழ்ச்சிதான்

எனக்கு அப்போது பதினான்காம் பிராயம் நடந்து வந்தது. கல்யாணப் பெண்ணின் பிராயம் எட்டு. கல்யாணப் பெண்ணைக் கல்யாணத்திற்கு முன்பு பிள்ளை பார்ப்பதென்ற வழக்கம் அக்காலத் தில் பெரும்பாலும் இல்லை. எல்லாம் பெரியவர்களே பார்த்துத் தீர்மானம் செய்வார்கள். நான் கல்யாணப்பெண்ணை அதற்குமுன் சாதாரணமாகப் பார்த்திருந்தேனேயன்றிப் பழகியதில்லை; பேசியது மில்லை. எங்கள் இருவருக்கும் கல்யாணம் ஒரு விநோத நிகழ்ச்சி யாகத்தான் தோன்றியது. எங்களுக்கு உண்டான சந்தோஷத்தை விட அதிகமான சந்தோஷம் எங்களை ஆட்டி வைத்து வேடிக்கை பார்த்த விருந்தினர்களுக்கு உண்டாயிற்று.

எங்கள் ஊர் வழக்கப்படி கல்யாணத்திற்கு முன் சிவாலயத்தில் எழுந்தருளியுள்ள விநாயகருக்கு நிறை பணி நடைபெற்றது. விநாயக

மூர்த்தியின் திருவுருவம் முழுவதையும் சந்தனத்தால் மறைத்து விடுவார்கள். அதற்காக ஊரினர் யாவரும் வந்து சந்தனம் அரைப் பார்கள். ஊரில் பொதுவாக ஒரு பெரிய சந்தனக்கல் இதற்காகவே இருக்கும். அதைக் கொணர்ந்து வைத்து அருகில் இரண்டு கவுளி வெற்றிலையும் சீவலும் வைத்துவிடுவார்கள். பொடி மட்டையும் வைப்பதுண்டு. சந்தனம் அரைக்க வருபவர்கள் அவற்றை அடிக்கடி உபயோகப்படுத்திக்கொண்டு தங்கள் கைங்கரியத்தைச் செய்வார்கள்.

அபிஷேக ஆராதனைகளுக்குப் பிறகு நிவேதனமான பழங் களும், சுண்டல் வடைப்பருப்பு மோதகம் முதலியவைகளும் விநி யோகம் செய்யப்படும். மோதகம் ஒரு மாம்பழ அளவு இருக்கும். ஒவ்வொரு பொருளையும் இன்னார் இன்னாரே விநியோகிக்க வேண்டுமென்ற வரையறை உண்டு. அவர்கள் ஊரிலிருக்கும் காலங்களில் அந்த விநியோகத்தைத் தவறாமற் செய்து வருவார்கள். இந்த நிறை பணியோடு எங்கள் வீட்டிலும் பெண் வீட்டிலும் குல தெய்வ சமாராதனைகளும் நடைபெற்றன.

என் கல்யாணம் அக்காலத்திற் கேற்ப விமரிசையாகவே நடைபெற்றது.

குளங்களிலும் வாய்க்கால்களிலும் நிறைய ஜலம் இருந்தது. ஆதலின் விருந்தினர்களது ஸ்நானம் முதலிய சௌகரியங்களுக்குக் குறைவு நேரவில்லை.

நலங்கு நடைபெற்றபொழுது நானே பத்தியங்கள் சொன்னேன். அவற்றை என் சிறிய பாட்டனாராகிய ஐயாக்குட்டி ஐயர் எனக்குச் சொல்லித் தந்தார். எங்கள் குலகுருவாகிய ஐயா வாத்தியா ரென்பவர் எல்லா வைதிக காரியங்களையும் முறைப்படி நடத்தி வைத்தார்.

## சிதம்பர உடையார் வருகை

விபவ வருஷம் ஆனி மாதம் 4–ஆம் தேதி (16.06.1868) என் விவாகம் நடந்தது. அன்று இரவு மறவனத்தம் சிதம்பர உடையார் குதிரை மீது ஏறி வந்து சேர்ந்தார். அவர் விவாகத்துக்கு முதல் நாளே வந்திருப்பார். அவர் தந்தையாருக்கு அன்று திதி யாகையால் அதைச் செய்துவிட்டு விவாக தினமாகிய மறுநாட் காலையிலே புறப்பட்டு இரவு மாளாபுரம் வந்தார். வந்தவுடனே என் தந்தையாரைக்கண்டு தாம் முன்பே வாக்களித்திருந்தபடி ஐம்பது ரூபாய் அளித்தார். தக்க சமயத்தில் அவர் செய்த உபகாரத்தைப் பெற்று என் தந்தையார் மிக்க நன்றி பாராட்டினார்.

அவர் குதிரையின்மீது ஏறிவந்து இறங்கியபோது அவர் ஒரு பெரிய செல்வரென்பதைக் கல்யாணத்துக்கு வந்திருந்தவர்கள் அறிந்து கொண்டனர். அவர் கலகலவென்று பணத்தை எடுத்துக்

கொடுத்தபோது எல்லாரும் ஆச்சரியமுற்றனர். என் தந்தையார் மிக்க செல்வாக்குடையவரென்ற எண்ணம் அவர்களுக்கு அப்போது உண்டாயிற்று. அரியிலூர் முதலிய இடங்களிலிருந்தும் சில வேளாளச் செல்வர்கள் வந்திருந்தார்கள். அவர்கள் தங்கள் தங்களால் இயன்ற உதவிகளைச் செய்தார்கள். அவரவர்களுக்கு ஏற்றபடி உபசாரங்கள் நடைபெற்றன. எந்தையாரிடம் அவர்கள் காட்டிய மரியாதையைக் கண்ட என் மாமனாரும் அவரைச் சார்ந்தவர்களும், "நல்ல இடத்தில்தான் நாம் சம்பந்தம் செய்திருக்கிறோம். பெரிய மனுஷர்களெல்லாம் இவருக்குப் பழக்கமாக இருக்கிறார்கள். நம் மாப்பிள்ளைக்குக் குறைவு ஒன்றும் இல்லை" என்ற தைரியத்தை அடைந்தார்கள்.

### கிருகப் பிரவேசம்

கல்யாணம் நான்கு நாள் நடைபெற்றது.

ஐந்தாம்நாள் மாலையில் உத்தமதானபுரத்தில் எங்கள் வீட்டில் கிருகப்பிரவேசம் நடைபெற ஏற்பாடாகியிருந்தது. அன்று புறப்பட வேண்டிய சமயத்தில் இடியுடனும் மின்னலுடனும் பெரிய மழை வந்துவிட்டது. நாங்கள் மாளாபுரத்திலிருந்து புறப்பட்டு உத்தமதானபுரம் செல்ல வேண்டும். பெண் வீட்டுக்காரர்கள் மழையிற் புறப்பட்டுப் போகக்கூடாது என்றனர். மழை நின்றபிறகும் செல்வதைத் தடுத்தனர். என் தகப்பனாரோ மிகவும் விரிவான ஏற்பாடுகளைச் செய்திருந்தார்; விசேஷமான உணவு வகைகளைச் சித்தம் செய்வித்திருந்தார். அவ்வளவும் வீணாகிவிடுமேயென்று அவர் கவலைப்பட்டார்.

கல்யாணத்துக்கு வந்தவர்களுள் தியாகசமுத்திரம் விசுவநாத சாஸ்திரிகளென்பவர் ஒருவர். அவர் சிறந்த ஸம்ஸ்கிருத வித்துவான். ஜில்லா ஜட்ஜாக இருந்த பர்னல் துரை என்னும் ஐரோப்பிய கனவானுக்கு ஸம்ஸ்கிருத பாடம் கற்பித்து வந்தவர்; ஜோதிஷ சாஸ்திரத்திலும் அவருக்குப் பழக்கம் இருந்தது. அவர் என் தந்தையாருக்கு நண்பர். அவரிடம் என் தந்தையார் "மழை வந்து நின்று விட்டதே; இப்போது பிரயாணப்படக் கூடாதா?" என்று கேட்டார். அவர், "அதனால் ஒன்றும் கெடுதி இல்லை. நல்லதுதான்" என்று கூறினர். பெண் வீட்டுக்காரர்களிற் சிலர் அப்போது மறுத்துக் கூறினர். உடனே சாஸ்திரிகள் பல வட மொழிச் சுலோகங்களை ஒன்றன்பின் ஒன்றாக எடுத்துச் சொல்லி, "மழை வந்தது நல்ல சகுனமே; புறப்படுவது நன்மையே" என்று நிரூபித்தார். என் தந்தையாருக்கு அந்த மழையால் உண்டாகிய கலக்கம் சாஸ்திரிகளுடைய வார்த்தைகளால் நீங்கவே உள்ளம் குளிர்ந்தது. நாங்கள் உத்தமதானபுரத்திற்குப் புறப்பட்டு விட்டோம்.

கிருகப்பிரவேசம் சிறப்பாக நிகழ்ந்தது. கல்யாணச் சிறப்புக்கு மேல் கிருகப் பிரவேசச் சிறப்பு அதிகமாக இருந்தது. "ஊரை

விட்டுப் போய்விட்டமையால் இவர்களுக்குச் சௌகரியம் அதிகமாயிற்றே ஒழியக் குறைவொன்றுமில்லை" என்ற கருத்து ஊராருக்கு உண்டாயிற்று.

### வரகூர் கோபால பாகவதர்

கல்யாணம் நிறைவேறிய பிறகு சில நாட்கள் உத்தமதான புரத்தில் தங்கியிருந்தோம். இடையே அருகில் ஓர் ஊரில் என் வேட்டகத்து அம்மான் வீட்டில் நடைபெற்ற விசேஷத்திற்கு நானும் வேறு சிலரும் போயிருந்தோம். என் தந்தையார் மாத்திரம் ஊரில் இருந்தார். அப்போது உத்தமதானபுரத்தில் எங்கள் வீட்டுக்கு எதிர் வீட்டில் ஒரு கல்யாணம் நடந்தது. அக்கல்யாணத்துக்கு வரகூரி லிருந்து கோபால பாகவதர் என்னும் பெரியார் தம் பரிவாரத்துடன் வந்திருந்தார். அவர் ஹரிகதை செய்வதில் மிக்க புகழ் பெற்றவர். சிறந்த ஆசார அனுஷ்டானமுடையவர். அவர் அக்கல்யாணத்தில் ஹரி கதை நடத்தினார். அதனைக் கேட்ட என் தந்தையார் நான் அப்போது அங்கே இல்லாதது குறித்து வருந்தினார். நான் வந்த வுடன், "கோபால பாகவதர் கதை பண்ணினார். நீ கேட்டிருந்தால் பல விஷயங்களைக் கிரகித்திருப்பாய்" என்றார். பாகவதர் அன்றும் இருந்தார். நான் சென்று அவரைத் தரிசித்து நமஸ்காரம் செய்தேன். பளபளவென்ற அவர் திருமேனியும் விபூதி தாரணமும் துளசிமணி மாலையும் தூய உடையும் என் கண்களைக் குளிர்வித்தன. அவ ருடன் இருபது முப்பது பாகவதர்கள் வந்திருந்தனர். எல்லோரும் தூய்மையும் பக்தியும் உருவெடுத்தாற்போல் தோன்றினார்கள்.

கோபால பாகவதர் என்னைச் சில கீர்த்தனங்கள் பாடச் சொல்லிக் கேட்டார். சில தமிழ்ச் செய்யுட்களையும் அவர் விருப்பப்படி சொல்லிக் காட்டினேன். அவர் மனமகிழ்ந்து என்னை ஆசீர்வாதம் செய்தார்.

### மஞ்சள் வேஷ்டியுடன்

சில தினங்கள் உத்தமதானபுரத்தில் இருந்தபிறகு என் தந்தை யாரும் தாயாரும் நானும் குன்னம் வழியாக மீட்டும் களத்தூருக்கே வந்து சேர்ந்தோம். நான் மஞ்சள் வேஷ்டியணிந்த கல்யாணக் கோலத்துடன் குன்னம் கார்குடி முதலிய இடங்களில் உள்ளவர் களின் விருப்பப்படி அங்கங்கே சென்று பெரியோர்களுடைய ஆசீர்வாதத்தைப் பெற்றேன்.

பஞ்சகச்சம் கட்டிக்கொண்டு கிருகஸ்தனாகிய அக்கோலத்தைக் கண்டு சந்தோஷமடைந்தவர்களுள் முதல்வர் என் அன்னையார். என் தந்தையார் என் கல்யாண விஷயத்திற் பட்ட சிரமத்திற்கு அளவில்லை. ஆதலின் "நல்ல காரியத்தை விரைவில் நன்றாக நிறைவேற்றினோம்" என்ற திருப்தியினால் அவர் உத்ஸாகம் பெற்றிருந்தார்.

### ஒரே நாட்டம்

கல்யாணத்திற்குச் சிலநாள் முன்பிருந்து கல்யாணமான பிறகு சில நாள் வரையிலும் எனக்கும் ஒரு புதிய உத்ஸாகம் இருந்தது. பார்க்க வேண்டியவர்களையெல்லாம் பார்த்துவிட்டு ஒருவாறு அமைதி பெற்ற பின்பு அந்த உத்ஸாகம் என்னிடமிருந்து நழுவி விட்டது. நான் கிருகஸ்தனாகி விட்டதனால் என்னிடம் புதிய அபிவிருத்தி ஏதும் உண்டானதாகத் தெரியவில்லை. கல்யாணத் திலும், பொருள் வருவாயிலும், ஊர்ப் பிரயாணத்திலும் எனக்கு லாபம் இருந்ததாகத் தோற்றவில்லை. எனக்கு ஒன்றுதான் நாட்டம். தமிழ்தான் எனக்குச் செல்வம்; அதுதான் என் அறிவுப் பசிக்கு உணவு; எவ்வளவுக்கெவ்வளவு நான் அதன் தொடர்பை அதிகப் படுத்திக் கொள்கிறேனோ அவ்வளவுக்கவ்வளவு எனக்கு உத்ஸாகம், நல்லது செய்தோமென்ற திருப்தி, லாபமடைந்தோமென்ற உணர்ச்சி உண்டாகின்றன. அன்றும் சரி, இன்றும்சரி, இந்த நிலைமை மாறவே இல்லை.

# 23

## ஏக்கமும் நம்பிக்கையும்

களத்தூரில் இருந்தபோது எங்களுக்கு வந்த தானியங்களில் கம்பு முதலியன அதிகமாகவும் நெல் குறைவாகவும் இருந்தன. கம்பு முதலியவற்றைக் கொடுத்து விட்டு நெல்லாக மாற்றிக் கொள்வது வழக்கம்.

### அன்னையார் கம்பஞ் சாதம் உண்டது

ஒருநாள் என் தாயார் உண்ணும்போது நான் கவனித்தேன். அவர் இலையில் இருந்த உணவு புதியதாகத் தோற்றியது; அவர் கம்பஞ் சாதத்தை உண்டுகொண்டிருந்தார். நெல்லின் அருமையை உணர்ந்த அவர் எனக்கும் என் தந்தையாருக்கும் நெல்லரிசியுணவை அளித்துத் தாம் மட்டும் கம்பஞ் சாதத்தைச் சில நாட்களாக உண்டு வந்தாரென்பது தெரிய வந்தது.

“ஏன் அம்மா இப்படிச் செய்கிறாய்?” என்று நான் கேட்டேன்.

“கம்பு உடம்புக்கு நல்லதுதானே? அதை நெல்லுக்காக மாற்றுவது ஏனென்றெண்ணி இப்படிச் செய்கிறேன்.”

“அப்படியானால் எங்களுக்கு மாத்திரம் அரிசிச் சாதம் போடுகிறாயே?”

என் அன்னையாருக்கு விடை கூற வழியில்லை. அப்பால் என்னுடைய வேண்டுகோளுக்கு இணங்கி அவரும் எங்களைப் போல அரிசிச் சாதம் உண்ண ஆரம்பித்தார்.

## இராகவையரிடம் பாடம் கேட்டது

ஐப்பசி மாதம் தீபாவளி வந்தது. எனக்குத் தலைத் தீபாவளி யாதலால் என் மாமனாருடைய அழைப்பின்மேல் நானும் என் தாய் தந்தையரும் உத்தமதானபுரம் சென்றோம். மாளாபுரத்தில் தீபாவளிப் பண்டிகை நடந்தது. அதனுடன் ஆறாம் மாதமும் நடந்தது. தீபாவளிக்காக ஏழு ரூபாய்க்கு ஜரிகை வஸ்திரமும் ஆறாம் மாதத்திற்காகப் பதினான்கு ரூபாயும் கிடைத்தன. அதற்கு முன் நான் கையில் வெள்ளிக் காப்பை மட்டும் அணிந்திருந்தேன். என் தாயார் விருப்பத்தின்படி அந்தப் பதினான்கு ரூபாய்க்கும் வெள்ளிச் சங்கிலி செய்து எனக்கு அணிவித்தார்கள். தீபாவளியான பிறகு என் தந்தையாருக்கு ஜ்வரம் வந்தமையின் ஆறுமாத காலம் உத்தமதானபுரத்திலேயே தங்க நேர்ந்தது.

அக்காலத்தில் பாபநாசத்தில் சிறு பள்ளிக்கூடம் ஒன்றின் உபாத்தியாயராக இராகவையர் என்பவர் இருந்தார். அவர் தமிழ் நூல்களைக் கற்றவர். கும்பகோணம் காலேஜில் தமிழாசிரியராக இருந்த தியாகராச செட்டியாரிடத்திலும் மகாவித்துவான் ஸ்ரீ மீனாட்சி சுந்தரம் பிள்ளையவர்களிடத்திலும் பாடங் கேட்டவர். அவரைப் பற்றிக் கேள்வியுற்ற நான் ஊரிலிருந்த காலத்தை வீணாக் காமல் அவரிடம் சென்று பாடங் கேட்கலாமென்று எண்ணினேன்.

அப்படியே ஒருநாள் பாபநாசம் சென்று அவரைப் பார்த்துப் பாடஞ் சொல்ல வேண்டுமென்று கேட்டுக் கொண்டேன். அவர் சம்மதித்தார். நன்னூல் காண்டிகையுரையை அவர்பால் கேட்கத் தொடங்கினேன். தினந்தோறும் காலையில் உத்தமதானபுரத்தி லிருந்து பாபநாசம் செல்வேன்; பகல் முழுவதும் அங்கே தங்கி யிருந்து அவருக்குள்ள ஓய்வு நேரங்களில் பாடம் கேட்டு வருவேன்.

அக்காலத்தில் அவர் ஸ்ரீ மீனாட்சி சுந்தரம் பிள்ளையவர் களைப் பற்றியும் தியாகராச செட்டியாரைப் பற்றியும் அடிக்கடி பாராட்டிப் பேசுவார்; “நன்னூல் பாடம் கேட்க வேண்டுமென்றால் தியாகராச செட்டியாரிடம் கேட்க வேண்டும். நன்னூலின் வரை யறையை அவர் தெளிவாக உணர்ந்திருக்கிறார். ‘நடவாமடிசீ’ என்ற சூத்திரத்தின் உரை விசேஷத்தை அவரைப் போலச் சிக்கின்றிச் சொல்பவர் வேறு யாரும் இல்லை. அதனைப் பிள்ளையவர்களிடம் அவர் அறிந்து கொண்டார்” என்று அவர் சொல்லுவார். அவர் இவ்வாறு சொல்லச் சொல்ல எனக்கு நெடுங்காலமாக இருந்து வரும் ஆவல் பெருகி ஏக்கத்தை உண்டாக்கும். “கும்பகோணத் துக்குப் போய்ச் செட்டியாரிடம் பாடம் கேட்கலாமா? அது நமக்குக் கிடைக்குமா? கவர்ன்மெண்ட் காலேஜில் வேலை பார்க்கும் அவர் நம்மை ஒரு பொருட்படுத்திப் பாடஞ் சொல்லுவாரா!” என்று பல பல விதமாக நினைந்து நினைந்து மறுகினேன்.

இராகவையரிடம் தொடர்ச்சியாக ஒரு வாரம் பாடம் கேட்டு வந்தேன். அவரோடு பழகும் ஒருவர் ஒரு நாள் என்னைப் பார்த்து, "தினந்தோறும் இவரிடம் பாடம் கேட்கிறீரே. இவர் ஏழை. இவருக்கு ஏதாவது திரவிய சகாயம் செய்ய வேண்டாமோ?" என்றார். அவர் கூறியது உண்மைதான். ஆனால் நான் பொருளுதவி செய்யும் நிலையில் இல்லையே! என் தந்தையாரிடம் இந்த விஷயத்தைக் கூற அஞ்சினேன். நான் அவருக்குச் சிரமம் கொடுப்பது பிழைதான் என்பதை உணர்ந்து அன்று முதல் தினந்தோறும் அவரிடம் சென்று வருவதை நிறுத்திக் கொண்டேன். இடையிடையே சென்று சில விஷயங்களை மட்டும் கேட்டு வந்தேன்.

பிற்காலத்தில் இராகவையர் மதுரைக் காலேஜில் தமிழ்ப் பண்டிதராக இருந்து அப்பால் சந்நியாசம் பெற்று வாழ்ந்து வந்தார்.

## 'இங்கிலீஷ் படிக்கச் சொல்லுங்கள்'

ஒரு நாள் நானும் என் தந்தையாரும் கும்பகோணத்திற்கு ஒரு வேலையாகப் போயிருந்தோம். அங்கே வக்கீலாக இருந்த வேங்கடராவ் என்பவர் எந்தையாருக்கு நண்பராதலின் அவர் வீட்டிற்குச் சென்றோம். தந்தையார் அவரோடு பேசுகையில் என்னைப் பற்றி அவர் விசாரித்தார். "இவன் தமிழ் படிக்கிறான்; சங்கீத அப்பியாசமும் செய்து வருகிறான். யாரிடமாவது இருந்து தமிழ் கற்றுக்கொள்ள வேண்டுமென்று ஆசைப்படுகிறான். இங்குள்ள தியாகராச செட்டியார் மிகச் சிறந்த வித்துவானென்று கேள்விப்படுகிறோம். அவரிடம் படிக்க வேண்டுமென்று இவன் விரும்புகிறான்" என்று தந்தையார் சொல்லிவிட்டு நான் இயற்றிய செய்யுட்கள் சிலவற்றைச் சொல்லிக் காட்டச் செய்தார்.

அவற்றைக் கேட்ட வேங்கடராவ், "நன்றாக இருக்கின்றன. ஆனால் இக்காலத்தில் இவற்றால் என்ன பிரயோஜனம்? எதற்காக இவ்வளவு கஷ்டப்பட வேண்டும்? இதை விட்டுவிட்டு இங்கிலீஷ் படிக்கச் சொல்லுங்கள். நான் உதவி செய்கிறேன்; என் அன்பர் களையும் செய்யச் சொல்லுகிறேன். இன்னும் சில வருஷங்களில் இவன் முன்னுக்கு வந்துவிடுவான்" என்றார்.

எனக்கு அவர் கூறிய வார்த்தைகள் மகிழ்ச்சியை உண்டாக்க வில்லை; அவர் என்னிடமுள்ள அன்பினால் அவ்வாறு சொல்லு கிறார் என்பதை நினைத்துப் பார்க்க என் மனம் இடம் தரவில்லை. அவர் பால் எனக்குக் கோபந்தான் உண்டாயிற்று. "தியாகராச செட்டியாரிடம் படிக்க வழி கேட்டால் இவர் இங்கிலீஷ் படிக்க வல்லவா உபதேசம் செய்கிறார்? எனக்கு இங்கிலீஷும் வேண்டாம்; அதனால் வரும் உத்தியோகமும் வேண்டாம்" என்று நான் சிந்தனை செய்தேன்.

என் தந்தையார், "இங்கிலீஷ் படிக்க முன்பே இவன் முயன்ற துண்டு; தெலுங்கும் படித்தான். ஒன்றிலும் இவன் புத்தி செல்ல வில்லை. தமிழ்ப் படிப்பிலேதான் இவனுக்கு ஆசையும் தீவிரமும் இருக்கின்றன. வேறு வழியில் இவன் புத்தியை மாற்றுவது சாத்திய மாகத் தோற்றவில்லை" என்று கூறி விடைபெற்று என்னுடன் உத்தமதானபுரம் வந்துவிட்டார்.

### உடம்பு வளைந்து வேலை செய்வது

உத்தமதானபுரத்தில் எங்கள் நிலங்களை என் சிறிய தந்தையார் கவனித்து வந்தார். நான் அவ்வூரில் தங்கியிருந்த ஆறு மாத காலங் களில் அவருடன் வயற்காடுகளுக்குச் செல்வேன். புன்செய்களில் பயிரிட்டிருக்கும் செடி கொடிகளைப் பாதுகாப்பதில் உதவி புரிவேன்; வேலி கட்டுவேன்; ஜலம் இறைப்பேன்; காய்களைப் பறிப்பேன். என் மாமனார் வீட்டினர் பார்க்கும்போது பின்னும் சுறுசுறுப்பாக அவற்றைச் செய்வேன்; 'படித்துச் சோம்பேறியாகி விட்டான்' என்று எண்ணாமல், 'கருத்துள்ள பிள்ளை; பிழைத்துக் கொள்வான்' என்று அவர்கள் எண்ண வேண்டுமென்பது என் நினைவு. இத்தகைய சிறு வேலைகளை இளமை முதலே செய்து வருவது கிராமத்தாருக்கு இயல்பு. உடம்பு வளைந்து வேலை செய் வது அகௌரவம் என்ற எண்ணம் அக்காலத்தில் அதிகமாகப் பரவவில்லை.

### தந்தையார் சிவ பூஜை

அப்பால் நாங்கள் சூரியமூலை சென்று சில நாள் தங்கினோம். அங்கே என் பிதா என் மாதாமகரிடம் ஸ்படிக லிங்க பூஜையை எழுந்தருளச் செய்து கொண்டார். அந்தச் சிவலிங்கப் பெருமா னுக்கு மீனாட்சி சுந்தரேசுவரரென்பது திருநாமம். குடும்பத்துக்குரிய பூஜையை அதுகாறும் செய்து வந்த எந்தையார் அக்கால முதல் சிவ பூஜையை விரிவாகச் செய்யத் தொடங்கினார். என் பாட்ட னாரைப் போலவே அபிஷேகத்துக்குப் பாலும் அருச்சனைக்கு வில்வமும் இல்லாமற் பூஜை செய்வதில்லை என்ற நியமத்தை மேற் கொண்டார். சிவ பூஜையில் வரவர அதிகமாக அவர் ஈடுபடலா னார். தம் பூஜையில் நிவேதனமான அன்னத்தையன்றி வேறு அன்னத்தை உண்ணும் வழக்கத்தை நிறுத்திக்கொண்டார்.

இராமாயணப் பிரசங்கத்தில் அவர் தம் வாழ்க்கையில் பல வருஷங்கள் ஈடுபட்டவர். இராமபிரானுடைய அரிய குணங்கள் அவர் நெஞ்சத்தை உருக்கின. ஆயினும் சிவபெருமானிடத்து அவருக்கு உண்டான தீவிரமான பக்தி இராமபிரானிடம் உண்டாக வில்லை. இராமபிரானை எல்லாக் குணங்களும் நிறைந்த மூர்த்தி யாக எண்ணி வழிபடுவதில் அவர் குறைவதில்லை. ஆயினும் அவர் தம் இருதய அந்தரங்கத்தைச் சிவபிரானுக்கே உரிமையாக்கினார்.

அவருடைய வாழ்க்கையின் முற்பகுதியில் அவருடைய சங்கீதத் திறமை அவர் புகழுக்கும் மதிப்புக்கும் காரணமாக நின்றது. பிற் பகுதியில் அவருடைய சிவ பூஜையும் சிவ பக்தியும் அவருடைய மதிப்புக்கு முக்கிய காரணமாயின. கோபம், உறவினர்களிடத்தில் ஒரு வகையான வெறுப்பு முதலிய குறைகளும், விடா முயற்சி, கஷ்டங்களைச் சகிக்கும் தன்மை, சங்கீதத் திறமை என்னும் குணங் களும் அவர்பால் இருந்தன. ஆனால் அவரைப்பற்றி நினைக்கும் போதெல்லாம் இந்தக் குறைகளையும் நிறைகளையும் கடந்து நின்று முதலில் ஞாபகத்திற்கு வருவது அவரது சிறந்த சிவ பக்திச் சிறப்பேயாகும்.

## அரும்பாவூர் நாட்டார்

சில காலத்துக்குப் பிறகு சூரிய மூலையிலிருந்து நேரே குன்னத்திற்கு நாங்கள் வந்து சேர்ந்தோம். என் தந்தையார் வழக்கம் போலவே காலக்ஷேபம் செய்து வந்தார். எனக்குப் பழைய உத்ஸா கம் சிறிது சிறிதாகக் குறைந்து வந்தது. படித்த பழம் புஸ்தகங்களைத் திருப்பித் திருப்பிப் படித்து வந்தேன். ஆனாலும் திருப்தி பிறக்க வில்லை. புதிய முயற்சி செய்வதற்கும் வழியில்லை. இப்படியிருக்கை யில் ஒரு நாள் பெரும்புலியூரைச் சார்ந்த அரும்பாவூரிலிருந்த நாட் டாராகிய பெருஞ் செல்வரொருவர் அரியிலூருக்குப் போகும் வழியில் குன்னத்தில் எங்கள் ஜாகையில் தங்கினார். அவர் ஸ்ரீ மீனாட்சி சுந்தரம் பிள்ளையவர்களுடைய நண்பர். தமிழ்ப் பயிற்சி உடையவர்.

அவர் என்னோடு பேசிவருகையில் எனக்கிருந்த தமிழாசையை உணர்ந்தார். பிள்ளையவர்களுடைய பெருமையை அவர் பல படியாக விரித்து உரைத்தார். என் தந்தையாரைப் பார்த்து, “தமிழில் இவ்வளவு ஆசையுள்ள உங்கள் குமாரரை வீணாக இச்சிறிய ஊரில் ஏன் வைத்திருக்கிறீர்கள்? பிள்ளையவர்களிடத்தில் கொண்டு போய் விட்டுவிட்டால் இவர் நன்றாகப் படித்து விருத்திக்கு வருவாரே இப்படியே இவர் இருந்தால் ஏங்கிப் போய் ஒன்றுக்கும் உதவாதவராகி விடுவாரே. இப்படி வைத்திருப்பது எனக்குத் திருப்தியாக இல்லை” என்றார்.

“அவரிடம் கொண்டு போய் விட்டால் அவர் பாடம் சொல்லித் தருவாரென்பது என்ன நிச்சயம்?” என்று என் தந்தை யார் கேட்டார்.

“என்ன அப்படிக் கேட்கிறீர்களே! அவர்களிடத்தில் எவ்வளவு பேர் கற்றுக் கொள்ளுகிறார்கள்! எவ்வளவு பேர் பாடங் கேட்டு நல்ல நிலைக்கு வந்திருக்கிறார்கள்! பாடம் சொல்வதைப் போல அவர்களுக்கு விருப்பமான செயல் வேறொன்றும் இல்லை. இப்போது அவர்கள் நாகப்பட்டினத்தில் அந்த ஸ்தலபுராணம் அரங்கேற்றி வருகிறார்கள். நான் போய் ஒரு மாதம் இருந்து விட்டு

வந்தேன். அவர்களிடம் எப்போதும் சில மாணாக்கர்கள் பாடம் கேட்டுக் கொண்டே இருப்பார்கள்."

"எல்லாம் சரி தான். ஆனாலும் இவனைத் தனியே அனுப்பு வதற்கு என் மனம் துணியவில்லை. தவிர அவர்களிடம் சென்றிருந் தால் ஆகாரம் முதலிய சௌகரியங்களுக்குத் திரவியம் வேண்டுமே. இப்போதுதான் இவனுக்குக் கல்யாணம் நடந்தது. அதற்கு அதிகப் பணம் செலவாகி விட்டது. இப்படி இருக்கையில் மேலும் எப்படி என்னால் பணம் செலவு செய்ய முடியும்?" என்றார் தந்தையார்.

"என்னவோ, எனக்குத் தோன்றியதைச் சொன்னேன். பிள்ளை யவர்களைத் தவிர இவருக்குத் திருப்தி உண்டாகும்படி பாடம் சொல்வோர் வேறு யாரும் இல்லை. யோசித்துக் கொண்டு செய்யுங்கள்" என்று சொல்லி அவர் விடைபெற்றுச் சென்றார்.

இங்ஙனமே வேறு சிலரும் பிள்ளையவர்களுடைய நற்குணத் தையும் புலமைச் சிறப்பையும் எங்களிடம் கூறி வந்தனர். அதனால் எனக்கு அப்புலவர் பிரானைப் பற்றிய தியானமே பெரிதாகி விட்டது. கடவுள் திருவருள் கை கூட்டுமோ என்று ஏங்கலானேன்.

## நம்பிக்கை உதயம்

ஒரு நாள் காலையில் திருவிளையாடற் புராணத்தைப் படிக்க லாமென்று எடுத்தேன். அப்போது மிகவும் நைந்து அயர்ந்து போன என் உள்ளத்தில் ஓர் எண்ணம் தோற்றியது. "இந்தப் புஸ்தகத்தில் கயிறு சார்த்திப் பார்ப்போம்" என்று நினைந்து அவ்வாறே செய்ய லானேன். இராமாயணம் திருவிளையாடல் முதலிய நூல்களில் வேறு ஒருவரைக் கொண்டு கயிறு சார்த்திப் பிரித்து அப்பக்கத்தின் அடியிலுள்ள பாடலைப் பார்த்து அச்செய்யுட் பொருளின் போக்கைக் கொண்டு அது நல்ல பொருளுடையதாயின் தம் கருத்து நிறைவேறுமென்றும், அன்றாயின் நிறைவேறாதென்றும் கொள்ளுதல் ஒரு சம்பிரதாயம்.

நான் ஒரு சிறுவனைக் கொண்டு கயிறு சார்த்தச் செய்து புஸ்தகத்தைப் பிரித்தேன். சென்ற துர்மதி ஹூ பங்குனி மாதம் பதிப்பிக்கப் பெற்ற அப்பழம் புஸ்தகத்தில் 160ஆம் பக்கம் கிடைத்தது. 'வேதத்துக்குப் பொருள் அருளிச் செய்த படல'மாக இருந்தது அப்பகுதி. சில முனிவர்கள் வேதத்தின் பொருள் தெரியாது மயங்கி மதுரைக்கு வந்து அங்கே எழுந்தருளியுள்ள தக்ஷிணாமூர்த்தியைப் பணிந்து தவம்புரிய, அவர் எழுந்தருளி வந்து வேதப்பொருளை விளக்கி அருளினாரென்பது அப்படல வரலாறு. நான் பிரித்துப் பார்த்த பக்கத்தில், தக்ஷிணாமூர்த்தி ஓர் அழகிய திருவுருவமெடுத்து வருவதை வருணிக்கும் பாடல்கள் இருந்தன. அந்தப் பக்கத்தின் அடியில் 23 என்னும் எண்ணுடைய செய்யுளை நான் பார்த்தேன்.

"என் உள்ளக் கருத்து நிறைவேறுமா, நிறைவேறாதோ" என்ற பயத்தோடு நான் மெல்லப் புஸ்தகத்தைப் பிரித்தேன். பிரிக்கும் போதே என் மனம் திக்குத் திக்கென்று அடித்துக் கொண்டது. 'நல்ல பாடலாக வரவேண்டுமே!' என்ற கவலையோடு அப் பக்கத்தைப் பார்த்தேன்.

"சீதமணி மூரல்திரு வாய்சிறி தரும்ப
மாதவர்கள் காணவெளி வந்துவெளி நின்றான்
நாதமுடி வாயளவி னான்மறையி னந்தப்
போதவடி வாகிநிறை பூரணபு ராணன்"

என்ற பாட்டைக் கண்டேனோ இல்லையோ எனக்கு மயிர்க் கூச்செறிந்தது. என் கண்களில் நீர் துளித்தது. மிகவும் நல்ல நிமித்தம் உண்டாகிவிட்டது. ஒரு குருவை வேண்டி நின்ற எனக்கு, தக்ஷிணா மூர்த்தியாகிய குருமூர்த்தி வெளிப்பட்டதைத் தெரிவிக்கும் செய்யுள் கிடைத்ததென்றால், என்பால் பொங்கிவந்த உணர்ச்சிக்கு வரம்பு ஏது? "கடவுள் எப்படியும் கைவிடார்" என்ற நம்பிக்கை உதயமாயிற்று. "மதுரை மீனாட்சி சுந்தரக் கடவுள் முனிவர்களுக்கு அருள் செய்தார். எனக்கும் அந்தப் பெருமான் திருநாமத்தையுடைய தமிழாசிரியர் கிடைப்பார்" என்ற உறுதி உண்டாயிற்று. என் தந்தையார் பூஜையிலுள்ள மூர்த்தியும் ஸ்ரீ மீனாட்சி சுந்தரக் கடவுளே என்ற நினைவும் வந்து இன்புறுத்தியது. உவகையும் புதிய ஊக்கமும் பெற்றேன். இந்நிகழ்ச்சியை என் தந்தையாரிடம் கூறினேன். அவரும் பெரு மகிழ்ச்சி அடைந்தார்.

"எவ்வாறு அவர்களிடம் போய்ச் சேர்வது? செலவுக்கு என்ன செய்வது? தனியே போய் இருக்க முடியுமா?" என்ற கேள்விகள் எழுந்து பயமுறுத்தினாலும், திருவிளையாடற் பாட்டின் தோற்றம் அந்தப் பயத்தை மேலெழும்ப வொட்டாமல் அடக்கி நின்றது. அருணோதயத்தை எதிர்பார்க்கும் சேவலைப்போல நல்ல காலத்தை எதிர்பார்த்து நாட்களைக் கழித்து வந்தேன்.

## 24

## காரிகைப் பாடம்

குன்னத்தில் நாங்கள் தங்கியிருந்த வீட்டினராகிய ராமையங்கார் எனது நிலையை அறிந்து மிகவும் இரங்கினார். அப்பால் ஒரு நாள் என் தந்தையாரைப் பார்த்து, "இவனைச் செங்கணம் சின்னப் பண்ணை விருத்தாசல ரெட்டியாரிடம் கொண்டு போய் விட்டால் அவர் பாடஞ் சொல்வாரே" என்றார்.

"விருத்தாசல ரெட்டியார் என்பவர் யார்?" என்று என் தந்தையார் கேட்டார்.

"அவர் செங்கணத்திலுள்ள பெரிய செல்வர், உபகாரி, தமிழ் வித்துவான், இலக்கண இலக்கியங்களை நன்றாகப் பாடஞ் சொல்லும் சக்தி வாய்ந்தவர்."

"அவரிடம் போயிருந்தால் ஆகாரம் முதலியவற்றிற்கு என்ன செய்வது?"

"நீங்கள் குடும்பத்துடன் சென்று அங்கே இருக்கலாம். அவரே உங்களுக்கு வேண்டிய சௌகரியங்களையெல்லாம் செய்து கொடுப்பார். நான் உங்களை அழைத்துச் சென்று அவரிடம் விடுகிறேன். அவர் என் நண்பர்" என்று ராமையங்கார் சொன்னார். அவர் பின்னும் விருத்தாசல ரெட்டியாருடைய குணாதிசயங்களைச் சொன்னார். தமிழ்ச் சித்த வைத்திய நூல்களில் ஐயங்கார் நல்ல பயிற்சியுடையவர். அதனால் அவருக்கும் ரெட்டியாருக்கும் பழக்கம் உண்டாயிற்று. அந்தப் பக்கங்களில் இருந்த தமிழ் வித்துவான்கள் யாவருக்கும் ரெட்டியாருடைய பழக்கம் உண்டு.

### செங்கணம் சென்றது

ராமையங்கார் விருத்தாசலரெட்டியாரைப் பற்றிச் சொன்ன போது எனக்குச் சிறிது ஆறுதல் உண்டாயிற்று. காலத்தை வீணாகக் கழிக்காமல் இயன்றவரையில் பாடம் கேட்கலாமென்று எண்ணினேன். என் தந்தையார் செங்கணம் செல்ல உடன்பட்டார்.

கார்குடியிலிருந்த கஸ்தூரி ஐயங்கார், சாமி ஐயங்கார், களத்தூர் ராமையங்கார் என்பவர்களுக்கும் விருத்தாசல ரெட்டியார் நண்பர். குன்னம் ராமையங்கார் செங்கணத்திற்குப் புறப்பட ஒரு நாளை நிச்சயித்துக் கூறிய பின் மேற்கூறிய மூவருக்கும் அதனை அறிவிக்க, அவர்களும் அன்று செங்கணத்திற்கு வந்து என்னை ரெட்டியாரிடம் சேர்ப்பிக்க வருவதாகச் சொல்லியனுப்பினர்.

குறித்த தினத்தில் குன்னம் ராமையங்கார் என்னையும் என் தந்தையாரையும் அழைத்துக்கொண்டு செங்கணம் சென்றார். என் தாயார் குன்னத்தில் இருந்தார். அன்று எங்களுக்கு முன்பே கார்குடி கஸ்தூரி ஐயங்கார் முதலிய மூவரும் அங்கே வந்திருந்தனர். நால்வரும் என்னைச் செங்கணம் ரெட்டியாரிடம் ஒப்பித்து என் இயல்பைப் பற்றிக் கூறினர்: "இவனை நல்ல நூல்கள் படிக்கும் படி செய்யவேண்டும். இவன் அதே நாட்டமாக இருக்கிறான். வேறொன்றிலும் இவன் புத்தி செல்லவில்லை. அன்றியும் படிக்கிற வரையில் இவன் குடும்பத்தையும் பாதுகாக்க வேண்டும்" என்று கேட்டுக் கொண்டனர். ரெட்டியார் அப்படியே செய்வதாக ஒப்புக் கொண்டார். இயல்பாகவே உபகார சிந்தையை உடைய அவர் இந்த நான்கு பேர்களும் சொல்லும்போது என்னை ஏற்றுக் கொள் வதற்கு என்ன தடை?

ரெட்டியார் என்னை நோக்கி, "என்ன என்ன நூல்களைப் படித்திருக்கிறீர்?" என்று கேட்டார். நான் இன்ன இன்ன நூலை இன்னார் இன்னாரிடத்தில் பாடம் கேட்டேனென்பதைச் சொல்லி விட்டு, "நான் இந்த நூல்களைப் பாடங் கேட்டிருந்தாலும் ஒரு நூலிலாவது எனக்குத் தெளிவான ஞானம் உண்டாகவில்லை. எல் லாக் குறையும் தாங்கள் தீர்க்கவேண்டும்" என்று கேட்டுக் கொண் டேன். அவர் புன்னகையுடன், "அப்படியே ஆகட்டும்" என்றார்.

பிறகு "நீர் நன்னூல் காண்டிகை உரையைப் பாடம் கேட்டிருத் தலால் எழுத்துச் சொல் இலக்கணங்கள் ஒருவாறு தெரிந்திருக்கும். இந்த ஞானமே மேலே இலக்கியங்களைப் படித்தற்குப் போதுமா னது. அடுத்தபடியாக யாப்பிலக்கணம் தெரிந்துகொள்ள வேண்டி யது அவசியம்; ஆதலால் முதலில் யாப்பருங்கலக் காரிகையைப் பாடம் சொல்லுகிறேன் அப்பால் சௌகரியம்போற் பார்த்துக் கொள்ளலாம்" என்று கூறி என் தந்தையாரைப் பார்த்து, "நீங்கள் குடும்பத்துடன் இங்கே வந்து விடுங்கள்" என்றார். என் தந்தை யாருக்கும் எனக்கும் மகிழ்ச்சியினால் உள்ளம் பூரித்தது. யாவரும் ரெட்டியாரிடம் விடை பெற்றுக்கொண்டு குன்னம் வந்தோம். என் தந்தையார் என் தாயாரையும் என்னையும் அழைத்துக்கொண்டு செங்கணத்துக்கு ஒரு நல்ல நாளில் வந்தார். இடையிலே நின்றிருந்த தமிழ்க் கேள்வித் துறையில் மீட்டும் நான் புகுந்தேன்.

ரெட்டியார் எங்களுக்காக ஒரு ஜாகை ஏற்படுத்தி அதில் இருக்கும்படி செய்து, உணவுப் பொருள்களையும் வேண்டிய அளவு முன்னதாக அனுப்பி, செலவுக்குப் பணமும் கொடுத்து ஆதரித்தார். ஒவ்வொரு மாத ஆரம்பத்திலும் தவறின்றி இரண்டு கல நெல்லும் இரண்டு ரூபாயும் அனுப்பி விடுவார்.

## ரெட்டியார் இயல்பு

செங்கணத்தில் நாட்டாண்மைக்காரரில் பெரிய பண்ணையார், சின்னப் பண்ணையார், பட்டத்துப் பண்ணையார் என்ற பகுப் பினர் இருந்தனர்! விருத்தாசல ரெட்டியார் சின்னப் பண்ணையார் என்னும் பகுப்பினர். இம் மூவகையினரையும் நாட்டார் என்று வழங்குவர். அவர்களுக்குத் தமிழ்ப் பயிற்சி இருந்தமையால் எங்களி டம் அன்பு வைத்து அவ்வப்போது வேண்டிய உபகாரங்களைச் செய்து வந்தார்கள். அவர்களில் சிலர் சைவ சமயத்தையும் சிலர் வைணவ சமயத்தையும் தழுவியவர்கள். ஆயினும் அவர்களுக்குள் விவாக சம்பந்தம் முதலியன உண்டு.

விருத்தாசல ரெட்டியார் குட்டையான வடிவினர். கறுப்பு நிறத்தினர். தேகம் பள பளப்பாக இருக்கும். எப்பொழுதும் சுத்த மாக இருப்பார். காலை ஐந்து மணிக்கு எழுவார். ஊரைச் சுற்றிலும் காடுகளும் நீரூற்றமும் மணற் பரப்புமுள்ள ஓடைகளும் உண்டு.

ஏதேனும் ஒரு பக்கம் சென்று தந்த சுத்தி முதலியவற்றை முடித்துக் கொண்டு ஏழு மணிக்கு வீட்டிற்கு வருவார். கால் கையைச் சுத்தம் பண்ணிக் கொள்வதற்கும் முகத்தைச் சுத்தம் பண்ணிக் கொள்வதற்கும் அரை மணி நேரம் பிடிக்கும். பிறகு திருநீற்றை உத்தூளனமாக இட்டுக் கொண்டு படிக்கத் தொடங்குவார். பதினொரு மணி வரையிற் படித்துக் கொண்டேயிருப்பார். படிக்கும் நூல்களிலுள்ள ஒவ்வொரு விஷயத்தையும் ஆழ்ந்து படித்துச் சிந்தித்துச் செல்வார். மத்தியான உணவுக்குப்பின் இரண்டு மணி முதல் இராத்திரி எட்டு மணி வரையில் படித்துக் கொண்டே இருப்பார். படிப்பதில் அவருக்குச் சலிப்பே தோற்றாது. இரவில் போஜனம் ஆன பிறகு தம்முடைய மூத்த குமாரராகிய நல்லப்ப ரெட்டியாருக்குக் கம்பரா மாயணப் பாடம் சொல்வார். அவர் பேச்சு மிகவும் திருத்தமாக இருக்கும்.

கல்விச் செல்வமும் பொருட் செல்வமும் ஒருங்கே பெற்றிருந் தமையின் அவருக்கு நல்ல மதிப்பு இருந்தது. அடிக்கடி யாரேனும் அயலூரிலிருந்து வந்து இரண்டொரு நாள் தங்கி அவரிடம் சம்பாஷித்துச் செல்வார்கள்.

அவர் கன்னையரென்னும் வீர சைவரிடம் பாடங் கேட்டவர். வீர சைவர்களுக்கும் ரெட்டியார்களுக்கும் ஒற்றுமையும் நட்பும் அதிகமாக இருந்தன. வீர சைவ வித்துவ சிகாமணியாகிய துறை மங்கலம் சிவப் பிரகாசரை அண்ணாமலை ரெட்டியார் என்னும் செல்வர் ஆதரித்துப் பாதுகாத்த வரலாற்றை அவ்விரு வகையினரும் அடிக்கடி பாராட்டிச் சொல்லிக் கொண்டிருப்பார்கள். தவ பிரகாச சுவாமிகள் பழகிய இடங்களையும், அவர் நீராடும் பொருட்டு அமைக்கப் பெற்ற நடை வாவிகளையும் நான் பார்த்திருக்கிறேன்.

பல தமிழ் ஏட்டுச் சுவடிகளையும் அச்சுப் புஸ்தகங்களையும் விருத்தாசலரெட்டியார் தொகுத்து வைத்திருந்தார். எழுதாத அநேக ஏட்டுச் சுவடிகளை ஸித்தமாக வைத்திருப்பார். தம்மிடம் இல்லாத அரிய தமிழ் நூல்கள் கிடைத்தால் அவற்றில் எழுதிக் கொள்வார். ஏட்டுச் சுவடியில் விரைவாகவும் நன்றாகவும் எழுதுவார். எனக்காகச் சில தமிழ் நூல்களை ஏட்டுச் சுவடியில் எழுதித் தந்திருக்கிறார். சில சமயங்களில் நானும் அவரும் ஒரே சமயத்தில் ஒரு நூலைப் பிரித்துக் கொண்டு தனித்தனியே பிரதி பண்ணுவோம்.

படித்தலும், பாடம் சொல்லுதலும், வந்தவர்களிடம் சம்பா ஷணை செய்தலுமின்றி வேறு ஒரு காரியத்திலும் அவர் புத்தியைச் செலுத்துவதில்லை. மிகுதியான பூஸ்திதி உள்ளவர் அவர். அவற்றை அவருடைய பிள்ளைகளும் காரியஸ்தருமே கவனித்து வந்தனர். இவ்வாறு அவர் இருத்தலில் குடும்பத்தாருக்கும் உறவினருக்கும் மிக்க வருத்தம் இருந்தது. அதனை ரெட்டியார் உணர்ந்தும் சிறிதும் கவலை கொள்ளவில்லை.

## நல்லப்ப ரெட்டியார்

நான் விருத்தாசல ரெட்டியாரிடம் பாடம் கேட்ட காலத்தில் அவருக்குச் சற்றேறக் குறைய ஐம்பத்தைந்து பிராயத்திற்கு மேல் இருக்கும். அவருக்கு ஐந்து பிள்ளைகள் இருந்தனர். மூத்தவராகிய நல்லப்ப ரெட்டியாருக்கு ஸ்ரீதன வருவாய் மிகுதியாக இருந்தது. பெண்மணிகளுக்கு அதிக ஸ்ரீ தனம் வழங்குவது அந்த ஜாதி யினருடைய வழக்கம். அதனால் பெண்மணிகள் சுதந்திரமும் விவேகமும் கணவர்களிடத்தில் மரியாதையும் உடையவர்களாக இருப்பார்கள்.

நல்லப்ப ரெட்டியார் நல்ல தியாகி. தமிழிலும் பயிற்சியுள்ளவர். உத்தமமான குணமுடையவர். என் தந்தையாரிடம் பேரன்பு பூண் டிருந்தார். அவர் தனியே எங்களுக்குச் செய்து வந்த உதவிகள் பல.

## யாப்பருங்கலக் காரிகையைப் பாடம் கேட்டது

நல்ல வேளையில் நான் காரிகை படிக்கத் தொடங்கினேன். யாப்பிலக்கணத்தைப் பற்றிச் சிறிதும் அறியாத நிலையில் இருந்தேன் நான். எனக்கு அதைக் கற்பிப்பது சிரமமான காரியந்தான். ஆனாலும் ரெட்டியார் தெளிவாக எனக்குக் கற்பித்தார். அவரு டைய ஞானமும் என்னுடைய ஆவலும் சேர்ந்து அந்தத் தெளி வுக்குக் காரணமாயின.

நான் பாடம் கேட்கத் தொடங்கியது சுக்கில வருஷம் மார்கழி (1869) மாதத்திலாகும். விடியற்காலையில் நான்கு மணிக்கே அவர் என்னை எழுப்பி விடுவார். திருவாசகத்தில் திருவெம்பாவையைப் படிக்கச் செய்வார். முதல் நாள் நடந்த பாடத்தை மறுபடியும் சொல்லிக் கேள்விகள் கேட்டு என் மனத்தில் பதியச் செய்வார். அக்கேள்விகள் எனக்கு மிகவும் உபயோகமாக இருந்தன. பாடம் கேட்பவர் எவ்வளவு தூரம் கிரகித்துக் கொண்டார் என்பது தெரியாமலே தொடர்ச்சியாகப் பாடம் சொல்வதில் பயன் ஒன்று மில்லை என்பதை அவர் அறிவார். கேட்ட பாடத்தைச் சிந்திக்கச் செய்து அடிக்கடி கேள்வி கேட்பதனால் கற்பித்த பாடம் உறுதிப் படும்.

யாப்பருங்கலக் காரிகையும் உரையும் மேற்கோட் செய்யுட் களும் என் உள்ளத்தே பதிந்தன. மேற்கோட் செய்யுளின் அர்த்தத் தையும், எந்த இலக்கணத்திற்கு உதாரணமாக அது காட்டப்படு கிறதோ அந்த இலக்கணம் அமைந்திருப்பதையும் ரெட்டியார் எடுத்துரைப்பார். அந்த இலக்கணத்தை அமைத்துப் புதிய செய்யுட் கள் எழுதும்படி சொல்லுவார். நான் எழுதியதைப் பார்த்து இன்ன இன்ன பிழைகள் இருக்கின்றன என்று விளக்குவார். ஒரு வகைச் செய்யுளுக்குரிய இலக்கணத்தை அவ்வகைச் செய்யுளாலேயே

உரைக்கும் இலக்கண நூல் தெலுங்கிலும் வட மொழியிலும் உள்ளனவாம். ரெட்டியாருக்குத் தெலுங்கு தாய் மொழி. அதிலும் அவருக்குப் பயிற்சி உண்டு. தெலுங்கு நூலைப் பற்றி என்னிடம் சொல்லி "அவ்வாறே நீரும் செய்து பழகும்" என்று உரைத்து அவ் வழியையும் கற்பித்தார். அப்படியே நேரிசை வெண்பாவின் இலக் கணத்தை நேரிசை வெண்பாவிலேயே அமைத்தேன்; ஆசிரியப்பா வின் இலக்கணத்தை ஆசிரியப்பாவாலேயே கூறினேன். மிகவும் சிரமப்பட்டு இவ்வாறு பாடிக் காட்டுவேன். அச்செய்யுட்களில் உள்ள குணத்தைக் கண்டு முதலில் எனக்கு உத்ஸாகம் ஊட்டுவார்; பிறகு பிழை இருந்தால் அதனையும் எடுத்துக் காட்டுவார்.

காரிகையின் முதற் செய்யுளின் உரையில் உரையாசிரியராகிய குணசாகரர் வேறு மொழிகளிலுள்ள நூல்களை உவமையாக எடுத்துச் சொல்லுகிறார். அந்நூல்களைப் பற்றிய வரலாறுகள் மாத்திரம் ரெட்டியாரால் சொல்ல இயலவில்லை. ஆதலின் அவ்விஷயத்தில் சந்தேகம் இருந்தது. இடையிடையே வரும் மேற் கோள்களில் ஜைன சமயத் தொடர்புடைய பாடல்கள் பல. அவற் றில் அச்சமய சம்பந்தமான சில செய்திகளை அவர் விளக்கவில்லை. இவற்றைத் தவிர மற்ற எல்லாம் தெளிவாகவும் அழுத்தமாகவும் என் அறிவில் பதிந்தன. அந்த அஸ்திவார பலம் இன்னும் இருந்து வருகிறது. இலக்கணமென்றால் கடினமானதென்ற நினைவே இல்லாமல் சுலபமாகவும் மனத்துக்கு உத்ஸாகமுண்டாகும் வண்ண மும் ரெட்டியார் பாடம் சொன்ன முறையை நான் என்றும் பாராட்டக் கடமைப்பட்டுள்ளேன். அவரிடம் நான்கு மாதங்கள் நான் பாடம் கேட்டேன். ஆயினும் என் வாழ்வு முழுவதும் அப் பாடம் பயன்பட்டு இன்பம் தருவதாயிற்று.

# 25

## செங்கணத்தில் வாசம்

துறைமங்கலம் சிவப்பிரகாச சுவாமிகளின் சகோதரர்களாகிய வேலையர், கருணைப் பிரகாசர் இவர்களுடைய பரம்பரையினரும் உறவினரும் அப்பக்கங்களில் பல கிராமங்களில் பள்ளிக்கூடம் வைத்திருந்தார்கள். அவர்கள் யாவரும் ஓரளவு தமிழ்ப் பயிற்சி உடையவர்கள். நல்ல பாடல்களை மனனம் செய்து அவற்றை உரிய சந்தர்ப்பங்களிற் சொல்லி எல்லோரையும் மகிழ்வித்துப் பயன் பெறுவார்கள். அவர்களும் வேறு சில வித்துவான்களும் அடிக்கடி செங்கணத்திற்கு வந்து விருத்தாசல ரெட்டியாரிடம் சம்பாஷணை செய்து சில நாட்கள் தங்கியிருந்து தங்களுக்குள்ள சந்தேகங்களை நீக்கிக் கொண்டும் பொருளுதவி பெற்றும் செல்வார்கள். சில வித்துவான்கள் ரெட்டியாருடைய சந்தேகங்களையும் தீர்ப்பதுண்டு.

## தனிப்பாடல் திரட்டு

இவ்வாறு வருபவர்களுடைய சம்பாஷணையால் எனக்குத் தமிழ் லாபம் இருந்தது. அவர்கள் கூறும் தனிப்பாடல்கள் மிக்க சுவையுள்ளனவாக இருக்கும். அவற்றைக் கேட்டு நான் பாடம் செய்து கொள்வேன். தனியே எழுதி வைத்துக்கொள்வேன். இப்படி ஒவ்வொரு பாடலாக நான் கேட்டுத் தெரிந்துகொள்வதை அறிந்த ரெட்டியார் ஒரு நாள், "என்னிடம் தனிப்பாடல் திரட்டு இருக்கிறது. அதில் பல பாடல்கள் உள்ளன. நான் உமக்குத் தருகிறேன்" என்று கூறித் தம்மிடமிருந்த அப்புஸ்தகத்தை என்னிடம் கொடுத்தார். அது துந்துபி ௵ (1862) சந்திரசேகர கவிராஜ பண்டிதரென்பவரால் முதன் முறையாகப் பதிப்பிக்கப் பெற்றது. அப்பொழுது அதன் விலை ரூபா ஐந்து.

அதைப் பார்த்தபோது எனக்கு ஏதோ ஒரு பெரிய புதையல் கிடைத்துவிட்டதுபோல இருந்தது. பலவகையான கருத்துக்களும் பலவகையான சாதுரியங்களும் அமைந்த தனிப்பாடல்கள் என் மனத்தைக் கவர்ந்தன. காளமேகப்புலவர் சமயத்துக்கேற்றபடி சாதுரியமாகப் பாடிய பாடல்களைப் படித்துப் படித்து உவப்பேன்; அவர் பாடிய சிலேடைகளைச் சொல்லிச் சொல்லி மகிழ்வேன்; பலபட்டடைச் சொக்கநாதப்புலவர் செய்யுட்களிலுள்ள பக்தியையும் எளிய நடையையும் கண்டு ஈடுபடுவேன்; ஔவையார் முதலியவர்களுடைய பாடல்களின் போக்கிலே என் மனம் லயித்து விடும். பலவகையான சுவைகள் உள்ள அப்பாடல்களில் ஒவ்வொன்றும் ஒவ்வொரு ரத்தினமாகவே தோன்றியது; ஓய்ந்த நேரங்களிலெல்லாம் அவற்றையே படித்துக் காலம் கழிப்பேன். பிறரிடம் சொல்லிச் சொல்லிப் பாராட்டுவேன்; மிக விரைவில் பல பாடல்கள் மனனமாயின; எனது தமிழன்பு அப்பாடல்களால் எவ்வளவோ உயர்ந்து விட்டது.

ரெட்டியார் எனக்கு யாப்பருங்கலக்காரிகை அச்சுப் பிரதியையும் வேறு சில புஸ்தகங்களையும் பின்பு அளித்தார். அச்சுப் புஸ்தகங்கள் அருமையாக வழங்கிய அக்காலத்தில் அப்புஸ்தகங்கள் எனக்குப் பெருந்தனமாக இருந்தன.

## படித்த நூல்கள்

விருத்தாசல ரெட்டியாரிடம் பல தமிழ் நூல்கள் இருந்தன. அவற்றிற் பல ஏட்டுச் சுவடிகள்; சில அச்சுப் புஸ்தகங்கள். ஏட்டுப் பிரதிகளிற் பல அவர் தம் கையாலேயே எழுதியவை. செவ்வைச் சூடுவார் இயற்றிய பாகவதத்தில் அவருக்கு நல்ல பழக்கம் உண்டு. தம் கையாலேயே அந்நூல் முழுவதையும் ஏட்டில் எழுதி வைத்திருந்தார். ஓய்ந்த நேரங்களில் நான் அப்புஸ்தகங்களை எடுத்துப் பார்ப்பேன்; படிப்பேன். அவற்றிலுள்ள விஷயங்களை ரெட்டியாரிடம்

கேட்பேன். அவர் சொல்லுவார். இத்தகைய பழக்கத்தால் தமிழ்க் கடலின் ஆழமும் பரப்பும் பல நூற்பகுதிகளும் சில வித்துவான் களுடைய சரித்திரங்களும் விளங்கின. தண்டியலங்காரம் திருக் குறள், திருக்கோவையார் என்னும் நூல்களை நானே படித்தேன். கம்பராமாயணத்திலும் பல பகுதிகளைப் படித்து உணர்ந்தேன்.

### பாட்டியல்கள்

காரிகைக்குப் பிறகு ரெட்டியார் எனக்குப் பொருத்த இலக் கணங்களையும் பிரபந்த இலக்கணங்களையும் கற்பித்தார். அவற்றை அவர் நன்றாக ஆராய்ந்து வரையறை செய்து வைத்திருந்தார். அவருடைய வீட்டுத் திண்ணைச் சுவர்களில் பல இடங்களில் இரட்டை நாகபந்தம், அஷ்ட நாகபந்தம் முதலிய சித்திர கவிகள் எழுதப்பெற்றிருக்கும். நான் முன்பே சில பாட்டியல் நூல்களைப் படித்திருந்தமையால் அவர் கற்பித்தபோது எனக்கு அவை தெளிவாக விளங்கின. ரெட்டியாருடைய விருப்பத்தின்படி ஒவ்வொரு பாட்டியலிலும் ஒரே விஷய சம்பந்தமாகக் காணப்படும் இலக்கணங்களைத் தொகுத்து வரிசைப்படுத்தி ஏட்டிற் பிரதி செய்து கொண்டேன். மங்கலப் பொருத்தம் என்பதன் இலக் கணத்தைப் பற்றி எல்லாப் பாட்டியல்களிலுமுள்ளவற்றை ஒருங்கே எழுதினேன். இம்முறையில் மற்றவற்றையும் எழுதினேன். இவ்வாறு தொகுத்து எழுதிய அச்சுவடி விஷய வரிசையால் அமைந்த பாட்டியற் கொத்தாக இருந்தது. அப்பிரதி பிற்காலத்தில் என்னிடமிருந்து நழுவிவிட்டது. அவரிடம் தத்தாத்திரேயப் பாட்டியல் என்னும் பிரபந்த இலக்கண நூல் இருந்தது. அதனையும் படித்தேன். பிரதி செய்துகொள்ளவில்லை. இப்போது அந்நூல் தமிழ்நாட்டில் அகப்படவில்லை. சித்திர கவிகளின் இலக்கணத்தையும் அவற்றை இயற்றும் பழக்கத்தையும் ரெட்டியார் உதவியால் அறிந்து கொண் டேன்.

### பெருமாளையர்

ரெட்டியாருடைய நண்பராகிய பெருமாளையர் என்னும் காணியாளப் பிராமணர் ஒருவர் பெரும்பாலும் ரெட்டியாருடனே இருப்பார். அவருக்கும் யாப்பிலக்கணத்திலும் பொருத்த இலக் கணங்களிலும் சித்திர கவிகளிலும் நல்ல பழக்கம் இருந்தது. நன்றாக அவர் சித்திரம் எழுதுவார். ரத பந்தம், நாக பந்தம், கமல பந்தம், சக்கர பந்தங்கள் முதலியவற்றை அவர் போட்டுத் தருவார். நான் அவற்றுள் செய்யுளை அடைப்பேன். நானும் அச்சித்திரங்களை வரைவேன்.

நான் ஒருநாள் அறுசீரடி ஆசிரிய விருத்தம் ஒன்று எழுதிப் பெருமாளையரிடம் காட்டினேன். அச்செய்யுளில் நான்கு அடிகள் இருந்தன; ஆறு சீர்கள் இருந்தன; எதுகை மோனை எல்லாம்

இருந்தன. ஆனால் ஓசை சரியாக இல்லை. பெருமாளையர் அதைப் பார்த்துச் சிரித்தார். "ஏன்? இதில் என்ன பிழை?" என்று கேட்டேன் "நீரே படித்துப் பாரும்; ஓசை சரியாக இருக்கிறதா என்று கவனியும்" என்றார். நான் சிலமுறை படித்தேன்; ஓசை சரியாக இல்லை என்பது எனக்கு ஓரளவு தெரிந்தும் அதை நான் ஒப்புக் கொள்ளவில்லை; "ஆறு சீர்கள் இல்லையா?" என்றேன். "ஆறு சீர்கள் இருக்கின்றன என்பது வாஸ்தவந்தான். ஆனால் எந்தச் சீர் எந்த இடத்தில் இருக்க வேண்டுமோ அப்படி இல்லை. அதனால்தான் ஓசை பிறழ்கிறது" என்று கூறிப் பிரபுலிங்க லீலை என்னும் தமிழ் நூலை எடுத்துச் சில பாடல்களைப் படித்துக் காட்டினார். நான் விருத்த இலக்கணம் படித்த காலத்தில் சீர்கள் 'அளவொத்து' இருக்க வேண்டுமென்று தெரிந்து கொண்டேன். ஓரடியில் ஆறு சீர்கள் இருந்தால் மற்ற அடிகளிலும் ஆறு சீர்களே இருக்க வேண்டுமென்றும், ஏழு சீர்கள் இருந்தால் மற்ற அடிகளிலும் ஏழு சீர்களே இருக்க வேண்டுமென்றும், இவ்வாறே சீர்களின் எண்ணிக்கை நான்கடிகளிலும் சமமாக இருக்க வேண்டுமென்றும் நினைத்தேன். 'அளவொத்தல்' என்பதற்கு இதற்கு மேலும் ஓர் அர்த்தம் உண்டென்பதை அதற்கு முன் நான் அறிந்துகொள்ளவில்லை. அதைப் பெருமாளையர் பின்வருமாறு விளக்கினார்: "முதல் அடியில் முதற் சீர் மாச்சீராக இருந்தால் மற்ற அடிகளிலும் முதற்சீர் மாச்சீராகவே இருக்கும். இதோ இப்பாட்டைப் பாரும்:

"பூவாய் நெடுங்கோட் டுறுபசுந்தேன்
கைகான் முடங்கு பொறியிலிதன்
நாவா யொழுகிற் றெனவுலக
மளந்த மாலு நான்முகனும்
காவா யெனநின் றேத்தெடுப்பத்
தானே வந்தெங் கரதலத்து
மேவா நின்ற மாமணியைத்
தொழுது வினைக்கு விடைகொடுப்பாம்"

என்பதில் ஒவ்வோரடியிலும் ஆறு சீர்கள் இருக்கின்றன. முதல் இரண்டு சீரும் நான்கு ஐந்தாம் சீர்களும் மாச்சீர்கள்; மூன்றாஞ்சீரும் ஆறாஞ்சீரும் காய்ச் சீர்கள். இந்த அமைப்பு ஒவ்வோரடியிலும் மாறாமல் நிற்கும்; மாறினால் ஓசை கெடும். இவ்வண்ணம் சீர்கள் அமைவதனால்தான் ஒவ்வொரு வகை விருத்தத்திலும் பல பிரிவுகள் இருக்கின்றன."

அவர் விரிவாக எடுத்துச் சொன்னபோது தான் எனக்கு விஷயம் விளங்கிற்று. "புஸ்தகத்தைப் படித்துப் பார்ப்பதனால் மட்டும் ஒருவனுக்குப் பூரண அறிவு ஏற்படாது; அறிந்தவர்களிடம் பாடம் கேட்கவேண்டும்" என்று பெரியோர்கள் வற்புறுத்துவதன்

உண்மையையும் உணர்ந்தேன். இத்தகைய அரிய விஷயங்களைத் தக்கவர்களிடம் தெரிந்து கொள்ளாமல் வெண்பா என்றும், கட்டளைக்கலித்துறை என்றும், விருத்தமென்றும் தாமே எண்ணிக் கொண்டு மனம் போனபடி பாடல்களைப் பிழையான ஓசையோடு பாடுபவர்கள் பலரை நான் கண்டிருக்கிறேன். இக்காலத்திலும் காண்கிறேன். அத்தகைய பாடல்களையும் அவற்றைப் பாடு வோரையும் பாராட்டி மகிழும் கனவான்கள் பலர் இருக்கின்றனர். அவர்களை நினைந்து நான் மிகவும் இரங்குகிறேன்.

### ஒரு முதியவரது ஞாபகம்

ஒரு நாள் வழக்கம்போல ரெட்டியாருடைய மூத்த குமாரராகிய நல்லப்ப ரெட்டியார் கம்பராமாயணம் படித்துத் தம் தந்தையாரிடம் பொருள் கேட்டு வந்தார். அன்று படித்தது கும்பகருணப் படலம். அவர் திரிசிரபுரம் கோவிந்த பிள்ளை பதிப்பித்திருந்த அச்சுப் புஸ்தகத்தை வைத்துக் கேட்டு வந்தார். நானும் அவ்வூர்ப் பட்டத்துப் பண்ணையாராகிய முதியவர் ஒருவரும் உடன் இருந்தோம். அம்முதியவருக்கு எழுபது பிராயம் இருக்கும். படித்து வரும்போது இடையிலே ஓரிடத்தில் அம்முதியவர் மறித்து, "இந்த இடத்தில் சில பக்கங்களை அவசரத்தில் தள்ளி விட்டீரோ?" என்று நல்லப்ப ரெட்டியாரைக் கேட்டார். "இல்லையே; தொடர்ச்சியாகத்தானே படித்து வருகிறேன்" என்று அவர் பதில் கூறினார். "இவ்விடத்தில் சில பாடல்கள் இருக்க வேண்டும். அவற்றை நான் படித்திருக்கிறேன். அவை இப்புஸ்தகத்தில் விட்டுப் போயின. என் பிரதியில் அப் பாடல்கள் உள்ளன" என்று சொல்லிப் பாடம் முடிந்தவுடன் என்னையும் நல்லப்ப ரெட்டியாரையும் தம் வீட்டுக்கு அழைத்துச் சென்று தம் வீட்டுக் கம்பராமாயணப் பிரதியை எடுத்துக் கும்பகருணப் படலம் உள்ள இடத்தைப் பிரித்துக் காட்டினார். அவர் கூறியபடியே அவ்விடத்தில் அச்சுப் பிரதியிலே காணப்படாத சில பாடல்கள் இருந்தன. அவற்றைப் படித்துப் பார்த்தோம். அம்முதியவருக்குக் கம்பராமாயணத்தில் இருந்த அன்பையும் அதை நன்றாகப் படித்து இன்புற்று ஞாபகம் வைத்திருந்த அருமையையும் உணர்ந்து வியந்தோம். பரம்பரையாகக் காப்பாற்றப்பட்டு வரும் ஏட்டுப் பிரதிகளின் பெருமையையும் தெளிந்தோம்.

### திருக்குறள்

விருத்தாசல ரெட்டியார் எப்போதும் தமிழ் நூல்களைப் படிப் பதிலே தம் பொழுதைப் போக்கி வருபவர்; மற்ற வேலைகளில் கவலையில்லாதவர். அவருக்கு ஏற்றபடி வேறு கவனமேயில்லாமல் தமிழ் ஒன்றிலேயே நாட்டமுடையவனாக நான் கிடைத்தேன். எனக்குப் பாடம் சொல்வதும் நான் படிக்கும் நூல்களிலுள்ள

சந்தேகங்களைத் தீர்ப்பதும் அவருக்குப் புதிய வேலைகள். அவை அவர் உள்ளத்துக்கு உவப்பான காரியங்கள். என்னிடம் அவர் மிக்க அன்பு வைத்திருந்தார். எனக்கும் அவருக்கும் பிராயத்திலும், அறிவிலும், செல்வத்திலும் ஏற்றத் தாழ்வுகள் இருந்தன. எனினும், தமிழனுபவத்தில் நாங்கள் ஒன்றுபட்டு நின்றோம். நாள் முழுவதும் தமிழைப்பற்றி அவரிடம் கேட்டுக்கொண்டிருப்பவர் என்னைத் தவிர வேறு ஒருவரும் இல்லை.

அவ்வப்போது படித்து வந்த நூல்களில் திருக்குறளும் ஒன்று. திருக்குறளை எப்போதும் கையில் வைத்துப் படிக்க வேண்டுமென்ற ஆசை எனக்கு உண்டாயிற்று. ரெட்டியாரிடம் இருந்த புஸ்தகத்தைப் படித்து வந்தேன். எனக்குச் சொந்தமாக ஒரு புஸ்தகமிருந்தால் எங்கே போனாலும் வைத்துக்கொண்டு படிக்கலாம் என்று நினைத் தேன். அச்சுப் புஸ்தகத்தைத் தேடிச் சென்று பணம் கொடுத்து வாங்க இயலாதவனாக இருந்தேன். பெரும்புலியூர்ப் பள்ளிக்கூடத் தலைமை உபாத்தியாயராக இருந்த ராயரொருவர் திருக்குறள் உரைப் புஸ்தகம் தம்மிடம் இருப்பதாகவும் பெரும்புலியூர் வந்தால் எனக்கே தருவதாகவும் முன்னத்தில் வாக்களித்தது அப்போது ஞாபகத்திற்கு வந்தது. “இந்தச் சந்தர்ப்பத்தை விடக்கூடாது” என்ற கருத்தால் பெரும்புலியூர் சென்று அதை அவரிடம் வாங்கி வர நிச்சயித்து எனது எண்ணத்தை ரெட்டியாரிடம் தெரிவித்தேன். அவர், “நானும் வருகிறேன். பேசிக்கொண்டே போய் வரலாம்” என்றார். அவர் என்னோடு பெரும்புலியூருக்கு நடந்து வருவதாகக் கூறியதைக் கேட்டபோது எனக்கு மிக்க ஆச்சரியம் உண்டாயிற்று.

பெரும்புலியூருக்கு இருவரும் சென்றோம். அந்த ராயரைப் பார்த்தோம். அவர் எங்களைக் கண்டு மிகவும் சந்தோஷமடைந் தார். ரெட்டியாரைப் பற்றி அவர் முன்பே கேள்வியுற்றிருந்தவராத லால் அவர் தம் வீட்டுக்கு வலிய வந்ததை ஒரு பெரிய பாக்கியமாக எண்ணி உபசரித்தார். தமிழானது எங்கள் மூவரிடையுமுள்ள வேறுபாடுகளை மறக்கச் செய்து ஒன்றுபடுத்தியது. நெடுநேரம் தமிழ் சம்பந்தமான விஷயங்களையே பேசிக்கொண்டிருந்தோம். “நீங்கள் நல்ல காரியம் செய்கிறீர்கள். இந்தப் பிள்ளைக்குப் பாடம் சொல்லி வருவது எனக்குப் பேரானந்தத்தை உண்டாக்குகின்றது. இது பெரிய புண்ணியம். தமக்குப் பாடம் சொல்பவர் ஒருவரும் இல்லையே என்று முன்னத்தில் இவர் தவித்துக் கொண்டிருந்தார். இவருக்கு உங்களுடைய பழக்கம் கிடைத்தது அதிர்ஷ்டமே” என்று ராயர் பாராட்டிப் பேசினார். முன்பு வாக்களித்திருந்தபடி தம்மிட மிருந்த திருக்குறட் பிரதியை எனக்கு ஆசீர்வாதத்துடன் கொடுத் தார். அப்பால் நாங்கள் இருவரும் விடை பெற்றுச் செங்கணம் வந்து சேர்ந்தோம்.

வரும் வழியில் ரெட்டியார் என்னை அயலிலுள்ள ஓரிடத்திற்கு அழைத்துச் சென்று அங்கிருந்த ஒரு பனைமரத்தைக் காட்டினார். அதில் நான்கு பக்கங்களிலும் பல கிளைகள் இருந்தன. நான் பார்த்து வியந்தேன். அந்த அதிசயத்தைப் பார்ப்பதற்குப் பலர் வருவதுண்டென்றும் சொன்னார். செங்கணம் வந்தது முதல் பின்னும் ஊக்கத்துடன் குறளைப் படித்து இன்புறலானேன். அப்புஸ்தகத்தில் பரிமேலழகர் உரையைத் தழுவி எழுதப்பெற்ற பதவுரை, கருத்துரை, விசேடவுரைகள் இருந்தன. அது நளவருஷம் ஆனி மாதம் (1856) காஞ்சீபுரம் சபாபதி முதலியாராற் பார்வை யிடப் பெற்றுப் பதிப்பிக்கப்பட்டது.

## பிள்ளையவர்கள் பிரஸ்தாபம்

ரெட்டியார் பாடம் சொல்லும் காலத்தில் இடையிடையே தமக்குத் தெரிந்த வித்துவான்களைப் பற்றியும் சொல்லுவார். நான் அரியிலூர்ச் சடகோபையங்காரிடம் பாடம் கேட்டதை அறிந்த அவர் அவ்வையங்காருக்கும் தமக்கும் பழக்கம் உண்டென்று சொன்னார். கும்பகோணம் காலேஜில் தமிழ்ப் பண்டிதராக இருந்த தியாகராச செட்டியாரைப் பார்த்திருப்பதாகவும், அவர் சிறந்த இலக்கண வித்துவானென்றும் கூறினார். ஸ்ரீ மீனாட்சிசுந்தரம் பிள்ளையவர்களைப் பற்றியும் அவர் அடிக்கடி சொல்வார்; திருக் குறள் முதலிய நூற்பதிப்புகளில் உள்ள அவருடைய சிறப்புப் பாயிரங்களின் நயங்களை எடுத்துக் காட்டிப் பாராட்டுவார். “அந்த மகானை நான் பார்த்ததில்லை; ஆனால் அவர் பெருமையை நான் கேள்வியுற்றிருக்கிறேன். அவர் காவேரிப் பிரவாகம் போலக் கவி பாடுவாராம். எப்பொழுதும் மாணாக்கர்கள் கூட்டத்தின் நடுவேயிருந்து விளங்குவாராம். அவருக்குத் தெரியாத தமிழ்ப் புஸ்தகமே இல்லையாம். எனக்குச் சில நூல்களிலும் உரைகளிலும் சந்தேகங்கள் இருக்கின்றன. அவற்றை அவரிடம் தீர்த்துக்கொள்ள வேண்டுமென்று தனியே குறித்து வைத்திருக்கிறேன். எப்பொழுது சந்தர்ப்பம் நேர்கிறதோ தெரியவில்லை” என்று சொல்லிவிட்டுத் தாம் சந்தேகங்களைக் குறித்து வைத்திருந்த ஓலைச்சுவடியை என்னிடம் காட்டினார். செய்யுட்களாயுள்ள பகுதிகளின் எண்ணும், உரைப் பகுதிகளும் அதில் எழுதப்பட்டிருந்தன. மேலும் மேலும் படிக்கும் நூல்களில் சந்தேகம் எழுந்தால் அந்தச் சுவடியில் அவர் எழுதி வைத்துக் கொள்ளுவார்.

## ‘அவரிடம் போங்கள்’

இவ்வாறு பிள்ளையவர்களைப் பற்றிய பிரஸ்தாபம் வரும் சமயங்களில் நான் ஆவலாகக் கேட்பேன். மேலும் விஷயங்களை விசாரிப்பேன். நான் அவர்களிடம் படிக்க வேண்டுமென்று

எண்ணியதையும் திருவிளையாடற் புராணத்திற் கயிறு சார்த்திப் பார்த்ததையும் சொல்லியிருந்தேன். இரண்டு பேரும் பிள்ளையவர்களைப் பற்றிய பேச்சிலே நெடுநேரம் கழிப்போம். ரெட்டியாரும், “ஆம், அவரிடம் போனால்தான் இன்னும் பல நூல்களை நீர் பாடம் கேட்கலாம்; உமக்குத் திருப்தியுண்டாகும்படி பாடம் சொல்லக்கூடிய பெரியார் அவர் ஒருவரே. நாங்களெல்லாம் மேட்டு நிலத்தில் மழையினால் ஊறுகின்ற கிணறுகள். என்றும் பொய்யாமல் ஓடுகின்ற காவிரி போன்றவர் அவர். அவரிடம் போய்ப் படிப்பதுதான் சிறந்தது” என்று சொல்லிவரத் தொடங்கினார். பலரிடம் இக் கருத்தையுடைய வார்த்தைகளையே கேட்டுக் கேட்டு ஏங்கிய எனக்கு ரெட்டியாருடைய வார்த்தைகள் பின்னும் உறுதியை உண்டாக்கின.

ரெட்டியார் என்னிடம் சொல்வதோடு நில்லாமல் என் தந்தையாரிடமும் இக்கருத்தை வெளியிட்டார்: “என்னால் இயன்றதைச் சொல்லிக் கொடுத்தேன். இன்னும் நன்றாகப் படித்துப் பயன் அடைய வேண்டுமானால் பிள்ளையவர்களிடம் இவரை விட்டுப் படிப்பிப்பதுதான் நலம். உங்களை ஆதரிக்கவழியில்லாமல் இவ்வாறு சொல்லுகிறேனென்று நீங்கள் சிறிதும் எண்ண வேண்டாம். நீங்கள் எவ்வளவு வருஷம் இருந்தாலும் எனக்குச் சிரமம் இல்லை. கடவுள் கொடுத்திருப்பதைக் கொண்டு என்னால் இயன்ற அளவு ஆதரித்து வருவேன். இவரால் எனக்குச் சிரமம் உண்டென்று நான் நினைப்பதாகவும் எண்ணாதீர்கள். இவருக்குப் பாடம் சொல்வதும், இவரோடு தமிழ் நூல் சம்பந்தமாகப் பொழுது போக்குவதும் உண்மையில் எனக்கு அளவற்ற திருப்தியைத் தருகின்றன. எப்பொழுதும் இப்படியே இருக்கலாம். ஆனால் எனக்கு இனிமேல் வாழ்க்கையில் ஆகவேண்டியது ஒன்றும் இல்லை; இவர் இனிமேல் தான் முன்னுக்கு வந்து பிரகாசிக்க வேண்டும். தக்க இடத்தில் இருந்து பாடம் கேட்டால் இவர் அபிவிருத்தி அடைவாரென்பதில் தடையில்லை. இவரை அனுப்புவதற்கு எனக்கு வருத்தமாகத்தான் இருக்கிறது. என் வருத்தத்தை மாத்திரம் உத்தேசித்து, இவருடைய அபிவிருத்திக்குத் தடை உண்டாக்குவது பாவமல்லவா?” என்று அவர் கூறிப் பின்னும் பலமுறை வற்புறுத்தினார். என் தந்தையார் அவர் சொன்னவற்றைக் கேட்டுவிட்டு, “எங்கே போனாலும் எல்லோரும் இந்தத் தீர்மானத்துக்குத்தான் வருகிறார்கள். ஈசுவர ஆக்ஞை இதுதான் என்று தோன்றுகிறது. இனிமேல் நாம் பாராமுகமாக இருக்கக் கூடாது. எவ்வாறேனும் இவனைப் பிள்ளையவர்களிடத்திற் கொண்டு போய்ச் சேர்ப்பது அவசியம்” என்று நிச்சயம் செய்தார். ரெட்டியாரிடம் தம்முடைய தீர்மானத்தைத் தெரிவித்துச் செங்கணத்தை விட்டுப் புறப்படச் சித்தமாயினர்.

# 26

## மாயூரப் பிரயாணம்

செங்கணத்தில் நாங்கள் பிரமோதூத வருஷம் மார்கழி மாத முதல் பங்குனி வரையில் (1870 டிசம்பர் முதல் 1871 மார்ச்சு வரையில்) இருந்தோம். மகா வித்துவான் ஸ்ரீ மீனாட்சி சுந்தரம் பிள்ளையவர்கள் நாகப்பட்டின புராணம் அரங்கேற்றிப் பூர்த்தி செய்து கொண்டு நாகப்பட்டினத்திலிருந்து மீண்டும் மாயூரத்திற்கே வந்து விட்டார்களென்று அங்கே கேள்வியுற்றோம். அப்புலவர் பிரானிடம் படிக்கப் போகிறோமென்ற எண்ணம் என் மனத்தில் ஒரு புதிய கிளர்ச்சியை உண்டாக்கியது. அவர்களைப் பற்றி நான் கேள்வியுற்றிருந்த செய்திகளெல்லாம் ஒருங்கே என் ஞாபகத்துக்கு வந்தன. உத்தமதானபுரம் பள்ளிக்கூட உபாத்தியாயராகிய சாமி நாதையர் முதல் செங்கணம் விருத்தாசல ரெட்டியார் வரையில் யாவரும் அவ்வப்போது சொன்ன விஷயங்களால் என் மனத்துக் குள்ளே பிள்ளையவர்களைப் போல ஓர் உருவத்தைச் சிருஷ்டி செய்து கொண்டேன். ஆசிரியர்களுக்குள் சிறந்தவர், கவிகளுக்குள் சிகாமணி, குணக் கடல் என்று அவரை யாரும் பாராட்டுவார்கள். அவர் எனக்குப் பாடம் சொல்லுவது போலவும், நான் பல நூல்களைப் பாடம் கேட்பது போலவும், என்னிடம் அவர் அன்பு பாராட்டுவது போலவும் பாவனை செய்து கொள்வேன்; கனாவும் காண்பதுண்டு.

### செங்கணத்தினின்றும் புறப்பட்டது

நல்ல நாளில் விருத்தாசல ரெட்டியார் முதலியவர்களிடம் விடை பெற்றுச் செங்கணத்திலிருந்து நாங்கள் புறப்பட்டோம். அந்தப் பக்கங்களில் எங்கள் குடும்ப நன்மையிலும், என் கல்வி அபிவிருத்தியிலும் கருத்துடைய பலர் பல ஊர்களில் இருந்தனர். அவர்கள் எல்லோரிடமும் சொல்லிக் கொண்டு விடைபெற எண்ணினோம். ஆனால் அது சாத்தியமன்று என்று கருதிக் குன்னத்திற்குச் சென்று அங்குள்ள நண்பர்களிடம் மாத்திரம் சொல்லிக் கொண்டோம். பார்த்த நண்பர்களிடம் மற்றவர்களுக்கும் சொல்லும்படி கேட்டுக் கொண்டோம். அங்கிருந்து அரியிலூர் வந்து சேர்ந்தோம்.

### அரியிலூரில்

என் முதல் தமிழாசிரியராகிய சடகோபையங்காரிடம் எனக்குக் கிடைக்கப் போகும் பாக்கியத்தைப் பற்றிச் சொல்லி அவருடைய ஆசீர்வாதத்தைப் பெற எண்ணி அவர் வீட்டிற்குச்

சென்றேன். அப்போது அவர் வெளியே சென்றிருந்தார். ஓரிடத்தில் ஒரு புதிய புஸ்தகம் இருந்தது. அந்த வீட்டை என் சொந்த வீட்டைப்போலவே எண்ணிப் பழகியவனாதலால் அப்புஸ்தகத்தை எடுத்துப் பார்த்தேன். அது பிள்ளையவர்கள் இயற்றிய திருநாகைக் காரோணப் புராணமாக இருந்தது. நான் பிள்ளையவர்களுடைய புலமையைப் பற்றிக் கேட்டிருப்பினும் அவர் இயற்றிய நூல் எதனையும் பார்த்ததில்லை. அப்புராணம் அச்சந்தர்ப்பத்தில் கிடைத்ததை ஒரு பெரிய நன்னிமித்தமாக எண்ணினேன். அதில் ஒவ்வோர் ஏடாகத் தள்ளிப் பார்த்தேன்; சில பாடல்களையும் படித்தேன். யாப்பிலக்கணத்தை நன்றாகப் படித்து முடித்த சமயமாதலால் அச்செய்யுட்களின் அமைப்பையும் எதுகை மோனை நயங்களையும் ஓசை இன்பத்தையும் தெரிந்து அனுபவித்து மகிழ்ந்தேன். பலவிடங்களில் திரிபு யமகங்களும் சித்திர கவிகளும் அதில் அமைந்திருந்தன. "இந்த நூலையும் இது போன்ற பல நூல்களையும் இயற்றிய மகா புருஷரிடம் படிக்கப் போகிறோம்" என்று எண்ணி எண்ணி நான் பெருமிதம் அடைந்தேன்.

அப்புஸ்தகத்தை ஆவலோடு புரட்டிப் புரட்டிப் பார்த்துக் கொண்டே இருக்கையில், "வேங்கடராமா, எப்பொழுது வந்தாய்?" என்று சொல்லிய வண்ணம் சடகோபையங்கார் உள்ளே வந்தார். அவரை நான் கண்டவுடன் நமஸ்காரம் செய்தேன். பின்பு நான் பிள்ளையவர்களிடம் படிக்கப் போவதாக அவரிடம் சொன்னேன்.

"நல்ல காரியம். அவர் ஒரு மகா கவி; சிறந்த புலவர்; மிகவும் பெரியவர்; இந்தப் புராணம் அவர் இயற்றியதுதான். இங்குள்ள வக்கீல் பாலகிருஷ்ணபிள்ளை என்பவர் சில காலமாக இதனைப் பாடம் கேட்டு வருகிறார். அதனால் இதை நான் படிக்க நேர்ந்தது. வாக்கு மிகவும் கம்பீரமாகச் செல்லுகிறது. அத்தகைய பெரியவரிடத்தில் பாடம் கேட்பதற்கு மிகுந்த புண்ணியம் செய்திருக்க வேண்டும். அவரிடம் மனம் கோணாதபடி நடந்துகொண்டு கற்றுக்கொள். நீ எப்போது அவரிடம் போவதாக நிச்சயித்தாயோ அப்போதே உன் கஷ்டமெல்லாம் தீர்ந்ததென்றே சொல்வேன். நன்றாகப் படித்துப் பெரிய வித்துவானாக விளங்க வேண்டும்" என்று ஆசீர்வாதம் செய்தார்.

"எல்லாம் நீங்கள் ஊட்டின தமிழ்ச் சுவையினால் உண்டான பயனே!" என்று பணிவாக நான் விடை கூறினேன்.

சில அன்பர்கள் விரும்பியபடி நாங்கள் பத்து நாட்கள் அரியிலூரில் தங்கியிருந்தோம். சடகோபையங்காரிடம் திருவரங்கத் தந்தாதியில் பாடம் கேளாமல் பாக்கியிருந்த செய்யுட்களை அக் காலத்தில் கேட்டுப் பொருள் தெரிந்து கொண்டதன்றி முன்புள்ள செய்யுட்களில் உள்ள சந்தேகங்களையும் கேட்டுத் தெளிந்தேன்.

### கீழைப்பழுவூர்

அரியிலூருக்கு அருகில் உள்ள கீழைப்பழுவூர் என்னும் ஸ்தலத்திலிருந்த செல்வராகிய சபாபதி பிள்ளை யென்பவர் என் தந்தையாரைச் சந்தித்துத் தம் ஊருக்கு வந்து சில தினங்கள் இருக்க வேண்டுமென்று கூறவே, அவர் விருப்பத்தின்படியே அங்கே சென்றோம். ஒரு வாரம் அவ்வூரில் தங்கியிருந்தோம். அவர், தஞ்சை யில் வக்கீலாக இருந்த ராவ்பகதூர் கே. எஸ். சீனிவாஸ பிள்ளை யின் தமையனார். அவர்களுடைய தந்தையாராகிய சிவசிதம்பரம் பிள்ளைக்கும் என் தந்தையாருக்கும் இளமை முதற் பழக்கம் உண்டு. அவர் எங்கள் குடும்பத்திற்கு அதிக உதவி செய்தவர்.

சபாபதி பிள்ளை தமிழ்ப் பயிற்சியுடையவர். அவர் தஞ்சை வாணன் கோவை மூலமுள்ள புஸ்தகத்தையும் வேறு சில புஸ்தகங் களையும் எனக்குக் கொடுத்து உதவினார். செங்கணத்தில் திருக் கோவையாரைப் படித்த காலத்தில் ரெட்டியார் மூலமாக அகப் பொருளிலக்கணத்தை ஒருவகையாகத் தெரிந்து கொண்டிருந்தேன். அதனால் தஞ்சை வாணன் கோவையிலுள்ள பொருளமைதி எனக்கு நன்கு விளங்கியது. அதன் செய்யுள் நடை சிக்கலின்றித் தெளிவாக இருத்தலின் எனக்கு எளிதிற் பொருள் புலப்பட்டது. சில நாட்களில் அதைப் படித்து முடித்தேன்.

### உத்தமதானபுரம் வந்தது

அப்பால் அவ்வூரிலிருந்து புறப்பட்டுப் பெரிய திருக்குன்றம் வந்து சில நாள் தங்கிப் பிறகு உத்தமதானபுரம் சென்றோம். உத்தம தானபுரத்திலிருந்து அப்பால் மாயூரம் செல்ல வேண்டியது தான். இந்த நிலையில் அதுகாறும் என்னைப் பிரிந்திராத என் பெற்றோர் கள் நான் தனியே மாயூரத்தில் இருக்க வேண்டுமே என்பது பற்றிக் கவலை கொள்ளத் தொடங்கினர்.

"நம்முடைய கால நிலை இப்படி இருக்கிறது. குழந்தையை விட்டு நான் எப்படித் தனியே இருப்பேன்! இவனுக்கு வேண்டிய ஆகாரத்தை அங்கே பிரியத்துடன் யார் செய்து போடுவார்கள்? இவனுக்குத் தன் கையாலேயே எண்ணெய் தேய்த்துக் கொள்ளக் கூடத் தெரியாதே!" என்று என் தாயார் வருந்தினார்.

"என்ன செய்வது! நம்முடைய கால வித்தியாசம் இப்படி இருக்கிறது. இதுவரையிலும் அவன் படிப்பையே முக்கியமாக எண்ணி எங்கெங்கே போனால் அவன் படிப்பும் நம் காலக்ஷேபமும் நடைபெறுமோ அங்கங்கெல்லாம் போய் இருந்தோம். இப்போதோ மாயூரத்தில் நாம் போய் இருப்பது சாத்தியமன்றே! கிராமங்களில் உள்ள ஜனங்களைப் போல நகர வாசிகள் நம்மை ஆதரிக்க மாட் டார்களே! தவிர, அரியிலூரைச் சுற்றிலுமுள்ள ஊர்களில் இருப்ப வர்கள் என்னிடம் அபிமானமுள்ளவர்கள். மாயூரத்தில் அப்படி

யார் இருக்கிறார்கள்? இவனுக்கே ஆகாரம் முதலிய சௌகரியங்கள் கிடைக்குமோவென்று சந்தேகப்படுகிறேன். அவற்றிற்கு வேண்டிய ஏற்பாடு செய்யப் பணம் வேண்டும். பணத்திற்கு என்ன செய்வது!" என்று என் தந்தையார் வருந்தினார்.

## மந்திரோபதேசம்

"ஈசுவர சகாயம் இருந்தால் எல்லாம் கை கூடும்" என்ற கொள்கையையுடையவர் என் தந்தையார். சிவ பூஜை, மந்திர ஜபம் முதலியவைகளில் அவருக்கு நம்பிக்கை அதிகம். எனக்குச் சில மந்திரங்களைத் தக்கவர்களைக் கொண்டு உபதேசம் செய்விக்க வேண்டுமென்று அவர் கருதினார்.

உத்தமதானபுரத்திற்கு வடக்கிலுள்ள தியாக சமுத்திரமென்னும் ஊரில் நீலகண்டையரென்பவர் கிராமக் கணக்கு வேலை பார்த்து வந்தார். அவருக்கும் என் தந்தையாருக்கும் நெருங்கிய பழக்கம் இருந்தது. அவர் சங்கீதப் பயிற்சி உடையவர். கனம் கிருஷ்ணையருடைய கீர்த்தனங்கள் பல அவருக்குத் தெரியும். மந்திர சாஸ்திரத்திலும் அவர் வல்லவர். பல தெய்வங்களை உபாசித்து வந்தார். பலவகையான மந்திர ஜபங்களையும் யந்திர பூஜையையும் அவர் செய்து வந்தார். சர்ப்ப விஷத்தைப் போக்குவதில் நிபுணர். நல்லபாம்பு கடித்து மயக்கமுற்ற ஒருவனை ஞாபகமே இல்லாத நிலையில் அவரிடம் எடுத்து வந்தால் பத்து நிமிஷத்தில் மந்திரித்து அவன் தானே எழுந்து நடந்து செல்லும்படி செய்வார்.

என் தந்தையார் அவரிடத்தில் என்னை அழைத்துச் சென்று ஸ்ரீ வல்லப கணபதி மந்திரம், ஸ்ரீ நீலகண்ட மந்திரம், ஸ்ரீ சுப்பிரமணிய ஷடாக்ஷரம் என்பவற்றை உபதேசம் செய்யச் சொன்னார். அவர் அவற்றை உபதேசித்து, "உனக்கு மேலும் மேலும் சௌக்கியம் உண்டாகும்" என்று ஆசீர்வாதம் செய்தார். சில தினம் அவரோடு இருந்து பழகிய பின் அவரிடம் விடை பெற்று உத்தமதானபுரம் வந்து சேர்ந்தோம்.

## பிரயாண ஏற்பாடு

மாயூரப் பிரயாணத்திற்கு வேண்டிய ஏற்பாடுகள் செய்யத் தொடங்கினோம். என் தந்தையார் கையிலோ பணம் இல்லை. அதனை அறிந்து அவர் நண்பரும் உத்தமதானபுரத்துக்கு மிகவும் சமீபமான உத்தமதானி என்னும் ஊரில் இருந்தவருமான சாமு மூப்பனார் என்பவர் செலவுக்காக ரூபாய் இருபத்தைந்து கடனாகக் கொடுத்தார். அந்தத்தொகை அப்பொழுது மிகப் பெரிய சம்பத்தைப்போல உதவியது; என் படிப்புக்கு மூலாதாரமாக இருந்தது. உத்தமதானபுரத்திலும் பக்கத்திலுமுள்ள பந்துக்களிடம் நான் மாயூரம் போவதாக விடைபெற்றுக் கொண்டேன்.

என் தாயார் அப்போது கருவுற்றிருந்தமையால் என் தந்தையார் அவரையும் என்னையும் அழைத்துக்கொண்டு சூரிய மூலைக்குச் சென்றார். அங்கே நாங்கள் சில தினம் இருந்தோம். என் மாதாமகர் நான் பிள்ளையவர்களிடம் படிக்கச் செல்வதை அறிந்து மகிழ்ந்து என்னை ஆசீர்வதித்தார்.

## மாயூரம் சென்றது

அப்பால் என் தாயாரை அங்கே விட்டுவிட்டு நானும் என் தந்தையாரும் மாயூரம் வந்து சேர்ந்தோம். அவ்வூரில் மகாதான புரத்தெருவில் என் சிறிய தந்தையார் வேட்டகத்தில் தங்கினோம். அப்பொழுது அங்கே என் சிறிய தாயாரும் வந்திருந்தார். எனக்கு நிமிஷத்திற்கு நிமிஷம் சந்தோஷத்தினால் உண்டாகும் படபடப்பு அதிகமாயிற்று. என் தந்தையாருக்கோ வரவரக் கவலையின் அறிகுறி முகத்தில் தோற்றத் தொடங்கியது. பல நாட்களாக நினைந்து நினைந்து எதிர்பார்த்து ஏங்கியிருந்த நான் ஒரு பெரிய பாக்கியம் கிடைக்கப் போகிறதென்ற எண்ணத்தால் எல்லாவற்றையும் மறந்தேன். அக்காலத்தில் கோபால கிருஷ்ண பாரதியார் மாயூரத்தில் இருந்தார். அச்செய்தியை நான் அறிவேன். வேறு சந்தர்ப்பமாக இருந்தால் நான் மாயூரத்தில் அடி வைத்தேனோ இல்லையோ உடனே அவரைப் போய்ப் பார்த்திருப்பேன்; மாயூரத்திலுள்ள அழகிய சிவாலயத்திற்குச் சென்று சுவாமி தரிசனம் செய்திருப்பேன்; அந்நகரிலும் அதற்கருகிலும் உள்ள காட்சிகளைக் கண்டு மகிழ்ந்திருப்பேன். அப்போதோ என் கண்ணும் கருத்தும் வேறு ஒரு பொருளிலும் செல்லவில்லை.

ஒரு நல்ல காரியத்திற்கு எத்தனை தடைகள் உண்டாகின்றன! நான் தமிழ் படிக்க வேண்டுமென்று தொடங்கிய முயற்சி வறுமையாலும் வேறு காரணங்களாலும் தடைப் பட்டுத் தடைப் பட்டுச் சோர்வடைந்தது. ஆனாலும் அப்படியே நின்றுவிடவில்லை. பந்துக்களில் பலர் நான் ஸம்ஸ்கிருதம் படிக்க வேண்டுமென்று விரும்பினார்கள். இராமாயண பாரத பாகவத காலக்ஷேபம் செய்து ஸம்ஸ்கிருத வித்துவானாக விளங்க வேண்டுமென்பது அவர்கள் கருத்து. வேறு சில கனவான்களோ நான் இங்கிலீஷ் படித்து விருத்திக்கு வர வேண்டுமென்று எண்ணினார்கள். உதவி செய்வதாகவும் முன் வந்தனர். நான் உத்தியோகம் பார்த்துப் பொருளீட்ட வேண்டுமென்பது அவர்கள் நினைவு. என் தந்தையாரோ சங்கீதத்தில் நான் வல்லவனாக வேண்டுமென்று விரும்பினார். அவர் விருப்பம் முற்றும் நிறைவேறவில்லை; எல்லாருடைய விருப்பத்திற்கும் மாறாக என் உள்ளம் இளமையிலிருந்தே தமிழ்த் தெய்வத்தின் அழகிலே பதிந்து விட்டது. மேலும் மேலும் தமிழ்த்தாயின் திருவருளைப் பெற வேண்டுமென்று அவாவி நின்றது. ஸம்ஸ்கிருதம், தெலுங்கு, இங்கிலீஷ் இவற்றுள் ஒன்றேனும்

என் மனத்தைக் கவரவில்லை. சில சமயங்களில் அவற்றில் வெறுப்பைக்கூட அடைந்தேன். சங்கீதம் பரம்பரையோடு சம்பந்த முடையதாகவும் என் தந்தையாரது புகழுக்கும் ஜீவனத்துக்கும் காரணமாகவும் இருந்தமையால் அதன் பால் எனக்கு அன்பு இருந்தது. ஆனால் அந்த அன்பு நிலையாக இல்லை. என் உள்ளத் தின் சிகரத்தைத் தமிழே பற்றிக்கொண்டது; அதன் ஒரு மூலையில் சங்கீதம் இருந்தது. எந்தச் சமயத்திலும் அந்தச் சிறிய இடத்தையும் அதனிடமிருந்து கவர்ந்துகொள்ளத் தமிழ் காத்திருந்தது.

மற்ற யாவரும் வேறு வேறு துறையில் என்னைச் செலுத்த எண்ணியபோது என் எண்ணம் நிறைவேறுவது எவ்வளவு கஷ்டமானது! திருவருளின் துணையால் அது நிறைவேறும் நிலைமையில் இருந்தது. "தமிழ்நாட்டிலே இணையற்று விளங்கும் ஒரு தமிழாசிரியரிடம் நான் அடைக்கலம் புகுந்து தமிழமுதத்தை வாரி நுகர்ந்து செம்மாந்து நிற்பேன்" என்ற நினைவில் முன் பட்ட பாட்டையும் மேலே என்ன செய்வது என்ற யோசனையையும் மறந்தேன். ஒவ்வொரு கணமும் ஒவ்வொரு யுகமாகத் தோற்றியது. பிள்ளையவர்கள் முன்னே சென்று அவரைக் கண்ணாரக் கண்டு அவர் பேசுவதைக் கேட்டு அவர் மாணாக்கர் கூட்டத்தில் ஒருவ னாகச் சேரும் சந்தர்ப்பத்தை எதிர்பார்த்து நின்றேன்.

## 27

### பிள்ளையவர்கள் முன் முதல் நாள்

மாயூரத்திற்கு நாங்கள் காலையில் வந்து சேர்ந்தோம். உடனே என் தந்தையார் ஸ்நானம் முதலியன செய்துவிட்டுப் பூஜை செய்யத் தொடங்கினார். என் தாயார் இல்லாத காலங்களில் அவரது பூஜைக்கு வேண்டிய பணிவிடைகளை நானே செய்வது வழக்கம். அவ்வாறே அன்றும் செய்தேன். அன்று புரிந்த பூஜையில் என் நல்வாழ்வைக் குறித்து அவர் கடவுளைப் பிரார்த்தித்து உருகியிருக்க வேண்டுமென்று தெரிந்தது.

பூஜைக்குப் பின் போஜனம் செய்தோம். அப்பால் தந்தையார் சிரம பரிகாரம் பண்ணிக் கொண்டார். பிறகு பிற்பகல் மூன்று மணியளவில் நானும் அவரும் பிள்ளையவர்களைப் பார்க்கப் புறப் பட்டோம். போகும் வழியில் ஸ்ரீ மாயூரநாதர் ஆலயம் இருந்தமை யின் உள்ளே சென்று சுவாமி சந்நிதானத்தில் நமஸ்காரம் செய்து விட்டுச் சென்றோம்.

அக்காலத்தில் பிள்ளையவர்கள் மாயூரத்தில் திருவாவடுதுறை யாதீனத்துக்குரிய கட்டளை மடத்தை அடுத்து மேல் பாலுள்ள வீட்டில் இருந்து வந்தனர். நாங்கள் அவ்வீட்டிற்குச் சென்றோம்.

## இருவர்

அங்கே முன் கட்டில் இருவர் இருந்தனர். அவருள் ஒருவர் விபூதி ருத்திராட்சம் தரித்துக்கொண்டு விளங்கினார். என் தந்தை யாரும் நானும் அவரையே பிள்ளையவர்களென்று எண்ணினோம். மற்றொருவரிடம் மெல்ல என் தந்தையார், "பிள்ளையவர்கள் இவர் களா?" என்று கேட்டார். அவர் என் தந்தையாரது தோற்றத்தில் ஈடுபட்டு இனிய முகத்தினராகி, "இவர் திருவாவடுதுறை மகா லிங்கம் பிள்ளை" என்று கூறினார்.

உடனே தந்தையார், "மகா வித்துவான் பிள்ளையவர்கள் எங்கே இருக்கிறார்கள்?" என்று கேட்டார்.

இந்த இரண்டு கேள்விகளுக்கும் இடையே மிகவும் சிறிதளவு காலமே சென்றிருக்கும். அதற்குள் என் மனத்தில் பயமும் சந்தேகமும் இன்பமும் மாறி மாறிப் பொருதன. அங்கே பிள்ளைய வர்கள் இல்லையென்பதை அறிந்தவுடன், "அவர்கள் எங்கேயாவது வெளியே சென்றிருக்கலாம்" என்ற எண்ணம் எனக்கு முதலில் தோற்றவில்லை. "அவர்கள் ஊரில் இல்லையோ? வெளியூருக்குச் சென்றிருக்கிறார்களோ! நாம் வந்த காரியம் இப்போது கை கூடாதோ? நாம் திரும்பி ஊருக்குப்போக நேர்ந்துவிடுமோ?" என்று பலவாறு எண்ணினேன்.

"இந்த வீட்டின் பின்புறத்துள்ள தோட்டத்தில் வேலை நடப்பதால் பிள்ளையவர்கள் அதைக் கவனித்துக் கொண்டு அங்கே இருக்கிறார்கள்" என்று அக்கனவான் கூறினார். அப்போதுதான் எனக்குத் தைரியம் உண்டாயிற்று.

என் தந்தையாரிடம் பேசிக்கொண்டிருந்தவர் மாயூரத்துக்கு அருகிலுள்ள குற்றாலம் என்னும் ஊரினராகிய தியாகராஜ முதலியாரென்னும் செங்குந்தச் செல்வர். பிள்ளையவர்களைக் கொண்டு அந்த ஸ்தலத்தின் புராணத்தைத் தமிழில் இயற்று வித்தவர். அப்புராணம் திருத்துருத்திப் புராணம் என வழங்கும்.

என் தந்தையார் அங்கிருந்த மற்றொருவராகிய மகாலிங்கம் பிள்ளையைப் பார்த்து, "திருவாவடுதுறைக் கந்தசாமிக் கவிராயரை உங்களுக்குத் தெரியுமா? அவர் செளக்கியமாக இருக்கிறாரா?" என்று கேட்டார்.

"அவர் சில காலத்திற்கு முன்பு சிவபதம் அடைந்தார்" என்று அவர் விடை கூறினார்.

தந்தையார் அச்செய்தியைக் கேட்டு வருத்தமடைந்தார். கந்தசாமிக் கவிராயர் என் பிதாவுக்குப் பழக்கமானவர். திருவாவடு துறை யாதீன வித்துவானாக இருந்தவர், அரியிலூர்ச் சடகோ பையங்காரின் ஆசிரியர், என்னை அவரிடம் படிக்கச் செய்யலா மென்று எந்தையார் நினைத்ததுண்டு. அவருக்கும் தமக்கும்

பழக்கம் உண்டென்றும், மிக்க அடக்கம் உள்ளவரென்றும் கூறி அவருடைய குணவிசேஷங்களைப் பற்றித் தந்தையார் பேசிக் கொண்டிருந்தார்.

அப்போது அங்கே பிள்ளையவர்களுடைய தவசிப்பிள்ளை ஒருவர் வந்தார். அவரிடம் என் தகப்பனார் பிள்ளையவர்களை நாங்கள் பார்க்க வந்திருக்கும் செய்தியைத் தெரிவிக்கும்படி கேட்டுக் கொண்டனர். அவர் அங்ஙனமே போய்ச் சொல்லப் பிள்ளையவர்கள் நாங்கள் இருந்த இடத்திற்கு வந்தனர்.

## முதற் காட்சி

அப்புலவர் பெருமான் வரும்போதே அவருடைய தோற்றம் என் கண்ணைக் கவர்ந்தது. ஒரு யானை மெல்ல அசைந்து நடந்து வருவதைப்போல் அவர் வந்தார். நல்ல வளர்ச்சியடைந்த தோற்றமும், இளந் தொந்தியும், முழங்கால் வரையில் நீண்ட கைகளும், பரந்த நெற்றியும், பின் புறத்துள்ள சிறிய குடுமியும், இடையில் உடுத்திருந்த தூய வெள்ளை ஆடையும் அவரை ஒரு பரம்பரைச் செல்வரென்று தோற்றச் செய்தன. ஆயினும் அவர் முகத்திலே செல்வர்களுக்குள்ள பூரிப்பு இல்லை; ஆழ்ந்து பரந்த சமுத்திரம் அலையடங்கி நிற்பது போன்ற அமைதியே தோற்றியது. கண்களில் எதையும் ஊடுருவிப் பார்க்கும் பார்வை இல்லை; அலக்ஷியமான பார்வை இல்லை; தம் முன்னே உள்ள பொருள்களில் மெல்ல மெல்லக் குளிர்ச்சியோடு செல்லும் பார்வைதான் இருந்தது.

அவருடைய நடையில் ஓர் அமைதியும், வாழ்க்கையில் புண் பட்டுப் பண்பட்ட தளர்ச்சியும் இருந்தன. அவருடைய தோற்றத்தில் உத்ஸாகம் இல்லை; சோம்பலும் இல்லை. படபடப்பில்லை; சோர்வும் இல்லை. அவர் மார்பிலே ருத்திராட்ச கண்டி விளங்கியது.

பல காலமாகத் தவம் புரிந்து ஒரு தெய்வ தரிசனத்திற்குக் காத்திருக்கும் உபாஸகனைப்போல நான் இருந்தேன்; அவனுக்குக் காட்சியளிக்கும் அத் தெய்வம்போல அவர் வந்தார். என் கண்கள் அவரிடத்தே சென்றன. என் மனத்தில் உத்ஸாகம் பொங்கி அலை எறிந்தது. அதன் விளைவாக ஆனந்தக் கண்ணீர் துளித்தது. அத்துளி இடையிடையே அப்புலவர் பிரானுடைய தோற்றத்தை மறைத்தது. சுற்றிலுமுள்ள எல்லாவற்றையும் விலக்கி விட்டு அவரது திருமேனியில் உலவிய என் கண்கள் அவர் முகத்திலே பதிந்து விட்டன.

## ‘வந்த காரியம் என்ன?’

அவர் வந்தவுடன் நின்று கொண்டிருந்த எங்களை உட்காரும் படி சொன்னார். அந்தத் தொனியிலும் அமைதியைத்தான் நான்

உணர்ந்தேன். எல்லாம் சாந்தமயமாக இருந்தன. அவரும் அமர்ந்தார்; என் தகப்பனாரைப் பார்த்து, "நீங்கள் யார்? வந்த காரியம் என்ன?" என்று விசாரித்தனர்; அவ்வார்த்தைகள் அன்புடன் கலந்து வெளிவந்தன. "நாங்கள் பாபநாசத்துக்குப் பக்கத்திலுள்ள உத்தமதானபுரத்திலிருந்து வருகிறோம். தங்களைப் பார்க்கத்தான் வந்தோம். இவன் என் குமாரன். தமிழ் படித்து வருகிறான். சிலபேரி டம் பாடம் கேட்டிருக்கிறான். சங்கீதமும் அப்பியாசம் செய்திருக் கிறான். தங்களிடம் பாடம் கேட்க வேண்டுமென்று மிகுந்த ஆவல் கொண்டிருக்கிறான். தமிழைத் தவிர வேறு ஒன்றிலும் இவன் புத்தி செல்லவில்லை. எப்போதும் தங்கள் ஸ்மரணையாகவே இருக்கிறான். ஆகையால் தங்களிடம் இவனை அடைக்கலமாக ஒப்பித்துவிட்டுப் போக வந்தேன்."

"உங்கள் பெயர் என்ன?"

"என் பெயர் வேங்கடஸுப்பன் என்பர். இவன் பெயர் வேங்கடராமன்" என்றார் என் தந்தையார்.

"வேங்கடஸுப்பனென்பது நல்ல பெயர். வேங்கட ஸுப்ரமணியனென்பதன் மரூஉ அது. திருவேங்கட மலையில் முருகக் கடவுள் கோயில் கொண்டிருக்கிறாரென்பதற்கு இந்த வழக்கு ஓர் ஆதாரம்."

அவர் பேச்சிலே ஒரு தனி இனிமையை நான் உணர்ந்தேன். "சாதாரணமாகப் பேசும்போதே அருமையான விஷயம் வெளி வருகின்றதே!" என்று நான் ஆச்சரியம் அடைந்தேன்.

பிறகு பிள்ளையவர்கள் என்னைப் பார்த்து, "நீர் யார் யாரிடம் என்ன என்ன நூல்களைப் பாடம் கேட்டிருக்கிறீர்?" என்று வினவினர். நான் மெல்ல என் வரலாற்றைச் சொன்னேன்; சடகோபையங்காரிடம் படித்தது முதல் செங்கணம் விருத்தாசல ரெட்டியாரிடம் காரிகைப் பாடம் கேட்டது வரையில் விரிவாக எடுத்துரைத்தேன்.

"இவருக்கு இசையில் எந்த மட்டும் பயிற்சி உண்டு?" என்று என் தந்தையாரை நோக்கி அவர் கேட்டார். சங்கீதத்தை இசை யென்று அவர் சொல்லியதை நான் கவனித்தேன்.

தாம் எனக்குச் சங்கீதத்தை முறையாகக் கற்பித்து வந்ததை என் தந்தையார் தெரிவித்தார். அப்பால் தாம் கனம் கிருஷ்ணை யரிடம் குருகுலவாசம் செய்து சங்கீதம் கற்றதையும் சொன்னார்.

"இந்த ஊரிலுள்ள கோபாலகிருஷ்ண பாரதியாரைத் தெரி யுமோ?" என்று பிள்ளையவர்கள் கேட்டனர்.

"நன்றாகத் தெரியும். அவரும் கனம் கிருஷ்ணையரிடம் சில காலம் அப்பியாசம் செய்ததுண்டு."

## பரீட்சை

இவ்வாறு எங்கள் வரலாற்றை அறிந்துகொண்ட பின்பு அக் கவிஞர் பெருமான் என்னைப் பார்த்து, "நைடதத்தில் ஏதாவது ஒரு பாடலைச் சொல்லும்" என்றார். அந்த மகா வித்துவானுக்கு முன், காட்டுப் பிராந்தியங்களிலே தமிழறிவைச் சேகரித்துக் கொண்ட நான் எவ்வளவு சிறியவன்! எனக்குப் பாடல் சொல்லத் தைரியம் உண்டாகவில்லை. மனம் நடுங்கியது. உடல் பதறியது; வேர்வை உண்டாயிற்று. நாக்கு உள்ளே இழுத்தது. இரண்டு மூன்று நிமிஷங்கள் இவ்வாறு நான் தடுமாறினேன். அப்பால் ஒருவாறு நைடதத்திலுள்ள, "தழைவிரி கடுக்கை மாலை" என்னும் காப்புச் செய்யுளைக் கல்யாணி ராகத்தில் மெல்லச் சொன்னேன்; முதலடியை,

"தழைவிரி கடுக்கை மாலைத் தனிமுதற் சடையிற் சூடும்"

என்று நான் சொன்னேன். பிள்ளையவர்கள் இடைமறித்து, "தனி முதல் சடையிற்சூடும்" என்று சொல்லித் திருத்தினார். பல காலமாகப் பிழைபட்ட பாடத்தை உருவேற்றி இருந்த எனக்கு அந்தப் பாடமே முன் வந்தது. என் நடுக்கம் அதிகமாயிற்று. ஆனாலும் பாடல் முழுவதையும் சொல்லி முடித்தேன். நான் அதைச் சொல்லும்போதே அவர் முகத்தையும் கவனித்தேன். "நான் சொல்வதில் அவருக்கு வெறுப்பு உண்டாகுமோ" என்று பயந்தேன். நல்ல வேளையாக அவர் முகத்தில் அத்தகைய குறிப்பு ஒன்றும் தோற்றவில்லை. எனக்கும் சிறிது ஊக்கம் உண்டாயிற்று.

"இன்னும் ஒரு பாடல் சொல்லும்" என்றார் அவர். நான் நைடதத்தின் சிறப்புப் பாயிரமாகிய, "நிலவு பொழி தனிக்கவிகை" என்னும் பாடலைச் சாவேரி ராகத்தில் சொன்னேன். அந்த இரண்டு செய்யுட்களையும் மீட்டும் சொல்லிப் பொருள் கூறும்படி கூறினார். நான் பாடல்களைச் சொல்லிப் பொருள் கூறத் தொடங்குகையில் நாக்குத் தழுதழுத்தது.

"தைரியமாகச் சொல்லும்" என்று அக்கவிஞர்பிரான் கூறினார். நான் இரண்டு செய்யுட்களுக்கும் பொருள் கூறி முடித்தேன்.

"நிகண்டு பாடம் உண்டோ?" என்று அவர் கேட்டார். நான் "பன்னிரண்டு தொகுதியும் பாடம் உண்டு" என்று கூறவே சில சில பாடங்களைச் சொல்லச் சொல்லிக் கேட்டுவிட்டு, "நிகண்டை மனனம் செய்வது நல்லதே. இக்காலத்தில் அதை நெட்டுருப் பண்ணும் வழக்கமே போய் விட்டது. சொன்னால் யாரும் கேட்ப தில்லை" என்றார்.

## சந்தேகப் பேச்சு

அப்போது என் தந்தையார், "இவனைத் தங்களிடம் ஒப்பித்து விட்டேன். எப்போது இவன் பாடம் கேட்க வரலாம்?" என்று கேட்டார்.

அப்புலவர் பெருமான் சிறிது நேரம் மௌனமாக இருந்தார். அவர் எதையோ யோசிக்கிறார் என்று எண்ணினேன்; "ஒரு கால் நம்மை ஏற்றுக்கொள்ள மாட்டாரோ?" என்று அஞ்சினேன். அவர் மெல்லப் பேசத் தொடங்கினார்.

"இங்கே படிப்பதற்கு அடிக்கடி யாரேனும் வந்த வண்ணமாக இருக்கிறார்கள். வரும்போது பணிவாக நடந்து கொள்ளுகிறார்கள். சில காலம் படித்தும் வருகிறார்கள். படித்துத் தமிழில் நல்ல உணர்ச்சி உண்டாகும் சமயத்திலே போய் விடுகிறார்கள். சிலர் சொல்லாமலே பிரிந்து விடுகிறார்கள். சிலர் 'ஊர் போய்ச் சில தினங்களில் வருகிறோம்' என்று சொல்லிப் போய்த் திரும்புவதே இல்லை. சில காலம் இருந்து படிப்பதாகப் பாவனை செய்து விட்டுப் பிரிந்து சென்று என்னிடம் படித்ததாகச் சொல்லிக் கொண்டு திரிகிறார்கள். இப்படி அரை குறையாகப் படிப்பதால் அவர்களுக்கு ஒரு பயனும் உண்டாவதில்லை; நமக்கும் திருப்தி ஏற்படுவதில்லை. இத்தகையவர்கள் இயல்பைக் கண்டு கண்டு மனம் சலித்துவிட்டது. யாராவது பாடம் கேட்பதாக வந்தால் யோசனை செய்துதான் ஏற்றுக்கொள்ள வேண்டியதாயிருக்கிறது."

அவர் பேச்சிலே அன்பும் மென்மையும் இருந்தன. ஆனால் அவர் கருத்து இன்னதென்று தெளிவாக விளங்கவில்லை. என் உள்ளத்திலே அப்பேச்சு மிகுந்த சந்தேகத்தை உண்டாக்கி விட்டது. அவர் தம்மிடம் வந்து சில காலம் இருந்து பிரிந்து போன மாணாக்கர்கள் சிலர் வரலாற்றையும் சொன்னார். "இந்த விஷயங்களை யெல்லாம் சொல்வதன் கருத்து என்ன? நம்மை ஏற்றுக் கொள்ள விருப்பமில்லை என்பதைக் குறிப்பாகத் தெரிவிக்கிறார்களோ? அப்படியிருந்தால் இவ்வளவு பிரியமாகப் பேசிக் கொண்டிருக்க மாட்டார்களே" என்று நான் மயங்கினேன்.

## தவம் பலித்தது

என் தந்தையார் தைரியத்தை இழவாமல், "இவன் அவ்வா றெல்லாம் இருக்க மாட்டான். இவனுக்குப் படிப்பதைத் தவிர வேறு வேலை இல்லை. தங்களிடம் எவ்வளவு காலம் இருக்க வேண்டுமானாலும் இருப்பான். தங்களுடைய உத்தரவு இல் லாமல் இவன் எங்கும் செல்லமாட்டான். இதை நான் உறுதி யாகச் சொல்லுகிறேன், இதற்கு முன் இவனுக்குப் பாடம்

சொன்னவர்களெல்லாம் இவனைத் தங்களிடமே கொண்டு வந்து சேர்க்கும்படி வற்புறுத்தினார்கள். பல காலமாக யோசித்து அதிக ஆவலுடன் தங்களிடம் அடைக்கலம் புக இவன் வந்திருக்கிறான். இவனுடைய ஏக்கத்தைக் கண்டு நான் தாமதம் செய்யாமல் இங்கே அழைத்து வந்தேன். தங்களிடம் ஒப்பித்து விட்டேன். இனிமேல் இவன் விஷயத்தில் எனக்கு யாதோர் உரிமையும் இல்லை" என்று கூறினார். அப்படிக் கூறும்போது அவர் உணர்ச்சி மேலே பேசவொட்டாமல் தொண்டையை அடைத்தது. நானும் ஏதேதோ அப்போது சொன்னேன்; வேண்டிக் கொண்டேன்; என் வாய் குழறியது; கண் கலங்கியது; முகம் ஒளியிழந்தது.

அங்கிருந்தவர்கள் என் தந்தையார் வேண்டுகோளையும் எனது பரிவையும் உணர்ந்து இரங்கி, "இந்தப் பிள்ளை இருந்து நன்றாகப் படிப்பாரென்றே தெரிகிறது. தாங்கள் ஏற்றுக்கொள்ள வேண்டும்" என்று கூறினார்கள்.

அக் கவிஞர் பிரானது முகம் மலர்ந்தது. ஒருவிதமான உறுதிக்கு அவர் வந்துவிட்டாரென்பதையும், அத்தீர்மானம் எனக்கு அனுகூலமாகத்தான் இருக்குமென்பதையும் அந்த முகமலர்ச்சி விளக்கியது.

"இவ்வூரில் பந்துக்கள் யாரேனும் இருக்கிறார்களோ? இவருடைய ஆகாரத்துக்காக ஏற்பாடு ஏதேனும் செய்திருக்கிறீர்களா?" என்று பிள்ளையவர்கள் கேட்டனர்.

"இவ்வூரில் நண்பர்களும் பந்துக்களும் இருந்தாலும் அவர்கள் செல்வமுள்ளவர்களல்ல. அவர்களுக்குச் சிரமம் கொடுப்பது உசிதமாக இராது. தாங்களே ஏதாவது ஏற்பாடு செய்ய வேண்டும்" என்றார் என் தந்தையார். பிள்ளையவர்கள் பல மாணாக்கர்களை வைத்துப் போஷித்துப் பாடம் சொல்லி வருகிறார் என்ற செய்தியைப் பலர் கூறக் கேட்டிருந்தமையின் இவ்வாறு எந்தையார் சொன்னார்.

பிள்ளையவர்கள்: "திருவாவடுதுறையிலும் பட்டீச்சுரத்திலும் நான் தங்கும் காலங்களில் இவருடைய ஆகார விஷயத்தில் ஒரு குறையும் நேராமல் பார்த்துக் கொள்ளலாம். சைவராக இருந்தால் ஒரு கவலையும் இராது; என் வீட்டிலே சாப்பிடலாம். இந்த ஊரில் இவர் ஆகார விஷயத்தில் ஒன்றும் செய்ய இயலாத நிலையில் இருக்கிறேன்; அது பற்றி வருந்துகிறேன்."

எந்தையார்: "அப்படியானால் இவ்வூரில் இருக்கும் வரையில் இவன் ஆகாரச் செலவிற்கு வேண்டிய பணத்தை எப்படியாவது முயன்று அனுப்பி விடுகிறேன். இவனைத் தாங்கள் ஏற்றுக்கொள்ள வேண்டும்."

பிள்ளையவர்கள்: "சரி. ஒரு நல்ல தினம் பார்த்துப் பாடம் கேட்க ஆரம்பிக்கலாம்."

என் தவம் பலித்ததென்று நான் குதூகலித்தேன். அஸ்தமன சமயமாகி விட்டமையால் நாங்கள் மறு நாட்காலையில் வருவதாக விடை பெற்றுக்கொண்டு எங்கள் விடுதிக்கு மீண்டோம்.

நாங்கள் போகும்போது எங்கள் மனத்தை அமிழ்த்திக்கொண் டிருந்த ஒரு பெரிய பாரம் நீங்கியது போல இருந்தது. என் தந்தை யார் அடிக்கடி, "ஜாக்கிரதையாக இருப்பாயா? தேக சௌக்கி யத்தைக் கவனித்துக் கொள்வாயா? கடிதம் எழுதுவாயா? வருத்தப் படாமல் இருப்பாயா?" என்று பலகேள்விகளைக் கேட்டுக் கொண்டே வந்தார். என்னைத் தனியே விட்டுச் செல்வதற்கு அவர் உள்ளம் எவ்வளவு தத்தளித்ததென்பதை அவை விளக்கின.

## 28
### பாடம் கேட்கத் தொடங்கியது

பிள்ளையவர்களுடைய மாணாக்கர் கூட்டத்தில் நாமும் சேர்ந்து விட்டோமென்ற நினைப்பு எனக்கு ஒருவகையான பெரு மிதத்தை உண்டாக்கியது. அன்று இரவு நானும் என் தந்தையாரும் ஆலயத்திற்குச் சென்று ஸ்ரீ மாயூரநாதரையும் அபயாம்பிகையையும் தரிசித்து வந்தோம். இராத்திரி முழுதும் எனக்குத் தூக்கமே வர வில்லை. என் உள்ளத்தில் பொங்கி வந்த சந்தோஷ உணர்ச்சி யினால் அமைதியில்லாமல் பலவகையான காட்சிகளைக் கற்பனை செய்து பார்த்தேன். "இனி நமக்கு ஒரு குறைவும் இல்லை" என்ற நம்பிக்கை என் அந்தரங்கத்திலிருந்து ஒளிவிட்டு வந்தது.

### கனவும் பயனும்

என் தந்தையாரும் அன்று இரவு என்னைப் போலவே அமைதியாகத் தூங்கவில்லை. அதற்குக் காரணம் என்னைத் தனியே விட்டுச் செல்ல வேண்டுமே என்ற கவலைதான். அதே ஞாபகத்தோடு அவர் படுத்திருந்தார்.

படுக்கையிலிருந்து காலையில் எழுந்தவுடன், "சாமா" என்று என்னை அழைத்தார். "ராத்திரி நான் ஒரு சொப்பனம் கண்டேன். தம்பதிகளாகிய ஒரு கிழவரும் கிழவியும் வந்து என்னிடம் விபூதி குங்குமப் பிரசாதங்களை அளித்து, 'உன் பிள்ளைக்குக் கொடு; அவனைப்பற்றிக் கவலைப்படவேண்டாம்' என்று சொல்லிவிட்டுச் சென்றார்கள். அது முதல் எனக்கு மிக்க தைரியம் உண்டாகி விட்டது. உனக்கு க்ஷேமம் உண்டாகுமென்றே நம்புகிறேன். நீ கவலைப்படாமல் இரு" என்று சொன்னார். எனக்கோ அச்சமயத் தில் ஒரு கவலையும் இல்லை. ஆனாலும் அவர் என் கவலையைப் போக்குபவரைப் போலத் தம்முடைய கவலைக்கு ஒரு சமாதானம் சொல்லிக் கொண்டார்.

பொழுது நன்றாக விடிந்தது. காலை நியமங்களை முடித்துக் கொண்டு நாங்கள் இருவரும் பிள்ளையவர்கள் வீட்டுக்குச் சென்றோம். முதற் கட்டில் சைவச் செல்வர்கள் சிலருடன் அமர்ந்து அவர் பேசிக் கொண்டிருந்தார். எங்களைக் கண்டவுடன் புன்னகையோடு, "வாருங்கள்; உட்காருங்கள்" என்று சொன்னார். முதல் நாள் அவருடைய வார்த்தையில் அயலாரை உபசரிப்பது போன்ற தொனி இருந்தது. இரண்டாம் நாளோ அவர் வாய் என் தந்தையாரை வரவேற்றுக் கொண்டிருக்கும்போதே அவர் பார்வை என் மேல் தான் விழுந்தது. அவர் குரலில் ஒரு பற்றோடு கூடிய அன்பு தொனித்தது. முதல் நாள் எங்களை அயலாராக எண்ணிய அவர் அன்றைத் தினம் தம்மைச் சேர்ந்தவர்களாகவே எண்ணினார் போலும்!

"இராத்திரி ஆகாரம் சௌகரியமாக இருந்ததா? நீங்கள் தங்கியுள்ள ஜாகை வசதியாக இருக்கிறதா?" என்று வினவினார்.

"எல்லாம் சௌகரியமாகவே இருக்கின்றன. நேற்று ராத்திரி கோயிலுக்குப் போய் ஸ்வாமி தரிசனம் செய்தோம். இவனுடைய க்ஷேமத்தைக் குறித்து ஸந்நிதியில் பிரார்த்தனை செய்தேன். ராத்திரி தூக்கத்தில் நான் ஒரு சொப்பனம் கண்டேன்" என்றார் என் தந்தையார். பிள்ளையவர்கள் "என்ன சொப்பனம் அது?" என்று கேட்கவே தந்தையார் அதை எடுத்துரைத்தார்.

"இது நல்ல சகுனம். ஸ்ரீ மாயூரநாதரையும் அபயாம்பிகையையும் கிழவர் கிழவி என்று சொல்வது இந்த ஸ்தலத்தில் வழக்கம். உங்கள் கனவில் தோன்றியவர்கள் அவ்விருவருமே. நீங்கள் இனி இவரைப்பற்றிக் கவலைப்படவேண்டாம்; இவர் க்ஷேமமாக இருப்பார்" என்று அந்தக் கனவுக்குப் பொருள் கூறினார் அப்புலவர் கோமான்.

என் தந்தையார் தம் கனவில் ஸ்ரீ மாயூரநாதரே எழுந்தருளியதாக நம்பித் திருப்தி அடைந்தார்; நானோ பிள்ளையவர்கள் நேரே இருந்து, "நீங்கள் இனி இவரைப்பற்றிக் கவலைப்படவேண்டாம்" என்று கூறியதுபற்றித் திருப்தியுற்றேன்.

## பேச்சினிடையே அனுபவ வார்த்தைகள்

அப்பால் அங்கே வந்திருந்த கனவான் ஒருவர் ஆறுமுக நாவலரைப்பற்றிய சில செய்திகளைச் சொன்னார். நாவலர் சிதம்பரத்தை விட்டு யாழ்ப்பாணத்திற்குச் சென்றதும், அவர் வரவை அறிந்து யாழ்ப்பாணத்து வித்துவான்களும் பிரபுக்களும் கடற்றுறையில் அவரை எதிர்கொண்டழைத்துச் சென்று உபசரித்ததும் பிறவுமாகிய சமாசாரங்களை அவர் சொன்னார். மற்றொருவர் வடலூரில் இராமலிங்க வள்ளலார் இருந்ததையும் அங்கே நடந்த நிகழ்ச்சி

களையும் விரிவாகக் கூறினார். பிறகு பிள்ளையவர்கள் என் தந்தை யாரிடம் அரியிலூர் முதலிய ஊர்களைப்பற்றி விசாரித்தனர். அங்கே உள்ளவர்கள் வித்துவான்களிடம் காட்டும் ஆதரவையும் பிறருக்குத் தங்களால் இயன்ற உபகாரம் செய்யவேண்டுமென்ற எண்ணம் ஏழைகளுக்கும் இருப்பதையும் தகப்பனார் எடுத்துச் சொன்னார்.

"காட்டுப் பிரதேசங்களென்று நாம் சொல்லுகிறோம். அங்கே தான் ஜீவகாருண்யமும் அன்பும் நிரம்பியிருக்கின்றன. நாகரிகம் அதிகமாக ஆகச் சுயநலமும் அதிகமாகின்றது. நாகரிகமுள்ள இடங்களில் உபகார சிந்தையுள்ளவர்களை அருமையாகத்தான் பார்க்கிறோம்" என்று பிள்ளையவர்கள் கூறினர்.

அவர் கூறிய இந்த வார்த்தைகள் அவரது அனுபவத்திலிருந்து எழுந்தவை என்று பிற்காலத்தில் நான் அறிந்தேன்.

## பரீட்சை

பிறகு நாங்கள் விடைபெற்றுச் சென்று பகல் உணவை முடித்துக்கொண்டு பிற்பகல் பிள்ளையவர்களிடம் வந்து சேர்ந் தோம். அப்போது அவர் திருநாகைக் காரோணப் புராணத்தை வருவித்து என்னிடம் அளித்து. "இதில் ஏதேனும் ஒரு செய்யுளை எடுத்துப் படியும்" என்று சொன்னார். நான் அந்தப் புஸ்தகத்தைப் பிரித்து நாட்டுப் படலத்திலுள்ள ஒரு செய்யுளை அமைதியாக இசையோடு மெல்லப் படிக்கலானேன். நான் படித்த செய்யுள் வருமாறு:

"புன்மை சால்கிழங் ககழ்ந்திடும் போதெதிர் போதும்
அன்மை தீர்மணி சுரையிரும் பாலகற் றிடுவார்
வன்மை மேவிய தாயினு மாண்பறி யாரேல்
மென்மை மேவிழி பொருளினு மிழிந்ததாய் விடுமே"

(நாட்டுப்படலம், 38).

முதலில் ஒரு முறை மனத்துள் படித்துப் பார்த்த பிறகே வாய்விட்டுப்படித்தேன். ஆதலால் நான் தடையில்லாமல் படிக்க முடிந்தது. பிள்ளையவர்கள் அந்தச் செய்யுளின் பொருளைத் தெளிவாக எனக்குச் சொன்னார்; பதம் பதமாகப் பிரித்துப் பொருள் கூறினார்; பதசாரமும் சொல்லி விளக்கினார்.

குறிஞ்சி நிலத்திலுள்ள வேடர்கள் காட்டில் தங்களுக்கு ஆகாரமாக உதவுகின்ற கிழங்குகளைத் தோண்டி எடுக்கிறார்கள். அப்பொழுது பூமியில் புதைந்து கிடக்கும் மணிகள் வெளி வருகின்றன. அவற்றைக் கடப்பாறையினாலே ஒதுக்கிவிட்டு மேலும் தோண்டுகிறார்கள். அவர்களுக்குக் கிழங்கினிடம் உள்ள மதிப்பு மணியினிடம் இல்லை. உலகத்தில் எவ்வளவு சிறந்த பொருளா

யிருப்பினும் அதன் பெருமையை அறியாதவரிடம் அகப்பட்டால் மிகவும் இழிந்த பொருளைப் போலாகிவிடும்.

இந்த விஷயம் அப்பாட்டில் சொல்லப்பட்டிருக்கிறது. தமிழ்க் காவியங்களில் நாட்டு வருணனையில் இத்தகைய செய்திகளை அமைப்பது புலவர் மரபு. அப்படி வருணிக்கும் பொழுது குறிஞ்சி, பாலை, முல்லை, மருதம், நெய்தல் என்னும் ஐந்து வகை நிலங்களையும் அவற்றில் நிகழும் செய்திகளையும் தனித் தனியே விரிவாக வருணிப்பார்கள். இந்த வருணனை, மலையும் மலையைச் சார்ந்த இடமுமாகிய குறிஞ்சி நிலத்திலுள்ள வேடர்கள் இயல்பையும் செயல்களையும் சொல்லுமிடத்தில் வருகின்றது. வருணனையோடு உலக இயல்பாகிய நீதி ஒன்றும் இச்செய்யுளில் அமைந்திருக்கின்றது.

"அடுத்த பாடலையும் படியும்" என்று பிள்ளையவர்கள் சொல்லவே நான் படித்தேன்:

"முறிவி ராயபைம் பொழிலிற்செம் முழுமணிநோக்கிச்
செறிவ தீயெனக் குடாவடி வேறுகான் சென்று
பிறவி லாவிர வழலெனப் பிறங்கவுள் வெதும்பும்
அறவி லாரெங்குச் சாரினுஞ் சுகமடை யாரால்."

"தழைகள் விரவியுள்ள பசுமையான சோலையில் இருக்கும் சிவப்பாகிய மாணிக்கத்தைப் பார்த்த கரடியானது, அதனைத் தீயென்று எண்ணிப் பயந்து வேறு காட்டுக்குச் செல்ல, அங்கே இரவில் அக்காடு சோதிமரம் நிறைந்தமையால் நெருப்புப் போலப் பிரகாசிக்க அதைக் கண்டு, இந்த நெருப்பு நம்மை விடாதுபோல் இருக்கின்றதேயென்று எண்ணி மனத்துள்ளே துயரத்தையடையும்; அறிவில்லாதவர்கள் எங்கே போனாலும் சுகம் அடையமாட்டார்கள்" என்பது இதன் பொருள்.

பிள்ளையவர்கள் இதற்கும் இவ்வாறு பொருள் கூறி, "இந்த இரண்டு செய்யுட்களுக்கும் இப்போது நீர் பொருள் கூறும்" என்று சொன்னார். நான் கேட்டவாறே உரைத்தேன். பிறகு இலக்கண சம்பந்தமான சில சிறு கேள்விகளைக் கேட்டார். நான் விடை சொன்னேன்.

"இந்தச் செய்யுள் எவ்வகையைச் சார்ந்தது?"

"இது கலிநிலைத்துறை"

"வெண்பாக்களைச் சீர்பிரித்து அலகூட்டுவீரா?"

"ஏதோ தெரிந்த வரையிற் செய்வேன்."

உடனே சில வெண்பாக்களை எப்படிச் சொன்னால் தளை பிறழ்ந்தனவாகத் தோற்றுமோ அப்படியே சொல்லித் தனித்தனியே சீர்பிரித்துச் சொல்லச் சொன்னார். நான் ஜாக்கிரதையாகச் சீர்பிரித்துச் சொன்னேன்.

"நெல்லுக் கிறைத்த நீர்வாய்க்கால் வழியோடிப்
புல்லுக்கு மாங்கே பொசியுமாம்"

என்ற செய்யுளைச் சீர்பிரித்துச் சொல்லுகையில், "நெல்லுக் கிறைத்தநீர்-வாய்க்கால்-வழியோடிப்" என்று தனித்தனியே பிரித்து அலகூட்டிச் சொன்னேன்.

"நெல்லுக்-கிறைத்த-நீர் வாய்க்கால்-வழியோடி, என்று பிரித்தால் தானே மோனை அமைகிறது? நீர் பிரிக்கும்போது மூன்றாம் சீர் வாய்க்கால் என்றல்லவோ ஆகிவிடும்? அப்போது மோனை இராதே!" என்றனர்.

"அப்படியே பிரித்தால் வெண்டளை பிறழ்ந்து விடும். இறைத்தநீர் வாய்க்கால் என்பது ஆசிரியத்தளையும்: நீர்வாய்க்கால்-வழியோடி என்பது கலித்தளையும் ஆகிவிடும். வெண்பாவில் பிறதளை விரவாது" என்று விடை பகர்ந்தேன்.

"நல்லது. யாப்பிலக்கணத்தை நன்றாகப் படித்திருக்கிறீர்."

"காரிகை பாடம் சொன்ன ரெட்டியாரவர்கள் மிகவும் தெளிவாக எனக்குக் கற்பித்தார்கள்."

அப்போது பிள்ளையவர்கள் ரெட்டியாரை மிகவும் பாராட்டிப் பேசினார்.

அன்று பிள்ளையவர்கள் என் தமிழறிவு இவ்வளவினதென்பதை ஒருவாறு பரிசோதித்து அறிந்து கொண்டாரென்றே எண்ணினேன். அவர்கள் வாயிலிருந்து இரண்டு செய்யுட்களுக்குப் பொருள் கேட்டு அப்படியே சொல்லிவிட்டோமென்ற ஒரு திருப்தியும், "இன்றே பாடம் கேட்க ஆரம்பித்து விட்டோம்" என்ற எண்ணமும் எனக்கு உண்டாயின.

"என்றைக்கு நல்ல நாளாக இருக்கிறது? பாருங்கள். சீக்கிரமே பாடம் ஆரம்பித்து விடலாம்" என்று பிள்ளையவர்கள் என் தந்தை யாரிடம் கூறினார். அப்போது அவர் மனத்திலும் என்னைப் பற்றித் திருப்தியான எண்ணம் பதிந்து விட்டதென்றே தோற்றியது.

"இன்றே நல்ல நாள்; பாடமும் கேட்கத் தொடங்கி விட்டோமே" என்று நான் மனத்துக்குள் சொல்லிக்கொண்டேன். என் தந்தையார், "நாளைக்கு நல்ல தினமாக இருக்கிறது. பாடம் ஆரம்பிக்கலாம்" என்றார்.

"மெத்த ஸந்தோஷம். அப்படியே செய்யலாம்" என்று தம் உடன்பாட்டை அவர் தெரிவித்தார்.

### பாடம் ஆரம்பித்தது

மறுநாள் நான் பாடம் கேட்கத் தொடங்கினேன். முதலில் நைடதத்தை அவர் பாடம் சொல்ல ஆரம்பித்தார். அதில் சில

பாடல்களைப் படிக்கச் செய்து அவற்றின் பொருளைக் கூறினார். அங்கேயுள்ள விசேஷங்களை விளக்கியும், இலக்கணச் செய்திகளைப் புலப்படுத்தியும் வந்தார். நான் அந்த நூலை முன்பே பல தடவை படித்திருந்தும் அவர் கூறிய முறையிற் பாடம் கேட்கவில்லை யாதலால் எனக்கு அவருடைய போதனை அதிக இன்பத்தை உண்டாக்கியது. அவர் பாடம் சொல்லும்போது எனக்கு எந்தச் சொல் விளங்காதோ அதற்கு மாத்திரம் பொருள் சொல்வார்; எனக்கு எந்த விஷயம் தெரியாதோ அதை மாத்திரம் விளக்குவார்.

சில பாடல்கள் ஆனவுடன், "இன்னும் சில தினங்களில் இந்த நூலை முடித்து விடலாம். பிறகு வேறு ஒரு நூலைத் தொடங்கலாம்" என்று சொல்லிவிட்டு, "அப்பா சவேரிநாது" என்று கூப்பிட்டார். அவருடைய மாணாக்கர்களுள் ஒருவர் அங்கே வந்தார்.

"நாளை முதல் இவருக்கு நைடதத்தைப் பாடம் சொல்லி வா" என்று அவருக்குக் கட்டளையிட்டார். அவ்வாறே மறுநாள் முதல் நான் அம்மாணாக்கரிடமே பாடம் கேட்டு வரலானேன்.

## சவேரிநாத பிள்ளை

சவேரிநாத பிள்ளை என்பது அவர் பெயர். அவர் ரோமன் காதொலிக் கிறிஸ்தவர்; பிள்ளையவர்களிடம் பாடம் கேட்டு வந்தார். அவரைப் பார்த்தால் யாரும் கிறிஸ்தவரென்று சொல்லார். விபூதி அணிந்திருப்பார். பிள்ளையவர்களிடத்தில் அவருக்கு அளவற்ற பக்தி உண்டு. ஆசிரியருடைய குடும்பக் காரியங்களெல்லாவற்றையும் அவரே கவனித்து வந்தார். எப்போதும் உத்ஸாகமுள்ளவராகவே இருப்பார்; வேடிக்கையாகப் பேசுவார். எவ்வளவு துக்கமாக இருந்தாலும், கோபமாக இருந்தாலும் தம்முடைய பேச்சால் அந்த நிலையை மறக்கச் செய்வார்; சிநேகம் செய்வதற்கு யோக்கியமானவர்; தமிழ்ப் பாடலிலுள்ள பொருள்களை ரஸமாக எடுத்துச் சொல்வார்; அடிக்கடி வேறு விஷயங்களைப் பற்றிப் பேச ஆரம்பித்து விடுவார். அவரோடு சேர்ந்து இருந்தால் பொழுது போவதே தெரியாது.

நான் அவரிடம் பாடம் கேட்டபொழுது அவருடைய கல்வி ஆழமானதன்று என்ற எண்ணமே எனக்கு முதலிற்பட்டது. அதனால், அவர் பாடம் சொல்லும்போது சமற்காரமாக அவர் கூறும் விஷயங்களை அனுபவிக்க முடியவில்லை. இனிமையாகப் பொழுது போவதை நான் விரும்பவில்லையே. அதிகமாக விஷயங்களைத் தெரிந்து கொள்ளவே விரும்பினேன். நைடதம் முன்னமே படித்த நூல் தானே? அதை மீட்டும் அவரிடம் கேட்கும்போது அவர் ரஸமாகச் சொன்னாலும், நான் அறியாத கருத்தையோ, இலக்கணத்தையோ அவர் விளக்காமையால் எனக்கு இன்பமுண்டாக

வில்லை. சில இடங்களில் நான் அறிந்த விஷயம்கூட அவருக்குத் தெரியவில்லை.

அவர் பாடம் சொல்லுவார். நான் இடைமறித்து, "இந்தச் செய்யுள் என்ன அலங்காரம்?" என்று கேட்பேன். அவருக்குத் தெரியாது. "பார்த்துத்தான் சொல்லவேண்டும்" என்று மழுப்புவார். நான் படித்த புஸ்தகத்தில் உரையில் இன்ன அலங்காரம் என்று குறித்திருக்கும். அதை விளக்கும்படி கேட்பேன். "அந்த அலங்காரத் தின் இலக்கணம் இதில் எவ்வாறு அமைந்திருக்கிறது?" என்று வினவுவேன். எனக்குத் திருப்தி உண்டாகும்படி விளக்க அவரால் இயலாது. அவர் என்னைக் கேள்வி கேட்பது போய் நான் சந்தேகம் தீர்த்துக் கொள்வதுபோல அவரைக் கேள்விகள் கேட்கத் தொடங்கினேன்.

"எவ்வளவோ கஷ்டப்பட்டு இங்கே வந்து சேர்ந்தோம். இங்கு வந்தும் பிள்ளையவர்களிடம் நேரிற் பாடம் கேட்க இயலவில் லையே! எங்கே போனாலும் நம் அதிர்ஷ்டம் நம்மைப் பின் தொடருகிறதே!" என்ற வருத்தம் எனக்கு உண்டாயிற்று.

"இந்த நிலை மாறவேண்டும். இதற்கு என்ன வழி?" என்று யோசிக்கலானேன்.

## 29
### தந்தையார் விடை பெற்றுச் செல்லுதல்

மாயூரத்திற்குச் சென்ற மூன்றாம் நாள் 'பாடம் கேட்க ஆரம்பித்து விட்டோம்' என்ற சந்தோஷத்தில் நான் மூழ்கினேன். "சாமா, நீ இன்றைக்கு நைடதம் கேட்க ஆரம்பித்ததே நல்ல சகுனம். கலியின் தொல்லைகள் நீங்குவதற்கு நைடதத்தைப் படிப்பார்கள். இனிமேல் நம் கஷ்டம் தீர்ந்து விட்டதென்றே சொல்ல வேண்டும்" என்று என் தந்தையார் சொன்னார். அது வாஸ்தவமென்றே நான் நம்பினேன். மனிதன் முயற்சி செய்வதெல்லாம் ஏதாவது நம்பிக் கையை வைத்துக் கொண்டுதானே?

பாடம் கேட்ட சந்தோஷத்தோடு நானும் என் தந்தையாரும் ஜாகைக்கு வந்து போஜனம் செய்தோம். என் தந்தையார் திண்ணையில் சிரமபரிகாரம் செய்து கொண்டார். நான் அருகில் உட்கார்ந்து ஏதோ புஸ்தகத்தைப் படித்து வந்தேன்.

கோபாலகிருஷ்ண
பாரதியாரைக் கண்டது

அப்போது வீதி வழியே ஒரு கிழவர் கையில் மூங்கில் கழி ஒன்றை ஊன்றிக்கொண்டு சென்றார். அவரைக் கண்டவுடன்

என் தகப்பனார் எழுந்து, "பாரதியாரவர்களா?" என்று கேட்டுக் கொண்டே திண்ணையை விட்டு இறங்கினார். அக்கிழவர், என் தந்தையாரைப் பார்த்து விட்டு, "யார்? வேங்கட சுப்பையரா? ஏது இவ்வளவு தூரம்?" என்று கூறியவாறே நாங்கள் இருந்த திண்ணை யில் வந்து உட்கார்ந்தார். என் தந்தையார் அந்த முதியவரை நமஸ்கரிக்கும்படி கூறவே நான் வணங்கிவிட்டு நின்றேன்.

"இந்தப் பிள்ளையாண்டான் யார்?" என்று பாரதியார் கேட்டார்.

"இவன் என் குமாரன்."

"என்ன செய்து கொண்டிருக்கிறான்? சங்கீதம் அப்பியாசம் செய்து வருகிறானா?"

"செய்து வருகிறான். தமிழ் படித்தும் வருகிறான். இங்கே மகா வித்வான் மீனாட்சி சுந்தரம் பிள்ளையவர்களிடம் படிக்கச் செய்யலாமென்று வந்திருக்கிறேன்."

"அப்படியா? சந்தோஷம். மீனாட்சி சுந்தரம் பிள்ளை நல்ல வித்துவான். நல்ல குணசாலி, உபகாரி, சிறந்த கவி. ஆனால் அவர் சங்கீத விரோதி. சங்கீத வித்துவானென்றால் அவருக்குப் பிரியமிருப்பதில்லை."

இந்த விஷயத்தைப் பாரதியார் சொன்னபோது நான் அதை நம்பவில்லை. பாரதியாருடைய அழகற்ற உருவத்தைப் பார்த்து நான் வியப்படைந்தேன். அவருடைய கோணலான உடம்புக்கும் அவருடைய புகழுக்கும் சம்பந்தமே இல்லை என்பதை அன்றுதான் உணர்ந்தேன். "நந்தனார் சரித்திரத்தை இவரா இயற்றினார்?" என்று கூட நான் நினைத்தேன். அச்சரித்திரத்தில் இருந்த மதிப்பு அவரைப் பார்த்தபோது அவர்பால் உண்டாகவில்லை. கவர்ச்சியே இல்லாத அவரது தோற்றமும் அவர் கூறிய வார்த்தையும் என் மனத்தில் திருப்தியை உண்டாக்கவில்லை. ஆயினும் என் தகப்பனார் அவரிடம் காட்டிய மரியாதையைக் கண்டு நானும் பணிவாக இருந்தேன்.

"இவனுக்குச் சங்கீதத்தில் எந்த மட்டும் அப்பியாசம் செய்து வைத்திருக்கிறீர்கள்? கனம் கிருஷ்ணையர் கீர்த்தனங்கள் வருமா?"

"எனக்குத் தெரிந்த மட்டிலும் சொல்லி வைத்திருக்கிறேன். கனம் கிருஷ்ணையர் கீர்த்தனங்களில் எனக்குத் தெரிந்தவைகளிற் சிலவற்றை இவனும் பாடுவான்."

"அப்படியா! அந்தக் கீர்த்தனங்களைக் கேட்டு எவ்வளவோ நாளாகி விட்டது. எங்கே 'குஸுமகுந்தளாம்பிகையே' * என்ற கீர்த் தனத்தைப் பாடப்பா; கேட்கலாம்" என்று பாரதியார் என்னைப் பார்த்துச் சொன்னார். நான் அதைப் பாடினேன்.

---

\* இக் கீர்த்தனம் உடையார்பாளையம் சிவாலயத்திலுள்ள அம்பிகை விஷயமானது.

"நல்லது; பையனுக்குச் சாரீரம் இருக்கிறது. இதை வீண் பண்ணிவிடக் கூடாது. மேலும் மேலும் அப்பியாசம் செய்து வர வேண்டும்" என்று சொல்லி விட்டு வேறு சில கீர்த்தனங்களையும் பாடும்படி சொன்னார். நான் பாடினேன். என் தகப்பனாரும் சில கீர்த்தனங்கள் பாடினார். நாங்கள் இருவரும் சேர்ந்து சிலவற்றைப் பாடினோம்.

"இந்த மாதிரி கீர்த்தனங்களை இங்கே யார் பாடுகிறார்கள்? இந்தப் பிள்ளை இவ்வளவு நன்றாகப் பாடுவதைக் கேட்க எனக்குச் சந்தோஷமாக இருக்கிறது."

"எல்லாம் உங்களைப் போன்ற பெரியவர்கள் ஆசீர்வாதம் தான். இவனை இங்கேயே விட்டு விட்டுப் போகலாமென்று எண்ணி வந்திருக்கிறேன். தாங்கள் இவனுக்குச் சங்கீத அப்பியாசம் செய்து வைக்க வேண்டும்" என்று என் தகப்பனார் பாரதியாரைக் கேட்டுக் கொண்டார்.

"அதற்கு என்ன தடை? எனக்கும் பொழுது போகும்" என்று அவர் சம்மதித்தார்.

என் தந்தையாரும் பாரதியாரும் பழைய சமாசாரங்களைப் பற்றி வெகுநேரம் பேசிக் கொண்டிருந்தனர். அப்பேச்சினால் பாரதியார் கனம் கிருஷ்ணையர் கீர்த்தனங்களில் எவ்வளவு விருப்பமுடையவரென்பது தெரிந்தது. பின்பு ஜாகைக்கு வந்து பார்ப்பதாக என் தந்தையார் சொல்லவே பாரதியார் விடை பெற்றுச் சென்றார்.

## பாரதியாரிடம் சங்கீத அப்பியாசம் செய்தது

மறுநாள் விடியற் காலையிலேயே நானும் என் தந்தையாரும் பாரதியார் தங்கியிருந்த ஜாகைக்குச் சென்றோம். அவர் அக்காலத்தில் தம் மாணாக்கராகிய இராமசாமி ஐயருடைய வீட்டில் வசித்து வந்தார். இராமசாமி ஐயர் மாயூரநாத ஸ்வாமி ஆலயத்தில் கைங்கரியம் செய்பவர்.

அன்றே நான் பாரதியாரிடம் சங்கீத அப்பியாசத்தைத் தொடங்கினேன். அது முதல் பெரும்பாலும் தினந்தோறும் விடியற் காலையில் பாரதியாரிடம் போய் வரலானேன். சில நாட்களில் மாலை வேளைகளில் செல்வதும் உண்டு; பிற்பகலில் அவரோடு காவேரித் துறையாகிய துலாக்கட்டத்துக்குச் சென்று சந்தியா வந்தனம் செய்து வருவேன். துலாக்கட்டத்தில் அக்காலத்தில் முன்சீப் கச்சேரி இருந்தது. மாயூரம் முன்சீபாக வேதநாயகம் பிள்ளை உத்தியோகம் பார்த்து வந்தார். அவர் தமிழ் வித்துவானென்று நான் கேட்டிருந்தேன். தூரத்தில் இருந்தபடியே அவர் கச்சேரி பண்ணுவதை நான் சில சமயங்களில் கவனிப்பேன்.

பாரதியாரோடு பழகப் பழக அவர் பெரிய மகானென்ற எண்ணம் எனக்கு உண்டாயிற்று. அவர் சாரீரம் கம்மலாக இருந்தது. அதனால் அவர் சில வருஷங்களாகப் பிடில் வாத்தியத்தைப் பயின்று தனியே இருக்கும் நேரங்களில் அதை வாசித்துப் பொழுது போக்கி வந்தார். காலை வேளைகளிலும் மாலை வேளைகளிலும் மாயூரநாதர் கோயிலிலுள்ள அகஸ்தீசுவர ஸ்வாமி சந்நிதியில் நெடு நேரம் யோகம் செய்து கொண்டேயிருப்பார்.

வேடிக்கையாகப் பேசுவதிலும் கதைகள் சொல்லுவதிலும் அவர் வெகு சமர்த்தர். ஏதாவது ஒரு வார்த்தை சொன்னால் அந்த வார்த்தையோடு ஒரு புராண கதையைச் சம்பந்தப்படுத்திச் சொல்வார். பொழுது போவதே தெரியாது. பேசும்போது அடிக்கொரு தரம் பழமொழிகள் அவர் வாக்கிலிருந்து வரும்.

அவரிடம் நான் பல கீர்த்தனங்களைக் கற்றுக் கொண்டேன். அவர் இயற்றிய கீர்த்தனங்கள் பலவற்றைத் தெரிந்து கொண்டேன். நந்தனார் சரித்திரக் கீர்த்தனங்களுக்கு உரிய மெட்டையும் ராகதாளங்களையும் அவர் சொல்லிக் காட்டினார். சில சமயங்களில் அவர் மாணாக்கராகிய இராமசாமி ஐயரும் எனக்குக் கீர்த்தனங்களைச் சொல்லித் தருவார்.

அவ்வூரிலும் அயலூரிலும் இருந்த சங்கீத வித்துவான்கள் பாரதியாரை அடிக்கடி பார்க்க வருவார்கள். மாயூரத்தில் சாத்தனூர்ப் பஞ்சுவையர், கோட்டு வாத்தியம் கிருஷ்ணையர், திருத்துறைப் பூண்டி பாகவதர், பெரிய இராமசாமி ஐயர் முதலிய சங்கீத வித்துவான்கள் இருந்தனர். வேதநாயகம் பிள்ளை முன்சீபாக இருந்தமையால் அவரிடம் உத்தியோகம் பார்த்த குமாஸ்தாக்களும், வக்கீல்களும், அவருடைய பிரியத்தைப் பெறும் பொருட்டு அவர் இயற்றிய கீர்த்தனங்களைப் பாடுவார்கள். அதற்காகச் சங்கீதம் கற்றுக் கொண்டார்கள். இவர்களெல்லாம் பாரதியாரிடமும் வந்து செல்வார்கள்.

## உணவுக்கு ஏற்பாடு

என் தந்தையார் மாயூரத்தில் சில நாட்கள் தங்கியிருந்தனர். அக்காலத்தில் அந்நகரில் தமக்குத் தெரிந்தவர்களிடமெல்லாம் சென்று என்னைக் கவனித்துக் கொள்ளும்படி கேட்டுக் கொண்டார். அவர் அங்கே இருந்த வரையில் சிறிய தகப்பனார் வேட்டகத்தில் ஆகாரம் செய்து வந்தேன். என் சிறிய தாயாரும் அப்போது அங்கே வந்திருந்தார். எப்போதும் அந்த வீட்டில் உணவு கொள்வது உசிதமாக இராது என்று எண்ணி என் தந்தையார் வேறு ஏற்பாடு செய்யத் தொடங்கினார்.

அக்காலத்தில் மகாதானத் தெருவில் ஒரு வீட்டில் அறுபது பிராயம் சென்ற விதவை ஒருத்தி அவ்வூர் உத்தியோகஸ்தர்கள்

சிலருக்கும் பள்ளிக்கூட மாணவர் சிலருக்கும் சமைத்துப் போட்டு அதனால் கிடைக்கும் வருவாயைக் கொண்டு ஜீவனம் செய்து வந்தாள். பள்ளிக்கூட மாணவர்களுக்குக் காலையில் பழையதும், பகலிலும் இரவிலும் ஆரோக்கியமான உணவும் அளிக்கப்படும். இதற்காக அந்த அம்மாள் மாதம் ஐந்து ரூபாய்தான் பெற்று வந்தாள். என் சிறிய தாயாராகிய லக்ஷ்மி அம்மாள் அக்கிழவியிடம் சொல்லி எனக்கு ஜாக்கிரதையாக உணவு அளிக்கும்படி ஏற்பாடு செய்தார்.

என் தந்தையார் எனக்கு வேண்டிய பணத்தை என்னிடம் அளித்தார். பிறகு அவர் மாயூரத்தை விட்டுச் செல்ல எண்ணித் தம் நண்பர்களிடம் விடைபெற்றுக் கொண்டார். புறப்படும் தினத்துக்கு முதல் நாள் இரவு முழுவதும் எனக்குப் பலவிதமான போதனைகளைச் செய்தார். நான் இன்ன இன்னபடி நடந்துவர வேண்டுமென்றும், உடம்பை ஜாக்கிரதையாகக் கவனித்துக் கொள்ள வேண்டுமென்றும், அடிக்கடி எண்ணெய் தேய்த்துக் கொள்ளவேண்டுமென்றும் பல முறை சொன்னார்.

### விடைபெற்றது

புறப்படும் தினத்தன்று காலையில் அவர் என்னுடன் பிள்ளையவர்களிடம் வந்தார்.

"நான் இன்று ஊருக்குப் போகலாமென்று எண்ணியிருக்கிறேன். விடை தரவேண்டும்" என்று தகப்பனார் சொன்னார்.

"ஏன்? இன்னும் சில தினங்கள் இருந்து மாயூரநாத ஸ்வாமி தரிசனம் செய்துகொண்டு போகலாமே."

"அயலூரில் அயலார் வீட்டில் எவ்வளவு காலம் இருப்பது? என்னுடைய பூஜை முதலிய விஷயத்திற்கு இவ்வூர் சௌகரியமாக இல்லை. தவிர, இங்கே எனக்கு வேறு வேலை ஒன்றும் இல்லை. வந்த காரியம் ஈசுவர கிருபையாலும், உங்களுடைய தயையினாலும் நிறைவேறியது. இவனை உங்களிடம் ஒப்பித்துவிட்டேன். இவன் இனிமேல் விருத்தியடைவான் என்ற தைரியம் எனக்கு உண்டாகி விட்டது. நான் என்னுடைய காரியங்களை இனிமேல் கவனிக்க வேண்டாமா?"

"சரி; போய் வாருங்கள். ஞாபகம் இருக்கட்டும்."

"இவனைப் பற்றி இனிமேல் ஒரு கவலையுமில்லை என்று தெளிவாகத் தெரிந்தாலும் காரணமில்லாத துன்பமொன்று மனத்தில் உண்டாகிறது. இவனை நான் பிரிந்து இருந்ததே இல்லை. இவனுடைய தாய்க்கு இவனை ஒருநாள் பிரிந்திருந்தாலும் சகிக்க முடியாத துயரம் ஏற்படும். இப்போது இவனைப் பிரிந்து செல்வதற்கு மனம் தயங்குகிறது. தனக்குவேண்டிய காரியங்களைப் பிறர் உதவியின்றிக் கவனித்துக் கொள்ளும் வழக்கம் இவனுக்கு இல்லை. தாங்கள் இவனை ஜாக்கிரதையாகக் கவனித்துக் கொள்ளவேண்டும்

என்று கேட்டுக் கொள்கிறேன். எங்கள் ஸ்தானத்தில் இருந்து இவனைக் காப்பாற்றுவது தங்கள் கடமை."

இப்படிச் சொல்லும்போது என் தகப்பனார் கண்களில் நீர் துளித்தது. அதுகாறும் அவர் அவ்வாறு என்னைப் பற்றி வருந்தியதை நான் பார்த்ததில்லை. அவர் உள்ளத்துக்குள் மறைந்து கிடந்த அன்பு முழுவதும் அப்போது வெளிப்பட்டது. அவர் கண்களில் நீரைக் கண்டு எனக்கும் மனம் கலங்கியது; கண்ணீர் துளித்தது; துக்கம் பொங்கி வந்தது.

அவரது அன்பை நன்கு உணர்ந்த என் ஆசிரியர் புன்னகை பூத்துக்கொண்டே, "நீங்கள் இவருடைய பாதுகாப்பைக் குறித்துச் சிறிதும் கவலைப்படவேண்டாம். நான் ஜாக்கிரதையாகக் கவனித்துக் கொள்கிறேன். நீங்கள் தைரியமாக ஊருக்குப் போய் வாருங்கள். இவரைப் பார்க்க வேண்டுமென்று எப்போது விரும்புகிறீர்களோ அப்போது இவரை உங்களிடம் அனுப்புகிறேன். நீங்களும் அடிக்கடி இந்த ஊருக்கு வந்து பார்த்துவிட்டுப் போக வேண்டும்" என்று கூறி விடையளித்தார்.

என் தகப்பனார் ஊருக்குப் புறப்பட்டார். நான் சிறிது தூரம் உடன்சென்று வழியனுப்பிவிட்டு வந்தேன். அவர் சென்ற பிறகுதான் எனக்கு ஏதோ ஒரு புதிய துன்பம் வந்தது போன்ற தோற்றம் உண்டாயிற்று. நான் முன்பு அறியாத ஒன்றை, தாய் தந்தையரைப் பிரியும் துன்பத்தை, அப்போது உணர்ந்தேன்.

மனோதைரியமும் கஷ்டத்தைச் சகிக்கும் ஆற்றலுமுடைய என் தந்தையாரே என்னைப் பிரிந்திருக்க வருந்தினாரென்றால், என் அருமைத் தாயார் எவ்வளவு துடித்து வருந்துவார் என்பதை நினைத்தபோது என் உள்ளம் உருகியது. குன்னத்தில் இருந்த காலத்தில் நான்கு நாள் பிரிந்திருந்து திரும்பி வந்தபோது என்னை அவர் தழுவிக் கொண்டு புலம்பிய காட்சி என் அகத்தே தோற்றியது.

நான் தந்தையாரை அனுப்பிவிட்டு வந்தவுடன் பிள்ளையவர்கள் எனக்குப் பல விதமான ஆறுதல்களைக் கூறினார்; என்னுடைய துன்பத்தை மாற்றுவதற்குரிய பல வார்த்தைகள் சொன்னார்.

"சில நாட்களில் திருவாவடுதுறைக்குப் போகும்படி நேரும். அங்கே ஸந்நிதானம் உம்மைப் பார்த்து ஸந்தோஷமடையும். நீர் இசைப் பயிற்சி உடையவரென்று தெரிந்தால் உம்மிடம் தனியான அன்பு வைக்கும்" என்று சொல்லித் திருவாவடுதுறை ஆதீன விஷயங்களையும் வேறு சுவையுள்ள சமாசாரங்களையும் கூறினார். அவர் வார்த்தைகள் ஒருவாறு என் துன்பத்தை மறக்கச் செய்தன.

நாளடைவில் தமிழின்பத்தில் அத்துன்பம் அடியோடே மறைந்து விட்டதென்றே சொல்லலாம்.

# 30

## தளிரால் கிடைத்த தயை

சவேரிநாத பிள்ளையிடம் நைடதம் பாடம் கேட்டு வரும் போது இடையிடையே நான் அவரைக் கேள்வி கேட்பதை என் ஆசிரியர் சில சமயம் கவனிப்பதுண்டு. என் கேள்விக்கு விடை சொல்ல முடியாமல் அவர் சும்மா இருக்கும்போது பிள்ளை யவர்கள், "என்ன சவேரிநாது, இந்த விஷயங்களை எல்லாம் நீ தெரிந்துகொள்ள வேண்டாமா? அவர் தாமே படித்து விஷயத்தைத் தெரிந்து கொண்டிருக்கிறாரே" என்று சொல்லுவார். அப்போது எனக்கு ஒரு திருப்தி உண்டாகும். என் இயல்பைப்பற்றிப் பாராட்டு வதனால் உண்டான திருப்தி அன்று; எனக்குக் கற்பிக்கும் தகுதி சவேரிநாத பிள்ளையிடம் இல்லையென்பதை அவர் தெரிந்து கொண்டாரே என்ற எண்ணத்தால் உண்டான திருப்தியே அது.

## இளமை முறுக்கு

பிள்ளையவர்கள் அருகில் இருக்கும் சமயங்களில் நான் அடிக்கடி கேள்விகள் கேட்பேன். எப்படியாவது பிள்ளையவர்களே நேரில் எனக்குப் பாடம் சொல்லித்தர வேண்டும் என்பது என் நோக்கம். நான் இவ்வாறு கேள்வி கேட்பதனால் சவேரிநாத பிள்ளைக்கு ஒரு சிறிதும் கோபம் உண்டாகவில்லை. வேறொருவ ராக இருந்தால் என்மேல் பிள்ளையவர்களுக்கு வெறுப்பு உண்டா கும்படியும் செய்திருப்பார். எனது ஆசையும் இளமை முறுக்கும் சேர்ந்து கொண்டன; சவேரிநாத பிள்ளையின் நல்லியல்பு இணங்கி நின்றது. நான் அவரைக் கேள்வி கேட்பது குறைவென்று அவர் நினைக்கவே இல்லை. என்னிடம் அன்பாகவே நடந்து கொள்வார். இனிமையாகப் பேசுவார்; பிள்ளையவர்கள் பெருமையையும் அவர் களிடம் தாம் வந்த காலம் முதல் நிகழ்ந்த பல செய்திகளையும் எடுத்துச் சொல்வார்.

நைடத பாடம் நடந்து வந்தது. பிள்ளையவர்களிடம் பாடம் கேளாமையால் அவரை நேரே கண்டு பேசிப் பழகுவதற்குரிய சமயம் வாய்க்கவில்லை. அவரிடமே பாடம் கேட்க வேண்டுமென்ற என் விருப்பத்தைத் தெரிவிப்பதற்கும் பயந்தேன்.

## தோட்டம் வளர்த்தல்

பிள்ளையவர்கள் இருந்த வீடு அவர் தம் சொந்தத்தில் விலை கொடுத்து வாங்கியது. அவ்வீட்டின் பின்புறத்தில் விசாலமான தோட்டமும் அதன் பின் ஒரு குளமும் உண்டு. அவர் இயற்கைத் தோற்றங்களிலே ஈடுபட்டவர். கவிஞராகிய அவர் பச்சைப் பசும்

புல்வெளிகளிலும், பூம்பொழில்களிலும், மரமடர்ந்த காடுகளிலும், ஆற்றோரங்களிலும், இத்தகைய பிற இடங்களிலும் போக நேர்ந்தால் அப்படியே அங்குள்ள காட்சிகளைக் கண்டு இன்புற்று நின்று விடுவார். தாம் வாங்கிய புதிய வீட்டின் தோட்டத்தில் மரங்களையும் செடி கொடிகளையும் வைத்து வளர்த்து வரவேண்டுமென்பது அவர் எண்ணம். சிவபூஜை செய்வதில் நெடுநேரம் ஈடுபடுபவராகிய அவர் தோட்டத்தில் நிறையப் பூச்செடிகளை வைத்து வளர்க்க வேண்டுமென்ற ஆசையுடையவராக இருந்தார்.

நாரத்தை, மா, முதலிய மரங்களின் பெரிய செடிகளை வேரோடு மண் குலையாமல் தோண்டி எடுத்து அம்மண்ணின் மேல் வைக்கோற்புரி சுற்றி வருவித்து ஆழ்ந்த குழிகளில் நட்டு வளர்ப்பது அப்பக்கங்களில் உள்ள வழக்கம். என் ஆசிரியரும் அவ்வாறு சில செடிகளை வருவித்துத் தோட்டத்தில் வைத்திருந் தார். நான் அவரிடம் பாடம் கேட்க வந்தபோது இந்த ஏற்பாடு நடந்து வந்தது.

### தளிர் ஆராய்ச்சி

ஒவ்வொரு நாளும் காலையிலும் மாலையிலும் என் ஆசிரியர் தோட்டத்துக்குப் போய்ச் செடிகளைப் பார்வையிடுவார். அவை களில் ஏதாவது பட்டுப்போய் விட்டதோ என்று பார்ப்பார்; எந்தச் செடியாவது தளிர்த்திருக்கிறதாவென்று மிக்க கவனத்தோடு நோக்குவார். ஏதாவது தளிர்க்காமல் பட்டுப்போய் விட்டதாகத் தெரிந்தால் அவர் மனம் பெரிய தனத்தை இழந்ததுபோல வருத்தமடையும். ஒரு தளிரை எதிலாவது கண்டு விட்டால் அவருக்கு உண்டாகும் சந்தோஷத்திற்கு அளவே இராது. வேலைக்காரர்களிடம் அடிக்கடி அவற்றை ஜாக்கிரதையாகப் பாதுகாக்கும்படி சொல்லுவார். மாலை வேளைகளில் தம்முடைய கையாலேயே சில செடிகளுக்கு ஜலம் விடுவார்.

அவர் இவ்வாறு காலையும் மாலையும் தவறாமல் செய்து வருவதை நான் கவனித்தேன். அவருக்கு அந்தச் செடிகளிடம் இருந்த அன்பையும் உணர்ந்தேன். "இவருடைய அன்பைப் பெறு வதற்கு இச்செடிகளைத் துணையாகக் கொள்வோம்" என்று எண்ணினேன்.

மறுநாள் விடியற்காலையில் எழுந்தேன்; பல்லைக்கூடத் தேய்க்கவில்லை. நேரே தோட்டத்திற்குச் சென்றேன். அங்குள்ள செடிகளில் ஒவ்வொன்றையும் கவனித்தேன். சில செடிகளில் புதிய தளிர்கள் உண்டாகியிருந்தன. அவற்றை நன்றாகக் கவனித்து வைத்துக் கொண்டேன். சிறிது நேரத்தில் ஆசிரியர் அங்கே வந்தனர். அவர் ஒரு மரத்தின் அருகே சென்று மிக்க ஆவலோடு தளிர்கள் எங்கெங்கே உள்ளனவென்று ஆராயத் தொடங்கினார். நான் மெல்ல அருகில் சென்றேன். முன்பே அத்தளிர்களைக்

கவனித்து வைத்தவனாதலின், "இக்கிளையில் இதோ தளிர் இருக்கிறது" என்றேன்.

அவர் நான் அங்கே எதற்காக வந்தேனென்று யோசிக்கவு மில்லை; என்னைக் கேட்கவுமில்லை. "எங்கே?" என்று ஆவலுடன் நான் காட்டின இடத்தைக் கவனித்தார். அங்கே தளிர் இருந்தது கண்டு சந்தோஷமடைந்தார். பக்கத்தில் ஒரு செடி பட்டுப் போய் விட்டது என்று அவர் எண்ணியிருந்தார். அச்செடியில் ஓரிடத்தில் ஒரு தளிர் மெல்லத் தன் சிறுதலையை நீட்டியிருந்தது. "இதைப் பார்த்தால் பிள்ளையவர்கள் மிக்க சந்தோஷமடைவார்கள்" என்று நான் எண்ணினேன். ஆதலின், "இதோ, இச்செடி கூடத் தளிர்த்திருக்கிறது" என்று நான் சொன்னதுதான் தாமதம்; "என்ன அதுவா? அது பட்டுப்போய் விட்டதென்றல்லவா எண்ணினேன்! தளிர்த்திருக்கிறதா? எங்கே, பார்க்கலாம்" என்று சொல்லிக் கொண்டே விரைவாக அதனருகில் வந்தார். அவர் பார்வையில் தளிர் காணப்படவில்லை. நான் அதைக் காட்டினேன். அந்த மரத்தில் தளிர்த்திருந்த அந்த ஒரு சிறிய தளிர் அவர் முகத்தில் மலர்ச்சியை உண்டாக்கியது; அம்மலர்ச்சியைக்கண்டு என் உள்ளம் பூரித்தது. "நம்முடைய முயற்சி பலிக்கும் சமயம் விரைவில் நேரும்" என்ற நம்பிக்கையும் உண்டாயிற்று. அத்தளிர்களை வாழ்த்தினேன்.

நான் அதோடு விடவில்லை. பின்னும் நான் ஆராய்ந்து கவனித்து வைத்திருந்த வேறு தளிர்களையும் ஆசிரியருக்குக் காட்டி னேன். காட்டக் காட்ட அவர் பார்த்துப் பார்த்துச் சந்தோஷ மடைந்தார்.

அது முதல் தினந்தோறும் காலையில் தளிர் ஆராய்ச்சியை நான் நடத்திக்கொண்டே வந்தேன். சில நாட்களில் மாலையிலே பார்த்து வைத்துக் கொள்வேன். பிள்ளையவர்களும் அவற்றைக் கண்டு திருப்தியடைந்து வந்தனர்.

### அன்பு தளிர்த்தல்

ஒரு நாள் அவர் எல்லாச் செடிகளையும் பார்த்து விட்டுத் திரும்பியபோது என்னை நோக்கி, "இந்தச் செடிகளைப் பார்த்து வைக்கும்படி யாராவது உம்மிடம் சொன்னார்களா?" என்று கேட்டார்.

"ஒருவரும் சொல்லவில்லை. நானாகவே கவனித்து வைத்தேன்" என்றேன் நான்.

"எதற்காக இப்படி கவனித்து வருகிறீர்?"

"ஐயா அவர்கள்* தினந்தோறும் கவனித்து வருவது தெரிந்தது; நான் முன்னதாகவே கவனித்துச் சொன்னால் ஐயா அவர்களுக்குச்

---

\* பிள்ளையவர்களை ஐயா அவர்களென்றே வழங்குவது வழக்கம். நேரில் பேசும்போது அப்படியே கூறுவோம்.

சிரமம் குறையுமென்று எண்ணி இப்படிச் செய்து வருகிறேன்" என்றேன்.

சாதாரண நிலையிலிருந்தால் இவ்வளவு தைரியமாகப் பேசியிருக்க மாட்டேன். சில நாட்களாகத் தளிரை வியாஜமாகக் கொண்டு அவரோடு நெருங்கிப் பழக நேர்ந்தமையால் தைரியம் எனக்கு உண்டாயிற்று. நாளடைவில் அவரது அன்பைப் பூரணமாகப் பெறலாமென்ற துணிவும் ஏற்பட்டது.

"நல்லதுதான். இப்படியே தினந்தோறும் பார்த்து வந்தால் அனுகூலமாக இருக்கும்" என்று என் ஆசிரியர் கூறினார். நானாகத் தொடங்கிய முயற்சிக்கு அவருடைய அனுமதியும் கிடைத்துவிட்டதென்றால் என் ஊக்கத்தைக் கேட்கவா வேண்டும்?

தினந்தோறும் காலையில் பிள்ளையவர்களை இவ்வாறு சந்திக்கும் போது அவரோடு பேசுவது எனக்கு முதல் லாபமாக இருந்தது. அவர் வர வர என் விஷயத்தில் ஆதரவு காட்டலானார். என் படிப்பு விஷயமாகவும் பேசுவது உண்டு. "இப்போது பாடம் நடக்கிறதா? எது வரையில் நடந்திருக்கிறது? நேற்று எவ்வளவு செய்யுட்கள் நடைபெற்றன?" என்ற கேள்விகளைக் கேட்பார். நான் விடை கூறுவேன்.

## நைடதம் முடிந்தது

எங்களுடைய சம்பாஷணை வர வர எங்களிருவருக்கும் இடையே அன்பை வளர்த்து வந்தது. நான் ஒரு நாள், பிள்ளையவர்களிடமே பாடம் கேட்க வேண்டுமென்ற ஆவல் இருப்பதை மெல்ல நேரிற் புலப்படுத்தினேன். "நைடதம் முழுவதும் பாடம் கேட்டாகட்டும். பிறகு ஏதாவது நூலைப் பாடம் கேட்கத் தொடங்கலாம்" என்று அவர் கூறியபோதுதான் என் மனத்திலிருந்த பெரிய குறை தீர்ந்தது. "நைடதம் எப்போது முடியும்?" என்று எதிர்பார்த்திருந்தேன். சவேரிநாத பிள்ளை சில செய்யுட்களே பாடம் சொன்னாலும் நான் வற்புறுத்தி மேலும் சில செய்யுட்களைச் சொல்லும்படி கேட்பேன். எப்படியாவது அந்நூலை விரைவில் பூர்த்தி செய்து விட்டுப் பிள்ளையவர்களிடம் பாடம் கேட்க வேண்டுமென்பதில் எனக்கு அவ்வளவு வேகம் இருந்தது.

நைடதம் எத்தனை காலந்தான் நடக்கும்? ஒரு நாள் அது முடிவு பெற வேண்டியதுதானே? சில நாட்களில் அது முடிந்து விட்டது. அது நிறைவேறிய அன்றே நான் பிள்ளையவர்களிடம் சென்று, "நைடதம் பாடம் கேட்டு முடிந்தது" என்று சொன்னேன்.

"சரி, நாளைக்கு ஏதாவது பிரபந்தம் பாடம் சொல்லுகிறேன்" என்று அவர் கூறினார்.

## முதற் பாடம்

மறுநாட் காலையில் என் ஆசிரியர் தாமே என்னை அழைத்து, "உமக்குத் திருக்குடந்தைத் திரிபந்தாதியைப் பாடம் சொல்லலா

மென்று நினைக்கிறேன்" என்று சொல்லி அந்நூல் எழுதியிருந்த ஏட்டுச் சுவடியை வருவித்துக் கொடுத்தார். நான் பாடம் கேட்கத் தொடங்கினேன்.

திருக்குடந்தைத் திரிபந்தாதி என்பது பிள்ளையவர்கள் இயற்றியது. கும்பகோணத்தில் எழுந்தருளியுள்ள ஸ்ரீகும்பேசுவரர் விஷயமானது. திரிபந்தாதியாதலால் சற்றுக் கடினமாகவே இருக்கும்.

அந்நூலில் நாற்பது பாடல்களுக்கு மேல் அன்று பாடம் கேட்டேன். திரிபு யமக அந்தாதிகளில் ஒரு நாளைக்கு ஐந்து ஆறு பாடல்களுக்கு மேல் பாடம் சொல்பவரை அதுவரையில் நான் பார்த்ததில்லை. பிள்ளையவர்கள் பாடம் சொல்லுகையில் விஷயங் களை விரிவாக உபமான உபமேயங்களோடு சொல்லுவதில்லை. எந்த இடத்தில் விளக்க வேண்டியது அவசியமோ அதை மாத்திரம் விளக்குவார். அவசியமான விசேஷச் செய்திகளையும் இலக்கண விஷயங்களையும் சொல்லுவார். மாணாக்கர்களுக்கு இன்ன விஷயம் தெரியாதென்பதை அவர் எவ்வாறோ தெரிந்து கொள்வார். நான் படித்து வரும்போது எனக்கு விளங்காத இடத்தை நான் கேட்பதற்கு முன்னரே அவர் விளக்குவார்; எனக்குத் தெரிந்ததை அவர் விளக்க மாட்டார். "நமக்கு இது தெரியாதென்பதை இவர் எப்படி இவ்வளவு கணக்காகத் தெரிந்து கொண்டார்" என்ற ஆச்சரியம் எனக்கு உண்டாகும். தம் வாழ்வு முழுவதும் மாணாக்கர்களுக்குப் பாடம் சொல்லிச் சொல்லிப் பழகியிருந்த அவர் ஒவ்வொருவருடைய அறிவையும் விரைவில் அளந்தறிந்து அவர்களுக்கு ஏற்ப பாடம் சொல்வதில் இணையற்றவராக விளங்கினார்.

### நிதிக்குவியல்

அவர் பாடம் சொல்வது பிரசங்கம் செய்வதுபோல இராது. அரியிலூர்ச் சடகோபையங்கார் முதலிய சிலர் ஒரு செய்யுளுக்கு மிகவும் விரிவாகப் பொருள் சொல்லிக் கேட்போர் உள்ளத்தைக் குளிர்விப்பார்கள். பிள்ளையவர்கள் பாடம் சொல்லும் முறையே வேறு. அவர்களெல்லாம் தம்மிடம் ஒரு குறிப்பிட்ட அளவு செல் வத்தைப் பாதுகாத்து வைத்திருப்பவர்களைப்போல் இருந்தார்கள். யாருக்கேனும் பணம் கொடுக்கும்போது ஒவ்வொரு காசையும் தனித்தனியே எடுத்துத் தட்டிக் காட்டிக் கையிலே கொடுப்பார்கள். பிள்ளையவர்களோ நிதிக்குவியல்களை வாரி வாரி வழங்குபவரைப் போல இருந்தார். அங்கே காசு இல்லை. எல்லாம் தங்க நாணயமே. அதுவும் குவியல் குவியலாக வாரி வாரி விட வேண்டியதுதான். வாரிக்கொள்பவர்களுடைய அதிர்ஷ்டம்போல லாபம் கிடைக்கும். எவ்வளவுக்கெவ்வளவு ஆசை அதிகமாக இருக்கிறதோ அவ்வளவுக் கவ்வளவு வாரிச் சேமித்துக்கொள்ளலாம். பஞ்சமென்பது அங்கே இல்லை.

### பசிக்கு ஏற்ற உணவு

எனக்கிருந்த தமிழ்ப்பசி மிக அதிகம். மற்ற இடங்களில் நான் பாடம் கேட்டபோது அவர்கள் கற்பித்த பாடம் யானைப் பசிக்குச் சோளப்பொரி போல இருந்தது. பிள்ளையவர்களிடம் வந்தேன்; என்ன ஆச்சரியம்! எனக்குப் பெரிய விருந்து, தமிழ் விருந்து கிடைத்தது. என் பசிக்கு ஏற்ற உணவு; சில சமயங்களில் அதற்கு மிஞ்சிக் கூடக் கிடைக்கும். அமிர்த கவிராயரிடம் திருவரங்கத் தந்தாதியில் ஒரு செய்யுளைக் கேட்பதற்குள் அவர் எவ்வளவோ பாடுபடுத்தி விட்டாரே! அதற்குமேல் சொல்லுவதற்கு மனம் வராமல் அவர் ஓடி விட்டாரே! அந்த அனுபவத்தோடு இங்கே பெற்ற இன்பத்தை ஒப்பிட்டுப் பார்த்தேன். "அடேயப்பா! என்ன வித்தியாசம்! தெரியாமலா அவ்வளவு பேரும் 'பிள்ளையவர்களிடம் போனால்தான் உன் குறை தீரும்' என்று சொன்னார்கள்?" என்று எண்ணினேன். "இனி நமக்குத் தமிழ்ப்பஞ்சம் இல்லை" என்ற முடிவிற்கு வந்தேன்.

# 31

## என்ன புண்ணியம் செய்தேனோ!

திருக்குடந்தைத் திரிபந்தாதியை இரண்டே தினங்களில் நான் பாடம் கேட்டு முடித்தேன். அப்போது என் ஆசிரியர் ஏடு வாரிச் சுவடி சேர்த்துக் கொடுத்தார்; ஒரு வாரெழுத்தாணியையும் அளித்து அந்நூலைப் பிரதி செய்துகொள்ளும்படி சொன்னார்; அச்சுப் புஸ்தகங்கள் மிக அருமையாக அகப்படும் அக்காலத்தில் நான் பாடங்கேட்ட புஸ்தகங்களிற் பெரும்பாலானவற்றை ஏட்டிலே எழுதிப் படித்தேன். இப்பழக்கத்தால் ஏட்டில் விரைவாகவும் தெளிவாகவும் எழுதும் வழக்கம் எனக்கு உண்டாயிற்று.

நான் பாடங்கேட்டபோது சவேரிநாத பிள்ளையும், கனகசபை ஐயரென்னும் வீர சைவரும், அவர் தம்பியாகிய சிவப்பிரகாச ஐயரும் சேர்ந்து பாடம் கேட்டனர். கனகசபை ஐயர் கூறை நாட்டில் ஒரு பள்ளிக்கூடம் வைத்திருந்தார்.

### அந்தாதிகள்

குடந்தைத் திரிபந்தாதியைப் படித்தபோது அதை இயற்றியவர் பிள்ளையவர்களே என்று அறிந்து, "ஒரு நூலை இயற்றிய ஆசிரிய ரிடமே அதனைப் பாடம் கேட்பது எவ்வளவு பெரிய அதிர்ஷ்டம்!" என்று எண்ணி எண்ணி இன்புற்றேன். அதைப் போன்ற பல பிர பந்தங்களையும் பல புராணங்களையும் அவர் இயற்றியுள்ளாரென் பதைச் சவேரிநாத பிள்ளை சொல்லக் கேட்டிருந்தேன். "ஆதலால்

இனி இவர்கள் இயற்றிய நூல்கள் எல்லாவற்றையும் இவர்கள் வாயிலாகவே தெரிந்துகொள்ளலாம்" என்ற நினைவிலே நான் ஒரு தனி மகிழ்ச்சியை அடைந்தேன்.

குடந்தைத் திரிபந்தாதி முடிந்தவுடன், பழமலைத் திரிபந்தாதி தொடங்கப்பட்டது. அதனை இயற்றியவர் துறைமங்கலம் சிவப்பிரகாச சுவாமிகள். சிவப்பிரகாச சுவாமிகள் பழகிய இடங் களிலே இருந்து அவருடைய புகழைக் கேட்டுக் கேட்டு அவரைப் பற்றிச் சிறந்த மதிப்பு வைத்திருந்த எனக்கு அவர் நூலைப் படிக்கத் தொடங்கிய போது பழைய காட்சிகளெல்லாம் நினைவுக்கு வந்தன. சிவப்பிரகாச சுவாமிகளால் நீராடப் பெற்றனவாகச் சொல்லப்படும் நடை வாவிகளை நினைத்தேன். அவருடைய பரம்பரையினரை நினைத்தேன். ஒரு கவிஞர் இயற்றிய நூலை மற்றொரு கவிஞர் பாடஞ்சொல்ல, அதைக் கேட்கப் பெற்ற என் பாக்கியத்தை நினைத்தேன்.

"சிவப்பிரகாச சுவாமிகள் சிறந்த கவி; கற்பனா சாமர்த்தியம் உடையவர். கவிதா சார்வ பௌமர் என்று அவரைப் பெரியோர்கள் சொல்லுவார்கள். அவர் இயற்றியுள்ள வெங்கைக் கோவையை மந்திரிக் கோவையென்றும், திருச்சிற்றம்பலக் கோவையாரை ராஜாக்கோவை என்றும் சொல்வது வழக்கம். சோண சைலமாலை என்ற பிரபந்தம் மிக்க சுவையுடையது. ஒவ்வொரு செய்யுளிலும் ஏதாவது கற்பனை இருக்கும். ஒரு காலத்தில் சுவாமிகள் திருவண்ணாமலையில் கிரிப் பிரதக்ஷிணம் செய்தபோது ஒரு தடவை வலம் வருவதற்குள் அந்த நூலிலுள்ள நூறு செய்யுட்களையும் செய்து முடித்தார்களாம்" என்று பிள்ளையவர்கள் கூறி விட்டுப் பாடம் சொல்லத் தொடங்கினார். ஒரு கவிஞர் மற்றொரு கவிஞரைக் குறித்துப் பொறாமையின்றி மனம் குளிர்ந்து பாராட்டுவது அருமையன்றோ?

## போகப் போகத் தெரியும்

திருவண்ணாமலையை ஒரு முறை வலம் வருவதற்குள் நூறு பாடலைச் சிவப்பிரகாசர் பாடி முடித்தார் என்ற செய்தி எனக்கு அதிக வியப்பை விளைவித்தது. பாடம் கேட்டு முடிந்தவுடன் சவேரிநாத பிள்ளையிடம் பேசுகையில், "சிவப்பிரகாச சுவாமிகள் பழகிய இடங்களை நான் பார்த்திருக்கிறேன். வெங்கனூருக்கு அருகிலுள்ள பிரதேசங்களில் ஊர் ஊராக அவருடைய பெருமையைப் பற்றிப் பேசிக்கொண்டே இருப்பார்கள். ஆனாலும் இந்தச் சமாசாரம் இன்று ஐயா அவர்கள் சொல்லத்தான் கேட்டேன். நூறு பாடல்களை ஒரே சமயத்தில் பாடம் சொல்பவர்களையே காணோமே? அப்படியிருக்க ஒரே சமயத்தில் நூறு செய்யுட்களைக் கற்பனையுடன் பாட வேண்டுமென்றால் அவர் தெய்வப் பிறவி தான் என்பதில் சந்தேகமே இல்லை" என்றேன் நான்.

"ஆச்சரியந்தான். அத்தகைய ஆச்சரியத்தை நாம் இங்கேயே பார்க்கலாம். பிள்ளையவர்கள் சிவப்பிரகாசருக்குக் குறைந்தவ ரல்லர். நூறு அல்ல, இருநூறல்ல, ஒரே மூச்சில் நூற்றுக்கணக்கான சுவையுள்ள செய்யுட்களை இவர்கள் பாடுவார்கள். எல்லாம் போகப் போக உமக்குத் தெரியவரும்' என்றார் "அத்தகைய சந்தர்ப் பம் வராதா?" என்று நான் எதிர்பார்த்துக் கொண்டே இருந்தேன்.

## பாட வரிசை

பழமலைத் திரிபந்தாதி முடிந்தது; திருப்புகலூர்த் திரிபந்தாதி ஆரம்பிக்கப்பட்டது. நெற்குன்றவாண முதலியாரென்பவர் பாடிய அதில் என் ஆசிரியருக்கு விருப்பம் அதிகம். அதைப் பாடம் சொன்ன போது ஒவ்வொரு செய்யுளிலும் அடிக்கொரு தரம், "என்ன வாக்கு! என்ன நயம்!" என்று பாராட்டுவார்.

அப்பிரபந்தம் முடிந்தவுடன் மறைசையந்தாதியைப் பாடங் கேட்டேன். ஒரே நாளில் அதைக் கேட்டு முடித்தேன். திரிபந்தாதி களுக்குப் பிறகு பிள்ளையவர்கள் இயற்றிய தில்லை யமக அந்தாதி, துறைசை யமக அந்தாதி என்பவைகளையும் திருவேரகத்து யமக அந்தாதியையும் கேட்டேன்.

பண்டைக் காலத்தில் பதங்களைப் பிரித்துப் பழகுவதற்கும் பலவகையான பதங்களைத் தெரிந்து கொள்வதற்கும் மனனம் செய்வதற்கும் அனுகூலமாக இருக்குமென்று கருதி அந்தாதிகளை மாணாக்கர்களுக்குப் பாடம் சொல்லி வந்தார்கள். அம் முறைப் படியே நானும் சவேரிநாத பிள்ளையும் பிறரும் பாடங் கேட்போம்.

அந்தாதிகள் ஆன பிறகு பிள்ளைத்தமிழ் வரிசை தொடங்கப் பெற்றது. எனக்குக் கொண்டாட்டந்தான். கால் நூலும், அரை நூலும், ஒரு செய்யுளுமாகப் படித்த எனக்கு வரிசை வரிசையாகப் பிரபந்தத் தொகுதிகள் ஒன்றன்பின் ஒன்றாக அனாயாசமாகக் கிடைத்தன. சோர்வில்லாமற் பாடங் கேட்டு வந்தேன். மீனாட்சி யம்மை பிள்ளைத்தமிழ், முத்துக்குமாரசாமி பிள்ளைத் தமிழ், செங் கழுநீர் விநாயகர் பிள்ளைத்தமிழ், அமுதாம்பிகை பிள்ளைத் தமிழ் என்பவற்றைக் கேட்டேன். திரிபந்தாதியா? ஒன்று, இரண்டு, மூன்று, நான்கு. யமக அந்தாதியா? அதிலும் இரண்டு, மூன்று. பிள்ளைத் தமிழா? அதிலும் ஐந்துக்குக் குறைவில்லை. பிள்ளைப் பெருமாளை யங்கார் இயற்றிய அஷ்டப் பிரபந்தங்களில் ஐந்தாறு பிரபந்தங்கள் பாடங் கேட்டேன். அசுவதாட்டியில் நான் பாடங் கேட்டு வந்ததை என்னாலேயே நம்பமுடியவில்லை. இப்படி நான் பாடம் கேட்கும் காலம் ஒன்று வருமென்று கனவிலும் நான் எதிர்பார்க்கவில்லை. விருத்தாசல ரெட்டியார், "நாங்களெல்லாம் மேட்டு நிலத்துக் கிணற் றில் ஊறும் ஊற்றுக்கள். அவர் காவேரிப் பிரவாகம்" என்று சொன்னது எவ்வளவு உண்மையானது? காவேரிப் பிரவாகமா? கங்காப் பிரவாகமென்று சொல்லலாம்; அதுகூடப் போதாது.

"கடல் மடை திறந்தது போன்றது" என்று சொன்னாலும் தகும். ஒவ்வொரு பிரபந்தமும் கேட்டு முடிந்தவுடன் அதனைச் சிந்தித்து இன்புற்று அந்தத் திருப்தியிலே, "என்ன புண்ணியம் செய்தனை நெஞ்சமே" என்று பெருமிதம் அடைந்தேன்.

### பாடம் சொல்லப் பிறந்தவர்

என் ஆசிரியர் பாடம் சொல்லும்போது கையிலே புஸ்தகம் வைத்துக்கொள்ளும் வழக்கமில்லை. அப்பெரியாருக்கு அவ்வளவு செய்யுட்களும் மனப்பாடமாகவே இருந்தன; சிறிதேனும் தடையின்றிப் பாடல்களைச் சொல்வதும், பொருள் சொல்வதும், பதசாரம் சொல்வதுமாகவே அவர் பெரும்பாலான நேரத்தைக் கழிப்பார். "இவர்கள் இதற்காகவே உதித்தவர்கள்" என்ற எண்ணம் எனக்கு உண்டாயிற்று. பாடம் சொல்வதில் அவருக்குச் சலிப்பே ஏற்படாது.

அவரிடம் பாடம் கேட்கும்போது நாங்கள் அடையும் பயன் பலவகைப்படும், நூலுக்குப் பொருளுரைப்பதோடு நூலாசிரியர் சம்பந்தமான வரலாறுகளையும் சொல்வார். பல தனிப் பாடல் களைச் சொல்வார். இன்னும் சந்தர்ப்பத்திற்கேற்ற பல விஷயங் களை இடையிடையே எடுத்துரைப்பார். அவைகளெல்லாம் மிகவும் உபயோகமுள்ள செய்திகளாகவே இருக்கும். நாங்கள் கேட்ட பாடங்களைச் சிந்திக்கும்போதுகூட அவர் அருகிலேயே இருப்போம். அவர் எங்களிடம் அன்போடு பேசுவதும் எங்கள் சௌகரியங்களை அடிக்கடி விசாரிப்பதும் எங்கள் உள்ளத்தைப் பிணித்தன.

### உள்ளன்பு

ஒவ்வொரு நாளும் நான் சாப்பிட்டு வந்தவுடன், "சாப்பிட் டாயிற்றா? ஆகாரம் சௌகரியமாக இருந்ததா?" என்று விசாரிப் பார். எண்ணெய் தேய்த்துக் கொள்ளும்படி வற்புறுத்துவார். ஒரு நாள் பிள்ளையவர்கள் தாம் எண்ணெய் தேய்த்துக் கொள்ள எண்ணி எண்ணெயை வருவித்தார். அப்போது அருகிலிருந்த என்னைப் பார்த்தார். "உமது முகம் தெளிவாக இல்லையே; கண் சிவந்திருக்கிறதே. எண்ணெய் தேய்த்துக் கொள்ளும்" என்று எண்ணெயும் கொடுத்தார். உடனே நான் சென்று எண்ணெய் தேய்த்துக் கொண்டு ஸ்நானம் செய்து போஜனம் பண்ணிவிட்டு வந்தேன். பிள்ளையவர்கள் அப்போது என்னைப் பார்த்தவுடனே அருகிலிருந்த ஒருவரிடம் "இப்போது எப்படி இருக்கிறது இவர் முகம்? தெளிவாக இருக்கிறதல்லவா?" என்று கேட்டனர். என் முகத்தில் இருந்த தெளிவு என்னைக் காட்டிலும் அவருக்கு அதிகமான மகிழ்ச்சியை உண்டாக்கியது.

எனக்கு ஏதேனும் வேண்டுமென்று தெரிந்தால், உடனே அவர் வாங்கிக் கொடுப்பார். நான் சாப்பிட்டு வருவதற்கு நேரமானால், "இன்னும் வரவில்லையே?" என்று கவலையோடு இருப்பார். இராத்திரி வேளைகளில் அக்கவலை அதிகமாக இருக்கும்; தெருத் திண்ணையில் அமர்ந்தபடியே என் வரவை எதிர்பார்த்திருப்பார். "ஏன் இவ்வளவு நேரம்? கவலையாக இருந்தது" என்று உள்ளன்போடு விசாரிப்பார். இத்தகைய செயல்களால் நான் அவரது அன்பை அறிந்து உருகினேன். அந்த அன்பிலே நனைந்து தமிழமுதத்தை உண்டு வந்தமையால் என் தாய் தந்தையரைப் பிரிந்திருப்பதனால் உண்டான துயரம் நீடிக்கவில்லை. பிள்ளையவர்களைப் பிரிந்திருக்க நேருமாயின் அதுவே கஷ்டமாக இருக்குமென்று தோன்றியது.

கோபால கிருஷ்ண பாரதியாரிடம் சென்று சங்கீத அப்பியாசம் செய்யும் நேரம், உணவு கொள்ளும் நேரம் ஆகிய சமயங்கள் தவிர மற்றக் காலங்களில் அப்புலவர் சிகாமணிக்கு அருகிலேயே இருந்து வந்தேன்; அருகிலே உறங்கி வந்தேன். அப்படிப் பழகுதலிலே ஒரு தனி இன்பத்தை நான் அடைந்தேன்.

### பெயர் மாற்றம்

நான் இவ்வாறு பாடம் கேட்டு வந்தபோது ஒருநாள் ஏதோ விசாரிக்கையில் பிள்ளையவர்கள் என்னை நோக்கி, "உமக்கு 'வேங்கடராமன்' என்று ஏன் பெயர் வைத்தார்கள்?" என்று கேட்டார். நான், "வேங்கடாசலபதி குல தெய்வமாதலால் எங்கள் குடும்பத்தில் ஒவ்வொருவரும் அக் கடவுள் பெயரையே கொள்வது வழக்கம்" என்பதைத் தெரிவித்தேன். வேங்கடராமன் என்ற பெயரை அவர் விரும்பவில்லையென்று எனக்குக் குறிப்பாகப் புலப்பட்டது.

"உமக்கு வேறு பெயர் ஏதேனும் உண்டா?" என்று அவர் கேட்டார்.

"எங்கள் வீட்டில் என்னை 'சாமா' என்று அழைப்பார்கள்" என்றேன்.

"அப்படி ஒரு பெயர் உண்டா, என்ன?"

"அது முழுப் பெயரன்றே! சாமிநாதனென்பதையே அவ்வாறு மாறி வழங்குவார்கள்."

"அப்படியா? சாமிநாதன் என்ற பெயர் எவ்வளவு நன்றாக இருக்கிறது! உம்மை நானும் அப்பெயராலேயே அழைக்கலாமென்று எண்ணுகிறேன். நீரும் இனிமேல் அப்பெயரையே சொல்லிக் கொள்ளும்" என்று அவர் சொன்னார்.

நான் அப்படியே செய்வதாக ஒப்புக் கொண்டேன். வேங்கட ராமனாக இருந்த நான் அன்று முதல் சாமிநாதனாகி விட்டேன். பிள்ளையவர்கள் விருப்பத்தின்படி எல்லோரும் சாமிநாதன் என்ற பெயரையே வழங்கலாயினர். அன்புகனிந்த அவர் உள்ளத்திற்கு உவப்பைத் தந்த அப்பெயரே எனக்கு நிலைத்து விட்டது.

என் பெயர் மாறின சில நாட்கள் வரையில் எனக்குச் சிறிது கஷ்டமாக இருந்தது. "சாமிநாதையர்" என்று யாராவது என்னை அழைத்தால் நான் என்னைத்தான் அப்படி அழைக்கிறார்கள் என்பதை உடனே உணர்ந்து கொள்ளவில்லை. என் காது வேங்கட ராமன் என்றும் சாமா என்றுமே கேட்டுப் பழகியிருந்தது. யாரேனும் என் பெயரைக் கேட்டால் வேங்கடராமன் என்று சொல்ல வாயெடுப்பேன்; சட்டென்று மாற்றிக் கொண்டு சாமிநாதன் என்பேன். நாளாக ஆகப் புதிய பெயரே வழக்கில் வந்தது.

## விளையாட்டு வேலைகள்

பிள்ளையவர்கள் வீடு பழையது. ஆகையால் அதற்குப் புதிதாக ஓடு மாற்றினார்கள். அப்போது அப்புலவர்பிரான் அருகிலிருந்து கவனித்து வந்தார். தாமே ஓடுகளை வாங்கி வாங்கிக் கொடுத்தார். பார்த்த நானும் ஓடுகளை வாங்கிக் கொடுத்தேன். "இந்த வேலையெல்லாம் உமக்குப் பழக்கம் இராது" என்று அவர் சொன்னார். "எனக்கா? நான் கிராமங்களிலே பழகினவன். அம்மாதிரி வேலைகளையெல்லாம் நன்றாகச் செய்வேன்" என்று சொல்லி அவரைச் சிரமப்படாமல் இருக்கச் செய்து அவ்வேலையை நான் கவனித்தேன். மூங்கிற் பிளாச்சுகளை வெட்டிக் கொடுத்தேன். என்னுடன் சவேரிநாத பிள்ளையும் அவ்வேலையைச் செய்தார்.

தோட்டத்தில் கிணறு ஒன்று புதியதாக வெட்டப்பட்டது. அப்போது கிணற்று ஜலத்தை வாங்கிக் கொட்டுவதற்காக வேஷ்டியைத் தூக்கிக் கட்டிக் கொண்டு பிள்ளையவர்கள் சென்றார். ஒரு குடம் வாங்கிக் கொட்டுவதற்குள் வேர்த்துப் போய் விட்டது. அவர் தம் தொந்தி குலுங்கத் தளர்ந்த உடம்புடன் அவ்வாறு செய்வதைக் கண்டவுடன் நான் ஓடிச் சென்று அக்குடத்தை வாங்கிக் கொண்டேன். "நான் பார்த்துக் கொள்கிறேன்" என்று சொல்லி ஜலத்தை வாங்கிக் கொட்டினேன். இத்தகைய காரியங்களைச் சோம்பலில்லாமல் நான் செய்தேன். படிப்பிலேயே பொழுது போக்கிய எனக்கு இவ்வேலைகள் இடையிடையே விளையாட்டைப் போலிருந்தன. சிரமம் தோன்றாமல் சந்தோஷத்துடன் செய்யும் காரியம் எதுவாயிருந்தாலும் அது விளையாட்டுத் தானே?

"சாமிநாதையர் சுறு சுறுப்பாக இருக்கிறார். எல்லா வேலைகளும் தெரிந்து கொண்டிருக்கிறார்" என்று பிள்ளையவர்கள் என்னைப் பாராட்டுவார். அப்பாராட்டு உண்மையன்போடு வெளிவருவதாதலின் என் உள்ளத்தைக் குளிர்விக்கும்.

பயனுள்ள பழக்கங்கள்

பிள்ளையவர்களைப் பார்ப்பதற்கு அடிக்கடி யாரேனும் வந்து கொண்டே இருப்பார்கள்; பிரபுக்கள் வருவார்கள்; வித்துவான்கள் வருவார்கள்; அப்போது நானும் மற்ற மாணாக்கர்களும் அருகிலே இருப்போம். வந்தவர்களோடு பேசிக் கொண்டே இருக்கையில் பல விஷயங்கள் அவர் வாக்கிலிருந்து வரும். எல்லாம் மிகவும் உபயோகமானவைகளாகவே இருக்கும். எங்கள் ஆசிரியர் அவர்களுக்கும் எங்களுக்கும் பழக்கம் பண்ணி வைப்பார். ஏதாவது பாடலைச் சொல்லச் சொல்லுவார்; பொருளும் சொல்லும்படி செய்வார். நான் ராகத்துடன் பாடல் சொல்வதனால் அடிக்கடி என்னைச் சொல்லும்படி ஏவுவார். இத்தகைய பழக்கத்தால் பல பேருக்கிடையில் அச்சமில்லாமல் பாடல் சொல்லும் வழக்கம் எனக்கு உண்டாயிற்று; பாடல்களுக்கு அர்த்தம் சொல்லும் பழக்கமும் ஏற்பட்டது.

ஒரு நாள் தர்மதானபுரம் கண்ணுவையர் என்ற வித்துவா னொருவர் வந்தார். அவர் பாரதப் பிரசங்கம் செய்வதிற் புகழ் வாய்ந்தவர். அங்கங்கே வில்லிபுத்தூராழ்வார் பாரதத்தைப் பிரசங்கம் செய்து சம்மானம் பெற்று ஜீவனம் செய்து வந்தார். அவர் பிள்ளையவர்களிடம் அபிமானமுடையவர். அவர் வந்த காலத்தில் பாரதத்திலிருந்து இசையுடன் செய்யுட்களைக் கணீ ரென்று சொல்லிப் பிரசங்கம் செய்தார். அத்தகைய பிரசங்கத்தை முன்பு நான் கேட்டதில்லையாதலின் அப்போது எனக்கு ஒரு புதிய இன்பம் உண்டாயிற்று.

மற்றொரு நாள் சபாபதி ஐயர் என்ற ஒரு வித்துவான் வந்தார். அவர் எழும்பூர் திருவேங்கடாசல முதலியாரிடம் பாடம் கேட்ட வர். அவர் இராமாயணப் பிரசங்கம் செய்பவர். கூறை நாட்டில் உள்ள சாலிய கனவான்கள் விருப்பத்தின்படி தினந்தோறும் கம்ப ராமாயணம் படித்துப் பொருள் சொல்லி வந்தார். அவர் வந்த காலத்தில் பிள்ளையவர்களிடம் கம்பராமாயணத்தைப் பற்றி நெடு நேரம் பேசிக் கொண்டிருந்தனர்; சில சந்தேகங்களையும் தீர்த்துக் கொண்டார்.

இவ்வாறு வரும் வித்துவான்களுடைய சம்பாஷணையால் உண்டான லாபம் வேறு எங்களுக்குக் கிடைத்தது. வந்து செல்லும் வித்துவான்களும் பிரபுக்களும் நாங்கள் பிள்ளையவர்களிடம் பாடம் கேட்டு வருவது தெரிந்து எங்களிடம் பிரியமாகப் பேசி அன்பு பாராட்டத் தொடங்கினர். அப்பொழுதிருந்த மாணாக்கர் களுள் பிராயத்தில் சிறியவன் நானே; ஆதலின் அவர்கள் என்னிடம் அதிகமான அன்பை வெளிப்படுத்தினார்கள்.

இப்படி என்னுடைய குருகுல வாசத்தில் நாளுக்கு நாள் அறிவும், பலருடைய அன்பும் இன்பமும் விருத்தியாகி வந்தன.

# 32

## தமிழே துணை

கோபால கிருஷ்ண பாரதியாரிடம் நான் சங்கீதப் பயிற்சி செய்து வருவது என் ஆசிரியருக்கு முதலில் தெரியாது. அதை நானும் தெரிவிக்கவில்லை. பிள்ளையவர்களுக்கும் கோபால கிருஷ்ண பாரதியாருக்கும் பழக்கமுண்டு. பாரதியார் பெரிய சிவ பக்தர் என்ற நினைவினால் அவரிடத்து என் ஆசிரியர் மதிப்பு வைத்திருந்தார்; அவரது சங்கீதத் திறமைக்காக அன்று. தமிழறிவு போதிய அளவு அவர்பால் இல்லையென்ற எண்ணம் பிள்ளை யவர்களுக்கு இருந்தது. பாரதியார் இயற்றிய நந்தனார் சரித்திரக் கீர்த்தனத்தில் இலக்கணப்பிழைகள் உள்ளன என்ற காரணத்தால் என் ஆசிரியர் அச்சரித்திரத்தைப் பாராட்டுவதில்லை. ஆனாலும் அதிற் கனிந்து ததும்பும் பக்திரஸத்தில் ஈடுபட்டு அதற்கும் ஒரு சிறப்புப்பாயிரச் செய்யுள் அளித்திருக்கிறார்.

### ரகசியம் வெளிப்பட்டது

எப்பொழுதேனும் இவ்விரு பெரியாரும் சந்திப்பதுண்டு. ஒரு முறை அவ்வாறு சந்தித்தபோது, பிள்ளையவர்கள் பாரதியாருக்கு உவப்பாக இருக்குமென்று கருதி, “என்னிடம் ஒரு பிராமணச் சிறுவர் பாடம் கேட்க வந்திருக்கிறார்; ராகத்தோடு பாடல் வாசிக் கிறார். தாங்கள் ஒருமுறை அவர் படிப்பதைக் கேட்டு ஆசீர்வதிக்க வேண்டும்” என்றார். இசையுடன் படிப்பது ஒரு பெரிய காரிய மென்றும், அதைக் கேட்டால் பாரதியார் திருப்தி அடைவா ரென்றும் அவர் எண்ணினார்.

“அந்தப் பிள்ளையாண்டானை எனக்கு நன்றாகத் தெரியுமே. என்னிடமும் வந்து காலை வேளைகளில் சிக்ஷை சொல்லிக் கொள்ளுகிறான். நல்ல சாரீரம் இருக்கிறது. தங்களிடம் அவன் பாடம் கேட்டு வருவதும் எனக்குத் தெரியும். சங்கீதத்தோடு தமிழ் கலந்தால் நன்றாகத்தான் இருக்கும்” என்று கூறினார் பாரதியார். அவர் கூறிய வார்த்தைகள் பிள்ளையவர்களிடம் வெறும் தமிழ் மாத்திரம் இருப்பது ஒரு குறையென்று தொனிக்கும்படி இருந்தன.

பிள்ளையவர்கள் அச்செய்தியைக் கேட்டதும் திடுக்கிட்டார். உடனே பாரதியாரிடம் விடை பெற்று நேரே தம் வீட்டுக்கு வந்து சேர்ந்தார். வீட்டின் ஒரு பக்கத்தில் நண்பர்களுடன் நான் எதையோ படித்துக் கொண்டிருந்தேன். அவர் வேகமாக என் அருகில் வந்து, “நீர் முடி கொண்டான் பாரதியாரிடம் இசைப் பயிற்சி செய்து வருகிறீராமே!” என்று கேட்டார். அக்கேள்வி என்னைத் திகைக்க வைத்தது. நான் அவரிடம் சொல்லாமல் இசைப் பயிற்சி செய்து வந்தது பிழைதான். பிழையென்று தெரிந்தாலும் நான் உடனே சொல்வதற்கு அஞ்சினேன். பாரதியார் பிள்ளையவர்களை

முன்பே சங்கீத விரோதியென்று சொல்லியிருந்ததனாலும், நான் பழகின அளவில் சங்கீதத்தில் அவருக்கு விருப்பம் இருப்பதாகத் தெரியவில்லையாதலாலும், அந்த அச்சம் எனக்கு உண்டாயிற்று. 'நின்ற வரையிலும் நெடுஞ் சுவர்' என்ற எண்ணத்துடன் சங்கீத தெய்வத்தை மறைவாக உபாசனை செய்து வந்தேன்.

இந்த நிலையில் என் ரகசியம் வெளிப்பட்டபோது நான் திகைப்படையாமல் என்ன செய்வேன்? என்ன பதில் சொல்வது? "பழக்கம் விட்டுப்போகாமல் இருப்பதற்காக அவரிடம் கற்றுக் கொள்ளும்படி என் தகப்பனார் சொன்னார்" என்று வாய் குழறிக் கொண்டே சொன்னேன். இயற்றமிழை மாத்திரம் தனித்து விரும்பும் அப்புலவர் தலைவர், "எனக்கு இது வரையில் அந்த விஷயம் தெரியாது. இசையில் அதிகப்பழக்கம் வைத்துக் கொண்டால் இலக்கண இலக்கியங்களில் தீவிரமாகப் புத்தி செல்லாது" என்று சொல்லிவிட்டுத் தம் வேலையைக் கவனிக்கச் சென்றார்.

### அவர் சொன்னது உண்மை

அவர் கூறிய செய்தி எவ்வளவு தூரம் உண்மை என்பதை ஆராய நான் முற்படவில்லை. பாரதியார் அவரைப்பற்றிச் சொன் னது மாத்திரம் உண்மையென்று அன்று உணர்ந்தேன். "இனிமேல் சங்கீதத்தைக் கட்டி வைக்க வேண்டியதுதான்" என்ற முடிவிற்கு வந்தேன். மறுநாள் முதல் பாரதியாரிடம் சங்கீதப் பயிற்சிக்காகச் செல்வதை நிறுத்திக் கொண்டேன்.

இந்நிகழ்ச்சியால் எனக்கு அதிக மனவருத்தம் உண்டாக வில்லை. சங்கீதம் எங்கள் பரம்பரைச் சொத்து. அதற்காக அதிகச் சிரமப் படவேண்டியதில்லை. தமிழறிவோ கிடைத்தற்கரிய பெரும் பேறாக எனக்கு இருந்தது, ஆதலின் அதற்கு முன்னே வேறு எந்தப் பொருளும் எனக்குப் பெரியதாகவே தோற்றவில்லை.

அப்பால் நான் பாரதியாரிடம் சென்று, "படிக்க வேண்டிய பாடங்கள் அதிகமாக இருப்பதால் தினந்தோறும் இங்கே வந்து அப்பியாசம் செய்ய முடியாதென்று தோன்றுகிறது. அவகாசமுள்ள வேளைகளில் வந்து தரிசனம் செய்துவிட்டுப் போகிறேன்" என்று கேட்டுக் கொண்டேன்.

### சீகாழிக் கோவை

தமிழ்ப்பாடம் தினந்தோறும் நடைபெற்று வந்தது. பிரபந்தங் கள் பலவற்றை முறையே கேட்டுவந்தேன். ஒரு நாள் என் ஆசிரியர் பாடம் சொல்லி வரும்போது, "காஞ்சிப் புராணத்தை நீர் பாடம் கேட்கலாம்; நல்ல நூல். பல அரிய விஷயங்களை அதனால் தெரிந்து கொள்ளலாம்" என்றார்கள். அவருக்கு அப்புராணத்தில் அதிக விருப்பமுண்டு. என்ன காரணத்தாலோ பின்பு அதைத் தொடங்கவில்லை.

“கோவை நூல் ஏதாவது நீர் வாசித்திருக்கிறீரா?” என்று பின்பு பிள்ளையவர்கள் கேட்டார்கள்.

“திருக்கோவையாரும் தஞ்சைவாணன் கோவையும் படித்திருக்கிறேன்” என்று விடை கூறினேன்.

“இப்போது சீகாழிக் கோவை பாடம் கேட்கலாம்” என்று அவர் சொன்னார்.

“அக்கோவையில் ஒரு செய்யுள் எனக்கு முன்பே தெரியும்” என்றேன்.

“எப்படி உமக்குத் தெரியும்?”

“என் சிறிய தந்தையார் முன்பு ஒரு முறை இவ்வூருக்கு வந்தபோது ஐயா அவர்களைப் பார்க்க வந்தாராம். அப்பொழுது ஐயா அவர்கள் சிலருக்குச் சீகாழிக் கோவையைப் பாடம் சொல்லி வந்ததை அவர் சிறிது நேரம் இருந்து கவனித்தாராம். ஐயா அவர்கள் பாடம் சொல்லியபோது ‘அற்றேமலர்க் குழல்’ என்ற செய்யுளைச் சொல்ல என் சிறிய தந்தையாருக்கு அது மனப்பாடமாகிவிட்டது. அவர் ஊருக்கு வந்து என்னிடம் இச்செய்தியைச் சொல்லியதோடு செய்யுளையும் சொன்னார். நான் அதை அப்போதே பாடம் செய்து கொண்டேன்” என்று சொல்லி அச் செய்யுளையும் கூறினேன்.

“அப்படியா! அந்நூல் முழுவதையும் நீர் பாடம் கேட்டுவிடலாம்” என்று கூறினார்.

நான் பாடம் கேட்பதற்கு அக்கோவையின் பிரதி கிடைக்கவில்லை. பிள்ளையவர்களிடம் இருந்த பிரதி வேறொருவர் வசம் இருந்தது. “கூறை நாட்டுக் கனகசபை ஐயரிடம் பிரதி இருக்கிறது: ஆனால் அதை அவர் எளிதில் கொடுக்கமாட்டார். வேறு யாரிடமாவது இருக்கும்; வாங்கித் தருகிறேன்” என்று அவர் சொன்னார்.

அன்று என் ஆசிரியர் வழக்கம்போல் மத்தியான்ன போஜனம் ஆன பிறகு படுத்துக் கொண்டிருந்தார்.

கூறை நாடு மாயூரத்திலிருந்து இரண்டு மைல் தூரமிருக்கும். அவர் துயிலும் சமயமறிந்து நான் கூறை நாட்டுக்கு மிகவும் வேகமாக ஓட்டமும் நடையுமாகச் சென்றேன். எப்படியாவது கனகசபை ஐயரிடமிருந்து சீகாழிக்கோவைப் பிரதியை வாங்கி வந்துவிட வேண்டும் என்ற எண்ணத்தோடு சென்றேன். அவரிடம் நயந்து கேட்டு அதை வாங்கினேன். பிள்ளையவர்கள் விழித்துக் கொள்வதற்குள் வந்துவிடவேண்டுமென்று ஒரே ஓட்டமாக மாயூரம் வந்துவிட்டேன். அப்போது ஒரு மணியிருக்கும். அந்த வெயிலின் வெம்மையும், இரண்டு மைல் தூரம் வேகமாகப் போய் வந்த களைப்பும் கோவைப் பிரதி கிடைத்த சந்தோஷத்தில் தோற்றவில்லை.

பிள்ளையவர்கள் விழித்துக் கொண்டபோது நான் சுவடியும் கையுமாக எதிரில் நின்றேன். "என்ன புஸ்தகம் அது?" என்று கேட்டார் அவர்.

"சீகாழிக் கோவை."

"ஏது?"

"கனகசபை ஐயருடையது."

"எப்போது வாங்கி வந்தீர்?"

"இப்போதுதான்."

"இந்த வெயிலில் ஏன் போக வேண்டும்? அவர் லேசில் தரமாட்டாரே! என்னிடம் சொல்லியிருந்தால் நான் வருவித்துக் கொடுத்திருப்பேனே."

அக்கோவையைப் பாடம் கேட்க வேண்டுமென்றிருந்த வேகம் என்னை அவ்வாறு செய்யத் தூண்டியதென்பதை அவர் உணர்ந்து கொண்டார். ஆதலின் அதை உடனே பாடம் சொல்லத் தொடங்கினார்.

சீகாழிக் கோவையென்னும் பிரபந்தம் பிள்ளையவர்களாலே இயற்றப் பெற்றது. அவர்களுடைய நண்பராகிய வேதநாயகம் பிள்ளை சீகாழியில் முன்சீபாக இருந்த காலத்தில் என் ஆசிரியர் அங்கே சென்று சில காலம் வசித்தார். அப்போதுதான் அக் கோவையை அவர் இயற்றினார். மற்றக் கோவைகளைக் காட்டிலும் அது சிறிது விரிந்த அமைப்புடையது.

கோவை பாடம் கேட்டு வருகையில் அப்பொழுதப்பொழுது பிள்ளையவர்கள் திருக்கோவையாரிலிருந்தும் வேறு கோவைகளி லிருந்தும் செய்யுட்களை எடுத்துரைத்து அவற்றிலுள்ள நயங்களைச் சொல்வார். கோவைப் பிரபந்தம் ஒரு கதைபோலத் தொடர்ந்து செல்வது; நாயகனும் நாயகியும் அன்பு பூண்டு வாழும் வாழ்க் கையை விரித்துரைப்பது. ஆதலின் அப்பிரபந்தத்தைப் பாடம் கேட்டபோது சிறிதாவது சிரமம் தோற்றவில்லை. அந்தாதிகளையும், பிள்ளைத் தமிழ்களையும் கேட்ட காலத்தில் அங்கங்கே சில இடங் களில் தான் மயங்குவேன்; தெளிவு ஏற்படாது. சீகாழிக் கோவை கேட்கும்போது அம்மாதிரி இல்லை.

சீகாழியில் எழுந்தருளியுள்ள ஸ்ரீ பிரமபுரீசரைப் பாட்டுடைத் தலைவராகக் கொண்டது அக்கோவை. சிவபக்திச் செல்வராகிய பிள்ளையவர்கள் அப்பிரபந்தத்தில் சிவபெருமான் புகழை வாயாரப் பாடியிருக்கின்றனர். பாடம் சொல்லும்போது அங்கங்கே பிரபந்த இயல்பையும் அகப்பொருள் இலக்கண நுணுக்கங்களையும் புலப்படுத்திக்கொண்டே சென்றார். கோவைகளில் ஆரம்பப் பகுதியில் வரும் வறிது நகை தோற்றலென்னும் துறையைக் கவிஞன் கூற்றாக அமைப்பது சம்பிரதாயமென்று அவர் சொன்னார்.

பிற்காலத்தில் எனது தமிழாராய்ச்சியில் அகப்பட்ட கோவைகளில் இந்த அமைப்பைக் கண்டேன். சிலவற்றில் மாத்திரம் அச்செய்யுள் தலைவன் கூற்றாக இருந்தது.

சீகாழிக்கோவை பாடம் நடந்தபோது சவேரிநாத பிள்ளையிட மிருந்து அந்நூல் சீகாழியில் முன்சீபாக இருந்த வேதநாயகம் பிள்ளையின் உதவியால் அரங்கேற்றப்பட்டதென்பதை உணர்ந் தேன். அக் கோவையைப் பாராட்டி அவர் இயற்றிய சிறப்புப் பாயிரச் செய்யுட்கள் சில உண்டென்றும் சொன்னார். அவற்றுள் மிகவும் நயமான செய்யுள் ஒன்று வருமாறு:

“விதியெதிரி லரிமுதலோர் புகல்புகலி யீசரே
விண்ணோர் மண்ணோர்
துதிபொதிபல் பாமாலைபெற்றிருப்பீர் மீனாட்சி
சுந்த ரப்பேர்
மதிமுதியன் கோவையைப்போற் பெற்றீர்கொல் இக்காழி
வரைப்பில் நீதி
யதிபதிநா மெனவறிவீர் நம்முன்னஞ் சத்தியமா
அறைகு வீரே.”

(சீகாழியில் எழுந்தருளியுள்ள ஈசரே, நீர் பலர் இயற்றிய பாமாலைகளைப் பெற்றிருப்பீர். ஆனாலும் மீனாட்சி சுந்தரம் பிள்ளையவர்கள் இயற்றிய கோவையைப் போல ஒன்று பெற்ற துண்டா? இந்தச் சீகாழி வட்டத்தில் நாம் நீதி பரிபாலனத்திற்கு அதிபதியென்பதை நீர் அறிவீர். நமக்கு முன் சத்தியமாகச் சொல்லும். விதி – பிரமா. புகலி – சீகாழி)

வேதநாயகம் பிள்ளையைப் பற்றிச் சவேரிநாத பிள்ளை பாராட்டிப் பேசினார்; “நான் பிள்ளையவர்களிடத்திலே வருவதற்கு அவரே சிபாரிசு செய்தார். பிள்ளையவர்களிடத்தில் மிக்க அன்பும் மதிப்பும் உள்ளவர், அவர் செய்யுட்களெல்லாம் எளிய நடையில் சாதுர்யமான பொருளை உடையனவாக இருக்கும்” என்று கூறினார். பெரிய உத்தியோகத்தில் இருப்பவர் தமிழில் அவ்வளவு பற்றுடையவரென்பதைக் கேட்டபோது எனக்கு வியப்பாக இருந்தது.

பிள்ளையவர்கள் தம் வீட்டிற்குப் பின்புறத்திலுள்ள குளத்தின் படித்துறையில் இருந்து பிற்பகலில் பாடம் சொல்லுவார். மேலே ஓடு வேயப்பட்டிருந்தமையின் வெயிலின் கடுமை அங்கே இராது. அப்படித்துறையில் குளிர்ந்த நிழலில் இருந்து பாடம் சொல்வதில் அவருக்கு விருப்பம் அதிகம். சீகாழிக் கோவையைப் பெரும்பாலும் அங்கேயே பாடங் கேட்டேன். அது சில தினங்களில் முடிவடைந் தது. அதைக் கேட்டபோது என் ஆசிரியர் கூறிய செய்திகள் பிற் காலத்தில் என் தமிழாராய்ச்சிக்கு மிகவும் உபயோகமாக இருந்தன.

சங்கீத முயற்சியைக் கைவிட்டுத் தமிழே துணையாக இருந்த எனக்கு அக்காலத்தில் சங்கீதத் தொடர்பு அற்றுப் போனது ஒரு குறைவாகத் தோற்றவில்லை. என் கவனத்தை இரண்டு திசைகளிற் பகிர்ந்து செலுத்தாமல் ஒரே திக்கில் செலுத்தியது நல்லதுதானென்ற எண்ணமும் வர வர உறுதியாயிற்று.

# 33

## அன்பு மயம்

என் ஆசிரியர் பாடம் சொல்லி வரும்போது அங்கங்கே அமைந்துள்ள இலக்கண விசேஷங்களை எடுத்துச் சொல்வது வழக்கம். அரிய பதமாக இருந்தால் வேறு நூலிலிருந்து அதற்கு ஆதாரம் காட்டுவார். செய்யுட்களில் எதுகை மோனைகள் எப்படி அமைந்திருக்கின்றன என்பதைக் கவனிக்கச் செய்வார். கவிஞராகிய அவர் செய்யுள் செய்யப் பழகுபவருக்கு இன்ன இன்ன முட்டுப்பாடுகள் நேருமென்பதை நன்றாக அறிவார். எங்களுக்கு அத்தகைய இடையூறுகள் நீங்கும் வழியைப் போதிப்பார்.

### செய்யுள் இயற்றும் வழி

“செய்யுள் செய்வதற்கு முன் எந்த விஷயத்தைப் பற்றிச் செய்யுள் இயற்ற வேண்டுமோ அதை ஒழுங்கு படுத்திக் கொள்ள வேண்டும். எந்த மாதிரி ஆரம்பித்தால் கஷ்டமாக இராதோ அதை அறிந்து கொள்ள வேண்டும். பாட்டில் எதுகையில் இன்னதை அமைக்க வேண்டுமென்பதை வரையறுத்துக் கொண்டு அதற்கேற்ற எதுகையை வைக்க வேண்டும். மனம் போனபடி ஆரம்பித்து அதற்கேற்றபடி அடிகளைச் சரிப்படுத்துவது கூடாது. முதல் அடியில் அமைக்க வேண்டிய பொருளை மாத்திரம் யோசித்துத் தொடங்கி விட்டு நான்காவது அடிக்கு விஷயமோ வார்த்தைகளோ அகப்படாமல் திண்டாடக் கூடாது. நான்கு அடிகளிலும் தொடர்ச்சியாக அமையும் அமைப்பை நிச்சயித்துக் கொள்ள வேண்டும்” என்று அவர் கூறுவார்.

ஒரு நாள் மாலையில் அவர் அனுஷ்டானத்தை முடித்துக் கொண்டு வந்து வீட்டுத் திண்ணையில் அமர்ந்திருந்தார். நானும் கனகசபை ஐயரும் சவேரிநாத பிள்ளையும் அருகில் நின்றோம். அப்போது அவர் எங்களை நோக்கி, “உங்களுக்குச் செய்யுள் இயற்றும் பழக்கம் உண்டா?” என்று கேட்டார். மற்ற இருவர்களும் பிள்ளையவர்களிடத்திற் பல நாட்களாகப் பாடம் கேட்டுப் பழகியவர்கள். அவர்கள் “உண்டு” என்று சொன்னார்கள். நான் இந்த மகா கவியினிடத்தில் “நமக்கும் செய்யுளியற்றத் தெரியும் என்று சொல்வது சரியல்லவே?” என்று முதலில் எண்ணினேன்.

ஆனாலும், மற்றவர்கள் தமக்குத் தெரியுமென்று சொல்லும்போது நான் மட்டும் சும்மா இருப்பதற்கு என் மனம் இடங் கொடுக்க வில்லை. ஆதலால், "எனக்கும் தெரியும்" என்று சொன்னேன்.

"ஏதாவது ஒரு பாட்டின் ஈற்றடியைக் கொடுத்தால் அதை வைத்துக்கொண்டு மற்றவற்றைப் பூர்த்தி செய்ய முடியுமா?" என்று ஆசிரியர் கேட்டார்.

"முயன்று பார்க்கிறோம்" என்றோம்.

உடனே அவர் எங்கள் மூவருக்கும் மூன்று வெண்பாக்களுக் குரிய ஈற்றடிகளைக் கொடுத்தார். சவேரிநாத பிள்ளை கிறிஸ்தவர்; ஆகையால் அவருக்கு ஏற்றபடி, "தேவா வெனக்கருளைச் செய்" என்பதையும், கனகசபை ஐயருக்கு, "சிந்தா குலந் தவிரச் செய்" என்பதையும், எனக்கு, "கந்தா கடம்பாகு கா" என்பதையும் கொடுத் தார். நாங்கள் யோசித்து நிதானமாக ஒருவாறு வெண்பாக்களைப் பூர்த்தி செய்தோம்.

### எனக்காகப் பிரார்த்தனை

நாங்கள் மூவரும் இந்த மூன்று வெண்பாக்களையும் சொன் னோம். கேட்ட அவர், "நானும் ஒரு பாடல் முடித்திருக்கிறேன்" என்று சொல்லி

"பாடப் படிக்கப் பயனா நினக்கன்பு
கூடக் கருணை கொழித்தருள்வாய் – தேடவரும்
மந்தா நிலந்தவழு மாயூர மாநகர்வாழ்
கந்தா கடம்பாகு கா"

என்று அந்த வெண்பாவையும் சொன்னார். "நம்மோடு சேர்ந்து நமக்கு ஊக்கத்தை உண்டாக்குவதற்காகத் தாமும் ஒரு செய்யுளை இயற்றிச் சொல்லுகிறார்" என்பதை நான் உணர்ந்தேன். தமிழை இன்பந் தரும் விளையாட்டாகக் கருதி வாழ்ந்த அப்பெரியார் எங்களுக்கும் தமிழ்க் கல்வியை விளையாட்டாகவே போதித்து வந்தார். பிள்ளைகளுக்கு உத்ஸாகமூட்டுவதற்காகத் தந்தை அவர் களோடு சேர்ந்து விளையாடுவதில்லையா? அதைப் போல அவரும் எங்களுடன் சேர்ந்து செய்யுள் இயற்றினார்.

எங்கள் மூவருக்கும் அவர் கூறிய செய்யுளைக் கேட்டவுடன் ஆனந்தமுண்டாயிற்று. எனக்கு ஒருபடி அதிகமான சந்தோஷம் ஏற்பட்டது. என் ஆசிரியர் எனக்குக் கொடுத்த சமஸ்யையை யல்லவா தம்முடைய பாட்டிற்கு ஈற்றடியாகக் கொண்டார்? அவருடைய அன்பு என்பால் எவ்வாறு பதிந்துள்ளதென்பதை அது காட்டவில்லையா? அது மட்டுமா? அப்பாட்டு ஒரு கவியினது பாட்டாக இருந்தாலும் பொருளமைப்பில் ஒரு மாணாக்கனது பிரார்த்தனையாக வல்லவோ இருக்கிறது? 'பாடவும் படிக்கவும்

அன்பு கூடவும்' எல்லோரும் இறைவனைப் பிரார்த்திக்க வேண்டிய வர்களே. ஆயினும் என் ஆசிரியர் அத்தகைய பிரார்த்தனையை எவ்வளவோ காலத்திற்கு முன் செய்து அதன் பலனை அனுபவித்து வந்தவர். ஆகையால் அப்போது அந்தப் பிரார்த்தனையை அவர் சொல்ல வேண்டிய அவசியம் ஒன்றுமில்லை. குழந்தைக்காகத் தாய் மருந்தை உண்பதுபோல, பாடவும் படிக்கவும் அன்பு கூடவும் வேண்டுமென்று மாயூர நகர் வாழும் கந்தனை நான் பிரார்த்திப் பதற்குப் பதிலாக அவரே பிரார்த்தித்தார். எனக்காகவே அப்பாடல் இயற்றப் பெற்றது.

இத்தகைய எண்ணங்கள் என் உள்ளத்தில் தோன்றின. நான் மகிழ்ந்தேன்; பெருமிதமடைந்தேன்; உருகினேன். அதுமுதல் அச் செய்யுளை நாள்தோறும் சொல்லி வரலானேன். நான் சொந்தமாக இயற்றிய செய்யுள் என் நினைவில் இல்லை. எனக்காக என் ஆசிரியர் பாடித் தந்த செய்யுளே என் உள்ளத்தில் இடம் கொண்டது.

## முத்துக் குமாரசுவாமி பிள்ளைத் தமிழ்

முருகக் கடவுள் தமிழுக்குத் தெய்வம் என்று பெரியோர்கள் சொல்வார்கள். தமிழ்க் கல்வியையே விரும்பி வாழ்ந்த எனக்கு அப்பெருமானிடத்தே பிரார்த்தனை செய்ய வேண்டுமென்ற எண்ணம் உதித்தது. மந்திர ஜபத்தால் அவரது உபாஸனையை ஒருவாறு செய்து வந்தாலும் தமிழ்க் கடவுளைத் தமிழ்ச் செய்யு ளாலே உபாஸித்து வரவேண்டுமென்ற அவா உண்டானமையால் எந்தத் தமிழ் நூலையாவது தினந்தோறும் பாராயணம் செய்து வர வேண்டுமென்று உறுதி செய்து கொண்டேன். குமரகுருபர சுவாமிகள் முருகக் கடவுள் திருவருள் பெற்றவரென்று அறிந்து அவர் இயற்றிய நூல்களில் ஒன்றாகிய முத்துக் குமாரசுவாமி பிள்ளைத் தமிழைத் தினந்தோறும் காலையில் பாராயணம் செய்து வரலானேன். இப்பழக்கம் உத்தமதானபுரத்திலேயே ஆரம்ப மாயிற்று. பிள்ளையவர்களிடத்தில் வந்த பிறகும் இப்பாராயணம் தொடர்ந்து நடைபெற்றது.

இந்நிலையில் என் ஆசிரியர் எனக்காகப் பாடிக் கொடுத்த வெண்பாவும் கிடைத்ததென்றால் எனக்குண்டான திருப்தியைச் சொல்லவா வேண்டும்? அதனையும் ஒரு மந்திரமாகவே எண்ணிச் சொல்லி வந்தேன்.

முத்துக்குமாரசுவாமி பிள்ளைத்தமிழ் முழுவதையும் பாராயணம் செய்து வருவதால் காலையில் சில நாழிகை பாடங் கேட்க இயலாது. நான் பாராயணம் செய்து வருவது பிள்ளையவர் களுக்குத் தெரியும். மற்றவர்களுக்குப் பாடம் சொல்ல ஆரம்பிக்கும் போது நான் இல்லாவிடின் எனக்காகக் காத்திருப்பது அவரது வழக்கமாயிற்று. இத்தகைய தாமதம் ஏற்படுவதை மாற்றும்

பொருட்டு அவர் ஒரு நாள் என்னிடம், "முத்துக்குமாரசுவாமி பிள்ளைத் தமிழை முற்றும் இவ்வாறு பாராயணம் செய்வது நன்மையே; ஆனாலும் தினந்தோறும் செய்து வரும்போது சில நாட்கள் உமக்குச் சிரமமாக இருக்கும். காலையில் சுறு சுறுப்பாகப் பாடம் கேட்பதற்கும் சிறிது தாமதம் நேருகிறது. அதற்கு ஒரு வழி சொல்லுகிறேன். பிள்ளைத் தமிழில் வருகைப் பருவம் மிகவும் முக்கியமானது. நீர் அந் நூலில் வருகைப் பருவத்தின் கடைசி இரண்டு செய்யுட்களை மாத்திரம் பாராயணம் செய்து வந்தாற் போதும். இவ்வாறு செய்யும் வழக்கமும் உண்டு" என்றார். அவர் கூறியது எனக்கு அனுகூலமாகவே தோற்றியது. ஆதலின் அவர் கட்டளைப்படியே நான் அது தொடங்கி அந்த இரண்டு செய்யுட்களை மாத்திரம் தினந்தோறும் சொல்லி வரலானேன்.

## தம்பியின் ஜனனம்

பிரஜோற்பத்தி வருஷம் ஆடி மாதம் பிறந்தது. எனக்குப் பதினேழாம் பிராயம் நடந்தது. என் தந்தையாரும் தாயாரும் சூரிய மூலையில் இருந்தனர். ஆடி மாதம் மூன்றாந் தேதி திங்கட்கிழமை (17.07.1871) யன்று இறைவன் திருவருளால் எனக்கு ஒரு தம்பி பிறந்தான். இச்செய்தியை எனக்குத் தெரிவித்து அழைத்துச் செல்வதற்காக என் தந்தையாரே வந்தார். என் தாய் தந்தையர் என்னைப் பிரிந்து வருந்துவதை நான் அறிந்தவன். அவ்வருத்தத்தை ஒருவாறு போக்கி ஆறுதல் உண்டாக்கவே கடவுள் இக்குழந் தையைக் கொடுத்திருக்கிறார் என்று நான் நம்பினேன்.

பிள்ளையவர்களிடம் என் தந்தையார் இச் சந்தோஷச் செய்தியைத் தெரிவித்தபோது அவர் மகிழ்ந்தார். என்னை நோக்கி, "தம்பி யுடையான் படைக்கஞ்சான்" என்பது பழமொழி. குழந்தை சௌக்கியமாக வளர்ந்து உமக்குச் சிறந்த துணையாக இருக்க வேண்டுமென்று சிவபெருமானைப் பிரார்த்திக்கிறேன்" என்றார். அப்பால், சிறிது நேரம் வரையில் என் படிப்பு சம்பந்தமாகப் பேசி விட்டு, "நான் இவனை ஊருக்கு அழைத்துச் சென்று புண்யாஹ வாசனம் வரையில் வைத்திருந்து பிறகு அனுப்பிவிடுகிறேன்" என்று என் தந்தையார் பிள்ளையவர்களிடம் அனுமதி பெற்று என்னை அழைத்துக் கொண்டு புறப்பட்டார்.

மாயூரத்திலிருந்து சூரிய மூலை ஏறக்குறைய 10 மைல் தூரம் இருக்கும். நாங்கள் நடந்தே சென்றோம். எங்கள் பிரயாணம் பெரும் பாலும் நடையாகத்தான் இருந்தது. செல்லும்போது தந்தையார் என்னுடைய காலப் போக்கைப் பற்றி விசாரித்தார். நான் கூறிய விடையால் எனக்கிருந்த உத்ஸாகத்தையும் சந்தோஷத்தையும் என்பால் உண்டாகியிருந்த கல்வி அபிவிருத்தியையும் அறிந்தார்.

"நான் வரும்போதே உன்னைப் பற்றித் தெரிந்து கொண்டேன். வரும் வழியில் மாயூரத்திலிருந்து யாரேனும் எதிரே வந்தால் அவரிடம் பிள்ளையவர்களைப் பற்றி விசாரிப்பேன். அவர்கள் சொன்ன பதில் எனக்குத் திருப்தியை உண்டாக்கிற்று. மாயூரத்தி லிருந்து வரும் ஒருவரைப் பார்த்து 'பிள்ளையவர்கள் சௌக்கிய மாக இருக்கிறார்களா?' என்று விசாரித்தேன். 'அவர்கள் ஊரில் இருக்கிறார்களா?' என்று கேட்டுத் தெரிந்து கொண்டேன். 'அவரிடம் ஒரு பிராமணப் பையன் படிக்கிறானே! உங்களுக்குத் தெரியுமா?' என்று கேட்டேன். 'ஆகா, தெரியுமே. பிள்ளையவர்களைப் பார்த்த வர்கள் அவர்களுடைய மாணாக்கர்களைப் பற்றித் தெரிந்து கொள் ளாமல் இருக்க முடியாதே. ஒவ்வொருவரையும் பற்றி வருபவர் களுக்குச் சொல்லி உத்ஸாகமூட்டுவது அவர்கள் வழக்கமாயிற்றே. இப்போது வந்திருக்கும் பிராமணப் பையனிடம் அவர்களுக்கு அதிகப் பிரியமாம். அப்பிள்ளை நன்றாகப் பாடல் படிக்கிறாராம். சங்கீதங் கூடத் தெரியுமாம். பிள்ளையவர்கள் அவரிடம் வைத் துள்ள அன்பு அவரோடு பழகுகிறவர்கள் யாவருக்கும் தெரியும்' என்று சொன்னதைக் கேட்டு என் உள்ளம் குளிர்ந்தது. உன் அம்மா உன்னைப் பார்க்க வேண்டும், பார்க்க வேண்டுமென்று துடித்துக் கொண்டிருக்கிறாள்" என்று என் தந்தையார் கூறினார்.

## அன்னையின் ஆவல்

நாங்கள் சூரிய மூலை போய்ச் சேர்ந்தோம். வீட்டிற்குள் சென்றேனோ இல்லையோ நேரே, "அம்மா!" என்று சொல்லிக் கொண்டே பிரசவ அறைக்கு அருகில் சென்று விட்டேன். உள்ளே இருந்து மெலிந்த குரலில், "வா, அப்பா" என்று அருமை அன்னை யார் வரவேற்றார்.

"உன் தம்பியைப் பார்த்தாயா?" என்று அங்கிருந்த என் பாட்டியார் குழந்தையை எடுத்து எனக்குக் காட்டினார். நான் அந்தக் குழந்தையைப் பார்த்துப் பார்த்துச் சந்தோஷமடைந்தேன். அதே சமயத்தில் என் தாயார் அந்த அறையில் இருந்தபடியே என்னை நோக்கிச் சந்தோஷம் அடைந்தார்.

"சாமா, உன் உடம்பு இளைத்துவிட்டதே; வேளைக்கு வேளை ஆகாரம் சாப்பிடுகிறாயா? எண்ணெய் தேய்த்துக்கொள்கிறாயா?" என்று என் தாயார் விசாரித்தார்.

"எனக்கு ஒன்றும் குறைவில்லை. சௌக்கியமாகவே இருக் கிறேன்" என்றேன் நான்.

"என்னவோ, அநாதையைப்போலத் தனியே விட்டுவிட்டோம். ஆண்டவன்தான் காப்பாற்ற வேண்டும்" என்று தழுதழுத்த குரலில் என் அன்னையார் கூறினபோது அவருடைய ஹிருதயத்திலிருந்த துக்கத்தின் வேகம் என்னையும் தாக்கியது; என் கண்களில் அதன் அடையாளம் தோற்றியது.

## அன்புப் பிணைப்பு

புண்ணியாஹவாசனம் நடைபெற்றது. அதன் பின்பும் சில நாட்கள் அங்கே இருந்தேன். "குழந்தை அங்கே தனியாக இருக்கிறான். வாய்க்கு வேண்டியதைத் தருவதற்கு யார் இருக்கிறார்கள்? ஏதாவது பக்ஷணம் பண்ணிக்கொடுங்கள்" என்று என் தாயார் கூற, அங்கிருந்த ஒவ்வொரு நாளும் விதவிதமான சிற்றுண்டிகளை வீட்டிலுள்ளவர்கள் செய்து கொடுத்தார்கள். நான் உண்டேன். என்னிடம் பிள்ளையவர்கள் வைத்துள்ள அன்பைக் குறித்து நான் விரிவாகச் சொன்னேன். அதைக் கேட்டபோது என் தாயாருக்கும் மற்றவர்களுக்கும் ஆறுதல் உண்டாயிற்று.

என் பாட்டனார் பிள்ளையவர்களைப்பற்றி விசாரித்தார். அவருடைய சிவ பக்தியையும் பாடம் சொல்லும் ஆற்றலையும் அவர் கேட்டு மகிழ்ந்தார். அவரியற்றிய சிவோத்கர்ஷத்தை விளக்கும் பாடல்களைச் சொல்லிக் காட்டினேன். நான் சொன்ன விஷயங்களெல்லாம் பாட்டனாருக்கு மிக்க ஆச்சரியத்தை விளைவித்தன.

சூரிய மூலைக்குச் சென்றபோது என் தாயாரையும் தந்தையார் முதலியோரையும் குழந்தையையும் பார்த்த மகிழ்ச்சியிலே சில நாட்கள் பதிந்திருந்தேன். தினந்தோறும் தவறாமல் தமிழ்ப்பாடம் கேட்டு வரும் பழக்கத்தில் ஊறியிருந்தவனாகிய எனக்கு அப்பழக்கம் விட்டுப் போனதனால் ஒருவிதமான குறை சிறிது சிறிதாக உறைக்கத் தொடங்கியது. தமிழ்ப்பாடம் ஒருபுறம் இருக்க, பிள்ளையவர்களைப் பிரிந்திருப்பதில் என் உள்ளத்துக்குள் ஒரு விதமான துன்பம் உண்டாகியிருப்பதை உணர்ந்தேன். தாயார் தகப்பனார் முதலியவர்களோடு சேர்ந்திருப்பதனால் உண்டாகிய சந்தோஷ உணர்ச்சியினூடே அந்தத் துன்ப உணர்ச்சி தலைகாட்டியது. இப்புதிய அனுபவத்தில் எனக்கு ஓர் உண்மை புலப்பட்டது: "ஆண்டவன் என் ஆசிரியர் உள்ளத்திற்கும் என் உள்ளத்திற்கும் மிகவும் நுண்மையான பிணைப்பை அன்பினால் உண்டாக்கிவிட்டான். அப் பிணைப்பு என்னை அறியாமலே என்னைக் கட்டுப்படுத்திவிட்டது! அவர் எனக்காகப் பிரார்த்திக்கிறார். நான் என் தாயார் அருகிலிருந்தும் அவரருகில் இல்லாத குறையை உணர்கிறேன்" என்பதுதான் அது. "இந்த அன்பு நிலைத்திருக்க வேண்டும்" என்று அந்தரங்க சுத்தியோடு நான் பிரார்த்தித்தேன்.

# 34

## புலமையும் வறுமையும்

சூரிய மூலையிலிருந்து என் பெற்றோர்களிடமும், மாதா மகரிடமும் அம்மான் முதலியவர்களிடமும் விடை பெற்று நான்

மாயூரம் வந்து சேர்ந்தேன். வந்தபோது நான் பிரிந்திருந்த பத்து நாட்களில் ஒரு பெரிய லாபத்தை நான் இழந்துவிட்டதாக அறிந் தேன். நான் ஊருக்குப் போயிருந்த காலத்தில் பிள்ளையவர்கள் சிலருக்குப் பெரியபுராணத்தை ஆரம்பித்துப் பாடம் சொல்லி வந்தார்.

## பெரியபுராணப் பாடம்

தஞ்சை ஜில்லாவில் சில முக்கியமான தேவஸ்தானங்களின் விசாரணை திருவாவடுதுறை ஆதீனத்துக்கு உண்டு. மாயூரத்தில் ஸ்ரீ மாயூரநாதர் கோயிலும் ஸ்ரீ ஐயாறப்பர் ஆலயமும் அவ்வா தீனத்துக்கு உட்பட்டவை. ஆதீன கர்த்தராகிய பண்டார சந்நிதி களின் பிரதிநிதியாக இருந்து அவர்கள் கட்டளைப்படி தேவஸ் தானங்களின் விசாரணையை நடத்தி வரும் தம்பிரான்களுக்குக் கட்டளைத் தம்பிரான்கள் என்றும், அத்தம்பிரான்கள் தம் தம் வேலைக்காரர்களுடன் வசிப்பதற்காக அமைத்திருக்கும் கட்டிடங் களுக்குக் கட்டளை மடங்களென்றும் பெயர் வழங்கும். மாயூரத்தில் திருவாவடுதுறை ஆதீனகர்த்தரின் பிரதிநிதியாகப் பாலசுப்பிர மணியத் தம்பிரானென்பவர் மாயூரம் தெற்கு வீதியில் உள்ள கட்டளை மடத்தில் இருந்து கோயிற் காரியங்களை நன்றாகக் கவனித்து வந்தார். அவர் தமிழில் நல்ல பயிற்சி உள்ளவர். அவர் இருந்த கட்டளை மடம் பிள்ளையவர்கள் விடுதிக்கு அடுத்ததாத லால் அடிக்கடி அங்கே சென்று அவருடன் சல்லாபம் செய்து வருவார். அவருக்குப் பிள்ளையவர்களிடம் பெரிய புராணம் பாடம் கேட்க வேண்டுமென்ற விருப்பமிருந்தமையால் அவ்விதமே தொடங்கி முதலிலிருந்து பாடம் கேட்டு வந்தார். வேறு முதியவர் சிலரும் உடனிருந்து பாடம் கேட்டு வந்தனர். சவேரிநாத பிள்ளை யும் கேட்டு வந்தார்.

நான் சூரிய மூலையிலிருந்து வந்த காலத்தில் எறிபத்த நாயனார் புராணத்துக்கு முந்திய புராணம் வரையில் நடைபெற்றிருந்தது. நான் வந்த தினத்தில் அப்புராணம் ஆரம்பமாயிற்று. பெரிய புராணத்தை நான் அதற்கு முன் பாடம் கேட்டதில்லை. நாயன் மார்களுடைய பெருமையை விரித்துரைக்கும் அந்நூலைப் பிள்ளையவர்கள் போன்ற சிவபக்திச் செல்வம் நிறைந்தவர்கள் சொல்லத் தொடங்கினால் இயல்பாகவே பக்தி ரஸம் செறிந்துள்ள அப்புராணம் பின்னும் அதிக இனிமையை உண்டாக்கும் என்பதில் என்ன சந்தேகம்?

நான் பிரபந்தங்கள் பாடங்கேட்ட அளவில் நின்றிருந்தேன்; காவியங்களைப் பாடம் கேட்கும் நிலையை அதுவரையில் அடைய வில்லை. ஆதலால் "நமக்கு இப்புராணத்தைப் பிள்ளையவர்கள் பாடம் சொல்வார்களோ" என்று ஐயமுற்றேன்! அன்றியும் அதைக் கேட்பவர்கள் தக்க மதிப்புடையவர்களாகவும் தமிழ்க் கல்வியிலும்

பிராயத்திலும் என்னைக் காட்டிலும் முதிர்ச்சி பெற்றவர்களாகவும் உள்ளவர்கள். "இவர்களோடு ஒருவனாக இருந்து பாடம் கேட்பது முடியாது" என்ற எண்ணமே எனக்கு முன் நின்றது.

அந்நிலையில் என் அருமை ஆசிரியர் என்னை அழைத்து, "பெரிய புராணத்தை நீரும் இவர்களுடன் பாடம் கேட்கலாம்" என்று கூறினார்; அப்போது நான் மெய்ம்மறந்தேன். ஆனந்த வாரியில் மூழ்கினேன். சில நேரம் வரையில் ஒன்றும் தெரியாமல் மயங்கினேன்.

ஒரு பெரிய விருந்தில் குழந்தைகளை விலக்கி விடுவார்களா? அவர்களையும் சேர்த்துக் கொண்டுதானே யாவரும் உண்ணுகிறார் கள்? அப் பெரியபுராண விருந்தில் தமிழ்க் குழந்தையாகிய எனக்கும் இடம் கிடைத்தது.

நாயன்மார்கள் வரலாறு கதையாக இருத்தலினாலும் சேக்கிழார் வாக்கு ஆற்றொழுக்காகச் செல்வதாலும் பெரிய புராணம் எனக்குத் தெளிவாகப் புலப்பட்டது. என் ஆசிரியர் பாடம் சொல்லும் முறையினால் நான் அதை நன்றாக அனுபவித்துக் கற்று வந்தேன். பாடம் சொல்லி வரும்போது பிள்ளையவர்களிட முள்ள சிவ பக்தித்திறம் நன்றாகப் புலப்பட்டது. அவர்களுடைய அந்தரங்கமான பக்தியைப் பெரிய புராணத்திலுள்ள செய்யுட்கள் வெளிப்படுத்தின. நான் அதைப் பாடம் கேட்ட காலத்தில் வெறுந்தமிழை மாத்திரம் கற்றுக்கொள்ளவில்லை; என்னுடைய மாதா மகர், தந்தையார் ஆகியவர்களது பழக்கத்தால் என் அகத்தே விதைக்கப்பட்டிருந்த சிவநேசமென்னும் விதை பிள்ளையவர் களுடைய பழக்கமாகிய நீரால் முளைத்துவரத் தொடங்கியது.

## ஏட்டிற் கண்ட செய்யுட்கள்

பெரிய புராணப் பாடம் நடந்து வந்தது. ஒருநாள் திருவாவடு துறையிலிருந்து கண்ணப்பத் தம்பிரானென்பவர் மாயூரத்துக்கு வந்தார். அவர் திருவாவடுதுறை ஆதீன மடத்தில் காறுபாறாக இருந்தவர். அவர் வந்த அன்று தற்செயலாகக் கண்ணப்ப நாயனார் புராணப் பாடம் கேட்டோம். கண்ணப்பத் தம்பிரானும் உடனிருந்து கேட்டு இன்புற்றார். கட்டளை மடத்திலே பாடம் நடைபெற்றது.

அன்றைக்கே அப்புராணத்தை முடித்துவிட வேண்டுமென்று சிலர் வற்புறுத்தினமையால் நாங்கள் வேகமாகப் படித்து வந்தோம். என் ஆசிரியரும் சலிப்பின்றிப் பாடம் சொல்லி வந்தார். நாங்கள் அக்காலத்திற் கிடைத்த அச்சுப் புஸ்தகத்தை வைத்துப் படித்து வந்தோம். கண்ணப்ப நாயனார் செயலைக் கண்டு சிவகோசரியார் வருத்தமுற்றதாகச் சொல்லும் சந்தர்ப்பம் வந்தது. நாங்கள் மேலே படித்தோம். உடனே பிள்ளையவர்கள், "இங்கே சில செய்யுட்கள்

இருக்க வேண்டும். சிவபெருமான் கண்ணப்ப நாயனாரது அன்பின் பெருமையைச் சிவகோசரியாருக்கு வெளியிடுவதாக அமைந்துள்ள பகுதியில் சில அருமையான செய்யுட்களைப் பதிப்பிக்காமல் விட்டு விட்டார்கள்" என்று சொல்லித் தம் பெட்டியில் இருந்த பெரிய புராண ஏட்டுப் பிரதியை என்னை எடுத்து வரச்செய்து அதனைப் பிரித்துப் பார்த்தார். அவர் கூறியபடியே அங்கே ஐந்து செய்யுட்கள் காணப்பட்டன. அவற்றைப் படிக்கச் செய்து பொருள் கூறினார். நாங்கள் யாவரும் அந்த உயிருள்ள புஸ்தகசாலையின் ஞாபக சக்தியை அறிந்து வியந்தோம்.

## நெய்யில்லா உண்டி

பிற்பகலில் தொடங்கிய கண்ணப்ப நாயனார் புராணம் இரவு பன்னிரண்டு மணிக்கு நிறைவேறியது.

அப்பால் மடத்திலேயே ஆகாரம் செய்து கொள்ளும்படி என் ஆசிரியரைத் தம்பிரான் வற்புறுத்திக் கூறினார். அவர் அவ்வாறே இசைந்து அங்கு உணவு உட்கொண்டார். நான் அதற்குள் என் சாப்பாட்டு விடுதிக்குச் சென்று போஜனம் செய்துவிட்டு வந்தேன்.

ஆகாரம் ஆன பிறகு என் ஆசிரியர் தம்பிரான்களிடம் விடை பெற்றுக்கொண்டு தம் வீடு சென்றார். நானும் அவருடன் சென்றேன். அப்போது அவர், "மடத்தில் ஆகாரம் செய்தமையால் இன்று நெய் கிடைத்தது" என்றார். அந்த வார்த்தை என் உள்ளத்தை வருத்தியது. அவர் சில நாட்களாக நெய் இல்லாமல் உண்டு வந்தார். நெய் வாங்குவதற்கு வேண்டிய பணம் கையில் இல்லை. குறிப்பறிந்து யாரேனும் உதவினாலன்றித் தாமாக ஒருவரிடம் இன்னது வேண்டுமென்று சொல்லிப் பெறும் வழக்கம் அவரிடம் பெரும்பாலும் இல்லை. இடைவிடாது பாடம் சொல்லி வந்த அவர் நெய் இல்லாமலே உண்டு வருவதை நான் அறிந்தவனாதலால் "இன்று நெய் கிடைத்தது" என்று அவர் கூறும்போது அவர் உள்ளம் எவ்வளவு வெம்பியிருந்ததென்பதை உணர்ந்தேன்.

வறுமையின் கொடுமை எனக்குப் புதிதன்று. அதனால் விளையும் துன்பத்தை அறிவு வந்தது முதலே நான் உணரத் தொடங்கியிருக்கிறேன். ஆயினும் பிள்ளையவர்களிடம் அதனை நான் எதிர்பார்க்கவில்லை. "பெரிய கவிஞர், தக்க பிரபுக்களால் நன்கு மதிக்கப்படுபவர், தமிழுலகமுழுதும் கொண்டாடும் புகழ் வாய்ந்தவர், ஒரு பெரிய சைவ ஆதீனத்துச் சார்பிலே இருந்து வருபவர், சில நாள் நெய் இல்லாமல் உண்டார், ஒரு வேளை கட்டளை மடத்தில் உண்ட உணவு அவர் நெஞ்சப் புண்ணுக்கு மருந்தாயிற்று" என்ற விஷயங்களை அவரோடு நெருங்கிப் பழகின வரன்றி மற்றவர்களால் அறிய முடியாது. அவரும் அந்நிலையை வெளிப்படுத்திக் கொள்வதில்லை.

அவருடைய வாழ்க்கையே நிலையற்றதாகத்தான் இருந்தது. "இருந்தால் விருந்துணவு; இல்லாவிட்டால் பட்டினி" என்பதே அக்கவிஞர் பிரானுக்கு உலகம் அளித்திருந்த வாழ்க்கை நிலை. எனக்கு அதனை உணர உணர ஆச்சரியமும் வருத்தமும் உண்டாயின.

## எண்ணெய் இல்லை

ஒரு நாள் காலையில் அவர் எண்ணெய் தேய்த்துக் கொள்ள எண்ணி ஒரு பலகை போட்டுக் கொண்டு அதன் மேல் அமர்ந்தார். ஒரு வேலைக்காரன் அவருக்கு எண்ணெய் தேய்ப்பது வழக்கம். அவன் உள்ளே சென்று தவசிப் பிள்ளையை எண்ணெய் கேட்டான். எண்ணெய் இல்லை.

என் ஆசிரியர் எந்தச் சமயத்திலும் பாடம் சொல்லும் வழக்கமுடையவராதலின் எண்ணெய் தேய்த்துக் கொள்ள உட்கார்ந்தபடியே பாடம் சொல்லத் தொடங்கினார். நானும் பிறரும் புஸ்தகத்தோடு அருகில் இருந்தோம். எண்ணெய் வருமென்று அவர் எதிர்பார்த்திருந்தும் பாடம் சொல்லும் ஞாபகத்தில் அதை மறந்து விட்டார்.

நான் அதைக் கவனித்தேன். எண்ணெய் இல்லை யென்பதை அறிந்து கொண்டேன். உடனே மெல்ல ஏதோ காரியமாக எழுபவன் போல எழுந்து வேகமாகக் காவிரிக் கரையிலுள்ள கடைக்கு ஓடிப்போய் என்னிடமிருந்த ரூபாயிலிருந்து எண்ணெய் வாங்கிக் கொண்டு வந்து சமையற்காரனிடம் கொடுத்து விட்டு மீண்டும் பாடம் கேட்பதற்கு வந்து அமர்ந்தேன். சிறிது நேரம் கழித்துக் காய்ச்சின எண்ணெய் வந்தது. அவர் தேய்த்துக் கொண்டார்.

இப்படி இடையிடையே நிகழும் சில நிகழ்ச்சிகளால் அவருடைய நிலையை அறிந்தபோது என் மனம் புண்ணாகிவிடும். "புலமையும் வறுமையும் சேர்ந்து இருப்பது இந்நாட்டிற்கு வாய்ந்த சாபம் போலும்!" என்று எண்ணினேன்.

## அவர் வாழ்க்கை

பிள்ளையவர்கள் பெரும்பாலும் சஞ்சாரத்திலேயே இருந்தமையால் குடும்பத்தோடு ஒரே இடத்தில் நிலையாக இருக்க முடியவில்லை. அவர் தம் மனைவியையும் குமாரராகிய சிதம்பரம் பிள்ளையையும் திரிசிரபுரத்தில் தம் சொந்த வீட்டிலேயே இருக்கச் செய்திருந்தார். அவ்வப்போது வேண்டிய செலவுக்குப் பணம் அனுப்பி வருவார். மாயூரத்தில் இருந்தபோது அவருடன் இரண்டு தவசிப் பிள்ளைகள் இருந்தார்கள். அவர்களுக்கு மாதம் இரண்டு கலம் சம்பளம் திருவாவடுதுறை மடத்திலிருந்து அளிக்கப்பெற்று வந்தது. அவர்களது ஆகாரம் முதலிய மற்றச் செலவுகள் பிள்ளையவர்களைச் சார்ந்தன.

தவசிப் பிள்ளை

அந்த இருவர்களுள் பஞ்சநதம் பிள்ளை என்பவன் ஒருவன். தான் மடத்தினால் நியமிக்கப்பட்டவனென்ற எண்ணத்தினால் அவன் முடுக்காக இருப்பான். "இந்தப் பெரியாருக்குப் பணிவிடை செய்ய வாய்த்தது நம் பாக்கியம்" என்ற எண்ணம் அவனிடம் கடுகளவும் இல்லை. தமிழ் வாசனையை அவன் சிறிதும் அறியாதவன். "ஊரில் இருப்பவர்களையெல்லாம் சேர்த்துக் கூட்டம் போட்டுப் பயனில்லாமல் உழைத்துச் செலவு செய்து வாழ்கிறார்" என்பதுதான் பிள்ளையவர்களைப் பற்றி அவனது எண்ணம். பிள்ளையவர்கள்பால் பாடம் கேட்கும் மாணாக்கர்களிடம் அவனுக்கு வெறுப்பு அதிகம். பிள்ளையவர்கள் தம்மிடம் யாரேனும் மரியாதையாக நடந்து கொள்ளாவிட்டால் அதை அவர் பொருட்படுத்தமாட்டார்; அவனோ மாணாக்கர்களெல்லாம் தன்னிடம் மரியாதை காட்ட வேண்டுமென்று விரும்புவான். அவனுக்குக் கோபம் உண்டாக்கிவிட்டால் அதிலிருந்து தப்புவது மிகவும் கஷ்டமாக இருக்கும். அவனுடைய குணங்களை முன்பு நான் அறிந்திலேன்.

நான் படிக்க வந்த சில நாட்களுக்குப் பின் ஒரு நாள் அவனை, "பஞ்சநதம்" என்று அழைத்தேன். அவன் பதில் பேசாமலே போய் விட்டான். நான் அவ்வாறு அழைத்ததைக் கவனித்த என் ஆசிரியர் அவன் இல்லாத சமயம் பார்த்து என்னிடம், "அவனை இனிமேல் பஞ்சநதமென்று கூப்பிட வேண்டாம்; பஞ்சநதம்பிள்ளையென்று அழையும். நீ என்று ஒருமையாகவும் பேச வேண்டாம்; நீர் என்றே சொல்லும்; நீங்கள் என்றால் பின்னும் உத்தமம். அவன் முரடன்; நான் அவன் மனம் கோணாமல் நடந்து காலம் கழித்து வருகிறேன்" என்று கூறினார். மனித இயற்கைகள் எவ்வளவு விசித்திரமாக இருக்கின்றனவென்று அறிந்து அது முதல் நான் ஜாக்கிரதையாகவே நடந்து வரலானேன்.

# 35

## சுப்பிரமணிய தேசிகர் முன்னிலையில்

திருநெல்வேலி ஜில்லாவில் உள்ளவர்களுக்குத் தாமிரபரணி நதியும் திருக்குற்றால ஸ்தலமும் பெரிய செல்வங்கள்; அவற்றைப் போலவே மேலகரம் திரிகூடராசப்பக்கவிராயர் இயற்றிய நூல்கள் இலக்கியச் செல்வமாக விளங்குகின்றன. மேலகரமென்பது தென் காசியிலிருந்து திருக்குற்றாலத்திற்குப் போகும் வழியில் உள்ளது. முன்பு திருநெல்வேலிப் பக்கத்திலிருந்து வெளியிடங்களுக்கு வரும் கனவான்களிற் பெரும்பாலோர் திருக்குற்றாலக் குறவஞ்சியிலிருந்து சில பாடல்களைச் சொல்லி ஆனந்தமடைவதை வழக்கமாகக்

கொண்டிருந்தார்கள்; பலர் திருக்குற்றாலத் தல புராணத்திலிருந்தும் அரிய செய்யுட்களைச் சொல்லி மகிழ்வார்கள். தென் பாண்டி நாட்டார் பெருமதிப்பு வைத்துப் பாராட்டிய திரிகூட ராசப்பக் கவிராயர் இயற்றிய நூல்களைப் பிள்ளையவர்கள் படித்ததில்லை. அவற்றை வருவித்துப் படிக்க வேண்டுமென்ற எண்ணம் அவர் களுக்கு இருந்தது.

## திருக்குற்றால யமக அந்தாதி

அக்காலத்தில் திருவாவடுதுறையில் ஆதீன கர்த்தராக விளங்கி யவர் ஸ்ரீ சுப்பிரமணிய தேசிகர் என்பவர். அவர் திரிகூட ராசப்பக் கவிராயர் பரம்பரையில் உதித்தவர். அவருடைய தம்பியாரும் மாணாக்கருமான சண்பகக் குற்றாலக் கவிராயர் என்பவர் மூல மாகப் பிள்ளையவர்கள் திருக்குற்றாலத் தல புராணத்தையும் திருக்குற்றால யமக அந்தாதியையும் வருவித்துத் தாமே படித்து வரத் தொடங்கினார். யமக அந்தாதிக்கு ஒருவாறு பொருள் வரையறை செய்துகொண்டு எங்களுக்கும் பாடம் சொன்னார். குற்றாலத் தலபுராணத்தையும் இடையிடையே படிக்கச் செய்து கேட்டு இன்புற்று வந்தார். அந்நூலின் நடை நயத்தையும் பொருள் வளத்தையும் மிகவும் பாராட்டினார்.

எனக்குத் திருக்குற்றால யமக அந்தாதியில் சில செய்யுட்கள் பாடமாயின; அந்நூலைப் பாடம் சொல்லும்போது பிள்ளையவர் கள், "இதனை இயற்றிய கவிராயர் நல்ல வாக்குடையவர்; இப்போது திருவாவடுதுறையில் எழுந்தருளியிருக்கிற மகா சந்நிதானம்* அக்கவிராயர் பரம்பரையில் உதித்தவர்களாதலால் தமிழிற் சிறந்த புலமை உடையவர்கள். வட மொழியிலும் சங்கீதத்திலும் நல்ல ஞானம் உள்ளவர்கள். அவர்களை நீரும் சமீபத்தில் தரிசிக்கும்படி நேரும்" என்று கூறினார்.

## 'குட்டிகளா!'

திருவாவடுதுறையிற் பதினைந்தாம் பட்டத்தில் இருந்த ஸ்ரீ அம்பலவாண தேசிகருடைய குரு பூஜை வந்தது. அதற்கு வர வேண்டுமென்று ஆதீனகர்த்தர் பிள்ளையவர்களுக்குத் திருமுகம் அனுப்பியிருந்தார். அதற்காக அவர் திருவாவடுதுறை சென்று அங்கே மூன்று தினங்கள் இருந்து விட்டு வந்தார். வந்தவுடன் அங்கே நிகழ்ந்தவற்றையெல்லாம் ஒரு நண்பரிடம் சொன்னார். நானும் பிற மாணாக்கர்களும் உடனிருந்து கவனித்தோம்.

"மகா சந்நிதானம் மிகவும் அன்போடு விசாரித்துப் பாராட்டி யது. திருவாவடுதுறைக்கே வந்து இருந்து மடத்திலுள்ளவர்களுக்குப்

---

* ஆதீன கர்த்தரவர்களை 'மகா சந்நிதான' மென்றும் 'சந்நிதான' மென்றும் சொல்வது வழக்கம்.

பாடம் சொல்லி வரவேண்டுமென்று கட்டளையிட்டது. அங்கே யுள்ள குட்டிகளும் என்னை மொய்த்துக் கொண்டு, 'எப்படியாவது இங்கே வந்திருந்து பாடம் சொல்லித் தரவேண்டும். என்று வற்புறுத்தினார்கள். நான் வருகிறேன் என்று ஒப்புக்கொண்டு வந்தேன்" என்று ஆசிரியர் சொன்னார்.

நான் கவனித்து வரும்போது 'குட்டிகள்' என்ற வார்த்தையைக் கேட்டவுடன் திடுக்கிட்டேன். "மடத்தில் குட்டிகள் இருக்கிறார் களா?" என்று பிரமித்தேன். குட்டிகள் என்று இளம் பெண்களை யாவரும் கூறும் வழக்கத்தையே நான் அறிந்தவன். பக்கத்திலிருந்த சவேரிநாத பிள்ளையிடம், "குட்டிகள் மடத்தில் இருப்பதற்குக் காரணம் என்ன?" என்று கேட்டேன். அதற்கு அவர் முதலில் சிரித்து விட்டு 'சிறிய தம்பிரான்களை மடத்தில் குட்டித் தம்பிரான் கள் என்று சொல்வார்கள். அந்தப் பெயரையே சுருக்கிக் 'குட்டிகள்' என்று வழங்குவதுமுண்டு" என்று விளக்கமாகக் கூறினார். என் சந்தேகமும் நீங்கியது.

"திருவாவடுதுறையிலே போய் இருந்தால் இடைவிடாமற் பாடம் சொல்லலாம். அடிக்கடி வித்துவான்கள் பலர் வருவார்கள்; அவர்களுடைய பழக்கம் உண்டாகும். சந்நிதானத்தின் சல்லாபம் அடிக்கடி கிடைக்கும். அதைவிடப் பெரிய லாபம் என்ன இருக்கிறது? எல்லாவற்றிற்கும் மேலாக இந்தப் பிள்ளைகளுக்கு ஆகார வசதிகள் முதலியன கிடைக்கும்" என்று பிள்ளையவர்கள் சொன்னார்கள். அவர் மாணாக்கர்களுடைய சௌகரியத்தையே முதல் நோக்கமாக உடையவர் என்பது அவ்வார்த்தைகளால் புலப்பட்டது.

இந்நிகழ்ச்சி ஆனி மாதத்தில் நடந்தது. அது முதல் "இந்த மகா வித்துவானுடைய மதிப்புக்கும் பாராட்டுக்கும் உரிய அந்தச் 'சந்நிதானம்' சிறந்த ரஸிகராகவே இருக்கவேண்டும்" என்று நான் நினைக்கலானேன். திருவாவடுதுறை ஆதீனத்தின் பெருமையையும் அதன் தலைவர்களாக உள்ள ஸ்ரீ சுப்பிரமணிய தேசிகரது மேன்மை யையும் கேட்டுக் கேட்டு மகிழ்ந்த என் மனத்துள் "திருவாவடு துறைக்கு எப்பொழுது போவோம்!" என்ற ஆவல் உண்டாயிற்று.

## ஆறுமுகத்தா பிள்ளை

ஒரு நாள் பட்டீச்சுரத்திலிருந்து ஆறுமுகத்தா பிள்ளை என்ற சைவவேளாளப் பிரபு ஒருவர் வந்தார். அவர் பிள்ளையவர்களைத் தெய்வமாக எண்ணி உபசரிப்பவர். பிள்ளையவர்கள் அடிக்கடி பட்டீச்சுரம் சென்று சில தினங்கள் அவர் வீட்டில் தங்கியிருந்து வருவது வழக்கம்.

பிள்ளையவர்கள் செல்வாக்கை நன்கு உணர்ந்த ஆறுமுகத்தா பிள்ளை தம்முடைய குடும்பத்தில் உள்ள துன்பங்கள் சிலவற்றை அப்புலவர் பெருமானைக் கொண்டு நீக்கிக் கொள்ளலாம்

என்றெண்ணி அவரை அழைத்துச் செல்வதற்கு வந்திருந்தார். என் ஆசிரியர் ஆறுமுகத்தா பிள்ளையிடம் விசேஷமான அன்பு காட்டி வந்தார். அதனால் அவருடைய வேண்டுகோளைப் புறக்கணியாமல் பட்டீச்சுரம் புறப்பட நிச்சயித்தார்.

## திருவாவடுதுறைப் பிரயாணம்

"திருவாவடுதுறைக்குப் போய்ச் சந்நிதானத்திடம் விடை பெற்று அங்கிருந்து பட்டீச்சுரம் போகலாம்" என்று சொல்லி என்னையும் தவசிப் பிள்ளைகளில் ஒருவரான பஞ்சநதம் பிள்ளையையும் அழைத்துக்கொண்டு ஆறுமுகத்தா பிள்ளையுடன் ஆசிரியர் திருவாவடுதுறைக்குப் புறப்பட்டார். திருவாவடுதுறை மாயூரத்திலிருந்து சற்றேறக்குறையப் பத்து மைல் தூரம் இருக்கும். ஆறுமுகத்தா பிள்ளை ஒரு வண்டி கொணர்ந்திருந்தார். நாங்கள் எல்லோரும் அவ்வண்டியில் ஏறிக்கொண்டு சென்றோம். சில நேரம் வழியில் நடந்து செல்வது உண்டு. பிரயாணத்திற் பிள்ளையவர்கள் திருவாவடுதுறையைப் பற்றிப் பல செய்திகளை என்னிடம் சொன்னார்.

"சந்நிதானம் உம்மைப் பார்த்துச் சில கேள்விகள் கேட்டாலும் கேட்கும்; சில செய்யுட்களைச் சொல்லும்படி கட்டளையிடலாம்; நீர் நன்றாக இசையுடன் செய்யுட்களைச் சொல்லும்; சந்நிதானத்திற்கு இசையில் விருப்பம் அதிகம். பொருள் கேட்டால் அச்சமின்றித் தெளிவாகச் சொல்லும். சந்நிதானம் உம்மிடத்தில் பிரியம் வைத்தால் உமக்கு எவ்வளவோ நன்மைகள் உண்டாகும்" என்று கூறினார்.

வழியில் எதிரே வருபவர்கள் பிள்ளையவர்களைக் கண்டு மரியாதையாக ஒதுங்கிச் சென்றார்கள். நாங்கள் திருவாவடு துறையின் எல்லையை அணுகினோம். அங்கே சந்தித்தவர்கள் யாவரும் அவரைக் கண்டவுடன் முகமலர்ச்சியோடு வரவேற்றார் கள். சந்தோஷ மிகுதியால் அவரைச் சுற்றிக்கொண்டு க்ஷேமம் விசாரித்தார்கள். மடத்தைச் சேர்ந்த ஓதுவார்களிற் சிலர் பிள்ளை யவர்கள் வரவை உடனே சுப்பிரமணிய தேசிகரிடம் தெரிவித்தனர். தேசிகர் அவரை அழைத்து வரும்படி சொல்லியனுப்பினார்.

## சுப்பிரமணிய தேசிகர் தோற்றம்

நாங்கள் மடாலயத்துள் சென்றோம். மடத்தின் உட்புறத்தில் ஒடுக்கத்தின் வடபுறத்தே தென்முகம் நோக்கியபடி ஸ்ரீ சுப்பிரமணிய தேசிகர் அமர்ந்திருந்தார். மடத்தில் பண்டார சந்நிதிகள் இருக்கு மிடத்திற்கு 'ஒடுக்கம்' என்று பெயர். சுப்பிரமணிய தேசிகருடைய தோற்றத்திலே ஒரு வசீகரம் இருந்தது. நான் அதுகாறும் அத்தகைய தோற்றத்தைக் கண்டதே இல்லை. துறவிகளிடம் உள்ள தூய்மையும் தவக்கோலமும் சுப்பிரமணிய தேசிகரிடம் நன்றாக விளங்கின.

கவலை என்பதையே அறியாத செல்வரது முகத்தில் உள்ள தெளிவு அவர் முகத்தில் பிரகாசித்தது. அவரது காவியுடை, ருத்திராட்ச மாலை, தலையில் வைத்துள்ள ஜபமாலை ஆகிய இவைகள் அவரது சைவத் திருக்கோலத்தை விளக்கின.

காதில் அணிந்திருந்த* ஆறுகட்டி, சுந்தர வேடம், விரல்களில் உள்ளஅங்குஷ்டம் பவித்திரம் என்பவைகள், தேகத்திலிருந்த ஒளி, அந்த மேனியிலிருந்த வளப்பம் எல்லாம் அவர் துறவிகளுள் அரச ராக விளங்கியதைப் புலப்படுத்தின. அவருடைய தோற்றத்தில் தவப் பயனும் செல்வப் பயனும் ஒருங்கே விளங்கின. அவர் முக மலர்ச்சியிலே, அவருடைய பார்வையிலே, அவர் அமர்ந்திருந்த நிலையிலே, அவரது கம்பீரமான தோற்றத்திலே ஓர் அமைதியும், கண்டாரைக் கவரும் தன்மையும், இயல்பாகவே அமைந்திருக்கும் தலைமையும், ரஸிகத்துவமும் புலப்பட்டன.

அவரைச் சுற்றிப் பலர் உட்கார்ந்திருந்தனர். எல்லோருடைய முகத்திலும் அறிவின் தெளிவு மலர்ந்திருந்தது. எல்லாருடைய முகங்களும் சுப்பிரமணிய தேசிகரை நோக்கியபடியே இருந்தன. பிள்ளையவர்கள் புகுந்தவுடன் தேசிகர் கண்களிலே தோற்றிய பார்வையே அவரை வரவேற்றது. அங்கிருந்த யாவரும் என் ஆசிரியரைப் பார்த்தனர். அவர்களிடையே ஓர் உவகைக் கிளர்ச்சி உண்டாயிற்று.

## ஆசிரிய வணக்கம்

பிள்ளையவர்கள் தேசிகரைச் சாஷ்டாங்கமாக வணங்கினர். அவருடைய சரீர அமைப்பு அப்படி வணங்குவதற்கு எளிதில் இடம் கொடாது. சிரமப்பட்டே வணங்க வேண்டும். ஆதலின் அவர் கீழ் விழுந்து நமஸ்காரம் செய்த காட்சி எனக்கு ஆச்சரி யத்தை விளைவித்தது. புலவர் சிகாமணியாகிய அவர் புலமை நிலை மிக உயர்ந்தது. பிறரை வணங்காத பெருமையை உடைய அவர் அவ்வாறு பணிந்து வணங்கியபோது அவரது அடக்கத் தையும் குருபக்தியையும் உணர்ந்து பின்னும் வியப்புற்றேன்.

வணங்கி எழுந்த ஆசிரியர் தேசிகரிடம் திருநீறு பெறுவதற்கு அணுகினார். அப்போது நான் அவர் பின்னே சென்றேன். தேசிகர் முன் பிள்ளையவர்கள் குனிந்தார். அவர் அன்புடன் பிள்ளையவர் களது நெற்றியில் திருநீறிட்டு, “உட்கார வேண்டும்” என்றார். வழக்கம் போல் இரண்டாவது முறை பிள்ளையவர்கள் வணங்கத்

---

* ஆறுகட்டி என்பது காமம், குரோதம், லோபம், மோகம், மதம், மாற்சரியம், என்னும் ஆறையும் அடக்கியவர் என்பதைக் குறிக்கும் ஓர் ஆபரணம். சுந்தர வேடம் என்பது காதில் அணிந்து கொள்ளும் வட்டமான பொன் ஆபரணம், இது சுந்தரமூர்த்தி நாயனாரால் அணியப்பெற்றதாதலின் இப்பெயர் வந்ததென்பர், சைவாசாரியர் இதை அணிவது வழக்கம்.

தொடங்கியபோது, "ஒருமுறை வணங்கியதே போதும். இனி இந்த வழக்கம் வேண்டாம்" என்று தேசிகர் சொல்லவே அவர் மீட்டும் வணங்காமல் அருகில் ஓரிடத்தில் அமர்ந்தார். அமர்ந்த பிறகு, "உங்களிடம் பாடம் கேட்டு வரும் சாமிநாதையரா இவர்?" என்று தேசிகர் என்னைச் சுட்டிக் கேட்டார். "ஸ்வாமி" என்று பிள்ளை யவர்கள் சொல்லவே, தேசிகர் என்னையும் உட்காரச் சொன்னார். பெரியோர்களிடத்தில் மற்றவர்கள் ஆம் என்னும் பொருளில் 'ஸ்வாமி' என்னும் வார்த்தையை உபயோகிப்பது வழக்கம். நான் என் ஆசிரியருக்குப் பின்னால் இருந்தேன். "நம்மைப் பற்றி முன்னமே நம் ஆசிரியர் சொல்லியிருக்கிறார்களே! இவர்களும் ஞாபகம் வைத்திருக்கிறார்களே" என்று எண்ணி உளம் பூரித்தேன்.

## 'நீங்கள் இல்லாத குறை'

தேசிகர் பிள்ளையவர்களுடைய க்ஷேம சமாசாரங்களை முதலில் விசாரித்தார்; பின்பு. "மகா வைத்தியநாதையரவர்கள் இங்கே வந்திருந்தார்கள்; நேற்று மாலையில் சோமாசிமாற நாயனார் கதை பண்ணினார்கள். திருவிடை மருதூர் திருவாலங்காடு முதலிய இடங்களிலிருந்து சம்ஸ்கிருத வித்துவான்களும் வேறு ஊர்களி லிருந்து கனவான்களும் வந்திருந்தார்கள்; நல்ல ஸதஸ்; நீங்கள் இல்லாததுதான் குறையாக இருந்தது; மகாவைத்தியநாதையர வர்கள் பல வடமொழி நூல்களிலிருந்து அருமையான மேற்கோள் களை எடுத்துக் காட்டினார்கள். பெரிய புராணம், தேவார திருவாச கம் முதலிய நூல்களிலிருந்தும், உங்கள் வாக்காகிய சூதசங்கிதையி லிருந்தும் செய்யுட்களை எடுத்துச் சொல்லிப் பிரசங்கம் செய்தார் கள். உங்கள் வாக்கைச் சொல்வதற்கு முன் 'பிள்ளையவர்கள் இப்படிச் சொல்லியிருக்கிறார்கள்' என்று பீடிகை போட்டுக் கொண்டு செய்யுளை இசையுடன் சொல்லி அர்த்தம் கூறும்போது உங்கள் பெருமை எல்லோருக்கும் விளங்கியது. இப்படி அடிக்கடி உங்கள் வாக்கை எடுத்துக்காட்டினார்கள். அதுமுதல் உங்கள் ஞாபகமாகவே இருந்து வருகிறோம். இங்கேயுள்ள தம்பிரான்களும் பிறரும் உங்கள் வரவை வெகு ஆவலுடன் எதிர்நோக்கி இருக்கிறார் கள்" என்று உரைத்தார். அப்போது, அவருடைய வார்த்தைகளில் அன்பும் இனிமையும் வெளிப்பட்டன. "உலகம் பெரிது; அதில் உள்ள பெரியோர்கள் அளவிறந்தவர்கள். மனத்தைக் கவரும் அரிய குணங்களும் அநந்தம்" என்று நான் நிமிஷத்துக்கு நிமிஷம் எண்ணமிடலானேன்.

## பெருமையின் விரிவு

பிள்ளையவர்களின் பெருமையை நான் முன்பு கேள்வியால் உணர்ந்திருந்தேன். அவரிடம் வந்து சேர்ந்தபின், அவரது பெருமையை நன்கு உணர்ந்தேன்; முற்றும் உணர்ந்துவிட்டதாக

ஓர் எண்ணம் இருந்தது. அது பிழை என்று அப்போது என் மனத்திற்பட்டது. திருவாவடுதுறையில் அந்தத் துறவரசாகிய சுப்பிரமணிய தேசிகர் அவ்வளவு வித்துவான்களுக்கிடையில் என் ஆசிரியர் இல்லாததை ஒரு பெருங்குறையாக எண்ணினார். மகா வைத்தியநாதையர் தேவார திருவாசகங்களோடு என் ஆசிரியர் வாக்கையும் மேற்கோளாகக் காட்டிப் பொருள் கூறினார் என்ற இச்செய்திகளும், பிள்ளையவர்களிடத்தில் தேசிகர் அன்பு காட்டிய முறையும், "நான் பிள்ளையவர்கள் பெருமையை இன்னும் நன்றாக உணர்ந்துகொள்ளவில்லை" என்பதைப் புலப்படுத்தின.

வித்துவான்களுக்கிடையே கம்பீரமாக வீற்றிருந்து இன்மொழி களால் என் ஆசிரியரைப் பாராட்டும் தேசிகருடைய தோற்றத்தில் நான் ஈடுபட்டேன். அவருடைய பாராட்டுக்கு உரிய என் ஆசிரிய ரது பெருமையைப் பின்னும் விரிவாக உணர்ந்து வியந்தேன்; அவ் விருவருடைய பழக்கமும் பெறும்படி வாய்த்த என் நல்வினையை நினைந்து உள்ளம் குளிர்ந்தேன்.

# 36

## எல்லாம் புதுமை

நான் சுப்பிரமணிய தேசிகரது தோற்றத்திலும் பேச்சிலும் ஈடுபட்டு இன்பமயமான எண்ணங்களில் ஒன்றியிருந்தபோது தேசிகர் என்னை நோக்கி அன்புடன், "இப்படி முன்னே வாரும்" என்று அழைத்தார். நான் அச்சத்துடன் சிறிது முன்னே நகர்ந்தேன். "சந்நிதானம் உம்மைப் பரீக்ஷை செய்யவும் கூடும்" என்று ஆசிரியர் மாயூரத்திலிருந்து புறப்படும்போது சொன்னது ஞாபகத்திற்கு வந்தது. "சிறந்த அறிவாளியும் உபகாரியும் எல்லா வகையிலும் பெரு மதிப்புடையவருமாகிய சுப்பிரமணிய தேசிகர் நம்மைப் பரீக்ஷித்தால் நாம் தக்கவாறு பதிலுரைப்போம்" என்ற தைரியம் இருந்தது; அவருடைய மனத்தில் நல்ல அபிப்பிராயத்தை உண்டு பண்ண வேண்டுமென்ற ஆவலும் இருந்தது. அதனால் தேசிகர் என்னை முன்னுக்கு வரச்சொன்னபோது உண்மையில் நான் முன்னுக்கு வந்ததாகவே எண்ணினேன்.

## சோதனையில் வெற்றி

ஆனால், முன்பழக்கமில்லாத இடம்; பெரிய வித்துவான்கள் கூடியுள்ள சபை; என் ஆசிரியரே பயபக்தியுடன் நடந்துகொள்ளும் கல்வி நிறைந்த பெரியாருடைய முன்னிலை; அவ்விடத்தில் வாயைத் திறப்பதற்கே அச்சமாக இருந்தது. ஆவலும் அச்சமும் போராடின.

"நீர் படித்த நூலிலிருந்து ஏதாவதொரு பாடல் சொல்லும்" என்று தேசிகர் கட்டளையிட்டார்.

நான் அதை எதிர்பார்த்திருந்தேன். "மிகவும் கடினமான யமக அந்தாதிகளிலிருந்தும் திரிபந்தாதிகளிலிருந்தும் செய்யுட்களைச் சொல்ல வேண்டும். அப்போதுதான் நாம் சிரமப்பட்டுப் படித்து வருவது தெரிய வரும்" என்று முன்பே நினைத்திருந்தேன். பிள்ளையவர்கள் இயற்றிய திருவாவடுதுறை யமக அந்தாதி யிலிருந்து முதலில் ஒரு பாடல் சொல்ல எண்ணி வாயெடுத்தேன். அதைச் சொல்வதற்குமுன் என் ஆசிரியர் முகத்தைப் பார்த்தேன். அவர் சொல்ல வேண்டும் என்பதைத் தம் பார்வையால் குறிப்பித் தார்.

குரல் எழவில்லை; உடம்பு நடுங்கியது; வேர்வை உண்டாயிற்று. ஆனாலும் நான் சோர்வடையவில்லை, மெல்லத் திருவாவடுதுறை யமக அந்தாதி (துறைசை யந்தாதி)யிலிருந்து, 'அரச வசனத்தை' என்ற செய்யுளைச் சொன்னேன். கட்டளைக் கலித்துறையாதலால் நான் பைரவி ராகத்தில் அதைச் சொல்லி நிறுத்தினேன்.

"பொருள் சொல்ல வருமா?" என்று தேசிகர் கேட்டார்.

"சொல்வார்" என்று என் ஆசிரியர் விடையளித்தார். அந்த விடை தேசிகர் வினாவுக்கு விடையாக வந்ததன்று; நான் பொருள் சொல்லவேண்டுமென்று தாம் விரும்புவதையே அந்த விடையால் அவர் புலப்படுத்தினார். நான் அக்குறிப்பை உணர்ந்தேன்.

அர்த்தம் சொல்லி வரும்போது என் நாக்குச் சிறிது தழு தழுத்தது. "பயப்பட வேண்டாம்; தைரியமாகச் சொல்லும்" என்று பிள்ளையவர்கள் எனக்கு ஊக்கமளித்தார். நான் சிறிது சிறிதாக அச்சத்தை உதறிவிட்டு எனக்கு இயல்பான முறையில் சொல்லத் தொடங்கினேன். துறைசை யந்தாதியில் மேலும் சில செய்யுட்கள் சொன்னேன்.

"இன்னும் பாடல்கள் தெரிந்தால் சொல்லும்" என்று தேசிகர் கட்டளையிட்டார்.

அப்போது நான் நல்ல தைரியத்தைப் பெற்றேன். நடுக்கம் நீங்கியது. பிள்ளையவர்கள் இயற்றிய திருத்தில்லை யமக அந்தாதியி லிருந்து, "அம்பலவா வம்பலவா" என்ற பாடலைச் சொன்னபோது முன்பு சொன்னவற்றை விடத் தெளிவாகவும் சொன்னேன். பைரவி ராகத்தின் மூர்ச்சைகளை ஒருவிதமாகப் புலப்படுத்தினேன்.

தேசிகர் முகத்தில் புன்முறுவல் அரும்பியது; அவர் சிரம் சிறிதே அசைந்து என் உள்ளத்தில் உவகையை உண்டாக்கியது. அச் செய்யுளுக்கும் பொருள் சொன்னேன். மேலும் எந்தச் செய்யுளைச் சொல்லலாம் என்று யோசித்தபோது சுப்பிரமணிய தேசிகர் திரிகூட ராசப்பக் கவிராயர் பரம்பரையில் தோன்றியவரென்று

என் ஆசிரியர் கூறியது நினைவுக்கு வரவே, திருக்குற்றால யமக அந்தாதியிலிருந்து ஒரு செய்யுளைச் சொல்லத் தொடங்கினேன். "புவிதந்த வாரணன்" என்ற பாடலைச் சொன்னேன்.

தேசிகர் அதைக் கவனமாகக் கேட்டார். அவரது பரம்பரைச் சொத்தல்லவா அது? நான் அச்செய்யுளின் அடிகளை இருமுறை மும்முறை சொல்லி முடித்துப் பொருளும் சொன்னேன்.

"இன்னும் இந்நூலிலிருந்து ஏதாவது சொல்லும்" என்று தேசிகர் கூறினபோது, "நான் எதிர்பார்த்தது பலித்தது" என்ற உற்சாகம் எனக்கு ஏற்பட்டது. மேலும் எனக்குத் தெரிந்த செய்யுட்களைச் சொன்னேன்.

"இது திருக்குற்றால யமக அந்தாதி அல்லவா? இந்தப் பக்கத்தில் இது வழங்குவதில்லையே. இவருக்கு எப்படிக் கிடைத்தது?" என்று சுப்பிரமணிய தேசிகர் கேட்டார்.

பிள்ளையவர்கள், "நெடு நாட்களாக இந்த நூலையும் திருக் குற்றாலப் புராணத்தையும் படிக்க வேண்டுமென்ற அவா அடியேனுக்கு இருந்தது. சண்பகக் குற்றாலக் கவிராயர் அவற்றை வருவித்துக் கொடுத்தார். நான் அந்தாதியை முதலிற் படித்துப் பொருள் வரையறை செய்து கொண்டு இவருக்கும் பாடம் சொன் னேன். குற்றாலப்புராணத்தையும் படித்து வருகிறேன்" என்றார்.

"அப்படியா!" என்று சொல்லி மேலும் ஏதாவது சொல்ல வேண்டும் என்ற குறிப்போடு என்னைத் தேசிகர் பார்த்தார். நான் திருப்புகலூர் அந்தாதியிலிருந்து சில பாடல்களைச் சொன்னேன். அவருடைய முகக்குறிப்பிலே திருப்தியையும் ஆதரவையும் கண்டேனாதலால் நான் வர வரத் தைரியத்தை அடைந்து பாடல் களையும் அவற்றின் பொருளையும் சொல்லி வந்தேன்.

'நன்றாகப் பாடல் சொல்லுகிறார். நல்ல சாரீரம் இருக்கிறது; சங்கீத ஞானமும் இருக்கிறது. முன்னுக்கு வருவாரென்று தோற்று கிறது. தங்களிடம் மாணாக்கராக இருக்கும்போது இவர் நல்ல நிலையை அடைவதற்கு என்ன சந்தேகம்?" என்று தேசிகர் கூறினார்.

"சந்நிதானத்தின் முன்பு இவர் வந்தபோதே இவரது நிலை உயர்ந்துவிட்டதென்று அடியேன் தீர்மானித்துக் கொண்டேன். சந்நிதானத்தின் திருவுள்ளத்தில் இவரிடம் கருணை உண்டான பிறகு இவருக்கு என்ன குறை?" என்று பிள்ளையவர்கள் கூறினர்.

தேசிகர் கூறிய வார்த்தைகள் என் செவி நிரம்பப் புகுந்து என் உள்ளத்தில் பூரணமான இன்பத்தை விளைவித்தன. "நாம் சோதனையில் வெற்றி பெற்றோம்" என்ற எண்ணம் அந்த இன்பத் துக்கு ஆதாரமாக இருந்தது.

அதன்பிறகு வேறு விஷயங்களைப்பற்றிப் பிள்ளையவர்களும் ஆதீனத் தலைவரவர்களும் பேசி வந்தனர். அப்பால், "நேரமாகி விட்டது; தங்கள் பூஜையை முடித்துக் கொண்டு சபாபதி தரிசனத் திற்கு வரவேண்டும்" என்று தேசிகர் கூறவே, அப்புலவர்பிரான் விடைபெற்று எழுந்து ஸ்நானம் செய்யும் பொருட்டு அங்குள்ள தெற்குக் குளப்புரைக்கு வந்தார். நானும் பின் தொடர்ந்தேன். சபாபதி பூஜை என்பது மடத்தில் தினந்தோறும் ஆதீன கர்த்தரவர் கள் செய்யும் பூஜை.

## நான் கண்ட காட்சிகள்

நான் நடந்து செல்லும்போது என் கண்கள் ஒரு நிலையில் இல்லை. அங்கங்கே உள்ள காட்சிகள் அவற்றை இழுத்துச் சென் றன. தூய்மை, தவக்கோலம். சிவமணங்கமழும் அமைப்புக்கள் எல் லாம் அங்கே விளங்கின. மடத்தின் தெற்கு வாயிலுக்கு எதிரே ஓர் அழகிய குளம் உண்டு. அதன் கரையில் ஒரு கட்டிடம் இருக்கிறது. அதையே குளப்புரை என்று வழங்குவார்கள். புரை என்பதற்கு வீடு என்பது பொருள். மலையாளத்தில் இவ்வாறு சொல்வது வழக்கம்.

குளப்புரைக்கு நாங்கள் சென்றோம். அங்கே பிள்ளையவர் களுக்கு வெந்நீர் போடப்பட்டிருந்தது. அவர்கள் அங்கே செல்லும் போது பெரிய தம்பிரான்களும் குட்டித் தம்பிரான்களும் மடத்து உத்தியோகஸ்தர்களும் ஓதுவார்களும் அவரைச் சுற்றிக்கொண்டு க்ஷேம சமாசாரம் விசாரித்தார்கள். பலர், "இனிமேல் இங்கேதானே வாசம்?" என்று வினவினார்கள். அதற்கு விடை கிடைப்பதற்கு முன்பே சில தம்பிரான்கள், "ஐயாவிடம் பாடம் கேட்கவேண்டு மென்று நாங்களெல்லாம் காத்திருக்கிறோம்; ஐயா இங்கே வந்து விட்டது எங்கள் அதிர்ஷ்டந்தான்" என்று சொல்லிக் குதூகலம் அடைந்தார்கள்.

தம்பிரான்களுடைய தோற்றத்தைக் கண்டு நான் விம்மித மடைந்தேன். "இவ்வளவு நீண்ட சடை இவர்களுக்கு எப்படி வந்தது?" என்று பிரமித்தேன். அவர்கள் அணிந்திருந்த உடையின் அழகும், சடையின்மேல் போட்டிருந்த வஸ்திரத்தின் அமைப்பும், காதில் உள்ள வேடமும், ருத்திராக்ஷமும் விபூதி அணிந்த பளபளப் பான மேனியின் வனப்பும் கண்கொள்ளாக் காட்சியாக இருந்தன. அவர்கள் பூண்டிருந்த உடையும் சிவ சின்னங்களும் அலங்காரமான ஆடைகளையும் ஆபரணங்களையும் விஞ்சி நின்றன.

பிள்ளையவர்கள் ஸ்நானம் செய்துவிட்டுப் பூஜைக்குச் சென்றார்கள். குளப்புரைக்கு வடக்கே பூஜை செய்வதற்காகவே ஓர் இடம் உண்டு. பூஜை மடம் என்று அதைச் சொல்வார்கள். குளத்தின் மேல் புறத்திலும் பூஜை மடம் உண்டு. அங்கே பெரிய தம்பிரான்களிற் சிலர் மிக்க நியமத்தோடு மௌனமாகப் பூஜை

செய்துகொண்டிருந்தனர். அவர்களுக்கு அருகில் தவசிப் பிள்ளைகள் ஈர ஆடையை உடுத்தபடியே பூஜைக்கு வேண்டிய பணிவிடைகளைச் செய்தனர். மல்லிகை முல்லை முதலிய மலர்களையும் வில்வம் முதலிய பத்திரங்களையும் தனித்தனியே வகைப்படுத்தி வெள்ளித் தட்டுகளில் வைத்து உதவினர்.

பூஜை செய்த தம்பிரான்கள் புறப்பட்டனர். சிலர் ஸ்நானம் செய்துவிட்டுப் பூஜை செய்ய வந்தனர். அங்கே நிருமாலியங்கள் கால்படாத தொட்டி ஒன்றில் குவிக்கப்பட்டிருந்தன.

என் தந்தையாரும் பாட்டனாரும் சிவபூஜை செய்வதை நான் பார்த்துள்ளேன். அதனால் சிவபூஜையென்றால் என் மனத்தே ஒரு பக்தியும் சாந்த உணர்ச்சியும் உண்டாகும். அவர்கள் பூஜையில் இவ்வளவு சாதனங்கள் இல்லை; சாதகர்களும் இல்லை; இங்கே பூஜைமடம் முழுவதும் பூஜை செய்பவர்களது கூட்டமாக இருந்தது. பூஜைக்குரிய திரவியங்கள் குறைவின்றி இருந்தன. அந்த இடம் முழுவதும் சிவபூஜைக் காட்சியால் நிரம்பியிருந்தது.

சைவ ஆதீனமாகிய அவ்விடத்தை, 'சிவ ராஜதானி' யென்று கொண்டாடுவர். அங்கே ஆதீனகர்த்தராக இருப்போர் சைவத் துறவிகளுக்கு அரசர். அந்த அரசின் ஆட்சியின்கீழ் வாழும் தம்பிரான்கள் சைவக் கோலம் பூண்ட ஞான வீரர்கள். அவர்களுக்குச் சிவபூஜை செய்வதும் குரு கைங்கரியம் செய்வதும் நல்ல நூல்களைப் படிப்பதுமே உத்தியோகங்கள். தம்பிரான்கள் தம் கடமையை நன்கு உணர்ந்து அந்தச் சிவராஜதானியில் ஒழுங்காகப் பூஜை முதலியவற்றை மிக்க சந்தோஷத்துடன் தவறாமல் செய்து வந்தனர். அவை அவர்கள் நாள்தோறும் செய்யும் வேலைகள். இந்த அமைப்புக்களை நூதனமாகப் பார்த்த எனக்கு எல்லாம் புதுமையாக இருந்தன; அமைதியான இன்பத்தை விளைவித்தன. 'திருவாவடுதுறை, திருவாவடுதுறை' என்று அடிக்கொரு தரம் என் ஆசிரியரும் அவரைப் பார்க்க வருவோரும் சொல்லிப் பாராட்டுவதன் காரணத்தை நான் அப்போது நன்றாக உணர்ந்தேன்.

என் கண்களை அவற்றின் போக்கிலே விட்டு விட்டு ஆச்சரியத்தால் ஸ்தம்பித்து நின்ற என்னிடம் ஒருவர் வந்தார். "ஏன் இங்கே நின்றபடியே இருக்கிறீர்?" என்று அவர் வினவினார். "இக்காட்சிகள் எங்கும் காணாத புதுமையாக இருக்கின்றன. இவற்றைப் பார்க்கும் போது எனக்கு வேறிடம் போகவே கால் எழும்பவில்லை" என்றேன்.

"இதுதானா ஆச்சரியம்? நீர் திருவாவடுதுறைக்கு வந்ததே இல்லைபோலிருக்கிறது. மேல்பக்கத்துள்ள அபிஷேகக் கட்டளை மடத்துக்குப் போய்ப்பாரும்; வடக்கு மடத்தைப் பார்த்தால் நீர் மயங்கிவிடுவீர்; அதற்குப் பின்னே உள்ள குளப்புரையிலும் இந்த மாதிரியான காட்சிகளைக் காணலாம். இன்னும் மறைஞான தேசிகர் கோவில், காவிரிப் படித்துறை, நந்தவனங்கள் முதலிய

இடங்களைப் பார்த்தால் எவ்வளவு ஆச்சரியப்படுவீரோ தெரியாது" என்று அவர் மிகவும் சாதாரணமாக அடுக்கிக் கொண்டே போனார். "ஏது! நாம் பூலோகத்தை விட்டுவிட்டுச் சிவலோகத்தின் ஒரு பகுதிக்கு வந்து விட்டோமென்று தோற்றுகிறதே" என்று எண்ணும்படி இருந்தது அவர் பேசின பேச்சு.

"இந்த உலகத்தில்தான் இருக்கிறோம். நாமும் ஸ்நானம் செய்ய வேண்டும்; போஜனம் செய்யவேண்டும்" என்பதை அப்போது எனக்கு உண்டான சிறிய பசி உணர்த்தியது. "இனிமேல் இங்கேயே இருக்கும் சந்தர்ப்பந்தான் வரப்போகிறதே; அப்போது இவர் சொன்ன அவ்வளவு இடங்களையும் பார்க்காமலா விடப் போகிறோம்?" என்ற சமாதானத்தோடு நான் ஸ்நானம் செய்யச் சென்றேன். பிள்ளையவர்கள் ஸ்நானம் முதலியவற்றை முடித்துக் கொண்டு மடத்துக்குச் சபாபதியின் தரிசனத்துக்குச் சென்றார்கள்.

## விருந்தும் ஆசீர்வாதமும்

ஸ்நானம் ஆனபிறகு நான் நியமங்களை நிறைவேற்றினேன். என்னை ஒரு பிராமணக் காரியஸ்தர் ஆகாரம் செய்யவேண்டிய இடத்திற்கு அழைத்துச் சென்றார். பிராமணர்கள் உண்பதற்குரிய சத்திரம் அது. அது சிவாலயத்துக்கு முன் உள்ள திருக்குளத்தின் தென்கரையில் அமைந்த விசாலமான கட்டிடம். அவ்விடத்தில் பலர் கூடிப் பேசிக்கொண்டு மகிழ்ச்சியோடிருந்தனர். அவர்கள் பேச்சு வீண் பேச்சாக இல்லை. சிலர் ஸம்ஸ்கிருத சுலோகங்களைச் சொல்லி அர்த்தம் சொல்லிக்கொண்டிருந்தனர். சிலர் சில கீர்த்தனங்களைப் பாடியபடி இருந்தனர். சிலர் தமிழ்ப்பாடல்களைச் சொன்னார்கள் அவர்களுடைய செயல்களால் அங்கிருந்தவர்களில் சிலர் ஸம்ஸ்கிருத வித்துவான்கள், சிலர் சங்கீத வித்துவான்கள், சிலர் தமிழ்ப் பண்டிதர்கள் என்று அறிந்தேன். இடையிடையே அவர்கள் சுப்பிரமணிய தேசிகரைப் பாராட்டினர்.

நான் அங்கே சென்றவுடன் ஒருவர் என்னை அழைத்தார். "பிள்ளையவர்களுடன் வந்திருக்கிறவரல்லவா நீர்? காலையில் சந்நிதானத்துக்கு முன் பாடல் சொன்னீரே; நாங்களெல்லாம் கேட்டுச் சந்தோஷித்தோம்" என்றார். அருகில் இருந்த சிலர் நகர்ந்து என்னிடம் வந்தார்கள். "பாட்டுச் சொன்னபோது பைரவி ராகம் சுத்தமாக இருந்தது; அபஸ்வரம் இல்லை. சந்நிதானம் அதைக் கவனித்துச் சந்தோஷித்தது" என்றார் ஒருவர். அவர் சங்கீத வித்துவானாக இருக்கவேண்டுமென்று நான் ஊகித்தேன். "உமக்கு யார் சங்கீத அப்பியாசம் செய்து வைத்தார்கள்?" என்று வேறொருவர் கேட்டார். "என் தகப்பனார்" என்று நான் சொன்னேன். "அப்படிச் சொல்லும், பரம்பரை வித்தை. அதுதான் சக்கை போடு போடுகிறீர்" என்று அவர் தம் துடையைத் தட்டிக் கொண்டே சொன்னார்.

"நீர் பிள்ளையவர்களிடம் வந்து எவ்வளவு காலம் ஆயிற்று?" என்று மற்றொருவர் கேட்டார்.

"நாலைந்து மாச காலந்தான் ஆயிற்று" என்றேன்.

"நீர் அதிர்ஷ்டசாலிதான். பிள்ளையவர்களுக்கு உம்மிடம் அதிகப் பிரியம் இருப்பதாகத் தெரிகிறது. அதோடு சந்நிதானத்துக்கும் உம்மைப்பற்றித் திருப்தி ஏற்பட்டிருக்கிறது. உமக்கு இனிமேல் குறையே இல்லை" என்றார் பின்னொருவர். "வித்தியாதானத்தில் சிறந்த தாதா அந்த மகா கவி அன்னதானத்திலும் சொன்ன தானத்திலும் சிறந்த தாதா இந்த மகா புருஷர். இரண்டு பேருடைய பிரியத்துக்கும் பாத்திரரான உமக்கு இனிமேல் வேறு பாக்கியம் என்ன இருக்கிறது?" என்றார் இன்னுமொருவர். இப்படி ஒவ்வொருவரும் உத்ஸாகத்தோடு பேசத் தொடங்கினர். நான் நாணத்தோடு தலை கவிழ்ந்து கொண்டே கேட்டு வந்தேன்.

இலை போட்டதும் இனிய உணவை உண்டு பசியாறினேன். பின்பு அங்கிருந்த வித்துவான்கள் என்னைச் சில பாடல்கள் சொல்லும்படி கேட்டனர். நான் சொல்லிக் காட்டினேன். அவர்கள் கேட்டு மகிழ்ந்து ஆசீர்வாதம் செய்தார்கள்.

## 37

## எனக்குக் கிடைத்த பரிசு

பல வித்துவான்கள் நிறைந்த கூட்டத்தில் இருந்து பழகாத எனக்குத் திருவாவடுதுறைச் சத்திரத்தில் வித்துவான்கள் கூடிப் பேசி வந்த வார்த்தைகளும் இடையிடையே பல நூல்களிலிருந்து சுலோகங்களைச் சொல்லிச் செய்த வியாக்கியானமும் ஆனந்தத்தை விளைவித்தன. சங்கீத வித்துவான்கள் என்னைப் பாராட்டிய பொழுது, "சங்கீத அப்பியாசத்தை நாம் விட்டது பிழை" என்று கூட எண்ணினேன். ஆனால் அந்த எண்ணம் நெடுநேரம் நிற்கவில்லை

இவ்வாறு பேசிக்கொண்டும் வித்துவான்களுடைய பேச்சைக் கேட்டுக்கொண்டுமிருந்தபோது மடத்திலிருந்து ஒருவர் வந்து என்னை மடத்திற்கு அழைத்துச் சென்றார். அங்கே ஒடுக்கத்தின் மேல் மெத்தையில் ஓரிடத்தில் சுப்பிரமணிய தேசிகர் வீற்றிருந்தார். அவர் அருகே பிள்ளையவர்களும் சில தம்பிரான்களும் அமர்ந்திருந்தனர். நான் அங்கே சென்றவுடன் சுப்பிரமணிய தேசிகர், "போஜனம் செய்தீரா?" என்று அன்புடன் வினவி உட்காரச் சொன்னார். நான் பிள்ளையவர்களுக்குப் பின்னே உட்கார்ந்தேன்.

அப்போது அங்கிருந்த தம்பிரான்கள் தங்கள் கைகளில் புஸ்தகங்களை வைத்திருந்தனர். அதைக் கவனித்த நான், "பிள்ளையவர்கள் பாடஞ் சொல்ல ஆரம்பித்து விட்டார்களோ?" என்று

எண்ணி, "நாம் முன்பே வந்து கவனிக்கவில்லையே" என்று வருந்தி னேன்.

## சந்தேகம் தெளிதல்

அங்கிருந்த தம்பிரான்கள் எழுத்திலக்கணம் முதலியவற்றைச் சுப்பிரமணிய தேசிகரவர்களிடம் பாடங் கேட்டு முடித்தவர்கள். அந்நூல்களில் இடையிடையேயுள்ள உதாரணச் செய்யுட்களுள் சிலவற்றின் பொருள் தம்பிரான்களுக்கு விளங்கவில்லை. தேசிகர் பாடஞ் சொல்லும் பொழுது அத்தகைய இடங்கள் வந்தால், "பிள்ளையவர்கள் வரும்பொழுது கேட்டுத் தெரிந்து கொள்ளலாம்; ஞாபகப்படுத்தி வைத்துக் கொள்ளுங்கள்" என்று சொல்லுவது வழக்கமாம். அச்சமயத்தில் தேசிகருடைய கட்டளையின்படியே தம்பிரான்கள் பிள்ளையவர்களிடம் சந்தேகங்களைக் கேட்டு வந்தனர். பிள்ளையவர்கள் தட்டின்றி ஒவ்வொரு கேள்விக்கும் தெளிவாக விடையளித்தனர். தம்பிரான்கள் மிகவும் ஆவலாகச் சந்தேகங்களைக் கேட்டனர். பிள்ளையவர்கள் பொருள்களை விளக்கும் பொழுது தம்பிரான்களைக் காட்டிலும் அதிக ஆவலாகச் சுப்பிரமணிய தேசிகர் கவனித்து வந்தார். சில சமயங்களில் தேசிகரே சந்தேகங்களுள்ள இடங்களைத் தம்பிரான்களுக்கு ஞாபக மூட்டினர்.

அந்த நிகழ்ச்சியை நான் கவனித்த பொழுது எனக்குப் பல புதிய செய்திகள் தெரிய வந்தன. பிள்ளையவர்கள் விளக்கிக் கூறும் செய்திகள் மட்டுமல்ல; ஆதீனத்துச் சம்பிரதாயங்களையும் அறிந்து கொண்டேன். தம்பிரான்கள் கேட்ட சந்தேகங்கள் சுப்பிரமணிய தேசிகருக்கும் விளங்காதனவே. ஆயினும் ஞானாசிரியராகிய அவர் நேரே பிள்ளையவர்களிடம் ஒரு மாணாக்கரைப் போலச் சந்தேகம் கேட்கவில்லை. தம்பிரான்களைக் கேட்கச் சொல்லித் தாம் அறிந்து கொண்டார்; அவர்களையும் அறிந்துகொள்ளச் செய்தார். அச்சந்தேகங்களைத் தெளிந்து கொள்ள வேண்டுமென்ற ஆவல் தேசிகருக்குத் தீவிரமாக இருந்ததையும் நான் அறிந்தேன். இல்லையென்றால் பிள்ளையவர்களிடம் தம்பிரான்களை அனுப்பிச் சந்தேகங்களைத் தீர்த்துக்கொள்ளச் சொல்லியிருக்கலாமல்லவா? பிள்ளையவர்கள் அவற்றை விளக்கும்போது தாமே நேரிலிருந்து கேட்க வேண்டுமென்பது அவரது ஆசை. அவர் ஞானாசிரிய ராகவும் பிள்ளையவர்கள் அவருடைய சிஷ்யராகவும் இருந்தன ரென்பதில் ஐயமில்லை. ஆயினும் அச்சமயத்தில் தம் ஞானாசிரிய நிலையையும் ஆதீனத் தலைமையையும் பிற சிறப்புக்களையும் மறந்து தேசிகர் என் ஆசிரியர் கூறியவற்றைக் கவனித்து வந்தார். அன்று காலையில் என் ஆசிரியர் தேசிகரைப் பணிந்த காட்சி தவத்தின் தலைமையை நினைவுறுத்தியது; பிற்பகலில் அப்புலவர் கோமான் தேசிகருக்கு முன் சந்தேகங்களை விளக்கிய காட்சி புலமையின் தலைமையைப் புலப்படுத்தியது.

தம்பிரான்கள் ஒவ்வொரு சந்தேகமாகக் கேட்டு வந்தார்கள். சில சந்தேகங்கள் மிகவும் கடினமானவை. அப்பகுதிகளைப் பிள்ளையவர்கள் தெளிவிக்கும்பொழுது சுப்பிரமணிய தேசிகர் கூர்ந்து கவனிப்பார். அவருக்கு விஷயம் விளங்கினவுடன், "நன்றா யிருக்கிறது; மிகவும் பொருத்தமாயிருக்கிறது" என்று பாராட்டுவார். அவருடைய சந்தோஷம் உச்ச நிலையை அடையும்பொழுது, "நல்லதையா!" என்ற வார்த்தைகள் வெளிவரும். பிள்ளையவர்கள் சாதாரணமாகச் சிறிதும் சிரமமின்றி அச்சிக்கல்களை விடுவித்துக் கொண்டே சென்றார்; பணிவோடு மெல்ல விளக்கி வந்தார்; லவலேசமாவது கர்வத்தின் சாயை அவரிடம் தோன்றவில்லை.

## அஷ்ட நாகபந்தம்

தம்பிரான்கள் சில புஸ்தகங்களிலுள்ள சந்தேகங்களைக் கேட்ட பிறகு தண்டியலங்காரத்திலுள்ள ஐயங்களை வினவத் தொடங்கி னார்கள். அதில் வரும் அஷ்ட நாகபந்தச் செய்யுளை நாகங்களைப் போட்டு அடக்கிக் காட்டும்வண்ணம் கேட்டார்கள். அஷ்ட நாக பந்தமென்பது சித்திர கவிகளுள் ஒன்று. எட்டு நாகங்கள் இணைந் திருப்பதாக அமைந்த சித்திரமொன்றில் செய்யுட்கள் அடங்கி யிருக்கும். பிள்ளையவர்கள் காகிதமும் எழுதுகோலும் வருவித்துப் போடத் தொடங்கினர்.

## என் அவசரம்

அவர் தொடங்கு முன் நான் ஒரு காகிதத்தில் அந்தச் சித்திரத்தை எழுதி அதற்குள் செய்யுட்களையும் அடக்கிக் காட்டி னேன். நான் அவ்வாறு துணிந்து செய்தது தவறென்று இப்போது தெரிகிறது. ஆனாலும் தம்முடைய ஆற்றலைச் சமயங்களில் வெளிப் படுத்திக்கொள்ள வேண்டுமென்ற ஆசையிருப்பது மனிதர்களுக்கு இயல்புதானே! அந்த ஆசையால் தூண்டப்பெற்று நான் அஷ்ட நாக பந்தத்தை அமைத்தேன்.

அதை நான் போட்டு முடித்ததைப் பார்த்த ஆசிரியர், "நன்றாக இருக்கிறதே! இதை நீர் எங்கே கற்றுக் கொண்டீர்?" என்று கேட்டார். "செங்கணம் விருத்தாசல ரெட்டியாரிடம் தெரிந்து கொண்டேன். இன்னும் ரதபந்தம் முதலிய சித்திர கவிகளையும் போடுவேன்" என்றேன்.

## எல்லாம் கிடைக்கும்

நான் போட்ட அஷ்ட நாகபந்தத்தைத் தம்பிரான்கள் பார்த்த னர்; சுப்பிரமணிய தேசிகரும் பார்த்தார். "இவர் சுறு சுறுப்பாக இருக்கிறாரே. பல சங்கதிகளைத் தெரிந்து வைத்துக்கொண்டிருக் கிறாரே" என்று சுப்பிரமணிய தேசிகர் சந்தோஷத்தோடு சொன் னார். என்னைப் பார்த்து, "பிள்ளையவர்களிடமிருந்து நன்றாகப்

படித்துக் கொள்ளும். இளம் பிராயமாக இருக்கிறது. இவர்களிடம் எவ்வளவோ தெரிந்து கொள்ளலாம். இவர்கள் இங்கே வரும் பொழுது உடன் வாரும். உமக்கு வேண்டிய சௌகரியங்கள் கிடைக்கும், கல்யாணங்கூடச் செய்து வைப்போம்" என்று புன்ன கையோடு சொன்னார். நான் சிறிது சிரித்தேன்.

"என்ன சிரிக்கிறீர்! கல்யாணம் என்றால் சந்தோஷமாகத்தான் இருக்கும்" என்றார்.

பிள்ளையவர்கள் அப்போது, "இவருக்கு விவாகம் ஆகி விட்டது" என்றார்.

"அப்படியா, அதுதான் சிரிக்கிறாரோ! ஆனாலென்ன? மற்றக் காரியங்களெல்லாம் நடக்க வேண்டாமா? எல்லாச் சௌகரியங் களையும் பண்ணி வைப்போம்" என்று தேசிகர் சொல்லி விட்டு, "உமக்குப் படிப்பதற்கு வேண்டிய புஸ்தகங்களை வாங்கிக் கொடுப் போம்" என்றார்.

"சந்நிதானத்தின் கருணை இருந்தால் எல்லாம் கிடைக்கின்றன" என்று ஆசிரியர் கூறினார்.

### புஸ்தகப் பரிசு

தேசிகர் உடனே எழுந்திருந்து பக்கத்திலிருந்த பீரோ ஒன்றைத் திறக்கச் செய்தார். அதில் நிறையப் புஸ்தகங்கள் இருந்தன. அதிலிருந்து பல புஸ்தகங்களை எடுத்து வந்து, "கம்பரந்தாதி படித்திருக்கிறீரா? இந்தாரும் படியும். அமுதாம்பிகை பிள்ளைத் தமிழ், செங்கழுநீர் விநாயகர் பிள்ளைத்தமிழ் இவைகளையெல்லாம் இவர்களிடம் கேட்டுக் கொள்ளும். சிவஞான சுவாமிகள் வாக்கு அற்புதமாக இருக்கும்" என்று சொல்லிச் சில பிரபந்தங்களில் ஒவ்வொன்றிலும் நான்கு நான்கு பிரதிகளைக் கொடுத்தார். கொடுத்து விட்டு, "இவைகளில் ஒவ்வொன்றை நீர் எடுத்துக் கொள்ளும்; மற்றவற்றை உடன்படிக்கும் பிள்ளைகளுக்குக் கொடும்" என்று சொன்னார். நான் மிக்க ஆவலோடு ஒவ்வொரு புஸ்தகத் தையும் புரட்டிப் புரட்டிப் பார்த்தேன். கை நிறையப் பணம் தந்தால் கூட எனக்கு அவ்வளவு ஆனந்தம் உண்டாயிராது.

"இந்தப் பிரபந்தங்களை எல்லாம் படியும். பின்பு பெரிய புஸ்தகங்கள் தருகிறோம்" என்று சுப்பிரமணிய தேசிகர் அன்போடு உரைத்தார். பிறகு, "எங்கே, தெரிந்த பாடல்களில் எவற்றையேனும் இசையுடன் சொல்லும்; கேட்போம்" என்றார். காலையில் நான் பைரவி ராகத்திற் பாடல்களைச் சொன்னேன். அப்பொழுது வேறு ராகங்களிலே சில செய்யுட்களைச் சொன்னேன். கேட்டு மகிழ்ந்த தேசிகர் ஆசிரியரை நோக்கி, "இவரைச் சங்கீத அப்பியாசமும் பண்ணிக் கொண்டு வரும்படி சொல்ல வேண்டும்" என்று கூறினார்.

இவ்வாறு சுப்பிரமணிய தேசிகர் என்னிடம் அன்பு வைத்துப் பேசியதையும் புஸ்தகங்களைக் கொடுத்ததையும் கண்ட என் ஆசிரியருக்கு அளவற்ற மகிழ்ச்சி உண்டாயிற்று. அதனை அவர் முகம் நன்கு புலப்படுத்தியது.

## ‘இங்கே வந்துவிட வேண்டும்’

அப்பால் தேசிகர் பிள்ளையவர்களைப் பார்த்துப் பேசத் தொடங்கி, “இன்று நீங்கள் வந்தமையால் காலை முதல் தமிழ் சம்பந்தமான சம்பாஷணையிலேயே பொழுது போயிற்று. நமக்கு மிகவும் திருப்தியாக இருக்கிறது. தம்பிரான்களுக்கும் அளவற்ற சந்தோஷம். அவர்களெல்லோரும் தொடர்ந்து தமிழ் நூல்களைப் பாடங் கேட்க வேண்டுமென்ற ஆவலுடையவர்களாக இருக்கிறார்கள். வேறு சிலரும் பாடங் கேட்கச் சித்தமாக இருக்கின்றனர். ஏதோ நமக்குத் தெரிந்ததை நாம் சொல்லி வருகிறோம். அதுவும் எப்போதும் செய்ய முடிவதில்லை. ஆதீன காரியங்களைக் கவனிக்க வேண்டியிருக்கிறது. பிரபுக்களும் வித்துவான்களும் அடிக்கடி வருகிறார்கள்; அவர்களோடு சம்பாஷணை செய்து வேண்டியவற்றை விசாரித்து அனுப்புவதற்கே பொழுது சரியாகப் போய்விடுகிறது. ஆதலால் இவர்களுடைய தாகத்தைத் தணிப்பதற்கு நம்மால் முடிவதில்லை. நீங்கள் இங்கே வந்திருந்து பாடம் சொல்ல ஆரம்பித்தால் எல்லோருக்கும் திருப்தியாக இருக்கும். உங்களுடைய சல்லாபத்தால் நமக்கும் சந்தோஷமுண்டாகும். தவிர இவ்விடம் வருவோர்களிற் பலர், “பிள்ளையவர்கள் எங்கேயிருக்கிறார்கள்?” என்று விசாரிக்கிறார்கள். நீங்கள் மாயூரத்தில் இருப்பதாகச் சொல்லுவதற்கு நமக்கு வாய் வருவதில்லை. இந்த ஆதீனத்துக்கே சிறப்பாக இருக்கும் உங்களை இங்கே இருந்து பாடஞ் சொல்லும்படி செய்வது நமது கடமையாக இருக்க, மாயூரத்திலிருக்கிறார்களென்று சொல்வது உசிதமாகத் தோற்றவில்லை. வருகிறவர்களில் மாயூரம் வரக் கூடியவர்கள் வந்து உங்களைப் பார்த்துச் செல்லுகிறார்கள். மற்றவர்கள் உங்களைப் பார்க்கவில்லையே என்ற குறையுடன் சென்று விடுகிறார்கள். ஆகையால் நீங்கள் இனிமேல் உங்கள் மாணாக்கர்களுடன் இங்கேயே வந்துவிட வேண்டியதுதான்” என்றார்.

பிள்ளையவர்கள், “சந்நிதானத்தின் திருவுளப் பாங்கின்படியே நடப்பதுதான் அடியேனுடைய கடமை” என்று கூறினார்.

## ஆறுமுகத்தா பிள்ளையின் அச்சம்

அப்போது பக்கத்திலிருந்து எல்லாவற்றையும் கவனித்து வந்த ஆறுமுகத்தா பிள்ளை திடீரென்று எழுந்தார்; பண்டார சந்நிதிகளை நமஸ்காரஞ் செய்து எழுந்து நின்று வாய்புதைத்துக்

கொண்டே, "ஐயா அவர்களைப் பட்டீச்சுரத்திற்கு அழைத்துக் கொண்டு சென்று சிலகாலம் வைத்திருந்து அனுப்பும்படி சந்நிதானத்தில் உத்தரவாக வேண்டும். அவர்களால் எனக்கு ஆகவேண்டிய காரியங்கள் சில இருக்கின்றன. அதனால்தான் அடியேன் மாயூரம் சென்று ஐயா அவர்களை அழைத்து வந்தேன்" என்றார். சுப்பிரமணிய தேசிகர் பிள்ளையவர்களிடம் பேசியவற்றைக் கேட்ட அவருக்கு, "நம் காரியம் கெட்டுப் போய் விட்டால் என்ன பண்ணுவது! பிள்ளையவர்கள் இங்கேயே தங்கிவிடப் போகிறார்களே!" என்ற பயம் பிடித்துக் கொண்டது.

சுப்பிரமணிய தேசிகர் அவர் கருத்தை உணர்ந்து கொண்டார். குறுநகையுடன், "அப்படியே செய்யலாம்; அதற்கென்ன தடை? பிள்ளையவர்கள் எல்லோருக்கும் சொந்தமல்லவோ?" என்று சொன்னார். அப்போதுதான் ஆறுமுகத்தா பிள்ளைக்கு ஆறுதல் உண்டாயிற்று.

## விடையளித்தல்

"சரி. பட்டீச்சுரம் போய்ச் சில காலம் இருந்து விட்டு இங்கே வந்து விடலாம்" என்று சுப்பிரமணிய தேசிகர் பிள்ளையவர்களுக்கு விடை கொடுக்கவே என் ஆசிரியர் எழுந்து பணிந்து விபூதிப் பிரசாதம் பெற்று மடத்திற்கு வெளியே வந்தார்.

தம்பிரான்களும் வேறு சிலரும் அவருடன் வந்தார்கள். சிலர் ஆறுமுகத்தா பிள்ளையை நோக்கி, "இதுதான் சாக்கு என்று ஐயா அவர்களை நீண்ட காலம் பட்டீச்சுரத்தில் நிறுத்திக்கொள்ள வேண்டாம்" என்றனர். அப்பால் பேசிக்கொண்டே சிறிது தூரம் யாவரும் வந்தனர். சிலர் என்னிடம் வந்து, "உம்முடைய ஊர் எது? என்ன என்ன புஸ்தகம் பாடம் கேட்டிருக்கின்றீர்?" என்று கேட்டனர். நான் தக்கவாறு பதில் உரைத்தேன். சிலர் நான் படித்த நூல்களில் சில சந்தேகங்கள் கேட்டனர். அன்று காலையிலிருந்து சுப்பிரமணிய தேசிகரும் பிள்ளையவர்களும் என்னிடம் காட்டிய அன்பு எல்லோருடைய உள்ளத்திலும் என்பால் ஒரு மதிப்பை உண்டாக்கி விட்டது. இல்லாவிடின் சிறு பையனாகிய என்னிடத்தில் தம்பிரான்கள் வந்து சந்தேகம் கேட்பார்களா! "நாம் படித்தது எவ்வளவு கொஞ்சம்? அதற்கு ஏற்படும் பெருமை எவ்வளவு அதிகம்? எல்லாம் இந்த மகானை அடுத்ததனால் வந்த கௌரவமல்லவா?" என்று எண்ணினேன். "நாம் இவர்களிடம் வந்து சில மாதங்களே ஆயின. தமிழ்க் கடலின் ஒரு மூலையைக் கூட இன்னும் சரியாகப் பார்க்கவில்லை. இவர்களிடமிருந்து பாடங் கேட்டு நல்ல அறிவை அடைந்தால் நமக்கு எவ்வளவோ நன்மை உண்டாகும்" என்ற நினைவினால் "என்ன கஷ்டம் வந்தாலும் இவர்களை விட்டுப் பிரிவதில்லை" என்ற உறுதியை மேற்கொண்டேன்.

## பஞ்சநதம் பிள்ளையின் செயல்

உடன் வந்தவர்கள் சிறிது தூரம் வந்து பிள்ளையவர்களிடம் விடை பெற்றுச் சென்றார்கள். எங்களுக்காக ஆறுமுகத்தா பிள்ளையவர்கள் கொணர்ந்திருந்த வண்டியில் அவரும் பிள்ளையவர்களும் ஏறிக் கொண்டனர். நான் ஏறப் போகும்பொழுது அங்கே நின்ற தவசிப் பிள்ளையாகிய பஞ்சநதம்பிள்ளை வெகு வேகமாக என்னிடம் வந்தார். என் கையிலிருந்த புதிய புஸ்தகங்களையெல்லாம் வெடுக்கென்று பிடுங்கினார். எனக்கு வேண்டுமேயென்று நான் சொன்ன பொழுது, "இவ்வளவும் உமக்கு எதற்கு? ஒவ்வொன்று இருந்தால் போதாதோ?" என்று சொல்லி ஒவ்வொரு பிரதியை என்னிடம் கொடுத்து விட்டு மற்றவற்றை அவர் வைத்துக் கொண்டார். சுப்பிரமணிய தேசிகரிடம் நான் முதல் முதலாகப் பெற்ற பரிசல்லவா அவை? பஞ்சநதம் பிள்ளை அவற்றைப் பறித்தபோது அவர் கன்னத்தில் இரண்டு அறை அறைய வேண்டுமென்ற ஆத்திரம் எனக்கு முதலில் உண்டாயிற்று. அவரிடம் ஜாக்கிரதையாக நடந்துகொள்ள வேண்டுமென்று பிள்ளையவர்கள் எனக்கு எச்சரிக்கை செய்ததை நான் மறக்கவில்லை. ஆதலால் ஒன்றும் பேசாமல் கோபத்தை அடக்கிக்கொண்டு வண்டியில் ஏறினேன்.

காலை முதல் நிகழ்ந்த நிகழ்ச்சிகளால் தமிழறிவின்பால் திருவாவடுதுறை ஆதீனத் தலைவர் முதல் தம்பிரான்கள் காரியஸ்தர்கள் வரையில் யாவரும் வைத்திருக்கும் மதிப்பையும் மனிதர்களிடம் நடந்து கொள்ளும் விதத்தையும் அறிந்து வியந்த நான், அவ்வளவு பேர்களுக்கு இடையில் சிறிதேனும் மரியாதை தெரியாமலும் தமிழருமையை அறியாமலும் முரட்டுத்தனமாக நடந்து கொண்ட பஞ்சநதம் பிள்ளையினது இயற்கையைக் கண்டபோது, "ஆயிரம் வருஷங்கள் நல்லவர்களோடு பழகினாலும் தம் இயல்பை விடாதவர்களும் உலகில் இருந்துதான் வருகிறார்கள்" என்று சமாதானம் செய்து கொண்டேன்.

இரட்டை மாடு பூட்டிய அந்த வண்டி சாலையில் வேகமாகப் போகத் தொடங்கியது.

## 38

## நான் கொடுத்த வரம்

திருவாவடுதுறையிலிருந்து புறப்பட்ட நாங்கள் திருவிடைமருதூருக்கு மாலை ஆறு மணிக்குப் போய்ச் சேர்ந்தோம். அங்கே ஆறுமுகத்தா பிள்ளையின் மைத்துனராகிய சுப்பையா பண்டாரமென்பவருடைய வீட்டில் தங்கினோம். இரவில் அங்கே தங்கி விட்டு மறுநாட் காலையில் பட்டீச்சுரத்துக்குப் புறப்படலாமென்று என் ஆசிரியர் எண்ணினார்.

## சிவக்கொழுந்து தேசிகர் பெருமை

பிள்ளையவர்கள் தளர்ந்த தேகமுடையவர். ஆதலின் ஜாகை சேர்ந்தவுடன் படுத்தபடியே சில நூற் செய்யுட்களை எனக்குச் சொல்லி எழுதிக்கொள்ளச் செய்து பொருளும் விளக்கினார். திருவிடைமருதூர் சிறந்த ஸ்தலமென்பதையும், கொட்டையூர்ச் சிவக்கொழுந்து தேசிகரென்னும் வித்துவான் அதற்கு ஒரு புராணம் இயற்றியுள்ளாரென்பதையும் கூறினார். சிவக்கொழுந்து தேசிகரைப் பற்றிய பேச்சு வரவே அவர் இயற்றிய செய்யுட்களைப் பற்றியும் நூல்களைப் பற்றியும் மிகவும் பாராட்டிக் கூறினார்.

சுப்பையா பண்டாரத்தின் வீட்டில் ஆறுமுகத்தா பிள்ளைக்கும் என் ஆசிரியருக்கும் விருந்து நடந்தது. ஆசிரியர் சுப்பையா பண்டாரத்தைப் பார்த்து, "சாமிநாதையருக்கு ஆகாரம் செய்விக்க ஏற்பாடு செய்யவேண்டும்" என்று சொன்னார். அவர் மகாலிங்க ஸ்வாமி ஆலயத்தில் நல்ல பிரசாதங்கள் கிடைக்குமென்று கூறி என்னை அங்கே அழைத்துச் சென்றார். திருவிடைமருதூர் ஆலயம் திருவாவடுதுறை ஆதீன விசாரணைக்கு உட்பட்டது. அவ்வாலய நிர்வாகத்தைக் கவனிப்பதற்கு ஒரு தம்பிரான் உண்டு. திருவிடைமருதூரில் திருவாவடுதுறை மடத்தைச் சேர்ந்த கட்டளை மடமும் இருக்கிறது. அவ்வூர் திருவாவடுதுறைக்கு ஆறு மைல் தூரத்தில் இருப்பதால் சந்தர்ப்பம் நேரும்போதெல்லாம் ஆதீனகர்த்தர் திருவிடைமருதூர்க் கட்டளை மடத்தில் வந்து தங்கி இருப்பது வழக்கம்.

## கட்டளைத் தம்பிரான்

திருவிடைமருதூரில் கட்டளை விசாரணையில் முன்பு சுப்பிர மணியத் தம்பிரானென்பவர் இருந்தார்; அவர் ஆலய நிர்வாகத்தை மிகவும் ஒழுங்காக நடத்தி வந்ததோடு பல திருத்தங்களைச் செய்து நல்ல பெயர் பெற்றார். திருவாவடுதுறை யாதீனத்தின் விசார ணைக்கு உட்பட்டுப் பல ஆலயங்கள் இருப்பதால் ஓர் ஆலயத்தில் இருந்து நிர்வாகம் செய்த தம்பிரானை வேறோர் ஆலயத்துக்கு மாற்றுவதும் சிலரை மடத்தின் அதிகாரிகளாக்கி அவர்கள் ஸ்தா னத்திற் புதிய தம்பிரான்களை நியமிப்பதும் ஆதீனத்து வழக்கம். திருவிடைமருதூரில் கட்டளைத் தம்பிரானாக இருந்த முற்கூறிய சுப்பிரமணியத் தம்பிரானை ஸ்ரீ சுப்பிரமணிய தேசிகர் ஆதீனத்தைச் சேர்ந்த ஆளுடையார் கோயிலின் நிர்வாக அதிகாரியாக மாற்றி னார். அவர் அங்கே சென்றபின் இடையே சில காலம் ஒரு தம்பி ரான் இருந்து திருவிடைமருதூர் ஆலய விசாரணையைக் கவனித்து வந்தார். திருவாவடுதுறை மடத்தில் பூஜை போஜனம் செய்து கொண்டும் படித்துக்கொண்டும் இருந்து வரும் சில தம்பிரான் களுக்கு மடத்தில் ஏதேனும் உத்தியோகம் பார்க்க வேண்டுமென்ற

ஆசை உண்டாகும். அதனை அறிந்து ஆதீனத் தலைவர் இடையிடையே சமயம் நேரும் போது சில மாதங்கள் அவர்களைக் கட்டளை முதலிய வேலைகளில் நியமிப்பது வழக்கம். நாங்கள் போனபோது திருவிடைமருதூரில் இருந்த தம்பிரான் அத்தகையவர்களில் ஒருவர்.

சுப்பையா பண்டாரம் என்னை ஆலயத்துக்கு அழைத்துச் சென்றார். கோயிலில் கொட்டாரத்தின் முகப்புத் திண்ணையில் கட்டளைத் தம்பிரான் ஒரு திண்டின் மேல் சாய்ந்தபடி வீற்றிருந்தார். கொட்டாரமென்பது நெல் முதலிய தானியங்கள் சேர்த்து வைக்குமிடம். அவருக்கு ஒரு புறத்தில் உத்தியோகஸ்தர்கள் நின்றிருந்தனர். கணக்கெழுதும் ஏடுகளுடன் சில காரியஸ்தர்கள் பணிவோடு நின்றனர்.

தம்பிரானுடைய விபூதி ருத்திராட்ச தாரணமும், காவி உடையும், தோற்றப் பொலிவும் அவர்பால் ஒரு மதிப்பை உண்டாக்கின. அவர் சடை மிகவும் பெரிதாக இருந்தது. கட்டளை, காறுபாறு முதலிய உத்தியோகங்களைப் பார்க்க விரும்பிச் சில தம்பிரான்கள் மிக்க நிர்வாகத் திறமையுடையவர்கள் போலக் காட்டிக்கொள்வது வழக்கம். அந்த வர்க்கத்தைச் சேர்ந்த அத்தம்பிரான் அடிக்கடி தமது மார்பைப் பார்த்துக்கொண்டும், நிமிர்ந்த முகத்திலும் உரத்த குரலிலும் அதிகார முடுக்கைக் காட்டிக்கொண்டும் இருந்தனர்.

சுப்பையா பண்டாரம் என்னை அழைத்துச் சென்று தம்பிரான் முன்னே விட்டு அஞ்சலி செய்தார். தம்பிரான், "எங்கே வந்தீர்? இவர் யார்?" என்று கேட்டபோது, "பிள்ளையவர்கள் வந்திருக்கிறார்கள். என் ஜாகையில் இருக்கிறார்கள். அவர்களிடம் இவர் படித்து வருகிறார். இவருக்கு இங்கே மடைப்பள்ளியில் ஏதேனும் பிரசாதம் கொடுக்கும்படி சாமியிடம் சொல்ல வேண்டுமென்று என்னை அனுப்பினார்கள்" என்று விடை அளித்தார்.

தம்பிரான் எங்களை நிமிர்ந்து பார்த்தார். "பிள்ளையவர்களா வந்திருக்கிறார்கள்? அவர்கள் கட்டளை மடத்துக்கு வரக் கூடாதா?" என்று கேட்டார்.

"அவர்கள் தளர்ச்சியாக இருக்கிறார்கள். என் ஜாகையில் இருந்தால் படுத்துக்கொண்டே இருக்கலாம். யாரேனும் கால் பிடிப்பார்கள். மடத்துக்கு வந்தால் சாமிக்கு முன் படுத்துக் கொள்வதும் கால் கை பிடிக்கச் சொல்வதும் உசிதமாக இருக்குமா? அதனால் தான் என் வீட்டில் தங்கியிருக்கிறார்கள்" என்று சுப்பையா பண்டாரம் விடையளித்தார்.

"சரிதான். மடத்திலே பழகினவர்களுக்குத்தான் மரியாதை தெரியும். அவர்கள் நம்மிடம் எவ்வளவு விசுவாசம் வைத்திருக்கிறார்களென்பது நமக்குத் தெரியாதா?" என்று தம்பிரான் சொன்னார்.

பிறகு அங்கே நின்ற மடைப்பள்ளிக் காரியஸ்தரைப் பார்த்தார்; 'சாமி' என்று வாயைப் பொத்திக்கொண்டே அந்தப் பிராமணர் முன்னே வந்தார். "என்ன?" என்று தம்பிரான் கேட்டார். "இவர் வந்திருக்கிறார்; இவருக்கு உபசாரத்துடன் பிரசாதம் கொடுக்க வேண்டும்" என்ற அர்த்தம் அந்தக் கேள்வியின் தொனியிலேயே அடங்கியிருந்தது. "சாமி" என்று காரியஸ்தர் மறுபடியும் சொன்னார். "சரியாகக் கவனித்துக் கொள்ளுகிறேன்" என்ற அர்த்தத்தை அவர் குரல் உள்ளடக்கியிருந்தது. "ஜாக்கிரதையாகக் கவனித்துக் கொள்ள வேண்டும்; தெரியுமா?" என்று தம்பிரான் விளக்கமாக உத்தரவிட்டார். காரியஸ்தர் அதனை ஏற்றுக் கொண்டதற்கு அடையாளமாக மீட்டும், "சாமி" என்று சொல்லி விட்டு என்னை அழைத்துச் சென்றார்.

அர்த்தஜாம பூஜை நடப்பதற்குச் சிறிது முன்பு நான் போனேன். ஆதலால், ஆலயத்தினுள்ளே சென்று சுவாமிக்கு முன் நமஸ்காரம் செய்தேன். காரியஸ்தர் அவசரப்படுத்தினார். தரிசனத்தை நான் சுருக்கமாகச் செய்துகொண்டு மடைப்பள்ளிக்குள் அவருடன் புகுந்தேன்.

### பசியும் ஆவலும்

இரவு பத்து மணி ஆகிவிட்டமையாலும் திருவாவடுதுறையிலிருந்து வந்த சிரமத்தாலும் எனக்குப் பசி அதிகமாகத்தான் இருந்தது. கோவில் பிரசாதங்கள் மிகவும் சுவையாகவும் பரிசுத்தமாகவும் இருக்குமென்ற எண்ணத்தால் என் நாக்கில் ஜலம் ஊறியது. காரியஸ்தர் மிக்க விநயத்தோடு என்னை அழைத்துச் செல்லும் போதே, நம்முடைய பசிக்கும் ருசிக்கும் ஏற்ற உணவு கிடைக்கும் என்ற ஆவலோடு சென்றேன்.

மடைப்பள்ளியில் வழி தெரியாதபடி இருட்டாக இருந்தது. தட்டுத் தடுமாறி உள்ளே போனவுடன், காரியஸ்தர் என்னை ஓரிடத்தில் உட்காரச் சொல்லி அருகில் ஒரு கை விளக்கைக் கொணர்ந்து வைத்தார். அவர் உத்தரவுப்படி ஒருவர் ஒரு பெரிய தட்டில் பல வகையான பிரசாதங்களை எடுத்து வந்து என் முன்னே வைத்தார்.

அந்தத் தட்டைப் பார்த்து மலைத்துப் போனேன். "இவ்வளவு எதற்கு?" என்று கேட்டேன். "ஒவ்வொன்றிலும் கொஞ்சங் கொஞ்சம் சாப்பிடுங்கள்" என்று காரியஸ்தர் சொன்னார்.

"என்ன என்ன பிரசாதங்கள் வந்திருக்கின்றன?" என்று கேட்டேன்.

"சர்க்கரைப் பொங்கல் இருக்கிறது; புளியோரை இருக்கிறது; சம்பா வெண் பொங்கல், எள்ளோரை, உளுத்தஞ் சாதம் எல்லாம் இருக்கின்றன. பாயசம் இருக்கிறது; பிட்டு இருக்கிறது; தேங்குழல்,

அதிரஸம், வடை, சுகியன் முதலிய உருப்படிகளும் இருக்கின்றன" என்று அவர் அடுக்கிக் கொண்டே போனார். இயல்பாகவே பிரசாதங்களில் எனக்கு விருப்பம் அதிகம்; பசியும் சேர்ந்ததால் அவர் சொல்லச் சொல்ல உடனே சாப்பிட வேண்டுமென்ற வேகம் எனக்கு உண்டாயிற்று.

## தெய்வப் பிரசாதம்

மடைப் பள்ளியில் இலை போட்டு உண்பதும் எச்சில் செய்வதும் அனாசாரம்; ஆகையால் கையில் கொடுத்தால் எச்சில் பண்ணாமலே உண்பேனென்று நான் சொல்லிவிட்டு முதலில் புளியோரையைக் கொடுக்கும்படி கேட்டேன். உடனே காரியஸ்தர் என் கையில் சிறிது புளியோரையை எடுத்து வைத்தார். மிக்க ஆவலோடு கொஞ்சம் எடுத்து வாயிலே போட்டுக் கொண்டேன். வெறும் புளிப்பு மாத்திரம் சிறிது இருந்தது; உப்பு இல்லை; காரமோ எண்ணெயின் மணமோ தெரியவில்லை. "என்ன இது?" என்று கேட்டேன். "இதுவா? இதுதான் புளியோரை" என்றார் அவர்.

நான் வாயில் போட்ட பிரசாதத்தில் கல் இருந்தது; உமியும் இருந்தது. அவற்றை வெளியே துப்புவதற்கு வழியில்லை. மடைப் பள்ளியில் துப்பலாமா? உடனே எழுந்திருந்து வெளியே வந்து துப்புவதும் சுலபமன்று. பல இடங்களைத் தாண்டிக்கொண்டு ஆலயத்துக்கு வெளியே வரவேண்டும்.

புளியோரையென்று அவர் சொன்ன பிரசாதத்தை ஒருவாறு கடித்து மென்று விழுங்கினேன். அடுத்தபடியாக அவர் சர்க்கரைப் பொங்கலை அளித்தார். அதில் தீசல் நாற்றமும் சிறிது வெல்லப் பசையும் இருந்தன. வாயில் இடுவதற்கு முன் வெளியே வந்து விடும்போல் தோற்றியது. பிறகு வெண்பொங்கல் கிடைத்தது. அதில் இருந்த உமியையும் கல்லையும் மென்று விழுங்குவதற்கே அரை மணி நேரம் ஆகிவிட்டது. என் பசி இருந்த இடம் தெரியாமல் ஒளிந்து கொண்டது. கண்ணையும் காதையும் கவர்ந்த அப்பிரசாதங்கள் ஸ்வாமிக்கு நிவேதனம் செய்வதற்கு மாத்திரம் ஏற்றவையாக இருந்தன. ஜனங்கள் வீண் சபலப்பட்டு அவற்றை உண்ணப் புகுவது சரியன்றென்பதை வற்புறுத்தின. தேங்குழலும், அதிரசமும், வடையும் ஒருவிதமாகத் தங்கள் பெயர்களைக் காப்பாற்றிக் கொண்டிருந்தன. மற்றப் பிரசாதங்களை நோக்க அவை சிலாக்கியமாகப்பட்டன. அவற்றில் சிலவற்றை வயிற்றுக்குள் செலுத்திவிட்டுக் கையைச் சுத்தம் செய்து கொண்டு எழுந்தேன்.

## 'ஒரு வரம் கொடுங்கள்'

இருட்டில் தட்டுத் தடுமாறி வந்தபோது என் காலில் ஜில் லென்று ஏதோ ஒரு வஸ்து தட்டுப்பட்டது. கயிறோ, பாம்போ அல்லது வேறு பிராணியோ என்று திடுக்கிட்டுப் பயந்து காலை

உதறினேன். "இங்கே வெளிச்சம் கொண்டு வாருங்கள்" என்று கத்தினேன். ஒருவர் விளக்கை எடுத்து வந்தார். காலின் கீழ் நோக்கி னேன்; ஆச்சரியத்தில் மூழ்கி விட்டேன்.

என்னை அழைத்து வந்த காரியஸ்தர் என் காலைப் பிடித்துக் கொண்டு நமஸ்காரம் பண்ணியபடியே கிடந்தார். ஈரமுள்ள அவர் கை எதிர்பாராதபடி என் காலிற் பட்டதுதான் என் பயத்துக்குக் காரணம்.

காரியஸ்தருக்கு அறுபது பிராயத்துக்கு மேலிருக்கும். அவர் என்னை வணங்கியதற்குக் காரணம் இன்னதென்று விளங்கவில்லை. "இதுவும் ஒரு சம்பிரதாயமோ?" என்று நான் சந்தேகப்பட்டேன்.

"ஏன் ஐயா இப்படிப் பண்ணுகிறீர்?" என்று படபடப்புடன் கேட்டேன். "தங்களை ஒரு வரம் கேட்கிறேன். அதைத் தாங்கள் கொடுத்தாக வேண்டும்; இல்லாவிட்டால் என் தலை போய்விடும்! நான் காலை விடமாட்டேன். கேட்ட வரத்தைக் கொடுப்பதாக வாக்குத் தத்தம் செய்தால் எழுந்திருப்பேன்."

எனக்கு விஷயம் புரியவேயில்லை; ஒரே மயக்கமாக இருந்தது; "இவர் இன்றைக்கு நம்மைத் தெய்வமாகவே எண்ணி விட்டாரா என்ன? இவர் கொடுத்த பிரசாதம் தெய்வங்களுக்கே ஏற்றவை. இப்போது நம்மை இவர் நமஸ்கரிக்கிறார்; வரம் கேட்கிறார். இவை யெல்லாம் நாடகம் மாதிரி இருக்கின்றனவே!" என்று எண்ணி, "எழுந்திரும் ஐயா, எழுந்திரும்! வரமாவது கொடுக்கவாவது!" என்று கூறினேன். அவர் விட்டபாடில்லை.

"நீங்கள் வாக்களித்தாலொழிய விடமாட்டேன்."

"சரி, நீர் சொல்லுகிறபடியே செய்கிறேன்" என்று நான் சொன் னவுடன் அவர் மெல்ல எழுந்திருந்தார்; கை கட்டி வாய் புதைத்து அழாக் குறையாகச் சொல்லத் தொடங்கினார்.

"இன்று பிரசாதமொன்றும் தங்களுக்குப் பிடிக்கவில்லை யென்று தெரிகிறது. கிரமமாக வரவேண்டிய சமையற்காரன் இன்று வரவில்லை. அதனால் ஒன்றும் நேராகச் செய்ய முடியவில்லை. இந்த விஷயம் சாமிக்கு (கட்டளைத் தம்பிரானுக்கு)த் தெரிந்தால் என் தலை போய்விடும். சாமிக்கு இவ்விஷயத்தைத் தாங்கள் தெரிவிக்கக் கூடாது. தெரிவித்தால் என் குடும்பமே கெட்டுப்போய் விடும். நான் பிள்ளைகுட்டிக்காரன் மகாலிங்கத்தின் பேரைச் சொல்லிப் பிழைத்து வருகிறேன். என் வாயில் மண்ணைப் போட்டு விடாதீர்கள்" என்று என் வாயில் உமியையும் கல்லையும் பிரசாத மாகப் போட்ட அந்த மனுஷ்யர் வேண்டிக் கொண்டார்.

"சரி, அப்படியே செய்கிறேன்; நீர் ஒன்றும் கவலைப்பட வேண்டாம்" என்று நான் அவர் கேட்ட வரத்தைக் கொடுத்தேன்.

### 'இந்த மாதிரி எங்கும் இல்லை'

ஜாக்கிரதையாக அம்மடைப்பள்ளியிலிருந்து விடுபட்டுக் கொட்டாரத்துக்கு வந்து தம்பிரானைப் பார்த்தேன்.

"என்ன? வெகு நேரமாகி விட்டதே; காரியஸ்தர் அதிக நாழிகை காக்க வைத்து விட்டாரோ?" என்று அவர் கேட்டார்.

"இல்லை; பிரசாதங்கள் பல வகையான இருந்தன; ஒவ்வொன்றையும் ருசி பார்ப்பதற்கே நேரமாகி விட்டது." உமியையும் கல்லையும் மெல்லுவதற்கு அந்த இரவு முழுவதும் வேண்டியிருக்குமென்பது எனக்கல்லவா தெரியும்?

"எப்படி இருந்தன?"

"இந்த மாதிரி எங்கும் கண்டதில்லை."

"எல்லோரும் அப்படித்தான் சொல்லுகிறார்கள். இதற்கு முன் ஒழுங்கீனமாக இருந்தது. நாம் வந்த பிறகு திருத்தங்கள் செய்ய ஆரம்பித்தோம். எல்லாம் கவனிப்பவர் கவனித்தால் நன்றாகத்தானிருக்கும், நிர்வாகமென்றால் லேசானதா?"

தம்பிரான் தம்மைப் புகழ்ந்து கொண்டபோது, "இன்னும் இவர் தம் பிரதாபத்தை விவரிக்கத் தொடங்கிவிட்டால் என்ன செய்வது!" என்ற பயமும், மெல்ல முடியாமல் வாயில் அடக்கி வைத்துக் கொண்டிருந்த கற்களை ஆலயத்துக்கு வெளியே துப்ப வேண்டுமென்ற வேகமும் என்னை உந்தின.

"பிள்ளையவர்கள் நான் வரவில்லையென்று காத்திருப்பார்கள். போய் வருகிறேன். விடை தரவேண்டும்" என்று நான் சொல்ல, "சரி, பிள்ளையவர்களிடம் போய் எல்லாவற்றையும் சொல்லும். அவர்களுக்கும் ஒரு நாள் பிரசாதங்களை அனுப்புவதாக எண்ணியிருக்கிறோம்" என்று அவர் கூறினார்.

"இந்தத் தண்டனை அவர்களுக்கு வேண்டாமே" என்று மனத்துக்குள் சொல்லிக்கொண்டு நான் வந்துவிட்டேன். தம்பிரானிடம் நான் பேசியதைக் கவனித்த காரியஸ்தர் மீண்டும் உயிர் பெற்றவர் போலவே மகிழ்ச்சியுற்றார்.

பிள்ளையவர்களிடம் வந்தவுடன் "சாப்பிட்டீரா? இங்கெல்லாம் உமக்கு ஆகாரம் திருப்தியாக இராது" என்று அவர் சொன்னார். நான் நிகழ்ந்ததைச் சொல்லாமல், "போதுமானது கிடைத்தது" என்று சொல்லி விட்டுப் பாடம் கேட்கத் தொடங்கினேன்.

## 39

### யான் பெற்ற நல்லுரை

மறுநாள் காலையில் நாங்கள் திருவிடைமருதூரை விட்டுப் புறப்பட்டோம். பட்டீச்சுரத்திற்குக் கும்பகோணத்தின் வழியாகவே

போகவேண்டும். கும்பகோணத்தில் வித்துவான் தியாகராச செட்டி யாரைப் பார்த்துவிட்டுச் செல்லவேண்டுமென்பது பிள்ளையவர் களின் கருத்து.

## தியாகராச செட்டியார்

தியாகராச செட்டியாருடைய பெருமையை நான் பல நாட் களுக்கு முன்பிருந்தே கேள்வியுற்றவன். கும்பகோணம் காலேஜில் தலைமைத் தமிழாசிரியராக இருந்த அவர் சிறந்த படிப்பாளி என்றும், அவரிடம் படித்த மாணாக்கர்கள் எல்லோரும் சிறந்த தமிழறிவுடையவர்கள் என்றும் சொல்லிக் கொள்வார்கள். காலேஜில் உள்ள மற்ற ஆசிரியர்களுக்கு எவ்வளவு கௌரவம் இருந்ததோ அவ்வளவு கௌரவம் அவருக்கு உண்டு.

பிள்ளையவர்களிடம் படிக்க வந்த பிறகு செட்டியாரைப் பற்றிய பேச்சு இடையிடையே நிகழும். அவர்களோடு பழகுபவர் களும் செட்டியாரது அறிவு வன்மையைப் பாராட்டிப் பேசுவதை நான் பலமுறை கேட்டிருப்பதுண்டு. ஆதலால், செட்டியாரைப் பார்த்து விட்டுப் போகலாம் என்று என் ஆசிரியர் எண்ணியது எனக்கு மிக்க சந்தோஷத்தை உண்டாக்கிற்று. இடைவழியில், நான் அவரிடம் படிக்கச் செல்வதாக முன்பு எண்ணியிருந்தேனென் பதையும், அவரைப் பார்க்கும் விருப்பம் எனக்கு அதிகமாக உண்டு என்பதையும் பிள்ளையவர்களிடம் தெரிவித்தேன்.

கும்பகோணம் வந்ததும் நேரே செட்டியார் வீட்டிற்கு வண்டி சென்றது. செட்டியார் சக்கரபாணிப் பெருமாள் கோயிலின் தெற்கு வீதியிலுள்ள ஒரு வீட்டில் குடியிருந்தார். நாங்கள் போன போது அவர் வீட்டில் இல்லை. ஆதலின் அவ்வீட்டுத் திண்ணையில் நாங்கள் இருந்தோம்.

எங்கள் வரவை அறிந்த செட்டியாருடைய மாணாக்கர் ஒருவர், விரைவில், வெளியே சென்று அவரை அழைத்து வந்தார். அவர், "ஏன் இங்கே உட்கார்ந்திருக்கிறீர்கள்? உள்ளேபோய் இருக்கக் கூடாதா? சாமான்களை எல்லாம் இறக்கி உள்ளே வைக்கச் சொல்லக் கூடாதா?" என்று கேட்டுக்கொண்டே வந்தார். வந்தவுடன் பிள்ளையவர்களை அவர் சாஷ்டாங்கமாக நமஸ்காரம் செய்தார்.

## அவர் தோற்றம்

அவரைப் பார்த்தேன். பளபளவென்றிருந்தது அவர் தேகம். நல்ல சிவப்பு; அதிக உயரமும் இல்லை; குட்டையும் இல்லை. நல்ல பலம் பொருந்திய தேகக் கட்டு. அவர் நடையில் கம்பீரமும் பார்வையில் தைரியமும் பேச்சில் துணிவும் புலப்பட்டன. அவர் இடையில் தோய்த்துலர்ந்த ஒரு துண்டை உடுத்திருந்தார். யாரையும் அவர் லக்ஷியம் செய்ய மாட்டாரென்றும் மிக்க கண்டவாதி

யென்றும் முன்பு நான் கேள்வியுற்றிருந்தேன்; அதற்கு ஏற்றபடியே அவர் நடையும் பேச்சும் இருந்தன. அவர் பிள்ளையவர்கள் முன் பணிந்து எழுந்தபோது, அவ்வளவு தைரியத்திலும் அலக்ஷியத்திலும் இடையே அப்பணிவு நன்றாக வெளிப்பட்டது.

செட்டியார் எங்களுடன் வந்திருந்த பஞ்சநதம் பிள்ளையைப் பார்த்து, "சீக்கிரம் சமையலுக்கு ஏற்பாடு செய்யும்" என்று சொன்னார். அப்போது பிள்ளையவர்கள் இடைமறித்து, "நாங்கள் ஆகாரத்திற்குப் பட்டீச்சுரம் போவதாக எண்ணியிருக்கிறோம்" என்று சொல்லிவிட்டு என்னைச் சுட்டிக்காட்டி, "இவர் காலையில் ஏதேனும் சாப்பிடுவது வழக்கம். இவருக்கு எங்கேனும் ஆகாரம் பண்ணுவித்தாற் போதும்" என்றார். செட்டியார் உடனே என்னைத் தமக்குத் தெரிந்த ராகவாசாரியார் என்பவர் வீட்டிற்கு அனுப்பி ஆகாரம் செய்யச் சொன்னார். நான் ஆகாரம் செய்து வந்தவுடன் செட்டியார், "இவர் யார்?" என்று பிள்ளையவர்களைக் கேட்டார். தம்மிடம் நான் சில காலமாகப் பாடம் கேட்டு வருவதை அவர் சொன்னார்.

அன்று அமாவாசையாதலால் விரைவில் பட்டீச்சுரம் போய்ப் பூஜை முதலியன செய்ய எண்ணிய என் ஆசிரியர் உடனே புறப்படத் தொடங்கினார். அப்போது செட்டியார் பெரிய தாம்பாளமொன்றில் இரண்டு சீப்பு வாழைப்பழத்தையும் சீனாக் கற்கண்டுப் பொட்டலத்தையும் எடுத்து வந்து ஆசிரியர் முன்பு வைத்தார். ஆசிரியர் பழங்கள் சிலவற்றையும் சிறிதளவு கற்கண்டையும் எடுத்துக் கொண்டார். உடனிருந்த நாங்களும் எடுத்துக்கொண்டோம். எங்களோடு செட்டியாரும் வேறு சிலரும் கொஞ்ச தூரம் வந்தனர்.

## செட்டியார் என்னிடம் பேசியது

நாங்கள் செல்லும்போதே செட்டியார் என்னைப் பார்த்து, "என்ன என்ன நூல்கள் பாடம் கேட்டீர்?" என்று கேட்டார். விவரமாக நான் சொன்னேன். "சரி; இப்போது என்ன கேட்டு வருகிறீர்?" என்றார். அதற்கும் விடை கூறினேன்.

செட்டியார் என்னை விசாரிப்பதை அறிந்த பிள்ளையவர்களுக்கு மேலே கால் ஓடவில்லை. நான் பாடல் சொல்வதையும் பொருள் சொல்வதையும் அவர் கேட்கவேண்டுமென்று என் ஆசிரியர் எண்ணினார். ஆதலின், "எங்கேயாவது ஓரிடத்தில் உட்கார்ந்து கொள்ளலாமே; நடந்துகொண்டே கேட்பதைவிட ஓரிடத்தில் இருந்தால் அவரும் பாடல்கள் சொல்லிக் காட்ட அனுகூலமாயிருக்கும்" என்று செட்டியாரைப் பார்த்துச் சொன்னார்.

நாங்கள் கும்பேசுவரர் கோயிலுக்கு அருகில் அப்போது நடந்து வந்தோம். ஆதலின் அக்கோயிலின் மேற்கு வாசல் வழியே உள்ளே

சென்று புறத்தே ஸ்ரீ சுப்பிரமணிய மூர்த்தி ஆலயத்தின் முன்மண் டபத்தில் என் ஆசிரியர் அமர்ந்தார்; நாங்களும் உட்கார்ந்தோம்.

செட்டியார், "ஏதாவது பாடல் சொல்லி அர்த்தமும் சொல் லும்" என்றார். இத்தகைய சந்தர்ப்பங்களில் பாடல் சொல்வதும் பொருள் சொல்வதும் எனக்கு வழக்கமாயிருந்தன. நான் துறை சையந்தாதியிலிருந்து, "அண்ணா மலையத்தனை" என்று தொடங் கும் பாடலை ராகத்தோடு சொல்லி அர்த்தமும் சொன்னேன். நான் இசையோடு சொன்னதை அவர் அவ்வளவாகக் கவனிக்க வில்லை.

செட்டியார் கேட்கக் கேட்க மேலும் மேலும் வேறு பிரபந்தங் களிலிருந்து செய்யுட்களைச் சொல்லி வந்தேன். செட்டியார் கேட்டுத் திருப்தியடைந்தாரென்றே எண்ணினேன். திருப்தியை அவர் வெளிப்படையாகக் காட்டவில்லை.

## 'பாடம் சொல்லுவீரா?'

"துறைசையந்தாதிப் பாட்டுச் சொன்னீரே; அந்நூல் முழுவதும் நன்றாகத் தெரியுமா?"

"ஏதோ ஒருவாறு தெரியும்."

"அதைப் பாடம் சொல்லுவீரா?"

அக்கேள்வி என்னைப் பிரமிக்கச் செய்தது. துறைசையந்தாதி யமகமாதலால் கடினமானது. ஆதலின் அதை முற்றுமறிந்து தாரணம் செய்துகொள்வது அருமை. அவ்விஷயத்தைச் செட்டியார் உணர்ந்தவர். ஆயினும் அவரது கருத்து எனக்குச் சரியாக விளங்க வில்லை.

"பாடம் யாருக்குச் சொல்வது? இவருக்கா? பாடம் சொல்லு வேன் என்று சொன்னால் கர்வமுள்ளவனென்று எண்ணிக் கொள் வாரோ என்னவோ!" என்று நான் யோசிக்கலானேன். அதனால் நான் ஒன்றும் பதிலே சொல்லவில்லை. என் ஆசிரியர் அப்போது செட்டியாரை நோக்கி, "என்ன அப்படிக் கேட்கிறாய்? நீ அந்த அந்தாதி பாடம் கேட்டதில்லையா?" என்று வினவினார்.

"நான் கேட்டதில்லை. நீங்கள் திருவாவடுதுறைக்குப் போன பிறகு இயற்றியதல்லவா அது? நான் கும்பகோணம் வந்த பிறகு நீங்கள் இயற்றிய நூல்களைப் பாடங் கேட்டதில்லை. ஆனாலும் அவற்றைப் படித்துப் பார்த்து இன்புற்றுப் பாடமும் சொல்லி வருகிறேன். நீங்கள் திருவாவடுதுறைக்குப் போன பிறகு செய்த நூல்களுக்கும் அதற்கு முன்பு செய்தவற்றிற்கும் எவ்வளவோ வித்தியாசம் இருக்கிறது. முன்பு பாடின பாடல்களில் சாஸ்திரக் கருத்துக்கள் அதிகமாக இல்லை. இப்போது பாடியுள்ள பாடல் களில் எவ்வளவோ அரிய கருத்துக்களும் சாஸ்திர விஷயங்களும்

அமைந்துள்ளன. அவற்றைப் படித்துப் பார்க்கும்போது சிலவற் றிற்குப் பொருள் விளங்குவதே இல்லை. எவனாவது ஒரு புஸ் தகத்தை எடுத்து வந்து பாடஞ் சொல்ல வேண்டும் என்றால் விழிக்க வேண்டியிருக்கிறது. இந்த அந்தாதியிலுள்ள யமகத்துக்கு லேசில் அர்த்தம் புரியுமா? உங்களிடம் வந்து கேட்டால்தான் விளங்கும். சில மாதங்களுக்கு முன்பு திருச்சிராப்பள்ளியிலிருந்து சதாசிவம் பிள்ளை வந்தான். இந்தத் துறைசையந்தாதியை அவன் எடுத்து வந்து பாடம் சொல்லும்படி தொந்தரவு செய்தான். நான் படித்துப் பார்த்தேன்; ஒன்றுமே விளங்கவில்லை. 'ஐயா அவர்களிடத்திலேயே போய்க் கேட்டுக் கொள்' என்று அனுப்பி விட்டேன். அங்கே தங்களிடம் வந்திருப்பானே?"

"வரவில்லை"

"அவனைப் போல இன்னும் யாராவது வந்து அர்த்தம் சொல்ல வேண்டுமென்று உபத்திரவம் பண்ணினால் இவரிடம் தள்ளிவிடலாமே என்ற எண்ணத்தினாலேதான் இந்தக் கேள்வி கேட்டேன்."

### 'ஆற்றிலே போட்டுவிடுங்கள்'

அப்போது ஆறுமுகத்தா பிள்ளை செட்டியாரை நோக்கி, "நீங்கள் ஐயா முன்பு செய்த நூல்களெல்லாம் கேட்டிருக்கிறீர் களோ? ஐயா இளமைக் காலத்தில் பட்டீச்சுரத்திற்கு ஒரு பதிற்றுப் பத்தந்தாதி செய்திருக்கிறார்கள். அதைப் படித்திருக்கிறீர்களா?" என்று கேட்டார். "என்ன? பட்டீச்சுரத்துக்கு அந்தாதியா? நான் படித்ததில்லையே! எங்கே உங்களுக்கு ஞாபகம் இருந்தால் ஒரு பாடல் சொல்லுங்கள், பார்ப்போம்" என்றார் செட்டியார்.

ஆறுமுகத்தா பிள்ளை உடனே அந்நூலிலிருந்து ஒரு செய் யுளைச் சொன்னார் அதைச் செட்டியார் கேட்டார்; கேட்ட பின் ஆறுமுகத்தா பிள்ளையையும் ஆசிரியரையும் ஏற இறங்கப் பார்த் தார்; "இந்தப் பாட்டு பிள்ளையவர்கள் செய்ததென்று எப்படித் தெரியும்?" என்று கேட்டார்.

"ஏன் தெரியாது? எங்கள் ஊர்ப் பிரபந்தத்தைப் பற்றி எனக்குத் தெரியாதா? எங்கள் தகப்பனார் காலத்தில் ஐயா இயற்றியது இது."

"இப்புஸ்தகம் உங்களிடம் இருக்கிறதா? இருந்தால் யாருக்கும் சொல்லாமல் கிழித்து ஆற்றிலே போட்டு விடுங்கள். நீங்களும் அப்பாடல்களை மறந்து விடுங்கள்; ஐயா இப்படி ஒரு நூல் இயற்றியதாக யாரிடத்திலும் இனிமேற் பிரஸ்தாபம் செய்ய வேண்டாம்."

"ஏன் அப்படிச் சொல்லுகிறீர்கள்?"

"ஏனா? இப்போது ஐயா செய்கிற பாடல்களைக் கேட்டவர் களிடம் இப்பாடல்களைப் பற்றிச் சொன்னால் நம்பவே மாட்டார்கள்.

உங்களுக்குப் பைத்தியக்காரப் பட்டம் கட்டி விடுவார்கள். இப்போதெல்லாம் ஐயா செய்யும் பாடல்கள் எவ்வளவு 'தங்கந் தங்கமாக' இருக்கின்றன! பூசை வேளையிற் கரடியை விட்டு ஓட்டினாற்போல நல்ல நல்ல பாடல்களைப்பற்றி நாங்கள் பேசிக் கொண்டிருக்கையில் இப்பாட்டைச் சொல்ல வந்து விட்டீர்களே!"

ஆறுமுகத்தா பிள்ளை சொன்ன செய்யுள் நன்றாகவே இருந்தது.

* "வரைமா திருக்கு மொருகூறும்
மழுமா னணிந்த திருக்கரமும்
அரைசேர் வேங்கை யதளுடையும்
அரவா பரணத் தகன்மார்பும்
விரைசேர் கொன்றை முடியுமறை
மேவு மடியும் வெளித்தோற்றி
நரைசேர் விடையான் றிருப்பழைசை
நகரி லருளப் பெற்றேனே"

என்பதே அச்செய்யுள். அதில் யமகம் இல்லை; திரிபு இல்லை; அரிய சைவ சித்தாந்த சாஸ்திரக் கருத்தும் இல்லை. ஆனாலும் எளிய நடையும், அன்பையும் நம்பிக்கையையும் வெளிப்படுத்தும் பொருளும் உள்ளன. செட்டியார் அதைக் குறை கூறியது எனக்கு அப்பொழுது பொருத்தமாகத் தோற்றவில்லை. அதோடு அவர் முன்னுக்குப் பின் முரண்பாடாகவே பேசுபவரென்றுகூட நினைத் தேன். துறைசை யமக அந்தாதி முதலியவற்றிற்கு எளிதில் பொருள் விளங்கவில்லை என்று அவர் முதலில் கூறினார். எளிதில் பொருள் விளங்கும் இந்தப் பாடலில் அழகில்லை என்றார்.

ஆறுமுகத்தா பிள்ளைக்குப் பாடல்களின் உயர்வு தாழ்வைப் பற்றிய கவலை உண்டாகவில்லை. தங்கள் ஊர் விஷயமாகப் பிள்ளையவர்கள் செய்த நூலை, அவர் அருமையாகப் பாராட்டு பவர். அதைச் செட்டியார் குறை கூறியபொழுது அவருக்குச் சிறிது வருத்தமுண்டாயிற்று.

"ஐயாவையே கேட்டுப் பாருங்கள். இந்த அந்தாதி அவர்கள் பாடியதுதான் என்று தெரிய வரும். ஐயா அவர்கள் வாக்கை நீங்கள் தூஷிப்பது நன்றாக இல்லை" என்று ஆறுமுகத்தா பிள்ளை செட்டியாரிடம் சொன்னார்.

"ஐயாவைத் தான் கேட்கலாமே" என்று சொல்லிக் கொண்டே செட்டியார் ஆசிரியரைப் பார்த்து, "இவர் ஏதோ சொல்கிறாரே; இது நிஜந்தானா? இந்த மாதியும் நீங்கள் ஒரு நூல் இயற்றிய துண்டா? இவருக்காகச் சொல்ல வேண்டாம். ஞாபகப்படுத்திக்

---

* வரைமாது – பார்வதி தேவியார். அரை – இடை. அதள் – தோல். விரை– வாசனை. பழைசை – பழையாறு; பட்டீச்சுரம் அதனைச் சார்ந்ததே.

கொண்டு சொல்லுங்கள். இத்தகைய நூலை நீங்கள் எதற்காகச் செய்தீர்கள்?" என்பன போன்ற கேள்விகளைக் கேட்க ஆரம்பித்து விட்டார்.

எல்லாவற்றையும் மிக்க பொறுமையுடனே கேட்டுக் கொண் டிருந்த பிள்ளையவர்கள், "என்னப்பா தியாகராசு, மேலே மேலே ஓடுகிறாயே; இந்த மாதிரியான பிரபந்தத்தை நான் செய்திருக்கக் கூடாதா? இதிலே ஏதாவது பிழை இருக்கிறதா? எளிய நடையில் பாடல் செய்வது தவறா? சாதாரண ஜனங்களும் படித்துப் பொருளறியும்படி இருந்தால் நல்லதுதானே? கடினமாக இருந்தால் கஷ்டமல்லவா?" என்று கூறினார்.

கேட்ட செட்டியார், "அப்படியானால் சரி; உங்களுக்கு இத னால் அகௌரவம் வரக்கூடாதென்பதுதான் என் விருப்பம். சரி; நேரமாகி விட்டது; புறப்படலாமே" என்றார்.

### உள்ளும் புறம்பும் ஒன்று

செட்டியார் இவ்வளவு சகஜமாகப் பிள்ளையவர்களிடம் பேசுவாரென்று நான் நினைக்க வில்லை. அவர் தம் அன்பினாலும் பணிவினாலும் மாணாக்கராகப் புலப்படுத்திக் கொண்டார். பேச்சிலோ மனமொத்துப் பழகும் நண்பரைப் போலவே பேசினார். தம் மனத்திலுள்ள அபிப்பிராயங்களை ஒளிவு மறைவின்றி மரியாதைக்குப் பயந்து மனத்துக்குள்ளே வைத்துக்கொண்டு பொருமாமல் வெளியிட்டார். இவ்வளவு வெளிப்படையாகத் தம் அபிப்பிராயங்களை அவர் சொல்லுவதை முதல் முதலாகக் கேட்பவர்கள், 'அவர் மரியாதை தெரியாதவர், முரடர், அகங்காரி' என்றே எண்ணக் கூடும். அவருடைய அந்தரங்க இயல்பை அறிந்து கொண்டவர்களுக்கு அவர் உள்ளொன்று வைத்துப் புறம்பொன்று பேசுபவரல்லரென்பதும் தமக்குத் தோற்றிய அபிப்பிராயங்களைத் தோற்றியபடியே தெளிவான வார்த்தைகளிலே சொல்லி விடுபவ ரென்பதும் தெரியவரும்.

### நல்லுரை

செட்டியார் எழுந்தார். நாங்களும் எழுந்தோம். "ஐயாவிடம் நீர் நன்றாகப் பாடம் கேட்டுக் கொள்ளும். இவர்களுடன் இருப் பதையே ஒரு கௌரவமாக எண்ணிக்கொண்டு சோம்பேறியாக இருந்துவிடவேண்டாம். கொஞ்சகாலம் இருந்துவிட்டு எல்லாம் தெரிந்து விட்டதாக எண்ணி ஓடிப்போய்விடவும்கூடாது. இம்மாதிரி பாடம் சொல்பவர்கள் வேறு எங்கும் பார்க்க முடியாது. உம்முடைய நன்மையை உத்தேசித்துச் சொல்லுகிறேன்" என்று செட்டியார் என்னைப் பார்த்துச் சொன்னார். அவ்வார்த்தைகள் எனக்குச் சிறந்த 'நல்லுரை'களாக இருந்தன. மற்றவர்களெல்லாம் பிள்ளையவர்கள் பெருமையையும் என் பாக்கியத்தையும் பாராட்டிப்

பேசுவதையே கேட்டிருந்தேன். செட்டியாரோ நான் இன்னவாறு இருக்கவேண்டுமென்பதைச் சொன்னார். அவர் என்னைப் பாராட்டவில்லை; அதனால் என்ன? என் வாழ்க்கையை நன்றாகப் பயன்படுத்திக் கொள்ளும் வழியைச் சொன்னார். அவர் கூறிய அனுபவ சாரமான வார்த்தைகள் எனக்கு அமிர்தம்போல இருந்தன.

செட்டியாரும் அவருடன் வந்தவர்களும் விடைபெற்றுச் சென்றனர். நாங்கள் வண்டியில் ஏறிவந்து பட்டீச்சுரத்தை அடைந்தோம்.

# 40

## பட்டீச்சுரத்திற் கேட்ட பாடம்

ஒரு புலவருடைய பெருமையை ஆயிரக்கணக்கான பாடல்களால் அறிந்து கொள்ளவேண்டுமென்பதில்லை. உண்மைக்கவித்துவம் என்பது ஒரு பாட்டிலும் பிரகாசிக்கும்; ஓர் அடியிலும் புலப்படும். பதினாயிரக் கணக்காக ரசமில்லாத பாடல்களை இயற்றிக் குவிப்பதை விடச் சில பாடல் செய்தாலும் பிழையில்லாமல் சுவை நிரம்பியனவாகச் செய்வதே மேலானது.

"சத்திமுற்றப் புலவர் என்பவரைப் பற்றித் தமிழ் படித்தவர்களிற் பெரும்பாலோர் அறிவார்கள். அப்புலவர் இயற்றிய அகவல் ஒன்று அவரது புகழுக்கு முக்கியமான காரணம். 'நாராய் நாராய் செங்கால் நாராய்' என்று தொடங்கும் பாட்டு ஒன்றே அவரிடத்தில் இயல்பாக உள்ள கவித்துவத்தைத் தெளிவாக வெளியிடுகிறது. பனங் கிழங்கு பிளந்தாற் போன்ற கூரிய வாயையுடைய நாரையே என்று நாரையை அவர் அழைக்கிறார். இந்த உவமை பாண்டிய மன்னனது உள்ளத்தைக் கவர்ந்ததாம். ஆடையின்றி வாடையினால் மெலிந்து கையினால் உடம்பைப் பொத்திக் கொண்டு கிடக்கும் தம் நிலையை அந்த வித்துவான் எவ்வளவு அழகாக வர்ணித்திருக்கிறார். தாம் படுகின்ற கஷ்டம் அவருக்குப் பெரிதாகத் தோன்றவில்லை. தம் மனைவி தமது வீட்டிற்படும் துன்பங்களை நினைந்து வாடுகிறார். அந்த அருமையான பாடலை இயற்றினவர் இந்த ஊரிலேதான் வாழ்ந்து வந்தார்" என்று என் ஆசிரியர் பட்டீச்சுரத்தை அடைந்தவுடன் கூறினார்.

### சத்திமுற்றம்

"இது பட்டீச்சுரமல்லவோ?" என்று நான் கேட்டேன்.

"ஆம்; அதோ தெரிகிறதே அதுதான் சத்திமுற்றம் கோயில்; பட்டீச்சுரமும் சத்தி முற்றமும் நெருங்கியிருக்கின்றன. பட்டீச்சுரத்தின் வடக்கு வீதியே சத்திமுற்றத்தின் தெற்கு வீதியாக இருக்கிறது."

“அந்தப் புலவருடைய பரம்பரையினர் இப்போது இருக்கிறார் களா?”

“இருக்கிறார்கள். ஒருவர் தமிழறிவுள்ளவராக இருக்கிறார். அவரை நீரும் பார்க்கலாம்.”

பிள்ளையவர்கள் எந்த இடத்திற்குப் போனாலும் அந்த இடத்தைப்பற்றிய சரித்திரச் செய்திகளையும் ஸ்தலமானால் அதன் சம்பந்தமான புராண வரலாறுகளையும் உடனிருப்பவர்களுக்குச் சொல்லுவது வழக்கம். ஸ்தல வரலாறுகளைத் தெரிந்துகொண்டு சமயம் நேர்ந்தபோது தாம் இயற்றும் நூல்களில் அமைத்துக் கொள் ளும் இயல்புடைய அவர் தமிழ் நாட்டு ஸ்தலங்களைப் பற்றிய பல விஷயங்களைத் தெரிந்திருந்தார்.

## அரண்மனைச் சுவர்

பட்டீச்சுரத்தில் நாங்கள் புகுவதற்கு முன் ஓரிடத்தில் மிகவும் உயரமாக இடிந்த கட்டிடம் ஒன்றைக் கண்டோம்; இரண்டு சுவர் கள் கூடிய மூலையாக அது தோற்றியது; அதன் உயரம் ஒரு பனை மரத்தின் அளவுக்குமேல் இருந்தது. பின்பு கவனித்ததில் பல படை களையுடைய மதிலின் சிதைந்த பகுதியாக இருக்கலாமென்று எண்ணினோம்.

“இந்த இடத்தில் இவ்வளவு பெரிய கட்டிடம் இருத்தற்குக் காரணம் என்ன?” என்று அதைப்பற்றி என் ஆசிரியரைக் கேட் டேன்.

“பட்டீச்சுரத்தைச் சுற்றியுள்ள ஊர்களில் ஒன்றாகிய சோழன் மாளிகை என்பது இது. இந்த இடத்திலே சோழ அரசர்களுக்குரிய அரண்மனை முன்பு இருந்தது என்றும், இந்த இடிந்த கட்டிடம் அரண்மனைச் சுவர் என்றும் இங்குள்ளவர்கள் சொல்வதுண்டு.”

## பழையாறை

பட்டீச்சுரத்தைச் சுற்றியுள்ள இடங்களிலெல்லாம் பழைய சரித்திரத்தை விளக்கும் சின்னங்கள் நிரம்பியிருக்கின்றன. நான் பட்டீச்சுரத்தில் தங்கியிருந்த காலங்களில் தெரிந்து கொண்ட செய்திகளையன்றி அப்பால் இலக்கியங்களாலும், கேள்வியாலும் சிலாசாஸனங்களாலும் தெரிந்துகொண்ட விஷயங்கள் பல. சோழ அரசர்கள் தமக்குரிய இராசதானியாகக் கொண்டிருந்த பழையாறை என்னும் நகரத்தின் பல பகுதிகளே இப்போது தனித்தனி ஊர்களாக உள்ளன. அந்தப் பழைய நகரத்தைச் சேக்கிழார் தம் பெரிய புராணத்தில்,

“பாரில் நீடிய பெருமைசேர் பதிபழை யாறை”

என்று பாராட்டுகிறார். இப்போது பட்டீச்சுரத்திற்கு அருகிலே கீழைப் பழையாறை என்னும் ஓர் ஊர்தான் அப்பழம் பெயரைக்

காப்பாற்றி வருகிறது. சரித்திர விசேஷங்களால் பெருமை பெற்ற அவ்விடங்கள் பிறகு தல விசேஷங்களால் ஜனங்களுடைய அன் புக்கு உரியனவாக இருந்தன. இப்போது அந்த மதிப்பும் குறைந்து விட்டது.

நாங்கள் பட்டீச்சுரத்தில் ஆறுமுகத்தா பிள்ளையின் வீட்டில் தங்கினோம். அவர் அந்த ஊரில் ஒரு ஜமீன்தாரைப் போலவே வாழ்ந்து வந்தார். பிள்ளையவர்களை அவர் மிக்க அன்போடு உபசாரம் செய்து பாதுகாத்துவந்தார். அக்கிரகாரத்தில் அப்பாத் துரை ஐயர் என்பவர் வீட்டில் நான் ஆகாரம் செய்து கொள்ளும் படி ஏற்பாடு செய்திருந்தார்.

### விலகிய நந்தி

பட்டீச்சுரம் சென்ற முதல் நாள் மாலையில் பிள்ளையவர்கள் வெளியே உலாத்திவரப் புறப்பட்டார். நான் உடன் சென்றேன். அவ்வூருக்கு அருகிலுள்ள திருமலைராயனாற்றிற்கு அழைத்துச் சென்றார். போகும்போது பட்டீச்சுர ஆலயத்தின் வழியே சென் றோம். அவ்வாலயத்தில் நந்திதேவர் சந்நிதியைவிட்டு மிக விலகி யிருப்பதைக் கண்டேன். நந்தனார் சரித்திரத்தைப் படித்து ஊறிய எனக்கு அவர் சிவபெருமானைத் தரிசிக்கும் பொருட்டுத் திருப்புன் கூரில் நந்தி விலகினாரென்ற செய்தி நினைவுக்கு வந்தது. "இங்கே எந்த அன்பருக்காக விலகினாரோ!" என்று எண்ணியபோது என் சந்தேகத்தை என் முகக் குறிப்பினால் உணர்ந்த ஆசிரியர் "திருச் சத்தி முற்றத்திலிருந்து திருஞான சம்பந்த மூர்த்தி நாயனார் சிவ பெருமான் அருளிய முத்துப் பந்தரின் கீழே இவ்வழியாகத் தரிசனத் துக்கு எழுந்தருளினார். அவர் முத்துப் பந்தரின் கீழே வரும் கோலத் தைத் தாம் பார்த்து மகிழ்வதற்காக இக்கோயிலில் எழுந்தருளியுள்ள தேனுபுரீசுவரர் நந்தியை விலகும்படி கட்டளையிட்டனராம். அதனால்தான் விலகியிருக்கிறார்" என்றார்.

### மேலைப் பழையாறை

அப்பால் திருமலைராயனாற்றிற்கு நாங்கள் சென்று அனுஷ்டா னங்களை முடித்துக்கொண்டு மீண்டோம். அந்த ஆற்றிற்குத் தெற்கே மேலைப் பழையாறை என்னும் ஊர் இருக்கிறது. அதன் பெரும் பகுதி ஆறுமுகத்தா பிள்ளைக்குச் சொந்தமாக இருந்தது. இயற்கை வளங்கள் நிறைந்த அவ்வூரில், தென்னை, மா, பலா, கமுகு முதலிய மரங்கள் அடர்ந்த ஒரு தோட்டத்தின் நடுவில் ஆறுமுகத்தா பிள்ளை அழகிய கட்டிடம் ஒன்றைக் கட்டியிருந்தார். வெயில் வேளைகளில் அங்கே சென்று தங்கினால் வெயிலின் வெம்மை சிறிதேனும் தெரியாது. பிள்ளையவர்கள் அடிக்கடி அவ்விடத்திற்சென்று தங்கிப் பாடம் சொல்லுவதனால் பிற்பகலில் ஆறுமுகத்தா பிள்ளை நல்ல பழங்களையும் நீரையும் கொணர்ந்து அளிப்பார். அங்கே மிகவும் இனிமையாகப் பொழுதுபோகும்.

## ஆறுமுகத்தா பிள்ளையின் இயல்பு

ஆறுமுகத்தா பிள்ளை நல்ல உபகாரி; தம் செல்வத்தை இன்ன வழியில் பயன்படுத்த வேண்டுமென்ற வரையறையில்லாதவர். அந்த ஊரில் தம்மை ஒரு சிற்றரசராக எண்ணி அதிகாரம் செலுத்தி வந்தார். யார் வந்தாலும் உணவளிப்பதில் சலிக்கமாட்டார். பிள்ளையவர்கள் அவர் வீட்டில் தங்கிய காலத்தில் ஒவ்வொரு நாளும் ஒவ்வொரு விசேஷ தினமாகவே இருக்கும். கும்பகோணம் முதலிய இடங்களிலிருந்து பிள்ளையவர்களைப் பார்ப்பதற்கு நாள் தோறும் சிலர் வந்த வண்ணம் இருப்பார்கள். வெளியூர்களிலுள்ள பள்ளிக் கூடங்களில் தமிழாசிரியர்களாக இருப்பவர்கள் சனி ஞாயிறுகளில் வந்து தங்களுக்குள்ள சந்தேகங்களை நீக்கிக்கொண்டு செல்வார்கள். இவ்வாறு வருபவர்கள் யாவரும் ஆறுமுகத்தா பிள்ளை வீட்டிலேயே உணவு கொள்வார்கள். தம்முடைய பெருமையை யாவரும் உணர வேண்டுமென்பதற்காகவே விசேஷமான விருந்துணவை அளிப்பார். திருவாவடுதுறை மடத்தில் நன்கு பழகினவராதலின் உணவு வகைகளிலும் விருந்தினரை உபசரிப்பதிலும் அங்கேயுள்ள சில அமைப்புக்களைத் தம் வீட்டிலும் அமைத்துக் காட்டவேண்டுமென்பது அவரது விருப்பம்.

பிள்ளையவர்களிடத்திலேதான் ஆறுமுகத்தா பிள்ளை பணிவாக நடந்து கொள்வார். மற்றவர்களை அவர் மதிக்க மாட்டார். யாவரும் அவருடைய விருப்பத்தின்படியே நடக்கவேண்டும். இல்லையென்றால் அவருக்கு மிக்க கோபம் வந்துவிடும்; அந்தக்கோபத்தால் அவர் சில ஏழை ஜனங்களைக் கடுமையாகவும் தண்டிப்பார்.

## நாகைப் புராணம்

நான் கையில் கொண்டு போயிருந்த பிரபந்தங்களையெல்லாம் ஒவ்வொன்றாகச் சில தினங்களில் பாடம் கேட்டு முடித்தேன். மேலே பாடம் கேட்பதற்கு என்னிடம் வேறு புஸ்தகம் ஒன்றும் இல்லை. இந்த விஷயத்தை ஆசிரியரிடம் தெரிவித்தேன்.

"தம்பியிடம் புஸ்தகங்கள் இருக்கின்றன. ஏதாவது வாங்கிப் படிக்கலாம். முதலில் திருநாகைக் காரோணப் புராணம் படியும்" என்று அவர் கூறி அந்நூலை ஆறுமுகத்தா பிள்ளையிடமிருந்து வாங்கி அளித்தார். அதுகாறும் பிள்ளையவர்கள் இயற்றிய புராணம் ஒன்றையும் நான் பாடம் கேளாதவனாதலால் அப் புராணத்தைக் கேட்பதில் எனக்கும் ஆவல் இருந்தது. அரியிலூரில் சடகோபையங்கார் வீட்டில் அந்தப் புஸ்தகத்தைப் பார்த்து வியந்ததும், பிள்ளையவர்களிடம் வந்த போது அந்நூலிற் சில பாடல்களுக்கு அவர் உரை கூறியதும் என் மனத்தில் இருந்தன. சில வாரங்கள் தொடர்ந்து கேட்டு வரலாம் என்ற நினைவும் அந்த நூலினிடத்தில் எனக்கு விருப்பம் உண்டானதற்கு ஒரு காரணம்.

அப்புராணம் பாடம் கேட்கத் தொடங்கினேன். விடியற் காலையிலேயே பாடம் ஆரம்பமாகிவிடும். எட்டு மணிவரையில் பாடம் கேட்பேன். பிறகு அக்கிரகாரம் சென்று பழையது சாப்பிட்டு வருவேன். வந்து மீட்டும் பாடம் கேட்கத் தொடங்குவேன். பத்து அல்லது பதினொரு மணிவரையில் பாடம் நடைபெறும். மத்தி யான்னம் போஜனத்திற்குப் பின் பிள்ளையவர்கள் சிரமபரிகாரம் செய்துகொள்வார். அவர் எழுந்தவுடன் மறுபடியும் பாடம் கேட்பேன். அநேகமாகப் பிற்பகல் நேரங்களில் வெளியூரிலிருந்து வருபவர்கள் அவரோடு பேசிக்கொண்டு இருப்பார்கள். மாலையில் திருமலைராயனாற்றிற்குச் சென்று திரும்பிவரும்போது அக்கிரகாரத் தின் வழியே வருவோம். நான் ஆகாரம் செய்துகொள்ளும் வீட்டுக் குள் சென்று உணவு கொள்வேன். நான் வரும் வரையில் அவ் வீட்டுத் திண்ணையிலே ஆசிரியர் இருப்பார்; அங்கே இருட்டில் அவர் தனியே உட்கார்ந்திருப்பார். வீட்டுக்காரர் சில சமயம் விளக்கைக் கொணர்ந்து அங்கே வைப்பார். நான் விரைவில் ஆகாரத்தை முடித்துக்கொண்டு வருவேன். ஆசிரியர் என்னை அழைத்துக் கொண்டு ஆறுமுகத்தா பிள்ளை வீட்டுக்குச் செல்வார். உடனே பாடம் நடைபெறும்.

இவ்வாறு இடைவிடாமல் பாடம் கேட்டு வந்தமையால் பட்டீச்சுரத்தில் இருந்தபோது நான் கேட்ட செய்யுட்கள் பல. நாகைப் புராணத்தில் முதலில் தினந்தோறும் ஐம்பது செய்யுட்கள் கேட்பேன்; இரண்டு வாரங்களுக்குப்பின் நூறுபாடல்கள் முதல் இருநூறு பாடல்கள் வரையில் கேட்கலானேன். பாடம் கேட்பதில் எனக்கு ஆவல்; பாடம் சொல்லுவதில் அவருக்குத் திருப்தி. ஆதலின் தடையில்லாமலே பாடம் வேகமாக நடைபெற்றது. இந்த வேகத்தில் பல செய்யுட்களின் பொருள் என் மனத்தில் நன்றாகப் பதியவில்லை. இதனை ஆசிரியர் அறிந்து, "இவ்வளவு வேகமாகப் படிக்கவேண்டாம். இனிமேல் ஒவ்வொரு செய்யுளுக்கும் சுருக்கம் சொல்லும்" என்றார். நான் அங்ஙனமே சொல்லலானேன். அப் பழக்கம் பலவித அனுகூலங்களை எனக்கு உண்டாக்கியது. செய்யுட் பொருளைத் தெளிவாக நான் அறிந்துகொண்டதோடு ஒரு கருத்தைப் பிழையின்றித் தக்க சொற்களை அமைத்துச் சொல்லும் பழக்கத்தையும் அடைந்தேன்.

அங்கங்கே அவர் பல தமிழிலக்கண இலக்கியச் செய்திகளைச் சொல்லுவார்; காப்பியச் செய்திகளையும் எடுத்துக் காட்டுவார்.

அப்புராணம் முற்றுப் பெற்றது; எனக்குப் பூரணமான திருப்தி உண்டாகாமையால் இரண்டாவது முறையும் கேட்க விரும்பினேன். ஆசிரியர் அவ்வாறே மறுமுறையும் அதைப் பாடம் சொன்னார். முதன்முறை அறிந்து கொள்ளாத பல விஷயங்கள் அப்போது எனக்கு விளங்கின.

## மாயூரப் புராணம் ஆரம்பம்

நாகைப் புராணம் முடிந்தவுடன் அவர் மாயூரப் புராணத்தைப் பாடங் கேட்கலாமென்று சொன்னார். அதுவும் அவர் இயற்றியதே, அப்புராணத்தில் 1894 செய்யுட்கள் இருக்கின்றன. திருநாகைக் காரோணப் புராணமும், மாயூரஸ்தல புராணமும் பிள்ளையவர் களாலேயே சென்னையிலிருந்த அவர் மாணாக்கராகிய சோட சாவதானம் தி. சுப்பராய செட்டியார் என்பவரின் உதவியால் அச்சிடப்பெற்றவை. நாகைப் புராணம் அக்காலத்தில் பிரசித்தமாக இருந்தது. பலர் அப்புராணத்தை அடிக்கடி பாராட்டுவார்கள். பிள்ளையவர்கள் இயற்றிய புராணங்களுள் சிறந்தது நாகைப் புராணமென்று அவருடைய மாணாக்கர்களும் பிறரும் சொல்லு வார்கள். அத்தகைய புராணத்தை நான் இரண்டு முறை பாடம் கேட்டதில் எனக்கு மிக்க திருப்தி உண்டாயிற்று. தமிழ் நூற் பரப்பை நன்கு உணராமல் இருந்த நான் அப்புராணத்திற் காணப்பட்ட விஷயங்களை அறியுந்தோறும் அளவற்ற இன்பத்தை அடைந்தேன்.

பிள்ளையவர்கள் புராணங்கள் எல்லாவற்றையும் ஒவ்வொன் றாகக் கேட்டுவிட வேண்டும் என்ற எண்ணம் எனக்கு உண்டா யிற்று. அப்பால் ஆறுமுகத்தா பிள்ளையிடமிருந்து மாயூரப் புராணப் பிரதி ஒன்றை வாங்கி என்னிடம் கொடுத்து அதைப் பாடம் சொல்ல ஆரம்பித்தார். அப்போது எனக்குப் புதிய ஊக்கம் உண்டாயிற்று. “பட்டீச்சுரத்திற்கு நல்ல வேளையில் வந்தோம். வேகமாகப் பாடம் கேட்கிறோம். நல்ல காவியங்களைக் கேட்கும் பாக்கியம் கிடைக்கிறது” என்று எண்ணி மன மகிழ்ந்தேன். “இந்த ஸந்தோஷம் நிரந்தரமானதன்று; பட்டீச்சுரத்திற்கு வந்த வேளை பொல்லாத வேளையென்று கருதும் சமயமும் வரலாம்” என்பதை நான் அப்போது நினைக்கவில்லை.

# 41

## ‘ஆறுமுக பூபாலர்’

ஆறுமுகத்தா பிள்ளையைப் பார்த்தாலே எனக்கு மிகவும் பயமாக இருக்கும். பிறருக்கு ஆக வேண்டியவற்றைக் கவனித்தாலும் என்ன காரணத்தாலோ எல்லோரிடத்தும் அவர் கடுகடுத்த முகத் தோடு பெரும்பாலும் இருப்பார்; நான் மிகவும் ஜாக்கிரதையாக நடந்து வந்தும் அவருக்கு என்னிடம் அன்பு உண்டாகவில்லை. பிள்ளையவர்களிடத்தில் அவர் மிக்க மரியாதையும் அன்பும் உடையவராக இருந்தார். அக்கவிஞர் பெருமான் என்னிடம் அதிகமான அன்பு காட்டுவதையும் அவர் அறிவார், அப்படி இருந்தும் அவர் என்னிடம் இன்முகத்தோடு பேசுவதில்லை.

பிள்ளையவர்கள் என்பால் அன்புடையவராக இருப்பதைக் கூட அவர் அந்தரங்கத்தில் ஒருவேளை வெறுத்திருக்கலாமோ என்று நான் எண்ணியதுண்டு.

பிள்ளையவர்கள் வைத்திருந்த பேரன்புதான் எல்லாவிதமான இடையூறுகளையும் பொறுத்துவரும் தைரியத்தை எனக்கு அளித்தது.

## நள்ளிரவில் விருந்து

ஆறுமுகத்தா பிள்ளை அனுசரிக்கும் முறைகள் சில மிகவும் விசித்திரமானவை. மாலையில் அவர் அனுஷ்டானம் செய்த பிறகு கந்த புராணத்தைப் பாராயணம் செய்வார். பிள்ளையவர்களுக்கு முன் இருந்து அதைப் படிப்பார். அவர் கேட்டால், பிள்ளையவர்கள் இடையிடையே கடினமான பதங்களுக்குப் பொருள் சொல்லுவார். அப்படி அவர் படித்ததை முறைப்படி பாராயணம் செய்ததாகவோ, ஒழுங்காகப் பாடம் கேட்டதாகவோ எண்ண இடமில்லை. ஆனாலும் அவர் பாராயணம் செய்துவிட்டதாகவும் பிள்ளையவர்களிடம் பாடம் கேட்டு விட்டதாகவும் பலரிடம் சொல்லி மகிழ்வார். இப்பாராயணம் இராத்திரி ஒன்பது மணி வரையில் நடை பெறும்.

நான் பாடம் கேட்கும்போது அவர் பாராயணம் செய்ய வந்தால் தம்மை நான் அலக்ஷியம் செய்வதாக ஒருவேளை எண்ணி விடுவாரோ என்று பயந்து என் பாடத்தை உடனே நிறுத்திப் புஸ்தகத்தை மூடி வைப்பேன். அவர் படிக்கும்போது நானும் கவனித்து வருவேன். இரவு ஒன்பது மணிக்கு மேல் எல்லோரும் படுத்துக்கொள்வார்கள்; சாப்பிடாமலே படுத்து உறங்குவார்கள். பன்னிரண்டு மணி அல்லது ஒரு மணிக்கு ஆறுமுகத்தா பிள்ளை எழுந்து இலை போடச் சொல்லுவார். தூங்கினவர்களை எழுப்பி உண்ணச் செய்வார். அயலூர்களிலிருந்து யாரேனும் வந்து திண்ணையில் தங்கி இருப்பார்கள். அவர்களையும் அழைத்து உணவு கொள்ளச் சொல்லுவார்.

இந்த அர்த்தராத்திரி விருந்து நடைபெறும் பொழுது நான் பிள்ளையவர்களுக்கு அருகில் உட்கார்ந்து பாடம் கேட்க வேண்டும். ஆறுமுகத்தா பிள்ளை இட்ட கட்டளை இது.

ஒன்பது மணிக்கு மேல் எல்லோரும் படுத்துக் கொண்ட பிறகு நான் சிறிது நேரம் படித்துவிட்டுத் தூங்கிவிடுவேன். அஸ்தமித்த வுடன் பிள்ளையவர்கள் அனுஷ்டானம் செய்து மீளும்பொழுதே அக்கிரகாரத்தில் என் ஆகாரத்தை முடித்துக் கொள்பவன் நான். பாதிராத்திரியில் விழித்துக் கொண்டு பிள்ளையவர்கள் சாப்பிடும் போது பாடம் கேட்பதால் என்ன பயன் விளையப்போகிறது? எனக்குத் தூக்கக் கலக்கமாக இருக்கும். என் ஆசிரியர் உண்ணும்

போதே எப்படித் தடை இல்லாமல் பாடம் சொல்ல முடியும்? ஆதலின் அப்போது நான் கேட்கும் பாடம் என் நன்மையை உத்தேசித்ததாக இராது. ஆறுமுகத்தா பிள்ளையின் திருப்தியை எண்ணியே நான் அர்த்தராத்திரியில் பாடம் கேட்டு வந்தேன்.

## ஆறுமுகத்தா பிள்ளையின் கோபம்

ஆனாலும் சில தினங்களில் நான் விழித்துக் கொள்ளாமல் தூங்கிப் போய்விடுவேன். அதனால் பாடம் கேளாமற் போக நேரும். அத்தகைய சமயங்களில் ஆறுமுகத்தா பிள்ளை சாப்பிட்டவுடன் வந்து என்னை எழுப்பிக் கண்டிப்பார்; உடனே எழுப்பாவிடினும் மறு நாளாவது கண்டிக்கத் தவறமாட்டார். "உமக்கு எங்கே படிப்பு வரப் போகிறது? சாப்பிடுவதும் தூங்குவ துமே உமக்குப் பிரியமான தொழில்கள்; நீர் பெரிய சோம்பேறி. இராத்திரி எழுந்து பாடம் கேட்பதை விட உமக்கு வேறு வேலை என்ன?" என்று கோபித்துக் கொள்வார். பிறருடைய கஷ்ட சுகங் களை அறிந்துகொள்ள முயலாத மனிதர்களிடம் பழகுவதைவிட அவர்களுடைய சம்பந்தமே இராமல் வாழ்வது நலம். நான் ஆறுமுகத்தா பிள்ளையின் கோபத்தை ஆற்றுவதற்கு உரிய சக்தி யில்லாதவன்; "தெய்வமே!" என்று அவருடைய கோபச் சொற் களைக் கேட்டு வாய் பேசாமல் நிற்பேன்.

## புஸ்தகம் மறைந்த மாயம்

ஒருநாள் நள்ளிரவில் வழக்கப்படி நான் பாடம் கேட்கத் தவறி விட்டேன்; எல்லோரும் உண்பதற்கு எழுந்தபோது நான் எழ வில்லை. விடியற்காலையில் எழுந்து காலைக் கடன்களை முடித்து விட்டு வழக்கம் போல் பாடம் கேட்க எண்ணி முதல் நாள் இரவு புஸ்தகம் வைத்த இடத்திலே போய்ப் பார்த்தேன். அங்கே அது காணப்படவில்லை. நான் மாயூரப் புராணத்தைக் கேட்டு வந்த காலம் அது. வேறு சில இடங்களில் அப்புஸ்தகத்தைப் பார்த்தேன்; காணவில்லை. வேறு எதையாவது படிக்கலாமென்று எண்ணி என் புஸ்தகக் கட்டு இருந்த இடத்திற்குச் சென்று பார்த்தேன்; அந்தக் கட்டும் அங்கே இல்லை. "ஆறுமுகத்தா பிள்ளை செய்த வேலை இது; அவருடைய கோபம் இன்னும் என்ன என்ன கஷ்டங்களை விளைவிக்குமோ!" என்று எண்ணும்போது என் உடல் நடுங்கியது. "இந்த இடத்தில் வந்து மாட்டிக் கொண்டோமே!" என்று வருந்தி னேன்.

வாடிய முகத்துடன் ஆசிரியரிடம் சென்று, "புஸ்தகங்களைக் காணவில்லை" என்று சொன்னேன். அவர் அங்கிருந்த வேலைக் காரர்களிடம் சொல்லித் தேடச் செய்தனர். அவர்கள் தேடியும் கிடைக்கவில்லை. "இந்த விஷயத்தைத் தம்பியிடம் சொல்லலாமே" என்றார்.

ஆறுமுகத்தா பிள்ளை அப்பொழுது தூக்கத்தினின்றும் எழ வில்லை. அவர் எப்பொழுதும் எட்டு மணி வரையில் தூங்குவார். எட்டு மணியளவில் கண்ணை மூடியபடியே எழுந்து படுக்கையில் உட்கார்ந்திருப்பார்; "துரைசாமி" என்று தம் பிள்ளையைக் கூப்பிடுவார். அச்சிறுவன் அவர்முன் வந்து நின்று "ஏன்?" என்பான். அவர் அவன் முகத்தில் விழிப்பார். பிறகுதான் எழுந்து வெளியே வருவார், தம் குமாரன் முகத்தில் விழிப்பதால் நாள் முழுவதும் சந்தோஷமாகச் செல்லும் என்பது அவர் எண்ணம். மனிதனுடைய வாழ் நாளில் சந்தோஷம் இவ்வளவு சுலபமாகக் கிடைப்பதாக இருந்தால் உலகத்தில் எல்லோரும் இம்மார்க்கத்தைக் கைக்கொள்ளலாமே!

ஆறுமுகத்தா பிள்ளை தினந்தவறாமல் காலையில் துரைசாமி யின் முகத்தில் தான் விழித்து வந்தார். ஆனால், அவர் வாழ்வில் அதிக இன்பம் ஏற்பட்டதாகத் தெரியவில்லை.

இவ்வளவு ஜாக்கிரதையாக ஏற்பாடு செய்து கொண்டு விழிக்கும் ஆறுமுகத்தா பிள்ளையிடம் காலையில் நான் போய், "என் புஸ்தகத்தைக் காணவில்லை" என்று சொல்லுவேனானால் அவருக்குக் கோபம் வருமென்பதை நான் அறிவேன். ஆகையால் அவரிடம் சொல்லலாமென்று என் ஆசிரியர் கூறிய பின்பும், நான் பேசாமல் வாடிய முகத்துடன் அங்கேயே நின்றேன்.

### 'ஒரு செய்யுள் செய்யட்டும்'

சிறிது நேரத்திற்குப் பின் ஆறுமுகத்தா பிள்ளை துயில் நீங்கி எழுந்து அவ்வழியே சென்றார். செல்லும் போது நான் சும்மா நிற்பதைப் பார்த்து, "ஏன் இவர் சும்மா நிற்கிறார்? பாடம் கேட்பதற்கு என்ன?" என்று சொன்னார். என் ஆசிரியர் மெல்ல, "இவர் புஸ்தகம் வைத்த இடத்தில் அது காணப்படவில்லையாம்" என்றார்.

"அப்படியா சமாசாரம்? படிக்கிற புஸ்தகத்தைக்கூட ஒழுங்காக வைத்துக் கொள்ளாதவர் என்ன படிக்கப் போகிறார்? இவருக்கு ஐயா பாடம் சொல்வது வீணான காரியம். படிப்பதில் ஊக்கமிருந்தால் இவர் இவ்விதம் கவலையில்லாமல் இருப்பாரா?" என்று அவர் சொல்லிக்கொண்டே போய்விட்டார்.

"இப்படியே புறப்பட்டு ஊருக்குப் போய்விடலாமா?" என்று கூட எனக்குத் தோன்றிவிட்டது. அவர் கூறிய வார்த்தைகளுக்குப் பதில் கூறும் துணிவு எனக்கு உண்டாகவில்லை.

மறுபடியும் அந்த மனிதர் வந்தார்: "இவர் இவ்வளவு காலமாகப் படித்து வருகிறாரே; தமிழில் இவருக்கு ஏதாவது பயிற்சி ஏற்பட்டிருக்கிறதா? நீங்கள் வருந்தி வருந்தி ஓயாமல் பாடம் சொல்லிக் கொடுக்கிறீர்களே; இவர் நன்றாகச் சிந்தனை செய்து அறிந்து கொள்ளுகிறாரா? உங்களுடன் பழகும் இவர்

ஒழுங்காகப் பாடம் கேட்டிருந்தாரானால், இப்போது தமிழில் செய்யுள் இயற்றும் பழக்கம் இவருக்கு ஏற்பட்டிருக்க வேண்டுமே. எங்கே, இப்போது இவரை ஒரு செய்யுள் செய்யச் சொல்லுங்கள் பார்க்கலாம். நான் போய் வருவதற்குள் ஒரு செய்யுளை இயற்றி இவர் சொன்னால் இவர் புஸ்தகங்கள் எங்கே இருந்தாலும் வருவித்துக் கொடுக்கிறேன்; இல்லையானால் புதிய புஸ்தகங்களை வாங்கித் தருகிறேன்" என்று சொன்னார்.

"தம்பியின் விஷயமாகவே ஒரு செய்யுள் செய்து சொல்லும், பார்க்கலாம்" என்று ஆசிரியர் என்னை நோக்கிக் கட்டளையிட்டார்.

ஆறுமுகத்தா பிள்ளை நானாகச் செய்யுள் செய்கிறேனா என்பதைக் கவனிக்கும் பொருட்டு ஒருவரைக் காவல் வைத்து, "நான் வருவதற்குள் செய்யுளை இயற்றிச் சொல்ல வேண்டும்" என்று எச்சரிக்கையும் செய்து சென்றார்.

## 'மாறுமுகச் செம்மல்'

பிள்ளையவர்கள் என்னை அழைத்துக் கொண்டு வேறிடம் சென்றார். அப்போது எனக்குக் காவலாக இருந்தவரும் உடன் வந்தார். நாங்கள் செல்லும் போதே நான் ஒரு வெண்பாவை மனத்துக்குள் இயற்றி முடித்தேன்; அதனை ஆசிரியருக்குச் சொல்லிக் காட்ட நினைந்து, "சீர்மருவு மாறுமுகச் செம்மலே" என்று ஆரம்பித்தேன். அதைக் கேட்டவுடன் பிள்ளையவர்கள், "இருக்கட்டும்" என்று கூறி விட்டு எங்களுடன் வந்தவரிடம், "நீர் போய்த் தவசிப் பிள்ளையிடம் என் பூஜைக்கு இடம் பண்ணும்படி சொல்லிவாரும்" என்று கூறி அவரை அனுப்பினார். பின்பு என்னை நோக்கி, "நீர் சொல்லிய தொடர்களைச் சீர்மருவும் மாறுமுகச் செம்மலே என்றும் பிரிக்கலாம். தம்பி அதைக் கேட்டால் கோபித்துக் கொள்வார். இவ்வித தவறான அர்த்தம் தோன்றும்படி செய்யுள் செய்தல் கூடாது" என்று அறிவித்ததோடு ஒரு வெண்பாவை எனக்காக முடித்து என்னிடம் சொன்னார். நான் அதை மனனம் செய்து கொண்டேன்.

## அந்தச் செய்யுள்

ஆறுமுகத்தா பிள்ளை அப்பக்கம் வரவே நான் அவரிடம் சென்று மிக்க பணிவோடு என் ஆசிரியர் பாடித் தந்த செய்யுளைச் சொன்னேன்.

"ஆறுமுக பூபால வன்பிலார் போலென்பால்
மாறுமுகங் கொண்டால் மதிப்பவரார்கூறுதமிழ்
வாசிக்க வந்தவென்மேல் வன்மமென்ன யாவருமே
நேசிக்கு மாதயை செய் நீ"

என்ற அந்த வெண்பாவை நான் சொல்லும்போதே அவர் முகத்தில் சிறிது சந்தோஷத்தின் குறிப்புத் தோற்றியது. அவரைப்

பூபாலரென்று சொன்னதில் அதிகமான சந்தோஷம் உண்டாயிருக்க வேண்டும். அவருடைய முகத்தைக் கவனித்துக் கொண்டே பாடலைச் சொல்லி வந்த நான். "நல்ல வேளையாக, இப்பாட்டில் குற்றம் கண்டு கோபம் கொள்ள மாட்டார்" என்று தெரிந்து சிறிது ஆறுதல் அடைந்தேன்.

### கண்டத்தினின்று தப்பியது

"இனிமேல் நன்றாகப் பாடம் கேட்டு வாரும்; சோம்பேறித் தனத்தை விட்டு விடும். செய்யுள் இயற்றிப் பழகும்" என்று அவர் எனக்கு 'உபதேசம்' செய்யத் தொடங்கினார். அப்போது ஒரு வேலைக்காரன் என் புஸ்தகக் கட்டையும் மாயூரப் புராணத்தையும் எடுத்து வந்தான். அவனிடமிருந்து மாயூரப் புராணத்தை வாங்கி என்னிடம் கொடுத்துவிட்டுப் புஸ்தகக் கட்டை முன் இருந்த இடத்திற் கொண்டுபோய் வைக்கும்படி கட்டளையிட்டார். நான் அப்புராணத்தைப் பெற்று என் ஆசிரியர் இருந்த இடம் சென்றேன். "ஒரு பெரிய கண்டத்திலிருந்து தப்பினோம்" என்ற எண்ணத்தோடு அவரை அணுகி நிகழ்ந்தவற்றைச் சொன்னேன்.

அவர் செய்யுள் செய்யும் முறைகளைச் சிறிது நேரம் உதாரணங்களுடன் சொல்லி விளக்கினார். பிறகு மாயூரப் புராணத்தில் விட்ட இடத்திலிருந்து பாடம் கேட்க ஆரம்பித்தேன்.

ஆறுமுகத்தா பிள்ளையின் ஆக்ஞைப்படி நானாக இயற்றிய பாட்டு என் மனத்தில் பிறந்தது; அது வெளிப்படாமலே நின்று விட்டது. நானும் அதை மறந்து விட்டேன். "சீர்மருவு மாறுமுகச் செம்மலே" என்ற பகுதியை மாத்திரம் நான் நினைவில் வைத்திருக்கிறேன். இயல்பாகவே நிமிஷத்திற்கு நிமிஷம் மாறும் முகச் செம்மலாகிய ஆறுமுக பூபாலர் என் சொந்தப் பாட்டைக் கேட்டிருந்தால் என்னை என்ன பாடுபடுத்தி வைத்திருப்பாரோ, கடவுளே அறிவார்!

## 42

### சிலேடையும் யமகமும்

பட்டீச்சுரத்தில் இருந்தபோது பிள்ளையவர்கள் இடையிடையே கும்பகோணம் முதலிய இடங்களுக்குப் போய் வருவதுண்டு. அப்பொழுது நானும் உடன் சென்று வருவேன். பட்டீச்சுரத்திலுள்ள ஆலயத்திற்கு ஒருநாள் சென்று தரிசனம் செய்து வந்தோம். அக்கோயிலில் தேவி சந்நிதானத்தில் ஸ்ரீ கோவிந்த தீக்ஷிதரது பிம்பமும் அவர் பத்தினியாரது பிம்பமும் இருக்கின்றன. அவற்றை நாங்கள் கண்டு களித்தோம். தஞ்சையிலிருந்து அரசாண்ட அச்சுதப்ப நாயக்கரிடம் அமைச்சராக இருந்து பல அரிய

தர்மங்களைச் செய்தவர் ஸ்ரீ கோவிந்த தீக்ஷிதர். அவர் பட்டீச்சுரத்து அக்கிரகாரத்தில் வசித்து வந்தனராம்.

## சிலேடைப் பாட்டு

மற்றொரு நாள் சிறந்த சுப்பிரமணிய ஸ்தலமாகிய ஸ்வாமி மலைக்குச் சென்று முருகக் கடவுளைத் தரிசனம் செய்தோம். முருகக் கடவுளுக்குரிய ஆறுபடை வீடுகளுள் ஒன்றாகிய திருவேரக மென்பது அந்த ஸ்தலமென்று சொல்லுவர். ஸ்ரீ சாமிநாதனென்பது அங்கே எழுந்தருளிய முருகக் கடவுளின் திருநாமம். நாங்கள் அங்கே போனபோது ஆறுமுகத்தா பிள்ளையும் வந்திருந்தார்.

சுவாமி தரிசனம் செய்த பிறகு பட்டீச்சுரத்திற்குத் திரும்பி னோம்; காவிரிக் கரைக்கு வந்தபோது அங்கே பட்டுச்சாலியர்களிற் சிலர் பட்டு நூலை ஜலத்தில் சுத்தம் செய்து கொண்டிருந்தார்கள். ஆறுமுகத்தா பிள்ளை திடீரென்று என்னைப் பார்த்து, “இந்த நூலுக்கும் நீருக்கும் சிலேடையாக ஒரு வெண்பாப் பாடும், பார்க்கலாம். பத்து நிமிஷத்தில் சொல்லவேண்டும்” என்றார்.

“இதுவே பெரிய துன்பமாகி விடும்போலிருக்கிறதே!” என்ற நினைவுதான் எனக்கு முதலில் எழுந்ததே ஒழிய அவர் சொல்லிய படி பாடல் செய்ய முயல்வோம் என்று தோன்றவில்லை. அவர் அன்போடு இன்முகங் காட்டி இன்சொல்லால் என்னிடம் விஷயத்தைச்சொல்லியிருப்பின் என் மனத்தில் உத்ஸாகம் உண்டாகியிருக்கும். அதிகார தோரணையோடு அவர் இட்ட கட்டளைக்குப் பணிய வேண்டுமென்ற நினைவில் அந்த உத்ஸாகம் ஏற்பட வழியேது?

ஆறுமுகத்தா பிள்ளை கூறியதைக் கேட்ட என் ஆசிரியர் அப்பொழுது அவர் இயல்பை நினைந்து வருந்தினாரென்றே தோற்றியது. “என்ன தம்பீ, திடீரென்று இவ்வளவு கடினமான விஷயத்தைச் சொல்லிச் சீக்கிரத்தில் பாடச் சொன்னால் முடியுமா? பாட்டென்றால் யோசிக்காமல் யந்திரம்போல் இருந்து செய்வதா?” என்று கூறி விட்டு, ‘சிலேடை அடையும் படி இரண்டு அடிகளை நான் செய்துவிடுகிறேன். மேலே இரண்டு அடிகளை நீர் செய்து பாடலைப் பூர்த்தி செய்யும்” என்று என்னை நோக்கிக் கூறினார். உடனே,

“வெள்ளைநிறத் தாற்செயற்கை மேவியே வேறுநிறம்
கொள்ளுகையாற் றோயக் குறியினால்”

என்ற இரண்டு அடிகளைச் சென்னார். எனக்கு ஆறுமுகத்தா பிள்ளையின் நினைவு, அவர் என்னைச் செய்யுள் செய்யச் சொன் னது எல்லாம் மறந்து போயின. சிலேடை அமைய என் ஆசிரியர் அவ்வளவு விரைவில் இரண்டடிகளைக் கூறியது என்னை வியப்பில் ஆழ்த்தியது. அந்த இரண்டடிகளை ஆசிரியர் மீண்டும் சொல்லி,

"மேலே இரண்டடிகளைப் பூர்த்தி செய்யும்" என்றார். நான் சிறிது நேரம் யோசித்து அவர் கட்டளையை நிறைவேற்றினேன். பாட்டு முழுவதும் வருமாறு:

"வெள்ளைநிறத் தாற்செயற்கை மேவியே வேறுநிறம்
கொள்ளுகையாற் றோயக் குறியினால்உள்ளவன்பில்
தாய்நேர்ந்த வாறுமுகத் தாளாளா நீமொழிந்த
ஆய்நூலு நீருநிக ராம்"

(நூலுக்கு: வெள்ளை நிறத்தை உடைமையாலும், செய்கையினால் வெவ்வேறு நிறத்தை அடைதலாலும், சாயத்தில் தோய்க்கின்ற அந்தச் செயலாலும்.

நீருக்கு: இயல்பாக வெண்மை நிறம் உடைமையாலும், செயற்கையால் வேறு வேறு நிறங்களைக் கொள்ளுதலாலும். தோயமென்னும் பெயரை உடைமையாலும். தோய் அக்குறி, தோயம் குறி என இரண்டு வகையாகப் பிரித்துப் பொருள் கொள்ள வேண்டும்; தோயம்–நீர்; குறி–பெயர். தாய் நேர்ந்த – தாயை ஒத்த.)

நான் செய்யுளை முடித்துச் சொன்னதைக் கேட்டு ஆறு முகத்தா பிள்ளை ஏதேனும் குற்றம் கூற ஆரம்பித்தால் என்ன செய்வதென்ற பயம் எனக்கு இருந்தது. என் ஆசிரியர் என்னை அதிலிருந்து மீட்டார். ஆறுமுகத்தா பிள்ளை தம் அபிப்பிராயத்தைச் சொல்வதற்கு முன்பே, "நன்றாயிருக்கிறது; 'உள்ள அன்பில் தாய் நேர்ந்த ஆறுமுகத் தாளாளா' என்ற பகுதி பொருத்தமாக உள்ளது. அந்தரங்கத்தில் தம்பிக்கு எல்லோரிடத்திலும் எவ்வளவு அன்பு இருக்கிறது என்பதை அது விளக்குகிறது" என்று அவர் கூறினார். ஆறுமுகத்தா பிள்ளையின் முகத்திலே புன்னகை சிறிது அரும்பியது.

"முன் இரண்டடியில் அல்லவோ செய்யுளின் அருமை இருக் கிறது? பின்பகுதியில் என்ன நயம் இருக்கிறது?" என்று நான் எண் ணினேன். சிலேடை பாடுவதும், செய்யுள் நயம் தெரிவதும் அப் போது முக்கியமாக இல்லை; ஆறுமுகத்தா பிள்ளையின் திருப்தி யைப் பெறுவதுதான் முக்கியமாக இருந்தது. இந்த இரகசியத்தை ஆசிரியர் உணர்ந்து அதற்கு ஏற்றபடி நடந்து காட்டினார்.

நாங்கள் பட்டீச்சுரம் வந்து சேர்ந்தோம். பாடம் நடந்து வந்தது. ஆறுமுகத்தா பிள்ளையின் அன்பும் அதிகாரமும் கலந்து கலந்து வெளிப்பட்டன.

### யமகப் பாட்டு

பின் ஒரு நாட் காலையில் பட்டீச்சுரம் கோயிலுக்குச் சென் றோம். ஆறுமுகத்தா பிள்ளையும் வந்திருந்தார். அக்கோயிலில் திரு

மாளிகைப்பத்தியின் மேற்குக் கோடியில் எழுந்தருளியுள்ள விநாய கருக்கு மதவாரணப் பிள்ளையார் என்பது திருநாமம். அம்மூர்த்தி யைத் தரிசித்து நிற்கையில் ஆறுமுகத்தா பிள்ளை, "இந்த விநாயகர் திருநாமத்தை யமகத்தில் அமைத்து ஒரு செய்யுள் சொல்லும்" என்றார். யமகம் பாடுவது சுலபமானதன்று. யமகச் செய்யுட்களைப் படித்து அர்த்தம் தெரிந்துகொள்வதே சிரமமாக உள்ளபோது அந்நிலையில் விரைவில் மதவாரணப் பிள்ளையார் திருநாமத்தை வைத்து யமகச் செய்யுள் ஒன்று நான் பாடுவதென்பது சாத்திய மான காரியமா? ஒன்றும் தோன்றாமல் 'மிரள மிரள' விழித்தேன். எனக்கு உண்டான வருத்தத்திற்கு ஓர் எல்லை இல்லை. வாய் விட்டு அழவில்லையே ஒழிய என் முகம் அகத்திலுள்ள வருத்தம் முழுவதையும் புலப்படுத்தியது. அதை என் ஆசிரியர் கவனித்தார். அவருடைய பொறுமைக்கும் எல்லை உண்டு என்பது தெரிந்தது. ஆறுமுகத்தா பிள்ளையைப் பார்த்தார். "என்ன தம்பீ, இந்த மாதிரி அடிக்கடி இவருக்குக் கடினமான விஷயங்களைக் கொடுத்துப் பாடச் சொல்வது தர்மமா? இவர் செய்யுள் இயற்றக் கூடிய பழக்க முடையவரே. ஆனாலும் இப்படி வற்புறுத்தித் திடீர் திடீரென்று சொல்லச் செய்தால் செய்யுள் வருமா? தானாகக் கனிந்து வர வேண்டியதைத் தடியால் அடித்துக் கனியவைக்கலாமா?" என்று சொன்னபோது ஆறுமுகத்தா பிள்ளை மேலே ஒன்றும் பேச வில்லை. தாம் செய்வது பிழை என்று அவர் உணர்ந்தாரோ, இல்லையோ, மரியாதைக்குப் பயந்து பேசாமல் இருந்து விட்டார்.

நாங்கள் வீடு சென்றவுடன் ஆசிரியர் தாமே மதவாரணப் பிள்ளையார் விஷயமாக யமகச் செய்யுளொன்றை இயற்றி, என்னை எழுதச் சொல்லி ஆறுமுகத்தா பிள்ளையிடம் படித்துக் காட்டச் சொன்னார். நான் அவ்வாறே செய்தேன்.

### விரத பங்கம்

புரட்டாசி மாதத்தில் சனிக்கிழமைகளில் சில வீடுகளில் அட்சதை வாங்கிக் கொண்டு சமைத்து ஒரு வேளை மாத்திரம் உண்ணுதல் எங்கள் குடும்ப வழக்கம். காலையில் ஸ்நானம் செய்து அயலார் வீடுகளுக்கு ஈர வஸ்திரத்தோடு மௌனமாகச் சென்று ஈரச் சவுக்கத்தில் அட்சதை வாங்குவதை ஒரு விரதமாக எங்கள் முன்னோர் கொண்டிருந்தனர்.

இதனை, 'கோபாலம் எடுத்தல்' என்று சொல்வார்கள். பட்டீச் சுரத்தில் நானிருந்தபோது முதல் சனிக்கிழமையன்று கோபாலம் எடுக்கும் பொருட்டுக் காலையில் ஸ்நானம் செய்யப் புறப்பட்டேன். ஆறுமுகத்தா பிள்ளை என்ன விசேஷமென்று விசாரித்தார். நான் விஷயத்தைச் சொன்னேன். அதைக் கேட்டவுடன் அவருக்கு மிக்க கோபம் உண்டாகி விட்டது. "நீர் வைஷ்ணவரா? இந்த விரதத்தை எல்லாம் உங்களூரில் வைத்துக் கொள்ளும். இந்த எல்லைக்குள்

அப்படிச் செய்யக் கூடாது. சைவர்களாகிய எங்களோடு பழகும் உமக்கு இப்படிப் புத்தி போனது ஆச்சரியம்" என்று கண்டிக்க ஆரம்பித்தார். அன்றியும் நான் ஆகாரம் செய்து கொள்ளும் வீட்டிற்கு, நான் கோபாலம் எடுத்து வந்தால் உணவு அளிக்க வேண்டாமென்று சொல்லியனுப்பிவிட்டார். நான் என்ன செய் வேன்! பரம்பரையாக வந்த வழக்கத்தை விட்டுவிடக்கூடா தென்றும், அதனால் பெருந்தீங்கு நேருமென்றும் நான் நம்பியிருந் தேன். எங்கள் குல தெய்வமாகிய ஸ்ரீ வேங்கடாசலபதியை நினைந்து மேற்கொள்ளும் அந்த விரதத்திற்கு பங்கம் நேர்ந்தால் குடும்பத்திற்கே துன்பம் வருமே என்று அஞ்சினேன். அத்தகைய நம்பிக்கையுள்ள குடும்பத்திற் பிறந்து வளர்ந்த எனக்கு இந்த எண்ணம் மிகவும் பலமாக இருந்தது. அன்று மத்தியான்னம் நான் உணவு கொள்ளவே இல்லை. தென்னந்தோப்பிற் சென்று கீழே படுத்துப் பசியினால் புரண்டேன். இத்தகைய துன்பங்களுக்கு ஆளாக்கிய என் விதியை நொந்து கொண்டேன்.

நான் உண்ணவரவில்லை என்று தெரிந்து எனக்கு ஆகாரம் அளிக்கும் வீட்டினர் மிகவும் வருந்தினர். அவர்கள் அங்கே வந்து என்னைக் கண்டு வற்புறுத்தினமையால் அன்று பிற்பகலில் ஐந்து மணிக்குப் போய் உணவருந்தினேன். புரட்டாசி மாதச் சனிக் கிழமை விரதத்திற்கு அந்த ஊரில் விடை கொடுத்து விட்டேன்.

மாயூரத்தில் இருந்தபோது இத்தகைய துன்பம் நேரவில்லை. அன்றியும் சவேரிநாத பிள்ளையின் பழக்கம் எனக்கு மிக்க இன் பத்தை அங்கே உண்டாக்கும். அவர் சிரிக்கச் சிரிக்கப் பேசும் பேச்சு எவ்விதமான வருத்தத்தையும் போக்கிவிடும். பட்டீச்சுரத் திலோ மனம் விட்டுப் பேசி மகிழ்வதற்குரிய நண்பர் ஒருவரும் எனக்கு இல்லை.

## சவேரிநாத பிள்ளை வரவு

இப்படியிருக்கையில், நல்ல வேளையாக ஆசிரியர் சவேரிநாத பிள்ளையை அழைத்துவரும்படி மாயூரத்திற்குச் சொல்லியனுப் பினார். அவர் பட்டீச்சுரம் வந்தபோது எனக்கு எவ்வளவு சந்தோ ஷம் உண்டாயிற்று என்பதை எழுதி உணர்த்துவது இயலாது. "இனி மேல் ஆறுதலாகப் பேசி மகிழலாம்" என்று எண்ணினேன்.

சவேரிநாத பிள்ளை வந்தவுடனே ஒரு பெரிய காரியத்தைச் சாதித்தார். ஆறுமுகத்தா பிள்ளை வீட்டில் இரவு பன்னிரண்டு மணிக்குமேல் ஆகாரம் செய்து வந்த வழக்கம் அவரது முயற்சியால் நின்றது. அவர் தைரியமாகப் பேசுபவர். "பட்டீச்சுரத்தில் இரவில் நெடுநேரம் பசியோடு வருந்தும்படி செய்த பிரம தேவன் எங்களை மரமாகப் படைக்கவில்லையே!" என்ற கருத்து அமைய ஒரு பாட்டுப் பாடி அதை வெளிப்படையாகச் சொல்லி வந்தார்.

ஆறுமுகத்தா பிள்ளை அதைக் கேட்டார். சவேரிநாத பிள்ளை அவருக்கு ஏற்றபடி விஷயங்களைப் பக்குவமாக எடுத்துச் சொல்லி அவர் மனத்தை மாற்றினார். அதுமுதல் இரவு பத்து மணிக்குள் யாவரும் ஆகாரம் செய்துகொள்ளும் வழக்கம் உண்டாயிற்று. பிள்ளையவர்களும் நானும் வேறு பலரும் சவேரிநாத பிள்ளையின் தைரியத்தையும் சாதுர்யத்தையும் மெச்சினோம். "இவருக்கு ஏற்ற கோடரி சவேரிநாத பிள்ளையே" என்று நான் எண்ணி மகிழ்ந்தேன்.

சவேரிநாத பிள்ளையின் சல்லாபத்திலும் ஆசிரியரது அன்பிலும் பட்டீச்சுர வாசத்தில் இருந்த கசப்பு எனக்கு நீங்கியது.

# 43

## ஸரஸ்வதி பூஜையும் தீபாவளியும்

நான் பிள்ளையவர்களிடம் வந்து சேர்ந்து சில மாதங்களே ஆயின. சித்திரை மாதம் வந்தேன் (*1871* ஏப்ரல்); புரட்டாசி மாதம் பட்டீச்சுரத்தில் இருந்தோம். இந்த ஆறு மாதங்களில் நான் எவ்வளவோ விஷயங்களைத் தெரிந்து கொண்டேன். தமிழ் இலக்கிய சம்பந்தமான விஷயங்களோடு உலகத்திலுள்ள பல்வேறு வகைப் பட்ட மனிதர்களின் இயல்புகளையும் உணர்ந்தேன். செல்வத்தாலும் கல்வியாலும் தவத்தாலும் நிரம்பியவர்களைப் பார்த்தேன். அவர்களுள் அடக்கம் மிக்கவர்களையும், கர்வத்தால் தலை நிமிர்ந்தவர்களையும் கண்டேன். உள்ளன்புடையவர்களையும், புறத்தில் மாத்திரம் அன்புடையவர்கள் போல நடிப்பவர்களையும் காண நேர்ந்தது. வறுமை நிலையிலும் உபகாரம் செய்வதை மறவாத பெரியோர்கள் பழக்கமும் ஏற்பட்டது. அடிக்கடி இன்ப நிகழ்ச்சிகளுக்கிடையே துன்பங்களும் விரவி வந்தன. பட்டீச்சுரத்தில் திருமலைராயனாற்றிலிருந்து ஒரு வாய்க்கால் பிரிகிறது. நான் அவ்விடத்தில் ஒருநாள் ஸ்நானம் செய்யும்பொழுது சுழலில் அகப்பட்டுக் கொண்டேன். இரண்டு பேர்கள் என்னை எடுத்துக் கரையேற்றினார்கள்.

இவ்வாறு இருந்த எனக்கு உறவினர்களைக் காணவேண்டுமென்ற ஆசை உண்டாயிற்று. என் தாய் தந்தையர் அப்போது சூரியமூலையில் இருந்தார்கள். பட்டீச்சுரத்திற்குச் சமீபத்தில் உத்தமதானபுரம் இருக்கிறது. அதனால் ஒரு முறை அங்கே சென்று அங்கிருந்த சிறிய தந்தையாரையும் சிறிய தாயாரையும் பார்த்து வரவேண்டுமென்ற ஆசை இருந்தது. புரட்டாசி மாதமாதலால் நவராத்திரி ஆரம்பமாயிற்று. என் ஆசிரியரிடம் விடை பெற்று ஸரஸ்வதி பூஜைக்கு உத்தமதானபுரம் சென்றேன். செல்லும்போது ஆசிரியர், "போய் நான்கு நாள் இருந்துவிட்டு

வாரும்" என்று கூறினார். பட்டீச்சுரத்தில் நிகழ்ந்த கஷ்டங்களைச் சில தினங்களேனும் நான் மறந்திருக்கலாமென்பது அவர் எண்ணம் போலும்.

## விஜயதசமி

ஸரஸ்வதி பூஜைக்கு உத்தமதானபுரத்தில் இருந்தேன்; ஊருக்குச் செல்லும்போது அங்கே சில நாட்கள் தங்கலாமென்று தான் எண்ணினேன். ஸரஸ்வதி பூஜை செய்துவிட்டு மறுநாட்காலையில் புனர்ப் பூஜையும் செய்தேன். விஜயதசமியாகிய அன்று மாணாக்கர் களுக்கு விசேஷமான தினம் அன்றோ? தங்கள் தங்கள் ஆசிரியர் களிடம் புதிய பாடத்தை அன்று தொடங்குவது நம் நாட்டு வழக்கம். பிள்ளையவர்கள் கையால் அன்று ஒரு நூல் பெற்றுக் கொள்ள வேண்டுமென்ற விருப்பம் எனக்கு உண்டாயிற்று. "இவ்வளவு நாட்கள் அவர்களோடு இருந்தோம். என்றைக்கு அவர்களோடு இருந்து பாடம் கேட்க வேண்டுமோ அன்றைத் தினத்தில் அவர்களைப் பிரிந்து இருப்பது நியாயம் அன்று. எப்படியாவது இன்று போய் அவர்களைப் பார்க்கவேண்டும்" என்று உறுதி செய்து கொண்டேன்.

என் சிறிய தந்தையார் சில தினம் இருந்துவிட்டுப் போகும்படி என்னை வற்புறுத்தினார். அவரும் சிறிய தாயாரும் என்னிடம் அளவற்ற அன்பு பூண்டவர்கள். என்னைக் கடிந்து கோபிக்கும் இயல்பை அவர்களிடம் நான் கண்டதே இல்லை. "சாமா, உன்னைப் பார்த்து ஆறு மாதங்கள் ஆயின. நான் மாயூரம் வரலாம் வரலாமென்று இருந்தேன். இங்கே வேலை அதிகமாக இருக்கிறது. அதனால் வரமுடியவில்லை. நீ வந்தாயே என்று எவ்வளவோ சந்தோஷம் அடைந்தேன். உடனே போக வேண்டுமென்று சொல்லுகிறாயே! நான்கு நாள் பாடம் கேளாவிட்டால் என்ன நஷ்டம் வந்துவிடப் போகிறது?" என்று அவர் சொன்னார். அவ்வூரில் அவர் கிராம முன்சீபாக இருந்தார். அவருக்குப் பல வேலைத் தொல்லைகள் உண்டென்பதை நான் அறிவேன். என் சிறிய தாயாரும் இருந்து போகும்படி வற்புறுத்தினார். "இங்கே இருப்பதில் எனக்கு ஆக்ஷேபம் ஒன்றும் இல்லை. விஜயதசமியாகிய இன்றைக்குப் பிள்ளையவர்கள் கையால் ஏதாவது புஸ்தகம் வாங்கிக் கொண்டால் நல்லதென்று தோற்றுகிறது. நான் மறுபடியும் வருகிறேன்" என்று விடை பெற்று, பிற்பகலில் பட்டீச்சுரத்தை நோக்கிப் புறப்பட்டேன். பட்டீச்சுரத்திற்கு மாலை நான்கு மணி யளவுக்கு வந்து சேர்ந்தேன். என்னைக் கண்டவுடன்,. "ஏன் அதற்குள் வந்து விட்டீர்?" என்று ஆசிரியர் கேட்டனர்.

"இன்று விஜயதசமி; ஐயாவிடம் ஏதாவது ஒரு புஸ்தகம் பெற்றுக் கொள்ள வேண்டுமென்று எண்ணி வந்தேன்" என்றேன்.

## ‘கலி தீர்ந்தது’

உடனே ஆசிரியர் அங்கு வந்த ஒருவரிடம், அந்த வீட்டிலே பூஜையில் வைத்திருந்த ஏட்டுச் சுவடிகளில் ஒன்றை எடுத்து வரும்படி சொன்னார். அவர் அங்ஙனமே ஒன்றை எடுத்து வந்து பிள்ளையவர்களிடம் கொடுத்தார். அதை அவர் என்னிடம் அளித்தார். நான் அதை மிக்க ஆவலோடு பெற்றுக் கொண்டேன். “என்ன நூலென்று பிரித்துப் பாரும்” என்று அவர் கூறவே, நான் பார்த்தேன். அது நைடதமாக இருந்தது. “நைடதம் படித்தால் கலிபீடை நீங்குமென்று பெரியோர்கள் சொல்லுவார்கள். உமக்குக் கலி இன்றோடு நீங்கி விட்டது. இனிமேல் கவலைப்பட வேண்டாம்” என்று ஆசிரியர் கூறிய பொழுது எனக்கு மயிர்க் கூச்செறிந்தது. நான் பலவிதமான கஷ்டங்களுக்கு உள்ளானதை அறிந்த அவர் என் மனத்தில் அவற்றால் துன்பம் உண்டாகியிருக்கும் என்பதை உணர்ந்திருந்தார். அதனால்தான் அன்று அவ்வாறு எனக்கு ஆறுதல் கூறினார். உண்மை அன்புடையார் சொல்லும் வார்த்தைகளுக்குப் பயன் இல்லாமற் போகுமா?

“மாயூரத்தில் ஐயாவிடம் முதலிற் பெற்றுக் கொண்டது நைடதந்தான். அப்பொழுதே இந்த மாதிரி எண்ணினேன்” என்று நான் சொன்னேன். பிறகு நைடதத்திலிருந்து சில செய்யுட்களை ஆசிரியர் முன்னிலையில் படித்தேன். அதனால் எனக்கு உண்டான திருப்தி மிக அதிகம். அதுவரையில் ஒவ்வொரு வருஷமும் விஜயதசமி வந்து போய்க்கொண்டுதான் இருந்தது. ஆனால் அந்த வருஷத்து விஜயதசமியில் நான் என் ஆசிரியர் கைப்பட ஒரு புஸ்தகம் பெற்றுப் படித்த பாக்கியம் கிடைத்தது. அதனால் அதற்கு ஒரு தனி விசேஷம் இருந்தது.

## உச்சிஷ்ட கணபதி தரிசனம்

சவேரிநாத பிள்ளையும் நானும் பாடம் கேட்டு வந்தோம். கும்பகோணத்திற்கு ஒரு முறை யாவரும் சென்று தியாகராச செட்டியாரைக் கண்டு பேசி இருந்துவிட்டு வந்தோம். அவரும் சில முறை பட்டீச்சுரத்திற்கு வந்து சென்றார். ஒரு நாள் சத்தி முற்றம் கோயிலுக்குச் சென்று தரிசனம் செய்தோம். அங்கே அம்பிகை தவம் புரிந்து இறைவன் பிரசன்னமானபொழுது தழுவிக் கொண்டதாக ஓர் ஐதிஹ்யம் உண்டு. அங்ஙனம் தழுவிய திருக்கோலத்தில் ஒரு விக்கிரகம் அங்கே இருக்கின்றது. அதையும் தரிசித்தோம். அங்கே ஆலய வாசலில் உச்சிஷ்ட கணபதியின் கோயில் ஒன்று இருக்கிறது. அந்த மூர்த்தியை உபாஸனை செய்தால் நல்ல வாக்கு உண்டாகுமென்று பெரியோர்கள் கூறக் கேட்டிருந்தேன். ஆதலால் மனத்தில் அந்நினைவுடனே அப்பெருமானை வணங்கினேன்.

## கோட்டூரில் தீபாவளி

புரட்டாசி மாதம் போய் ஐப்பசி மாதம் வந்தது. தீபாவளி அணுகிற்று. என் தாய் தந்தையரையும் குழந்தையாக இருந்த தம்பியையும் பார்க்க வேண்டுமென்ற ஆசை எழுந்தது. தீபாவளிக்குப் போய் என் பெற்றோர்களோடு இருந்து வரலாமென்று எண்ணிப் பிள்ளையவர்களிடம் என் கருத்தை வெளியிட்டேன்.

"அப்படியே செய்யலாம்" என்று அவர் அனுமதி அளித்தார். புறப்படும்பொழுது இரண்டு பட்டுக்கரை அங்கவஸ்திரங்களை வருவித்து என்னிடம் அளித்து, "தீபாவளியில் உபயோகப்படுத்திக் கொள்ளும். சௌக்கியமாகத் தீபாவளி ஸ்நானம் செய்து சில நாள் தங்கிவிட்டு அப்படியே மாயூரத்திற்கு வந்துவிடலாம். நான் தீபாவளிக்கு அங்கே போவதாக எண்ணியிருக்கிறேன்" என்றார்.

அவருடைய அன்பை அறிந்து நான் வியந்தேன்; அந்த அங்க வஸ்திரங்களைப் பணிவுடன் ஏற்று விடைபெற்றுப் புறப்பட்டேன்.

கோட்டூரென்பது பாடல் பெற்ற சிவஸ்தலமும் ஹரதத்த சிவாசாரியரவர்களுடைய அவதார ஸ்தானமுமாகிய கஞ்சனூருக்குக் கிழக்கே, கார் காத்த வேளாளர்களுக்கு ஆசிரியர்களாகிய சோழியப் பிராமணர்கள் வசிக்கும் துகிலிக்கு மேற்கே சமீபத்தில் உள்ளது. அதன் பெயர் கோடையென்று செய்யுட்களில் வழங்கும். கஞ்சனூர், துகிலி, மணலூர் முதலிய இடங்களில் மாறி மாறித் தங்கிவந்த என் தந்தையார் அப்போது கோட்டூரில் என் சிறிய தாயார் (தாயாரின் தங்கை) வீட்டில் இருந்தார்; துலா மாதமாதலால் காவிரி ஸ்நானம் செய்ய எண்ணி என் பெற்றோர்கள் அங்கே இருந்தனர். சூரியமூலையிலிருந்து என் பாட்டனாரும் வந்திருந்தார். கோட்டூரில் காவிரி உத்தரவாகினியாக ஓடுகிறது. அதனால் பலர் அங்கே ஸ்நானம் செய்வதற்கு வருவார்கள். நான் அங்கே போனது பல பேரையும் ஒருங்கே பார்ப்பதற்கு அனுகூலமாக இருந்தது. யாவரும் என்னுடைய க்ஷேம சமாசாரத்தையும் கல்வியபிவிருத்தியையும் பற்றி விசாரித்தார்கள். நான் கொண்டு போயிருந்த அங்கவஸ்திரங்களைப் பார்த்த என் தந்தையார் மிக்க திருப்தியை அடைந்தார். என் தாயாருக்கோ அவரைக் காட்டிலும் அதிக மகிழ்ச்சி உண்டாயிற்று. "என்னவோ பகவான் தான் காப்பாற்றவேணும். எங்களால் ஒன்றும் முடியாதென்று தெரிந்து இப்படி ஒரு நல்லவரைக் கொண்டு வந்துவிட்டிருக்கிறது, அவர் கிருபைதான்" என்று அவர் சொல்லி உளம் பூரித்தார்.

தீபாவளி ஸ்நானம் செய்தேன். என் ஆசிரியர் அன்புடன் அளித்த அங்கவஸ்திரங்களைத் தரித்துக் கொண்டேன். அப்போது எனக்கு ஒரு தனி மகிழ்ச்சி உண்டாயிற்று.

## ஒரு கனவான்

கோட்டூரில் இருந்தபோது பல பேர்கள் என்னைப் பார்த்துப் பிள்ளையவர்களைப் பற்றி விசாரித்தார்கள். அநேகமாக யாவரும் அவரைப் பாராட்டினார்கள். உலகத்தில் எல்லோரும் ஒரே விதமான அபிப்பிராயமுடையவர்களாக இருக்கிறார்களா? நல்லதை நல்லதென்று சொல்பவர்களுக்கு நடுவில் அதைக் கெட்டதென்று சொல்பவர்களும் இருந்து வருகிறார்கள். ஒரு நாள் என் தகப்பனாருக்குத் தெரிந்த ஒருவர் வந்திருந்தார். நெடுநேரம் பேசினார். "உங்கள் பிள்ளை என்ன செய்கிறான்?" என்று விசாரித்தார். என் தந்தையார், "தமிழ் படிக்கிறான்" என்று சொன்னார். அவர் ஏதோ ஆச்சரியத்தைக் கேட்டவரைப் போலவே திடுக்கிட்டு, "என்ன? தமிழா!" என்று கூறினார். அதோடு அவர் நிற்கவில்லை. "தமிழையா படிக்கிறான்! இங்கிலீஷ் படிக்கக் கூடாதா? ஸம்ஸ்கிருதம் படிக்கலாமே? இங்கிலீஷ் படித்தால் இகத்துக்கு லாபம்; ஸம்ஸ்கிருதம் படித்தால் பரத்துக்கு லாபம். தமிழைப் படித்தால் இரண்டுக்கும் லாபம் இல்லை" என்று அவர் மேலும் தம் கருத்தை விளக்கின போது எனக்குத் தூக்கி வாரிப் போட்டது. அவ்வளவு அருமையான அபிப்பிராயத்தைச் சிறிதேனும் யோசனையில்லாமல் சொல்ல முன்வந்த அந்தப் பேர் வழி யாரென்று அறிய எனக்கு விருப்பம் உண்டாயிற்று. அவர் போனவுடன் நான் விசாரித்தேன். பாவம்! அவருக்கு இங்கிலீஷும் தெரியாது; ஸம்ஸ்கிருதமும் தெரியாது; தமிழ் தெரியவே தெரியாது. ஆகவே அவர் கருத்துப்படி அவரே இகபர சுகத்துக்கு வேண்டியதைத் தேடவில்லையென்று தெரிய வந்தது 'வாய் புளித்ததோ மாங்காய் புளித்ததோ!' என்று யோசனை இல்லாமலும், பிறர் மனம் புண்படுமே என்பதைத் தெரிந்து கொள்ளாமலும், தமக்கு இந்த அபிப்பிராயத்தைக் கூற என்ன தகுதி இருக்கிறதென்று ஆலோசியாமலும் வாய்க்கு வந்ததை, "என் அபிப்பிராயம் இது" என்று சொல்லும் கனவான்களைச் சந்திக்கும்போதெல்லாம் எனக்குக் கோட்டூரில் கண்ட மனிதர் ஞாபகம் வரும்.

## ஜ்வர நோய்

கோட்டூரில் ஒன்றரை மாதம் இருந்தேன். தீபாவளியான சில நாளில் எனக்குக் கடுமையான ஜ்வரம் வந்து விட்டது. மிகவும் சிரமப்பட்டேன். அவ்வூரிலிருந்த சக்கரபாணி என்ற ஒரு பரிகாரி வைத்தியம் பார்த்தார். "கண்காணாமல் சௌக்கியமாக இருந்து வந்த குழந்தை இங்கே வந்தவுடன் நம்முடைய துரதிர்ஷ்டம் அவனையும் பிடித்துக்கொண்டது" என்று என் தாயார் அழுதார்.

தீபாவளிக்குப் பின் நான் மாயூரம் செல்லாமையால் என் ஆசிரியர் மிகவும் கவலைப்பட்டுக் கோட்டூருக்கு மனுஷ்யர்களை

அனுப்பி விசாரித்து வரச்சொன்னார். நான் நோய்வாய்ப்பட்டது தெரிந்து பெரிதும் வருந்தினார். அடிக்கடி அவரிடமிருந்து யாரேனும் வந்து என் தேக ஸ்திதியைப்பற்றி அறிந்து கொண்டு சென்றனர். "அன்பென்றால் இதுவல்லவா அன்பு!" என்று ஊரினர் ஆச்சரியப்பட்டனர்.

## 44

### திருவாவடுதுறைக் காட்சிகள்

மார்கழி மாதக் கடைசியில் எனக்கு ஜ்வர நோய் முற்றும் நீங்கிற்று; ஆயினும் சிறிது பலக் குறைவுமட்டும் இருந்து வந்தது. பிள்ளையவர்களிடம் போக வேண்டுமென்ற விருப்பம் வர வர அதிகமாயிற்று. அவர் பட்டீச்சுரத்துக்குப் புறப்படுகையில், சுப்பிர மணிய தேசிகர் திருவாவடுதுறைக்கு வந்து அங்குள்ள பலருக்குப் பாடம் சொல்லி வரவேண்டுமென்று கட்டளையிட்டதை அறிந்த நான், அவர் திருவாவடுதுறையில் வந்திருப்பாரென்றே எண்ணி னேன்; ஆயினும் ஒருவேளை வாராமல் மாயூரத்திலேயே இருக்கக் கூடுமென்ற நினைவும் வந்தது. என் சந்தேகத்தை அறிந்த என் தந்தையார் தாமே திருவாவடுதுறை சென்று என் ஆசிரியர் இருக்கும் இடத்தை அறிந்து வருவதாகச் சொல்லிப் புறப்பட்டுச் சென்றார்.

### தந்தையார்
### விசாரித்து வந்தது

திருவாவடுதுறைக்குச் சென்ற தந்தையார் அங்கே சிவாலயத் தில் ஸ்ரீ குமாரசாமித் தம்பிரானைப் பார்த்தார். தம்பிரானுக்கும் தந்தையாருக்கும் பழக்கமாதலால் அவரிடம் என் தந்தையார் பிள்ளையவர்களைப் பற்றி விசாரிக்கவே அவர்கள் மாயூரத்தில் இருப்பதாகவும் தைமாதம் நடைபெறும் குருபூஜைக்கு அவசியம் திருவாவடுதுறைக்கு வரக்கூடுமென்றும் தம்பிரான் கூறியதோடு என் தேக நிலையைப் பற்றியும் கேட்டார்.

விஷயத்தைத் தெரிந்து கொண்ட என் தந்தையார் சூரியமூலை வந்து அதை எனக்கு அறிவித்து, "குரு பூஜைக்கு இன்னும் சில நாட்களே இருக்கின்றன. இப்போது நீ மாயூரம் போனால் மறுபடி யும் பிள்ளையவர்களோடு திருவாவடுதுறைக்கு வரவேண்டியிருக் கும். திருவாவடுதுறைக்கே குரு பூஜையின் பொருட்டு அவர்கள் வருவதால் நீயும் அப்போது அங்கே போய் அவர்களுடன் சேர்ந்து கொள்ளலாம்" என்றார். நான் அவ்வாறே குரு பூஜையை எதிர் நோக்கியிருந்தேன்.

## கண்ட காட்சிகள்

தை மாதத்தில் அசுவதி நட்சத்திரத்தில் திருவாவடுதுறை ஆதீன ஸ்தாபகராகிய ஸ்ரீ நமசிவாய மூர்த்தியின் குரு பூஜை நடை பெறும். குரு பூஜை நாளன்று காலையில் நான் என் சிறிய தாயார் குமாரர் கோபாலையரென்பவருடன் திருவாவடுதுறை வந்து சேர்ந்தேன். நான் முன்பு பார்த்த திருவாவடுதுறையாக அவ்வூர் அப்போது காணப்படவில்லை. குரு பூஜை, குரு பூஜையென்று அயலிலுள்ள கிராமத்தினர்கள் மிகவும் சிறப்பாகப் பேசிக் கொள் வதைக் கேட்ட எனக்கு அத்திருநாள் ஒரு பெரிய உத்ஸவமாக நடைபெறுமென்ற கருத்து மாத்திரம் இருந்தது. ஆனால் அன்று நான் கண்ட காட்சிகள் என் கருத்துக்கு எவ்வளவோ அதிகமாக விளங்கின. எங்கே பார்த்தாலும் பெருங்கூட்டம். தமிழ் நாட்டி லுள்ள ஜனங்களில் ஒவ்வொரு வகையாரையும் அங்கே கண்டேன். நால்வகை வருணத்தினரும், பாண்டி நாட்டார், சோழ தேசத்தினர் முதலிய வெவ்வேறு நாட்டினரும் வந்திருந்தனர். வித்துவான்களில் எத்தனை வகையினர்! சங்கீத வித்துவான்களில் நூற்றுக் கணக்கான வர்களைக் கண்டேன். அவர்களில் கதை பண்ணுபவர்களும், வாய்ப் பாட்டுப் பாடுபவர்களும், வீணை, புல்லாங்குழல், கோட்டு வாத்தியம், பிடில் முதலிய வாத்தியங்களில் கை தேர்ந்தவர்களும் இருந்தனர். ஸம்ஸ்கிருத வித்வான்களில் தனித்தனியே ஒவ்வொரு சாஸ்திரத்தையும் கரை கண்டவர்கள் அங்கங்கே தங்கியிருந்தனர். வேதாத்தியயனம் செய்தவர்கள் கோஷ்டி கோஷ்டியாக வேத பாரா யணம் செய்தபடி ஆலயத்திலும் பிற இடங்களிலும் இருந்தனர். தேவாரங்களை இன்னிசைப் பண்ணுடன் ஓதும் இசை வாணர்கள் விபூதி ருத்திராக்ஷ தாரணத்தோடு முகத்திலே ஒரு வகையான தேஜசு விளங்க மனத்தைக் கவரும் தேவாரம் முதலியவற்றை ஓதிக் கொண்டிருந்தனர்.

பல இடங்களிலிருந்து தம்பிரான்கள் வந்திருந்தனர். மடத்து முக்கிய சிஷ்யர்களாகிய தக்க கனவான்கள் பலர் காணிக்கை களுடன் வந்திருந்தனர். மற்றச் சந்தர்ப்பங்களில் தங்கள் ஞானாசிரி யரைத் தரிசிக்க இயலாவிட்டாலும் வருஷத்துக்கு ஒரு முறை குருபூஜா தினத்தன்று தரிசித்துப் பிரசாதம் பெற்றுச் செல்வதில் அவர்களுக்கு ஒரு திருப்தி இருந்தது. ஸ்ரீ சுப்பிரமணிய தேசிகருடைய அன்பு நிரம்பிய சொற்கள் அவர்கள் உள்ளத்தைப் பிணித்து இழுத்தன. தமிழ்நாட்டில் தென்கோடியில் இருந்தவர்களும் இக்குரு பூஜையில் வந்து தரிசிப்பதை ஒரு விரதமாக எண்ணினர். அவரவர்கள் வந்த வண்டிகள் அங்கங்கே நிறுத்தப்பட்டிருந்தன. குடும்ப சகிதமாகவே பலர் வந்திருந்தார்கள்.

## அன்னதானம்

குரு பூஜா காலங்களில் அன்னதானம் மிகவும் சிறப்பாக நடைபெறும். யார்வரினும் அன்னம் அளிக்கப்படுமென்பதற்கு அறிகுறியாக மடத்தில் உத்ஸவத்தின் முதல் நாள் அன்னக்கொடி ஏற்றுவார்கள். பல வகையான பரதேசிகளும் ஏழை ஜனங்களும் அங்கே வந்து நெடு நாட்களாகக் காய்ந்து கொண்டிருந்த தங்கள் வயிறார உண்டு உள்ளமும் உடலும் குளிர்ந்து வாழ்த்துவார்கள். பிராமண போஜனமும் குறைவற நடைபெறும்.

தெருத் தெருவாக வீடு வீடாகக் குரு பூஜையின் விமரிசை விளங்கியது. அவ்வூரிலுள்ளவர்கள் தங்கள் தங்கள் வீட்டில் விசேஷம் நடப்பது போன்றே மாவிலைகளாலும் தோரணங்களாலும் வீடுகளையும் தெருக்களையும் அலங்கரித்திருந்தனர். விருந்தினர்களை வரவேற்று உண்பித்தனர். குரு பூஜை மடத்தில் மாத்திரம் நிகழ்வதன்று; திருவாவடுதுறைக்கே சொந்தமான திருநாள் அது. ஒரு வகையில் தமிழ்நாட்டுக்கே உரியதென்றும் சொல்லலாம். தமிழ் நாட்டிலுள்ள பலரும் அத்திருநாளில் அங்கே ஒன்று கூடி ஆனந்தமுற்றார்கள்.

## ஸ்தல விசேஷம்

திருவாவடுதுறையிலுள்ள மடம் மிகச் சிறப்புடையதாயிருப்பது அவ்வூருக்கு முக்கியமான பெருமை. அதனோடு இயல்பாகவே அது தேவாரம் பெற்ற ஸ்தலம். திருஞான சம்பந்த மூர்த்தி நாயனார் தம் தந்தையார் செய்த வேள்விக்காக ஆயிரம் பொன் சிவபெருமானிடமிருந்து அத்தலத்திற் பெற்றனர். அதனால் அங்கே உள்ள தியாகராச மூர்த்திக்கு ஸ்வர்ணத் தியாகரென்ற பெயர் வழங்கும்.

ஸ்வாமியின் திருநாமம் மாசிலாமணியீசரென்பது; அம்பிகையின் திருநாமம் அதுல்யகுச நாயகியென்பது; ஒரு முறை அம்பிகை சிவாக்ஞையால் அங்கே பசுவடிவத்துடன் வந்து அங்குள்ள தீர்த்தத்தில் ஸ்நானம் செய்து அப்பசு வடிவம் நீங்கப் பெற்றமையின் அத்தலத்திற்குக் கோமுக்தி, கோகழியென்னும் பெயர்கள் வழங்கும். அம்பிகை தன் சுயரூபம் பெற்ற காலத்து அப்பிராட்டியைச் சிவபெருமான் அணைத்தெழுந்தாரென்பது புராணவரலாறு. அதற்கு அடையாளமாக அணைத்தெழுந்த நாயகரென்ற திருநாமத்தோடு ஒரு மூர்த்தி அங்கே எழுந்தருளியிருக்கிறார். உத்ஸவத்தில் தீர்த்தங் கொடுக்க எழுந்தருளுபவர் அம்மூர்த்தியே.

அத்தலத்தின் ஆலயத்தில் பல அரசமரங்கள் உள்ளன. அவை படரும் அரசு. மண்டபத்தின் மேலும் மதிலின் மேலும் படர்ந்திருக்கும் தல விருக்ஷம் அந்த அரசே; அதனால் அதற்கு அரசவனம் என்ற காரணப் பெயர் உண்டாயிற்று. சிறந்த சித்தரும் நாயன்மார்களுள் ஒருவருமாகிய திருமூலர் இத்தலத்தில் தவம்

புரிந்து திருமந்திரத்தை அருளிச் செய்தனர். ஆலயத்தினுள் அவர் எழுந்தருளியிருக்கும் கோயில் ஒரு குகையைப் போன்ற தோற்றமுடையது.

மடத்தைச் சார்ந்த ஓரிடத்தில் திருமாளிகைத்தேவரென்னும் சித்தருடைய ஆலயம் உண்டு. போகரின் சிஷ்யரும் திருவிசைப்பாப் பாடியவர்களுள் ஒருவருமாகிய அவர் ஒரு சமயம் அக் கோயில் மதில்களின் மேலுள்ள நந்தி உருவங்களையெல்லாம் உயிர் பெறச் செய்து ஒரு பகையரசனோடு போர்புரிய அனுப்பினாரென்பது பழைய வரலாறு. அது முதல் அவ்வாலய மதிலின்மேல் நந்திகளே இல்லாமற் போயினவாம். அங்கே ஸ்வாமி சந்நிதியிலுள்ள ரிஷபம் மிகப் பெரியது. "படர்ந்த அரசு வளர்ந்த ரிஷபம்" என்று ஒரு பழமொழி அப்பக்கங்களில் வழங்குகிறது.

அவ்வாலயம் திருவாவடுதுறை மடத்தின் நிர்வாகத்துக்கு உட்பட்டது. இயல்பாகவே சிறப்புள்ள அவ்வாலயம் ஆதீன சம்பந்தத்தால் பின்னும் சிறப்புடையதாக விளங்குகிறது.

## உத்ஸவச் சிறப்பு

குரு பூஜை நடைபெறும் காலத்தில் இவ்வாலயத்திலும் ரதோத்ஸவம் நடைபெறும். உத்ஸவம் பத்துநாள் மிகவும் விமரிசையாக நிகழும். ரதசப்தமியன்று தீர்த்தம். பெரும்பாலும் ரதசப்தமியும் குருபூஜையும் ஒன்றையொன்று அடுத்தே வரும்; சில வருஷங்களில் இரண்டும் ஒரே நாளில் வருவதும் உண்டு. ஒவ்வொரு நாளும் காலையிலும் மாலையிலும் ஸ்ரீ கோமுத்தீசர் வீதியில் திருவுலா வருவார். அப்பொழுது ஆதீனகர்த்தர் பரிவாரங்களுடன் வந்து உத்ஸவம் ஒழுங்காக நடைபெறும்படி செய்விப்பார். தியாகராஜ மூர்த்தியின் நடனமும் உண்டு. அதற்குப் பந்தர்க் காட்சியென்று பெயர். ஆலயத்தில் உத்ஸவமும் மடத்தில் குருபூஜையும் ஒருங்கே நடைபெறுவது ஒரு சிறப்பாகவே இருக்கும். அயலூரிலிருந்து வருபவர்களுடைய கண்களையும் உள்ளத்தையும் கவர்வதற்கு உரிய பல விசேஷங்களுக்கும் அவ்விரண்டு நிகழ்ச்சிகளே காரணமாக அமைந்தன. சிவபக்தியுள்ளவர்கள் ஆலய உத்ஸவத்திலே ஈடுபட்டனர். ஞானாசிரிய பக்தி உடையவர்கள், குருபூஜா விசேஷங்களில் ஈடுபட்டனர். இரண்டும் உடையவர்கள் "எல்லாவற்றையும் ஒருங்கே தரிசித்து இன்புறுவதற்குப் பல தேகங்களும் பல கண்களும் இல்லையே!" என்று வருந்தினார்கள்.

## சாப்பாடு

நான் திருவாவடுதுறை வீதியில் நுழைந்தது முதல் அங்குள்ள ஆரவாரமும் நான் கண்ட காட்சிகளும் என்னைப் பிரமிக்கச் செய்தன. ஒவ்வோரிடத்திலும் உள்ளவற்றை நின்று நின்று பார்த்தேன். அக்கூட்டத்தில் பிள்ளையவர்கள் இருக்குமிடத்தை நான்

எங்கே கண்டுபிடிப்பது? என்னுடன் வந்தவரையும் அழைத்துக் கொண்டு தெருத் தெருவாக அலைந்தேன். எங்கள் கண்களும் அலைந்தன. பன்னிரண்டு மணி வரையில் சுற்றிச் சுற்றிக் கால் வலி கண்டது; வயிற்றிலும் பசி கிண்டியது. சாப்பிட்ட பிறகு பார்க் கலாமென்று எண்ணிப் போஜன சாலைக்குப் போனோம். அடே யப்பா! எத்தனை கூட்டம்! என்ன இரைச்சல்! என்ன சாப்பாடு! எங்களுக்கு அக்கூட்டத்தில் இடம் கிடைக்குமோ என்ற சந்தேகம் வந்துவிட்டது. காலையில் ஒன்பது மணி முதல் அன்னதானம் நடந்து வருகிறது. நாங்கள் போனபோதும் கூட்டத்திற்குக் குறை வில்லை. மெல்ல இடம் பிடித்துச் சாப்பிடுவதற்குள் மிகவும் திண் டாடிப் போனோம். அவ்வுணவின் மிகுதியால் சாப்பிட்ட பிறகும் சிறிது சிரமப்பட்டோம்.

மறுபடியும் ஆசிரியரைத் தேடும் வேலையைத் தொடங்கி னோம். சாப்பிட்ட சிரமத்தால் காலையில் தேடியபோது இருந்த வேகம் எங்களுக்கு அப்போது இல்லை. மெல்ல ஒவ்வொரு தெரு வாகச் சுற்றினோம். இடையிடையே காண்போரை, 'பிள்ளையவர் கள் எங்கே தங்கியிருக்கிறார்கள்?" என்று கேட்போம். "அவர்கள் எங்கும் இருப்பார்கள்; பண்டார ஸந்நிதிகளோடு சல்லாபம் செய்து கொண்டிருப்பார்கள்; வித்துவான்கள் கூட்டத்தில் இருப்பார்கள், இல்லாவிட்டால் மாணாக்கர்களுக்குப் பாடம் சொல்லி வருவார் கள்" என்று விடை கூறுவர். "மாணாக்கர்களுக்குப் பாடம் சொல்லுவார்கள்" என்பதைக் கேட்கும்போது எனக்கு ஒருவிதமாக வேதனை உண்டாகும். "அக்கூட்டத்தில் சேராமல் இப்படி நாம் தனியே திரிந்து கொண்டிருக்கிறோமே!" என்ற நினைவு எழும். உடனே காலடியை வேகமாக எடுத்துவைப்பேன்.

### பிள்ளையவர்களைக் கண்டது

கடைசியில், தெற்கு வீதியில் மடத்துக் காரியஸ்தராகிய நமச்சிவாய முதலியாரென்பவர் வீட்டுத் திண்ணையில் என் ஆசிரியர் அமர்ந்திருந்ததைக் கண்டேன். அவர் பக்கத்திலே சில கனவான்களும் தம்பிரான்களும் இருந்தார்கள். எல்லோரும் மிகவும் சந்தோஷமாகப் பேசிக்கொண்டிருந்தனர். பிள்ளையவர்கள் என்னைக் கண்டவுடன், "எப்பொழுது வந்தீர்? ஆகாரம் ஆயிற்றா? தேக சௌக்கியம் எப்படி இருக்கிறது?" என்று அன்பு ததும்ப விசாரித்தார்கள். நான் பதில் சொன்னவுடன், "உடம்பு இளைத்திருக்கிறது. இன்னும் ஏதாவது மருந்து சாப்பிடுகிறீரோ?" என்றார். "இல்லை" என்றேன். பிறகு என் தாய் தந்தையரைப் பற்றி விசாரித்தனர்.

"குரு பூஜையை இதுவரையில் நீர் பார்த்ததில்லையே?" என்று கேட்டார்.

"இல்லை" என்றேன்.

"இந்த மாதிரி விசேஷம் எங்கும் இராது. எல்லாம் ஸந்நிதானத்தின் பெருமையினாலும் கொடையினாலுமே நடக்கின்றன." ஸந்நிதானமென்றது ஆதீனத் தலைவராகிய ஸ்ரீ சுப்பிரமணிய தேசிகரை.

"இனிமேல் பாடம் கேட்க வரலாமல்லவா?"

"நான் காத்திருக்கிறேன்."

"குருபூஜை யானவுடன் மாயூரத்திற்குப் போவேன். அங்கே போனவுடன் பாடம் ஆரம்பிக்கலாம்" என்று ஆசிரியர் கூறிய போது என் உள்ளம் குளிர்ந்தது. பாடம் கேட்பதில் எனக்கு இருக்கும் ஆவலைப் புலப்படுத்துவதற்கு முன்பே பாடம் சொல்வதில் தமக்குள்ள சிரத்தையை அவர் புலப்படுத்தினார்.

நான் பிள்ளையவர்களுடன் இருந்து அங்கே நிகழும் சம்பாஷணைகளைக் கவனித்து வந்தேன். பல கனவான்கள் வந்து வந்து பேசி விட்டுச் சென்றார்கள். ஐந்து மணியளவுக்கு ஆசிரியர் மடத்திற்குச் சென்றார். நானும் அவர் பின் சென்றேன். எதிரே வந்தவர்கள் யாவரும் அவரைக் கண்டவுடன் ஒதுங்கி நின்று முக மலர்ச்சியால் தம் அன்பை வெளிப்படுத்தினர். உட்கார்ந்திருந்த தம்பிரான்கள் அவரைக் கண்டதும் எழுந்து நின்று வரவேற்றார்கள். அங்கே குமாரசாமித் தம்பிரானும், பரமசிவத் தம்பிரானென்பவரும் இருந்தனர். அவர்கள் பிள்ளையவர்களோடு பேசிக் கொண்டே மடத்தின் கிழக்கே இருந்த குளத்தின் கரையிலுள்ள (இப்போது குளம் தூர்ந்து விட்டது) கீழைச் சவுகண்டிக்குச் சென்று அமர்ந்தனர். எல்லோரும் தமிழ் சம்பந்தமாகவும் மடத்தின் சம்பந்தமாகவும் பல விஷயங்களைப் பேசியிருந்தனர்.

## காசிக் கலம்பகம்

"இன்று நல்ல நாள். ஐயாவிடம் நல்ல தமிழ் நூல் ஒன்றைப் பாடம் கேட்க வேண்டுமென்ற ஆசை உண்டாகிறது" என்று குமாரசாமித் தம்பிரான் சொன்னார்.

"கேட்கலாமே" என்று சொல்லவே, அவரும் பரமசிவத் தம்பிரானும் காசிக் கலம்பகம் கேட்க வேண்டுமென்றார்கள்.

"காசிச் சாமிக்கு முன் காசிக் கலம்பகம் நடப்பது பொருத்தமே" என்று ஆசிரியர் கூறினார்.

எனக்கு முதலில் விஷயம் விளங்காவிட்டாலும் பிறகு விசாரித்துத் தெரிந்து கொண்டேன். பரமசிவத் தம்பிரான் சில வருஷங்கள் காசியில் இருந்தவர். அத்தகையவர்களைக் காசிச்சாமி யென்று அழைப்பது மடத்துச் சம்பிரதாயம். காசிக் கலம்பகத்தை நானே படித்தேன். அந்தப் பெரிய குருபூஜை விழாவில் வெளியில் அங்கங்கே வாத்திய கோஷங்களும் கொண்டாட்டங்களும் ஸந்தோஷ ஆரவாரங்களும் நிரம்பியிருக்க, நாங்கள் ஒரு குளத்தங் கரையில் சிறிய சவுகண்டியில் காசி மாநகர்ச் சிறப்பையும் கங்கையின்

பெருமையையும் ஸ்ரீ விசுவநாதரது கருணா விசேஷத்தையும் காசிக்கலம்பகத்தின் மூலம் அனுபவித்து வந்தோம். ஸ்ரீ குமரகுருபர சுவாமிகள் வாக்காகிய அக்கலம்பகம் சொற்சுவை பொருட்சுவை நிரம்பியது. சில காலமாகப் பிள்ளையவர்களையும் தமிழ்ப் பாடத்தையும் விட்டுப் பிரிந்திருந்த எனக்கு அன்று பிள்ளையவர்களைக் கண்ட லாபத்தோடு பாடம் கேட்கும் லாபமும் சேர்ந்து கிடைத்தது.

இரவு எட்டு மணி வரையில் அப்பிரபந்தத்தைக் கேட்டோம். ஐம்பது பாடல்கள் நடைபெற்றன. பிறகு அவரவர்கள் விடை பெற்றுச் சென்றார்கள். பிள்ளையவர்கள் தெற்கு வீதியில் தாம் தங்கியிருந்த விடுதியாகிய சின்னோதுவார் வீட்டுக்குச் சென்றார்.

## 45

### புலமையும் அன்பும்

குருபூஜைத் தினத்தன்று இரவு ஆகாரம் ஆனபிறகு அங்கே நடைபெறும் விசேஷங்களைப் பார்க்கச் சென்றேன். ஸ்ரீ சுப்பிரமணிய தேசிகர் ஓர் அழகிய சிவிகையில் அமர்ந்து பட்டணப் பிரவேசம் வந்தார். உடன் வந்த அடியார்களின் கூட்டமும் வாண வேடிக்கைகளும் வாத்திய முழக்கமும் அந்த ஊர்வலத்தைச் சிறப்பித்தன. பல சிறந்த நாதஸ்வரகாரர்கள் தங்கள் தங்கள் ஆற்றலை வெளிப்படுத்தினர். சிவிகையின் அலங்காரம் கண்ணைப் பறித்தது. பட்டணப் பிரவேச காலத்தில் சிஷ்யர்கள் வீடுகளில் தீபாராதனை நடந்தது.

### கொலுக் காட்சி

பட்டணப் பிரவேசம் ஆன பிறகு கொலு நடைபெற்றது. அப்போது கொலுமண்டபத்தில் ஆதீனத் தலைவர் வீற்றிருக்க அவருக்குப் பூஜை முதலியன நடைபெறும். புஷ்பங்களால் அலங்கரிக்கப் பெற்ற மண்டபத்தின் இடையே சுப்பிரமணிய தேசிகர் அசையாமல் அமர்ந்திருந்தார். அவருடைய மேனியின் அமைப்பும் ஒளியும் ஏதோ ஓர் அழகிய விக்கிரகத்தை அங்கே வைத்துத் தூப தீபங்களுடன் பூஜை செய்வதாகவே தோற்றச் செய்தன. கொலு நடைபெறும் இடத்தில் பெருங் கூட்டமாக இருந்தது. தேவாரப் பண்ணிசையும் வாத்திய கோஷமும் இடைவிடாமல் ஒலித்தன.

எல்லாவற்றையும் கண்டுகளித்துப் பின்பு பிள்ளையவர்கள் தங்கியிருக்கும் ஜாகைக்கு வந்தேன். ஆசிரியர் உறங்காமல் தம் நண்பராகிய மகாலிங்கம் பிள்ளையென்பவருடன் பேசிக்கொண்டே இருந்தனர். அவர்கள் பேச்சினால் அந்த மடத்துச் சம்பிரதாயங் களும் சுப்பிரமணிய தேசிகரது சிறப்பும் எனக்குத் தெரியவந்தன.

கொலு நடந்தபிறகு தேசிகர் சிரமபரிகாரம் செய்து கொள்ளா மல் வந்தவர்களுக்கு விடைகொடுத்து அனுப்புவது வழக்கம். மறு நாள் காலையிலே புறப்பட்டுப்போக வேண்டியவர்கள் குருபூஜை யன்று இரவே தேசிகரைத் தரிசித்து உத்தரவு பெற்றுச் செல்வார்கள், குருபூஜையன்று காலையில் வேளாளப் பிரபுக்களும் பிறரும் தங்கள் தங்களால் இயன்ற பொருளைப் பாதகாணிக்கையாக வைத்துத் தேசிகரை வணங்குவார்கள். அவர்களுக்கும் மற்றவர்களுக்கும் அவரவர்கள் தகுதிக்கு ஏற்றபடி சம்மானம் செய்து அனுப்பும் காரியத்தை ஆதீனகர்த்தர் குருபூஜையன்று இரவு கவனிப்பார். சுப்பிரமணிய தேசிகர் இவ்விஷயத்தில் சிறிதேனும் தாமதம் செய்யா மல் வந்தவர்களுடைய சௌகரியத்தை அனுசரித்து உடனுக்குடன் அனுப்பிவிடுவார். பிரபுக்களை அனுப்புவதோடு வித்துவான் களையும் தக்க சம்மானம் செய்து அனுப்புவார். பலர் மறுநாளும் இருந்து சல்லாபம் செய்து விடைபெற்றுச் செல்வதுண்டு.

## செய்யுள் தானம்

இச்செய்திகளெல்லாம் பிள்ளையவர்களும் மகாலிங்கம் பிள்ளையும் பேசிக்கொண்டிருந்த சம்பாஷணையால் தெரியவந்தன. கொடையாளிகள் கொடை பெறுவாருடைய சௌகரியத்துக்கு ஏற்றபடி நடந்து கொள்வதை நான் அதற்கு முன் எங்கும் கேட்ட தில்லை; கண்டதுமில்லை. சுப்பிரமணிய தேசிகர் அத்தகையவ ரென்பதை அறிந்தபோது அவருக்கு ஏற்பட்டிருக்கும் புகழ் முற்றும் தகுதியானதே என்று நினைத்தேன். நான் அக்காட்சியை நேரே சிறிது நேரம் பார்த்துவிட்டும் வந்தேன்.

மகாலிங்கம் பிள்ளை பேசி விடைபெற்றுச் சென்ற பிறகு ஆசிரியர் அவ்வீட்டின் இடைகழித் திண்ணையில் சயனித்துக் கொண்டார். ஒரு நிமிஷங்கூட இராது; அதற்குள் யாரோ ஒரு முதியவர் வந்தார். அவர் பெயர் பசுபதி பண்டாரமென்பது. அவர் பழைய கதையையெல்லாம் சொல்ல ஆரம்பித்தார். பிள்ளையவர் களை இளமையில் அவர் பரீக்ஷை செய்தாராம். அவசரமாக ஊருக்குப் போக வேண்டுமாம். இன்னும் என்ன என்னவோ சுற்றி வளைத்துப் பேசினார். கடைசியில் தமக்கு ஒரு செய்யுள் இயற்றித்தந்தால் சுப்பிரமணிய தேசிகரிடம் தாமே செய்ததாகச் சொல்லிச் சம்மானம் பெற அனுகூலமாகும் என்று சொன்னார். அக்கவிஞர்பிரான் உடனே சர்வசாதாரணமாக ஒரு பாடலை எழுதச்செய்து அவரிடம் அளித்தார். அவர் அதை வாங்கிக் கொண்டு போனார். ஆசிரியர் மறுபடியும் கீழே படுத்தார். அடுத்த நிமிஷமே மற்றொருவர் வந்தனர். அவரும் ஒரு செய்யுள் செய்து தரும்படி யாசித்தார்.

இப்படியே ஒருவர் பின் ஒருவராக அன்று இரவு முழுவதும் பலர் பிள்ளையவர்களிடம் பாடல் வாங்கிக் கொண்டு போய்ச்

சுப்பிரமணிய தேசிகரிடம் ஸம்மானம் பெற்றுச் சென்றார்கள். இந்த ஆச்சரியமான நிகழ்ச்சிகளை நான் சில நாழிகை பார்த்தேன். பிறகு கண்ணயர்ந்தேன். விடியற் காலையில் எழுந்தபோதுதான் ஆசிரியர் இரவு முழுவதும் தூங்கவேயில்லை என்று தெரிந்தது.

## புலவரும் புரவலரும்

பொழுது விடிந்தவுடன் அவர் அனுஷ்டானம் செய்து கொண்டு சுப்பிரமணிய தேசிகரிடம் சென்றார். நானும் உடன் போனேன். அவர் இரவு முழுவதும் கையோயாமல் கொடுத்தும் சலிப்பில்லாமல் காலையில் ஸ்நானம் முதலியவற்றை முடித்துக் கொண்டு மறுபடியும் தம் திருக்கை வழக்கத்தைத் தொடர்ந்து நடத்தி வந்தார். பிள்ளையவர்களைக் கண்டவுடனே அவருக்கு முகமலர்ச்சியும் அதன் மேல் ஒரு சிரிப்பும் உண்டாயின. பிள்ளை யவர்கள் அவரை வந்தனம் செய்துவிட்டுத் திருநீறிடப்பெற்று ஓரிடத்தில் அமர்ந்தார்.

"இராத்திரி பலபேர் தங்களுக்குச் சிரமம் கொடுத்து விட்டார் கள்போல இருக்கிறதே!" என்று தேசிகர் கேட்டார். ஆசிரியர் புன்னகை பூத்தார்.

"ஒவ்வொருவரும் பாடல் சொல்லும்போது நமக்குப் பரமானந் தமாகி விட்டது. என்ன பாட்டு! என்ன வாக்கு! எங்கிருந்துதான் விளைகிறதோ!" என்றார் தேசிகர்.

"எல்லாம் மகாஸந்நிதானத்தின் திருவருட் பலந்தான்" என்று பணிவோடு கூறினார் ஆசிரியர். "நாச்சலிக்காமல் பாடும் உங்கள் பெருமையை நேற்று இரவு நன்றாகத் தெரிந்து கொண்டோம்"

"கை சலிக்காமல் கொடுக்கும் ஸந்நிதானத்தின் கொடையி னால் தான் எல்லாம் பிரகாசப்படுகின்றன."

புலவரும் புரவலரும் பேசிக்கொள்ளும் வார்த்தைகளுக்கு அளவுண்டோ? அங்கே இருந்தவர்கள் யாவரும் விஷயத்தைச் சுப்பிரமணிய தேசிகரிடம் கேட்டு ஆச்சரியத்தால் ஸ்தம்பித்துப் போனார்கள்.

## தாயினும் அன்பு

பிறகு ஆசிரியர் விடைபெற்று வெளியே வந்து கொலு மண்டபத்தில் நின்றிருந்த காரியஸ்தராகிய ராமையரென்பவரை அழைத்தார்; "சாமிநாதையர் காலையில் ஆகாரம் செய்து கொள் வது வழக்கம்; அதற்கு ஏற்பாடு செய்ய வேண்டும்" என்று அவரிடம் சொன்னார். அவர் என்னை அழைத்துக்கொண்டு அக்கிரகா ரத்துக்குச் சென்றார். தம்முடைய ஆகார விஷயத்திலுள்ள கவனத்தைக் காட்டிலும் என் ஆசிரியருக்கு என் உணவு விஷயத்தில் இருந்த ஜாக்கிரதை அதிகம். இதைப் பலமுறை நான் உணர்ந்திருக்கிறேன்.

தன் குழந்தை வயிறு வாடப் பாராத தாயின் அன்புக்கும் என் ஆசிரியர் காட்டிய அன்புக்கும் வேற்றுமையே இல்லை. இதை நான் மனமார அறிந்தவன். கோட்டூரில் இருந்த காலத்தில் ஒரு முறை பிள்ளையவர்களைப் பற்றிப் பேசும்போது, "பெற்ற தாயாரை விட மிகவும் அன்பாக நடத்துகிறார்" என்று சொன்னேன். அந்த வார்த்தைகள் என் தாயார் காதில் விழுந்தன. "என்ன அப்பா அப்படிச் சொல்கிறாய்! தாயாரைக் காட்டிலும் ஒருவர் அதிக அன்பு காட்ட முடியுமா?" என்று கேட்டார். என் வார்த்தைகளால் அவர் சிறிது வருத்தத்தையே அடைந்தார். பெற்ற தாய்க்கு அன்பு இருக்கலாம்; ஆனால் அதைச் செயலிற் காட்ட இயலாதபடி அவள் நிலை இருக்கும். என் ஆசிரியருடைய அன்போ அவ்வப்போது செயல்களாகப் பரிணமித்தது. அச்செயல்கள் மற்றவர்களுக்குச் சிறியனவாகத் தோற்றலாம். நான் அவற்றைப் பெரியனவாகவே கருதுகிறேன்.

## அன்னபூரணி

ஆசிரியரது அன்பைப் பற்றி நினைத்துக் கொண்டே ராமையருடன் அவர் அழைத்துச் சென்ற வீட்டுக்குள் நுழைந்தேன். "அன்ன பூரணி" என்று ராமையர் தம் தமக்கையை அழைத்தார். பல சமயங்களில் சாதாரணமாகத் தோற்றும் சில நிகழ்ச்சிகள் முக்கியமான சில சமயங்களில் மனத்தில் நன்றாகப் பதிந்து விடுகின்றன. என் நிலையையும் என் பசியறிந்து உணவுக்கு ஏற்பாடு செய்யும் என் ஆசிரியர் அன்பையும் நினைத்தபடியே மற்ற விஷயங்களை மறந்திருந்த எனக்கு "அன்னபூரணி" என்ற அப்பெயர் ஏதோ நல்ல சகுனமாகத் தோற்றியது. ஒரு விதமான ஆனந்தமும் ஏற்பட்டது. எனக்கு ஆகாரம் உதவ அன்னபூரணியையே அவர் அழைத்தால் என்ன சந்தோஷம் விளையுமோ அத்தகைய சந்தோஷம் உண்டாயிற்று. காசியில் அன்னபூரணி அம்பிகையின் திருக்கோயில் விசேஷச் சிறப்புடையதென்று கேள்வியுற்றிருந்தேன். முதல் நாள் இரவு காசிக் கலம்பகத்தைப் படித்தபோது காசி நகரத்தை மனத்தால் அனுபவித்தேன்; மறுநாள் காலையிலே அன்னபூரணி தேவியே எனக்கு அன்னம் படைத்ததாகப் பாவித்துக்கொண்டேன். "நமக்குக் குறைவில்லை என்பதை இறைவன் இத்தகைய நிமித்தங்களால் உணர்த்துகிறான்" என்று நினைத்து மகிழ்ந்தபடியே அன்னபூரணியம்மாள் இட்ட ஆகாரத்தை உண்டு மீட்டும் பிள்ளையவர்களை அணுகினேன்.

## பாடம்

"காசிக் கலம்பகத்தில் எஞ்சிய பாடங்களையும் படித்து விடலாமே" என்று ஆசிரியர் சொன்னார். குமாரசாமித் தம்பிரான் முதலியவர்கள் பாடம் கேட்பதற்காக வந்தார்கள். முதல் நாளைக்

காட்டிலும் அதிக ஊக்கத்தோடு நான் அன்று படித்தேன். முற்பக லில் அந்தப் பிரபந்தம் முடிந்தது. அப்பால் குமாரசாமித் தம்பிரா னும் வேறு சிலரும் பிள்ளையவர்களைப் பார்த்து, "இந்த இரண்டு தினங்களில் ஒரு நல்ல நூலைக் கேட்டு முடித்தோம். ஐயா அவர்கள் இங்கேயே இருந்து பாடம் சொன்னால் இன்னும் பல நூல்களை நாங்கள் கேட்போம். எங்கள் பொழுதும் பயனுள்ளதாகப் போகும்" என்று கேட்டுக் கொண்டனர்.

ஆசிரியர் மாயூரம் சென்று சில தினங்களில் வந்து அவர்கள் விருப்பத்தை நிறைவேற்றுவதாக வாக்களித்தார். திருவாவடுதுறைக் காட்சிகளையும் அங்கு உள்ளோரின் அன்பையும் கண்ட எனக்கும் பிள்ளையவர்கள் திருவாவடுதுறைக்கே வந்திருந்தால் நன்றாக இருக்குமென்ற எண்ணம் உண்டாயிற்று.

### சோழ மண்டல சதகம்

அன்று பிற்பகலில் திருமலைராயன் பட்டணத்திலிருந்து ஆசிரி யரைப் பார்க்க வந்த கனவான் ஒருவர் தாம் கொண்டுவந்த சோழ மண்டல சதக ஏட்டுப் பிரதியைப் பிள்ளையவர்களிடம் கொடுத் தார். அதை வாங்கிய ஆசிரியர் என்னிடம் அளித்துப் பிரித்துப் படிக்கும்படி சொன்னார். புதிய நூல்களைப் படிப்பதில் எனக்கு அளவில்லாத சந்தோஷம் உண்டு. ஆதலால் அதை ஊக்கத்தோடு படிக்க ஆரம்பித்தேன். அங்கங்கே அவர் விஷயங்களை விளக்கிக் கொண்டே சென்றார்.

சோழ மண்டல சதகமென்ற பெயரைக் கேட்டவுடனே எனக்கு நான் படித்த சதகங்களின் ஞாபகந்தான் வந்தது. நீதிகளை நூறு நூறு பாடல்களால் எடுத்துக் கூறும் அந்தச் சதகங்களில் உள்ள செய்யுட்களைப் போன்ற பாடல்களை இச்சதகத்திற் காணவில்லை. "சதகமென்றால் பெரிய பாட்டுக்களாக இருக்குமே" என்று ஐயுற்று நான் வினாவியபோது, நீதி சதகங்களுக்கும் மண்டல சதகங்களுக்கு முள்ள வேற்றுமையை ஆசிரியர் விரிவாக எடுத்துச் சொன்னார்.

ஒவ்வொரு நாட்டின் பெருமையையும் அந்நாட்டில் வாழ்ந் திருந்த அரசர், புலவர், உபகாரிகள் முதலியோருடைய பெருமை யையும் தனியே தொகுத்துப் பாடுவது ஒரு சம்பிரதாயமென்றும், அப்படிப் பாடிய நூலே சோழ மண்டல சதகமென்றும், அதனை இயற்றியவர் வேளூர் ஆத்மநாத தேசிகரென்றும், படிக்காசுப் புலவர் தொண்டை மண்டலச் சிறப்பைப் பாராட்டிப் பாடிய தொண்டை மண்டல சதகம் மிகவும் சிறந்ததென்றும் கூறினார்.

### விடை பெற்றது

சில மணி நேரத்தில் சோழ மண்டல சதகம் முழுவதையும் நான் படித்து முடித்தேன். அதிலே குறிப்பிட்டுள்ள சில பழைய வரலாறுகள் விளங்கவில்லை.

அப்பால் பிள்ளையவர்கள் என்னை நோக்கி, "இப்படியே என்னுடன் மாயூரம் வரலாமல்லவா?" என்று கேட்டார்.

"இல்லை. புத்தகங்கள், வஸ்திரங்கள் முதலியன ஊரில் இருக்கின்றன. ஐயாவைப் பார்த்து எப்போது வரலாமென்று கேட்டுப் போகவே வந்தேன். போய் உடனே திரும்பிவிடுகிறேன்."

"அவசரம் வேண்டாம். ஊருக்குப் போய் இன்னும் சில தினங்கள் இருந்து விட்டே வரலாம். அதற்குள் நான் மாயூரம் போய்விடுவேன். அங்கே வந்து விடலாம்." அன்றிரவு திருவாவடுதுறையில் தங்கியிருந்து மறுநாட்காலையில் நான் ஆசிரியரிடம் விடை பெற்றுச் சூரியமூலை போய்ச் சேர்ந்தேன். என் தந்தையார் முதலியவர்களிடம் குரு பூஜைச் சிறப்பையும் ஆசிரியருடைய அன்புச் செயல்களையும் பற்றித் தெரிவித்தேன். கேட்டு அவர்கள் மிகவும் மகிழ்ந்தனர்.

சூரிய மூலையில் பத்து நாட்கள் வரையில் இருந்து பழைய பாடங்களைப் படித்து வந்தேன். அப்பால் ஒரு நாள் தந்தையாரை அழைத்துக்கொண்டு மாயூரம் வந்தேன். பிள்ளையவர்கள் அங்கே இருந்தார்கள். என் தந்தையார் மாயூரத்தில் ஒரு நாள் தங்கி மறுநாள் விடைபெற்றுச் சூரிய மூலைக்குச் சென்று விட்டார்.

### மாயூர நிகழ்ச்சிகள்

நான் மாயூரம் வந்தபோது பிள்ளையவர்கள் சவேரிநாத பிள்ளைக்கும் வேறு சிலருக்கும் ஸ்ரீ சிவப்பிரகாச ஸ்வாமிகள் பிரபந்தங்களைப் பாடம் சொல்ல ஆரம்பித்திருந்தார். நால்வர் நான்மணி மாலை முதலிய சில பிரபந்தங்கள் நிறைவேறியிருந்தன. நான் போன சமயத்தில் பிக்ஷாடன நவமணி மாலை நடந்து வந்தது. அத் தமிழ்ப் பாடத்தில் நானும் கலந்து கொண்டேன். இடைவேளைகளில் முன்பு நடந்த பிரபந்தங்களையும் கேட்டு முடித்தேன். மத்தியில் ஆசிரியர் காரைக்காலில் இருந்த ஓர் அன்பர் விரும்பியபடி அவ்வூர் சென்று அப்படியே திருவாரூர், திருச்சிராப்பள்ளி முதலிய இடங்களுக்குப் போனார். மாயூரத்தில் என்னுடன் சவேரிநாத பிள்ளை இருந்து வந்தார்.

மாயூரத்தில் நான் சாப்பிட்டு வந்த விடுதிக்குக் கொடுக்க வேண்டிய பணம் கொடுக்க இயலாமையால் அங்கே ஆகாரம் செய்யப் போகவில்லை. ஆதலால் அரிசி முதலியவற்றைப் பெற்று நானே சமையல் செய்து சாப்பிடத் தொடங்கினேன். பிள்ளையவர்கள் வெளியூர்ப் பிரயாணத்தில் இருந்தாலும் என்னை மறக்கவில்லையென்பதை அவரிடமிருந்து சவேரிநாத பிள்ளைக்கு வந்த ஒரு கடிதம் வெளிப்படுத்தியது. திருச்சிராப்பள்ளியிலிருந்து அதை எழுதியிருந்தார். அதில் ஆசிரியர் என்னை ஜாக்கிரதையாகக் கவனித்துக் கொள்ள வேண்டுமென்று சவேரிநாத பிள்ளைக்குத் தெரிவித்திருந்தார்.

சில தினங்களில் ஆசிரியர் மாயூரத்துக்குத் திரும்பி வந்தனர். வந்தவுடன், நானே சமையல் செய்து சாப்பிடுவதை அறிந்து அவர் மிகவும் வருத்தமுற்று என்னிடம் மூன்று ரூபாயைக் கொடுத்து, "இதைக் கொண்டு போய் விடுதியிற் கொடுத்துச் சாப்பிட்டு வாரும்" என்று அனுப்பினார். அது முதல் பழையபடி முன் சொன்ன விடுதியிலேயே ஆகாரம் செய்துவந்தேன்.

### அம்பர்ப் புராணம்

ஒரு நாள் ஆசிரியர் தம் புஸ்தகக் கட்டில் உள்ள ஓர் ஏட்டுச் சுவடியை எடுத்து வரச் சொன்னார். அவர் முன்னமே பாடத் தொடங்கி ஓரளவு எழுதப்பெற்று முற்றுப் பெறாதிருந்த அம்பர்ப் புராண ஏட்டுச் சுவடி அது; 'திருவம்பர்' என்னும் தேவாரம் பெற்ற சிவஸ்தல வரலாற்றைச் சொல்லுவது. அதை முதலிலிருந்து என்னைப் படித்து வரும்படி சொன்னார். நான் மெல்லப் படித் தேன். அவ்வப்போது சில திருத்தங்களை அவர் சொல்ல அவற்றை நான் சுவடியிற் பதிந்தேன். இரண்டு மூன்று தினங்களில் அதில் உள்ள பாடல்கள் முழுவதையும் படித்துத் திருத்தங்களும் செய் தேன். "இந்த நூலை ஆரம்பித்து ஒரு வருஷமாகிறது. அடிக்கடி இடையூறு ஏற்படுகிறது. இதை முன்பு நான் சொல்லச் சொல்ல ஒருவர் எழுதினார். அவர் திருத்தமாக எழுதக் கூடியவரல்லர். நான் ஏதாவது சொன்னால் அதைக் காதில் வாங்கிக் கொள்ளாமல் சில இடங்களில் வேறாக எழுதியிருக்கிறார். இப்படி இவர் செய்திருப்பாரென்று சந்தேகப்பட்டுத்தான் மறுபடியும் படிக்கச் சொன்னேன். சொல்வதைச் சரியாக எழுதுவோர் கிடைப்பது அருமையாக இருக்கிறது" என்று சொல்லிவிட்டு, "இனி இந்தப் புராணத்தை விரைவில் முடித்துவிடவேண்டும். நீர் ஏட்டில் எழுத லாமல்லவா?" என்று என்னை ஆசிரியர் கேட்டார்.

"காத்திருக்கிறேன்" என்றேன் நான்.

"திருவாவடுதுறைக்கு வந்து இருப்பதாகச் சொல்லியிருக்கிறேன். தம்பிரான்களுக்குப் பாடம் கேட்க வேண்டுமென்ற ஆவல் அதிக மாக இருக்கிறது. இதை அங்கே போய் முடித்துவிடலாம்" என்று அவர் சொன்னார். அப்போது நான் திருவாவடுதுறைப் பிரயாணம் சமீபத்தில் இருப்பதை அறிந்து சந்தோஷமடைந்தேன்.

# 46

## இரட்டிப்பு லாபம்

திருவாவடுதுறைப் பிரயாணம் நான் எதிர்பார்த்தபடியே விரை வில் ஏற்பட்டது. நான் மாயூரம் வந்து சேர்ந்த அடுத்த வாரமே பிள்ளையவர்கள் திருவாவடுதுறையை நோக்கிப் புறப்பட்டார்கள்.

நானும் சவேரிநாத பிள்ளையும் உடன் சென்றோம். சில ஏட்டுச் சுவடிகளும் எங்களுக்கு வேண்டிய வஸ்திரங்களும் நாங்கள் எடுத்துக் கொண்டு போனவை.

மாயூரம் எல்லையைத் தாண்டி வண்டி போய்க் கொண்டிருந் தது. "அம்பர்ப் புராணச் சுவடியை எடும்" என்று ஆசிரியர் கூறவே நான் அதனை எடுத்துப் பிரித்தேன். "எழுத்தாணியை எடுத்துக் கொள்ளும்" என்று அவர் சொன்னார். நான், "முன்னமே முழுவதையும் வாசித்துக் காட்டித் திருத்தங்களைப் பதிந்தோமே" என்று எண்ணினேன்.

## கவிதை வெள்ளம்

ஏட்டைப் பிரித்து அம்பர்ப் புராணத்தில் எழுதப் பெற்றிருந்த இறுதிச் செய்யுளை வாசிக்கச் சொன்னார். பிறகு சிறிது நேரம் ஏதோ யோசித்தார். அப்பால் புதிய பாடல்களைச் சொல்ல ஆரம்பித்தார். "பெரிய ஆச்சரியமாக அல்லவா இருக்கிறது இது? வண்டியிலே பிரயாணம் செய்கிறோம். இப்போது மனம் ஓடுமா? கற்பனை எழுமா? கவிகள் தோன்றுமா? அப்படித் தோன்றினாலும் நாலைந்து பாடல்களுக்கு மேற் சொல்ல முடியுமா?" என்று பல வாறு நான் எண்ணமிடலானேன்.

அவர் மனப் பாடம் பண்ணிய பாடல்களை ஒப்பிப்பது போலத் தடையின்றி ஒவ்வொரு செய்யுளாகச் சொல்லி வந்தார். வண்டிமெல்லச் சென்றது. அவருடைய கவிதை வெள்ளமும் ஆறு போல வந்துகொண்டிருந்தது. என் கையும் எழுத்தாணியை ஓட்டிச் சென்றது. வண்டியின் ஆட்டத்தில் எழுத்துக்கள் மாறியும் வரிகள் கோணியும் அமைந்தன. அவர் சொன்ன செய்யுட்களோ திருத்த மாகவும் பொருட் சிறப்புடையனவாகவும் இருந்தன.

வட தேசத்திலிருந்த நந்தனென்னும் அரசன் திருவம்பரில் வழி பட்டுப் பேறு பெற்றானென்பது புராண வரலாறு. அவன் அந்த ஸ்தலத்துக்கு வந்தானென்று சுருக்கமாகச் சொல்லி முடிக்காமல் இடைவழியில் உள்ள ஸ்தலங்களை எல்லாம் தரிசித்து வந்தானென்று அமைத்து அந்த அந்த ஸ்தலங்களின் பெருமைகளைச் சுருக்கமாகச் சொல்லுவதற்கு ஒரு வாய்ப்பை அமைத்துக் கொண்டார் அக்கவிஞர். சிவ ஸ்தல விஷயமாகப் பல செய்திகளை அவர் அறிந்திருந்தார். சந்தர்ப்பம் கிடைத்த போதெல்லாம் அவற்றை வற்புறுத்த வேண்டுமென்பது அவரது அவா. ஆகையால் நந்தன் பல சிவ ஸ்தலங்களைத் தரிசித்து இன்புற்றானென்ற வரலாற்றை விரிவாகச் சொல்ல ஆரம்பித்தார்.

அப்பகுதிக்கு "நந்தன் வழிபடு படலம்" என்று பெயர். முன்பு 53 பாடல்கள் பாடப் பெற்றிருந்தன. அதற்கு மேல் நந்தன் பிரயா ணத்தைப் பற்றிய செய்திகளை உரைக்கும் செய்யுட்கள் எங்கள் பிரயாணத்தில் இயற்றப்பட்டன.

அவ்வப்போது ஒவ்வொரு செய்யுளை ஆசிரியர் புதியதாகச் சொல்ல நான் எழுதியிருக்கிறேன். அக்காலங்களிலேயும் அவரது கவித்துவத்தைக் குறித்து நான் வியந்ததுண்டு. ஆனால் இப் பிரயாணத்தில் எனக்கு உண்டான ஆச்சரியமோ எல்லாவற்றையும் மீறி நின்றது. ஒரு வரலாற்றை அமைத்துத் தொடர்ச்சியாகப் பேசுவது போலவே செய்யுட்கள் செய்வதென்பதைக் கதையில்தான் கேட்டிருந்தேன். கம்பர் ஒரு நாளில் எழுநூறு செய்யுட்கள் பாடி னாரென்று சொல்லுவார்கள். "அவ்வளவு விரைவில் செய்யுள் இயற்ற முடியுமா? அது கட்டுக் கதையாக இருக்க வேண்டும். அல்லது கம்பர் தெய்விக சக்தியுடையவராக இருக்கவேண்டும்" என்று நான் நினைத்திருந்தேன். அன்றைத் தினம் ஆசிரியர் செய்யுட்களை இயற்றிய வேகத்தையும் அதற்குப் பின் பல சமயங் களில் அவருடைய கவிதை வெள்ளம் பெருக்கெடுத்து வருவதையும் நேரே அறிந்த எனக்கு அப்பழைய வரலாறு உண்மையாகவே இருக்குமென்ற நம்பிக்கை உண்டாயிற்று.

வண்டியிலே போவதை நாங்கள் மறந்தோம். தம் கற்பனா உலகத்தில் அவர் சஞ்சாரம் செய்தார். அங்கிருந்து ஒவ்வொரு செய்யுளாக உதிர்த்தார். அவற்றை நான் எழுதினேன். எனக்கு அவருடைய உருவமும் அவர் கூறிய செய்யுட்களுமே தெரிந்தன. வேறொன்றும் தெரியவில்லை. ஒரு பாட்டை அவர் சொல்லி நிறுத்தியவுடன் சில சில சமயங்களில் அந்த அற்புத நிகழ்ச்சிக்குப் புறம்பாக நின்று நான் சில நேரம் பிரமிப்பை அடைவேன். ஆனால் அடுத்த கணமே மற்றொரு செய்யுள் அவர் வாயிலிருந்து புறப்பட்டு விடும். மீண்டும் நான் அந்த நிகழ்ச்சியிலே கலந்து ஒன்றிவிடுவேன்.

## திருவாவடுதுறையை அடைந்தது

"திருவாவடுதுறை வந்துவிட்டோம்" என்று வண்டிக்காரன் சொன்னபோதுதான் நாங்கள் நந்தனையும் அவன் போன வழியையும் மறந்து விட்டு நிமிர்ந்து பார்த்தோம். "சரி, சுவடியைக் கட்டிவையும்; பின்பு பார்த்துக் கொள்ளலாம்" என்று ஆசிரியர் உத்தரவிட்டார். அவரை வாயாரப் பாராட்டிப் புகழும் நிலையும் அதற்கு வேண்டிய ஆற்றலும் இருக்குமாயின் அப்போது நான் ஓர் அத்தியாயம் சொல்லி என் ஆசிரியர் புகழை விரித்து என் உள் ளத்தே இருந்த உணர்ச்சி அவ்வளவையும் வெளிப்படுத்தியிருப் பேன். அந்த ஆற்றல் இல்லையே!

திருவாவடுதுறையில் தெற்கு வீதியில் உள்ள சின்னோதுவார் வீட்டிலே போய் இறங்கினோம். அங்கே ஆசிரியர் அனுஷ்டானங் களை முடித்துக் கொண்டு ஸ்ரீ சுப்பிரமணிய தேசிகரைத் தரிசிப்ப தற்காகப் புறப்பட்டார். நான் நிழல் போலவே தொடர்ந்தேன். நாங்கள் திருவாவடுதுறையை அடைந்த செய்தி அதற்குள்

தம்பிரான்களுக்குத் தெரிந்து விட்டது. அவர்கள் மடத்து வாயிலிலே பிள்ளையவர்களை எதிர்பார்த்து நின்றிருந்தார்கள். அவரைக் கண்டவுடன் அவரை அழைத்துக் கொண்டு உள்ளே ஆதீன கர்த்தரிடம் சென்றார்கள்.

## வரவேற்பு

சுப்பிரமணிய தேசிகருடைய சந்தோஷம் அவர் முகத்திலே வெளிப்பட்டது. ஆசிரியர் தேசிகரை வணங்கி விட்டு அருகில் அமர்ந்தார். நான் அவருக்குப் பின்னே இருந்தேன். தம்பிரான்களும் இருந்தனர். "இனிமேல் தம்பிரான்களுக்கு உத்ஸாகம் உண்டாகும். நமக்கும் சந்தோஷம்" என்று சொல்லிய தேசிகர், "பாடம் எப்போது ஆரம்பிக்கலாம்?" என்று கேட்டார்.

"சந்நிதானத்தின் உத்தரவுக்காகக் காத்திருக்கிறேன். இன்றைக்கே ஆரம்பிக்கலாம்" என்று பிள்ளையவர்கள் கூறினார்.

"இப்போதுதான் வந்திருக்கிறீர்கள். அதற்குள் சிரமம் தரக் கூடாது. நாளைக் காலையிலிருந்தே தொடங்கலாம்" என்று சொல்லி வேறு பல விஷயங்களைப் பேசிவந்தார். அப்பால் விடை பெற்று நாங்கள் எங்கள் விடுதிக்குச் சென்றோம்.

## பாடத்தைப் பற்றிய யோசனை

மறுநாட் காலையில் மடத்துக்குச் சென்று சுப்பிரமணிய தேசிகர் முன்பு அமர்ந்தோம். தம்பிரான்கள் பாடம் கேட்பதற்குச் சித்தமாக இருந்தார்கள். அவர்கள் கூட்டத்தில் குமாரசாமித் தம்பிரான் தலைவராக முன்னே அமர்ந்திருந்தார். பிள்ளையவர்கள் பாடம் சொல்வதை அவர்கள் மிக்க ஆவலோடு எதிர்பார்த்துக் கொண்டிருந்தார்கள். "இவர்களுக்கும் தமிழ் படிக்க வேண்டுமென்று இவ்வளவு ஆவல் இருக்கிறதே. இவர்களுக்கு வேறு குறையொன்றும் இல்லை. தமிழ்க் கல்வியில் தமக்குள்ள ஆவலைப் பெரிதாகச் சொல்லுகிறார்களே!" என்று நான் அவர்கள் முன்னிலையில் என் சிறுமையை நினைத்துப் பார்த்தேன்.

"என்ன பாடம் ஆரம்பிக்கலாம்?" என்ற யோசனை எழுந்த போது சுப்பிரமணிய தேசிகர், "எல்லோருக்கும் ஒரே பாடத்தைச் சொல்லுவதைக் காட்டிலும் குமாரசாமித் தம்பிரான் முன்னமே சில நூல்களைப் பாடங் கேட்டிருத்தலால் அவருக்கு ஒரு பாடமும் மற்றவர்களுக்கு ஒரு பாடமும் நடத்தலாம். குமாரசாமித் தம்பிரானுக்குத் திருவானைக்காப் புராணத்தை ஆரம்பிக்கலாம்; மற்றவர்கள் சீகாளத்திப் புராணம் கேட்கட்டும்" என்று சொல்லி மேலும் பாட சம்பந்தமான சில விஷயங்களைப் பேசினார்.

## எனது வாட்டம்

தம்பிரான்களைப் பற்றியும் அவர்களுக்குச் சொல்ல வேண்டிய பாடங்களைப் பற்றியும் பேச்சு நடந்த பொழுது எனக்கு ஒருவகை யான மன வருத்தம் உண்டாயிற்று. "என்னை இவர்கள் மறந்து விட்டார்களே. நான் தம்பிரான்களோடு சேர்ந்து பாடங் கேட்கக் கூடாதோ! ஆதீன சம்பிரதாயத்துக்கு அது விரோதமாக இருக் குமோ! பிள்ளையவர்கள் ஜாகையிலே இருக்கும்போது சொல்லும் பாடத்தோடு நிற்க வேண்டுமா? இப்படியாகுமென்றால் இவ்வூருக்கு வந்ததில் எனக்கு லாபம் ஒன்றுமில்லையே!" என்று எண்ணி எண்ணி என் மனம் மறுகியது. நான் முக வாட்டத்தோடு யோசனையில் ஆழ்ந்திருந்தேன்.

## என் ஆவல்

அப்போது ஆசிரியர் என்னைப் பார்த்தார். என் மனத்துள் நிகழ்ந்த எண்ணங்களை அவர் உணர்ந்து கொண்டாரென்றே தோற்றியது. அப்படி அவர் பார்த்தபோது சிறந்த மதியூகியாகிய சுப்பிரமணிய தேசிகர் எங்கள் இருவர் கருத்தையும் உணர்ந்தவர் போல, "இவரை எந்த வகையில் சேர்க்கலாம்?" என்று கேட்டார். அக் கேள்வி எனக்கு ஒருவகை எழுச்சியை உண்டாக்கிற்று. யோசனையினின்றும் திடீரென்று விழித்துக் கொண்டேன். எனக்கிருந்த ஆவல் தூண்டவே பிள்ளையவர்கள் விடை பகர்வதற்கு முன் நான் "இரண்டு வகையிலும் சேர்ந்து பாடங் கேட்கிறேன்" என்று சொன்னேன்.

யாவரும் தடை சொல்லவில்லை. என் ஆசிரியரும் தேசிகரும் தம் புன்முறுவால் என் ஆவலாகிய பயிருக்கு நீர் வார்த்தனர்.

"எல்லோருக்கும் லாபம் ஒரு பங்கு. உமக்கு இரட்டிப்பு லாபம்" என்று தேசிகர் கூறியபோது நான் சிறிது நேரத்துக்கு முன்பு ஆழ்ந் திருந்த துயரக்கடல் மறைந்த இடம் தெரியவில்லை. சந்தோஷ உச்சியில் நின்றேன்.

"உம்மிடம் புஸ்தகங்கள் இருக்கின்றனவா!" என்று அந்த வள்ளல் கேட்டார்.

அவருக்கு முன் இல்லையென்று சொல்வதற்கு நாணம் உண் டா? இல்லையென்றால் உண்டென்று தரும் பேருபகாரியாகிய தேசிகர் நான் அந்த வார்த்தையைச் சொன்னவுடன் மடத்துப் புத்தக சாலையிலிருந்து திருவானைக்காப் புராணத்தையும் சீகாளத்திப் புராணத்தையும் கொண்டு வரச்செய்து எனக்கு வழங்கினார்.

"பாடம் நடக்கும்போது சாமிநாதையரே படிக்கட்டும்" என்று தேசிகர் உத்தரவிட்டார். நான் இசையுடன் படிப்பேனென்பது முன்பே தெரியுமல்லவா?

## பாட ஆரம்பம்

குமாரசாமித் தம்பிரானுக்கு உரிய திருவானைக்காப் புராணம் முதலில் ஆரம்பமாயிற்று. அப்புராணத்திலுள்ள விநாயகர் காப்புச் செய்யுளைப் படித்தேன். ஆசிரியர் பொருள் சொன்னார். பின்பு மற்ற வகையாருக்கு உரிய சீகாளத்திப் புராணத்தின் காப்புச் செய்யுளையும் படித்தேன். ஆசிரியர் உரை கூறினார்.

இவ்வாறு அந்த நல்ல நாளிலே தம்பிரான்களுக்கு என் ஆசிரியர் பாடம் சொல்லத் தொடங்கினார். சுப்பிரமணிய தேசிகரு டைய விருப்பத்தின்படி காலையில் அவருக்கு முன்பு திருவானைக் காப் புராணம் நடைபெறும். பிற்பகலில் மற்றவர்களுக்குரிய சீகாளத்திப் புராணம் மடத்தைச் சார்ந்த வேறு இடங்களில் நிகழும். இரண்டு வகையிலும் நானே படித்து வந்தேன்.

## பாடம் நடந்த முறை

சுப்பிரமணிய தேசிகர்முன் பாடம் நடக்கும்போது இடை யிடையே நான் இசையுடன் படிக்கும் முறையைத் தேசிகர் பாராட் டுவார். திருவானைக்காப் புராணம் கடினமான நூலாதலால் ஒரு நாளைக்கு ஐம்பது பாடல்களுக்கு மேல் நடைபெறவில்லை. சுப்பிரமணிய தேசிகரும் தமக்குத் தோன்றிய கருத்துக்களை உரிய இடங்களிற் சொல்லுவார். தேசிகரைத் தரிசிப்பதற்குக் காலையில் அடிக்கடி பல பிரபுக்களும் வித்துவான்களும் வருவார்கள். அப்போ தும் பாடம் நடைபெறும். வந்தவர்களும் கேட்டு இன்புறுவார்கள். அத்தகைய சந்தர்ப்பங்களில் பாடத்தின் சுவை அதிகமாகும். வந்திருப்பவர்களும் கேட்டுப் பயனடையும்படி பிள்ளையவர்கள் பல மேற்கோள்களை எடுத்துக் காட்டுவார். சைவ சித்தாந்தக் கருத்துக்கள் வரும் இடங்களில் தேசிகர் மெய்கண்ட சாஸ்திரங் களிலிருந்து மேற்கோள் காட்டி விஷயங்களை அருமையாக எடுத்து விளக்குவார். அத்தகைய காலங்களில் பொழுது போவதே தெரியாது. தமிழ் விருந்தென்று உபசாரத்துக்குச் சொல்லுவது வழக்கம். அங்கே நான் அனுபவித்தது உண்மையில் விருந்தினால் உண்டாகும் இன்பமாகவே இருந்தது. உணவின் ஞாபகம் அங்கே வருவதற்கே இடமில்லை.

பாடம் கேட்கையில் ஒவ்வொரு பாடலையும் நான் மூன்று முறை வாசிப்பேன். பொருள் சொல்லுவதற்கு முன் ஒரு முறை பாடல் முழுவதையும் படிப்பேன். பொருள் சொல்லும்போது சிறு சிறு பகுதியாகப் பிரித்துப் படிப்பேன். பொருள் சொல்லி முடிந்த பிறகு மீட்டும் ஒரு முறை பாடல் முழுவதையும் படிப்பேன். இப் பழக்கத்தால் அப்பாடல் என்மனத்தில் நன்றாகப் பதிந்தது. பிள்ளையவர்கள் பாடம் சொல்லும் முறை இது.

திருவாவடுதுறை மடத்தைச் சார்ந்த அன்ன சத்திரத்தில் நான் காலையிலும் பகலிலும் இரவிலும் ஆகாரம் உண்டு வந்தேன்.

ஒவ்வொரு நாளும் தமிழ்ப் பாடத்தினாலும் சுப்பிரமணிய தேசிகருடைய சல்லாபத்தினாலும் அயலூர்களிலிருந்து வருபவர்களுடைய பழக்கத்தினாலும் புதிய புதிய இன்பம் எனக்கு உண்டாயிற்று. தம்பிரான்கள் என்னிடம் அதிக அன்போடு பழகுவாராயினர். எனக்கும் அவர்களுக்கும் பலவகையில் வேற்றுமை இருப்பினும் எங்கள் ஆசிரியராகிய கற்பகத்தின் கீழ்க் கன்றாக இருந்த நாங்கள் அனைவரும் மனமொத்துப் பழகினோம். அவர்களுள்ளும் குமாரசாமித் தம்பிரான் என்பால் வைத்த அன்பு தனிப்பட்ட சிறப்புடையதாக இருந்தது. எல்லோரும் தமிழின்பத்தாற் பிணைக்கப்பட்டு உறவாடி வந்தோம்.

எங்களோடு மாயூரத்திலிருந்து வந்த சவேரிநாத பிள்ளை திருவாவடுதுறையில் ஒரு வாரம் வரையில் இருந்து ஆசிரியரிடம் உத்தரவு பெற்று மாயூரத்துக்குச் சென்றார். மாயூரத்தில் முன்சீப் வேதநாயகம் பிள்ளை அவருக்குப் பழக்கமுடையவராதலால் அங்கே அவருடன் இருந்தனர்.

# 47

## அன்பு மூர்த்திகள் மூவர்

திருவாவடுதுறை மடத்தில் இருவகைப் பாடங்களும் காலையிலும் மாலையிலும் முறையாக நடந்து வந்தன. சுப்பிரமணிய தேசிகருடைய அன்பு என்மேல் வர வர அதிகமாகப் பதியத்தொடங்கியது. பிள்ளையவர்களுக்கு என்பாலுள்ள அன்பின் மிகுதியை அறிந்த தேசிகர் என்னிடம் அதிக ஆதரவு காட்டினர். அவ்விருவருடைய அன்பினாலும் மற்றவர்களுடைய பிரியத்தையும் நான் சம்பாதித்தேன். மடத்திலே பழகுபவர்கள் என்னையும் மடத்தைச் சார்ந்த ஒருவனாகவே மதிக்கலாயினர். மடத்து உத்தியோகஸ்தர்கள் என்னிடம் பிரியமாகப் பேசி வந்ததுடன் எனக்கு ஏதேனும் தேவை இருந்தால் உடனே கொடுத்து உதவித் தங்கள் அன்பைப் பலப்படுத்தினர். எல்லோருடைய அன்பும் நிலைத்திருக்க வேண்டுமென்ற கவலையால் யாரிடமும் நான் மிகவும் பணிவாகவும் ஜாக்கிரதையாகவும் நடப்பதை ஒருவிரதமாக மேற்கொண்டேன்.

### சந்நிதானத்தின் உத்தரவு

மாசி மாதம் மகா சிவராத்திரி வந்தது. திருவாவடுதுறையில் உள்ளவர்களுக்கு ஏதேனும் சாமான்கள் வேண்டுமானால் மடத்து உக்கிராணத்திலிருந்துதான் பெற்றுக் கொள்ளவேண்டும். அக்காலத்தில் அவ்வூரில் கடைகள் இல்லை. சிவராத்திரியாதலால் மாலையில் கோமுத்தீசுவரர் ஆலயத்துக்குச் சென்று ஸ்வாமி தரிசனம் செய்ய எண்ணினேன். தேங்காய், பழம், பாக்கு, வெற்றிலை முதலியவை

வேண்டும். கடைகளோ இல்லை. ஆதலால் 'மடத்து உக்கிராணத் திலே வாங்கிக் கொள்ளலாம்' என்று நினைத்துக் காலைப் பாடம் முடிந்தவுடன் அவ்விடத்தையடைந்து வெளியில் நின்றபடியே உக்கிரணக்காரரிடம் எனக்கு வேண்டியவற்றைச் சொன்னேன். "ஐயரவர்கள் எப்போது எது கேட்டாலும் கொடுக்க வேண்டுமென்று சந்நிதானத்தில் உத்தரவு" என்று கணீரென்று ஒரு சப்தம் கேட்டது. அசரீரி வாக்கைப்போன்ற அவ்வொலி எங்கிருந்து வந்த தென்று கவனித்தேன். கந்தசாமி ஓதுவாரென்பவர் அவ்வாறு சொல்லிக்கொண்டே வந்தார். அங்கே அயலிலிருந்த ஒரு ஜன்னலுக்கு அப்புறத்தில் பண்டார சந்நிதிகள் அமர்ந்திருந்ததைக் கண்டேன். உடனே எனக்குச் சிறிது நாணம் உண்டாயிற்று. "எது வேண்டுமானாலும் வாங்கிக் கொள்ளலாமென்று உத்தரவாகிறது" என்று அருகில் வந்த ஓதுவார் மீட்டும் சொன்னார். அதனை உறுதிப்படுத்துவது போலத் தேசிகர் புன்னகை பூத்தார். வேண்டிய பொருள்களையெல்லாம் தடையின்றி நான் பெற்றுக் கொண்டேன். இயல்பாகவே வேண்டும்போது எனக்கு உதவி வரும் அந்த உக்கிராணக்காரர் அன்று முதல் என் குறிப்பறிந்து எனக்கு வேண்டுவனவற்றை அப்பொழுதப்பொழுது உதவி வந்தார். பிற்காலத்திலும் எனக்கு வேண்டிய பொருள்களை வேண்டிய சமயங்களில் அந்த உக்கிராணம் கொடுப்பதும் நான் பெற்றுக் கொள்வதும் வழக்கமாயின.

காலைப் பாடத்தில் திருவானைக்காப் புராணம் முற்றுப் பெற்றது. அதன்பின் திருநாகைக்காரோணப் புராணம் ஆரம்பமாயிற்று. முன்னரே அந்நூலை நான் பட்டீச்சுரத்திலே பாடங் கேட்டிருந்தமையால் மடத்திற் படிக்கும்போது மிக்க தெளிவோடு படித்தேன். அவ்வப்போது இன்ன இன்ன ராகத்தில் படிக்க வேண்டுமென்று சுப்பிரமணிய தேசிகர் கூறுவார். அங்ஙனமே நான் படிப்பேன்.

### ஓதுவாரது அன்பு

ஒரு நாள் காலையில் மடத்திலிருந்து வெளியே வந்து ஆகாரம் செய்யும் இடத்தை நோக்கிப் போய்க் கொண்டிருந்தேன். அப்போது மணி பதினொன்றுக்கு மேல் இருக்கும். எனக்கெதிரே மடைப்பள்ளி விசாரணைக்காரராகிய முத்துசாமி ஓதுவாரென்பவர் வந்தார். அவருடைய அன்பும் மரியாதையும் எப்போது கண்டாலும் அவரோடு சில வார்த்தைகள் பேச வேண்டுமென்று என்னைத் தூண்டும். ஆதலால் அவரைப் பார்த்தவுடன். "கிழக்கேயிருந்து வருகிறீர்களே; அக்கிரகாரத்தில் ஏதேனும் வேலை இருந்ததோ!" என்று கேட்டேன்.

"ஐயாவையும் அம்மாவையும் பார்த்துவிட்டு வருகிறேன்" என்றார்.

"உங்கள் வீடு வடக்கு வீதியில் அல்லவா இருக்கிறது? இங்கே உங்கள் தாயார் தகப்பனார் வரக் காரணம் என்ன?"

"இல்லை. அண்ணாவுடைய ஐயா அம்மா வந்திருக்கிறார்கள்" என்று அவர் சொன்னவுடனே, "என்ன! எங்கே வந்தார்கள்?" என்று பரபரப்போடு அவர்களைப் பார்க்க வேண்டுமென்ற என் ஆவலைப் புலப்படுத்தினேன்.

ஓதுவார் பிராயத்தில் என்னைவிட முதிர்ந்தவராக இருந்தாலும் என்னை அண்ணாவென்றே அழைத்து வந்தார். என் பெற்றோர்கள் அன்றைத்தினம் வருவதாக எனக்கு முன்னமே தெரிவிக்கவில்லை. அவர்களை நான் எதிர்பார்க்கவுமில்லை. "அவர்கள் எங்கே தங்கியிருக்கிறார்களோ? பழக்கமில்லாத இடமாயிற்றே! சாப்பிடும் நேரமாயிற்றே! அப்பா பூஜை பண்ணவேண்டுமே!" என்றெல்லாம் நான் விரிவாக யோசனை செய்தேன். என் உள்ளத்து உணர்ச்சிகளை முகக் குறிப்பால் ஒருவாறு ஊகித்து உணர்ந்த ஓதுவார், "கவலைப்படவேண்டாம். அவர்கள் காலையிலே வந்து விட்டார்கள். அவர்கள் வந்து அண்ணாவைப் பற்றி விசாரித்த போதே இன்னாரென்று தெரிந்து கொண்டேன். அவர்களுக்குச் சத்திரத்தில் தக்க இடம் கொடுத்து வேண்டிய சாமான்களை அனுப்பினேன். ஐயாவின் பூஜைக்கு வேண்டிய பால் முதலிய திரவியங்களையும் அனுப்பியிருக்கிறேன். அவர்கள் அங்கே ஸ்நானத்தையும் பூஜையையும் முடித்துக் கொண்டு அண்ணாவின் வருகைக்காகக் காத்திருக்கிறார்கள். போய் ஆகாரம் செய்ய வேண்டியது தான். இப்போது அங்கே போய் விசாரித்து விட்டுத் தான் வருகிறேன்" என்றார்.

எனக்குத் தெரியாமலே நிகழ்ந்த அச்செயல்களைக் கேட்டு நான் ஆச்சரியமடைந்தேன். ஓதுவாருடைய அன்பையும் விதரணையையும் மடத்தில் உள்ள ஒழுங்கையும் பாராட்டியபடியே நான் விரைவாக என் தாய் தந்தையர் உள்ள இடத்துக்குச் சென்றேன்.

## பெற்றோர் மகிழ்ச்சி

நான் அங்கே போனவுடன், "எப்படிப்பட்ட மனுஷ்யர்கள்! என்ன ஏற்பாடுகள்! என்ன விசாரணை!" என்று என் தந்தையார் தம் சந்தோஷத்தை வெளிப்படுத்தினார். "சாமா, இம்மாதிரியான இடத்தை நான் பார்த்ததேயில்லை. நாங்கள் உன்னைப் பார்த்து விட்டுப் போகலாமென்று இன்று காலையில் இங்கு வந்தோம். சிலர் சத்திரத்தில் தங்கலாமென்று சொன்னார்கள். அப்போது இவ்விடம் வந்தோம். இங்கே ஒருவர் எதிர்ப்பட்டார். 'நீங்கள் யார்?' என்று கேட்டார். உன்னைப் பார்க்க வந்திருப்பதாகச் சொன்னேன். உடனே எங்களுக்கு வேண்டியவற்றையெல்லாம் விசாரித்து விசாரித்துக் கொடுத்து உதவினார். "இந்த மாதிரியான

மனுஷ்யர்களை நான் இதுவரை பார்த்ததில்லை அவர் யார்?" என்று என் தாயாரும் கேட்டார்.

"அவர் எனக்கு ஒரு தம்பி" என்று மனத்துக்குள்ளே சொல்லிக் கொண்டேன். ஓதுவாருடைய அன்பை என் மனம் நன்றாக அறியும். அவர்களுக்கு அவ்வளவு தெரியாதல்லவா?

"உன் தம்பியைப் பார்த்தாயா?" என்று கேட்டுக்கொண்டே குழந்தையாக இருந்த என் தம்பியை என்னிடம் அன்னையார் அளித்தார். நான் சந்தோஷமாக வாங்கி அணைத்துக் கொண்டேன். என் அன்னையார் சமைத்துத் தந்தையார் பூஜையில் நிவேதனம் செய்யப் பெற்ற உணவை நான் உண்டு பல நாளாயின. அன்று அவ்வுணவை உண்டு மகிழ்ந்தேன். நான் நல்ல இடத்தில் இருக்கி றேன் என்ற திருப்தியால் அவர்களும் மகிழ்ந்தார்கள்.

## ராக மாலிகை

அன்றைத் தினம் ஏதோ ஒரு காரணத்தால் காலையில் நடக்க வேண்டிய பாடம் பிற்பகல் மூன்று மணி முதல் ஏழு மணி வரை யில் மடத்திலுள்ள பன்னீர்க்கட்டில் நடந்தது. சில நாட்களில் அவ்வாறு நடப்பதுண்டு. பாடம் நடக்கையில் சுப்பிரமணிய தேசிகர் அங்கே வந்து அமர்ந்திருந்தார். குமாரசாமித் தம்பிரானும் நானும் பாடங்கேட்டு வந்தோம். பிள்ளையவர்கள் சொன்னபடி நான் திருநாகைக்காரோணப் புராணத்தைப் படித்தேன். என் பெற்றோர்களைக் கண்ட சந்தோஷமும் என் அன்னையார் இட்ட உணவை உண்ட உரமும் சேர்ந்து எனக்கு ஒரு புதிய ஊக்கத்தை உண்டாக்கின. அதனால் அன்று நான் படித்தபோது ஒவ்வொரு செய்யுளையும் ஒவ்வொரு ராகத்தில் மாற்றி மாற்றி வாசித்தேன். சங்கீதப் பிரியராகிய தேசிகர் ராகங்களைக் கவனித்து வந்தார். இடையிலே பிள்ளையவர்களைப் பார்த்து, "உங்கள் சிஷ்யர் ராக மாலிகையில் படிப்பது திருப்திகரமாக இருக்கிறது" என்றார்.

இவ்வாறு பாடம் நடக்கையில் வடக்குப் புறத்தேயுள்ள ஓரிடத்தில் சிறிது தூரத்தே சிலர் மறைவாக இருந்து கவனிப்பது வழக்கம். அன்றும் அப்படியே சிலர் இருந்தனர். என் தந்தையார் மாலை அனுஷ்டானங்களை முடித்துக்கொண்டு அப்பக்கமாக வந்தவர் பாடம் நடப்பதையும் சிலர் தூரத்திலே இருந்து கவனிப்ப தையும் கண்டு தாமும் அவர்களோடு ஒருவராக அங்கே இருந்து நான் படிப்பதையும் பிள்ளையவர்கள் பொருள் சொல்வதையும் கேட்டு வந்தார். அவர் வந்துகேட்டது எனக்குத் தெரியாது.

நான் ராகத்தோடு வாசிப்பதைக் கேட்டு அவரும் மகிழ்வுற்றார். நான் படிப்பதைப் பற்றிச் சுப்பிரமணிய தேசிகர் பாராட்டிப் பேசிய வார்த்தைகள் அவர் காதில் விழுந்தன. அப்போது அவருக்கு உண்டான சந்தோஷத்துக்கும் திருப்திக்கும் அளவு கூற

முடியுமோ! இந்நிகழ்ச்சி முன்னேற்பாட்டோடு நடந்ததுபோல் இருந்தது. தற்செயலாக என் தந்தையார் அங்கே வந்ததும், நான் ராக மாலிகையில் படித்ததும், தேசிகர் பாராட்டித் தம் அன்பை வெளிப்படுத்தியதும் என் தந்தையார் மனத்தில் இருந்த கவலையைப் போக்கவும் 'இவனுக்கு ஒரு குறைவும் இல்லை' என்ற தைரியத்தை உண்டாக்கவும் காரணமாயின. பாடம் முடிந்தவுடன் எல்லோரும் எழுந்து வந்தோம்.

நான் முன்னே வந்தேன். ஆசிரியர் பின்னே சிறிது தூரத்தில் தம்பிரான்களோடு வரலாயினர். நான் வரும் வழியில் தந்தை யாரைக் கண்டபோது, "அப்பா! நீ படித்ததைக் கேட்டேன். பண் டார சந்நிதிகள் சொன்ன வார்த்தைகளையும் கவனித்தேன். எல் லாம் ஈசுவரானுக்கிரகந்தான்" என்று சொன்னபோது உள்ளே இருந்த உணர்ச்சி பொங்கி வந்தது. மேலே பேசத் தெரியவில்லை. அவர் ஜாகைக்குச் சென்றார். பின் வருவதாகச் சொல்லி நான் மீண்டும் ஆசிரியரோடு சேர்ந்து கொண்டேன்.

## இரு முதுகுரவரும் ஆசிரியரும்

ஒவ்வொரு நாளும் மாலையில் ஆசிரியரோடு திருவாவடு துறையிலுள்ள கோட்டுமாங்குளம் வரைக்கும் சென்று அனுஷ்டா னங்களை முடித்துவிட்டு வருவது என் வழக்கம். இருட்டு வேளை களில் ஆசிரியர் கையைப் பிடித்து அழைத்து வருவேன். அன்றைத் தினமும் அவ்வாறு சென்று திரும்பும்போது, "உம்முடைய தாயார் தகப்பனார் வந்திருப்பதாகச் சொன்னீரே; அவர்கள் எங்கே தங்கி யிருக்கிறார்கள்? இப்போது பார்த்து விட்டுப் போகிறேன்" என்றார்.

"சிரமம் வேண்டாம். அவர்களே ஐயாவைப் பார்க்க வருவார் கள்" என்று நான் சொல்லியும் அவர் வற்புறுத்தவே, அவரை என் பெற்றோர்களிடம் அழைத்துச் சென்றேன்.

சத்திரத்தில் ஒரு விசிப் பலகையில் ஆசிரியர் அமர்ந்தார். தந்தையாரும் அமர்ந்தார். தந்தையாரிடம் ஆசிரியர் யோக க்ஷேமங் களை விசாரித்துக் கொண்டு இருந்த போது என் தாயார் வந்தார். அதற்கு முன் ஆசிரியரை அவர் பார்த்ததே இல்லை.

"குழந்தையை நீங்களே தாயார் தகப்பனாரைப்போலக் காப் பாற்றி வருகிறீர்கள். நாங்கள் எந்த விதத்திலும் இவனுக்குப் பிரயோ சனப் படாமல் இருக்கிறோம். உங்களுடைய ஆதரவினால் தான் இவன் முன்னுக்கு வரவேண்டும்" என்று கண்ணில் நீர் ததும்ப அவர் சொன்னார். ஒரு தெய்வத்தினிடத்தில் வரம் கேட்பது போல இருந்தது அந்தத் தொனி.

"நீங்கள் கொஞ்சமும் கவலைப்பட வேண்டாம். உங்கள் குமாரர் நல்ல புத்திசாலி, நன்றாகப் படித்து வருகிறார். கடவுள்

கிருபையால் நல்ல நிலைமைக்கு வருவார்" என்று ஆசிரியர் கூறிய வார்த்தைகள் என் தாயாரின் உள்ளத்தைக் குளிர்வித்தன. என்னிடம் அன்பு வைப்பவர்களுக்குள்ளே அந்த மூன்று பேர்களுக்கு இணையானவர்கள் வேறு இல்லை. அம் மூவரும் ஒருங்கே இருந்து என் நன்மையைக் குறித்துப் பேசும்போது அவர்களுடைய அன்பு வெளிப்பட்டது. அந்த மூவருடைய அன்பிலும் மூன்று விதமான இயல்புகள் இருந்தன. அவற்றினிடையே உயர்வு தாழ்வு உண்டென்று சொல்ல முடியுமா? இன்ன வகையில் இன்னது சிறந்தது என்றுதான் வரையறுக்க முடியுமா? ஒரே அன்பு மயமாகத் தோற்றிய அக்காட்சியை இப்போது நினைத்தாலும் என் உள்ளத்துள் இன்பம் ஊறுகின்றது. அம்மூவரையும் மூன்று அன்பு மூர்த்திகளாக இன்றும் பாராட்டி வருகிறேன்.

மறுநாள் விடியற் காலையில் என் பெற்றோர்கள், "உன்னைப் பார்த்து விட்டுப் போகத்தான் வந்தோம். பார்த்ததில் மிகவும் திருப்தியாயிற்று. ஊருக்குப் போய் வருகிறோம். உடம்பை ஜாக்கிரதையாகப் பார்த்துக் கொள்" என்று என்னிடம் சொல்லிவிட்டுச் சூரியமூலைக்கு என் தம்பியுடன் போனார்கள்.

## 48
### சில சங்கடங்கள்

ஒரே மாதிரியான சந்தோஷத்தை எக்காலத்தும் அனுபவிப்பதென்பது இவ்வுலகத்தில் யாருக்கும் சாத்தியமானதன்று. மனிதனுடைய வாழ்விலே இன்பமும் துன்பமும் கலந்து கலந்தே வருகின்றன. செல்வத்திலே செழித்திருப்பவர்களாயினும், வறுமையிலே வாடுபவர்களாயினும் இன்பம் துன்பம் இரண்டும் இடையிடையே கலந்து அனுபவிப்பதை அல்லாமல் இன்பத்தையே அனுபவிக்கும் பாக்கியவான்களும் துன்பத்திலே வருந்தும் அபாக்கியர்களும் இல்லை.

எனக்கு வேண்டிய நல்ல வசதிகளும் தமிழ்க் கல்வி லாபமும் திருவாவடுதுறையிலே கிடைத்தன. மனத்திலே சந்தோஷம் இடையறாது உண்டாவதற்கு வேண்டிய அனுகூலங்களெல்லாம் அங்கே குறைவின்றி இருந்தன. ஆனாலும், இடையிடையே அச்சந்தோஷத்திற்குத் தடை நேராமல் இல்லை.

### ஒவ்வாத உணவு

இரண்டு வகையாக நடந்து வந்த பாட வகுப்பில் நானே படித்து வந்தமையால் சில நாள் என் தொண்டையும் நாக்கும் புண்ணாகிவிடும். ஆகாரம் செய்துவந்த சத்திரத்தில் எல்லோரையும் போல் நானும் ஒருவனாக இருந்து ஆகாரம் பண்ணிவந்தேன். என்

அசௌகரியத்தை அறிந்து கவனித்து அதற்கேற்ற உணவுகளை அளிப்பவர் யாரும் அங்கே இல்லை. எனக்கு இன்ன வகையான உணவு செய்துபோட வேண்டுமென்று துணிந்து சொல்லுவதற்கும் நான் அஞ்சினேன். சத்திரத்தில் அப்போது உணவு அளித்து வந்தவள் ஒரு கிழவி. மடத்திலிருந்து வரும் உணவுப் பொருள்களுக்குக் குறைவு இல்லை. உணவருந்த வருபவர்களுக்கு அவற்றைக் கொண்டு நல்ல உணவு சமைத்து வழங்குவதற்குரிய சக்தி அந்த அம்மாளுக்கு இல்லை. எல்லாம் சரியாகவே நடந்து வருமென்பது மேலேயுள்ளவர்களது கருத்து. "இவ்வளவு பெரிய இடத்தில் இப்படி இருக்கிறார்களே!" என்று நான் வருந்தினேன்.

சத்திரத்து உணவு என் தேகத்துக்கு ஒவ்வாமையால் சில நாட்கள் நான் அன்னத்தோடு மோரை மட்டும் சேர்த்துச் சாப்பிட்டதுண்டு. அயலூர்களிலிருந்து திருவாவடுதுறைக்கு வரும் வித்துவான்களிலும் கனவான்களிலும் சிலர் சில சமயங்களில் சமையற்காரர்களை அழைத்து வருவார்கள்; சில சமயங்களில் குடும்பத்துடன் வருவதுமுண்டு. நான் பண்டார சந்நிதிகளுக்கு வேண்டியவனென்று தெரிந்தவர்களாதலால் என் நிலைமையை அறிந்து தங்களுடன் சேர்ந்து சாப்பிடும்படி அவர்கள் என்னை வற்புறுத்துவார்கள். அப்போது எனக்கு மெத்த ஆறுதல் ஏற்படும்.

### குழம்பு செய்த குழப்பம்

ஒரு நாள் எனக்கு வயிற்றுப் போக்கு உண்டாயிற்று. மாங் கொட்டைக் குழம்பு வைத்துச் சாப்பிட்டால் அந்நோய் நீங்கு மென்று எனக்குத் தெரியுமாதலால் அக்கிழவியிடம் நயமாகப் பேசி அதைச் செய்து போடும்படி கேட்டுக் கொண்டேன். அந்த அம்மாள் அப்படியே செய்து போட்டாள். நான் ஆகாரம் செய்ய உட்கார்ந்த பின் என் இலையில் அந்தக் குழம்பைப் பரிமாறினாள். என்னுடன் உணவருந்தியவர்களுள் ஒருவர் இதைக் கவனித்தார், திருவாலங்காட்டுக்குச் சென்று ஸம்ஸ்கிருதம் படித்து வருபவர் அவர். அவருக்கு மனம் பொறுக்கவில்லை. "எல்லோரும் சாப்பிடு கிற இப்பொதுவிடத்தில் இவருக்கு மட்டும் தனியாக எதையோ செய்து போடுகிறாளே!" என்று அவர் எண்ணினார். அந்நினைவு வளர்ந்தது. ஒரு பெரிய தவறு சத்திரத்தில் நேர்ந்ததென்று தோற்றும் படி அச்செய்தியை மிகவும் சாதுரியமாக விரித்து அவர் சுப்பிர மணிய தேசிகர் காதில் விழும்படி செய்து விட்டார். உடனே கிழவிக்கு மடத்திலிருந்து உத்தரவு வந்தது; "பலர் சாப்பிடுகையில் ஒருவருக்கு மட்டும் தனியே உபசாரம் செய்வது தப்பு; இனிமேல் இம்மாதிரியான காரியம் செய்யக்கூடாதென்று உத்தரவாகிறது" என்று காரியஸ்தர் வந்து கிழவியிடம் கண்டிப்பாகச் சொல்லி விட்டுப் போனார்.

இந்நிகழ்ச்சி எனக்கு மிக்க மனத் துன்பத்தை உண்டாக்கியது, "பண்டார சந்நிதிகள் நம்மிடமே நேரில் விஷயத்தை விசாரித்துத் தெரிந்து கொண்டிருக்கலாமே! யாரோ ஒருவர் சொன்னதைக் கேட்டு இப்படிச் செய்தார்களே" என்று வருந்தினேன். "ஒரு நாளும் அவர்கள் அப்படிச் செய்யமாட்டார்கள். யாரோ ஒருவர் போய் எனக்கு விசேஷ உபசாரம் நடந்ததாகச் சொல்லியிருக்கக் கூடும். பொதுவிடத்தில் பக்ஷபாதம் இருப்பது சரியன்று என்று எண்ணி இப்படி உத்தரவு அனுப்பியிருக்கலாம். நமக்கு நடந்த உபசாரம் மாங்கொட்டைக் குழம்புதான். அதுவும் தேக அசௌக்கியத்துக்காக ஏற்பட்டதென்று தெரிந்திருந்தால் நம்மிடம் விசேஷ அன்பு வைத் திருக்கும் அவர்கள் இப்படிச் செய்திருக்க மாட்டார்கள்" என்று நானே சமாதானம் செய்து கொண்டேன்.

## இரவில் பொழுது போக்கு

இரவில் ஆகாரம் செய்த பிறகு மடத்திற்கு வந்து அங்குள்ள குமாரசாமித் தம்பிரானுடன் பாடத்தைப் படித்துச் சிந்தித்து வருவேன். பிறகு அங்கேயே படுத்துக் கொள்வேன். இவ்வழக்கம் திருவாவடுதுறை சென்ற பிறகு சில மாதங்கள் வரையில் இருந்தது. மடத்தில் தங்கி வந்த காலத்தில் ஒரு நாள் இரவு அவருடன் வழக்கம் போலவே படித்துவந்தேன். மடத்தின் கீழ்ப்பக்கத்தில் இருந்த சவுகண்டியில் தம்பிரான்கள் தங்கியிருப்பதற்காக இரண்டு அறைகள் உண்டு. குமாரசாமித் தம்பிரான் ஓர் அறையில் இருந்து வந்தார். அதற்கு எதிரே உள்ள அறையில் பன்னிருகைத் தம்பிரான் என்பவர் இருந்தார். அவர் நல்ல செல்வாக்குடையவர். ஆதீனத்தில் பொறுப்புள்ள உத்தியோகங்களை வகித்தவர். அறைகளுக்கு மத்தி யிலுள்ள கூடத்தில் நாங்கள் இருந்து படித்த நூல்களைச் சிந்தனை செய்வோம். அப்போது அவரும் உடனிருந்து கவனிப்பார். படித்துக்கொண்டிருந்த நான் அலுப்பு மிகுதியால் அங்கே படுத்துத் தூங்கிவிட்டேன். இரவு மணி பத்து இருக்கும். குமாரசாமித் தம்பிரானும் பன்னிருகைத் தம்பிரானும் பேசிக்கொண்டிருந்தனர். முத்துசாமி ஓதுவார் அங்கே வந்தார்.

## எதிர்பாராத சம்பவம்

மடத்திலும் கோயிலிலும் அர்த்த சாமத்தில் நிவேதனமாகும் பிரசாதங்களில் ஒரு பகுதி சுப்பிரமணிய தேசிகருக்கு வரும். அவற்றில் சிறிது, தாம் உபயோகித்துக் கொண்டு பாக்கியைத் தனித்தனியே பிரித்துத் தம்பிரான்களுக்கும் அனுப்புவார். ஒவ்வொரு நாளும் 10 மணிக்கு வடை, சுகியன், தேங்குழல் முதலிய பிரசாதங்கள் தம்பிரான்களுக்குக் கிடைக்கும். குமாரசாமித் தம்பிரானுக்கும் பன்னிருகைத் தம்பிரானுக்கும் கொடுப்பதற்காக அப்போது முத்துசாமி ஓதுவார் அவற்றை எடுத்து வந்தார். அவர்

வந்த சமயம் தம்பிரான்கள் இருவரும் அன்று மாலையில் நடந்த ஒரு களவைப் பற்றிச் சம்பாஷித்திருந்தனர்.

பன்னிருகைத் தம்பிரான் ஒரு சிறந்த ஏறுமுக ருத்திராக்ஷ கண்டியை அணிந்திருந்தார். அதன் இரு தலைப்பிலும் கல்லிழைத்த தங்க முகப்புக்கள் உண்டு. ஏறக்குறைய இரண்டாயிரம் ரூபாய் பெறு மானமுள்ளது. அன்று மாலை தம்பிரான் குளப்புரைக்குப் போய் வந்து சில வேலைகளைக் கவனித்தார். சிறிது நேரமான பிறகு பார்த்த போது கண்டி காணப்படவில்லை. விலையுயர்ந்த பொரு ளாதலால் மடத்துக் காரியஸ்தர்கள் அதைத் தேடலாயினர்.

“தவசிப் பிள்ளைகளை விசாரிக்கச் சொல்லவேண்டும். இந்த மடத்தில் இந்த மாதிரி நடப்பதென்றால் ஆதீனத்துக்கே குறை வல்லவா?” என்றார் பன்னிருகைத் தம்பிரான்.

“ஒவ்வொரு பயலாகக் கூப்பிட்டு விசாரிக்க வேண்டும். திருடினவன் லேசில் சொல்ல மாட்டான். கட்டிவைத்து அடிக்க வேண்டும்” என்று சொன்னார் குமாரசாமித் தம்பிரான்.

அங்கே இருந்த முத்துசாமி ஓதுவார் அவர்களுடைய பேச்சு இன்ன விஷயத்தைப் பற்றியதென்பதை அறிந்து, “இது தெரிந்து சந்நிதானம் கூட மிகவும் கவலையோடிருக்கிறது. இவ்வளவு துணி வான காரியத்தைச் செய்தவன் யாராயிருப்பான்? அங்கங்கே எல்லோரும் விசாரித்துக் கொண்டிருக்கிறார்கள்” என்று சொல்லி அச்சம்பாஷணையில் கலந்தனர்.

அவர்கள் மூவரும் பேசிய சப்தத்தால் என் தூக்கம் கலைந்தது. நன்றாகத் தூங்கின எனக்குச் சிறிது விழிப்பு உண்டாயிற்று. கண்ணைத் திறவாமல் மறுபடியும் தூக்கத்தை எதிர்பார்த்துப் படுத்த வண்ணமே இருந்தேன். அப்போது அங்கே வந்த வேறொரு மனிதர், “இங்கே வந்திருக்கும் புதிய மனிதர்களையும் விசாரிக்க வேண்டும்” என்றார்.

“புதிய மனிதர்கள் யார் இருக்கிறார்கள்? எல்லாம் பழைய பெருச்சாளிகளே. அவர்கள் வேலையாகத்தான் இருக்கும் இது” என்றார் குமாரசாமித் தம்பிரான் “அப்படிச் சொல்லலாமா? இந்த ஐயர் புதியவர் அல்லவா? இவர் எடுத்திருக்க மாட்டாரா?” என்று அந்த மனிதர் சொன்னார்.

அந்த வார்த்தை என் காதில் விழுந்ததோ இல்லையோ எனக்கு நடுக்கமெடுத்தது. அரை குறையாக இருந்த தூக்க மயக்கம் எங்கேயோ பறந்து போயிற்று.

“ஐயோ! ஒரு பாவமும் அறியாத நம்மைச் சந்தேகிக்கிறார்களே! திருட்டுப் பட்டம் கட்டிக் கொள்ளவா இவர்களுடன் பழகுகிறோம்! எதற்காக நாம் இங்கே வந்தோம்!” என்றெல்லாம் என் மனம் சிந்திக்கத் தொடங்கியது.

“என்ன சொன்னாய்? அடபாவி! அந்த வார்த்தையை மறுபடி சொல்ல வேண்டாம்” என்று பன்னிருகைத் தம்பிரான் அம்மனி தரை நோக்கிச் சொன்னார்.

குமாரசாமித் தம்பிரானோ மிக்க கோபக் குறிப்புடன், “உம்மை யாரையா கேட்டார்? மனிதர்களுடைய தராதரம் லவலேசமும் தெரியாத நீர் அபிப்பிராயம் சொல்ல வந்து விட்டீரே! வந்த வழியைப் பார்த்துக்கொண்டு போம். இனி இங்கே நிற்க வேண்டாம்” என்று கடுமையாகக் கூறினார்.

ஓதுவார், “ஐயா, அவரைச் சொன்னால் நாக்கு அழுகிப்போம். இருந்திருந்து பரம சாதுவாகிய அவரைச் சொல்ல உமக்கு எப்படி ஐயா மனம் வந்தது!” என்றார். அம் மனிதர் ஒன்றும் சொல்ல மாட்டாமல் எழுந்து போய் விட்டார்.

## அபய வார்த்தை

அந்த மூவர் வார்த்தைகளையும் நான் கேட்டேன். “நல்ல வேளை, பிழைத்தோம்” என்ற ஆறுதல் எனக்கு உண்டாயிற்று. உடனே எழுந்தேன். “இவ்வளவு நேரம் என்னைப் பற்றி நடந்த சம்பாஷணையைக் கவனித்தேன். எனக்கு முதலில் உண்டான சங்கடத்தை நீங்கள் நீக்கி விட்டீர்கள். என் உள்ளம் பதறிவிட்டது. இப்போது தான் என் மனம் அமைதியை அடைந்தது. என்னை ஒரு பெரிய அபவாதத்திலிருந்து காப்பாற்றினீர்கள்” என்று அவர்களை நோக்கிக் கூறினேன். அப்படிப் பேசும்போது எனக்கு ஒரு விதமான படபடப்பு இருந்தது. அதைக் கவனித்த பன்னிருகைத் தம்பிரான், “நீங்கள் ஏன் கவலைப்படவேண்டும்? நாங்கள் எதையும் நம்பிவிடுவோமா? எந்தக் காலத்தும் உங்களுக்கு ஒரு குறைவு வரும்படி செய்ய மாட்டோம். வந்த மனுஷ்யன் ஏதோ அசட்டுத் தனமாய்ச் சொன்னானென்று நினைக்க வேண்டும். அதை மறந்து விடுங்கள்” என்று சொல்லி என்னைத் தேற்றினார். “இந்த அபய வார்த்தைகளை நான் ஒரு போதும் மறவேன்” என்று கூறினேன்.

## கண்டி அகப்பட்டது

எங்கே பார்த்தாலும் இந்தக் களவைப்பற்றிய பேச்சாகவே இருந்தது. மறுநாட் காலையில் பத்து மணிக்கு மடத்தின் ஒரு பக்கத்தில் பன்னிருகைத் தம்பிரான் சிலரோடு பேசிக் கொண்டிருந்தார். அப்போது திடீரென்று குளப்புரையிலிருந்து ஒரு வேலைக்காரன் மிகவும் வேகமாக ஓடிவந்து தம்பிரானிடம் அந்தக் கண்டியைக் கொடுத்து, “சாமீ, இன்று காலையில் நான் எல்லா இடங்களையும் பெருக்கிக் கொண்டிருந்தேன். படித்துறைச் சுவரின் மாடமொன்றில் உள்ள விநாயகருக்குப் பின்னே ஏதோ பளிச்சென்று தெரிந்தது. உடனே கவனித்தேன். இந்தக் கண்டி அகப்பட்டது” என்று சொன்னான்.

அதை வாங்கிக் கொண்டு பன்னிருகைத் தம்பிரான் மிகவும் மகிழ்ச்சி அடைந்து, "நேற்று நான் அனுஷ்டானத்துக்குப் போகை யில் அங்கே இதை மாடத்தில் வைத்து விட்டுத் தோட்டத்துக்குப் போனேன். அப்போது திடீரென்று ஒரு சேவகன், "சந்நிதானம் அவசரமாக அழைக்கிறது" என்று குடல்தெறிக்க ஓடிவந்து சொன் னான். என்னவோ ஏதோ என்று நானும் மிகவும் வேகமாக வேறொன்றையும் கவனியாமல் சந்நிதானத்திடம் போனேன். சந் நிதானம் ஒரு முக்கியமான விஷயத்தைப்பற்றிக் கட்டளையிட்டது. சில நேரம் அதே கவலையாக இருந்தேன். கண்டியைப் பற்றிய ஞாபகமே எனக்கு உண்டாகவில்லை. சிறிது நேரம் பொறுத்தே அந்த ஞாபகம் வந்தது. பல தடவை யோசித்துப் பார்த்தும் வைத்த இடம் ஞாபகத்துக்கு வரவில்லை. நான் வைத்த இடத்தைவிட்டு மற்ற இடங்களிலெல்லாம் தேடினேன். பிறரையும் தேடச் செய்தேன் அகப்படவில்லை. எப்படியோ இது சந்நிதானத்துக்கும் தெரிந்து விட்டது. வயசு ஆக ஆக மறதி உண்டாகிறது. அனாவசியமாகப் பலருக்குக் கவலை ஏற்பட்டது. பாவம்? சாமிநாதையர் மிக்க சஞ்ச லத்தை அடைந்து விட்டார்" என்று எல்லோரிடமும் சொன்ன தோடு, உடனே எனக்கும் அதைப்பற்றிச் சொல்லி அனுப்பினார். இச்செய்தி காதில் விழுந்ததும் நான் விநாயகர் சந்நிதி சென்று வந்தனம் செய்தேன்.

### கோளால் வந்த துன்பம்

வேறொரு சமயம் என் ஆசிரியரிடம் யாரோ ஒருவர் சென்று என்னைப்பற்றிக் கோள் கூறினார். அதனால் பிள்ளையவர்கள் என்பால் சினங் கொள்ளலாயினர். யாரிடமேனும் கோபங் கொண் டால் அவரிடம் பேசாமல் இருந்துவிடுவது ஆசிரியரது வழக்கம். என்னிடமும் அவ்வாறு இருக்கத் தொடங்கினார். மடத்திற் பாடம் நடக்கையில் படிப்பதும், ஆசிரியர் ஏதேனும் பாடல் சொன்னால் எழுதுவதுமாகிய வேலைகளையே நான் செய்து வந்தேன். நான் அருகில் இருக்கும்போது, "ஏடு எடுத்துக் கொள்ளும், எழுதும்" என்று சொல்ல மாட்டார். படுத்துக் கொண்டே ஏதேனும் ஒரு பாடலின் முதல் அடியை ஆரம்பிப்பார். அது புதுப் பாடலாக இருந்தால் அதனை எழுத வேண்டுமென்பது அவர் குறிப்பென்று நான் அறிந்து, ஏட்டையும் எழுத்தாணியையும் எடுத்து எழுதத் தொடங்குவேன். அவர் சொல்லிக் கொண்டே போவார். நிறுத்த வேண்டுமானால் சரியென்பார். அந்தக் குறிப்பை அறிந்து நான் நிறுத்தி விடுவேன்.

தனியே பாடங் கேட்பதும் பேசுவதும் இன்றி இந்நிலையில் சில நாள் நான் இருந்து வந்தது என் மனத்தை மிகவும் உறுத்தியது. இதை வேறு யாரிடமும் தெரிவிக்கவில்லை; உள்ளத்துள்ளே நான் மறுகினேன்.

அப்போது மாயூரத்தில் வசந்தோத்ஸவம் நடந்தது. அந்த உத்ஸவ தரிசனத்துக்குச் சுப்பிரமணிய தேசிகர் ஒருநாள் திருக் கூட்டத்துடனும் பரிவாரங்களுடனும் சென்றார். ஆசிரியரும் சென்றார். அவருடன் நானும் சில மாணாக்கர்களும் சென்றோம். மாலையில் மாயூரம் போய்ச் சேர்ந்தோம். சுப்பிரமணிய தேசிகர் பரிவாரங்களுடன் ஸ்ரீ மாயூரநாதராலயத்திற்குப் போய்த் தரிசனம் செய்து பிறகு மடத்துக்கு வந்தார். வருங்காலத்தில் என்னை ஒரு காரியஸ்தரோடு அனுப்பி ஆகாரம் செய்து வரும்படி சொன்னார். இவ் விஷயம் பிள்ளையவர்களுக்குத் தெரியாது. அவர் தம் வீட்டில் தங்கியிருந்தார்.

நான் போஜனம் செய்துவிட்டுப் பிள்ளையவர்கள் வீட்டுக்கு வந்து திண்ணையில் இருந்தேன். அப்போது மடத்தில் பந்தி நடந் தமையால் அங்கே ஆகாரம் செய்து கொள்ளப் பிள்ளையவர்கள் போயிருந்தார்.

### ஆச்சரிய நிகழ்ச்சி

மடத்தில் பந்தி நடைபெறும் பொழுது சுப்பிரமணிய தேசிகரும் அங்கே போய் உணவு கொள்வார். அப்பந்தியில் தம்பிரான்களும் சைவர்களாகிய வெள்ளை வேஷ்டிக்காரர்களும் தனித்தனியே வரிசையாக இருந்து புசிப்பார்கள். வெள்ளை வேஷ்டிக்காரர்கள் வரிசையில் முதல் இடம் பிள்ளையவர்களுக்கு உரியது. வழக்கம் போல் ஆசிரியர் அவ்விடத்தில் அமர்ந்தபோது அவர் எப்பொழுதும் இருப்பதைப் போன்ற தெளிவோடு இல்லை. ஏதோ ஒரு கவலை அவர் முகத்தில் தோற்றியது. போஜனம் செய்யும் பொருட்டு ஆசனத்தில் அமர்ந்தவர் திடீரென்று எழுந்தார். அவ்வாறு யாரும் செய்யத் துணியார். சம்பிரதாயத்தை நன்கு அறிந்த பிள்ளையவர்கள் அப்படி எழுந்திருந்ததைக் கண்டு யாவரும் பிரமித்துப் போனார்கள். சுப்பிரமணிய தேசிகர் அவருக்கு ஏதோ கவலை இருப்பதை அறிந்து ஒருவர் மூலம் விசாரித்தார். "சாமிநாதையர் என்னுடன் வந்தார். அவர் ஆகாரம் செய்வதற்கு ஒன்றும் ஏற்பாடு செய்யாமல் வந்து விட்டேன். பட்டினியாக இருப்பாரே என்று எண்ணி விசாரித்து வருவதற்காக எழுந்தேன்" என்று அவர் சொன்னதைக் கேட்ட தேசிகர், "அவரை ஒரு காரியஸ்தரோடு ஆகாரம் செய்ய அனுப்பியிருக்கிறோம். இதற்குள் அவர் போஜனம் செய்து வந்திருப்பார்" என்றார்.

### 'அன்புக்கும் உண்டோ அடைக்கும் தாழ்?'

ஆசிரியர் ஒருவாறு ஆறுதலுற்றார். ஆனாலும் அவர் மனம் சமாதானம் அடையவில்லை. உணவிலே மனம் செல்லாமல் போஜ னம் செய்பவர் போலப் பாவனை செய்து இருந்துவிட்டு யாவரும் எழுவதற்கு முன்பே எழுந்து கையைச் சுத்தி செய்து கொள்ளாமலே

வேகமாக மடத்திற்கு அடுத்ததாகிய தம் வீடு நோக்கி வந்தார். அவர் வேகமாக வருவதைக் கண்டு திண்ணையில் இருந்த நான் எழுந்து நின்றேன்.

நான் இருந்த இடத்தில் தீபம் இல்லாமையால் அவர் என் சமீபத்தில் வந்து முகத்தை உற்று நோக்கி, "சாமிநாதையரா? ஆகாரம் செய்தாயிற்றா?" என்று கேட்டார், "ஆயிற்று" என்று சொன்னதைக் கேட்ட பிறகே அவர் மனம் சமாதானம் அடைந்தது. உள்ளே சென்று கையைச் சுத்தம் செய்துகொண்டு தீபம் கொணர்ந்து வைக்கச் சொன்னார்.

பிறகு என்னுடன் மிக்க அன்போடு பேசத் தொடங்கினார். அவர் அவ்வளவு வேகமாக வந்ததும், என் முகத்தைக் கூர்ந்து கவனித்ததும், சில தினங்களாகப் பேசாதவர் அவ்வளவு அன்போடு பேசியதும் எனக்குக் கனவு நிகழ்ச்சிகளைப் போல இருந்தன.

சிறிது நேரத்திற்குப் பிறகு மடத்திலே இருந்து சிலர் வந்து என்னைக் கண்டு, "ஐயாவுக்கு உம்மிடத்திலே உள்ள அன்பை இன்று நாங்கள் அறிந்து கொண்டோம். உம்முடைய பாக்கியமே பாக்கியம்" என்று கூறி அங்கே நிகழ்ந்தவற்றைச் சொன்னபோது எனக்கு எல்லாம் விளங்கின. சில நாட்களாகத் தாம் என்பால் காட்டி வந்த பராமுகத்துக்குத் தாமே பரிகாரம் தேடியவரைப் போல என் ஆசிரியர் விளங்கினார்.

அன்பை எவ்வளவு காலம் தடைப்படுத்த முடியும்? தடைப் படுத்தப்பட்ட அன்பு என்றாவது ஒரு நாள் மிக வேகமாக வெளிப் படத்தான் வேண்டும். அப்போது ஏற்படும் நிகழ்ச்சிகள் ஆச்சரிய மாகவே இருக்கும்.

# 49

## கலைமகள் திருக்கோயில்

மாயூரத்தில் வசந்தோத்ஸவம் ஆன பிறகு சுப்பிரமணிய தேசிகர் திருவாவடுதுறைக்குப் பரிவாரங்களுடன் திரும்பி வந்தனர். அவருடன் பிள்ளையவர்களும் நாங்களும் திருவாவடுதுறை வந்து சேர்ந்தோம். வழக்கப்படி மடத்திலே பாடங்கள் நடைபெற்று வந்தன.

### தேசிகரின் பொழுது போக்கு

சுப்பிரமணிய தேசிகர் காலை எழுந்தது முதல் இரவில் துயிலச் செல்லும் வரையிற் பாடம் சொல்வது, வித்துவான்களோடு சம்பா ஷணை செய்வது, மடத்திற்கு வருபவர்களுடைய குறைகளை விசா ரித்து வேண்டிய உதவிகளைச் செய்வது ஆகிய விஷயங்களிலே பெரும்பாலும் பொழுதைப் போக்கி வந்தார்.

## நீராடல்

ஒவ்வொரு நாளும் அதிகாலையில் அவர் எழுந்துவிடுவார். சில சமயங்களில் ஒரு முதிய தம்பிரான் வந்து அவரை எழுப்புவார். எழுந்தவுடன் ஐந்து மணியளவுக்குக் காவிரிக்கு நீராடச் செல்வார். மடத்திலிருந்து காவிரித்துறை அரை மைல் தூரம் இருக்கும். நடந்தே செல்வார். ஆசனப் பலகை, மடி வஸ்திரப் பெட்டி முதலிய வற்றுடன் தவசிப் பிள்ளைகளும், தம்பிரான்களும் உடன் செல்வார் கள். ஸ்நானம் செய்து திரும்பி வரும்போது, காவிரி சென்று ஸ்நான அனுஷ்டானாதிகளை முடித்துக் கொண்ட பிராமணர்களும் சைவர்களும் அவரைக் கண்டு பேசிக் கொண்டே உடன் வருவார் கள். காவிரிக்குச் செல்லும் பொருட்டு அமைக்கப் பெற்ற சாலை யின் இரு பக்கங்களிலும் மருத மரங்கள் வளர்ந்திருக்கும். அம் மருதமரச் சாலையில், தேசிகர் ஸ்நானம் செய்துவிட்டு வரும்போது அவருடன் சல்லாபம் செய்வதற்காகவே சிலர் காவிரித்துறையில் காத்திருப்பார்கள்.

## ஆலய தரிசனம்

வரும் வழியில் சமாதித் தோப்பு என்ற ஓரிடம் இருக்கிறது. அதைச் சார்ந்து திருவாவடுதுறை மடத்தில் தலைவர்களாக இருந்த பலருடைய சமாதிக் கோயில்கள் உள்ளன. அதற்கு முன்னே சிறிது தூரத்தில் சாலையின் ஓரமாக மறைஞான தேசிகர் என்ற பெரியா ரின் சமாதி இருக்கிறது. சுப்பிரமணிய தேசிகர் காவிரியிலிருந்து மடத்துக்கு வரும்போது அவ்விடத்தில் நின்று தரிசனம் செய்து விட்டு வருவார். அப்பால் சிவாலயத்துக்கு வந்து ஸ்வாமி தரிசனம் செய்து பிறகு மடத்திற்குச் செல்வார். செல்லும்போது ஆலயத்தின் கிழக்கு வாயிலிலுள்ள துணைவந்த விநாயகருக்குச் சில சிதர்த் தேங்காய்கள் உடைக்கப்படும்.

மடத்தில் முதலில் திருமாளிகைத் தேவரைத் தரிசித்து விட்டுப் பிறகு ஸ்ரீ நமச்சிவாய மூர்த்தி ஸந்நிதியில் வந்து தரிசிப்பார். அம் மூர்த்தியின் தோத்திரமாகிய ஸ்ரீ பஞ்சாட்சர தேசிகர் மாலை என்னும் பிரபந்தத்திலிருந்து பத்துப் பாடல்களை ஓதுவார்கள் முறையே சொல்வார்கள். ஒவ்வொரு பாடல் சொல்லி முடிந்ததும் ஒருமுறை தேசிகர் சாஷ்டாங்கமாக நமஸ்காரம் செய்வார். இவ்வாறு பத்து நமஸ்காரங்கள் செய்துவிட்டு அடியார்களுக்கு விபூதி அளிப்பார். பிறகு ஒடுக்கத்திற்குச் சென்று தம் ஆசனத்தில் அமர்வார். ஐந்து மணிக்கு முன்னரே எழுந்தவர் ஒடுக்கத்துக்கு வந்து அமரும்போது காலை மணி எட்டாகிவிடும்.

உடனே மடத்திலுள்ள தம்பிரான்களும் மற்ற அடியார்களும் தேசிகரைப் பணிந்து விபூதிப் பிரசாதம் பெற்றுக்கொள்வார்கள். பிறகு யாரேனும் யாசகர் வந்திருக்கிறாரா என்று தேசிகர் விசாரிப் பார்.

### தர்மச் செயல்

யாரேனும் தேசிகரிடம் பொருளுதவி பெறும் பொருட்டு வந்தால் அவர்கள் காலையிலே தேசிகரைப் பார்த்துத் தம் காரியத்தை நிறைவேற்றிக் கொள்வார்கள். தேசிகர் தம் ஆசனத்தில் அமர்ந்தவுடன் கவனிக்கும் முதற் காரியம், "யாசகர் வந்திருக்கிறார்களா?" என்ற ஆராய்ச்சிதான். யாரேனும் வராவிட்டால், "இன்று ஒருவரும் வரவில்லையே!" என்று சிறிது வருத்தத்தோடு சொல்வார். காலையில் அவர் எந்த உணவையும் உட்கொள்வதில்லை. முதலில் சைவசித்தாந்த சாஸ்திரங்களைப் பாடம் சொல்ல ஆரம்பிப்பார். சில தம்பிரான்கள் கேட்பார்கள்.

### வரிசை அறிதல்

சாஸ்திரங்களில் விற்பத்தி உள்ள வித்துவான் யாரேனும் வந்தால் அவரைப் பார்த்துப் பேசுவதிலும் அவர் என்ன என்ன விஷயங்களில் வல்லவர் என்பதை அறிந்து கொள்வதிலும் அவருக்கு அதிக விருப்பம் இருந்தது. வித்துவான்கள் வந்தால் மடத்து வேலைக்காரர்கள் உடனே தேசிகரிடம் தெரிவிப்பார்கள்.

கொலு மண்டபத்து வாயிலில் ஒரு காவற்காரன் இருப்பது வழக்கம். அக்காலத்தில் முத்தையன் என்ற ஒரு கிழவன் இருந்தான். சுப்பிரமணிய தேசிகரிடம் தொண்டு புரிந்து பழகிய அவன் அவருடைய இயல்புகளை நன்றாக அறிந்திருந்தான். யாராவது சாஸ்திரிகள் வந்தால் அவரிடம் மரியாதையாகப் பேசி அவர் இன்ன இன்ன விஷயங்களில் வல்லவர் என்பதை அறிந்து கொள்வான். பிறகு ஓரிடத்தில் அவரை அமரச் செய்து உள்ளே சென்று பண்டார சந்நிதிகளிடம் "ஒரு பிராமணர் வந்திருக்கிறார்" என்பான்.

"என்ன தெரிந்தவர்?" என்று தேசிகர் கேட்பார்.

"தர்க்கம் வருமாம்" என்றோ, "மீமாம்சை தெரிந்தவராம்" என்றோ, வேறுவிதமாகவோ அவன் பதில் சொல்வான்.

உடனே வித்துவான் உள்ளே செல்வதற்கு அனுமதி கிடைக்கும். அவர் சென்று தேசிகரோடு சம்பாஷணை செய்வார். பேசப் பேச வந்த வித்துவான், "நாம் ஒரு சிறந்த ரஸிக சிகாமணியோடு பேசுகிறோம்" என்பதை உணர்ந்து கொள்வார். வித்துவானுடைய திறமையை அறிந்து தேசிகரும் ஆனந்தமுறுவர். இவ்வாறு பேசிக் கொண்டிருக்கும்போதே, தேசிகர் வந்த வித்துவானுடைய தகுதியை அறிந்து விடுவார். அப்பால் அவருக்கு ஏற்றபடி சம்மானம் செய்வார். தம்முடைய திறமையை அறிந்து அளிக்கப் பெறும் அந்தச் சம்மானத்தை வித்துவான் மிக்க மகிழ்ச்சியோடு பெற்றுக் கொள்வார்.

"இங்கே சில காலம் தங்க வேண்டும்; அடிக்கடி வந்து போக வேண்டும்" என்று தேசிகர் சொல்வார். அவ்வார்த்தை உபசார

வார்த்தையன்று; உண்மையான அன்போடு கூறுவதாகவே இருக்கும். "இம்மாதிரி இடத்துக்கு வராமல் இருப்பது ஒரு குறை" என்ற எண்ணம் வித்துவானுக்கு உண்டாகிவிடும். அவர் அது முதல் திருவாவடுதுறை மடத்தைச் சார்ந்தவராகிவிடுவார். இவ்வாறு வருகிற வித்துவான்களுக்கு ஊக்கமும், பொருள் லாபமும் உண்டாவதோடு தேசிகருடைய அன்பினால் அவர்களுடைய கல்வியும் அபிவிருத்தியாகும். ஒரு துறையிலே வல்லார் ஒரு முறை வந்தால் அவருக்குத் தக்க சம்மானத்தைச் செய்யும்போது தேசிகர், "இன்னும் அதிகமான பழக்கத்தை அடைந்து வந்தால் அதிக சம்மானம் கிடைக்கும்" என்ற கருத்தைக் குறிப்பாகப் புலப்படுத்துவார். வித்துவானும் அடுத்த முறை வரும்போது முன் முறையைக் காட்டிலும் வித்தையிலே அதிக ஆற்றல் பெற்று வருவார். அதன் பயனாக அதிகமான சந்தோஷத்தையும் சம்மானத்தையும் அடைவார்.

பல ஸமஸ்தானங்களில் நூற்றுக்கணக்காகச் சம்மானம் பெறும் வித்துவான்களும் தேசிகரிடம் வந்து சல்லாபம் செய்து அவர் அளிக்கும் சம்மானத்தைப் பெறுவதில் ஒரு தனியான திருப்தியை அடைவார்கள். தேசிகர் அதிகமாகக் கொடுக்கும் பரிசு பதினைந்து ரூபாய்க்கு மேல் போகாது. குறைந்த பரிசு அரை ரூபாயாகும். ஆனாலும் அப்பரிசை மாத்திரம் அவர்கள் கருதி வருபவர்களல்லர்; வித்தையின் உயர்வையும், அதை உடையவர்களின் திறமையையும் அறிந்து பாராட்டிப் பேசும் தேசிகருடைய வரிசையறியும் குணத்தை அவர்கள் எல்லாவற்றிற்கும் மேலாக எண்ணியே வருவார்கள்.

மடத்திற்கு வரும் வித்துவான்கள் சில சமயங்களில் வாக்கியார்த்தம் நடத்துவார்கள். தாம் தேசிகரைப் பாராட்டி இயற்றிக் கொணர்ந்த சுலோகங்களையும் செய்யுட்களையும் சொல்லி விரிவாக உரை கூறுவார்கள். பல நூற்கருத்துக்களை எடுத்துச்சொல்வார்கள். இடையிடையே தேசிகர் சில சில விஷயங்களைக் கேட்பார். அக்கேள்வியிலிருந்தே தேசிகருடைய அறிவுத்திறமையை உணர்ந்து அவ்வித்துவான்கள் மகிழ்வார்கள். இப்படி வித்தியா விநோதத்திலும் தியாக விநோதத்திலும் தேசிகருடைய பொழுது போகும்.

## மடத்து நிர்வாகம்

மடத்துக் காரியங்களைக் கவனிப்பதற்கு நல்ல திறமையுள்ளவர்களைத் தேசிகர் நியமித்திருந்தார். பெரிய காறுபாறு, சின்னக் காறுபாறு, களஞ்சியம் முதலிய உத்தியோகங்களில் தம்பிரான்கள் பலர் நியமிக்கப் பெற்றிருந்தனர். உக்கிராணம், ராயஸம் முதலிய வேலைகளில் மற்றவர்களையும் நியமித்திருந்தார். மடத்தில் தினந்தோறும் நிகழவேண்டிய காரியங்கள் ஒழுங்காக ஒரு தவறும் இல்லாமல் காரியஸ்தர்களுடைய மேற்பார்வையின் கீழ் நடைபெறும். ஒவ்வொரு சிறு விஷயத்திலும் தாமே தலையிட்டுத் தம்

மனத்தையும் பிறர் மனத்தையும் குழப்பும் இயல்பு சுப்பிரமணிய தேசிகரிடம் இல்லை. ஏதேனும் விசேஷமான காரியமாக இருப்பின் கவனித்து இன்ன இன்னபடி நடக்க வேண்டுமென்று கட்டளை இடுவார். காறுபாறு முதலியோர் அக்கட்டளையைச் சிரமேல் தாங்கி ஒழுங்காக நிறைவேற்றுவார்கள். இம்முறையில் எல்லாம் நடந்து வந்தமையால் மடத்து நிர்வாக விஷயத்தில் கவலையடையாமல் வித்துவான்களுக்கிடையில் சிறந்த ரஸிகராகவும் இரவலர்களுக்கு இடையில் உயர்ந்த தாதாவாகவும் விளங்குவது அவருக்குச் சாத்தியமாயிற்று.

## தேசாந்தரிகள்

பதினொரு மணிக்குப் பூஜை செய்துவிட்டுப் பன்னிரண்டு மணிக்குச் சுப்பிரமணிய தேசிகர் அடியார்களோடு பந்தியில் பகற் போஜனம் செய்வார். பிறகு சிறிது நேரம் சிரம பரிகாரம் செய்து கொள்வார். அப்பால் மீண்டும் பாடம் சொல்வதும் மாணாக்கர்களோடு பேசுவதும் வித்துவான்களோடு சல்லாபம் செய்வதும் ஆகிய காரியங்களில் ஈடுபட்டிருப்பார். இரவில் இரண்டாங்கால பூஜை நடக்கும் சமயத்தில் சிவாலயத்துக்குச் செல்வார். அவருடன் தம்பிரான்களும் மற்றவர்களுமாக முப்பது நாற்பது பேர்கள் போவார்கள். தரிசனம் செய்து மடத்திற்குத் திரும்புகையில் ஆலயத்திலுள்ள நந்திக்கருகில் வந்து, "தேசாந்தரிகள் வந்திருக்கிறார்களா?" என்று பார்ப்பார். பிராமணர்கள் வந்திருந்தால் சத்திரத்தில் உணவு கொள்ளச் சொல்வார். அதிகப்படியானவர்கள் வந்திருந்தால் சத்திரத்திலுள்ள கிழவிக்குத் துணை செய்யச் சில சமையற்காரர்களை அனுப்பச் செய்வார். கோயிற் பிரசாதங்களையும் கொடுக்கச் செய்வது உண்டு. மற்றவர்களுக்கு மடத்திலே உணவளிக்க ஏற்பாடு நடக்கும். அபேக்ஷையுள்ளவர்களுக்கு மடத்திலிருந்து பாலும் பழமும் கொடுப்பதுண்டு.

## வடமொழி மாணாக்கர்கள்

திருவாவடுதுறைக்கு அருகில் உள்ள திருவாலங்காடு, திருக்கோடிகா முதலிய ஊர்களில் வடமொழியில் வல்ல வித்துவான்கள் வாழ்ந்து வந்தனர். அவர்கள் யாவரும் மடத்து வித்துவான்களே. அவர்களுக்கு மடத்திலிருந்து வருஷாசனம் அளித்து வந்தனர். அவ்வித்துவான்களிடத்திலே சாஸ்திரங்களைப் பாடம் கேட்பதற்காகப் பல மாணாக்கர்கள் வருவார்கள். திருநெல்வேலி, மதுரை, சேலம் முதலிய இடங்களிலிருந்து அவ்வாறு படிப்பதற்காக வந்தவர்கள் பலரோடு நான் பழகியிருக்கிறேன். அம்மாணாக்கர்களிற் சிலர் திருவாவடுதுறையிலுள்ள அன்னசத்திரத்திலே உணவுகொண்டு வித்துவான்கள் உள்ள இடத்திற்கு முற்பகலிலும் பிற்பகலிலும் சென்று பாடம் கேட்டு வருவார்கள். சிலர் அவ்விடங்களிலே

இருந்து சமையல் செய்து உண்டு வருவார்கள். அவர்களுக்கு வேண்டிய அரிசி முதலிய பொருள்கள் சுப்பிரமணிய தேசிகர் கட்டளையின்படி மடத்திலிருந்து அளிக்கப்பெறும்.

## சங்கீதம் பயில்வோர்

மடத்தைச் சேர்ந்த சங்கீத வித்துவான்களிடமும் நாதசுரக்காரர் களிடமும் சிலர் சங்கீதம் பழகி வந்தனர். அடிக்கடி மடத்திற்குச் சங்கீத வித்துவான்கள் வந்து வினிகை நடத்துவார்கள். அதனால் அம்மாணாக்கர்களுக்கு உண்டாகும் லாபம் அதிகம்.

## தமிழ் மாணாக்கர்கள்

பிள்ளையவர்களிடமும் தேசிகரிடமும் பல மாணாக்கர்கள் தமிழ்ப் பாடம் கேட்டு வந்தார்கள். அவர்களில் பிராமணர்கள், சைவர்கள், மற்ற வகுப்பினர்கள் முதலிய பல வகையினர் இருந்தனர். பிராமணர்கள் அன்னசத்திரத்தில் உண்டு வந்தார்கள். சைவப் பிள்ளைகள் மடத்திற் பந்தியிலே ஆகாரம் செய்து வந்தனர். மற்றவர்களுக்கும் தக்கபடி உணவுக்கு ஏற்பாடுகள் செய்யப் பெற்றி ருந்தன.

என்னோடு பிள்ளையவர்களிடம் தமிழ்ப் பாடம் கேட்டு வந் தவர்களில் சிலர் முதிய தம்பிரான்கள்; சிலர் குட்டித் தம்பிரான்கள். அண்ணாசாமி ஐயர், சாத்தனூர்ச் சுப்பிரமணிய ஐயர், கஞ்சனூர்ச் சாமிநாதையர் என்பவர்கள் பிராமண மாணாக்கர்களில் முக்கிய மானவர்கள். மேலகரம் சண்பகக் குற்றாலக் கவிராயர், விக்கிரம சிங்கபுரம் அனந்த கிருஷ்ண கவிராயர், மதுரைச் சாமிநாதபிள்ளை, முகவூர் அருணாசலக் கவிராயர், சந்திரசேகர முதலியார், பூமிநாத செட்டியார் முதலிய பலர் சைவர்கள். இராமகிருஷ்ண பிள்ளை யென்ற ஒருவர் இருந்தார். அவர் வைஷ்ணவ வேளாளர். இப்படிப் பல வகுப்பினரும் பல நிலையினருமாக மாணாக்கர்கள் இருப்பினும் யாவரும் ஒரு குடும்பத்தினரைப் போலவே பழகி வந்தோம். எல்லா மாணாக்கர்களிடத்தும் சுப்பிரமணிய தேசிகருக்கு உள்ள அன்புக்கு இணை வேறு ஒன்றும் இல்லை. மடத்திற் படிக்கும் மாணாக்கர் களுக்கு ஒரு குறைவும் வராமற் பாதுகாக்க வேண்டுமென்பது அவரது கட்டளை. அவருக்குக் கோபம் வருவது அரிது. அப்படி வருமானால் அதற்குத் தக்க காரணம் இருக்கும். மாணாக்கர்களில் யாருக்காவது குறை நேர்ந்தால் அதற்குக் காரணமானவரிடம் தேசிகருக்கு உண்டாகும் கோபம் மிகவும் கடுமையானது.

## சர்வ கலாசாலை

மடத்தின் விஷயம் ஒன்றும் தெரியாத அயல் நாட்டார் ஒருவர் வந்து பார்த்தால் அவ்விடம் ஒரு சர்வகலாசாலையோ என்று எண்ணும்படி இருந்தது அக்காலத்து நிலை. அங்கே

ஆடம்பரம் இல்லை; பெரிய விளம்பரங்கள் இல்லை; ஊரறியச் செய்யும் பிரசங்கங்கள் இல்லை; வேறு வேறாகப் பிரித்து வகுக்கும் பிரிவுகள் இல்லை. பொருள் இருந்தது; அதைத் தக்க வழியிலே உபயோகிக்கும் தாதா இருந்தார்; அவர் உள்ளத்திலே அன்பு நிறைந்திருந்தது; எல்லோரிடமும் ஒற்றுமை இருந்தது; கல்வி நிறைந்திருந்தது; வயிற்றுப் பசியையும் அறிவுப் பசியையும் போக்கி வாயுணவும் செவியுணவும் அளிக்கும் நித்தியோத்ஸவம் அங்கே நடந்து வந்தது.

அத்தகைய இடத்திலே கல்வி விளைந்து பெருகுவதற்குத் தடை என்ன? கலைமகள் களிநடம் புரியும் திருக்கோயிலாகவே அது விளங்கியது.

# 50

## மகா வைத்தியநாதையர்

ஒவ்வொரு நாளும் பிள்ளையவர்களிடம் பாடம் கேட்கும் நேரம் போக மற்ற நேரங்களிற் பழைய பாடங்களைச் சிந்தித்து வருவது மாணாக்கர்கள் வழக்கம். சில சமயம் நான் ஆசிரியர் சொல்லும் புதிய பாடல்களையும் கடிதங்களையும் எழுதுவேன்.

### தேசிகர் பாடம் சொல்லுதல்

அவகாசம் ஏற்படும்பொழுது சுப்பிரமணிய தேசிகர் தாமே சிலருக்குப் பாடம் சொல்லுவார். திருக்குறள் பரிமேலழகருரையில் அவருக்கு மிக்க விருப்பம் உண்டு. அதனையும், திருக்கோவையார் இலக்கண விளக்கம் என்னும் நூல்களையும் யாருக்கேனும் பாடம் சொல்லுவார். தேசிகர் இலக்கணச் செய்திகளை வரையறையாகச் சொல்வதும், உரிய இடங்களில் வடமொழிப் பிரயோகங்களையும் வடநூற் செய்திகளையும் சொல்லுவதும் மிகவும் இனிமையாக இருக்கும். சில குறிப்பிட்ட பாடங்களையே அவர் சொல்வார். ஆனால் அவற்றைத் திருத்தமாகச் சொல்வார். தமக்குப் புலப்படாத விஷயம் வந்தால், "பிள்ளையவர்களைக் கேட்க வேண்டும்" என்று வெளிப்படையாகச் சொல்வார்.

### மகா வைத்தியநாதையர் பட்டம் பெற்ற வரலாறு

சில நாட்களில் இரவில் பாடம் நடவாதபோது சுப்பிரமணிய தேசிகரிடம் நான் போவதுண்டு. அப்பொழுது பிள்ளையவர்கள் சொல்லும் பாடங்களைப் பற்றி விசாரிப்பார்; என்ன என்ன அரிய விஷயங்கள் சொன்னார்கள் என்பதைக் கேட்டறிந்து பாராட்டு வார். பல பழைய வரலாறுகளைச் சொல்லுவார். நான் சங்கீதத்திற் பயிற்சியுடையவன் என்பதை அறிந்தவராதலின் சங்கீத வித்துவான் களைப் பற்றிய பல செய்திகளைச் சொல்லுவார்.

ஒரு நாள், "மகா வைத்தியநாதரைத் தெரியுமோ?" என்று அவர் கேட்டார்.

"அவர்களைப் பற்றி நான் கேட்டிருக்கிறேன்; நேரே பார்த்ததில்லை" என்றேன்.

"நீர் அவசியம் பார்த்து அவருடன் பழகவேண்டும். இம்மடத்துக்கு வேண்டியவர்களுள் அவர் முக்கியமானவர். தமிழ் விஷயத்தில் பிள்ளையவர்கள் எப்படியோ அப்படியே சங்கீத விஷயத்தில் அவரைச் சொல்லவேண்டும். அவர் தமிழிலும் நல்ல பயிற்சியுள்ளவர். அவர் இங்கே அடிக்கடி வந்து நம்மை மகிழ்வித்துப் போவார்."

"அவர்களது சங்கீதத்தை இதுவரையில் கேளாமற் போனது என் துரதிர்ஷ்டமே" என்றேன்.

"அவரை முதலில் நாம் கல்லிடைக் குறிச்சியில் சின்னப் பட்டத்தில் இருந்தபோது பார்த்தோம். அப்பொழுது அவர் மிகவும் பால்யமாக இருந்தார். அப்போதே அவரிடத்தில் சங்கீதத் திறமை மிகுதியாக விளங்கியது. பெரிய வைத்தியநாதையர், சின்ன வைத்திய நாதையர் என்ற இரண்டு வித்துவான்களும் வேறு பலரும் வந்திருந்தனர். இவ்விடம் போலவே கல்லிடைக் குறிச்சியிலும் அடிக்கடி பல வித்துவான்கள் வந்து போவார்கள். ஒரு நாள் ஒரு மகாசபை கூட்டி இந்த மூன்று வைத்தியநாதையர்களையும் பாடச் சொன்னோம். மற்றவர்களைவிட மகா வைத்தியநாதையருடைய சக்திதான் சிறந்ததாக இருந்தது. இவ்விஷயத்தை அவரோடு போட்டியிட்ட வித்துவான்களே ஒப்புக்கொண்டனர். அந்த மகா சபையில் எல்லா வித்துவான்களுடைய சம்மதத்தின் மேல் அவருக்கு 'மஹா' என்ற பட்டம் அளிக்கப்பெற்றது. அதற்கு முன் வெறும் வைத்தியநாதையராக இருந்த அவரை அன்று முதல்தான் யாவரும் மஹா வைத்தியநாதையரென்று அழைத்து வரலாயினர்."

சுப்பிரமணிய தேசிகர் பின்னும் அச்சங்கீத வித்துவானுடைய பெருமைகளை எடுத்துக் கூறிவிட்டு, "மகா வைத்தியநாதையருடைய தமையனாராகிய இராமசுவாமி ஐயரென்பவர் தமிழிலே நல்ல அறிவுடையவர். செய்யுட்களும் கீர்த்தனங்களும் இயற்றுவார். பெரிய புராணம் முழுவதையும் கீர்த்தனங்களாகச் செய்திருக்கிறார். மகா வைத்தியநாதையருடைய தமிழறிவு விருத்தியாவதற்கு அவர் முக்கியமான காரணம்" என்றார்.

மகா வைத்தியநாதையரது பெருமையையும் அவரிடம் ஆதீனத் தலைவருக்கு இருந்த அன்பையும் நன்றாகத் தெரிந்து கொண்டது முதல் அப்பெரியாரைத் தரிசிக்க வேண்டுமென்ற விருப்பம் எனக்கு உண்டாயிற்று. அவர் தமிழிலும் நல்ல அறிவுள்ளவரென்று தெரிந்த போது என் விருப்பம் அதிகமாயிற்று. அது நிறைவேறும் காலம் வந்தது. ஒரு நாள் கோடக நல்லூர் **ஸ்ரீ சுந்தர சுவாமிகள்** என்னும் பெரியாருடன் அவர் மடத்திற்கு வந்தார்.

## சுந்தர சுவாமிகள்

சுந்தர சுவாமிகள் என்பவர் அதி வர்ணாசிரமம் பூண்ட ஒரு துறவி. வேதாந்த கிரந்தங்களிலும், சிவ புராணங்களிலும் தேர்ந்த அறிவுள்ளவர். சூதசம்ஹிதையை அங்கங்கே விரிவாகப் பிரசங்கம் செய்து பலருடைய உள்ளத்தில் சிவ பக்தியை விதைத்த பெரியார் அவர். திருவையாற்றோடு சார்ந்த ஸப்த ஸ்தான ஸ்தலங்கள் ஏழிலும் திருமழபாடியிலும் பல செல்வர்களைக் கொண்டு திருப்பணிகள் செய்வித்து அந்த எட்டு ஸ்தலங்களுக்கும் ஒரே நாளில் கும்பாபிஷேகம் நடத்த எண்ணிய அப்பெரியார் அதன் பொருட்டுத் தமிழ் நாட்டிலுள்ள சிவநேசச் செல்வர்களிடம் பொருளுதவி பெற்று வந்தனர்.

அவருடைய சிஷ்யர்கள் பலர். எல்லா வகுப்பினரிலும் அவருக்குச் சிஷ்யர்கள் உண்டு. மகா வைத்தியநாதையர் அவரிடம் மந்திரோபதேசம் பெற்றுச் சில வேதாந்த நூல்களையும் பாடம் கேட்டனர். திருநெல்வேலியில் ஐயாசாமிபிள்ளை என்னும் அன்பர் அவருடைய உபதேசம் பெற்று ஒரு மடம் கட்டிக் கொண்டு தத்துவ விசாரமும் ஞானசாதனமும் செய்து வாழ்ந்து வந்தார். தத்துவராயர் இயற்றிய பாடுதுறை முதலிய நூல்களில் ஆழ்ந்த பயிற்சியுள்ளவர் அவர்.

திருவாவடுதுறைக்குச் சுந்தர சுவாமிகள் வந்தது கும்பாபிஷேகத்திற்குப் பொருளுதவி பெறும் பொருட்டே. அவருடன் மகா வைத்தியநாதையர், திருநெல்வேலி ஐயாசாமி பிள்ளை முதலிய பலர் வந்தனர்.

பிள்ளையவர்களுக்கும் சுந்தர சுவாமிகளுக்கும் முன்பே பழக்கம் உண்டு. பிள்ளையவர்கள் தமிழில் சூதசம்ஹிதையை மொழி பெயர்த்து இயற்றியிருப்பது தெரிந்து அதிலுள்ள செய்யுட்களை மகா வைத்தியநாதையர் மூலமாகக் கேட்டு அதன் சுவையில் ஈடு பட்டுச் சுந்தர சுவாமிகள் பாராட்டுவார். வடமொழிச் சூதசம்ஹிதையில் நிரம்பிய ஞானமுள்ள அவருக்குத் தமிழ் நூலின் பெருமை நன்றாக வெளிப்பட்டது. அவர் தம்முடைய பிரசங்கங்களில் இடையிடையே தமிழ்ச் சூதசம்ஹிதையிலிருந்தும் சில செய்யுட்களைச் சொல்வதுண்டாம்.

சுவாமிகள் தம் பரிவாரத்துடன் ஓரிடத்தில் தங்கிச் சுப்பிரமணிய தேசிகரை எப்பொழுது பார்க்கலாம் என்று விசாரித்து வர ஒருவரை அனுப்பினார். அதற்குள் அவருடைய வரவை அறிந்த எங்கள் ஆசிரியர் அவர் இருந்த இடத்திற்கு வந்து அவரை வந்தனம் செய்தார்.

## சுவாமிகளும் தேசிகரும்

அப்பால் இருவரும் சைவ சம்பந்தமான அரிய விஷயங்களைப் பற்றி ஒருவரோடொருவர் சில நேரம் மிக அழகாகப் பேசிக்

கொண்டார்கள். எங்களுக்கு அச்சம்பாஷணையால் பல நூதன விஷயங்கள் தெரியலாயின.

சுப்பிரமணிய தேசிகர் தம் வரவை எதிர்பார்த்திருக்கிறார் என்றறிந்து சுவாமிகளும் பிறரும் எழுந்து சென்றார்கள். தேசிகர் ஒடுக்கத்தின் வாயிலுக்கு வந்து சுவாமிகளை வரவேற்று அழைத்துச் சென்று அவரை இருக்கச் செய்து தாமும் ஆசனத்தில் அமர்ந்தார். அவர் உத்தரவுப்படியே யாவரும் அருகில் இருந்தனர். அக்கூட்டத்தில் இருந்த நான் மகா வைத்தியநாதையர் முகத்தையும் சுந்தர சுவாமிகள் முகத்தையும் மாறி மாறிப் பார்த்துக்கொண்டே இருந்தேன்.

தேசிகரும் சுவாமிகளும் முதலில் முகமன் கூறிக் கொண்டு அப்பால் பல விஷயங்களைப் பற்றிப் பேசினர். தாம் வந்தகாரியத்தைச் சுவாமிகள் தெரிவித்தார். தேசிகர் உசிதமான பொருளுதவி செய்வதாக வாக்களித்தார்.

### என் ஆவல்

மகா வைத்தியநாதையரைப் பார்ப்பதே எனக்கு மிகவும் ஆனந்தமாக இருந்தது. அவர் முகத்திலே இருந்த ஒளியும் அமைதியும் அவர் உள்ளத்தின் இயல்பை விளக்கின. அத்தோற்றத்தினால் மட்டும் என் ஆவல் அடங்கவில்லை. அவர் இடையிடையே பேசின மெல்லிய வார்த்தைகளிலே இனிமை இருந்தது. அந்த இனிமையும் என் மனத்தைக் கவர்ந்தது. ஆனால் அவ்வார்த்தைகளாலும் என் ஆவல் அடங்கவில்லை. வைத்தியநாதையராக இருந்த அவர் எதனால் மகா வைத்தியநாதையர் ஆனாரோ அச்சங்கீதத்தைக் கேட்க வேண்டுமென்ற ஆசை எனக்கு அதிகரித்தது. 'இவர் வந்திருக்கிற காரியமோ வேறு. இக்கூட்டத்தில் ஒரு சம்பந்தமும் இல்லாமல் நமது ஆவலை நிறைவேற்றுவதற்காக இவர் பாடுவது சாத்தியமாகுமா? நமக்கு இவ்வளவு ஆசை இருப்பது இவருக்குத் தெரிவதற்குத்தான் சந்தர்ப்பம் உண்டா?... எப்படி யாவது ஒரு பாட்டைக் கேட்டால் போதுமே... ஒரு பாட்டானால் என்ன? நூறு பாட்டானால் என்ன? அதற்கு இதுவா சமயம்?' என்று என் மனத்துக்குள்ளே ஆட்சேப சமாதானங்கள் எழுந்தன. இந்த யோசனையிலே சுந்தர சுவாமிகளும் தேசிகரும் என்ன பேசினார்கள் என்பதைக் கூட நான் நன்றாகக் கவனிக்கவில்லை.

திடீரென்று எனக்கு ஆச்சரியம் உண்டாகும்படி சுப்பிரமணிய தேசிகர் பேசத் தொடங்கினார்: "உங்களுடைய சங்கீதத்தைக் கேட்க வேண்டுமென்று இங்கே படிக்கும் மாணாக்கர்கள் சிலர் ஆசைப்படுகிறார்கள். பிள்ளையவர்கள் வாக்கிலிருந்து சில பாடல்களைச் சொன்னால் திருப்தியாக இருக்கும்" என்று அவர் மகா வைத்தியநாதையரை நோக்கிக் கூறிய போது, நான் என் காதுகளையே நம்பவில்லை. 'நாம் கனவு காண்கிறோமோ?

நம்முடைய யோசனையினால் விளைந்த பகற் கனவா இது?' என்று கூட நினைத்தேன் நல்லவேளை, அது வாஸ்தவமாகவே இருந்தது.

## தேவகானம்

"அதற்கென்ன தடை? காத்திருக்கிறேன்" என்று சொல்லி மகா வைத்தியநாதையர் பாட ஆரம்பித்து விட்டார். தேவகானமென்று சொல்வார்களே அச்சங்கீதம் அப்படித்தான் இருக்குமோவென்று எனக்குத் தோற்றியது. முதலில் தமிழ்ச் சூதசங்கிதையிலிருந்து சில செய்யுட்களைச் சொல்லத் தொடங்கினார். தமிழ்ச் செய்யுளாக இருப்பதனாலே முதலில் அவை மனத்தைக் கவர்ந்தன. பிள்ளையவர்கள் வாக்கென்ற பெருமையும் அவைகளுக்கு இருந்தது. மகா வைத்தியநாதையருடைய இன்னிசையும் சேர்ந்து அப்பாடல்களுக்கு என்றுமில்லாத அழகைக் கொடுத்தது. அந்த இன்னிசை முதலில் இந்த உலகத்தை மறக்கச் செய்தது. பாவத்தோடு அவர் பாடுகையில் ஒவ்வொரு வார்த்தையும் உள்ளத்துள்ளே படிந்து படிந்து ஒரு பெரிய காட்சியை நிர்மாணம் செய்து வந்தது.

சூதசங்கிதையில் கைலாஸத்தில் சிவபெருமான் எழுந்தருளி யிருக்கும் காட்சியை வருணிக்கும் செய்யுட்கள் அவை. வெறும் பாடல்களை மாத்திரம் படித்தபோதும் எங்களுக்கு உள்ளத்துள்ளே காட்சிகள் எழும். புறத்தே உள்ள பார்வையும் இருக்கும். ஆனால் அப்பாடல்கள் இசையோடு கலந்து வந்தபோதோ எல்லாம் மறந்து போயின. அப்பாட்டு எப்படிச் சுருதியிலே லயித்து நின்றதோ அப்படி எங்கள் மனம் அப்பாட்டின் பாவத்திலே லயித்து நின்றது. ஒரு பாடலைக் கூறி நிறுத்தும் போதுதான் அவர் பாடுகிறார், நாம் கேட்கிறோம் என்ற வேற்றுமை உணர்ச்சி உண்டாயிற்று.

பாடல்களைக் கூறிவிட்டுப் பிறகு பொருளும் சொன்னார். பாடல் சொல்லும்போதே பொருள் தெரிந்து விட்டது.

பாட ஆரம்பித்துவிட்டால் அதை நிறுத்திவிட மனம் வருமா? கேட்பவர்களுக்குப் போதுமென்ற திருப்திதான் உண்டாகுமா? சூத சங்கிதையிலிருந்து அப்பெரியாருடைய இசை வெள்ளம் வேறு மடைகளிலே திரும்பியது. பிள்ளையவர்கள் வாக்காகவுள்ள வேறு பல பாடல்களை அவர் இசையுடன் சொன்னார்.

பிறகு சுப்பிரமணிய தேசிகர், "உங்கள் தமையனார் வாக்காகிய பெரிய புராணக் கீர்த்தனையிலிருந்து சில கீர்த்தனங்கள் பாட வேண்டும்" என்றார். வைத்தியநாதையரிடத்திலுள்ள 'சரக்கு' இன்னதென்று தேசிகருக்கு நன்றாகத் தெரியும். அவர் ஒவ்வொன் றாகக் கேட்டுக் கொண்டே வர அந்தச் சங்கீத சிகாமணி தடை யின்றிப் பாடி வந்தார்.

அவர் கீர்த்தனங்களைப் பாடும்போது பிடில், மிருதங்கம் முதலிய பக்க வாத்தியங்கள் இல்லை. அக்காரணத்தால் அவர்

இசைக்குக் குறைவு இருந்ததாக எனக்குத் தோற்றவில்லை. அவர் கையினால் மெல்லத் தாளம் போட்டுப் பாடியபோது ஒவ்வொரு வருடைய இருதயமும் அப்பாட்டோடு ஒன்றிப் பக்கவாத்தியம் வாசித்ததென்றுதான் சொல்ல வேண்டும்.

## இணையற்ற இன்பம்

அதுவரையில் அடைந்திராத இன்பத்தை அன்று அடைந் தேன். 'இவர்களுடனே போய் இருந்து சங்கீத அப்பியாசம் செய்ய லாமா?' என்ற ஆசைகூட இடையே தோற்றியது. ஒருவாறு மகா வைத்தியநாதையரது கான மழை நின்றது. சுந்தர சுவாமிகள் விடை பெற்றுக் கொண்டனர். அவரோடு மகா வைத்தியநாதையரும் பிறரும் விடை பெற்று எழுந்தனர். அவர்கள் யாவரும் மடத்தில் அவரவர்களுக்குரிய இடத்தில் விருந்துண்டு பிற்பகலில் திருவை யாற்றுக்குப் புறப்பட்டுச் சென்றனர்.

அன்று பிற்பகலில் சுப்பிரமணிய தேசிகரை நான் பார்த்த போது, "காலையில் மகா வைத்தியநாதையர் பாட்டைக் கேட்டீரா?" என்று அவர் கேட்டார். "இந்த மாதிரி சங்கீதத்தை இதுவரை நான் கேட்டதே இல்லை. அவர்களுடைய சாரீரம் எல்லோருக்கும் அமையாது. வெறும் சாதகத்தால்மட்டும் வந்ததன்று அது" என்றேன்.

"சாதகம் மாத்திரம் போதாதென்பது உண்மைதான். அவர் நல்ல சிவபக்தர். சிவகிருபை அவருக்கு நல்ல சாரீரத்தை அளித் திருக்கிறது. அவர் செய்துவரும் அப்பியாசம் அந்தச் சாரீரத்திற்கு வளப்பத்தைத் தருகிறது. எல்லாவற்றிற்கும் மேலாக அவரது தூய்மையான ஒழுக்கம் அந்தத் திவ்விய சாரீரத்தின் அழகு கெடாமல் பாதுகாக்கிறது" என்று சொல்லி விட்டு, "அவர் தமிழறிவும் உமக்குப் புலப்பட்டிருக்குமே!" என்றார்.

"ஆம், அவர் பாடல் சொல்லும்போதே பொருள் தெளிவா கிறது" என்றேன்.

# 51

## சிதம்பரம்பிள்ளையின் கலியாணம்

திருவாவடுதுறையில் இரண்டு பிரிவாக நடைபெற்று வந்த பாடங்களில் சின்ன வகைக்குரிய பாடம் பழனிக்குமாரத் தம்பிரான், ஆறுமுகத்தம்பிரான் முதலியவர்கள் விரும்பியபடி சில தினங்களுக்குப் பிறகு காலையிலே நடைபெற ஆரம்பித்தது. குமாரசாமித் தம்பிரானும் நானும் கேட்டு வந்த பாடம் பிற்பகலிலும் முன் இரவிலும் நடந்தது. அப்பாடத்தில் திருநாகைக் காரோணப் புராணம் முடிந்தவுடன் காசி காண்டத்தையும்

பிரமோத்தர காண்டத்தையும் நாங்கள் படித்தோம். அப்பால் கந்த புராணம் ஆரம்பிக்கப்பட்டது. பாடம் மிகவும் வேகமாக நடந்தது. அப்போது கண்ணப்பத் தம்பிரானென்பவரும் கும்பகோணம் வைத்தியநாத தேசிகரென்பவரும் உடனிருந்து பாடம் கேட்டு வந்தனர். அவ்விருவரும் இசையில் வல்லவர்கள்.

## குமாரபுரிப் படலம்

கந்தபுராணத்தின் முதற் காண்டத்தில் குமாரபுரிப் படல மென்ற ஒரு பகுதி உள்ளது. அதில் முருகக் கடவுள் சேய்ஞலூரை உண்டாக்கி அங்கே தங்கியிருந்தாரென்ற செய்தி வருகிறது. சண்டேசுவரர் அவதரித்த ஸ்தலமும் அதுவே.

முருகக் கடவுள் அங்கே எழுந்தருளியிருந்தபோது அவரோடு வந்த தேவர்களும் இந்திரனும் தங்கியிருந்தார்கள். இந்திரன் இந்தி ராணியைப் பிரிந்து வந்து வருத்தத்தை ஆற்ற மாட்டாமல் இரவெல் லாம் தூங்காமல் புலம்பினானென்று கவிஞர் வருணிக்கின்றார். அப்பகுதி விரிவாகவும் இந்திரனது மயல்நோயின் மிகுதியைத் தெரிவிப்பதாகவும் அமைந்துள்ளது.

## சாமிநாத பிள்ளை

சில காலத்திற்குப் பின்பு திருநெல்வேலி ஜில்லாவிலுள்ள வண் டானமென்னும் ஊரிலிருந்து சாமிநாத பிள்ளையென்பவர் மடத்தில் தமிழ் படிப்பதற்காக வந்தார். ஓரளவு பயிற்சியுள்ளவர்களுக்கு என் ஆசிரியரும் சுப்பிரமணிய தேசிகரும் பாடம் சொல்வார்கள். நூதனமாக வந்தவர்களுக்குப் பழைய மாணாக்கர்கள் சிலர் பாடம் சொல்வதுண்டு. முக்கியமாகக் குமாரசாமித் தம்பிரானும் நானும் அவ்வாறு சொல்லுவோம்.

சாமிநாத பிள்ளை குமாரசாமித் தம்பிரானுக்குப் பூர்வாசிரமத் தில் உறவினர். அவர் அத்தம்பிரானிடம் பாடம் கேட்டு வந்தார். ஒரு நாள் இரவு பத்து மணி வரையில் அம்மாணாக்கர் தம்பிரானி டம் பாடம் கேட்டனர். பிறகு தம்பிரான் சயனித்துக் கொண்டார். நானும் அங்கே ஓரிடத்திற் படுத்துத் துயின்றேன்.

## 'சேய்ஞலூர் இந்திரன்'

குமாரசாமித் தம்பிரான் நள்ளிரவில் பன்னிரண்டு மணிக்கு எழுந்து பார்த்தபோது, சாமிநாதபிள்ளை படுத்து உறங்காமலே தூணில் சாய்ந்தபடியே இருந்தார். 'இவர் ஏன் இப்படி இருக்கிறார்?' என்று எண்ணினார். "ஏதோ யோசித்துக் கொண்டிருப்பதாகத் தோற்றுகிறது. நாம் இப்போது கலைக்க வேண்டாம்" என்ற கருத் தோடு தம்பிரான் மீட்டும் படுத்தனர். அப்பால் சிறிது நேரங்கழித்து விழித்துப் பார்த்தபோதும் அம்மாணாக்கர் முன்பு இருந்த படியே இருந்தார். அன்று இரவு இப்படி நான்கு முறை விழித்துப் பார்த்த

போதும் அவர் அந்நிலையில் இருந்ததைக் கவனித்த தம்பிரான், "இவர் ஏதோ மன வருத்தத்தால் இம்மாதிரி இருக்கிறார் போலும்! அவ்வருத்தத்துக்குக் காரணம் இன்னதென்று தெரிந்து நீக்க வேண்டும்" என்று முடிவு செய்தனர்.

தம்பிரான் தினந்தோறும் காலையில் ஐந்து மணிக்கே எழுந்து காவிரிக்கு ஸ்நானம் செய்யப் போவார். அப்படி அன்று காலையில் எழுந்தபோதும் சாமிநாதபிள்ளை தூணிற் சாய்ந்தபடியே இருந்ததைப் பார்த்து, "ராத்திரி முழுவதும் குத்த வச்சுக் கொண்டிருந்தீரே! காரணம் என்ன? என்ன துக்கம் வந்துவிட்டது?" என்று கேட்டார்.

அவர் ஏதோ கனவிலிருந்து திடீரென்று தெளிந்தவரைப்போல எழுந்து, "அவளைத்தான் நினைத்துக்கொண்டிருந்தேன்" என்றார்.

அம்மாணாக்கர் கலியாணம் ஆனவர். தம் மனைவியைப் பிரிந்து வந்தவர். அந்த விஷயம் தம்பிரானுக்குத் தெரியுமாதலின் சாமிநாதபிள்ளையின் வருத்தத்திற்குரிய காரணத்தையும் தெரிந்து கொண்டார்.

நான் எழுந்தவுடன் தம்பிரான் என்னைப் பார்த்துச் சிரித்த படியே, "சேய்ஞலூர் இந்திரன் இங்கே இருக்கிறானே, தெரியுமா?" என்று கேட்டார். எனக்கு ஒன்றும் விளங்கவில்லை.

"கந்த புராணத்தில் குமாரபுரிப் படலத்தில் இந்திரன் இரவெல்லாம் தூங்காமல் வருந்தியதாகச் சொல்லப்பட்டுள்ள விஷயம் ஞாபகம் இருக்கிறதோ?"

"ஞாபகம் இல்லாமல் என்ன? ஐயா அவர்கள், காவியங்களில் அத்தகைய செய்திகள் வருமென்று சொன்னார்களே" என்றேன்.

"அதைப்பற்றி நான் சொல்ல வரவில்லை. சேய்ஞலூரில் தூங்காமல் இந்திராணியை நினைத்துக் கொண்டிருந்த இந்திரன் இப்போது சாமிநாத பிள்ளையாக அவதரித்து வந்திருக்கிறான்" என்று சொல்லிச் சிரித்தபடியே அம்மாணாக்கரைப் பார்த்தார். அவர் தம் முகத்தைக் கவிழ்த்துக் கொண்டார்.

பிறகு குமாரசாமித் தம்பிரான் எனக்கு விஷயத்தை விளக்கின போது நானும் அவரோடு சேர்ந்து சிரித்தேன். அதுமுதல் அம்மாணாக்கரை நாங்கள் 'சேய்ஞலூர் இந்திரன்' என்றே அழைத்து வரலானோம்.

### சிதம்பரம்பிள்ளையின் விவாக முயற்சி

என் ஆசிரியருக்குச் சிதம்பரம்பிள்ளை என்று ஒரு குமாரர் இருந்தார். அவருக்குத் தக்க பிராயம் வந்தபிறகு கலியாணம் செய்வதற்குரிய முயற்சிகள் நடைபெற்றன. சீகாழியிலிருந்த குருசாமி பிள்ளை என்பவருடைய பெண்ணை நிச்சயம் செய்து மாயூரத்திலேயே கலியாணம் நடத்த ஏற்பாடாகியிருந்தது. ஸ்ரீ சுப்பிரமணிய தேசிகரும் மடத்து உத்தியோகத்தில் இருந்த தம்பிரான்களும் வேறு

கனவான்களும் பொருளுதவி செய்தனர். கலியாண ஏற்பாடுகளை யெல்லாம் கவனிக்கும் பொருட்டு ஆசிரியர் மாயூரத்திற்குச் சென்றார். நானும் உடன் சென்றேன்.

## ஸ்ரீ நமச்சிவாய தேசிகர்

அயலூரிலுள்ள கனவான்கள் பலருக்கு விவாக முகூர்த்த பத்திரிகை அனுப்பப் பெற்றது. சிலருக்கு விரிவான கடிதங்களும் எழுதப்பட்டன. ஒவ்வொரு கடிதத்திலும் தலைப்பில் ஒரு புதிய பாடலை எழுதச் செய்தல் ஆசிரியர் வழக்கம். அக்கடிதங்களை எல்லாம் எழுதியவன் நானே. கல்லிடைக்குறிச்சியில் சின்னப் பண்டார ஸந்நிதியாக இருந்த ஸ்ரீ நமச்சிவாய தேசிகருக்கு ஒரு கடிதம் எழுதத் தொடங்கும்போது அவர் விஷயமாக ஐந்து பாடல் களைச் சொன்னார். கடிதம் எழுதியபிறகு நமச்சிவாய தேசிகரு டைய இயல்புகளை எனக்கு எடுத்துக் கூறினார்:

"ஸ்ரீ நமச்சிவாய தேசிகர் நல்ல கல்வி அறிவுள்ளவர். தமிழிலும் வட மொழியிலும் ஆழ்ந்த பயிற்சியுடையவர். இடைவிடாமற் பாடம் சொல்லுபவர். லௌகிகத்திலும் திறமையுள்ளவர். கல்லிடைக்குறிச்சியில் இருந்து கொண்டு பல சீர்திருத்தங்களைச் செய்திருக்கிறார். அவரை யாராலும் ஏமாற்ற முடியாது. உம்மைக் கண்டால் அவர் மிகவும் சந்தோஷிப்பார்."

"திருவாவடுதுறையில் இராமல் கல்லிடைக்குறிச்சியில் இருப் பதற்குக் காரணம் என்ன?" என்று நான் கேட்டேன். திருவாவடு துறை மடத்திற்குத் திருநெல்வேலி ஜில்லாவில் பல கிராமங்கள் இருக்கின்றன. கல்லிடைக்குறிச்சியைச் சார்ந்தும் பல உள்ளன. அவற்றைக் கவனிப்பதற்காக அவர் அங்கே இருக்கிறார். கல்லிடைக் குறிச்சியிலும் திருவாவடுதுறையைப் போலவே மடமும் அதற்கு அங்கமாகிய கோயில் முதலிய இடங்களும் பரிவாரங்களும் உண்டு. ஸந்நிதானம் சின்னப் பட்டத்தில் இருந்தபோது சில வருஷங்கள் அங்கே எழுந்தருளி இருந்தது. இந்த ஆதீனத்திற்கு இராசதானி நகரம் போன்றது திருவாவடுதுறை. இளவரசர் இருத்தற்குரிய நகரம் போல விளங்குவது கல்லிடைக்குறிச்சி, சின்னப் பட்டத்திலுள்ள வர்கள் கல்லிடைக்குறிச்சியிலிருப்பது வழக்கம். அவர்களை இளவர சென்றும் சொல்வதுண்டு."

"திருவாவடுதுறை ஆதீனம் தமிழ்நாடு முழுவதையும் ஆட்சி புரிவது போலல்லவா இருக்கிறது?" என்று நான் ஆச்சரியத்தோடு வினவினேன்.

"மடத்தின் பெருமை உமக்கு வர வரத்தான் தெரியும். சிஷ்யர் கள் எங்கெங்கே இருக்கிறார்களோ அங்கெல்லாம் இவ்வாதீனத்தின் சம்பந்தம் இருக்கும். காசி முதல் கன்னியாகுமரி வரையில் முக்கிய மான சிவஸ்தலங்களிலும் ஆதீனத்தின் சம்பந்தம் உண்டு" என்று ஆசிரியர் உரைத்தார்.

கடிதங்கள் எழுதப் பெற்ற கனவான்களிற் பலர் சந்தோஷத் தோடு விடை எழுதினர். நமச்சிவாய தேசிகரும் எழுதியிருந்தார்.

சிதம்பரம் பிள்ளையின் விவாகம் குறிப்பிட்ட முகூர்த்தத்தில் மிகவும் சிறப்பாக நடந்தது. அதற்குப் பல கனவான்கள் வந்து விசாரித்து மகிழ்ந்து சென்றனர். அக்கனவான்களை அறிந்து கொண்டது எனக்குப் பெரிய லாபமாயிற்று.

## கலியாண நிகழ்ச்சிகள்

கலியாணத்தில், திருவாவடுதுறையிலிருந்துவந்த காரியஸ்தர்கள் தங்கள் தங்களால் செய்யக்கூடிய காரியங்களைச் செய்தார்கள். என்னுடைய சகபாடியாகிய சவேரிநாத பிள்ளை பம்பரமாகச் சுற்றிப் பல காரியங்களை நிறைவேற்றினார். என்னால் முடிந்த வற்றை நான் கவனித்தேன்.

முகூர்த்த தினத்தின் மாலையில் பாட்டுக் கச்சேரி, விகடக் கச்சேரி, பரத நாட்டியம், வாத்தியக் கச்சேரி எல்லாம் நடந்தன. ஒரு பெரிய ஜமீன்தார் வீட்டு விவாகம் போலவே எல்லாவிதமான சிறப்புக்களோடும் அது நடைபெற்றது. பரத நாட்டியம் ஆடிய பெண்பாலுக்குச் சபையில் உள்ள கனவான்கள் இடையிடையே பணம் கொடுத்தனர்.

அப்போது பிள்ளையவர்கள் என்னை அழைத்து அருகில் இருக்கச் செய்து என் கையில் ஒரு ரூபாயைக் கொடுத்து அப்பெண் ணிடம் அளிக்கச் சொன்னார். எனக்கு மிகவும் சங்கோஜமாக இருந்தது; ஆனாலும், ஆசிரியருடைய கட்டளையை மறுத்தற்கு அஞ்சி அப்படியே கொடுத்தேன். அங்கிருந்த யாவரும் என்பால் பிள்ளையவர்களுக்கு இருந்த அன்பை இதனாலும் அறிந்து கொண் டார்கள்.

## தஞ்சைவாணன் கோவை

விவாகம் நிறைவேறிய பின்பும் சில வாரங்கள் நாங்கள் மாயூரத்தில் தங்கியிருந்தோம். சவேரிநாத பிள்ளையும் நானும் பழைய பாடங்களைப் படித்து வந்தோம். அதோடு தஞ்சைவாணன் கோவையைப் புதிதாக ஆசிரியரிடம் பாடம் கேட்டு வந்தோம். அவர் அகத்துறைச் செய்திகளை விளக்கிச் சொன்னார். முன்பே சீகாழிக் கோவையைப் பாடம் கேட்டபோது பல விஷயங்களை நான் தெரிந்து கொண்டிருந்தாலும் மீண்டும் அவற்றை ஞாபகப் படுத்திக் கொண்டதோடு பல புதிய செய்திகளையும் அறிந்தேன்.

தஞ்சைவாணனென்பவன் பாண்டிய மன்னனுக்குச் சேனாதி பதியாக இருந்த வேளாளச் செல்வனென்றும், அவன் வாழ்ந்திருந்த தஞ்சை பாண்டி நாட்டிலுள்ள தஞ்சாக்கூரென்னும் ஊரைக் குறிப்பதென்றும் சொன்னார்.

தஞ்சைவாணன் கோவையின் ஆசிரியராகிய பொய்யா மொழிப் புலவரைப் பற்றிய வரலாற்றையும் ஆசிரியர் விரிவாக எடுத்துரைத்தார்.

### அப்பாத்துரை ஐயர்

இரண்டு மாத காலம் நான் மாயூரத்தில் இருந்தேன். அப்போது தினந்தோறும் பிள்ளையவர்கள் விருப்பத்தின்படி, மாயூரநாதஸ்வாமி கோயில் ஸந்நிதி வீதியில் இருந்த அப்பாத்துரை ஐயரென்பவர் வீட்டில் ஆகாரம் செய்து வந்தேன். அவரும் அவர் மனைவியாரும் என்னிடம் மிக்க அன்பு காட்டினார்கள். மடத்திலிருந்தோ பிள்ளையவர்களிடமிருந்தோ என் பொருட்டு அவருக்கு எவ்விதமான உதவியும் கிடைக்கவில்லை. என்னாலோ காலணாவுக்குக்கூடப் பிரயோசனம் இல்லை. அரிசி முதலிய பண்டங்கள் அவருக்கு அளிக்கும்படி ஏற்பாடு செய்யப்படுமென்று நம்பியிருந்தேன். அவ்வாறு ஒன்றும் நடக்கவில்லை. அவர் வறியவரென்பதை அறிந்த நான் அவருக்குச் சிரமம் கொடுப்பதற்கு அஞ்சினேன். என்ன செய்வதென்று தெரியாமல் கலங்கினேன்.

### பழமும் பாலும்

ஒரு நாள் இரவு மற்ற மாணாக்கர்களுடன் பிள்ளையவர்களிடம் பாடம் கேட்டபோது, அது முடிய ஒன்பது மணிக்கு மேல் ஆயிற்று. முடிந்தவுடன் அவரவர்கள் உணவு கொள்ளச் சென்றார்கள். அப்பொழுது அதிக மழைபெய்து கொண்டிருந்தது. எனக்கு மிகவும் களைப்பாகவும் தூக்கக் கலக்கமாகவும் இருந்தமையால் போஜனம் செய்யச் செல்லாமல் அப்படியே ஓரிடத்தில் படுத்துத் தூங்கிவிட்டேன். ஆகாரம் செய்துவிட்டு வந்த ஆசிரியர் நான் படுத்திருப்பதைக் கண்டார். தினந்தோறும் நான் சாப்பிட்டு வந்து ஆசிரியரோடு பேசியிருந்துவிட்டுப் பிறகே துயில்வது வழக்கம். அன்று நான் அவ்வாறு செய்யாமையால் நான் ஆகாரம் செய்யவில்லை என்பதை அவர் உணர்ந்து என்னை எழுப்பச் செய்தார். நான் எழுந்தவுடன் உண்மையைக் கேட்டு அறிந்து உடனே ஆகாரம் செய்து வரும்படி ஒரு மனுஷ்யருடன் என்னை அனுப்பினார். இரவு நெடுநேரமாகி விட்டபடியால் அப்பாத்துரை ஐயர் வீட்டில் எல்லோரும் படுத்துத் தூங்கிவிட்டனர். போஜனம் கிடைக்கக்கூடிய வேறு சில இடங்களுக்குப் போய்ப் பார்த்தும் ஒன்றும் கிடைக்காமல் திரும்பினேன். அதனை அறிந்த என் ஆசிரியர் மிகவும் வருந்திப் பாலும் பழமும் வருவித்து அளித்து என்னை உண்ணச் செய்தார்.

மறுநாட் காலையில் நான் எழுந்தவுடன் ஆசிரியர் என்னை அழைத்து, “நீர் திருவாவடுதுறைக்குப் போய் அங்கே உள்ளவர்களோடு பழைய பாடங்களைப் படித்துக்கொண்டிரும். நான் விரைவில் அங்கு வந்து விடுவேன்” என்றார்.

ஏன் அவ்வாறு சொன்னாரென்று எனக்குத் தெரியவில்லை. "நான் அதுவரையில் இங்கேயே இருந்து ஐயாவுடன் வருகிறேனே?" என்றேன்.

"வேண்டாம்; இங்கே உமக்கு ஆகார விஷயத்தில் சௌகரியம் போதவில்லை. திருவாவடுதுறையில் ஸந்நிதானம் எல்லாவற்றையும் கவனித்துக் கொள்ளும்" என்று வற்புறுத்திச் சொல்லவே நான் மறுப்பதற்கு அஞ்சி அவ்வாறே செய்ய உடன்பட்டேன்.

### சுருங்கிய தனமும் விரிந்த மனமும்

புறப்படுவதற்கு முன் அப்பாத்துரை ஐயரிடம் விடை பெற்றுக் கொள்ளும் பொருட்டு அவர் வீட்டுக்குச் சென்றேன். "இவர்களுக்கு ஒரு பிரதியுபகாரமும் செய்யாமல் இருக்கிறோமே!" என்ற வருத்தத்தோடு செல்லுகையில், என் இடையில் இருந்த வெள்ளி அரைஞாண் ஞாபகத்திற்கு வந்தது. என் சிறிய தந்தையார் இரட்டை வடத்தில் அவ்வரைஞாணைச் செய்து எனக்கு அணிவித்திருந்தார். அப்பாத்துரை ஐயரிடம் அதனைக் கழற்றிக் கொடுத்து, "நான் இப்போது திருவாவடுதுறை போகிறேன். இவ்வளவு நாள் என்னால் உங்களுக்குச் சிரமம் நேர்ந்தது. இதை வைத்துக் கொள்ளுங்கள். பிறகு செலவுக்கு அனுப்பி இதை வாங்கிக் கொள்ளுகிறேன்" என்றேன்.

அதை அவர் திருப்பி என் கையில் அளித்து, "அப்பா, நன்றா யிருக்கிறது நீ பண்ணின காரியம்! உனக்குச் சாதம் போட்டா எங்களுக்குக் குறைந்து போய் விடுகிறது? உனக்காக நாங்கள் என்ன விசேஷ ஏற்பாடு பண்ணிவிட்டோம்? ஏதோ நாங்கள் குடிக்கிற கஞ் சியையோ கூழையோ உனக்கும் கொடுத்து வந்தோம். நீ நன்றாக வாசித்து விருத்திக்கு வந்தால் அதுவே போதும்" என்று சொன் னார். அவர் வருவாய் சுருங்கியிருந்தாலும், அவருக்குள்ள சௌகரி யங்கள் சுருங்கியிருந்தாலும் அவருடைய அன்பு நிறைந்த மனம் எவ்வளவு விரிந்ததென்று நான் அறிந்து உருகினேன். "இவர்களே மனிதர்கள்! இவர்களுக்காகத்தான் மழை பெய்கிறது; சூரியன் உதய மாகிறான்" என்று என் மனத்துக்குள் சொல்லிக் கொண்டேன். அவரையும் அவர் மனைவியாரையும் நமஸ்காரம் செய்துவிட்டுப் புறப்பட்டேன்.

அரைஞாணை ஏற்றுக்கொள்ள மறுத்த பிறகு நான் என்ன செய்ய முடியும்? 'செஞ்சோற்றுக் கடன் கழிக்கும் காலம் வருமோ?" என்று என் உள்ளம் ஏங்கியது. பிற்காலத்தில் எனக்கு வேலையான போது அக்கடனை ஒருவாறு தீர்த்துக் கொண்டேன்.

அப்பால் பிள்ளையவர்கள் முதலிய எல்லோரிடமும் விடை பெற்று நான் திருவாவடுதுறை வந்து சேர்ந்தேன்.

# 52
## திருப்பெருந்துறைப் புராணம்

ஆசிரியரின் உத்தரவுப்படி நான் திருவாவடுதுறைக்கு வந்து சேர்ந்த பிறகு அவரைப் பிரிந்திருக்க நேர்ந்தது பற்றி மிகவும் வருந்தி னேன். ஆனாலும் சுப்பிரமணிய தேசிகருடைய அன்பும் தம்பிரான் களுடைய பழக்கமும் அவ் வருத்தத்தை ஒருவாறு குறைத்தன. திருவாவடுதுறையில் உணவு விஷயத்தில் எனக்கு ஒரு விதமான குறைவும் இல்லை. பொழுது போக்கும் இனிமையாக இருந்தது; குமாரசாமித் தம்பிரானுடைய சல்லாபம் எனக்கு ஆறுதலை அளித்தது. ஆசிரியர் கட்டளையிட்டிருந்தபடி, தம்பிரான்கள் எல்லாரிடமும் நான் மிக்க ஜாக்கிரதையுடனும் மரியாதையுடனும் பழகி வரலானேன்.

### தேசிகர் கட்டளை

ஒரு நாள் இரவில் சுப்பிரமணிய தேசிகருடன் நான் பேசிக் கொண்டிருக்கையில், "பிள்ளையவர்களிடம் போய் ஒரு சமாசாரம் சொல்லிவிட்டு வர வேண்டும்" என்றார்.

"கட்டளைப்படியே செய்கிறேன்" என்று நான் சொன்னேன்.

திருப்பெருந்துறையில் ஆலய விசாரணை செய்து வந்த சுப்பிரமணியத் தம்பிரான் என்பவர் சுப்பிரமணிய தேசிகருக்கு ஒரு விண்ணப்பம் அனுப்பியிருந்தார். பிள்ளையவர்களை அந்த ஸ்தலத்திற்கு நாடு நகரச் சிறப்புடன் ஒரு புராணம் பாடும்படி கட்டளையிட வேண்டுமென்றும், அவ்வாறு அவர் பாடி அரங்கேற்றி முடித்தால் இரண்டாயிரம் ரூபாய் தாம் சம்மானம் பண்ணுவதாகவும் தம்பிரான் அதில் தெரிவித்திருந்தார். அக்கடிதத்தைப் பற்றிச் சுப்பிரமணிய தேசிகர் என்னிடம் சொல்லிவிட்டு, "நல்ல சந்தர்ப்பத்தில் இந்த வேண்டுகோள் வந்திருக்கிறது. பிள்ளையவர்கள் தம் குமாரருக்கு விவாகம் செய்த வகையில் ஏதேனும் சிரமம் அடைந்திருக்கலாம். அதை நீக்கிக் கொள்வதற்கு இது நல்லது. நீர் போய் இவ்விஷயத்தைத் தெளிவாக எடுத்துச் செல்வதோடு, அவ்வாறு செய்வது பல விஷயங்களில் அனுகூலமாக இருக்குமென்று நாமும் அபிப்பிராயப்படுவதாகச் சொல்லும். திருப்பெருந்துறைக்குரிய வட மொழிப் புராணத்தின் தமிழ் மொழி பெயர்ப்பையும், அந்த ஸ்தலத்திற்கு முன்பே உள்ள இரண்டு பழைய புராணங்களையும் தம்பிரான் அனுப்பியிருக்கிறார். அவற்றையும் பிள்ளையவர்களிடம் கொண்டு போய்க் கொடுத்து வாரும்" என்று சொல்லி அப்புஸ்தகங்களையும் என்னிடம் கொடுத்தார்.

ஒரு செய்யுளடி

நான் மறுநாட் காலையிலேயே மாயூரத்திற்கு நடந்து சென்றேன். ஆசிரியரிடம் செய்தியைச் சொல்லிப் புஸ்தகங்களை யும் கொடுத்தேன். அவர் அவ்விஷயத்தை மகிழ்ச்சியோடு ஏற்றுக் கொண்டார். அப்பொழுது அவர் மனம் திருப்பெருந்துறை விநாயகர் ஸந்நிதியிலேபோய் நின்றிருக்க வேண்டும். “செய்கிறேன்” என்றோ, “திருவாவடுதுறைக்குப் புறப்படுவோம்” என்றோ அவர் சொல்லவில்லை.

*“நிலவுவந்த முடியினொடு வெயிலுவந்த*
*மழகளிற்றை நினைந்து வாழ்வாம்”*

என்ற ஒரு செய்யுளின் அடி அவர் வாக்கிலிருந்து புறப்பட்டது. அப்போது, ‘இப்பொழுதே இவர்கள் புராணத்திற்குப் பிள்ளையார் சுழி போட்டு விட்டார்கள்’ என்று எண்ணினேன். வெயிலுவந்த விநாயகரென்பது திருப்பெருந்துறையில் எழுந்தருளியுள்ள ஸ்தல விநாயகர் திருநாமம். வெயில் உவந்த விநாயகர் என்ற திருநாமத் தோடு வெயிலுக்குப் பகையாகிய நிலவின் ஞாபகமும் அதனை அவர் திருமுடியில் அணிந்திருப்பதன் ஞாபகமும் ஒருங்கே வந்தன போலும். நான் அந்த அடியை ஏட்டிலே எழுதிக் கொள்ளவில்லை; என் உள்ளத்திலே எழுதிக் கொண்டேன்.

“சந்நிதானத்தின் திருவுள்ளப்படி நடப்பதுதான் எனக்கு இன்பம். நீர் திருப்பெருந்துறை பார்த்ததில்லையே?”

“இல்லை; மாணிக்கவாசகர் திருவருள் பெற்ற ஸ்தலமென்று ஐயா அவர்கள் சொல்லக் கேட்டிருக்கிறேன்.”

“ஆமாம்; அது நல்ல ஸ்தலந்தான். ஆவுடையார் கோவி லென்று இப்போது எல்லோரும் சொல்லுவார்கள். இறைவன் திருவருளால் புராணம் அரங்கேற்ற நேர்ந்தால் எல்லாவற்றையும் நீர் பார்க்கலாம்.”

திருப்பெருந்துறையைப் பார்க்க வேண்டுமென்ற விருப்பம் எனக்குத் தோன்றியது; என் ஆசிரியர் அந்த ஸ்தல புராணத்தைப் பாட நான் அதனை எழுத வேண்டுமென்ற ஆசை அதற்குமுன் எழுந்தது.

மூன்று நாட்கள் நான் மாயூரத்தில் தங்கியிருந்தேன். பிறகு ஆசிரியர் புறப்படவே நானும் புறப்பட்டுத் திருவாவடுதுறையை அடைந்தேன்.

திருவாவடுதுறைக்கு வந்தபின் மீண்டும் பாடங்கள் வழக்கம் போல் நடைபெற்றன. பெரிய வகையில் கந்தபுராணம் நடந்தது. சிறிய வகையில் திருவிளையாடல், திருநாகைக்காரோணப் புராணம், மாயூரப் புராணம் முதலியன நடந்தன.

## குமாரசாமித் தம்பிரான்

குமாரசாமித் தம்பிரானுக்கு வரவர மடத்து நிர்வாகத்தில் கவனம் செலுத்த வேண்டிய அவசியம் நேர்ந்தது. அவர் பெரிய ஒடுக்கத்தில் இருந்தார். ஒடுக்கமென்பது பண்டார ஸந்நிதிகள் இருக்கும் இடத்திற்குப் பெயர். அவருடன் இருந்து காரியதரிசியைப் போல முக்கியமான காரியங்களைக் கவனித்து வரும் தம்பிரானுக்கு ஒடுக்கத்தம்பிரான் என்று பெயர். நம்பிக்கையுள்ள தம்பிரான்களையே அப்பதவியில் நியமிப்பது வழக்கம். அந்த வேலையில் சின்ன ஒடுக்கமென்றும் பெரிய ஒடுக்கமென்றும் இரண்டு பிரிவுகள் உண்டு. பழம், சந்தனக்கட்டை, கற்கண்டு, பூஜா திரவியங்கள் முதலியவை சின்ன ஒடுக்கத்தைச் சார்ந்தவை. ஆபரணங்கள், விலையுயர்ந்த பட்டு, பீதாம்பரங்கள், ஆடைகள் முதலியன பெரிய ஒடுக்கத்தில் உள்ளவை. அப்பெரிய ஒடுக்கத்தில் உள்ளவர் அனுபவத்தில் முதிர்ந்தவராக இருப்பார். அத்தகைய வேலையையே குமாரசாமித் தம்பிரான் ஏற்று நடத்தி வரலாயினர். அதனோடு மடத்து வித்துவான் வேலையும் அவருக்கு இருந்தது. வித்துவானென்ற பட்டமும் அதற்கு உரிய சின்னமாகிய பல்லக்கும் அவருக்கு வழங்கப்பட்டன.

## பாடத்தில் மாறுதல்

இதனால் முன்போல் நாள்தோறும் பாடம் கேட்டு வருவது அவருக்கு இயலாமற் போயிற்று. பெரிய வகுப்பென்பது பெயரளவில் வகுப்பேயன்றி உண்மையில் குமாரசாமித் தம்பிரானுக்காகவே அது நிகழ்ந்து வந்தது. அவர் நிலை மாறியவுடனே இரு பிரிவாக இருந்த பாடங்களும் மாறி, எல்லாத் தம்பிரான்களும் ஒருங்கே இருந்து கேட்க, காலையும் மாலையும் பாடங்கள் நடைபெற்றன. குமாரசாமித் தம்பிரான் இடையிடையே ஓய்வு நேரும்போது வந்து கேட்பார்.

## புராண ஆரம்பம்

சில தினங்களுக்குப் பிறகு பிள்ளையவர்கள் திருப்பெருந்துறைப் புராணம் இயற்றத் தொடங்கினார். முதலில் விநாயக வணக்கம் ஒன்றைச் சொல்லி முடித்தார். மாயூரத்தில் நான் அவரைப் போய்க் கண்டபோது ஓரடி கூறியது அவருக்கு ஞாபகம் இல்லை. அதனால் வேறு ஒரு செய்யுளைச் சொன்னார். அது முடிந்தவுடன் நான், "மாயூரத்திற்கு இது விஷயமாக நான் வந்தபோது வெயிலுவந்த விநாயகரைப்பற்றி ஓர் அடி சொன்னது என் ஞாபகத்தில் இருக்கிறது" என்று சொல்லி அவ்வடியையும் கூறினேன். கேட்ட அவர் உடனே அதனையே இறுதி அடியாக வைத்து ஒரு செய்யுளைக்

கூறினார். நான் எழுதினேன். மேலும் செய்யுட்கள் சொல்லச் சொல்ல எழுதி வரலானேன். சில நாட்களில் கடவுள் வாழ்த்தும் நாட்டுப்படலமும் நிறைவேறின. திருப்பெருந்துறைக்கு முன்பே இருந்த தமிழ்ப்புராணங்கள் இரண்டும் ஸ்தல வரலாறுகளை வெளிப்படுத்தும் நோக்கத்தோடு அமைந்தவை. பிள்ளையவர்கள் பாடும் புராணங்களில் நாட்டுச்சிறப்பு நகரச்சிறப்பு முதலிய வருணனைகள் கற்பனைத்திறம் விளங்க அமைந்திருப்பதை அறிந்தவர்கள் அம் முறையில் தங்கள் தங்கள் ஊருக்கும் புராணம் வேண்டும் என்று விரும்புவார்கள். திருப்பெருந்துறைக்குப் புதிய புராணம் பாட வேண்டுமென்ற முயற்சியும் அத்தகைய விருப்பத்தினால் எழுந்ததே.

ஆதலால் பிள்ளையவர்கள் நாட்டுச்சிறப்பை விரிவாகவே அமைத்தார். 121 செய்யுட்களில் நாட்டுப்படலம் நிறைவேறியது. கடவுள் வணக்கம் முதலியவற்றோடு 158 செய்யுட்கள் இயற்றப் பெற்றன. அடிக்கடி சுப்பிரமணிய தேசிகர் புராணத்தைப்பற்றிப் பிள்ளையவர்களை விசாரிப்பார். நான் தனியே சென்று பேசும் போது என்னையும் வினவுவார். நான் இன்ன இன்ன பகுதிகள் நிறைவேறின என்று சொல்லுவேன். அவருக்குச் செய்யுட்களைக் கேட்க வேண்டுமென்ற ஆவல் உண்டாகும்.

நாட்டுப்படலம் முடிந்தவுடன் ஆசிரியர் அதுவரையில் ஆன பகுதிகளைச் சுப்பிரமணிய தேசிகர் முன்பு படித்துக்காட்டச் செய் தார். அச்சமயம் கும்பகோணத்திலிருந்து தியாகராச செட்டியார் வந்திருந்தார். செய்யுட்களைக் கேட்டுத் தேசிகர் பாராட்டிக் கொண்டே வந்தார். “திருப்பெருந்துறை பெரிய சிவக்ஷேத்திரம். மாணிக்கவாசக சுவாமிகள் அருள் பெற்ற ஸ்தலம். அதற்கு ஏற்றபடி இப்புராணமும் சிறப்பாக இருக்கிறது. சீக்கிரம் இதை நிறைவேற்றி அரங்கேற்றிப் பூர்த்தி செய்ய வேண்டும்” என்றார். செட்டியாரும் மிகவும் பாராட்டினார்.

அக்கவிஞர்பிரான் நாள்தோறும் சிலசில பாடல்களைச் செய்து வந்தார். அடிக்கடி யாரேனும் பார்க்க வருவார்கள். அவர்களோடு சம்பாஷணை செய்வதில் பொழுது போய்விடுமாதலால் சில நாட் கள் புராண வேலை நடைபெறாது. தமிழ்ப்பாடம் மாத்திரம் தடை யின்றி நடந்து வந்தது.

## பெரிய புராணப் பாடம்

தம்பிரான்களுடைய வேண்டுகோளின்படி ஆசிரியர் பெரிய புராணப் பாடம் நடத்த ஆரம்பித்தார். அப்போது தியாகராச செட்டியாரும், மகாவைத்தியநாதையரும், அவர் தமையனாராகிய

இராமசாமி ஐயரும் மடத்திற்கு வந்திருந்தனர். நான் பெரிய புராணம் படிக்கும்போது அபஸ்வரம் இல்லாமல் படிப்பதைக் கண்டு மகாவைத்தியநாதையர் சந்தோஷமடைந்தார். சில நாட்கள் அவர் திருவாவடுதுறையில் தங்கினமையின், அவரோடு பழகி அவருடைய குணங்களை அறிந்துகொள்ள அனுகூலமாயிற்று. அவரோடு பழகப் பழக அவருடைய சிவபக்தியும், ஒழுக்கமும், வரையறையான பழக்கங்களும், தூய்மையும் என் மனத்தைக் கவர்ந் தன. சுப்பிரமணிய தேசிகரால் தாம் முன்னுக்கு வந்ததை எண்ணி அவர் விநயமாக நடந்து கொண்டதைப் பார்த்த போது அவரது நன்றியறிவு எவ்வளவு சிறப்பான தென்பதை நான் உணர்ந்தேன்.

அவர் என்னிடம் அன்பு பாராட்டி எனக்கு எவ்வாறு சங்கீதப் பயிற்சி ஏற்பட்டது என்று கேட்டார். நான் எங்கள் குடும்ப வரலாற்றையும் தந்தையாரது சங்கீதத் திறமையையும் எடுத்துச் சொன்னேன். எனக்குத் தெரிந்த கனம் கிருஷ்ணையர் கீர்த்தனங்களையும் பாடிக் காட்டினேன். அவர் கேட்டு மகிழ்ந்தார்.

## வைசூரி

ஆங்கீரஸ வருஷம் கார்த்திகை மாதம் (1872 நவம்பர்) முதல் பெரியபுராணப் பாடம் நிகழ்ந்து வந்தது. கண்ணப்ப நாயனார் புராணம் நடைபெற்றபோது எனக்குத் திடீரென்று கடுமையான ஜ்வரம் வந்துவிட்டது. உடம்பில் எங்கும் முத்துக்கள் உண்டாயின. எல்லோரும் பெரியம்மை வார்த்திருப்பதாகச் சொன்னார்கள். அத னால் பெரியபுராணப் பாடம் கேட்கவோ மற்றக் காரியங்களைச் செய்யவோ ஒன்றும் இயலவில்லை. சத்திரத்தின் ரேழி (இடைகழி) யில் படுத்தபடியே இருந்தேன். பிள்ளையவர்கள் சில சமயங்களில் வந்து அருகில் உட்கார்ந்து, "உமக்கு இப்படி அசௌக்கியம் வந்து விட்டதே!" என்று வருந்துவார். என் கண் இமைகளின் மேலும் கொப்புளங்கள் எழுந்தமையால் கண்களைத் திறக்க முடியவில்லை. பிள்ளையவர்கள் வரும்போது படுக்கையில் எழுந்து உட்கார்ந்து கொள்வேன். துக்கம் பொங்கிவரும். கண்ணையோ திறக்க முடி யாது. கண்ணீர் வழிய வழிய நான் என் வருத்தத்தைத் தெரிவித் தேன். "என் பாட்டனார் ஊராகிய சூரியமூலைக்குப் போய்த் தேக சௌக்கியம் உண்டான பிறகு வருகிறேன்' என்றேன். அவ்வாறே செய்யலாம் என்று கூறி என்னை அனுப்புவதற்கு வேண்டிய ஏற்பாடு செய்யலானார்கள். அப்பொழுது மடத்துக்குக் கல்லிடைக்குறிச்சியிலிருந்து வீரராகவையர் என்ற கனவான் ஒருவர் தம் குடும்பத்துடன் வந்து சத்திரத்தில் தங்கியிருந்தார். அவருடைய முதிய தாயார் ஒரு விதமான உதவி செய்வாரும் இல்லாமல் நான் கஷ்டப்படுவதைக் கண்டு இரங்கி வருந்தி, "அப்பா! நீ கவலைப் படாதே; நான் பார்த்துக் கொள்ளுகிறேன்" என்று கூறி என் அருகில் இருந்து வேண்டிய அனுகூலங்களைச் செய்து வந்தார். இரவு

முழுவதும் தூங்காமல் என்னைக் கையைப் பிடித்து அழைத்துச் சென்றும், தாகமென்று சொன்ன போதெல்லாம் வெந்நீர் வைத்துக் கொடுத்தும் பாதுகாத்தார். எனக்குத் துன்பத்தைக் கொடுத்த அம்மையின் தெய்வம் அத்துன்பத்தினிடையே பாதுகாப்பதற்கு அவ்வுருவம் எடுத்து வந்ததாகவே எண்ணினேன்.

தை மாதத்தில் நடைபெறும் குருபூஜை சமீபித்துக்கொண்டிருந்தது. அதன் பொருட்டுப் பலர் வருவார்களாதலால் அச்சமயத்தில் திருவாவடுதுறையில் இருப்பது நல்லதன்று என எண்ணியே நான் சூரியமூலை செல்வதாக என் ஆசிரியரிடம் கூறினேன்.

### விடை பெறுதல்

என் அசௌக்கியத்தையும் அதனால் பிள்ளையவர்களுக்கு ஏற்பட்ட வருத்தத்தையும் அறிந்த சுப்பிரமணிய தேசிகர் பெரிய புராணப் பாடத்தை நிறுத்தும்படி கட்டளையிட்டார்.

என்னை ஒரு பல்லக்கில் இருக்கச் செய்து சூரியமூலைக்கு அனுப்பினார். மூங்கில் வளைவுள்ள அப்பல்லக்கு மூடி இல்லாதது; அவசரத்தில் வேறு ஒன்றும் செய்ய இயலவில்லை. கண்ணை மூடிய படியே எல்லோரிடமும் விடைபெற்றுக் கொண்டேன். பிள்ளையவர்களும் பிறரும் என்னைப் பார்த்து மிகவும் விசனப்பட்டார்கள்.

"சாமிநாதையர், போய் வருகிறீரா?" என்ற பேச முடியாமல் வார்த்தைகளை ஒவ்வொன்றாகத் தழுதழுத்தபடியே பொங்கி வரும் துயரத்தில் நனைத்துக் கூறினார் ஆசிரியர்.

எனக்குப் பேச வாய் வரவில்லை. குழறினேன்; அழுதேன்; காலை எட்டு மணிக்குப் பல்லக்கில் நான் சூரியமூலையை நோக்கிப் பிரயாணப்பட்டேன். பிள்ளையவர்கள் என்னுடன் ஹரி ஹரபுத்திர பிள்ளை என்ற மாணாக்கரை வழித்துணையாகச் சென்று வரும்படி அனுப்பினார். சூரியமூலைக்குத் திருவாவடு துறையிலிருந்து போக அப்போது வசதியான சாலையில்லை. வயல்களின் கரைவழியே போக வேண்டும். எனக்கும் பிள்ளை யவர்களுக்கும் இடையிலே உள்ள தூரம் அதிகமாயிற்று. என் உள்ளத்தில், "இந்தத் தூரம் இப்படியே விரிந்து சென்று விடுமோ?" என்ற எண்ணம் சிறிது தோன்றியது; அப்போது என் வயிறு பகீரென்றது.

பல்லக்கு, சூரியமூலைக்கு அருகில் உள்ள ஒரு தோப்பு வழியே சென்றபோது என் தந்தையார் எதிரே வந்தனர். நான் இருந்த நிலையைக் கண்ட அவர் திடுக்கிட்டுப் போனார். அவர் வந்த கோலம் ஏதோ ஒரு விசேஷத்தைக் குறிப்பிட்டது. கண்ணை நன்றாகத் திறந்து பார்க்க என்னால் முடியவில்லை. "பேசாமல் வீட்டுக்குப் போ; பிறகு பேசிக்கொள்ளலாம்" என்று தந்தையார் சொல்லிச் சென்றார்.

## 53

### அம்மை வடு

நான் பல்லக்கில் சூரியமூலையை அடைந்தபோது பகல் 11 மணி இருக்கும். அம்மையென்ற காரணத்தால் என்னை நேரே அம்மானுடைய வீட்டிற்குள் செல்ல அங்கிருந்தவர்கள் அனுமதிக்க வில்லை. வெளியூர்களிலிருந்து சிலர் வந்திருந்தனர். நான் இருந்த பல்லக்கு வீட்டுக்கு எதிரே உள்ள தென்னந்தோப்பில் இறக்கி வைக்கப்பட்டது.

எனக்கு இன்னது செய்வதென்று தெரியவில்லை. அங்கே அவ்வளவு பேர்கள் கூடியிருந்ததற்குக் காரணம் இன்னதென்று தெரிந்த போது நான் இடி விழுந்தவன் போலானேன். நான் அங்கே சென்ற தினத்திற்கு முதல் நாள் என் அருமை மாதாமகரும், சிவ பக்தியை எனக்கு இளமையிலேயே புகட்டியவரும் ஆன கிருஷ்ண சாஸ்திரிகள் சிவசாயுஜ்ய பதவியை அடைந்தனர். அவருடைய இனிய வார்த்தைகளையும் சிவபூஜா விசேஷத்தையும் வேறு எங்கே காண்போமென்று இரங்கினேன்.

### குழப்பமான நிலை

இந்நிலையில் தோப்பிலே நான் பல்லக்கிற் கிடந்தபடியே வருந்துகையில் சஞ்சயனத்தை நடத்தி விட்டு என் அம்மானாகிய சிவராமையருடன் என் தந்தையாரும் பிறரும் வந்தனர். என்னை வீட்டுக்குள் செல்ல அனுமதிக்காமல் இருந்தவர்களைக் கண்டு அம்மான் கோபித்துக் கொண்டார். "நம்முடைய குழந்தை; அவன் கஷ்டப்படும்போது அவனுக்கு உதவாத வீடு வேறு எதற்கு? நன்றாய்ப் பிச்சைக்காரன் மாதிரி தோப்பில் நிறுத்தி வைத்தீர்கள்? உங்கள் மனம் கல்லோ!" என்று சொல்லிப் பக்கத்தில் ஒருவரும் குடியில்லாமல் தனியேயிருந்த அவருடைய வேறொரு வீட்டைத் திறந்து விரைவில் என்னை அங்கே கொணர்ந்து வைக்கச் செய்தார்.

பிறகு என் தந்தையாரும் தாயாரும் வந்து என்னைக் கண்டு மிகவும் வருந்தினார்கள். வேண்டிய பரிகாரங்களைப் பிறர் செய்ய நான் அவ்வீட்டிலே இருந்து வந்தேன். எனக்குக் கண்டிருப்பது பெரியம்மையின் வகையாகிய பனையேறியம்மையென்று அங்குள் ளோர் சொன்னார்கள். நான் சௌக்கியமாக வந்து சேர்ந்ததை ஆசிரியரிடம் தெரிவிக்கும்படி எனக்குத் துணையாக வந்த ஹரிஹர புத்திர பிள்ளையிடம் சொல்லி அனுப்பினேன்.

### அம்மையின் வேகம்

ஒரு நாள் எனக்கு அம்மையின் வேகம் அதிகமாயிற்று. நான் என் நினைவை இழந்தேன். அப்போது எல்லோரும் பயந்து போயினர். என் தாயாரும் தந்தையாரும் கண்ணீர் விட்டனர்.

எனக்கு நினைவு சிறிது வந்தபோது, "நாம் மிகவும் அபாயமான நிலையில் இருக்கிறோம்" என்ற உணர்வு உண்டாயிற்று. அருகில் கண்ணும் கண்ணீருமாய் இருந்த என் தாயாரை நோக்கி, "நான் பிறந்து உங்களுக்கு ஒன்றும் செய்யாமற் போகிறேனே!" என்று பலஹீனமான குரலில் சொன்னேன். அதைக் கேட்டு அவர் கோவென்று கதறினார். என் தந்தையாரும் துக்க சாகரத்தில் ஆழ்ந்தார். ஒன்றும் அறியாத குழந்தையாகிய என் தம்பி அருகில் இருந்து மருள மருள விழித்தான்.

ஆண்டவன் திருவருளால் அக்கண்டத்தினின்றும் நான் தப்பி னேன். அம்மை கடுமையாக இருந்தாலும் அக்கடுமை என் உடம் பில் தழும்பை உண்டாக்கியதோடு நின்றது. என் பாட்டனார் இறந்த துக்கத்தின் நடுவிலே வளர்ந்து வந்து அத்துன்ப நிலையை நினைவுறுத்தும் அடையாளமாக இன்றும் சில அம்மை வடுக்கள் என் உடலில் இருக்கின்றன.

மார்கழி மாதம் முழுவதும் நான் மிக்க துன்பத்தை அடைந் தேன். தைமாதம் பிறந்தது. எனக்குச் சிறிது சௌக்கியம் உண்டா யிற்று; தலைக்கு ஜலம் விட்டார்கள். திருவாவடுதுறையில் அசுவதி நக்ஷத்திரத்திலே குருபூஜை நடைபெற்றது. அன்று இரவு சூரியமூலையில் என் அம்மான் வீட்டுத் திண்ணையில் இருந்த படியே பார்த்த போது திருவாவடுதுறையில் ஆகாச வாணங்கள் தெரிந்தன. முந்தின வருஷத்தில் நான் திருவாவடுதுறையிலே கண்ட காட்சிகள் ஒன்றன் பின் ஒன்றாக என் ஞாபகத்துக்கு வந்தன. என் ஆசிரியர் பலருக்குச் செய்யுள் இயற்றி அளித்ததை நினைத்த போது, "இவ்வருஷமும் அத்தகைய ஆச்சரிய நிகழ்ச்சிகளைப் பார்க்கக் கொடுத்து வைக்கவில்லையே!" என்று வருந்தினேன்.

"நாம் இல்லாத காலத்தில் மாணக்கர்களுக்கு என்ன என்ன பாடங்கள் நடந்தனவோ! நாம் என்ன என்ன அரிய விஷயங் களைக் கேளாமல் இருக்கிறோமோ!" என்ற சிந்தனையும் எனக்கு இருந்தது. பிள்ளையவர்கள் மார்கழி மாதத்தில் புறப்பட்டுச் சில ஊர்களுக்குச் சென்று தை மாதம் குருபூஜைக்கு வந்தார்கள் என்ற செய்தி எனக்குப் பிறகு தெரிய வந்தது. அப்பொழுதுதான், "நமக்கு அதிகமான நஷ்டம் நேரவில்லை" என்று எண்ணி ஆறுதல் உற்றேன். பிள்ளையவர்கள் விருப்பப்படி அடிக்கடி திருவாவடுதுறை யிலிருந்து சிலர் வந்து என்னைப் பார்த்துச் செல்வார்கள்.

### மகாமகம்

அந்த வருஷம் (1873) மகாமக வருஷம். மகாமக காலத்தில் கும்பகோணத்திற் பெருங்கூட்டம் கூடுமென்றும் பல வித்வத் சபைகள் நடைபெறும் என்றும் கேள்வியுற்றிருந்தேன். ஸ்ரீ சுப்பிர மணிய தேசிகர் தம் பரிவாரங்களுடன் சென்று தங்குவாரென்றும்,

பல வித்துவான்கள் அவர் முன் கூடுவார்களென்றும், பிள்ளையவர்களும் அவருடன் போய்த் தங்குவாரென்றும் அறிந்தேன். "நம்முடைய துரதிர்ஷ்டம் எவ்வளவு கொடியது! பன்னிரண்டு வருஷங்களுக்கு ஒருமுறை வரும் இவ்விசேஷத்துக்குப் போய் வர நமக்கு முடியவில்லையே! பிள்ளையவர்களைச் சார்ந்தும் அவர்களோடு சேர்ந்து இப்புண்ணிய காலத்தில் நடக்கும் விசேஷங்களைக் கண்டு களிக்க முடியாமல் அசௌக்கியம் நேர்ந்து விட்டதே!" என்றெல்லாம் நினைந்து நினைந்து வாடினேன்.

சூரியமூலையிலிருந்து சிலர் மகா மகத்துக்குப் போய் வந்தனர். அங்கே சுப்பிரமணிய தேசிகரும் பிள்ளையவர்களும் வந்திருந்தார்களென்றும் பல பல விசேஷங்கள் நடைபெற்றனவென்றும் அவர்கள் வந்து சொல்ல எனக்கும் இயல்பாகவே இருந்த வருத்தம் பின்னும் அதிகமாயிற்று.

## ஆசிரியரை அடைதல்

என் தேக நிலை வர வரக் குணமடைந்து வந்தமையால், "இனி விரைவில் பிள்ளையவர்களிடம் போக வேண்டும்" என்று அடிக்கடி சொல்லிக்கொண்டே இருந்தேன். என் தந்தையார் என் வேகத்தை உணர்ந்து மாசி மாதம் 17ஆம் தேதி (29.02.1873) புதன் கிழமை மாலை என்னை அழைத்துக்கொண்டு திருவாவடுதுறைக்கு வந்தார்.

அப்பொழுது மடம் என்றும் இல்லாத கலகலப்போடு இருந்தது. மகா மகத்திற்குப் போயிருந்த வித்துவான்களும் பிரபுக்களும் சுப்பிரமணிய தேசிகரோடு திருவாவடுதுறைக்கு வந்திருந்தனர். எல்லோரும் அவரவர்களுக்கு அமைக்கப் பெற்ற இடங்களில் தங்கியிருந்தனர்.

மடத்தில் கீழைச் சவுகண்டியில் பிள்ளையவர்கள் பலருக்கிடையே இருந்து சம்பாஷணை செய்திருந்தனர். அவ்விடத்தை அணுகி ஆசிரியரைக் கண்டேன். அப்போது என் உடம்பில் உள்ள அம்மை வடுக்களைக் கண்டால் அவர் வருத்தமடைவாரென்று எண்ணி அவர் கண்களுக்குத் தெரியாதபடி அதிகமாக விபூதியை உடம்பு முழுவதும் பூசியிருந்தேன். ஆசிரியர் என்னைக் கண்டவுடன் மிக்க அன்போடு, "சாமிநாதையரா? இப்போது உடம்பு சௌக்கியமாயிருக்கிறதா? உடம்பு முழுவதும் வடுத் தெரியாமல் விபூதி கவசம் தரித்திருக்கிறது போல் தோற்றுகிறது. உம்முடைய ஞாபகமாகவே இருக்கிறேன். கண்ணப்ப நாயனார் புராணத்தோடே பெரிய புராணம் நின்றிருக்கிறது. மகாமக காலத்தில் நீர் இருந்திருந்தால் எவ்வளவோ சந்தோஷமாக இருந்திருக்கும்" என்று கூறினார். அப்பால் என் தந்தையாரைப் பார்த்து க்ஷேம சமாசாரங்களை விசாரித்தார்.

## இராமசாமி பிள்ளை

அப்போது மதுரை இராமசாமி பிள்ளை என்ற தமிழ் வித்துவா னொருவர் அங்கே இருந்தார். அவர் பிள்ளையவர்களுடைய மாணாக்கர். ஆறுமுக நாவலரிடம் பழகியவர். தாம் இயற்றிய சில நூல்களைப் பிள்ளையவர்களிடம் படித்துக் காட்டி அவர் கூறிய திருத்தங்களைக் கேட்டு வந்தார். அவரைப் பற்றி நான் சில முறை கேள்வியுற்றிருந்தேன். பிள்ளையவர்கள் அங்கிருந்தவர்களில் ஒவ்வொருவரையும் எனக்கு பழக்கம் செய்வித்தார்.

## ஆசிரியர் விருப்பம்

என் உடம்பில் மெலிவைக் கண்ட ஆசிரியர் என் தந்தை யாரைப் பார்த்து, "இவருக்கு இன்னும் நல்ல சௌக்கியமுண்டாக வில்லை. இங்கே ஆகார வசதிகள் போதியபடி இல்லை. இவ ருடைய தாயார் இடும் உணவை உண்டுதான் இவர் உடம்பு தேற வேண்டும். ஊரிலேயே இன்னும் சில தினங்கள் இருந்து உடம்பு சௌக்கியமான பிறகு வரலாம்" என்று சொல்லி வந்தார். "இவர் நம்மை மீட்டும் ஊருக்கு அனுப்பி விடுவாரோ!" என்று அஞ் சினேன்.

"ஆனாலும் இவரைப் பிரிந்திருப்பது எனக்குச் சிரமமாகவே இருக்கிறது. இவர் ஊருக்குப் போன பிறகு நானும் சில ஊர் களுக்குப் போய் வந்தேன். அப்பால் குருபூஜை வந்தது. பின்பு மகாமகம் வந்தது. பாடம் நடக்கவில்லை. இனிமேல் பாடத்தை நிறுத்தி வைப்பது உசிதமன்று. ஒரு யோசனை தோன்றுகிறது. தாங்கள் அப்படிச் செய்தால் அனுகூலமாக இருக்கும்" என்று ஆசிரியர் என் தந்தையாரை நோக்கி மறுபடியும் கூறினார்.

"என்ன செய்ய வேண்டும்?"

"இவருடைய தாயாரை அழைத்துக் கொண்டு பூஜையோடு வந்து தாங்கள் இவ்விடம் சில காலம் இருந்து இவரைக் கவனித்துக் கொண்டால் நலமாக இருக்கும்."

"அப்படியே செய்கிறேன். அதில் என்ன கஷ்டம் இருக்கிறது?" என்று என் தந்தையார் உடன்பட்டார். அப்போது எனக்கு உண் டான மகிழ்ச்சி எல்லையற்றது.

தந்தையார் உடனே விடைபெற்றுச் சென்று என் தாயாரை அழைத்து வந்தார். பிள்ளையவர்கள் நாங்கள் இருப்பதற்கு வேண்டிய வசதிகளை மடத்துக் காரியஸ்தர்களைக் கொண்டு திருவாவடுதுறையில் செய்வித்தார்.

மீண்டும் பெரிய புராணப் பாடம் வழக்கம்போல் நடந்தது. நன்னூல் விருத்தியுரையைச் சிலரும் காண்டிகையுரையைச் சிலரும் பாடம் கேட்டு வந்தனர். அவர்களுடன் நானும் கலந்து கொண் டேன்.

## இரண்டு மாணாக்கர்கள்

பிள்ளையவர்களிடம் மற்ற மாணாக்கர்களோடு இரண்டு அபிஷேகஸ்தர்களும் பாடம் கேட்டனர். அவர்கள் இருவர்பாலும் மாணாக்கர்களிற் சிலர் வெறுப்புக் கொண்டவர்களைப்போல நடந்து வந்தனர். முதலில் அதற்குக் காரணம் எனக்கு விளங்க வில்லை; பிறகு தெரிந்தது. என் ஆசிரியர் திருவிடைமருதூருலாவை இயற்றி அரங்கேற்றிய காலத்தில் அவ்விருவரும் பல வகையான இடையூறுகளை விளைவித்தார்களாம். "சிவபெருமான் திருவீதியிலே செல்லும்போது பேதை முதல் பேரிளம் பெண் இறுதியாக உள்ள ஏழுபருவ மகளிரும் காமுற்றார்கள்" என்ற செய்தி அவ்வுலாவில் வருகிறது. திருவிடை மருதூரில் வசித்த ராஜ பந்துக்களான சில மகாராஷ்டிரர்களிடம் மேலே சொன்ன இருவரும் சென்று, "இந்த ஸ்தலத்தில் ஸ்வாமி வருகையில் வீதியில் உள்ள பெண்கள் காமம் கொண்டு பிதற்றினார்களென்று இவ்வூர் உலாவை இயற்றிய ஆசிரியர் சொல்லியிருக்கிறார். இந்த வீதியில் நீங்கள் குடியிருக்கிறீர்கள். உங்கள் ஜாதி ஸ்திரீகளுக்கு அபவாதம் அல்லவா இது?" என்று சொல்லிக் கலகமூட்டி விட்டார்களாம். பிள்ளையவர்களுக்கு இதனால் சில அசௌகரியங்களும் நேர்ந்தனவாம்.

ஆனால் அவ்விருவரும் பாடம் கேட்டு வருகையில் குணநிதி யாகிய பிள்ளையவர்கள் அவர்களிடம் சிறிதேனும் வெறுப்பைக் காட்டாமல் பிரியமாகவே நடத்தி வந்தார். மற்ற மாணாக்கர் களுக்கோ அவ்விருவரிடத்திலும் வெறுப்பு இருந்தே வந்தது. இச் செய்திகளை நான் கேட்டபோது எனக்கும் அவர்களிடத்தில் கோபம் மூண்டது. நன்னூலில் அடிக்கடி அவர்களைக் கேள்வி கேட்டுத் திணற வைப்பேன். அவர்கள் முகம் வாடி இருப்பார்கள். இடையிடையே அவர்கள் முன் செய்த விஷமத்தனமான காரி யத்தைக் குறிப்பாகச் சொல்லிக் காட்டுவேன். பிள்ளையவர்களிடத் திலிருந்த மதிப்பும் இளமை முறுக்குமே அவ்வாறு நான் செய்த தற்குக் காரணம்.

இப்படி அடிக்கடி அவர்கள் எங்களிடம் அகப்பட்டுத் துன்புறு வதைக் கண்ட ஆசிரியர் அவ்வாறு செய்ய வேண்டாமென்று குறிப்பாகச் சொல்லுவார். எங்களுக்கிருந்த ஆத்திரம் தீரவேயில்லை. ஆசிரியர் அவ்வாறு சொல்லும் தினத்தில் மாத்திரம் சும்மா இருப் போம். மறுபடியும் கண்டனம் கிளம்பும். எங்கள் ஆசிரியர் இவ் விஷயத்தை ஒரு நாள் சுப்பிரமணிய தேசிகரிடம் சொல்லி, "இந்தப் பிள்ளைகளுக்கு அவர்களிடம் கோபம் உண்டு. அடியேனிடம் அவ்விருவரும் தவறாக முன்பு நடந்து கொண்டார்கள். அதைத் தெரிந்து அவர்களைப் படாதபாடு படுத்துகிறார்கள். நான் இந்த விஷயத்தில் ஒருவாறு சம்பந்தமுடையவனாதலால் இவர்களைச் சமாதானம் செய்ய இயலவில்லை. சந்நிதானத்தில் ஒரு வார்த்தை

கட்டளையிட வேண்டும்” என்று கேட்டுக்கொண்டார். உடனே தேசிகர் எங்களை மாத்திரம் அழைத்துவரச் செய்து, தக்க நியாயங் களை எடுத்துக்காட்டி, “நம்மிடம் வந்திருக்கும் அவ்விருவர் களிடமும் விரோதம் பாராட்டுவது அழகன்று” என்று சொன்னார். அது முதல் நாங்கள் அவர்கள் பால் இருந்த கோபம் நீங்கி அன் போடு பழகலானோம்.

## திருச்சிற்றம்பலக் கோவையார்

அவ்விருவர்களுள் ஒருவராகிய மருதபண்டாரமென்பவருக்கும் எனக்கும் ஆசிரியர் திருச்சிற்றம்பலக் கோவையார் பாடம் சொல்லி வந்தார். நாங்கள் அதைக் கேட்பதோடு தனியே இருந்து சிந்திப்பதும் உண்டு. ஒருநாள் மடத்து முகப்பில் தம்பிரான்கள் சிலரும் காரியஸ் தர்கள் சிலரும் கூடியிருந்தார்கள். அவர்களிற் சிலர் என்னை நோக்கிக் கோவையாரிலிருந்து சில செய்யுட்களைச் சொல்லிப் பொருளும் சொல்ல வேண்டுமென்று விரும்பினர். நான் பைரவி ராகத்தை ஆலாபனம் செய்து சில செய்யுட்களைச் சொல்லி விரிவாகப் பொருளும் உரைத்தேன். யாவரும் திருப்தியுற்றார்கள்.

அப்பொழுது அங்கே கேட்டுக் கொண்டிருந்த பூஷை வைத்திய லிங்கத் தம்பிரானென்னும் பெரியார், “கோவையார் புஸ்தகம் உங்களிடம் இருக்கிறதா?” என்றார். “இல்லை” என்றேன். உடனே அவர் எழுந்து தம்முடைய அறைக்குச் சென்று அங்கே வெகு ஜாக்கிரதையாக வைத்திருந்த திருவாசகமும் கோவையாரும் சேர்ந்த பழைய அச்சுப் பிரதி ஒன்றைக் கொணர்ந்து கொடுத்தார். “இப்படி லாபம் கிடைக்குமானால் தினந்தோறும் நான் இவ்வாறு உபந்நியாசம் செய்வேனே” என்று சொல்லி அதை வாங்கிக் கொண்டு படித்து வரலானேன்.

இடையிடையே ஆசிரியர் திருப்பெருந்துறைப் புராணச் செய்யுட்களை இயற்றி வந்தார். குமாரரது கலியாணத்தில் ஏற்பட்ட செலவில் அவருக்குக் கடன் இருந்தது. அதை நீக்குவதற்கு வழி தெரியவில்லை. அத்துயரமும், பாடம் சொல்லும் வேலையும் சேர்ந்தமையால் இயல்பாக உள்ள உத்ஸாகத்தோடு புராணத்தை இயற்ற முடியவில்லை; அது மெல்ல நடந்து வந்தது.

# 54

## எழுத்தாணிப் பாட்டு

சிதம்பரம் பிள்ளையின் கலியாணத்துக்காக என் ஆசிரியர் தம் அளவுக்கு மேற்பட்ட பணத்தைச் செலவு செய்தார். செலவிடும் போது மிகவும் உத்ஸாகமாகவே இருந்தது. கலியாணமானபின் ஜவுளிக் கடைக்காரர்களும் மளிகைக் கடைக்காரர்களும் பணத்துக்கு

வந்து கேட்டபோதுதான் உலக வழக்கம்போல் அவருக்குக் கலியாணச் செலவின் அளவு தெரிந்தது. அக் கடனை எவ்வகை யாகத் தீர்க்கலாமென்ற கவலை உண்டாயிற்று. பொருள் முட்டுப் பாடு வர வர அதிகமாயிற்று. இதனால் மிக்க கவலையில் ஆழ்ந் திருந்தார். ஒரு பெருந்தொகையைக் கொடுத்து உதவி செய்து அவருக்கிருந்த மனக்கவலையை நீக்கக்கூடிய உபகாரி ஒருவரும் அப்போது இல்லை. வேறு வகையில் பொருளீட்டவும் வழியில்லை. ஏதேனும் ஒரு நூலை இயற்றி அரங்கேற்றினால் அப்போது நூல் செய்வித்தவர்கள் தக்கபடி பொருளுதவி செய்வதுண்டு. இதைத் தவிர வேறு வருவாய்க்கு மார்க்கம் இல்லை. திருப்பெருந்துறைப் புராணத்தை இயற்றி அரங்கேற்றினால் இரண்டாயிரம் ரூபாய் வரையிற் கிடைக்குமென்ற நம்பிக்கை இருந்தது. புராணம் ஆரம்ப நிலையிலேதான் இருந்தது. அது முழுவதும் பாடி நிறைவேற்றி அரங்கேற்றி முடிந்த பிறகுதானே பணம் கிடைக்கும்? அதுவரையிற் கடன்காரர்களுக்கு வழி சொல்லவேண்டுமே!

## எப்போதும் கடனாளி

அவருக்கு ஒரு யோசனை தோன்றியது. "திருப்பெருந்துறைப் புராண அரங்கேற்றத்தின் பின் நமக்கு எப்படியும் பணம் கிடைக்கும். இப்போது மடத்திலுள்ள அதிகாரிகளில் யாரிடமேனும் ஐந்நூறு ரூபாய் வாங்கி அவசரமாக உள்ள கடன் தொல்லையைத் தீர்த்து அப்பால் திருப்பிக் கொடுத்து விடுவோம்" என்று அவர் எண்ணினார். அவருடைய வாழ்க்கைப் போக்கு இவ்விதமே அமைந்திருந்தது. வீட்டில் செலவு ஒரு வரையறையின்றி நடை பெறும். கடன் வாங்கிக்கொண்டே இருப்பார். எங்கேனும் புராணம் பாடி அரங்கேற்றினால் ஆயிரம், இரண்டாயிரம் கிடைக்கும். அதைக் கொண்டு கடனைத் தீர்ப்பார். பிறகு செலவு ஏற்படும்போது கடன் வாங்குவார். மடத்தில் அவருடைய ஆகாரம் முதலிய சௌகரியங்களுக்கு வேண்டிய வசதிகள் செய்யப்பட்டிருந்தாலும் அவருடைய தாராளமான செலவுக்குத் தக்க பொருளுதவி கிடைக்கவில்லை. அவருடைய கனிந்த உள்ளமும் பெருந்தன்மையும் அவரை எப்போதும் கடனாளியாகவே வைத்திருந்தன.

## கடனை மறுத்த தம்பிரான்

மடத்தில் முக்கிய நிருவாகியாக இருந்த தம்பிரானிடம் குமாரசாமித் தம்பிரான் மூலம் ஆசிரியர் கடன் கேட்கச் செய்தார். அத்தம்பிரானோ கடன் கொடுப்பதற்கு உடன்படவில்லை.

பிறரைக் கடன் கேட்பதால் உண்டாகும் துன்பத்தை அவர் அப்பொழுது அதிகமாக உணர்ந்தார். "நாம் இம்மடத்தில் இவ்வளவு நாட்களாகப் பழகுகிறோம். நம்மிடத்தில் எல்லோருக்கும்

மதிப்பிருக்கிறது என்பது இவருக்குத் தெரியும். இருந்தும் இவர் பணம் கொடுக்க மறுக்கிறார். உலக இயல்பு இதுதான் போலும்! சமயத்திலேதான் ஜனங்களுடைய இயற்கையை நாம் அறிகிறோம். அவர்களைச் சொல்வதில் என்ன பயன்? நாமும் ஜாக்கிரதையாக இருந்து வரவேண்டும். துறவுக் கோலம் பூண்ட இவரே இப்படி இருந்தால் மற்றவர்கள் எப்படி இருப்பார்கள்?" என்று எண்ணி எண்ணி அவர் வருந்தினார். வேறு சிலரையும் கேட்டுப் பார்த்தார். ஒன்றும் பயனில்லை. ஆதீன கர்த்தர் பல சமயங்களில் விசேஷமான உதவி செய்திருத்தலாலும், மடத்தில் அப்போது பணச் செலவு மிகுதியாக இருந்தமையாலும் அவரிடம் தம் குறையை நேரில் தெரிவித்துக் கொள்ள ஆசிரியருக்கு மனமில்லை. பொருள் முட்டுப்பாட்டைத் தீர்த்துக்கொள்ள வழியில்லாமல் கலங்கிய அவருக்கு வேறு எங்கேனும் போய்ச் சில காலம் இருந்து மனம் ஆறுதலுற்ற பின்பு வரலாம் என்ற எண்ணம் உண்டாயிற்று. அதனால் தாம் சில வெளியூர்களுக்குப் போய் வர எண்ணியிருப்பதைக் குறிப்பாக மாணாக்கர்களிடம் தெரிவித்தார்.

மாணாக்கர்களுக்கு ஆசிரியருடைய மனவருத்தத்திற்குக் காரணம் இன்னதென்று தெரிந்தது. ஒவ்வொருவரும், "ஐயா அவர்கள் இவ்விடம் விட்டு வெளியூருக்குச் சென்றால் நானும் தவறாமல் உடன் வருவேன்" என்று மிகவும் உறுதியாகக் கூறினர். அவர்கள் உறுதி எந்த அளவில் உண்மையானதென்பது பின்பு தெரிய வந்தது.

## பட்டீச்சுரப் பிரயாணம்

பலவாறு யோசனை செய்து முடிவில் என் ஆசிரியர் பட்டீச்சுரம் செல்வதாக நிச்சயித்துச் சுப்பிரமணிய தேசிகரிடம் பக்குவமாகத் தெரிவித்து அனுமதிபெற்றனர். அம்சமயம் என் பெற்றோர்கள் திருவாவடுதுறையிலேயே இருந்தார்களாதலின், பிரயாணம் நிச்சயமானவுடன் ஆசிரியர் என் பிதாவை நோக்கி, "இன்னும் சில தினங்களில் ஒருநாள் பார்த்துக்கொண்டு பட்டீச்சுரம் முதலிய இடங்களுக்குப் போய் வர எண்ணியிருக்கிறேன். இவ்விடம் திரும்பி வர இன்னும் சில மாதங்கள் ஆகும். ஆதலால் நீங்களும் சாமிநாதையருடன் புறப்பட்டு நான் போகும்போது பட்டீச்சுரத்துக்கு வந்து விடுங்கள். அங்கே சில தினங்கள் தங்கியிருந்து பிறகு ஆவுடையார் கோயில் போகலாம்" என்று கூறவே அவர் அதற்கு ஒருவாறு உடன்பட்டார். ஆனாலும் என் பெற்றோர்கள் எங்களுடன் வருவதில் எனக்கு இஷ்டமில்லை. என் தந்தையாருடைய நியமானுஷ்டானங்களுக்கு நாங்கள் போகும் இடங்களில் தக்க வசதி இராதென்ற எண்ணமே அதற்குக் காரணம். பட்டீச்சுரம் என்றாலே எனக்கு ஒருபயம் உண்டு அங்கே பிள்ளையவர்கள் இருப்பதனால் நானும் இருக்க வேண்டிய அவசியம் நேர்ந்தது. என் தாய் தந்தையரும் அங்கே வந்து இருந்து விட்டால் அப்பால்

ஆறுமுகத்தா பிள்ளையின் கோபம் எந்த எந்த ரூபத்தில் வெளிப் படுமோ என்று பயந்தேன்.

ஆகவே தக்க காரணங்களை நான் பிள்ளையவர்களிடம் சொல்லி என் தாய் தந்தையர்கள் உடன் வருதலை நிறுத்தினேன். அக்காலத்தில் நான் கையில் வெள்ளிக் காப்பும் வெள்ளிச் சங்கிலி யும் அணிந்திருந்தேன். என் ஆசிரியர், "நாம் பல இடங்களுக்குப் போகும்படியிருக்கும். இவை கையிலிருந்தால் ஏதேனும் அபாயம் நேர்ந்தாலும் நேரலாம். ஆகையால் இவற்றைக் கழற்றி உம்முடைய தந்தையாரிடம் கொடுத்துவிடும்" என்று கூறவே நான் அங்ஙனமே செய்தேன்.

பிறகு நான் என் தந்தையாரை அழைத்துக்கொண்டு சூரியமூலை சென்று அவர்களை அங்கே விட்டு விட்டுச் சில தினங்களில் வருவதாக ஆசிரியரிடம் கேட்டுக் கொண்டேன். "சரி அப்படியே செய்யலாம். சூரியமூலைக்குப் போய்விட்டு இங்கே வந்து பாரும். நான் இங்கே இருந்தால் என்னுடன் சேர்ந்து வரலாம். இல்லையாயின் பட்டீச்சுரத்துக்கு வந்துவிடலாம்" என்று ஆசிரியர் எனக்குக் கட்டளையிட்டார். அங்ஙனமே சூரியமூலை போய்விட்டுத் திருவாவடுதுறைக்கு வந்தேன். அதற்குள் ஆசிரியர் பட்டீச்சுரம் சென்று விட்டதாகத் தெரிந்ததால் நானும் அங்கே போய் அவரோடு இருந்துவரலானேன். வழக்கம்போல அக்கிர காரத்தில் ஒரு வீட்டில் என் ஆகாரத்துக்கு ஏற்பாடு செய்து விட்டார்கள்.

நான் சூரியமூலைக்குப் புறப்பட்டுச் சென்ற மறுநாளே பிள்ளையவர்கள் பட்டீச்சுரத்துக்கு வேண்டிய சாமான்களுடன் போய்ச் சேர்ந்தார்கள். அவர்களுடன் சண்பகக் குற்றாலக் கவிராயர் மட்டும் பட்டீச்சுரம் போய்ச் சில தினங்கள் இருந்து விட்டு அப்பால் திருவாவடுதுறைக்கு வந்துவிட்டார். வேறு மாணாக்கர்கள் ஒருவரும் உடன் செல்லவில்லை. பிள்ளையவர்கள் விரும்பியபடி சவேரிநாத பிள்ளை மாயூரத்துக்கு வந்து ஆசிரியர் வீட்டில் இருந்தனர். மாணாக்கர்களெல்லாம் உடன் வருவதாகச் சொன்னதையும் ஒருவரேனும் வராமற் போனதையும் என் ஆசிரியர் அடிக்கடி என்னிடம் எடுத்துச் சொல்வார். "உலகமே பணத்தில் நிற்கிறது. கல்வி, அன்பு, என்பனவெல்லாம் அதற்கு அடுத்தபடி உள்ளவையே" என்பார். அப்பொழுதெல்லாம், "நல்லவேளை! நாம் அக்கூட்டத்தில் சேரவில்லையே" என்ற ஒருவகையான திருப்தி எனக்கு உண்டாகும்.

## எழுத்து வேலை

ஆசிரியர் பட்டீச்சுரத்திற்கு ஸ்ரீமுக வருஷம் வைகாசி மாதம் (மே, 1873) போய்ச் சேர்ந்தார் விரைவில் திருப்பெருந்துறைப் புராணத்தை இயற்றி முடித்துவிட வேண்டுமென்ற வேகம் அவருக்கு

இருந்தது. ஆகையால் தினந்தோறும் விடாமற் புராணத்தில் சில பாடல்கள் இயற்றப் பெற்று வந்தன. ஒரு முறை அவர் பாடல் சொல்லுவதை ஏட்டில் எழுதுவதும் பிறகு எழுதியதைப் படித்துக் காட்டி அவர் சொல்லிய திருத்தங்களைக் குறித்துக் கொண்டு மீட்டும் வேறு ஏட்டில் நன்றாக எழுதுவதுமாகிய வேலைகள் எனக்கு இருந்தன. இவ்வேலையால் நான் தனியே நூல்களைப் பாடம் கேட்க இயலவில்லை. ஆயினும் அப்புராணச் செய்யுட் களை எழுதியதும், இடையிடையே அச்செய்யுட்களின் சம்பந்தமாக ஆசிரியர் கூறியவற்றைக் கேட்டதும் எனக்கு மிகவும் உபயோகமாக இருந்தன.

## புராணம் இயற்றும் இடங்கள்

பிற்பகல் வேளைகளில் பிள்ளையவர்கள் மேலைப் பழை யாறை, பட்டீச்சுரம் ஆலயம், திருச்சத்திமுற்றம் கோயில் முதலிய இடங்களுக்குச் சென்று சில நேரம் தங்கியிருப்பார். நான் எப்போ தும் ஏடும் எழுத்தாணியும் கையில் வைத்துக்கொண்டே இருப்பேன். குளிர்ந்த வேளைகளில் அக்கவிஞருக்கு ஊக்கம் உண்டாகும்போது புராணச் செய்யுட்கள் வெகு வேகமாக நடைபெறும். இயற்கைக் காட்சிகள் அமைந்த இடமாக இருந்தால் அவருக்கு உத்ஸாகம் பின்னும் அதிகமாகும். பட்டீச்சுரத்தில் உள்ள திருமலைராயனாற் றங்கரையில் ஓர் அரசமரம் உண்டு. அதன் கீழே ஒரு மேடை இருந்தது. ஆற்றை நோக்கியபடி அம்மேடையில் சில வேளைகளில் அவர் உட்கார்ந்து கொண்டு பிற்பகலில் செய்யுட்களைச் சொல்லு வார். அப்போது அவரிடமிருந்து வெளிப்படும் கற்பனா சக்தியே தனிச் சிறப்புடையது.

பெரும்பாலும் காலை வேளைகளிலும் பிற்பகல் நேரங்களி லுமே புராணச் செய்யுட்களைச் சொல்லுவார். பகற் போசனம் ஆனவுடன் சிறிது நேரம் அவருக்கு அயர்ச்சியாக இருக்கும். அக் காலங்களில் நான் பாடல்களை ஏட்டில் பிரதி செய்வேன்.

## எழுத்தாணியின் மறைவு

ஒருநாள் காலையில் மேலைப்பழையாறையில் ஆசிரியர் பாடல்கள் சொல்ல நான் எழுதி வந்தேன். அதனை ஓரிடத்தில் நிறுத்திவிட்டு என்னைக் காலையாகாரம் செய்துவரும்படி அவர் அனுப்பினார். நான் ஏட்டையும் எழுத்தாணியையும் அவர் எதிரே ஓரிடத்தில் வைத்து விட்டுப் போய்ச் சில நேரத்திற்குப் பின் வந்தேன். அந்த இடைக் காலத்தில் அவர் தம் மனத்துக்குள்ளே மேலே சொல்லவேண்டிய பாடல்களுக்குரிய கருத்தை ஆராய்ந்து வைத்துக்கொண்டார். ஆதலால் நான் வந்தவுடனே ஒன்றும் சொல்லாமல் பாடல் சொல்லத் தொடங்கினார். நான் ஏட்டையும்

எழுத்தாணியையும் பார்த்தபோது ஏடுமாத்திரம் இருந்தது; எழுத்தாணி காணப்படவில்லை. சுற்றிலும் பார்த்தேன். நான் பாடலை எழுதாமல் இப்படிப் பார்ப்பதைக் கண்ட ஆசிரியர், "ஏன்? என்ன தேடுகிறீர்?" என்றார். நான் விஷயத்தைத் தெரிவித்து, "யாராவது எடுத்து வைத்திருக்கலாம் விசாரித்து வாங்கி வருகிறேன்" என்று சொல்லி விட்டுச் சென்றேன். என் எழுத்தாணியை எங்கும் காணவில்லை. அங்கே இருந்த கணக்குப் பிள்ளையைக் கேட்டேன். அவர் தமக்குத் தெரியாதென்று சொல்லிவிட்டார். வேறு ஏதாவது ஓர் எழுத்தாணி இருந்தால் தரவேண்டுமென்று கேட்டபோது அவர் தமது எழுத்தாணியை வீட்டில் வைத்திருப்பதாகச் சொன்னார்.

முதல்முறை பட்டீச்சுரத்தில் இருந்தபோது ஆறுமுகத்தா பிள்ளை என் புஸ்தகத்தை ஒளித்து வைத்த செய்தி என் ஞாபகத் திற்கு வந்தது. "இன்னும் அத்தகைய கஷ்டம் நம்மை விடாதுபோலத் தோன்றுகிறதே" என்று என் மனம் நடுங்கியது; ஒன்றும் தோன்றா மல் பிள்ளையவர்கள் முன் வாடிய முகத்தோடு வந்து எழுத்தாணி அகப்படவில்லை என்று தெரிவித்தேன். தாம் மனத்தில் ஒழுங்கு படுத்திக்கொண்ட செய்யுட்களைச் சொல்லவேண்டுமென்று என் வரவை ஆவலுடன் எதிர்பார்த்திருந்த அவருக்கு இது மிக்க வருத் தத்தை உண்டாக்கியது. கவிஞர் பாடலை இயற்றச் சிந்தனை செய் வாரா? இக்கவலைகளில் மனத்தைச் செலுத்துவாரா?

அப்போது அங்கே ஆறுமுகத்தா பிள்ளை வந்தார். "ஏன் இவர் ஒன்றும் எழுதாமல் இப்படி அலைகிறார்?" என்று கேட்டார். பிள்ளையவர்கள் காரணம் சொன்ன போது, "இவர் அதிக அஜாக்கிரதையுள்ளவர். புஸ்தகத்தையோ, எழுத்தாணியையோ இவர் பத்திரமாக வைத்துக் கொள்வதில்லை. உங்களிடம் எவ் வளவோ தடவை சொல்லியிருக்கிறேன். இவர் எதற்கும் உதவாதவர்" என்று தம்முடைய விமரிசனத்தை ஆரம்பித்துவிட்டார். "மறுபடி யும் அகப்பட்டுக் கொண்டோமே" என்ற சஞ்சலம் எனக்கு உண்டா யிற்று.

## ஆறுமுகத்தா பிள்ளையின் உத்தரவு

பிள்ளையவர்கள் அவரிடம் சமாதானமான வார்த்தைகள் கூறி அவரைச் சாந்தப்படுத்தின பிறகு, "எங்கே, இவர் எழுத்தாணி தர வேண்டுமென்று ஒரு செய்யுள் புதியதாக இயற்றிச் சொல்லட்டும்; நான் அதை வருவித்துத் தருகிறேன்" என்று உத்தரவு செய்தார். நான் கதிகலங்கி நின்ற நிலையில் செய்யுளைப் பற்றி யோசிக்கும் மன நிலை ஏது? "தம்பி சொல்லுகிறபடி ஒரு செய்யுள் சொல்லும்" என்று ஆசிரியர் கட்டளையிடவே நான் யோசிக்க ஆரம்பித்தேன். நல்ல வேளையாக ஆறுமுகத்தா பிள்ளை எதிரே இருந்த தோட் டத்திற்குச் சென்றார். அச்சமயம் பார்த்து என் ஆசிரியர் முதலில்,

'எழுத்தாணி யொன்றெனக்கின் றீ" என்று ஒரு வெண்பாவின் இறுதி அடியைச் சொன்னார். தொடர்ந்து சிறிது சிறிதாக இறுதி யிலிருந்தே முதலடி வரையில் சொல்லி முடித்தார். அவ்வெண்பா முழுவதையும் நான் பாடம் பண்ணிக் கொண்டேன். ஆறுமுகத்தா பிள்ளை வந்தவுடன்,

"தழுவுபுகழ் ஆறுமுகத் தாளாளா என்றும்
வழுவில் புராணம் வரைய – மெழுகில்
அழுத்தாணிப் பொன்னால் அமைந்தஉரு விற்றாம்
எழுத்தாணி ஒன்றெனக்கின் றீ"

என்ற அவ்வெண்பாவைச் சொன்னேன். அவருக்குத் திருப்தி உண்டாயிற்றோ, இல்லையோ நான் அறியேன். சிறிது நேரத்தில் என் எழுத்தாணி என்னிடம் வந்து சேர்ந்தது.

இந்நிகழ்ச்சியால் பிள்ளையவர்களுடைய மனம் புண்பட்டது. "இந்த உலகத்தில் நம் மனமறிந்து அன்பு பாராட்டுபவர்கள் எங்கும் இல்லையே! வெறும் சோற்றை உத்தேசித்து எவ்வளவு கஷ்டங் களுக்கு உள்ளாக வேண்டியிருக்கிறது!" என்று வருத்தமுற்றார்.

## 55

## சிறு பிரயாணங்கள்

நான் பட்டீச்சுரம் சென்ற பின் என் தாய் தந்தையர் சூரிய மூலையில் ஒருவாரம் இருந்துவிட்டு உத்தமதானபுரத்துக்குச் சென்று அங்கே என் சிறிய தந்தையார் முதலியவர்களுடன் வசிக்கலானார் கள். பட்டீச்சுரத்திலிருந்து ஒரு முறை என் ஆசிரியரும் ஆறுமுகத்தா பிள்ளையும் திருவலஞ்சுழி, ஆவூர், நல்லூர் முதலிய ஸ்தலங்களுக்குச் சென்று சுவாமி தரிசனம் செய்தார்கள். நானும் உடன் சென்றேன். நல்லூரில் சுவாமி தரிசனம் செய்த பிறகு ஆசிரியர் என்னைப் பார்த்து, "உத்தமதானபுரம் இங்கேதானே இருக்கிறது! இங்கிருந்து எவ்வளவு தூரம் இருக்கும்?" என்று கேட்டார். நான் உடனே மிகவும் சந்தோஷமாக, "இதற்கு மேற்கே அரை மைல் தூரத்தில் இருக்கிறது; ஒரு நாழிகையிற் போய்விடலாம்" என்றேன்.

உடனே அவ்விருவரும் புறப்பட்டனர். அவ்விருவரையும் நான் அழைத்துக்கொண்டு ஊர்போய்ச் சேர்ந்தேன். ஊரில் என் பெற்றோர் முதலியவர்கள் திடீரென்று எங்களைப் பார்த்தபோது அளவற்ற சந்தோஷமடைந்தனர். அப்போது காலை பத்து மணி இருக்கும். உடனே என் பெற்றோர்கள் பிள்ளையவர்களுக்கும் ஆறுமுகத்தா பிள்ளைக்கும் ஒரு விருந்து செய்விக்க எண்ணி அதற்கு வேண்டியவற்றைக் கவனித்தார்கள். அவர்கள் இருவருக்கும் திருப்தியாக இருக்க வேண்டுமே என்று கருதி நானும் அம்

முயற்சியில் இருந்தேன். என் சிறிய தந்தையாரும் மிக்க ஊக்கத்துடன் இருந்தார். அப்போது ஊராரும் இன்றியமையாத உதவியைச் செய்தார்கள்.

## நாங்கள் செய்த விருந்து

எவ்விதமான ஆகாரமாக இருந்தாலும் உள்ளன்பையே பெரிதாகக் கவனிப்பது என் ஆசிரியர் இயல்பு. ஆறுமுகத்தா பிள்ளையோ வெளிப் பகட்டான காரியங்களை விரும்புகிறவர். உபசாரங்களில் ஏதேனும் குறைவு இருந்தால் அவருக்கு வருத்தம் உண்டாகும். பிள்ளையவர்களுடன் வேறு சில இடங்களுக்குச் சென்றபோது அங்கே நிகழ்ந்த உபசாரங்களை ஆறுமுகத்தா பிள்ளை கவனித்து ஆராய்ந்து குறை கூறியதை நான் பார்த்ததுண்டு.

ஆகையால் அவர் மனம் திருப்தி அடையும்படி நடக்க வேண்டுமே என்ற கவலைதான் எனக்குப் பெரிதாக இருந்தது. ஏதோ ஒருவாறு அவர்களுக்கு விருந்து நடந்தது. ஆசிரியர் மிக்க திருப்தியைப் புலப்படுத்தினார். ஆறுமுகத்தா பிள்ளை அதிருப்தி அடைந்ததாகத் தெரியவில்லை. என் தந்தையார் பிள்ளையவர்களோடு நெடுநேரம் பேசிக் கொண்டிருந்தார். பின்பு அவரும் சிறிய தந்தையாரும் சில தமிழ்ப் பாடல்களையும் அருணாசலகவி ராமாயண கீர்த்தனங்களையும் இசையுடன் பாடினார்கள். ஆசிரியர் கேட்டு மிகவும் மகிழ்ந்தனர். ஊரிலுள்ளவர்களெல்லாம் வந்து வந்து பிள்ளையவர்களைப் பார்த்துச் சென்றார்கள்; என் படிப்பின் வளர்ச்சியையும் தெரிந்து கொண்டார்கள். அன்று எங்கள் வீடு பெரிய கலியாண வீடுபோல இருந்தது. பிள்ளையவர்கள் உத்தமதானபுரத்துக்கு வந்திருப்பதை அறிந்து மாளாபுரம், பாபநாசம், உத்தமதானி முதலிய இடங்களிலிருந்து பலர் வந்து அவர்களைப் பார்த்துவிட்டுப் போனார்கள். ஒரு நாள் முழுவதும் உத்தமதானபுரத்திலிருந்து விட்டு நாங்கள் மூவரும் அப்பால் பட்டீச்சுரம் வந்து சேர்ந்தோம்.

## பாடல் இயற்றும் பழக்கம்

ஒரு நாள் பட்டீச்சுரத்தில் ஆறுமுகத்தா பிள்ளையின் காரியஸ்தர் ஒருவரோடு பேசிக்கொண்டிருந்தேன். நான் இயற்றிய சில பாடல்களைச் சொல்லிக் காட்டினேன். பழநியாண்டவர் விஷயமாக நான் இயற்றியிருந்த ஒரு பாடலைச் சொன்ன போது அவ்வழியே என் ஆசிரியர் வந்தார். அப்பாட்டின் இறுதியடியாகிய "ஆபத்தை நீக்கியருள்வாய் பழநி யறுமுகனே" என்பது மாத்திரம் இப்போது என் ஞாபகத்தில் இருக்கிறது.

"என்ன பாட்டு அது?" என்று ஆசிரியர் கேட்டார். நான் பாடல் முழுவதையும் சொன்னேன். "யார் பாடியது?" என்று கேட்டபோது நான் இயற்றியதென்று தெரிவித்தேன். அதனைக்

கேட்டு, "உமக்கு வாக்கு இருக்கிறது; அடிக்கடி செய்யுள் இயற்றிப் பழகி வரவேண்டும். பழகி வந்தால் நாளடைவில் சுலபமாக இருக்கும்" என்று சொன்னார். பிறகு, "நீர் செய்யும் பாடலை என்னிடம் சொல்வதில்லையே. ஏதாவது பாடல் செய்து சொன்னால் அவ்வப்போது திருத்திக் கொள்ளலாம்" என்றார்.

"என் பாடல்களில் பிழை மலிந்திருக்கும். அவற்றை ஐயாவிடம் சொல்ல நாணமாயிருக்கிறது" என்றேன்.

"இனிமேல் அப்படி இருக்க வேண்டாம். அடிக்கடி பாடல் செய்து சொல்லிக்காட்டும்" என்று அவர் கட்டளையிட்டார். நான் அது முதல் சில சில பாடல்களைச் செய்து சொல்லிக் காட்டுவேன். "இன்னது இன்னபடி இருந்தால் இன்னும் நன்றாயிருக்கும்" என்று அவர் சொல்லுவார். அப்பழக்கத்தால் செய்யுள் செய்யும் போது கவனிக்க வேண்டிய சில விஷயங்களை ஆசிரியர் மூலம் நன்றாக உணர்ந்து கொண்டேன்.

## பால போத இலக்கணம்

மற்றொரு நாள் பிற்பகலில் ஆசிரியரும் நானும் கும்பகோணம் சென்று தியாகராச செட்டியார் வீட்டில் தங்கியிருந்தோம். அன்று இரவு அங்கே இருந்து மறுநாள் பட்டீச்சுரம் போகலாமென்று செட்டியார் கேட்டுக் கொண்டதால் அப்படியே இருந்தோம். விசாகப் பெருமாளையர் எழுதிய பால போத இலக்கணமென்ற புஸ்தகம் மிகவும் விளக்கமாகவும் சுருக்கமாகவும் உள்ளதென்று தியாகராச செட்டியார் சொன்னார். அப்போது, "நான் அதை ஐயாவிடம் பாடம் கேட்கலாமா?" என்று கேட்டேன். "அப்படியே செய்யலாம்" என்று செட்டியார் சொன்னார். என்னிடம் அப்புஸ்தகம் இல்லாமையால் ஆசிரியர் செட்டியாரிடம் அவரது பிரதியை எனக்குக் கொடுக்கும்படி சொன்னார். அவர் பல காலமாக வாசித்துப் பழகின புஸ்தகமானதால் அதைக் கொடுக்க உடன்படவில்லை. புஸ்தகத்தை மாத்திரம் வாங்கி ஒருமுறை பார்த்துவிட்டு ஆசிரியர் அவரிடமே திருப்பிக் கொடுத்து விட்டார்.

மறுநாட் காலையில் நான் படுக்கையிலிருந்து எழுந்தபோது அருகில் பிள்ளையவர்களைக் காணவில்லை. தினந்தோறும் காலையில் அவர் விழித்தவுடன் என்னையும் எழுப்பி வெளியே அழைத்துச் செல்வது வழக்கம். அன்று அவர் விரைவில் எழுந்து வெளியே சென்றுவிட்டார் என்று அறிந்து திடுக்கிட்டேன். எனக்குக் காரணம் புலப்படவில்லை. வெளியே வந்து பார்க்கையில் அங்கே திண்ணையில் என் ஆசிரியர் உட்கார்ந்திருந்தார். அவர் அனுஷ்டானங்களை முடித்துக் கொண்டு வந்திருப்பதாக அவர் தோற்றத்தால் உணர்ந்தேன். அவருக்கு அருகே கும்பகோணம் காலேஜில் உதவித் தமிழ்ப் பண்டிதராக இருந்த தி. கோ. நாராயண சாமி பிள்ளை என்பவர் உட்கார்ந்து பேசிக் கொண்டிருந்தார்.

என்னைக் கண்டவுடன் ஆசிரியர் தம் கையில் உள்ள ஒரு புஸ்தகத்தைக் காட்டி, "இதோ பால போத இலக்கணம்; இவரிட மிருந்து வாங்கினேன்; நீர் பாடம் கேட்கலாம்" என்றார். என் ஆசிரியர் விடியற்காலையிலே எழுந்து தனியே சென்று அனுஷ்டா னங்களை முடித்துக் கொண்டு அரை மைல் தூரத்திற்கு அப்பால் இருந்த நாராயணசாமி பிள்ளை வீட்டிற்குச் சென்று பாலபோத இலக்கணத்தை அவரிடமிருந்து வாங்கி வந்தனரென்றும், செட்டி யார் புஸ்தகம் தர மறுத்ததை எண்ணி இவ்வாறு செய்தாரென்றும் தெரிந்து கொண்டேன்.

உடனே விரைவில் எழுந்து சென்று காலைக் கடன்களை முடித்துக் கொண்டு வந்து பாலபோத இலக்கணத்தைப் பாடம் கேட்க ஆரம்பித்தேன். நன்னூலைப் பாடம் கேட்டவனாதலின் அப்புஸ்தகத்தின் அருமை எனக்கு விளங்கியது. அதனை முற்றும் இரண்டு முறை பாடம் கேட்டேன். இடையிடையே ஆசிரியர் அப்புஸ்தகத்தின் அமைப்பைப் பாராட்டியதோடு விசாகப் பெருமா ளையரைப் பற்றிய வரலாற்றையும் எடுத்துச் சொன்னார். அன்று காலையில் நாங்கள் பட்டீச்சுரம் வந்து சேர்ந்தோம்.

## உத்தியோக விருப்பம்

இடையிடையே நாங்கள் கும்பகோணத்துக்குச் சென்று தியாக ராச செட்டியாரோடு பேசிப் பொழுது போக்குவோம். விடுமுறை நாட்களில் செட்டியாரே பட்டீச்சுரத்திற்கு வருவார். அவ்வாறு வரும்போது பட்டீச்சுரத்தில் ஆறுமுகத்தா பிள்ளையின் வீடு கலகலப்பாக இருக்கும். செட்டியார் கண்டிப்பாகப் பேசினாலும் அப்பேச்சில் ஒரு சுவை இருக்கும். அவர் வந்தாலே பிள்ளையவர் களுக்கும் எனக்கும் மிக்க சந்தோஷமுண்டாகும்.

இவ்வாறு அடிக்கடி தியாகராச செட்டியாருடைய சந்திப்பு நேர்ந்ததனால் எனக்கும் அவருக்கும் உள்ள பழக்கம் வர வர வலிமை பெற்றது. உள்ளொன்று வைத்துப் புறம்பே அன்புடையார் போல நடவாமல் வெளிப்படையாகத் தம் எண்ணங்களை வெளியி டும் அவரிடம் எனக்கும் அன்பு உறுதிபெறத் தொடங்கியது. ஒரு காலேஜில் அவர் ஆசிரியராக இருந்தமையாலும் சிறந்த அறிவாளி யாதலாலும் அவருக்கு நல்ல செல்வாக்கு இருந்ததை நான் உணர்ந் தேன். கும்பகோணத்தில் அவர் வீட்டில் தங்கின காலங்களிற் பல கனவான்கள் அவரிடம் வருதலையும் பிறரிடம் அவர் நடந்து கொள்ளும் விதத்தையும் கவனித்தேன். அதனால் அவருக்கிருந்த நன்மதிப்பு எனக்கு நன்றாக வெளியாயிற்று. செட்டியார் தம் உத்தி யோகத்தின் சார்பினால் ஒருவருடைய தயையையும் எதிர்பாராத நிலையில் இருந்தார். பிள்ளையவர்கள் சில சமயங்களில் தம் ஜீவனத்துக்குப் பிறர் கையை எதிர்பார்க்கும் நிலைமையில் இருந்த தையும் கவனித்த நான் "நாமும் இப்படியே இருக்க நேரும்" என்

பதை அவ்விருவருடைய இயல்புகளையும் ஒப்பிட்டுப் பார்த்து அறிந்து கொண்டேன்.

இந்த உணர்ச்சி ஏற்பட்டது தொடங்கி, "நமக்கும் ஓர் உத்தியோகம் இருந்தால் பொருட் கவலையின்றி இருக்கலாமே" என்ற நினைவு எனக்கு உண்டாயிற்று. ஒரு முறை தியாகராச செட்டியாரைச் சந்தித்த காலத்தில், "எனக்கு எங்கேனும் ஒரு பள்ளிக்கூடத்தில் வேலை பார்த்துக் கொடுத்தால் மெத்த உபகாரமாக இருக்கும். அதையும் பார்த்துக் கொண்டு ஓய்வு நேரங்களில் ஐயாவிடமும் படித்து வருவேன்" என்று சொல்லியிருந்தேன். இது பிள்ளையவர்களுக்குத் தெரியாது. "சமயம் வந்தால் பார்க்கலாம்" என்று செட்டியார் சொல்லியிருந்தார்.

## என் நன்மையை உத்தேசித்தது

ஒருநாள் தியாகராச செட்டியார் பட்டீச்சுரம் வந்திருந்தபோது அவர் என்னிடம், "கும்பகோணத்தில் (ராவ் பகதூர்) அப்பு சாஸ்திரிகள் முதலிய மூன்று கனவான்கள் சேர்ந்து நேடிவ் ஹைஸ்கூல் என்ற பெயருடன் ஒரு பள்ளிக்கூடத்தை ஆரம்பிக்கப் போகிறார்கள். அம்மூவரும் என்னிடத்தில் அன்புள்ளவர்கள். அப்பள்ளிக்கூடத்திற்கு ஒரு தமிழ்ப்பண்டிதர் வேண்டும், தக்கவர் ஒருவரைப் பார்த்துச் சொல்ல வேண்டும் என்று அவர்கள் சொல்லியிருக்கிறார்கள். உடனே உம்முடைய ஞாபகம் வந்தது. முதலில் மாதம் பதினைந்து ரூபாய் தருவார்கள். பிறகு சம்பளம் உயரும்" என்றார். அதைக் கேட்டபோது ஏற்றுக்கொள்ளலாமென்ற எண்ணமே எனக்கு முதலில் உண்டாயிற்று. பிள்ளையவர்களிடம் நாங்கள் இருவரும் இவ்விஷயத்தைத் தெரிவித்தோம்.

அவர் சிறிது நேரம் பேசாமல் இருந்தார். அவர் மனத்துள் பல வகையான எண்ணங்கள் ஓடினவென்று தோற்றியது. பிறகு தியாகராச செட்டியாரைப் பார்த்தார். "தியாகராசு, இப்போது என்ன அவசரம்! இவர் இன்னும் குடும்ப வாழ்க்கையைத் தொடங்கவில்லை. உத்ஸாகமாகப் படித்து வருகிறார். இப்பொழுதே உத்தியோகத்துக்குப் போய்விட்டால் இவ்வளவு ஊக்கமாகப் படிக்க முடியாது. நேரமும் கிட்டாது. இன்னும் சில வருஷங்கள் படிக்கட்டுமே; அப்பால் வேண்டுமானால் பார்த்துக்கொள்ளலாம்" என்றார். என் விருப்பத்தைக் கேளாமலே அவர் சொன்னாலும் எனக்கு எது நன்மையோ அதை யோசித்தே அவர் அவ்வாறு கூறினார். செட்டியாரும் அவர் சொன்னதை ஒப்புக் கொண்டார். "ஐயா சொல்வது உண்மைதான். இளமையிலே படிப்பதுதான் நிற்கும். நாள் ஆக ஆக உயர்ந்த உத்தியோகம் உம்மையே தேடி வரும். நீர் கவலைப்பட வேண்டாம். இவர்களிடம் நன்றாகப் படித்துக்கொண்டிரும்" என்று என்னிடம் சொன்னார்.

நானும் யோசித்துப் பார்த்தேன். அவ்விருவரும் என் நன்மையை உத்தேசித்தே சொல்வதை உணர்ந்து என் விருப்பத்தை மாற்றிக் கொண்டேன்.

## திருச்சிராப்பள்ளி யாத்திரை

ஸ்ரீமுக வருஷம் ஐப்பசி மாதம் (1873 அக்டோபர்) என் ஆசிரியர் சில முக்கியமான காரியங்களின் பொருட்டுத் திருச்சிராப் பள்ளிக்குப் பிரயாணமானார். அவருடன் நானும் சென்றேன். அக்காலத்தில் நாகப்பட்டினத்திலிருந்து தஞ்சாவூர் வழியாகத் திருச்சிராப்பள்ளி செல்லும் ரெயில் பாதை ஒன்றுதான் இருந்தது. அதனால் நாகப்பட்டினத்திற்கும் தஞ்சைக்குமிடையேயுள்ள நீடாமங் கலம் சென்று அங்கே ரெயிலேற வேண்டியிருந்தது. பட்டீச்சுரத்தி லிருந்து நீடாமங்கலம் வரையில் வண்டியிலே சென்றோம். அப்படிப் போகும்போதே திருப்பெருந்துறைப் புராணத்திலே பெருந்துறைப் படலத்தில் முப்பது செய்யுட்களை ஆசிரியர் சொல்ல நான் எழுதினேன்.

நீடாமங்கலத்தில் ரெயிலேறித் திருச்சிராப்பள்ளி போய்ச் சேர்ந் தோம். அங்கே சில காலம் தங்கியிருந்தோம். பிள்ளையவர்கள் பிறந்த ஊராதலின் இளமையிலே அவர்களோடு பழகியவர்களும் பாடம் கேட்டவர்களுமாகிய பலர் வந்து வந்து பார்த்துப் பாராட்டிச் சென்றார்கள். அப்பொழுதப்பொழுது என் ஆசிரியர் தம் இளமைக்காலத்து நிகழ்ச்சிகளைச் சொல்லக் கேட்டு நான் மகிழ்ந்தேன். வந்தவர்களிடம் அவர்கள் விருப்பத்தின்படி திருப்பெருந்துறைப் புராணச் செய்யுட்களைப் படித்துக் காட்டச் செய்து ஆசிரியர் பொருள் கூறுவார். அவர்கள் கேட்டு அவருடைய கவித்துவம் எவ்வளவு விருத்தியடைந்திருக்கிறதென்பதை அறிந்து புகழ்வார்கள்.

திருச்சிராப்பள்ளிக்கு அருகிலுள்ள சிவஸ்தலங்களுக்கு நாங்கள் சென்று வந்தோம். அந்த யாத்திரையில் ஒவ்வொரு நாளும் நான் புதிய புதிய மனிதர்களையும் புதிய புதிய இடங்களையும் கண்டு களித்துக் கவலை எள்ளளவுமின்றி இருந்தேன். பிரயாண காலத்தில் ஸ்தல தரிசனம் செய்யும்போது அந்த அந்த ஸ்தலத்து மூர்த்திகளின் பெருமைகளையும், ஸ்தல வரலாறுகளையும் ஆசிரியர் மிகவும் விரிவாக எனக்குச் சொல்லுவார். அப்போது என் மனத்துக்கு மிக்க இன்பமாயிருக்கும். பல புஸ்தகங்களைப் படித்தும் பல பெரி யோர்களைக் கேட்டும் தெரிந்துகொள்ள வேண்டிய அருமையான விஷயங்களை ஆசிரியர் சொல்லுகையில், "இதுவும் ஒரு சிறந்த படிப்புத்தானே" என்று நான் எண்ணுவது உண்டு. சில வாரங் களுக்குப் பின் ஆசிரியரும் நானும் பட்டீச்சுரம் வந்து சேர்ந்தோம்.

# 56

## நான் இயற்றிய பாடல்கள்

தஞ்சை மார்ஷல் காலேஜ் தமிழ்ப்பண்டிதரும் என் ஆசிரியருடைய மாணாக்கருமாகிய ஐயாசாமிப் பிள்ளையென்பவரும் இலக்கணம் இராமசாமி பிள்ளையென்பவரும் வேறு சிலரும் விரும்பியபடி ஆசிரியர் தஞ்சை சென்று அங்கே ஒரு மாதம் தங்கியிருந்தார். அக்காலத்தில் நான் அவருடைய உத்தரவின்படியே உத்தமதானபுரம் சென்று என் தாய் தந்தையரோடு இருந்து வரலானேன். என் சிறிய தகப்பனாருடைய வருவாய் போதாமையால் குடும்பம் மிக்க சிரமத்தோடு நடைபெற்று வந்தது. அக்குடும்ப நிலை திருந்தவேண்டுமாயின் என் தந்தையார் மீட்டும் ஊர் ஊராக அலைந்து தம் சங்கீதத் திறமையாலே பொருளுதவி பெற வேண்டும். அவர் எவ்வளவு காலந்தான் கஷ்டப்படுவார்! எனக்கு ஏதேனும் உத்தியோகமோ வேறு வகையில் வருவாயோ கிடைத்தால்தான் நிரந்தரமான சௌக்கியம் குடும்பத்துக்கு உண்டாகுமென்பதை நான் உணர்ந்தேன். உணர்ந்து என் செய்வது!

### நெல் வேண்டிய செய்யுள்

நான் வேறிடத்தில் இருந்தபோது எனக்குக் குடும்பத்தின் கஷ்டம் அதிகமாகத் தெரியவில்லை. கண் முன்னே பார்க்கும்போது தான், "நாம் இருந்தும் ஒரு பயனும் இல்லாமற் போகிறதே!" என்ற வருத்தம் உண்டாயிற்று, "இப்பொழுது நம்மால் ஆன சௌகரியத்தைச் செய்து வைப்போம்" என்று யோசித்தபோது எனக்கு ஒரே ஒரு வழி தோற்றியது,

எங்கள் ஊருக்கு அருகிலுள்ள வெள்ளைப் பிள்ளையாம் பேட்டை என்ற ஊரில் ஐயாக்கண்ணு மூப்பனார் என்ற செல்வர் ஒருவர் இருந்தார். அப்பக்கங்களில் அவருக்கு மிக்க செல்வாக்கு உண்டு. அவர் என் தந்தையாரிடம் அன்புடையவர். அவரிடம் சென்று நெல் வேண்டுமென்ற கருத்துடைய செய்யுளொன்றை இயற்றிச் சொல்லி அதன் பொருளையும் கூறினேன். பிறரிடம் ஒரு பொருளை விரும்பி நான் பாடிய முதற் செய்யுள் அது. என் பாடலைக் கேட்டவுடன் அவர் மகிழ்ந்து நான்கு கலம் நெல்லை அனுப்பினார். என் பெற்றோர்கள் அதனால் மிகவும் திருப்தியுற்றார்கள். அப்பாடல் இப்போது ஞாபகத்தில் இல்லை.

### கலைமகள் துதி

திருப்பெருந்துறைப் புராணத்தை என் ஆசிரியர் இயற்றிக் கொண்டு வந்த சந்தர்ப்பமாதலின் என் மனம் அவர் கவித்துவத்தில் ஒன்றிப் போயிருந்தது. நானும் செய்யுள் இயற்றும் முயற்சியில் ஈடுபடலானேன். உத்தமதானபுரத்தில் தங்கியபோது எனக்கு ஓய்வு

இருந்தமையால் அம்முயற்சி அதிகமாயிற்று. தனிப்பாடல்கள் பல இயற்றினேன். என் சிறிய தந்தையார். "உருப்படியாக ஏதாவது பாடு" என்று சொன்னார்.

முதலில் கலைமகள் விஷயமாகச் செய்யுட்களை இயற்றத் தொடங்கினேன். நான் சொல்லச் சொல்ல என் சிறிய தந்தையார் எழுதி வந்தார். சில வெண்பாக்களையும் சில கட்டளைக் கலித் துறைகளையும் இயற்றினேன்.

"உள்ளக் கவலைக் யெலாமுரைத் தேனுக் குவந்தருள
மெள்ளக் கவினன மீதிவர்ந் தேவர வேளையிதே
கள்ளக் கயவர்க் கருமமு தேகலைக் கற்பகமே
வள்ளக் கமல மலர்மீதில் வாழும் மனோன்மணியே"

என்பது அவற்றில் ஒன்று. இவ்வாறு பாடல்களை இயற்றி வந்த போது என் மனத்துள்ளே ஒரு பெருமிதமுண்டாகும். என் சிறிய தந்தையார் அவ்வப்போது நன்றாயிருக்கிறதென்று பாராட்டுவார்.

## திருவேரக மாலை

அப்பால் சுவாமிமலையிலுள்ள முருகக் கடவுள் விஷயமாகப் பதினாறு கட்டளைக் கலித்துறைகளை இயற்றினேன். உயர்ந்த சாஸ்திரக் கருத்துக்களோ, கற்பனைகளோ அப்பாடல்களில் அமையவில்லை. என்னுடைய அனுபவம் சிறிது; பழக்கமும் குறைவு. அந்த அளவில் எத்தகைய கருத்துக்கள் இருக்குமோ அவைகளையே அப்பாட்டில் காணலாம்.

பலவகையான துன்பங்களில் புண்பட்டவன் நான்; ஆதலின், அத்துன்பங்களிலிருந்து விடுபட வேண்டுமென்று என் மனத்துள் இருந்த ஆவல் திருவேரகச் சண்முகப்பிரானை நோக்கி நான் கூறிய பிரார்த்தனையில் அங்கங்கே புலப்படும்.

"ஆடும் அரவிற்கு நேராகச் சீறும் அவரையகன்
றீடொன் றடியர்க ளோடென்று மேவி யிருப்பவருள்
நாடு மிருவர் தமக்கரி யானரு ணாததுயர்
சாடும் புனற்பொன்னி சூழ்திரு வேரகச் சண்முகனே"

(திருவேரகம் – சுவாமி மலை)

சண்முகப்பிரான் ஞாபகத்தோடு ஆறுமுகத்தா பிள்ளையின் ஞாபகமும் எனக்கு அப்போது இருந்ததுதான் இத்தகைய கருத்துக் கள் எழுதுவதற்குக் காரணமாகும்.

## ஆனந்தவல்லி பஞ்சரத்தினம்

இச்செய்யுட்களை எல்லாம் எழுதிய என் சிறிய தந்தையார், "இந்த ஊர் அம்பிகைமேல் ஏதேனும் பாடலாமே" என்று சொல் லவே நான் அவ்வாறே 'ஆனந்த வல்லியம்மை பஞ்சரத்தினம்' என்ற பெயருடன் ஐந்து செய்யுட்களை இயற்றினேன்.

நான் செய்யுட்கள் இயற்றுவதோடு, யாரேனும் வந்தால் சில செய்யுட்களின் பொருளையும் எடுத்துச் சொல்லுவேன். அதைக் கேட்டு அவர்கள் மகிழ்வார்கள். அவர்கள் மகிழ்ச்சி அடைந்தாலும் அடையாவிடினும் எனக்கே ஒரு திருப்தி உண்டாகும். நான் உத்தமதானபுரத்தில் தங்கியிருந்த அந்த ஒரு மாதத்தில் என் பெற்றோர்களுக்கும் என் அபிவிருத்தியிற் கவலை கொண்ட மற்றவர்களுக்கும், "குற்றமில்லை, இவன் முன்னுக்கு வந்து விடுவான்" என்ற அபிப்பிராயம் உண்டாயிற்று.

## கர்வபங்கம்

எங்கள் பந்துவும், தமிழிலும் சங்கீதத்திலும் நல்ல பயிற்சி பெற்ற வரும் ஆகிய சேஷுவையரென்னும் முதியவர் உத்தமதானபுரத்தில் இருந்தார். தமிழ் வித்துவானாக உள்ளவர்களிடம் தமிழ் படிப்பவர் யாரேனும் சென்றால் அவரைப் பரீக்ஷை செய்வது அக்காலத்து வழக்கம். மாணாக்கர்கள் அவ்வாறு பரீக்ஷிப்பவர்களிடம் கோபம் கொள்வதில்லை. நான் சேஷுவையரிடம் சென்று பேசிய போது அவர் என்னைப் பல கேள்விகள் கேட்டார். "நாம் பெரிய வித்துவானிடம் படிக்கிறோம். செய்யுள் செய்யும் பழக்கமும் நமக்கு உண்டாகிவிட்டது" என்ற நினைவிலே மிதந்திருந்த நான் அவர் கேட்ட கேள்விகளுக்கு அலக்ஷியமாகப் பதில் சொன்னேன்.

அவர் கம்பராமாயணத்திலே நல்ல பழக்கமுடையவர். அதிலிருந்து ஒரு செய்யுளை எடுத்துக் கூறி, "இதற்கு அர்த்தம் தெரிந்தால், சொல்லு, பார்க்கலாம்" என்றார். நான், "இன்னும் கம்பராமாயணத்தைப் பாடம் கேட்கவில்லை" என்று அவரிடம் சொல்லியிருக்கலாம். "பார்க்கலாமே; நம் அறிவிற்கு எட்டாமலா போகப் போகிறது?" என்ற எண்ணத்தால் அச்செய்யுளைக் கவ னித்துப் பார்த்தேன்.

யுத்த காண்டத்தில் வருணனை வழிவேண்டு படலத்தில் வருகிறது அப்பாட்டு. வருணன் வாராமை கண்டு கோபித்த இராம பிரான் கடலில் அம்பு எய்யவும், வருணன் நடுங்கிப் பலவகையாக அப்பெருமானைத் துதித்துக் கொண்டே வந்து பணிகின்றான்.

"பாயிருள் சீக்குந் தெய்வப் பருதியைப் பழிக்கு மாலை
ஆயிரங் கரத்தான் மண்மே லடியுறை யாக வைத்துத்
தீயன சிறியோர் செய்தாற் பொறுப்பது பெரியோர் செய்கை
ஆயிர நாமத் தையா சரணமென் றடியில் வீழ்ந்தான்."

"வருணன் பல மணிமாலைகளைக் கொணர்ந்து இராமபிரான் திருவடிகளில் வைத்து, சிறியோர் பிழை செய்தால் பொறுப்பது பெரியோர் செயல்; சரணம் என்று திருவடிகளில் வீழ்ந்தான்" என்பது அதன் கருத்து.

அதற்கு, "பரவிய இருளைப் போக்கும் தெய்வத் தன்மை பொருந்திய சூரியனை இகழ்ச்சி செய்யும் ஒளியையுடைய மாலையை ஆயிரம் கையையுடைய வருணன் பூமியின் மேல் பாத காணிக்கையாக வைத்து..." என்று நான் பொருள் சொல்லிவரும் போது, சேஷையர் இடைமறித்து, "இரு, இரு; ஆயிரங்கையை யுடைய வருணன் என்கிறாயே; பாட்டில் எங்கே இருக்கிறது?" என்று கேட்டார்.

"ஆயிரம் கரத்தான் என்று இருக்கிறதே" என்றேன் நான்.

அவர் சிரித்தார். பிறகு, "வருணனுக்கு ஆயிரம் கைகள் உண்டு என்பதற்கு எங்காவது ஆதாரம் உண்டா?" என்று கேட்டார்.

"இதில் தான் இருக்கிறது" என்றேன் நான்.

"உன் ஆசிரியர் இதற்கு இப்படியா பொருள் சொன்னார்?"

"நான் சொன்னதில் என்ன பிழை? அதை முதலில் சொல்லுங் கள்."

"ஆயிரம் என்பதைக் கரத்தான் என்பதனோடு சேர்த்துப் பொருள் செய்யக்கூடாது. பருதியைப் பழிக்கும் மாலை ஆயிரம் என்று பிரித்து ஆயிரம் மாலைகளைக் கரத்தால் மண்மேல் அடியுறையாக வைத்து என்று கூட்டி அர்த்தம் சொல்ல வேண்டும். நீ அவசரப்பட்டு விட்டாய்" என்றார் அப்பெரியார். என் கர்வம் பங்கமுற்றது. "யார் யாரிடத்தில் என்ன என்ன அறிவாற்றல் இருக்குமோ என்று எண்ணாமல் இவர்பால் மதிப்பின்றி நாம் நம் பேதைமையை வெளிப்படுத்தி விட்டோமே" என்று வருந்தியதோடு, அவரைப் பார்த்து, "நானாக அர்த்தம் பண்ணிச் சொன்னேன். என் ஆசிரியரிடம் இன்னும் இந்த நூலை நான் பாடம் கேட்க வில்லை. நீங்கள் சொன்ன அர்த்தந்தான் சரியென்று தோற்றுகிறது" என்று பணிவாகக் கூறினேன்.

"எதையும் யோசித்துச் சொல்ல வேண்டும். நீ தைரியமாகப் பொருள் சொல்ல முன்வந்தது பற்றிச் சந்தோஷமடைகிறேன்" என்று சொல்லி அவர் என்னை ஆசீர்வாதம் செய்து அனுப்பினார். சில வாரங்களுக்குப் பின் என் ஆசிரியர் தஞ்சாவூரிலிருந்து பட்டீச்சுரம் வந்தார். வந்த பின் என்னைப் பார்த்து வரும்படி ஹரிஹர புத்திர பிள்ளையை அனுப்பினார். அவர் வந்து என் க்ஷேம சமாசாரத்தை விசாரித்து விட்டுச் சென்றார். நான் சில நாட்களில் பட்டீச்சுரம் போய்ச் சேர்ந்தேன்.

## கோளால் நேர்ந்த கலகம்

அப்பொழுது என் ஆசிரியர் எதிர்பாராத ஒரு விஷயத்தைச் சொன்னார். நான் கேட்டுத் திடுக்கிட்டுப் போனேன். "நான் தஞ்சாவூரிலிருந்து வந்தவுடன் திருவாவடுதுறைக்குப் போயிருந்தேன். சந்நிதானத்தினிடம் உம்மைப் பற்றி யாரோ கோள் சொல்லியிருக்கிறார்

போலிருக்கிறது. நீர் என்னிடம் சந்நிதானத்தைப் பற்றிக் குறை கூறி மனவருத்தம் உண்டாக்கியதாகவும், அதனால் நான் இங்கே வந்து இருப்பதாகவும் யாரோ சொல்ல அதைச் சந்நிதானம் உண்மை என்று நம்பி உம்மிடம் சிறிது சினங் கொண்டிருந்தது. 'சாமிநாதையர் அப்படிச் சொல்லவில்லையே! அவர் அவ்வாறு செய்யக் கூடியவரும் அல்லவே?' என்று சொல்லி நான் சமாதானம் சொன்னேன். பெரிய இடங்களில் கோள் சொல்பவர்கள் எவ்வளவோ பேர் வந்து சேருவார்கள். சம்பந்தமில்லாதவர் விஷயத் திலெல்லாம் கோள்கள் கிளம்பும். அவற்றை உண்மையென்று நம்புவோர் சிலர். சந்நிதானம் உம்மிடம் இயல்பாகவே அன்பு கொண்டிருப்பதால் நான் சொன்ன சமாதானத்தை ஏற்றுக் கொண்டது. நீரும் அவர்கள் திருவுள்ளம் திருப்தியடையும் படி நடந்து கொண்டால் அனுகூலமாக இருக்கும்" என்று அவர் கூறினார். "இது விபரீதமாக அல்லவா இருக்கிறது? என்ன செய்யலாம்?" என்று எண்ணி நான் வருந்தினேன். என் ஆசிரியரும் யோசித்துச் சுப்பிரமணிய தேசிகர் விஷயமாக ஒரு விருத்தமும், இங்கிலீஷ் நோட்டு மெட்டில் ஒரு கீர்த்தனமும் இயற்றி, "நாம் மறுபடி திருவாவடுதுறைக்குப் போகும்போது இந்த இரண்டையும் சந்நிதானத்தினிடம் இசையுடன் சொன்னால் ஏதேனும் சிறிதளவு கோபம் மிஞ்சியிருந்தாலும் மறைந்து விடும். இவற்றை நன்றாகப் பாடம் பண்ணி வைத்துக் கொள்ளும்" என்று என்னிடம் சொன் னார். நான் அவ்வாறே அவற்றைப் பாடம் பண்ணி இசையுடன் பாடப் பழகிக் கொண்டேன்.

## கீர்த்தனம்

சில தினங்களுக்குப் பின் நாங்கள் திருவாவடுதுறை சென் றோம். சுப்பிரமணிய தேசிகரைக் கண்டவுடன் ஆசிரியர் கட்ட ளைப்படி நான் செய்த முதற் காரியம் என் ஆசிரியர் இயற்றிய விருத்தத்தையும் கீர்த்தனத்தையும் பாடிக் காட்டியதே.

"துங்கஞ்சார் தருதுறை சையில்வளர்
சுப்பிர மணிய தயாநிதியே
துன்றும்பே ரருள்நனி பொழிதரு
சுத்தமெய்ஞ ஞான கலாநிதியே"

என்பது அந்த இங்கிலீஷ் நோட்டின் பல்லவி. அக்கீர்த்தனம் பெரியதாதலின் நிதானமாகவும் என்னால் இயன்ற வரையில் நன்றாகவும் பாடிக் காட்டினேன். தேசிகர் கேட்டு மிகவும் மகிழ்ச்சி யுற்றார். மடத்திலுள்ளவர்களும் பலமுறை கேட்டு இன்புற்றனர். ஓதுவார்கள் அக்கீர்த்தனத்தைப் பாடம் செய்து ஒவ்வொரு நாளும் சுப்பிரமணிய தேசிகர் முன்னிலையிலே பாடி வரலாயினர். தேசி கருக்கு என்னிடம் சினம் உண்டாயிற்றென்பதன் அறிகுறியே

எனக்குத் தெரியவில்லை. என்னிடம் வழக்கம்போலவே அவர் ஆதரவு காட்டி வந்தார்.

### ஆசிரியரது உள்ளப் பெட்டி

விரைவில் திருப்பெருந்துறைப் புராணத்தை நிறைவேற்ற வேண்டுமென்று சுப்பிரமணியத் தம்பிரான் தேசிகருக்குக் கடிதம் எழுதியிருந்தார். பிள்ளையவர்களிடம் தேசிகர் அவ்விஷயத்தைத் தெரிவிக்கவே ஆசிரியர், "விரைவிற் புறப்பட்டுச் சென்று புராண அரங்கேற்றம் ஆரம்பிக்க வேண்டும்" என்று அன்புடன் சொல்லலானார். புராணத்தில் படலங்களே ஆகியிருந்தன. "முழுவதும் இயற்றிய பின்புதானே அரங்கேற்ற வேண்டும்" என்று நான் நினைத்தேன். பிறகு பிள்ளையவர்களது வழக்கம் எனக்குத் தெரிய வந்தது. ஒரு புராணத்தை முற்றும் இயற்றிப் பிறகுதான் அரங்கேற்ற வேண்டுமென்ற நியதி அவருக்கு இல்லை. புராணத்தின் பிற்பகுதிகளை இயற்றிக் கொண்டேயிருப்பார்; முற்பகுதிகளை அரங்கேற்றுவார். சில சமயங்களில் அன்றன்று முற்பகலில் பாடல்களை இயற்றிப் பிற்பகலில் அரங்கேற்றுவதும் உண்டு. பெட்டி நிறையப் பணம் வைத்துக் கொண்டிருப்பவன் எந்தச் சமயத்திலும் வேண்டிய தொகையை எடுத்துச் செலவழிப்பதைப் போல அவர் எந்தச் சமயத்தில் நினைத்தாலும் தம் உள்ளப் பெட்டியைத் திறந்து வேண்டிய கவிகளை எடுத்து வெளியிடும் நிலையில் இருந்தார். அப்பெட்டியைத் திறப்பதற்குரிய திறவுகோலாகிய உத்ஸாகம் மாத்திரம் அவரிடம் இருக்க வேண்டும்; அப்பொழுது அவரிடத்திலிருந்து புறப்படும் கவிதை வெள்ளத்தை யாரும் தடை செய்யவே முடியாது.

## 57

## திருப்பெருந்துறை

மார்கழி மாதம் திருவாதிரைத் திருநாள் நெருங்கியது. திருவாதிரைத் தரிசனத்துக்குத் திருப்பெருந்துறைக்குச் சென்று புராண அரங்கேற்றத்தை முடித்துக்கொண்டு திரும்பலாமென்று என் ஆசிரியர் நிச்சயம் செய்தார். எல்லோரிடமும் விடை பெற்று அவர் (1873 டிஸம்பர்) புறப்பட்டார். மாயூரத்திலிருந்து சவேரிநாத பிள்ளை எங்களுடன் வந்தார். வேறு சில மாணாக்கர்களும் வந்தார்கள். சுப்பிரமணிய தேசிகர் மடத்துப் பிரதிநிதியாகப் பழநிக் குமாரத் தம்பிரானென்பவரை அனுப்பினர்.

### புறப்பாடு

எல்லோரும் சேர்ந்து புறப்பட்டோம். திருவிடைமருதூர் சென்று அங்கே தங்கி அப்பால் கும்பகோணம், தஞ்சாவூர், பட்டுக் கோட்டை வழியாகத் திருப்பெருந்துறையை அடைந்தோம்.

நாங்கள் போய்ச் சேர்ந்தபோது ஆருத்திரா தரிசனத்தின் பொருட்டு எங்களுக்கு முன்னரே பல வித்துவான்களும் சிவபக்திச் செல்வர்களும் அங்கே வந்து தங்கியிருப்பதைப் பார்த்தோம்.

பிள்ளையவர்களுடைய வரவு எல்லோருக்கும் மகிழ்ச்சியை உண்டாக்கியது. கோயிலார் மேளதாளத்துடன் வந்து அக்கவிஞர் பெருமானைக் கண்டு பிரசாதமளித்துத் தரிசனத்துக்கு அழைத்துச் சென்றனர். ஆலயத்தில் சுப்பிரமணியத் தம்பிரான் அவரை வர வேற்றார். அன்று மாணிக்கவாசகர் மந்திரிக் கோலங்கொண்டு எழுந்தருளியிருந்தார்.

## அருவ மூர்த்திகள்

மற்ற ஸ்தலங்களில் இல்லாத ஒரு புதுமையைத் திருப்பெருந் துறையிலே கண்டேன். சிவாலயங்களில் சிவலிங்கப் பெருமானும் அம்பிகையின் திருவுருவமும் மூலஸ்தானங்களில் இருக்கும். அந்த ஸ்தலத்தில் சிவபெருமானுக்கும் அம்பிகைக்கும் எந்த விதமான உருவமும் இல்லை. வெறும் பீடங்கள் மாத்திரம் இருக்கின்றன. சுவாமியும் அம்பிகையும் அரூபமாக எழுந்தருளியிருப்பதாக ஐதிஹ்யம். பூஜை முதலியன அப்பீடங்களுக்கே நடைபெற்று வரு கின்றன. சுவாமியின் திருநாமம் ஆத்மநாதரென்பது; அம்பிகைக்குச் சிவயோகாம்பிகை என்பது திருநாமம். இவ்விருவரும் அரூபமாக அங்கே கோயில் கொண்டிருத்தலை என் ஆசிரியர்,

“தூயநா மத்தருவ முருவமெவை யெனினுமொரு
தோன்றல் போன்றே
பாயநா னிலவரைப்பின் கணுமமர்வா ளெனல்தெரித்த
படியே போல
ஆயநா தங்கடந்த வான்மநா தக்கடவுள்
அமர்தற் கேற்ப
மேயநா யகிசிவயோ காம்பிகைதன் விரைமலர்த்தாள்
மேவி வாழ்வாம்”

என்று திருப்பெருந்துறைப் புராணத்திற் புலப்படுத்தியிருக்கிறார். ‘அருவம் உருவம் என்னும் கோலங்களில் எந்தக் கோலத்தில் சிவபெருமான் எழுந்தருளியிருக்கிறாரோ அக்கோலத்தில் இப்பூமியி லும் அம்பிகை எழுந்தருளியிருப்பதை வெளிப்படுவதைப் போல, நாத தத்துவங் கடந்து நின்ற ஆத்மநாத சுவாமி அரூபமாக எழுந் தருளியிருத்தற்கு ஏற்றபடி தானும் அரூபத்திருமேனி கொண்டு எழுந்தருளியிருக்கும் சிவயோகாம்பிகையின் திருவடிகளை விரும்பி வாழ்வோமாக’ என்பது இதன் பொருள்.

மாணிக்கவாசகர்

அங்கே மாணிக்கவாசகர் உபதேசம் பெற்றமையாலும் அவர் பொருட்டுச் சிவபெருமான் சில திருவிளையாடல்களைச் செய்தமை யாலும் அந்த ஸ்தலத்தில் அவருக்கு விசேஷமான பூஜை, உத்ஸவம் முதலியன நடைபெறும். உத்ஸவங்களில் மாணிக்கவாசகருக்கே முக்கிய ஸ்தானம் அளிக்கப்பெறும்.

மாணிக்கவாசகர் அத்தல விருக்ஷமாகிய குருந்த மரத்தின் அடியில் உபதேசம் பெற்றார். அவ்விடத்தில் சிவபெருமான் எழுந் தருளியிருக்கிறார்; குருமூர்த்தியென்று அப்பெருமானை வழங்குவர். அவர் பொருட்டுச் சிவபெருமான் குதிரைச் சேவகராயினர். அதற்கு அடையாளமாக அத்திருக்கோயிலின் மூன்றாம் பிரகாரத்தில் உள்ள கனகசபையென்னும் மண்டபத்தில் இறைவர் அசுவாரூடராக எழுந் தருளியிருக்கிறார். அதற்குக் குதிரை ஸ்வாமி மண்டபம் என்ற பெயர் பிரசித்தமாக வழங்குகிறது. அக்கோயிலில் பல இடங்களில் மாணிக்கவாசகர் திருவுருவங்கள் அமைந்துள்ளன. அம்பிகையின் சந்நிதிக்கு நேரே மாணிக்கவாசகர் சந்நிதி இருக்கிறது. ஆறு காலங்களிலும் இரண்டு சந்நிதிகளிலும் அபிஷேக ஆராதனைகள் ஒரே சமயத்தில் நடைபெறும்.

அக்கோயிலில் வேறு கோயில்களிற் காணப்படாத மற்றொரு விசேஷம் உண்டு. சிவாலயங்களில் சிவதரிசனத்துக்கு முன் நந்தி தேவரைத் தரிசித்து அவர் அனுமதி பெற்று ஆலயத்துள்ளே புகுதலும் தரிசனம் செய்து திரும்புகையில் சண்டேசுவரரைத் தரிசித்து விடை பெற்று வருதலும் சம்பிரதாயங்களாகும். அக் கோயிலில் அந்த இரண்டு மூர்த்திகளும் இல்லை. ஆதலால் தரிசனம் செய்பவர்கள் உள்ளே செல்லும்போதும், தரிசித்துவிட்டு மீளும்போதும் மாணிக்கவாசகரைத் தரிசித்து முறையே அனுமதி யையும் விடையையும் பெறுதல் வழக்கமாக இருக்கிறது.

புதுக்கோட்டை, இராமநாதபுரம் போன்ற ஸமஸ்தானங்களா லும் பச்சையப்ப முதலியார் முதலிய பிரபுக்களாலும் இத்தலத்திற் பலவகைக் கட்டளைகள் ஏற்படுத்தப் பெற்றிருக்கின்றன.

## நிவேதனம்
## முதலிய விசேஷங்கள்

மற்றச் சிவாலயங்களில் செய்யப் பெறும் நிவேதனங்களோடு புழுங்கலரிசி அன்னம், பாகற்காய்ப் புளிங்கறி, அரைக்கீரைச் சுண்டலென்பவையும் அங்கே நிவேதனம் செய்யப் பெறும்.

அங்கே தீபாலங்காரம் மிகவும் சிறப்பாக இருக்கும். தினந் தோறும் இரா முழுவதும் அத்தீபாலங்காரத்தைக் காணலாம்.

சிதம்பரத்தில் ஸ்ரீ நடராஜப் பெருமானைப் பூசித்து வழிபடுபவர்கள் மூவாயிரவரென்றும் அவர்கள் தில்லை மூவாயிரவரென்னும் பெயருடையவரென்றும் அவர்களுள் சிவபிரானே ஒருவரென்றும் கூறுவர். திருப்பெருந்துறையிலும் அதைப் போன்ற முறை யொன்று உண்டு. இக்கோயில் பூஜகர்கள் முந்நூற்றுவரென்னும் மரபினர். ஆதியில் முந்நூறு பேர்கள் இருந்தனரென்றும் அவர்களுள் ஆத்மநாத ஸ்வாமி ஒருவர் என்றும் புராணம் கூறும்.

இப்போது சுவாமிக்கும் அம்பிகைக்கும் பூஜை முதலியன செய்து வருபவர்களை நம்பியாரென்று அழைக்கின்றனர். அவர்கள் செய்வது வைதிக பூஜை. மாணிக்க வாசகருக்கு மாத்திரம் ஆதிசைவர்கள் ஆகமப்படி பூஜை செய்து வருகின்றனர்.

### வீரபத்திரர்

அம்பிகையின் சந்நிதியில் வீரபத்திரர் கோயில் கொண்டிருக்கிறார். தக்ஷனுடைய யாகத்தை அழித்த அக்கடவுள் அத்திருக்கோலத்துடன் அம்பிகையின் யோகத்தைப் பாதுகாப்பவராகச் சிவாஞ்ஞையால் அங்கே எழுந்தருளியிருக்கிறாரென்பது புராண வரலாறு. அம் மூர்த்தியை வழிபட்டுப் பேய்பிடித்தவர்களும் வேறுவிதமான துன்பங்களை அடைந்தவர்களும் சௌக்கியம் பெறுவார்கள்.

### சிற்பம்

கோயிலில் உள்ள சிற்பங்கள் மிக அருமையானவை. சிற்ப வேலை செய்பவர்கள் இன்ன இன்ன இடத்திலுள்ள இன்ன இன்ன அமைப்புக்கள் மிகச் சிறந்தவையென்றும், அவற்றைப் போல அமைப்பது அரிதென்றும் கூறுவார்கள். அங்ஙனம் கூறப்படும் அரிய பொருள்களுள் 'திருப்பெருந்துறைக் கொடுங்கையும் ஒன்று. கல்லாலே அமைந்த சங்கிலி முதலிய விசித்திர வேலைப்பாடுகள் பல அங்கே உள்ளன.

### வந்த வித்துவான்கள்

இவற்றைப் போன்ற பல சிறப்புக்களை உடைமையால் அந்த ஸ்தலம் சிவபக்தர்களால் அதிகமாகப் போற்றப்பட்டு வருகிறது. நாங்கள் சென்றிருந்தபோது திருவாதிரைத் தரிசனத்துக்காக வந்திருந்தவர்களில் பலர் என் ஆசிரியரிடம் பேரன்பு பூண்டவர்கள்.

தேவகோட்டையிலிருந்து வன்றொண்டச் செட்டியாரும், வேம்பத்தூரிலிருந்து சிலேடைப்புலி பிச்சுவையரும், சிங்கவனத்திலிருந்து சுப்பு பாரதியாரென்பவரும், மணல் மேற்குடியிலிருந்து கிருஷ்ணையரென்பவரும் வந்திருந்தார்கள். இவர்கள் யாவரும் பிள்ளையவர்களைக் கண்டு அளவற்ற சந்தோஷத்தை அடைந்தார்கள்.

சுவாமி தரிசனம் செய்துவிட்டு நாங்கள் எங்களுக்காக ஏற்பாடு செய்யப்பெற்றிருந்த விடுதிக்குச் சென்று தங்கினோம். வன்றொண்டர் முதலியோர் வந்து ஆசிரியரோடு சல்லாபம் செய்தார்கள்.

வன்றொண்டரென்பவர் தனவைசிய வகுப்பினர். கண்பார்வை யில்லாதவர். தீவிரமான சிவபக்தியும் கடினமான நியமானுஷ்டனங் களும் உடையவர். தமிழ்வித்துவான். சிறந்த ஞாபக சக்தியுள்ளவர். பிள்ளையவர்களிடத்திலும் ஆறுமுக நாவலரிடத்திலும் பாடம் கேட்டவர். எதையும் ஆழ்ந்து படித்துத் தெளிவாகத் தெரிந்து கொள்ளும் இயல்புடையவர். பிள்ளையவர்களிடத்தில் அவருக்குப் பெருமதிப்பு இருந்தது. பிச்சுவையரென்பவர் வேம்பத்தூர்ச் சோழியர்; ஆசு கவி. எந்தச் சமயத்திலும் எந்த விஷயத்தைப் பற்றியும் கேட்போர் பிரமிக்கும்படி செய்யுள் இயற்றும் ஆற்றலுடையவர். திருப்பெருந்துறையில் அவரை நான் முதலிற் பார்த்தபோதே விரை வாக அவர் செய்யுள் இயற்றுவதைக் கண்டு ஆச்சரியமடைந்தேன்.

சிங்கவனம் சுப்புபாரதியாரென்பவர் பரம்பரையாகத் தமிழ் வித்துவான்களாக இருந்த பிராமண குடும்பத்தில் உதித்தவர். பிள்ளையவர்களிடம் பல வருஷங்கள் பாடம் கேட்டவர். இலக்கண இலக்கியங்களில் தேர்ந்த புலமையுள்ளவர். ஒரு பாடலை இசையுடன் எடுத்துச் சொல்லிக் கேட்பவர்களுக்கு மகிழ்ச்சியுண்டாகும்படி பிரசங்கம் செய்யவல்லவர். அவருடைய பேச்சிலிருந்தே திறமையை, அவருடைய சாமர்த்தியத்தை நான் அறிந்து கொண்டேன். அவர் பாடல் சொல்லும் முறை என் மனத்தைக் கவர்ந்தது.

மணல்மேற்குடி கிருஷ்ணையரென்பவர் சிறந்த தமிழ் வித்து வான். செய்யுள் செய்வதிலும் பல நூல் ஆராய்ச்சியிலும் நல்ல ஆற்றலுடையவர். பல பிரபந்தங்கள் செய்தவர்.

பிச்சுவையரும் சுப்பு பாரதியாரும் தாம் இயற்றிய சில பிரபந்தங்களை ஆசிரியரிடம் படித்துக் காட்டி அவர் கூறிய திருத்தங்களை ஏற்றுக்கொண்டு சிறப்புப் பாயிரமும் பெற்றார்கள்.

## ஆருத்திரா தரிசனம்

திருவாதிரையன்று குரு மூர்த்தியின் தரிசனம் கண்கொள்ளாக் காட்சியாக இருந்தது. சுப்பிரமணியத் தம்பிரானுடைய நிர்வாகத் திறமையை அன்று கண்டு வியந்தோம். 'திருவாவடுதுறை ஆதீனத் தால் அந்த ஸ்தலத்துக்கு மதிப்போ, அன்றி அந்த ஸ்தலத்தால் ஆதீனத்துக்கு மதிப்போ' என்று சந்தேகம் ஏற்படும்படியான அமைப்புக்கள் அங்கே காணப்பட்டன. அங்கே அக்காலத்திற் சென்றவர்கள் சில தினங்களேனும் தங்கித் தரிசனம் செய்துதான் செல்வார்கள். அவ்வாறு தரிசனத்தின் பொருட்டு வேற்றூர்களி லிருந்து வருவோர்களுக்கு வேண்டிய சௌகரியங்களெல்லாம் அத்தலத்தில் அமைந்திருந்தன.

திருப்பெருந்துறைப் புராண அரங்கேற்றம் ஆரம்பித்தற்கு நல்ல நாள் ஒன்று பார்த்து வைக்கப்பெற்றது. இடையே ஆசிரியர் அப்புராணத்தின் பகுதிகளை இயற்றி வந்தார். நான் அவற்றை எழுதும் பணியைச் செய்து வந்தேன்.

## சிவகுருநாத பிள்ளை

எங்களுடன் இருந்த சவேரிநாத பிள்ளை கிறிஸ்தவராக இருந்தாலும் விபூதி அணிந்து கொள்வார். திருப்பெருந்துறையில் யாவரும் அவரைக் கிறிஸ்தவரென்று அறிந்து கொள்ளவில்லை. சிவ பக்தர்கள் கூடியிருந்த அவ்விடத்தில் அவரும் ஒரு சிவ பக்தராகவே விளங்கினார். சைவர்களோடு பந்தி போஜனம் செய்வதில்லை; தோற்றம். பேச்சு, நடை உடை பாவனைகள் எல்லா விஷயங்களிலும் அவருக்கும் சைவர்களுக்கும் வேறுபாடே தோற்றாது. ஆயினும் 'சவேரிநாதர்' என்ற பெயர் மாத்திரம் அவர் கிறிஸ்தவரென்பவதைப் புலப்படுத்தியது. பெயரிலும் சைவராக இருக்க வேண்டுமென்று அவர் விரும்பினார்.

திருப்பெருந்துறைக்குச் சென்ற சில தினங்களுக்குப் பிறகு தம் விருப்பத்தை அவர் ஆசிரியரிடம் தெரிவித்துக் கொள்ளலானார். "இங்கே எல்லாம் சைவ மயமாக இருக்கின்றன. நானும் மற்றவர் களைப் போலவே இருந்து வருகிறேன். என் பெயர்தான் என்னை வெளிப்படுத்தி விடுகிறது. அதை மாற்றிச் சைவப் பெயராக வைத்துக்கொள்ளலாமென்று எண்ணுகிறேன். புராணம் அரங் கேற்றும்பொழுது ஐயா அவர்கள் எதையேனும் கவனிப்பதற்காக என்னை அழைக்க நேரும். சிவநேசச் செல்வர்கள் நிறைந்துள்ள கூட்டத்தில் கிறிஸ்தவப் பெயரால் என்னை ஐயா அழைக்கும்போது கூட்டத்தினர் ஏதேனும் நினைக்கக்கூடும்" என்றார். "உண்மைதான்" என்று சொல்லிய ஆசிரியர், "இனிமேல் சிவகுருநாதபிள்ளையென்ற பெயரால் உன்னை அழைக்கலாமென்று தோன்றுகிறது. உன் பழைய பெயரைப் போலவே அது தொனிக்கிறது" என்று நாம கரணம் செய்தார். சவேரிநாத பிள்ளைக்கு உண்டான சந்தோஷம் இன்னவாறு இருந்ததென்று சொல்ல இயலாது.

சவேரிநாதபிள்ளை குதித்துக் கொண்டே என்னிடம் ஓடி வந்தார். "இங்கே பாருங்கள்; இன்று முதல் நான் முழுச்சைவன். என் பழைய பெயரை மறந்து விடுங்கள். நான் இப்போது சிவகுரு நாதன். உங்களுடைய வைஷ்ணவப் பெயரை மாற்றிச் சாமிநாத னென்று ஐயா வைத்தார்களல்லவா? அந்தப் பாக்கியம் எனக்கும் கிடைத்தது. என் கிறிஸ்தவப் பெயரை மாற்றிச் சிவகுருநாதனென்ற பெயரை வைத்திருக்கிறார்கள். ஆசிரியர் நம் இருவரையும் ஒரே நிலையில்வைத்து அன்பு பாராட்டுவதற்கு அடையாளம் இது. இரண்டு பேர்களுக்கும் அர்த்தம் ஒன்றுதானே? சாமிநாதனென்றா லென்ன? சிவகுருநாதனென்றாலென்ன? இரண்டும் ஒன்றே" என்றார்.

ஆசிரியர் செய்த காரியத்தால் உண்டான வியப்போடு அவர் பேச்சால் விளைந்த இன்பமும் சேர்ந்து என் உள்ளத்தைக் கவர்ந்தது.

# 58

## எனக்கு வந்த ஜ்வரம்

திருப்பெருந்துறையில் புராண அரங்கேற்றம் ஒரு நல்ல நாளில் ஆரம்பிக்கப்பெற்றது. சுப்பிரமணியத் தம்பிரான் அதன் பொருட்டு மிக விரிவான ஏற்பாடுகளைச் செய்திருந்தார். அயலூர்களிலிருந்து கனவான்களும் வித்துவான்களும் சிவநேசச் செல்வர்களும் திரள் திரளாக வந்திருந்தனர்.

குதிரை ஸ்வாமி மண்டபத்தில் அரங்கேற்றம் நடைபெற லாயிற்று. அப்போது நானே பாடல்களை இசையுடன் படித்து வந்தேன். பாடம் சொல்லும்போதும் மற்றச் சமயங்களிலும் தமிழ்ப் பாடல்களைப் படிக்கும் வழக்கம் எனக்கு இருப்பினும் அவ்வளவு பெருங்கூட்டத்தில் முதன்முறையாக அன்றுதான் படிக்கத் தொடங் கினேன். கூட்டத்தைக் கண்டு எனக்கு அச்சம் உண்டாகவில்லை; ஊக்கமே உண்டாயிற்று.

### அரங்கேற்றம்

ஒவ்வொரு நாளும் பிற்பகலில் அரங்கேற்றம் நடைபெறும்; பெரும்பாலும் ஐந்து மணி வரையில் நிகழும். சில நாட்களில் சிறிது நேரம் அதிகமாவதும் உண்டு. அங்கே வந்திருந்தவர்கள் அடிக்கடி வந்து வந்து பேசி வந்தமையால் மற்ற வேலைகளிலும் என் ஆசிரியருக்கு ஓய்வே இல்லை.

புராணத்திலே சில படலங்களே இயற்றப் பெற்றிருந்தன. நாள் தோறும் அரங்கேற்றம் நடந்தமையால் மேலும் மேலும் செய்யுட் களை இயற்றவேண்டியது அவசியமாக இருந்தது. ஆனாலும் ஆசிரியர் அவ்விஷயத்தைப் பற்றிக் கவலை அடைந்தவராகத் தோற்றவில்லை. வந்தவர்களோடு சம்பாஷணை செய்வதிற் பெரும் பான்மையான நேரம் போயிற்று.

முன்பே இயற்றப் பெற்றிருந்த பாடல்கள் எல்லாம் அரங்கேற்றி ஆயின. மறுநாள் அரங்கேற்றுவதற்குப் பாடல்கள் இல்லை. நான் இந்த விஷயத்தை இரண்டு நாட்களுக்கு முன்பே தெரிவித்தேன். ஆசிரியர், “பார்த்துக் கொள்ளலாம்” என்று சொல்லி அதைப் பற்றிய முயற்சியில் ஈடுபடாமல் இருந்தார்.

“காலையில் பாடி மாலையில் அரங்கேற்றுவது இவர்களுக்குச் சுலபமாக இருக்கலாம். ஆனால் காலையில் ஓய்வு எங்கே இருக்கிறது?

எப்பொழுதும் யாரேனும் வந்து பேசி வருகிறார்கள்? இவர்கள் பாடல்களை இயற்றுவதற்கு ஓய்வு எவ்வாறு கிடைக்கும்? அரங் கேற்றத்தை இரண்டு தினங்கள் நிறுத்தி வைக்கத்தான் வேண்டும்?" என்று நான் எண்ணியிருந்தேன்.

## ஆச்சரிய நிகழ்ச்சி

மறுநாள் பொழுது விடிந்தது. வழக்கம் போல் காலையிற் சிலர் வந்து பேசத் தொடங்கினர். "சரி; இன்றைக்கு அரங்கேற்றம் நிற்க வேண்டியது தான்" என்று நான் நிச்சயமாக எண்ணினேன். வந்து பேசியவர்களிடம் எனக்குக் கோபங்கூட உண்டாயிற்று.

சிறிது நேரத்துக்குப்பின் ஆசிரியர் என்னை அழைத்து ஏட்டையும் எழுத்தாணியையும் எடுத்து வரச் சொன்னார். நான் அவற்றை எடுத்துச் சென்றேன். அவரருகில் உட்கார்ந்தேன். "நல்ல வேளை; இப்பொழுதாவது இவர்களுக்கு நினைவு வந்ததே!" என்ற சந்தோஷம் எனக்கு உண்டாயிற்று. அங்கிருந்தவர்களை எல்லாம் விடை கொடுத்தனுப்பி விட்டுச் செய்யுள் இயற்றத் தொடங்குவா ரென்று எதிர்பார்த்தேன்.

நான் எதிர்பார்த்தபடி நடக்கவே இல்லை. அவர்கள் இருக்கும் பொழுதே பாடல் செய்யத் தொடங்கிவிட்டார் அக்கவிஞர்பிரான். வந்தவர்களும் அவர் செய்யுளைத் தடையின்றி இயற்றிவரும் ஆச்சரியத்தைக் கவனித்து வந்தார்கள். இடையிடையே அவர் களோடு பேசியபடியே செய்யுட்களை ஒவ்வொன்றாகச் சொல்லி வந்தார். அவ்வளவு காலம் அவரோடு பழகியும் அத்தகைய அதிசய நிகழ்ச்சியை அதுவரையில் நான் பார்க்கவே இல்லை. பிறரோடு சம்பாஷித்தும் அதே சமயத்தில் கற்பனை செறிந்த செய்யுட்கள் பலவற்றை ஒன்றன்பின் ஒன்றாகத் தொடர்ந்து இயற்றிக் கொண்டும் இருந்த அவருடைய பேராற்றலை நான் மனத்துள் வியந்து கொண்டே எழுதிவந்தேன். அஷ்டாவதானம் செய்பவர்கள் கூடச் சில செய்யுட்களையே செய்வார்கள். ஆசிரியரோ ஒரு புராண காப்பியத்தை இயற்றி வந்தார். அக் கூட்டத்தின் நடுவே அவர்களு டன் பேசும் போதே அவர் மனத்தில் கற்பனைகள் எவ்வாறு தோற்றினவென்பது ஒரு பெரிய அதிசயமாகவே இருந்தது.

அக்கவிஞரது மன இயல்பை நாளடைவில் தெரிந்து கொண் டேன். அவர் உள்ளம் கவிதை விளைபுலம்; அதில் எப்பொழு தெல்லாம் உத்ஸாகம் நிறைந்திருக்கின்றதோ அப்பொழுதெல்லாம் தடையின்றிச் செய்யுட்கள் எழும். பல அன்பர்களுடன் பேசியிருந்த பொழுது அவர் மனத்தில் அந்த உத்ஸாகம் இருந்தது. அதைத் தடைப்படுத்துவனவாகிய கடன் முதலியவற்றின் ஞாபகம் அப் போது எழுவதில்லை. அத்தகைய ஞாபகம் மறைந்திருந்த அச் சந்தர்ப்பங்களில் சோர்வின்றிக் கற்பனைகள் உதயமாகும்.

அன்று அரங்கேற்றுவதற்கு வேண்டிய செய்யுட்களை இயற்றி விட்டுப் பூஜை முதலியவற்றைக் கவனிக்கச் சென்றார் ஆசிரியர். மற்றவர்களும் விடை பெற்றுச் சென்றனர். அன்றுமுதல் ஒவ்வொரு நாளும் காலையிற் செய்யுட்களை இயற்றி மாலையில் அரங்கேற்று வதே வழக்கமாகிவிட்டது.

## புராண ஆராய்ச்சி

திருப்பெருந்துறைப் புராணத்தில் மாணிக்கவாசகர் சரித்தி ரத்தை விரிவாக அமைக்க எண்ணிய ஆசிரியர் அவர் வரலாற்றைப் புலப்படுத்தும் வடமொழி தென்மொழி நூல்களை ஆராய்ந்து அவற்றிலிருந்து பல செய்திகளை எடுத்துக் கொண்டனர். வடமொழியிலுள்ள ஆதி கைலாஸ மாகாத்மியம், மணிவசன மாகாத்மியம் என்னும் இரண்டு நூல்களை அங்கிருந்த சாஸ்திரி களைப் படித்துப் பொருள் சொல்லச் செய்து கேட்டார். ஆதி கைலாஸமென்பது திருப்பெருந்துறைக்கு ஒரு பெயர். திருப்பெருந் துறைக்குரிய பழைய தமிழ்ப்புராணங்களையும். திருவாதவூரடிகள் புராணம், திருவிளையாடற்புராணம் என்பவற்றையும் என்னைப் படிக்கச் செய்து மாணிக்கவாசகப் பெருமான் வரலாற்றை இன்ன வாறு பாட வேண்டும் என்று வரையறை செய்து கொண்டார்.

சில காலமாக ஆசிரியர் சொல்லும் பாடல்களை எழுதுவதும், அரங்கேற்றுகையில் படிப்பதுமாகிய வேலைகளையே நான் செய்து வந்தேன், 'கற்றுச் சொல்லி' உத்தியோகம் வகித்து வந்த எனக்குத் தனியே பாடம் கேட்க இயலவில்லை. ஆயினும் முன்னே குறித்த வாறு மாணிக்கவாசகர் வரலாற்றின் பொருட்டு நடைபெற்ற ஆராய்ச்சியினால் நான் மிக்க பயனையடைந்தேன். தமிழ்ப் புராண நூல்கள் சிலவற்றைப் படித்தபோது அவற்றைப் பாடம் கேட்பத னால் உண்டாவதை விட அதிகமான பயனே கிடைத்தது.

## ஜ்வரமும் கட்டியும்

நான் 'கற்றுச் சொல்லி'யாக நெடு நாட்கள் இருக்கவில்லை. என்னுடைய துரதிருஷ்டம் இடையே புகுந்தது. எனக்கு ஜ்வர நோய் வந்தது. அதனோடு வயிற்றிலே கட்டி உண்டாகி வருத்தத் தொடங்கியது. வயிற்றுப் போக்கும் உண்டாயிற்று. முதலில் சாதாரணமான ஜ்வரமாக இருக்குமென்று எண்ணினேன். எனது பொல்லாத காலம் பலமாக இருந்தமையால் அது கடுமையாகத் தானிருந்தது. பாடல்களை எழுதுவதையும் அரங்கேற்றுகையில் படிப்பதையும் நான் நிறுத்திக்கொள்ள வேண்டியதாயிற்று. படுத்த படுக்கையாக இருந்தேன்.

## ஆசிரியர் வருத்தம்

என் ஆசிரியர் திருப்பெருந்துறைக்கு வந்தது முதல் உத்ஸாகத்தோடு இருந்தார். பல அன்பர்களுடைய சல்லாபமும் அங்கே நடைபெற்று வந்த உபசாரங்களுமே அதற்குக் காரணம். தினந்தோறும் காலை முதல் இரவு நெடுநேரம் வரையில் தம்மைப் பாராட்டி ஆதரவு செய்வோருடைய கோஷ்டியினிடையே இருந்து பழகியதனால் துன்பத்தை உண்டாக்கும் வேறு ஞாபகம் எழுவதற்கு நேரமில்லை.

இடையே எனக்கு உண்டான நோய் அவருடைய அமைதி யான மனநிலையைக் கலக்கி விட்டது. நான், "என் துரதிருஷ்டம் இப்படி நேர்ந்தது" என்று நினைத்தேன். அவரோ, "அரச மரத்தைப் பிடித்த பேய், பிள்ளையாரையும் பிடித்ததுபோல என்னைப் பிடித்த சனியன் என்னைச் சேர்ந்தவர்களையும் துன்புறுத்துகிறதே" என்று சொல்லி வருத்தமுற்றார்.

புராண அரங்கேற்றம் நடைபெறாத காலங்களில் என் அருகி லேயே இருந்து கவனித்து வந்தார். தக்க வைத்தியர்களைக் கொண்டு பரிகாரம் செய்யச் சொன்னார். அவர்பால் அன்பு வைத்துப் பழகியவரும் அங்கே போலீஸ் இன்ஸ்பெக்டர் உத்தி யோகத்தில் இருந்தவருமாகிய ஸ்ரீ சட்டைநாத பிள்ளையென்பவர் சில நல்ல மருந்துகளை வருவித்து அளித்தார். ஜ்வரம் நீங்கின பாடில்லை.

நான் நோய்வாய்ப் பட்டமையால் என் ஆசிரியர் சொல்லும் பாடல்களைப் பெரியண்ணம்பிள்ளை என்பவர் ஏட்டில் எழுதி வந்தார். அரங்கேற்றம் நடைபெறுகையில் பாடல்களை வாசிக்கும் பணியைச் சிவகுருநாத பிள்ளையாக மாறிய சவேரிநாதபிள்ளை ஏற்றுக்கொண்டார்.

பிள்ளையவர்களுக்கு என் அசௌக்கியத்தால் உண்டான மன வருத்தம் யாவருக்கும் புலப்பட்டது. ஒவ்வொரு நாளும் அரங் கேற்றம் நிகழ்ந்த செய்தியைச் சவேரிநாதபிள்ளை எனக்கு வந்து சொல்வார். பிள்ளையவர்களும் சொல்வதுண்டு.

ஒருநாள் ஸ்ரீ சுப்பிரமணிய தேசிகரிடமிருந்து சுப்பிரமணியத் தம்பிரானுக்கு அரங்கேற்றத்தைப்பற்றி விசாரித்துத் திருமுகம் ஒன்று வந்தது. அன்று ஆசிரியர் என்னிடம் வந்து, "ஸந்நிதானம் கட்டளைச் சாமிக்குத் திருமுகம் அனுப்பியிருக்கிறது. அரங்கேற்றத்தைப் பற்றி விசாரித்திருக்கிறது. 'சாமிநாதையர் படிப்பது உமக்குத் திருப்தி யாக இருக்குமே' என்று எழுதியிருக்கிறது. "உமக்கு ஜ்வரமென்று தெரிந்தால் ஸந்நிதானம் மிக்க வருத்தத்தை அடையும்" என்று சொல்லி இரங்கினார்.

பிள்ளையவர்களிடம் வந்த பிறகு இது மூன்றாவது முறையாக நேர்ந்த அசௌக்கியம். முன்பு அசௌக்கியம் நேர்ந்த காலங்களைக்

காட்டிலும் இப்பொழுது நேர்ந்த காலம் மிகவும் முக்கியமானது. அரங்கேற்றத் திருவிழாவிற் கலந்துகொண்டு இன்புறும் பாக்கியத்தை அது தடை செய்தது. வர வர அந்த அசௌக்கியம் அதிகமாயிற்று. ஜ்வர மிகுதியினால் சில சமயங்களில் நான் ஞாபகமிழந்து மயக்க முற்றுக் கிடந்தேன். ஆசிரியருக்கும் பிறருக்கும் கவலை அதிகமா யிற்று. இனி அங்கே இருந்தால் எல்லோருக்கும் அசௌகரிய மாயிருக்குமென்பதை உணர்ந்த நான் ஆசிரியரிடம், "என் ஊருக்குப் போய் மருந்து சாப்பிட்டுக் குணமானவுடன் திரும்பி வருகிறேன்" என்று சொன்னேன்.

அதைக் கேட்டவுடன் அவருக்குத் துக்கம் பொங்கியது. "பரம சிவம் நம்மை மிகவும் சோதனை செய்கிறார். நீர் சௌக்கியமாக இருக்கும்போது இங்கே இருந்து உதவி செய்கிறீர். இப்போது அசௌக்கியம் வந்ததென்று ஊருக்கு அனுப்புகிறோம். அசௌக்கி யத்தை மாற்றுவதற்கு நம்மால் முடியவில்லை. உம்முடைய தாய் தந்தையர் என்ன நினைப்பார்களோ!" என்றார்.

"அவர்கள் ஒன்றும் நினைக்க மாட்டார்கள். ஐயா அவர்களின் பேரன்பை அவர்கள் நன்றாக அறிந்தவர்கள்" என்று சொன்னேன். ஆசிரியர் என் யோசனையை அங்கீகரித்தனர்.

### உத்தமதானபுரத்திற்குச் சென்றது

தக்க ஏற்பாடுகள் செய்து என்னை உத்தமதானபுரத்திற்கு அனுப்பினார். என்னுடன் துணையாக வெண்பாப்புலி வேலுசாமிப் பிள்ளை என்னும் மாணாக்கரை வரச்செய்தார். சுப்பிரமணியத் தம்பிரானிடம் தெரிவித்து வழிச்செலவுக்காக எனக்குப் பத்து ரூபாய் அளிக்கச் செய்தார். நான் பிரிவதற்கு மனமில்லாமலே ஆவுடையார் கோயிலைவிட்டு உத்தமதானபுரம் வந்து சேர்ந்தேன்.

என் தாய் தந்தையார் உத்தமதானபுரத்தில்தான் இருந்தனர். கோபுராஜபுரத்திலிருந்த காத்தான் என்ற சிறந்த வைத்தியன் என் தேக நிலையைப் பார்த்தான். ஜ்வரக்கட்டியிருப்பதாகச் சொல்லி மருந்து கொடுக்கலானான். சங்கத் திராவகமென்னும் ஔஷதத்தைக் கொடுத்தான். கட்டி வரவரக் கரைந்து வந்தது. ஜ்வரமும் தணிந்தது; "காத்தான் என்னை நோயினின்றும் காத்தான்" என்று சொல்லி அவனை நான் பாராட்டினேன்.

### குடும்ப நிலை

ஸ்ரீமுக வருஷம் மாசி மாதம் முதலில் (1874 பிப்ரவரி) நான் உத்தமதானபுரத்திற்குச் சென்றேன். அங்கே ஒரு மாதகாலம் பரிகாரம் பெற்றேன். பிள்ளையவர்களிடம் பாடம் கேட்ட நூல் களைப் படித்துக் கொண்டே பொழுது போக்கினேன்.

அயலூர்களிலுள்ள மிராசுதார்கள் என்பாலும் என் தந்தையார் பாலும் அன்பு வைத்து அடிக்கடி நெல் அனுப்பி வந்தார்கள். ஆயினும் குடும்ப காலக்ஷேபம் சிரமந் தருவதாகவே இருந்தது. அதனோடு என் கலியாணத்தின் பொருட்டு வாங்கிய கடனில் 150 ரூபாய் கொடுபடாமல் நின்றது. அத்தொல்லை வேறு துன்பத்தை உண்டாக்கியது. உடலில் இருந்த நோய் வரவரக் குறைந்து வந்தாலும் உள்ளத்தே ஏற்பட்ட நோய் வளர்ந்து வந்தது. அதுகாறும் குடும்பப் பொறுப்பை ஏற்றுக்கொள்ளாமல் நான் இருந்து வந்தேன். என் தந்தையாரும் வர வர விரக்தி உடையவராயினர். சிறிய தகப்பனாரோ குடும்ப பாரத்தைச் சுமக்க இயலாமல் தத்தளித்தார்.

"இந்நிலையில் நாம் ஒன்றும் செய்யாமல் இருப்பது தர்மமன்று" என்று கருதினேன். "இனி, குடும்பக் கடனைப் போக்குவதில் நம்மால் இயன்றதைச் செய்ய வேண்டும்" என்ற எண்ணம் வலியுற்று வந்தது. "பிள்ளையவர்களை விட்டு வந்தோமே, மீண்டும் அங்கே போக வேண்டாமோ! குடும்ப பாரத்தைச் சுமப்பது எப்பொழுதும் உள்ளது. பிள்ளையவர்களிடமிருந்து கல்வி அபிவிருத்தி பெறுவதற்குரிய இச்சந்தர்ப்பத்தை நாம் விடக்கூடாது" என்று வேறொரு யோசனை தோற்றியது. "நாம் கடனாளி என்றால் அவர்களும் கடனாளியாகத் தானே இருக்கிறார்கள்? எப்படியாவது கடனை நீக்கிக் கொண்டால் பிறகு பழையபடியே அவர்களிடம் போய்ச் சேர்ந்து கொள்ளலாம். கடனை வளர விடக்கூடாது" என்ற எண்ணமே விஞ்சி நின்றது.

## நான் அடைந்த ஏமாற்றம்

ஒருநாள் உத்தமதானபுரத்திலிருந்து கும்பகோணம் சென்று தியாகராச செட்டியாரைப் பார்த்தேன். மீட்டும் எனக்கு ஏதேனும் உத்தியோகம் தேடித் தர வேண்டும் என்று சொன்னேன். அப்போது அவர், "நான் ஒரு மாசம் ஓய்வெடுத்துக்கொள்வதாக எண்ணியிருக்கிறேன். அப்போது என் ஸ்தானத்தில் இருந்து வேலை பார்ப்பீரா?" என்று கேட்டார். நான் தைரியமாக, "பார்ப்பேன்" என்றேன்.

"சரி; கோபால ராவ் அவர்களிடம் சொல்லுகிறேன்" என்று அவர் சொன்னார். நான் அதுகேட்டுச் சந்தோஷமடைந்தேன். ஆனால் அந்த யோசனை நிறைவேறவில்லை. கோபாலராவ், "இவர் பால்யராக இருக்கிறார்; பிறகு பார்த்துக்கொள்ளலாம்" என்று சொல்லிவிட்டார். நான் ஏமாற்றமடைந்து ஊருக்குத் திரும்பி வந்தேன்.

உத்தமதானபுரத்தில் இருப்பதைவிடச் சூரியமூலையிற்போய் இருந்தால் ஆகார விஷயத்திலாவது குறைவில்லாமல் இருக்குமென்று கருதி நானும் என் தாய்தந்தையரும் பங்குனி மாதம்

அங்கே போய்ச் சேர்ந்தோம். என் தேக சௌக்கியம் இயல்பான நிலைக்கு வராமையால் எங்கேனும் செல்வதற்கோ பொருள் தேட முயல்வதற்கோ இயலவில்லை. "எப்படிக் கடனைத் தீர்ப்பது?" என்ற யோசனை என்னைப் பலமாகப் பற்றிக் கொண்டது.

## தந்தையார் கூறிய உபாயம்

என் தந்தையார் ஓர் உபாயம் சொன்னார். "செங்கணம் முதலிய இடங்களுக்குச் சென்று ஏதேனும் புராணப்பிரசங்கம் செய்தால் பணம் கிடைக்கும்; அதனைக் கொண்டு கடனைத் தீர்த்து வரலாம்" என்று அவர் கூறினார். அவர் தம் அனுபவத்தால் அறிந்த விஷயம் அது. தாம் அப்பக்கங்களில் சஞ்சாரம் செய்து கதாப் பிரசங்கங்கள் செய்ததுபோல் நானும் செய்தால் நன்மை உண்டாகுமென்று அவர் நினைத்தார்; தாம் செய்த காரியத்தை நானும் 'வாழையடி வாழை'யாகச் செய்ய வேண்டுமென்று அவர் முன்பு எண்ணிய எண்ணம் அப்போது நிறைவேறக் கூடுமென்பது அவர் நம்பிக்கை.

எனக்கு அவர் கூறியது உசிதமாகவே தோற்றியது. புதிய உத்தி யோகம் ஒன்றை வகித்துப் புதிய மனிதர்களுடன் பழகுவதைக் காட்டிலும் பழகிய இடத்திற் பரம்பரையாக வந்த முயற்சியில் ஈடுபடுவது சுலபமன்றோ? செங்கணம் முதலிய இடங்களில் உள்ள வர்களின் இயல்பை நானும் உணர்ந்திருந்தேன். தமிழ் நூல்களைப் பிரசங்கம் செய்தால் மிக்க மதிப்பும் பொருளுதவியும் கிடைக்கு மென்பதையும் அறிவேன். ஆயுள் முழுவதும் புராணப் பிரசங்கம் செய்து புண்ணியத்தையும் புகழையும் பொருளையும் ஒருங்கே பெறலாம்.

எல்லாம் உண்மைதான். ஆனால், என் தமிழ்க் கல்வி அத னோடு நின்றுவிட வேண்டியதுதானா? கிடைத்தற்கரிய பாக்கிய மாகப் பிள்ளையவர்களுடைய அன்பையும் அவர் மூலமாகத் திருவாவடுதுறை ஆதீனப் பழக்கத்தையும் பெற்ற பின் அவற்றை மறந்து ஊர் ஊராய் அலைந்து வாழ்வது நன்றா? இறைவன் இந்த நிலையிலே விட்டு விடுவானா?

என் மனம் இப்படியெல்லாம் பலவாறு பரந்து விரிந்துசென்று எண்ணமிட்டது. "இப்போது கழுத்தைப் பிடித்து இறுக்கித் துன் புறுத்தும் கடன் தொல்லையைத் தீர்ப்பது முக்கியமான காரியம்" என்ற நினைவினால், செங்கணத்திற்குப் போகலாமென்று தந்தை யாரிடம் சொன்னேன். அவருக்கு உண்டான திருப்திக்கு எல்லை யில்லை. கடன் தீர்வதற்கு வழி ஏற்பட்டதென்பது மாத்திரம் அத் திருப்திக்குக் காரணம் அன்று; தாம் பழகிய இடங்களை மீட்டும் பார்க்கலாமென்ற ஆவலே முக்கியமான காரணம்.

# 59

## திருவிளையாடற் பிரசங்கம்

நானும் என் தந்தையாரும் நிச்சயித்தவாறே **ஸ்ரீமுக ஹ வைகாசி** (1874 ஜூன் மாதம்) மாத இறுதியில் என் பெற்றோர்களுடன் நான் செங்கணத்தை நோக்கிப் புறப்பட்டேன். முதலில் அரியிலூருக்குச் சென்றோம். அங்கே ஒரு வேளை தங்கிச் சடகோபையங்காருடன் பேசினோம். பிள்ளையவர்களுடைய விஷயங்களைப் பற்றி அவர் ஆவலுடன் விசாரித்தார். அரியிலூரில் முன்பு பழகினவர்களெல்லாம் எங்கள் வரவை அறிந்து வந்து பார்த்துச் சென்றனர்.

## செங்கண நிகழ்ச்சிகள்

பிறகு நாங்கள் குன்னத்தின் வழியே செங்கணம் சென்றோம். அங்கே விருத்தாசல ரெட்டியாரும் வேறு பழைய நண்பர்களும் எங்களைப் பார்த்து மிக்க மகிழ்ச்சியை அடைந்தார்கள். விருத்தாசல ரெட்டியார் என்னைக் கண்டு உள்ளம் பூரித்துப் போனார். "குன்னத்து ஐயரும் அவர் பிள்ளையும் வந்திருக்கிறார்கள்" என்ற செய்தி எங்கும் பரவியது. எங்களை முன்னரே அறிந்தவர்கள் ஒவ்வொருவராக வந்து வந்து பார்த்து அன்பு கனியப் பேசி மகிழ்ந்தார்கள்.

முன்பே அங்கே தங்கியிருந்த காலத்தில் காணாத ஒரு விஷயத்தை அப்பொழுது உணர்ந்தேன். நான் பிள்ளையவர்களிடம் பாடங் கேட்டவனென்பது எனக்கு ஒரு தனி மதிப்பை உண்டாக்கியது. பிள்ளையவர்களுடைய கல்விப் பெருமை, கவித்துவம் முதலியவற்றைப் பற்றி யாவரும் கதை கதையாகப் பேசினார்கள். அவரிடத்தில் தங்களுக்குத் தெரிந்த ஒருவர் மாணாக்கராக இருக்கிறாரென்பதில் அவர்கள் ஒரு திருப்தியையும் பெருமையையும் அடைந்தார்கள். என்னுடைய கல்வியபிவிருத்தியில் விருப்பமுடையவர்களில் அப்பிரதேசத்திலிருந்த அன்பர்களையும் சேர்த்துக் கொள்ள வேண்டும்.

புக்ககம் போய் நல்ல பெயர் வாங்கிய ஒரு பெண் பிறந்த வீட்டுக்கு வந்தால் அங்குள்ளவர்கள் எவ்வளவு அன்போடும் பெருமையோடும் உபசரிப்பார்களோ அவ்வளவு உபசாரம் எனக்கு நடந்தது. நான் பிள்ளையவர்களுடைய பெருமையை எடுத்துச் சொல்லும்போதெல்லாம் திறந்தவாய் மூடாமல் அங்கேயுள்ளவர்கள் கேட்பார்கள். பிள்ளையவர்கள் இயற்றிய நூல்களிலிருந்து அரிய பாடல்களைச் சொல்லிப் பொருள் கூறும்போது என் ஆசிரியரது புலமையையும் நான் அவராற் பெற்ற பயனையும் உணர்ந்து உணர்ந்து ஆனந்தமடைந்தார்கள்.

அதற்குமுன் நான் என் தந்தையாரைச் சார்ந்து நிற்பேன். வருபவர்களெல்லாம் அவருக்கு உபசாரம் செய்வதும் அவர் இசைப் பாட்டுக்களைக் கேட்பதுமாக இருப்பார்கள். அப்பொழுதோ என் தந்தையார் என்னைச் சார்ந்து நிற்கும் நிலையில் இருந்தார். என்னிடம் பேசுவதும் என் மூலமாக விஷயங்களை அறிந்துகொள்வது மாகிய காரியங்களில் அன்பர்கள் ஈடுபட்டனர்.

"எல்லாம் பெரிய ஐயர் செய்த பூஜா பலன்" என்று என் தந்தையாரைப் பாராட்டி முடிக்கும்போது, அவர்களுக்கு என் தந்தையாரிடம் இருந்த அன்பு வெளிப்பட்டது.

என் ஆசிரியர் இயற்றிய வாட்போக்கிக் கலம்பகம் முதலிய நூற் செய்யுட்களை விருத்தாசல ரெட்டியாரிடம் சொல்லிக் காட்டினேன். அவர் பெரும் புதையலைக் கண்டவரைப்போன்ற ஆச்சரியத்துடன் அவற்றையெல்லாம் ஏட்டில் எழுதிக்கொண்டார். அவரிடம் நான் காரிகை பாடம் கேட்டதையும் அப்பாடம் என் மனத்தில் பதிந்து விட்டதையும் பிள்ளையவர்களிடம் தெரிவித்தேன் என்பதை அவரிடம் சொன்னேன்.

## கல்லாடப் பரீக்ஷை

இவ்வாறு தமிழ்நூல் சம்பந்தமான பேச்சிலே எங்கள் பொழுது போயிற்று. ஒரு நாள் ரெட்டியாரும் நானும் பேசி வருகையில் அயலூரிலிருந்து சில வித்துவான்கள் அவரைப் பார்க்க வந்தனர். நாங்கள் பேசியபோது என்னை வந்தவர்கள் பாராட்டினார்கள். என்ன காரணத்தாலோ ரெட்டியாருக்குச் சிறிது மன வேறுபாடு அப்போது உண்டாயிற்று. என்னை அவர்களுக்குமுன் தலைகுனியச் செய்ய வேண்டுமென்ற எண்ணம் கொண்டார் போலும்! அவர் பேசிய பேச்சிலும் என்னை இடையிடையே கேட்ட கேள்விகளிலும் அவ்வேறுபாட்டை நான் கண்டேன்.

அவர் திடீரென்று கல்லாடத்தை எடுத்துக்கொண்டு வந்து என்னிடம் கொடுத்துச் சில பாடல்களைக் காட்டிப் பொருள் கூறச் சொன்னார். சங்கச் செய்யுட்கள் வழங்காத அக்காலத்தில் கல்லாடமே தமிழ் வித்துவான்களின் புலமைக்கு ஓர் அளவு கருவியாக இருந்தது.

'கல்லாடம் கற்றவரோடு சொல்லாடாதே' என்ற பழமொழியும் எழுந்தது. தமிழ்நாட்டில் அங்கங்கே இருந்த சிலர் கல்லாடம் படித்திருந்தார்கள். ரெட்டியார் அதைப் படித்தவர்.

அவர் என்னிடம் அதைக் கொடுத்தவுடன் அவருக்கு என்னை 'மட்டம் தட்ட' வேண்டுமென்ற எண்ணம் இருப்பதாக அறிந்தேன். நான் அவரைக் காட்டிலும் கல்வியிற் சிறந்தவனாகக் காட்ட வேண்டும் என்று சிறிதேனும் கருதவில்லை. கல்லாடத்தைப் பாடம் கேளாவிட்டாலும் சிறிது சிரமப்பட்டுக் கவனித்து ஒருவாறு

உரை கூறும் சக்தி எனக்கு இருந்தது. ரெட்டியார் நான் உரை சொல்வதை விரும்பவில்லையே! உரைகூறாமல் இருப்பதைத்தானே விரும்பினார்? அவ் விருப்பத்தை நான் யாதொரு சிரமும் இன்றி நிறைவேற்றினேன்.

"எனக்குத் தெரியவில்லை" என்று அமைதியாகச் சொன்னேன். அப்படிக் கூறிய பிறகு, அதனால் என் ஆசிரியருக்கு ஏதேனும் குறை வருமோ என்று அஞ்சி, "பிள்ளையவர்கள் கல்லாடத்தைப் பதிப்பித்திருக்கிறார்கள். நான் இன்னும் பாடம் கேட்கவில்லை" என்று மறுபடியும் கூறினேன்.

இந் நிகழ்ச்சியால் ரெட்டியாருக்கும் அங்கிருந்தவர்களில் சிலருக்கும் சந்தோஷம் உண்டாயிற்று. ஆனால் சிலருக்கு மாத்திரம் ரெட்டியாரிடம் அதிருப்தி ஏற்பட்டதென்று பிறகு தெரிந்து கொண்டேன்.

## நீலி இரட்டைமணிமாலை

ஆனாலும் ரெட்டியாருக்கு எங்கள்பால் இருந்த அன்பு குறையவில்லை. அவர் அக்காலத்திற் கடுமையான நோய் ஒன்றால் மிகவும் கஷ்டப்பட்டார். அவருடைய மூத்த குமாரர் என்னை நோக்கி, "நீர் சிறந்த சாம்பவருடைய குமாரர். எங்கள் குல தெய்வத்தின் விஷயமாகப் புதிய தோத்திரச் செய்யுட்கள் பாடினால் தகப்பனாருக்கு அனுகூலமாகலாம்" என்று கூறினார். அவர் விரும்பிய படியே அவர்கள் குலதெய்வமும் அருளூறையென்றும் ஊரில் எழுந்தருளியிருக்கும் துர்க்கையுமாகிய நீலி என்னும் தெய்வத்தின் விஷயமாக ஓர் இரட்டைமணி மாலை பாடினேன். அதில் ஒரு செய்யுள் வருமாறு:

"கடல்வாய் வருமமு தாசனர் போற்றக் கவின்றிகழும்
மடல்வாய் சலச மடந்தையர் வாழ்ந்த மணித்தவிசின்
அடல்வா யருளூறை மேவிய நீலி யடிபணிந்தோர்
கெடல்வாய் பிணியினைப் போழ்ந்தே சதாவிதங் கிட்டுவரே."

(அமுதாசனர் – அமிர்தத்தை உணவாகவுடைய தேவர்கள். சலச மடந்தையர் – தாமரையில் வாழும் தேவியாகிய கலைமகளும் திருமகளும். மணித்தவிசு – மாணிக்க ஆசனம். இதம் – நன்மை.)

நான் இயற்றிய இரட்டைமணிமாலையை விருத்தாசல ரெட்டியார் தினந்தோறும் பாராயணம் செய்து வந்தார். நான் அவருடைய பிள்ளைகளுள் இளையவர்களாகிய பெரியப்பு, சின்னப்பு என்னும் இருவருக்கும் அவர் கேட்டுக்கொண்டபடி நைடதம் முதலிய பாடங்களைக் கற்பித்து வந்தேன். வேறு சில பிள்ளைகளும் என்னிடம் பாடம் கேட்டார்கள்.

## காரைக்குப் பிரயாணம்

விருத்தாசல ரெட்டியாருடைய மூத்த குமாரராகிய நல்லப்ப ரெட்டியார் முன்பே எங்களிடம் விசுவாசம் வைத்துப் பழகியவர். அவரும் அக்காலத்தில் மிக்க ஆதரவு செய்து வந்தார். எங்களுக்கு வேண்டிய பொருள்களைப் பெற்றுச் சுகமாக இருந்தோம். ஆகாரம் முதலிய விஷயங்களில் குறைவு இராவிடினும் கடனைத் தீர்ப்பதற்கு வேண்டிய பொருளுதவி கிடைக்கவில்லை. அக்குறையை நான் நல்லப்ப ரெட்டியாரிடம் தெரிவித்துக் கொண்டேன். அவர் அருகில் உள்ள ஊராகிய காரையென்பதில் வாழ்ந்து வந்த செல்வரும் தமக்கு நண்பருமாகிய கிருஷ்ணசாமி ரெட்டியாரென்பவரிடம் எங்களுக்கு உதவி செய்ய வேண்டுமென்று சொல்லி அவரது உடன்பாட்டைப் பெற்று எங்களைக் காரைக்கு அனுப்பினார்.

காரையில் அவர் சின்னப் பண்ணையைச் சார்ந்தவர். அவர் தெலுங்கிலும் தமிழிலும் வல்லவர்; சாந்தமான இயற்கையுள்ளவர்.

எங்களுடைய கஷ்டத்தைத் தீர்ப்பதற்கு வழியென்னவென்று அவர் ஆராய்ந்தார். பிறகு நான் திருவிளையாடற் புராணம் வாசிப்பதென்று முடிவு செய்யப்பட்டது. ஊரிலுள்ளவர்களிடம் தெரிவித்து அம்முயற்சியை எல்லாரும் ஆதரிக்கும்படி செய்தார்.

## புராணப் பிரசங்கம்

புராணம் ஒரு நல்ல நாளில் ஆரம்பிக்கப் பெற்றது. எனது முதல் முயற்சியாதலால் நான் மிகவும் ஜாக்கிரதையாக உபந்நியாசம் செய்து வந்தேன். நாள்தோறும் உதயமாகும் போதே எங்களுக்கு வேண்டிய அரிசி முதலிய உணவுப் பொருள்களும், காய்கறிகளும் வந்துவிடும். என் தாயார் அவற்றைக் கண்டு உள்ளம் குளிர்ந்து போவார். அதே மாதிரியான உபசாரங்களை முன்பு என் தந்தையார் பிரசங்கம் செய்த காலத்திலே கண்டிருந்தாலும், அவை நான் சம்பாதித்தவை என்ற எண்ணமே அந்தச் சந்தோஷத்திற்குக் காரணம். “குழந்தை கையால் சம்பாதித்தது” என்று ஒவ்வொரு பொருளையும் வாங்கி வாங்கி வைத்துக் கொள்வார்.

என் தந்தையாரும் கவலையின்றி ஆனந்தமாகச் சிவ பூஜையும் ஈசுவரத் தியானமும் செய்து வந்தார். எனக்கும் “கடவுள் இந்த நிலையில் குடும்பத்துக்கு உபயோகப்படும்படி நம்மை வைத்தாரே” என்ற எண்ணத்தால் திருப்தியும் ஊக்கமும் உண்டாயின.

## கவலையை நீக்கிய மழை

இவ்வளவு மகிழ்ச்சிக்கிடையே ஒரு கவலை எழுந்தது. நான் புராணப் பிரசங்கம் செய்யத் தொடங்கிய காலத்தில் அப்பிரதேசங்களில் மழையே இல்லை. அதனாற் குடிஜனங்கள் ஊக்கம் இழந்திருந்தனர். கிருஷ்ணசாமி ரெட்டியாரும் வேறு சிலரும் கிராமத்தார்

களிடம் பிரசங்க விஷயத்தை எடுத்துச் சொல்லி அவர்கள் அளிக்கும் பொருளைத் தொகுத்துப் புராணம் நிறைவேறும் காலத்தில் எனக்குச் சம்மானம் செய்வதாக எண்ணியிருந்தனர். மழை இல்லை யென்ற குறையால் அம் முயற்சியிலே தலையிட அவர்களுக்கு ஊக்கம் பிறக்கவில்லை. புராணம் முழுவதும் நடத்துவதற்குப் போதிய ஆதரவு கிடைக்குமோ என்ற சந்தேகங்கூட உண்டாயிற்று. மீனாட்சி கலியாணத்தோடு நிறுத்திக் கொள்ளலாமென்று எண்ணி யிருந்தனர்.

புராணத்தில் நாட்டுப் படலம் நடந்தது. நான் என் இசைப் பயிற்சியையும் தமிழ் நூற் பயிற்சியையும் நன்றாகப் பயன்படுத்தி னேன். நான் கற்ற நூல்களிலிருந்து மேற்கோள்களை எடுத்துச் சொல்லிப் பொருள் உரைப்பேன். கேட்பவர்கள், “எவ்வளவு புஸ் தகங்கள் வாசித்திருக்கிறார்!” என்று ஆச்சரியமடைவார்கள்.

எனது நல்லதிருஷ்டவசமாக ஒருநாள் பிரசங்கம் நடக்கையிலே பெரு மழை பெய்து பூமியையும் மனிதர் உள்ளங்களையும் குளிர்வித்தது. அதனால் அங்குள்ளவர்கள் விளைக்கும் பயிரில் விளைவு இருந்ததோ இல்லையோ, நான் செய்த ‘சொல்லுழ’வில் பெரிய லாபம் உண்டாயிற்று. “திருவிளையாடற் புராணம் ஆரம் பித்ததனாலேதான் மழை பெய்தது” என்ற பேச்சு ஜனங்களிடையே பரவியது. எனக்கு எதிர்பாராதபடி மதிப்பு உயர்ந்தது. அப்பாற் புராணப் பிரசங்கத்தை நிறுத்த வேண்டுமென்பதை அவர்கள் அறவே மறந்தனர்.

புராணப் பிரசங்கம் ஊரின் இடையே உள்ள பிள்ளையார் கோயிலில் நடைபெற்றது. தினந்தோறும் இரவில் ஏழு மணி முதல் பத்து மணி வரையில் நிகழும். அயலூர்களிலிருந்து பலர் வருவார் கள். மழை பெய்த பிறகு வருபவர் தொகை அதிகமாயிற்று. ஜனக் கூட்டம் அதிகமாக ஆக நாங்கள் பெற்ற ஆதரவும் மிகுதியாயிற்று.

## கேட்போர்

அந்த ஊரில் மீனம்மாள் என்ற ரெட்டியார் குலத்துப் பெண் மணி ஒருவர் இருந்தார். அவர் வேதாந்த சாஸ்திரங்களில் தேர்ந்த அடக்கமும் தெய்வ பக்தியும் உபகார சிந்தையும் உடையவராக விளங்கினார். அவர் ஒவ்வொரு நாளும் தம் வீட்டுத் திண்ணையில் இருந்தபடியே என் பிரசங்கத்தைக் கேட்டு மகிழ்ந்து வந்தார். அவருடன் என் தாயாரும் அங்கே இருந்து கேட்டு இன்புறுவார். மீனம்மாள் எங்களுக்குப் பல வகையில் உதவி செய்து வந்தார்.

அக்காலத்தில் கும்பகோணம் மடத்து ஸ்ரீ சங்கராசாரிய ஸ்வாமிகள் பெரும்புலியூருக்கு எழுந்தருளினார். அவருடன் வந்தி ருந்த சாஸ்திரிகள் இருவர் காரைக்கு வந்திருந்தனர். அவர்களும் புராணப் பிரசங்கத்தைக் கேட்டு, “பதத்துக்குப் பதம் அர்த்தம் சொல்லி உபந்நியாசம் செய்கிறாரே!” என்று பாராட்டினார்கள்.

என் இளமை முயற்சியில் உத்ஸாகம் உண்டாக்க இந்நிகழ்ச்சிகளெல்லாம் காரணமாயின.

## பொழுதுபோக்கு

பகல் வேளைகளில் தமிழ் நூல்களைப் படித்துக்கொண்டும் அன்பர்களோடு பேசிக்கொண்டும் பொழுது போக்கினேன். கிருஷ்ணசாமி ரெட்டியாருக்குத் திருவானைக்காப் புராணத்தைப் படித்து உரை சொல்லி வந்தேன். அவர் தெலுங்கில் வல்லவராதலின், அம்மொழியிலுள்ள வஸு சரித்திரம், மனு சரித்திரம் முதலியவற்றிலிருந்து சில பத்தியங்களைச் சொல்லிப் பொருள் கூறுவார். அவற்றில் சிலவற்றை அவர் விருப்பத்தின்படியே தமிழ்ச் செய்யுளாக மொழிபெயர்த்து அவருக்குக் காட்டுவேன். அவர் மிக்க சந்தோஷமடைவார்.

அவ்வூரில் இருந்த பரிகாரி ஒருவன் வேதாந்த சாஸ்திரத்தில் நல்ல பழக்கம் உடையவனாக இருந்தான். அவன் அடிக்கடி வந்து நெடுநேரம் இருந்து பேசிவிட்டுச் செல்வான். வேறு ஊர்களிலிருந்து வரும் கனவான்களும் பகலில் வந்து அன்போடு பேசித் தங்கள் தங்கள் ஊருக்கு வந்துபோக வேண்டுமென்று விரும்புவார்கள்.

## வெங்கனூர்

வெங்கனூர் என்னும் ஊரிலிருந்து தம்புரெட்டியாரென்பவர் ஒரு நாள் வந்திருந்தார். கவிதா ஸார்வ பௌமராகிய துறைமங்கலம் சிவப்பிரகாச சுவாமிகளை ஆதரித்த அண்ணாமலை ரெட்டியாரது பரம்பரையிற் பிறந்தவர் அவர். சிவப்பிரகாச சுவாமிகள் திருவெங்கையுலா முதலிய பிரபந்தங்களில் அவ்வுபகாரியினது சிறப்பை எடுத்துச் சொல்லியிருக்கிறார். என் இளமையிலேயே சிவப்பிரகாச சுவாமிகளிடத்தில் மதிப்பு இருந்தாலும் பிள்ளையவர்களிடம் பழகிய பிறகு அது வரம்பு கடந்ததாயிற்று. வெங்கைக் கோவை முதலிய நூல்களைப் பாடம் கேட்டபோது என் ஆசிரியர் அவருடைய புலமைத் திறத்தை வியந்து பாராட்டுவதைக் கேட்டுக் கேட்டு அத்துறவியர் பெருமானைத் தெய்வம் போலப் பாவிக்க ஆரம்பித் தேன்.

தம்பு ரெட்டியார் வெங்கனூர்க் கோயிலில் அமைந்துள்ள சிற்ப விசேஷங்களை எடுத்துரைத்தார். அண்ணாமலை ரெட்டியார் பல சிற்பிகளைக் கொண்டு அக்கோயிலை நிருமித்தாரென்றும், ஒருநாள் சிற்பியர் தலைவன் வேலை செய்திருந்தபோது அவனை அறியாமல் அவனுக்கு வெற்றிலை மடித்துக் கொடுத்தாரென்றும், அவருடைய உயர்ந்த குணத்தை அறிந்த அவன் அதுவரைக்கும் கட்டியவற்றைப் பிரித்து மீட்டும் சிறந்த வேலைப்பாடுகளுடன் அமைத்தானென்றும் சொன்னார்; என்னை வெங்கனூருக்கு வந்து செல்ல வேண்டுமென்று கூறினார். நான் அங்ஙனம் செய்வதில்

மிக்க ஆவலுள்ளவனாக இருந்தும் போவதற்கு ஓய்வே கிடைக்க வில்லை.

### வேதாந்த மடத்துத் தலைவர்

ஒரு நாள் துறையூர் வேதாந்த மடத்துத் தலைவர் காரைக்கு வந்து மீனம்மாள் வீட்டில் தங்கியிருந்தார். நான் அவரைப் பார்க்கச் சென்றேன். அப்பொழுது அவர் தம் மாணாக்கர்களுக்கு வேதாந்த பாடம் சொல்லி வந்தனர். என்னைக் கண்டவுடன் தம் மாணாக்கர் களால் என்னை அறிந்து கொண்டு பாடம் சொல்வதை நிறுத்தி விட்டுச் சிறிது நேரம் அன்போடு பேசினர். அம்மடாதிபதி மிக்க மதிப்பும் தகுதியும் உடையவர். அவர் எனக்காகப் பாடம் சொல்லி யதை நிறுத்தியதும் என்னோடு பேசியதும் உடன் இருந்தவர்களுக்கு ஆச்சரியத்தை விளைவித்தன. அவரும் புராணம் நடைபெறும் போது வந்து கேட்டுச் சென்றார்,

இவ்வாறு ஒவ்வொரு நாளும் சந்தோஷமாகச் சென்றது.

## 60
### அம்பரில் தீர்ந்த பசி

செங்கணத்திலிருந்து காரைக்குப் புறப்படுகையில் விருத்தாசல ரெட்டியாரிடம் பாகவதம், கம்பராமாயணம், திருக்கோவையார், திருக்குறள் ஆகிய புஸ்தகங்களை இரவலாக வாங்கிப் போயிருந் தேன். பாகவதம் மாத்திரம் ஏட்டுப் பிரதியாக இருந்தது. காரையில் பகல் வேளைகளில் அவற்றையும் என்னிடமிருந்த வேறு நூல்களை யும் படித்து இன்புற்றேன். பாகவதம் படித்தபோது முதல் ஸ்கந்தமும் தசம ஸ்கந்தமும் என் மனத்தைக் கவர்ந்தன.

கிருஷ்ணசாமி ரெட்டியார் தெலுங்கு பாகவதத்தைப் படித்து அதிலுள்ள விஷயங்களைச் சொல்வார். தமிழ்ப் பாகவதத்திலுள்ள சில சந்தேகங்களை அவர் கூறிய செய்திகளால் நீக்கிக் கொண் டேன். கம்பராமாயணத்தைப் படிக்கப் படிக்க அதில் என் மனம் பதிந்தது. திருவிளையாடற் புராணப் பிரசங்கம் செய்யும் போது இடையிடையே மேற்கோளாகக் கம்பராமாயணத்திலிருந்து பாடல்களைச் சொல்லிப் பொருள் உரைப்பேன். இப்பழக்கத்தால் இராமாயணத்தில் எனக்கு ஊற்றம் உண்டாயிற்று. என் ஆசிரியரி டம் மீண்டும் போய்ச் சேர்ந்தவுடன் எப்படியேனும் இராமாயண முழுவதையும் பாடம் கேட்டுவிட வேண்டும் என்று உறுதி கொண்டேன்.

### களத்தூர் முகம்மதியர்

சில நாட்களில் அருகில் உள்ள ஊர்களுக்குச் சென்று முன்பே பழக்கமானவர்களைப் பார்த்து வருவேன். ஒரு நாள் களத்தூருக்குச்

சென்றேன். அங்கே தமிழ் படித்த முகம்மதிய வயோதிகர் சிலர் இருந்தனர். அவர்களோடு பேசுகையில் அவர்களுக்கிருந்த தமிழபி மானத்தின் மிகுதியை உணர்ந்து வியந்தேன். கம்பராமாயணம், அரிச்சந்திர புராணம் முதலிய நூல்களிற் பல அரிய பாடல்களை அவர்கள் தங்கு தடையின்றிச் சொல்லி மகிழ்ந்தார்கள். பாடல்களை அவர்கள் சொல்லும்போதே அவர்களுக்கு அப்பாடல்களில் எவ்வளவு ஈடுபாடு உண்டென்பது புலப்படும். நான் பிள்ளையவர் களிடத்தில் இருந்ததை அறிந்தவர்களாதலின் என்பால் வந்து அவர் கள் மொய்த்துக் கொண்டார்கள்; ஆசிரியர் புகழையும் கவித்துவ சக்தியையும் கேட்டுக் கேட்டு மகிழ்ந்தனர். சாதி, மதம் முதலிய வேறுபாடுகள் அவர்களுடைய தமிழனுபவத்துக்கு இடையூறாக நிற்கவில்லை. தமிழ்ச்சுவையை நுகர்வதில் அவர்கள் உள்ளம் என் உள்ளத்தைக் காட்டிலும் அதிக முதிர்ச்சியைப் பெற்றிருந்தது.

புராணப் பிரசங்கம் நடந்தது. நாளுக்கு நாள் ஜனங்களுடைய உத்ஸாகமும் ஆதரவும் அதிகமாயின. எனக்குப் பிரசங்கம் செய்யும் பழக்கம் வன்மை பெற்றது. இந்நிலையில் என் மனம் மாத்திரம் இடையிடையே வருத்தமடைந்தது; ஆசிரியரைப் பிரிந்திருந்ததுதான் அதற்குக் காரணம்.

### ஆசிரியருக்கு எழுதிய கடிதம்

சூரியமூலையிலிருந்து புறப்பட்டபோதே பிள்ளையவர்களுக்கு ஒரு கடிதம் எழுதினேன். செங்கணத்துக்குப் புறப்படும் செய்தியை அதில் தெரிவித்திருந்தேன், காரைக்கு வந்த பிறகும் ஒரு கடிதம் எழுதினேன். அக்கடிதத்தின் தலைப்பில் ஒரு செய்யுள் எழுதியிருந் தேன். திருவிளையாடற் புராணத்தின் நினைவு என்னுள்ளத்தே பதிந்திருந்தது. அதனால், சொல்வடிவாக ஸ்ரீ மீனாட்சியும் பொருள் வடிவாக ஸ்ரீ சுந்தரேசக் கடவுளும் எழுந்தருளியிருப்பதாகச் சொல் லப்பட்டிருக்கிறது. சொல்லும் பொருளும் ஒருங்கே தோற்றியது போன்ற வடிவத்தோடும் அவ்விருவர் திருநாமங்களும் இயைந்த மீனாட்சி சுந்தரம் என்ற பெயரோடும் விளங்குபவர் ஆசிரியர் என்ற கருத்து நான் எழுதிய செய்யுளில் அமைந்திருந்தது.

### பிரிவுத் துன்பம்

என் கடிதத்தில் நான் திருவிளையாடற் புராணம் வாசித்து வருவதாகவும், விரைவில் முடித்துவிட்டுப் பாடம் கேட்க வர எண்ணி இருப்பதாகவும் எழுதியிருந்தேன். ஆசிரியர் விடைக் கடிதம் எழுதுவாரென்று நம்பியிருந்தேன். அவரிடமிருந்து ஒரு கடிதமும் வரவில்லை. நான் பல மாதங்கள் பிரிந்திருப்பதனால் என் மேல் கோபம் கொண்டாரோ, அல்லது நான் வருவதாக எழுதியிருந் ததை அவர் நம்பவில்லையோ என்று எண்ணலானேன். நான் ஆசிரியரைக் கண்ட முதல் நாளில், "எவ்வளவோ பேர்கள் வந்து

படிக்கிறார்கள். சில காலம் இருந்துவிட்டுப் போய் விடுகிறார்கள்" என்று அவர் சொன்னது என் நினைவுக்கு வந்தது. "அவ்வாறு போனவர்களில் என்னையும் ஒருவனாகக் கருதி விட்டார்களோ!" என்று நினைத்தபோது எனக்கு இன்னதென்று சொல்ல முடியாத துக்கம் எழுந்தது. "நாம் இங்கே வந்தது பிழை. அவர்களைப் பிரிந்து இவ்வளவு மாதங்கள் தங்கியிருப்பது உண்மை அன்புக்கு அழகன்று" என்று எண்ணினேன். இவ்வெண்ணம் என் மனத்தில் உண்டாகவே காரையில் நிகழ்ந்த பிரசங்கம், அங்குள்ளவர்களது அன்பு, இயற்கைக் காட்சிகள் எல்லாவற்றையும் மறந்தேன். என்ன இருந்து என்ன! ஆசிரியர் அன்பு இல்லாத இடம் சொர்க்க லோகமாக இருந்தால்தான் என்ன? ஆசிரியர் பிரிவாகிய வெப்பம் அந்த இடத்தைப் பாலைவனமாக்கி விட்டது. நூற்றுக் கணக்கானவர்கள் அன்பு, வைத்துப் பழகினாலும் அந்த ஒருவர் இல்லாத குறையே பெரிதாக இருந்தது. எல்லோருக்கும் முன்னே உயர்ந்த ஸ்தானத்தில் இருந்து பிரசங்கம் செய்த போதிலும் என் ஆசிரியருக்குப் பின்னே ஏடும் எழுத்தாணியுமாக நின்று அவர் ஏவல் கேட்டு ஒழுகுவதில் இருந்த இன்பத்தைக் காட்டிலும் அது பெரிதாகத் தோற்றவில்லை.

"விரைவில் புராணத்தை முடித்துக்கொண்டு பிள்ளையவர் களிடம் போகவேண்டும்" என்று என் தந்தையாரிடம் சொல்லத் தொடங்கினேன்.

அவர் இன்னும் சில மாதங்கள் அங்கே தங்கியிருக்க வேண்டு மென்று விரும்பினார். எனது கல்வி அந்த அளவிலே என் ஜீவனத் திற்குப் போதுமானதென்று கூட அவர் எண்ணியிருக்கலாம், என் கருத்தை அவர் மறுக்கவும் இல்லை; அங்கீகரிக்கவும் இல்லை.

### பிரசங்க நிறுத்தம்

திருவிளையாடல் ஒருவாறு நிறைவேறியது. ஒரு புராணம் முடிவு பெற்றால் கடைசி நாளன்று பெரிய உத்ஸவம் போலக் கொண்டாடிப் புராணிகருக்கு எல்லோரும் சம்மானம் செய்வது வழக்கம். காரையிலும் அயலூர்களிலும் உள்ளவர்கள் தங்கள் தங்களால் எவ்வளவு உதவி செய்ய முடியுமோ அவ்வளவையும் செய்யச் சித்தமாக இருந்தார்கள். கிருஷ்ணசாமி ரெட்டியார் எல்லோரிடமிருந்தும் பொருள் தொகுத்து வந்தார். முற்றும் தொகுப்பதற்குச் சில தினங்கள் சென்றன. அதனால் புராணத்தில் கடைசிப்படலத்தை மட்டும் சொல்லாமல் அதற்கு முன்புள்ள படலம் வரையில் நான் சொல்லி முடித்தபிறகு சில நாள் பிரசங்கம் நின்றிருந்தது.

## பிரயாணம்

பிள்ளையவர்கள் கடிதம் எழுதவில்லையே என்ற கவலை என் மனத்தை உறுத்திக்கொண்டே இருந்தது. பிரசங்கத்தைச் சில நாட்கள் நிறுத்தும் சமயம் நேர்ந்தவுடன், ஆசிரியரைப் போய்ப் பார்த்து வர அதுதான் சமயமென்றெண்ணி என் தாய் தந்தையரைக் காரையிலே விட்டுவிட்டு நான் திருவாவடுதுறைக்குப் புறப்பட்டேன். என் வேகத்தைக் கண்ட என் தந்தையார் என்னைத் தடுக்கவில்லை. "போய்ச் சீக்கிரம் வந்து விடு; புராணப் பூர்த்தியை அதிக நாள் நிறுத்தி வைக்கக்கூடாது" என்று மட்டும் சொல்லி அனுப்பினார்.

## அங்கே இல்லை

என்றைக்குப் புறப்பட்டேன், எப்படி நடந்தேன் முதலியவைகளில் எதுவும் ஞாபகத்தில் இல்லை. ஆவேசம் வந்தவனைப் போல காரையில் புறப்பட்டவன் திருவாவடுதுறைக்குச் சென்று நின்றேன். திருவாவடுதுறை எல்லையை மிதித்தபோது தான் என் இயல்பான உணர்வு எனக்கு வந்தது. நேரே மடத்துக்குச் சென்றேன். முதலில் ஓர் அன்பர் என்னைக் கண்டதும் என் க்ஷேம சமாசாரத்தை விசாரித்தார். நான் அவருக்குப் பதில் சொல்லவில்லை. "பிள்ளையவர்கள் எங்கே இருக்கிறார்கள்?" என்று அவரை விசாரித்தேன்.

"அவர்கள் இங்கே இல்லை" என்று பதில் வந்தது. எனக்குத் திடுக்கிட்டது. அடுத்தபடி ஒரு தம்பிரானைக் கண்டேன். அவர் என்னோடு பேசுவதற்கு முன்பே அவரை, "பிள்ளையவர்கள் எங்கே?" என்று கேட்டேன். "அவர்கள் அம்பருக்குப் போயிருக்கிறார்கள்" என்று அவர் சொன்னார்.

பத்து மாதங்களுக்கு மேலாக நான் பிரிந்திருந்தமையால் என்னைக் கண்டவர்களெல்லாம் என் க்ஷேம சமாசாரத்தைப் பற்றி விசாரித்தார்கள். குமாரசாமித் தம்பிரானைக் கண்டேன். அவர் பிள்ளையவர்கள் திருப்பெருந்துறையில் இருந்தபோது இயற்றிய சேக்கிழார் பிள்ளைத் தமிழைப் பிரசங்கம் செய்து கொண்டிருந்தார். திருப்பெருந்துறையில் அரங்கேற்றம் நிறைவேறியவுடன் ஆசிரியர் புதுக்கோட்டை முதலிய பல ஊர்களுக்குச் சென்றனரென்றும், அப்பால் திருவாவடுதுறைக்கு வந்தாரென்றும், பவ வருஷம் பங்குனி மாதம் அவருக்கு ஷஷ்டியப்தபூர்த்தி மிகச் சிறப்பாக நடைபெற்றதென்றும் சொன்னார். ஒரு வாரத்திற்கு முன்புதான் அம்பர்ப் புராணத்தை அரங்கேற்றும் பொருட்டு ஆசிரியர் அத்தலத்திற்குச் சென்றனரென்றும் அறிந்தேன். அறிந்தது முதல் எனக்குத் திருவாவடுதுறையில் இருப்புக் கொள்ளவில்லை. அம்பரை நோக்கிப் புறப்பட்டேன்.

## அம்பரை அடைந்தது

காலையிற் புறப்பட்டுப் பிற்பகல் ஒரு மணி அளவுக்கு அம்பரை அடைந்தேன். வழியில் வேலுப்பிள்ளை என்ற கனவான் எதிர்ப்பட்டார். அம்பர்ப் புராணம் செய்வித்தவர் அவரே. அவரிடம் பிள்ளையவர்களைப் பற்றி விசாரித்தேன். பிள்ளையவர்கள் சொர்க்கபுர மடத்தில் தங்கி இருப்பதாக அவர் சொல்லவே, நான் அவ்விடம் போனேன். அங்கே என் ஆசிரியர் மத்தியான்ன போஜனம் செய்த பிறகு வழக்கம் போல் நித்திரை செய்திருந்தார். காலை முதல் ஆகாரம் இல்லாமையாலும் நெடுந்தூரம் நடந்து வந்தமையாலும் எனக்கு மிக்க பசியும் சோர்வும் இருந்தன. ஆனால் ஆசிரியரைக் கண்டு பேச வேண்டுமென்ற பசி அவற்றை மீறி நின்றது. என்னை வழியில் சந்தித்த வேலுப்பிள்ளை என் தோற்றத்திலிருந்து நான் ஆகாரம் செய்யவில்லை என்று அறிந்து உடனே தம் காரியஸ்தர் ஒருவரிடம் சொல்லி நான் ஆகாரம் செய்வதற்குரிய ஏற்பாட்டைச் செய்துவிட்டார். அக்காரியஸ்தர் என்னிடம் வந்து, போஜனம் செய்து கொண்டு பிறகு பிள்ளையவர்களோடு பேசலாமென்று சொன்னார். எனக்கு ஆகாரத்தில் புத்தி செல்லவில்லை. பிள்ளையவர்களோடு ஒரு வார்த்தையாவது பேசிவிட்டுத்தான் சாப்பிட வேண்டுமென்ற உறுதியுடன் இருந்தேன்.

### ‘பிரிந்தவர் கூடினால்’

ஆசிரியர் விழித்துக் கொண்டார். அவருடைய குளிர்ந்த அன்புப் பார்வை என் மேல் விழுந்தது.

“சாமிநாதையரா?”

“ஆம்.”

அப்பால் சில நிமிஷங்கள் இருவரும் ஒன்றும் பேசவில்லை; பேச முடியவில்லை. கண்கள் பேசிக் கொண்டன. என் கண்களில் நீர்த்துளிகள் மிதந்து பார்வையை மறைத்தன.

“சௌக்கியமா?” என்று ஆசிரியர் கேட்டார்.

“சௌக்கியம்” என்றேன். நான் ஒரு குற்றவாளியைப் போலத் தீனமான குரலில் பதில் சொன்னேன்.

“போய் அதிக நாள் இருந்து விட்டீரே!” என்று ஆசிரியர் சொன்னார்.

அதற்கு நான் என்ன பதில் சொல்வேன்! குடும்பக் கஷ்டத்தால் அவ்வாறு செய்ய நேர்ந்ததென்றும், ஒவ்வொரு நாளும் அவரை நினைந்து நினைந்து வருந்தினேனென்றும் சொன்னேன்.

“இவர் இன்னும் சாப்பிடவில்லை” என்று காரியஸ்தர் இடையே தெரிவித்தார். நான் சாப்பிடவில்லையென்பது அப்போது தான் எனக்கு ஞாபகம் வந்தது.

"சாப்பிடவில்லையா! முன்பே சொல்லக் கூடாதா? முதலிலே போய்ச் சாப்பிட்டு வாரும்" என்று ஆசிரியர் கட்டளையிட்டார். போய் விரைவில் போஜனத்தை முடித்துக் கொண்டு வந்தேன்.

பிறகு இருவரும் பேசிக் கொண்டே இருந்தோம். பத்து மாதங் களாக அடக்கி வைத்திருந்த அன்பு கரை புரண்டு பொங்கி வழிந் தது. என் உள்ளத்தே இருந்த பசி ஒருவாறு அடங்கியது. ஆசிரியர் கடன் தொல்லையிலிருந்து நீங்கவில்லை என்று நான் தெரிந்து கொண்டேன். அம்பர்ப் புராணம் அரங்கேற்ற வந்ததற்கு அங்கே பொருளுதவி பெறலாமென்ற எண்ணமே காரணம் என்று ஊகித்து உணர்ந்தேன்.

## அவரது கஷ்டம்

காரையிலும் அயலூர்களிலும் உள்ள அன்பர்களுடைய உத்தம குணங்களை நான் எடுத்துச் சொன்னேன். ஆசிரியர் கவனத்துடன் கேட்டார். அவருக்கு என்ன தோன்றிற்றோ தெரியவில்லை. திடீ ரென்று, "நான் அங்கே வரலாமா?" என்று கேட்டார். அதைக் கேட்டதும் எனக்குத் துணுக்கென்றது. அவருக்கு இருந்த கஷ்டம், "எங்காவது உபகாரம் செய்பவர்கள் இருக்கிறார்களா?" என்று எண்ணச் செய்தது போலும்.

"ஐயா அவர்கள் அங்கே வருவதாக இருந்தால் எல்லோரும் தலைமேல் வைத்துத் தாங்குவார்கள். அங்கே உள்ளவர்களில் பெரும்பாலோர் ஏழைகளாக இருந்தாலும் அவர்களுடைய அன்புக்கு இணையாக எந்தப் பொருளும் இல்லை. விருத்தாசல ரெட்டியார் முதலிய செல்வர்கள் ஐயா அவர்களைப் பாராமல் இருந்தாலும் ஐயா அவர்களிடம் பக்தியும் பாடம் கேட்க வேண்டு மென்னும் ஆவலும் உடையவர்களாக இருக்கிறார்கள். ஐயா அவர் களின் பெயரைச் சொல்லித்தான் நாங்கள் பிழைத்து வருகிறோம்" என்றேன் நான்.

## தலச் சிறப்புகள்

அன்று மாலை பிள்ளையவர்கள் என்னை அத்தலத்திலுள்ள சிவாலயத்திற்கு அழைத்துச் சென்றார். அங்கே உள்ள மூர்த்திகளை யும் தீர்த்தங்களையும் பற்றிய செய்திகளை எடுத்துரைத்தார். சிவபெருமான் எழுந்தருளியுள்ள ஆலயம் கோச்செங்கட் சோழராற் கட்டப்பெற்றதென்றும், தேவாரத்தில் அதனைப் புலப்படுத்தும் குறிப்பு இருக்கிறதென்றும் கூறினார். திவாகரத்திற் பாராட்டப் பெறுபவனும் ஔவையாராற் புகழப்படுபவனுமாகிய சேந்தன் என்னும் உபகாரி வாழ்ந்து வந்தது அவ்வூரே என்று தெரிந்து கொண்டேன்.

## பாடம் கேட்டலும் சொல்லுதலும்

அம்பரில் சில தினங்கள் ஆசிரியரிடம் சில நூல்களைப் பாடம் கேட்டேன். அம்பர்ப் புராண அரங்கேற்றம் அப்போது ஆரம்பமாக வில்லை. ஆதலால் இடையே ஆசிரியருடன் கொங்குராயநல்லூர், சொர்க்கபுரம் என்னும் ஊர்களுக்குப் போய் வந்தேன். பிள்ளை யவர்களிடம் பாடம் கேட்டதோடு வேலுப்பிள்ளையின் தம்பி யாகிய குழந்தைவேலுப் பிள்ளைக்குச் சேக்கிழார் பிள்ளைத் தமிழும், திருவிடைமருதூருலாவும் சொன்னேன்.

நான் பாடம் சொல்லுகையில் கவனித்த ஆசிரியர், "சாமி நாதையர் புராணப் பிரசங்கம் செய்த பழக்கத்தால் நன்றாக விஷயங்களை விளக்குகிறார்" என்று அருகிலிருந்தவர்களிடம் கூறினார்.

## விடைபெற்று மீண்டது

அம்பரில் பத்து நாட்கள் தங்கியிருந்தேன். அப்பால், "நான் காரைக்குப்போய்ப் புராணத்தைப் பூர்த்தி செய்து கொண்டு வந்து விடுகிறேன்" என்று ஆசிரியரிடம் சொன்னேன். அவருக்கு விடை கொடுக்க மனம் வரவில்லை; என் பிரயாணத்தைத் தடுக்கவும் மனமில்லை. "சரி, போய்வாரும், சீக்கிரம் வந்துவிடும்" என்றார். அன்றியும், "வழிச் செலவுக்கு வைத்துக்கொள்ளும்" என்று என் கையில் ஒரு ரூபாயை அளித்தார். பிறகு காரைக் கிருஷ்ணசாமி ரெட்டியாருக்கு, "சாமிநாதையரைக் கொண்டு புராணத்தை விரை வில் நிறைவேற்றித் தாமதிக்காமல் அனுப்பி விடுக" என்று ஒரு கடிதம் எழுதிக் கொடுத்தார். வழக்கம் போல் அதன் தலைப்பில் அவர் விஷயமாக ஒருபாடலை இயற்றி எழுதுவித்தார்.

நான் அவரைப் பிரிதற்கு மனமில்லாமலே விடைபெற்றுக் காரை வந்து சேர்ந்தேன்.

# 61

## பிரசங்க சம்மானம்

காரைக்கு வந்தவுடன் திருவிளையாடற்புராணப் பிரசங்கத் தைப் பூர்த்தி செய்யும் விஷயத்தில் எனக்கு வேகம் உண்டாயிற்று. "இன்னும் கொஞ்சநாள் பொறுத்தால் அதிகத் தொகை சேரும்" என்று சிலர் கூறினர். "கிடைத்தமட்டும் போதுமானது" என்று கிருஷ்ணசாமி ரெட்டியாரிடம் சொன்னேன்.

பிள்ளையவர்கள் தமக்கு எழுதிய கடிதத்தைக் கண்டு அவர் அளவற்ற ஆனந்தமடைந்தார். அவர் விஷயமாக அப்புலவர் பிரான் எழுதியிருந்த பாட்டைப் படித்துப் படித்துப்பெறாத பேறு பெற்ற

வரைப் போலானார். "உங்களுடைய சம்பந்தத்தால் அம்மகா கவியினுடைய திருவாக்கால் பாடப் பெற்ற பாக்கியத்தை அடைந்தேன். நான் எங்கே! அவர்கள் எங்கே! முன்பு தெரியாதவர்களாக இருந்தும் என்னை ஒரு பொருளாக எண்ணி இதை எழுதியிருக்கிறார்களே! அம் மகானை நேரில் தரிசித்து மகிழ்வுறும் சமயமும் கிடைக்குமா?" என்று கூறிப் பாராட்டினார்.

## கிருஷ்ணசாமி ரெட்டியார் அன்பு

அதுதான் சமயமென்று எண்ணிய நான், "அவர்கள் என்னை விரைவில் வந்துவிடும்படி கட்டளை யிட்டிருக்கிறார்கள். உங்களுக்கு எழுதிய கடிதத்திலும் அதைத்தான் வற்புறுத்தியிருக்கிறார்கள்" என்றேன். பிள்ளையவர்கள் தம்மேல் ஒரு பாடல் எழுதியிருப்பதையும் தமக்குக் கடிதம் எழுதியிருப்பதையும் எண்ணி எண்ணி விம்மிதம் அடைவதிலேயே அவர் கவனம் சென்றது; அக் கடிதம் எதன் பொருட்டு எழுதப்பெற்றதென்பதை அவர் யோசிக்கவில்லை. நான் எடுத்துச் சொன்னபோது ரெட்டியார் தர்ம சங்கடத்தில் அகப்பட்டார்.

"நீங்கள் அவசியம் அங்கே போகவேண்டுமா? இங்கேயே இருந்து இராமாயணம், பாகவதம் முதலியவைகளையும் பிரசங்கம் செய்து வந்தால் எங்களால் இயன்ற உபகாரங்களைச் செய்வோமே. ஒரு கவலையும் ஏற்படாமல் பார்த்துக் கொள்கிறோம். நீங்கள் பிள்ளையவர்களிடம் அடிக்கடி போய்ச் சில நாட்கள், இருந்து வரலாம். நாங்களும் வந்து அவர்களைக் கண்டு கேட்டுக் கொள்கிறோம். அவர்களையே இங்கே அழைத்து வந்து சில காலம் இருக்கச் சொல்லி உபசாரங்கள் செய்து அனுப்ப எண்ணியிருக்கிறோம். நீங்களோ இனிமேற் கிரமமாக இல்லறத்தை நடத்த வேண்டிய நிலையில் இருக்கிறீர்கள். இங்கே நீங்கள் எல்லாவிதமான சௌகரியங்களையும் அடையலாம். உங்கள் தகப்பனாருக்கும் மிகவும் திருப்தியாக இருக்கும். இது நான் மாத்திரம் சொல்லுவதன்று. பிரசங்கம் கேட்க வருபவர்கள் எல்லோருக்கும் உங்களை இங்கே இருக்கும்படி செய்யவேண்டுமென்ற கருத்து இருக்கிறது. அடுத்தபடி என்ன படிக்கப் போகிறாரென்று எல்லோரும் என்னை ஆவலாகக் கேட்கிறார்கள்" என்று அவர் ஒரு சிறு பிரசங்கம் செய்தார்.

"நம்முடைய தந்தையார் எதை விரும்புகிறாரோ அதற்கு அனுகுணமாக அல்லவோ இருக்கிறது இந்தப் பேச்சு? இவர்களுடைய அன்பு நமக்கு ஒரு தடையாக நிற்கிறதே!" என்று எண்ணிச் சிறிது தடுமாறினேன். பிறகு, "உங்களுடைய அன்பை நான் மறக்க மாட்டேன். இன்னும் சில காலம் பிள்ளையவர்களிடம் போய் இருந்து பாடம் கேட்டுப் பின்பு இங்கேயே வந்துவிடுகிறேன். நான்

இன்னும் பால்யன்தானே? நான் கற்றுக் கொள்ளவேண்டியவற்றை இப்போது கற்றுக் கொள்ளாவிட்டால் பிறகு வருந்தும்படி நேரும். பிள்ளையவர்களுடைய பெருமை உங்களுக்குத் தெரியாததன்று. அவர்களிடம் பாடம் கேட்கும் பாக்கியம் கிடைத்திருக்கும்போது அதை இடையே நழுவவிடுவது தருமமா? என்னுடைய நன்மையை விரும்புபவர்களில் நீங்கள் மிகவும் முக்கியமானவர்கள். உங்களுடைய விருப்பத்தை நான் புறக்கணிப்பதாக எண்ணக் கூடாது. உங்கள் விருப்பத்தை நிறைவேற்றும் சந்தர்ப்பம் எப்படியும் கிடைக்கும், ஆனால் என் விருப்பம் நிறைவேறுவதற்கு இதுதான் சமயம்" என்று அவரிடம் சொன்னேன். ரெட்டியாருக்கு விடை சொல்ல ஒன்றும் தோன்றவில்லை. "அப்பால் உங்கள் இஷ்டம். நீங்கள் சொல்வதிலும் நியாயம் இருக்கிறது" என்று ஒப்புக்கொண்டார்.

## புராணப் பூர்த்தி

திருவிளையாடற் புராணம் பூர்த்தி செய்யும் பொருட்டு ஒரு நல்ல நாள் குறிப்பிடப்பட்டது. அப்புராணத்தில் இறுதிப் படலமாகிய அருச்சனைப் படலத்தில் ஒரு பகுதி முன்பே நடைபெற்றது. பிற்பகுதியைச் சொல்லிப் பிரசங்கத்தை நிறைவேற்ற வேண்டும்.

குறிப்பிட்ட தினத்தில் ஊர் முழுவதும் பெருங்கூட்டமாக இருந்தது. பிரசங்கம் செய்து வந்த பிள்ளையார்கோவிலுக்கு முன் இருந்த பந்தலைப் பிரித்து ஒரு பெரிய பந்தல் போட்டார்கள். வாழை, கமுகு, கூந்தற் பனை, இளநீர்க்குலை, மாவிலைத் தோரணங்கள், தேர்ச் சீலைகள் முதலியவற்றைக் கட்டிப் பந்தலை அலங்கரித்தார்கள். ஒரு பெரிய திருவிழாநாளைப் போல எல்லோரும் உத்ஸாகத்தோடு இருந்தார்கள். மாலையில் முன்நேரத்திலே பிரசங்கம் தொடங்கப் பெற்றது. இப்புராணத்தைக் கேட்டு வந்த வசிஷ்டர் முதலிய ரிஷிகள் பலர் பல சிவஸ்தலங்களைத் தரிசித்துக் கொண்டு மதுரையை அடைந்து ஸ்ரீ சோமசுந்தரக் கடவுளை வழிபட்டுப் பூசித்தனரென்ற செய்தி அருச்சனைப் படலத்தில் உள்ளது. அம்முனிவர்கள் பூஜை செய்த பிறகு சொக்கநாதப் பெருமானைத் துதிப்பதாக அப்படலத்தின் இறுதியில் ஒரு பகுதி இருக்கிறது. அப் பகுதியில் அக்கடவுளின் அறுபத்து நான்கு திருவிளையாடல்களுள் முக்கியமானவை ஓசைச் சிறப்புடைய செய்யுட்களில் தொகுத்துச் சொல்லப் பெற்றிருக்கின்றன.

"பழியொடு பாச மாறுகெட வாச வன்செய்பணி
கொண்ட வண்டசரணம்
வழிபடு தொண்டர் கொண்டநிலை கண்டு வெள்ளிமணி
மன்று ளாடிசரணம்
செழியன்பி ளிந்தி டாதபடி மாறி யாடல்தெளி

வித்த சோதிசரணம்
எழுகடல் கூவி மாமியுடன் மாம னாடவிசை
வித்ச வாதிசரணம்"

என்பது அப் பகுதியில் முதற் பாட்டு. இவ்வாறு ஆறுபாடல்கள் வருகின்றன. அச்செய்யுட்களை வெவ்வேறு ராகத்திற் பாடிப் பொருள் சொல்லும்போது முன்பு விரிவாகச் சொன்ன திருவிளையாடல்களின் ஞாபகத்தினாலும், பாடல்களின் இன்னோசையாலும் யாவரும் மனங்கசிந்து உருகினர்.

## பிரத்தியட்ச அகத்தியர்

இவ்வாறு முனிவர் துதி செய்யச் சோமசுந்தரக் கடவுள் பிரசன்னமாகி அவர்களை நோக்கி, "உங்களுடைய தோத்திரம் நமக்கு ஆனந்தத்தை அளித்தது" என்று திருவாய் மலர்ந்தருளினார். இந்த விஷயத்தைக் கூறும் பாடல் வருமாறு:

"எனத்துதித்த வசிட்டாதி யிருடிகளைக் குறுமுனியை
எறிதே னீப
வனத்துறையுஞ் சிவபெருமா னிலிங்கத்தின் மூர்த்தியாய்
வந்து நோக்கிச்
சினத்தினைவென் றகந்தெளிந்தீர் நீர் செய்த பூசைதுதி
தெய்வத் தானம்
அனைத்தினுக்கு மனைத்துயிர்க்கு நிறைந்துநமக் கானந்தம்
ஆயிற் றன்றே."

(குறுமுனி – அகத்திய முனிவர். நீபவனம் – கடம்பவனம்; மதுரைக்கு ஒரு பெயர். மூர்த்தியாய் – திருவுருவமுடையவராகி. தெய்வத் தானம் – க்ஷேத்திரங்கள்.)

நான் பிள்ளையவர்களிடம் போக எண்ணி இருப்பதை அக் கூட்டத்தினருக்குத் தெரிவிக்க வேண்டுமென்பது என் கருத்து. பிரசங்கம் செய்யும்போதே பிள்ளையவர்களைப் பற்றிச் சொல்லுவதற்கு ஒரு சந்தர்ப்பத்தை ஏற்படுத்திக் கொள்ள எண்ணினேன். இப்பாட்டு அச்சந்தர்ப்பத்தை அளித்தது. இப்பாடலுக்குப் பொருள் சொல்லிவிட்டு விசேஷ உரை சொல்லத் தொடங்கினேன். "வசிட்டாதி முனிவர்கள் என்று சொன்ன மாத்திரத்தில் எல்லா முனிவர்களும் அடங்கி விடுவார்கள். அப்படி இருக்க, குறுமுனியை என்று அகத்திய முனிவரைத் தனியே ஆசிரியர் எடுத்துச் சொல்லி யிருக்கிறார். வசிட்டருக்கு எவ்வளவு சிறப்பு உண்டோ அவ்வளவு சிறப்பு அகத்தியருக்கும் உண்டு. அகத்தியர் பரம சிவபக்தர். சிவபெருமானுக்குச் சமமானவர். இவ்வளவு பெருமையையும் விடத் தமிழை வடமொழியோடு ஒத்த சிறப்புடையதாக்கிய பெருமை அவருக்கு இருக்கிறது. தமிழ் நூல் செய்த பரஞ்சோதி முனிவர்

அவரைத் தனியே சொல்லாவிட்டால் அபசாரமென்று நினைத்து அவ்வாறு சொன்னார். தமிழ் ஆசிரியராகிய அகத்தியரைத் தமிழ்க் கவிஞர் இவ்வாறே பாராட்டுவார்கள். தமிழாசிரியர்களுக்கு உள்ள பெருமை அளவு கடந்தது. இப்போது பிரத்தியட்ச அகத்தியராக விளங்குபவரும் என்னுடைய ஆசிரியருமாகிய பிள்ளையவர்களை எல்லோரும் தெய்வம் போலக் கொண்டாடி வருகிறார்கள். இவர் களுக்கே இவ்வளவு பெருமை இருக்கும்போது அகத்தியருக்கு எவ்வளவு பெருமை இருக்க வேண்டும்! பரஞ்சோதி முனிவரைப் போல நாமும் தமிழாசிரியர்களைப் பாராட்டக் கடமைப்பட்டிருக் கிறோம். அகத்தியரைப் போன்ற சிவபக்தியும் தமிழ்த் தலைமையும் உடைய பிள்ளையவர்களிடத்தில் நான் மீண்டும் செல்வதாக எண்ணியிருக்கிறேன். எல்லோரும் விடைதர வேண்டும்" என்று சொல்லி முடித்தேன்.

## பிரிவில் வருத்தம்

முனிவர்கள் கூறிய தோத்திர இன்பத்தில் ஆழ்ந்திருந்த யாவரும் திடீரென்று வருத்தத்தை அடைந்தனர். நான் காரையை விட்டுப் புறப்பட்டுப் போவேனென்பது பல பேருக்குத் தெரியும். ஆனாலும் நானே அச்செய்தியை நேரே சொன்னபோது அவர்களுக்கு அடக்க முடியாத துயரம் பொங்கியது, சிலர் கண்ணீர் விட்டார்கள். அந்த அன்பை இன்று நினைத்தாலும் என் உள்ளம் உருகுகிறது.

பிரசங்கம் வாழ்த்தோடு நிறைவேறியது. பிறகு சம்மானங்கள் பலவாறாக வந்தன. ஆடைகள், பணம் எல்லாம் கிடைத்தன. இரு நூறுரூபாய் வரையில் பணம் கிடைத்தது. செலவுக்காக வாங்கி யிருந்த சிறு கடன்களுக்குக் கொடுத்தது போக நூற்றைம்பது ரூபாய் மிஞ்சியது. அதைக் கொண்டு கல்யாணத்துக்கு வாங்கிய கடனில் எஞ்சியிருந்ததைத் தீர்த்து விட்டோம்.

எல்லோரிடமும் விடை பெற்றுக்கொண்டேன். முக்கியமான வர்களில் ஒவ்வொருவரும் தனித்தனியே வந்து, "ஐயா எங்களை மறக்க வேண்டாம். உங்கள் குறையைத் தீர்த்துக்கொண்டு இங்கேயே வந்திருந்து எங்கள் குறையையும் தீர்க்க வேண்டும்" என்று வேண்டினார்கள். அவர்கள் பேச்சிலேதான் எத்தனை அன்பு! எத்தனை மென்மை! எத்தனை உருக்கம்! கடவுள், அன்பு என்ற ஒரு குணத்தை மக்களுடைய மனக் குகையில் வைத்திருக் கிறார். அப் பெருந்தனம் இல்லாவிட்டால் உலகம் நரகத்துக்குச் சமானமாகி விடும்.

## செங்கணத்தில் நிகழ்ந்தவை

கிருஷ்ணசாமி ரெட்டியார் தாமாக விடை அளிக்கவில்லை. நாங்கள் வலிந்து அவரிடம் விடை பெற்றோம். விடைபெறும் போது அவர், "நீங்கள் பாகவதத்தைப் பரிசோதித்து அச்சிட்டால் சகாயம் செய்கிறேன்" என்று என்னிடம் சொன்னார். "பார்க்கலாம்" என்று

சொல்லி என் தாய் தந்தையருடன் புறப்பட்டுச் செங்கணத்துக்கு வந்து சேர்ந்தேன். அங்கே விருத்தாசல ரெட்டியாரும் அவர் குமாரராகிய நல்லப்ப ரெட்டியாரும் காரையில் நிகழ்ந்தவற்றைக் கேட்டு மகிழ்ந்தார்கள். நான் பிள்ளையவர்களிடம் செல்வதில் வேகமுள்ளவனாக இருத்தலை உணர்ந்த நல்லப்ப ரெட்டியார், "நீங்கள் மட்டும் போய் வாருங்கள். தங்கள் ஐயாவும் அம்மாவும் இங்கேயே இருக்கட்டும்" என்று கூறவே நான் அங்ஙனமே செய்ய உடன்பட்டேன். என் தாயாருக்கு என்னைப் பிரிவதில் சிறிதும் விருப்பமில்லை. அன்றியும் அக்காலத்தில் கும்பகோணத்திலும் அதைச் சார்ந்த இடங்களிலும் விஷபேதி நோய் பரவியிருந்தது. அச்செய்தி எங்கள் காதுக்கு எட்டியது. இயல்பாகவே என்னை அனுப்புவதற்கு மனம் இல்லாத என் பெற்றோர்களுக்கு இச் சமாசாரம் துணை செய்தது. "நீ இப்போது போக வேண்டாம். இங்கேயே தங்கி அந்த நோய் அடங்கியவுடன் போகலாம்" என்று தடுத்தார்கள். எனக்கு மாத்திரம் எவ்வாறு இருந்தாலும் அப்பால் ஒருநாளாவது அங்கே தாமதிக்கக் கூடாது என்ற உறுதி ஏற்பட்டது.

என்ன சொல்லியும் கேளாமல், "இவ்வளவு காலம் திருவிளை யாடல் படித்தேன். ஸ்ரீ மீனாட்சி சுந்தரேசர் திருவருள் என்னைக் காப்பாற்றும் என்ற தைரியம் இருக்கிறது" என்று சொல்லிப் புறப்பட் டேன். ஸ்ரீ மீனாட்சி சுந்தரேசர் திருவருள் என்று வெளிப்படச் சொன்னாலும், அந்த அருளோடு அம்மூர்த்தியின் திருநாமத்தைக் கொண்ட என் ஆசிரியரது உண்மையன்பு என்னைப் பாதுகாக்கு மென்ற தைரியமும் என் அந்தரங்கத்தில் இருந்தது.

### திருவாவடுதுறையை அடைதல்

செங்கணத்திலிருந்து புறப்பட்டபோது என் அன்னையார் ஒரு மைல் தூரம் உடன் வந்து பிரிவதற்கு மனம் இல்லாமல் கண்ணீர் வழிய, "தெய்வந்தான் காப்பாற்ற வேண்டும்" என்று சொல்லி விடையளித்தார். நான் நேரே திருவாவடுதுறைக்கு வந்துசேர்ந்தேன். ஆசிரியர் அம்பரில் புராணம் அரங்கேற்றிய பின் திருவாவடு துறைக்கு வந்து விட்டார். நான் அவரைக் கண்டவுடன், "மறுபடி யும் போவதாக உத்தேசம் இல்லையே? இங்கேயே இருக்கலா மல்லவா?" என்று கேட்டார்.

நான், "இங்கிருந்து பாடம் கேட்பதையன்றி எனக்கு வேறு வேலை இல்லை" என்று சொன்னேன். தாய் தந்தையர் க்ஷேமம் முதலியவற்றை அவர் விசாரித்தார்.

### சுப்பிரமணிய தேசிகருடைய மொழிகள்

அப்பால், "ஸந்நிதானத்தைப் போய்ப் பார்த்து வாரும். பல மாதங்களாக நீர் பார்க்கவில்லையே" என்று ஆசிரியர் கூறவே நான் மடத்திற்குச் சென்று ஸ்ரீ சுப்பிரமணிய தேசிகரைப் பார்த்தேன்.

“பல மாதங்களாக உம்மைக் காணவில்லையே! பிள்ளைய வர்கள் அடிக்கடி உம்மைப் பற்றிப் பிரஸ்தாபிப்பார்கள். சௌக்கியந் தானே?” என்று தேசிகர் கேட்டார்.

நான் உசிதமாக விடை கூறினேன். பிறகு, “பிள்ளையவர்களுக்கு உம்மைப்போல ஒருவர் எப்போதும் அருகில் இருக்க வேண்டும். அவர்களுக்கு முன்பு போலத் தேக சௌக்கியம் இல்லை. பாடம் சொல்லும் விஷயத்தில் அவர்களுக்கு அதிகச் சிரமம் கொடுக்கக் கூடாது. அவர்களிடம் கேட்க வேண்டிய பாடங்களை நீரும் பிறரும் கேட்டு வாருங்கள். நூதனமாக வந்தவர்களுக்கு உம்மைப் போன்ற பழைய மாணாக்கர்கள் பாடம் சொல்லலாம். பிள்ளையவர்களுக் கும் சிரமபரிகாரமாக இருக்கும். மடத்தில் மாணாக்கர்களுடைய கூட்டம் அதிகமாக இருப்பதைக் காண்பது நமக்கு எவ்வளவோ சந்தோஷமாக இருக்கிறது” என்று தேசிகர் அன்போடு மொழிந்தார்.

### கம்ப ராமாயணப் பாடம்

நான் பணிவாக விடைபெற்றுப் பிள்ளையவர்களைச் சார்ந் தேன். கம்ப ராமாயணம் பாடம் கேட்க வேண்டுமென்று எனக் கிருந்த விருப்பத்தை ஆசிரியரிடம் புலப்படுத்தினேன். குமாரசாமித் தம்பிரானும் சவேரிநாத பிள்ளையும் வேறு சிலரும் என்னோடு சேர்ந்து கேட்டுக் கொண்டனர். ஆசிரியர் எங்கள் விருப்பத்திற்கு இணங்கி அப்பெரிய காவியத்தை முதலிலிருந்தே பாடம் சொல்லத் தொடங்கினார்.

# 62

## இரட்டைத் தீபாவளி

எங்கே பார்த்தாலும் விஷபேதியின் கொடுமை பரவியிருந்தது. திருவாவடுதுறையைச் சுற்றிலுமுள்ள ஊர்களில் அந்நோய்க்கு இரை யானவர்கள் பலர். திருவாவடுதுறையிலும் சிலர் இறந்தனர். அதுகா றும் அத்தகைய நோயை அறியாத ஜனங்கள், “காலம் கெட்டுவிட் டது. கலி முற்றுகிறது. தர்மம் அழிந்து வருகிறது. அதனால்தான் இக்கொள்ளை நோய் வந்திருக்கிறது” என்று சொன்னார்கள். “ரெயில் வந்தது. ஆசாரம் ஒழிந்தது, அதற்குக் தக்க பலன் இது” என்று சிலர் பேசினர்.

### வேதநாயகம் பிள்ளை விண்ணப்பம்

அரசாங்கத்தார் அந் நோய் பரவாதபடி மருந்துகளை ஊர் தோறும் வாங்கிக் கொடுத்தனர். மாயூரத்தில் இருந்த முன்சீப் வேதநாயகம் பிள்ளையும் தம்மாலான உதவியைச் செய்தார். அன்றியும் அந்நோய்க்குரிய மருந்தை வாங்கிக் கிராமந் தோறும்

கொடுக்கும்படி செய்ய வேண்டுமென்ற கருத்தை அமைத்துச் சில பாடல்களை இயற்றிச் சுப்பிரமணிய தேசிகருக்கு அனுப்பினார். அப் பாடல்களில் ஒன்று வருமாறு:

(கட்டளைக் கலித்துறை)

"இலக்கண மெய்க்கரை மாத்திரை யாமிவ் வளவுமின்றி
மலக்கண் விளைபிணி யாற்பலர் மாய்ந்தனர் மண்டுமிந்நோய்
விலக்க வருள்புரி மும்மல நோய்கெட வித்தகனா
நிலக்க ணுறைசுப் பிரமணி யானந்த நின்மலனே."

(மும்மல நோய் கெடும்படி ஞானாசிரியனாக உலகத்தில் தங்குகின்ற சுப்பிரமணிய தேசிக, இலக்கணத்திற் சொல்லப்படும் எழுத்தாகிய மெய்க்கு அரை மாத்திரை கால அளவு. இப்போது அந்த அளவு கூடத் தம் மெய்களுக்கு இல்லாமல் விஷபேதியாகிய மலநோயால் பலர் இறந்தனர். இந் நோயை விலக்கத் திருவருள் புரிய வேண்டும்.)

அவ்விண்ணப்பத்தைப் பெற்ற தேசிகர் பணம் கொடுத்து மருந்தை ஏராளமாக வாங்கச் செய்து கிராமந்தோறும் அனுப்பிக் கிராம முன்சீபுகளைக் கொண்டு விநியோகிக்கும்படி செய்தனர்.

என் தாய் தந்தையர் என்னைப்பற்றிக் கவலையடைவார்க ளென்ற எண்ணத்தால் நான் சௌக்கியமாக இருப்பதைக் கடித மூலம் அவர்களுக்கு அடிக்கடி தெரிவித்து வந்தேன்.

## சிறிய தகப்பனார்

சீகாழி தாலூகாவில் இடமணலென்னும் கிராமத்தில் என் சிறிய தாயாராகிய மீனாட்சி அம்மாளின் கணவர் கர்ணமாக வேலை பார்த்து வந்தார். அவர் பெயர் சுந்தரமையர் என்பது. சாந்தமான இயல்பும் சுறுசுறுப்பும் உடையவர் அவர்; சங்கீத ஞானம் உள்ளவர்; சிவபக்திச் செல்வர். திருவாவடுதுறையில் அக்காலத்தில் கர்ணமாக இருந்தவர் வேறு கிராமத்துக்குப் போகவேண்டுமென்ற நோக்கத் தோடு இருந்தார். என் சிறிய தந்தையார் திருவாவடுதுறைக்கு வர விரும்பினார். இவ்விருவரும் கலந்து பேசித் தம் இடங்களைப் பரிவர்த்தனை செய்து கொண்டார்கள். இந்த ஏற்பாட்டால் என் சிறிய தந்தையார் திருவாவடுதுறைக்குத் தம் குடும்பத்துடன் வந்து சேர்ந்தார். அதற்கு என் முயற்சியும் காரணமாக இருந்தது.

அவர் திருவாவடுதுறைக்கு வந்தபோது, "இனி யாதொரு கவலையும் இன்றிச் சரியான வேளையில் ஆகாரம் செய்து விட்டு இவர்களுடைய பாதுகாப்பில் இருந்து வரலாம்" என்று எண்ணி னேன். அவர்கள் வீட்டிலே போஜனம் செய்து வரலானேன்.

மடத்திலிருந்து அவ்வப்போது வேண்டிய பொருள்கள் அவ் வீட்டிற்கு வரும். அவற்றைக் கண்டு என் சிறிய தாயார் என்னைப்

பாராட்டுவார். என் தாயாருக்கு என்பாலுள்ள அன்பு அவருக்கும் இருந்தது. ஒரு வித்தியாசம் மாத்திரம் உண்டு. என் அன்னையார் என்னைச் சில சமயங்களில் கடிந்து கொள்வார். சிறிய தாயாரிடம் நான் வெறுப்புக் குறிப்பை என்றும் கண்டதில்லை. குளிர்ந்த நேரத்தில் நினைத்துப் போற்றுவதற்குரிய உத்தமர்களில் அவர் ஒருவர். பொறுமை என்பது அவருக்கு ஓர் ஆபரணம்.

என் சிறிய தந்தையாரும் என்பால் அன்பாகவே இருந்தார். அவருண்டு; அவர் வேலையுண்டு; புற விஷயங்களில் அவர் தலையிடார். மடத்தின் நிலங்களே உள்ள அந்தக் கிராமத்தில் அவர் உத்தியோகம் பார்த்தாலும் வலிந்து மடத்திற்குச் சென்று ஆதீன கர்த்தரோடு பழகிப் பிரியம் சம்பாதிக்கும் முயற்சியில் ஈடுபடவில்லை. இப்படி இருந்ததனால் மடத்தைச் சார்ந்தவர்கள் அவரிடம் மதிப்போடு பழகினார்கள்.

## கம்பராமாயணப் பாடம்

எங்கள் ஆசிரியர் கம்பராமாயணப் பாடம் சொல்லி வந்தார். இராமாயணத்தின் இணையற்ற சுவையும் அவருக்குத் தமிழில் இருந்த அன்புமே அப்பாடம் நடைபெறுவதற்குக் காரணம். இல்லையெனில் அந்நிலையில் ஆசிரியர் மாணாக்கர்களுக்குப் பாடம் சொல்லவே இயலாது. அவர் தேகம் அவ்வளவு தளர்ச்சியை அடைந்திருந்தது. பித்தப்பாண்டு என்னும் நோய் அவரைப் பற்றிக் கொண்டது. அவர் பாதத்தைப் பிடித்து வயிற்றையும் வீங்கச் செய்தது. அடிக்கடி சோர்வும் இளைப்பும் உண்டாயின.

இயல்பாகப் பாடம் சொல்லும் ஊக்கம் அவருக்கு அப்போது இல்லை. தினந்தோறும் நூறு அல்லது நூற்றைம்பது செய்யுட்கள் நடைபெற்றன. ஒவ்வொரு செய்யுளுக்கும் பொருள் சொல்லவில்லை. நாங்கள் படித்துக் கொண்டே போவோம். இடையிடையே நயமான பகுதிகளுக்கே குறிப்பாகப் பொருள் சொல்லுவார். எங்களுக்குப் பாடம் சொல்லுவதென்பது பெயரளவில் இருந்தது; ஆனால் அவர் அவற்றைப் பூரணமாக அனுபவித்தார். இராமாயணப் பாடல்கள் அவர் தளர்ந்த நிலையில் மருந்தாக உதவின.

இடையிடையே கம்பரது வாக்கைப் பாராட்டி உருகுவார். சில பாடல்களை மீண்டும் மீண்டும் பலமுறை படிக்கச் சொல்வார். அவற்றை விளக்கிச் சொல்லி இன்ன இன்ன நயங்கள் உள்ளனவென்று எடுத்துக் காட்டுவதை விடப் பல முறை படிக்கச் செய்து கேட்டு அனுபவிப்பதில் அதிக இன்பம் அவருக்கு இருந்தது. சில பாடல்களுக்கு அவர் வார்த்தைகளால் பொருள் சொல்லவில்லை; கண்ணீர் விட்டு உருகி நின்ற அவர் மெய்ப்பாடுகள் உரை கூறின. "இனிமேல் இப்படி யார் பிறக்கப் போகிறார்கள்? என்ன அழகு! என்ன அழகு! யோசித்துப்பாடிய பாட்டுக்களா இவை? இயற்கையாக வருகிற வாக்கின் நயந்தான் எப்படி இருக்கிறது!" என்பார்.

கம்பர் பாடலை நாமும் உணர்ந்து இன்புறுகிறோம்; அவரும் உணர்ந்து அனுபவித்தார். ஆனால் கவிஞராகிய அவர் பெற்ற அனுபவம் நமக்கு இருக்குமோ என்பது சந்தேகந்தான். கவிஞன் உள்ளத்தைக் கவிஞன் உணரும் முறையே வேறு போலும்!

கம்பரை ஆசிரியர் பாராட்டும்போதெல்லாம் நான் கம்பரைக் காட்டிலும் ஆசிரியரைப் பற்றியே அதிகமாக நினைப்பேன். "இப் பெரிய நூலை முன்பே கேளாமற் போனோமே!" என்ற வருத்தம் உண்டாகும். "இவர்களுக்கு இவ்வியாதி வந்திருக்கிறதே; எப்படி முடியுமோ!" என்ற பயமும் என் மனத்தை அலைத்து வந்தது.

### ஆசிரியர் இயற்றிய நூல்கள்

இவ்வாறு நோயினால் ஆசிரியர் வருந்தினாலும் அவருடைய கவியாற்றல் மெலிவுறவில்லை. திருவிடைமருதூர் ஸ்தல விஷயமாக ஒரு திரிபந்தாதியை அவர் இயற்றத் தொடங்கினார். ஆதீனத்தார் விரும்பியபடி ஸ்ரீ சிவஞான யோகிகள் சரித்திரத்தை விரிவாகச் செய்யத் தொடங்கினார். இவ்விரண்டு நூல்களில் திரிபந்தாதி மாத்திரம் பூர்த்தியாயிற்று. சிவஞான யோகிகளிடத்தில் அவருக்கு அளவற்ற அன்பு இருந்தது. அதனால் அவர் சரித்திரத்தை ஒரு காவியம்போல அமைக்க எண்ணி நாடு நகரச் சிறப்புக்களைப் பாடத் தொடங்கினார், திருவாவடுதுறையின் பெருமைகளையும் ஆதீன குரு பரம்பரையின் சிறப்பையும் நன்றாகப் பாடவேண்டு மென்பது அவர் அவா. இவ்வளவு பெரிய அஸ்திவாரத்தோடு ஆரம்பித்த அது நிறைவேறாமற் போயிற்று.

ஆசிரியர் நோயால் துன்புறுவதை அறிந்த சுப்பிரமணிய தேசிகர் அவரைத் திருவிடைமருதூருக்குத் தக்க சௌகரியங்களுடன் அனுப்பி அங்கே உள்ள கட்டளை மடத்தில் இருந்துவரச் செய்தனர். திருவிடைமருதூர் அரண்மனை வைத்தியராக இருந்த சேஷாசல நாயுடு என்பவர் அவருக்கு மருந்து கொடுத்து வந்தார். ஆலயத்திற் பீடா பரிகாரமாக அருச்சனை முதலியன நடந்தன.

நானும் வேறு மாணாக்கர்களும் திருவாவடுதுறையிலே இருந் தோம். ஒருநாள் விட்டு ஒருநாள் நாங்கள் திருவிடைமருதூருக்குப் போய் ஆசிரியரைப் பார்த்து வந்து சுப்பிரமணிய தேசிகரிடம் அவரது நிலைமையைத் தெரிவிப்போம்.

### சங்கீத ஔஷதம்

நான் அவ்வாறு சென்ற காலங்களில் இரவு நேரங்களில், அவருக்குத் தூக்கம் வாராமையால் அவர் விருப்பத்தின்படி தமிழ்க் கீர்த்தனங்களைப் பாடுவேன். சங்கீதத்தில் சிறிதும் பயிற்சியில்லாத ஆசிரியர் எல்லாம் தளர்ந்திருந்த அந்த நிலையில் அக்கீர்த்தனங் களில் மனம் ஒன்றித் தம் நோயை மறந்தார். அவரை அறியாமலே சங்கீதமும் கீர்த்தனங்களின் எளிய நடையும் அவர் உள்ளத்தைக்

கவர்ந்தன. முக்கியமாக நந்தனார் சரித்திரக் கீர்த்தனைகளைக் கேட்கும்போது அவர் அடைந்த ஆறுதல் மிகுதியாக இருந்தது.

மணி மந்திர ஔஷதங்களால் எவ்வளவோ முயன்றும் ஆசிரிய ரது நோய் குறையவில்லை. அப்பால் திருவாவடுதுறைக்கே வந்து விடும்படி சுப்பிரமணிய தேசிகர் சொல்லியனுப்ப அவர் அங்ஙனமே வந்து சேர்ந்தார். அங்கும் உசிதமான அளவில் சிகித்ஸை நடை பெற்று வந்தது. மடத்திற்கு வருபவர்கள், பிள்ளையவர்களைத் தவறாமல் வந்து பார்த்து அவரது அசௌக்கியத்தை அறிந்து வருந்தினார்கள்.

ஐப்பசி மாதத்தில் தீபாவளிக்குத் தம்முடைய குமாரர் வேண்டு கோளுக்கு இசைந்து ஆசிரியர் மாயூரம் சென்றார். செல்லும் போது அவருடன் சில மாணாக்கர்கள் போனார்கள். ஆசிரியருக்கும் அவருடன் சென்றவர்களுக்கும் தீபாவளியில் அணிந்து கொள்ளும் படி புதிய வஸ்திரங்களைச் சுப்பிரமணிய தேசிகர் அனுப்பினார்.

## தீபாவளிக் குறை

நான் திருவாவடுதுறையிலே தங்கியிருந்தேன். என் சிறிய தந்தையாரோடு தீபாவளி ஸ்நானம் செய்தேன். மடத்தில் உள்ளவர் களுக்கும் மற்றவர்களுக்கும் ஆதீனகர்த்தர் தீபாவளி ஆடைகள் வழங்கினார். என்ன காரணத்தாலோ எனக்குக் கிடைக்கவில்லை. துலாமாதம் ஆனவுடன் ஆசிரியரை அழைத்து வரவேண்டுமென்று சுப்பிரமணிய தேசிகர் என்னை மாயூரத்திற்கு அனுப்பினார். நான் போய்ப் பிள்ளையவர்களைக் கண்டதும், அவர் முதலில் என்னை, “தீபாவளிக்கு உமக்கு மடத்திலிருந்து வேஷ்டி கிடைக்கவில்லை யாமே?” என்று கேட்டார். அந்த விஷயத்தை அவர் எப்படியோ தெரிந்து கொண்டிருந்தார். அதனால் எனக்கு விசேஷ வருத்தம் ஒன்றும் இராவிட்டாலும் அவருக்கு மாத்திரம் அது பற்றிய உறுத் தல் மனத்தில் இருந்தே வந்தது. “மடத்தில் படிக்கும் பிள்ளைகள் எல்லோருக்கும் வஸ்திரம் வழங்கும்போது உம்மை மட்டும் மறப்பதற்கு நியாயம் இல்லையே! உம்மிடம் ஸந்நிதானத்திற்கு எவ்வளவோ பிரியம் இருக்கிறதே. கவனிக்க வேண்டாமா?” என்று அவர் சொன்னார்.

“பெருங் கூட்டத்தில் மறந்து போயிருக்கலாம்; அல்லது கொடுத்ததாக எண்ணி இருக்கலாம். இதற்கு வேறு விதமான காரணம் இராது” என்று நான் சமாதானம் சொன்னேன்.

“சமாதானம் வேண்டாம். உண்மையான அன்பை வெளிப் படுத்தும் சந்தர்ப்பங்கள் மனிதர்களுக்கு அடிக்கடி நேருவதில்லை. அப்படி நேரிடும்போது அதை வெளியிடாவிட்டால் அன்பு இருப்ப தாகச் சொல்லிக் கொள்ளுவதில் பயன் ஒன்றும் இல்லை. பணக் காரர்களுக்கு அலக்ஷியமாகப்படும் ஒரு சிறு விஷயம் உண்மை

அன்பை எதிர்பார்ப்பவர்களுக்கு மிக்க மனக்குறையை உண்டாக்கி விடும்" என்றார்.

ஆசிரியருக்கு அவ்விஷயத்தில் எவ்வளவு வருத்தம் இருந்ததென்பதை அவர் வார்த்தைகள் புலப்படுத்தின. அதற்கு மூல காரணம் என்பால் அவருக்கு இயல்பாக உள்ள பேரன்பே. அச் சமயத்தில் நான் சொல்லும் சமாதானமெல்லாம் அவருடைய சினத்தை அதிக மாக்குமென்று உணர்ந்து பேசாமல் இருந்து விட்டேன்.

## மற்றொரு தீபாவளி

ஆசிரியர் அதோடு நிற்கவில்லை. அருகில் இருந்த ஒருவரை அழைத்து அவர் கையில் பணத்தை அளித்துக் கடைக்குச் சென்று ஒரு புதிய பத்தாறு வஸ்திரம் வாங்கிவரச் செய்து தாமே அதற்கு மஞ்சள் தடவி என் கையிலே கொடுத்து, "இதைக் கட்டிக் கொள்ளும்" என்று அன்புடன் கூறினார். நான் அவ்வாறே அதைத் தரித்துக் கொண்டேன். தீபாவளி எனக்கு இரண்டு தடவை ஏற்பட்டது. திருவாவடுதுறையில் எல்லாரோடும் ஸ்நானம் செய்து யாவருக்கும் பொதுவான தீபாவளியைக் கொண்டாடினேன். அன்று மாயூரத்தில் ஆசிரியர் முன்னிலையில் அவர் அன்புப் பார்வையில் மூழ்கி அவர்தம் அருமைக் கையால் அளித்த வஸ்திரத்தைத் தரித்து ஒரு தீபாவளியைக் கொண்டாடினேன். அன்று எனக்கிருந்த மகிழ்ச்சிக்கு அளவில்லை.

என்னை ஒருமுறை பார்த்துவிட்டு, "இப்போது எவ்வளவு நன்றாக இருக்கிறது!" என்று சொல்லி ஒரு பெருமூச்சு விட்டார். அப்போது நெடுநாளாக இருந்த குறை ஒன்று நீங்கப் பெற்றவரைப் போலவே அவர் தோன்றினார்.

நான் வந்த காரியத்தை மெல்ல அவரிடம் சொன்னேன். "இன்னும் சில தினங்கள் இங்கே இருந்து விட்டுப் போகலாம் நீரும் இரும்" என்று அவர் சொல்லவே, அங்ஙனமே சில தினங்கள் மாயூரத்தில் தங்கியிருந்தேன்.

## இராமாயணப் புஸ்தகங்கள்

ஒரு நாள் மாயூரம் கடைவீதியில் ஓரிடத்தில் இராமாயணம் ஏழுகாண்டங்களும் ஒருவன் விற்றுக் கொண்டிருந்தான். இராமாயண பாடம் நடைபெற்று வந்த சமயமாதலாலும் நெடுநாட்களாக இரவல் புஸ்தகத்தைப் படித்து வந்தமையாலும் அவற்றைக் கண்டவுடனே வாங்கிவிட வேண்டுமென்ற ஆவல் உண்டாயிற்று. அந்த ஆவலைப் பூர்த்தி செய்துகொள்ள என்னிடம் பணம் இல்லை. விலையை விசாரித்தேன். "ஏழு ரூபாயில் ஒரு பைசா கூடக் குறையாது" என்று கடைக்காரன் சொன்னான். எப்படியாவது அப்புஸ்தகங்களை வாங்கிவிட வேண்டுமென்ற ஆசை வளர்ந்தது. ஒரு வழியும் தோற்றவில்லை.

பிறகு அங்கிருந்து நேரே திருவாவடுதுறைக்கு ஓட்டமும் நடையுமாகச் சென்று என் சிறிய தகப்பனாரிடம் விஷயத்தைச் சொல்லிப் பணம் கேட்டேன், அப்பொழுதுதான் சம்பளம் அவருக்கு வந்திருந்தது. சம்பளமே ஏழு ரூபாய்தான்: அவர் சிறிதும் தடை சொல்லாமல் என் கையில் அதைக் கொடுக்கவே மீட்டும் மாயூரத்திற்கு வந்து கடைக்காரனிடம் போய்க் கம்ப ராமாயணம் ஆறு காண்டங்களையும் உத்தர காண்டத்தையும் பெற்றுக் கொண்டேன். திருவாவடுதுறைக்குப் போய் வந்ததனால் உண்டான இளைப்பு அப்புஸ்தகங்களைப் பெற்ற சந்தோஷத்தில் மறைந்து விட்டது.

புஸ்தகங்களைக் கைக்கொண்டு முகமலர்ச்சியோடு ஆசிரியரை அணுகி அவற்றை அவரிடம் அளித்தேன்.

"என்ன புஸ்தகங்கள்?"

"கம்ப ராமாயணம். அவ்விடத்துக் கையால் பெற்றுக் கொள்ளும் பொருட்டு விலைக்கு வாங்கினேன்."

"விலை என்ன?"

"ஏழு ரூபாய்."

"பணம் ஏது?"

நான் திருவாவடுதுறைக்கு நடந்து சென்று பணம் வாங்கி வந்ததைச் சொன்னேன். அதைக் கேட்டவுடன், "அடடா! இதற்காக இவ்வளவு சிரமப்பட வேண்டுமா? என்னிடந்தான் புஸ்தகங்கள் இருக்கின்றனவே! அவற்றை எடுத்துக்கொள்ளலாமே? என்னிடம் ஒரு வார்த்தை சொல்லியிருக்கக்கூடாதா? சரி, வாங்கி யாய்விட்டது. நன்றாகப் படித்துப் புகழடைய வேண்டும்" என்று சொல்லி அவற்றை என் கையில் அளித்தார்.

அவற்றைப் பெற்றுக் கண்களில் ஒற்றிக்கொண்டேன். சில பாடல்களைப் பாடமும் கேட்டேன். எப்பொழுதும் போன்ற நிலையில் ஆசிரியர் இருந்திருப்பின் அப்போது இரண்டு காண்டங்களை நான் பாடம் கேட்டிருப்பேன். அவர் தளர்ச்சியை அறிந்து நான் வருந்தினேன். என் உள்ளத்துள்ளே ஒருவகையான பயம் குமுறிக் கொண்டே இருந்தது.

சில தினங்களுக்குப் பின் மேனாப்பல்லக்கில் ஆசிரியர் திருவாவடுதுறைக்கு வந்தார். அவருடன் இருந்த மற்ற மாணாக்கர்களும் நானும் அவரைத் தொடர்ந்து வந்து சேர்ந்தோம்.

## 63

## 'சிவலோகம் திறந்தது'

யுவ வருஷம் கார்த்திகை மாத ஆரம்பத்தில் (நவம்பர் 1875) என் ஆசிரியர் திருவாவடுதுறைக்கு வந்து சேர்ந்தார். கம்ப

ராமாயணத்தில் அயோத்தியா காண்டம் பாடம் நடைபெற்றது. அவருடைய அசௌக்கியத்தால் ஒரு நாளைக்கு முப்பது பாடல் களே பாடங் கேட்க இயன்றது. தக்க வைத்தியர்கள் கவனித்து வந்தனர். சுப்பிரமணிய தேசிகர் அடிக்கடி ஆசிரியருக்கு வேண்டிய சௌகரியங்களை அமைக்கும்படி சொல்லி வந்தார். வைத்தியர்கள் செய்த பரிகாரம் தேசிகர் முதலியோருடைய அன்பை வெளிப்படுத் தியதேயன்றி நோயைப் போக்குவதற்கு உபயோகப்படவில்லை. காலபலம் கை கூடவில்லை. குமாரசாமித் தம்பிரான் அவர் செய்யும் பூஜையைத் தாமே செய்து பிரசாதம் அளித்து வந்தார்.

ஆசிரியரது உடல் தளர்ந்தாலும் அவருடைய குணச் சிறப்பு வேறுபடவில்லை. அத்தளர்ச்சியில் அவரது அறிவும் அன்பும் மரியாதையும் பெருந்தன்மையும் சிறப்பாகப் புலப்பட்டன.

## நோயின் கடுமை

அப்பாழும் நோய் ஆசிரியர் உடம்பில் உள்ள பலத்தை வர வரக் குறைத்து வந்தது; தளர்ச்சியையும் அதிகப்படுத்தியது. பாடம் சொல்வது நின்றது. படுத்த படுக்கையாகவே இருக்கத் தொடங் கினார். அவருக்கு வேண்டிய பணிவிடைகளை இடைவிடாது உட னிருந்து சவேரிநாத பிள்ளை செய்து வந்தார். நானும் என்னால் இயன்றவற்றைச் செய்து வந்தேன்.

## சிறிய தாயார் செய்த உதவி

என் சிறிய தாயார் மிக நன்றாகச் சமையல் செய்வார். அவர் செய்து அளிக்கும் உணவு வகைகளின் ருசி கண்ட நான், ஆசிரி யருக்கு விருப்பமான வியஞ்சனங்களைச் செய்வித்துக்கொண்டு சென்று அவருக்கு அளிப்பேன். அவரோடு பழகியதனால் அவருக்கு இன்ன இன்ன வியஞ்சனங்களில் பிரியம் உள்ளதென் பதை நான் அறிந்திருந்தேன். என் வேண்டுகோளுக்கிணங்கி என் சிறிய தாயார் நான் வேண்டியவற்றை அன்புடன் செய்து தருவார். ஆசிரியர் அவற்றை உண்டு மிக்க திருப்தியை அடைவார். அவர் உண்டு மகிழ்வதை அறிந்து நானும் ஆறுதல் பெறுவேன்.

ஆசிரியர் பெரிய பிரயாணத்திற்கு சித்தமாகிறாரென்ற குறிப்பு யாவருக்கும் தெரிந்துவிட்டது. அவருடைய குமாரரும் மனைவி யாரும் மாயூரத்திலிருந்து திருவாவடுதுறைக்கு வந்தனர்.

## தாய் தந்தையர் வரவு

அக்காலத்தில் என் தாய் தந்தையர் கொள்ளிடத்திற்கு வட கரையிலுள்ள வேப்பூரில் இருந்து வந்தனர். உடையார்பாளையம் ஜமீன்தாரின் மைத்துனரும் கல்லையென்னும் ஊரில் இருந்தவரு மான முத்துசாமி நயினார் என்பவர் என் தகப்பனாரை ஆதரித்து வந்தார். பிள்ளையவர்களின் தேக அசௌக்கியத்தை நான் என்

தந்தையாருக்கு ஒரு கடிதமூலம் தெரிவித்தேன். அதைக் கண்ட வுடன் அவர் என் அன்னையாரையும் அழைத்துக் கொண்டு திருவாவடுதுறை வந்து என் சிறிய தாயார் வீட்டில் ஜாகை வைத்துக் கொண்டு தங்கியிருந்தனர்.

சுப்பிரமணிய தேசிகர் என்பால் வைத்துள்ள அன்பினால் நான் எந்தப் பொருளை எந்தச் சமயம் கேட்டாலும் மடத்து அதிகாரிகள் வழங்கி வந்தனர். அதனால் என் தாய் தந்தையருக்கு வேண்டியவை யாதொரு சிரமுமில்லாமல் கிடைத்தன.

## பொன் மொழிகள்

ஆசிரியர் பாடம் சொல்வதை நிறுத்திவிட்டாலும் நாங்கள் ஏதேனும் சந்தேகம் கேட்கும்போது அதை விளக்குவார். அவருக்குப் பிரியமான நூல்களைப் படிக்கச் சொல்லிக் கேட்டு வந்தார். நானே படித்து வந்தேன்.

ஆசிரியர் படுக்கையிற் படுத்துக் கொண்டிருப்பார். அவரருகில் அமர்ந்து சவேரிநாத பிள்ளை கால் கைகளைத் தடவிக் கொடுத்துக் கொண்டே இருப்பார். நான் அருகில் உட்கார்ந்து தேவாரத்தையோ திருவாசகத்தையோ ஆசிரியர் காதில்படும்படி படிப்பேன். வேறு மாணாக்கர்களும் ஆசிரியரைப் பார்க்க வரும் அன்பர்களும் சுற்றிலும் இருப்பார்கள். எல்லோருடைய கண்களும் ஆழ்ந்த பயத்தை வெளிப்படுத்தும்.

தேவாரம் படித்து வரும்போதே இடையே எனக்கு ஒரு சந்தேகம் உண்டாகும்; அதை ஆசிரியரிடம் கேட்பேன். அவர் சில வார்த்தைகளால் விளக்குவார். இடையிடையே நிறுத்தி நிறுத்திச் சொல்லி விளக்குவார். தேவாரத்திலும் திருவாசகத்திலும் நெடுங் காலமாக ஆராய்ச்சி செய்தவராதலின் நான் சந்தேகம் கேட்கும் போது அவர் கூறும் விடை பெரிய புதையலைப்போலத் தோற்றும். விஷயத்தின் பெருமை மாத்திரம் அதற்குக் காரணமன்று. எல்லாம் ஒடுங்கிய நிலையிலும் தமிழுணர்வு ஒடுங்காமல் ஆசிரியர் சொல்வனவாதலின் அவை அதிக மதிப்புடையனவாயின. "ஆசிரியர் கடைசிக் காலத்தில் சொல்லும் வார்த்தைகள் இவை" என்ற ஞாபகம் உள்ளே இருந்தமையால் அவர் சொல்லும் ஒவ்வொன் றையும் கருத்தூன்றிக் கவனித்துக் கேட்டேன். அப்படிக் கேட்கும் ஒவ்வொரு சமயத்திலும் எதிர்கால ஞாபகம் வந்து துன்புறுத்தும். "இத்தகைய பொன் மொழிகளைக் கேட்க முடியாமற் போகும் காலம் சமீபித்து விட்டதே." என்ற எண்ணத்தை எவ்வளவு முயன்றும் மாற்ற முடியவில்லை.

## 'நுந்து கன்று'

மார்கழி பிறந்தது; அது போய்த் தையும் பிறந்தது; ஒரு வழியும் பிறக்கவில்லை. ஆசிரியர் நிலை வரவர அதிகமான பயத்திற்குக்

காரணமாயிற்று. தேவாரத்தில் அவர் அப்போது விளக்கிய விஷயங்கள் சில.

ஒருநாள் திருவாசகம் வாசித்து வந்தேன். இலக்கியச் சுவையோடு, சிவபெருமான் திருவருட் பெருமையை எடுத்துரைத்துக் கேட்போரை உருகச்செய்யும் பத்திச் சுவையும் நிரம்பியுள்ள அதனை ஆசிரியர் கேட்டு வரும்போது இடையே கண்ணீர் விடுவார். அந்தத் தெய்விக நூற் செய்யுட்கள் அவர் உள்ளத்தை உருக்கினவென்பதை நாங்கள் அறிந்து கொண்டோம். சிவபெருமான் திருவடியை எப்பொழுதும் மறவாத உள்ளத்தினராக இருந்தாலும் அந்நினைவு மற்றச் சமயங்களில் மற்ற நினைவுகளுக்கிடையே தலைமை பெற்று நின்றது. அப்பொழுதோ அந்நினைவையன்றி வேறொன்றும் அவர் உள்ளத்தில் இடம்பெறவில்லை.

திருவாசகத்தில் திருக்கோத்தும்பியென்னும் பகுதியைப் படித்தேன்.

"நோயுற்று மூத்துநா னுந்துகன்றா யிங்கிருந்து
நாயுற்ற செல்வ நயந்தறியா வண்ணமெல்லாம்
தாயுற்று வந்தென்னை யாண்டுகொண்ட தன்கருணைத்
தேயுற்ற செல்வற்கே சென்றூதாய் கோத்தும்பீ"

என்ற செய்யுளை வாசித்தேன், 'நுந்து கன்றாய்' என்பதற்குப் பொருள் விளங்கவில்லை. சந்தேகம் கேட்கும் பொருட்டுத் தலை நிமிர்ந்து ஆசிரியரைப் பார்த்தேன். அவர் கண்களில் தாரை தாரையாகக் கண்ணீர் வழிந்து கொண்டிருந்தது. "நுந்து கன்றாய் என்பதற்கு அர்த்தம் என்ன?" என்று கேட்டேன். அவரால் பேச முடியவில்லை. நாக்குக் குழறியது; தொண்டை அடைத்தது. "வெறுத்துச் செலுத்தப்பட்ட கன்றைப்போல" என்று அந்தக் குழறலோடே சொன்னார். அந்த நிலையில் அவரைப் பார்க்கும்போது எனக்கும் கண்ணீர் பெருகியது. தளர்ச்சியால் பேச முடியாமல் இருந்த ஆசிரியர் அந்தப் பாட்டில் உருகிப்போய் அவசமுற்றிருந்தார்.

"நோயுற்று மூத்துநா னுந்துகன்றா யிங்கிருந்து"

என்ற அடி அவர் உள்ளத்தைப் பிணித்து அன்புணர்ச்சியை எழுப்பிவிட்டது. மாணிக்கவாசகரது அவ்வாக்கு என் ஆசிரியருடைய நிலைக்கு மிகவும் பொருத்தமாக இருந்தது. நோயுற்று மூத்துநின்ற அவருடைய உள்ளக்கருத்தை அந்தச்செய்யுள் தெரிவித்தமையால் அவர் உருகிப் போனார்.

"தாயுற்று வந்தென்னை யாண்டுகொண்ட தன்கருணைத்
தேயுற்ற செல்வற்கே சென்றூதாய் கோத்தும்பீ"

என்ற அடிகளில் மாணிக்கவாசகர் சிவபெருமான் தமக்கு அருளிய பெருங்கருணைத் திறத்தைப் பாராட்டுகிறார். அவரை

ஆண்டு கொண்ட வண்ணம் தம்மையும் ஆண்டு கொள்வாரோ என்ற ஏக்கமும் ஆசிரியர் உள்ளத்தே எழுந்தது போலும்! அவர் அப்பொழுது இவ்வுலகில் இருந்தாலும் இந்நினைவுகள் எல்லாம் சேர்ந்து அதனை மறக்கச் செய்துவிட்டன. "இவர் இப்போது நம்மோடு பேசவில்லை. ஆண்டவனோடு பேசுகிறார். இவர் தம் உள்ளமாகிய கோத்தும்பியை மாணிக்கவாசகரைப் போலச் சிவ பெருமான் திருவடி மலரில் ஊதும்படி விட்டிருக்கிறார்" என்ற உண்மையை அப்போது தெளிவாக நான் அறிந்து கொள்ளவில்லை. சிலநேரம் மௌனம் நிலவியது. அவர் திருவாசகத்தில் ஒன்றி உருகி னார்: நான் அவர் நிலைகண்டு உருகினேன். பின்பு மீண்டும் தொடர்ந்து படிக்கலானேன்.

## தேசிகர் விசாரித்தல்

திருவாவடுதுறை ஆதீனஸ்தாபகராகிய ஸ்ரீ நமசிவாய மூர்த்தி யின் குருபூஜை தை மாதத்தில் வந்தது. ஆலயத்தில் உத்ஸவமும் ஆரம்பமாயிற்று. மடத்திலும் ஆலயத்திலும் சேர்ந்தாற்போல் ஒரே காலத்தில் உத்ஸவங்கள் நடந்தன. வழக்கம்போல வெளியூர்களி லிருந்து பலர் வந்திருந்தார்கள். தம்பிரான்களும் வித்துவான்களும் பிரபுக்களும் கூடியிருந்தனர். வந்தவர்களிற் பெரும்பாலோர் பிள்ளையவர்கள் நிலையை அறிந்து சிந்தை கலங்கித் தயங்கினர். எல்லோரும் அவருடைய குண நலங்களை நினைந்து உருகினர். "இனி இவருக்குப் பின் இவரைப்போல் யாரைப் பார்க்கப் போகி றோம்?" என்ற கருத்தே எல்லோருக்கும் உண்டாயிற்று.

சுப்பிரமணிய தேசிகர் குருபூஜை நிகழ்ச்சிகளில் ஈடுபட்டிருந் தாலும் அவருக்கு அமைதி இல்லை. அடிக்கடி பிள்ளையவர்களது தேக நிலையை விசாரித்துக் கொண்டே இருந்தார். "இப்பொழுது எப்படி இருக்கிறது? ஏதாவது ஆகாரம் சென்றதா? ஞாபகம் இருக் கிறதா? பேசுகிறார்களா? பேசினால் தெரிந்து கொள்ளுகிறார்களா?" என்பன போன்ற கேள்விகளைக் கேட்டுத் தெரிந்து கொண்டார். தை மாதம் 20 ஆம் தேதி (31-1-1876) அன்று ஆசிரியருக்குத் தேகத் தளர்ச்சி அதிகமாயிற்று. நானும் சவேரிநாத பிள்ளையும் ஒன்றும் தோன்றாமல் சிறிது சிறிதாகப் பால் கொடுத்து வந்தோம். இரவில் கோயிலிலிருந்து ஸ்ரீ கோமுத்தீசுவரர் எழுந்தருளினார். நான் சுவாமி தரிசனம் செய்யப் போனபோது கோபுரவாயிலில் சுவாமியுடன் வந்த சுப்பிரமணிய தேசிகர் பிள்ளையவர்கள் நிலையைப் பற்றி விசாரித்தார்; எனக்கு ஒன்றும் சொல்லத் தோன்றவில்லை. துக்கம் பொங்கி வந்தது. "இப்போது அவர்களால் பேச முடியவில்லை; நாம் ஏதாவது சொன்னால் தெரிந்து கொள்ளுகிறார்கள். சிறிது சிறிதாகப் பாலைக் கொடுத்து வருகிறோம்" என்று தடுமாறிக் கொண்டே சொன்னேன். அவர் கேட்டுச் சிறிது மயங்கி நின்றார். "இந்த நிலையிலாவது பிள்ளையவர்கள் ஜீவித்திருக்கிறார்களென்றால்

ஆதீனத்திற்கு மிகவும் கௌரவமாக இருக்கும் ஸ்ரீ கோமுத்தீசர் திருவருள் என்ன செய்கின்றதோ!" என்று வருந்தி விட்டு, "போய்க் கவனித்துக் கொள்ளும்" என்று விடை கொடுத்தனுப்பினார். நான் பிள்ளையவர்களிடம் சென்றேன்.

## மறைவு

அடிக்கடி ஆசிரியருக்கு ஞாபகம் தவறியது. நள்ளிரவுக்குமேல் நெடு நேரம் பிரக்ஞை இழந்திருந்தார். பிறகு விழித்துப் பார்த்து ஏதோ சொல்ல வாயெடுத்தார். அக்குறிப்பு, திருவாசகமென்று சொன்னதாகப் புலப்படுத்தியது. நான் திருவாசகத்தை எடுத்து அடைக்கலப்பத்தை வாசித்து வந்தேன். சிவபெருமான் திருவடியில் அடைக்கலம் புகுவதற்கு என் ஆசிரியர் தகுதியுடையவரே. அவர் கண்ணை மூடிக்கொண்டே இருந்தார். திருவாசகச் செய்யுள் அவர் காதின் வழியே உள்ளத்துள் புகுந்து இன்பத்தை விளைவித்திருக்க வேண்டும். அந்த இன்பம் அவர் முகத்தில் ஒரு மலர்ச்சியை உண்டாக்கியது.

அவர் நெற்றியில் விபூதியை நிறைய ஒருவர் இட்டனர். சவேரி நாத பிள்ளை அவரைத் தமது மார்பில் சார்த்திக் கொண்டார். அடைக்கலப்பத்தை வாசித்துக் கொண்டிருந்தேன். திடீரென்று அவரது தேகத்தில் உள்ளங்கால் முதல் உச்சி வரையில் ஒரு துடிப்பு உண்டாயிற்று. மூடியிருந்த கண்களில் வலக்கண் திறந்தது. அவ்வளவுதான். சிவலோகத்தில் அதே சமயத்தில் அந்த நல்லுயிர் புகுவதற்கு வாயிலும் திறந்ததுபோலும்! அவர் மூச்சு நின்றபோது தான் அவருடைய தமிழ் உணர்ச்சி நின்றது. திருவாசகம் என் கையிலிருந்து நழுவியது. கண்ணிலிருந்து நீரருவி புறப்பட்டது.

## அன்பர் வருத்தம்

அங்கிருந்தவர்களில் சிலர் அரற்றினார்கள். சிலர் துக்கம் தாங்க மாட்டாமல் வாயைப் பொத்திக்கொண்டனர். நான் ஒன்றும் தோன்றாமல் என் ஆசிரியரின் புனித உடலையும், அமைதி தவழ்ந்த முகத்தையும், எனக்கு ஆதரவோடு பாடம் சொல்லிய திருவாயை யும், அன்புப் பார்வையில் என்னைத் தழுவிய கண்களையும் பார்த்துப் பார்த்து விம்மினேன். "இப்போது நிகழ்ந்த நிகழ்ச்சி பொய்யாக இருக்கக் கூடாதா? பிள்ளையவர்கள் மீண்டும் வாய் திறந்து பேசக்கூடாதா!" என்ற எண்ணத்தோடு பார்க்கையில் அவர் கண்கள் இமைப்பது போலவே தோற்றும்; வாய் அசைவதுபோலத் தெரியும்; மூச்சு விடுவது போலக் கண்ணில் படும். அடுத்த நிமிஷமே எல்லாம் வெறும் தோற்றமாகிவிடும்; பிரமையினால் விளையும் காட்சிகளாக முடியும்.

ஆசிரியருடைய குமாரரும் மனைவியாரும் அங்கே இருந்தனர். வேறு பல அன்பர்களும் கூடியிருந்தனர். ஆசிரியர் மறைந்த செய்தி உடனே எங்கும் பரவி விட்டது. சுப்பிரமணிய தேசிகர் விஷயத்தை அறிந்து வருந்தினார். அவருக்கு ஒரு காரியமும் ஓடவில்லை.

## மறுநாள்

விடிந்தது; இருண்டிருந்த எங்கள் மனத்திற்கு விடிவு இல்லை. பலர் வந்து வந்து ஆசிரியர் திருமேனியைப் பார்த்துப் பார்த்துப் புலம்பிவிட்டுச் சென்றனர். ஆதீன ஞானாசிரியர் சமாதியுற்ற திருநாட் கொண்டாட்டத்திற் கலந்து கொண்டு இன்பம் அனுபவிக்க வந்தவர்களிற் பலர் ஆதீனத் தமிழாசிரியர் மறைந்த செய்தி கேட்டுத் துன்பக் கடலில் ஆழ்ந்தனர்.

சுப்பிரமணிய தேசிகர் மேலே நடக்க வேண்டிய காரியங்களுக் குரிய ஏற்பாடுகளைச் செவ்வனே செய்யலானார். பல ஊர்களிலிருந்து அபிஷேகஸ்தர்கள் வந்தனர்.

அந்நல்லுடலை ருத்திரபூமிக்கு எடுத்துச் சென்ற போது நான் கண்ட காட்சியும் கேட்ட வார்த்தைகளும் இன்று நினைத்தாலும் உள்ளத்தைக் கலக்குகின்றன. எல்லோரும் வாய்விட்டுக் கதறி விட்டார்கள். அவரது புலமைத் திறத்தைச் சொல்லி வருந்துவாரும், அவரது கவித்துவத்தைப் பாராட்டி உருகுவாரும், மாணாக்கர்கள் பால் அவர் வைத்திருந்த அன்பை எடுத்துரைத்துத் துயருறுவாரும், அவர் குண விசேஷங்களை விரித்துப் புலம்புவாருமாக எங்கே பார்த்தாலும் ஜனங்கள் நிரம்பிவிட்டனர்.

அபிஷேகஸ்தர்கள் அப்போது திருவாசகம் சொல்லிக்கொண்டு போனார்கள். அதைக் கேட்ட என் தந்தையார், "இனிமேல் திருவாசகத்துக்கு உரை சொல்பவர்கள் இவர்களைப்போல் யார் பிறக்கப் போகிறார்கள்?" என்று சொல்லி வருந்தினார். ஆசிரியர் தம் கடைசி நாட்களில் கடைசி நிமிஷம் வரையில் திருவாசகத்தில் ஒன்றியிருந்ததை அறிந்தவனாதலின் அவ்வார்த்தைகளைக் கேட்ட போது என் உள்ளமும் உயிரும் நடுங்கின.

பல பேருடைய அறிவுக்கும், கண்ணுக்கும், காதுக்கும் இன்பந் தந்து வாழ்ந்திருந்த ஆசிரியர் திருவுடலம் அக்கினிபகவானால் அங்கீகரிக்கப் பெற்றது. சிதம்பரம் பிள்ளை தம் தந்தையாரது உத்தரக்கிரியைகளைச் செய்தார். எல்லாம் முடியப் பன்னிரண்டு மணி வரையில் ஆயிற்று. பின்பு யாவரும் நீராடித் திரும்பினர். நானும் என் ஆசிரியரை அப்பால் பாராத நிலையிலே விட்டுவிட்டு ஸ்நானம் செய்து வந்தேன்.

ஊர் முழுவதும் ஒளி இழந்திருந்தது.

## 64

### அபய வார்த்தை

ஆசிரியர் வியோகமடைந்த பிறகு உலகத்தில் எல்லாம் எனக்கு ஒரே மயக்கமாக இருந்தது. வீட்டிற்கு வந்து ஓரிடத்தில் உட்கார்ந்து கொண்டேன். ஒரு வேலையும் செய்யத் தோன்றவில்லை. யாரிடமாவது ஏதேனும் பேசவும் விருப்பம் உண்டாகவில்லை. ஆசிரியர் இளமையில் இயற்றிய தியாகராச லீலை என்னும் நூலைக் கையில் வைத்துப் படித்தபடி இருந்தேன். ஆனால் என் உள்ளம் முழுவதும் அதில் ஈடுபடவில்லை. அடிக்கடி பிள்ளையவர்களது நினைவு எழுந்து துன்புறுத்தியது. அவருடைய கற்பனை மிகவும் பாராட்டத் தக்க நிலையில் அந்நூலில் அமைந்திருந்தது. அதனைப் படிக்கப் படிக்க ஆசிரியரது பிரிவினால் உண்டான துன்பத்தின் வேகம் அதிகமாயிற்று. கண்ணீர் வீழ்த்தியபடியே படித்தேன். ஆகாரத்திலும் மனம் செல்லவில்லை.

### புதிய கலக்கம்

ஒரு மணிக்குப் பிறகு மடத்திற்குப் புறப்பட்டேன். அங்கே ஓரிடத்தில் குமாரசாமித் தம்பிரான் சிலருடன் பேசிக் கொண்டிருந்தார். பேச்சு, பிள்ளையவர்களைப் பற்றியதுதான். நான் அங்கே போனவுடன் அவர் என்னைப் பார்த்து, "எல்லாரைக் காட்டிலும் உங்களுக்குத்தான் அதிகமான வருத்தம் இருக்கும்" என்றார். நான் மௌனமாக இருந்தேன். "பிள்ளையவர்கள் மடத்தில் இருந்ததனால் வெளியூர்களிலிருந்து எவ்வளவோ பேர்கள் வந்து அவர்களிடம் பாடம் கேட்டார்கள். மடத்தில் எப்போதும் மாணாக்கர்கள் கூட்டம் இருந்தது. இனிமேல் அப்படியிருக்க இடமில்லை. அவரவர் அவரவர் ஊருக்குப்போய் இருக்க வேண்டியதுதான். விசேஷ காலங்களில் இங்கே வந்து போகலாம்" என்று பின்னும் வருத்தத்தோடு அவர் சொன்னார்.

அவர் பேச்சிலிருந்து எனக்கு ஒரு புதிய கவலை தோன்றியது. 'பிள்ளையவர்களோடு எப்போதும் இருந்து பாடம் கேட்டுக் கொண்டும் எழுதிக்கொண்டும் சுகமாகக் காலத்தைக் கழித்தோம். இனிமேல் நாம் என்ன செய்வது? இம்மடத்திற்கும் நமக்கும் என்ன உறவு இருக்கப் போகிறது? நம் நிலை இனி என்ன ஆகும்?" என்ற ஏக்கம் தலைப்பட்டது. "ஒரு பெருந்துணையாக விளங்கிய பிள்ளையவர்கள் மறைந்ததால் வேறு பற்றுக் கோடில்லாமல் அலைந்து திரியும் நிலை நமக்கு வந்து விடுமோ" என்று அஞ்சினேன்.

இக்குழப்பத்தில் அங்கே நிற்பதைவிட ஸ்ரீ சுப்பிரமணிய தேசிகரைப் பார்த்து வருவது நலமென்றெண்ணி மடத்தினுள்ளே சென்றேன்.

அங்கே ஒடுக்கத்தில் அவர் அமர்ந்திருந்தார். அவரைக் கண்ட வுடன் அதுகாறும் என்னுள் அடங்கியிருந்த துக்கம் பொங்கவே கோவென்று கதறி விட்டேன். என்ன முயன்றும் விம்மல் அடங்க வில்லை. அடக்க முடியாமல் எழுந்த என் வருத்தத்தைக் கண்ட தேசிகர், "வருத்தப்பட்டு என்ன செய்வது! மாற்ற முடியாத நஷ்டம் நேர்ந்துவிட்டது! நமக்கும் வருத்தம் அதிகமாக இருக்கிறது; வெளிப்படுத்தாமல் இருக்கிறோம். உமக்குத் தாங்க முடியவில்லை. உம்மிடத்தில் அவருக்கு இருந்த அன்பை வேறு எங்கே பார்க்க முடியும்?" என்றார்.

## தேசிகர் கூறிய ஆறுதல் வார்த்தைகள்

அந்த வார்த்தைகள் என் துக்கத்தை அதிகமாகத் தூண்டி விட்டன; பின்னும் விம்மினேன்.

"நடந்த காரியத்தை நினைத்து வருந்துவதனால் லாபம் ஒன்றும் இல்லை. பிள்ளையவர்கள் இல்லையென்ற குறையைத் தவிர இங்கே ஒரு குறைவும் இராது. நீர் இனிமேல் கேட்க வேண்டிய பாடங்களை நம்மிடமே கேட்கலாம். புதிய மாணாக்கர்களுக்குப் பாடம் சொல்லிக் கொண்டு எப்போதும் நம்முடைய பக்கத்திலே இருந்து வரலாம். உமக்கு யாதொரு குறையுமின்றி நாம் பார்த்துக் கொள்வோம். இந்த ஊரையே உம்முடைய ஊராக நினைத்துக் கொள்ளும். நீரும் தம்பிரான்களைப்போல மடத்துப் பிள்ளையாகவே இருந்து வரலாம். உமக்கு எந்த விதத்திலும் குறை நேராது" என்று அவர் எனக்கு ஆறுதல் கூறினார்.

அந்த அபய வார்த்தைகள் உபசாரத்தின் பொருட்டுச் சொன்னவையல்லவென்பது எனக்குத் தெரியும்.

மெல்ல விடை பெற்றுத் திரும்பினேன். சுப்பிரமணிய தேசிகர் என்னிடம் பேரன்புடையவரென்பதை நான் நன்றாக உணர்ந்திருந் தும் குமாரசாமித் தம்பிரான் கூறிய வார்த்தைகளாலேயே கலங்கிப் போனேன். பிள்ளையவர்களுடைய அன்பில் வளர்ந்த எனக்கு மற்றவர்களது அன்பின் நிலையை அறிந்துகொள்ளச் சந்தர்ப்பமும் நேரவில்லை. பிள்ளையவர்கள் பிரிந்த பிறகு தேசிகருடைய அன்பின் சிறப்பானது தெளிவாக விளங்கத் தொடங்கியது.

## கடிதங்கள்

மடத்திற்கு வந்தவர்களெல்லாம் சுப்பிரமணிய தேசிகரிடம் பிள்ளையவர்களுடைய வியோகத்தைப் பற்றி விசாரித்தார்கள். அவர்களோடு பேசும்போது தேசிகர் பிள்ளையவர்கள்பால் வைத் திருந்த மதிப்பு நன்றாகப் புலப்பட்டது. என்னிடமும் பலர் வந்து விசாரித்தனர்.

சுப்பிரமணிய தேசிகருடைய கட்டளையின்படி, பிள்ளையவர் கள் காலஞ் சென்ற செய்தி தமிழ்நாடு முழுவதும் உள்ள அன்பர் களுக்குக் கடித மூலம் தெரிவிக்கப்பட்டது. குமாரசாமித் தம்பிரான் சிலருக்குக் கடிதம் எழுதினார். சிதம்பரம் பிள்ளை பலருக்கு எழுதி னார். நானும் பலருக்குக் கடிதம் எழுதினேன்.

அன்பர்கள் பலர் தங்கள் தங்கள் வருத்தத்தைத் தெரிவித்துப் பதிற் கடிதங்கள் எழுதினர். மாயூரம் வேதநாயகம் பிள்ளை முதலிய பலர் இரங்கற் பாடல்கள் எழுதினர். ஸ்ரீ மகா வைத்திய நாதையரும் அவர் தமையனாராகிய இராமசுவாமி ஐயரும் கடிதமும் பாடல் களும் எழுதினார்கள்.

இவ்வாறு பலர் சரமகவிகள் பாடியபோது நாமும் பாட வேண்டுமென்ற உணர்ச்சி எனக்கு உண்டாகவில்லை. அத்துக்கத்தை வெளிப்படுத்த வார்த்தைகளுக்குச் சக்தி ஏது? பாட்டுக்காகத் துக்கத்திற்கு ஓர் உருவம் கொடுக்க முயற்சி செய்யவில்லை.

சுப்பிரமணிய தேசிகர் பிள்ளையவர்களுக்கிருந்த கடனைத் தீர்த்து அவர் குடும்பத்திற்கு வேண்டிய சௌகரியங்களை உசித மாகச் செய்வித்து அனுப்பினார். சிதம்பரம் பிள்ளை தம் அன்னை யார் முதலியோருடன் மாயூரத்திற்குப் போய் அங்கே இருந்து வரலானார்.

அவர்கள் போகும் பொழுது நானும் உடன் சென்று மாயூரத் தில் இரண்டு தினங்கள் தங்கியிருந்து திருவாவடுதுறைக்கு மீண்டும் வந்தேன்.

மாயூரத்தில் வேதநாயகம் பிள்ளையைப் பார்த்தேன். பிள்ளை யவர்களுடைய பிரிவைக் குறித்து மிகவும் வருத்தமுற்று அவர் களுடைய கல்வியாற்றலை மிகவும் பாராட்டினார்.

### தியாகராச செட்டியார் வருகை

பிள்ளையவர்கள் இறந்துபோன தினத்திற்கு முதல்நாள் தியாக ராச செட்டியாருடைய தாயார் காலஞ் சென்றனர். அதனால் அவர் திருவாவடுதுறைக்கு வரவில்லை; கடிதம் மட்டும் எழுதினார். தம் அன்னையாருக்குரிய அபரக் கிரியைகளை எல்லாம் முடித்து விட்டு அவர் திருவாவடுதுறைக்கு வந்தார். உடனே தேசிகரைக் கண்டு பிள்ளையவர்களைக் குறித்துப் பேசி வருத்தமுற்றார். என் மன இயல்பு தெரிந்த அவர் எனக்குப் பல படியாக ஆறுதல் கூறினார்.

என் வாழ்க்கையில் ஒரு புதிய நிலைமை ஆரம்பமாயிற்று. பிள்ளையவர்களைப் பிரியாமல் மாணாக்கனாக இருந்த நிலை மாறிச் சுப்பிரமணிய தேசிகரிடம் மாணாக்கனாகவும் வேறு சில மாணவர்களுக்கு பாடம் சொல்லும் ஆசிரியனாகவும் அப்போது ஆனேன்.

தந்தையாரும் தேசிகரும்

என் தாய் தந்தையார் என்னுடன் என் சிறிய தாயார் வீட்டில் இருந்து வந்தனர். அவர்கள் அவ்வாறு இருந்து வருவது சுப்பிர மணிய தேசிகருக்குத் தெரியாது. ஒருமுறை புதுக்கோட்டையிலிருந்து வந்த தியாகராஜ சாஸ்திரிகள் என் தந்தையாரைக் கண்டு சங்கீத விஷயமாகச் சம்பாஷித்து மகிழ்ச்சி அடைந்தார். அவருக்கும் என் தந்தையாருக்கும் முன்பே பழக்கமுண்டு. கனம் கிருஷ்ணையருடைய கீர்த்தனங்களை என் தந்தையார்பாற் கேட்ட சாஸ்திரிகள் அவற் றின் அமைப்பை மிகவும் பாராட்டினர். அப்பால் தியாகராஜ சாஸ்திரிகள் மடத்திற்குச் சென்று தேசிகரிடம் பேசி வருகையில் என் தந்தையாருடைய சிவ பக்தியையும், சிவ பூஜா விசேஷத்தையும், சங்கீத ஞானத்தையும் சிறப்பித்துச் சொன்னார், அதுகாறும் என் தந்தையாரைப்பற்றி அறிந்து கொள்ளாத தேசிகர், “அப்படியா! நமக்கு இதுவரையில் விஷயம் தெரியாதே! சாமிநாதையரும் சொல்லவில்லையே” என்று சொல்லி அங்கே நின்றிருந்த என்னைப் பார்த்தார்.

“உமக்குச் சங்கீதத்தில் பழக்கம் இருப்பதற்கு உம்முடைய தந்தையாரே காரணமாயிருக்க வேண்டும்” என்று தேசிகர் சொன்னார்.

“ஆம்”

“இவ்வளவு நாளாக உம்முடைய தகப்பனாரை இங்கே அழைத்து வரவில்லையே. அவர்கள் இதற்கு முன் இந்த ஊருக்கு வந்ததில்லையோ?”

“சிலமுறை வந்திருக்கிறார்கள். ஸந்நிதானத்திற்கு அனாவசிய மான தொந்தரவை உண்டாக்கக் கூடாதென்று எண்ணினேன்”

“தொந்தரவா? இப்படிப்பட்டவர்களைப் பார்ப்பதில் நமக்கு எவ்வளவோ திருப்தியுண்டென்று உமக்குத் தெரியாதா?”

அன்று பிற்பகலில் என் தந்தையார் மடத்திற்கு வந்து சுப்பிர மணிய தேசிகரைக் கண்டு நெடுநேரம் பேசிக் கொண்டிருந்தார். அது முதல் அடிக்கடி என் தந்தையார் தேசிகரிடம் போய்க் கண்டு சல்லாபம் செய்துவரத் தொடங்கினர். இவ்வழக்கத்தால் என் தந்தையாருக்குச் சுப்பிரமணிய தேசிகருடைய பெருந்தன்மையும், அறிவுத் திறமையும், உதார குணமும், வித்துவான்களிடத்தில் அவர் வைத்திருந்த பேரன்பும் விளங்கலாயின. மடத்தில் யாரேனும் சங்கீத வித்துவான் வந்து பாடினால் தேசிகர் என் தகப்பனாரை அழைத்து வரச்செய்து கேட்கச் செய்வார்.

தேசிகர் விடியற் காலத்தில் காவேரிக்குச் சென்று ஸ்நானம் செய்துவிட்டு ஆலயம் வந்து சுவாமி தரிசனம் செய்த பிறகு மடத் திற்குப் போவார். என் தந்தையாரும் விடியற்காலையில் ஸ்நானம்

செய்பவராதலால் அவரும் எழுந்து காவேரிக்குச் சென்று ஸ்நானம் செய்து ஜபதபாதிகளை முடித்துக்கொண்டு புறப்படுவார். அவர் புறப்படும் சமயம் தேசிகரும் புறப்படும் சமயமாக இருக்கும். தேசிகருடன் என் தந்தையாரும் புறப்பட்டு ஆலயம் வரையில் வந்து விடை பெற்று வீட்டுக்கு வருவார். தேசிகர் நாள்தோறும் இராத்திரி இரண்டாம் கால தரிசனத்திற்குக் கோயிலுக்கு வருவதுண்டு. அக்காலத்தும் என் தந்தையார் மடத்திற்குச் சென்று, கூடவே கோயிலுக்கு வந்து தரிசித்து விட்டுத் தேசிகரை மடத்தில் கொண்டுபோய் விட்டு விட்டு வீட்டிற்கு வருவார். இவற்றால் தேசிகருக்கும் என் தந்தையாருக்கும் பழக்கம் அதிகமாயிற்று.

சிவபூஜைக்கு வேண்டிய பத்திர புஷ்பங்கள் மிகுதியாகக் கிடைத்தமையாலும், மற்றச் சௌகரியங்களும் குறைவின்றி இருந்தமையாலும் திருவாவடுதுறை வாசம் என் தந்தையார் மனத்துக்கு மிக்க உவப்பைத் தந்தது. தேசிகருடைய அரிய குணங்களை அறிந்து, “இம்மாதிரி இடத்தையும் மனுஷ்யர்களையும் நான் எங்கும் பார்த்ததே இல்லை” என்று விம்மிதம் அடைந்தார்.

# 65

## தேசிகர் சொன்ன பாடங்கள்

மாசி மாதம் மகாசிவராத்திரி புண்ணிய காலம் வந்தது. என் தந்தையார் இராத்திரி நான்கு சாமத்திலும் அபிஷேக அர்ச்சனைகள் செய்வார். அவருடைய பூஜைக்கு வேண்டிய தேங்காய்களை மடத்திலிருந்து பெறுவதற்காக நான் தேசிகரிடம் சென்றேன். விசேஷ காலங்களில் அவ்வூரிலுள்ளவர்கள் தங்கள் தங்கள் வீட்டிற் செய்யும் பூஜை முதலியவற்றிற்கு உபயோகித்துக் கொள்ளும்படி இளநீர், தேங்காய், பழம், வஸ்திரம், சந்தனக்கட்டை முதலியன மடத்திலிருந்து அவர்களுக்கு அளிக்கப்படும். கடையில்லாமையால் அவற்றை வேறு எங்கும் வாங்க இயலாது.

### சிவராத்திரி நிகழ்ச்சிகள்

நான் தேசிகரிடம் சென்றபோது அங்கே தியாகராஜ சாஸ்திரிகள் இருந்தார். ஏதோ சம்பாஷணை நடந்தது. எனக்கு வேண்டிய பொருளைக் கேட்கத் துணிவின்றி அங்கே நிற்கவே என் முகக் குறிப்பினால் நான் எதையோ பெறும்பொருட்டு வந்திருக்கிறேனென்பதை அறிந்த தேசிகர், “என்ன விசேஷம்? ஏதாவது வேண்டுமா?” என்று கேட்டார். நான் என் தந்தையாரது பூஜைக்கு இளநீர்களும் தேங்காய்களும் வேண்டுமென்பதை அறிவித்தேன். தேசிகர், “அப்படியா?” என்று சொல்லி விட்டு ஒடுக்கத் தம்பிரானை அழைத்து, முதல் நாள் இருவர் தனித்தனியே கொண்டு வந்து

கொடுத்த ஒரு தேங்காயையும் விநாயகரையும் கொண்டு வரும்படி கட்டளையிட்டார். அப்படியே அவர் அவ்விரண்டையும் கொணர்ந்து வைத்தார். அவ்றைச் சுட்டிக் காட்டி, "இவற்றை உப யோகப்படுத்திக் கொள்ளும்" என்று தேசிகர் என்னை நோக்கிச் சொன்னார்.

அவற்றைக் கண்ட நான், "தேங்காய் நமக்குப் பல வேண்டுமே ஒன்றைக் கொடுக்கிறார்களே. நாம் விநாயகர் திருவுருவத்தைக் கேட்கவில்லையே! தகப்பனார் பூஜையிலேயே விநாயக மூர்த்தி இருக்கிறாரே! இவ்வளவு பெரிய பிள்ளையாரை வைப்பதற்கு இடமில்லையே" என்று திகைத்தேன்.

தேசிகர், "என்ன யோசிக்கிறீர்? தேங்காயை அசைத்துப்பாரும். இளநீர் இருக்கிறதா, கொப்பரையா என்று தெரியும்" என்றார்.

அசைத்துப் பார்த்தேன். உள்ளே ஜலம் இருப்பதாகத் தோன்றி யது. "கொப்பரையன்று; இளநீர் இருக்கிறது" என்றேன்.

"நார் நன்றாக உரித்திருக்கிறார்களா?" என்று புன்சிரிப்புடன் கேட்டார்.

"செவ்வையாய் உரித்திருக்கிறது" என்றேன். உடனே அவர் அருகிலிருந்த தியாகராஜ சாஸ்திரிகளை நோக்கி, "ரூபா இருபது கொடுத்து இப்பிள்ளையாரையும், ரூபா பத்துக் கொடுத்து இத் தேங்காயையும் நேற்று வாங்கினோம்" என்றார்.

சாஸ்திரிகள்: அவ்வளவு விலையா? பிள்ளையாருக்குக் கொடுத்தாலும் கொடுக்கலாம்; தேங்காய்க்குக் கொடுக்கலாமா? இப்போது அவ்வளவு தேங்காய்ப் பஞ்சம் வந்து விட்டதா?

தேசிகர்: இதற்குக் கொடுக்கலாமென்று நமக்குத் தோற்றியது. இதைக் கொடுத்தவன் நம்மிடத்தில் அதிக விசுவாசமுள்ளவன்.

சாஸ்திரிகள்: அப்படியானால் இந்தத் தேங்காய்க்கு விலை யென்று சொல்வானேன்? அவனுக்கு இனாம் கொடுத்ததாக வைத்துக் கொள்ளலாமே.

தேசிகர்: இல்லை; இல்லை; இத் தேங்காய்க்காகவே கொடுத் தோம்.

சாஸ்திரிகள்: பிருதுவியில் இல்லாத தேங்காயா இது? இதற்குள்ளே மாணிக்கமா இருக்கிறது? எல்லாத் தேங்காயையும் போலவேதான் தேங்காயும் இளநீருந்தானே இருக்கின்றன!

தேசிகர் : உடைத்துப் பார்த்தால் தெரியும்.

சாஸ்திரிகள் உடனே அத்தேங்காயை எடுத்து உடைக்க ஆரம்பித்தார். தேசிகர் சிரித்துக் கொண்டே, "வேண்டாம்; உடைக்க வேண்டாம். விஷயத்தைச் சொல்லுகிறோம்" என்று தடுத்து விட்டுச் சொல்லத் தொடங்கினார்: "மடத்தைச் சேர்ந்த கிராமங்களில் உள்ள குடியானவர்களில் கரும்பு வைத்துப் பயிராக்குவோன் ஒருவன்

வெல்லத்தால் தேங்காயைச் செய்வித்து இங்கே கொண்டு வந்து சேர்ப்பித்தான். வேறொருவன் வெல்லத்தைக் கொண்டு விநாயக மூர்த்தி செய்வித்துக் கொணர்ந்து சேர்ப்பித்தான். இந்த இரண்டி னுடைய வேலைப்பாட்டையும் அறிந்து தேங்காய் கொணர்ந்த வனுக்கு ரூபா பத்தும், விநாயகரைக் கொணர்ந்தவனுக்கு இருபது ரூபாயும் கொடுத்து அனுப்பினோம்"

பிறகுதான் எங்களுக்கு உண்மை விளங்கியது. மிக்க ஆச்சரி யத்தை அடைந்தோம். "இவற்றை உம்முடைய பிதா அவர்களிடம் கொடும். நீர் கேட்ட தேங்காய் முதலியவை பின்பு வரும்" என்று தேசிகர் என்னை அனுப்பினார்.

அவற்றை எடுத்துச் சென்று தந்தையாரிடம் கொடுத்து விஷயத்தைச் சொல்லும்போதே இரண்டு கூடை நிறைய இளநீர் களும் தேங்காய்களும் கருப்பந் துண்டங்களும் வேறு பொருள்களும் வந்தன.

அன்று என் தந்தையார் அதற்குமுன் அடையாத திருப்தியை அடைந்தார்; தன் மனமாரச் சிவராத்திரி பூஜை செய்து இன்புற்றார்.

## தேசிகர் கட்டளை

திருவாவடுதுறை மடத்தில் படித்து வந்தவர்களுள் மேலகரம் சண்பகக் குற்றாலக் கவிராயரும் நானும் சகோதரர்களைப் போலவே பழகி வந்தோம். நாங்கள் இருவரும் பெரும்பாலும் சேர்ந்து படிப்பதும் சேர்ந்தே இருப்பதும் வழக்கம். ஒருநாள் எங்கள் இருவரையும் தேசிகர் அழைத்து, "நீங்கள் இரண்டு பேரும் நம்மிடத்திற் பகலிலும், ராத்திரி ஆகாரஞ் செய்த பின்பும் வந்து படிக்க வேண்டிய நூல்களைப் படித்து வாருங்கள். இதுவரை படியாத நூல்களை மற்றக்காலங்களில் இருவருமாகச் சேர்ந்து உழைத்துப் படியுங்கள். படிப்பதற்காக இங்கே வந்திருப்பவர்களுக்கு அவர்கள் எந்த எந்த நூலைப் பாடங் கேட்க விரும்புகிறார்களோ அவற்றை அறிந்து தகுதிக்கேற்றபடி பாடஞ் சொல்லி வாருங்கள். பாடஞ் சொல்லுவதால் உங்கள் கல்வி அபிவிருத்தி அடையும்" என்று சொல்லி அதற்குரிய ஏற்பாடுகளைச் செய்தனர். என் சகபாடியாகிய குமாரசாமித் தம்பிரான் முதலியவர்களிடத்தும் இவ்வாறே கட்டளையிட்டார். அவ்வாறே செய்து வரலானோம்.

## கம்பராமாயணம்

நானும் சண்பகக் குற்றாலக் கவிராயரும் பிறரும் பிள்ளைய வர்கள் தங்கியிருந்த வீட்டையே எங்கள் இடமாகக் கொண்டு படித்தும் பாடஞ் சொல்லியும் வந்தோம். பாரதம், பாகவதம், திருக் குற்றாலப் புராணம் முதலிய காவியங்களையும் பலவகையான பிரபந்தங்களையும் படித்து ஆராய்ந்தோம். கம்பராமாயணத்தில் அயோத்தியா காண்டத்தில் ஒரு பகுதி வரையில் முன்பு பிள்ளைய

வர்களிடம் பாடம் கேட்டிருந்தோம். மேலே அந்நூலை முற்றும் படித்து விடவேண்டும் என்ற ஆவல் எங்களுக்கு எழுந்தது. அதனால் பிள்ளையவர்களுடைய ஏட்டுப் பிரதியையும், மடத்தில் உள்ள ஏட்டுப் பிரதிகளையும் வைத்துக்கொண்டு இரண்டு தடவை முற்றும் படித்தோம். படித்த காலத்தில் கண்ட பாடபேதங்களைக் கைப்புத்தகத்திலும் வேறு கடிதத்திலும் தனித்தனியே குறித்து வைத்தோம்.

## நன்னூற் பாடம்

சுப்பிரமணிய தேசிகரிடம் நாங்கள் இலக்கண நூல்களையும் சைவ சித்தாந்த சாஸ்திரங்களையும் சில இலக்கியங்களையும் பாடம் கேட்டோம். நன்னூல் விருத்தியுரையைப் பாடம் கேட்க விரும்பிய போது சுப்பிரமணிய தேசிகர் அதன் சம்பந்தமாகச் சில விஷயங்களைச் சொல்லலானார்; "நன்னூலுக்கு முதலில் சங்கர நமச்சிவாயர் உரை எழுதினார். பிறகு சிவஞான முனிவர் அதைத் திருத்தியும் புதுக்கியும் விருத்தியுரையை அமைத்தார். அவர் தாம் எழுதிய சிவஞானபோத திராவிட மகாபாஷ்யத்தில் அமைத்துள்ள அரிய வடமொழி தென்மொழிப் பிரயோகங்களை எளிதிற் பிற்காலத்தவர்க்குப் புலப்படுத்த நினைந்து இலக்கணக் கொத்து, தொல்காப்பியச் சூத்திரவிருத்தி, இலக்கண விளக்கச் சூறாவளி என்னும் நூல்களிலும் பிறவற்றிலும் உள்ள முக்கியமான சிலவற்றை அவ்வுரையில் அங்கங்கே சேர்த்தார். சில இடங்களில் சிலவற்றைக் குறைத்தும் சிலவற்றை மாற்றியும் எழுதி நிறைவேற்றினார். இலக்கணக் கொத்து முதலிய மூன்றையும் பாடம் கேட்ட பிறகுதான் விருத்தியுரை தெளிவாக விளங்கும்" என்று சொல்லிச் சிவஞான முனிவர் தம் கரத்தாலேயே திருத்திய ஏட்டுப் பிரதி ஒன்றை எடுத்துக் காட்டினார். அப்பிரதியில் அங்கங்கே அடித்தும் கூட்டியும் மாற்றியும் அம்முனிவர் எழுதியவற்றைப் பார்த்து மகிழ்ந்தோம்.

தேசிகர் கட்டளைப்படியே இலக்கணக் கொத்து முதலிய மூன்று நூல்களையும் பாடம் கேட்டுப் பிறகு நன்னூல் விருத்தியுரையைக் கேட்கத் தொடங்கினோம். சங்கர நமச்சிவாயர் உரை மாத்திரம் இருந்த ஏடொன்று மடத்தில் இருந்தது. அதையும் வைத்துக் கொண்டு எங்கெங்கே சிவஞான முனிவர் விருத்தியுரையில் திருத்தம் செய்திருக்கிறாரோ அங்கெல்லாம் 'சி' என்ற அடையாளமிட்டுக் குறித்துப் படித்தோம்.

## வேறு இலக்கண நூல்கள்

யாப்பருங்கலக் காரிகை பாடம் கேட்டபோது அந்நூலின் அவதாரிகையிலே உள்ள விஷயங்களை விரிவாக எடுத்துச் சொல்லி விளக்கினார். அதுவரையில் யாரும் அவ்விஷயங்களைத் தெளிவாகச்

சொன்னதில்லை. தண்டியலங்காரம் கேட்டோம். காவ்யா தர்சமென்ற வடமொழி நூலின் மொழிபெயர்ப்பாகிய அதனைப் பாடம் சொல்லும்போது வடமொழி நூலிலுள்ள சுலோகங்களை எடுத்துச் சொல்லி விளக்குவார். விசாகப் பெருமாளையர் எழுதிய அணியிலக்கணத்தைப் பாடங் கேட்டோம். அது வடமொழியி லுள்ள குவலயானந்தத்தைத் தழுவியது. அதன் அமைப்பையும் உதாரணச் செய்யுட்களையும் தேசிகர் பாராட்டுவார்.

அணியிலக்கணங்களைப் படித்து வருகையில் அவற்றிற் கூறப் பெற்ற அணிகளை நான் அமைத்துத் தேசிகர் விஷயமாகப் புதிய செய்யுட்களை எழுதி அவரிடம் காட்டுவேன். அவர் கேட்டு மகிழ்ந்து பிழையிருப்பின் எடுத்துரைத்துத் திருத்துவார்.

தொல்காப்பியம் எழுத்ததிகாரம் இளம்பூரணர் உரை, சொல் லதிகாரம் சேனாவரையர் உரை, இலக்கண விளக்கம் என்பவற்றை நாங்களாகப் படித்து, சில சந்தேகங்களை நீக்கிக் கொண்டோம். சேனாவரையர் உரையில் உள்ள சந்தேகங்களை விளக்கும்போது தேசிகருக்கு அளவிறந்த உத்ஸாகம் உண்டாகும். "இவர் உரை எழுது வதைப் போல் இலக்கண நூலுக்கு யாரும் எழுதமுடியாது. ஸம்ஸ் கிருத ஞானம் நன்றாக இருப்பதால் பல அருமையான விஷயங் களைக் காரண காரியத்தோடு நியாயங் காட்டி எழுதுகிறார்" என்று அவ்வுரையைப் பாராட்டுவார்.

## அகமும் புறமும்

எழுத்து, சொல், பொருள், யாப்பு, அணி என்னும் இலக்கண நூல்களைத்தான் பாடம் கேட்போம். அகப்பொருள் இலக் கணத்தைக் கேட்கவில்லை. திருச்சிற்றம்பலக் கோவையாரை உரை யுடன் கேட்டபோது அவ்விலக்கியத்திலிருந்தே இலக்கணத்தை அறிந்துகொண்டோமே யன்றித் தனியே அகப்பொருள் இலக்கண நூலைப் பாடம் கேட்கவில்லை. அக்காலத்தில் அவ்விலக்கணத்தைத் தனியே படிப்பார் மிகக் குறைவு. பொருளிலக்கணத்தின் மற்றொரு பிரிவாகிய புறப்பொருளைப்பற்றிய ஆராய்ச்சியே இல்லை. அகப்பொருளிலக்கணத்தை ஒருவரும் படியாவிடினும் அகப் பொருளிலக்கியங்களைப் படித்தார்கள். புறப்பொருள் விஷயத்திலோ இலக்கியமும் வழக்கில் இல்லை; இலக்கணத்தைத் தேடுவாரும் இல்லை.

யாப்பருங்கலக்காரிகை கேட்டபோது செய்யுள் வகைகளுக்கு உதாரணமாக அந்நூலில் அமைந்திருக்கும் சில பாடல்களுக்குத் தக்கவாறு பொருள் விளங்கவில்லை. ஜைன சமய சம்பந்தமான செய்திகள் அவற்றில் வருகின்றன. நான் முன்பு விருத்தாசல ரெட்டியாரிடம் அதனைக் கேட்ட கால முதலே அச்சந்தேகங்கள் விளங்காமலிருந்தன. தேசிகர், "காரிகையிலுள்ள இலக்கணங்களுக்கு இலக்கியமாக ஸ்ரீ குமரகுருபரர் சிதம்பரச் செய்யுட்கோவை

என்ற பிரபந்தம் ஒன்றை இயற்றியிருக்கிறார். சைவ சம்பந்தமான நூலாதலின் நன்றாக விளங்கும். செய்யுளிலக்கணத்தைத் தெரிந்து கொள்ள அந்த நூல் மிக்க உபகாரமாக இருக்கும்" என்று சொல்லி எங்களுக்கு அதைப் பாடஞ் சொன்னார்.

### பரிமேலழகர்

திருக்குறளைப் பரிமேலழகருரையுடன் பிறகு பாடம் கேட்டேன். இலக்கண நூல்களுக்கு உரை செய்வதில் சேனாவரையர் எப்படி இணையற்றவரோ அப்படியே இலக்கிய நூல்களுக்கு உரை எழுதுவதில் பரிமேலழகர் இணையற்றவரென்பது தேசிகர் கருத்து. "இந்த இடத்தில் ஒரு விசேஷமும் இராதென்று நாம் ஒரு குறளைப் பார்த்து நினைப்போம். அங்கே பரிமேலழகர் ஏதேனும் ஒரு விசேஷத்தை எடுத்துக் காட்டுவார். பதசாரங்களை எழுதுவதிலும் சுருக்கமாக விஷயங்களைத் தெரிவித்தலிலும் அவருக்கு மிஞ்சியவர்கள் இல்லை" என்று அடிக்கடி பாராட்டுவார். பல நுணுக்கமான விஷயங்களைக் குறட்பாடம் நடந்தபோது தெரிந்து கொண்டேன்.

### சித்தாந்த நூல்கள்

சைவசித்தாந்த சாஸ்திரங்களைக் கேட்க விரும்பிய என்னை முதலில் சிவப்பிரகாசக் கட்டளையையும் திருவாலவாய்க் கட்டளையையும் படிக்கச் சொன்னார். பிறகு சிவஞான போதச் சிற்றுரையையும் அப்பால் சிவஞான சித்தியாருரை முதலியவற்றையும் பாடம் சொன்னார்.

# 66

## மடத்திற்கு வருவோர்

மாணாக்க நிலையிலிருந்து நாங்கள் கற்று வந்த அக்காலத்தில் தேசிகர் கட்டளைப்படி ஆசிரிய நிலையில் இருந்து மடத்தில் உள்ள குட்டித் தம்பிரான்களுக்கும் மற்றவர்களுக்கும் தமிழ் நூல்களைக் கற்பித்தும் வந்தோம்.

### என்னிடம் பாடம் கேட்டோர்

என்னிடம் அக்காலத்திற் படித்த தம்பிரான்கள் சுந்தரலிங்கத் தம்பிரான், விசுவலிங்கத் தம்பிரான், சொக்கலிங்கத் தம்பிரான், பொன்னம்பலத் தம்பிரான், மகாலிங்கத் தம்பிரான், வானம்பாடி சுப்பிரமணியத் தம்பிரான், சிவக்கொழுந்துத் தம்பிரான் முதலியோர்.

வெள்ளை வேஷ்டிக்காரர்களுள் பேரளம் இராம கிருஷ்ண பிள்ளை, சிவகிரிச்சண்முகத் தேவர், ஏம்பல் அருணாசலப் புலவர்,

சந்திரசேகரம் பிள்ளை, ஏழாயிரம் பண்ணை தாமோதரம் பிள்ளை, கோயிலூர்ப் பரதேசி ஒருவர், நெளிவண்ணம் சாமுப் பிள்ளை, திருவாவடுதுறைப் பொன்னுசாமி செட்டியார், திருவாவடுதுறைச் சண்முகம்பிள்ளை என்போர் முக்கியமானவர்கள். இவர்களில் இரண்டிரண்டு பேர்களாகப் பிரித்து ஒவ்வொரு வகைக்கும் அரை மணிமுதல் ஒருமணி வரையில் பாடம் சொல்வேன். அக்காலத்தில் என்னிடம் படித்தவர்களில் இப்போது இருப்பவர் திருவாவடுதுறை யில் முக்கிய காரியஸ்தராக இருந்து ஓய்வு பெற்று அவ்வூரில் தெற்கு வீதியில் இருக்கும் சிரஞ்சீவி சண்முகம் பிள்ளை என்பவர் ஒருவரே. இவர்களைத் தவிர இடையிடையே மடத்துக்கு வந்து பாடம் கேட்டோர் சிலர். என்னிடம் பாடம் கேட்டவர்களிற் சிலர் என்னைக் காட்டிலும் பிராயத்தில் முதிர்ந்தவர்கள். ஆனாலும் அவர்கள் என்னிடத்தில் மிக்க மரியாதையோடும் அன்போடும் பழகி வந்தார்கள்; யாவரும் எனக்கு எவ்விதமான குறையும் வராமல் பாதுகாக்கும் இயல்புடையவராகவே இருந்தார்கள்.

### அண்ணாமலை ரெட்டியார்

காவடிச்சிந்தை இயற்றியவராகிய சின்னிகுளம் அண்ணாமலை ரெட்டியார் அக்காலத்தில் திருவாவடுதுறை மடத்தில் தமிழ் படிக்கலாமென்று வந்தார். சேற்றூர் மீனாட்சி சுந்தரக் கவிராயர் என்பவர் அவரை அழைத்து வந்தார். சுப்பிரமணிய தேசிகர் அவரை என்பால் ஒப்பித்தார். நான் அவருக்கு நன்னூலும், மாயூரப் புராணமும் பாடம் சொல்லி வந்தேன். அப்பொழுதே அவரிடத்தில் செய்யுள் இயற்றும் ஆற்றல் நன்கு அமைந்திருந்தது. யமகம், மடக்கு, திரிபு, சந்தம் முதலிய அமைப்புக்களோடு செய்யுட்களை வெகு விரைவில் இயற்றுவார். அவர் பாடம் கேட்டு வந்த போது இலக் கணத்தில் அவருக்கு மனம் செல்லவில்லை; சில காலம் இருந்து விட்டு விடைபெற்றுத் தம் ஊருக்குப் போய்விட்டார்.

### தந்தையார் விருப்பம்

என்னுடன் இருந்த தந்தையார் மீண்டும் உடையார் பாளையம் பக்கம் போக எண்ணினார். ஒரு வேலையுமில்லாமல் திருவாவடுதுறையில் சும்மா இருக்க அவர் விரும்பவில்லை. என்னையும் உடனழைத்துச் செல்ல வேண்டுமென்ற விருப்பம் அவருக்கு இருந்தது. புராணப் பிரசங்கங்கள் செய்துகொண்டு நான் குடும்ப வாழ்க்கையை நடத்தி வரவேண்டுமென்ற அபிப்பிராயம் அவருக்கு மாறவில்லை. "இந்த ஊரில் நீ இப்படியே இருந்தால், நாங்கள் எங்கே இருப்போம்? உனக்கோ கலியாணமாகிவிட்டது. நீ குடும்பம் நடத்த வேண்டாமா? இது நல்ல இடந்தான். மனிதனுக்குச் சாப்பாடு மட்டும் போதுமா? எவ்வளவு நாள் நாங்கள் உன்னைப் பிரிந்து ஊர் ஊராகத் திரிந்து வாழ்வோம்?

பண்டார சந்நிதிகளிடம் விடை பெற்று உன்னையும் அழைத்துப் போகலாமென்று எண்ணியிருக்கிறேன்” என்று அவர்சொன்னார். அவ்விதம் செய்யலாமென்றோ வேண்டாமென்றோ நான் சொல்லவில்லை. திருவாவடுதுறையை விட்டுப் பிரிய எனக்கு மனமில்லை. தாய்தந்தையரைப் பிரிந்திருப்பதும் வருத்தமாக இருந்தது. எதையும் துணிய மாட்டாமல் இருந்தேன்.

## தேசிகர் ஆதரவு

இப்படி இருக்கையில் ஒரு நாள் சுப்பிரமணிய தேசிகரிடம் என் தந்தையார் சென்று தம் ஊருக்குச் செல்ல எண்ணியிருப்ப தாகவும் என்னையும் தம்முடன் அழைத்துப் போக வேண்டுமென் றும் தெரிவித்தார். உடனே தேசிகர், “உங்கள் குமாரர் இனி நம்மிடத்திலே இருக்கவேண்டியவர். அவர் இன்னும் படிக்கவேண் டிய நூல்கள் இருக்கின்றன. அவற்றை நாமே பாடஞ் சொல்வோம். இங்கே படிக்க வரும் பிள்ளைகளுக்குப் பாடஞ் சொல்வதற்கு அவர் மிகவும் உபயோகப்படுகிறார். பிள்ளையவர்களிடம் கற்றகல்வி இனிமேல்தான் அதிகமாகப் பயன் தரப்போகிறது. நீங்கள் மாத்திரம் இப்போது ஊர் சென்று உங்கள் பாத்திரம் பண்டங்களை எடுத்துக் கொண்டு இங்கேயே ஸ்திரமாக வந்துவிடுங்கள். உங்களுக்கு வேண்டிய சௌகரியங்களெல்லாம் இங்கே கிடைக்கும்படி செய் வோம். வீடு கட்டிக் கொடுக்கிறோம். யாதொரு கவலையும் இல்லா மல் காவேரி ஸ்நானமும் சிவ பூஜையும் செய்துகொண்டு சுகமாக இருக்கலாம்” என்று சொன்னார்.

தேசிகர் இவ்வாறு சொல்லி வரும்போது என் தந்தையாருக்கு வரவர ஸந்தோஷம் அதிகமாயிற்று. அவர் தம்மையே மறந்தார். தேசிகர் பேசி நிறுத்தியவுடன் அருகில் ஒரு குத்துவிளக்கிலிருந்து இரண்டு புஷ்பங்கள் (பொறிகள்) கீழே விழுந்தன. “ஐயா, நல்ல சகுனமாகிறது. இவர் சௌக்கியமாக இருப்பார். நீங்கள் போய்ச் சீக்கிரம் வந்துவிடுங்கள்” என்று மீண்டும் தேசிகர் சொல்லி வஸ்திர மரியாதை செய்து செலவுக்குப் பத்து ரூபாயும் அளித்தார். இவற்றை யெல்லாம் அருகில் இருந்து கவனித்து வந்த எனக்கு உள்ளந்தாங்கா மகிழ்ச்சி உண்டாயிற்று.

குடும்ப நிலையைப் பற்றியே சிந்தித்துச் சிந்தித்துக் கவலைக் கடலில் ஊறிப் போயிருந்த என் தந்தையாருக்கு எதிர்பாராதபடி அக்கவலை நீக்குதற்குரிய மார்க்கம் கிடைக்கவே அவர் பேரானந் தம் அடைந்தார். தேசிகரைப் பாராட்டிவிட்டு நேரே ஜாகைக்கு வந்தார். வரும்போதே, “என்ன பிரபு! என்ன பிரபு! இம்மாதிரி இடம் எங்குமில்லை. நாம் செய்த பூர்வ ஜன்ம புண்ணிய பலன் தான் இது” என்று சொல்லிக் கொண்டே வந்தார்.

“இப்போது நான் சாமாவை அழைத்துக்கொண்டு போக வில்லை. பரமேசுவரனுடைய கிருபை நம்மைக் காப்பாற்றுவதற்குச்

சித்தமாக இருக்கிறது” என்று குதூகலத்தோடு தாயார் முதலியவர்களிடம் கூறித் தேசிகர் சொன்னவற்றையும் சொன்னார்.

அப்பால் ஒரு நல்ல நாளில் தந்தையார் எல்லோரிடமும் விடைபெற்று என் தாயாரையும் தம்பியையும் அழைத்துக்கொண்டு புறப்பட்டு உடையார் பாளையம் சென்றார். சுப்பிரமணிய தேசிகருடைய பூரணமான அன்பை வெளிப்படையாக உணர்ந்த நான் என் தந்தையார் பிரிந்து செல்வதனால் அப்போது வருத்த மடையவில்லை. அவர் போய் விட்டு மீட்டும் திரும்பி வந்து என்னோடு இருந்து வாசஞ் செய்வாரென்ற நம்பிக்கை என் மனத்தில் உறுதியாயிற்று. நாள்தோறும் மடத்தில் நடைபெற்ற நிகழ்ச்சிகளே அதற்குக் காரணம். சுப்பிரமணிய தேசிகர் என்னிடம் அன்புடையவராயிருந்ததோடு நான் அவருடைய அன்புக்குப் பாத்திரமானவனென்பதை மடத்தில் உள்ளவர்களும், மடத்திற்கு வரும் பிரபுக்களும், வித்துவான்களும் தெரிந்து கொள்ளும்படியும் செய்தார்.

## பாடல்கள் முதலியன

யாரேனும் பெரிய மனிதர்கள் வந்தால் அவ்வப்போது புதிய புதிய பாடல்களை இயற்றிச் சொல்லும்படி எங்களுக்குத் தேசிகர் கட்டளையிடுவார். நாங்கள் கற்றறிந்த நூல்களிலுள்ள பாடல்களைச் சொல்லிப் பொருளும் சொல்லச் செய்வார். தொல்காப்பியப் பாயிர விருத்தி, இலக்கண விளக்கச் சூறாவளி, சிவஞான பாஷியம் முதலியவற்றில் சிறந்த பாகங்களை என்னைக் கொண்டு படிப்பித்து அவற்றை வந்தவர்களுக்குத் தாமே விளக்குவார். அவர் சொல்லுவது சுவையுடையதாக இருக்கும். நல்ல பாடல்களிலுள்ள பகுதிகளுக்குப் பதசாரம் சொல்வார். வந்தவர்கள் கேட்டு அவர் சொல்லும் முறையை வியந்து பாராட்டுவார்கள். அத்தகைய சமயங்களில் எங்களுக்குப் புதிய புதிய விஷயங்கள் தெரியவரும். இவ்வாறு நிகழும் காலங்களில் பெரும்பாலும் படிக்கும் வேலையை நானே செய்து வருவேன். சில சமயங்களில் குமாரசாமித் தம்பிரானும் படிப்பார்.

மடத்திற்கு வரும் வித்துவான்கள் சுப்பிரமணிய தேசிகரைப் பாராட்டிப் பாடல்களும், கீர்த்தனங்களும், சுலோகங்களும் இயற்றிக் கொண்டு வருவார்கள். அவற்றைத் தேசிகர்பால் சொல்லிப் பொருளும் விரிவாகக் கூறுவார்கள். அவ்வாறு உள்ளவற்றில் தமிழ்ப் பாடல்களையும், தமிழ்க் கீர்த்தனங்களையும் நான் மீட்டும் படித்துக் காட்டுவேன். வேறு கனவான்கள் வருங்காலங்களில் அப்பாட்டுக் களைச் சொல்வேன். இப்பழக்கத்தால் அப்பாட்டுக்களிற் பெரும் பாலான எனக்குப் பாடமாயின. வடமொழி சுலோகங்களையும் தெலுங்குப் பத்தியங்களையும் தெரிந்து கொண்டு சொல்பவர் சிலர் இருந்தனர்.

## வருபவர்கள் பெறும் லாபம்

கனவான்கள் தேசிகரைப் பார்க்க வந்து சம்பாஷிக்கும் போதெல்லாம் பெரும்பாலும் கல்வி சம்பந்தமான பேச்சே நடை பெறும். இடையிடையே பாடல்கள் சொல்வதும், பொருள் கூறுவது மாகிய செயல்கள் நிகழும்போது, வந்தவர்களில் யாருக்கேனும் தமிழ்ப் பழக்கமே இல்லாவிடினும் அப்பால் அவருக்குத் தமிழன்பு ஏற்பட்டு விடும். "இந்த இடத்திற்குத் தமிழறிவு இல்லாமல் வருவது பெருங்குறை. அடுத்த முறை வரும்போது தமிழில் எதையாவது தெரிந்து கொண்டு வரவேண்டும்" என்று உறுதி செய்து கொள்வார்.

மடத்துக்கு முதல் முறையாக வரும் வித்துவான்கள் அங்கே பெறும் ஆதரவால் இரண்டாம் முறை வரும்போது கல்வி அறிவில் ஒரு படி உயர்வு பெற்று அதற்கு ஏற்ற பரிசைப் பெற வேண்டு மென்ற ஊக்கத்தைக் காட்டுவார்கள். வரும் கனவான்களோ அடுத்த முறை வரும்போது தாமும் தமிழ் நூல்களைப் பற்றி ஏதேனும் பேசுவதற்கு ஏற்ற பயிற்சியைச் செய்து கொண்டு வருவார் கள். இருவகையினரும் மடத்துப் பழக்கத்தால் லாபத்தையே பெற்றனர்.

## வேதநாயகம் பிள்ளை

மாயூரத்தில் முன்சீபாக இருந்த வேதநாயகம் பிள்ளை சில முறை திருவாவடுதுறை மடத்துக்கு வருவதுண்டு. அப்பொழுதெல் லாம் அவர் சுப்பிரமணிய தேசிகர் விஷயமாகப் பாடல்களை இயற்றி வருவார். அவற்றை நான் படித்துக் காட்டுவேன். எளிய நடையில், கேட்பவர்கள் விரைவிற் பொருளை உணர்ந்து இன்புறும் படி அப்பாடல்கள் இருக்கும். ஒரு கிறிஸ்தவ கனவான் சைவ மடாதிபதியைப் புகழ்வதென்றால் அது மிகவும் அரிய செய்தி யன்றோ? அன்றியும் பொறுப்புள்ள அரசாங்க உத்தியோகம் ஒன்றை வகித்து வந்தவரும், பிறரை அதிகமாக லக்ஷியம் செய்யாதவருமான வேதநாயகம் பிள்ளை பாடினாரென்பது யாவருக்கும் வியப்பை உண்டாக்கியது.

பிள்ளையவர்களுடைய மாணாக்கராகிய வேதநாயகம் பிள்ளை அப்புலவர் மூலமாகத் திருவாவடுதுறை மடத்தின் பெரு மையையும், அதன் தலைவருடைய கல்வியறிவு ஒழுக்கச் சிறப்புக் களையும் உணர்ந்திருந்தார். தாமே நேரில் பார்த்தபோது அம்மடம் தமிழ் வளர்க்கும் நிலையமாக இருப்பதை அறிந்தார். இவற்றால் சுப்பிரமணிய தேசிகரிடம் அவருக்கு நல்ல மதிப்பு உண்டாயிற்று.

தேசிகரை அவர் பாராட்டி, "இங்கிலீஷ் பாஷை தலையெடுத்து வரும் இக்காலத்தில் தமிழைப் பாதுகாத்து விருத்தி செய்ய நானென்று கங்கணங்கட்டிக்கொண்டாய்" என்ற கருத்தமைய ஒரு செய்யுள் பாடியிருக்கிறார். அது வருமாறு:

“வானென் றுதவ வருஞ்சுப்ர மண்ய வரோதயனே
தானென்று
வெண்ணரன் பாஷையிந் நாட்டிற் றலையெடுக்க
ஏனென்று கேட்பவ ரில்லாத்
தமிழை இனிதளிக்க
நானென்று கங்கணங் கட்டிக்கொண் டாயிந்த நானிலத்தே.”

(வான் – மேகம். வெண்ணரன் பாஷை – வெள்ளைக்காரர் பாஷையாகிய ஆங்கிலம்.)

வேதநாயகம் பிள்ளை அவ்வப்போது பாடிய பாடல்கள் பல. யாரேனும் மடத்திற்கு வந்தால் அவர்கள், “முன்சீப் வேதநாயகம் பிள்ளையவர்கள் ஸந்நிதானத்தைப் பற்றிப் பாடியிருக்கிறார் களாமே?” என்று கேட்பார்கள். உடனே தேசிகர் அப்பாடல்களைச் சொல்லும்படி எனக்கு உத்தரவிடுவார். நான் இசையுடன் சொல்லி அர்த்தமும் உரைப்பேன்.

## தாது வருஷப் பஞ்சம்

தாது வருஷத்தில் தமிழ் நாடெங்கும் கடுமையான பஞ்சம் உண்டாயிற்று. அப்போது அயலூரிலிருந்து உணவுக்கு வழியின்றி வந்தவர்களுக்கு வேலை கொடுப்பதற்காகச் சுப்பிரமணிய தேசிகர் பல புன்செய் நிலங்களை நன்செய்களாக்கினர். பல இடங்களில் கஞ்சித் தொட்டிகளை வைத்து ஜனங்களுக்குக் கஞ்சி வார்க்கச் செய்தார்.

அக்காலத்தில் தேசிகரைப் பாராட்டி வேதநாயகம் பிள்ளை பல பாடல்கள் பாடினர். அவற்றுள் ஒன்று வருமாறு:

“எரியொத்த பஞ்ச மிடங்கரை யொத்த திடங்கர்பற்றும்
கரியொத் தனபல் லுயிர்களப் பஞ்சக் கராமடிக்க
அரியொத் தனன்சுப் பிரமணி யைய னரிசக்கரம்
சரியொத் தனவவ னீந்திடும் பொன்வெள்ளிச் சக்கரமே.”

(இடங்கர் – முதலை. கரா – முதலை. அரி – திருமால். பொன் சக்கரம் – பவுன். வெள்ளிச் சக்கரம் – ரூபாய்.)

சில சமயங்களில் அவர் சில பாடல்களைப் பாடி எனக்கு அனுப்பி, “இவற்றைச் சந்நிதானத்திடம் படித்துக் காட்டவேண்டும்” என்று கடிதமும் எழுதுவார். அக்கடிதம் செய்யுளாகவே இருப்பதும் உண்டு. அவர் விருப்பப்படியே நான் செய்வேன். மடத்து நிர்வாக சம்பந்தமாக ஏதேனும் கவனிக்க வேண்டுமாயினும், ஆங்கிலத்தில் விண்ணப்பம் முதலியன எழுத வேண்டுமாயினும் சுப்பிரமணிய தேசிகர் வேதநாயகம் பிள்ளைக்கு அதனைச் சொல்லியனுப்புவார். வக்கீல்கள் அதிகமாக மடத்திற்கு வந்து பழகும் காலமன்று அது. மிகவும் சுலபமாக விவகாரங்களைத் தீர்த்துக்கொள்ளும் வழக்கம் சுப்பிரமணிய தேசிகரிடம் அமைந்திருந்தது.

### என்பால் அன்பு

இவ்வாறு வேதநாயகம் பிள்ளையிடம் ஏதேனும் காரியம் இருக்குமானால் பெரும்பாலும் தேசிகர் என்னையே அனுப்புவார். நான் மாயூரஞ் சென்று அவர் வீட்டுக்குப்போய் அவரோடு பேசி யிருந்து, சென்ற காரியத்தை முடித்துக் கொண்டு வருவேன். இங்ஙனம் போகும் சமயங்களிலெல்லாம் வேதநாயகம் பிள்ளை இயற்றிய புதிய பாடல்களை அவர் தம்பி மூலமாகப் பெற்றுப் படித்தும் படித்துக் காட்டியும் இன்புறுவேன். தமிழ் நூல் சம்பந்த மான விஷயங்களைப் பற்றியும் பிள்ளையவர்களைப் பற்றியும் சம்பாஷிப்போம். வேதநாயகம் பிள்ளை அதிகமாகப் பேசமாட்டார். பேசும் வார்த்தைகள் அர்த்த புஷ்டியுள்ளனவாக இருக்கும். உத்தியோகத்திலே இருந்து சிறப்புற்றவராதலின் ஒருவருடைய தாக்ஷிண்யம் வேண்டுமென்று எதிர்பார்க்கும் நிலையில் அவர் இல்லை; அதனால் அவர் பலரோடு பழகுவதில்லை.

அத்தகையவருடைய பழக்கம் மடத்தின் சம்பந்தத்தால் எனக்கு உண்டாயிற்று. முதலிற் பழகும்போது உத்தியோகஸ்தராகிய அவரி டம் எங்ஙனம் பழகுவது என்ற அச்சம் இருந்தாலும் நாளடைவில் அச்சம் நீங்கியது; அவர் என்னிடம் மிக்க அன்போடு பழகினார். அவருடைய இறுதிக் காலம் வரையில் அப்பழக்கம் விட்டுப் போகாமல் விருத்தி அடைந்தது.

## 67
### சந்திரசேகர கவிராஜ பண்டிதர்

சுப்பிரமணிய தேசிகரது அன்பு வர வர விருத்தியானதை நான் பல வகையிலும் உணர்ந்தேன். கும்பகோணம் முதலிய இடங் களிலுள்ள கனவான்களை ஏதேனும் முக்கியமான விஷயமாகப் பார்த்துப் பேசி வர வேண்டுமானால் தேசிகர் என்னை அனுப்பு வார்.

### சங்கட நிலை

அக்காலத்திற் கும்பகோணத்துக்கு இருப்புப்பாதை ஏற்படாமை யால் திருவாவடுதுறையிலிருந்து நான் பெரும்பாலும் கும்பகோணத் துக்கு அடிக்கடி நடந்தே செல்வேன். கிட்டத்தட்ட 12 மைல் தூரம் இருக்கும். அங்கே பார்க்க வேண்டியவர்களைப் பார்த்துப் பேச வேண்டியவற்றைப் பேசி விஷயங்களை அறிந்து வருவேன். இரவு கும்பகோணத்தில் தங்கும்படி நேரிட்டால் எனக்கு ஆகாரம் கிடைப்பது கஷ்டமாகி விடும், தெரிந்தவர் யாரும் இல்லாமையால் எந்த வீட்டுக்கும் போவதில்லை. சாப்பாட்டு விடுதியில் போய்ச் சாப்பிடக் கையில் பணம் இராது. இந்நிலையில் எங்கேனும் தருமத் துக்குச் சாப்பாடு கிடைக்குமாவென்று விசாரிப்பேன்.

கும்பகோணம் மகாமக தீர்த்தத்தின் கீழ்பாலுள்ள அபிமுகே சுவர ஸ்வாமி கோவிலில் தேசாந்தரிகளுக்கு உணவு அளிப்பதற்கு ஒரு தர்மசாலை இருந்தது. அங்கே சென்று என் பசியைத் தீர்த்துக் கொண்டு தர்ம சாலையை ஏற்படுத்திய மகா புருஷனை மனமார வாழ்த்துவேன். சில சமயங்களில் நான் யாரைப் பார்க்கப் போவேனோ அவர் என்னோடு நெடுநேரம் பேசியிருந்துவிட்டால் தர்ம சாலையில் அகாலமாய்விடும். ஆகாரம் கிடைக்காது.

நான் போகும் இடங்களில் அங்கேயுள்ளவர்கள் எனக்கு வேண்டிய சௌகரியங்களைச் செய்து கொடுப்பார்களென்று சுப்பிர மணிய தேசிகர் எண்ணியிருப்பார். நான் மடத்தில் வேண்டிய பொருள்களை எளிதிற் பெற்றுக் கொள்பவனாதலால் இத்தகைய சந்தர்ப்பங்களில் எனக்கு வேண்டிய சௌகரியங்களை நானே செய்து கொள்வேனென்று நினைத்திருக்கலாம். அக்கனவான்களோ, மடத்திலிருந்து வரும் எனக்கு மடத்தாராலேயே எல்லாவித சௌகரியங்களும் அமைந்திருக்குமென்று நினைப்பார்கள். இவ்விரு சாராரும் இவ்வாறு நினைப்பதில் தவறு ஒன்றுமில்லை. ஆனால் ஒன்றையும் வெளிக்காட்டாமல் நான் கஷ்டத்துக்கு உள்ளானேன். உண்மை தெரிந்தால் இருசாராரும் மிகவும் வருத்தமுறுவார். "அவர்களே தெரிந்து கவனித்தாலன்றி நாம் தெரிவிப்பது சரியன்று" என்று எண்ணி வந்த காரியத்தைக் கவனிப்பதையே கடமையாக நான் கொண்டிருந்தேன்.

### புதிய பண்டிதர்

கும்பகோணம் காலேஜில் இருந்த தியாகராஜ செட்டியார் 1-8-1876 முதல் ஆறு மாதங்கள் ரஜா எடுத்துக் கொண்டார். அவரு டைய ஸ்தானத்தில் சித்தூர் ஹைஸ்கூலில் தமிழ்ப் பண்டிதராக இருந்த தில்லையம்பூர் சந்திரசேகர கவிராஜ பண்டிதரென்பவரை நியமித்தார்கள். அவர் சென்னையில் மிக்க புகழ் பெற்ற வித்து வானாக விளங்கிய ஸ்ரீ விசாகப் பெருமாளையரிடம் பாடம் கேட்ட வர்; அவர் எழுதிய பஞ்ச லக்ஷண வினாவிடை, பால போதவிலக் கணம் என்பவற்றையும், நன்னூல் விருத்தியுரை, யாப்பருங்கலக் காரிகையுரை, தண்டியலங்கார வுரை, வச்சணந்தி மாலை முதலிய நூல்களையும் அச்சிட்டவர்; தமிழ் நாட்டில் அங்கங்கே வழங்கும் தனிப் பாடல்களையெல்லாம் திரட்டித் தனிப் பாடற்றிரட்டு என்ற பெயரோடு முதல் முதல் வெளியிட்டவர் அவரே.

சென்னையில் பலகாலமிருந்து தாண்டவராய முதலியார் முதலிய வித்துவான்களோடு பழகிய அவரைப் பார்த்துப் பேச வேண்டுமென்ற விருப்பம் சுப்பிரமணிய தேசிகருக்கு இருந்தது. அவர் வேலையிலமர்ந்து ஒரு மாத காலமாயிற்று. சுப்பிரமணிய தேசிகருடைய புலமையையும் சிறந்த குணங்களையும் அவரும் கேள்வியுற்றவராதலின் அப் பெரியாரைத் தரிசிக்க வேண்டுமென்ற

ஆவலோடிருந்தார். ஆனாலும், "பெரிய இடமாயிற்றே; நாம் போனால் அவர்களைச் சுலபமாகப் பார்க்க முடியுமோ முடியாதோ! அவர்கள் விஷயமாக ஏதேனும் ஒரு பிரபந்தம் இயற்றிக் கொண்டு போய்ப் பார்க்கலாம்" என்று எண்ணிச் சுப்பிரமணிய தேசிகர் விஷயமாக ஒரு நான்மணிமாலையை இயற்றினார்.

## தேசிகர் ஆவல்

சுப்பிரமணிய தேசிகருக்குப் பண்டிதரைப் பார்த்துப் பேச வேண்டுமென்ற ஆவல் அதிகமாயிற்று. ஆதீன வித்துவானும் தேசிகருக்குத் தமிழ்ப் பாடம் சொன்னவருமான தாண்டவராயத் தம்பிரானென்னும் புலவர் சிகாமணி சென்னையில் சில காலம் இருந்தவர். அங்குள்ள வித்துவான்களோடு பழகினவர். சுப்பிர மணிய தேசிகர் அத்தம்பிரான் மூலமாகச் சென்னைப் புலவர் களுடைய பெருமையை அறிந்திருந்தார். சந்திரசேகர கவிராஜ பண்டிதர் மூலமாகப் பின்னும் விரிவாகத் தெரிந்து கொள்ள அப்போது எண்ணினார்.

ஒரு நாள், தேசிகர் என்னை அழைத்து, "இன்று கும்பகோணம் வரையில் போய் வர வேண்டும்" என்று சொன்னார்.

வழக்கப்படி மடத்துக் காரியமாக யாரிடமேனும் அனுப்புவார் என்று எண்ணினேன். "சந்திரசேகர கவிராஜ பண்டிதரிடம் நாம் பார்த்துப் பேச விரும்புகிறோமென்று தெரிவித்து அவரை அழைத்து வர வேண்டும்" என்று அவர் சொன்னபோது ஒரு வித்துவானுடைய பழக்கத்தைத் தாமே வலிந்து செய்து கொள்வதை அவர் ஒரு குறையாக எண்ணவில்லையே யென்பதை உணர்ந்து நான் விம்மிதம் அடைந்தேன்.

சந்திரசேகர கவிராஜ பண்டிதரைப் பார்த்துப் பழக வேண்டு மென்ற விருப்பம் எனக்கும் மற்ற மாணாக்கர்களுக்கும் இருந்தது. என் இளமையில் தமிழில் சுவை உண்டாக்கிய தனிப்பாடற்றிரட்டு அவராற் பதிப்பிக்கப் பெற்றதென்ற நினைவு அவரிடம் எனக்கு அதிக மதிப்பை உண்டாக்கியது. நான் உடனே கும்பகோணத்தை நோக்கிப் புறப்பட்டேன்.

## அவரது ஆவல்

கும்பகோணத்தில் அவரைக் கண்டு விஷயத்தைத் தெரிவித்த போது அவர், "நான் பெரிய அபசாரம் செய்துவிட்டேன். சந்நி தானத்தின் பெருமையை நான் நன்றாக கேள்விப்பட்டிருக்கிறேன். இந்த ஊருக்கு நான் வந்தவுடனே அங்கே வந்து ஸந்நிதானத்தைத் தரிசித்திருக்க வேண்டுமென்ற எண்ணம் இருந்தது. ஒரு பிரபந்தமும் இயற்றியிருக்கிறேன்" என்று சொன்னார். திருவாவடுதுறை மடத்தைப் பற்றியும் சுப்பிரமணிய தேசிகரைப் பற்றியும் பிள்ளையவர்களைப்

பற்றியும் விசாரித்தார். நான் சொல்லச் சொல்ல அவர் கேட்டு மிக்க மகிழ்ச்சியை அடைந்தார். அப்பால், "இன்று காலேஜுக்குப் போக வேண்டியிருக்கிறது. இந்தச் சனிக்கிழமை காலையில் அங்கே வந்து ஸந்நிதானத்தை அவசியம் தரிசிக்கிறேன். அப்படியே சொல்ல வேண்டும்" என்றார்.

திரும்பி நான் திருவாவடுதுறைக்குப் பிற்பகல் மூன்று மணிக்கு வந்து தேசிகரிடம் நடந்த விஷயத்தைத் தெரிவித்தேன். தாம் சொன்னபடியே சந்திரசேகர கவிராஜ பண்டிதர் சனிக்கிழமை காலையில் தம் குமாரராகிய சிவகுருநாத பிள்ளை என்பவரை அழைத்துக் கொண்டு திருவாவடுதுறைக்கு வந்தார். தேசிகர் அவரோடு மிக்க சந்தோஷமாகச் சம்பாஷணை செய்தார். விசாகப் பெருமாளையர், சரவணப் பெருமாளையர். மகாலிங்கையர், தாண்டவராய முதலியார், ராமானுஜ கவிராயர் முதலிய வித்துவான்களைப் பற்றி விசாரித்தார். அவர்களுடைய குணவிசேஷங்களையும், அவர்கள் வாழ்க்கையில் நிகழ்ந்த சுவையுள்ள வரலாறுகளையும் பண்டிதர் எடுத்துச் சொன்னார்.

### நான்மணி மாலை

தாம் தேசிகர் மீது இயற்றி அச்சிட்டுக் கொணர்ந்த நான்மணி மாலையை அன்று பிற்பகலில் பண்டிதர் மடத்திற் படித்துப் பிரசங்கம் செய்தார். அப்போது தம்பிரான்களும், வேறு மாணாக்கர்களும், மதுரை இராமசாமி பிள்ளையும், சில வித்துவான்களும் இருந்தார்கள். அப்பிரபந்தத்தில் செய்யுள்தோறும் சுப்பிரமணிய தேசிகருடைய பெயர் வரவில்லை. அது முறையன்றென்று தம்பிரான்கள் ஆட்சேபம் செய்தார்கள். அப்போது அங்கே வந்திருந்த கும்பகோணம் டவுன் ஹைஸ்கூல் ஸம்ஸ்கிருத பண்டிதர் சடகோபாசாரியரென்பவர் அவரை நோக்கி, "என்ன, பதில் சொல்லாமலிருக்கிறீர்களே? இந்த நூலை எடுத்துக் கொண்டு போய் மற்றோர் ஆதீனத்தில் இதே பாட்டைப் படித்துக் காட்டலாமே. இந்த ஆதீன கர்த்தரைப் பற்றியது தானென்பதற்கு ஒவ்வொரு பாட்டிலும் அடையாளம் இருக்க வேண்டாமோ?" என்று கேட்டார். அப்படி அவர் வெட்டெனப் பேசியதைக் கேட்டபோது எனக்கே மிக்க வருத்தமுண்டாயிற்று. கவிராஜ பண்டிதரோ பொறுமையோடு பேசாமலிருந்து விட்டார். அந்தத் தடைக்கு விடை சொல்லும் ஆற்றல் அவருக்கு இருந்தாலும் அனாவசியமாக விவாதத்தைக் கிளப்ப அவர் விரும்பவில்லை.

### பாராட்டு பாடல்

நான்மணிமாலை முற்றும் பிரசங்கம் செய்து நிறைவேறியது. மறுநாள் பண்டிதர் தேசிகர் மீது பல புதிய பாடல்களை இயற்றிச் சொல்லிக் காட்டினார். அவரைப் பாராட்டி அப்போது பின்வரும் பாடலை நான் சொன்னேன்:

"வற்றா வருட்சுப் பிரமணி யப்பெயர் வள்ளல் மலர்ப்
பொற்றாட் புகழைப்பல் பாமாலையாகப் புனைந்தழகாச்
சொற்றா னியற்சந் திரசே கரபண்டித சுகுணன்
சற்றாய் பவர்களும் முற்றா மகிழ்வு தலைக்கொளவே."

சுப்பிரமணிய தேசிகர் தம் ஸந்தோஷத்தைக் குறிப்பாகப் புலப்படுத்தினர். பண்டிதர் மகிழ்ந்து என்னைப் பாராட்டி,

"நேமிநா தன்வழுத்தும் நித்தன் கைலையுறை
வாமிநா தன்புகழை வாழ்த்து மென்மேல் – தோமினற்சீர்
சாமிநா தக்கவிஞன் சாற்றும் பனுவலைப்போல்
பாமினா ளும்பகர் வளோ"

என்ற செய்யுளைச் சொன்னார்.

(நேமிநாதன் – திருமால். வாமிநாதன் – சிவபெருமான்; வாமி – உமை. பாமினாள் – கலைமகள்.)

தம்பிரான்களும் சடகோபாசாரியரும் கேட்ட கேள்விகளால் மன அமைதியை இழந்திருந்த பண்டிதர் என்னுடைய பாட்டினால் மிக்க மகிழ்ச்சியுற்றார். அதன் விளைவாக எழுந்ததே இச்செய்யுள்.

## தம்பிரான்கள் கூற்று

மடத்திலிருந்து எல்லோரும் வெளியே வந்தவுடன் அவர்கள் பண்டிதரைப் பற்றி என்னிடம் குறைகூறத் தொடங்கினார்கள். "என்னையா பண்டிதர் அவர்? தூரத்துப் பச்சை கண்ணுக்கு அழகு. அவரிடத்தில் சந்நிதானத்துக்கும் உங்களுக்கும் அவ்வளவு மோகம் ஏற்பட்டது ஏன்? அவர் பாட்டு ஒன்றாவது ரசமாயில்லையே. அவர் சொன்ன பாட்டு உங்களைப் பாராட்டுவதற்காக உத்தேசித்ததன்று. நீங்கள் பாடியது போல விரைவில் பாடத் தமக்கும் முடியுமென்பதைச் சந்நிதானத்துக்குத் தெரிவிக்க வேண்டுமென்பதுதான் அவர் நோக்கம். பாடினாரே அந்தப் பாட்டுத்தான் எவ்வளவு லட்சணம்! 'வாமிநாதன் புகழை வாழ்த்து மென்மேல்' என்று தம்மைத் தாமே புகழ்ந்து கொள்கிறாரே. கடைசியடியில் சரியான படி மோனையையே காணோமே."

நான் அவர்களைக் கையமர்த்தி, "வித்துவான்களை இப்படி அவமதிப்பது பிழை. அவர் இந்த ஆதீனத்தைப் பற்றி என்ன நினைத்துக் கொள்வார்? உங்களுக்குப் பதில் சொல்லத் தெரியாமலா அவர் பேசாமலிருந்தார்? சில பழைய நூல்களில் இத்தகைய அமைப்பு உண்டு. அவர் பெருமை உங்களுக்குத் தெரியாது. பெரிய வித்துவானிடம் பாடங் கேட்டவர்" என்று சமாதானம் சொன்னேன்.

பண்டிதர் சில நாள் திருவாவடுதுறையிலேயே தங்கினார். அப்போது நான் அவருடனிருந்து பல அரிய விஷயங்களைத் தெரிந்து கொண்டேன். சுப்பிரமணிய தேசிகரிடம் அவர் சாஸ்திர விஷயமான சந்தேகங்களைத் தெரிந்து கொண்டார். தனிப் பாடற்றிரட்டை இரண்டாமுறை பதிப்பிக்க உத்தேசித்திருப்ப தாகவும் எனக்குத் தெரிந்த தனிப் பாடல்களையும் திரட்டி அனுப்பினால் சேர்த்துக் கொள்வதாகவும் சொன்னார். தேசிகர் அவருக்குத் தக்க மரியாதை செய்து விடை கொடுத்தனுப்பினார்.

### கவிராயர்

கும்பகோணத்தில் இருந்த காலத்தில் கவிராஜ பண்டிதர் சில முறை திருவாவடுதுறைக்கு வந்துபோனதுண்டு. பிற்காலத்தில் எனக்கும் அவருக்கும் அடிக்கடி கடிதப்போக்கு வரவு நடை பெற்றது. அவர் விரும்பியபடியே தனிப்பாடற்றிரட்டு இரண்டாம் பதிப்பில் உபயோகித்துக் கொள்ளும்படி நான் பல பாடல்களை எழுதியனுப்பினேன். அவற்றுள் என் பாடல்களும் சில உண்டு. அவர் எல்லாவற்றையும் சேர்த்துப் பதிப்பித்தார். அவர் என் பாடல்களை, “திருவாவடுதுறைச் சாமிநாத கவிராயர் பாடியவை” என்று தலைப்பிட்டு அச்சிட்டிருந்தார். பார்த்த சுப்பிரமணிய தேசிகர் “சம்பிரதாயம் தெரியாமல் இப்படிப் போட்டிருக்கிறாரே!” என்று புன்முறுவல் பூத்தார்: நாங்களும் சிரித்தோம்: “கவிராயர் வாள்” என்று நண்பர் சிலர் என்னை அழைத்து நகைக்கலாயினர்.

## 68

## திரிசிரபுரம் கோவிந்த பிள்ளை

நானும் சண்பகக் குற்றாலக் கவிராயரும் சில தம்பிரான்களும் கம்பராமாயணத்தை ஆராய்ந்து படித்து வந்தபோது இடையி டையே சந்தேகங்கள் எழுந்தன. அவற்றைத் தெளிந்துகொள்ள வழியில்லாமல் மயங்கினோம். அக்காலத்தில் திரிசிரபுரம் கோவிந்த பிள்ளை என்னும் வித்துவான் கம்பராமாயண பாடம் சொல்வதில் சிறந்தவரென்று நாங்கள் கேள்வியுற்றோம்.

### ‘வித்வத்ஜன சேகரர்’

அவர் கம்பராமாயணம் முழுவதையும் அச்சிட்டவர்; சுந்தர காண்டத்தைத் தாம் எழுதிய உரையுடன் வெளிப்படுத்தியவர்; ‘வித்வத்ஜன சேகரர்’ என்னும் பட்டமுடையவர்; திவ்விய பிரபந்த வியாக்கியானங்களிலும் வைஷ்ணவ சம்பிரதாய நூல்களிலும் அவருக்கு நல்ல பயிற்சி உண்டு. அவரை வருவித்தால் இராமா யணத்தைக் கேட்டுப் பயன் பெறலாமென்பது எங்கள் கருத்து. அவர் அக்காலத்தில் பாபநாசத்துக்கு வடக்கேயுள்ள கபிஸ்தல

மென்னும் ஊரில் இருந்தார். அங்குள்ள பெருஞ் செல்வராகிய ஸ்ரீமான் துரைசாமி மூப்பனார் என்பவருக்கு அவர் பல நூல்கள் பாடம் சொல்லிவிட்டு அப்போது கம்பராமாயணம் சொல்லி வந்தாரென்று தெரிந்தது.

கோவிந்தபிள்ளை கபிஸ்தலத்தில் இருப்பதையும் அவரிடம் கம்பராமாயணம் பாடம் கேட்கும் விருப்பம் எங்களுக்கு உள்ள தென்பதையும் நாங்கள் சமயம் அறிந்து சுப்பிரமணிய தேசிகரிடம் தெரிவித்தோம். அவர் கோவிந்தபிள்ளையின் திறமையைப்பற்றி முன்பே கேள்வியுற்றவர். அவர் மடத்திற்கு அதுவரையில் வராமை யால் அவரது பழக்கம் தேசிகருக்கு இல்லை. மாணாக்கர்களது கல்வியபிவிருத்தியை எண்ணி எந்தக் காரியத்தையும் செய்ய முன்வரும் தேசிகர் உடனே மூப்பனாரிடம் தக்க மனிதரை அனுப்பிச் சில காலம் கோவிந்த பிள்ளையைத் திருவாவடுதுறையில் வந்து இருந்து மாணாக்கர்களுக்கு ராமாயண பாடம் சொல்லச் செய்யவேண்டும் என்று தெரிவிக்கச் செய்தார்.

### என் உத்ஸாகம்

மூப்பனார் உடனே கோவிந்த பிள்ளையிடம் திருவாவடுதுறை மடத்தின் பெருமையை எடுத்துச் சொல்லி அவரைத் தக்க சௌகரி யங்கள் செய்வித்துத் திருவாவடுதுறைக்கு அனுப்பினார். அவருடன் தேரழுந்தூர் வாசியாகிய ஸ்ரீ வைஷ்ணவ ஆசாரிய புருஷர் ஒருவரும் வந்தார். சுப்பிரமணிய தேசிகர் அவர்களுக்கு தக்க விடுதிகள் ஏற்படுத்தி உணவு முதலியவற்றிற்கு வேண்டிய பொருள்களும் அனுப்பி அவர்களுக்குக் குறைவின்றிக் கவனித்துக் கொள்ளும் படி ஒரு காரியஸ்தரையும் நியமித்தார். எல்லாம் ஒழுங்காக நடை பெறுகின்றனவா என்பதை விசாரித்துக் கொள்ளும்படி என்னிடமும் கட்டளையிட்டார். அந்த வித்வானுடன் பழகிப் பல விஷயங்களைத் தெரிந்துகொள்ளலாமென்ற உத்ஸாகம் எனக்கு இருந்தது.

திருவாவடுதுறைக்குக் கோவிந்த பிள்ளை வந்த மறுநாள் பிற்பக லில் அவர் சுப்பிரமணிய தேசிகரைத் தரிசித்து, "இவ்விடத்திலுள்ள அமைப்புக்களையும் மாணாக்கர் கூட்டத்தையும் கண்டு என் மனம் மிக்க திருப்தியை அடைகிறது" என்று சொன்னார். கம்ப ராமாயணத்தில் ஏதேனும் ஒரு பாகத்தைச் சொல்லிப் பொருள் சொல்ல வேண்டுமென்று தேசிகர் கூறவே அவர் சுந்தர காண்டத் தில் காட்சிப் படலத்தின் முதற் பாடலிலிருந்து சொல்லத் தொடங் கினார். அவர் அருகிலிருந்து செய்யுட்களை நான் படிக்கலானேன். அவர் மிக்க செவிடராதலால் அவரது காதிற்படும்படி படிப்பது எனக்குச் சிரமமாக இருந்தது. போதாக்குறைக்கு, "என் காதிற் படும்படி ஏன் படிக்கவில்லை?" என்று அடிக்கடி அவர் அதட்டு வார்.

## இசையில் வெறுப்பு

நான் ராகத்துடன் படிப்பது அவருக்குத் திருப்தியாக இல்லை. "இசையைக் கொண்டுவந்து குழப்புகிறீரே. இதென்ன சங்கீதக் கச்சேரியா?" என்று சொல்லிவிட்டுத் திரிசிரபுரம் முதலிய இடங் களிற் சொல்லும் ஒருவிதமான ஓசையுடன் பாடலைச் சொல்லிக் காட்டி, "இப்படியல்லவா படிக்க வேண்டும்? உமக்குப் படிக்கத் தெரியவில்லையே!" என்று கூறினார். எனக்கு உள்ளுக்குள்ளே சிரிப்பு உண்டாயிற்று. "பிள்ளையவர்கள் ஒருவரே இசை விரோதி என்று எண்ணியிருந்தோம். இவர் கூட அந்த இனத்தைச் சேர்ந்தவ ராக இருக்கிறாரே" என்று எண்ணினேன். அவர் சொன்ன இசையும் எனக்குத் தெரியும். பிள்ளையவர்களும் தியாகராச செட்டியாரும் அந்த ஓசையோடுதான் பாடல் சொல்வார்களா தலால் எனக்கும் அந்தப் பழக்கம் இருந்தது. ஆதலால் கோவிந்த பிள்ளை சொன்ன இசையிலே நான் பாடலைப் படித்துக் காட்டினேன். "இப்படியல்லவா படிக்க வேண்டும்!" என்று அவர் பாராட்டினார். தேசிகர், "ஏது, சாமிநாதையருக்கு இந்த ராகம்கூட வரும்போல் இருக்கிறதே!" என்று சொல்லி நகைத்தார்.

"இதை வெளிப்படுத்தும் சந்தர்ப்பம் நேர்வதில்லை; இப்போது நேர்ந்திருக்கிறது" என்று சொன்னேன். 'ராகம்' என்று அவர் பரிகாசத் தொனியோடு கூறினாரென்பதை நான் உணர்ந்து கொண்டேன்.

கோவிந்த பிள்ளையின் காதிலே படும்படி படித்துப் படித்து ஒரே நாளில் தொண்டை கட்டிவிட்டது. அவர் தொடர்ச்சியாகக் கம்பராமாயணத்திற்குப் பொருள் சொல்லி வந்தார். இடையிடையே அவர் திவ்யப்பிரபந்த வியாக்கியானங்களிலிருந்து மேற்கோள்கள் காட்டினார். மணிப்பிரவாள நடையிலுள்ள அவற்றைக் கேட்டுச் சுப்பிரமணிய தேசிகர் மிக்க சந்தோஷத்தை அடைந்தார். அந்த வியாக்கியானங்களில் அவருக்கு விருப்பம் உண்டு. வைஷ்ணவ நூல்களில் பயிற்சியுடையவர் யாரேனும் வந்தால் அவரிடம் அவ்வியாக்கியானங்களிலிருந்து சில பகுதிகளைச் சொல்லச் செய்து கேட்டு மகிழ்ந்து சம்மானம் வழங்குவார்.

## 'இருதலை மாணிக்கம்'

ஒரு நாள் சுப்பிரமணிய தேசிகர் எங்களையெல்லாம் பரீட்சிக் கும்படி கோவிந்த பிள்ளையிடம் சொன்னார். அவர் அப்படியே இலக்கண இலக்கியங்களில் ஒவ்வொருவரையும் சில சில கேள்விகள் கேட்டார். என்னைப் பரீட்சிக்கையில் நூற்றெட்டுத் திருப்பதியந் தாதியில் "ஓதக்கே ணெஞ்சே" என்னும் பாட்டைக் கூறிப் பொருள் சொல்லும்படி ஏவினார். நான் சொல்லி வரும்போது அதில் வரும் 'அஞ்சை மாமணியைப் போற்று' என்பதற்கு 'அஞ்சை – பஞ்சா

யுதத்தை, மாமணியை – திரு மார்பில் அணிந்த கௌஸ்துபத்தை, போற்று – வழிபடு" என்று பொருள் சொன்னேன். உடனே அவர் கை மறித்து, "அதற்கு அர்த்தம் அப்படிச் சொல்லக் கூடாது. அஞ்சு ஐ மாமணியை என்று பிரித்து இருபத்தைந்து அக்ஷரங்களாலாகிய இருதலை மாணிக்கமென்னும் மந்திரத்தை என்று பொருள் சொல்ல வேண்டும்" என்றார். நாங்கள் கேட்டு வியந்தோம்.

"சம்பிரதாயம் தெரிந்தவர்களிடம் கேட்பதில் உள்ள பிரயோசனத்தைப் பார்த்தீர்களா?" என்று எங்களை நோக்கிச் சொல்லி விட்டுத் தேசிகர் அவ் வித்துவானைப் பாராட்டினார்.

## தனியான இடம்

மறுநாட் காலையில் கோவிந்த பிள்ளை என்னைப் பார்த்து, "நான் சிறிது தூரம் வெளியே போய் வரவேண்டும். சகாயத்துக்கு யாரையாவது வரச்சொல்லும்" என்றார். அப்பொழுது என்னிடம் படித்துக் கொண்டிருந்த இராமகிருஷ்ண பிள்ளை என்பவரை அவருடன் அனுப்பினேன். அம்மாணாக்கர் திருமண் அணிபவர்; வைஷ்ணவ சம்பிரதாயத்திலே பற்றுடையவர். பாடம் கேட்கும் போது விஷ்ணு தூஷணையாக உள்ள பகுதிகள் வந்தால் மிகவும் கஷ்டப்படுவார். "இப்படிதான் ஒரு மதத்தினர் மற்றொரு மதத்தினரைத் தூஷிப்பார்கள். நாம் அதைக் கவனியாமல் இலக்கியச் சுவையைமட்டும் அனுபவிக்க வேண்டும்" என்று நான் சமாதானம் சொல்வேன்.

சைவ மயமாயிருந்த அங்கே வைஷ்ணவ சம்பந்தமே இல்லாமையால் அவர், "யாரேனும் வைஷ்ணவர் வரமாட்டாரா?" என்ற ஏக்கம் பிடித்தவராக இருந்தார். கோவிந்த பிள்ளை வந்தபோது மிக்க தாகமுடையவன் பானகத்தைக் கண்டது போன்ற ஆனந்தத்தை அடைந்தார். அந்த வித்துவான் எங்கே போனாலும் அவரோடு நிழல் போலச் செல்வார். அவர் எதைச் சொன்னாலும் பரம சந்தோஷத்தோடு கேட்பார்.

அவர் கோவிந்த பிள்ளையைப் பயபக்தியோடு அழைத்துச் சென்றார். "ஒருவரும் வராத இடமாக இருக்கட்டும்" என்று கோவிந்த பிள்ளை சொல்லவே, "அப்படியே ஆகட்டும்" என்று வழிகாட்டிச் சென்றார். கோவிந்த பிள்ளை காலைக் கடன்களை முடித்துக் கொள்ள எண்ணினாரென்பது இராமகிருஷ்ண பிள்ளையின் கருத்து. அவரோ, "இன்னும் எங்கே போகவேண்டும்?" என்று அடிக்கடி அவசரமாகக் கேட்டுக் கொண்டே நடந்தார்.

"இதோ வந்துவிட்டோம்" என்று சொல்லியபடியே ஒரு மைல் தூரத்துக்கு அப்பாலுள்ள லக்ஷத்தோப்பென்னும் இடத்துக்கு அவரை அம்மாணாக்கர் அழைத்துச் சென்றார். அவ்வளவு தூரம் நடந்து வந்த சிரமத்தால் அம்முதியவருக்கு மிகுதியான கோபம்

உண்டாயிற்று. "சுருட்டுக் குடிப்பதற்குத் தனியான இடம் வேண்டு மென்று கேட்டால் நீ சமீபத்தில் ஓர் இடத்தைக் காட்டாமல் இவ்வளவு தூரம் அழைத்து வந்தாயே" என்று சொல்லித் தம் கையில் இருந்த தடியினால் அவரை அடிக்க ஓங்கினார்.

இராமகிருஷ்ண பிள்ளை, "அட பாவி! நீர் சுருட்டுக் குடிப்பது யாருக்கையா தெரியும்?" என்று முணுமுணுத்துக் கொண்டே ஓடி வந்து விட்டார். கோவிந்த பிள்ளை தம் காரியத்தை முடித்துவிட்டு மீண்டு வந்தார். அவர் கோபம் அப்போதும் ஆறவில்லை. "என்னு டன் இவ்வளவு முட்டாளையா அனுப்புவது? மிகவும் சிரமப்படுத்தி விட்டானே" என்று வந்தவுடன் என்னைக் கேட்டார். முன்பே வந்த இராமகிருஷ்ண பிள்ளை மூலமாக விஷயத்தை அறிந்து கொண்ட நான் ஒருவாறு அவருக்குச் சமாதானம் சொன்னேன். ஏறுவெயிலில் மரமில்லாத சாலை வழியே நடந்து வந்த சிரமத்தால் அவர் களைப்புற்றிருந்தார். அவர் கோபம் தணிந்ததாகத் தெரிய வில்லை.

அன்று பிற்பகலில் தேசிகரைப் பார்க்க அவர் வந்து இருந்த போது தடியை எடுத்துக்கொண்டு நான்கு பக்கங்களையும் பார்த்தார். "என்ன பார்க்கிறீர்கள்?" என்று கேட்டேன். "அந்தப் பயல் இருக்கிறானா என்றுதான் பார்க்கிறேன்: ஸந்நிதானத்திடம் சொல்லி அவனைத் துரத்திவிடச் சொல்கிறேன்" என்றார். நான் குறிப்பாக அவரை மௌனமாக இருக்கச் செய்துவிட்டு இராம கிருஷ்ண பிள்ளையிடம் போய், "இவர் கண்ணிலே படவேண்டாம்" என்று எச்சரிக்கை செய்தேன். பாவம்! அம்மாணாக்கர் நெடுங்கால மாகத் தம் மனத்தில் அடக்கி வைத்திருந்த குறைகளையும் எண்ணங்களையும் இந்த வைஷ்ணவரிடம் சொல்லி ஆற்றிக் கொள்ளலாமென்று எவ்வளவோ ஆவலாக இருந்தார். அவர் இஷ்டம் நிறைவேறாமல் விபரீதமாக முடிந்தது. தேசிகருக்கும் விஷயம் பிறகு தெரிந்தது.

### மாணாக்கர்கள் கேட்ட கேள்வி

கோவிந்த பிள்ளை திருவாவடுதுறையில் சில நாட்கள் இருந்து கம்பராமாயணம் சொல்லி வந்தார். வைஷ்ணவ சம்பிரதாய விஷயங்களைச் சொல்லும்போது அவை புதியனவாக இருந்தன. மற்ற விஷயங்களில் எங்களுக்கு அவரிடம் மதிப்பு உண்டாக வில்லை. சில சமயங்களில் தம்பிரான்கள் அவரிடம் வேறு நூல் களில் சந்தேகம் கேட்பவர்களைப் போலவே சில கேள்விகள் கேட் பார்கள். அவர் சொல்லத் தெரியாமல் மயங்குவார்; இல்லையெனின் வேறு எதையாவது சொல்வார். பிள்ளையவர்களிடம் பாடம் கேட்டோமென்ற கர்வத்தால் இப்படி அம்முதியவரைச் சில சமயங்களில் தம்பிரான்கள் கலங்க வைத்தார்கள்.

முதிர்ந்தவராகிய அவர், இளமை முறுக்கினாலும் படிப்பு மிடுக்கினாலும் தம்பிரான்கள் கேட்ட கேள்விக்கு விடை சொல்ல முடியாமல் மயங்கி, "நீங்களெல்லாம் மீனாட்சி சுந்தரம் பிள்ளை யிடம் பாடம் கேட்டிருக்கிறீர்கள். அவர் திரிசிரபுரத்தில் இருந்த போதே நன்றாகப் படித்திருந்தார். இங்கே வந்து சிவஞான சுவாமி கள் முதலியவர் இயற்றிய நூல்களைப் படித்து விருத்தியடைந்தார். உங்களுக்குப் பாடம் சொல்ல வேண்டிய அவசியமே இல்லை. நீங்களே ஒரு தடவைக்கு இரண்டு தடவை பார்த்தால் தெரிந்து கொள்ளலாம்" என்று சொல்வார்.

"பிள்ளையவர்கள் தங்களிடம் படித்தார்களென்று சொல்லு கிறார்களே. உண்மைதானா?" என்று நான் கேட்டேன்.

"இல்லை; அது பொய். அவர் என்னைக் காட்டிலும் பிராயத் தில் பெரியவர், படிப்பிலும் சிறந்தவர்" என்று அவர் கூறினார்.

### விடை பெற்றுச் சென்றது

வைஷ்ணவராகிய அவருக்குச் சைவ சமூகத்தில் பழகுவது சிறிது சிரமமாகவே இருந்தது. அதனாலும் தம்பிரான்கள் கேள்வி கேட்டமையாலும் அவருக்கு அங்கே தங்கியிருக்க விருப்பமில்லை. ஊருக்குப் போகவேண்டுமென்று தேசிகருக்குச் சொல்லியனுப்பி னார். அவரது குறிப்பறிந்து சுப்பிரமணிய தேசிகர் சால்வை மரியா தையும் தக்க பொருள் ஸம்மானமும் செய்து, "அடிக்கடி வந்து போகவேண்டும்" என்று சொல்லி விடைகொடுத்து அனுப்பினார். அவர் மீண்டும் கபிஸ்தலம் போய்ச் சேர்ந்தார்.

# 69

### ராவ்பகதூர் திரு. பட்டாபிராம பிள்ளை

திருச்சிராப்பள்ளியில் என் ஆசிரியருக்கு மிகவும் பழக்கமான ராவ்பகதூர் திரு. பட்டாபிராம பிள்ளையென்னும் கனவான் ஒருவர் இருந்தார். அவருடைய சொந்த ஊர் திருவேட்டீசுவரன் பேட்டை. அவர் தமது கல்வித் திறமையாலும் இடைவிடா முயற்சியாலும் நல்ல ஒழுக்கத்தாலும் சிறிய உத்தியோகத்திலிருந்து படிப்படியாக அக்காலத்தில் மிகவும் உயர்ந்ததாகக் கருதப்பெற்ற டிப்டி கலெக்டர் என்னும் பெரிய உத்தியோகத்தை அடைந்து புகழ் பெற்றார். அவருடைய மேலதிகாரிகளுக்கு அவரிடத்தில் விசேஷமான மதிப்பும், கீழ் உத்தியோகஸ்தர்களுக்குப் பயமும் இருந்தன. தமிழில் நல்ல பயிற்சியும் தமிழ் வித்துவான்களிடத்தில் உண்மையான அபிமானமும் உடையவர். எந்த இடத்திற்குப் போனாலும் ஆங்காங்குள்ள வித்துவான்களை விசாரித்து அறிந்து

அவர்களைப் பார்த்துச் சல்லாபம் செய்து இன்புறுவார். உத்தியோக முறையில் மிகவும் கண்டிப்பாக இருப்பார். ஆனால் உண்மையான உழைப்பாளிகளை முன்னுக்குக் கொண்டு வருவதில் சிறிதும் பின் வாங்கமாட்டார். வைஷ்ணவ மதஸ்தர்; சிறந்த தெய்வ பக்தியுள்ளவர். ஏழைகள் பால் இரக்கமும் உபகார சிந்தையும் கொண்டவர். அவர் மகா வித்துவான் பிள்ளையவர்களிடத்தில் மிகவும் ஈடுபட்டவர். அவர்கள் மூலம் திருவாவடுதுறை மடத்தின் பெருமையைப் பற்றியும், சுப்பிரமணிய தேசிகருடைய குண விசேஷங்களைப்பற்றியும் அறிந்து கொண்டவர். நாங்கள் திருவாவடுதுறையிலிருந்தபோது அவர் திரிசிரபுரத்தில் ஹுஜூர் சிரேஸ்தேதாராக இருந்தார். அவர் ஒரு நாள் சில அன்பர்களோடு திருவாவடுதுறைக்கு வந்தார்.

## அவர் அடைந்த வியப்பு

அரசாங்க உத்தியோகஸ்தர்கள் பலருடன் பழகிப் பெரிய காரியங்களையெல்லாம் நிர்வாகம் செய்யும் ஆற்றல் படைத்திருந்த பட்டாபிராமபிள்ளை அவ்வாதீனத்தின் அமைப்பையும் நாள் தோறும் ஒழுங்காகப் பூஜை, தர்மம், வித்தியாதானம் முதலியன நடைபெற்று வருவதையும் கண்டு மிகவும் ஆச்சரியமடைந்தார். "இங்கே போலீஸ் இல்லை; படாடோபம் இல்லை; ஆனாலும் காரியங்களெல்லாம் எவ்வளவு ஒழுங்காக நடக்கின்றன! வித்தியா விஷயத்தில் இங்குள்ளவர்களுக்கு எவ்வளவு சிரத்தையும் அன்பும் இருக்கின்றன! தலைவரிடத்தில் எல்லோரும் எவ்வளவு பயபக்தி யுடன் நடந்து கொள்கிறார்கள்!" என்று விம்மிதமடைந்து பாராட்டி னார். சுப்பிரமணிய தேசிகருடைய அறிவுத் திறமையையும் தூய ஒழுக்கத்தையும் அன்பையும் அறிந்து, "இவர்கள் இருக்கும் இடம் இந்த மாதிரி தான் விளங்கும். இவர்களைப் போல் தமிழ் நாட்டில் சிலர் இருந்தால் போதும்; நம்முடைய பாஷை முதலியன பழைய காலம் போல் சிறப்பை அடையும்" என்று புகழ்ந்தார்.

## அகராதி முயற்சி

தேசிகரிடம் அவர் ஒரு முறை பேசுகையில் தமிழ்ப் பாஷைக்கு நல்ல அகராதி ஒன்று வேண்டுமென்றும் பிள்ளையவர்களைக் கொண்டு அதனைச் சித்தம் செய்யச் சொல்லலாமென்றும் சொன் னார். தேசிகர் அப்படியே செய்யச் சொல்வதாகக் கூறியிருந்தார். ஆயினும் அது நிறைவேறவில்லை.

அது முதல் பட்டாபிராம பிள்ளை அப்பக்கம் வரும்போதெல் லாம் திருவாவடுதுறைக்கு வந்து சுப்பிரமணிய தேசிகரைத் தரிசித்து அன்புடன் சல்லாபம் செய்து செல்வார்.

## வரவேற்புப் பாடல்

தாது வருஷம் புரட்டாசி மாத ஆரம்பத்தில் (செப்டம்பர் 1877) ஒரு முறை அவர் திருவாவடுதுறைக்கு வந்தார். மாணாக்கர் கூட்டம் அதிகமாக இருந்ததைக் கண்டு சந்தோஷமடைந்தார். அவர்களுடைய கல்வித் திறமையைப் பரீட்சித்துத் திருப்தி அடைந்தார். தேசிகருடைய விருப்பத்தின்படி மாணாக்கர்களில் ஒவ்வொருவரும் அவர் விஷயமாக ஒவ்வொரு செய்யுள் இயற்றிச் சொன்னோம். நான் இயற்றிக் கூறிய செய்யுள் வருமாறு:

"கார்நோக்கி நிற்கு மயில்போல நீங்கிய காதலன்றன்
தேர்நோக்கி நிற்கு மடந்தையர் போலத் திகைப்பறவிப்
பார்நோக்கி நிற்குநற் பட்டாபி ராம பராக்கிரம
நேர்நோக்கி நின்றனம் யாங்களெல் லாநின் னிகழ்வரவே."

எல்லாவற்றையும் கேட்டு மகிழ்ந்த பட்டாபிராம பிள்ளை சுப்பிரமணிய தேசிகரைப் பார்த்துத் தம்முடைய பழைய வேண்டு கோளை ஞாபகப்படுத்தினார். "இவ்வளவு மாணாக்கர்கள் இங்கே இருக்கிறார்கள். ஸந்நிதானம் மனம் வைத்தால் அகராதியை விரை வில் நிறைவேற்றலாம்" என்று விண்ணப்பம் செய்தார். "பிள்ளை யவர்கள் இந்த உபயோகமான காரியத்தைச் செய்திருக்கலாம். அவர் எப்போதும் புராணங்களும், பிரபந்தங்களும் பாடியே தமது வாழ்க் கையைக் கழித்து விட்டார். பெரிய வித்துவான்கள் உலகத்திற்கு உபகாரமான காரியங்களைச் செய்ய முன் வந்தால் தமிழ் எவ் வளவோ விருத்தியடையும்" என்றார். தேசிகர் "பார்ப்போம்" என்று சொல்லி விடை கொடுத்தனுப்பினார்.

## பாடற் கடிதம்

பட்டாபிராம பிள்ளை திரிசிரபுரம் சென்று தாம் திருவாவடு துறைக்கு வந்திருந்த காலத்தில் தமக்கு உண்டான மகிழ்ச்சியைப் புலப்படுத்தியும் தம் வேண்டுகோளை நினைவுறுத்தியும் நான்கு பாடல்கள் எழுதி அச்சிட்டுச் சுப்பிரமணிய தேசிகருக்கு அனுப்பி னார். அவை வருமாறு:

1. இனியதமிழ் நாடெங்கு மிங்கிலீசு பரவிதமிழ்க்
கேற்ற மின்றிக்
கனியகன்ற மாபோலக் கைவிடப்பெற் றிருப்பதையான்
கண்டாற் றாது
முனியினுருக் கொண்டவுன்றன் முன்றிலிடை முத்தமிழும்
முழங்கு மென்றே
தனியுறுசுப் பிரமணியத் தேசிகா நினையன்று
தரிசித் தேனே.

(மா – மாமரம். தனி – ஒப்பற்ற பெருமை)

2. தரிசித்த வன்றுகண்டேன் றமிழ்மடந்தை தளிர்த்துலகில்
தன்பேர் நாட்டிப்
பரிசுபெற நினையடைந்து பலவாறாய் முயல்வதுவும்
பாரின் மன்னர்
தரிசிகா மணியேநீ தமிழ்மயிலைக் காப்பதுவும்
தமிழர் யார்க்கும்
பொருவில்பாண் டியன்சோழன் சேரனென வயங்குமுனைப்
புனித னென்றும்.

('பரிசு - உலகத்தில் சிறந்த பாஷையென்று மெச்சப்படுவதாகிய பரிசு' (பட்டாபிராம பிள்ளையின் குறிப்பு.) பொரு - ஒப்பு.)

3. அகராதி தமிழிலிணை யற்றதென வியப்புறவொன்
றான்றோர் யாரும்
பகராதி ருத்தலினிப் பாரிலுள தமிழ்மடப்பண்
ணவர்கட் கெல்லாம்
நிகராதி ருக்குநெடும் பழியென்று முன்புகன்று
நெடிய சீட்டுத்
தகராதி ருக்குமொரு சிறுகுழையி லிட்டனுப்பித்
தளர்வாய் நின்றேன்.

(மடப்பண்ணவர் மடாதிபதிகள். பட்டாபிராம பிள்ளை அகராதி எழுத வேண்டுமென்ற வேண்டுகோளை எல்லா மடாதிபதிகளுக்கும் அனுப்பினாரென்று தெரிகின்றது. சீட்டு – கடிதம்.)

4. தளர்ந்துருகிச் சமுசயத்தா லாற்றேனாய்த் திருமுகத்தைத்
தரிசித் தேன்காண்
வளர்ந்தோங்கு மதியுடையாய் ஞானிகட்கோர் தாயகமே
வள்ள லேயுன்
கிளர்வசனத் தாற்றளர்ந்தேன் கெட்டியென நிச்சயித்தேன்
கேட்டுக்கொண்ட
வளம்வாய்ந்த வகராதி வருமென்றே திரும்பினன்காண்
வனப்பின் மிக்கோய்.

திரிசிரபுரம், கலி, 4978–தாது ஞூ புரட்டாசி மீ 13வ (27–9–1877) (சமுசயம் – சந்தேகம். கெட்டி – திறமையையுடையோய்)

இந்தக் கடிதத்தைக் கண்டு நாங்களெல்லாம் வியப்புற்றோம். இப்பாட்டுக்கள் புலவர் பாடல்களைப் போன்றனவாக இராவிட்டாலும் பட்டாபிராம பிள்ளைக்கு எவ்வளவு தமிழன்பு இருந்ததென்பதை வெளிப்படுத்துகின்றன. ஓர் அரசாங்க உத்தியோகஸ்தர் அவ்வளவு அன்புடன் செய்யுள் இயற்றி விண்ணப்பம் செய்யும் திறமை படைத்திருப்பதே பெரிய ஆச்சரியமன்றோ?

அவர் கடிதம் வந்த சில நாட்கள் வரையில் சுப்பிரமணிய தேசிகரும் நாங்களும் அகராதியைப் பற்றிப் பேசினோம், வீரமா முனிவரென்னும் பெஸ்கி பாதிரியார் இயற்றிய சதுரகராதியின் அச்சுப் பிரதியும் ஏட்டுப் பிரதியும் வருவிக்கப்பட்டன. நிகண்டு களை எடுத்துத் தட்டிக் கொட்டி வைத்தோம். இந்த உத்ஸாகம் சில நாட்கள் வரையில் இருந்தது. பிறகு அகராதியைப் பற்றிய பேச்சே நின்று போயிற்று. பட்டாபிராம பிள்ளையைப் பற்றிய பேச்சு வந்தால் மட்டும், "திடீரென்று வந்து அகராதி எந்த மட்டில் இருக்கிறது?" என்று அவர் கேட்டால் என்ன செய்வது? என்ற யோசனை உண்டாகும்.

### தம்பிரான்களின் சிபாரிசு

அக்காலத்தில் என்னிடம் படித்து வந்தவர்களுள் விசுவலிங்கத் தம்பிரான் முதலிய சிலர், சுப்பிரமணிய தேசிகர் பகற் போசனத்தின் பின் சிரமபரிகாரம் செய்து கொள்ளும்போது அவர் பாதங்களை வருடிப் பணிவிடை புரிவது வழக்கம். அவ்வாறு அவர்கள் செய்யும் பொழுது தேசிகர் நடைபெறும் பாடங்களைப் பற்றி விசாரிப்பார்; பாடங்களுக்குப் பொருளும் அவற்றிற் கண்ட விஷயங்களிற் சில கேள்விகளையும் கேட்பார். அவற்றிற்கு விடை கூறிய பின் தேசிகர் சந்தோஷமாக இருக்கும் சமயம் பார்த்துத் தம்பிரான்கள் என்னைத் திருவாவடுதுறையிலேயே வைத்துக்கொள்ள வேண்டுமென்றும் இருப்பதற்கு வீடு கட்டிக் கொடுக்க வேண்டுமென்றும் மாதச் சம்பளம் ஏற்படுத்த வேண்டுமென்றும் சொல்லிக் கொள்வார் களாம்.

தேசிகர் என்னைக் காணும்பொழுது, "என்ன ஐயா! உம்மைப் பற்றி உம்முடைய மாணாக்கர்களாகிய தம்பிரான்கள் சிபாரிசு செய் கிறார்கள். உமக்குச் சௌகரியம் பண்ணிவைக்க வேண்டுமென்றும் சொல்லுகிறார்கள்" என்று சந்தோஷத்துடன் சொல்லி, "நன்றாய்ப் பாடம் சொல்லவேண்டும்" என்று கட்டளையிடுவார்.

அவ்வார்த்தைகள் என் உள்ளத்தைக் குளிர்விக்கும். அவர்கள் வேண்டுகோள் பலிப்பதைப் பற்றி நான் அதிகக் கவலை கொள்ள வில்லை. அவர்கள் என்பால் கொண்டிருந்த அன்பையும் என் உழைப்பு வீணாகவில்லை என்பதையும் உணர்ந்து திருப்தியடைந் தேன்.

# 70

## புதுவீடு

திருவாவடுதுறையில் திருக்குளத்தின் வடகரையில் கீழ் மேலாக ஓர் அக்கிரகாரம் உண்டு. சுப்பிரமணிய தேசிகர் உத்தரவால் அதன் வட சிறகில் கீழைக்கோடியில் இரண்டு கட்டுள்ள வசதியான வீடு

ஒன்று அமைக்கப் பெற்றது. மடத்திலிருந்து நல்ல சாமான்களை அனுப்பி அவ்வீட்டைத் தேசிகர் கட்டுவித்தார். அது கட்டி முடிந்தவுடன் தேசிகரே நேரில் வந்து அதனை ஒரு முறை பார்வை யிட்டுச் சென்றார். "அவ்வீடு எதற்காகக் கட்டப்படுகிறது?" என்பது ஒருவருக்கும் வெளிப்படையாகத் தெரியவில்லை. தம்பிரான்கள் மாத்திரம், "எங்கள் வேண்டுகோள் பலிக்கும் காலம் வந்துவிட்டது" என்று சந்தோஷமுற்றார்கள். நானும் ஒரு வகையாக ஊகித்து அறிந்தேன்.

## தாய் தந்தையர் வரவு

ஒருநாள் தேசிகர் என்னை நோக்கி, "உங்கள் தகப்பனார் ஊருக்குப் போய்விட்டு வருவதாகச் சொன்னார்களே; ஏன் வர வில்லை?" என்று கேட்டார். "அவர்கள் அப்பக்கங்களிலுள்ள அன்பர்களின் ஆதரவு பெற்று இருந்து வருகிறார்கள்" என்றேன்.

"அவர்களுக்கு உடனே கடிதம் எழுதி இங்கேயே வந்து விடும் படிதெரிவியும். முதுமைப் பிராயத்தில் உம்மை விட்டு அவர்கள் இருப்பது சரியன்று" என்று தேசிகர் சொன்னார்.

அவர் சொன்னது உண்மைதான். எனக்கும் அவர்களைப் பிரிந்திருப்பது வருத்தமாகவே இருந்தது. அந்த வருத்தத்தைப் போக்கிக் கொள்வதற்கு எனக்குத் தைரியம் இல்லை. ஒன்று, நான் அவர்கள் உள்ள இடத்திற்குச் சென்று இருக்கவேண்டும்; அல்லது அவர்கள் நான் இருக்குமிடத்திற்கு வரவேண்டும். தேசிகர் கட்டளை எனக்கு உத்ஸாகத்தை உண்டாக்கியது. கடிதம் எழுதினேன். தாய் தந்தையர் ஒரு வாரத்தில் திருவாவடுதுறைக்கு வந்து சேர்ந்தனர்.

## இல்லறம்

தேசிகருடைய ஆலோசனை அப்பொழுதுதான் எனக்கு நன்கு விளங்கிற்று. தாம் கட்டுவித்த புது வீட்டில் என் தாய் தந்தையருடன் என்னை வசிக்கச் செய்யவேண்டுமென்ற அவர் அன்பு கனிந்த கருத்தை நான் உணர்ந்து உள்ளம் பூரித்தேன். அது மட்டுமா? நான் கிரமமாக இல்லறம் நடத்த வேண்டுமென்பதும், நிரந்தரமாகத் திருவாவடுதுறை வாசியாக வேண்டுமென்பதும் அவர் விருப்ப மென்பதையும் தெரிந்து என் நல்வினையை வாழ்த்தினேன்.

இடம் பொருள் ஏவலால் நிரம்பிய தேசிகருக்கு உள்ளமும் தயையால் நிரம்பியிருந்தது. பிறருக்கு உபகாரம் செய்து இன்பம் அடைவது அவர் இயல்பு. பிறருக்கு ஈவதனால் அவ்வீகையைப் பெறுபவனுக்கு உண்டாகும் இன்பத்தைக் காட்டிலும் கொடுப் பவருக்கு உண்டாகும் இன்பம் அதிகம். திருவள்ளுவர் மிக அழகாக,

“ஈத்துவக்கு மின்பம் அறியார்கொல் தம்முடைமை
வைத்திழக்கும் வன்க ணவர்”

என்று கூறியதன் பொருளைச் சுப்பிரமணிய தேசிகருடைய செயலால் தெளிவாகத் தெரிந்து கொண்டேன்.

ஈசுவர வருஷம் கார்த்திகை மாதத்தில் (நவம்பர், 1877) நாங்கள் புது வீட்டிற்குப் போய் வசிக்கலானோம். எனக்கு உண்டான சந்தோஷத்தைக் காட்டிலும் என் தாய் தந்தையர் முதலியோருக்குப் பல மடங்கு அதிக மகிழ்ச்சி உண்டாயிற்று. மாதத்துக்கு ஓர் ஊரும் நாளுக்கு ஒரு வீடுமாக அலைந்து நைந்து வாழ்ந்த அவர்களுக்கு ஸ்திரமாக ஓரிடத்தில் வாழும்படி ஏற்பட்ட வாழ்க்கை இந்திர போகத்தைப் போல இருந்தது.

நான் இல்லற வாழ்வை மேற்கொண்டேன். எங்கள் குடும்பத் திற்கு வேண்டிய பொருள்களெல்லாம் மடத்திலிருந்து கிடைத்தன. முதலில் மடத்திலிருந்து அதிகாரிகள் சிலர், “அயலூராருக்கு இவ்வளவு செளகரியம் ஏற்படுவதா?” என்று, பொறமை கொண் டனர். பெரிய இடங்களில் இப்படிச் சில பிராணிகள் இருப்பது இயற்கையே. அந்தப் பொறாமைக்காரர்கள் எங்களுக்குச் சில இடை யூறுகளைச் செய்யலாயினர். புது வீட்டிலே குடி புகுந்தவர்களுக்கு வேண்டிய நவ பாண்டங்களை நிறுத்தி விட்டனர்.

## பொன்னுசாமி செட்டியார்

இந்த விஷயத்தை எப்படியோ தெரிந்து கொண்ட சுப்பிர மணிய தேசிகர், மடத்தில் ராயஸ வேலை பார்த்துக் கொண்டிருந்த வரும் என்னிடம் பாடங்கேட்டு வந்தவருமாகிய மு. பொன்னுசாமி செட்டியாரென்பவரை அழைத்து, “சாமிநாதையருக்கு எந்தச் சமயத்தில் என்ன வேண்டுமோ அதை விசாரித்து நம்மிடம் தெரி வித்து அதைச் செய்து கொடுக்க வேண்டும். அவர் வீட்டுக்கு வேண்டிய சாமக்கிரியைகளின் விஷயத்தை எப்பொழுதும் நீரே விசாரித்துக்கொள்ள வேண்டும்” என்று கட்டளையிட்டார்.

பொன்னுசாமி செட்டியார் மிக்க விநயமும் என்பால் அன்பும் உடையவர். தமிழ் நூல்களை ஆழ்ந்து பயின்று இன்புறுவார். செய்யுள் இயற்றும் ஆற்றலும் அவருக்கு உண்டு. மடத்திற்குப் பல பெரிய மனிதர்கள் வந்து செல்வார்கள். அவர்களிடத்தில் எப்படிப் பழக வேண்டுமோ அவ்வாறு பழகுவதோடு தமக்கும் ஆதீனத் திற்கும் நல்ல பெயரை உண்டாக்குவார். அவரிடம் எஜமான விசு வாசமும், குருபக்தியும் சிறந்திருந்தன. தம் வாழ்நாள் முழுவதும் ஆதீனத்தொண்டராகி வாழ்ந்தார். அவர்பால் எங்கள் குடும்பப் பாதுகாப்பை ஆதீனத் தலைவர் ஒப்பிக்கவே அவர் மிகுதியான கவனத்தோடு தம் கடமையைச் செய்யலானார். ஒவ்வொரு நாளும்

எங்களுக்கு வேண்டிய பொருள்களைப் பெரும்பாலும் குறிப்பால் அறிந்து அவற்றை அனுப்பிவந்தார்.

அவருடைய விசாரணையினால், இடையூறு செய்யப் புகுந்தவர்கள் முயற்சி ஒன்றும் பலிக்கவில்லை. தம்முடைய இயல்பு ஆதீனத் தலைவர் காதிற்கு எட்டினால் பெருத்த அபாயம் நேருமென்று அவர்கள் அஞ்சினர். வர வர அவர்களும் தம் பொறாமையினின்றும் நீங்கினர். தினந்தோறும் மடத்திலிருந்து தக்க காலத்தில் எங்களுக்கு வேண்டிய உணவுப் பொருள்களும் பிறவும் குறைவின்றிக் கிடைத்து வந்தன.

### நெல்லும் பணமும்

ஒரு நாள் எங்கள் வீட்டு வாயிலில் மூன்று வண்டிகள் வந்து நின்றன. சில ஆட்கள் இரண்டு குதிர்களைக் கொணர்ந்து வீட்டில் வைத்தனர். சிலர் வண்டியிலிருந்த அறுபது கல நெல்லை முப்பது முப்பது கலமாக அவ்விரண்டிலும் கொட்டி மண் பூசிவிட்டு, "ஸந்நிதானத்தில் இங்கே சேர்ப்பிக்கும்படி உத்தரவாயிற்று" என்று சொல்லிவிட்டுச் சென்றார்கள். அப்பால் பொன்னுசாமி செட்டியார் வந்தார். "தங்கள் வீட்டுச் செலவுக்கு அறுபது கலம் நெல் சேர்ப்பிக்கும்படி ஸந்நிதானத்தில் உத்தரவாயிற்று. அயலூரிலிருந்து வந்த விருந்தினர்களைப்போல நாள்தோறும் மடத்திலிருந்து சாமான்களைப் பெறுதல் உசிதமாக இராதென்றும், இனி நிரந்தரமாக இங்கே மடத்தைச் சார்ந்தவர்களாக இருக்க வேண்டுமென்றும் ஏற்பாடு செய்ய ஸந்நிதானம் திருவுள்ளம் கொண்டுவிட்டது. மேற் செலவுக்கு வைத்துக் கொள்ளும்படி இந்தத் தொகையையும் கொடுக்கும்படி உத்தரவாயிற்று" என்று சொல்லி என் கையில் ஐம்பது ரூபாயைச் சேர்ப்பித்தார்.

நான் மெய்ம்மறந்து போனேன். என் தந்தையார் தம்முடைய சிவபூஜைக்காக அப்பொழுது சந்தனம் அரைத்துக் கொண்டிருந்தார். நான் பணத்தை அவர் கையிலே கொடுத்து இன்னதுதான் சொல்வதென்று தெரியாமல் நின்றேன். அவர் அதை வாங்கிக் கண்களில் ஒற்றிக் கொண்டார்.

"எல்லாம் பரமேசுவரன் திருவருள்" என்று சொல்லி நன்றியறிவு ததும்பும் பார்வையோடு பேச முடியாமல் நின்றார்.

அன்று பிற்பகலில் என் தந்தையார் மடத்திற்குச் சென்று சுப்பிரமணிய தேசிகரைக் கண்டு நெல்லும் பணமும் கிடைத்ததைத் தெரிவித்து அளவற்ற சந்தோஷமும் நன்றியறிவும் புலப்படச் சம்பாஷித்தனர். அப்போது தேசிகர், "இந்த மடத்தில் பெரிய காரியஸ்தர்களுக்கே மாசம் ஐந்து கலந்தான் சம்பளம். அதற்கு மேல் தங்கள் குடும்பத்திற்குக் கொடுக்க மனம் இருந்தும் வழக்கத்துக்கு விரோதமாக ஒரு காரியம் செய்தால் அநாவசியமான

வம்புக்கு இடமாகுமேயென்று அப்படிச் செய்யவில்லை. இதைக் கொண்டு உசிதமான செலவு செய்து வந்தால் வேண்டியவற்றை அப்போதப்போது அனுப்புகிறோம்; கவலைப்பட வேண்டாம்" என்று சொன்னார்.

## தம்பிரான்களின் திருப்தி

நானும் என் தந்தையாரும் பிரிந்து வாழ்ந்து வந்த சங்கடம் தீர்ந்தது. ஸ்திரமான இடமும், நிலையான வருவாயும், பெரிய இடத்துச் சார்பும் கிடைத்தன. நான் திருவாவடுதுறை மனிதனாகி விட்டேன். என்னிடம் படித்து வந்த மாணாக்கர்களெல்லாம் மிக்க திருப்தியை அடைந்தார்கள். திருவாவடுதுறை மடத்தைச் சார்ந்தவ னென்பதை உறுதிப்படுத்தியதுபோல என் புது வாழ்க்கை அமைந் தமையால், "இனி இவர் இங்கிருந்து போகமாட்டார்" என்ற நினைவே அவர்களுடைய திருப்திக்குக் காரணமாயிற்று.

## தந்தையாரின் பொழுது போக்கு

என் தகப்பனாரோ எல்லாக் கவலைகளையும் மறந்து சிவ பூஜை செய்து கொண்டும், கீர்த்தனங்களைப் பாடிக்கொண்டும் சந்தோஷமாகப் பொழுது போக்கி வந்தார். ஒரு பயனை எதிர் பார்த்துப் பாடும் அவசியம் ஒழிந்தது. அவருக்கு எப்பொழுது ஓய்வும் உத்ஸாகமும் உண்டோ அப்பொழுதெல்லாம் பாடிக் கொண்டே இருப்பார். மடத்தில் யாரேனும் சங்கீத வித்துவான்கள் வந்தால் அவரைப் பார்த்து விட்டுச் செல்வது ஒரு வழக்கமாயிற்று. மடத்தில் வினிகை நடைபெறுவதாக இருந்தால் சுப்பிரமணிய தேசிகர் என் தந்தையாரை அழைத்து வரச் சொல்லிக் கேட்கச் செய்வார்.

மகா வைத்தியநாதையர், திருக்கோடிகா கிருஷ்ணையர் முதலிய வித்துவான்கள் வரும்போதெல்லாம் என் தந்தையாரைப் பாராமல் போகமாட்டார்கள். புதுக்கோட்டையிலிருந்து தியாகராஜ சாஸ்திரிகள் வந்து சுப்பிரமணிய தேசிகரிடம் பேசிவரும்போது திடீரென்று, "சரி; நான் அங்கே போய் அவர்களிடம் இரண்டு கீர்த்தனங்கள் கேட்டுவிட்டு வருகிறேன்" என்று புறப்பட்டுவிடுவார். "அதைச் சொல்லுங்கள்; இதைச் சொல்லுங்கள்" என்று கேட்டுக் கேட்டு அனுபவிப்பார். கேட்பதோடு நிற்கமாட்டார்; ஒவ்வொன் றையும் வாயாரப் பாராட்டுவார். கனம் கிருஷ்ணையர் கீர்த்தனங் களை அவர் பிறரிடம் அதிகமாகக் கேட்டதில்லை யாதலால் பெரும்பாலும் அவற்றையே பாடச் சொல்லிக் கேட்பார். நாயக நாயகி பாவத்திலுள்ள பதங்களைக் கேட்டு, "என்ன அழகு! என்ன மெட்டு!!" என்று கொண்டாடுவார்.

திருக்கோடிகா கிருஷ்ணையர் சிறந்த பிடில் வித்துவான். மகா வைத்தியநாதையருக்குப் பக்க வாத்தியம் வாசித்து வந்தவர். அவர்

என் பிதாவிடம் கனம் கிருஷ்ணையர் கீர்த்தனங்கள் பலவற்றை அறிந்து பாடம் பண்ணிக்கொண்டார். திருவாவடுதுறையில் இருந்த நாகசுர வித்துவானாகிய குழந்தை வேலனென்பவனும் சில சிறந்த கீர்த்தனங்களைப் பாடம் பண்ணிக்கொண்டு நாகசுரத்தில் வாசித்தான். அவற்றை அவன் வாசிக்கும்போது அவை புதிய பாணியில் இருப்பதை அறிந்த ரஸிகர்கள் என் தந்தையாரிடமிருந்து அவை அவனுக்குக் கிடைத்தன என்பதை விசாரித்தறிந்து அவரிடம் வந்து சில கீர்த்தனங்களைக் கேட்டு உவப்பார்கள். கனம் கிருஷ்ணையர் கீர்த்தனங்களுக்குப் புதிய 'கிராக்கி' ஏற்பட்டது.

இப்படி இறைவன் திருவருளால் எங்கள் குடும்பத்தில் எல்லோருடைய உள்ளத்திலும் ஒரு நிறைவு உண்டாகி எங்கள் வாழ்க்கையை இன்பமுள்ளதாக்கியது.

# 71
## சிறப்புப் பாடல்கள்

தருமபுர ஆதீனத்து அடியவருள் ஒருவரும் சிறந்த தமிழ் வித்து வானும் காசியில் சில வருஷங்கள் வசித்தவருமான **ஸ்ரீ பரம சிவத் தம்பிரான்** என்பவர் சுப்பிரமணிய தேசிகரிடத்தில் மிக்க பக்தி யுடையவராகித் தருமபுர ஆதீனகர்த்தருடைய அனுமதி பெற்றுப் பெரும்பாலும் திருவாவடுதுறையிலேயே இருந்து வந்தனர். அவ ரிடத்தில் சுப்பிரமணிய தேசிகருக்கு விசேஷமான அன்பு உண்டு. அவர் திருவாவடுதுறையில் இருந்த பொழுது சிறந்த நூல்களைப் படித்து ஆராய்ந்தும், மாணாக்கர்களுக்குப் பாடஞ் சொல்லிக் கொண்டும் வந்தார்.

அவர் சுப்பிரமணிய தேசிகரிடத்தில் சில தமிழ் நூல்களையும், சைவ சாஸ்திரங்களையும், மடத்தைச் சார்ந்த வடமொழி வித்து வான்களிடத்தில் வியாகரண நூலையும் படித்து வந்தார். அவர் நன்றாகப் பிரசங்கம் செய்வார். தமிழிற் செய்யுள் இயற்றும் ஆற்றல் அவர்பால் அமைந்திருந்தது. நுட்பமான அறிவுடையவர். மனத்தைக் கவரும் தோற்றமுடையவர். அவரிடம் நானும் சண்பகக் குற்றாலக் கவிராயரும் நன்னூல் விருத்தியுரை முழுவதையும் ஒரு முறை பாடம் கேட்டோம். ஸம்ஸ்கிருத வியாகரணம் படித்தவராதலின் சில நுட்பமான விஷயங்களை விளக்கிச் சொன்னார். எவ்வளவு கற்றாலும் பூரணமாக அறிந்து கொண்டதாக யாரும் சொல்லிக் கொள்ள முடியாதென்பதை அவரிடம் பாடம் கேட்டபோது நாங்கள் தெரிந்து கொண்டோம்.

### மும்மணிக் கோவை

சுப்பிரமணிய தேசிகரிடத்தில் ஈடுபட்ட பரமசிவத் தம்பிரான் அவர் மீது ஒரு மும்மணிக் கோவை இயற்றினார். தேசிகருடைய

முன்னிலையில் அப்பிரபந்தம் அரங்கேற்றப்பெற்றது. அது காப்புச் செய்யுளுடன் 31 பாடல்களை உடையது. அம்மும்மணிக் கோவைக்குப் பத்துப் பேர்கள் அளித்த சிறப்புப் பாயிரச் செய்யுட்கள் – 26 அவை அப்பிரபந்தத்தோடு சேர்த்துத் தில்லையம்பூர்ச் சந்திரசேகர கவிராஜ பண்டிதரால் அச்சிடப் பெற்றன.

அக்காலத்தில் மடத்தில் இருந்த தம்பிரான்களும் மாணாக்கர் களும் சிறப்புப்பாயிரமளித்தனர். அந்த அந்தச் சிறப்புப் பாயிரத் திற்கு முன்பு அதனை அளித்தார் பெயர் அவருக்குரிய சிறப்புக்க ளோடு வெளியிடப்பட்டது.

'திருவாவடுதுறை யாதீனத்துச் சிஷ்ய வர்க்கத்துள் ஒருவரும் பாண்டிய நாட்டுள்ள மேலகரம் திரிகூட ராஜப்பக் கவிராயரவர்கள் வம்சஸ்தருமாகிய சண்பகக் குற்றாலக் கவிராயரவர்களியற்றிய அறுசீர்க்கழி நெடிலடியாசிரிய விருத்தம்' என்பது போலத் தலைப்புக்கள் அமைக்கப்பட்டன.

## என் பாடல்கள்

நானும் இரண்டு செய்யுட்கள் சிறப்புப் பாயிரமாகச் செய்தேன். சுப்பிரமணிய தேசிகருடைய பேரன்பினால் எல்லா வகையான அனுகூலங்களையும் அடைந்த நான் அவர்பால் எனக்குள்ள நன்றியறிவைப் புலப்படுத்த வழிதெரியாமல் இருந்தேன். நல்ல வேளையாக இச்சிறப்புப் பாயிரம் அதற்குரிய சந்தர்ப்பத்தை உண்டாக்கியது. கல்விச் செல்வமும் பொருட் செல்வமும் ஒருங்கே உதவி வந்த தேசிகர் பெருமையை இரண்டாம் செய்யுளில் வெளியிட்டேன். அது வருமாறு:

"தேனாட்டு மலர்பொழிற்கோ முத்தியிற்சுப் பிரமணிய
தேவனென்னைத்
தானாட்ட விருபொருளு மொருங்கருள்த யாநிதியின்
சலசத் தாண்மேல்
வானாட்டி னமுதேய்ப்ப மும்மணிக்கோ வையைநவிற்றி
வனைந்தான் யாரும்
மேனாட்டு நயசுகுணப் பரமசிவ முனிவரவித்
துவசிங் கேறே"

(கோமுத்தி – திருவாவடுதுறை. என்னைத்தான் நாட்ட, இரு பொருள் – கல்வி, செல்வம். சலசம் – தாமரை. வித்துவசிங்க ஏறு – புலமையில் ஆண் சிங்கம் போன்றவன்.)

## 'ஆதீன வித்துவான்'

சிறப்புப் பாயிரத்திற்கு முன் என் பெயரை அமைக்கும் பொழுது 'திருவாவடுதுறை ஆதீன வித்துவான்' என்றும் போடும் படி சுப்பிரமணிய தேசிகர் சொன்னார். அவ்வாறு அமைப்பதில்

எனக்குச் சம்மதம் இல்லை. "பிள்ளையவர்கள் ஆதீன வித்துவா னாக விளங்கிய இந்த இடத்தில் நான் இப்பட்டத்தை வகிப்பதற்குச் சிறிதும் தகுதியுடையவனல்லன். ஸந்நிதானத்திடம் படிப்பவன் என்று போட்டால் அதனையே பெரிய பாக்கியமாகக் கருதுவேன்" என்றேன்.

"இப்பட்டத்தை அமைக்க நீர் தடை செய்தாலும் மற்றொரு விஷயத்தை நீர் தடை செய்யமுடியாது" என்று தேசிகர் சொன்னார்.

"அந்த விஷயம் என்ன?" என்று நான் கேட்டேன்.

"உம் பெயரைத் திருவாவடுதுறைச் சாமிநாதையரென்றுதான் அமைக்க வேண்டும்."

"அதற்குத் தக்கவாறு ஸந்நிதானத்தில் என்னை ஆக்கிவிட்ட பிறகு அந்தப்படியே அமைப்பதில் என்ன குற்றம்?" என்று நான் கூறினேன்.

என் சிறப்புப் பாயிரத்திற்கு மேல், 'திருவாவடுதுறை ஆதீன மகா சந்நிதானத்திடத்துக் கல்வி கற்கின்றவரும், வேங்கடசுப்ப ஐயரவர்கள் புத்திரருமாகிய திருவாவடுதுறைச் சாமிநாத ஐயரவர் களியற்றிய அறுசீர்க்கழி நெடிலடி யாசிரிய விருத்தம்' என்னும் தலைப்பு அமைக்கப்பட்டது.

என்னைத் திருவாவடுதுறைச் சாமிநாத ஐயரென்று வழங்கு வது உறுதியாயிற்று. திருவாவடுதுறையென்பது ஊர்ப் பெயராக இருந்தாலும் அதை என் பெயரோடு சேர்த்தபோது எனக்கு ஒரு கௌரவப் பட்டம் கிடைத்தது போன்ற மகிழ்ச்சி உண்டாயிற்று.

சுப்பிரமணிய தேசிகர், ஆதீன வித்துவான் என்று போட வேண்டுமென்று சொன்னதே எனக்கு உத்ஸாகத்தை உண்டாக் கிற்று. அவர் என்னைப் பற்றிக் கொண்டுள்ள அபிப்பிராயத்தை அறிந்தேன். அப்பெயரை அப்பொழுது மும்மணிக் கோவைப் புஸ்தகத்தில் அச்சிடாவிட்டாலும், தேசிகர் பிற்காலத்தில் தம் விருப் பத்தை நிறைவேற்றி விட்டார். நான் கும்பகோணம் காலேஜில் உத்தியோகம் பெற்ற பிறகு அவர் எனக்கு எழுதிய கடிதங்களிலும், அனுப்பிய புஸ்தகங்களின் முன் பக்கங்களிலும், "நமது ஆதீன வித்து வான்", "ஆதீன மகா வித்துவான்" என்றெல்லாம் எழுதுவதை வழக்கமாக வைத்துக் கொண்டார்.

## வேணுவன லிங்க விலாசம்

அக்காலத்தில் திருவாவடுதுறை மடத்திலுள்ள கொலுமண்ட பத்தின் முற்றவெளியானது கீற்றுப் பந்தலாகவே விசாலமாகவும் அழகாகவும் போடப்பட்டிருக்கும். அதைக் கோவிற் பட்டியி லிருப்பது போலவே மரக் கொட்டகையாகப் போடவேண்டு மென்று ஜவந்திபுரத்திலிருந்த பெரிய காறுபாறு வேணுவன லிங்கத்

தம்பிரான் நினைத்து அதற்கு ஆக வேண்டிய முயற்சி செய்தார். அதையறிந்த சேற்றூர் ஜமீன்தாரும், சிவகிரி ஜமீன்தாரும் அதற்கு வேண்டிய தேக்கு மரங்களையெல்லாம் அனுப்பினார். திருநெல் வேலிப் பக்கத்திலிருந்து பல தச்சர்கள் வருவிக்கப்பெற்றனர். அவர் களுக்கெல்லாம் தலைவராக 'புதியவன் ஆசாரியார் என்பவர் இருந்து மிக்க கருத்தோடு எல்லாவற்றையும் நடத்தி வந்தார். ஒரு வருஷம் அவ்வேலை நடைபெற்றது. தூண்கள் நாட்டாமல் ஒரே கவிப்பாக அம்மண்டபம் அமைந்தது. அம்மண்டபத்தைக் கட்டி முடிக்க வேண்டுமென்று ஊக்கத்தோடு முயன்றவர் வேணுவன லிங்கத் தம்பிரானாகையால் அதற்கு, 'வேணுவன லிங்க விலாசம்' என்னும் பெயர் வைக்கப்பட்டது.

ஈசுவர வருஷம் தை மாதம் முதல் தேதி அதன் பிரவேச விழா நடைபெற்றது. அயலூர்களிலிருந்து பல கனவான்களும் வித்துவான்களும் அவ்விசேஷத்திற்கு வந்திருந்தனர். அத்தகைய மண்டபம் சோழ தேசத்தில் இல்லாமையால் பலர் அதனைப் பார்க்கும் பொருட்டே வந்தனர். மண்டபத்தின் மேல் தட்டின் உட்பாகத்தில் நாயன்மார்கள் வரலாறுகளையும், திருவிளையாடற் கதைகளையும் புலப்படுத்தும் சித்திரங்கள் எழுதப்பெற்றன.

விசேஷம் நடந்த தினத்தன்று மத்தியானத்தில் பிராமண போஜ னமும் மகேசுவர பூஜை முதலியனவும், இரவில் பட்டணப் பிரவேச மும் நிகழ்ந்தன. தம்பிரான்களும் பிறரும் அம்மண்டபத்தைப் பாராட்டிச் செய்யுட்கள் இயற்றினர். பட்டணப் பிரவேசம் ஆனபிறகு சுப்பிரமணிய தேசிகர் ஒடுக்கத்திற்கு வந்து அமர்ந்தார். அப்போது அவர் விருப்பத்தின்படி வேணுவன லிங்க விலாசச் சிறப்புப் பாடல்களை நான் படித்துக் காட்டினேன். தம்பிரான்கள் முதலியோர் அங்கே கூடியிருந்தார்கள். அக்காலத்தில் திருப் பனந்தாட் காசிமடத்தில் தலைவராக இருந்த ஸ்ரீ ராமலிங்கத் தம்பிரானென்பவரும் அங்கே வந்து உடனிருந்தார்.

## பாராட்டுப் பாடல்கள்

தம்பிரான்களும் பிறரும் தனித் தனியே பாடல்கள் இயற்றி யிருந்தார்கள். அவர்கள் ஒவ்வொருவரும் யாருக்கும் தோற்றாத நயம் அமையப் பாட வேண்டுமென்று முயன்று பாடினார்கள். ஒவ்வொருவரும் தாம்தாம் இயற்றிய பாடல்களை மற்றவர்களுக்குக் காட்டாமல் கடைசி வரையில் மறைவாகவே வைத்திருந்தனர். திடீரென்று சபையில் வாசிக்கும் போது எல்லோரும் கேட்டு நயங்களை அறிந்து பாராட்டவேண்டு மென்பது அவர்கள் கருத்து. நானும் அந்தக் கூட்டத்தைச் சேர்ந்தவனே.

பரமசிவத் தம்பிரான், குமாரசாமித் தம்பிரான் முதலிய தம்பிரான்களும், மதுரை இராமசாமி பிள்ளை முதலியவர்களும்

தாம் தாம் இயற்றிய செய்யுட்களை என்னிடம் கொடுத்தார்கள். அவற்றையெல்லாம் தொகுத்து வைத்துக் கொண்டு நான் படித்துக் காட்டத் தொடங்கினேன். முப்பது பாடல்கள் இருந்தன. ஒவ்வொரு செய்யுளையும் இசையுடன் படித்து எனக்குத் தோற்றிய நயங்களையும் எடுத்துச் சொன்னேன். நான் இயற்றியிருந்த மூன்று செய்யுட்களையும் படித்துக் காட்டினேன். அவற்றுள் ஒரு பாடலில், "இந்த மண்டபத்தைக் காலில்லா மண்டபமென்று யாவரும் கூறுவார். அங்கே தென்கால் (தென்றற்காற்று) பலகாலும் விரவுதலால் நான் அங்ஙனம் கூறேன்" என்ற கருத்தை அமைத்திருந்தேன். கால் என்பதற்குத் தூண், காற்று என்று இரண்டு பொருள் படும்படி பாடிய அச் செய்யுளைக் கேட்டு யாவரும் இன்புற்றனர்.

எல்லாவற்றையும் கேட்ட சுப்பிரமணிய தேசிகர், "நன்றாயிருக்கின்றன; எல்லாம் பிள்ளையவர்களுடைய செய்யுட்களின் போக்கு" என்று தம் திருப்தியைத் தெரிவித்தார். அதைக்காட்டிலும் உயர்ந்த மதிப்புரை வேறு இருப்பதாக எங்களுக்குத் தோற்றவில்லை. அச்சபையில் பலர் முன்னிலையில் கிடைத்த மதிப்பு எங்களுக்கு அளவற்ற இன்பத்தை அளித்தது. பிள்ளையவர்களைப் பற்றிய நினைவுடனே அன்றிரவு நாங்கள் துயிலச் சென்றோம்.

# 72
## நான் பெற்ற சன்மானங்கள்

முன் குறிப்பிட்ட தக்ஷிணம் பெரிய காறுபாறு வேணுவன லிங்கத் தம்பிரான் அம்பா சமுத்திரத்துக்கு அருகில் உள்ள செவந்திபுரத்தில் அழகான பெரிய மடம் ஒன்றைக் கட்டுவித்து, அதற்கு, "சுப்பிரமணிய தேசிக விலாசம்" என்று பெயரிட்டார். அப்பால் அவர் ஒரு முறை திருவாவடுதுறைக்கு வந்து சுப்பிரமணிய தேசிகரிடம், "சந்நிதானம் திருக்கூட்டத்துடன் செவந்திபுரத்துக்கு எழுந் தருளிச் சில தினங்கள் இருந்து கிராமங்களையும் பார்வையிட்டு வரவேண்டும்" என்று விண்ணப்பம் செய்து கொண்டார். அதே சமயமாகிய ஈசுவர வருஷம் தை மாதத்தில் மதுரை ஸ்ரீ மீனாக்ஷி சுந்தரேசுவரர் ஆலயத்துக்கு அமராவதிபுதூர் வயிநாகரம் குடும்பத்தினர் மகா கும்பாபிஷேகம் நடத்த ஏற்பாடு செய்திருந்தனர். அக்கும்பாபிஷேகத்துக்கு வந்து சிறப்பிக்க வேண்டுமென்று அவர்களும் சுப்பிரமணிய தேசிகரைக் கேட்டுக் கொண்டனர்.

### யாத்திரைக்கு ஏற்பாடு

தம்பிரானும், தன வைசியர்களும் செய்துகொண்ட வேண்டு கோளை ஏற்றுத் தேசிகர் மதுரைக் கும்பாபிஷேகத்துக்குப் போய் அங்கிருந்து தக்ஷிணத்தில் யாத்திரை செய்து செவந்திபுரத்திற்கும்

போகலாமென்று நிச்சயித்தனர். அதற்குத் தக்கபடி ஏற்பாடுகள் விரிவாகச் செய்யப்பெற்றன.

போகும் வழியில் ஆங்காங்குள்ள கனவான்களுக்குத் திருமுகங்கள் அனுப்பப்பட்டன. சிலர் திருவாவடுதுறைக்கே வந்து சுப்பிரமணிய தேசிகரது தக்ஷிண யாத்திரையில் கலந்து கொள்ள எண்ணினர். கல்லிடைக் குறிச்சியிலிருந்த சின்னப்பட்டம் ஸ்ரீ நமசிவாய தேசிகருக்கு, மதுரையில் வந்து சேர்ந்து கொள்ளும்படி சுப்பிரமணிய தேசிகர் திருமுகம் அனுப்பினார். யாத்திரைக் காலத்தில் வழியில் வேண்டிய சௌகரியங்களுக்குரிய பொருள்களும் உடன் வருவதற்குரிய பரிவாரங்களுக்கு வேண்டிய வசதிகளும் அமைக்கப்பெற்றன.

## தந்தையாரிடம் விடை பெறுதல்

"நாம் தக்ஷிண யாத்திரை செய்யப் போகிறோம். அங்கங்கே பல பிரபுக்களும் வித்துவான்களும் வந்து வந்து சல்லாபம் செய்வார்கள். நீரும் உடன் வரவேண்டும். மகா வைத்தியநாதையரும் அவர் சகோதரரும் மதுரைக்கு வந்து சேர்வதாகத் தெரிவித்திருக்கிறார்கள். நீர் நம்முடன் வருவதில் உம்முடன் தாயார் தகப்பனாருக்கு வருத்தம் இராதே? அவர்களை மிகவும் ஜாக்கிரதையாகக் கவனித்துக் கொள்ளும்படி இங்கே உள்ளவர்களிடம் சொல்லிப் போவோம்" என்று தேசிகர் என்னை நோக்கிக் கூறினார். எனக்குப் புதிய ஊர்களையும் புதிய மனிதர்களையும் பார்ப்பதற்கு அளவற்ற ஆவல் இருந்தது. யாத்திரைக்கு வேண்டிய ஏற்பாடுகள் நடைபெறும் போது, "நம்மையும் உடனழைத்துச் செல்வார்களோ, மாட்டார்களோ" என்ற சந்தேகம் எனக்கு உண்டு. தேசிகர் சொன்ன வார்த்தைகளால் அந்தச் சந்தேகம் நீங்கியதுடன் சந்தோஷமும் உண்டாயிற்று. "என் தந்தையாருக்கு யாதோர் ஆக்ஷேபமும் இராது" என்று நான் தேசிகரிடம் தெரிவித்தேன்.

ஆனால், இவ்விஷயத்தை என் பிதாவிடம் சொன்னபோது அவர் சிறிது கலங்கினார். அப்போதுதான் புதியதாக மதுரைக்குப் புகை வண்டி செல்லத் தொடங்கியது. பிரயாணத்தின் போது நானும் என்னைப் போன்றவர்களும் புகை வண்டியில் பிரயாணம் செய்ய நேரும். என் தந்தையார் அதில் ஏறமாட்டார். அதனால் அவரையும் உடனழைத்துச் செல்வதென்பது இயலாத காரியம். இந்நிலையில் அவரைத் திருவாவடுதுறையிலே விட்டுவிட்டுச் செல்ல வேண்டியது அவசியமாயிற்று.

என்னைப் பிரிந்து இருப்பதற்கு அவருக்கு மனம் வரவில்லை. "உன்னிடம் உள்ள மரியாதை காரணமாகவே இங்குள்ளவர்கள் என்னிடமும் பிரியமாக இருக்கிறார்கள். நீ இங்கே இல்லாதபோது எனக்குத் தனி மதிப்பு என்ன இருக்கிறது?" என்று அவர் கூறினார். "அப்படியன்று. இங்கே மடத்தில் பூஜை முதலியவற்றைக்

கவனிப்பதற்காகத் தக்கவர்கள் இருப்பார்கள். அவர்கள் மனிதர் களுடைய தராதரம் தெரிந்தவர்கள். நன்றாகக் கவனித்துக் கொள் வார்கள். காறுபாறு தம்பிரான் ஒரு குறையும் இல்லாமல் பார்த்துக் கொள்வார்" என்று சமாதானம் சொன்னேன். தேசிகரும் என் தந்தையாரை வருவித்துத் தைரிய வார்த்தைகளைக் கூறினார்.

## கண்டியும் சால்வையும்

தைப்பூசத்திற்கு முதல் நாள் தேசிகர் பரிவாரங்களுடன் யாத்திரையைத் தொடங்கினார். திருவிடைமருதூரில் அப்பொழுது பிரம்மோத்ஸவம் நடந்தது. அங்கே போய்த் தைப்பூசத்தன்று திருத் தேரை நிலைக்குக் கொண்டு வரச்செய்தார். என் பிரயாணத்திற்கு வேண்டிய கித்தான் பை ஒன்றையும் பட்டுத் தலையணையோடு கூடிய ஜமக்காளம் ஒன்றையும் அவர் எனக்கு அங்கே உதவினார்.

பிறகு என்னைச் சமீபத்தில் வந்து உட்காரச் செய்து, "நாம் யாத்திரை செய்யும் இடங்களிலெல்லாம் உமக்குத் தொந்தரவு கொடுக்க நேரும். தமிழபிமானிகளாகிய கனவான்கள் பலர் வருவார்கள். அவர்களுக்குத் திருப்தி உண்டாகும்படி தமிழ்ப் பாடல்களைச் சொல்ல வேண்டியது உமது கடமை" என்று கூறினார். "அப்படிச் செய்வது என் பாக்கியம்" என்றேன் நான்.

அவர் கட்டளையின்படி உடனே ஒரு தம்பிரான் கௌரீ சங்கரம் வைத்த கண்டி ஒன்றைக் கொணர்ந்து என் கழுத்திலே போட்டு ஒரு சால்வையை என் மேல் போர்த்தினார். நான் அச்சமயத்தில் ஆனந்த மிகுதியால் ஸ்தம்பித்துப் போனேன்; மயிர்க் கூச்செறிந்தது "இப்படியே திருவாவடுதுறைக்குப் போய்த் தந்தை யாரிடம் விடை பெற்றுக் கொண்டு இங்கு வந்து விடும். நம்மோடு புறப்படலாம்" என்று தேசிகர் சொல்லி என்னைத் திருவாவடு துறைக்கு அனுப்பினார்.

யாத்திரையில் எனக்குப் பலவகை நன்மைகள் உண்டாகு மென்பதற்கு அந்த ஸம்மானங்கள் அறிகுறியாக இருந்தன. என் தந்தையாரிடம் முன்பே பிரயாண விஷயத்தைத் தெரிவித்திருந் தாலும் நான் பெற்ற சிறப்புக்களை அவர் பார்த்து இன்புற வேண்டு மென்ற நினைவோடுதான் திருவாவடுதுறைக்குப் போய் வரும்படி தேசிகர் கூறினாரென்பதை நான் உணர்ந்தேன். திருவாவடுதுறை சென்று கண்டியையும் சால்வையையும் என் தாய் தந்தையருக்கு காட்டியபோது அவர்கள் அடைந்த சந்தோஷம் சாமான்ய மானதன்று.

பிறகு விடை பெற்றுத் திருவிடைமருதூர் வந்து சேர்ந்தேன். தேசிகர் பரிவாரங்களுடன் புறப்பட்டார். எனக்கும் உடன் வந்த வேறு பிராமணர்களுக்கும் இரண்டு வண்டிகள் ஏற்படுத்திச் சமையலுக்கு இரண்டு பிராமணப் பிள்ளைகளைத் திட்டம் செய்து

எங்களிடம் ஒப்பித்தனர். தேசிகருடைய பரிவாரங்களுடன் சேர்ந்து நாங்களும் பிரயாணமானோம்.

## இடையில் வந்த கனவான்கள்

இடையில் ஆலங்குடியில் தங்கி அப்படியே முல்லைவாயில் என்னும் ஊருக்குச் சென்று இரவு அங்கே இருந்து மறுநாட் காலையில் மன்னார்குடியை அடைந்தோம். சுப்பிரமணிய தேசிகருடைய வரவை அறிந்து அங்கங்கே இருந்த செல்வர்கள் தக்கபடி உபசாரம் செய்து பாராட்டினார்கள். மன்னார்குடியில் தேசிகருக்காகவே நன்கு அலங்கரிக்கப்பட்டிருந்த சத்திரமொன்றில் அவர் தங்கினார். டிப்டி கலெக்டராயிருந்த ராயர் ஒருவர் அங்கே வந்து, "பிக்ஷை முதலியன சரியாக நடக்கின்றனவா?" என்று விசாரித்து விட்டுச் சென்றார். சைவ சமயத்தைச் சார்ந்தவர்கள் மட்டுமன்றி, மற்ற மதத்தினரும் அரசாங்க உத்தியோகஸ்தர்களும் தேசிகருடைய பெருமையை உணர்ந்து வந்து வந்து பார்த்துப் பேசி இன்புற்றார்கள்.

மன்னார்குடியில் முன்சீபாக இருந்தவரும் என் தந்தை யாருடைய நண்பருமாகிய வேங்கட ராவ் என்பவர் தேசிகரைப் பார்க்க வந்தார். அவர் கும்பகோணத்திலிருந்த காலத்தில், தமிழ் படிப்பதனால் பிரயோசனம் ஒன்றும் இல்லையென்றும், இங்கிலீஷ் படித்தால்தான் நன்மை உண்டென்றும் என் தந்தையாரிடம் வற்புறுத்திக் கூறினவர். அவர் தேசிகருடனிருந்த என்னைக்கண்டு மிக்க மகிழ்ச்சியை அடைந்ததோடு, "இவரை எனக்கு நன்றாகத் தெரியும். இளமை தொடங்கியே தமிழ் படிக்க வேண்டுமென்ற ஆவல் பலமாக இவருக்கு உண்டு. இவரைப் பாதுகாக்க வேண்டும்" என்று தேசிகரிடமும் சொன்னார்.

தேசிகரை யாரேனும் கனவான்கள் பார்க்க வந்தால் பல விதமான விஷயங்களைப் பற்றிப் பேசுவார்கள். இடையிடையே நான் தமிழ்ப் பாடல்களைச் சொல்லிப் பிரசங்கம் செய்வேன். சுப்பிரமணிய தேசிகர் விஷயமாகப் பிள்ளையவர்களும் வேதநாயகம் பிள்ளையும் இயற்றிய செய்யுட்களைச் சொல்லாமல் இரேன்.

## கடுக்கனும் மோதிரமும்

மன்னார்குடியில் தங்கிய போது தேசிகர் என் காதில் இருந்த பழைய கடுக்கனைக் கழற்றச் செய்து ஐம்பது ரூபாய்க்கு மேல் பெறுமானமுள்ள அரும்பு கட்டிய புதிய சிவப்புக்கல் (கெம்பு) கடுக்கனை அணிவிக்கும்படி கஸ்தூரி ஐயங்காரென்ற ஒருவரிடம் உத்தரவு செய்தார். பழைய கடுக்கனுக்கு ஏற்றபடி என் காதுகளில் சிறிய துவாரங்களே இருந்தன. அவற்றிற் பெரிய கடுக்கனைப் போட்டபோது எனக்கு மிகவும் நோவு உண்டாயிற்று. "பெண்கள் கைவளை, நகைகள் முதலியவற்றைச் சந்தோஷத்தோடு போட்டுக்

கொள்கிறார்களே; அவர்களுடைய பொறுமையைக் கண்டு ஆச்சரியப் படவேண்டும்!” என்று எண்ணினேன். காதில் இரத்தம் வர வர அக்கடுக்கன்களை ஐயங்கார் போட்டு விட்டார். “பிறகு போட்டுக் கொள்கிறேன்” என்று சொல்லியும் அவர் விடவில்லை.

மன்னார்குடியிலிருந்து புறப்பட்டுச் செல்லுகையில் பட்டுக் கோட்டையில் தேசிகர் எனக்கு ஒரு மோதிரம் வழங்கிக் கையில் அணிந்து கொள்ளச் செய்தனர். அப்படியே திருப்பெருந்துறைக்குச் சென்று சில தினங்கள் தங்கினோம். திருப்பெருந்துறையில் அப் போது ஆலய விசாரணை செய்து வந்த சுப்பிரமணியத் தம்பிரான் தேசிகருடைய விஜயத்துக்காக விசேஷமான ஏற்பாடுகள் செய்து மிகவும் கவனித்துக் கொண்டார்.

## பொன்னங்கால்

அங்கிருந்து புறப்பட்டுச் செல்லுகையில் இடையே ஓரிடத்தில் சுப்பிரமணிய தேசிகரது பல்லக்குச் சற்று விரைந்து சென்றது. நாங்கள் பின்தங்கிச் செல்லலானோம். சிறிது தூரம் போனபோது தேசிகர் ஓர் ஓடையின் மணலில் பல மரங்கள் செறிந்த நிழற்பரப் பில் தங்கியிருப்பதைக் கண்டோம். அவரைச் சுற்றிலும் பல புதிய கனவான்கள் இருந்தார்கள். தாம்பாளங்களில் பல வகையான பழங்களும், வெற்றிலை, பாக்கு, கற்கண்டு முதலியனவும் அவர ருகில் வைக்கப் பெற்றிருந்தன. ஒரு வெள்ளித் தாம்பாளத்தில் பணம் குவித்து வைக்கப்பட்டிருந்தது.

நாங்கள் அங்கே இறங்கித் தேசிகரை அடைந்தபோது அவர் அங்குள்ள சில கனவான்களைச் சுட்டிக் காட்டி, “இவர்கள், இராம நாதபுரம் இரகுநாத சேதுபதியின் மீது ஒரு துறைக்கோவை பாடி ஒவ்வொரு கவிக்கும் ஒவ்வொன்றாக நானூறு பொன் எலுமிச்சம் பழம் பரிசு பெற்ற அமுத கவிராயருடைய பரம்பரையினர். இந்த இடம் அந்தக் கோவைக்காக அமுத கவிராயருக்குச் சேதுபதி அரச ரால் விடப்பட்ட ‘பொன்னங்கால்’ என்னும் கிராமம். இவர்கள் இப்போது திருமகள் விலாசம் பெற்றுச் சௌக்கியமாக இருக்கிறார் கள்” என்று கூறிப் பழக்கம் செய்வித்தனர்.

பிரயாண காலத்தில் எப்பொழுதும் சுப்பிரமணிய தேசிக ரோடே இருந்தமையால் அவருடைய அருங்குணங்களை நன்றாக அறியும் சந்தர்ப்பங்கள் வாய்த்தன. அப்பொழுதப்பொழுது வேடிக்கையாகப் பேசி உத்ஸாக மூட்டுவார். அங்கங்கேயுள்ள தலங் களைப் பற்றிய வரலாறுகளையும், வேறு சரித்திர விஷயங்களையும் எடுத்துச் சொல்லுவார். ஆகாரம் முதலிய சௌகரியங்களில் சிறிதும் குறைவு நேராத வண்ணம் அடிக்கடி விசாரித்து வருவார்.

இதனால் ஒவ்வொரு நாளும் ஆனந்தமாகப் பொழுது போயிற்று. புதிய புதிய இடங்களையும் புதிய புதிய மனிதர்களையும் பார்க்கும்போது மனம் குதூகலமடைந்தது. கண்டியும், சால்வையும்,

கடுக்கனும், மோதிரமுமாகிய சம்மானங்களும், தேசிகருடைய அன்பு கனிந்த வார்த்தைகளும், அங்கங்கே கண்ட இனிய காட்சிகளும் என்னை ஒரு புதிய மனிதனாகச் செய்தன. நான் சந்தோஷத்தால் பூரித்தேன்.

## 73
### 'நானே உதாரணம்'

சுப்பிரமணிய தேசிகர் எழுபொற் கோட்டை வழியாகக் காளையார் கோயில் முதலிய ஸ்தலங்களைத் தரிசனம் செய்து கொண்டு மதுரைக்கு அருகிலுள்ள திருப்பூவணத்தை அடைந்து அங்கே பரிவாரங்களுடன் தங்கினார். பிள்ளையவர்களிடம் பாடங் கேட்ட காலங்களிலும், தேவாரம், தலபுராணங்கள் முதலியவற்றைப் படித்த காலங்களிலும் பல சிவஸ்தலங்களுடைய வரலாறுகளை நான் அறிந்திருந்தேன். பிள்ளையவர்களுக்கும் அவரோடு பழகியவர்களுக்கும் சிவஸ்தல தரிசனத்தில் ஆவல் உண்டு. நான் அத்தகைய சமூகத்திற் பழகியவனாதலின் இடையிடையே சிவ ஸ்தல தரிசனம் கிடைக்கும் போதெல்லாம் அந்த ஸ்தலங்களைப் பற்றிய செய்திகளை ஞாபகப்படுத்திக் கொள்வதோடு புதிய விஷயங்களையும் விசாரித்துத் தெரிந்து கொள்வேன்.

### பாண்டிநாடு புகுதல்

சோழ நாட்டைக் கடந்து பாண்டிநாட்டெல்லையில் புகுந்தவுடன் சுப்பிரமணிய தேசிகர், "இது வரையில் சோழ நாட்டைத் தான் நீர் பார்த்திருக்கிறீர். இனிமேல் பாண்டி நாட்டின் வளத்தைக் காணலாம்" என்றார். அப்படிச் சொல்லும்போது அவர் குரலில் ஓர் உத்ஸாகம் இருந்தது. தம் சொந்த நாடாகிய பாண்டி நாட்டை அடையும்போது அவருக்கு உத்ஸாகம் இருப்பது இயல்பு தானே?

திருவிளையாடற் புராணத்தைப் பல முறை படித்தும் பிரசங்கம் செய்தும் ஈடுபட்ட நான் பாண்டி நாட்டின் பெருமையை நன்றாக அறிந்திருந்தேன். அந்நாட்டு எல்லையை அணுகி விட்டோமென்பதைக் கேட்டவுடன் எனக்கும் அதிக மகிழ்ச்சி உண்டாயிற்று. திருப்பூவணத்திற்கு வந்தபோது அந்த ஸ்தலத்தையும் வைகை நதியையும் கண்டு என் கண்கள் குளிர்ந்தன. பொன்னனை யாளெனும் கணிகையினுடைய முத்தத்தை ஏற்றுக் கொண்டு கன்னத்தில் தழும்புற்ற பெருமானைத் தரிசித்தேன். மதுரைத் தலத்தைக் காண வேண்டுமென்ற விருப்பம் வர வர மிகுதியாயிற்று.

சுப்பிரமணிய தேசிகர் திருப்பூவணத்தில் தங்கியிருப்பதை அறிந்து மதுரையில் இருந்த கனவான்களும், மதுரை ஆலயத் திருப்பணிச் செட்டியார்களும் அங்கே வந்து தேசிகரைக் கண்டு வரவேற்று முகமன் கூறிவிட்டுச் சென்றார்கள்.

## மதுரை செல்லுதல்

பிறகு தேசிகர் அங்கிருந்து புறப்பட்டு ஒருநாள் காலையில் மதுரையைச் சார்ந்த வண்டியூர்த் தெப்பக் குளத்தின் மேல் கரையி லுள்ள கோயிலில் பரிவாரங்களுடன் தங்கினார். அவ்விடத்தில் ஆதிமூலம்பிள்ளை என்பவர் பலவிதமான அலங்காரங்கள் செய்து மிக்க விமரிசையுடன் பூஜை முதலியவற்றைச் செவ்வனே நடத்தி மகேசுவர பூஜையும் செய்வித்து ஆயிரக்கணக்கான ஏழைகளுக்கு இரண்டு வேளையும் அன்னமளித்தார். அவர் பெரிய கண்டிராக் டர்; தருமசிந்தை மிக்கவர்; குரு பக்தியும் சிவ பக்தியும் நிரம்பியவர்; மதுரை வாசிகளுக்கு அவரிடத்திற் பேரன்பு இருந்தமைக்கு அடையாளமாக, 'ஆதிமூலம் பிள்ளைத் தெரு' என்று ஒரு தெரு விற்குப் பெயர் வைத்திருக்கின்றனர்.

மதுரை நகரத்திலிருந்த கலெக்டர் ஆபீஸ் சிரஸ்தேதாராக இருந்தவரும் கௌரவம் மிக்கவருமாகிய வேங்கடசாமி நாயுடு என்பவரும், வேறு சில கனவான்களும் மறுநாட் காலையில் வந்து விமரிசையுடன் தேசிகரை அழைத்துச்சென்றனர். வையை யின் தென்கரையில் தேசிகர் தங்கும் பொருட்டு ஏற்பாடு செய்யப் பெற்றிருந்த ஒரு சத்திரத்தில் அவர் இறங்கினார். அதனைச் சுற்றி வெகு தூரம் வரையில் கொட்டகைகளும் பந்தல்களும் போட்டு அலங்கரிக்கப் பெற்றிருந்தன.

ஆயிரக்கணக்கான பேர்கள் உண்ணுவதற்குப் போதுமான அரிசி முதலிய பொருள்கள் திருவாவடுதுறையிலிருந்து வண்டி வண்டியாக வந்து குவிந்தன. வையையின் இரு கரைகளிலும் நெருக்கமாக உள்ள தென்னஞ்சோலைகளும் அந்நதியில் விசால மான மணற்பரப்பும் நீரோட்டமும் கண்களைக் கவர்ந்தன.

## கனவான்களின் வருகை

அப்பொழுது அங்கே ஸ்மால்காஸ் கோர்ட்டு ஜட்ஜாக இருந்த ஸர். டி. முத்துசாமி ஐயர், ஜட்ஜ் முத்துசாமி செட்டியார், டிப்டி கலெக்டர் சூரிய மூர்த்தியா பிள்ளை, திருவனந்தபுரம் திவானாக இருந்த திருமங்கலம் முன்ஸீப் கிருஷ்ணஸாமி ராவ் முதலிய பிரபலஸ்தர்கள் தேசிகரால் அழைக்கப்பட்டு வந்து அவரோடு சல்லாபம் செய்து சென்றார்கள். முத்துசாமி ஐயருடைய புகழ் அப்பொழுதே ஓரளவு பரவியிருந்தது. அவரை நான் கண்டபோது அவரது ஆடம்பரமில்லாத தோற்றமும், மெல்லென்ற வார்த்தை களும் எனக்கு வியப்பை உண்டாக்கின.

கல்லிடைக் குறிச்சியிலிருந்து சின்னப் பண்டார ஸந்நிதியாகிய ஸ்ரீ நமசிவாய தேசிகர் வந்து சேர்ந்தார். திருவையாற்றிலிருந்து மகா வைத்தியநாதையரும் அவர் தமையனாரும் வந்து தேசிகரோடு தங்கியிருந்தனர். தேசிகர் என்னை அவர்களிடம் ஒப்பித்து, "இவரைக்

கவனித்துக் கொள்ளுங்கள். யாத்திரை முழுவதும் நம்முடன் இருக்கவேண்டும்" என்றார். அவர்களுடைய வரவினால் நானும் பெரு மகிழ்ச்சியை அடைந்தேன்.

## கும்பாபிஷேகச் சிறப்பு

மகா கும்பாபிஷேகத்திற்காக வந்திருந்த ஜனக்கூட்டம் கணக்கில் அடங்காது. காசி முதல் கன்னியாகுமரி வரையிலுள்ள ஜமீன்தார்களும், மிட்டாதார்களும், தங்கள் தங்கள் பரிவாரங்களுடன் வந்து கூடியிருந்தனர். தமிழ்நாட்டின் பல பாகங்களில் உள்ள பிரபுக்களெல்லாம் அந்நகரத்தில் ஒருங்கே சேர்ந்திருந்தனர். அவர்களிற் பெரும்பாலோர் வந்து சுப்பிரமணிய தேசிகரைத் தரிசித்துச் சென்றனர். அவர்கள் வரும்போதெல்லாம் உடனிருந்து பாடல் சொல்லும் வேலையில் நான் ஈடுபட்டிருந்தேன்.

கும்பாபிஷேகம் உரிய காலத்தில் மிக்க சிறப்போடு நடை பெற்றது. சுப்பிரமணிய தேசிகர் கோயிலுக்குள் சென்று தரிசனம் செய்தார். நானும் சென்று தரிசித்தேன். அக்கூட்டத்தில் அவ்வாலயத்தின் உண்மை அழகைத் தெரிந்து மகிழச் சந்தர்ப்பம் வாய்க்கவில்லை. அப்போது தான் முதன் முதலாக மணி ஐயரை நாங்கள் பார்த்தோம். தேசிகரும் அவரைச் சேர்ந்தவர்களும் சிரமமின்றிக் கும்பாபிஷேக தரிசனம் செய்வதற்கு அவர் உடனிருந்து உதவி புரிந்தார். அவரைக் கண்ட அந்தச் சில நிமிஷங்களில் அவருடைய சுறுசுறுப்பையும், உபகார சிந்தையையும், ஜனங்களுக்கு அவர்பால் இருந்த மதிப்பையும் நாங்கள் உணர்ந்து கொண்டோம்.

## மணி ஐயர்

கும்பாபிஷேக தரிசனத்திற்குப் பின் தேசிகர் தம் விடுதிக்குச் சென்றார். மணி ஐயரைக் கண்டது முதல் அவரோடு சில நேரம் பேசி இன்புற வேண்டுமென்ற எண்ணம் அவருக்கு உண்டாயிற்று. ஆதலால் தக்க மனிதரிடம், "தங்களைப் பார்த்துப் பேசிப் பழக வேண்டுமென்ற ஆவல் மிகுதியாக இருக்கிறது. நாம் அங்கே வந்து பார்க்க முடியவில்லை. ஒவ்வொரு நிமிஷமும் தங்களைக் காண வேண்டுமென்ற ஞாபகத்தோடேயே இருக்கிறோம்" என்று சொல்லி யனுப்பினார். அதைக் கேட்டவுடன் மணி ஐயர், "நமக்கும் அவர்களைப் பார்க்கவேண்டுமென்ற ஆவல் இருக்கிறது" என்று சொல்லி விட்டு ஒரு குறிப்பிட்ட வேளையில் வருவதாக முன்னமே தெரி வித்து அவ்வாறே தேசிகருடைய விடுதிக்கு வந்தார். அந்த மேதாவி யைப் பார்க்க வேண்டுமென்றும், அவரது பேச்சைக் கேட்க வேண்டுமென்றும் எண்ணிப் பலர் கூடியிருந்தனர். தேசிகர் தக்க பிரதிநிதியை அனுப்பி அவரை எதிர்கொண்டழைக்கச் செய்து வர வேற்று உட்காரச் செய்து சம்பாஷணை செய்யத் தொடங்கினர்.

மதிநலம் படைத்த மணி ஐயரும், சிறந்த ரஸிகராகிய சுப்பிரமணிய தேசிகரும் பேசும்போது அப்பேச்சில் இனிமை பொங்கித் ததும்பியது. அங்கே கூடியிருந்தவர்கள் விழித்த கண் மூடாமல் காதை நெரித்துக்கொண்டு அவர்களைக் கண்டும், அவர்கள் பேச்சைக் கேட்டும் மகிழ்ந்தனர். மணி ஐயர் விஷயங்களைத் துணிவாகவும், வெடுக்கு வெடுக்கென்றும் எடுத்துச் சொன்னபோது அவருடைய தைரியமும் சத்தியத்தில் அவருக்கிருந்த நம்பிக்கையும் புலனாயின. தேசிகர் மிகவும் நயமான மெல்லிய இனிய சொற்களால் அப்பெரியாரைப் பாராட்டினார். ஸம்ஸ்கிருத சுலோகங்களையும், தமிழ்ப் பாடல்களையும் சொல்லிச் சந்தோஷமுறச் செய்தார். மணி ஐயர் இலக்கியச் சுவையை நுகரும் இயல்பினராதலால் அவற்றைக் கேட்டு அனுபவித்தார்.

### வேதநாயகம் பிள்ளை பாடல்

அப்பெருங் கூட்டத்தில் மதுரை மாநகரத்திற்கு உயிராக விளங்கிய மணி ஐயருடைய முன்னிலையில் ஏதேனும் பாடல் சொல்லும் சந்தர்ப்பம் எனக்கும் கிடைக்கும் என்று எதிர்பார்த்தேன். அப்போது அருகிலிருந்த வேணுவனலிங்கத் தம்பிரான் ஒரு சந்தர்ப்பத்தை உண்டாக்கினார். பேச்சுக்கிடையில், "மாயூரம் முன்ஸீப் வேதநாயகம் பிள்ளையவர்கள் மகா ஸந்நிதானத்தின் விஷயமாகப் பல பாடல்களைப் பாடி இருக்கிறார்கள்" என்று சொல்லிவிட்டு என்னைப் பார்த்தார். மணி ஐயரும், "எங்கே, அந்தப் பாடல்களைக் கேட்கலாமே" என்று சொல்லவே, நான் என் உத்தியோகத்தைப் பார்க்கத் தொடங்கினேன். வேதநாயகம் பிள்ளை கூறிய பல பாடல்களைச் சொல்லி அவற்றிற்குரிய சந்தர்ப்பத்தையும் பொருளையும் எடுத்துரைத்தேன். "இந்த மாதிரியான மகாசபையை வேறு எங்கே பார்க்கப் போகிறோம்" என்ற நினைவினால் எனக்கு வர வர ஊக்கம் அதிகமாயிற்று.

"தடையில் கொடைச்சுப் பிரமணி
யையநிற் சார்ந்தவர்கொள்
கொடையை அவர்சொல வேண்டுங்
கோலோவவர் குட்சிசொலும்
இடைசொலுங் கண்டமுங் காதுஞ்
சொலுமிறு மாப்புடைய
நடைசொலுங் கையிற் குடைசொலும்
வேறென்ன நான்சொல்வதே" (குட்சி – வயிறு)

என்னும் செய்யுளைக் கூறிவிட்டு விரிவாகப் பொருள் சொன்னேன். பிறகு, "இப்பாடலில் ஸந்நிதானத்தின் கொடை வகைகள் சொல்லப்பட்டிருக்கின்றன. ஒவ்வொரு பொருளைத் தனியே பெற்றவர்கள் பலர் உண்டு. எல்லாவற்றையும் ஒருங்கே பெற்றதற்கு

உதாரணம் நானே. நான் மடத்து அன்னமே பல வருஷங்களாக உண்டு வருகிறேன். இடையில் கட்டிக்கொண்டிருப்பதும் என் பெட்டியில் இருப்பதும் இவர்கள் அளித்த வஸ்திரங்களே. கழுத்தில் உள்ள கௌரீசங்கரகண்டி இவர்கள் வழங்கியதே. காதில் அணிந்து கொண்டுள்ள கடுக்கனும், கையில் அணிந்திருக்கும் மோதிரமும் இவர்கள் கொடையே. ஆகவே என் குட்சியும் (வயிறும்) இடையும் கண்டமும் காதும் கையும் ஸந்நிதானத்தின் கொடையைச் சொல்லும், ஆனால் வேதநாயகம் பிள்ளையவர்கள் இந்தப் பாட்டில் சொல்லியிருக்கிற இறுமாப்புடைய நடையும் கைக் குடையும் என்னிடம் இல்லை; அவற்றை நான் விரும்பவும் இல்லை" என்று சொல்லி நிறுத்தினபோது சபையினர் யாவரும் சந்தோஷத்தை ஆரவாரத்துடன் தெரிவித்தனர். "ஒரு கிறிஸ்தவ கனவான் இவ்வளவு தூரம் பாராட்டியிருக்கிறாரே!" என்று பலர் வியப்புற்றனர். ஏதோ பெரிய காரியமொன்றைச் செய்து நிறைவேற்றியது போன்ற திருப்தியை நான் அடைந்தேன்.

நான் அந்தச் சபையில் அவ்வாறு பிரசங்கம் செய்ததைச் சுப்பிரமணிய தேசிகர் கேட்டுப் புன்சிரிப்பினால் தம்முடைய உவகையை வெளிப்படுத்தினர். அவர் புன்னகை அவரது சந்தோஷத்தை மாத்திரம் வெளிப்படுத்தியதாக நான் அப்போது எண்ணினேன். அதில் வேறு குறிப்பு இருந்ததென்றும், 'இறுமாப்புடைய நடையும் குடையும்' இல்லை என்று நான் கூறியது அவர் உள்ளத்திற் பதிந்திருந்ததென்றும் அப்போது எனக்குத் தெரியவில்லை; பிறகு தெரிய வந்தது.

மணி ஐயர் விடை பெற்றுக்கொண்டு சென்றார். சுப்பிரமணிய தேசிகர் சில தினங்கள் அங்கே தங்கியிருந்தார். அப்பால் என்னையும் மகா வைத்தியநாதையர் முதலியவர்களையும் புகைவண்டி மார்க்கமாகத் திருநெல்வேலி சென்று இருக்கும்படியும், தாம் சாலை மார்க்கமாக வருவதாகவும் சொல்லி எங்களை அனுப்பினார். நாங்கள் அவ்வாறே திருநெல்வேலி போய்ச் சேர்ந்தோம்.

# 74

## நான் பதிப்பித்த முதல் புஸ்தகம்

திருநெல்வேலியில் மேலை ரத வீதியில் திருவாவடுதுறைக்குரிய மடம் ஒன்று உண்டு. அதனை ஈசான மடம் என்று சொல்லுவர். நானும் மகா வைத்தியநாதையர் முதலியோரும் மதுரையிலிருந்து போன சமயம் அவ்விடத்தில் மடாதிபதியாகச் சாமிநாத தம்பிரானென்பவர் இருந்து எல்லாவற்றையும் கவனித்து வந்தார். நாங்கள் அவருடைய ஆதரவில் அங்கே தங்கியிருந்து சுப்பிரமணிய தேசிகரது வரவை எதிர்பார்த்திருந்தோம்.

## வாதம்

தேசிகர் பல சிவ ஸ்தலங்களைத் தரிசித்த பிறகு திருநெல்வேலி வந்து சேர்ந்தார். பாண்டி நாட்டிலுள்ள பிரபுக்கள் பலரும் வித்து வான்கள் பலரும் காணிக்கையுடன் வந்து தேசிகரைக் கண்டு இன்புற்றனர். வித்துவான்கள் தேசிகர்மீது தாமியற்றிய புதிய பாடல் களைக் கூறி ஸல்லாபம் செய்து சென்றனர். சேற்றூரிலிருந்து இராமசாமி கவிராயர் முதலியவர்களும், இராஜவல்லிபுரம் அழகிய சொக்கநாதபிள்ளை என்பவரும், ஆழ்வார் திருநகரியிலிருந்து தேவராஜ பாரதி என்பவரும் வந்தனர். தேவராஜ பாரதி சில செய்யுட்களைச் சொன்னார். அவற்றிலுள்ள சில விஷயங்களை நான் ஆக்ஷேபம் செய்து கேள்விகள் கேட்டேன். அவர் அவற்றிற்குத் தக்க சமாதானம் சொன்னார். அதுகாறும் வேறு வித்துவான் களிடம் அவ்வளவு தைரியமாக ஆக்ஷேபம் செய்யாத எனது செயலைக் கண்ட தேசிகர் பிறகு தனியே என்னிடம், "நீர் செய்த ஆக்ஷேபம் உசிதமானதாக இருந்தது. விஷயங்களைத் தடைவிடை களால் நிர்ணயம் செய்வது ஒரு சம்பிரதாயம். புலவர்களில் வாதியென்று ஒருவகையுண்டு. விதண்டாவாதம் செய்யாமல் நியாயத்தை அனுசரித்துத் தர்க்கஞ்செய்தால் கேட்பதற்கு ரஸமாக இருப்பதோடு இரு சாராருடைய அறிவின் திறமும் வெளிப்படும். ஸம்ஸ்கிருதத்தில் இந்த வழக்கம் மிகுதியாக உண்டு" என்று சொன் னார். 'நாம் அவர் கூறியதை மறுத்துப் பேசியது ஒருகால் தவறாக இருக்குமோ' என்று நான் கொண்டிருந்த சந்தேகம் அவர் கூறிய வார்த்தைகளால் நீங்கியது.

## கல்லிடைக்குறிச்சி

பிறகு சின்னப் பண்டார ஸந்நிதியாகிய நமசிவாய தேசி கருடைய வேண்டுகோளின்படி சுப்பிரமணிய தேசிகர் பரிவாரங் களுடன் கல்லிடைக் குறிச்சிக்குச் சென்றார். அவருடைய வரவை உத்தேசித்து நூதனமான கொலு மண்டபம் ஒன்று கட்டப் பெற்றிருந்தது. திருவாவடுதுறையைப் போலவே அழகிய சிவாலய மொன்று மடத்தைச் சார்ந்து விளங்கியது. ஸ்வாமியின் திருநாமம் கண்வசங்கரனென்பது. ஓதுவார்கள், காரியஸ்தர்கள் முதலிய பரிகரத்தாரும் திருவாவடுதுறையைப் போலவே மிகுதியாகவும், திறமைசாலிகளாகவும் இருந்தனர். அவ்வூரில் உள்ள பெரிய அக்கிரகாரங்களில் இருந்த அந்தணர்களிற் பெரும்பாலோர் பெருஞ் செல்வர்கள். அவர்கள் யாவரும் சுப்பிரமணிய தேசிகரிடத்தில் அன்புடையவர்கள். எல்லோரும் தேசிகருடைய வரவை அறிந்து பழ வர்க்கங்களுடன் வந்து பார்த்துச் சென்றார்கள்.

எல்லாக் காட்சிகளையும் கண்டு நான் ஆச்சரியமடைந்து கொண்டே இருந்தேன். அங்கே உள்ள இயற்கைக் காட்சிகளும்,

மனிதர்களுடைய விசுவாசமும், வித்துவான்களுடைய பெருமையும் யாரையும் வசீகரிக்கத் தக்கவை. தேசிகர் அடிக்கடி கல்லிடைக் குறிச்சியைப் பற்றிப் பாராட்டிப் பேசுவதுண்டு. அவர் சின்னப் பட்டத்தை வகித்த காலத்திலே பல வருஷங்கள் அங்கே வசித்து வந்தார். அவர் பாராட்டியது அபிமானத்தா லெழுந்ததன்றென் பதும் அவ்விடம் அந்தப் பாராட்டுக்கு ஏற்றதேயென்பதும் எனக்கு அப்போது தெளிவாக விளங்கின.

உடன் வந்திருந்த வேணுவனலிங்கத் தம்பிரான் செவந்திபுரம் மடத்தில் சுப்பிரமணிய தேசிகர் எழுந்தருள்வதற்குரிய நல்ல நாள் ஒன்று பார்த்து வைத்திருந்தார். "தேசிகர் தம் பழைய ஸ்தானமாகிய கல்லிடைக் குறிச்சியிலேயே நெடுநாள் தங்கி விடுவாரோ" என்ற கருத்து அவருக்கு இருந்தமையால் விரைவில் செவந்திபுரத்திற்கு புறப்பட வேண்டும் என்று வற்புறுத்திக் கொண்டே இருந்தார். கல்லிடைக் குறிச்சியிலே எவ்வளவு காலம் இருந்தாலும் மிகவும் சௌக்கியமாக இருக்கலாமென்பது எனக்குத் தெரியும். ஆனாலும் புதிய புதிய காட்சிகளைப் பார்க்க வேண்டுமென்றே ஆசையால் "தேசிகர் விரைவில் புறப்பட வேண்டும்" என்று நானும் எண்ணி னேன்.

## செவந்திபுரம்

குறிப்பிட்ட நல்ல தினத்தில் தேசிகர் செவந்திபுரம் சென்று மடத்தில் தங்கினார். பாண்டி நாட்டை ஆண்டு வந்த நாயக்க மன்னர்களின் அதிகாரியாகிய செவந்தியப்ப நாயக்கரென்பவரால் மடத்திற்கு விடப்பட்ட கிராமங்கள் எட்டுள் முக்கியமானது செவந்திபுரம். அதில் அவரால் நிருமிக்கப்பட்ட செவந்தீசுவரம் என்ற ஆலயம் ஒன்று உண்டு.

வேணுவனலிங்கத் தம்பிரான் அங்கே கட்டிய மடாலயத்திற்கு 'சுப்பிரமணிய தேசிக விலாசம்' என்று பெயர் வைத்ததோடு ஸ்ரீ சுப்பிரமணிய தேசிகருடைய திருவுருவம் ஒன்று அமைத்துப் பிரதிஷ்டை செய்து பூஜை செய்யும்படி ஏற்பாடு செய்தார். தேசிகரே நேரில் எழுந்தருளிய தினத்தில் அவருக்கு உண்டான இன்பத்துக்கு அளவில்லை. அன்றைத் தினம் ஒரு பெரிய திருவிழாவாகவே கொண்டாடப் பெற்றது.

அந்த அழகிய மடாலயத்தைச் சிறப்பித்து வித்துவான்கள் பலர் செய்யுட்களை இயற்றியிருந்தனர். அன்றிரவு பட்டணப் பிரவேசம் ஆனவுடன் இரவு இரண்டு மணிக்கு மேல் எல்லாச் செய்யுட்களையும் தேசிகர் முன்னிலையில் பல வித்துவான்களும், பிரபுக்களும் கூடியிருந்த சபையில் நான் படித்தேன். சிலர் தாங்கள் இயற்றிய பாடல்களின் நயங்களைத் தாங்களே எடுத்துக் காட்டினர். எல்லாம் படித்து முடிவதற்குள் பொழுது விடிந்து விட்டது. மகா வைத்தியநாதையர் அவர் தமையனார் முதலிய

பலர் பாடிய 86 பாடல்கள் இருந்தன. நான் எட்டுச் செய்யுட்களை இயற்றினேன்.

## புஸ்தகப் பதிப்பு

அப்பாடல்களையெல்லாம் அச்சிட வேண்டுமென்று வேணுவனலிங்கத் தம்பிரான் விரும்பினார். அப்படியே செய்ய ஏற்பாடு நடை பெற்றபோது திருவாவடுதுறையில் உள்ள வேணுவன லிங்க விலாசத்தைச் சிறப்பித்த செய்யுட்களையும் சேர்த்து வெளி யிடலாமென்று பலர் கூறினர். அவ்வாறே அவ்விரண்டு வகைப் பாடல்களும் வேறு சில பாடல்களும் சேர்த்துத் திருநெல்வேலி முத்தமிழாகரமென்னும் அச்சுக் கூடத்தில் ஒரு புஸ்தகமாகப் பதிப்பிக்கப் பெற்றன. அந்தப் புஸ்தகத்தை ஒழுங்குபடுத்தி எழுதிக் கொடுத்தவன் நானே. பிற்காலத்தில் எவ்வளவோ புஸ்தகங்களைப் பரிசோதித்து வெளியிடும் வேலையில் ஈடுபட்ட நான் முதன் முதலாகப் பதிப்பித்து அந்தப் பாடல் திரட்டே. அக்காலத்தில் பதிப்பு முறை சிறிதும் எனக்குத் தெரியாது. ஆனாலும் நான் பரிசோதித்து வெளியிட்ட முதல் புஸ்தகமென்ற நினைவினால் அதனிடத்தில் எனக்கு ஒரு தனி மதிப்பு இருந்து வருகிறது. அதன் முகப்புப் பக்கத்தில் இருந்தவை வருமாறு:

"உ. கணபதி துணை. திருக்கைலாய பரம்பரைத் திருவாவடு துறை ஆதீனத்தைச் சேர்ந்த செவந்திபுரத்தில் மேற்படி ஆதீனம் பெரிய காறுபாறு வேணுவனலிங்க சுவாமிகள் இயற்றுவித்த சுப்பிரமணிய தேசிக விலாசச் சிறப்பு. மேற்படி திருவாவடுதுறையில் மேற்படி சுவாமிகளியற்றுவித்த கொலு மண்டபமென்னும் வேணுவனலிங்க விலாசச் சிறப்பு. இவை பல வித்துவான்களாற் பாடப்பட்டு மேற்படி ஆதீன அடியார் குழாங்களிலொருவராகிய ஆறுமுக சுவாமிகளாலும் மேற்படி திருவாவடுதுறை வேங்கட சுப்ப ஐயரவர்கள் புத்திரராகிய சாமிநாத ஐயரவர்களாலும் பார்வையிடப்பட்டு, திருநெல்வேலி முத்தமிழாகர அச்சுக்கூடத்திற் பதிப்பிக்கப்பட்டன. வெகு தான்ய வரு ஆனி மீ."

அப்புஸ்தகத்தில் வேணுவனலிங்கத் தம்பிரானுடைய சரித்திரச் சுருக்கமும், திருவாவடுதுறை குமார சுவாமித் தம்பிரான் இயற்றிய தோத்திரச் செய்யுட்களும், வேதநாயகம் பிள்ளை சுப்பிரமணிய தேசிகரைப் பாராட்டிப் பாடிய பாடல்களும் சேர்க்கப்பெற்றன. பிழைத்திருத்தம் சேர்க்கவேண்டி நேர்ந்தது. எல்லாம் சேர்ந்து 32 பக்கங்கள் ஆயின.

அந்தப் புஸ்தகம் அச்சிட்டு வந்த காலத்தில் நானும் பிறரும் அதை வைத்து அழகு பார்த்துக் கொண்டேயிருந்தோம். சம்பிர தாயத்திற்காக ஆறுமுகத் தம்பிரான் பெயரையும் சேர்த்துப் பதிப்பித்திருந்தாலும் அவர் என்னிடமே ஒப்பித்து விட்டமையால் நான்தான் முற்றும் கவனித்துப் பார்த்தவன். ஆதலின் எனக்கு

அப்புஸ்தகத்தைப் பார்த்தபோதெல்லாம் ஆனந்தம் பொங்கியது. "நான் பதிப்பித்த புஸ்தகம், என் பாடல்கள் உள்ள புஸ்தகம்" என்ற பெருமையோடு மற்றொரு சிறப்பும் அதில் இருந்தது. சுப்பிரமணிய தேசிக விலாசச் சிறப்புச் செய்யுட்களில் தியாகராச செட்டியார் பாடல்கள் பதின்மூன்று இருந்தன. அதில் ஒரு செய்யுளில் என்னைப் பாராட்டியிருந்தார்.

"துன்னுறுபே ரிலக்கணமு மிலக்கியமு
மீனாட்சி சுந்தரப் பேர்
மன்னுறுநா வலர்பெருமா னிடையுணர்ந்தெல்
லாநலமும் வாய்ந்தன் னோன்போற்
பன்னுகவி சொல்சாமி நாதமறை
யோனியற்சண் பகக்குற் றால
மென்னுமுயர் பெயர்புனைந்த கவிராஜன்
முகற்பலரு மியம்பி யேத்த"

என்பது அச் செய்யுள்.

## பாபநாசம்

செவந்திபுரத்தில் சுப்பிரமணிய தேசிகர் நான்குமாத காலம் தங்கியிருந்தார். தினந்தோறும் காலையில் அருகிலுள்ள பாபநாசம் சென்று தாமிரபர்ணியில் நீராடி ஸ்ரீ உலகம்மையையும் ஸ்ரீ கலியாண சுந்தரேசுவரரையும் தரிசித்து வருவார். அவருடன் நாங்களும் செல்வோம். பொதிய மலை அடிவாரத்தில் அமைந்த அந்த ஸ்தலத்தின் காட்சி மனோரம்மியமாக இருக்கும். பாறைகளினிடையே தத்தித் தவழ்ந்து வரும் அருவியின் அழகும் அதில் கொழுத்த பல நிறமுள்ள மீன்கள் பளிச்சுப் பளிச்சென்று மின்னி விளையாடும் தோற்றமும் மெல்லென்ற காற்றும் நம்மை மறக்கச் செய்யும். அங்கே யாரும் மீனைப் பிடிக்கக்கூடாது. அதனால் அங்குள்ள மீன்கள் சிறிதும் அச்சமின்றி நீராடுவோர்கள் மீது மோதி விளையாடும்.

பாபநாசம் கோயிலில் எண்ணெய்ச் சாதமென்ற ஒருவகைப் பிரசாதமும் அதற்கேற்ற துவையலும் நிவேதனம் செய்யப்படும். எங்கள் காலை நேர இளம் பசியைத் தீர்த்துக் கொள்ளும் பொருட்டு அப்பிரசாதத்தை எங்களுக்கு அளிக்கும்படி தேசிகர் ஏற்பாடு செய்திருந்தார். பொதிய மலையிலிருந்து வேகமாய் இறங்கி ஓடி வரும் தாமிரபர்ணியின் தெளிந்த நீரில் மீனினங்கள் எங்களைச் சுற்றிச் சுற்றி வர, அவைகளுண்ணும்படி அன்னத்தை இறைத்து நாங்கள் அப்பிரசாதத்தை உண்ணும்போது உண்டான இன்பத்துக்கு இணையாக எதைச் சொல்லலாமென்று இன்னும் யோசித்துக் கொண்டிருக்கிறேன்.

# 75

## இரண்டு புலவர்கள்

புலவர்கள் பலர் உள்ள புளியங்குடியென்னும் ஊரிலிருந்து இருவர் சுப்பிரமணிய தேசிகரைத் தரிசிக்க ஒரு நாள் செவந்தி புரத்திற்கு வந்தனர். அவர்களோடு வந்த கட்டைவண்டியில் பல ஓலைச் சுருணைகள் வந்திருந்தன. அவற்றையெல்லாம் திண்ணை யில் இறக்கி வைத்தனர். அப்போது அத்திண்ணையிலிருந்து தேசிகர் எங்களுக்குப் பாடம் சொல்லி வந்தார்.

வந்தவர்களையும் அந்த ஏட்டுச் சுருணைகளையும் கண்ட போது, "இவர்கள் பெரிய வித்துவான்களாக இருக்க வேண்டும். இன்று பல விஷயங்களைத் தெரிந்து கொள்ளலாம்" என்ற நினைவு எனக்கு உண்டாயிற்று.

## புதிய தேவாரப் பதிகம்

அவர்கள் பாத காணிக்கை வைத்துத் தேசிகரை வந்தனம் செய்தார்கள். அவர்களுள் ஒருவர் செல்வம் மிகுந்த கனவான்; மற்றொருவர் தெய்வப் புலவர் என்பவர். தெய்வப் புலவரென்னும் பெயர் திருவள்ளுவருக்கு உண்டென்பதை நான் அறிந்திருந்தேன். வேறு யாருக்கும் அப்பெயர் அமைந்ததாகக் கேட்டதில்லை. தெய்வ நாயகப் புலவரென்ற பெயரை அவர் அப்படிக் குறைத்து வைத்துக் கொண்டார்.

வண்டியில் வந்த ஏட்டுச் சுருணைகள் தேசிகர் முன்னிலையில் கொணர்ந்து வைக்கப்பட்டன. "இவை என்ன?" என்று அவர் கேட்டார்.

"எல்லாம் தேவாரப் பதிகம்" என்று புலவர் சொன்னார்.

"அப்படியா! புதிதாகப் பிரதி செய்தது போல் இருக்கிறதே. தேவாரந்தான் அச்சில் வந்துவிட்டதே. சிரமப்பட்டு ஏட்டில் பிரதி செய்ய வேண்டிய அவசியம் இல்லையே?"

"இந்தப் பதிகங்கள் வேறு" என்று தெய்வப் புலவர் கூறினார். பேசாமல் இருந்த கனவான் சிறிது நிமிர்ந்து உட்கார்ந்தார்.

"வேறு புதிய பதிகங்கள் எங்கே கிடைத்தன?" என்று ஆவலோடு தேசிகர் கேட்டார்.

நம்பியாண்டார் நம்பியின் உதவியால் அபயகுலசேகர மகாராஜா தேவாரத்தை வெளிப்படுத்திய வரலாற்றை நாங்கள் ஞாபகப்படுத்திக் கொண்டோம். எவ்வளவோ தேவாரப் பதிகங்கள் செல்லால் அரிக்கப்பட்டுப் போயினவென்று அவ்வரலாற்றால் அறிந்திருந்தோம். அப்படி மறைந்த பதிகங்களின் பிரதிகள் வேறு எங்கேனும் சேமிக்கப் பெற்றுக் கிடைத்திருக்குமோ என்ற சந்தேகம்

நற்றிணை பதிப்பகம் ◆ 419

எங்களுக்குத் தோற்றியது. ஆனால் அடுத்த நிமிஷம் எங்கள் ஆவல் முழுதும் சிதறியது.

"எல்லாம் பிள்ளையவர்கள் பாடிய தேவாரப் பதிகங்களே" என்று புலவர் அக்கனவானைச் சுட்டிக் காட்டிக் கம்பீரமாகச் சொன்னார். அந்தப் பிள்ளையவர்கள் வாயையே திறக்கவில்லை. தம்முடைய முகக் குறிப்பினால் உத்ஸாகத்தையும் சந்தோஷத்தையும் வெளிப்படுத்திக் கொண்டேயிருந்தார்.

புலவர் சொன்ன வார்த்தைகள் தேசிகரைத் திடுக்கிடச் செய்தன. அவர் சிறிது சிரித்தார். அந்தச் சிரிப்பிலே ஓரளவு கோபக் குறிப்பும் கலந்திருந்தது. ஆனால் அதை வெளிப்படையாக அவர் காட்டிக் கொள்ளவில்லை. அவ்விருவரும், தேசிகர் விம்மித மடைந்து பரபரப்புடன் அந்த அரிய பதிகங்களைக் கேட்க முந்துவ ரென்று எண்ணியிருக்கலாம். தேசிகரிடம் அத்தகைய பரபரப்பு ஒன்றும் தோற்றவில்லை. அவர் அமைதியாக, "எங்கே, சில பாடல்களை கேட்கலாம்" என்று கட்டளையிட்டார்.

பதிகங்களின் ஆசிரியராகிய கனவான் அப்பொழுதும் வாய் திறக்கவில்லை. புலவர் தாமே பாடல்களைச் சொல்லத் தொடங்கி னார். ஒவ்வொரு பதிகத்தையும் சொல்லி, "இன்ன பதிகத்தைப் போலச் செய்தது இது" என்று தேவாரப் பதிகத்தையும் குறிப்பித்து வந்தார். கஜக்கோலை வைத்து அளந்து பாட்டுக்குப் பாட்டு, வார்த்தைக்கு வார்த்தை மாற்றி வைத்தவை போல அவை தோற் றின. ஒன்றேனும் ரஸமாக இல்லை.

நாங்கள் இடையிடையே சிறிது ஆட்சேபம் செய்வோம். அப்படிச் செய்யும்போது அந்தக் கனவானை நோக்கி அவற்றைக் கூறுவோம். அவர் தாம் விடை சொல்லாமல் புலவர் முகத்தைப் பார்த்து ஹுங்காரம் செய்வார். புலவர் எதையாவது சமாதானமாகச் சொல்வார்.

தேசிகருக்கு மேலே கேட்பதில் விருப்பமில்லை. வெறுப்பே தோற்றியது. "மிகவும் சிரமமாக இருக்கும்; ஒரு பானைச்சோற்றுக்கு ஒரு சோறுதானே பதம்? போதும்" என்று சொல்லி நிறுத்தச் செய் தார். பின்னும் அவகாசம் அளித்திருந்தால் அப்புலவர் அவ்வளவு பாடல்களையும் சொல்லி எங்கள் காதைத் துளைத்திருப்பா ரென்பது நிச்சயம்.

அந்தக் கனவானுக்குச் சரிகை வஸ்திரமும் பட்டும் அளித்து மறுநாளே தேசிகர் அனுப்பிவிட்டார். அவர் போன பிறகு எங் களைப் பார்த்து, "இந்த ஸம்மானம் எதற்காகக் கொடுத்தது, தெரியுமா?" என்று கேட்டார்.

அவர் கருத்து ஒரு வகையாகத் தெரிந்தாலும் நான் வேண்டு மென்று, "அவர் பாடிய தேவாரப் பதிகங்களுக்காக" என்றேன்.

"சிவ சிவா! அவர் ஒரு கனவானாதலாலும் பாதகாணிக்கை வைத்தமையாலும் அவர் மனம் திருப்தியடைய வேண்டுமென்று எண்ணியே அந்தச் சம்மானம் வழங்க வேண்டியிருந்தது. தேவாரப் பதிகங்கள் எப்படி இருந்தன?" என்று கேட்டார் தேசிகர்.

"அக் கனவான் இயற்றியிருப்பாரென்று தோற்றவில்லை." "புலவர் பாடிக்கொடுத்து அக்கனவானை ஆட்டி வைக்கிறார். இவரும் பொம்மை மாதிரி எல்லாவற்றையும் ஒப்புக் கொள்கிறார். இப்படியும் சிலர் உலகத்தில் இருக்கிறார்கள். இப்பாடல்களுக்கு வேறு ஏதேனும் ஒரு பெயரை வைக்கக் கூடாதோ? தேவாரப் பதிகங்களென்று கூசாமல் சொல்லுகிறாரே. இந்தக் காரியம் அநுசித மென்று அவர்களுக்குத் தெரியவில்லையே! இனிமேல் திருவாசகம், திருக்கோவையார் இவைகளைப் பாட வேண்டியதுதான் பாக்கி!"

"ஏன்? பதினோராந் திருமுறையிலுள்ள சிவபெருமான் அருளிய திருமுகப்பாசுரங்கூட அவரே பாடி விடலாம்!" என்றேன்.

தேசிகர் சிரித்தார்; நாங்களும் சேர்ந்து சிரித்தோம்.

## குற்றாலக் காட்சிகள்

அப்பால் தேசிகர் சங்கர நயினார் கோயிலில் நடைபெறும் ஆடித் தவசு உத்ஸவத்தையும், திருச்செந்தூர் ஆவணி உத்ஸவத் தையும் தரிசித்து விட்டுத் திருப்பெருந்துறை செல்ல எண்ணிப் பரிவாரங்களுடன் புறப்பட்டார். வழக்கப்படியே இடையிலுள்ளவர் களால் சிறப்புக்கள் செய்விக்கப்பெற்றுக் குற்றாலம் சென்று தம் முடைய மடத்தில் சில நாள் தங்கி இருந்தார்.

நான் முதல் முதலாகத் திருக்குற்றாலத்தைக் கண்ட காலமாத லின் அங்குள்ள இயற்கையழகை நுகர்ந்து நுகர்ந்து இன்புற்றேன். அருவியின் தூய்மையும் அழகும் அங்கே வந்து கூடுவோர்களின் பக்தியும் ஆனந்தத்தை உண்டு பண்ணின. பல வருஷங்களாகச் செழித்து ஓங்கி வளப்பம் குறையாமல் வளர்ந்து நின்ற மரங்களும் அவற்றிற்கு அழகையும் வளர்ச்சியையும் கொடுக்கும் சாரலும் அவ்விடத்தின் தனிச் சிறப்புக்களாக இருந்தன. திருநெல்வேலி ஜில்லாவுக்குப் பெருமை உண்டாக்கக் குற்றாலம் ஒன்றே போதும். அங்குள்ள காற்றும் அருவி நீரும் மனிதர் உள்ளத்தையும் உடலையும் ஒருங்கே பரிசுத்தமாக்கும். பலவருஷ காலம் அங்கே வாழ்ந்திருந்தாலும் சலிப்பே ஏற்படாது.

## பென்னிங்டன் துரை

வெள்ளைக்காரர்கள் பலர் தங்கள் குடும்பத்தோடு அருவியில் ஆடும் பொருட்டு அங்கே வந்து தங்கியிருந்தனர். திருநெல்வேலி ஜில்லா கலெக்டராக இருந்த பென்னிங்டன் துரையென்பவரும் அங்கே வந்திருந்தார். அவருக்கும் சுப்பிரமணிய தேசிகருக்கும்

முன்பே பழக்கம் உண்டு. ஆதலால் தேசிகரது வரவை அறிந்த கலெக்டர் ஒருநாள் மடத்திற்கு வந்து அவரைக் கண்டார். கலெக்டருடன் ஒரு முனிஷியும் வந்திருந்தார். தேசிகருடைய கட்டளையின்படி கலெக்டரைப் பாராட்டி நானும் பிறரும் சில பாடல்களை இயற்றிச் சொன்னோம். அவற்றின் பொருளை அந்த முனிஷி கலெக்டருக்கு விளக்கினார். நான் இயற்றிய பாடல்களில் ஒன்றன் கடைசிப் பகுதி வருமாறு:

"...பென்னிங்டன் துரையே நின்னைக்
குற்றாலந் தனிற்கண்ட குதுகலமிங் கெவராலுங்
கூறொணாதே."

### சர்க்கரை பாரதியார்

ஒரு நாள் காலையில் நானும் சண்பகக் குற்றாலக் கவிராயரும் வேறு சிலரும் குற்றால மலைக் காட்சிகளைக் கண்டு மகிழ்ந்து வரப் போனோம். மலையின் வடபாலுள்ள சோலை வழியே செல்லும்போது எங்கிருந்தோ இனிய சங்கீத ஒலி வந்தது. நாங்கள் அது வந்த வழியே சென்றபோது ஒரு மாளிகையை அடைந்தோம். அதன் வாசலில் ஒரு சிறிய திண்ணையில் தனியாக உட்கார்ந்து ஒருவர் உரத்துப் பாடிக்கொண்டிருந்தார். தாமே பாடுபவராயின் அவ்வளவு பலமாகப் பாட வேண்டிய அவசியம் இல்லை.

நாங்கள் அவரை அணுகியவுடன் அவர் பாட்டை நிறுத்தி விட்டு, "நீங்கள் யார்?" என்று எங்களைக் கேட்டார். சுப்பிரமணிய தேசிகர் அங்கே வந்து தங்கியிருப்பதையும், நாங்கள் அவருடன் வந்திருப்பதையும் தெரிவித்தோம். அவர் வேம்பத்தூர்ப் பிச்சுவையருடைய தம்பி என்பதும் அவர் பெயர் சர்க்கரை பாரதி என்பதும் தெரிந்தன.

நாங்கள் பேசும்போதே உள்ளேயிருந்து, "பலே! ஏன் பாட்டு நின்றுவிட்டது?" என்று அதிகாரத் தொனியோடு ஒரு கேள்வி வந்தது. "புத்தி" என்று சொல்லியபடியே ஒரு வேலைக்காரன் உள்ளேயிருந்து ஓடி வந்து பாரதியாரை விழித்துப் பார்த்தான். அவர் நடுங்கி மீண்டும் தாளம் போட்டுப் பாடத் தொடங்கினார்.

எங்களுக்கு ஒன்றும் விளங்கவில்லை. "நீங்கள் இங்கே உள்ள திருவாவடுதுறை மடத்திற்கு வாருங்கள். அங்கே விரிவாகப் பேசலாம். ஸந்நிதானம் உங்களைக் கண்டால் ஸந்தோஷமடையும்" என்று சொன்னோம். அவர் பாடிக்கொண்டே இருந்தமையால் "ஆகட்டும்" என்று சொல்ல இயலாமல் தலையை அசைத்தார். நாங்கள் விடைபெற்று வந்தோம்.

அன்று மாலை சர்க்கரை பாரதியார் மடத்திற்கு வந்து தேசிகரைப் பார்த்தார். அவர் சொன்ன விஷயங்களைக் கேட்டு நாங்கள் அவர் நிலையை அறிந்து இரங்கினோம். அவர் ஒரு ஜமீன்தாரோடு

சில மாதம் இருந்தார். அந்த ஜமீன்தார் தம் மாளிகையினுள்ளே தமக்கு மிகவும் வேண்டிய ஒருவரோடு சீட்டாடிக் கொண்டிருந்தாராம். பாரதியார் அவர் காதில் படும்படி வெளியிலிருந்தபடியே பாடினாராம். உள்ளே ஜமீன்தாரோடு சீட்டாடினவர் ஒரு பெண் பாலாதலின் பாரதியார் உள்ளே போகக் கூடாதாம். பாட்டை நிறுத்தியது தெரிந்து ஜமீன்தார் அதட்டின குரலைத்தான் நாங்கள் கேட்டோம்.

இவ்விஷயங்களைக் கேட்டு நாங்கள் வருந்தினோம். "வெறும் சோற்றுக்குத்தான் இப்படித் தாளம் போட வேண்டியிருக்கிறது" என்று அவர் சொன்னார். பிறகு அவர் சுப்பிரமணிய தேசிகருடன் பேசி இன்புற்றார். பல அரிய பாடல்களையும் கீர்த்தனங்களையும் பாடினார். இயலும் இசையும் அவரிடம் இசைந்திருந்தன. அவ்விரண்டிலும் விருப்பமுள்ள தேசிகர் கேட்டுப் பேருவகை அடைந்தார். அந்த வித்துவானுக்கு பதினைந்து ரூபாய் பெறுமான சரிகை வஸ்திரமொன்றை அளித்தார்.

பாரதியார் அவ்வளவு சம்மானத்தை எதிர்பார்க்கவே இல்லை. "இந்த மாதிரி தாதாக்களும் சம்மானமும் கிடைத்தால் என் ஆயுள் முழுவதும் அடிமையாக இருப்பேனே!" என்று அவர் கூறினார். "நீங்கள் எப்போது வந்தாலும் நமக்கு ஸந்தோஷமே, திருவாவடு துறைக்கும் வாருங்கள்" என்று தேசிகர் சொன்னார்.

"அருமை தெரியாத முரடர்களுடன் பழகும் எனக்கு அதிருஷ்டம் இருக்கவேண்டுமே! இருந்தால் அவசியம் வருவேன்" என்று கண் கலங்கியபடியே சொல்லி அவர் விடைபெற்றுச் சென்றார்.

# 76
## ஸ்தல தரிசனம்

திருக்குற்றாலத்தில் சில தினங்கள் தங்கிப் பிறகு ஆதீனத்திற் குரிய கிராமங்களை ஒவ்வொன்றாகப் பார்த்தபடியே சுப்பிரமணிய தேசிகர் யாத்திரை செய்யலானார். வேணுவன லிங்கத் தம்பிரான் ஆட்சியின் கீழிருந்த அந்தக் கிராமங்கள் திருவாவடுதுறை மடத்தின் ஜீவாதாரமாக உள்ளவை. அவற்றில் கம்பனேரி புதுக்குடி என்பது ஒரு கிராமம். அதை விலைக்கு வாங்கிய சுப்பிரமணிய தேசிகர் தம் குருவின் ஞாபகார்த்தமாக அம்பலவாண தேசிகபுரமென்ற புதிய பெயரை வைத்தார். அங்கே தேசிகர் ஒரு நாள் தங்கினார்.

### 'வெள்ளி வில்லை தங்க வில்லை'

அக்காலத்தில் திருப்பனந்தாட் காசிமடத்தில் தலைவராக விளங்கிய ஸ்ரீ ராமலிங்கத் தம்பிரானென்பவர் சுப்பிரமணிய தேசிகரிடம் பேரன்பு பூண்டவர். தேசிகர் யாத்திரை செய்வதை

அறிந்து தாமும் அவரோடு சேர்ந்து சில நாட்கள் பிரயாணம் செய்ய விரும்பித் தனிப் புகைவண்டி யொன்றை ஏற்பாடு செய்து கொண்டு திருநெல்வேலி மார்க்கமாகச் செவந்திபுரம் வந்து தேசிகரைத் தரிசித்து உடனிருப்பாராயினர். அத்தம்பிரான் கம்பனேரி புதுக் குடியைக் கண்டு மிகவும் மெச்சினார். அந்தக் கிராமம் மிகவும் விசாலமாக இருந்தது. சுப்பிரமணிய தேசிகர் பரிவாரங்களுடன் தங்கினமையால் அப்போது அது ஒரு பெரிய நகரம்போல விளங்கிற்று.

மகாவைத்தியநாதையரும் அவர் தமையனாராகிய இராமசாமி ஐயரும் அணிந்திருந்த ருத்திராட்ச கண்டிகளை வாங்கி அவற்றிற்குத் தேசிகர் தங்க வில்லை போடச்செய்து அளித்தனர். எனக்கு திரு விடைமருதூரில் அளித்த கண்டியில் தங்க முலாம் பூசிய வெள்ளி வில்லைகளே இருந்தன. அந்தக் கண்டிக்கும் தங்க வில்லைகளை அமைக்கச் செய்து எனக்கு அளித்தார். அப்போது இராமசாமி ஐயர் சிலேடையாக, “வெள்ளி வில்லை தங்க வில்லை” என்றார். யாவரும் கேட்டு மகிழ்ந்தனர்.

## சங்கர நயினார் கோயில்

தேசிகர் முன்னரே செய்திருந்த ஏற்பாட்டின்படி சங்கர நயினார் கோயிலில் நடைபெறும் ஆடித் தவசு உத்ஸவத்திற்குச் சென்றனர். சோழ நாட்டில் வைத்தீசுவரன் கோயிலுக்கு எவ்வளவு சிறப்புண்டோ அவ்வளவு சிறப்பு சங்கர நயினார் கோயிலுக்கும் உண்டு. சிவபெருமானும் திருமாலும் பேதமின்றி இயைந்து நிற்கும் சங்கர நாராயண மூர்த்தியைத் தரிசித்து ஆனந்தமடைந்தேன். அவ்வாலயத்திலுள்ள புற்று மண்ணை மருந்தாக உண்டு நோய்கள் தீர்ந்த பக்தர்கள் பலரைப் பார்த்தேன். அங்கே எழுந்தருளியிருக்கும் ஸ்ரீ கோமதியம்மையைத் தரிசித்துப் புளகாங்கிதம் அடைந்தேன். இறைவனைக் குறித்து அத்தேவி தவஞ்செய்த சிறப்பை நினைவுறுத்த ஒவ்வொரு வருஷமும் ஆடி மாதத்தில் திருவிழா நடைபெறும். அத்திருவிழாவைத்தான் ‘ஆடித் தவசு’ உத்ஸவமென்று வழங்குகிறார்கள்.

## கரிவலம் வந்த நல்லூர்

சங்கரநயினார் கோயிலில் ஒரு வாரம் இருந்து விட்டுத் திருச்செந்தூர் ஆவணி உத்ஸவ தரிசனத்துக்காகப் புறப்பட்டோம். இடையே ஒரு நாள் கரிவலம் வந்த நல்லூரில் தங்கினோம். தமிழ்ப் பயிற்சியைத் தொடங்கும் மாணாக்கர்களுக்கு அந்த ஸ்தலத்தைப் பற்றித் தெரியாமலிராது. வரதுங்கராம பாண்டியர் இயற்றிய கருவைப் பதிற்றுப்பத்தந்தாதி, கருவைக் கலித்துறை யந்தாதி, வெண்பா அந்தாதி என்ற மூன்று பிரபந்தங்களும் அத்தலத்தைப் பற்றியனவேயாகும். கரிவலம் வந்த நல்லூர் என்பதன் மரூஉவே கருவை என்பது.

அந்த ஸ்தலத்தை அணுகியவுடன் நான் முன்னே கேட்டிருந்த அந்தாதிச் செய்யுட்களெல்லாம் ஞாபகத்துக்கு வந்தன. என் ஆசிரியரிடம் அவ்வந்தாதி நூல்களைப் படித்த காலத்தில் அவர் கூறிய அர்த்தத்தைக் காதாற் கேட்டிருந்தேன். ஸ்தல சம்பந்தமாக அவர் சொன்ன விஷயங்களைக் கொண்டு அப்போது நான் மனத்திலே ஒரு கோயிலைக் கற்பனை செய்திருந்தேன். கண் முன்னே பின்பு அவ்வாலயத்தைக் கண்டபோது அதுவரையில் விளங்காத விஷயங்கள் விளங்கின. பாடல்களின் அர்த்தத்தைக் காதாற் கேட்ட போது அப்பொருள் குறைவாகவே இருந்தது; பால்வண்ண நாதரைக் கண்ணால் தரிசித்த போதுதான் அப்பொருள் நிறைவெய்தியது. ஸ்வாமிக்கு நிழல் அளித்து நிற்கும் பழைய களாச் செடியையும் பார்த்து விம்மிதமடைந்தேன்.

சிறந்த தமிழ்ப் புலவரும் அரசரும் அடியாருமாகிய வரதுங்க ராம பாண்டியர் வாழ்ந்த நகரமாதலின் அதனைச் சுற்றிப் பார்க்கலாமென்று சில நண்பர்களுடன் புறப்பட்டேன். அவ்வரசர் வசித்த இடத்தைப் பார்த்து இன்புற்றேன். இப்படி ஊரைப் பார்த்துக் கொண்டு சென்ற போது நடு வீதியில் என் எதிரே ஒருவர் வந்தார். அவருடன் சில குட்டித் தம்பிரான்களும் வந்தார் கள். வந்தவர் என்னைக் கண்டு அஞ்சலி செய்தார். எனக்கு அவர் இன்னாரென்று அடையாளம் தெரியவில்லை.

அவர் தலையில் ஓர் அழகிய உருமாலை கட்டியிருந்தார். காதிற் கடுக்கனும் கையில் மோதிரமும் அணிந்திருந்தார். இடுப்பில் சரிகை வஸ்திரம் உடுத்திருந்தார். இவற்றையெல்லாம் பார்த்து, "இந்தப் பிரபுவை நாம் பார்த்ததாக தெரியவில்லையே" என்று யோசிக்கலானேன். பிறகு, "தங்களைத் தெரியவில்லையே" என்று கேட்டேன். அவர், "அடியேன் அவ்விடத்துச் சிஷ்யன்தான்" என்றார். அப்பொழுதும் எனக்கு விளங்கவில்லை. "பெயர் என்ன" என்று கேட்டேன். "நான்தான் சொக்கலிங்கம்; திருவாவடுதுறையில் தங்களிடம் பாடம் கேட்கவில்லையா?" என்றார்.

"சொக்கலிங்கத் தம்பிரானா? அடையாளமே தெரியவில் லையே!" என்ற ஆச்சரியமடைந்து நின்றேன்.

"இப்போது வேஷம் மாறி விட்டது; நான் சொக்கலிங்கம் பிள்ளையாகி விட்டேன்."

"சௌக்கியமாக இருக்கிறீரா? உமக்கு இரண்டு சாண் நீளம் சடையிருந்ததே! ஏன் இப்படி மாற வேண்டும்?" என்று கேட்டேன்.

"நான் திருவாவடுதுறையில் இருந்த போது துறவிகளின் சகவாசம் இருந்தது. படிப்பில் ஆசை தீவிரமாக இருந்தது. தாங் களும் பாடம் சொல்லித் தந்தீர்கள். ஸந்நிதானம் கருணையுடன் பாதுகாத்து வந்தது. என்னவோ நினைத்து இங்கே வந்தேன். பழைய பாசம் சுற்றிக் கொண்டது. உறவினர்கள் கிருகஸ்தாசிரமத்தைக்

கடைப்பிடிக்க வேண்டுமென்று வற்புறுத்தினார்கள். எனக்கும் அந்த இச்சை உண்டாயிற்று. நான் மனிதன்தானே? காவி உடை தரித்த மாத்திரத்தில் பெரிய ஞானியாகி விடுவேனா? கலியாணம் செய்து கொண்டேன். இங்கே பள்ளிக்கூடம் வைத்து நடத்தி வருகிறேன். ஊரிலுள்ளவர்கள் குறைவில்லாமல் ஆதரித்து வருகிறார்கள். எல்லாம் அவ்விடத்து அனுக்கிரகம்" என்றார்.

பிறகு அவர் விடை பெற்றுச் சென்றார். நாங்கள் தேசிகரிடம் சென்று சொக்கலிங்கம் பிள்ளையைப் பற்றிச் சொன்னோம். அவர், "துறவுக் கோலம் பூண்டு அந்நிலைக்குத் தகாத காரியங்களைச் செய்வதைவிட இம்மாதிரி செய்வது எவ்வளவோ உத்தமம்" என்று சொல்லிப் புன்முறுவல் பூத்தார்.

## திருச்செந்தூர்

கரிவலம் வந்த நல்லூரிலிருந்து புறப்பட்டு ஆழ்வார் திருநகரி முதலிய ஊர்களின் வழியாகத் திருச்செந்தூரை அடைந்தோம். செந்திலாண்டவனுக்குத் திருவாவடுதுறை யாதீனத்தின் மூலம் நடைபெறும் பணிகள் பல உண்டு.

அவற்றிற்குரிய மடங்களும் பல உள்ளன. அங்கே ஆவணி மாதத்தில் நடைபெறும் உற்சவ தரிசனம் ஆயிற்று. தேசிகர், பிராமண போஜனம், மகேசுவர பூஜையாகியவற்றை நடப்பித்தார். சமுத்திரக் கரையில் அமைந்துள்ள செந்திற்பெருமான் திருக்கோயில் கண் கொள்ளாக் காட்சியாக இருந்தது. ஆண்டவனுக்குப் பிரார்த்தனை செலுத்துவோர்களுடைய கூட்டம் மிக அதிகம். உலகத்தில் தெய்வபக்தியென்னும் சுடரை அவியாமலே காப்பாற்றி வரும் ஸ்தலங்களுள் திருச்செந்தூர் ஒன்று. கலியுக வரதனாகிய முருகக் கடவுளின் திருவருளைப் பலவிதமான அதிசயச் செயல்களால் காணுவதற்கு இடமாயிருப்பது அந்தத் திவ்ய ஸ்தலம்.

## கந்தர் கலிவெண்பா

எங்களுடன் வந்திருந்த இராமலிங்கத் தம்பிரானுடைய ஆட்சியிலுள்ள திருப்பனந்தாள் மடத்தில் ஆதி புருஷராக வணங்கப் படுபவர் குமரகுருபர ஸ்வாமிகள். அப்பெரியார் இளமையில் ஐந்து வருஷம் வரையில் ஊமையாக இருந்து பிறகு செந்திற் பெருமான் திருவருளால் வாக்குப் பெற்றனர். அப்போது அவர் முதல் முதலில் செந்திலாண்டவன் விஷயமாக, 'கந்தர்கலி வெண்பா' என்ற பிரபந்தத்தைப் பாடினார். திருவருளால் அமைந்த வாக்கென்ற கருத்தினால் தமிழ்நாட்டில் அந்நூலைப் பயபக்தியோடு பலர் பாராயணம் செய்து வருவார்கள். நான் அதை அடிக்கடி படித்து மகிழ்வதுண்டு. திருச்செந்தூரில் தங்கிய காலத்தில் அதனைப் பல முறை பாராயணம் செய்தேன். இராமலிங்கத் தம்பிரான் தம் ஆதீன முதல்வரால் இயற்றப் பெற்றதென்ற பெருமையுள்ளத்தோடு

படித்தும் கேட்டும் வந்தார். கந்தர் கலிவெண்பாவின் இறுதியில் குமரகுருபரர் தமக்கு ஆசு முதல் நாற்கவியும் பாடும் வன்மை வேண்டுமென்று பிரார்த்திக்கின்றார். நான் அந்தப் பகுதியை மீட்டும் மீட்டும் படித்துச் செந்திலாண்டவனைத் துதித்தேன். எனக்கும் நல்ல கவித்துவம் வேண்டுமென்ற ஆசை உள்ளிருந்து தூண்டியது.

### எனது தீர்மானம்

திருச்செந்தூரில் இருந்தபோது சுப்பிரமணிய தேசிகர் என்னையும் மகாவைத்தியநாதையரையும் அழைத்து, ஊருக்குப் போய்ச் சில தினங்கள் இருந்து விட்டுத் திருப்பெருந்துறைக்கு வந்து விடும் படியும், அதற்குள் தாமும் திருப்பெருந்துறைக்கு வந்துவிடக் கூடுமென்றும் கட்டளையிட்டனுப்பினார். நாங்கள் புறப்பட்டோம். இராமலிங்கத் தம்பிரானும் விடை பெற்றுத் திருப்பனந்தாளுக்குச் சென்றார். செந்திலாண்டவன் திருவருளால் இனிச் செய்யுட்களை மிகுதியாக இயற்றிப் பழக வேண்டுமென்ற தீர்மானத்துடன் நான் திருவாவடுதுறைக்கு வந்து சேர்ந்தேன்.

## 77

## சமயோசிதப் பாடல்கள்

திருவாவடுதுறையில் குமாரசாமித் தம்பிரான் சின்னக் காறுபாறாக இருந்து வந்தார். சுப்பிரமணிய தேசிகருடைய யாத்திரைக் காலத்தில் அவர் திருவாவடுதுறையில் சில சில சீர் திருத்தங்களைச் செய்தார். கோயில், மடம், நந்தவனங்கள் முதலியவற்றை மிகவும் நன்றாக விளங்கும்படி கவனித்து வந்தார்.

திருநெல்வேலியிலிருந்து நான் திருவாவடுதுறைக்கு வந்து சில வாரங்கள் தங்கியிருந்தேன். அக்காலத்தில் குமாரசாமித் தம்பிரானோடு தமிழ் விஷயமாகப் பேசி இன்புற்றேன். யாத்திரைக் காலத்திற் சந்தித்த புலவர்களைப்பற்றியும் நிகழ்ந்த நிகழ்ச்சிகளைப் பற்றியும் அவரிடம் சொன்னேன்.

திருச்செந்தூரில் செய்து கொண்ட சங்கற்பத்தின்படியே தினந்தோறும் ஸ்ரீ கோமுத்தீசுவரர் விஷயமாக ஒவ்வொரு செய்யுள் இயற்றி வந்தேன். அவற்றைக் குமாரசாமித் தம்பிரான் கேட்டு மகிழ்வார். மற்றத் தம்பிரான்களும் கேட்டு மகிழ்வார்கள். சனி ஞாயிறுகளில் கும்பகோணத்திலிருந்து தியாகராச செட்டியார் வருவார். அவர் தங்கியிருக்கும் இரண்டு தினங்களும் தமிழைப் பற்றிய பேச்சாகவே இருக்கும்.

## வினாச்செய்யுள்

குமாரசாமித் தம்பிரான் தெற்கு வீதியிலுள்ள குளக்கரையில் ஒரு கட்டிடம் கட்டுவிக்க எண்ணி வேண்டிய ஏற்பாடுகளைச் செய்தார். ஆழ்ந்த அஸ்திவாரம் போட்டு வேலைக்காரர்கள் வேலை செய்தார்கள். அதனைக் கவனிக்கும் பொருட்டு அங்கே தம்பிரான் சென்றபோது நானும் உடன் சென்றேன். அவ்விடத்தில் ஒரு கிழவன் நடைபெறும் வேலைகளை மேற்பார்வையிட்டுக் கொண்டு நின்றான். அவன் எலும்புந்தோலுமாய், நிற்பதற்கே சக்தியில்லாமல் இருந்தான். அவனைப் பார்த்தால் அவன் உடம்பில் உயிர் உள்ளதோ இல்லையோ என்ற சந்தேகம் எழும். அவன் எப்படி அங்கே வேலை வாங்குவானென்று ஆச்சரியமடைந்தேன். திடீரென்று ஓர் அதட்டல் குரல் கேட்டது. அந்த உடம்பிலிருந்து அத்தொனி எழுந்ததென்பதை உணர்ந்தபோது எனக்குப் பிரமிப்பு உண்டாகி விட்டது. “இவனா அதட்டினான்!” என்ற சந்தேகத்தோடு மீட்டும் அவனைக் கவனித்தேன். முன் கேட்டதைவிட மிகவும் பலமான அதட்டல் தொனி அவனிடமிருந்து எழுந்தது. தம்பி ரானைப் பார்த்தேன். ஆச்சரியக் குறிப்போடு, “இவ்வுடலினின்று மொலி இங்கெழுவதென்னே!” என்று சொன்னேன். என் உள்ளம் செய்யுள் இயற்றுவதில் ஈடுபட்டிருந்தமையால் அந்தக் கேள்வியை ஒரு செய்யுளடியைப் போலவே அமைத்துக் கேட்டேன். அவர் சிரித்துக் கொண்டே “உருவுகண் டெள்ளாமை வேண்டும்” என்று பதில் சொன்னார். பிறகு, “உங்கள் கேள்வியை நான்காவது அடி யாக வைத்து முன்னே மூன்றடிகளை அமைத்து ஒரு செய்யுளாகப் பூர்த்தி செய்து விடுங்கள்” என்றார். அப்படியே இயற்றிச் சொல்ல அவர் கேட்டு மகிழ்ந்தார்.

## ‘நின்றால் நடக்கும்’

அப்போது மணி பதினொன்று ஆகிவிட்டது. நானும் அவரும் காவிரி ஸ்நானத்திற்குப் புறப்பட்டோம். போகும்பொழுது, “குளத்திலேயே ஸ்நானம் செய்திருக்கலாம். காவிரிக்குப் போனால் நேரமாகும். நான் நின்றுவிட்டால் வேலை நின்றுவிடுமே” என்று சொன்னார். “நீங்கள் நடந்தால் அது நின்றுவிடும்; அங்கே நின்றால் நடக்கும் போலிருக்கிறது” என்று சொல்லி, உடனே

“கன்றால்முன் விளவெறிந்த
கண்ணன்மிக வஞ்சவரும் கடுவ யின்று
மன்றாட லுவந்ததிருக் கோமுத்தி
　　　　வாணர்பணி வழுவா தாற்றும்
குன்றாத புகழ்க்குமர சாமிமுனி
　　　　வரன்மாடம் குயிற்ற வன்னான்
நின்றாலவ் வேலைநடந் திடுமனையா
　　　　னடப்பினது நிற்குந் தானே”

என்ற செய்யுளையும் சொன்னேன். "இன்று என்ன கவி ஆவேசம் வந்து விட்டது போலிருக்கிறதே" என்று சொல்லித் தம்பிரான் அச் செய்யுளை மீட்டும் மீட்டும் சொல்லக் கேட்டு இன்புற்றார்.

## ஊற்றுப் பாட்டு

அப்பால் காவிரிப் படித்துறையை அடைந்தோம். அங்கே தென்கரையில் மிக உயரமாக வளர்ந்து ஆற்றின் பக்கமாகச் சாய்ந்து நிழல் அளிக்கும் ஒரு மருத மரம் இருந்தது. அம்மரத்தடியில் மணற் பரப்பிலே அமர்ந்தோம். மத்தியான்ன வெயிலில் அம்மரத்து நிழல் இனிமையாக இருந்தது.

காவேரியில் நீரோட்டம் இல்லாமையால் ஸ்நானம் செய்யும் பொருட்டுத் தனித் தனியே ஊற்றுக்கள் போடப்பட்டிருந்தன. ஆதீனத் தலைவர் அமிழ்ந்து ஸ்நானம் செய்வதற்கு ஏற்றபடி ஓர் ஓடுகால் வெட்டப்பட்டு நாற்புறமும் வேலிகட்டி யிருந்தது. அதன் மேல்பால் தம்பிரான்களெல்லாம் ஸ்நானம் செய்வதற்காக விசாலமான ஊற்றொன்று வெட்டி அதற்கும் வேலி கட்டப்பட்டிருந்தது. அதற்குக் கிழக்கே தவசிப் பிள்ளைகளும் சைவர்களும் பிறரும் நீராடுவதற்குப் பெரிய ஊற்று ஒன்று இருந்தது. அந்த ஊற்றுக்களைப் பாதுகாத்து வரும் பொருட்டு ஒருவன் நியமிக்கப்பட்டிருந்தான். பொன்னுப்பிள்ளை யென்பது அவன் பெயர்.

ஊற்றுக்களை நன்றாக இறைத்துச் சுத்தமாக வைத்திருப்பதும், யார் யார் எந்த எந்த ஊற்றில் ஸ்நானம் செய்யலாமோ அவர்களை யன்றி மற்றவர்கள் அவற்றை உபயோகிக்காமல் காவல் புரிவதும் ஆகிய வேலைகளை அவன் பார்த்து வந்தான். அவனுக்கு உதவி யாகச் சிலர் இருந்தனர்.

நாங்கள் மருத மரத்து நிழலில் உட்கார்ந்திருப்பதைக் கண்டு அவன் வந்து குமாரசாமித் தம்பிரானை வந்தனம் செய்து நின்றான். "எல்லாம் சரியாக இருக்கிறதா?" என்று தம்பிரான் விசாரித்தார். "சரியாக இருக்கிறது ஊற்றில் ஜலம் நிறைய ஊறியிருக்கிறது. ஸ்நானம் செய்ய எழுந்தருளலாம்" என்று அவன் சொன்னான்.

அந்தக் காவலாளன் மிகவும் கடுமையானவன். உரியவர்களல்லாத வேறு யாரேனும் ஊற்றுக்கருகில் வந்தால் அவர் காலில் அடிப்பான். பித்தளைப் பாத்திரங்களைக் கொண்டு வந்து ஊற்றை அணுகினால் அவற்றைப் பிடுங்கித் தூர எறிவான். மண் பாத்திரங்களாயிருந்தால் உடைத்தெறிவான். பெண்களுக்கு அவனிடம் அதிக பயம். அவன் முகம் எப்போதும் கோபக் குறிப்போடே இருக்கும். வார்த்தையும் கடுமையானது. அப்படியிருந்தால்தான் தன் வேலை ஒழுங்காக நடைபெறும் என்பது அவனது திடமான அபிப்பிராயம். நிழலும் ஊற்றும் இனிய காட்சிகளை அளித்த அந்த இடத்தில் அவனுடைய முகம் வெயிலின் கடுமைக்குத் துணையாக விளங்கியது.

தம்பிரான் என்னைப் பார்த்து, "இவனைத் தெரியுமா?" என்று கேட்டார். "நன்றாகத் தெரியுமே" என்று நான் சொன்னேன். அவன் தன் வேலையைக் கவனிக்கப் போய்விட்டான். "இவன் எப்பொழுதும் கடுமையாகவே இருக்கிறானே. இவன் முகத்தில் சந்தோஷ அறிகுறியை ஒருநாளேனும் பார்த்ததில்லை. இவனைச் சிரிக்கும்படி செய்யமுடியுமோ?" என்று தம்பிரான் என்னைக் கேட்டார். "பார்க்கலாம்" என்று சொல்லி நான் அந்தப் பேர் வழியின் விஷயமாக ஒரு பாடல் செய்ய யோசித்தேன். அவனது கடுமையான தோற்றத்தின் சார்பினாலோ, எதனாலோ, என் செய்யுளிலும் சிறிது கடுமை புகுந்து கொண்டது. நான் இயற்றிய செய்யுள் திரிபாக அமைந்தது. நான் அதை முடித்துத் தம்பிரானிடம் சொல்லிக் காட்டினேன்.

"மருத மரத்து நிழலூடு வெள்ளை மணலிருப்பும்
பொருத மரப்பொன்னுப் பிள்ளைவெங் காவல் புரிந்துஞற்றும்
விருதம ரற்புத வூற்று டலும்நிதம் மேவப்பெற்றால்
கருத மரக்க ணரமாத ரோடிருக் கையினையே."

மருதமரத்தின் நிழலுக்கிடையில் உள்ள வெள்ளை மணலாகிய இடமும் யாருடனும் போராடி முழங்கும் முழக்கத்தையுடைய பொன்னுப் பிள்ளை வலியக் காவல் புரிந்து அமைக்கும் சிறப்புப் பொருந்திய அற்புதமான ஊற்றில் நீராடுதலும் தினந்தோறும் பெறுவதாயிருந்தால் அரம் போன்ற கண்ணையுடைய தேவ மகளிரோடு வாழ்வதையும் பெரிதாக நினைக்க மாட்டோம்.

(பொருத மரம் – போர் செய்யும் முழக்கம். விருது – சிறப்பு. கருதம் – கருதோம். அரமாதர் – தேவ மகளிர்.)

"பாட்டுடைத் தலைவனது இயல்பில் கொஞ்சம் பாட்டுக்கும் வந்துவிட்டது போலும்!" என்று சொல்லிக் கொண்டே தம்பிரான் சிரித்தார். பிறகு, பொன்னுப் பிள்ளையை அழைத்து, "உன்னுடைய வேலையையும் உன்னையும் புகழ்ந்து இவர்கள் பாடியிருக்கிறார்களே? கேட்டாயா?" என்றார். நான் அந்தப் பாட்டைச் சொன்னேன். 'பொன்னுப் பிள்ளை' என்பதை மாத்திரம் அழுத்தமாகச் சொன்னேன். அவனுக்கு அந்தப் பாட்டில் வேறு என்ன தெரியப் போகிறது? அந்தப் பெயர் காதில் விழுந்த போது அவனை அறியாமலே ஒரு புன்னகை அவன் முகத்தில் உண்டாயிற்று. "பேஷ்; அருமையாக இருக்கிறது" என்று தம்பிரான் சொல்லிச் சிரித்தார். "என் பாட்டு அருமையா? அவன் சிரிப்பு அருமையா?" என்ற விஷயத்தில் எனக்குச் சிறிதும் சந்தேகமே இல்லை.

"ஐயா அந்த ஊற்றில் ஸ்நானம் செய்யலாம்; சுத்தமாக இருக்கிறது" என்று என்னைச்சுட்டி அந்தக் காவற்காரன் சொன்னான்.

"பாட்டுடைத் தலைவன் அளிக்கும் பரிசு அது தான்" என்றார் தம்பிரான்.

## ரெயில் பாட்டு

குமாரசாமித் தம்பிரான் தெற்குக் குளப்புரையின் நாற்புறத்து முள்ள பூந்தோட்டத்தில் பலவகையான புஷ்பச் செடிகள் வைத்துப் பாத்திகட்டி மரு, மருக்கொழுந்து முதலியவற்றை மிகுதியாகப் பயிர்செய்து அருகிலுள்ள ஸ்தலங்களுக்கும் அனுப்புவார்; என் தந்தையாரது பூஜைக்கும் நாள்தோறும் அனுப்புவார்.

சிதம்பரம் ஸ்ரீ நடராஜமூர்த்திக்கு அவைகளை எடுத்துச் சென்று சாத்தச் செய்ய வேண்டுமென்று தம்பிரான் எண்ணினார். ஒரு நாள் பெரிய குடலை கட்டி மருவையும் மருக்கொழுந்தையும் எடுக்கச் செய்து அதில் வைத்துச் சில தம்பிரான்களையும் என்னையும் உடனழைத்துக் கொண்டு சிதம்பரத்தை நோக்கிப் புறப்பட்டார். பகல் பன்னிரண்டு மணிக்கு ரெயில் வண்டியிலேறிச் சென்றோம். ரெயில் வண்டி புதிதாக வந்த காலமாதலின் அதில் ஏறிச்செல்வது விநோதமாக இருந்தது. அதிகக் கூட்டமே இராது. வண்டிக்கு இரண்டு பேர்களுக்குமேல் இருப்பது அருமை. நாங்கள் சிறிதுநேரம் எங்கள் இஷ்டம்போல் தனித்தனி வண்டிகளில் ஏறிச் சிரமபரிகாரம் செய்து கொண்டோம். பிறகு ஒன்றாகக் கூடி ஓரிடத்தில் அமர்ந்து பேசிக் கொண்டிருந்தோம். யாவரும் ஒன்றாகப் படித்தவர்களாதலால் வேடிக்கையாகப் பல விஷயங்களைப் பற்றிப் பேசினோம். ரெயில் வண்டியில் பிரயாணம் செய்வதைப் பற்றி ஒவ்வொருவரும் ஒவ்வொரு பாடல் செய்ய வேண்டுமென்று செய்யத் தொடங்கினோம். எல்லோரும் செய்யுள் இயற்றத் தெரிந்தவர்கள். ஒவ்வொருவரும் தங்கள் தங்கள் அபிப்பிராயத்தை வைத்துப் பாடல் இயற்றிச் சொன்னார்கள். ஒரே பொருளைப் பற்றிய பல வகையான கருத்துக்கள் அமைந்த பாடல்களாதலின் அவை ரஸமாக இருந்தன. நான் இரண்டு மூன்று செய்யுட்களை இயற்றிச் சொன்னேன். அவற்றில் ஒரு வெண்பாவின் முற்பகுதி மாத்திரம் இப்போது ஞாபகத்தில் இருக்கிறது.

“உண்ணலாம் தூசும் உடுக்கலாம் நித்திரையும்
பண்ணலாம் நூல்கள் படிக்கலாம்...”

## ஒரு கற்பனை

பிற்பகலில் சிதம்பரத்தை அடைந்து மாலைக் காலத்தில் ஆலயத்துக்குச் சென்று ஸ்ரீ நடராச மூர்த்தியைத் தரிசித்தோம். குமாரசாமித் தம்பிரான் தாம் கொண்டு வந்திருந்த மருவையும், மருக்கொழுந்தையும் ஒரு தீக்ஷிதரிடம் அளித்து அலங்காரம் செய்யச் சொன்னார். அவர் நடராஜமூர்த்தியின் திருமேனி முழுவதும் அவற்றைக் கொண்டு அலங்கரித்துத் தீபாராதனை செய்தார். “இறைவன் திருமேனி முழுவதும் உமா தேவியார்

கொண்டதுபோல் பச்சையாக இருக்கிறது" என்று சொல்லிக் குமாரசாமித் தம்பிரான் மகிழ்ந்தார். நான் அது சம்பந்தமாக ஒரு செய்யுளை இயற்றிக் கூறினேன். அலங்காரம் செய்த பத்திரத்தின் பெயராகிய மருவென்பதற்கு வாஸனை என்றும் ஒரு பொருள் உண்டு. அந்தச் சொல்லுக்குரிய இரு பொருளை வைத்து ஒரு கற்பனை செய்தேன். "சிதம்பர ஸ்தலத்தில் எழுந்தருளிய இறைவன் ஆகாசமே திருமேனியாகவுடையவன். ஆகாசத்திற்கு ஒலி உரியதே ஒழிய மரு (மணம்) இல்லையென்று ஆன்றோர் கூறுவர். அவர்கள் நாணமுற ஸ்ரீ குமாரசாமித் தம்பிரான் ஆகாச வடிவினராகிய சிவபெருமானுக்கு மருவை அளித்தார்" என்ற கருத்தை உடைய அச்செய்யுள் வருமாறு:

"திருவென்றும் நின்றொளிரும் துறைசையிற்சுப் பிரமணிய
தேவற் கன்பிற்
பொருவென்று மின்றியொளி ருங்குமர சாமிமுனி
புங்க வன்றான்
மருவென்றும் வெளிக்கிலையென் பார்நாணத் தில்லைவெளி
மன்றில் மேனி
அருவென்று முருவென்றுஞ் சொலநடிப்பார்க் கின்றுமரு
அளித்தான் மன்னோ"

(பொரு – ஒப்பு. மரு – மணம். வெளிக்கு – ஆகாசத்திற்கு. இலை என்பார் – இல்லை என்கிற பூமியானது.)

இச்செய்யுளைக் கேட்ட தம்பிரான்களும் பிறரும், "கற்பனை நன்றாயிருக்கிறது" என்று சொன்னார்கள்.

"நீங்கள் நினையாமலே வேறு நயம் ஒன்று இந்தப் பாட்டில் அமைந்திருக்கிறது" என்று குமாரசாமித் தம்பிரான் சொல்லவே, "என்ன அது?" என்றேன்.

"மரு என்றும் வெளிக்கிலை என்பார் நாண என்பதற்கு, வாசனை எப்பொழுதும் ஆகாசத்துக்கு இல்லை என்று சொல்லு பவர்கள் நாணும்படி என்பதுதானே நீங்கள் நினைத்து அமைத்த பொருள்?"

"ஆம்."

"வாஸனை ஆகாயத்திற்கு இல்லை, எனக்கே உண்டு என்று சொல்லிச் செருக்கடையும் பூமி நாணும்படி என்று வேறு பொருள் ஒன்றும் கொள்ளும்படி உங்கள் வாக்கு அமைந்திருக்கிறது. பிருதிவியின் குணம் கந்தமென்பது சாஸ்திரக் கருத்தல்லவா?" என்றார் அவர். அவர் கூறியதைக் கேட்டு யாவரும் மகிழ்ந்தோம்.

# 78

## குறை நிவர்த்தி

திருவாவடுதுறையில் இரண்டு மாதங்கள் தங்கியிருந்தேன். சுப்பிரமணிய தேசிகர் தாம் உத்தேசித்தபடியே திருப்பெருந்துறைக்கு வந்து சேர்ந்தார். சில தினங்களுக்குப் பிறகு தேசிகரிடமிருந்து தந்தையார் முதலியவர்களோடு திருப்பெருந்துறைக்கு வந்து சில காலம் இருக்க வேண்டுமென்று எனக்கு ஓர் உத்தரவு வந்தது. எங்களுக்கு வேண்டிய சௌகரியங்களைப் பண்ணுவித்து அனுப்ப வேண்டுமென்று காறுபாறு கண்ணப்பத் தம்பிரானுக்கும் திருமுகம் வந்தது. நான் என் தாய் தந்தையரை அழைத்துக்கொண்டு திருப் பெருந்துறையை நோக்கிப் புறப்பட்டேன். காறுபாறு தம்பிரான் சௌகரியங்கள் செய்து அனுப்பும்போது, "காட்டு மார்க்கமாக இருக்கும்; ஆனாலும் அங்கங்கே இருக்கும் மடாதிபதிகள் கவனித்துக் கொள்வார்கள்" என்று என் தந்தையாரை நோக்கிக் கூறினார். நான், "நாட்டுச் சாலைவழியே போவதனால் அஸௌகரியம் நேராது" என்று சிலேடையாகச் சொன்னேன். நாட்டுச் சாலையென்பது நாங்கள் போகவேண்டிய வழியில் பட்டுக்கோட்டைக்கு அருகி லுள்ள மடத்துக்குரிய பெரிய கிராமம்.

நாங்கள் திருப்பெருந்துறையை அடைந்தோம். எங்களுக்காகத் தனி விடுதி ஒன்று அமைக்கப் பெற்றிருந்தது. சுப்பிரமணிய தேசிகரது தரிசனத்தையும் சல்லாபத்தையும் பெற எண்ணிப் பல பிரபுக்களும் வித்துவான்களும் வந்து வந்து சென்றார்கள். சிங்க வனம் சுப்பு பாரதியார், வேம்பத்தூர்ப் பிச்சுவையர், மணமேற்குடி கிருஷ்ணையர், மேலகரம் திரிகூட ராசப்பக் கவிராயர் முதலிய வித்துவான்களுடன் பழகி இன்புற்றேன்.

### பிச்சுவையர்

பிச்சுவையர் சிறந்த ஆசுகவி. அவர் சுப்பிரமணிய தேசிகரைப் புகழ்ந்து தாம் நூதனமாக இயற்றிய பாடல்களையும் வேறு சமயோ சிதப் பாடல்களையும் சொல்லிக் காட்டினார். நான் வினோதார்த்த மாகச் சில சில ஆக்ஷேபங்களைச் செய்தேன். அவர் சில சில இடங்களில் சிலேடையை உத்தேசித்து வார்த்தைகளின் உருவத்தை மாற்றியிருந்தார். இயல்பான இலக்கண வரம்புக்கு உட்படாமல் புறநடையின் சார்பை ஆராயவேண்டிய சில பிரயோகங்களைச் செய்திருந்தார். நான் ஆக்ஷேபித்தபோது சுப்பிரமணிய தேசிகர் அவ்வாக்ஷேபங்கள் உசிதமானவை என்பதைத் தம் புன்னகையால் தெரிவித்தார். பிச்சுவையர், "அவசரத்திற் பாடும் செய்யுட்களில் இவ்வளவு இலக்கணம் பார்த்தால் முடியுமா?" என்று சொல்லி விட்டு உடனே பின்வரும் பாடலைச் சொன்னார்:

"விஞ்சுதலை யார்சேட வித்தகனென் றாலுநின்முன்
அஞ்சு தலையுடைய னாவனால் – விஞ்சுபுகழ்க்
கோமுத்தி வாழ்சுப் பிரமணியக் கொண்டலே
மாமுத் தியைவழங்கு வாய்."

(மிக்க தலையையுடைய ஆதிசேஷனாக இருப்பினும் உன் முன்னால் ஐந்து தலையுடையவனாகிக் குறைவடைவான் என்றும், மேன்மையை உடைய ஆதிசேஷனும் நின் முன்னால் பயத்தை யுடையவனாவான் என்றும் முன் இரண்டடிகளுக்கு இரண்டு பொருள்கள் தோற்றின. விஞ்சுதல் – மிகுதல்.)

அவ்வளவு விரைவில் சிலேடை நயம் தோற்றும்படி அவர் சொன்ன பாடல் எங்களைப் பிரமிக்கச் செய்து விட்டது.

## ஒரு கனவான்

தேசிகரைப் பார்க்கவரும் கனவான்களிற் பெரும்பாலோர் தமிழ்க் கல்வியறிவுடையவர்களாகவே இருப்பார்கள். தேசிகர் முன்னிலையில் எப்போதும் தமிழ் முழக்கம் விடாமல் இருப்பதை அறிந்த சிலர் அவர் திருவுள்ளக் குறிப்பை அறிந்து மாணாக்கர் களைப் பாடல்கள் சொல்லும்படி கேட்பதும் அவர்களை வினாவிப் பரீட்சை செய்வதும் உண்டு. கோட்டூரிலிருந்த பெருஞ் செல்வராகிய ரங்கசாமி முதலியாரென்னும் கனவான் தம் குடும்பத்தோடும், உறவினர்களோடும் ஸேதுஸ்நானத்திற்குச் சென்று திரும்புகையில் திருப்பெருந்துறைக்கு வந்து தேசிகரைத் தரிசித்துக் கொண்டார். அவர் நல்ல தமிழ்ப் பயிற்சியுடையவர். அவருடன் வந்திருந்த வேறொரு கனவான் பல தமிழ் நூல்களில் சிறந்த பயிற்சியுடைய வராகத் தோன்றினார். கம்பராமாயணத்தில் நல்ல பழக்கம் அவருக்கு இருந்தது. அவர்கள் தேசிகருடன் பேசிக்கொண்டிருந்த போது தேசிகர் மாணாக்கர்களை அழைத்து அவர்களுக்குப் பழக்கம் செய்வித்தார். அக்கனவான் கம்பராமாயணத்தில் எங் களைச் சில கேள்விகள் கேட்டார். அக்கேள்விகளிலிருந்தே அவரு டைய கல்வியறிவு புலப்பட்டது. பெரும்பாலும் என்னையே வினா வினார். நான் திருப்தியாக விடையளித்தேன்.

## புராண பாடம்

காஞ்சிப் புராணத்தை ஒருமுறை பாடங் கேட்க வேண்டு மென்ற விருப்பம் எனக்கு உண்டாயிற்று. பிள்ளையவர்கள் காலத் தில் புஸ்தகம் கிடைக்காமையால் அதை நான் படிக்க முடிய வில்லை. அது குறையாகவே இருந்தது. அந்நூலின் முதற் காண்டம் ஸ்ரீ சிவஞான முனிவராலும் இரண்டாங் காண்டம் ஸ்ரீ கச்சியப்ப முனிவராலும் இயற்றப் பெற்றவை. என் விருப்பத்தைச் சுப்பிர மணிய தேசிகரிடம் தெரிவித்தபோது அவர் ஏட்டுப் புஸ்தகத்தை

வருவித்து அளித்துச் சின்னப்பண்டார ஸந்நிதியாகிய ஸ்ரீ நமசிவாய தேசிகரிடத்திற் பாடங் கேட்கலாமென்று சொன்னார். அப்படியே கேட்கத் தொடங்கினேன்.

நமசிவாயதேசிகர் பிள்ளையவர்களிடம் படித்தவர். எப்பொழுதும் தமிழ் நூல்களை ஒழுங்காக ஆராய்ந்து படித்துவருபவர். சைவசாஸ்திர நுட்பங்களை நன்கு உணர்ந்தவர். மாணாக்கர்களுக்குப் பாடம் சொல்வதையே பொழுது போக்காக உடையவர். அவரிடம் தினந்தோறும் காஞ்சிப் புராணத்தைப் பாடம் கேட்டு வந்தேன். சிவஞான முனிவர் வாக்குக்கும் கச்சியப்ப முனிவர் வாக்குக்கும் மிக்க வேற்றுமை உண்டு. சிவஞான முனிவர் வாக்கில் கருத்தும், கவியும் ஒன்றோடு ஒன்று பின்னிச் செல்கின்றன. இயல்பாகச் செல்லும் கவியின் கதியில் கருத்துக்கள் தாமே வந்து பொருந்திச் சுவைபட இசைந்து நிற்கின்றன. இரண்டாங் காண்டத்தில் கச்சியப்ப முனிவர் தம் அறிவாற்றலை வெளிப்படுத்தியிருக்கிறார். சங்க நூல்களிலுள்ள கருத்துக்களையும் சொற்களையும் எடுத்து ஆளுகின்றார். இலக்கண மேற்கோளாகக் காட்டப் பெறும் அரிய சொற்றொடர்ப் பிரயோகங்களை அவர் வாக்கிலே மிகவும் காணலாம். சிவஞான முனிவர் வாக்கில் நம்மை மறந்த இன்பம் உண்டாகிறது. கச்சியப்ப முனிவர் வாக்கில் அவரது உன்னதமான அறிவாற்றலை நினைந்து வியப்படைகிறோம்.

காஞ்சிப்புராணம் பாடம் கேட்டு முற்றுப்பெற்றவுடன் கச்சியப்ப முனிவர் வாக்காகிய பேரூர்ப் புராணத்தைக் கேட்டேன். அது முடிந்தவுடன் மீட்டும் ஒரு முறை அவ்விரண்டு நூல்களையும் பாடம் கேட்டேன்.

### மாணிக்கவாசகர் ஆலய கும்பாபிஷேகம்

அக்காலத்தில் திருப்பெருந்துறைக் கட்டளை விசாரணை செய்து வந்த ஸ்ரீ சுப்பிரமணியத் தம்பிரான், கோயில் முதற்பிரகாரத்தின் மேல்புறமாக ஓர் ஆலயம் கட்டுவித்து அதில் மாணிக்கவாசகர் திருவுருவத்தைப் பிரதிஷ்டை செய்து கும்பாபிஷேகம் நடத்தினார். மகா வைத்தியநாதையர் தமையனாராகிய இராமசாமி ஐயர் முன்பே பெரிய புராணக் கீர்த்தனம் இயற்றியிருந்தார். அதில் சைவ சமயாசாரியர்களாகிய மூவர் சரித்திரமும் அடங்கியுள்ளன. நான்கு சைவசமயாசாரியர்களில் மாணிக்கவாசகர் சரித்திரம் தமிழ்க் கீர்த்தனையாக இராமையால் அதனை அவர் தனியே கீர்த்தனை உருவத்தில் இயற்றி அங்கே அரங்கேற்றினார். அப்போது கும்பாபிஷேகச் சிறப்பைப் பற்றியும் மாணிக்கவாசகர் சரித்திரத்தைப் பற்றியும் நாங்கள் தனித்தனியே பல பாடல்கள் இயற்றிப் படித்துக் காட்டினோம்.

## திருப்பனந்தாள்

பிறகு திருவாவடுதுறைக்குப் புறப்படவேண்டும் என்று தீர்மானித்த தேசிகர் அதற்கு வேண்டிய ஏற்பாடுகளைச் செய்யலாயினர். என் தாய் தந்தையரைத் திருவாவடுதுறைக்கு முன்னதாக அனுப்பிவிட்டு நான் மாத்திரம் தேசிகருடன் இருந்தேன். திரும்புகையில் திருப்பனந்தாளுக்கு எழுந்தருள வேண்டும் என்று இராமலிங்கத் தம்பிரான் விண்ணப்பித்துக் கொண்டமையால் தேசிகர் அவர் விருப்பத்துக்கிணங்கித் திருப்பெருந்துறையிலிருந்து பரிவாரங்களுடன் புறப்பட்டு வழியே உள்ள பல ஊர்களிலும் அடியார்கள் செய்யும் உபசாரத்தைப் பெற்றுக் கும்பகோணத்தின் வழியாகத் திருப்பனந்தாளை அடைந்தார்.

சுப்பிரமணிய தேசிகர் வரவையறிந்து சாலையின் இருபுறங்களிலும் பல மைல் தூரத்திற்கு வாழை மரங்களும் தோரணங்களும் கட்டி இராமலிங்கத் தம்பிரான் அலங்காரம் செய்திருந்தார். திருப்பனந்தாள் மடத்திற்குள் ஒரு பெரிய பங்களாவை மூங்கிலால் அமைத்தார். அதைப் பார்த்தபோது கற்கட்டிடம் போலவே தோற்றியது.

சுப்பிரமணிய தேசிகர் அங்கே தங்கினார். ஸ்ரீ இராமலிங்கத் தம்பிரான் செய்த உபசாரம் இன்னபடியிருந்தது என்று சொல்வதற்கரியது. பாட்டுக் கச்சேரிகள் நடைபெற்றன. பல தமிழ் வடமொழி வித்துவான்கள் வந்து சுப்பிரமணிய தேசிகர் அங்கே எழுந்தருளிய சிறப்பைப் பாராட்டிப் பாடினார்கள். நானும் வேறு மாணாக்கர்களும் தேசிகரையும் இராமலிங்கத் தம்பிரானையும் புகழ்ந்து பல பாடல்கள் இயற்றினோம். எல்லாம் 'பல புலவர் செய்யுட் டிரட்டு' என்ற பெயரோடு சேர்க்கப் பெற்று ஒரு புஸ்தக வடிவமாக அக்காலத்தில் அச்சிடப்பெற்றன.

## திருவாவடுதுறை திரும்பியது

திருவாவடுதுறை ஆலய உத்ஸவமும் குருபூஜையும் சமீபித்தமையால் தேசிகர் பல நாட்கள் திருப்பனந்தாளில் தங்க முடியவில்லை. சில நாளிருந்து பிறகு புறப்பட்டுத் துறைசையை அடைந்தார். குரு பூஜை முதலியன சிறப்பாக நடைபெற்றன. தேசிகர் யாத்திரையினால் நேர்ந்த சிரமத்தை ஆற்றிக் கொண்டும் வழக்கமாக நடைபெறுவனவற்றைக் கவனித்தும் வந்தார். யாத்திரையினிடையே அங்கங்கே சந்தித்துப் பழகிய பல கனவான்களுக்குக் கடிதங்கள் எழுதச் செய்தார். இடையிடையே மாணாக்கர்களுக்குப் பாடம் சொல்வதும் உண்டு.

## பாடம் கேட்டல்

ஓய்ந்த நேரங்களில் நமசிவாய தேசிகரிடம் நான் தமிழ்நூல்களைப் பாடம் கேட்டு வரலானேன். மாணாக்கர்கள் பலருக்குப் பாடமும்

சொல்லி வந்தேன். நமசிவாய தேசிகர் சிறிதும் ஓய்வின்றிப் பாடம் சொல்லுவார். அதில் அவருக்குச் சலிப்பே இராது. மற்றவர்களுக்கு அவர் பாடம் சொல்லும்போதும் நான் உடனிருந்து கேட்டு வருவேன். அவர் விருப்பப்படி நானும் அவர் முன்னிலையில் சிலருக்குப் பாடம் சொல்வேன். எந்த விஷயத்திலும் கண்டிப்பாக இருக்கும் அவர் பாடம் சொல்லும் போது நான் இராவிட்டால் உடனே அழைத்து வரச் செய்வார்.

## ஊசி மிளகாய்

ஒரு நாள் பகற்போசனத்திற்கு மேல் தெற்குக் குளப்புரைத் தோட்டத்தில் நமசிவாய தேசிகர் சில மாணாக்கர்களுக்குப் பாடம் சொல்லி வந்தார். உண்ட இளைப்பால் நான் ஓரிடத்தில் படுத்து உறங்கி விட்டேன். பாடம் நடைபெறும்போது நான் அருகில் இராமையைக் கண்ட நமசிவாய தேசிகர் உடனே என்னை அழைத்து வரும்படி ஒருவரை அனுப்பினார். அவருடைய ஆஞ்ஞையை மறுத்துப் பேச யாருக்கும் தைரியம் இராது. என்னை அழைக்க வந்தவர்கள் நான் தூங்கின இடத்தை அடைந்தார். அயர்ந்து தூங்கிய என்னைக் கூப்பிட்டுப் பார்த்தார்; நான் எழ வில்லை. பிறகு தட்டி எழுப்பினார். விழித்துக் கொண்டேன். ஆயி னும் எனக்கிருந்த சிரமம் நீங்கவில்லை; பாதித் தூக்கத்தில் எழுந்த மையால் சிரமம் அதிகமாயிற்று.

"பிறருடைய கஷ்டம் தெரியவில்லையே; இப்படி நிர்ப்பந்திக் கிறார்களே!" என்ற எண்ணம் எனக்கு உண்டாயிற்று. என் வருத் தத்தை நான் வெளிப்படுத்த முடியுமா? அல்லது அப்போது போகாமல் தான் இருக்க முடியுமா?

நான் நடந்து சென்றேனே ஒழிய என் கால்கள் தள்ளாடின. கண் இமைகளைத் தூக்கத்தின் கனம் கீழே இழுத்தது. போகும் வழியில் ஊசி மிளகாய்ச்செடி ஒன்றிருந்தது. அதிலிருந்து ஒரு பழத்தைப் பறித்துக் கசக்கி என் கண்களில் தடவிக் கொண்டேன். எனக்கிருந்த வருத்தம் மேல் விளைவை எண்ணாத நிலையில் என்னை வைத்தது.

மிளகாயைத் தடவிக்கொண்டதுதான் தாமதம்; கண்கள் முழு வதும் ஒரே எரிச்சலாக எரிய ஆரம்பித்து விட்டன. தேளுக்கு அஞ் சிப் பாம்பின் வாயிலே புகுந்த கதையாயிற்று என் நிலை. என்னால் மேலே நடக்க முடியவில்லை. கீழே உட்கார்ந்து விட்டேன்.

என்னுடைய செய்கையை அறிந்து யாவரும் வருந்தினார்கள். என் நண்பர்கள் மாத்திரம் எனக்கு அப்போது எவ்வளவு சிரமம் இருந்திருக்க வேண்டுமென்பதை ஊகித்துக் கொண்டனர்.

## சைவ சாஸ்திரம் கேட்டல்

நமசிவாய தேசிகர் பாடம் சொல்லும்போது சைவ சாஸ்திர விஷயங்கள் வந்தால் அவர் மேற்போக்காகச் சொல்லிவிட்டு விடு

வார். சைவ சித்தாந்த நூல்களைத் தனியே படிக்க வேண்டுமென்பது அவர் கருத்து. பிள்ளையவர்களிடம் நான் பாடம் கேட்ட காலத்தில் அங்கங்கே வரும் சாஸ்திரக் கருத்துக்களை நன்றாகத் தெரிந்து கொண்டேன். சுப்பிரமணிய தேசிகர் யாருக்கேனும் சிவஞான போத பாஷ்யத்தைச் சொல்ல நேரும்போது என்னையே படித்துக் காட்டச் சொல்வார். இருப்பினும் சிவஞான போதச் சிற்றுரை முதலிய சித்தாந்த சாஸ்திரங்களை முறையாகக் கேட்டால் நலமாக இருக்குமென்பது என் எண்ணம்.

நமசிவாய தேசிகருக்கு ஒய்வு இல்லை. என் கருத்தை ஸ்ரீ சுப்பிரமணிய தேசிகர் எப்படியோ உணர்ந்தனர். என்னை ஒரு நாள் அழைத்து, "நாமே உமக்குச் சிற்றுரை முதலியவற்றைப் பாடம் சொல்வோம். படிக்க வேண்டுமென்ற ஆவலுள்ள உம்மை விடத் தக்க பாத்திரம் வேறு யார் இருக்கிறார்கள்?" என்று சொல்லிச் சித்தாந்த நூல்களை முறையாகக் கற்பிக்க ஆரம்பித்தார். சிவஞான போதச் சிற்றுரை, சிவஞான சித்தியார் பொழிப்புரை முதலிய பல நூல்களையும், வேறு சில கருவி நூல்களையும் கேட்டு எனக்குள்ள குறையை நிவர்த்தி செய்து கொண்டேன்.

## 79

### பாடும் பணி

திருவாவடுதுறையில் என் பொழுதுபோக்கு மிக்க இன்பமுடையதாக இருந்தது. பாடம் சொல்வதும், படிப்பதும், படித்தவர்களோடு பழகுவதும் நாள்தோறும் நடைபெற்றன. சுப்பிரமணிய தேசிகருடைய சல்லாபம் எல்லாவற்றிற்கும் மேலான இன்பத்தை அளித்தது.

தேசிகர் தினந்தோறும் அன்பர்களுக்குக் கடிதம் எழுதுவார். ஒவ்வொரு நாளும் ஐம்பதுக்குக் குறையாமல் கடிதங்கள் எழுதப் பெறும். ஒவ்வொன்றுக்கும் உரிய விஷயத்தை ராயசக்காரர்களிடம் நிதானமாகச் சொல்லுவார்; தாமும் எழுதுவார். ராயசக்காரர்கள் தேசிகர் கருத்தின்படியே எழுதக்கூடிய திறமையுள்ளவர்களாக இருந்தார்கள். அவர்களுக்கெல்லாம் தலைவராக இருந்தவர் ஸ்ரீ சிவசுப்பிரமணிய பிள்ளை என்பவர். இடையிடையே வந்தவர்களுடன் பேசுவது, அவர்கள் குறையைக் கேட்டு நீக்குவது முதலியவற்றிலும் தேசிகர் கவனம் செலுத்துவார். இவற்றால் ஒரு குறிப்பிட்ட காலத்தில் போசனம் செய்வது என்ற வரையறை அவருக்கு இல்லாமற் போயிற்று. தேக நலத்தைக் கவனியாமல் இப்படியிருந்தமையால் அஜீரணமும் இருமலும் அவருக்கு உண்டாயின. கண்களில் ஒளிக்குறைவு ஏற்பட்டது. ஒன்றையும் பாராட்டாமல் அவர் வழக்கம்போல எல்லா வேலைகளையும் கவனித்து வந்தார்.

வித்துவான் யாரேனும் வந்தால் கல்வி சம்பந்தமான பேச்சிலேயே பொழுது போகும். திராவிட மகாபாஷ்யம் முதலிய நூல்களிலிருந்து தேசிகர் செய்திகளை எடுத்துச் சொல்லுவார். அப்போது என்னை அந்நூற்பகுதிகளைப் படித்துக் காட்டச் சொல்லுவார். ஏட்டில் இன்ன பக்கத்தில் இன்ன விஷயம் உள்ளது என்று குறிப்பிடுவார். அப்போது எனக்கு மிக்க வியப்பு உண்டாகும். படித்துப் படித்து அவர் பழகியிருந்தமையால் பக்கம் முதற்கொண்டு தெளிவாக அவர் ஞாபகத்தில் இருந்தது. இத்தகைய நிலையில் நான் அதிக நேரம் தேசிகரோடு இருக்க நேர்ந்தது; அதனால் மிக்க திருப்தியடைந்தேன்.

## மொழி பெயர்ப்பு

சில சமயங்களில் தேசிகர் சில கருத்துக்களைக் கூறி அவற்றை அமைத்துப் பாடல்கள் இயற்றும்படி எனக்குக் கட்டளையிடுவார். செய்யுட்களை நான் உடனே இயற்றிச் சொல்லிக் காட்டுவேன். வடமொழி வித்துவான் யாரேனும் வந்து பழைய சுலோகம் ஏதாவது சொல்வார். அது நல்ல சுவையுடையதாக இருந்தால் சுப்பிரமணிய தேசிகர் என்னைப் பார்ப்பார். அவர் குறிப்பையறிந்து நான் உடனே அதனைத் தமிழ்ச் செய்யுளாக மொழி பெயர்த்துக் கூறுவேன். வடமொழி வித்துவான் அதைக் கேட்டு மகிழ்வதோடு மடத்தின் பெருமையைப் பாராட்டிப் பேசுவார். சில நாட்களில் இரவு நான் வீட்டுக்குப் போகும்போது தேசிகர் சில சுலோகங்களையோ, புதிய விஷயங்களையோ சொல்லுவார். அவற்றை இரவில் தமிழ்ச் செய்யுளாக இயற்றி மறுநாட்காலையில் தேசிகரிடம் சொல்லி அவரை இன்புறுத்துவேன்.

## போஜ சரித்திரம்

ஒரு நாள் வடமொழி வித்துவானொருவர் மடத்திற்கு வந்திருந்தார். அவர் போஜ சரித்திரத்திலிருந்து சில சுலோகங்களைச் சொல்லிப் பொருள் கூறினார். எல்லாம் மிக்க சுவையுள்ளனவாக இருந்தன. ஒரு சுலோகத்தைச் சொல்லிவிட்டு, "போஜ மகாராஜ, உன்னை எல்லோரும் கொடையிற் சிறந்தவனென்று கூறுவதற்கு என்ன காரணம்? பர நாரியர்களுக்கு உன் மார்பையும் பகைவர்களுக்கு உன் முதுகையும் ஈய மாட்டாய்" என்று அதன் கருத்தையும் சொன்னார். உடனே நான் அக் கருத்தை ஒரு கட்டளைக் கலித்துறையில் அமைத்துச் சொன்னேன். அது வருமாறு:

"கொடையிற் சிறந்தனை யென்றுனை யாவருங் கூறலென்னே
நடையிற் சிறந்த பரநா ரியரொடு நண்ணலர்க
ளிடையிற் சிறந்தமை முன்னொடு பின்னின்று மீந்திலைநீ
தொடையிற் சிறந்த புயபோஜ ராஜ சுகோதயனே."

(பரநாரியர் – வேறு மகளிர். நண்ணலர்களிடையில் – பகைவர் கூட்டத்தினிடையே. சிறந்து அமை முன்னொடு – சிறந்து அமைந்த மார்போடு. பின் – முதுகு. தொடை – மாலை. பரநாரியருக்கு முன் னும், நண்ணலர்களுக்குப் பின்னும் ஈந்திலையென்று நிரனிறையாக நின்றது.)

இந்தப் பாட்டில் 'முன்னொடு பின் இன்றும் ஈந்திலையென்ற பகுதிக்கு, மார்போடு முதுகை இன்றும் ஈயவில்லையென்ற பொரு ளோடு, முன்னும் பின்னும் இன்றும் ஈயவில்லை என முக்காலப் பெயரும் தோற்றும்படி வேறொரு பொருளும் அமைந்துள்ளது. அதையறிந்து சுப்பிரமணிய தேசிகர், "நன்றாயிருக்கிறது. முன்னொடு பின் என்பவற்றோடு இன்றும் என்பதைச் சேர்த்ததுதான் ரஸம்" என்று சொல்லி மகிழ்ந்தார்.

மற்றொரு நாள் வேறு வித்துவானொருவர் வந்தபோது அவர் சில சுலோகங்களைச் சொன்னார். போஜ மகாராஜன் ஒரு நாள் வீதி வழியே செல்லும் போது எதிரே ஒரு பிராமணன் தோற்பை யொன்றில் ஜலம் எடுத்து வந்தானாம். அதைக் கண்டு, "இவன் தோற்பையில் ஜலம் எடுப்பதற்குக் காரணமென்ன? அனாசார மல்லவோ?" என்றெண்ணிய அரசன் உடன் வந்த மந்திரியைக் கண்டு விஷயத்தை விசாரிக்கச் செய்தான். போஜராஜனுடைய பார்வையினால் கவித்துவ சக்தியைப் பெற்ற அப்பிராமணன் உடனே அரசனை நோக்கி விடையாக ஒரு சுலோகத்தைச் சொன் னானாம். "போஜ ராஜனே! நீ உன் பகைவரைச் சிறைப்படுத்தி அவர் காலில் விலங்கிடுவதால் இந்நாட்டில் உள்ள இரும்பெல்லாம் செலவாயின. உன்பால் வந்த வித்துவான்கள் முதலியவர்களுக்குத் தானங்கள் வழங்கி அவற்றைக் குறிக்கும் தானசாஸனங்களைத் தாமிரப் பட்டயத்தில் பொறித்துக் கொடுக்கவே தாமிரமும் இலதா யிற்று. நான் வேறு எந்தப் பாத்திரத்தில் ஜலம் எடுப்பேன்?" என்ற கருத்தமைந்தது அந்தச் சுலோகம். ஸம்ஸ்கிருத வித்துவான் சுலோகத்தைச் சொல்லிவிட்டு மிகவும் ரஸமாகப் பொருளை எடுத்துரைத்தார். சுப்பிரமணிய தேசிகர் கேட்டு மகிழ்ந்ததோடு என்னைப் பார்த்து, "எப்படியிருக்கிறது?" என்று வினவினார். நான் அவர் குறிப்பையறிந்து, "மிகவும் நன்றாக இருக்கிறது" என்று சொல்லிவிட்டு உடனே அக்கருத்தை அமைத்துப் பின் வரும் செய்யுளை இயற்றிச் சொன்னேன்:

"நேரார் பதத்துப் புனைவிலங் காலயம் நீங்கினநிற்
சேரா துலர்க்கருள் சாஸனத் தாற்செம்பு தீர்ந்தவென்றால்
ஏரார்நின் னாட்டிடைப் போஜவித் தோலன்றி யானிதமும்
நீரா தரத்தோ டெடுப்பமற் றியாது நிகழ்த்துவையே."

(நேரார் – பகைவர். அயம் – இரும்பு. ஆதுலர் – இரப்பவர்கள், ஆதரம் – அன்பு. நிகழ்த்துவை – சொல்வாயாக.)

## காற்றுக்கு விண்ணப்பம்

பின்பு ஒரு நாள் வித்துவானொருவர் தேசிகருடைய உதவியை நாடி வந்தார். அவர் பழைய சுலோகங்கள் பலவற்றைச் சொன்னார். எந்த வகையான ஆதரவுமற்ற ஒரு வித்துவான் ஒரு பிரபுவை நோக்கித் தம்மைப் பாதுகாக்க வேண்டுமென்பதைத் தெரிவிக்க எண்ணி அக்கருத்தை வெளிப்படையாகச் சொல்லாமல் குறிப்பாகப் புலப்படுத்தியதாக அமைந்த சுலோகங்கள் அவை. அவற்றுள் புயற்காற்றினால் கடலில் அலைப்புண்ட ஒரு கப்பலில் தத்தளிப்பவன் காற்றைப் பார்த்துச் சொல்வது போல அமைந்தது ஒரு சுலோகம். நான் அதனை மொழிபெயர்த்துச் சொன்னேன். அச் செய்யுள் வருமாறு:

"மீகாமன் செயல்முறையும் பிறழ்ந்தது வீழ்ந்
தனதுடுப்பு மீன்றோன் றாமல்
ஆகாய மறைத்தபுயல் அம்புதியோ
கடக்கரிதால் அந்தோ மார்க்கம்
ஏகாத விதமலைக ளுடையதுநௌ
விதைக்கரைப்பால் ஏகச் செய்து
நீகாவ லதுகவிழிவ் விரண்டுமுன்றன்
கையனவாம் நிகழ்த்துங் காலே."

(மீகாமன் – மாலுமி. மீன் – நக்ஷத்திரம். அம்புதி – கடல். நௌ – ஒருவகைத் தோணி. காலே – காற்றே.)

இவ்வாறு அந்த அந்தச் சந்தர்ப்பங்களில் நான்மொழிபெயர்த்து இயற்றிய பாடல்கள் பல. இந்த உத்ஸாகத்தில் தினந்தோறும் கற்பனைகளை அமைத்துச் சொந்தமாகப் பல பாடல்களையும் இயற்றி வந்தேன். ஒரு சமயம் தேக அசௌக்கியத்தால் சில நாள் மடத்துக்கு நான் போக இயலவில்லை; படுத்த படுக்கையிலேயே இருந்தேன். அக்காலத்தில் முருகக் கடவுள் படைவீடுகள் ஆறில் ஒவ்வொன்றின் விஷயமாகவும் ஒவ்வோர் இரட்டை மணிமாலை இயற்றினேன்.

## அவதானம்

மடத்திற்குச் சில சமயங்களில் அவதானம் செய்யும் வித்து வான்கள் வந்து தங்கள் திறமையைப் புலப்படுத்துவார்கள். அஷ்டா வதானம், ஷோடசாவதானம், முப்பத்திரண்டவதானம், சதாவ தானம் என்னும் அவதானங்களைச் செய்பவர் வருவார்கள். அவர் கள் திறமையைக் கண்டு நானும் பிறரும் வியப்போம். "நாமும் இவ்வாறு அவதானம் செய்யவேண்டும்" என்று ஆசை எனக்கும் பிறருக்கும் எழுந்தது. அப்பியாசமும் செய்து வந்தோம். அப்பால் ஒரு நாள் நான் என்னுடன் படிப்பவர்களையும் என்னிடம் படித்த மாணாக்கர்களையும் வைத்துக் கொண்டு அவதானம் செய்யலானேன்.

சிலர் பாடல்களுக்கு ஸமஸ்யை கொடுத்தனர். சிலர் நூல்களிற் சந்தேகம் கேட்டனர். சிலர் பழைய பாடலைக் கூறித் திரும்பச் சொல்லச் செய்தனர். சிலர் கணக்குப் போட்டனர். அவற் றிற்கெல்லாம் நான் தக்கபடி விடை அளித்தேன். அவதானத்துக்கு இன்றியமையாதது ஞாபக சக்தி. எனக்கு ஸமஸ்யை கொடுத்தவர் களுள் என்னிடம் படித்து வந்த வைஷ்ணவ மாணாக்கராகிய ராம கிருஷ்ண பிள்ளை யென்பவர் ஒருவர். அவர், "புண்டரீக வல்லிதாள் புகழ்ந்து பாடியுய்வனே" என்று ஈற்றடி கொடுத்தது மாத்திரம் இப்போது ஞாபகத்தில் இருக்கிறது. மடாலயம் முழுவதும் தமிழ் மணம் நிரம்பி யிருந்தமையால் தமிழ் சம்பந்தமான எந்த முயற்சியையும் தைரியமாக மேற்கொள்ளும் இயல்பு எனக்கு உண்டாயிற்று.

மற்ற மாணாக்கர்களும் இத்தகைய முயற்சிகளில் ஈடுபட்ட துண்டு.

## கடிதப் பாடல்

ஒரு சமயம் மாயூரம் வேதநாயகம் பிள்ளை சுப்பிரமணிய தேசிகர் விஷயமாகச் சில வெண்பாக்களைப் பாடி அவற்றைத் தேசிகரிடம் சொல்லிக்காட்ட வேண்டுமென்று எனக்கு ஒரு செய்யு ளால் அறிவித்து அவற்றையும் அனுப்பியிருந்தார். தேசிகரிடம் நான் அச்செய்யுட்களை அறிவித்ததோடு அச் செய்தியைப் பின்வரும் பாடலால் வேதநாயகம் பிள்ளைக்கும் தெரிவித்தேன்:

"தாயக மெனநன் னாவலர் பலர்க்குந்
தனமுதல் அளித்தியல் வேத
நாயக மகிபா நீயக மகிழ்ந்து
நன்கனுப் பியமுதற் பாவை
ஆயக மதில்வாழ் சுப்பிர மணிய
ஆரியன் பாலுட னுரைத்தேன்
நோயக லெவர்க்கு நின்பெருஞ் சீரை
நுவன்றன னுவலரும் புகழோய்."

(முதற்பா – வெண்பா. ஆய் அகமதில் வாழ் – நூலை ஆராய்கின்ற நெஞ்சத்தில் வாழும்.)

இவ்விதம் பல வகையிலும் பாடும் பணியில் ஈடுபட்ட என் செய்யுள் முயற்சி விருத்தியாகி வந்தது. அதனால் மற்றவர்களுக்கு ஸந்தோஷமும் எனக்கு மேன்மேலும் ஊக்கமும் விளைந்தன. சுப்பிர மணிய தேசிகர், "பிள்ளையவர்களுடைய போக்கை நன்றாகக் கற்றுக் கொண்டிருக்கிறீர். உம்முடைய செய்யுட்கள் அவர்களுடைய ஞாபகத்தை உண்டாக்குகின்றன" என்று அடிக்கடி சொல்வார். பிள்ளையவர்கள் இட்ட பிச்சையே எனது தமிழறிவு என்ற நினைவிலேயே வாழ்ந்து வந்த எனது உள்ளத்தை அவ்வார்த்தைகள் மிகவும் குளிர்விக்கும்.

## 80

## புதிய வாழ்வு

1880ஆம் வருஷம் பிப்ரவரி மாதம் 12 உ வியாழக்கிழமை பொழுது விடிந்தது. அன்று காலையில் நான் வழக்கம்போலவே உத்ஸாகத்தோடு இருந்தேன். திருவாவடுதுறை ஆதீனத்தின் சார்பு என்னை நல்ல நிலைமையில் வைத்து வளர்த்து வரும் என்ற எண்ணம் எனக்கும் என்னைச் சார்ந்தவர்களுக்கும் இருந்தது. என் வாழ்வில் ஒரு விதமான அமைதி ஏற்பட்டு விட்டதாகவே நான் கருதினேன். பிள்ளையவர்களுடைய பதவியை வகிக்கும் தகுதி என்னிடம் இராவிட்டாலும் அவரது மாணாக்க பரம்பரையை விருத்தி செய்யும் தொண்டே எனது வாழ்க்கைப் பணியாக இருக்குமென்று எதிர்பார்த்தேன். ஆனால் கடவுளுடைய எண்ணம் வேறு விதமாக இருந்தது. மடத்தின் தொடர்பு ஒன்றோடு நில்லாமல் என் ஆசிரியத் தொழிலும், ஆராய்ச்சியும், தமிழ்த் தொண்டும் மேன்மேலும் விரிவடைய வேண்டிய நல்லூழ் எனக்கு இருந்தது போலும். அது தன் வேலையைச் செய்ய ஆரம்பித்தது. கும்பகோணத்திலிருந்து தியாகராச செட்டியாரைக் குருவாரமாகிய அன்று பிற்பகல் திருவாவடுதுறையிற் கொணர்ந்து சேர்த்தது. என் புதிய வாழ்வு தொடங்கிற்று.

### செட்டியார் வரவு

தியாகராச செட்டியார் மடத்துக்கு வந்தபோது சின்னப் பண்டார ஸந்நிதியாகிய ஸ்ரீ நமசிவாய தேசிகர் பகற் போசனம் செய்துவிட்டுச் சிரமபரிகாரம் செய்திருந்தார். அப்போது இரண்டு மணி இருக்கும். தேசிகர் விரும்பியபடி அச்சமயம் சில மாணாக்கர்களுக்கு நான் காஞ்சிப்புராணம் பாடஞ்சொல்லி வந்தேன். நேரே நாங்கள் இருந்த இடத்திற்குச் செட்டியார் வந்தார். தம் வரவை அறிந்துவந்த நமசிவாய தேசிகரை வணங்கிவிட்டு அவர் உட்கார்ந்து பேசினார். ஒரு மணி நேரம் வரையில் பேசி இருந்து விட்டு, “மகா சந்நிதானத்தைத் தரிசிக்கலாமென்று வந்தேன். உத்தரவு கொடுக்க வேண்டும்” என்று சொல்லிப் புறப்பட்டார். அவர் சொல்லியபடி நானும் உடன் சென்றேன்.

ஸ்ரீ சுப்பிரமணிய தேசிகரிடம் நாங்கள் போன சமயம் அவர் ஒருவருக்குக் கம்பராமாயணத்திலுள்ள ஐயங்களை நீக்கிக் கொண்டிருந்தார். செட்டியாரும் நானும் அதைக் கவனித்தோம். சந்தேகம் கேட்டவர் தம் வேலையை முடித்துக் கொண்டு போன பிறகு செட்டியாரும் சுப்பிரமணிய தேசிகரும் கம்பராமாயணத்தின் சிறப்பைப்பற்றிச் சம்பாஷித்தார்கள்.

## செட்டியாரின் விண்ணப்பம்

இப்படி ஒரு மணி நேரம் சம்பாஷணையான பிறகு செட்டியார், "ஒரு விண்ணப்பம்" என்றார்.

சுப்பிரமணிய தேசிகர் : என்ன! சொல்லலாமே.

செட்டியார்: சாமிநாதையருக்கு என் வேலையைச் செய்விக்க எண்ணியிருக்கிறேன். கிருபை செய்து சந்நிதானம் அதற்கு உத்தர வளிக்க வேண்டும்.

தேசிகர் : அதற்கென்ன? பார்த்துக்கொள்ளலாம். நீங்கள் வேலையை விடும்போது யோசித்துக்கொள்ளலாமே.

செட்டியார் : வேலையிலிருந்து நான் விலகிக் கொண்டேன். டாக்டருடைய ஸர்டிபிகேட்டும் கொடுத்தாயிற்று. இப்போது என் வேலையில் ஒருவரும் இல்லை.

எதிர்பாராத இந்தச் செய்தியைக் கேட்டுத் தேசிகர் திகைத்தார். நானும் பிரமித்தேன்.

தேசிகர் : இந்த விஷயத்தை நீங்கள் முன்பு தெரிவிக்க வில்லையே. நீங்கள் இன்னும் சில வருஷங்கள் வேலை பார்க்கக் கூடுமென்றல்லவோ எண்ணியிருந்தோம்?

செட்டியார் : வேலையிலிருந்து விலகிக்கொள்வதாக நான் ஒரு வாரத்துக்கு முன்பே எழுதிக் கொடுத்து விட்டேன். சாமி நாதையரை என் ஸ்தானத்தில் நியமிக்க வேண்டிய ஏற்பாடுகளையும் செய்திருக்கிறேன். இவரை அனுப்பி வேலை பார்க்கும்படி உத்தரவு கொடுக்க வேண்டும்.

தேசிகர் இரண்டு நிமிஷம் யோசித்தார். பிறகு, "இவர் இவ் விடம் இருப்பது மிகவும் உபயோகமாக இருக்கிறது. ஆதலால் இப்போது இவரை அனுப்ப முடியாது" என்றார்.

செட்டியார் மிக்க வருத்தத்தோடு, "ஸந்நிதானத்தில் அப்படி உத்தரவாகக் கூடாது. காலேஜ் பிரின்ஸிபால் கோபாலராவ் அவர் களிடம் நான் வாக்குக் கொடுத்து விட்டேன். வேறு சிலர் இந்த வேலைக்கு மிகவும் முயன்று வருகிறார்கள். இவருக்கே செய்விக்க வேண்டுமென்று சொல்லி ராயரவர்களுடைய வாக்குறுதியையும் பெற்று வந்திருக்கிறேன். இவரிடம் ஸந்நிதானத்துக்குள்ள பேரன்பை அறிந்து இது நல்ல வேலை என்ற ஞாபகத்தால் இந்த முயற்சியைச் செய்யலானேன். இதனால் எல்லோருக்கும் நன்மையும் புகழும் உண்டாகும்" என்றார்.

தேசிகர் இணங்கவில்லை. செட்டியார் மீட்டும் சில காரணங் களை எடுத்துச் சொல்லி என்னை அனுப்ப வேண்டுமென்று கேட்டுக்கொண்டார். இரவு மணி ஏழுக்கு மேலாகிவிட்டதால் தேசிகர், "இருக்கட்டும்; அனுஷ்டானத்தை முடித்துக்கொண்டு

நமசிவாய மூர்த்தியின் தீபாராதனை தரிசனத்துக்கு வாருங்கள்” என்று சொல்லிவிட்டு அனுஷ்டானம் செய்யப் போனார்.

### செட்டியார் கலக்கம்

செட்டியாரும் நானும் எழுந்து புறத்தே வந்தோம் வழியில் எதிர்ப்பட்ட குமாரசாமித் தம்பிரானைக் கண்டு செட்டியார் தாம் வந்த காரியத்தைத் தெரிவித்தார். அவர், “நீங்கள் சொல்வது சாத்தியமில்லாத விஷயம். மடத்துக்கு மிக்க உதவியாக இருக்கும் இவர்களைப் பிரிவதற்கு ஸந்நிதானம் சம்மதிக்குமா? எனக்கும் உசித மாகத் தோற்றவில்லை; மற்றவர்களும் அப்படியே கருதுவார்கள்” என்றார்.

“இந்தச் சங்கடத்துக்கு நான் என்ன செய்வேன்!” என்று முணு முணுத்துக் கொண்டே செட்டியார் அவரை விட்டு நடந்தார். பிறகு என்னைப் பார்த்து, “இவர்கள் வார்த்தைகளையெல்லாம் கவனிக்க வேண்டாம். பேசாமல் ‘போகிறேன்’ என்று சொல்லி விட்டு என்னுடன் வந்துவிடுங்கள். இந்த மடத்தில் ஆயுள் முழு வதும் உழைத்தாலும் உங்களுக்கு இந்த நிலையிலிருந்து சிறிதும் உயர்வு ஏற்படாது. இங்கே ஒரு வருஷத்திற் கிடைக்கும் ஐம்பது ரூபாயை அங்கே மாதந்தோறும் பெறலாமே? பொழுது விடிந்தது முதல் ராத்திரி பத்து மணி வரையில் இங்கே கத்திப் பாடம் சொல்ல வேண்டும். பிற வேலைகளையும் கவனிக்க வேண்டும். அங்கே தினந்தோறும் 4 மணி நேரத்துக்குமேல் வேலை இராது. வாரந்தோறும் இரண்டு நாள் விடுமுறை உண்டு” என்றார். அவர் பின்னும் பலவாறு இரண்டு இடங்களுக்குமுள்ள வித்தியாசத்தை எடுத்துச் சொன்னார். அவ்வளவையும் நான் காதில் வாங்கிக் கொள்ளாமல், “கும்பகோணத்தில் உள்ள சௌகரியங்களைப் பற்றித் தாங்கள் சொன்னதை நான் கவனித்தேன். இதைக் காட்டிலும் மேலான இடமொன்று இருப்பதாக இதுவரையில் எனக்குத் தோற்றவில்லை. ஒரு விதத்திலும் இங்கே குறைவில்லை. சம்பளம் சொற்பமென்று சொல்லக்கூடாது. எங்களுக்கு ஒருவிதத்திலும் கவலையில்லாமல் சந்நிதானம் பார்த்துக் கொள்ளுகிறது” என்று பதில் சொன்னேன். திருவாவடுதுறை மடத்தின் அன்னம் என் உடம்பில் எவ்வளவு ஊறியுள்ளதென்பதைச் செட்டியார் நன்றாகத் தெரிந்து கொள்ளவில்லை.

### எனது நிலை

என் மனம் ஊசலாடிக்கொண்டிருந்தது. காலேஜ் உத்தியோகம் என் உள்ளத்தைக் கவர்ந்தது. ஆனால் திருவாவடுதுறை மடத்தில் உள்ளோரது அன்பு என்உயிரோடு இணைந்து நின்றது. சுப்பிர மணிய தேசிகர் என்னை அனுப்ப இணங்கவில்லை யென்பதை அறிந்த போது என்பால் அவர் வைத்துள்ள அன்பை ஒருவாறு

எண்ணிப் பார்த்தேன். “ ஒரு மனிதனுக்குப் பணந்தானா பெரிது? மடத்துக்கு இல்லாத பெருமை காலேஜுக்கு வரப்போகிறதா? இதன் கௌரவம் என்ன? பெருமை என்ன? இதன் சம்பந்தம் ஏற்படுவது சுலபமான காரியமா?” என்றெல்லாம் நான் விரிவாக எண்ணினேன். இடையிடையே தியாகராச செட்டியார் சொன்ன ஆசை வார்த்தைகள் என்னை மயக்கின.

செட்டியார் சொன்னவற்றையெல்லாம் விடாமல் கேட்டுக் கொண்டிருந்த நான் ஒருவிதமான முடிவுக்கு வந்து, “ஸந்நிதானம் உத்தரவு கொடுத்தால்தான் நான் வருவேன். இல்லாவிட்டால் வரமாட்டேன்” என்று முடிவாக அவரிடம் சொல்லிவிட்டேன்.

“நான் சொல்வதன் நியாயம் உங்களுக்கு இப்போது தெரியாது. பிறகு தெரியவரும். ஸந்நிதானத்தின் திருவுள்ளத்தை மறுபடியும் கரைக்கப் பார்க்கிறேன்” என்று சொல்லிவிட்டு அவர் தாம் தங்கியிருந்த ஜாகைக்குச் சென்றார்.

ஒன்றும் தெளிவுபடாத எண்ணங்களுடன் நான் வீடு சேர்ந்தேன். என் தாய் தந்தையரிடம் விஷயத்தை வெளியிட்டேன். தந்தையார், “இங்கே எவ்வளவு சௌகரியங்கள் இருக்கின்றன! ஜனங்கள் எவ்வளவு அன்பாக இருக்கிறார்கள்! இப்படிப்பட்ட இடம் வேறு எங்கேயிருக்கும்?” என்றார். தாயாருக்கும் திருவாவடு துறையை விடுவதற்கு மனமில்லை.

## காலை நிகழ்ச்சிகள்

மறு நாள் வெள்ளிக்கிழமை காலையில் எழுந்தேன். மனம் சஞ்சலத்தோடே இருந்தது. செட்டியார் என்னை அழைத்துக் கொண்டு சுப்பிரமணிய தேசிகரிடம் சென்றார். போகும்போது அவர் என்னிடம், “நீங்கள் சும்மா இருங்கள். உங்கள் அபிப்பிராய மாக ஒன்றும் சொல்ல வேண்டாம். ஸந்நிதானத்தின் சம்மதத்தை நான் எப்படியாவது பெற்று விடுகிறேன்” என்று சொன்னார்.

தேசிகரைத் தரிசித்து வந்தனம் செய்து செட்டியார் அருகில் உட்கார்ந்தார். நானும் அமர்ந்தேன். செட்டியார் என்னைப் பற்றிய பேச்சை எடுப்பாரென்று எதிர் பார்த்தேன். அவர் வேறு விஷயத் தைப் பற்றிப் பேச ஆரம்பித்தார். “பிள்ளையவர்கள் திருச்சிராப் பள்ளியில் இருந்த போது தியாகராச லீலையை இயற்றினார்கள். அது பூர்த்தியாகவில்லை. அவர்கள் அதை இயற்றி வருகையில் நான்தான் ஏட்டில் எழுதினேன். அப்பிரதி இங்கே இருக்கிறது. நூலின் மேற்பகுதியை நான் பாடிப் பூர்த்தி செய்து விடலாமென்று எண்ணுகிறேன். அந்தப் பிரதியை எடுத்துக் கொடுக்கும்படி உத்தர வாக வேண்டும்” என்று அவர் கேட்டுக் கொண்டார். தேசிகர் பிரதியை எடுத்து வரும்படி என்னை அனுப்பினார். நான் சென்று புஸ்தகசாலையில் கால் மணி நேரம் தேடி அந்த ஏட்டுச் சுவடியை

எடுத்துக் கொண்டு வந்து கொடுத்தேன். நான் புஸ்தக சாலைக்குச் சென்றிருந்தபோது தேசிகரும் செட்டியாரும் என்னைப் பற்றியே பேசிக்கொண்டிருந்தார்களென்று தெரிய வந்தது.

தேசிகரிடமிருந்து செட்டியார் தியாகராச லீலை ஏட்டுப் பிரதியைப் பெற்றுக்கொண்டார்; பிறகு, "நான் வந்த காரியத்தை அனுகூலமாக முடித்துச் சந்தோஷப்படுத்தி அனுப்ப வேண்டும்" என்று வற்புறுத்திக் கேட்டுக்கொண்டார்.

தேசிகர்: இவர் இப்போது இங்கே இருக்க வேண்டியது அவசியம். பிறகு சந்தர்ப்பம் கிடைத்தாற் பார்த்துக் கொள்ளலாம்.

தியாக: பிறகு சந்தர்ப்பம் கிடைப்பது அருமை. அந்த ஸ்தானம் மிகவும் உயர்ந்தது. சம்பளம் குறைவாக இருந்தாலும் அதனால் ஏற்படும் கௌரவம் அதிகம். அங்கே படிக்கும் பிள்ளைகளெல்லாம் பிற்காலத்திலே சிறந்த உத்தியோகஸ்தர்களாக வருவார்கள். இந்த மடத்தின் சம்பந்தமுடையவர் அங்கே இருக்கிறாரென்பது இவ்விடத்திற்கே ஒரு கௌரவம் அல்லவா? இது வரையில் நான் மடத்துப் பிரஸ்தாபத்தை அடிக்கடி செய்து வந்தேன். எனக்குப் பிறகு தெரியாத வேறு யாராவது வந்தால் மடத்தின் சம்பந்தம் விட்டுப் போய்விடும். இவர் இருந்தால் அது விடாமல் இருக்கும். அதனால் பலவிதமான அனுகூலமுண்டென்பது ஸந்நிதானத்துக்கே தெரிந்தது தானே? இவ்விடத்துச் சம்பந்தமுள்ளவராகவும் ஐயா அவர்களிடம் படித்தவராகவும் இருக்கவேண்டுமென்பது தான் என் கருத்து. இவர் அங்கே வந்து விட்டாலும் வாரந்தோறும் இங்கே வரலாம். லீவு காலங்களில் இங்கே வந்து தங்கியிருக்கலாம். நான் இவ்வளவு விஷயங்களையும் ஆலோசித்தே இந்த விண்ணப்பத்தைச் செய்து கொண்டேன். நான் கேட்கும் இந்த வரத்தைத் தந்தருள வேண்டும்.

இவ்வாறு சொல்லிச் செட்டியார் எழுந்து கைகூப்பி வந்தனம் செய்தார். அவர் படிப்படியாக விஷயங்களை எடுத்துச் சொல்லும் போது தேசிகர் மிகவும் கவனமாக அவற்றைக் கேட்டு வந்தார். செட்டியார் சொன்ன வார்த்தைகளோடு அவரது முகபாவங்களும் அஞ்சலியும் சேர்ந்து அவருக்கு அவ்விஷயத்தில் எவ்வளவு ஆவல் உண்டென்பதைப் புலப்படுத்தின. என்னுடைய நிலையும் மடத்தினுடைய புகழும் இந்தக் காரியத்தால் அபிவிருத்தியாகுமென்பதைத் தேசிகர் உணர்ந்து கொண்டதாகவே தோற்றியது. அவர் மனம் இளகியது. சிறிது மௌனமாகவே இருந்தார். "சரி; என்ன செய்ய வேண்டும்?" என்று கேட்டார்.

### தெய்வ சங்கற்பம்

அந்தக் கேள்வியிலே அனுகூலமான தொனி இருப்பதைச் செட்டியார் தெரிந்து கொண்டார். உடனே "இவருக்கு வேலை செய்விக்க வேண்டுமென்று கோபால ராவ் அவர்களுக்கு ஒரு

கடிதமும், அவருக்கு ஒரு யோக்கியதா பத்திரமும் ஸந்நிதானத்தின் திருக்கரத்தால் அளிக்க வேண்டும்” என்று கேட்டுக் கொண்டார். தேசிகர் ராயசக்காரராகிய பொன்னுசாமிசெட்டியாரை வருவித்து இரண்டையும் சொல்லி எழுதுவித்தார். யோக்கியதா பத்திரம் வருமாறு.

இந்தப் பத்திரிகையிலெழுதப்பட்டிருக்கிற சாமிநாதையர் நமது ஆதீன வித்துவான் மீனாட்சி சுந்தரம் பிள்ளையவர்களிடத்தில் ஆறு வருஷகாலம் இலக்கண இலக்கியங்கள் நன்றாய் வாசித்தது மன்றி நம்மிடத்திலும் நான்கு வருஷகாலமாக வாசித்துக் கொண் டிருக்கிறார். இலக்கண இலக்கியங்களைத் தெளிவாய்ப் போதிக்கிற விஷயத்தில் சமர்த்தர். நல்ல நடையுள்ளவர்.

பிரமாதி வருஷம் கும்பரவி

3உ திருவாவடுதுறை சுப்ரமணிய

யாதீனம் பண்டாரச் சன்னதி.

இரண்டையும் எழுதுவித்த பிறகு கோபாலராவுக்குரிய கடிதத் தில் கையெழுத்திட்டு யோக்கியதா பத்திரிகையில் கையெழுத்துப் போடும் சமயத்தில் சபாபதி பூஜையின் மணி கண கணவென்று அடித்தது. அப்பொழுது செட்டியார், ‘இவருக்கு வேலையாகி விட்டது” என்று சந்தோஷத்துடன் எழுந்து கை கொட்டிக் கூத்தாடினார். என்னை அனுப்பும் விஷயத்தில் மன அமைதி பெறாமல் இருந்த தேசிகருக்கும் பூர்ண சம்மதம் உண்டாகிவிட்டது. “நாம் இவரை அனுப்புவதற்குச் சம்மதம் இல்லாமலிருந்தாலும், தெய்வம் கட்டளையிடுகிறது. தெய்வ சங்கற்பத்தைத் தடுக்க இயலுமா? சரி, நல்ல வேளை பார்த்து இவரை அனுப்புகிறோம். கவலைப்பட வேண்டாம்” என்று அவர் சொன்னார். செட்டியார் மிக்க குதூகலத்தை அடைந்தார்.

# 81

## பிரியா விடை

கும்பகோணம் காலேஜில் வேலை பார்க்கும்படி என்னை அனுப்புவதற்குச் சுப்பிரமணிய தேசிகர் சம்மதித்தனரென்ற செய்தி மிக விரைவில் எங்கும் பரவியது. மடத்தின் தொடர்புடையவர்க ளெல்லோரும் இது கேட்டு வருந்தினார்கள். தியாகராச செட்டியார் பகற்போசனத்திற்குக் கூட இராமல், “வீட்டில் ஒரு திதி நடக்க வேண்டும்” என்று சுப்பிரமணிய தேசிகரிடம் சொல்லி விரைவில் விடைபெற்றுக் கும்பகோணம் போய்விட்டார்.

நான் வீட்டுக்குச் சென்று என் தாய் தந்தையரிடம் விஷயத்தைச் சொன்னபோது அவர்கள் சந்தோஷமென்றும் துக்க

மென்றும் தெரியாத ஒரு நிலையில் இருந்தார்கள், எனக்கோ ஒரே மயக்கமாக இருந்தது. பழகிய இடத்தின்பாலுள்ள பற்றும் புதிய இடத்தின் கௌரவமும் ஒன்றனோடு ஒன்று போராடி என் மனத்தை அலைத்தன.

## தேசிகர் கருத்து

சுப்பிரமணிய தேசிகர் தீபாராதனை செய்து விட்டுப் பெரிய பூஜையிலிருந்து அடியார்களுக்கு விபூதி கொடுப்பதற்கு ஒடுக்கம் செல்வது வழக்கம். தம்பிரான்கள் பலரும் அடியார்கள் பலரும் பின் தொடர்ந்து செல்வார்கள். அப்போது சின்னப்பண்டார ஸந்நிதிகள் சுப்பிரமணிய தேசிகருக்குக் கை கொடுத்து அழைத்து வருவார்.

அன்றைத் தினம் பூஜை நடந்த பிறகு தேசிகர் ஒடுக்கத்துக்கு வந்தனர். என்னைக் கும்பகோணத்திற்கு அனுப்பும் விஷயத்தைப் பற்றியே அவர் மனமும் சிந்தித்திருக்க வேண்டும். அப்போது அவர் சின்னப் பண்டார சந்நிதியைப் பார்த்து, “சின்னப் பண்டாரம், சாமிநாதையரைத் தியாகராச செட்டியார் வேலைக்குப் போகும்படி சிபார்சு செய்து விட்டோம். செட்டியார் நேற்று வந்து சென்றது அவரை அழைத்துப் போவதற்காகத்தான். நாமும் சம்மதித்து யோக் கியதா பத்திரிகையும் சிபார்சுக் கடிதமும் எழுதிக் கொடுத்திருக்கி றோம்” என்றார்.

நமசிவாய தேசிகர் வியப்புற்று, “அப்படிச் செய்யலாமா? இடத்தின் வழக்கங்களெல்லாம் அவர் நன்றாகத் தெரிந்தவர். வருகிற வித்துவான்களுக்கும் பிரபுக்களுக்கும் பிரியமாக நடந்துகொள்பவர். மாணக்கர்களுக்கு நன்றாகப் பாடம் சொல்லி வருகிறார். அவர் இருப்பது இவ்விடத்திற்கு உபயோகமாகவே இருக்கிறது. அவரை அனுப்புவதில் அடியேனுக்குச் சம்மதம் இல்லை” என்றார்.

மடத்தைச் சேர்ந்த எல்லோருக்கும் இத்தகைய எண்ணமே இருந்தது. எல்லோரும் சுப்பிரமணிய தேசிகர் இதற்கு எவ்வாறு சம்மதித்தாரென்றே எண்ணி வியந்தனர். மற்றவர்கள் வற்புறுத்தினா லும் என்னை மடத்தை விட்டு வெளியே அனுப்ப அவர் உடன் படாரென்றே அவர்கள் நினைத்திருந்தனர்.

நமசிவாய தேசிகர் கூறியதைக் கேட்ட ஆதீனத் தலைவர் தம் கருத்தைத் தெளிவாக்கலானார். “நீர் சொல்வது சரியே; அவரால் மடத்துக்கு எவ்வளவு உபயோகம் உண்டென்பது எல்லோருக்கும் தெரிந்ததே. ஆனாலும் அவருடைய நிரந்தரமான நன்மையைக் கருதியே இதற்கு நாம் சம்மதித்தோம். இங்கே நாம் உள்ள வரைக்கும் அவருக்கு ஒரு குறைவும் நேராது. காலம் ஒரே மாதிரி இராது. நம் காலத்திற்குப் பிறகு அவரிடம் நம்மைப்போலவே அன்பு செலுத்திப் பாதுகாப்பார்களென்று நிச்சயமாகச் சொல்ல

முடியாது. யாரேனும் ஒருவர் இங்கே திடீரென்று தோன்றி, 'இவர் சொல்லுகிற பாடத்தை நானே சொல்கிறேன். இவருக்குச் சம்பளம் கொடுப்பது அனாவசியம்' என்று சொல்லக்கூடும். பிறகு அவர் என்ன செய்வார்! இந்த மாதிரி இடங்களில் பல பேருடைய தயை இருந்தால்தான் நிலைத்து நிற்க முடியும். தலைவர் முதல் உக்கிராணக்காரன் வரையில் எல்லோருடைய பிரியத்தையும் ஒருவர் பெற்று இருப்பதென்பது அருமையிலும் அருமை. நம்மால் ஆதரிக்கப்பட்டவர்கள் எப்பொழுதும் சௌக்கியமாக இருக்க வேண்டுமென்பது நம் கருத்து. அதனால் சாமிநாதையர் அரசாங்க உத்தியோகத்தில் அமர்ந்து விட்டால் பிறகு அவருடைய விருத்திக்கு ஒரு குறைவும் நேராதென்று எண்ணியே அவரை அனுப்பலானோம். அவர் சௌக்கியமான நிலையில் இருப்பதை நாம் இருக்கும்பொழுதே கண்ணாற் பார்த்து விட வேண்டும்" என்றார்.

தேசிகர் உள்ளக் கருத்தை யாவரும் அறிந்து அவருடைய தீர்க்க தரிசனத்தை வியந்தனர். அப்போது உடன் சென்ற மதுரை இராமசாமி பிள்ளை இச்சம்பாஷணையை அப்பால் எனக்குத் தெரிவித்தார்.

பிற்பகலில் தேசிகர் என் தந்தையாரையும் சிறிய தாயார் கணவரையும் அழைத்து வரச் செய்து தம்முடைய தீர்மானத்தைச் சொன்னார். அவர்கள் கலங்கினார்கள். தேசிகர் தக்க சமாதானங் களை எடுத்துச் சொன்னார்.

## நல்ல வேளை

அப்பால் மூன்று மணிக்கு ஜோஸ்யரை வருவித்து நாள் பார்க்கச் சொன்னதில் அவர், "இன்று ராத்திரி எட்டு மணிக்கே நல்ல வேளையாக இருக்கிறது; அப்பொழுது அனுப்பலாம்" என்று சொன்னார். உடனே தேசிகர் எனக்குச் சொல்லியனுப்பி வருவித்து, "இன்று ராத்திரி உம்மை அனுப்புவதாக இருக்கிறோம். ஸித்தமாக இருக்க வேண்டும்" என்று கூறினார். எனக்கு மனம் மிகவும் கலங்கியது. அவ்வளவு சீக்கிரத்தில் பிரிய வேண்டியிருக்குமென்று நான் நினைக்கவே இல்லை. வியாழக்கிழமையன்று இந்தப் பிரஸ்தாபம் ஆரம்பமானதிலிருந்து இதன் சம்பந்தமாக நடந்து வந்த ஏற்பாடுகள் தெய்வ சங்கற்பம் எதை நடத்துகிறதோ அது மிக வேகமாக நடைபெறுமென்பதையும் மற்ற நிகழ்ச்சிகளெல்லாம் அதனைச் சார்ந்து அனுகூலம் விளைவிக்குமென்பதையும் உணர்த்தின.

"இன்றைக்கு ராத்திரியேயா புறப்பட வேண்டும்?" என்று நான் மெல்லத் தழுதழுத்த குரலுடன் கேட்டேன்.

"ஆமாம், ஜோஸ்யரைக் கொண்டு நாள் பார்த்ததில் ராத்திரி எட்டு மணிக்கு மேல் புறப்படுவது மிகவும் நல்லதென்று

சொன்னார். நல்ல காரியத்தை விரைவிலே நிறைவேற்றுவதுதான் சிறந்தது" என்றார் தேசிகர்.

எனக்குப் பேச நா எழவில்லை. வீட்டுக்குப் போய்ப் பிரயாணத்திற்கு ஏற்பாடு செய்யத் தொடங்கினேன். ஏற்பாடு என்ன செய்யப் போகிறேன்! எதைக் கொண்டு போவது, எதை விட்டுப் போவது என்று விளங்கவில்லை. ஏதோ கைக்கு அகப்பட்ட ஆடைகளையும் புஸ்தகங்களையும் எடுத்துக்கொண்டேன்.

## தேசிகர் விடை தருதல்

மாலையில் சுப்பிரமணிய தேசிகர் கோயிலுக்குப் போய்த் தரிசனம் செய்துவிட்டு மடத்துக்கு வந்து என்னை வரும்படி சொல்லியனுப்பினார். போனேன். "சரியான காலத்தில் நீர் புறப்பட வேண்டும்" என்று அவர் சொல்லி ஒரு மகமல் சட்டை, ஒரு தலைக்குட்டை, ஒரு சின்னச் சட்டை, சரிகை போட்ட பெரிய வெள்ளைத் துப்பட்டா, உயர்ந்த சால்வை ஒன்று ஆகியவற்றை அளித்து, "எல்லாவற்றையும் உபயோகித்துக் கொள்ளும்" என்று அன்பு ததும்பச் சொன்னார். பிறகு, கருங்காலிப் பெரிய கைப் பெட்டி ஒன்று, கை மேஜை ஒன்று, ஒரு சிறிய கைப் பெட்டி, கொழும்பிலிருந்த அடியார் ஒருவர் கொண்டு வந்து கொடுத்திருந்ததும் நாற்பது ரூபா விலையுள்ளதுமாகிய தந்தப் பிடியமைந்த பட்டுக் குடை ஒன்று ஆகியவற்றையும் கொணரச் செய்து ஒவ்வொரு பெட்டியிலும் ஒவ்வோர் அரைக்கால் ரூபாய் போட்டு எனக்கு வழங்கினார். மெய்க்காட்டு உத்தியோகத்தில் இருந்த ஷண்முகம் பிள்ளை என்பவரை அழைத்து, "நாளைத்தினம் நீர் கும்பகோணத்துக்குப் போய் இவர் காலுக்குப் பாப்பாஸ் ஜோடு வாங்கிக் கொடுத்து இந்தக் குடைக்கு உறையும் போட்டு இன்னும் இவருக்கு என்ன என்ன ஆக வேண்டுமோ அவற்றைச் செய்து விட்டு வாரும்" என்றார்.

என்னைப் பார்த்து, "சாமிநாதையர், நாம் மதுரை கும்பாபிஷேகத்திற்குப் போயிருந்த போது ஒரு மகா சபையில் மணி ஐயரவர்களுக்கு முன்பு வேதநாயகம் பிள்ளை பாடலைச் சொல்லிவிட்டு 'இறுமாப்புடைய நடையும் குடையும் என்னிடம் இல்லை' என்று சொன்னது நினைவில் இருக்கிறதா? அந்தக் குறை இரண்டும் இப்போது தீர்ந்து விட்டன" என்று சொன்னார். நான் வெகு நாளைக்கு முன் சொன்னதை ஞாபகம் வைத்திருந்து தேசிகர் அப்போது செய்ததையும் அவர் அன்பையும் நினைந்து உருகினேன். "இறுமாப்புடைய நடை என்றும் வராது" என்று சொன்னேன்.

"நீர் தியாகராச செட்டியார் ஸ்தானத்தை வகித்து நல்ல புகழ் பெறுவதன்றிச் சென்னைக்கும் சென்று தாண்டவராய முதலியாரும் மகாலிங்கையரும் விசாகப் பெருமாளையரும் இருந்து

விளங்கிய ஸ்தானத்தைப் பெற்று நல்ல கீர்த்தியடைந்து விளங்க வேண்டும்" என்று கூறித் தாம்பூலம் கொடுத்தார்.

ஒரு தாய் தன் பிள்ளைக்கு உயர்ந்த பதவிகளெல்லாம் கிடைக்க வேண்டுமென்று மனமார நினைந்து வாழ்த்துவதைப் போல இருந்தன அவர் வார்த்தைகள். அந்தப் பேரன்பிலே ஊறியிருந்த போது அதன் முழு அருமையும் எனக்குத் தெரியவில்லை. பிரியப் போகின்றோமென்ற நினைவு வந்ததுந்தான் அதன் அருமை பன் மடங்கு அதிகமாகத் தோற்றியது.

### என் மனநிலை

நல்ல வேளை வந்து விட்டது. நான் விடை பெற்றுக் கொண் டேன். என் கால்கள் மெல்ல நடந்தன. உடம்பு நகர்ந்ததேயன்றி என் மனம் அங்கேயே கிடந்தது. வரும் போது உக்கிராண வாசலில் என்னை அறியாமலே நின்றேன். நான் எந்தச் சமயத்தில் எந்தப் பண்டம் வேண்டுமானாலும் பெற்றுக்கொள்ளும் இடமாகிய அதைப் பிரிய மனம் வரவில்லை. வேறு எங்கே அத்தகைய இடம் கிடைக்கப் போகிறது! மேலே நடந்தேன். அங்கங்கே உள்ள தீபஸ்தம்பங்களைப் பார்த்தேன். அவற்றின் அடியில் அமைதியாக அமர்ந்து எவ்வளவு தினங்கள் படித்திருக்கிறேன்! கவலை ஒன்றும் இல்லாமல் புஸ்தகத்திலே கண்ணும் கருத்துமாக ஒன்றிப்போய் வாசிக்க உதவிய அவற்றை விட்டுச் செல்லப் போகிறேனென்ற நினைப்போடு துக்கமும் கலந்து வந்தது. கொலு மண்டபத்துக்கு வந்தேன். அங்கே சகபாடிகளுடன் படித்த இடங்களைப் பார்த்து மனங் குழம்பி நின்றேன். பல இரவுகள் அந்த இடத்தில் கணக்குச் சுருணைகளைத் தலைக்கு அணையாக வைத்துக்கொண்டு மெய்ம் மறந்து தூங்கியிருக்கிறேன். அந்தச் சுருணைகளைப் பார்த்தேன். அங்கே உள்ள ஒவ்வொரு பொருளும் உயிர்கொண்டு என்னிடம் பேசுவது போல் இருந்தது. அவற்றினிடம் நான் விடைபெற்றேன்.

"அவை ஜடப் பொருள்களல்லவா? அவற்றின் மேல் அவ்வளவு பற்றிருப்பது பைத்தியகாரத்தனமல்லவா?" என்று பிறருக்குத் தோற்றும். எனக்கு உலகமெல்லாம் திருவாவடுதுறை மடத்திலே இருந்தது. அங்குள்ள பொருள்களைப் பிரியும்போது உலகத்தையே பிரிவது போன்ற உணர்ச்சிதான் எனக்கு ஏற்பட்டது.

### புறப்பாடு

வழியில் கண்ட அன்பர்களிடமெல்லாம் சொல்லிக்கொண்டு வீட்டுக்கு வந்தேன். ஆகாரம் செய்துகொண்டு மடத்திலிருந்து வந்த வண்டியிலேறி நரசிங்கம் பேட்டை ரெயில் நிலயத்துக்கு வந்தேன். எனக்குத் துணையாக என் அம்மான் பிள்ளை கணபதி ஐயரென்பவரை என் தந்தையார் அனுப்பினார். என்னை வழி யனுப்பத் தம்பிரான்களும் நண்பர்களும் மாணாக்கர்களும்

வந்தார்கள். அவர்கள் பிரிவாற்றாமையால் வருந்தினார்கள். நான் கண்ணீர் துளும்ப எல்லோரிடமும் விடைபெற்றுக்கொண்டேன்.

புகைவண்டி வந்தது. ஏறிக்கொண்டு கும்பகோணம் சேர்ந்தேன்.

## 82

### சோதனையில் வெற்றி

கும்பகோணம் ஸ்டேஷனில் இறங்கி இரவு பத்துமணிக்கு நான் நேரே தியாகராச செட்டியார் வீட்டை அடைந்தேன். மாணாக்கர்களிடம் பேசிக்கொண்டிருந்த செட்டியார் அப்போதுதான் அவர்களுக்கு விடையளித்து விட்டு ஆகாரத்துக்குச் செல்ல எழுந்தார். அவ்வளவு சீக்கிரத்தில் அவர் என்னை எதிர்பார்க்கவில்லை. ஆதலால் என்னைக் கண்டவுடன் ஆச்சரியமடைந்து, "ஏது? இதற்குள் உங்களை அனுப்ப ஸந்நிதானத்துக்கு மனம் வந்ததா?" என்றார்.

"ஆம், இன்று நல்ல நாளாக இருந்தமையால் என்னை அனுப்பினார்கள். திதியென்று சொல்லி நீங்கள் அவசரமாக வந்தீர்களே. சரியான காலத்தில் அது நடந்ததா?" என்று கேட்டேன்.

### செட்டியார் செய்த தந்திரம்

அவர் சிரித்துக்கொண்டே, "திதியும் இல்லை; ஒன்றுமில்லை ஸந்நிதானத்துக்கு உங்களிடமுள்ள பிரியத்தை நன்கு அறிவேன். நான் அங்கே தங்கியிருந்தால் திடீரென்று வேறு எதையாவது நினைத்து உங்களை அனுப்ப முடியாதென்று சொன்னாலும் சொல்லக் கூடும். அந்தப் பயத்தால், அவர்கள் வாக்களித்தவுடன் புறப்பட்டு விட்டேன், திடீரென்று புறப்படுவதற்குக் காரணமாகத் திதியென்று ஒரு பொய்யைச் சொன்னேன். நல்ல காரியம் செய்வதில் பொய் சொன்னால் தோஷமில்லை. 'பொய்ம்மையும் வாய்மை யிடத்த புரை தீர்ந்த நன்மை பயக்குமெனின்' என்னும் குறள் அதைத்தானே சொல்லுகின்றது" என்றார்.

பிறகு அவர் ஆகாரம் உட்கொண்டு சிறிது நேரத்தில் வந்தார். அப்பால் நானும் அவரும் நெடுநேரம் பேசினோம். சுப்பிரமணிய தேசிகர் எனக்கு அளித்த சால்வை முதலியவற்றை எடுத்துக் காட்டினேன். மிக்க மகிழ்ச்சி அடைந்தார். தாம் வேலைக்கு வந்த வரலாற்றையும், தம் வேலையை எனக்குச் செய்விக்க நினைந்து இரண்டு வருஷங்களாக முயன்று வந்ததையும் அவர் எடுத்துச் சொன்னார். காலேஜின் பெருமை, அங்குள்ள ஆசிரியர்களின் இயல்பு, பாடம் சொல்லவேண்டிய முறை முதலிய பல உபயோகமான விஷயங்களையும் கூறினார். அன்றிரவு அவர் வீட்டிலேயே தங்கினேன்.

## புஸ்தகக் கட்டுகள்

மறுநாள் சனிக்கிழமை காலையில் எழுந்து காலைக் கடன்களை முடித்துக்கொண்ட பிறகு செட்டியார் தம் பீரோவிலிருந்து ஏறக்குறைய நூறு புஸ்தகங்களை எடுத்து மூன்று சவுக்கங்களில் பிரித்து மூன்று கட்டாகக் கட்டினார். அவரிடமிருந்த ஒற்றை மாட்டு வண்டியில் அவர் அவற்றை வைத்து அதில் என்னை ஏறச் செய்து தாமும் ஏறிக்கொண்டார். வண்டி புறப்பட்டது.

"உங்கள் திறமையை இந்தக் காலேஜ் ஆசிரியர்களுக்குத் தெரிவிக்க வேண்டாமா? அதற்காகத்தான் உங்களை அழைத்துப் போகிறேன்" என்றார் செட்டியார்.

"கோபால ராவ் அவர்களைப் பார்க்கவா?" என்று கேட்டேன்.

"அவர் மூலமூர்த்தி. அவரைப் பார்ப்பதற்கு முன் பரிவார தெய்வங்களைப் பார்க்கவேண்டும்" என்றார் அவர்.

காலேஜில் பிரின்ஸிபாலுக்கு அடுத்த பதவியை வகித்த ஸாது சேஷையர் வீட்டுக்குச் சென்று இறங்கினோம். புஸ்தகங்களை அவர் வீட்டு மெத்தையில் அவர் உள்ள இடத்திலிருந்த ஒரு பெரிய வட்ட மேஜையின் மேல் வைக்கச் செய்தார். சேஷையர் எங்கோ வெளியில் சென்றிருந்தார். செட்டியார் ஒரு துண்டுக் காகிதத்தை எடுத்து "என் வேலைக்கு நான் குறிப்பிட்டவரை இங்கே அழைத்து வந்திருக்கிறேன். நீங்கள் இவ்விடம் வந்து நேரில் பரீக்ஷை செய்து நான் அவரைப் பற்றிச் சொன்னது உண்மைதானா வென்பதைத் தெரிந்துகொள்ளலாம்" என்று எழுதி ஓர் உறையிலே போட்டுக் காலேஜ் ஆசிரியர்களாகிய ஆர். வி. ஸ்ரீநிவாஸையர் முதலியவர்களிடம் காட்டி வரும்படி ஒருவரை அனுப்பினார். அவற்றையெல்லாம் கவனித்த எனக்குச் செட்டியார் ஏதோ ஒரு பெரிய சபை கூட்ட ஏற்பாடு செய்வதாகத் தோற்றியது.

சிறிது நேரத்தில் ஆர். வி. ஸ்ரீநிவாஸையர் வேறு ஆசிரியர்கள் சிலருடன் அங்கு வந்து சேர்ந்தார். புறத்தே சென்றிருந்த சேஷையரும் வந்து விட்டார். வந்தவுடன் தமது மேஜையின்மேல் உள்ள மூட்டைகளைக் கவனித்து, "இவை என்ன?" என்று கேட்டார்.

"எல்லாம் தமிழ்ப் புஸ்தகங்கள்" என்றார் செட்டியார். பிறகு என்னையும் அறிமுகம் செய்வித்தார்.

வந்த ஆசிரியர்களுள் ஒருவர் "தமிழ்ப் புஸ்தகங்கள் இவ்வளவு உள்ளனவா?" என்று கேட்டார்.

செட்டியார், "இன்னும் எவ்வளவோ உண்டு. அச்சில் வாராத ஏட்டுப் புஸ்தகங்கள் ஆயிரக்கணக்காக இருக்கின்றன" என்று கூறி அவருடைய வியப்பைப் பின்னும் அதிகமாக்கினார்.

வேறொருவர், "இவை என்ன என்ன புஸ்தகங்கள்? எதற்காக இவ்வளவு?" என்று கேட்டார்.

“கந்தபுராணம், கம்பராமாயணம், பாரதம், நைடதம் முதலிய காவியங்களும், பல பிரபந்தங்களும், ஸ்தலபுராணங்களும், நன்னூல் முதலிய இலக்கணங்களும் உள்ளன. இப்புஸ்தகங்களில் யார் யாருக்கு எது எது இஷ்டமோ அதைப் பிரித்து எடுத்து இவரிடம் கொடுத்து விஷயத்தையும் சந்தர்ப்பத்தையும், பொருளையும் கேட்டால் இவர் திருத்தமாக விடையளிப்பார். அதிலிருந்து நான் முன்பு சொல்லியது உண்மை யென்பது விளங்கும்” என்று செட்டியார் சொன்னார்.

## ஆதீன வித்துவான்

உடனே செட்டியார் என்னை நோக்கி, எனக்குப் பண்டார சந்நிதிகள் அளித்த யோக்கியதா பத்திரத்தைக் காட்டும்படி சொன்னார். நான் எடுத்துக் கொடுத்தேன். அதை அவர் வாங்கி பி. ஹனுமந்தராவ் என்னும் ஆசிரியரிடம் கொடுத்துப் படிக்கச் சொன்னார். அவர் அவ்வாறே வாசிக்கத் தொடங்கி, ‘இப் பத்திரிகையில் எழுதப்பட்டிருக்கிற சாமிநாதையர் நமது ஆதீன வித்துவான்” என்று வாசித்து நிறுத்தி மற்றவர்களுடைய முகங்களைப் பார்த்தார். முற்றுப்புள்ளியே இல்லாமல் எழுதியிருந்த அந்தப் பத்திரிகையில் வாக்கியங்களை எங்கு வேண்டுமானாலும் நிறுத்தலாம். சுப்பிரமணிய தேசிகர், “நமது ஆதீன வித்துவான் மீனாட்சிசுந்தரம் பிள்ளையவர்களிடம் ஆறு வருஷ காலம் இலக்கண இலக்கியங்கள் நன்றாய் வாசித்ததுமன்றி” என்று அச்சிறப்பைப் பிள்ளையவர்களைச் சார்த்தி எழுதுவித்திருந்தார். ஹனுமந்தராவ் வாசித்தபோது, “சாமிநாதையர் நமது ஆதீன வித்துவான்” என்று நிறுத்தியது எனக்குப் பெரிய அனுகூலத்தை உண்டாக்கியது. என்னையே ஆதீன வித்துவானாக எல்லோரும் எண்ணி வியப்புற்றார்கள். இதைக் கவனித்த நான், “ஊழ்வினையின் பலம் இது” என்று எண்ணி மிகவும் மகிழ்ந்தேன்.

## பரீக்ஷை

அப்பால் அங்கிருந்த ஒவ்வொருவரும் ஒவ்வொரு புஸ்தகத்தைக் கையில் எடுத்து வைத்துக் கொண்டனர். முதலில் ஒருவர் பிரபுலிங்கலீலையை என்னிடம் பிரித்துக் கொடுத்து நடுவில் ஒரு செய்யுளைக் காட்டிப் பொருள் கூறும்படி சொன்னார். நான் அதை ராகத்தோடு வாசித்துச் சந்தர்ப்பத்தை விளக்கிப் பொருளையும் விரிவாகச் சொன்னேன். அப்போது சிவராமையரென்ற ஆசிரியர், “நீங்கள் எப்படி வேண்டுமானாலும் இவரைப் பரீக்ஷை செய்து கொள்ளுங்கள்; என் மட்டில் திருப்தியே. சங்கீத ஞானம் இவருக்கு இருக்கிறது. பாட்டைக் காதுக்கு இனிமையாகப் படிக்கிறார்” என்றார்.

“படிக்கும்போதே நிதானமாக நிறுத்தி அர்த்தம் விளங்கும்படி படிக்கிறார்” என்றார் மற்றொருவர்.

பிறகு சாது சேஷையர் திருவிளையாடற் புராணத்தில் சில பாடல்களை எடுத்துக் கொடுத்தார். அவற்றைத் தக்கபடி படித்துக் காட்டிப் பொருளும் சொன்னேன்.

நன்னூலில் மிக நுட்பமான கேள்விகள் சிலவற்றை ஆர்.வி. ஸ்ரீநிவாஸையர் கேட்டார். எல்லாவற்றிற்கும் திருப்தியாக விடையளித்தேன். இவ்வாறு ஆசிரியர் ஒவ்வொருவரும் தத்தமக்குத் தோற்றியபடி கேள்வி கேட்டுத் திருப்தியுற்றனர்.

## செய்யுள் இயற்றல்

அப்பால் செட்டியார், "நூதனமாகப் பாடல்களை இயற்றும் பழக்கமும் இவருக்கு உண்டு" என்று சொல்லி நான் இயற்றிய பாடல்களில் சிலவற்றைச் சொல்லும்படி கூறவே, நான் சொன்னேன். ஸ்ரீநிவாஸ ஐயர், "பாடம் சொல்லும் சக்தி இருக்கிறதாவென்று நாம் கவனிக்க வேண்டுமே ஒழியச் செய்யுளியற்றும் வன்மையைப் பற்றிக் கவனிக்க வேண்டுவதில்லை" என்றார்.

"அந்தச் சக்தி இருந்தால் வேண்டாமென்பீர்கள் போல் இருக்கிறதே?" என்று செட்டியார் சொல்ல எல்லோரும் சிரித்தார்கள்.

ஓர் ஆசிரியர், "இப்போது அப்படிப் பாடுவாரா?" என்று கேட்டார்.

செட்டியார், "ஏதேனும் ஒரு விஷயத்தை எடுத்துக் கொடுத்தால் விரைவில் அதை அமைத்துப் பாடுவார்" என்றார்.

எந்த விஷயத்தைப் பற்றிப் பாடச் சொல்லலாமென்று எல்லோரும் யோசிக்கையில், செட்டியார் சேஷையர் விஷயமாகச் செய்யலாமென்றார். சேஷையரோ ஆராவமுதன் விஷயமாக இருக்கட்டுமென்றார். மற்றொருவர் "ஆராவமுதன் விஷயமாக ஒரு பழைய பாடலைச் சொன்னாலும் சொல்லிவிடலாம்" என்று சொல்லி விட்டு, ஸ்ரீநிவாசையர் விஷயமாகச் செய்யலாமென்றார். ஸ்ரீநிவாசையர், "இங்கே இருப்பவர்களுக்கெல்லாம் தமிழாசிரியர் செட்டியாரவர்கள் அவர்கள் விஷயமாகச் செய்வதுதான் பொருத்தமாக இருக்கும்" என்றார். சேஷையருள்பட எல்லாரும் அதற்குச் சம்மதித்தார்கள்.

"கடைசியில் என்னிடமே தள்ளிவிட்டீர்களா? சரி. என்ன விஷயத்தை அமைக்க வேண்டுமோ அதையும் சொல்லி விடுங்கள்" என்றார் செட்டியார்.

அப்போது ஸ்ரீநிவாசையர், "மீனாட்சிசுந்தரம் பிள்ளையவர்களிடம் நீங்கள் முதலிற் படித்தவர்கள். நான் பின்பு படித்தவன். இதனால் ஜேஷ்ட கனிஷ்ட முறை நம் இருவருக்கும் உண்டு. இந்த முறையால் நீங்கள் இதுவரை பார்த்து வந்த வேலையை எனக்குச் செய்விக்க வேண்டும். இந்தக் கருத்தை வைத்து ஐந்து நிமிஷங்களில்

அறுசீர்க்கழி நெடிலாசிரிய விருத்தமொன்று இயற்றிச் சொல்ல வேண்டும்” என்று சொன்னார்.

## நான் சொன்ன பாடல்

எல்லோரும் மௌனமாக இருந்தார்கள். செட்டியார் என் முகத்தையே பார்த்துக்கொண்டிருந்தார். அவர் முகத்தில் கவலைக் குறி படர்ந்தது. நான் விஷயத்தை வாங்கிக்கொண்டு மனத்துக்குள் பாடலை அமைத்து வந்தேன். செட்டியார் என்மேல் வைத்த கண் வாங்கவில்லை. நான் பாடுவேனோ மாட்டேனோ என்ற சந்தேகம் அவருக்கு இருந்தது போலும். நான்கு நிமிஷங்கள் ஆயின. ஐந்தாவது நிமிஷத்தில்,

“வாய்ந்தபுகழ் படைத்திலங்கு மீனாட்சி
சுந்தரநா வலவன் பாலே
ஏய்ந்ததமிழ் ஆய்ந்தமுறைக் கியைவுறநீ
இதுகாறும் இனிதின் வேய
ஆய்ந்தவள நகர்க்குடந்தைக் காலேஜில்
நின்னிடமெற் களித்தல் நன்றே
வேய்ந்ததமிழ் முதற்புலமைத் தியாகரா
சம்பெயர்கொள் மேன்மை யோனே”

என்று கூறி முடித்ததுதான் தாமதம். செட்டியார் குதித்து எழுந்து, “என் வயிற்றில் பாலை வார்த்தீரையா!” என்று சொல்லிக் குதூகலம் அடைந்தார். மற்றவர்களும், “சபாஷ்” என்றனர்.

நான் பாட்டுக்குப் பொருள் சொன்னேன். செட்டியார், “அந்த ‘வாய்ந்த’ என்ற வார்த்தையைக் கண்டு சந்தோஷப்பட வேண்டும். இந்த அவசரத்தில் அந்தமாதிரி சொல்லுவதற்கு ஐயா அவர்களிடம் படித்துப் பழகினவர்களுக்குத்தான் தெரியும். தானே வந்து வாய்ந்த புகழைப் படைத்து விளங்குமென்று அர்த்தம்” என்று மற்றவர் களைப் பார்த்துச் சொன்னார்.

பொருள் கூறி முடிக்கையில் ‘தியாகராசப் பெயர் கொள் மேன் மையோனே’ என்பதற்கு உரை கூறிவிட்டு, “அந்தப் பெயருக்கு ஏற்றபடி எனக்கு வேலையை அளித்தால்தான் உங்கள் பெயர் நிலைக்கும்; இல்லாவிட்டால் நிலைக்காது” என்றேன்.

“இவ்வளவு விஷயங்களையும் பொருத்திச் சீக்கிரத்தில் அமைத்தது ஆச்சரியந்தான். நான் சொன்ன கருத்தை ‘ஏய்ந்த தமிழாய்ந்த முறைக்கு இயைவுற’ என்று சுருங்கச் சொல்லி விளங்க வைத்திருக்கிறார்” என்று ஸ்ரீநிவாசையர் சந்தோஷமுற்றார்.

யாவரும் தங்கள் தங்கள் திருப்தியைத் தெரிவித்துக் கொண்டனர். “சாயங்காலம் கோபாலராவ் அவர்களைப் பார்க்கவேண்டும். இங்கேயே தங்கியிருங்கள். நான் வந்து அழைத்துப் போகிறேன்”

என்று சொல்லிவிட்டுச் செட்டியார் தம் வீடு சென்றார். மற்றவர்களும் தங்கள் இருப்பிடங்களுக்குச் சென்றனர்.

அன்று சேஷையர் வீட்டிலேயே போஜனம் செய்து கொண்டேன். பிற்பகல் ஐந்து மணிக்குச் செட்டியார் என்னைக் கோபாலராவ் வீட்டிற்கு அழைத்துச் சென்றார். புஸ்தகக் கட்டுகளும் எங்களுடன் வந்தன. அங்கே சேஷையர், ஹனுமந்த ராவ், ஸ்ரீநிவாசையர் முதலிய ஆசிரியர்களும் வந்தார்கள்.

### கோபால ராவின் காட்சி

கோபால ராவ் அப்போது மெத்தையில் இருந்தார். எப்போதும் புஸ்தகங்களுடன் உறவாடும் அப்பெரியார் தனியே இருந்து படித்து இன்புற்றுக்கொண்டே இருப்பவர். அவரை அணுகுவதற்கு யாவரும் அஞ்சுவார்கள்.

நாங்கள் கீழே உள்ள ஹாலில் இருந்தோம். எல்லோரும் வந்த விஷயத்தை எப்படித் தெரிவிப்பது என்று யோசித்திருக்கும்போது ஹனுமந்த ராவ் துணிவுடன் மேலே சென்று விஷயத்தைத் தெரிவித்து வந்தார்.

கோபால ராவ் வருகையை நாங்கள் ஆவலுடன் எதிர்பார்த்தோம். சிறிது நேரத்திற்குப் பின் இவர் மெல்லப் படிகளில் இறங்கி வந்தார். பரிசுத்தமான உடையும், விசாலமான பார்வையும், நெற்றியிலுள்ள திலகமும் அவருடைய கம்பீரமான தோற்றத்துக்கு அங்கங்களாக இருந்தன. தூய்மையே அவர் வடிவம் என்னும்படி இருந்தது அக்காட்சி. அவரைக் கண்டவுடன் அஞ்சலி செய்துவிட்டுச் செட்டியார், "நான் முன்னமே இவ்விடத்தில் விஞ்ஞாபனம் செய்து கொண்டபடி என் ஸ்தானத்திற்குக் குறிப்பிட்டவரை அழைத்து வந்திருக்கிறேன். இங்கே அவரைப் பரீக்ஷித்துப் பார்க்கவேண்டும்" என்றார். அப்போது அவர், "நீங்கள் சொல்வதே போதும்; நான் பரீக்ஷை செய்யவேண்டியது அவசியமில்லை. உங்கள் வாக்கே எனக்குப் பிரமாணம்" என்றார். அப்போது நான் பண்டார சந்நிதிகள் கொடுத்திருந்த கடிதத்தைக் கொடுத்தேன். அதை அவர் படித்துப் பார்த்தார். அப்பால் சேஷையர் ஆங்கிலத்தில் அவரோடு பேசத் தொடங்கினார். மடத்தின் பெருமையையும், பிள்ளையவர்கள் பெருமையையும், நான் அங்கே படித்தவனென்பதையும், நான் அங்கே பாடம் சொல்லி வந்ததையும், காலையில் நிகழ்ந்த எல்லாவற்றையும் அவர் விரிவாக எடுத்துச் சொன்னார். கோபால ராவ் என்னை ஒரு முறை ஏற இறங்கப் பார்த்தார்.

அப்போது ஸ்ரீநிவாசையர் என்னைப் பார்த்து, "காலையில் நீங்கள் செய்த பாடலை இங்கே சொல்லிக் காட்டுங்கள்" என்றார். எனக்கு அது ஞாபகமில்லாமையால் எந்த எந்த வார்த்தைகள் இருந்தனவென்று யோசித்தேன். அதைச் சொல்லக் கால் மணிக்கு

மேலாயிற்று. ஸ்ரீநிவாசையர், "காலையில் ஐந்து நிமிஷத்தில் சொல்லி விட்டீர்களே! இப்போது ஏன் தாமதம் ஆகிறது?" என்றார். "வேறு புதிய செய்யுள் செய்யச் சொன்னால் உடனே சொல்லி விடுவேன். அதே பாடலைச் சொல்லச் சொன்னதால் பதங்களை ஞாபகப் படுத்திக் கொண்டிருந்தேன்" என்று சமாதானம் சொன்னேன்.

"செய்யுள் எளிய நடையில் இருக்கிறது. இங்கிலீஷில் அப்படி யிருப்பதுதான் உயர்வு என்று சொல்வார்கள்" என்று கோபால ராவ் சொன்னார். அப்போது ஆயிரம் பேர்கள் சேர்ந்து என்னைப் பாராட்டியதைப் போன்ற சந்தோஷத்தை அடைந்தேன்.

### எழுதாக் கிளவி

அப்பால் செட்டியார் தாம் கொண்டுவந்த புஸ்தகங்களைக் காட்டி, "எந்தப் புஸ்தகத்தையேனும் எடுத்துக் கொடுத்து இவரைப் பரீக்ஷை செய்யலாம்" என்றார். கோபால ராவ் "அவசியமில்லை" என்று சொல்லச் செட்டியார் பின்னும் வற்புறுத்தவே அவர் ஒரு புஸ்தகத்தை எடுத்துப் பிரித்து என் கையில் அளித்தார். அது கம்பராமாயணம் அயோத்தியா காண்டத்தில் மந்தரை சூழ்ச்சிப் படலத்தின் ஆரம்பமாக இருந்தது.

அப் பகுதியை முதலிலிருந்தே படித்துப் பொருள் சொன்னேன். கேட்ட கோபால ராவ் திருப்தியுற்றுச் செட்டியாரைப் பார்த்து, "நீங்கள் சொன்னது சரி. நான் ஆக்ஷேபிக்க இடமில்லை; நீங்களும் மற்ற ஆசிரியர்களும் ஏகோபித்துச் சொல்லுவதைக் காட்டிலும் வேறு சாட்சி என்ன வேண்டும்? தங்களுடைய 'டயம்டேபிளை' இவரிடம் கொடுத்துவிடுங்கள். வருகிற திங்கட்கிழமை முதல் இவர் காலேஜில் வேலை பார்க்கட்டும்" என்று சொன்னார். நேரில் சொன்ன அந்த வார்த்தைகளே எனக்குக் கிடைத்த உத்தரவு. நான் விண்ணப்ப மெழுதிப் போடாமலே கிடைத்த உத்தரவு அது. எழுதாக் கிளவியாகிய அது பல வருஷங்கள் சென்றும் என் காதில் இன்னும் ஒலிக்கிறது.

83<br/>
காலேஜில் முதல் நாள் அனுபவம்

கோபால ராவ் என்னை ஏற்றுக்கொண்டு கூறிய வார்த்தைகள் தியாகராச செட்டியாரைப் பேருவகையில் ஆழ்த்தின. பல காலமாக யோசித்து வைத்து மிக முயன்று பக்குவமாக என்னைத் திருவாவடுதுறை மடத்திலிருந்து அழைத்து வந்தவராதலின் தம் முயற்சி பலிக்க வேண்டுமே என்பதில் அவருக்கு மிக்க கவலை இருந்து வந்தது. எப்படியாவது தாம் நினைத்த காரியத்தை நிறைவேற்ற வேண்டுமென்ற மனத்திண்மையுடன் அவர் முயன்று எண்ணியபடியே நிறைவேற்றினார்.

## என் வேண்டுகோள்

கோபால ராவ் எனக்கு உத்தரவு செய்ததை ஏற்றுக்கொண்ட நான், மிகவும் பணிவாக அவரை நோக்கி, "நான் இந்த வேலைக்குப் புதியவன். காலேஜ் பிள்ளைகளுக்குப் பாடம் சொல்லிக் கொடுக்கும் முறையைச் சில நாட்கள் என்னுடனிருந்து கற்பிக்க வேண்டு மென்று செட்டியாரவர்களுக்கு அனுமதி அளிக்க வேண்டும்" என்று கேட்டுக் கொண்டேன்.

செட்டியார், "இவர் சும்மா சொல்கிறார். மடத்திலிருந்து பெரிய நூல்களைப் பாடம் சொன்ன இவருக்கு இங்கே பாடம் சொல்லுவது லட்சியமன்று. என்னைக் காட்டிலும் பல விஷயங்களில் இவர் சமர்த்தர். 'லக்ஷம் பாடல்கள் வரையில் படித்திருக்கிறார்" என்று புன்முறுவலுடன் கூறினார்.

அப்பால் எல்லோரும் பிரின்ஸிபாலிடம் விடைபெற்றுச் சென்றோம். நான் குடும்பத்தை அழைத்து வரும் வரையில் தம்முடைய இல்லத்திலேயே போஜனம் வைத்துக்கொள்ளலாம் என்று சாது சேஷையர் கூறியபடி அங்கேயே தங்கி வந்தேன். அதுவரையில் அன்று நிகழ்ந்தவற்றையெல்லாம் என் பெற்றோர்களி டமும் பண்டாரசந்நிதிகளிடமும் உசிதமாகத் தெரிவிக்கும்படி என்னுடன் இருந்த கணபதி ஐயரைத் திருவாவடுதுறைக்கு அனுப்பி னேன்.

## பிள்ளையவர்கள் நினைவு

மறுநாள் ஞாயிற்றுக்கிழமை (15-2-1880) காலையில் செட்டி யாருடைய வீட்டுக்குப் போய் அவருடன் பேசிக்கொண்டிருந்தேன். எனக்கு வேலை கிடைத்ததைப் பற்றிய சந்தோஷத்தை அவர் பலவாறாகத் தெரிவித்ததோடு அவ்வேலைக்கு வேறு பலர் முயற்சி செய்ததையும் சொன்னார். "என்னிடம் படிக்கிறவர்களில் தக்கவர் கள் சிலர் இருக்கிறார்கள். முத்திச் சிதம்பரம் பிள்ளை எனக்கு மிக்க பிரியமானவர். அவருக்கு இந்த வேலையைச் செய்விக்கலாம் என்று கூட ஒரு சமயம் நான் நினைத்ததுண்டு. என்னருகில் இருக்கும் சதாசிவ செட்டியாரென்னும் என் மாணாக்கர் தமக்குத் தெரிந்த ஒருவரை நியமிக்க வேண்டுமென்று சொன்னார். அன்றியும் நேரே பிரின்ஸிபாலுக்குச் சிலர் விண்ணப்பம் செய்திருப்பதாகவும் தெரிகிறது. இவ்வளவு பேர்களுக்கிடையே உங்களை இங்கே அழைத்து வந்துவிட வேண்டுமென்ற ஞாபகமே எனக்குப் பலமாக இருந்தது. அதை எல்லோரிடமும் நான் வெளிப்படுத்தவில்லை. ராயர் அவர்களிடமும் வேறு சில ஆசிரியர்களிடமுமே தெரிவித் திருந்தேன். ஐயா அவர்கள் காலத்திலேயே உங்களுக்கு ஒரு வேலை கிடைக்க வேண்டுமென்பது என் விருப்பம். அதற்கு நீங்கள் சம்மதிக்க வில்லை. ஐயாவுக்கும் உங்களைப் பிரிவதில் திருப்தியில்லை. அப்பொழுது வேலைக்குப் போகாமல் இருந்ததும் ஒரு விதத்தில்

நல்லதாயிற்று. இப்போது ஐயா அவர்கள் இருந்தால் எல்லோரைக் காட்டிலும் மிக்க சந்தோஷத்தை அடைவார்கள். அவர்கள் இல்லாவிட்டாலும் ஸந்நிதானமாவது கண்டு திருப்தி அடையும்படி இருக்கிறதேயென்று ஆறுதலடைகிறேன். இந்த ஸ்தானம் மிகவும் மதிப்புள்ளது. வர வர இதன் மதிப்பு அதிகமாகுமேயொழிய ஒரு நாளும் குறையாது. ஐயாவிடம் படித்து ஐயாவுடைய அன்புக்குப் பாத்திரமாக இருந்த நீங்கள் யாதொரு தடையும் இன்றி இந்த நிலைக்கு வருவதற்கு அவர்களுடைய உள்ளன்பே காரணமாகு மென்று நான் உறுதியாகச் சொல்லுவேன்" என்று செட்டியார் சொல்லி வந்தார்.

எனக்கு உடனே பிள்ளையவர்கள் ஞாபகம் வந்துவிட்டது. தியாகராச செட்டியார் கூறியவையெல்லாம் உண்மை என்பதை என் உள்ளம் உணர்ந்தது. "ஆம்; பிள்ளையவர்கள் இருந்தால் அவர் கள் அடையும் சந்தோஷத்துக்கு எல்லை காண முடியாதுதான்" என்று எண்ணினேன். என் அகக் கண்ணில் தாயனைய அப்புலவர் பெருமானுடைய சாந்தம் ததும்பிய முகத்தைக் கண்டேன்.

அந்த நினைவிலே லயித்திருந்த என்னைச் செட்டியார் தொடர்ந்து பேசிய பேச்சு சுய நினைவுக்குக் கொணர்ந்தது. "உலகம் மிகப் பொல்லாதது; ஜாக்கிரதையாக இருந்து நல்ல பெயர் வாங்க வேண்டும். நமக்குக் கௌரவம் உண்டாவது படிப்பினாலேதான். அந்தப் படிப்பைக் கைவிடாமல் மேன் மேலும் ஆராய்ந்து விருத்தி செய்துகொள்ள வேண்டும். காலேஜ் பிள்ளைகளிடம் நாம் நடந்து கொள்ளும் முறை சரியானபடி இருந்தால் அவர்களுடைய அன்பைப் பெறலாம். பாடங்களைத் தெளிவாகச் சொல்ல வேண் டும், அடிக்கடி நடந்த பாடங்களில் கேள்வி கேட்க வேண்டும்; மற்ற ஆசிரியர்களிடமும் ஜாக்கிரதையாகப் பழகவேண்டும்" என்று அவர் பின்னும் பல போதனைகளை எனக்குச் செய்தார்.

பிறகு திங்கட்கிழமை நல்ல வேளையில் காலேஜுக்குப் போக வேண்டுமென்று எண்ணி ஜோஸியரைக் கண்டு பார்த்த போது 12 மணிக்குமேல் நல்லவேளை யென்று தெரிந்தது.

"நாளைக்குப் பதினொன்றரை மணிக்கு ஸித்தமாக இருந்தால் நான் காலேஜுக்குப் போய்ச் சொல்லியனுப்புகிறேன். அப்போது வரலாம்" என்று செட்டியார் சொல்லி எனக்கு விடை கொடுத் தனுப்பினார்.

அன்று மாலையில் முக்கியமான ஆலயங்களுக்குச் சென்று ஸ்வாமி தரிசனம் செய்து வந்தேன்.

## காலேஜ் பிரவேசம்

திங்கட்கிழமை பகற்போஜனம் செய்துவிட்டுச் சேஷையர் வீட்டில் காத்திருந்தேன். பதினொன்றரை மணிக்குச் செட்டியார்

உத்தரவுப்படி காலேஜிலிருந்து இரண்டு மாணாக்கர்கள் என்னை அழைக்க வந்தார்கள். நான் சுப்பிரமணிய தேசிகர் அளித்த உடைகளில் சட்டையை அணிந்து அதன் மேல் துப்பட்டாவைப் போர்த்துத் தலையில் சால்வையைக் கட்டிக்கொண்டு சென்றேன். அந்தக் கோலத்தை இப்போது நினைத்துப் பார்க்கையில் எனக்கே சிரிப்பு வருகிறது.

காலேஜின் தாழ்வாரத்தில் மேலைக் கோடியிலுள்ள ஒரு தூணருகில் தியாகராச செட்டியாரும், ஆர்.வி. ஸ்ரீநிவாசையரும் என்னை எதிர்பார்த்து நின்று வரவேற்று அழைத்துச் சென்றார்கள். நல்ல வேளையென்று குறிப்பிட்டிருந்தகாலம் தமிழ்ப்பாடம் இல்லாதவேளை. அவ்விருவரும் எப். ஏ. இரண்டாம் வகுப்புக்கு என்னை அழைத்துச் சென்றனர். அங்கே பாடம் நடத்திய ஹனுமந்த ராவிடம் முன்பே, "இவர் நல்ல வேளையில் பாடம் சொல்ல வேண்டியிருப்பதால் உங்கள் மணியை இவருக்குக் கொடுக்க வேண்டும்" என்று தெரிவித்திருந்ததனால் நாங்கள் வகுப்புக்குள் புகுந்தவுடன் ஹனுமந்தராவ் தம் ஆசனத்தை விட்டு எழுந்து எங்களை வரவேற்றார்.

"இப்படி உட்காருங்கள்" என்று மேடையின் மீதிருந்த நாற் காலியை எனக்குச் சுட்டிக்காட்டினார் ஹனுமந்தராவ். எனக்கு அவ்வளவு பேர்களுக்கு முன்னால் அங்கே இருப்பதற்குத் துணிவு உண்டாகவில்லை.

என் கருத்தை அறிந்த செட்டியார், "இது திருவாவடுதுறை மடமன்று; இந்த இடத்தில் உட்கார வேண்டியது உங்கள் கடமை" என்று சொல்லவே நான் போய் நாற்காலியில் அமர்ந்தேன். எதிரே இருந்த பெஞ்சில் ஹனுமந்தராவ், ஸ்ரீநிவாசையர், தியாகராச செட்டியாரென்பவர்களும் ஓய்வுள்ள வேறு சில ஆசிரியர்களும் இருந்தனர். அந்த வகுப்பில் எழுபது பிள்ளைகளுக்கு மேல் இருந்தனர். முன் வரிசையில் கவர்ன்மெண்டு ஸ்காலர்ஷிப் பெற்ற இருபது பிள்ளைகள் உட்கார்ந்திருந்தனர். வகுப்பிலிருந்த பிள்ளை களிற் பலர் என்னைக் காட்டிலும் பிராயத்தில் முதிர்ந்தவர்களாகத் தோற்றினர்.

## பாடம் ஆரம்பம்

விநாயகக் கடவுளையும் வேறு தெய்வங்களையும் மனத்தில் தியானித்துக் கொண்டு பாடம் சொல்லத் தொடங்கினேன். நாலடியாரில், "இரவச்சம்" என்னும் அதிகாரத்தை முதலிலிருந்து சொன்னேன்.

மடத்தில் பாடம் சொன்ன பழக்கத்தால் எனக்கு அங்கே சொல்வதில் அச்சமோ சோர்வோ உண்டாகவில்லை. முதற் செய்யுளை சங்கராபரண ராகத்தில் நிறுத்திப் படித்தேன். பள்ளி

கூடப் பிள்ளைகளை ஓரளவு சங்கீதத்தால் வசப்படுத்தலாமென்பதை அனுபவத்தால் தெரிந்து கொண்டேன்.

நான் பாடம் சொல்லத் தொடங்கிய செய்யுள் வருமாறு:

"நம்மாலே யாவரிந் நல்கூர்ந்தார் எஞ்ஞான்றும்
தம்மாலாம் ஆக்கம் இலரென்று – தம்மை
மருண்ட மனத்தார்பின் செல்பவோ தாமும்
தெருண்ட அறிவி னவர்."

(இதன் பொருள்: 'இந்த ஏழைகள் நம்மாலே முன்னுக்கு வருபவர்கள்: இவரால் தமக்கோ, நமக்கோ உண்டாகும் லாபம் ஒன்றுமில்லை' என்று தம் செல்வத்தைப் பெரிதாக எண்ணி மயங்கிய மனத்தையுடையவர்களைப் பின்தொடர்ந்து தெளிந்த அறிவுடையவர்கள் செல்வார்களோ? நல்கூர்ந்தார் – வறியவர். ஆக்கம் – விருத்தி. மருண்ட – மயங்கிய, செல்பவோ – செல்வார்களோ? தெருண்ட – தெளிந்த.)

பொருள் சொல்லும் போது, உலகத்திலே பணக்காரர்கள் இறுமாப்பினால் ஏழைகளை அவமதிப்பதையும் ஓர் உதவி செய்து விட்டால் அதைத் தாங்களே பெரிதாகச் சொல்லி அவ்வுதவி பெற்ற வர்களை இழிவாகப் பேசி, 'இந்த உதவியை இவரிடம் பெறும்படி நம்மைத் தெய்வம் ஏன் வைத்தது!' என்று அவ்வேழைகள் தம்மைத் தாமே நொந்து கொள்ளும்படி செய்வது முதலியவற்றையும் எடுத்து ரைத்தேன். ஒரு பாடலைப் பாடம் சொல்லும்போது, வார்த்தைக்கு வார்த்தை அர்த்தம் மாத்திரம் சொல்லி நிறுத்தினால் கேட்பவர் களுடைய மனம் அதில் பொருந்தாது. அதனால், உபமானங்களை யும், உலக அனுபவச் செய்திகளையும் எடுத்துச் சொல்லி மாணாக் கர்களுடைய மனத்தைப் பாட்டின் பொருளுக்கு இழுத்தேன்.

ஐந்து பாடல்கள் அந்த மணியில் முடிந்தன. இடையே, யாசகம் செய்வதனால் உண்டாகும் இழிவைப் பற்றி நான் மேற்கோள்கள் சொன்னபோது செட்டியார் குசேலோபாக்கியானத்திலிருந்து, "பல்லெலாந் தெரியக் காட்டி" என்னும் செய்யுளை எடுத்துச் சொல்லி அவ்விஷயத்தைப் பின்னும் விளக்கினார்.

## இரண்டாவது பாடம்

மணி அடித்தவுடன் நான் முன்னே வேறு வகுப்பிற்குச் சென் றேன். செட்டியார் பிள்ளைகளைத் தனியே அழைத்து, நான் பாடம் சொன்னதைப் பற்றி அவர்களுடைய அபிப்பிராயத்தைக் கேட்டார். பிள்ளைகள் தங்களுக்கு மிக்க திருப்தியாக உள்ளது என்று தெரிவித்தார்கள்.

"நான் மிகவும் கஷ்டப்பட்டு இவரை அழைத்து வந்திருக் கிறேன். இவரிடத்தில் மரியாதையாக இருங்கள். என்னிடம்

இருப்பது போலவே இவரிடமும் இருக்க வேண்டும்" என்று செட்டியார் அவர்களை நோக்கிச் சொல்லி விட்டுச் சிலரை இன்னார் இன்னாரென்று எனக்குப் பின்பு தெரிவித்தார்.

அடுத்த மணியில் பி. ஏ. முதல் வகுப்புக்குப் பாடம் சொல்லப் போனேன். செட்டியாரும் வேறு சில ஆசிரியர்களும் உடன் வந்தார்கள். சேஷையர் விருப்பத்தின்படி ஸம்ஸ்கிருத பண்டிதராகிய பெருகவாழ்ந்தான் ரங்காசாரியரும் வந்தார். அங்கே இராமாயணத்தில் அகலிகைப் படலம் பாடம் சொல்லத் தொடங்கினேன். முதற் பாட்டைச் சகானா ராகத்தில் படித்துவிட்டுப் பொருள் சொல்லலானேன்.

நான் பாடம் சொல்லும் போதெல்லாம் பிள்ளைகள் என்னையே பார்த்துக் கவனித்து வந்தார்கள். செட்டியாரோ அவர்களில் ஒவ்வொருவர் முகத்தையும் பார்த்து வந்தார். எல்லோருடைய முகத்திலும் திருப்தியின் அடையாளம் இருந்ததை அவர் உணர்ந்து தாமும் திருப்தியுற்றார். இவ்வாறு இருந்த சமயத்தில் நான் சொன்ன ஒரு விஷயத்தை ரங்காசாரியார் எழுந்து ஆட்சேபித்தார். நான் சமாதானம் சொல்லத் தொடங்குகையில் செட்டியார் எழுந்து மிக விரைந்து அவரிடம் சென்று அஞ்சலி செய்து, "ஸ்வாமிகள் இந்த ஸமயம் ஒன்றும் திருவாய் மலர்ந்தருளக் கூடாது. இவர் பிள்ளைகளுக்குப் பொருள் விளங்கச் சொல்லுகிறாரா என்பதை மட்டும் கவனித்தாற் போதும். ஆட்சேபம் பண்ணக்கூடிய சமயம் அல்ல இது. இவரோ சிறு பிள்ளை. நீங்களோ பிராயம் முதிர்ந்தவர்கள். ஸம்ஸ்கிருத பாரங்கதர். ஏதேனும் தவறிவிட்டால் என்னுடைய இஷ்டம் பூர்த்தியாகாது. க்ஷமித்தருளவேண்டும்" என்று சொல்லி மீண்டும் தம் இடத்தில் போய் அமர்ந்தார். மற்ற இடங்களில் செட்டியார் தைரியமாகப் பேசிப்பிறரை அடக்குவதைக் கண்டிருந்த நான் அப்போது காலேஜிலும் அப்படிச் செய்வதில் அவர் பின் வாங்கார் என்பதை உணர்ந்தேன்.

மேலே பாடம் நடந்தது. "வைகுந்தத்திற்குச் சென்ற வித்தியாதரப் பெண்மணி ஒருத்தி திருமகளைத் தோத்திரம் செய்து பாட அத்தேவி மகிழ்ந்து ஒரு மாலையைக் கொடுக்க அதனை வாங்கி அந்தப் பெண்மணி தன் யாழிற்குச் சூட்டினாள்" என்ற செய்தி அகலிகைப் படலத்தில் வருகிறது.

"அன்ன மாலையை யாழிடைப் பிணித்து" என்று ஒரு பாடல் தொடங்குகிறது. அதற்கு நான் அர்த்தம் சொல்லும்போது இடையே செட்டியார், "இந்தக் காலத்துப் பிள்ளைகளானால் பக்கத்திலுள்ள தங்கள் நாயின் கழுத்தில் அதை மாட்டுவார்கள்" என்றார். யாவரும் கொல்லென்று சிரித்தனர்.

## பிற்பகல் நிகழ்ச்சிகள்

அந்த மணி முடிந்தது. இடை நேரத்திலே ஆகாரம் செய்து விட்டு வந்தேன். பிற்பகலில், எப். ஏ. முதல் வகுப்புக்குச் சென்றோம். அங்கே 80 பிள்ளைகளுக்கு மேல் இருந்தார்கள். நன்னூல் எழுத்தியல் ஆரம்பமாயிற்று. முதல் சூத்திரத்தை நான் சொல்லி விட்டு, "மேலே சில சூத்திரங்களை நீங்களே சொல்லி அந்த முறையை எனக்குக் கற்பிக்க வேண்டும்" என்று செட்டியாரை வேண்டிக் கொண்டேன். அவர் அப்படியே சொல்லிக் கேள்வி களும் கேட்டார். எனக்குப் பல விஷயங்கள் அப்போது தெரிந்தன. பிறகு, பி.ஏ. இரண்டாவது வகுப்புக்குச் சென்றோம். அந்த வகுப்பில் இருந்தவர்கள் செட்டியாரிடம் மூன்று வருஷங்கள் பாடம் கேட்டவர்கள். அந்த வருஷம் பரீக்ஷைக்குப் போக வேண்டியவர்கள். புதுக்கோட்டையில் பிரின்ஸிபாலாக இருந்த எஸ். ராதா கிருஷ்ணையர், கோயம்புத்தூரில் சிறந்த வக்கீலாக விளங்கிய பால கிருஷ்ணையர், திருநெல்வேலி ஹிந்து காலேஜில் ஆசிரியராக இருந்த சீதாராமையர் முதலிய பன்னிரண்டு பேர்கள் அவ்வகுப்பில் இருந்தார்கள்.

கம்பராமாயணத்தில் நாட்டுப் படலம் பாடமாக இருந்தது. "வாங்கரும் பாத நான்கும் வகுத்தவான் மீகியென்பான்" என்ற பாடலைச் சொல்லிப் பொருள் கூறிவிட்டு இலக்கணக் கேள்விகள் கேட்கலானேன்.

ஒரு மாணாக்கரை, "வாங்கரும் பாதமென்பதிலுள்ள அரும்பா தம் என்பது என்ன சந்தி?" என்று கேட்டேன். அவர், "பெயரெச்சம்" என்றார். பண்புத் தொகையாகிய அதைப் பெயரெச்சமென்று பிழையாகச் சொல்லவே, அங்கிருந்த செட்டியார் உடனே தலையில் அடித்துக்கொண்டு, "என்ன சொல்லிக் கொடுத்தாலும் சில பேருக்கு வருகிறதில்லை. மூன்று வருஷம் என்னிடம் பாடம் கேட்டவன் இப்படிச்சொன்னால் எனக்கல்லவா அவமானம்?" என்று அந்த மாணாக்கரை நோக்கிச் சொல்லிவிட்டு என்னைப் பார்த்து, "தள்ளாத வயசில் நான் எவ்வளவு சொல்ல வேண்டுமோ அவ்வளவு சொல்லாமல் இருந்திருப்பேன். அதனால் தான் வேலையை விட்டு நீங்குகிறேன். நீங்கள் நன்றாகச் சொல்லிக் கொடுங்கள்" என்றார்.

மேலே நான் பாடம் சொன்னேன். மணி அடித்தது. உடனே நாங்கள் காலேஜை விட்டுப் புறப்பட்டோம்.

முதல் நாளாகிய அன்றே எனக்கு, 'நம் வேலையை நன்றாகச் செய்யலாம்' என்ற தைரியம் பிறந்தது. பிள்ளைகளுக்கும், மற்ற ஆசிரியர்களுக்கும், எல்லோருக்கும் மேலாகத் தியாகராச செட்டி யாருக்கும் நான் அந்தப் பதவிக்கு ஏற்றவனென்ற திருப்தி உண்டா யிற்று.

# 84

## எனக்கு உண்டான ஊக்கம்

இரண்டாம் நாள் (17.02.1880) நான் வழக்கப்படி காலேஜுக்குச் சென்று பாடங்களை நடத்தினேன். தியாகராச செட்டியார் அன்று மூன்று மணிக்கு மேல் வந்து நான் பாடம் சொல்லுவதைக் கவனித்துக் கொண்டிருந்தார். மூன்றே முக்கால் மணிக்கு மேல், ஸ்ரீநிவாசையர் செட்டியாரிடம் வந்து, "இன்று நான்கு மணிக்கு மேல் தமிழ்ப் பாடம் எந்த வகுப்பிற்கு என்று ராயர் கேட்டார். அந்த வகுப்பிற்கு அவர் ஒரு வேளை வரலாம். ஜாக்கிரதையாகப் பாடம் சொல்லச் சொல்லுங்கள்" என்று கூறிச் சென்றார். வகுப்பு விட்டவுடன் செட்டியார் என்னிடம் இதைச் சொன்னதன்றி "ராயரைக் கண்டு பயந்து ஏதாவது உளறி விடாமல் ஜாக்கிரதை யாகச் சொல்லுங்கள். நாங்களெல்லாம் திருப்தி அடைவது முக்கிய மன்று. அவருடைய திருப்திதான் முக்கியம். அவருக்கு நல்ல அபிப் பிராயத்தை உண்டாக்க வேண்டும்" என்று எச்சரிக்கை செய்தார்.

### கோபால ராவ் வரவு

பி.ஏ. இரண்டாவது வகுப்புக்குள் நான் சென்றேன். செட்டியா ரும் உடன் வந்தார். அங்கே நன்னூல் பாடம் நடத்தத் தொடங்கி னேன். பெயரியலில், "ஒன்றே யிருதியிணைத் தன்பாலேற்கும்" என்னும் சூத்திரத்தைச் சொல்லி வந்தேன். அப்பொழுது ஒரு சேவகன் நாற்காலி ஒன்றை எடுத்து வந்து என் பக்கத்தில் போட் டான். அடுத்த நிமிஷம் கோபால ராவ் வந்தார். உடனே எழுந்து அஞ்சலி செய்தேன். "நீங்கள் சும்மா இருந்து பாடத்தை நடத்துங் கள்" என்று சொல்லி விட்டு அவர் அந்த நாற்காலியில் அமர்ந்தார். நான் சூத்திரத்திற்கு உரையும் உதாரணங்களும் சொல்லி விட்டுக் கேள்விகள் கேட்டேன். ராயர் ஒரு மாணாக்கரிடமிருந்து ஒரு நன்னூல் புஸ்தகத்தை வாங்கிக் கையில் வைத்துக் கொண்டு கவனித்து வந்தார்.

அவர் அங்கே இருந்ததில் எனக்குச் சிறிதும் அதைரியம் ஏற்பட வில்லை. ஊக்கத்துடனே சொல்லி வந்தேன். அவர் நன்னூலை நன்றாகக் கற்றவரென்பதைத் தியாகராச செட்டியார் என்னிடம் முன்பே சொல்லியிருந்தார். அதனால் எனக்குப் பின்னும் தைரியமே பிறந்தது. நன்னூலை இளமை தொடங்கியே நான் படித்துப் பல வகையாக ஆராய்ந்து சிந்தித்து ஒழுங்குபடுத்தி ஞாபகத்தில் வைத்திருந்ததால் அதனைப் பாடம் சொல்லுவது எனக்கு மிகவும் சாதாரணமாக இருந்தது. நான் முன்னும் பின்னுமுள்ள செய்திகளோடு இயைத்து விஷயங்களை விளக்கினேன். நூல் முற்றும் படித்த ராயர் அவற்றிலிருந்து என் பயிற்சியை உணர்ந்து

திருப்தியடையக் கூடும் என்ற நம்பிக்கையோடு நான் பாடம் சொன்னேன்.

மற்றச் சமயங்களில் இடையே ஏதாவது சொல்லியும் கேள்வி கேட்டும் வந்த செட்டியார் அப்பொழுது ஒன்றும் பேசாமல் எல்லாவற்றையும் கவனித்து வந்தார். ராயர் முகத்தில் ஏற்படும் விருப்பு வெறுப்புக்குறிப்புக்களினால் அவரது அபிப்பிராயத்தை அறிய முயன்றார்.

ஆனால், கோபால ராவ் முகத்தில் புதிய குறிப்பு ஒன்றையும் அவர் காணவில்லை. எப்பொழுதும் உள்ளது போன்ற மலர்ச்சி இருந்தது. தம்முடைய விருப்பு வெறுப்புக்களை அவ்வப்போது வெளிப்படுத்தும் இயல்புடையர் அல்லர் அவர். கம்பீரமான தன்மையினர். அவருடைய அபிப்பிராயத்தை எளிதில் யாவரும் அறிந்து கொள்ள முடியாது. செட்டியார் ஒரு குறிப்பும் அறியாத வராகிச் சங்கடப்பட்டுக் கொண்டே இருந்தார்.

## செட்டியாரின் ஆவல்

மணி ஐந்து அடித்தது. கோபால ராவ், தம் கையில் உள்ள புஸ்தகத்தை உரிய மாணாக்கரிடம் கொடுத்து விட்டு எழுந்தார். நானும் செட்டியாரும் எழுந்து நின்றோம். கோபால ராவ் உள்ளத்தில் எவ்வகையான கருத்து உண்டாயிற்றென்பதை அறிய எனக்கும் ஆவல் அதிகமாகவே இருந்தது. அதை எவ்வாறு தெரிந்து கொள்வது?

அவ் வகுப்பில் படித்துக் கொண்டிருந்த கிருஷ்ணையரென்னும் மாணாக்கர் அப்போது திடீரென்று எழுந்து ராயரை நோக்கி, "ஒரு விஞ்ஞாபனம்; மாணாக்கர்களாகிய நாங்களெல்லாரும் 'செட்டியாரவர்கள் வேலையை விட்டு விலகிக் கொள்கிறார்களே; இனி என்ன செய்வோம்?' என்ற கவலையில் நேற்று வரையில் மூழ்கியிருந்தோம். இப்போது அந்தக் கவலை நீங்கி விட்டது. செட்டியாரவர்கள் தாம் இருந்த ஸ்தானத்துக்குத் தக்கவர்களையே அழைத்து வந்து அளித்து எங்கள் பயத்தைப் போக்கி விட்டார்கள்" என்று சொன்னார்.

அவர் அவ்வளவு தைரியமாகப் பேசியது குறித்து வியந்து அவரைப் பார்த்தேன். செட்டியார் கண்களும் அன்புடன் அவரை நோக்கின. ராயரோ அவரைத் திரும்பிப் பார்த்துப் புன்முறுவல் செய்து புறப்பட்டார். நாங்களும் புறப்பட்டோம்.

ராயவர்களுக்கு நான் பாடம் சொன்ன விஷயத்தில் என்ன அபிப்பிராயம் ஏற்பட்டிருக்கலாமென்ற கேள்வியைக் காலேஜ் ஆசிரியர்கள் எல்லோரிடமும் செட்டியார் கேட்டார்.

"நல்ல அபிப்பிராயமாகத்தான் இருக்க வேண்டும்" என்று சிலர் சொன்னார்கள். ராயரோடு நெருங்கிப் பழகும் சேஷையர்

முதலியோர். "பிள்ளைகளுக்கு விளங்கும்படி சொல்கிறார் என்பதே அவர் அபிப்பிராயம் என்று தெரிகிறது" என்றார்கள். செட்டியார் என்னைப் பார்த்து, "ராயர் இப்படியே அடிக்கடி வந்து கவனிக்கக்கூடும். எப்பொழுது வந்து கவனித்தாலும் அதை என்னிடம் சொல்ல வேண்டும்" என்றார்.

## மடத்து நிகழ்ச்சிகள்

அந்த வாரம் முழுவதும் உத்ஸாகத்தோடு என் கடமையைச் செய்து வந்தேன். நாள்தோறும் காலையிலும் மாலையிலும் செட்டியார் வீட்டிற்குச் சென்று அவரோடு பேசி வருவேன். அன்றன்று நடந்தவற்றை அவரிடம் தெரிவிப்பேன்.

திருவாவடுதுறையிலிருந்து ஒவ்வொரு நாளும் யாரேனும் வந்து என்னைக் கண்டு நிகழ்ந்தவற்றைத் தெரிந்து கொண்டு செல்வர். அங்கே மடத்தில் என்னிடத்தில் படித்தவராகிய தெய்வசிகாமணி ஐயரென்பவர் சில நாட்கள் வந்து செய்திகள் தெரிந்து சென்றார். அவர் மூலமாகச் சுப்பிரமணிய தேசிகர் என்னைப் பற்றி அங்கே வருபவர்களிடம் சந்தோஷத்தோடு பேசி வருவதாக அறிந்தேன்.

கும்பகோணத்திலிருந்து யார் போனாலும் தேசிகர் என்னைப் பற்றி விசாரிப்பார். காலேஜில் படித்து வந்த பிள்ளைகளின் தந்தை யாரோ உறவினர்களோ மடத்துக்குப் போவார்கள். அவர்கள் தங்கள் வீட்டுப் பிள்ளைகள் காலேஜில் படிப்பதாகவும் என்னைப் பற்றித் திருப்தியாகச் சொல்லுவதாகவும் தெரிவிப்பார்கள். கேட்ட தேசிகர் மகிழ்ச்சியடைவார். தமிழில் அன்பும், என்பால் அபிமானமும் உள்ள பலர் காலேஜில் பாடம் நடக்கும்போது புறத்தே நின்று நான் பாடம் சொல்லுவதைக் கேட்டிருந்து நான் வெளியே வந்தவுடன் தங்கள் திருப்தியைத் தெரிவிப்பார்கள். இவ்வளவும் சேர்ந்து, 'நாம் ஒரு புதிய வேலையை மேற்கொண்டிருக்கிறோமே; எப்படி நிர்வகிக்கப் போகிறோம்!' என்ற கவலை எனக்கு இம்மியளவும் இல்லாதபடி செய்து விட்டன.

திருவாவடுதுறை மடத்தில் நான் சந்தோஷமாகப் பாடம் சொல்லிக் கொண்டிருந்தேன். அங்கே நான் அடைந்த இன்பம் ஒரு வகை, கும்பகோணம் காலேஜில் நான் அடைந்த இன்பம் வேறு வகை. இரண்டு இடங்களிலும் கட்டுப்பாட்டுக்கு அடங்கி நடக்கும் நிலை இருப்பினும், மடத்தில் பல விஷயங்கள் ஒன்றோடொன்று இணைந்திருந்தமையால், சம்பிரதாயம், மடத்து நிர்வாகம் முதலியவற்றினிடையே தமிழ்க் கல்வியின் தொடர்பு மாத்திரம் உடையவனாக நான் இருந்தேன். சுப்பிரமணிய தேசிகரும் பல துறைகளில் தம் கவனத்தைச் செலுத்த வேண்டியவராக இருந்தார். காலேஜிலோ கல்வியையன்றி வேறு விஷயங்களுக்கு இடமில்லை. எவ்வளவு பெரிய விஷயமாக இருந்தாலும் கல்விக்கு இடையூறு என்பதை அங்கே காண முடியாது. ஆகவே மடத்தில் மற்றக்

காரியங்களில் ஈடுபட்டவர்களோடு கல்வி ஒன்றையே எண்ணி வாழ்ந்த எனக்கு எல்லாம் கல்வி மயமாக உள்ள காலேஜில் வரையறையான காலம், வரையறையான வேலை, வரையறையான பாடம் இவற்றின் துணையுடன் பாடம் சொல்வது விளையாட்டாகவே இருந்தது. விளையாட்டில் அதிக இன்பம் உண்டாவது இயல்புதானே?

## திருவாவடுதுறைக்குச் சென்றது

இந்த இன்ப வாழ்வைப்பற்றி என் தாய் தந்தையருக்கும் சுப்பிரமணிய தேசிகருக்கும் சொல்ல வேண்டுமென்று நான் துடித்துக் கொண்டிருந்தேன். அந்த வாரம் வெள்ளிக்கிழமை காலேஜ் விட்டவுடனே போயிருப்பேன். அந்த வேளையில் புகை வண்டியில்லை. அதனால் மறுநாள் சனிக்கிழமை பகல் வண்டியில் புறப்பட்டுத் திருவாவடுதுறையை அடைந்து நேரே வீட்டிற்குச் சென்றேன். என்னுடைய வரவை எல்லோரும் எதிர்பார்த்திருந்தார்கள். வீட்டு வாசலில் என் தாயார் ஒரு தாம்பாளத்தில் மஞ்சள் நீரை வைத்துக்கொண்டு காத்திருந்தார். என்னைக் கண்டவுடன் ஆரத்தி சுற்றி, “உள்ளே வா, அப்பா” என்று அன்புடன் அழைத்தார்.

என் தாய் தந்தையார் என்னை ஆயிரம் கேள்விகள் கேட்டனர். நான் பதில் சொன்னவாறே ஸ்நானத்தையும் போஜனத்தையும் முடித்துக் கொண்டேன். வேலையைப்பற்றி அவர்களுக்கு ஒருவாறு சொல்லிவிட்டு மடத்திற்கு விரைந்து சென்றேன். அப்பொழுது மிகுந்த முகமலர்ச்சியோடு சில அன்பர்களுடன் ஒடுக்கத்தில் ஆதீனத் தலைவர் வீற்றிருந்தார். நான் போய்க் கண்டேன். இருவருக்கும் உண்டான ஆனந்தம் இப்படியென்று எடுத்துச் சொல்வது அரிது.

## தேசிகரது திருப்தி

“உம்மைப் பற்றியே பேசிக் கொண்டிருக்கிறோம். எப்படியும் நீர் ஒரு தடையுமின்றி வேலையைப் பெற்றுக்கொள்வீரென்றும், உபாத்தியாயர்களும் பிள்ளைகளும் நீர் பாடம் சொல்வதில் சந்தோஷப்படுவார்களென்றும் நாம் எதிர்பார்த்ததுண்டு. அந்தப் படியே ஜயமடைந்து நல்ல பெயர் வாங்கி வந்ததைப்பற்றி மிக்க சந்தோஷம்” என்று அவர் சொல்லிய வார்த்தைகள் என் காதில் அமுதம்போல் விழுந்தன. ஒரு வார காலமாக அவரது இன்மொழிகளைக் கேளாமல் பசித்திருந்த என் செவிகள் திருப்தியடைந்தன.

அந்த வார்த்தைகளினூடே ததும்பிய அன்பை மாந்தி நிறைந்த உள்ளத்தோடு இருந்த எனக்கு உடனே விடை சொல்ல இயலவில்லை. சில நிமிஷங்கள் கழித்து, “எல்லாம் ஸந்நிதானத்தின் பேரன்பே” என்று சொல்லிவிட்டு நான் இயற்றி வைத்திருந்த பின் வரும் செய்யுளைச் சொன்னேன்:

"அற்றார்க்குத் தாயனைய துறைசையிற்சுப் பிரமணிய அமலன் றன்பால்
கற்றார்க்குக் குறையுளதோ மற்றவன்றன் திருமுகத்தைக் கண்ணிற் காணப்
பெற்றார்க்குத் துயருளதோ வுரைப்பமிக வினிக்குமவன் பெயரை வாயால்
சொற்றார்க்குத் துயருளதோ யிரும்புவியி னாவலர்காள் சொல்லுவீரே"
(சொற்றார்க்கு – சொல்லுபவர்களுக்கு.)

இச்செய்யுள் என் உள்ள மகிழ்ச்சியிலிருந்து எழுந்ததென்பதைத் தேசிகர் உணர்ந்து கொண்டார். பிறகு ஒவ்வொரு விஷயமாக விசாரித்து வந்தார். நான் சொல்லச் சொல்ல அவர் புதுமைகளைக் கேட்பவர்போல மகிழ்ச்சியடைந்தார்.

### அன்பர்களது வியப்பு

சனிக்கிழமையும் ஞாயிற்றுக்கிழமையும் அங்கே தங்கித் தேசிகருடைய சல்லாபத்தில் ஒன்றியிருந்தேன். சின்னப் பண்டார ஸந்நிதியாகிய நமசிவாய தேசிகரிடமும் விஷயங்களைத் தெரிவித் தேன். மடத்தில் உள்ள அன்பர்கள் யாவரும் என்னைச் சுற்றிச் சூழ்ந்து ஆவலுடன் காலேஜ் விஷயங்களை விசாரித்தார்கள். காலே ஜின் பெருமையையும், புறத் தோற்றத்தையும் அறிந்த அவர்கள் கோபாலராவின் பெருந்தன்மை, ஆசிரியர்களின் தகுதி, மாணாக்கர் களின் இயல்பு, வகுப்புக்களின் ஒழுங்கு, அங்குள்ள சௌகரியமான ஏற்பாடுகள் இவற்றையெல்லாம் கேட்டுக் கேட்டு ஆச்சரியத்தில் மூழ்கினர். ஏதோ ஒரு புதிய தேசத்துக்குப் போய் வந்தவனிடம் புதுமைகளைத் தெரிந்து கொள்ளுவதில் ஜனங்கள் எவ்வளவு வேகமாக இருப்பார்களோ அப்படியே இருந்தார்கள் அவர்கள்.

இரண்டு தினங்கள் போனதே தெரியவில்லை. திங்கட்கிழமை விடிந்தவுடன் முதல் வண்டியில் ஏறிக் கும்பகோணம் போய்ச் சேர்ந்தேன்.

## 85

### கோபால ராவின் கருணை

திங்கட்கிழமை பாடம் சொன்னேன். செவ்வாய்க்கிழமை காலையில் இரண்டாவது மணி எப். ஏ. இரண்டாவது வகுப்பில் நாலடியார் பாடம் நடத்தத் தொடங்கினேன். அப்போது காலேஜைப் பார்க்க வந்த ஓர் உத்தியோகஸ்தருக்கு அங்கங்கே உள்ள வகுப்புக் களைக் காட்டிக் கொண்டு வந்த கோபால ராவ் நான் இருந்த

அறைக்குள் அவருடன் வந்தார். அவர்களைக் கண்டவுடன் எழுந்த என்னைக் கோபால ராவ் கையமர்த்தி விட்டு இரண்டு நாற்காலிகளைக் கொணர்ந்து போடச் செய்து ஒன்றில் அவரை இருக்கச் சொல்லி மற்றொன்றில் தாம் அமர்ந்தார். அதைப் பார்த்த போது அவர் நெடு நேரம் அவ்வகுப்பில் இருந்து பாடத்தைக் கவனிக்கக் கூடுமென்று தோற்றியது.

நான் பாடம் சொல்லத் தொடங்கினேன். கோபால ராவும் அவர் நண்பரும் கவனித்து வந்தனர்.

நான் அப்போது பாடம் சொல்லத் தொடங்கிய பாடல் மிகவும் ரஸமானது. "நமக்குச் சக்தி இருக்கும் பொழுதே தர்மத்தைப் பண்ண வேண்டும். பிறகு செய்யலாமென்று நினைத்தால் அதற்குக் காலம் வராமலே போய்விடும்" என்ற கருத்தையுடையது அது. அதன் உட்பொருளை விளக்குவதற்காக ஒரு கதையைச் சொன் னேன்.

## நான் சொன்ன கதை

"ஒரு மனிதன் தன் வாழ்நாளில் நன்றாகச் சம்பாதித்தான். தனக்கு வேண்டிய சௌகரியங்களைச் செய்து கொண்டான். தர்ம சிந்தனை மாத்திரம் அவனுக்கு உண்டாகவில்லை.

அவனுக்கு வயசு முதிர்ந்து வந்தது. அவனுடைய குமாரர்க ளெல்லாம் தலையெடுத்தார்கள். ஏதாவது கிடைத்த பொருளைப் பத்திரமாகச் சேமித்து வைக்க அந்தக் காலத்தில் தக்க வழி இல்லை. அதனால் அவன் தனக்குக் கிடைத்ததை ஒரு துணியில் முடிந்து எங்கேயாவது புதைத்து வைப்பான். சில காலத்துக்குப் பிறகு அந்தக் கிழவனுக்கு நோயுண்டாகி மரணாவஸ்தை ஏற்பட்டது. அப் பொழுது அவனால் பேச முடியவில்லை. அருகில் அவனுடைய பிள்ளைகளும் உறவினர்களும் கூடியிருந்தனர். ஒவ்வொருவரும் அவனுடைய கடைசி விருப்பத்தை நிறைவேற்ற வேண்டுமென்ற எண்ணத்தினால், "என்ன வேண்டும்? என்ன வேண்டும்?" என்று கேட்கலாயினர்.

"கிழவன் யமனுடன் போராடிக் கொண்டிருந்த அந்தச் சமயத்தில் அவனுடைய நண்பனொருவன், கிழவன் பணத்தைத் தர்மத்தில் செலவிடாமலிருந்ததைக் கண்டித்துத் தர்மம் செய்ய வேண்டுமென்று இடித்துரைத்து வந்தான். அவன் வார்த்தைகளால் கிழவனுக்குத் தர்மம் செய்ய வேண்டுமென்ற எண்ணம் தோன்றியது, தான் எங்கேயோ சுவரில் ஓரிடத்தில் புதைத்து வைத்திருந்த சிறு பொன் முடிப்பின் ஞாபகம் அவனுக்கு வந்தது. அதை எடுத்துத் தக்கபடி தருமம் செய்ய வேண்டுமென்ற கருத்திருந்தும், அப்படிச் செய்யும் நிலையில் அவன் அப்போது இல்லை. தனது எண்ணத்தை வெளிப்படையாகச் சொல்லவும் முடியாமல் அவன்

வாய் அடைத்து விட்டது. அந்தச் சமயத்தில் வேறு என்ன செய்ய முடியும்? எப்படியாவது தன் கருத்தை மற்றவர்களுக்குத் தெரிவித்து விட வேண்டுமென்ற ஆவல் அவனுக்கு அதிகரித்து வந்தது. மிகவும் கஷ்டப்பட்டு 'இவ்வளவு பெரிய பொன் முடிச்சு' என்பதைத் தெரிவிப்பதற்காக தன் கையினால் சுவரைக் குறிப்பிட்டு ஜாடை காட்டினான். ஆனாலும் பக்கத்தில் இருந்தவர்களுக்கு அவன் கருத்து விளங்கவே இல்லை. 'ஐயோ! எதையோ கேட்கிறாரே! இந்தச் சமயத்தில் இன்னது கேட்கிறாரென்று தெரிந்துகொள்ள முடியவில்லையே!' என்று சிலர் இரங்கி அழுதனர். அப்போது அவனுடைய குமாரன் ஒருவன், 'தெரிந்து விட்டது; இவருக்குப் புளிப்பு விளாங்காயின்மேல் மிக்க பிரியம் உண்டு; அதைக் கேட்கிறார். ஐயோ, இப்போது அது கிடைக்கும் காலமல்லவே. ஆனாலும் பார்க்கிறேன்" என்று வேகமாக ஓடினான். அவன் போய் வருவதற்குள் கிழவன் உயிர் போய்விட்டது.

பிள்ளை, 'ஐயோ; அவருக்குப் பிரியமான விளாங்காய் வேண்டுமென்று ஜாடையாகச் சொன்னாரே நான் தெரிந்து கொண்டும் அதைக் கொண்டு வந்து கொடுக்கும் பாக்கியம் இல்லாத பாவியானேனே!' என்று வாயிலும் வயிற்றிலும் அடித்துக்கொண்டு அழுதான்.

"அந்தக் கிழவன் நினைத்ததற்கும் அவன் பிள்ளை செய்ததற்கும் சம்பந்தமே இல்லை. அவன் பொன்னைக் குறிக்கப்போய் அது புளி விளாங்காயாய் முடிந்தது."

### ராயர் சிரிப்பு

இந்தக் கதையை வேடிக்கையாக விரித்துச் சொல்லி நிறுத்தினவுடன் கோபால ராவ் பக்கென்று வாய்விட்டுச் சிரித்து விட்டார். அவ்வளவு வெளிப்படையாக அவர் சிரித்ததை யாரும் கண்டதில்லை. நான் சொன்ன கதையின் சுவைதான் அவரைச் சிரிக்க வைத்ததென்று அறிந்து திருப்தியடைந்தேன்.

மேலே பாடம் சொல்லத் தொடங்கினேன். "இப்படிக் கடைசிக் காலத்தில் தர்மம் செய்ய எண்ணியவர்கள் எண்ணம் அப்பொழுது கூட நிறைவேறுவதில்லை. ஆகையால் நாம் போகும் மார்க்கத்திற்குப் பயன்படும் தர்மத்தை முன்பே செய்ய வேண்டும். பெரிய பிரயாணம் செய்யப் போகிறவன் சோற்று மூட்டை கொண்டு போவதுபோல இந்தத் தர்ம மூட்டையை நாம் மறுமைக்குச் சேகரிக்க வேண்டும். இதைத்தான் இந்தச் செய்யுள் சொல்லுகிறது" என்று சொல்லி மீண்டும் அப்பாட்டைச் சொன்னேன்:

"சிறுகாலை யேதமக்குச் செல்வுழி வல்சி
இறுகிறுகத் தோட்கோப்புக் கொள்ளார் – இறுகிறுகிப்

பின்னறிவா மென்றிருக்கும் பேதையார் கைகாட்டும்
பொன்னும் புளிவிளாங்கா யாம்."

(சிறு காலை – இளம் பருவத்திலே. செல்வுழி – செல்லுமிட மாகிய மறு பிறப்பிற்குரிய. வல்சி – ஆகாரம். இறுகிறுக – இறுக இறுக. தோட் கோப்பு – தோளில் மாட்டிக் கொள்ளப்படும் உணவு மூட்டை. பின் அறிவாம் – பிறகு பார்த்துக் கொள்வோம்.)

அந்தப் பாட்டுக்கு விரிவாகப் பொருள் சொல்லி முடிந்தவுடன் மேலுள்ள பாடலைச் சொல்லத் தொடங்கினேன். அந்த வகுப்பில் மூன்றாவது மணிக்குரிய பாடம் சொல்லும் ஆசிரியர் அன்று வர வில்லை. அதனால் அந்த மணியிலும் தொடர்ந்து நானே தமிழ்ப் பாடம் சொல்லத் தொடங்கினேன். இரண்டு மணியிலும் கோபால ராவும் அவர் நண்பரும் அவ்வகுப்பில் இருந்து கேட்டனர்.

மணி முடிந்தது. அவர்கள் எழுந்தனர். கோபால ராவ் என்னை ஒரு முறை பார்த்துப் புன் முறுவல் பூத்தார். அவர் பார்வையில் கருணை ததும்பியது; முறுவலில் உவகை வெளிப்பட்டது.

நான் விடைபெற்றுக் கொண்டு இடைவேளை உணவு கொள்ளப் புறப்பட்டேன்.

### செட்டியாரின் ஆவல்

அன்றுமாலை வழக்கம்போல் தியாகராச செட்டியாரிடம் போய்க் கோபால ராவ் என் வகுப்புக்கு வந்ததையும் அங்கே நிகழ்ந்தவற்றையும் எடுத்துச் சொன்னேன். செட்டியார், "அவருக்கு என்ன அபிப்பிராயம் உண்டாயிற்று என்று தெரியுமா? மேலதிகாரி களுக்கு உங்களைப்பற்றி எழுத வேண்டுமே; என்ன எழுதப் போகிறாரோ!" என்று கேட்டார்.

"நான் எப்படி அறிவேன்?" என்று கூறினேன். செட்டியாருக்கு அன்று இரவு முழுவதும் தூக்கம் வரவில்லை. என்னைப் பற்றிக் கோபால ராவ் மேலதிகாரிகளுக்கு எழுதி நியமன உத்தரவு பெற வேண்டும் என்ற கவலையால் ராயரவர்களுடைய மனத்தில் ஏற்பட்ட அபிப்பிராயத்தைத் தெரிந்து கொள்ளுதற்கு மிக்க ஆவ லுடையவராக இருந்தார். எல்லாம் நல்லதாகவே இருக்குமென்று எதிர்பார்த்த எனக்கு அவருடைய ஆவல் ஆச்சரியத்தை உண்டாக் கியது.

மறுநாள் காலேஜ் திறந்தவுடன் செட்டியார் அங்கே சென்று ரைட்டரைப் பார்த்து, "சாமிநாதையரைப் பற்றி ராயரவர்களுக்கு என்ன அபிப்பிராயம்?" என்று கேட்டார்.

### நல்ல செய்தி

அவர் நல்ல செய்தியைச் சொன்னார். "ராயரவர்கள் இவரைப் பற்றி டைரக்டருக்கு நன்றாக எழுதியிருக்கிறார்கள். இதோ தபால்

அனுப்பப் போகிறேன்" என்று ரைட்டர் சொன்னதைக் கேட்ட பிறகுதான் தியாகராச செட்டியாருக்கு நல்லுணர்வு வந்தது. அவர் ரைட்டரை அதோடு விடவில்லை. என்ன எழுதினாரோ வென்று தூண்டித் தூண்டி விசாரித்தார். நான் மடத்திலிருந்து கல்வி கற்றுத் தேர்ச்சி பெற்றவனென்பதையும், அங்கே பலருக்குப் பாடம் சொல்லிப் பழக்கமானவனென்பதையும் எழுதிவிட்டு, "நானே இரண்டு முறை அவர் பாடம் சொன்ன வகுப்புக்குப் போய்க் கவனித்தேன். அவர் கற்பிக்கும் முறை மிகவும் திருப்தியாக இருக்கிறது, ஆகையால் இது வரையில் தியாகராச செட்டியாருக்குக் கொடுத்த ஐம்பது ரூபாயையே அவருக்கும் கொடுத்து இரண்டு வருஷத்துக்கு ஸப்ரோட்டமாக நியமிக்கலாம்" என்றும் குறித்திருந்ததாக ரைட்டர் சொன்னார்.

இவ்வளவையும் கேட்டுக்கொண்டு வந்த செட்டியார் என்னிடம் "கவலை நீங்கியது. கடவுள் கிருபையால் நான் செய்த முயற்சி பலித்தது. இனி உங்கள் பாடு, உங்கள் மாணாக்கர்கள் பாடு" என்று சந்தோஷத்தோடு சொன்னார்.

"எல்லாம் உங்களுடைய பேரன்பினால் உண்டானவை" என்று என் நன்றியறிவைத் தெரிவித்துக் கொண்டேன்.

இந்த முக்கியமான நிகழ்ச்சிக்குப் பிறகு கோபால ராவ் என்பால் மிக்க கருணை காட்டலானார். என்னைக் காணும் போதெல்லாம், "ஒழுங்காகப் பாடம் நடந்து வருகிறதா? யாராவது தவறு செய்தால் உடனே சொல்லுங்கள். உங்களுக்கு ஏதாவது ஆகவேண்டுமானாலும் கூச்சமில்லாமல் தெரிவிக்கலாம்" என்று அன்பொழுகக் கூறுவார். தம்முடைய பாதுகாப்பின் கீழ் வந்த என்னை அங்கீகரித்துக்கொண்டதற்கு அறிகுறியாக இருந்தன அந்த வார்த்தைகள்.

அந்த வாரம் சனிக்கிழமை காலையில் தியாகராச செட்டியாரையும் அழைத்துக் கொண்டு திருவாவடுதுறை சென்று அங்கே இரண்டு நாள் சந்தோஷமாக இருந்து விட்டு வந்தேன். வரும்போது சுப்பிரமணிய தேசிகர், "செட்டியாருக்குக் கொடுத்த ஐம்பது ரூபாய் கொடுத்தால் அங்கே இரும்; இல்லாவிட்டால் வேலையை விட்டு விட்டு இங்கே வந்து விடலாம்" என்று சொல்லி அனுப்பினார்.

## கோபால ராவ் அறிவித்தது

திங்கட்கிழமையன்று காலையில் பன்னிரண்டு மணிக்கு மேல் பி. ஏ. இரண்டாவது வகுப்புக்குப் பாடம் சொல்லிக் கொண்டிருந் தேன். ஒரு மணியான பிறகும் சிறிது நேரம் சொன்னேன். அப் போது திடீரென்று பிள்ளைகளெல்லாம் எழுந்து நின்றார்கள். நான் காரணம் அறியாமல், "ஏன் நிற்கிறீர்கள்?" என்று கேட்கவே

அவர்கள், “ராயரவர்கள் வந்து தாழ்வாரத்தில் உங்களை நோக்கிக் கொண்டு நிற்கிறார்கள்” என்றார்கள். நான் உடனே அவர்பாற் சென்றேன். அவர், “உங்களை இரண்டு வருஷத்துக்குச் செட்டியா ரவர்களுக்குக் கொடுத்த ஐம்பது ரூபாயையே சம்பளமாகக் கொடுத்து ஸப்ரோட்டமாக நியமித்திருப்பதாக டைரக்டர் துரை யவர்கள் உத்தரவு அனுப்பியிருக்கிறார்கள்” என்றார். நான் என் சந்தோஷத்தை முகக் குறிப்பால் தெரிவித்தேன்.

இந்தச் செய்தி தெரிந்த ஆசிரியர்களெல்லாம் மகிழ்ச்சியடைந் தனர். தியாகராச செட்டியாரோ கரைகடந்த ஆனந்தத்தில் மூழ்கினார். என் மனநிலையைச் சொல்லுவதற்கு வார்த்தை ஏது?

## முதற் சம்பளம்

அந்த வாரம் நான் இந்தச் சந்தோஷத்துடனும் கையிற் பெற்ற அரை மாதச் சம்பளத்துடனும் திருவாவடுதுறை சென்றேன். “நீங்கள் வாங்கும் முதற் சம்பளத்தை உங்கள் தாய் தகப்பனாரிடம் கொடுத்துப் பெற்றுக் கொள்ளுங்கள்” என்று செட்டியார் சொல்லி யிருந்தார். அப்படியே அந்த இருபத்தைந்து ரூபாயை முதலில் என் தாயார் கையிற் கொடுத்தேன். அவர் வாங்கிக் கண்களில் ஒற்றிக் கொண்டார். வேறு யாரேனும் லக்ஷ ரூபாய் கொடுத்திருந்தாலும் அவருக்கு அவ்வளவு சந்தோஷம் உண்டாகியிராது. பிறகு என் தந்தையாரிடமும் சுப்பிரமணிய தேசிகரிடமும் கொடுத்து வாங்கிக் கொண்டேன். “பரம சாம்பவருடைய பிள்ளையாகிய உமக்கு இன்னும் அதிகச் சம்பளமும் உயர்ந்த பதவியும் கிடைக்க வேண்டும்” என்று தேசிகர் வாழ்த்தினார்.

அதுவரையில் கும்பகோணத்தில் நான் ஸ்ரீ சாது சேஷைய ரவர்கள் வீட்டிலேயே இருந்து போஜனம் செய்து வந்தேன். அந்த வாரம் என் தாய் தந்தையரை அழைத்துக் கொண்டு கும்பகோணம் சென்றேன். அங்கே சில மாத காலத்துக்குப் பக்தபுரியக்கிரகாரத்தில் ஒரு சிறிய வீடுபேசிக்கொண்டு அதில் குடியிருந்தோம்

## பரீக்ஷையும் விடுமுறையும்

மார்ச்சு மாத இறுதியில் காலேஜ் பரீக்ஷை நடைபெற்றது. அக் காலத்தில் ஸர்வ கலாசாலைப் பரீக்ஷை டிசம்பர் மாதத்தில் தான் நடைபெற்று வந்தது. மார்ச்சு மாதப் பரீக்ஷைக்குத் தியாகராச செட்டியாருடைய உதவியால் வினாப்பத்திரம் சித்தம் செய்தேன். பரீக்ஷை முடிந்தபிறகு அவர் முன்னிலையில் விடைக் கடிதங்களைத் திருத்தி ‘மார்க்’குகளை வரிசைப்படுத்தி எழுதிப் பிரின்ஸிபாலிடம் சேர்ப்பித்தேன்.

கோடை விடுமுறை தொடங்கியது. அந்தச் சம்பளத்தையும் பெற்றுத் தாய் தந்தையரை அழைத்துக்கொண்டு திருவாவடு

துறைக்குச் சென்றேன். அக்காலத்தில் திருவாவடுதுறையில் எனக்குச் சீமந்தம் நடைபெற்றது. அதற்கு என் சம்பளப் பணம் உதவியது. சுப்பிரமணிய தேசிகர் செய்த உதவிகளுக்கும் கணக் கில்லை.

## 86

## விடுமுறை நிகழ்ச்சிகள்

திருவாவடுதுறையில் நான் இருந்த காலங்களில் அருகிலுள்ள ஊர்களில் இருந்த செல்வர்கள் வீட்டுக் கலியாணங்களுக்கு மடத் தின் பிரதிநிதியாகச் சென்று வருவேன். கலியாண தம்பதிகளுக்கு வழங்கும்படி ஆதீன கர்த்தர் ஆடை முதலியன அளிப்பார். நான் அவற்றைப் பெற்றுக் கொண்டு போய்ச் சேர்ப்பித்து விட்டு வருவேன். காலேஜ் கோடை விடுமுறைக் காலத்தில் திருவாவடு துறையில் நான் தங்கியிருந்தபோது இத்தகைய சந்தர்ப்பம் ஒன்று நேர்ந்தது. அந்த வருஷம் மே மாதத்தில் கும்பகோணம் காலேஜ் ஆசிரியர் ஸ்ரீ ஸாது சேஷையருடைய மூத்த குமாரிக்குக் கலியாணம் நடைபெற்றது. அதை மிக விமரிசையாக அவர் திருப்பாதிரிப் புலியூரில் நடத்தினார். சேஷையர் மிக்க செல்வாக்குடையவராத லால் ஜட்ஜுகள், ஜில்லா முன்சீபுகள், தாசில்தார்கள் முதலிய பிரபல உத்தியோகஸ்தர்களும், பிரபுக்களும், பலவகையான வித்து வான்களும், பல கலாசாலை ஆசிரியர்களும் வந்து கூடினர். பதினாயிரம் ரூபாய்க்குமேல் செலவாயிற்று. அக்காலத்தில் அவ்வளவு தொகை செலவாயிற்று என்றால் கல்யாணம் எவ்வளவு சிறப்பாக நடந்திருக்க வேண்டுமென்பதை ஊகித்துக் கொள்ளலாம்.

### சேஷையர் வீட்டுக் கலியாணம்

கும்பகோணம் காலேஜ் ஆசிரியர்கள் யாவரும் கலியாணத் துக்குப் போயிருந்தனர். நானும் ஆசிரியனென்ற முறையிலும் திருவாவடுதுறை மடத்தின் சார்பாகவும் போயிருந்தேன். அதற்கு முன் அவ்வளவு கூட்டமுள்ள விவாகத்தை நான் எங்கும் பார்த்ததே இல்லை. திருப்பாதிரிப்புலியூரில் ஒரு பெரிய உத்ஸவம் நடப்பது போல ஊர் முழுவதும் கலகலப்பாக இருந்தது. தக்க மனிதர்க ளெல்லாம் வந்திருக்கிறார்களென்று கேள்விப்பட்ட பலர் அவர் களைப் பார்ப்பதற்காகவே வந்து கூடினார்கள். சென்னையில் ஹை கோர்ட்டு ஜட்ஜாக இருந்த ஸர். டி. முத்துசாமி ஐயர் கலியாணம் விசாரிக்க வரப் போகிறாரென்ற பேச்சு வேறு இருந்தது. அந்தப் பெரியாருடைய புகழ் தமிழ்நாடு முழுவதும் பரவியிருந்த காலம் அது. அவரைத் தரிசிக்க வேண்டுமென்ற ஆவல் அங்கு வந்திருந்த ஒவ்வொருவருக்கும் இருந்தது. கலியாணத்தின் ஐந்தாம் நாள்

அவர் வருவதாகத் தெரிந்தது. அதனால் முன்பே விடைபெற்றுக் கொண்டு போவதாக உத்தேசித்திருந்த பலர் முத்துசாமி ஐயரைப் பார்ப்பதற்காகவே தங்கி விட்டனர்.

## ஒரு கிழவர்

கலியாணத்தில் ஒரு நாள் மாலை நானும் ஆசிரியர்கள் சிலரும் கெடில நதியை நோக்கிப் புறப்பட்டோம். அப்போது எதிரே ஒரு முதிய பிராமணர் விபூதி ருத்திராக்ஷதாரியாக வந்து கொண்டிருந் தார். நாங்கள் ஒரு கூட்டமாய்ப் போய்க்கொண்டிருந்ததைப் பார்த்து அவர் சிறிது நின்று கையைக் கண்ணின் மேல் கவித்து நிமிர்ந்து எங்களைக் கவனித்தார். எங்களுடன் வந்த ஆசிரியர்களுள் கும்பகோணம் வாணாதுறையில் இருந்த காளி நாராயணசாமி ஐயரென்பவர் ஒருவர். அவர் உத்ஸாகமாகவும் வேடிக்கையாகவும் பேசுபவர். அவர் அந்தக் கிழவரைப் பார்த்து, “என்ன பார்க்கிறீர் கள்?” என்று கேட்டார்.

“ஒன்றும் இல்லை. நீங்களெல்லாம் சேஷப்பா வீட்டுக் கல்யா ணத்துக்கா வந்திருக்கிறீர்கள்? இந்த ராஜதானி முழுவதிலிருந்தும் ஜனங்கள் வந்திருக்கிறார்களே! நீங்களெல்லாம் எந்த ஊர்க்காரர் கள்? என்ன உத்தியோகம் பார்க்கிறீர்கள்?” என்றார் கிழவர்.

“நாங்களெல்லாம் கும்பகோணம் பள்ளிக்கூட உபாத்தியாயர் கள். அந்தக் கலியாணத்துக்குத்தான் வந்திருக்கிறோம்” என்று பதில் உரைத்தார் நாராயணசாமி ஐயர்.

அவர் ஒவ்வொருவராகச் சுட்டி அவரவருடைய ஊர், பேர், சம்பளம் ஆகியவற்றைப் பற்றி விசாரித்து வந்தார். ஒவ்வொருவரும் நூறு, இருநூறு, முந்நூறு என்று தங்கள் சம்பளங்களைச் சொன்ன போது அவருக்கு ஒரே பிரமிப்பாய்ப் போய் விட்டது. “என்ன! பள்ளிக்கூடத்து வாத்தியாருக்கு இவ்வளவு சம்பளமா? எங்கள் காலத்திலெல்லாம் நாலு ஐந்து வாங்கிக் கொண்டிருந்தார்கள்; பத்து ரூபாய் கிடைத்தால் அது குபேர சம்பத்துக்கு ஸமானம்.”

கிழவர் கிராமத்திலுள்ள திண்ணைப் பள்ளிக்கூட உபாத்தி யாயர்களையும் எங்களையும் ஒரு வரிசையில் வைத்து எண்ணினா ரென்று தெரிந்தது. எல்லோரும் பள்ளிக்கூட வாத்தியார் களல்லவா? அவர் பின்னும் தம்முடைய வியப்பைத் தெரிவிக்க லானார்.

“வெள்ளைக்காரர்கள் நூறு இருநூறென்று பணத்தை அள்ளி விடுகிறார்கள். உங்களுக்கும் அதிர்ஷ்டம் இருக்கிறது. மாசம் மாசம் கை நிறையச் சம்பளம் வாங்குவதை இப்போதுதான் பார்க்கிறேன். சம்பளம் வாங்குகிறார்கள். ஆனால்....” கிழவர் மேலே பேசாமல் நிறுத்தினார். தாம் சொல்ல வந்ததைச் சொல்லலாமா, வேண்டாமா என்று யோசித்ததாகத் தெரிந்தது.

"என்னவோ சொல்ல வந்தீர்களே; ஏன் நிறுத்தி விட்டீர்கள்?" என்று நாராயணசாமி ஐயர் கேட்டார்.

அதற்குள் அந்தக் கிழவருக்குப் பேசி வந்த பேச்சின் தொடர்பு அறுந்துவிட்டது. அந்தக் கூட்டத்தில் இருந்த நான் அவர் கண்ணில் பட்டேன். பேச்சு என்னைப் பற்றித் திரும்பியது, "இந்தப் பிள்ளை யாண்டான் யார்? உங்கள் பள்ளிக்கூடத்தில் வாசிக்கிறானா?" என்று கேட்டார்.

"இவரும் ஓர் உபாத்தியாயர்."

அவருக்கு எல்லாவற்றையும் மிஞ்சிய ஆச்சரியம் உண்டா யிற்று.

"என்ன! இந்தச் சிறு பிள்ளையா வாத்தியார்! என்ன சம்பளம்?"

"ஐம்பது ரூபாய்" என்று அழுத்தமான தொனியோடு நாராயண சாமி ஐயர் சொன்னார்.

"அப்படியா? எல்லாம் தெய்வத்தின் கிருபை... என்னவோ சொல்ல வந்தேனே" என்று மறுபடியும் விட்ட இடத்தைத் தொட்டுக்கொண்டார் கிழவர்.

"இந்தமாதிரி சம்பளம் கிடைக்கிறதே; எல்லாம் ஈசுவரன் கொடுத்தது என்று தெரிந்துகொண்டு தெய்வ பக்தி பண்ணுகிறார் களா? அதுதான் இல்லை அனுஷ்டானம் செய்கிறார்களா? அதேது? வெள்ளைக்காரர்களிடம் சம்பளம் வாங்கினால் இவர்களும் தங் களை வெள்ளைக்காரர்களாக எண்ணிக் கொள்ளுகிறார்கள்."

"எங்களைக்கூட அந்த வர்க்கத்தில் சேர்த்து விட்டீர்களோ! நாங்கள் இப்போது கெடிலத்திற்குத்தான் போகிறோம்" என்று சிரித்துக்கொண்டே நாராயணசாமி ஐயர் சொன்னார்.

"ஓகோ, சந்தியாவந்தனம் பண்ணப் போகிறீர்களா? நல்லது தான். என்ன இருந்தாலும் நம் தேசத்துப் பழக்க வழக்கங்களே நமக்கு மேன்மையானவை. அவைகளைப் பாதுகாக்க வேண்டியது நமது தர்மம்."

இவ்வாறு உபதேசம் செய்து விட்டு எங்கள் சந்தியாவந் தனத்திற்கு அகாலமாகி விடுமென்ற பயத்தால் அந்தக் கிழவர் விடை பெற்றுக்கொண்டு சென்றார். எனக்கு அவர் கூறிய வார்த்தைகள் இனிமையாக இருந்தன. தெய்வ பக்தியும் மதாசாரங்களைத் தவறாமல் அனுஷ்டிக்கும் இயல்பும் உடையவர்களோடே பழகி வந்த எனக்கு அந்தக் கிழவருடைய உபதேசம் மதிப்புடையதாகவே தோற்றியது.

## ஜட்ஜ் முத்துசாமி ஐயர்

கலியாணத்தின் ஐந்தாம் நாள் பிற்பகல் இரண்டு மணிக்கு முத்துசாமி ஐயர் சென்னையிலிருந்து திருப்பாதிரிப்புலியூருக்கு

வந்தார். ஸாது சேஷையர் ரெயில்வே ஸ்டேஷனுக்குச் சென்று அவரை வரவேற்றுத் தம் வீட்டுக்கு அழைத்து வந்தார். முத்துசாமி ஐயர் வந்து கலியாணத்திற்காகப் போட்டிருந்த பெரிய பந்தலின் நடுவே ஒரு பெரிய நாற்காலியில் அமர்ந்தார். அவருக்கு அருகில் சேஷையரும் வேறு இருவரும் பேசிக்கொண்டிருந்தனர்.

ஊர் முழுவதும் பந்தலிலும் பந்தலைச் சுற்றிலும் கூடி விட்டது. அவ்வளவு கூட்டம் இருந்தாலும் எல்லோரும் அமைதியாக இருந் தனர். படாடோபமற்ற முத்துசாமி ஐயர் தோற்றத்தில் ஒருவகை யான கவர்ச்சி இருந்தது. வெள்ளைத் தலைப்பாகை, நெடுஞ்சட்டை, ஐயம்பேட்டைப் பட்டுருமாலை, தூய வெள்ளை வஸ்திரம், காலில் 'பாபாஸ் ஜோடு' – இவைகளே அவர் அணிந்திருந்தார். கையில் ஒரு பிரம்பு வைத்திருந்தார். இந்தியர்களுக்குக் கிடைக்காத உயர்ந்த பதவியிலே இருந்த அவருடைய ஆங்கிலப் பயிற்சியும், மேதையும், சட்ட ஞானமும் உலகம் அறிந்தவை. அவர் வெள்ளைக்காரர் சம்பளத்தைப் பெறுவது மட்டுமன்றி வெள்ளைக்காரரோடு நெருங்கிப் பழகுபவர். ஆனாலும், அவர் தோற்றத்திலும் பேச்சிலும் பழக்க வழக்கங்களிலும் ஆசாரத்திலும் ஹிந்துவாகவே இருந்தார். அவருடைய நெற்றியில் விளங்கிய விபூதியும் சந்தனமும் இடையிலிருந்த பஞ்சகச்ச வேஷ்டியும் அவர் பேச்சில் தொனித்த அடக்கமும் அவருடைய பெருமைக்குப் பின்னும் பெருமையையே உண்டாக்கின. முதல் நாள் மாலையில் எங்களோடு பேசிய கிழவர் சொன்ன வார்த்தைகள் எனக்கு ஞாபகத்துக்கு வந்தன. "அவர் முத்துசாமி ஐயரைக் கண்டால் எவ்வளவு சந்தோஷமடைவார்" என்று சிந்தித்தேன்.

முத்துசாமி ஐயர் பேசிக் கொண்டிருந்தபோது இடையே ஒரு திருக்குறளைச் சொன்னார். அவர் தமிழில் அன்புடையவ ரென்பதை அப்போது அறிந்து கொண்டேன். அவர் சுருக்கமாகப் பேசினார். சுருங்கச் சொல்லி விளங்க வைக்கும் திருக்குறளை உதாரணமாக எடுத்துச் சொன்னார். இவையாவும் என் மனத்தில் நன்றாகப் பதிந்தன. அவர் அன்று இரவு அங்கே விருந்துணவு உண்டு விடை பெற்று மாயூரம் சென்றார்.

கலியாணம் நிறைவேறியது. வந்திருந்தவர்கள் யாவரும் விடை பெற்றுச் சென்றனர். நான் திருவாவடுதுறைக்கு வந்து சேர்ந்து கலியாண விசேஷங்களையும், ஸர் டி.முத்துசாமி ஐயர் வந்து சென்ற வைபவத்தையும், அவரைப் பார்த்த சில மணிகளில் அவரைப் பற்றி நான் அறிந்து கொண்டவற்றையும் சுப்பிரமணிய தேசிகர் முதலியவர்களுக்கு விரிவாக எடுத்துரைத்தேன். அன்று முழுவதும் முத்துசாமி ஐயருடைய இளமைப் பருவம், அவர் படித்து முன்னுக்கு வந்த வரலாறு அவருடைய புகழ் முதலியவற்றைப் பற்றிப் பேசுவதிலேயே பொழுது போயிற்று.

## இந்திர இழவூரெடுத்த காதை

அந்தக் காலத்தில் காலேஜ் வகுப்புக்களுக்குத் தமிழ்ப் பாடம் வைக்கும் முறை மிக விசித்திரமானது. பேர் மாத்திரம் தெரிந்த நூலிலிருந்து ஏதேனும் ஒரு பகுதியைப் பாடமாக வைத்து விடுவார்கள். ஏட்டுச் சுவடியைத் தேடியெடுத்து உள்ளது உள்ளபடியே யாரேனும் பதிப்பிப்பார்கள். அதை வைத்துக் கொண்டு தெரிந்ததோ தெரியாததோ எல்லாவற்றையும் குழப்பித் தமிழாசிரியர்கள் பாடம் சொல்லுவார்கள். சிலப்பதிகாரம் பழைய நூலென்பது மாத்திரம் அக்காலத்தில் தெரிந்திருந்தது. நூலைத் தெரிந்து கொள்ளுவதைவிட நூலின் சிறப்பைத் தெரிந்து கொள்ளுவது சுலபம். ஆதலின் அதன் சிறப்பைத் தெரிந்தவர்கள் அதிற் சில பகுதிகளைப் பாடம் வைக்கத் தொடங்கினர். தியாகராச செட்டியார் காலேஜில் இருந்த காலத்தில் சிலப்பதிகாரத்திலுள்ள இந்திர விழவூரெடுத்த காதை பாடமாக வந்தது. ஏட்டுச் சுவடியை வைத்துக் கொண்டு அதை அவர் பார்த்தார். அவருக்கு ஒன்றும் விளங்கவில்லை. பிள்ளையவர்களிடம் சென்று இருவரும் சேர்ந்து பார்த்தார்கள். புஸ்தகத்தில் பல காலமாக ஏறியிருந்த பிழைகளுக்கு நடுவே உண்மையான பாடத்தை அறிவதே பிரும்மப் பிரயத்தனமாக இருந்தது. அன்றியும் மிகப் பழங்காலத்து மரபுகளெல்லாம் சொல்லப்பட்டுள்ள அந்நூலிலிருக்கும் விஷயங்களைத் தெரிந்துகொள்ள வேறு துணைக் கருவிகள் இல்லை. அதனால் அந்தப் பகுதி தெளிவாக விளங்கவில்லை. செட்டியாருக்குப் புஸ்தகத்தின் மேல் கோபம் மூண்டது. "என்ன புஸ்தகம் இது? இந்திர விழவூரெடுத்த காதையா? இந்திர இழவூரெடுத்த காதையா!" என்று கூறி, "இந்தச் சனியனை நான் பாடம் சொல்லப் போவதில்லை; எனக்கு உடம்பு வேறு அசௌக்கியமாக இருக்கிறது. நான் ஆறு மாசம் 'லீவு' வாங்கிக் கொள்கிறேன்" என்று தீர்மானித்துக் கொண்டார். அப்படியே ஆறு மாதம் விடுமுறை பெற்றுப் பிறகே காலேஜுக்கு வந்தார். அக்காலத்தில் சந்திரசேகர கவிராஜ பண்டிதர் தமிழாசிரியராக இருந்து பாடத்தை நடத்தினார்; கற்பித்தாரென்று சொல்லுவதற்கில்லை.

இப்படித் தியாகராச செட்டியாரே சிரமப்பட்டபோது மற்றப் பண்டிதர்களைப் பற்றிச் சொல்ல வேண்டியதே இல்லை. எப்போது பாடமாக வந்து விட்டதோ உடனே புஸ்தகப் பதிப்பும் வந்து விடும். சிலப்பதிகாரத்தின் முற்பகுதியை ஸ்ரீநிவாசராகவாசாரியரும் சென்னையிலிருந்த சோடசாவதானம் சுப்பராய செட்டியாரும் பதிப்பித்திருந்தனர். முதல் வெளியீடு ஸ்ரீநிவாச ராகவாசாரியருடையதே. புகார்க் காண்டத்தின் முற்பகுதியின் மூலம் மாத்திரம் இருந்தது. "சேரமான் பெருமாள் நாயனார் இயற்றிய சிலப்பதிகாரம்" என்று அவர் முகப்புப் பக்கத்தில் பதிப்பித்திருந்தார்.

## சிலப்பதிகார ஆராய்ச்சி

நான் வேலையை ஏற்றுக் கொண்ட வருஷத்தில் சிலப்பதிகாரத்தில் கானல்வரி முதல் நான்கு காதைகள் பாடமாக வந்திருந்தன. அதைக் கோடை விடுமுறை முடிந்தவுடன் பாடம் சொல்ல வேண்டியவனாக இருந்தேன். "இவர் சிலப்பதிகாரத்தை எப்படிப் பாடம் சொல்லப் போகிறார்?" என்று சிலர் சொல்லிக் கொண்டிருந்ததாக என் காதில் பட்டது. ஆகவே அதைக் கூடிய வரையில் படித்துத் தெரிந்து கொள்ள வேண்டுமென்று நிச்சயம் செய்து கொண்டேன். இருந்த அச்சுப் பிரதியின் உதவி கொண்டு விஷயத்தைத் தெரிந்து கொள்ளுவது கஷ்டமாகவே இருந்தது. இந்த விஷயங்களை நான் சுப்பிரமணிய தேசிகரிடம் சொன்னபோது அவர், "மடத்தில் ஏட்டுப் பிரதியிருக்கிறது. சின்னப் பண்டாரத்தினிடம் படித்துத் தெரிந்து கொள்ளலாம்" என்றார். பிள்ளையவர்களுக்கே சந்தேகமான புஸ்தகத்தில் நமசிவாய தேசிகர் தேர்ச்சியடைய நியாயம் இல்லை. ஆனாலும் சிறந்த அறிவாளியாகிய அவருடன் சேர்ந்து ஆராய்ந்து வரையறை செய்து கொள்வதில் பல லாபம் உண்டு. அதனால் நான் சிலப்பதிகார ஏட்டுச் சுவடியை எடுத்துக் கொண்டு நமசிவாய தேசிகரிடம் சென்று படித்தேன். இருவரும் கவனித்து ஆராய்ந்தோம். ஒரு விதமாகப் படித்து முடித்தோம்; பொருள் வரையறையும் செய்து கொண்டோம்.

இப்படிச் சில நாட்கள் சென்றன. வேறு நூல்களைப் படிப்பதும், பாடஞ் சொல்வதுமாக மற்ற நாட்கள் போய்க் கொண்டிருந்தன.

## புது வீடு

விடுமுறை முடிந்தவுடன் கும்பகோணத்தில் நிரந்தரமாகக் குடித்தனம் வைத்து விடலாமென்று என் தந்தையார் சொன்னார். அதன் பொருட்டு அங்கே ஒரு வீடு பார்ப்பதற்காக அவர் கும்பகோணத்திற்கு புறப்பட்டார். புறப்படும்போது என் தாயார், "காவேரிக்குப் பக்கமாக இருந்தால் நல்லது" என்றார். "காலேஜுக்கும் பக்கமாக இருந்தால் சௌகரியமாக இருக்கும்" என்றேன் நான். அவர் கும்பகோணத்திற்கு நடந்தே சென்றார். ரெயில் வண்டியில் ஏறும் வழக்கம் அவருக்கு இல்லை. கும்பகோணத்தில் சில தெருக்களைப் பார்த்து விட்டுப் பக்தபுரி அக்கிரகாரத்துக்குள் செல்லும்போது, "மங்களாம்பா இருக்கிறாள்; பயமில்லை" என்று யாரோ இருவர் பேசிக் கொண்டிருந்தது அவர் காதில் பட்டது. கும்பகோணம் கும்பேசுவரராலயத்தில் எழுந்தருளியிருக்கும் அம்பிகையின் திருநாமம் அது. அந்த வார்த்தைகள் நல்ல சகுனமாகத் தோன்றவே அவர் அந்தத் தெருவின் மத்தியில் கீழ் சிறகில் ஒரு வீட்டைப் பார்த்துத் திட்டம் செய்தார். மாதம் மூன்றரை

ரூபாய் வாடகை பேசினார். பதினைந்தடி அகலமும் நாற்பதடி நீளமும் உள்ளது அது. வீட்டிற்குப் பின் நீண்ட தோட்டமும் இருந்தது.

வீடு எல்லோரும் இருப்பதற்குப் போதுமானதாக இராவிட்டாலும் சகுனத்தின் விசேஷத்தால் என் தந்தையாருக்கு அதுவே பெரிய மாளிகையாகத் தோற்றியது. வாழ்க்கையில் பல வகையான துன்பங்களையும், வறுமையின் சங்கடங்களையும் அனுபவித்துத் தேர்ந்த அவருக்குப் பணம் கிடைத்தால் எவ்வளவு செட்டாக வாழ முடியுமோ அவ்வளவு செட்டாக வாழ வேண்டுமென்ற சங்கற்பம் இருந்தது. அதனால் அவருடைய நோக்கத்துக்கு அந்த வீடு ஏற்றதாகவே அமைந்தது.

வீட்டைப் பார்த்துத் திட்டம் செய்துவிட்டு நடந்தே திருவாவடுதுறை வந்து சேர்ந்தார். "காவிரிக்கும் காலேஜுக்கும் பக்கமாக இருக்கிறது; இரண்டாம் வேளை ஆகாரத்துக்கு வீட்டுக்கு வந்து போகலாம். நல்ல சகுனமாயிற்று" என்று சொல்லி எங்களுக்குச் சந்தோஷத்தை உண்டாக்கினார்.

விடுமுறை முடிந்தது. என் தகப்பனாருக்குத் திருவாவடுதுறையை விட்டுப்பிரிய மனம் வரவில்லை. ஆனாலும் ஒரு வகையாகச் சமாதானம் செய்து கொண்டார். யாவரும் சுப்பிரமணிய தேசிகரிடத்திலும் மற்ற அன்பர்களிடத்திலும் விடை பெற்றுக் கொண்டு புறப்பட்டுக் கும்பகோணம் வந்து புது வீட்டில் புகுந்தோம். அதுவரையில் திருவாவடுதுறை வாசியாக இருந்த நான் அன்று முதல் கும்பகோண நகர வாசியாக என் வாழ்க்கையைத் தொடங்கினேன்.

# 87

### கவலையற்ற வாழ்க்கை

நான் வேலையை ஒப்புக்கொண்டபோது கும்பகோணம் காலேஜில் ஹைஸ்கூல் வகுப்புக்களும் இருந்தன. அவ் வகுப்புக்களுக்கு ஸ்ரீ தி.கோ.நாராயணசாமி பிள்ளை என்பவர் தமிழ்ப் பாடம் சொல்லி வந்தார்.

காலேஜ் வேலை தானாக என்னைத் தேடி வந்தாலும் அதனைப் பெறுவதற்குப் பலர் முயற்சி செய்தார்களென்ற செய்தியை நான் அறிந்த போதுதான் அவ்வேலையின் அருமை எனக்குப் புலப்பட்டது. பங்களூர்க் காலேஜில் தமிழ்ப் பண்டிதராக இருந்த நாராயணசாமி பிள்ளையும், இராமாயண வெண்பாவும் பல புராணங்களும் பாடிய தஞ்சைச் சதாவதானம் சுப்பிரமணிய ஐயரும், சேலம் காலேஜ் தமிழ்ப் பண்டிதர் சரவணப் பிள்ளையும்

அவ்விதம் முயன்றவர்களிற் சிலர். அவர்கள் கல்வியிலாகாத் தலைவருக்கு நேரே விண்ணப்பம் செய்து கொள்ள, அவற்றை அவர் கோபால ராவுக்கு அனுப்பிவிட்டனர். "தக்கவர் கிடைத்து விட்டமையால் இந்த விண்ணப்பங்களைக் கவனிக்கக்கூட வில்லை" என்று ராயர் பதில் அனுப்பி விட்டதாகத் தெரிந்தது.

## கோவிந்த பிள்ளையின் முயற்சி

நான் விடுமுறையில் திருவாவடுதுறைக்குச் சென்றிருந்தபோது திரிசிரபுரம் வித்துவானும் வித்வஜ்ஜன சேகரருமாகிய கோவிந்த பிள்ளை கும்பகோணத்திற்கு வந்தார். தியாகராச செட்டியார் வேலையினின்று விலகியதை மட்டும் அறிந்த அவர் கோபால ராவிடம் சென்று தம் குமாரருக்குக் காலேஜ் தமிழ்ப் பண்டிதர் வேலையைக் கொடுக்க வேண்டுமென்று கேட்டுக் கொண்டார். பிரின்ஸிபால், "வேறொருவரை நியமித்து விட்டோம்" என்று சொல் லவே, கோவிந்த பிள்ளை வேகமாக, "யார் அவர்?" என்று கேட் டார். நான் வேலைக்கு வந்திருப்பதாக அவர் சொல்லவே பிள்ளை, "அப்படியா மிகவும் சந்தோஷம். அவரை எனக்குத் தெரியும். நன் றாகப் படித்தவர்" என்று சொல்லி விடைபெற்றுச் சென்றார்.

## தியாகராச செட்டியாருக்கு பிரிவுபசாரம்

தியாகராச செட்டியார் வேலையை விட்டு நீங்கினாலும் பென்ஷன் விஷயமாகச் சில சிக்கல்கள் இருந்தமையால் அவற்றைக் கவனிப்பதற்காக ஆறு மாத காலம் வரையில் அவர் கும்பகோணத்திலேயே தங்கியிருந்தார். அப்பால் அவர் தம் ஊருக்குப் போக ஏற்பாடு செய்தார். பல வருஷங்கள் கும்பகோணத்திலிருந்து புகழ்பெற்ற அவருக்கு நகரத்தில் நண்பர்கள் பலர் இருந்தனர். காலேஜ் ஆசிரியர்களும் வேறு கலாசாலை ஆசிரியர்களும் அவரிடம் மிக்க மதிப்பு வைத்திருந்தனர். செட்டியார் கும்பகோணத்தை விட்டுப் புறப்படப் போகிறாரென்ற செய்தியை அறிந்து யாவரும் வருத்தமுற்றனர். அவருக்குத் தக்க உபசாரம் செய்து அனுப்ப வேண்டுமென்றும் ஞாபகார்த்தமாக நல்ல பொருள்களை வழங்க வேண்டுமென்றும் எண்ணினர். முடிவில் ஏறுமுக ருத்திராக்ஷ கண்டியொன்றையும், நல்ல சால்வை ஒன்றையும் கொடுப்பதாக அபிமானிகள் நிச்சயித்தனர். செட்டியார் புறப்படுவதற்கு முதல் நாள் மாலையில் கலியாணராமையர் தெருவில் உள்ள வக்கீல் டி.சுந்தரமையர் பங்களாவில் கோபால ராவ் தலைமையில் செட்டியாருக்கு உபசாரம் நடைபெற்றது. அநேகர் செட்டியாருடைய திறமைகளைப் பற்றிப் பேசினர். நான் அவர் விஷயமாகப் பத்துப் பாடல்கள் இயற்றிப் படித்து அவரைப் பாராட்டிப் பேசினேன். அப்பாடல்களில் ஒன்று வருமாறு:

"வருந்தியருந் தமிழ்நமக்கு யார்புகல்வா ரென்றேங்கும்
மனத்தி னோர்கள்
திருந்தியசெந் தமிழ்ச்செல்வன் தியாகரா சப்புலவர்
திலகன் றன்பாற்
பொருந்தியவன் விளங்கவெடுத் துரைத்திடுநல்லுரைகளைத்தம்
புந்தி வைப்பின்
மருந்தியலைந் தியலுணர்வார் கலிபுகல்வார் பிரசங்கம்
வகுப்பார் மன்னோ."

*(புந்தி – அறிவில், ஐந்தியல் – ஐந்திலக்கணங்கள்.)*

எல்லாம் நிறைவேறிய பிறகு செட்டியார் கோபால ராவை நோக்கி, "நாளைக் காலையில் நான் ஊருக்குப் புறப்படுகிறேன். விடையளிக்க வேண்டும். நான் சிபார்சு செய்தவர் திருப்தி உண் டாகும்படி நடந்து கொள்ளுகிறாரா?" என்றார்.

ராயர் உடனே, "தாங்கள் சொல்லியபடி அவர் எல்லாவகை யிலும் திருப்தியாகவே நடந்து கொள்ளுகிறார். பிள்ளைகளுக்கும் அவரிடம் மிக்க திருப்தி இருக்கிறது. இந்தச் சபையிலும் தம் திறமையை வெளிப்படுத்தி விட்டாரே" என்று சந்தோஷமாகச் சொன்னார். இந்த விஷயத்தைச் செட்டியார் அடிக்கடி விசாரித்துப் பலவாறாகத் தெரிந்து கொண்டிருந்தாலும் தாம் விடை பெறும் போது ராயருடைய வாயாலேயே ஒருமுறை கேட்டுவிட வேண்டு மென்று எண்ணியிருந்தார். ராயருடைய வார்த்தைகளைக் கேட்ட வுடன் செட்டியார் முக மலர்ச்சியோடு என்னைப் பார்த்தார் நாணத்தால் நான் முகங் கவிழ்ந்தேன்.

கூட்டங் கலைந்த பின் செட்டியாரோடு அவர் வீடு சென்றேன். அவர் மறுநாள் ஊருக்குப் புறப்படுவாரென்பதை நினைத்தபோது எனக்கு ஏதோ ஒரு விதமான துயரம் உண்டாயிற்று. அவரோடு எப்போதும் இருக்க வேண்டுமென்ற எண்ணம் எழுந்தது. வீட்டில் தம்மிடம் பாடங் கேட்டு வந்த மாணாக்கர்களை எனக்குக் காட்டி ஒவ்வொருவரைப் பற்றியும் தனித் தனியே எடுத்துக் கூறி, "இவர்கள் என்னிடம் சில சில நூல்களைப் பாடம் கேட்டு வருபவர்கள். இனிமேல் இவர்களுக்கு நான் பாடம் சொல்ல இயலாது. ஆதலால் இவர்களை உங்களிடம் ஒப்பிக்கிறேன். நான் சொல்லி வந்த பாடங்களைத் தொடர்ந்து சொல்லி வரவேண்டும்" என்றார்.

"தங்கள் உத்தியோகத்தை ஏற்றுக்கொண்ட எனக்கு இது முக்கியமான கடமை தானே?" என்று கூறினேன். அவ்வாறு என்னி டம் பாடம் கேட்கத் தொடங்கியவர்கள் சதாசிவ செட்டியார், குமாரசாமி ஐயர் (வீர சைவர்), ராமலிங்க பண்டாரம், சாமி பண்டாரம், கிருஷ்ணசாமி உடையார் என்பவர்கள்.

## பாடம் சொல்லும் பழக்கம்

காலேஜில் பாடம் சொல்லுவது எனக்குச் சிரமமாகத் தோற்றவில்லை. ஒவ்வொரு நூலையும் முதலிலிருந்து இறுதி வரையில் விரிவாகப் பாடம் சொல்லப் பழகிய எனக்குக் காலேஜ் வகுப்புக்களுக்குப் பாடமாக வந்துள்ள சில நூற்பகுதிகளைச் சொல்லுவது ஒரு பெரிய காரியமன்று. தனியே யாருக்கேனும் மடத்திற் சொல்லியபடி பிரபந்தங்களையும் வேறு இலக்கண இலக்கியங்களையும் சொல்ல வேண்டுமென்று விரும்பினேன். என் கல்வியறிவு மழுங்காமல் இருப்பதற்கு அதுதான் வழியென்பதை அறிந்தவன் நான். இந்த நிலையில் தியாகராச செட்டியார் தம் மாணாக்கர்களை என்னிடம் ஒப்பித்தது எனக்கு மிக்க திருப்தியைத் தந்தது. அவர்களுக்கு உசிதமான பாடங்களைச் சொல்லத் தொடங்கினேன். காலேஜ் பிள்ளைகளிற் சிலர் தனியே என் வீட்டிற்கு வந்து சில நூல்களைப் பாடம் கேட்கலாயினர். கும்பகோணத்திலுள்ள வேறு சிலரும் தமக்கு வேண்டிய நூற்களை என்னிடம் பாடம் கேட்டனர்.

## செட்டியார் கடிதங்கள்

உபசாரம் நடந்த மறுநாள் செட்டியார் கும்பகோணத்தை விட்டுப் புறப்பட்டுத் திருச்சிராப்பள்ளியைச் சார்ந்த திருவானைக்காவை அடைந்து அங்கே வசித்து வரலானார். அவ்விடம் சேர்ந்தபின் கும்பகோணத்திலுள்ள நண்பர்களுக்குக் கடிதங்கள் எழுதினார். எனக்கனுப்பிய கடிதத்தில் விடுமுறைக் காலங்களில் வந்து தம்முடன் இருக்கவேண்டுமென்று வற்புறுத்தி எழுதினார். பின்னும் அடிக்கடி கடிதங்கள் எழுதினார். நானும் அவ்வப்போது பதில் எழுதினேன்.

## செய்யுட் பழக்கம்

முதலில் நான் செட்டியாருக்கு வசன நடையிலேயே கடிதங்கள் எழுதினேன். ஒரு பதிற் கடிதத்தில் அவர், "இப்படி எழுதினால் உங்களுக்குச் செய்யுள் செய்யும் பழக்கம் நின்றுவிடும். ஐயா அவர்கள் எழுதும் வழக்கப்படியே முதலில் ஒரு செய்யுளெழுதி அப்பாற் செய்திகளைத் தெரிவிக்கவேண்டுமென்பது என் கருத்தன்று. உங்களுக்குச் செய்யுட் பழக்கம் விடாமலிருக்க வேண்டுமென்பதே என் எண்ணம்" என்று குறிப்பித்திருந்தார். அப்பால் நான் அவ்வாறு செய்யுட்களெழுதி வரலானேன். சில சமயங்களில் கடிதம் முழுவதையும் செய்யுளாகவே எழுதியதுண்டு. அவரும் தம் கடிதங்களின் தலைப்பில் என்னைப் பாராட்டிச் செய்யுட்களை எழுதுவார். என் செய்யுட்களையும் பாராட்டுவார்.

செட்டியார் வற்புறுத்தியதுமுதல், தோத்திரங்களும் சமயோசிதப் பாடல்களும் செய்து வந்தேன். ஸ்ரீ கும்பேசுவரர் விஷயமாகத் தனித் தோத்திரங்களும் ஸ்ரீ நாகேசுவரர் ஆலயத்தில் எழுந்தருளி

யுள்ள பெரியநாயகி விஷயமாக ஓர் இரட்டை மணிமாலையும் ஸ்வாமிமலை முருகக் கடவுள் மீது பல செய்யுட்களும் இயற்றினேன்.

ஆடிக் காற்றும் வெள்ளமும் மிகுந்து அவ்வருஷம் மரங்களெல் லாம் மிக்க சேதமடைந்தன. அந்த விஷயத்தை வைத்துச் சில செய்யுட்கள் இயற்றி நண்பர்களுக்குப் படித்துக் காட்டினேன் அவற்றுள் இரண்டு செய்யுட்கள் வருமாறு:

"கழுத்துயர முறுமுடலொட் டகமாதி பன்மிருகம்
கவலப் பல்வீக்
குழூத்துயரக் கமுகுபனை தெங்காதி மரங்கள்குலை
குலைய வேரோ
டிழூத்துயர வெறிந்துயிர்கள் விழுத்துயர மருவமருத்
தியற்றும் நோயாம்
முழூத்துயர மாயவிதைக் காற்றுயர மெனவெவரும்
மொழிவா ரென்னே"

(கழுத்து உயரம் உறும் – உடலையுடைய ஒட்டகம். கவல– கவலையை அடைய, பல்வீ குழூ துயர – பல பறவைக் கூட்டங்கள் துயரத்தை அடைய. வேரோடு இழுத்து – உயர எறிந்து. விழுத் துயரம் – மிக்க துன்பத்தை. கால் துயரம் – காற்றினால் உண்டான துயரம்; காற்பங்காகிய துயரம்.)

"உரம்பயிலும் பலமரமு மரம்பையுமிக் காற்றினால்
ஒடிந்து சாய்ந்த
வரம்பையறு காலுதையா லெவ்வுயிருந் தலைசாய்தல்
மரபா மன்றோ
சிரம்பயிலும் பந்தருறும் பலகாலிவ் வொருகாலிற்
சிதைந்து வீழ்ந்த
தரம்பயிலீ ததிசயங்கொ லொன்றுபல வற்றைவெலல்
சகச மன்றோ."

(அரம்பை – வாழை. கால் உதையால் – காற்று அடித்தலினால், காலால் உதைத்தலால். பந்தருறும் பலகால் – பந்தலிலேயுள்ள பலகால்கள். ஒரு காலில் – ஒரு காற்றால்; ஒற்றைக் காலால்.)

"இப்படியே ஒவ்வொரு சந்தர்ப்பத்திலும் நிகழும் நிகழ்ச்சிகளை வைத்துக்கொண்டு பாடல் இயற்றுவது மேல் நாட்டார் வழக்கம்" என்று அவர்கள் சொல்லி மகிழ்ந்தார்கள். அந்தப் பாடல்களில் கருத்தைக் காட்டிலும் பதங்களின் சமற்காரம் அதிகமாக இருக்கும். அத்தகைய பாடல்களைப் படித்தும் கேட்டும் அக்காலத்தினர் மிக்க இன்புற்றார்கள்.

## திருப்பனந்தாள் தலைவர் பாராட்டு

திருப்பனந்தாளில் காசி மடத்துத் தலைவராக இருந்த இராம லிங்கத் தம்பிரானை ஒரு சமயம் கண்டு எனக்கு வேலையானதைத்

தெரிவித்து வரவேண்டுமென்று சுப்பிரமணிய தேசிகர் சொல்லவே நான் ஒரு சனி ஞாயிறு விடுமுறையில் சென்று அவரோடு சல்லாபம் செய்து இருந்து வந்தேன். அவர், "உங்கள் தந்தையார் செய்த பூஜா பலன். பிள்ளையவர்கள் உங்கள் பால் வைத்த அன்பு வீண் போகவில்லை. தியாகராசசெட்டியார் மூலமாக அது பயனளித்தது" என்று பாராட்டினார்.

சில மாதங்களுக்குப் பிறகு இராமலிங்கத் தம்பிரான் தமக்கு இளவரசாக என் நண்பரும் திருவாவடுதுறையாதீன வித்துவானாக இருந்தவருமான குமாரசாமித் தம்பிரானை நியமித்தார். அந்தச் செய்தி தெரிந்தபோது எனக்கு உண்டான சந்தோஷம் அளவு கடந்து நின்றது. உடனே திருப்பனந்தாள் சென்று அவரைப்பார்க்க வேண்டுமென்ற ஆவலுடன் இருந்தேன். சந்தர்ப்பம் கிடைத்தவுடன் போய்ப் பார்த்து என் சந்தோஷத்தைத் தெரிவித்து வந்தேன். அவர், "எல்லாம் சந்நிதானத்தின் பரிபூர்ண கிருபையால் உண்டானவை. உங்களுக்கு ஒரு பதவி கிடைத்தது. உங்கள் நண்பனான எனக்கு இந்தப் பதவி கிடைத்தது" என்று நன்றியறிவோடு சொல்லிச் சுப்பிரமணிய தேசிகருடைய குணாதிசயங்களை மிகவும் பாராட்டினார்.

## குமாரன் ஜனனம்

எனக்குக் காலேஜில் வேலையான சில மாதங்களுக்குப் பிறகு இறைவன் திருவருளால் நான் குடியிருந்த வீட்டில் எனக்கு ஒரு குமாரன் பிறந்தான். இந்தச் சந்தோஷச் செய்தியைத் தெரிவிக்க என் பிதா திருவாவடுதுறைக்குச் சென்றார். கற்கண்டு சர்க்கரையுடன் சுப்பிரமணிய தேசிகரைப் பார்க்க வேண்டிய இடத்தில் பார்த்துச் சொன்னபோது அவர் பரம சந்தோஷமடைந்தார். உடனே வீசைக் கணக்காகக் கற்கண்டு கொண்டு வரச் செய்து மடத்திலுள்ள யாவருக்கும் அளித்து, "நம்முடைய சாமிநாதையருக்கு ஆண் குழந்தை பிறந்திருக்கிறது" என்று தாமே சொல்லிச் சொல்லி இன்புற்றார். அவருடைய மாசு மறுவற்ற அன்பைக் கண்டு என் தந்தையார் விம்மிதமுற்றார். குழந்தையின் ஜாதகத்தைக் கவனித்தவர்கள், "இக்குடும்பத்திற்கு இனி மேன்மேலும் நன்மை உண்டாகும்" என்று சொன்னார்கள். என் தந்தையார் அந்தச் செய்தியைக் கேட்டு ஆறுதலுற்றார். உத்தமதானபுரத்திற்கு அருகிலிருக்கும் சிறந்த சிவஸ்தலமாகிய திருநல்லூரில் கோயில் கொண்டெழுந்தருளியுள்ள ஸ்ரீ கலியாண சுந்தரேசுவரருக்குச் செய்து கொண்ட பிரார்த்தனையின் மேல் பிறந்தமையால் குழந்தைக்கு 'கலியாண சுந்தரம்' என்று நாமகரணம் செய்தார்கள். மதுரைப் பெருமானுக்கும் உரிய திருநாமமாகிய அது ஒரு வகையில் என் ஆசிரியருடைய ஞாபகத்தையும் உண்டாக்கியது.

## தந்தையார் செய்த உபகாரம்

நான் ஒரு குழந்தைக்குத் தந்தை யென்னும் நிலையை அடைந்தும் குடும்பப் பாதுகாப்பில் நான் குழந்தையாகவே

இருந்தேன். நான் உண்டு, என் வேலை உண்டு, என் புஸ்தகங்கள் உண்டு – இவ்வளவோடு நான் நின்றேன். குடும்பப் பாதுகாப்பைப் பற்றியோ, வரவு செலவைப் பற்றியோ, விசேஷங்களைப் பற்றியோ நான் கவலை கொள்ளுவதில்லை. அவற்றைக் கவனிக்கும் பொறுப்பு முழுவதையும் என் தந்தையாரே மேற்கொண்டார். சம்பளம் வந்தவுடன் அதை அவர் கையில் கொடுத்து விடுவேன். ஒரு பைசா வேண்டுமானாலும் அவரிடமிருந்து பெற்றே செலவிடுவேன். இந்நிலையில் எவ்வளவோ சௌகரியம் இருப்பதை நான் அனுபவத்தில் உணர்ந்தேன். உப்பில்லை, புளியில்லை யென்ற குறை காதில் விழாதிருப்பதைப்போன்ற சுகம் வேறு இல்லை. குடும்பப் பாதுகாப்பு விஷயத்தில் அவசியமான செலவை முன்பே யோசித்துச் செட்டாகச் செய்யும் கடமையை என் தந்தையார் ஏற்றுக் கொண்டார். இல்லையேல், ஒரு நாளில் பாதி நேரம் அதிலேயே எனக்குச் சென்றிருக்கும். என் தந்தையார் எனக்கு இளமை முதல் உதவி புரிந்தாலும் குடும்பச் சுமையை என் தலையில் வைக்காமல் யான் கவலையின்றி வாழும்படி செய்த உபகாரத்தை யான் என்றும் மறக்க இயலாது. தமிழுக்கும் எனக்கும் உள்ள தொடர்பு வர வரப் பெருகி வளர்வதற்கு அந்த உதவியே காரணமாயிற்று.

## 88

### "என்ன பிரயோசனம்?"

காலேஜ் வேலையைப் பார்த்துக் கொண்டும் வீட்டுக்கு வரும் மாணாக்கர்களுக்கு ஒழிந்தநேரங்களில் பாடம் சொல்லிக் கொண் டும் பொழுது போக்கி வந்தேன். அச்சமயம் அரியிலூரிலிருந்து சேலம் இராமசுவாமி முதலியாரென்பவர் கும்பகோணத்துக்கு முன்சீபாக மாற்றப் பெற்று வந்தார். அவரிடம் என் நல்லூழ் என் னைக் கொண்டுபோய் விட்டது. அவருடைய நட்பினால் என் வாழ்க்கையில் ஒரு புதுத் துறை தோன்றியது, தமிழிலக்கியத்தின் விரிவை அறிய முடிந்தது. அந்தாதி, கலம்பகம், பிள்ளைத்தமிழ், உலா, கோவை முதலிய பிரபந்தங்களிலும் புராணங்களிலும் தமிழின் பம் கண்டு மகிழ்வதோடு நில்லாமற் பழமையும் பெருமதிப்புடைய தண்டமிழ் நூல்களிற் பொதிந்து கிடக்கும் இன்றமிழியற்கையின் பத்தை மாந்தி நான் மகிழ்வதோடு, பிறரும் அறிந்து இன்புறச் செய்யும் பேறு எனக்கு வாய்த்தது.

### சேலம் இராமசுவாமி முதலியார்

முதலியார் சேலத்தில் ஒரு பெரிய மிட்டா ஜமீன்தார் பரம்பரையினர். இளமையிலேயே பேரறிவு படைத்து விளங்கினார்.

தமிழிலும் சங்கீதத்திலும் வடமொழியிலும் பழக்கமுள்ளவர். கும்ப கோணத்தில் வேலை பார்த்து வந்த காலத்தில் அவருடைய திறமை ஓரளவு வெளிப்பட்டு ஒளிர்ந்தமையால் அவரைத் தக்க கனவான் கள் சென்று பார்த்துப் பேசிவிட்டு வருவார்கள். கும்பகோணத்துக்கு நூதனமாக உத்தியோகஸ்தர்கள் வந்தால் அவர்களிடம் மனிதர் களை அனுப்பிப் பார்த்து வரச் செய்வதும், குரு பூஜை முதலிய விசேஷதினங்களில் மடத்திற்கு வரவேண்டுமென்று அழைக்கச் செய்வதும் திருவாவடுதுறை மடத்து வழக்கங்கள். சேலம் இராம சுவாமி முதலியாருடைய கல்வியறிவையும் பெருந்தன்மையையும் கேள்வியுற்ற ஸ்ரீ சுப்பிரமணிய தேசிகர் அவரைப் பார்த்து வரும்படி காறுபாறு தம்பிரானையும் அவருடன் வேறு சிலரையும் அனுப்பி னார். தம்பிரான் பரிவாரங்களுடன் சென்று முதலியாரைக் கண்டு பேசிக் கொண்டிருந்தார்.

இராமசுவாமி முதலியார் திருவாவடுதுறை மடத்தின் பழம் பெருமையை நன்குணர்ந்தவராதலின், தம்பிரானுடன் சம்பாஷணை செய்து வரும் போது மடத்து நிர்வாகத்தைப் பற்றிப் பேசுவதோடு நில்லாமல், கல்வி சம்பந்தமாகவும் விசாரிக்க ஆரம்பித்தார். "மடத்தில் தமிழ்க் கல்வியபிவிருத்திக்கு என்ன செய்கிறார்கள்? வித்துவான்களாக யார் யார் இருக்கிறார்கள்? எத்தனை பேர்கள் படிக்கிறார்கள்?" என்பவை போன்ற கேள்வி களை அவர் கேட்டார். தம்பிரான் ஏற்ற விடை அளித்து வந்தார். தமிழ், வடமொழி, சங்கீதம் என்னும் மூன்றிலும் சிறந்த தேர்ச்சியையுடைய வித்துவான்கள் அடிக்கடி மடத்துக்கு வந்து சம்மானம் பெற்றுச் செல்வார்களென்றும், ஆதீனத் தலைவரே சிறந்த கல்விமானென்றும், அவரிடத்திலும் சின்னப்பண்டார ஸந்நிதிகளிடத்திலும் பல மாணாக்கர்கள் தமிழ்ப் பாடம் கேட்டு வருகிறார்களென்றும் தெரிவித்தார்.

இவ்வாறு தெரிவித்துக் கொண்டு வரும்போது அக்காலத்து மடத்துக் காரியஸ்தராக இருந்தவரும், தம்பிரானுடன் வந்தவரு மாகிய சிவசுப்பிரமணியபிள்ளையென்பவர், "மடத்திலே படித்துக் கொண்டிருந்த மாணாக்கர்களுள் ஒருவராகிய சாமிநாதையர் என்பவரே இவ்வூர்க் கவர்ன்மெண்ட் காலேஜில் தமிழ்ப் பண்டித ராக இருக்கிறார்" என்று சொன்னார்.

கேட்ட முதலியார், "அப்படியா? நான் அவரைப் பார்த்த தில்லை" என்றார்.

பின்னும் சில நேரம் பேசியிருந்து விட்டுத் தம்பிரான் முதலி யோர் விடைபெற்றுச் சென்று ஸ்ரீ சுப்பிரமணிய தேசிகரிடம் நிகழ்ந்த வற்றையெல்லாம் தெரிவித்தனர். உடனே ஆதீனத் தலைவர், "இப் போது அங்கே முன்ஸீபாக வந்திருக்கும் முதலியார் தமிழில் நல்ல பயிற்சி உடையவரென்று தோற்றுகிறது. அவரை நீங்கள் போய்ப் பார்த்து வரவேண்டும்" என்று எனக்குச் சொல்லியனுப்பினார்.

## முதற் காட்சி

அவரைப் பார்க்க வேண்டுமென்ற ஆவல் முதலில் என்னிட மில்லை; சுப்பிரமணிய தேசிகர் சொல்லியனுப்பினமையின் நான் சென்று பார்க்கலாமென்று ஒருநாள் புறப்பட்டேன். அன்று வியாழக்கிழமை (21.10.1880). அவர் இருந்த வீட்டை அடைந்து அவரைக் கண்டேன். நான் காலேஜில் இருப்பதையும் மடத்தில் படித்தவனென்பதையும் சொன்னேன். அவர் யாரோ அயலாரிடம் பராமுகமாகப் பேசுவது போலவே பேசினார். என்னோடு மிக்க விருப்பத்துடன் பேசுவதாகப் புலப்படவில்லை. 'அதிகாரப் பதவி யினால் இப்படி இருக்கிறார்; தமிழ் படித்தவராக இருந்தால் இப்படியா நம்மிடம் பேசுவார்?' என்று நான் எண்ணலானேன்.

"நீங்கள் யாரிடம் பாடம் கேட்டீர்கள்?" என்று அவர் கேட்டார்.

"மகா வித்துவான் மீனாட்சி சுந்தரம் பிள்ளையவர்களிடம் பாடம் கேட்டேன்" என்றேன்.

பிள்ளையவர்கள் பெயரைக் கேட்டவுடன் அவரிடம் ஏதாவது கிளர்ச்சி உண்டாகுமென்று எதிர்பார்த்தேன். என்னுடைய உத்தி யோகத்துக்காக என்னை மதிக்காவிட்டாலும், பிள்ளையவர்கள் மாணாக்கனென்ற முறையிலாவது என்னிடம் மனம் கலந்து பேசலாமே. அவர் அப்படிப் பேச முன் வரவில்லை. கணக்காகவே பேசினார்.

"பிள்ளையவர்கள் பெயரைக் கேட்டுப் புடை பெயர்ச்சியே இல்லாத இவராவது, தமிழில் அபிமானம் உடையவராக இருப்ப தாவது! எல்லாம் பொய்யாக இருக்கும்' என்று நான் தீர்மானம் செய்து கொண்டேன்.

அவர் கேள்வி கேட்பதை நிறுத்தவில்லை. "என்ன என்ன பாடம் கேட்டிருக்கிறீர்கள்?" என்ற கேள்வி அடுத்தபடி அவரிட மிருந்து வந்தது. 'இதற்கு நாம் பதில் சொல்லும் வகையில் இவரைப் பிரமிக்கும்படி செய்துவிடலாம்' என்ற நிச்சய புத்தியோடு நான் படித்த புஸ்தகங்களின் வரிசையை ஒப்பிக்கலானேன், "குடந்தை யந்தாதி, மறைசையந்தாதி, புகலூரந்தாதி, திருவரங்கத்தந்தாதி, அழகரந்தாதி, கம்பரந்தாதி, முல்லையந்தாதி, மீனாட்சியம்மை பிள்ளைத்தமிழ், முத்துக்குமாரசுவாமி பிள்ளைத்தமிழ், அகிலாண்ட நாயகி பிள்ளைத் தமிழ், சேக்கிழார் பிள்ளைத் தமிழ், திருக்கோவை யார், தஞ்சை வாணன் கோவை..." என்று சொல்லிக் கொண்டே போனேன். அந்தாதிகளில் இருபது, கலம்பகங்களில் இருபது, கோவைகளில் பதினைந்து, பிள்ளைத் தமிழ்களில் முப்பது, உலாக் களில் இருபது, தூதுகள் இப்படியே பிரபந்தங்களை அடுக்கினேன். அவர் முகத்தில் கடுகளவு வியப்புக் கூடத் தோன்றவில்லை.

## அசையாத பேர்வழி

"இதெல்லாம் படித்து என்ன பிரயோசனம்?" என்று திடீரென்று அவர் இடை மறித்துக் கூறினார். நான் மிக்க ஏமாற்றம் அடைந்தேன். 'இவர் இங்கிலீஷ் படித்து அதிலே மோகங்கொண்டவராக இருக்கலாம். அதனால்தான் இப்படிச் சொல்லுகிறார்' என்ற எண்ணம் எனக்கு உண்டாயிற்று. ஆனாலும் நான் விடவில்லை. புராண வரிசையைத் தொடங்கினேன்.

"திருவிளையாடற் புராணம், திருநாகைக்காரோணப் புராணம், மாயூரப் புராணம், கந்த புராணம், பெரிய புராணம், குற்றாலப் புராணம்..."

அவர் பழையபடியே கற்சிலைபோல இருந்தார்.

"நைடதம், பிரபுலிங்க லீலை, சிவஞான போதம், சிவஞான சித்தியார் உரை..." என்னும் நூல்களின் பெயர்களைச் சொன்னேன். இலக்கண நூல்களை எடுத்துக் கூறினேன். அப்பொழுதும் அவருக்குத் திருப்தி உண்டாகவில்லை. 'அடடா! முக்கியமானவற்றையல்லவா மறந்து விட்டோம்? அதை முதலிலேயே சொல்லியிருந்தால் இவரை வழிக்குக் கொண்டு வந்திருக்கலாமே!' என்ற உறுதியுடன், "கம்பராமாயணம் முழுவதும் இரண்டு மூன்று முறை படித்திருக்கிறேன். பிள்ளையவர்களிடமும் சில காண்டங்களைப் பாடம் கேட்டிருக்கிறேன்" என்றேன்.

இராமசுவாமி முதலியார், "சரி, அவ்வளவுதானே?" என்று கேட்டார். எனக்கு மிகவும் அதிருப்தி ஏற்பட்டுவிட்டது. 'கம்பராமாயணத்தில் கூடவா இவ்வளவு பராமுகம்! இவ்வளவு அசட்டை!' என்ற நினைவே அதற்குக் காரணம். அதற்கு மேலே சொல்ல என்ன இருக்கிறது? ஆனால் அவர் என்னை விடுகிறவராக இல்லை. மேலும் கேள்வி கேட்கலானார்.

## பழைய நூல்கள்

"இந்தப் பிற்காலத்துப் புஸ்தகங்களெல்லாம் படித்தது சரிதான். பழைய நூல்களில் ஏதாவது படித்ததுண்டா? எனக்கு அவர் எதைக் கருதிக் கேட்டாரென்று தெரியவில்லை. 'பிள்ளையவர்கள் இயற்றிய நூல்களையே நான் படித்திருப்பதாக இவர் எண்ணிக்கொண்டாரோ? கந்த புராணம், பெரிய புராணம் முதலியவைகளெல்லாம் பழைய நூல்களல்லவோ? கம்பராமாயணம் பழைய நூல் தானே? பழைய நூலென்று இவர் வேறு எதை கருதுகிறார்?' என்று யோசிக்கலானேன்.

"நான் சொன்னவற்றில் எவ்வளவோ பழைய நூல்கள் இருக்கின்றனவே!" என்று நான் கேட்டேன்.

"அவைகளுக்கெல்லாம் மூலமான நூல்களைப் படித்திருக் கிறீர்களா?" என்று அவர் கேட்டபோதுதான் அவரிடம் ஏதோ சரக்கு இருக்கிறதென்ற எண்ணம் எனக்கு உண்டாயிற்று.

"தாங்கள் எந்த நூல்களைச் சொல்லுகிறீர்களென்று தெரிய வில்லையே?" என்றேன்.

"சீவக சிந்தாமணி படித்திருக்கிறீர்களா? மணிமேகலை படித்திருக்கிறீர்களா? சிலப்பதிகாரம் படித்திருக்கிறீர்களா?"

அவர் சொன்ன நூல்களை நான் படித்ததில்லை; என்னுடைய ஆசிரியரே படித்ததில்லை. புஸ்தகத்தைக்கூட நான் கண்ணால் பார்த்ததில்லை. ஆனாலும், 'இவ்வளவு புஸ்தகங்களைப் படித்த தாகச் சொன்னதை ஒரு பொருட்படுத்தாமல் எவையோ இரண்டு மூன்று நூல்களைப் படிக்கவில்லை என்பதைப் பிரமாதமாகச் சொல்லவந்து விட்டாரே!' என்ற நினைவோடு பெருமிதமும் சேர்ந்து கொண்டது. "புஸ்தகம் கிடைக்கவில்லை; கிடைத்தால் அவைகளையும் படிக்கும் தைரியமுண்டு" என்று கம்பீரமாகச் சொன்னேன்.

சாதாரணமாகப் பேசிக்கொண்டு வந்த முதலியார், நிமிர்ந்து என்னை நன்றாகப் பார்த்தார். "நான் புஸ்தகம் தருகிறேன்; தந்தால் படித்துப் பாடம் சொல்வீர்களா?" என்று கேட்டார்.

"அதிற் சிறிதும் சந்தேகமே இல்லை. நிச்சயமாகச் சொல் கிறேன்" என்று தைரியமாகச் சொன்னேன். அறிவுப் பலத்தையும் கல்வி கேள்விப் பலத்தையும் கொண்டு எப்படியாவது படித்து அறிந்து கொள்ளலாம் என்ற துணிவு எனக்கு உண்டாகிவிட்டது.

"சரி, சிந்தாமணியை நான் எடுத்து வைக்கிறேன். நீங்கள் படித்துப் பார்க்கலாம். அடிக்கடி இப்படியே வாருங்கள்" என்று அவர் சொன்னார். நான் விடை பெற்றுக்கொண்டு வந்தேன். பார்க்கச் சென்றபோது அவர் இருந்த நிலையையும் நான் விடை பெறும் போது அவர் கூறிய வார்த்தைகளையும் எண்ணி, அவர் சாமான்ய மனிதரல்லரென்றும், ஆழ்ந்த அறிவும் யோசனையும் உடையவரென்றும் உணர்ந்தேன்.

## இரண்டாவது சந்திப்பு

அடுத்த ஞாயிற்றுக்கிழமை இராமசுவாமி முதலியாரிடம் போனேன். அன்று அவர் மிகவும் அன்போடு என்னை வரவேற் றார். அவரைப் பார்ப்பதைவிட அவர் சொன்ன புஸ்தகத்தைப் பார்க்க வேண்டுமென்ற ஆவல் கட்டுக்கடங்காமல் இருந்தது. அவர் தம்மிடம் இருந்த சீவகசிந்தாமணிக் கடிதப் பிரதியை என்னிடம் கொடுத்தார். "இதைப் படித்துப் பாருங்கள். பிறகு பாடம் ஆரம்பிக்கலாமா?" என்றார். "அப்படியே செய்யலாம்"

என்று உடன் பட்டேன். பிறகு அவர் அந்தப் பிரதியைத் தாம் பெற்ற வரலாற்றைச் சொல்லத் தொடங்கினார்.

## முதலியார் சிந்தாமணி பெற்ற வரலாறு

"எனக்குச் சிந்தாமணி முதலிய பழைய புஸ்தகங்களைப் படிக்க வேண்டுமென்ற ஆவல் மிகுதியாக இருந்தது. இந்தத் தேசத்தில் நான் சந்தித்த வித்துவான்களில் ஒருவராவது அவற்றைப் படித்த தாகவே தெரியவில்லை. ஏட்டுச் சுவடிகளும் கிடைக்கவில்லை. திருநெல்வேலிப் பக்கத்திலுள்ள கவிராயர்கள் வீட்டில் பிரதிகள் கிடைக்கலாமென்று எண்ணி ஸ்ரீவைகுண்டத்தில் முன்ஸீபாக இருந்த என் நண்பர் ஏ. இராமசந்திரையர் என்பவரிடம் விஷயத்தைச் சொல்லி வைத்திருந்தேன். அவர் யார் யாரையோ விசாரித்துப் பார்த்தார்; ஒன்றும் கிடைக்கவில்லை.

"ஒரு சமயம் ஸ்ரீவைகுண்டத்துக்கு அருகிலுள்ள ஓர் ஊரில் பரம்பரை வித்துவான்களாக இருந்த கவிராயர் குடும்பமொன்றில் உதித்த ஒருவர் ஒரு வழக்கில் சாக்ஷியாக வந்தார். அவரை விசாரிக்கும்போது, அவர் கவிராயர் பரம்பரையைச் சேர்ந்தவரென்றும், அவருடைய முன்னோர்கள் பல நூல்களை இயற்றியிருக்கிறார்களென்றும் என் நண்பருக்குத் தெரியவந்தது. விசாரணை யெல்லாம் முடிந்த பிறகு முன்ஸீப் அந்தச் சாட்சியைத் தனியே அழைத்து அவர் வீட்டில் ஏட்டுச் சுவடிகள் இருக்கின்றனவா என்று விசாரித்தார். அவர், 'இருக்கின்றன' என்று சொல்லவே, சிந்தாமணிப் பிரதி இருந்தால் தேடி எடுத்துத் தரவேண்டுமென்று கூறினார். அதிகாரப் பதவியிலிருந்தமையால் அவர் முயற்சி பலித்தது. அந்தக் கவிராயர் சீவகசிந்தாமணிப் பிரதியைக் கொண்டு வந்து கொடுத்தார். அதற்கு முப்பத்தைந்து ரூபாய் கொடுத்து வாங்கி எனக்கு அனுப்பினார். அதிலிருந்து காகிதத்திற் பிரதி பண்ணிய புஸ்தகம் இது.

"இவ்வளவு கஷ்டப்பட்டு இதனைப் பெற்றும் படிப்பதற்கு முடியவில்லை. நான் காலேஜில் படித்தபோது இதன் முதற் பகுதி யாகிய நாமகளிலம்பகம் மாத்திரம் பாடமாக இருந்தது. அதை ஒரு துரை அச்சிட்டிருந்தார். அதில் தமிழைக்காட்டிலும் இங்கிலீஷ் அதிகமாயிருந்தது. நூல் முற்றும் படித்துப் பார்க்க வேண்டுமென்ற ஆசையால் நான் போகும் இடங்களில் உள்ள வித்துவான்களை எல்லாம் விசாரித்துப் பார்க்கிறேன். எல்லோரும் அந்தாதி, பிள்ளைத்தமிழ், புராணங்கள் இவைகளோடு நிற்கிறார்களே யொழிய மேலே போகவில்லை. அதனால் நான் மிகவும் அலுத்துப் போய்விட்டேன்."

"புஸ்தகம் மிகச் சிறந்த புஸ்தகம். கம்பராமாயணத்தின் காவ்ய கதிக்கெல்லாம் இந்தக் காவியமே வழிகாட்டி. இதைப் படித்துப்

பொருள் செய்து கொண்டு பாடம் சொல்வீர்களானால் உங்களுக்கும் நல்லது; எனக்கும் இன்பம் உண்டாகும்."

முதலியார் கூறியவற்றை மிக்க கவனத்தோடு கேட்டு வந்தேன். தமிழ் நூற் பரப்பையெல்லாம் உணர்ந்து விளங்கிய பிள்ளையவர்கள் கூடச் சிந்தாமணியைப் படித்ததில்லையென்பதை நினைத்தபோது, 'நாம் இந்தப் புதிய நூலைப் படித்துப் பொருள் செய்வது சுலபமாக இருக்குமா?' என்ற அச்சம் சிறிது தோற்றினாலும், "தமிழ் நூல் மரபுக்குப் புறம்பாக இல்லாத நூல் ஏதாயிருந்தாலென்ன? ஸம்ஸ்கிருதமா, தெலுங்கா நூதனமாகப் பயிற்சி செய்து கொள்ள வேண்டுமென்பதற்கு? தமிழ் நூலை அறிவு கொண்டு ஆராய்ந்து படித்துப் பார்த்தால் விளங்காமலா போகிறது? எவ்வளவோ நூல்களைப் படித்ததாகச் சொல்லியும், 'என்ன பிரயோசனம்? என்று ஒரு கேள்வியில் தூக்கி எறியும்படி அந்தப் புஸ்தகத்தில் என்னதான் இருக்கிறது? பார்த்துவிடலாம்!" என்ற தைரியமே முன் நின்றது.

"பிற்பாடு வருகிறேன்; இதைப் படித்துப் பார்த்துக்கொண்டே வருகிறேன்" என்று உத்ஸாகத்தோடு சொல்லி இராமசுவாமி முதலியாரிடம் விடை பெற்றுக்கொண்டு புறப்பட்டேன்.

# 89

## ஜைன நண்பர்கள்

சேலம் இராமசுவாமி முதலியார் கொடுத்த சீவகசிந்தாமணிப் பிரதியைப் படிக்க ஆரம்பித்தேன். அதில் நச்சினார்க்கினியர் உரையும் இருந்தது. அது சீவகனைப் பற்றிய காவியம் என்பது மட்டும் எனக்குத் தெரிந்ததேயன்றி இன்ன கதையை அது சொல்வது, இன்னவகையில் அது சிறப்புடையது என்பவற்றை அறியேன். தமிழ் நூற்பரப்பை ஒருவாறு அறிந்துவிட்டதாக ஒரு நினைப்பு. அதற்குமுன் எனக்கு இருந்தது. நான் கண்ட நூற் பரப்புக்குப் புறம்பேயிருந்த சிந்தாமணி எனக்கு முதலில் பணிவை அறிவுறுத்தியது.

### சிந்தாமணி ஆராய்ச்சி

புஸ்தகத்தை எடுத்துக் கொண்டு உட்கார்ந்தேன்.

"மூவா முதலா வுலகம்மொரு மூன்று மேத்தத்
தாவாத வின்பந் தலையாயது தன்னி னெய்தி
ஓவாது நின்ற குணத்தொண்ணிதிச் செல்வனென்ப
தேவாதி தேவ னவன்சேவடி சேர்து மன்றே"

என்பது சிந்தாமணியிலுள்ள முதற்பாட்டு. இதிலுள்ள சொற்களில் பொருள் விளங்காதது ஒன்றுமில்லை, ஆனால் ஒரு நூலின் காப்புச் செய்யுளாக இருக்கும் அதில் எனக்கு ஒரு புதுமை தோற்றியது.

நான் படித்த நூல்களில் உள்ள விநாயக வணக்கமோ, சடகோபர் காப்போ அதில் இல்லை. ஜைன சமயக் காவியத்தில் அந்த வணக்கங்கள் இருக்க நியாயமில்லை; பொதுவான கடவுள் வணக்கமாக அது முதலில் எனக்குத் தோற்றியது. 'மூவா முதலா வுலகம்' என்ற தொடருக்கு மாத்திரம் எனக்குப் பொருள் தெளிவாகவில்லை.

உரையைப் படிக்கலானேன். நச்சினார்க்கினியர் முதலில் காவிய இலக்கணத்தை விரிவாக எழுதியிருக்கிறார். பிறகு சொல் லிலக்கணம் முதலியன வருகின்றன. அக்காலத்தில் தொல்காப்பியம் எழுத்ததிகாரம் இளம் பூரணமும் நச்சினார்க்கினியமும் சொல்லதி காரம் சேனா வரையமும் அச்சிடப் பெற்றிருந்தன. அவற்றை நான் படித்திருந்தமையால் சிந்தாமணி உரையிலுள்ள எழுத்திலக்கணச் சொல்லிலக்கணச் செய்திகள் எனக்கு விளங்கின. உரையில், 'மூவா முதலா வுலகம்மொரு மூன்றும்' என்பதற்கு, 'அந்தமும் ஆதியுமில் லாத மூவுலகமும்' என்று எழுதியிருந்தது. உலகம் நிலையாமையை யுடையதென்ற விஷயத்தையே மிகுதியாகக் கேட்டுப் பழகியிருந்த எனக்கு இக்கருத்து, புதியதாக இருந்தது. மேலே படித்துக்கொண்டு போனேன். அந்த ஒரு பிரதியை மாத்திரம் வைத்துப் படிப்பது சிரமமாகவே தோற்றியது.

## ஏட்டுப் பிரதி

அந்த வாரம் சனிக்கிழமை வழக்கம் போலவே திருவாவடு துறைக்குப் போய் இராமசுவாமி முதலியாரைச் சந்தித்தது முதல் நிகழ்ந்தவற்றையெல்லாம் சுப்பிரமணிய தேசிகரிடம் தெரிவித்தேன். கேட்ட தேசிகர் மிகவும் மகிழ்ச்சியடைந்து. "தக்க அறிவுடைய கனவான்களது பழக்கம் ஏற்படுவது மிகவும் நல்லதுதான்; அவருக்கு ஜாக்கிரதையாகப் பாடம் சொல்ல வேண்டும்; பிள்ளையவர்கள் எழுதி வைத்த சிந்தாமணி ஏட்டுப் பிரதி ஒன்று மடத்தில் இருக்கிறது" என்று சொல்லி அப்பிரதியை வருவித்து அளித்தார். "முதலியாருக்குப் பாடம் சொல்லும்படியிருப்பதால் சனிக்கிழமை மட்டும் வந்து ஞாயிற்றுக்கிழமை திரும்பி விடலாம்" என்று கூறி விடை கொடுத்தார்.

கும்பகோணம் வந்து பிள்ளையவர்கள் பிரதியையும் முதலியார் தந்த பிரதியையும் வைத்துக்கொண்டு சிந்தாமணியைப் படித்தேன். முதலியார் பிரதியில் மூலமும் பொழிப்புரையுமே இருந்தன. முதலில் சில பாடல்களுக்கு மாத்திரம் விசேட உரை இருந்தது. பிள்ளைய வர்கள் பிரதியிலோ முழுவதற்கும் விசேட உரை இருந்தது. 'விசேட உரையை விட்டு விட்டுத் தனியே பொழிப்புரையை மாத்திரம் எழுதிக் கொள்வதில் என்ன லாபம்? இரண்டும் வேறு வேறு உரைகளோ' என்ற சந்தேகம் உண்டாயிற்று. கவனித்துப் பார்க்கை யில் இரண்டும் ஒருவரது உரையே என்று தெரிந்தது. ஆனாலும் 'இருவேறு வகையாகப் பிரதிகள் இருப்பது ஏன்?' என்ற ஐயம் விளங்கவில்லை.

## தெரியாத விஷயங்கள்

அடுத்த நாள் இராமசுவாமி முதலியாரிடம் சென்று பாடம் சொல்லத் தொடங்கினேன். நாமகள் இலம்பகம் 1870ஆம் வருஷம் பி.ஏ. பரீட்சைக்குப் பாடமாக இருந்தது. அப்போது படித்த முதலியார் தாம் பாடம் கேட்டபோது அறிந்த விஷயங்களை இடையிடையே சொன்னார். நான் பாடம் சொன்னபோது இடையில், 'கட்டியக்காரன்' பெயர் வந்தது. நான் அதை ஒருவருடைய பெயரென்று தெரிந்து கொள்ளவில்லை. 'கட்டியக்காரன்' என்று படித்தேன். அப்போது முதலியார், "நாமகள் இலம்பகக் கதை மாத்திரம் எனக்குத் தெரியும்; கட்டியங்காரன் என்பது தான் அந்தச் சொல்; சச்சந்தனுடைய மந்திரிகளுள் ஒருவன் பெயர் அது; அவன் தான் சச்சந்தனைக் கொன்றான்" என்றார். பிறகு, 'கோவிந்தன்' (சீவக சிந்தாமணி, 187, உரை) என்று ஒரு பெயர் வந்தது. அது கண்ண பிரானைக் குறிப்பதென்பதைத் தவிரச் சிந்தாமணியிலே யாரைக் குறிப்பதென்பது தெரியவில்லை. முதலியாருக்கும் அது விளங்கவில்லை. இப்படியே வேறு சில விஷயங்களும் விளங்காமலிருந்தன. எனக்கு விளங்காத விஷயங்களை விளங்கவில்லையென்று சொல்லித் தக்கவர்களைக் கேட்க வேண்டுமென்பேன். விளங்காததையும் விளங்கியதாகச் சொல்லிக் குழப்பாததை அறிந்த முதலியார் அதைப் பாராட்டுவார். நாங்கள் சிந்தாமணியைப் படித்து வந்த போது சில வித்துவான்களும் வந்திருந்து கேட்பதுண்டு. இப்படி ஐந்து மாதங்கள் சென்றன.

சிந்தாமணி ஜைன நூலாதலின் விளங்காத விஷயங்களை ஜைனர்கள் மூலமாகத் தெரிந்து கொள்ளலாமென்று எண்ணி என்னிடம் வீட்டிற் பாடம் கேட்டு வந்த ராமலிங்க பண்டாரமென்பவரை நோக்கி, "இந்தப் பக்கத்தில் ஜைனர்கள் யாரேனும் இருக்கிறார்களா? படித்தவர்களாக யாரையாவது தெரியுமா?" என்று கேட்டேன்.

அவர், "இங்கே இராமசாமி கோவில் மேல் தெருவில் ஜைனர்கள் வீடுகள் உண்டு. எல்லோரும் செல்வர்களே, அவர்களுள் படித்தவர்களும் இருக்கிறார்கள்" என்று சொன்னதைக் கேட்ட போது உடனே போய் அவர்களைப் பார்க்க வேண்டுமென்று விரும்பினேன்.

## சந்திரநாத செட்டியார்

மறுநாள் என் விருப்பத்தின்படி ராமலிங்க பண்டாரம் என்னை அழைத்துக் கொண்டு ஜைனர்கள் வசிக்கும் தெருவிற்குச் சென்றார். அங்கே தமக்குத் தெரிந்த சந்திரநாத செட்டியார் என்பவர் வீட்டினுள் என்னை அழைத்துப் போனார். அந்த வீட்டின் வாயிலில் மாக்கோலம் போடப்பட்டிருந்தது. நிலைகளில் மாவிலைத் தோரணம் கட்டி அலங்காரம் செய்திருந்தார்கள்.

'இன்றைக்கு ஏதோ விசேஷம் போலிருக்கிறது' என்று எண்ணி உள்ளே சென்றோம். அங்கே கூடத்தில் பலர் கூடியிருந்தனர். அக்கூட்டத்திலிருந்த ஒரு கனவானைக் காட்டி, "இவர்களே சந்திரநாத செட்டியாரவர்கள்" என்று ராமலிங்க பண்டாரம் சொல்லி என்னையும் அவருக்குப் பழக்கம் பண்ணி வைத்தார்.

"வாழை, தோரணம் இவையெல்லாம் கட்டி அலங்காரம் செய்திருக்கிறதே; ஏதாவது விசேஷமுண்டோ?" என்று கேட்டேன்.

"இன்றைக்குச் சிந்தாமணி பூர்த்தியாயிற்று; அந்த விசேஷத்தைக் கொண்டாடுகிறோம்" என்று அவர் சொன்னார்.

எனக்கு மிக்க ஆச்சரியமுண்டாயிற்று. 'நாம் சிந்தாமணியைப் பற்றித்தான் கேட்க வந்திருக்கிறோம். சிந்தாமணி பூர்த்தியாயிற் றென்று இவர் சொல்லுகிறார்; சிந்தாமணியைப் பாராயணம் செய்வது இவர்கள் சம்பிரதாயம் போலிருக்கிறது' என்றெண்ணி, "சிந்தாமணியைப் படித்து வந்தீர்களா?" என்று கேட்டேன்.

"ஆமாம். நான் சிரவணம் செய்து வந்தேன். இவர்கள் பாடம் செய்து வந்தார்கள்" என்று சொல்லி எதிரே அமர்ந்திருந்த ஒரு வரைச் சுட்டிக் காட்டி, "திண்டிவனம் தாலூகாவிலுள்ள வீடூர் என்பது இவர்கள் கிராமம். தமிழிலும், வட மொழியிலும், பிரா கிருதத்திலும் உள்ள ஜைன கிரந்தங்களிலும் உரைகளிலும் மிகுதி யான பழக்கமுள்ளவர்கள். இவர்களைப் போன்றவர்கள் யாரு மில்லை. இவர்கள் திரு நாமம் * அப்பாசாமி நயினாரென்பது" என்று தெரிவித்தார். எனக்காகவே அவர் அங்கே வந்திருப்பதாகத் தோற்றியது. 'நாம் எந்த விஷயத்தைப் பற்றித் தெரிந்து கொள்ள விரும்புகிறோமோ அந்த விஷயத்தில் தேர்ச்சியுள்ளவர்களை எதிர் பாராமலே பார்க்கிறோம். அதே விஷய சம்பந்தமான உத்ஸவம் வேறு நடக்கிறது. இது தெய்வச் செயலே' என்று எண்ணிப் பூரிப்பை அடைந்தேன்.

"எவ்வளவு காலமாக இவர்கள் இங்கே இருக்கிறார்கள்?" என்று கேட்டேன்.

"ஆறு மாதமாக இந்தப் பாடம் நடந்து வருகிறது"

'இந்த ஆறு மாதங்களை நாம் வீண்போக்கி விட்டோமே!' என்ற வருத்தம் எனக்கு உண்டாயிற்று.

அந்தப் பெரியவர் மிக்க அடக்கமுடையவராகவும் மெல்ல வார்த்தை சொல்பவராகவும் இருந்தார். அவரிடம் நானும் சிந்தா மணியைப் படித்து வருவதைப் பற்றிச் சொன்னேன். "அதில் கோவிந்தனென்று வருகிறது; அது யாருடைய பெயர்?" என்று கேட்டேன்.

---

* கும்பகோணம் காலேஜ் பிரின்ஸிபாலாக இருந்து பென்ஷன் பெற்றுக் கொண்டுள்ள ஸ்ரீமான் ராவ்பகதூர் அ. சக்கரவர்த்தி நயினாரவர்களுடைய தந்தையார் இவர்.

அவர் ஸாதாரணமாக, "விஜயையின் சகோதரன். விஜயை சச்சந்தனுடைய மனைவி" என்றார். வேறு சில ஐயங்களை வினவி னேன்.

தெளிவாக பதில் கிடைத்தது. சிந்தாமணியைப் படிப்பதற்கு ஒரு தக்க துணை அகப்பட்டதென்ற நம்பிக்கை உண்டாயிற்று. சந்திரநாத செட்டியாரும் சில விஷயங்களை விளக்கினார். கதையையும் எடுத்துச் சொன்னார்.

## விளங்கிய விஷயங்கள்

அன்று முதல் சந்திரநாத செட்டியார் எனக்கு நல்ல நண்பராகி விட்டார். ஜைனர்கள் சீவகசிந்தாமணியைச் சிறந்த பாராயண நூலாகக் கருதுகிறார்களென்பதும், நம்மவர்கள் இராமாயண முதலி யவற்றைப் பாராயணம் செய்து பட்டாபிஷேகம் செய்வது போல அவர்களும் அந்த நூல் நிறைவேறியவுடன் அந்த நிறைவேற்றத்தைக் கொண்டாடுவார்களென்பதும் எனக்குத் தெரியவந்தன. சம்பிரதாய மாகப் படித்தவர்களிடையே சிந்தாமணிக்கு ஓர் உரை வாய் மூலமாக வழங்கி வந்தது. அதை அவர்கள் சொல்லுவார்கள். மணிப்பிரவாள நடையில் மத சம்பந்தமான பரிபாஷைகள் மிகுதியாகக் கலக்கப் பெற்று விளங்குவது அவ்வுரை. அதன் பகுதிகளை அவ்வப்போது சந்திரநாத செட்டியார் சொல்ல நான் கேட்டு இன்புற்றேன்.

சிந்தாமணி உரையில் அங்கங்கே, நச்சினார்க்கினியர் அந்நூற் செய்யுட்பகுதிகளை மேற்கோளாகக் காட்டியிருக்கிறார். நூல் முழுவ தும் நன்றாகப் படித்து மனனஞ் செய்தாலன்றி அச்செய்யுட்கள் இன்ன இடத்தில் இருக்கின்றன வென்பது விளங்காது. அந்தச் செய்யுட் பகுதிகளைச் சந்திரநாத செட்டியாரிடம் சொல்வேன்; அவர் பளிச்சுப் பளிச்சென்று இன்ன இடத்திலிருக்கின்றனவென்று சொல்லி முழுப் பாட்டையும் சொல்வார். சிந்தாமணி விஷயத்தில் அவர் ஓர் அகராதியாக இருந்தார்.

சிந்தாமணி சம்பூரண உத்ஸவம் முடிந்த பிறகும் அப்பாசாமி நயினார் சில காலம் கும்பகோணத்தில் தங்கியிருந்தார். பிறகு தம் ஊர் சென்றார். இடையிடையே கும்பகோணம் வந்து செல்வார். அவர் வந்த காலங்களிலெல்லாம் ஜைன சம்பிரதாயங்களையும் ஜைன சமயக் கருத்துக்களையும் விளக்கமாகத் தெரிந்து கொள்வேன்.

ஜைன அன்பர்களுடைய பழக்கத்தால் ஏட்டுப் பிரதிகள் இரண்டு வகையாக இருந்ததற்குக் காரணம் தெரிந்து கொண்டேன். நச்சினார்க்கினியர் முதலில் சிந்தாமணிக்கு ஓர் உரை எழுதினாராம். பிறகு அதை ஜைனர்களிடம் படித்துக் காட்டிய போது சம்பிரதாய விரோதமாகச் சில பகுதிகள் உள்ளனவென்று சொன்னார்களாம். அதனால் அவர் தம்மை ஒரு ஜைனராகச் சொல்லிக்கொண்டு சிற்றாம்பூர் என்னும் இடத்திலுள்ள ஜைன மடத்திற்கு வந்து சில காலம் தங்கி ஜைன நூல்களையும் ஜைன சம்பிரதாயங்களையும்

கற்றுச் சென்று மீட்டும் புதிய உரையை எழுதினாராம். விசேஷ உரையுடன் இருக்கும் பிரதியிலுள்ளது பின்பெழுதிய உரையென்று தெரிய வந்தது.

இப்படி நூலாராய்ச்சியால் புலப்படாமல் கர்ண பரம்பரை யாகக் கேட்டுத் தெரிந்த செய்திகளால் பல விஷயங்கள் எனக்கு விளங்கின. சிந்தாமணியின் நூலாசிரியராகிய திருத்தக்க தேவர் வரலாறு அவ்வாறுதான் எனக்குத் தெரிந்தது.

இராமசுவாமி முதலியார் பாடம் கேட்டு வந்தார். அங்கங்கே சிந்தாமணி நூலின் நயத்தையும் உரை நயத்தையும் அறிந்து அவர் பாராட்டுவார். கோவிந்தையாரிலம்பகத்தின் முதற் செய்யுளுரையில் "வீரன்றாணிழல்" என்பதற்குச் சமவசரணம் என்று பொருள் எழுதப்பட்டிருந்தது. அந்தத் தொடர் எதைக் குறிக்கிறதென்று எனக்கு விளங்கவில்லை. விளங்காவிட்டால் விடுவேனா? சந்திரநாத செட்டியாரிடம் போய்க் கேட்டேன். சமவசரண மென்பது பெரிய ஜைனாலயமென்று தெரிய வந்தது. அதற்குப் பல அங்கங்கள் உண்டென்று சந்திரநாத செட்டியார் சொல்லி, "என் வீட்டிற்கு எதிரே குணபால செட்டியார் என்பவர் வீடு இருக்கிறது. அவ் வீட்டில் சமவசரணத்தின் படம் உண்டு. அதைப் பார்த்தால் அதன் விஷயம் நன்றாகத் தெரியும்" என்று சொன்னார்.

## பவ்ய ஜீவன் *

அப்படியே அவ்வீடு சென்று குணபால செட்டியாரைக் கண்டு பேசினேன், அவர் சமவசரணத்தின் படத்தை எனக்குக் காட்டினார். அதிலிருந்து சமவசரணத்தின் உறுப்புக்கள் எனக்குத் தெளிவாகத் தெரிய வந்தன. குணபால செட்டியார் ஜைன சம்பிரதாயம் தெரிந்தவர். அவரை விட அதிகமாக அவர் மனைவி யாருக்குத் தெரியும்.

நான் அவ்வீட்டுக்குப் போன அன்று சமவசரணப் படத்தைப் பார்த்ததோடு ஜைன சமய சம்பந்தமான சில விஷயங்களை விசாரித்தேன். அவர் தமக்குத் தெரிந்தவற்றைச் சொல்லிவிட்டு மற்ற விஷயங்களை விளக்குவதற்காகத் தம் மனைவியாரை அழைத்து வந்தார். அவர் ஜைன சமய விஷயங்களில் பெரிய நிபுணரான தரணி செட்டியார் என்பவருடைய சகோதரியார். அவர் மூலமாகச் சில விஷயங்களைத் தெரிந்து கொண்டேன். நான் கேட்கும் கேள்விகளிலிருந்து அப்பெண்மணியார் நான் ஜைன சமய நூல்களில் பயிற்சியுடையவனென்று எண்ணி, "இவர்கள் பவ்ய ஜீவன் போல் இருக்கிறதே" என்று தம் கணவரிடம் சொன்னார்.

---

* இவ்விஷய விரிவை நான் எழுதி வெளியிட்டுள்ள நல்லுரைக் கோவை நாலாம் பாகத்தில் காணலாம்.

பக்குவ ஆன்மாக்களைப் பவ்ய ஜீவனென்பது ஜைன சம்பிரதாயம். நச்சினார்க்கினியர் சிந்தாமணிக்கு ஜைனர்களுடைய சம்மதத்தைப் பெற்று உரை எழுதியபோது எவ்வளவு சந்தோஷத்தை அடைந்திருப்பாரோ அவ்வளவு சந்தோஷத்தை அப்போது நான் அடைந்தேன். 'சிந்தாமணி ஆராய்ச்சிக்கு நீ தகுதியுடையவன்' என்ற யோக்கியதா பத்திரத்தை அந்த ஜைன விதுஷி அளித்ததாகவே நான் எண்ணினேன்.

### சமுத்திர விஜயம் செட்டியார்

இந்த ஜைன நண்பர்களோடு அதே தெருவில் இருந்தவரும் மிக்க செல்வரும், தரணி செட்டியாருடைய மருகருமாகிய சமுத்திர விஜயம் செட்டியாருடைய பழக்கமும் எனக்கு உண்டாயிற்று. அவருடைய துணையினால் எனக்குச் சில ஜைன நூல்கள் இரவலாகக் கிடைத்தன.

### நச்சினார்க்கினியர் உரை

இவ்வாறு ஜைனர்களுடனும் ஜைன நூல்களுடனும் இடைவிடாது பழகியபோது சிந்தாமணியின் அருமை வர வர எனக்கு நன்கு புலப்படலாயிற்று. செந்தமிழ்க் காவியங்களுக் கெல்லாம் அதுவே உரையாணி என்பதை அறிந்து கொண்டேன். அதனுடைய போக்கிலே உள்ள கம்பீரமும் சொல்லாட்சிச் சிறப்பும் என் மனத்தைக் கவர்ந்தன.

நச்சினார்க்கினியர் உரையினால் புதிய புதிய விஷயங்களை உணர்ந்தேன். இரண்டு விஷயங்களில் அவரிடம் சிறிது வருத்தம் உண்டாயிற்று. பல இடங்களில் மாறிக் கூட்டிப் பொருள் விளக்குகிறார். ஓரிடத்திலுள்ள பாட்டிலிருக்கும் சொல்லைப் பல பாட்டுக்கு முன்னே மற்றோரிடத்திலுள்ளதோடு இணைத்து மாட்டெறிகின்றார். அத்தகைய இடங்களில் அவர் உரையில் சிறிது வெறுப்புத் தட்டியது. ஒரு விஷயத்துக்கோ சொற்பிரயோகத்துக்கோ ஒரு நூற் செய்யுட் பகுதியை மேற்கோள் காட்டுமிடத்தில் அந்த நூற் பெயரைச் சொல்வதில்லை. 'என்றார் பிறரும்' என்று எழுதி விட்டு விடுகிறார். சிந்தாமணிப் பாட்டாக இருந்தால் சந்திரநாத செட்டியார் இருக்கிறார். வேறு நூலாக இருந்தால் என்ன செய்வது! அவர் மேற்கோளாகக் காட்டும் உதாரணங்களோ நான் படித்த நூல்களிலே இல்லாதன. அவர் உதாரணங்கள் காட்டும் அந்த நூல்களின் தொகுதியே ஒரு தனி உலகமாக இருக்குமோ என்ற மலைப்பு எனக்குத் தோற்றியது. "நூற்பெயரையாவது இந்த மனிதர் சொல்லித் தொலைக்கக் கூடாதா?" என்று அடிக்கடி வருத்தம் உண்டாகும். ஆனாலும் அந்த மகோபகாரியின் அரிய உரைத் திறத்தின் பெருமையை நான் மறக்கவில்லை. சுருக்கமாக விஷயத்தை விளக்கி விட்டு எது நுணுக்கமான விஷயமோ அதற்கு

அழகாகக் குறிப்பு எழுதுகிறார். அவர் எழுதும் பதசாரங்கள் மிக்க சுவையுடையன. அவர் அறிந்த நூல்களின் பரப்பு ஒரு பெருங்கடலென்றே சொல்ல வேண்டும். இவ்வளவு சிறப்புக்களுக்கிடையே முன் சொன்ன இரண்டு குறைபாடுகளும் மறைந்து விடுகின்றன.

## சிந்தாமணி நயம்

இராமசுவாமி முதலியாருக்குப் பாடம் சொல்லுவதாக ஆரம்பித்த சிந்தாமணி ஆராய்ச்சி வரவர எனக்கு இன்பந் தரும் ஒரு பொழுதுபோக்காகி விட்டது. காலேஜிலும் வீட்டிலும் பாடம் சொல்லும் நேரம் போகச் சிந்தாமணியைப் படிப்பதிலே ஆழ்ந்திருந்தேன். அனபாய சோழ மகாராஜா சீவகசிந்தாமணியைப் படித்து அதன் நயத்திலே ஈடுபட்டிருந்தாரென்றும், அப்போது சேக்கிழார் ஜைனர்கள் கட்டிய கதை அந்நூல் என்று சொன்னாரென்றும், நான் வாசித்திருந்தேன். அந்தச் சோழ சக்கரவர்த்தியின் உள்ளத்தைப் பிணிக்கும் காவியரஸம் அந்த அரிய நூலில் இருப்பது உண்மையென்றே நான் உணர்ந்தேன். அது 'பொய்யே கட்டி நடத்திய சிந்தாமணி' யானால் நமக்கென்ன? நாம் வேண்டுவன சொற்சுவையும் பொருட்சுவையும் தமிழ் நயமுமே; அவை நிரம்பக் கிடைக்கும் காவியமாக இருக்கும்போது அதைப் படித்து இன்புறுவதில் என்ன தடை?

## நான் கொடுத்த வாக்கு

சிந்தாமணிப் பாடத்தில் காந்தருவ தத்தையாரிலம்பகத்தில் பாதி நடந்திருந்தது. அக்காலத்தில் முதலியார் தம் வேலையை ராஜினாமாச் செய்து விட்டு ஒரு கட்டுப்பாடுமின்றி வாழவேண்டுமென்றும் சென்னைக்குச் சென்று வக்கீலாக இருக்கலாமென்றும் எண்ணிக் குடும்பத்துடன் புறப்பட்டார். புறப்படுங்காலத்தில் என் வீட்டுக்கு வந்தார்; "சிந்தாமணியின் பெருமையை நீங்கள் இப்போது நன்றாக உணர்ந்திருக்கிறீர்கள். இந்த அருமையான காவியம் படிப்பாரற்று வீணாகப் போகாமல் நீங்கள் பாதுகாக்க வேண்டும், இன்னும் சில பிரதிகள் சம்பாதித்து நீங்களே அச்சிட்டு வெளிப்படுத்த வேண்டும். அதைப் போன்ற உபகாரம் வேறு ஒன்றும் இல்லை" என்று சொன்னார். நான், "என்னால் இயன்ற அளவு முயன்று அப்படியே செய்கிறேன்" என்று வாக்களித்தேன். அவர் விடைபெற்றுச் சென்றார்.

# 90

# அன்பர் பழக்கமும் ஆராய்ச்சியும்

கும்பகோணம் பெரிய நகரமாக இருந்தும், கனவான்கள் மாலை நேரங்களில் கூடிப் பழகிப் பேசுவதற்குத் தக்க பொதுவிட

மொன்று இல்லை என்ற குறை நகர வாசிகளுக்கு இருந்தது. ஒரு நகர மண்டபம் வேண்டுமென்று காலேஜ் ஆசிரியர்கள் விரும்பினர். கும்பகோணம் காலேஜில் பிரின்ஸிபாலாக இருந்த போர்ட்டர் துரையின் ஞாபகம் நிலவும்படி அவர் பெயரால் ஒரு நகர மண்டபம் அமைக்கலாமென்று கோபால ராவ் முதலிய வர்கள் கூறினர். இந்த விஷயத்தில் சாது சேஷையரும், ஆர். வி. ஸ்ரீநிவாஸையரும் மிக்க முயற்சியுடையவராக இருந்தனர். நகரத்திலுள்ள பொது ஜனங்கள் ஒரு கூட்டம் கூடி, போர்ட்டர் ஞாபக மண்டப அமைப்புக்குரிய 'கமிட்டி' ஒன்றை நியமித்தனர். அதற்கு ஸ்ரீநிவாஸையரே காரியதரிசியாக இருந்தார்.

## நிலப் பரிவர்த்தனை

நகர மண்டபத்தை நிருமிக்க ஒரு குறிப்பிட்ட இடத்தைக் 'கமிட்டி'யினர் தேர்ந்தெடுத்தனர். அவ்விடம் லக்ஷ்மீ நாராயணபுர மென்ற பெயருள்ளது; வலையர்கள் குடியிருப்பாக இருந்தது. திருவிடைமருதூர் தேவஸ்தானத்துச் சொத்தாகிய அது திருவாவடு துறை ஆதீனத்தின் வசம் இருந்தது. அந்த மண்டபத்திலிருந்து நிலத்தை வாங்குவதற்கு வழி என்னவென்று 'கமிட்டி' அங்கத்தினர் கள் யோசித்தபோது ஸ்ரீநிவாஸையர், "நம்முடைய காலேஜ் தமிழ்ப் பண்டிதர் திருவாவடுதுறை மடத்திற்கு மிகவும் வேண்டியவர். அவரைக் கொண்டு காரியத்தை முடித்துக் கொள்ளலாம்" என்று சொல்லி என்னிடமும் விஷயத்தைத் தெரிவித்தார். "நிலங்களை விற்கும் உரிமை ஆதீனத் தலைவருக்கு உண்டா?" என்ற விஷயத் தைப் பற்றிச் சந்தேகம் பிறந்தது. விஷயம் தெரிந்த சிலர், "விற்கக் கூடாது" என்றனர். வேறு சிலர் அதற்குரிய உபாயத்தைத் தெரிவித் தனர். "வேறு ஓரிடத்தில் இந்த நிலத்தின் மதிப்புடைய மற்றொரு நிலத்தை வாங்கியளித்துப் பரிவர்த்தனை செய்து கொண்டால் தடை இராது" என்று கூறினர். அப்படியே செய்யலாமென்ற தீர் மானத்தின் மேல் ஸ்ரீநிவாஸையரும் வேறு சில கனவான்களும் என்னை உடனழைத்துக் கொண்டு திருவாவடுதுறைக்குப் போவ தாக எண்ணினர்.

1881ஆம் வருஷம் மே மாதம் 3ஆம் தேதியன்று இரவு ஸ்ரீ சாதுசேஷையர், சுந்தர ராவ், ஸ்ரீநிவாஸையர், எஸ். ஏ. சாமிநாதையர் என்பவர்களுடன் நானும் திருவாவடுதுறைக்குப் போனேன். மறுநாள் முழுவதும் தங்கிச் சுப்பிரமணிய தேசிகரிடம் பேசினோம். என்னுடன் வந்திருந்த அன்பர்களிற் சிலர் அதற்கு முன் மடத்தைப் பாராதவர்கள்; அதனால் அதன் உண்மையான சிறப்பை அதுவரை யில் அவர்கள் அறிந்து கொள்ளாமல் இருந்தனர். அன்று அங்குள்ள அமைப்புக்களையும், காரியங்களெல்லாம் நடைபெற்று வரும் ஒழுங்கையும் கண்டு மகிழ்ந்தனர்.

சுப்பிரமணிய தேசிகர் யாவருக்கும் தக்க உபசாரங்கள் செய்வித்தார். அவர் பேசிக்கொண்டு வந்தபோது அப்பேச்சிலிருந்து அவர் நல்ல நூற்பயிற்சி யுடையவரென்பதை ஆசிரியர்கள் அறிந்து கொண்டனர். சிவஞான போத பாஷியத்திலும் தொல்காப்பியச் சூத்திர விருத்தியிலும் சில பாகங்களைப் படிக்கச் சொல்லி விளக்கினார். அவற்றை நானே படித்தேன். இடையிடையே ஸம்ஸ்கிருத சுலோகங்களையும் வியாகரணச் செய்திகளையும் சுப்பிரமணிய தேசிகர் எடுத்துரைத்ததைக் கேட்டு யாவரும் மகிழ்ச்சி அடைந்தனர். நான் அங்கே படித்ததையும் தேசிகருடன் பேசிய முறையையும் கண்ட அவர்கள், "நம்முடைய பண்டிதர் நன்றாகப் படிக்கிறார். பக்குவமாகப் பேசுகிறார்" என்று சொல்லிப் பாராட்டினார்கள்; தேசிகர் அவர்கள் விருப்பத்தின்படியே பரிவர்த்தனையாக வேறு நிலங்களை வாங்கிக் கொண்டு குறிப்பிட்ட இடத்தைப் போர்ட்டர் நகர மண்டபத்தின் பொருட்டு வழங்க ஏற்பாடு செய்து விட்டார்.

இந்தச் செய்கையில் எனக்குத் தனியான பெருமை ஒன்று இராவிட்டாலும், நகரவாசிகளுக்கு மாத்திரம் என்னுடைய முயற்சியால்தான் அந்த இடம் சுலபமாகக் கிடைத்ததென்ற எண்ணமும், அதனால் என்னிடத்து ஒரு மதிப்பும் உண்டாயின. நகர மண்டபத்திற்குக் கோபால ராவே அஸ்திவாரக் கல் நாட்டினார். பொது ஜனங்களிடத்திலிருந்து பணம் வசூல் செய்து மண்டபம் கட்டத் தொடங்கினார்கள்.

## கோபால ராவ் பிரிவுபசாரம்

இப்படியிருக்கையில் 1882ஆம் வருஷம் கோபால ராவை அரசாங்கத்தார் சென்னைப் பிரஸிடென்ஸி காலேஜுக்கு மாற்றினார்கள். பல வருஷங்களாகக் கும்பகோணம் காலேஜில் ஆசிரியராக இருந்து எல்லோருடைய நன்மதிப்பையும் பெற்றவர் அவர். பிள்ளைகள் அவரிடத்தில் பயபக்தியோடு நடந்தாலும், உள்ளத்துள்ளே அவர் பால் தனியான அன்பைக் கொண்டிருந்தனர். இதற்குக் காரணம் அவரது திறமைதான். தாமே தனியாகப் படித்துப் பரீட்சைகளில் தேர்ச்சி பெற்று ஆசிரியர் வேலையை ஒழுங்காகப் பார்த்துவந்த அவருடைய முயற்சியை அறிஞர்களெல்லாம் பாராட்டுவார்கள். அவர் ஷேக்ஸ்பியர் நாடகங்களைப் பாடம் சொல்லும்போது மாணாக்கர்கள் அசைவற்ற பிரதிமைகளைப் போல இருந்து கேட்பார்கள். திருத்தமும் தெளிவுமுள்ள வார்த்தைகளால், மாணாக்கர்களின் அறிவு நிலையை அறிந்து விஷயங்களை உணர்த்துவதில் அவர் மிக்க சமர்த்தர். ஆங்கிலத்தில் அவருக்குள்ள மேதை மிகச் சிறப்பு வாய்ந்தது. அவர் எப்பொழுதும் படித்துக் கொண்டேயிருப்பார். தமிழ் நூல்கள் சிலவற்றில் அவருக்கு நல்ல பயிற்சி உண்டு. எதைப் படித்தாலும் அழுத்தமாகப் படித்து நினைவில் இருத்திக் கொள்ளுவதால் அவர் படிப்பு அவ்வளவும்

பயனுள்ளதாயிற்று. அவருக்கு நன்னூலிலும், குறள் முதலிய நூல்களிலும் எவ்வளவு பழக்கம் உண்டென்பதைத் தியாகராச செட்டியார் சொல்லக் கேட்டதோடு, நானே நேரில் உணர்ந்தும் இருக்கிறேன். செட்டியார் கும்பகோணம் காலேஜிற்கு வருவதற்கு முன் சில காலம் கோபால ராவ் காலேஜ் வகுப்புக்களில் தமிழ்ப் பாடம் நடத்தி வந்தார். செட்டியாருடைய திறமையை உணர்ந்து வருவித்துக் காலேஜில் வேலை செய்வித்தவரும் அவரே.

தளராத ஊக்கத்துடன், மேற்கொண்ட வேலையை நிறைவேற்ற வேண்டுமென்பது அவர் கொள்கை. அக்கொள்கைக்கு ஆதாரமாக விளங்கும்.

"அருமை யுடைத்தென் றசாவாமை வேண்டும்
பெருமை முயற்சி தரும்"

என்ற குறளை அவர் தம் புஸ்தகங்களில் எழுதி வைத்துக் கொள்ளு வது வழக்கம்.

இவ்வாறு தமிழில் அன்புடைய அவர் பிரிவதில் எனக்கு மிக்க வருத்தம் உண்டாயிற்று. அவருக்கும் நெடுங் காலம் பழகிய கும்பகோணம் காலேஜை விட்டுப் போகிறோமே என்ற வருத்தம் ஓரளவு இருந்தது. அவர் சென்னைக்குச் செல்லும் செய்தி கேட்டுக் கும்பகோண நகர வாசிகள் துன்புற்றனர்.

அவருக்கு ஒரு பிரிவுபசாரம் நடத்தவேண்டுமென்று ஆசிரியர் களும் அவருடைய அன்பர்களும் தீர்மானித்தார்கள். 1882ஆம் வருஷம் செப்டம்பர் மாதம் பிரிவுபசாரம் நடை பெற்றது. அதில் கோபால ராவ் விஷயமாகப் பத்துச் செய்யுட்கள் இயற்றி நான் படித்தேன். படிக்கும் போது வருத்தம் தாங்காமல் கண்ணீர் விட் டேன்.

அப்பாடல்களிற் சில வருமாறு:

"மாறாத வாய்மை தனில் மனச்சான்றுக் கொத்தியலும்
மாண்பு தன்னில்
தேறாத மாணவகர்க் கினிதுவிளங் குறத்தெருட்டும்
திண்மை தன்னில்
சீறாத இயல்புடைய கோபால ராயவண்ணற்
சிவணு வோர்யார்
பேறாய அவன்பெருமை மிகச்சிறியன் நாவொன்றாற்
பேசற் பாற்றோ?"

(மனச்சான்று – மனச்சாட்சி. தெருட்டும் – விளக்கும். சிவணுவோர் – ஒப்பாவார்)

"மன்னியநற் பொருட்கல்வி கற்றலரி ததினரிது
மாற ஐயம்

அன்னியர்பால் வினவாமை அதினரிது மாணாக்கர்க்
கையந் தீர்த்தல்
பன்னியவா றேநடத்த லதினரிய திவைஇயல்பாப்
படைத்தோன் அன்பு
துன்னியவன் னையைநிகர்த்த கோபால ராயப்பேர்த்
தூய னம்மான்"

(ஐயம் மாறவென்று கூட்டுக. இவை இயல்பாய் படைத்தோன் – இந்தக் குணங்களை இயல்பாகவே கொண்டவன்)

"முன்னாடுந் திறமை தனில் மிகவல்ல துரைத்தனத்து
முதல்வர் தொண்டை
நன்னாடு சான்றோரை யுடைத்தென்றல் தனைப்புதுக்க
நாடிக் கொல்லோ
எந்நாடும் புகழினிய கோபால ராயவண்ணல்
இணைமிக் கோங்கும்
மின்னாடும் மணிமாடச் சென்னைநகர் வரச்செய்த
விதந்தான் மன்னோ."

('தொண்டை நன்னாடு சான்றோ ருடைத்து' என்பது ஒளவையார் பாடிய பழைய வெண்பாவின் பகுதி.)

உபசாரமெல்லாம் முடிந்த பிறகு நான் தனியே கோபால ராவ் வீட்டிற்குச் சென்று அவரிடம், "தங்களுக்குப் பின் வருபவர் எப்படி இருப்பாரோ, அறியேன். தாங்கள் எனக்கு ஒரு யோக்கியதா பத்திரம் தந்தால் நலமாயிருக்கும்" என்றேன். அவர், "அதைப் பற்றி நீங்கள் கவலைப்பட வேண்டாம். யார் வந்தாலும் உங்களிடம் பிரீதியாகவே இருப்பார்கள். நான் யோக்கியதா பத்திரம் தனியே எழுதித் தரவேண்டுமென்ற அவசியம் இல்லை. உங்களைப்பற்றி மேலதிகாரிகளுக்குச் சிபாரிசு செய்து எழுதிய கடிதத்தின் பிரதி ஒன்றைக் காலேஜிலிருந்து வாங்கி வைத்துக் கொள்ளுங்கள். அதுவே போதும்" என்றார். அதிலிருந்து என்னைப்பற்றிச் சிறப்பாக மேலதிகாரிகளுக்கு அவர் எழுதியிருப்பது உறுதியாயிற்று. கோபால ராவுக்குப் பிறகு காலேஜ் பிரின்ஸிபாலாக ஸ்டூவர்ட்துரை என்பவர் வந்தார்.

## சிந்தாமணி ஏட்டுப் பிரதிகள்

சேலம் இராமசுவாமி முதலியார் சென்னைக்குச் சென்று எனக்குக் கடிதங்கள் எழுதினார். சீவகசிந்தாமணி ஆராய்ச்சியைத் தொடர்ந்து நடத்த வேண்டுமென்று ஒவ்வொரு கடிதத்திலும் வற்புறுத்தினார். நான் அவ்வாறே படித்து ஆராய்ந்து வருவதைத் தெரிவித்தேன். பவர்துரை பதிப்பித்த சிந்தாமணி நாமகளிலம்பக அச்சுப்பிரதி ஒன்று எனக்குக் கிடைத்தது. தியாகராச செட்டி

யாருக்கு நான் சிந்தாமணி படித்து வருவதைத் தெரிவித்தபோது அவர் தம்மிடமிருந்த பிரதியை, திரு. பட்டாபிராம பிள்ளை மூலம் அனுப்பினார். அப்பிரதி பிள்ளையவர்களால் முதலில் எழுதப் பெற்றது. பொழிப்புரையும் விசேடவுரையும் முற்றும் அதில் இருந்தன.

நான் சிந்தாமணி முழுவதையும் தனியே இரண்டு குறிப்புப் புஸ்தகங்களில் எழுதி வைத்துக் கொண்டு ஆராய்ந்தேன். ஸ்ரீ சுப்பிரமணிய தேசிகர் திருநெல்வேலியிலிருந்து சில ஏட்டுப் பிரதிகளை வருவித்துக் கொடுத்தார். எல்லாவற்றையும் வைத்து ஒப்பிட்டுப் பார்த்துப் பாட பேதங்களைக் குறித்துக் கொண்டேன். என்னிடம் வீட்டில் பாடம் கேட்பவர்களை வைத்துக் கொண்டு பிரதிகளை ஒப்பு நோக்குவேன். காலேஜ் மாணாக்கர்களும் வந்து உதவி செய்வார்கள். ஒரே சமயத்தில் நாலைந்து மாணாக்கர்கள் ஆளுக்கு ஒரு பிரதி வைத்துக் கொண்டு பாட பேதம் பார்க்கும் போது வேலை மிகவும் வேகமாக நடைபெறும். அதில் சிறிதும் சிரமமே தோற்றாது. பகலோ, இரவோ, ஏதாயிருந்தாலும் சலிப்பின்றி ஆராய்ச்சி செய்து வந்தேன்.

தியாகராச செட்டியாரிடமிருந்து எனக்கு அடிக்கடி கடிதங்கள் வந்துகொண்டே இருந்தன. அவர் பென்ஷன் பெறும் விஷயத்தில் சில சிக்கல்கள் நேர்ந்தமையால் அதனைக் குறித்துப் பிரின்ஸிபாலிடமும் மற்றவர்களிடமும் தெரிவித்துக் காரியம் நிறைவேறும்படி செய்ய வேண்டுமென்று மிக்க கவலையோடு எழுதிவந்தார். நான் அதைப் பற்றிச் சொல்ல வேண்டியவர்களிடம் சொல்லி முயற்சி செய்தேன். செட்டியார் வேலையை விட்ட ஒரு வருஷத்துக்குப் பிறகே அவருக்குப் பென்ஷன் உத்தரவு கிடைத்தது.

### திருக்குடந்தைப் புராணம்

பிள்ளையவர்கள் இயற்றிய நூல்களில் அச்சில் வராதவற்றை வெளியிட வேண்டுமென்பது தியாகராச செட்டியாரது விருப்பம். முதலில் திருக்குடந்தைப் புராணத்தை வெளியிடும் பொருட்டுக் கும்பகோணத்திலிருந்த சில கனவான்களிடம் சொல்லி ஏற்பாடு செய்திருந்தார். அவர் திருவானைக்காவுக்குப் போன பிறகு அதைப் பற்றி அடிக்கடி ஞாபகப்படுத்திக் கடிதம் எழுதினார். அதற்குப் பொருளுதவி செய்வதாகச் சொன்னவர்களை நான் அணுகிப் பணம் வாங்கிச் செட்டியாருக்கு அனுப்பி வந்தேன். செட்டியார் முதலில் தஞ்சாவூர் சதாவதானம் சுப்பிரமணிய ஐயர் சென்னையில் வைத்திருந்த அச்சுக்கூடத்தில் அச்சிட ஏற்பாடு செய்து சிறிது முன்பணமும் கொடுத்திருந்தார். ஆனால் அது நிறைவேறவில்லை. பிறகு சென்னையில் இருந்த சூளை சோமசுந்தர நாயகர் அச்சிட்டு அனுப்புவதாக ஒப்புக் கொண்டமையால் அவருக்கே புராணப் பிரதியை அனுப்பினார். அவ்வப்போது அவரிடமிருந்து 'புரூப்'

செட்டியாருக்கு வரும். அவருக்குக் கண் ஒளி குன்றி வந்தமையால் அதை அவர் பார்த்து விட்டு எனக்கு அனுப்புவார். நான் அதைப் பார்த்துத் திருத்திச் சென்னைக்கு அனுப்புவேன். புராணத்தை அச்சுக்கு ஸித்தம் செய்தவனும் நானே. மூலத்தை மாத்திரம் ஒழுங்கு செய்து அச்சிட்டு வந்தோம். குறிப்புரையுடன் வெளியிட்டால்தான் படிப்பவர்களுக்கு உபயோகமாக இருக்குமென்ற கருத்து அப்போது எனக்கு எழவில்லை.

### சிந்தாமணி நயம்

சிந்தாமணியிலும் அதன் உரையிலும் மூழ்கியிருந்த எனக்கு மற்ற வேலைகளில் கவனம் செல்லவே இல்லை. அந்த நூலின் புதுமைச் சுவையை நுகர்ந்து நுகர்ந்து இன்புற்றேன். அதனைப் படிக்கப் படிக்கப் பிற்காலத்து நூல்களெல்லாம் எவ்வளவு தூரம் அந்தக் காவியத்திலிருந்து காவிய மரபுகளை அறிந்து அமைத்துக் கொண்டுள்ளனவென்பது நன்கு விளங்கியது. வாரந்தோறும் திருவாவடுதுறைக்குப் போகும்போது சிந்தாமணியில் நான் கண்ட நயங்களையெல்லாம் சுப்பிரமணிய தேசிகரிடம் சொல்வேன். அதில் அங்கங்கே உள்ள மேற்கோள்களிற் பல இன்ன நூல்களென்று விளங்கவில்லையென்றும் கூறுவேன். அவர், "மடத்தில் எவ்வளவோ பழைய நூற் பிரதிகள் இருக்கின்றன. அவற்றைப் பார்த்து ஏதாவது உபயோகமாக இருந்தால் எடுத்துக் கொள்ளலாம்" என்று அனுமதி யளித்தார். நான் மிக்க நன்றியறிவுடன் அவ்வாறே செய்வதாகச் சொன்னேன்.

### நமசிவாய தேசிகர்

சின்னப் பண்டார சந்நிதியாகிய நமசிவாய தேசிகர் சிந்தாமணி விஷயத்தைக் கேட்டு வியப்பார். ஆனால் அவருக்குப் பூர்ணமான திருப்தி அதனால் உண்டாகவில்லை. "ஜைன சமய நூல் அது" என்ற ஞாபகந்தான் அதற்குக் காரணம். நச்சினார்க்கினியர் உரைத் திறத்தைக் கேட்டு மிகவும் பாராட்டுவார்.

அவர் பழையபடி கல்லிடைக்குறிச்சிக்குச் சென்று வசிக்கலா னார். அங்கிருந்து எனக்குக் கடிதம் எழுதினார். விடுமுறைகளில் அங்கே வந்து சில நாட்கள் தங்கும்படி சிலமுறை எழுதினார். அவர் விருப்பத்தை நிறைவேற்ற என்னால் இயலவில்லை.

# 91
## எனது இரண்டாவது வெளியீடு

திருவானைக்காவில் இருந்த தியாகராச செட்டியாரிடமிருந்து ஒருவர் என்னிடம் ஒரு நாள் வந்தார். அவர் தமிழ் நூல்களைப் படித்தவரென்றும் பின்னும் படிக்க வேண்டுமென்ற ஆசையுடன்

இருப்பவரென்றும் திருவாவடுதுறை மடத்தில் சேர்த்து அவரைப் படிக்கச் செய்யவேண்டுமென்றும் செட்டியார் எழுதியிருந்தார். அவர் என்னைவிட ஐந்தாறு வருஷங்கள் பிராயத்தில் சிறியவராக இருக்கலாம்.

### திருமானூர் அ. கிருஷ்ணையர்

அவர் திருமானூரென்னும் ஊரினர்; கிருஷ்ணையரென்பது அவர் பெயர். தாம் திருச்சிராப்பள்ளியில் இருந்ததாகவும், திருவானைக்காவில் செட்டியார் இருப்பது தெரிந்து அவரிடம் சென்று படிக்க முயன்றதாகவும் அவர் தளர்ச்சி மிகுதியினால் பாடஞ் சொல்ல இயலாத நிலையில் இருப்பதாகவும், அதன்மேல் தம்மை என்னிடம் அனுப்பியதாகவும் சொன்னார். நான் அவரைப் பரீட்சித்தேன். திருவிளையாடற் புராணத்திலிருந்து பல செய்யுட்களைப் படலம் படலமாக அவர் பாராமலே சொன்னார். அவர் அவற்றைச் சொல்லும்போதே அச் செய்யுட்களின் கருத்தில் அவர் மனம் ஈடுபட்டு நிற்பதை உணர்ந்தேன். சாரீரம் இனிமையாக இருந்தது. அவர் கையெழுத்தும் நன்றாக இருந்தது. நல்ல சிவபக்தியுடையவரென்பதை அறிந்து கொண்டு, 'இவரைப் பிற்காலத்தில் நாம் பயன்படுத்திக்கொள்ளலாம்' என்று எண்ணினேன்.

அவருக்குத் தமிழ்க் கல்வியின்பால் இருந்த ஊக்கத்தை அறிந்து திருவாவடுதுறைக்கு அழைத்துச் சென்று ஸ்ரீ சுப்பிரமணிய தேசிகரிடம் ஒப்பித்தேன். அவர் அங்கே தேசிகரிடத்திலும் மடத்து வித்துவானாக அக்காலத்தில் இருந்து வந்த மதுரை இராமசாமி பிள்ளையிடத்திலும் தமிழ் நூல்களைப் படித்துக் கொண்டு ஒழுங்காக இருந்து வந்தார். நான் ஒவ்வொரு வாரத்திலும் அங்கே செல்லும் போது அவரைக் கண்டு பேசுவேன். அவரது கல்வி வர வர வளர்ச்சி பெறுவதை அறிந்து மகிழ்வேன்.

இவ்வாறு இருந்து வருகையில் வேலூரிலுள்ள மஹந்து ஹைஸ்கூலில் ஒரு தமிழ்ப் பண்டிதரை நியமிக்க வேண்டியிருந்தது. கிருஷ்ணையர் அதற்கு விண்ணப்பம் செய்தார். நானும் தக்கவர்களிடம் சொன்னதோடு சிலருக்குக் கடிதமும் எழுதினேன். அவருக்கே அவ்வுத்தியோகம் கிடைத்தது. அவர் அதனை மேற்கொண்டு நன்றாகப் பாடஞ் சொல்லி வந்தார். அடிக்கடி எனக்குக் கடிதம் எழுதுவார். அவற்றில் நிர்ப்பந்தமான வேலையில் தாம் இருப்பதை விரும்பவில்லையென்றும், திருவாவடுதுறைக்கு வந்து படித்துக் கொண்டிருப்பதையே விரும்புவதாகவும் எழுதுவார். விடுமுறை நாட்களில் கும்பகோணத்துக்கு வந்து என்னுடன் இருந்து ஏடு பார்த்தல் முதலிய உபகாரங்களைச் செய்து வருவார்.

### நமசிவாய தேசிகர் மறைவு

1883-ஆம் வருஷ ஆரம்பத்தில் கல்லிடைக்குறிச்சியில் சின்னப் பண்டார சந்நிதியாகிய நமசிவாய தேசிகர் பரிபூரணம் அடைந்தார்.

அதனால் மடத்தைச் சார்ந்தவர்கள் மிக்க வருத்தத்தை அடைந் தனர். தமிழிற் சிறந்த பண்டிதராகிய அவர் திருவாவடுதுறை யாதீனத் தலைமைக்குப் பலவகையாலும் தகுதியுடையவர். கல்வி யறிவு நிரம்பிய சுப்பிரமணிய தேசிகருக்குப் பிறகு அந்த ஸ்தானத்தை வகித்து ஆதீனத்தின் புகழைப் பாதுகாத்து வருவாரென்று யாவரும் நம்பியிருந்தனர். நிர்வாகத் திறமை மிக்கவர். கல்லிடைக்குறிச்சி யிலிருந்து கிராமங்களை நன்றாகப் பாதுகாத்து வந்ததோடு பல புதிய கிராமங்களையும் விலைக்கு வாங்கினார். அவரால் மடத்தில் பொருட்செல்வமும் கல்விச் செல்வமும் ஒருங்கே சிறந்து விளங்குமென்று யாவரும் எண்ணி மகிழ்ந்திருந்தனர். நாமொன்று நினைக்கத் தெய்வம் ஒன்று நினைத்துவிட்டது. என்ன செய்யலாம்!

இந்தச் செய்தியை அறிந்து நான் மடத்திற்குச் சென்று சுப்பிர மணிய தேசிகரை விசாரித்தேன். சிறந்த துறவியாகிய அவர் அதைப் பற்றி அதிகக் கவலைப்பட்டதாகவே தெரியவில்லை. "படிப்பிலும் சாமர்த்தியத்திலும் சிறந்தவரென்று எண்ணினோம். ஸ்ரீ நமசிவாய மூர்த்தியின் திருவுள்ளம் இதுபோலும்" என்று சுருக்கமாகத் தம் கருத்தை வெளியிட்டார். நான் நமசிவாய தேசிகரிடம் சில நூல்கள் பாடங் கேட்டிருக்கிறேன். அவர் காலமாவதற்கு முன் எனக்கு எழுதிய கடிதங்களில் என்னைக் கல்லிடைக்குறிச்சிக்கு வரவேண்டு மென்று வற்புறுத்தி எழுதியிருந்தார். நான் போவதற்கு இயல வில்லை. இந்த நினைவுகள் வந்து எனக்கு மிக்க துயரத்தை உண் டாக்கின.

## தாமோதரம் பிள்ளை

யாழ்ப்பாணத்தைச் சேர்ந்த ராவ்பகதூர் சி. வை. தாமோதரம் பிள்ளை அக்காலத்தில் சென்னையில் இருந்தார். தொல்காப்பியம் முதலிய பழைய நூல்களை அச்சிடும் முயற்சியில் அவர் ஈடுபட்டிருந்தார். வீர சோழியத்தையும் அவர் வெளியிட்டார். பிறகு இறையனாரகப் பொருளுரையையும், திருத்தணிகைப் புராணத் தையும் வெளியிடத் தொடங்கினார். திருவாவடுதுறை மடத்தில் பழைய ஏட்டுப் பிரதிகள் இருக்கின்றன என்பதை அறிந்து ஆதீனத் தலைவருக்கு அவற்றை அனுப்ப வேண்டுமென்று விண்ணப்பம் செய்து கொண்டார். சுப்பிரமணிய தேசிகர் அக்கடிதங்களை எனக்குக் காட்டி அவர் விரும்பிய நூற் பிரதிகள் இருக்கின்றனவா என்று தேடிப் பார்க்கச் சொன்னார். தாமோதரம் பிள்ளை இறைய னாரகப் பொருளுரை கேட்டிருந்தார். அதில் 59ஆவது சூத்திரத்தின் உரையின் பிற்பகுதி தமக்குக் கிடைக்கவில்லையென்றும் கிடைத் தால் அனுப்பவேண்டுமென்றும் எழுதினார். மடத்திலே தேடிப் பார்த்தபோது இறையனாரகப் பொருளுரையின் பழைய பிரதி ஒன்று அகப்பட்டது. அதில் அந்தச் சூத்திரவுரை முற்றும் இருந்தது. உடனே அந்தப் பிரதியைத் தாமோதரம் பிள்ளைக்குச் சுப்பிரமணிய தேசிகர் அனுப்பி வைத்தார்.

## முதற் கடிதம்

தேசிகர் அனுப்புவித்த ஏட்டுப் பிரதி வரும் விஷயத்தைத் தெரிவித்து, "தணிகைப் புராணத்தைப் பிள்ளையவர்களிடம் பாடம் கேட்டபோது மதுரை இராமசாமி பிள்ளை குறிப்பெடுத்து வைத்திருக்கிறார். அதை உபயோகித்துக் கொள்ளலாம்" என்று எழுதி அவற்றை அனுப்பச் செய்தேன். அதுவரையில் தாமோதரம் பிள்ளைக்கு நான் கடிதம் எழுதியதில்லை. என் கடிதத்தைக் கண்ட வுடன் அவர் மிகவும் மகிழ்ச்சியுற்று எனக்கு ஒரு பதிற்கடித மெழுதினார். அதிற் சில பகுதிகள் வருமாறு:

".... அடியேன் இன்னும் சின்னாளிற் கும்பகோணம் வரும் போது தங்கள் சிநேகத்தைச் சம்பாதித்தற்கு யாரிடம் ஓர் கடிதம் பெற்று வருவேனென்று சிந்தித்துக் கொண்டிருக்கத் தேடிய தெய்வம் தானே வந்து கைப்பற்றியதென்னத் தாங்களே எனக்குக் கடித மெழுதியதனை நினைக்க நினைக்கப் பேரானந்தத்தை விளைக் கின்றது. தாங்கள் எழுதி யருளிய கடிதம் வந்து மூன்றாநாள் ஸ்ரீ பெரிய சந்நிதானம் கட்டளையிட்டருளிய இறையனாரகப் பொருட் பிரதியும் தபால் மார்க்கமாக வந்து சேர்ந்து 59வது சூத்திர உரையின் கடைசிப் பாகமும் கண்டு மகிழ்வுற்றேன்.

'திருத்தணிகைப் புராணத்தின் முதலிலே ஸ்ரீலஸ்ரீ கச்சியப்ப சுவாமிகளது சரித்திரத்தைச் சுருக்கமாய் அச்சிட விரும்பு கின்றேனாதலால் தாங்களாவது ஸ்ரீமத் இராமசாமி பிள்ளையாவது அச் சரித்திரத்தை விரைவில் எழுதியனுப்பினால் அடியேன் மிக்க நன்றியறிவுள்ளவனாயிருப்பேன். யார் அதனை எழுதியனுப்பினும் இன்னாரால் எழுதப்பட்ட தென்பதை அதிற் குறித்துக் காட்ட அடியேனுக்கு உத்தரவும் கொடுக்க வேண்டியது.

'மேலுள்ளன வெல்லாம் தங்கள் சமூகத்தில் நேரே தெரிவித்துக் கொள்வேன். 'பங்குனி மதியிலுற்பத்தியான தங்கள் சினேகம் பற்குனன் போலச் சீர்பெருகுவதாக.

| | |
|---|---|
| சென்னபட்டணம்,<br>சித்திரபானு ௵<br>பங்குனி ௴ 18௳<br>(25.03.1883) | இங்ஙனம்,<br>தங்கள் ஊழியன்,<br>சி. வை. தாமோதரம் பிள்ளை." |

இறையனாரகப் பொருளும் தணிகைப் புராணமும் நிறை வேறியவுடன், தாமோதரம் பிள்ளை திருவாவடுதுறை மடத்துக்கும் எனக்கும் பிரதிகள் அனுப்பினார். தணிகைப் புராணக் குறிப்புக் களை இராமசாமி பிள்ளையிடமிருந்து பெற்றுக்கொண்டும் அவர் என்ன காரணத்தாலோ பதிப்பிக்கவில்லை. 'பிள்ளையவர்கள் சொன்ன அருமையான குறிப்புக்களை இவர் லக்ஷியம் செய்ய வில்லையே. நல்ல பொருள் கிடைத்ததென்று மிக்க மகிழ்ச்சியோடு

உபயோகப்படுத்திக் கொள்ளத் தெரியவில்லையே!' என்று நான் எண்ணினேன். சுப்பிரமணிய தேசிகரும் அதே கருத்தை உடையவராக இருந்தார்.

தாமோதரம் பிள்ளை கும்பகோணத்திற்கே வந்து வசிக்கப் போகிறாரென்பது தெரிந்து எனக்கு ஓர் ஆறுதல் உண்டாயிற்று. சேலம் இராமசுவாமி முதலியார் கூறியபடி, பழைய நூல்களை ஆராய்வாரும் படிப்பாரும் இல்லாமல் பிற்கால நூல்களையே படிப்பவர்கள் மலிந்த தமிழ் நாட்டில் எனக்குத் துணை செய்வார் ஒருவரும் இல்லை. நானோ அந்த ஆராய்ச்சியில் நூதனமாகப் புகுந்தவன். ஆனாலும் எப்படியாவது விஷயத்தைத் தெரிந்து கொள்ள வேண்டும் என்ற ஆவல் மாத்திரம் மட்டுக்கு மிஞ்சி யிருந்தது. இந்த நிலையில் பழங்காலத்துத் தமிழ் நூல்களை அச்சிடும் விஷயத்தில் ஊக்கமுள்ள ஒருவர் கும்பகோணத்துக்கு வரப்போகிறா ரென்று அறிந்தவுடன் எனக்கு மகிழ்ச்சி யுண்டாயிற்று.

## திருக்குடந்தைப் புராணம்

சிந்தாமணி ஆராய்ச்சியோடு திருக்குடந்தைப் புராணப் பதிப்பும் நடைபெற்று வந்தது. வடமொழி மூலத்தையும் தமிழ்ச் செய்யுளையும் ஒப்பு நோக்கியபோது சில இடங்களில் திருத்த வேண்டியிருந்தது. செட்டியாருக்கு அவ்விஷயத்தைத் தெரிவித்தேன். அவர் பிள்ளையவர்கள் பெயருக்குக் குறைவு வராதபடி செய்வது நம் கடமையென்று எழுதினார். அதனால் எங்கெங்கே ஒழுங்குபடுத்த வேண்டுமோ அங்கெல்லாம் அவ்வாறே செய்தேன். அப்புராணப் பதிப்பில் அச்சுத்தாள்களைத் திருத்தும் முறையை நான் தெரிந்து கொண்டேன். ஆனாலும் பதிப்பு எப்படியிருந்தால் அழகாயிருக்கு மென்ற செய்திகளை நன்றாகத் தெரிந்து கொள்ளவில்லை. அச்சில் வந்துவிட்டால் கௌரவமாகக் கருதும் காலம் அது. சுபானு வருஷம் ஆனி மாதம் (1883 ஜூன் மீ) அப்புராணம் அச்சிட்டு நிறைவேறியது. சோமசுந்தர நாயகர் அப்பதிப்பிற்குச் சிறப்புப்பாயிரம் அளித்தார். புஸ்தகம், நானும் தியாகராச செட்டியாரும் சேர்ந்து பதிப்பித்ததாக வெளியாகியது. சிறப்புப் பாயிரத்தில் இதைச் சோமசுந்தர நாயகர்,

"திருவ ருங்கலைச் சாமிநா தப்பெயர் சேர்ந்த
பொருவ ரும்பெரு மறையவன் கலையுணர் புலமை
ஒருவ ரும்புகழ்த் தியாகரா சப்பெய ரரவோன்
இருவ ரும்பதிப் பித்துநல் கினரிலங் குறவே"

என்று குறிப்பித்திருக்கிறார்.

இந்தப் புஸ்தகம் நான் பதிப்பித்த இரண்டாவது வெளியீடு. பிள்ளையவர்கள் நூலைப் பதிப்பிக்கும் புண்ணியம் வாய்த்ததுபற்றி எனக்கு உண்டான திருப்திக்கு அளவில்லை. அது மட்டும் அன்று.

நான் சீவகசிந்தாமணியைப் பரிசோதித்துப் பதிப்பிக்க வேண்டு மென்ற சங்கற்பம் செய்து கொண்டிருந்தேன். அந்தப்படி நன்கு நிறைவேற வேண்டுமே என்ற கவலை என் மனத்தில் இருந்தது. பிள்ளையவர்கள் உயிரோடு இருந்தால் அவருடைய அறிவும் அன்பும் எனக்குத் துணையாக இருந்திருக்கும். அவர் இல்லா விட்டாலும் முதலில் அவருடைய நூலைப் பதிப்பித்த பிறகு சிந்தா மணியைத் தொடங்குவது நல்ல அறிகுறியென்று நான் நினைத் தேன். சந்தர்ப்பமும் அப்படி அமைந்தது. பிள்ளையவர்கள் இயற்றிய புராணங்களுள் மாயூரப் புராணமும் திருநாகைக் காரோணப் புராணமும் அவர்கள் காலத்திலேயே சென்னையில் அச்சாயின. அந்தப் புராணப் பதிப்புக்களை ஒட்டியே குடந்தைப் புராணமும் அமைந்திருந்தது. தேவாரப் பதிகங்கள், சிறப்புப்பாயிரம், நூல் என்னும் அங்கங்களுடன் அது விளங்கியது. புஸ்தகத்தைப் பார்க்கப் பார்க்கப் பிள்ளையவர்கள் ஞாபகம் வந்தது. சுப்பிரமணிய தேசிகர் புராணப் பதிப்பைக் கண்டு மிகவும் பாராட்டினார். "இப்படியே அவர்கள் இயற்றிய நூல்களை ஒவ்வொன்றாக வெளிப்படுத்தினால் நலமாக இருக்கும்" என்று சொன்னார். 'அத்தகைய புண்ணியம் கிடைக்கும் படி இறைவன் திருவருள் செய்ய வேண்டும்' என்று மனத்துக்குள் வேண்டிக் கொண்டேன்.

## 92
### சிந்தாமணி ஆராய்ச்சி

நச்சினார்க்கினியர் இடையிடையே மேற்கோளாகக் காட்டும் செய்யுட் பகுதிகள் இன்ன நூலைச் சார்ந்தவையென்று சீவக சிந்தாமணியை நான் ஆராய்ந்து வந்தபோது தெரிந்துகொள்ளவே முடியவில்லை. தொல்காப்பியச் சூத்திரங்களை மாத்திரம் தெரிந்து கொண்டேன். திருக்கோவையாரிலிருந்தும் திருக்குறளிலிருந்தும் சில செய்யுட் பகுதிகளை அவர் எடுத்துக் காட்டுகிறார். அவற்றையும் அறிந்து கொண்டேன். மற்ற மேற்கோள்களைப் படித்தபோது ஏதோ கண்ணைக் கட்டிக் காட்டில் விட்டதாக இருந்ததே ஒழிய, இன்ன நூலில் உள்ளது, இன்ன விஷயத்திற்காக மேற்கோள் என்ற செய்திகள் தெளிவாகவில்லை.

### வேறு பழைய தமிழ் நூல்கள்

சிந்தாமணியைப்போலத் தமிழ்நாட்டில் வழங்காத வேறு நூல்கள் என்ன என்ன உள்ளன என்ற ஆராய்ச்சியிலே என் மனம் சென்றது. இராமசுவாமி முதலியார் சென்னைக்குப் போகும்போது என்னிடம் சிலப்பதிகாரப் பிரதியைக் கொடுத்துச் சென்றார். சென்னைக்குச் சென்ற பிறகு நான் கேட்டுக் கொண்டபடி மணி மேகலைப் பிரதியை அனுப்பினார்.

பழைய நூல்களைத் தொகுத்துப் பார்க்கும் விஷயத்தில் கவனம் சென்ற போது திருவாவடுதுறைப் புஸ்தக சாலையின் நினைவு வந்தது. மடத்தில் என்ன என்ன பழைய நூல்கள் உள்ளனவென்று தேடிப் பார்க்க எண்ணி ஒரு சனி ஞாயிறு விடுமுறையில் நான் திருவாவடுதுறை சென்று சுப்பிரமணிய தேசிகரிடம் என் கருத்தைத் தெரிவித்தேன். அவர், "எல்லாவற்றையும் பார்த்து வேண்டியவற்றை எடுத்துக் கொள்ளலாமென்று முன்பே சொல்லியிருக்கிறோமே" என்றார்.

நான் அங்கிருந்த பழஞ் சுவடிக் கட்டுக்களைப் புரட்டிப் பார்க்கலானேன். ஏடுகளெல்லாம் மிகப் பழமையானவை; எடுத் தால் கையில் ஒட்டிக் கொள்ளக் கூடியவை. ஒரு கட்டில் 'ஏட்டுத் தொகை' என்றும் 'சங்க நூல்போல் தோற்றுகிறது' என்றும் எழுதிக் குமாரசாமித் தம்பிரான் கட்டி வைத்திருந்தார். அதை எடுத்துப் பார்க்கையில் நற்றிணை முதலிய சங்க நூல்களின் மூலம் என்று தெரிந்தது. எட்டுத் தொகையென்பது தான் ஏட்டுத் தொகை ஆயிற் றென்று உணர்ந்தேன். நற்றிணை, குறுந்தொகை, ஐங்குறுநூறு, பதிற்றுப்பத்து, பரிபாடல், கலித்தொகை, அக நானூறு, புறநானூறு என்ற எட்டு நூல்களும் எட்டுத் தொகையாகும். ஒரு பழைய பாட்டிலிருந்து அந்த எட்டின் பெயர்களும் எனக்குத் தெரியவந்தன. எல்லாவற்றின் மூலத்தையும் சேர்த்தெழுதிய ஏட்டுச் சுவடி ஒன்று அக்கட்டில் அகப்பட்டது. அதில் கலித்தொகையும், பரிபாடலும் இல்லை.

எட்டுத் தொகையோடு பிள்ளையவர்கள் வைத்துக் கொண் டிருந்த வேறு ஓர் ஏட்டுச் சுவடி கிடைத்தது. அவர்கள் காலத்தில் அந்தச் சுவடியை எப்பொழுதாவது வெயிலில் எடுத்துப் போடுவார். முதலில் பொருநராற்றுப் படை என்று அதில் இருந்தது. "என்ன நூல் இது?" என்று கேட்டபோது, "இது திருமுருகாற்றுப் படையைப் போன்ற ஓர் ஆற்றுப்படை" என்று மாத்திரம் ஆசிரியர் சொன்னார். அதற்கு மேலே என்ன என்ன உள்ளனவென்று பார்க்கும் முயற்சி அக்காலத்தில் உண்டாகவில்லை. அந்தப் பிரதிதான் மடத்துப் புத்தக சாலையிலிருந்து கிடைத்தது. திருமுருகாற்றுப் படை, பொரு நராற்றுப்படை, சிறுபாணாற்றுப்படை, பெரும் பாணாற்றுப்படை, முல்லைப்பாட்டு, குறிஞ்சிப்பாட்டு, மதுரைக் காஞ்சி, நெடுநல் வாடை, பட்டினப்பாலை, மலைபடுகடாம் என்னும் பத்து நூல்கள் சேர்ந்த தொகுதிக்குப் பத்துப் பாட்டு என்று பெயர். கடைச் சங்க காலத்தைச் சார்ந்த நூல்களுள் எட்டுத் தொகையும் பத்துப் பாட்டும் முக்கியமானவை. பத்துப் பாட்டு என்ற பெயரோ, அதில் அடங்கியவை இன்ன பாட்டுக்கள் என்பதோ அக்காலத்தில் தெரிந்துகொள்ள இயலவில்லை.

பொருநராற்றுப்படை என்று இருந்த சுவடியை நான் அதிக மாகப் பார்க்கவில்லை. பதினெண் கீழ்க் கணக்கு அடங்கிய

அபூர்த்தியான சுவடி ஒன்றும் கிடைத்தது. சிந்தாமணிப் பிரதி பழையதாக ஒன்று இருந்தது. எல்லாவற்றையும் எடுத்துக் கொண்டு கும்பகோணம் சென்றேன்.

## ஒரு தனிப் பிரபஞ்சம்

சீவகசிந்தாமணியை மாத்திரம் படித்து ஆராய்வதனால் அந்த நூலைப் பதிப்பிக்க இயலாதென்றும் மற்றப் பழைய நூல்களையும் படித்துத் தெரிந்து கொண்டால்தான் சிந்தாமணியின் பொருள் விளக்கமாகுமென்றும் நான் உணர்ந்தேன். சிந்தாமணி உரையில் காணப்பட்ட மேற்கோள்களைத் தனியே எழுதி வைத்துக்கொண்டு திருப்பித் திருப்பிப் பார்த்து வருவேன். அதனால் அவை மனப் பாடமாகவே இருந்தன. அவற்றிற் சில அந்தப் பழைய ஏடுகளில் காணப்பட்டன. அவற்றைக் கண்டபோது பெரிய புதையல் கிடைத் தது போன்ற சந்தோஷம் எனக்கு உண்டாயிற்று. மேலும் படிக்கத் தொடங்கினேன்.

படித்தால் எளிதில் விளங்கக்கூடிய நூல்களாக அவை தோற்ற வில்லை. அவற்றில் உள்ளது வேறு ஒரு தனிப்பாஷை போலவே இருந்தது. ஆனாலும் நான் விடவில்லை. படித்துப் பார்த்தேன். தொல்காப்பிய உரைகளில் வரும் பல செய்யுட்கள் அவற்றில் இருந்தன. 'இந்த நூல் தொகுதியே ஒரு தனிப் பிரபஞ்சம்' என்ற எண்ணம் எனக்கு வரவர வலிவடைந்தது.

அகநானூற்றைப் படித்து அதில் உள்ள செய்யுட்களுக்கு இலக்கமிட்டு அவற்றிலுள்ள அரும்பதங்களையும் தொடர்களையும் தொகுத்து அகராதி வரிசையில் எழுதி வைத்துக் கொண்டேன். நச்சினார்க்கினியர் எங்கெங்கே 'என்றார் பிறரும்' என்று எழுது கின்றாரோ அங்குள்ள மேற்கோட் பகுதிகளிலுள்ள பதங்களையும் தொடர்களையும் அந்த அகராதியிலே பார்ப்பேன். ஒன்று இரண்டு கிடைக்கும். அந்தப் பாட்டை எடுத்துப் பார்ப்பேன். சிந்தாமணியில் நச்சினார்க்கினியர் எழுதியிருக்கும் உரையால் அந்தச் செய்யுள் ஒருவாறு விளங்கும். அதிலே ஈடுபட்டு ஒரு முறை இரண்டு முறை மூன்று முறை படித்துப் பார்ப்பேன். சங்க நூல்களாகிய புதிய உலகத்தின் காட்சிகள் பனிமூடிய மலைபோல என் கண்ணுக்குத் தோற்றலாயின. பனிப்படலம் படர்ந்திருந்தாலும் மலையினுடைய உயரமும் பருமையும் கண்ணுக்குப் புலப்படுதல் போலத் தெளிவாக விளங்காவிட்டாலும் அந்தச் சங்க நூற் செய்யுட்கள் பொருளமைதி யால், 'நிலத்தினும் பெரியனவாகவும், வானிலும் உயர்ந்தனவாகவும், கடல் நீரினும் ஆழமுடையனவாகவும்' தோற்றின. சிந்தாமணி உரையில், 'என்றார் அகத்திலும்' என்று முற்பகுதியில் வருகிறது. அங்கே உள்ள செய்யுட்பகுதி அகநானூற்றில் இருந்தது.

இப்படி ஆராய்ந்த போது எல்லாவற்றையும் ஒரு வகையாகத் தெரிந்து கொண்ட பிறகே சிந்தாமணியை அச்சிடத் தொடங்க

வேண்டுமென்ற எண்ணம் உண்டாயிற்று. சிந்தாமணியைப் பல முறை திரும்பத் திரும்பப் படித்தேன்; மற்ற நூல்களை இடை யிடையே படித்துக் குறிப்பெடுத்தேன்.

## தஞ்சைப் பிரதி

சிந்தாமணி ஏட்டுப் பிரதிகள் வேறு கிடைக்குமாவென்று எனக்குத் தெரிந்தவர்களையெல்லாம் விசாரித்துக்கொண்டேயிருந் தேன். சந்தேகமான இடங்கள் பல இருந்தமையால் நல்ல பாட முள்ள பிரதி கிடைத்தால் பார்த்துப் பயன் பெறலாமேயென்ற கருத்தோடு பலரிடம் விசாரித்தேன்; பலருக்குக் கடிதம் எழுதினேன். தஞ்சாவூரில் பெரிய செல்வராக இருந்த விருஷபதாச முதலியாரென் பவர் வீட்டிற் பல பழைய ஏட்டுச் சுவடிகள் உள்ளனவென்று தெரியவந்தது. சுவடிகள் தேடும் யாத்திரையை அப்பொழுது தொடங்கினேன்; இன்னும் ஓயவில்லை. தஞ்சாவூருக்குச் சென்று எனக்குத் தெரிந்த கனவான்களை உடனழைத்துக் கொண்டு முதலி யார் வீட்டிற்குச் சென்றேன். அவர் ஜைனர். ஜைனமதக் கிரந்தங்கள் பல அவரிடம் இருந்தன. சீவக சிந்தாமணிப் பிரதியையும் வைத்துப் பூஜித்து வந்தார். நான் போய்க் கேட்டபோது முதலில் அதைப் பூஜையிலிருந்து எடுக்கக்கூடாதென்று சொல்லிவிட்டார். நான் மிகவும் பணிவாக வேண்டிக் கொண்டேன். "ஜைனர்களுக்குத்தான் கொடுப்பேனேயன்றி மற்றவர்களுக்குத் தரமாட்டேன்; அப்படித் தருவது எங்கள் சம்பிரதாயத்துக்கு விரோதம்; எவ்வளவோ ரகஸ்யங்கள் பொருந்திய சிந்தாமணியை வெகு சுலபமாக நீங்கள் படித்துப் பார்க்க முடியாது. ஆசாரியர்கள் மூலமாக உபதேசம் பெற்று விஷயங்களைத் தெரிந்து கொள்ள வேண்டும். அன்னிய மதத்தினராகிய உங்களுக்குக் கொடுப்பதனால் எங்களுக்கு பாவம் சம்பவிக்கும்" என்றார்.

அவருக்கு என்ன என்னவோ சமாதானம் சொல்லிப் பார்த் தேன். தமிழுலக முழுவதும் படித்து இன்புறும் விஷயங்கள் சிந்தாமணியில் இருக்க, "ஒரு மதத்திற்கே உரியது, மற்றவர்கள் கண்ணிற் படக்கூடாது" என்று எண்ணி மூடி வைத்திருக்கும் இயல்பை உணர்ந்து நான் வருந்தினேன். "இப்படிச் சமய வேறு பாட்டால் மறைத்தமையால் உலகத்துக்கு வெளிப்படாத நூல்கள் எத்தனை இறந்து போயினவோ! தமிழுக்குப் பெருமை உண்டாக்கப் பெரியவர்கள் நூல்கள் இயற்றி வைத்திருக்க, அவற்றை மறைத்துத் தமக்கும் தம்மைச் சார்ந்தவருக்கும் சிறுமை உண்டாக்கிக் கொள் ளும் இயல்பினர் மனம் திருந்தும் காலம் வருமா?" என்று ஏங்கி னேன்.

என்னுடன் வந்திருந்த ஒருவர் விருஷபதாச முதலியாரிடம், நான் கும்பகோணம் காலேஜில் வேலை பார்ப்பவனென்றும், திருவாவடுதுறை மடத்திற்கு மிகவும் வேண்டியவனென்றும்

சொன்னார். என் நிலைமை தெரிந்து கொண்ட பிறகாவது முதலியார் சுவடியைக் கொடுக்கக் கூடுமென்பது சொன்னவரது அபிப்பிராயம். ஆனால் அது நேர் விரோதமாக முடிந்தது. "அப்படியா! சைவ மடத்திற் பழகினவருக்கு ஜைன கிரந்தங்களில் அன்பு ஏற்படுவதற்கு நியாயமே இல்லை. சைவர் ஜைனர்களைத் துச்சமாக எண்ணுபவர்கள். நான் கொடுக்கவே மாட்டேன்" என்று அவர் சொன்னபோது, "ஏதடா விபரீதமாகப் போய் விட்டது!" என்று என் நண்பர் தம்மைத் தாமே நொந்து கொண்டார்.

மறுபடியும் வருவதாகச் சொல்லிவிட்டுத் தஞ்சையில் யாரைக் கொண்டு முயன்றால் முதலியாரின் பிரதியைப் பெறலாமென்று விசாரித்தேன். கடைசியில் துக்காராம் ஹோல்கார் என்னும் மகாராஷ்டிர தனவானாகிய என் நண்பரை அழைத்துக் கொண்டு மீட்டும் விருஷபதாச முதலியாரை அணுகினேன். நல்ல வேளை யாக அவர் மனம் இளகியது. தம்மிடமிருந்த பிரதியை உதவினார். இவ்வளவு நயந்து வாங்கிய அப்பிரதி சிறந்த பிரதியன்று; விசேஷ உரையில்லாதது.

## மயக்கம் தந்த விஷயங்கள்

இவ்வாறு பல வகையில் முயன்று தேடியதில் சிந்தாமணிப் பிரதிகள் 23 கிடைத்தன. அவற்றையெல்லாம் வைத்துக்கொண்டு பார்க்கலானேன். பார்க்கப் பார்க்கப் பல விஷயங்கள் தெளி வாயின. ஆனால் பாடபேதக் கடலுக்குக் கரைகாணவே முடிய வில்லை. மனம் போன போக்கிலே எழுதிய கனவான்களால் விளைந்த விபரீதம் எவ்வளவோ ஏட்டில் உண்டு.

இது கொம்பு, இது சுழி என்று வேறு பிரித்து அறிய முடியாது மெய்யெழுத்துக்களுக்குப் புள்ளியே யிராது. ரகரத்துக்கும் காலுக்கும் வேற்றுமை தெரியாது. சரபம் சாபமாகத் தோற்றும், சாபம் சரபமாகத் தோற்றும். ஓரிடத்தில் சரடு என்று வந்திருந்த வார்த் தையை நான் சாடு என்றே பலகாலம் எண்ணியிருந்தேன், தரனென் பதைத் தானென்று நினைத்தேன். 'யானை நாகத்திற்றோற்றுதலின்' என்று ஓரிடத்தில் இருந்தது. யோசித்து யோசித்துப் பார்த்தேன். யானைகளில் வனசரம், நதிசரம், கிரிசரம் என்று மூன்று வகையுண் டென்று கேட்டிருக்கிறேன். நாகமென்பது மலையாக இருக்குமென் றும் கிரிசரமாகிய யானையைக் குறித்ததாகக் கொள்ளலாமென்றும் தோற்றியது. ஒரு நண்பர், "ஜைன சம்பிரதாயத்தில் நாகத்தின் வயிற் றில் யானை முதலில் பிறந்ததென்று இருக்கலாமோ என்னவோ!" என்று ஒரு சந்தேகத்தைக் கிளப்பினார். "அது நாகத்தில் பிறந்ததோ, அல்லது நரகத்திற் பிறந்ததோ, ஒன்றும் விளங்கவில்லையே!" என்று சொல்லிச் சிரித்தேன்.

"யானை நரகத்தில் தோற்றுதலின் அதற்கு வணங்குதல் இயல்பு" என்று நச்சினார்க்கினியர் எழுதுகிறார். காந்தருவதத்தையோடு

இசை பாடித் தோல்வியுற்றவர்களை நோக்கி, "இசையினி லிவட்குத் தோற்றாம் யானையால் வேறு மென்னின் இசைவதொன் றன்று கண்டீர்"

என்று ஒருவன் சொன்னதாக வரும் சந்தர்ப்பத்தில், யானை யால் வெல்லுதல் அரிது என்பதை விளக்குவதன் பொருட்டு நச்சினார்க்கினியர் அந்த வாக்கியத்தை எழுதியிருக்கிறார். ஆகவே அங்கே இசையோடு சம்பந்தமுடைய விஷயம் இருந்தால்தான் பொருத்தமாக இருக்கும். இவற்றையெல்லாம் யோசிக்கையில் "யானை நாதத்தில் தோற்றுதலின்" என்று இருக்க வேண்டுமென நிச்சயித்தேன். பல பிரதிகளில் தெளிவாக "நாகத்தில்" என்றே இருந்தது. ஒரு பிரதியில் மாத்திரம் "நாதத்தில்" என்ற பாடம் காணப்பட்டது.

இப்படியே குருதி என்பதைக் குந்தியென்றெண்ணித் தடுமாறி னேன். ஓரிடத்திலே, 'திருத்தங்குமார்பன், புனலாட்டிலே உயிர் போகின்ற ஞமலிக்குத் தானும் வருந்திப் பஞ்சாட்சரமாகிய மந்திரத்தைக் கொடுத்தபடியும்' என்று இருந்தது. 'இது ஜைன நூலா யிற்றே; பஞ்சாட்சர மந்திரம் இங்கே எப்படிப் புகுந்துகொண்டது?' என்ற சந்தேகம் வந்தது. மூலத்தில் "ஞமலிக் கமிர் தீர்ந்தவாறும்" என்று இருக்கிறது. 'அமிர்து' என்பதற்கு, 'பஞ்சாட்சரமாகிய மந்திரம்' என்பது உரையாக இருந்தது. 'மந்திரத்தை யென்றிருந்திருக்க வேண் டும்: யாரோ பிரதியைப் பார்த்து எழுதின சைவர் பஞ்சாட்சரம் என்று சேர்த்தெழுதி விட்டார்' என்று முதலில் கருதினேன். பின்னாலே வாசித்து வருகையில் "ஐம்பத வமிர்த முண்டால்" *(946)* என்று வந்தது. வேறிடங்களில் உள்ள உரையால் பஞ்ச நமஸ்கார மந்திரமென்று தெரிந்தது. ஜைன நண்பர்களை விசாரித்தேன். அவர்கள் மிகவும் எளிதில், "அருகர், ஸித்தர், ஆசாரியர், உபாத்தியாயர், ஸாதுக்களென்னும் பஞ்ச பரமேஷ்டிகளை வணங்கு தற்குரிய ஐந்து மந்திரங்களைப் பஞ்ச நமஸ்காரமென்று சொல்வது ஸம்பிரதாயம்" என்று தெளிவுறுத்தினார்கள்.

இப்படித் தடுமாறித் தடுமாறிச் சிரமப்படுவதில் எனக்கு அலுப்புத் தோன்றவில்லை, மேலும், மேலும் உத்ஸாகமே உண்டா யிற்று. ஏதேனும் ஒரு மேற்கோளோ, ஒரு விஷயமோ, ஒரு பாடமோ தெரியாமல் மயங்கித் தவித்து நின்று பிறகு விளங்கினால் அதற்கு முன்பு பட்ட சிரமங்களெல்லாம் மறந்துபோகும்; பின்னும் பதின் மடங்கு ஊக்கம் ஏற்படும்.

இடையின ரகரத்துக்கும் வல்லின றகரத்துக்கும் பேதந் தெரியாமல் தடுக்கி நின்ற இடங்கள் பல. உரை இது, மூலம் இது, மேற்கோள் இது என்ற வேறுபாடு தெரியாமல் முட்டுப்பட்ட சந்தர்ப்பங்கள் பல. நச்சினார்க்கினியருடைய அன்வயத்திலே வரும் பாடற் பகுதிகளைத் தேடிக் கண்டுபிடிக்க முடியாமல் மயங்கிய சமயங்கள் பல. ஓர் ஏட்டுக்கும் மற்றோர் ஏட்டுக்கும்

இடையே உள்ள பாட பேதங்களால் அடைந்த கலக்கத்திலிருந்து மீள வழியின்றி மயங்கிய நிகழ்ச்சிகள் பல. உரைக்கு மூலமும் மூலத்துக்கு உரையும் கிடைக்காமல் பலமுறை இடர்ப்பட்டேன். மேற்கோள் எதற்காக உரையாசிரியர் காட்டுகிறாரென்பது விளங்காமல் பல தடவை தயங்கினேன். ஜைன விஷயங்களில் நுணுக்கமான சில செய்திகள் விளங்காமையால் மேலே வாசிக்க முடியாமல் பலகாலம் தடுமாறி நின்றேன். இலக்கணச் செய்திகளை அமைத்துக்கொள்ள வகை தெரியாமல் பலவாறு யோசித்துப் பல சமயங்களில் குழம்பினேன்.

இப்படிச் சிந்தாமணி யென்னும் காவியச்சோலையில் நான் சஞ்சாரம் செய்கையில் நேர்ந்த கலக்கங்களும் இடர்ப்பாடுகளும் தடைகளும் மயக்கங்களும் நாளடைவில் இறைவனருளால் சிறிது சிறிதாகத் தெளியலாயின. பதிப்பிக்கலாமென்ற எனது சங்கற்பம் நிறைவேறுமென்னும் நம்பிக்கை உறுதியாயிற்று.

# 93

## மூன்று லாபங்கள்

கும்பகோணம் காலேஜில் உள்ள ஆசிரியர்களும் மாணாக்கர்களும் என்பால் வைத்திருந்த பேரன்பினால் என் வேலையைச் சிரமமின்றி நான் திருப்தியுடன் பார்த்து வந்தேன். இடையிடையே திருவாவடுதுறைக்குச் சென்றமையால் அவ்வாதீனச் சம்பந்தமும் எனக்கு ஊக்கத்தை உண்டாக்கிற்று. அடிக்கடி தியாகராச செட்டியார், சேலம் இராமசுவாமி முதலியார் முதலிய அன்பர்கள் எனக்குக் கடிதம் எழுதுவார்கள். அவர்களுடைய கடிதங்கள் நேரில் பழகிப் பேசுவதைப் போன்ற இன்பத்தை உண்டாக்கும்.

## மீட்ட நிலம்

முன்னமே தெரிவித்தபடி குடும்ப விஷயத்தில் எனக்கு எவ்வகைக் கவலையுமில்லாமல் என் தந்தையாரே கவனித்து வந்தார். குடும்பப் பாதுகாப்பில் அவரைப் போன்ற கருத்தும் ஒழுங்கும் உடையவர்கள் மிகச் சிலரே. அவர் மிகவும் செட்டாகச் செலவு செய்து பொருளைச் சேமித்துச் சீட்டுப் போட்டார். அவருடைய முயற்சியின் பயனாக 1884ஆம் வருஷ ஆரம்பத்தில், எங்கள் பரம்பரைச் சொத்தாகிய நிலத்தை ஒற்றியிலிருந்து ரூ. 770 செலுத்தி மீட்டோம். பல காலம் பரம்பரையாகக் குடும்பத்துக்குச் சொந்தமாக வந்த நிலம் பிறர் கையில் உள்ளதேயென்ற வருத்தம் என் தந்தையாருக்கு இருந்தது. ஆயினும் அதை மீட்க முடியாத நிலையிலிருந்தார். இறைவன் திருவருளால் எனக்கு உத்தியோகம் கிடைத்ததும் கண்ணும் கருத்துமாகச் சேமித்த பணத்தைக் கொண்டு,

முதலில் அந்த நிலத்தை மீட்டார். புதிய நிலமொன்று வாங்கியிருந் தாற்கூட அவருக்கு அவ்வளவு திருப்தி ஏற்பட்டிராது.

## சேலம் இராமசுவாமி முதலியார்

இந்த நிலையில் எனது சிந்தாமணி ஆராய்ச்சி நன்றாக நடந்து வந்தது. இன்ன இன்ன பகுதிகளைப் படித்தேனென்று இராம சுவாமி முதலியாருக்கு எழுதுவேன். அவர் மிக்க சந்தோஷத்தைத் தெரிவித்து விடை எழுதுவார். 1880-ம் வருஷம் அக்டோபர் மாதம் 30-ஆம் உ எழுதிய கடிதமொன்றில் "...சிந்தாமணி முழுவதும் ஒரு விசை தாங்கள் பார்த்ததாகவும் அதில் சில சந்தேகங்கள் இருப்பதாகவும் தங்கள் கடிதத்தால் தெரிய வருகிறது. மறுபடி ஒரு விசை பார்க்கும் பக்ஷத்தில் சந்தேகங்கள் ஏறக்குறைய முழுவதும் தீர்ந்து விடுமென்று எனக்குத் தோற்றுகிறது. தங்களுடன் மறுபடியும் அந்தப் புஸ்தகத்தைப் படிக்க எனக்கு எப்பொழுது உதவுமோ கடவுளுக்குத் தான் தெரியும். ஆகிலும் இருவரும் ஒரு விசை படிப்போமென்ற நம்பிக்கை மாத்திரம் இருந்து கொண்டேயிருக்கிறது" என்று தெரிவித்திருந்தார். அதனால் அவருக்குச் சிந்தாமணியிலுள்ள விருப்பமும் என்பாலுள்ள அன்பும் புலப்பட்டன. 'சென்னைக்குச் சென்று முதலியாரோடு சில காலம் இருந்து வர வேண்டும்' என்ற ஆவல் எனக்கு உண்டாயிற்று.

இடையில் தியாகராச செட்டியாரை ஒரு முறை போய்ப் பார்த்து வந்தேன். சிந்தாமணியைப் பற்றி அவரிடம் சொல்லிய போது அவர் மிக்க குதூகலத்தோடு என்னைப் பாராட்டினார். விளங்காத மேற்கோள்களில் திருக்கோவையாரிலுள்ள சிலவற்றை அவர் ஞாபகத்திலிருந்து சொன்னார். அவற்றைக் குறித்துக் கொண் டேன். ஒரு சமயம் அவர் பூவாளூர்ப் புராணத்தை அச்சிட்டார். அவர் விரும்பியபடி நானும் அதைப் பார்வையிட்டுச் சிறப்புப் பாயிரம் கொடுத்தேன்.

### மகாமகம்

தாருண வருஷம் மாசி மாதம் (1885 மார்ச்சு) மகாமகம் வந்தது. அப்போது கும்பகோணத்தில் அளவற்ற ஜனங்கள் கூடினர். தியாகராச செட்டியாரும் வந்திருந்தார். திருவாவடுதுறையிலிருந்து ஸ்ரீ சுப்பிரமணியதேசிகர் பரிவாரத்துடன் விஜயம் செய்து கும்பகோணம் பேட்டைத் தெருவிலுள்ள தங்கள் மடத்தில் தங்கியிருந்தனர். பல கனவான்களும் வித்துவான்களும் வந்து அவரைக் கண்டு பேசி இன்புற்றுச் சென்றனர். அக்காலத்திலெல் லாம் நான் தேசிகருடனே இருந்து வந்தேன். அதனால் பல புதிய மனிதர்களை அறிந்து கொள்ளும் சந்தர்ப்பம் எனக்கு வாய்த்தது.

மடத்தின் ஆதரவில் வளர்ந்த எனக்கு என் உத்தியோக வருவாயிலிருந்து தக்க சமயத்தில் ஏதேனும் ஒரு தர்மம் மடத்தில்

நடத்த வேண்டுமென்று ஓர் எண்ணம் இருந்தது. அதனை மகாமக காலத்தில் நிறைவேற்றினேன். சுப்பிரமணிய தேசிகரிடம் நூறு ரூபாய் கொடுத்து, “மடத்தில் மகேசுவர பூஜையில் ஒரு பாகத்துக்கு வைத்துக்கொள்ள வேண்டும்” என்று சொன்னேன். தேசிகர் மிகவும் மகிழ்ந்து. “மடத்துப் பிள்ளையாகிய நீங்கள் இப்படிச் செய்ய வேண்டியது அவசியமில்லையே” என்றார். நான் உசிதமாக விடை அளித்தேன். மகாமக விழா முடிந்தபின் திருவாவடுதுறைக்குத் திரும்புகையில் என் தந்தையாருக்கும் எனக்கும் பீதாம்பரங்களும், என் குமாரன் சிரஞ்சீவி கல்யாணசுந்தரத்திற்குச் சந்திரஹாரமென்னும் பொன்னாபரணமொன்றும் அளித்தார்.

## மத்தியார்ச்சுன மான்மிய முயற்சி

ஆதீனக் காறுபாறும், திருவிடைமருதூர் ஸ்ரீ மகாலிங்க சுவாமி ஆலய விசாரணக் கருத்தருமாகிய சுப்பிரமணியத் தம்பிரானென்பவர் அந்த ஸ்தல சம்பந்தமாகத் தாம் செய்து வரும் கைங்கரியங்களை ஆதீன கர்த்தரிடம் விண்ணப்பித்துக்கொள்ளுகையில் சில காலமாக அவ்வாலயத்தில் நின்று போயிருந்த வஸந்தோத்ஸவத்தை மீட்டும் நடத்த வேண்டுமென்று சொன்னார். தேசிகர் அப்படியே உத்தரவு கொடுத்தார். அந்த உத்ஸவம் நடப்பதற்குரிய ஏற்பாடுகள் நடை பெறலாயின தம்பிரான் தேசிகருடைய முன்னிலையில் என்னை நோக்கி, “திருவிடைமருதூர் ஸ்தலப் பெருமையைப் பெரும்பாலோர் நன்றாகத் தெரிந்து கொள்ளவில்லை. பழைய புராணங்கள் இருந்தாலும் அவற்றைப் படித்துப் பொருள் தெரிந்து கொள்பவர் மிகவும் சிலரே. ஆதலின் தாங்கள் அந்த ஸ்தல மாகாத்மியத்தைச் சுருக்கமாக வசன நடையில் எழுதினால் அச்சிட்டு யாவருக்கும் கொடுக்கலாம். அச்சிடும் செலவு முதலியவற்றை நான் ஏற்றுக் கொள்கிறேன்” என்றார். தேசிகரும் அவ்வாறு செய்வது நலமென்று குறிப்பித்தார். நான் எழுதுவதாக ஒப்புக்கொண்டேன்.

திருவிடைமருதூருக்கு ஞானக்கூத்தரென்பவரியற்றிய தமிழ்ப் புராணம் ஒன்றும், கொட்டையூர் ஸ்ரீசிவக்கொழுந்து தேசிகர் இயற்றிய புராணம் ஒன்றும் உண்டு. சிவக்கொழுந்து தேசிகர் இயற்றிய புராணத்தைப் படித்துக் குறிப்பெடுத்துக் கொண்டு திருவிடை மருதூர் ஸ்தல மகாத்மியத்தை எழுதி முடித்தேன். அதற்கு “ஸ்ரீமத்தியார்ச்சுன மான்மியம்” என்று பெயரிட்டு, மூர்த்தி, தலம், தீர்த்தங்களின் சிறப்பும், வழிபட்டோர் வரலாறும் எழுதிச் சுப்பிரமணிய தேசிகரிடத்தும் சுப்பிரமணியத் தம்பிரானிடத்தும் படித்துக் காட்டினேன். பிறகு தம்பிரானது விருப்பத்தின்படி திருவிடைமருதூர் உத்ஸவ மூர்த்தியாகிய ஏகநாயகர் விஷயமாக ஓர் ஊசலும் தாலாட்டும் இயற்றிச் சேர்த்தேன்.

எல்லாம் முடிந்தபிறகு தம்பிரான் அதனை எங்கே அச்சிடலா மென்று யோசனை செய்தார். அதற்கு முன் கும்பகோண புராணமும், பூவாளூர்ப் புராணமும் சென்னையில் அச்சிடப்பெற்ற விஷயம் அவருக்குத் தெரியும். ஆதலின் அங்கே அனுப்பி அச்சிட்டு வருவிக்கலாமென்று நான் சொன்னபோது அவர், "புஸ்தகம் இப் போது பூர்த்தியாகி இருக்கிறது. இந்த வஸந்தோத்ஸவம் ஸமீபத்தில் வருகிறது; அதற்குள் புஸ்தகம் அச்சாகி வந்தால் மிகவும் உபயோக மாக இருக்கும். தபால் மூலமாக அச்சுக் காகிதங்கள் வருவதும், திருத்துவதுமாக இருந்தால் குறித்த காலத்தில் நிறைவேறுமென்று தோற்றவில்லை. உங்களுக்கு இப்போது லீவு காலமாக இருப்பதால், நீங்களே சிரமத்தைப் பாராமல் சென்னபட்டணம் சென்று நேரில் இருந்து காரியத்தை முடித்துக் கொண்டு வரலாம். செலவு சிறிது அதிகமானாலும் காரியம் மிகவும் உயர்ந்தது" என்றார். அவர் வார்த்தை கரும்பு தின்னக் கூலி தருவதாகச் சொல்லுவது போல இருந்தது. அதுவரையில் சென்னையையே பார்த்திராத எனக்கு அந்த நகரத்துக்குப் போய் ஆங்குள்ள அறிவாளிகளோடு பழக வேண்டுமென்ற விருப்பம் இருந்தது. அன்றியும் சேலம் இராம சுவாமி முதலியாரைக் கண்டு சில காலம் உடனிருந்து சிந்தாமணி யைப் படித்துக் காட்ட வேண்டுமென்ற ஆவலும் உண்டு. இவற்றை நிறைவேற்றிக் கொள்ளும் பொருட்டு இந்தக் காரியம் ஏற்பட்டது நமது நல்லதிருஷ்டமே என்று நான் எண்ணி, அவ்வாறே சென்று புஸ்தகத்தை அச்சிட்டுக் கொண்டு வருவதாக ஒப்புக்கொண்டேன்.

### சென்னைப் பிரயாணம்

ஒரு நல்ல நாளில் புறப்பட்டு நான் என்பால் பாடங் கேட்டுக் கொண்டிருந்த சிதம்பரம் சாமிநாதையர், சிதம்பரம் சோமசுந்தர முதலியார் என்பவர்களுடன் சென்னைக்குச் சென்றேன். எனக்கு உதவி செய்வதற்கு வேறு ஒரு மனிதரைச் சுப்பிரமணியத் தம்பிரான் அனுப்பினார். இராமசுவாமி முதலியார் பங்களாவில் தங்கினேன்.

சென்னையில் ஜீவரக்ஷாமிர்த அச்சுக்கூடத்தில் நான் கொண்டு போன புஸ்தகத்தை அச்சுக்குக் கொடுத்து அதைக் கவனித்துக் கொள்ளும்படி உடன் வந்த இருவரிடமும் சொல்லிவிட்டுப் பெரும் பாலும் இராமசுவாமி முதலியாருடன் இருந்து பொழுதுபோக்கி வந்தேன். சீவக சிந்தாமணியைப் பற்றிய செய்திகளை நான் எடுத்துச் சொன்னபோது அவர் கேட்டு மிகவும் திருப்தி அடைந்தார். "எப்படியாவது அதை முடித்து வெளியிடுங்கள். இங்கே வந்திருந்து பதிப்பு வேலையை நிறைவேற்றலாம். என்னாலான சகாய மெல்லாம் செய்கிறேன்" என்றார். "அதை ஆரம்பிப்பதற்கு நீங்கள் காரணமாக இருந்தீர்கள்; பூர்த்தி செய்வதற்கும் நீங்களே உதவி செய்ய வேண்டும்" என்று நான் சொன்னேன்.

## இராமசுவாமி முதலியார் உதவி

சென்னையில் நான் இரண்டு வாரங்களுக்கு மேல் தங்கியிருந்தேன். மத்தியார்ச்சுன மான்மியம் பதிப்பிப்பதை ஒரு காரணமாக வைத்துக் கொண்டு சென்னைக்கு வந்தாலும், என்னுடைய நோக்கம் அந்நகரத்தையும் அங்குள்ள அறிஞர்களையும் பார்த்துத் தெரிந்து கொள்ளவேண்டுமென்பதே. இராமசுவாமி முதலியாருடைய பேருதவியால் அந்நோக்கம் மிக எளிதில் கைகூடியது.

ஒவ்வொரு நாளும் முதலியார் பிற்பகலில் தம் கோச்சு வண்டியில் என்னை அழைத்துக் கொண்டு புறப்படுவார். பிரஸிடென்ஸி காலேஜ், காஸ்மொபாலிடன் கிளப் முதலிய இடங்களுக்குப் போய் அங்குள்ளவர்களும் வருபவர்களுமாகிய கனவான்களில் ஒவ்வொருவரையும் எனக்குப் பழக்கம் பண்ணி வைப்பார். அவர்கள் கௌரவத்தை எனக்கு எடுத்துரைப்பதோடு என்னைப் பற்றியும் அவர்களிடம் சொல்வார். அவருடைய உதவியினால் நான் ஜட்ஜ் முத்துசாமி ஐயர், ஸர். வி. பாஷ்யமையங்கார், ஸ்ரீநிவாச ராகவையங்கார், பம்மல் விஜயரங்க முதலியார், ரகுநாதராயர் முதலிய பல கனவான்களுடைய பழக்கத்தைப் பெற்றேன். பிரஸிடென்ஸி காலேஜிற்குச் சென்று பூண்டி அரங்கநாத முதலியாரையும், தொழூவூர் வேலாயுத முதலியாரையும் பார்த்தேன். அவ்விருவரும் எனக்கு மிகவும் நெருங்கிய நண்பர்களானார்கள். வர்னாகுலர் சூபரிண்டெண்டெண்டு சேஷகிரி சாஸ்திரியாரையும் தமிழ்ப் பண்டிதர் கிருஷ்ணமாசாரியரையும் கண்டு பேசினேன். புரசபாக்கம் அஷ்டாவதானம் சபாபதி முதலியார், சோடசாவதானம் சுப்பராய செட்டியார், கதிர்வேற்கவிராயர், காஞ்சீபுரம் இராமசுவாமிநாயுடு, கோமளீசுவரன் பேட்டை இராசகோபாலபிள்ளை, சூளை அப்பன் செட்டியார், சூளை சோமசுந்தர நாயகர், திருமயிலை சண்முகம் பிள்ளை முதலிய வித்துவான்களைப் பார்த்துப் பேசி இன்புற்றேன். அஷ்டாவதானம் சபாபதி முதலியார் ஸ்ரீ மீனாட்சி சுந்தரம் பிள்ளையவர்களுடைய சகபாடியாதலின் அவருடைய புலமையைப் பற்றிப் பேசினார். சோடசாவதானம் சுப்பராய செட்டியார் தாம் பிள்ளையவர்களிடம் பாடம் கேட்ட விஷயத்தையும் அப்புலவர் பிரானுடைய சிறப்புக்களையும் எடுத்துச் சொன்னார். நான் கண்ட வித்துவான்கள் பல பழைய பாடல்களைச் சொன்னார்கள். அவற்றைக் கேட்டுக் குறித்துக் கொண்டேன். நானும் எனக்குத் தெரிந்த செய்யுட்களைச் சொன்னேன்.

சென்னை நகரத்தில் பார்க்க வேண்டிய பொருட்காட்சிச் சாலை, கடற்கரை, கோயில்கள், புத்தகசாலைகள், சர்வகலாசாலை முதலியவற்றையும் பார்த்தேன். வித்துவான்களையும் அறிஞர்களையும் பார்த்துப் பழகியது கிடைத்தற்கரிய பெரிய லாபமாகத் தோன்றியது. சிறந்த உத்தியோக பதவியை வகித்த பெரியவர்களெல்லாம் அடக்க

மாகவும், அன்பாகவும் இருப்பதைக் கண்டு நான் வியந்தேன். கும்பகோணத்தில் பதினைந்து அல்லது இருபது ரூபாய் சம்பளம் பெறும் குமாஸ்தா செய்யும் அட்டகாஸத்தையும் ஆடம்பரத்தையும் கண்ட எனக்கு அப்பெரியவர்களுடைய நிலை மிக்க ஆச்சரியத்தை உண்டாக்கியது.

## ஆதீனத்தின் புகழ்

ஒரு நாள் தங்கசாலை வீதியிலுள்ள காசிப்பாட்டி ஹோட்டலுக்குள் சென்றேன். உள்ளே புகுந்ததும் அங்கிருந்த சிலர், "வாருங்கள், வாருங்கள். எங்கே இவ்வளவு தூரம் வந்தது?" என்று என்னை வரவேற்று உபசரித்தனர். 'இதென்ன இப்படி வரவேற்கிறார்களே; ஏதேனும் மோசம் இருக்குமோ!' என்று முதலில் நான் சந்தேகமடைந்தேன். அவர்களுடைய சரிகை அங்கவஸ்திரமும் சவ்வாதுப் பொட்டும், பேச்சும் அவர்கள் சங்கீத வித்வான்களென்பதைப் புலப்படுத்தின. நான் அவர்களைக் கவனித்துக் கொண்டிருந்த போதே ஒருவர், "திருவாவடுதுறையிலிருந்து எப்பொழுது வந்தீர்கள்? பண்டார ஸந்நிதிகள் சௌக்கியமாக இருக்கிறார்களா?" என்று கேட்டார். அந்தக் கேள்வியிலிருந்து அவர்கள் என்னைப் பற்றித் தெரிந்தவர்களேயென்று உணர்ந்தேன்.

"உங்களை இன்னாரென்று தெரியவில்லையே" என்றேன் நான்.

"எங்களுக்கு உங்களை நன்றாகத் தெரியும்; நீங்கள் சுப்பிரமணிய தேசிகருக்குப் பக்கத்திலே இருப்பீர்களே! ஆஹா! என்ன சபை என்ன சங்கீதம்!"

எங்கேயோ இருக்கும் திருவாவடுதுறையின் புகழ் சென்னையில் அந்த இடத்தில் வீசியதற்குக் காரணம் சுப்பிரமணிய தேசிகருடைய தூய்மையும், வள்ளன்மையும், கல்விச் சிறப்பும், பெருமையுமே என்பதை உணர்ந்தேன். அந்த வித்துவான்கள் திருவாவடுதுறையில் நடைபெறும் குருபூஜைச் சிறப்பையும் சுப்பிரமணிய தேசிகர் வித்துவான்களுடைய தரமறிந்து சம்மானம் செய்யும் அழகையும் மற்ற விசேடங்களையும் பாராட்டினார்கள். அருகிலிருந்த மற்றவர்களுக்குத் திருவாவடுதுறை யாதீனத்தின் பெருமைகளையெல்லாம் விரிவாக எடுத்துச் சொன்னார்கள். "அப்படியா? அப்படியும் ஓர் இடம் இருக்கிறதா? நீங்கள் சொல்வதைப் பார்த்தால் அந்த மடம் ஒரு பெரிய வித்தியாபீடமாக வல்லவோ இருக்க வேண்டும்?" என்று கேட்டவர்கள் விம்மிதமடைந்தார்கள்.

அந்தக் கூட்டத்தினிடையே அவர்கள் பேச்சைக் கேட்டுக் கொண்டிருந்த போது நான் கரையற்ற இன்பக் கடலில் ஆழ்ந்திருந்தேன். சுப்பிரமணிய தேசிகர் பெருமையைச் சொல்லுவதில் நானும் கலந்து கொண்டேன்.

## குட்டித் தம்பிரான்

ஒருநாள் சுப்பிரமணிய தேசிகரிடமிருந்து எனக்கு ஒரு திரு முகம் வந்தது. 'சென்னையில் நாட்டுப் பிள்ளையார் கோவில் தெரு மடத்திலுள்ள வித்துவான் ஆறுமுகத் தம்பிரானிடம் ஒரு குட்டித் தம்பிரான் படித்து வருவதாகத் தெரிகிறது. நாம் மகாமகத்துக்குக் கும்பகோணம் போயிருந்தபோது அந்தக் குட்டித் தம்பிரானைக் குன்றக்குடி மடத்துக் காரியஸ்தர் அப்பா பிள்ளையும், தெய்வ சிகாமணி ஐயரும் அழைத்து வந்து காட்டினார்கள். அவருடைய தோற்றப் பொலிவு கண்ணைக் கவர்ந்தது. ஸம்ஸ்கிருதத்திலும் தமிழிலும் நாம் கேட்ட கேள்விகளுக்கு அவர் கூறிய விடைகள் திருப்தியை அளித்தன. அவர் கிடைத்தால் இங்கே சின்னப் பட்டத்திற்கு ஏற்படுத்தலாமென்று நினைக்கிறோம். அவருக்குச் சம்மதமிருந்தால் அவரோடு கலந்து கொண்டு அவரை இவ்விடத்திற்கு அனுப்ப வேண்டும்" என்று அதில் எழுதியிருந்தார்.

நான் சென்னைக்கு வந்த நாள் முதல் அந்தக் குட்டித் தம்பி ரான் அடிக்கடி என்பால் வந்து உபசார வார்த்தைகளைப் பேசிச் செல்வார். அச்சுக்கூடத்திற்கும் அவர் இருந்த இடத்திற்கும் சமீபமா தலால் அவர் வந்து என்னைப் பார்ப்பதற்கு அனுகூலமாக இருந்தது. அவரிடம் ஸ்ரீ சுப்பிரமணிய தேசிகருடைய உள்ளக் குறிப்பைத் தெரிவித்த போது அவர் மகிழ்ச்சியோடு ஒப்புக் கொண் டார். சுப்பிரமணிய தேசிகருக்கு இவ்விஷயத்தை எழுதித் தெரிவித் தேன். அவர் உடனே தம்பிரானைத் திருவாவடுதுறைக்கு அனுப்பி வைக்க வேண்டுமென்று எழுதினார். அதன்படியே என்னுடன் வந்திருந்த சிதம்பரம் சாமிநாதையரைத் துணையாகச் சேர்த்து அந்தக் குட்டித் தம்பிரானைத் திருவாவடுதுறைக்கு அழைத்துப் போகும்படி செய்தேன்.

மத்தியார்ச்சுன மான்மியம் அச்சாகிக் கொண்டிருந்தது. இடையே திடீரென்று ஒரு நாள் தியாகராச செட்டியார் கண் வைத்தியம் செய்து கொள்வதற்காகத் தம் மனுஷ்யர்களுடன் சென்னைக்கு வந்து, நான் இருக்கும் இராமசுவாமி முதலியார் பங்களாவில் சில நாள் தங்கினார். அப்பால் அவர் தம்முடைய சகபாடியாகிய சுப்பராய செட்டியார் மூலமாக வேறு ஜாகை ஏற்படுத்திக் கொண்டு அங்கே சென்று இருந்து வந்தார். நான் அவருடன் இருந்து பேசியும், பார்க்க வேண்டியவர்களைப் பார்த்தும் அச்சு வேலையைக் கவனித்தும் வந்தேன்.

## சென்னையிலிருந்து திரும்பியது

புஸ்தகம் முடிந்தவுடன் புறப்பட்டுத் திருவிடைமருதூருக்குத் திருக்கல்யாண தினத்தன்று சென்று சுப்பிரமணிய தேசிகரிடம் புஸ்தகப் பிரதிகளை ஒப்பித்து நிகழ்ந்த விஷயங்களையும் சொன்னேன். எல்லாவற்றையும் கேட்டு அவர் மிகவும் திருப்தியுற்று,

“சாமிநாதையர் பட்டணம் போய் வந்ததில் மூன்று லாபங்கள் உண்டாயின. ஒன்று அவரைச் சேர்ந்தது. மற்ற இரண்டும் மடத்துக்கு இலாபம். பல பேர்களைப் பழக்கம் செய்து கொண்டது அவருக்கு நன்மை. மத்தியார்ச்சுன மான்மியம் வெளி வந்ததும் குட்டித் தம்பிரானை வரச் செய்ததும் மடத்துக்கு உபயோகமா னவை” என்று பாராட்டினார்.

வஸந்தோத்ஸவம் மிகச் சிறப்பாக நடந்தது. மத்தியார்ச்சுன மான்மியம் அச்சமயத்தில் யாவருக்கும் வழங்கப்பட்டது.

## 94

## இடையே வந்த கலக்கம்

அடிக்கடி ஆராய்ந்து வந்தமையால், என் நினைவு முழுவதும் சிந்தாமணி மயமாக இருந்தது. அதில் என் மனம் ஆழ்ந்துவிட்டது. காலையில் நான் எழுந்தவுடன் சிந்தாமணி முகத்தில்தான் விழிப்பேன். பல் தேய்த்து அனுஷ்டானம் செய்தவுடன் ஆகாரம் பண்ணுவேனோ இல்லையோ சிந்தாமணியை ஆராய்வேன். காலேஜிற்குப் போக நேரமாய்விடுமே யென்று கருதமாட்டேன். காலேஜில் அடிக்கும் முதல் மணி என் காதில் விழுந்து சிந்தாமணி யிலிருந்து என் கருத்தை வலியப் பிடித்து இழுக்கும். அவசர அவசரமாகச் சாப்பிட்டு விட்டுப் புறப்படுவேன். சில நாட்களில் சாப்பிடாமலே போய்விடுவேன். காலேஜில் பாடம் சொல்லுகை யில் இடையே எத்தனையோ முறை சிந்தாமணியைப் பற்றிப் பிள்ளைகளுக்குச் சொல்லுவேன். அவர்களின் பலரை என் வீட்டுக்கு வரச் சொல்லிப் பாட பேதம் பார்க்கச் செய்தும் குறிப்புக்களை எழுதச் செய்தும் சிந்தாமணித் தொண்டில் ஈடுபடுத்துவேன். பிற்பகலில் காலேஜிலிருந்து வீட்டுக்கு வந்தவுடன் சிந்தாமணியை எடுத்துக் கொள்வேன். எங்கள் வீட்டுத் திண்ணையில் சிறிய கை மேஜையின் மேல் பிரதியை வைத்துக் கொண்டு எத்தனையோ இரவுகள் சிந்தாமணி ஆராய்ச்சியில் மனமொன்றியிருப்பேன். எனக்குச் சிந்தாமணியும், சிந்தாமணிக்கு நானும் துணையாகப் பொழுது போவதே தெரியாமல் ஆராய்ச்சி நடைபெறும்.

காலேஜ் ஆசிரியர்களில் ஒருவர் ஓர் இரவு பன்னிரண்டு மணி வரையில் ஒரு நண்பர் வீட்டில் சீட்டாடி விட்டு எங்கள் தெரு வழியே தம் வீட்டுக்குச் சென்றார். எங்கும் இருள் சூழ்ந்த இரவில் வெளித் திண்ணையில் நான் உட்கார்ந்திருந்ததைக் கண்டு வியப்புற்று, “என்ன இது? இன்னும் உட்கார்ந்திருக்கிறீர்களே? நான் போகும் போதும் இப்படியே இருந்தீர்கள்; இப்போதும் உட் கார்ந்திருக்கிறீர்களே?” என்றார். சுருக்கமாக விடை சொல்லி நான் அவரை அனுப்பி விட்டேன்.

## சிந்தாமணிப் பிரபஞ்சம்

அந்தத் தனிமையிலே திருத்தக்க தேவர் என்னை எங்கெல்லாமோ அழைத்துச் செல்வார். இராசமாபுரத்துக் காட்சிகளைக் காட்டுவார். சச்சந்தனின் அந்தப்புரத்துக்கு அழைத்துப் போவார். கட்டியங்காரனுடைய செயல்களை எடுத்துச் சொல்லுவார்.

சீவகன் பேசுவான்; விளையாடுவான்; வீரச் செயல் புரிவான்; இன்ப விளையாட்டிலே ஈடுபட்டிருப்பான்; காந்தருவதத்தை காட்சியளிப்பாள்; குணமாலை தோன்றுவாள்.

இவ்வளவு காட்சிகளினிடையே என் உடம்புதான் இரவில் தனியாக இருக்குமேயன்றி என் மனம் சிந்தாமணிப் பிரபஞ்சத்திலே விரிந்த இடங்களையும் நீண்ட கால நிகழ்ச்சிகளையும் அளவிட்டு இன்புறும். இடையிடையே ஆராய்ச்சி நினைவு உண்டாகும், சிக்கல்களும் கலக்கங்களும் தோன்றும். அப்போது சீவகசிந்தாமணிக் காட்சிகள் மறையும். புஸ்தகமும் எழுத்துக்களும் முன் நிற்கும். பாட பேதங்கள் வந்து போரிடும். விஷயம் விளங்காத குழப்பத்தில் தடுமாறுவேன். திடீரென்று புதிய ஒளி உண்டாகும். விஷயம் தெளிவாகும். மறுபடி புஸ்தகமும் எழுத்தும் இந்த உலகமும் மறைந்து விடும்.

## தாமோதரம் பிள்ளையின் பழக்கம்

இப்படியிருக்கையில் சென்னையிலிருந்த சி.வை. தாமோதரம் பிள்ளை எனக்கு எழுதியபடியே கும்பகோணத்தை அடைந்து அங்கே வக்கீலாக இருந்து வந்தார். அவர் முன்னமே ஒரு பெரிய உத்தியோகத்திலிருந்து பென்ஷன் பெற்றவர். அவர் அடிக்கடி என் வீட்டுக்கு வந்து தமிழ் நூல்கள் விஷயமாகச் சல்லாபம் செய்து பழகலானார். கும்பகோணத்துக்கு அருகேயுள்ள கருப்பூரில் ஜாகை வைத்துக் கொண்டிருந்தார். அவர் வீட்டுக்கு நானும் அடிக்கடி போய் வருவதுண்டு. தாம் பல தமிழ் நூல்களைப் பதிப்பிக்க எண்ணி யிருப்பதாகத் தெரிவித்ததோடு திருவாவடுதுறை சென்று ஸ்ரீ சுப்பிரமணிய தேசிகரைத் தரிசிக்க வேண்டுமென்று விரும்பினார். அங்ஙனமே நான் அவரை அழைத்துச் சென்று தேசிகருக்குப் பழக்கம் செய்வித்தேன். மடத்தில் பல ஏட்டுச் சுவடிகள் இருக்குமென்றும் அவற்றைத் தம்முடைய பதிப்புக்கு உபயோகித்துக் கொள்ளலா மென்றும் அவர் கருதினார். தேசிகருடன் செய்த சம்பாஷணையிலிருந்து அவருடைய கல்வியறிவையும் பெருந்தன்மையையும் உணர்ந்து கொண்டார்.

கும்பகோணத்திலுள்ள கனவான்களையும் வக்கீல்களையும் தாமோதரம் பிள்ளைக்கு அவர் விரும்பியபடி பழக்கம் செய்வித்தேன். நாங்கள் இருவரும் அடிக்கடி தமிழ் சம்பந்தமான விஷயங்களைப் பேசுவோம். அவர் பல விஷயங்களைக் கேட்பார்; நான்

சொல்லுவேன். யாழ்ப்பாணத்திலுள்ள பல வித்துவான்களுடைய செய்திகள் அவர் மூலமாகத் தெரிய வந்தன. அவருடன் ஆராய்ச்சிக்கு உதவியாக, யாழ்ப்பாணத்து நல்லூர் சிற். கைலாச பிள்ளை என்ற ஒருவர் இருந்தார். அவர் நல்ல அறிவாளியாகத் தோற்றினார்; என்பால் மிக்க அன்புடன் அவர் பழகினார்.

ஒரு நாள் சம்பாஷணையில் ஸ்ரீ மீனாட்சிசுந்தரம் பிள்ளையவர்கள் கம்பராமாயணத்தில் மிக்க விருப்பமுடையவர்களென்றும் அவர்களிடமிருந்து பல திருத்தமான பாடங்கள் தெரியவந்தனவென்றும் தாமோதரம் பிள்ளையிடம் சொன்னேன். அன்றியும் மடத்திலுள்ள பிரதிகளை வைத்துக்கொண்டு இராமாயணம் முழுவதும் சோதித்து நல்ல பாடங்களைக் கைப் பிரதியில் குறித்துக் கொண்ட செய்தியையும் தெரிவித்தேன். பின்பு அவர் என்னிடமுள்ள கம்பராமாயணப் பிரதியை ஒவ்வொரு காண்டமாக வாங்கி நான் செய்திருந்த திருத்தங்களையெல்லாம் தம் பிரதியில் செய்து கொண்டு என் பிரதியை என்னிடம் திருப்பிக் கொடுத்து விட்டார்.

### ஒரு பிற்பகலில்

ஒரு நாள் பிற்பகலில் தாமோதரம் பிள்ளை என் வீட்டுக்கு வந்தார். நெடுநேரம் பேசிக் கொண்டிருந்த பின்பு, "தங்களிடம் சிந்தாமணி விசேஷ உரையுள்ள பிரதியொன்று இருக்கிறதென்றும், அதனை ஆராய்ந்து வைத்திருக்கிறீர்களென்றும், அது நல்ல பிரதி யென்றும் சென்னையில் நாவலர் பதிப்பு நூல்களை மீட்டும் பதிப்பித்து வந்த சதாசிவ பிள்ளை சொன்னார். சிந்தாமணியைப் பதிப்பிக்கலாமென்று நான் எண்ணியிருக்கிறேன். கொழும்பிலிருக்கும் பெரிய பிரபுவாகிய கனம் ராமநாதனவர்கள் அதன் பதிப்புக்கு வேண்டிய செலவு முழுவதையும் தாம் கொடுப்பதாக எனக்கு வாக்களித்திருக்கிறார். தங்கள் பிரதியைக் கொடுத்தால் என்னிடமுள்ள பிரதியோடு ஒப்பிட்டுக்கொண்டு பதிப்பிப்பேன்" என்றார்.

"மிகவும் சிரமப்பட்டுப் பல வருஷங்களாகச் சோதித்து வைத்திருக்கிறேன். நானே அதனை அச்சிட எண்ணியிருக்கிறேன். ஆதலால் கொடுக்க மனம் வரவில்லை" என்று சொல்லி நான் மறுத்தேன்.

தாமோ: இந்த விஷயத்தில் நான் மிக்க அனுபவமுள்ளவன். சீவகசிந்தாமணியைப் பதிப்பிக்க முதலில் அதிகப் பணம் வேண்டும். சென்னபட்டணத்தில் அச்சிடவேண்டும். நீங்கள் இங்கே இருந்து கொண்டு சென்னையில் அச்சிடுவதென்றால் எளிதில் முடியாது. நான் தொடங்கினேனானால் இன்னும் மூன்று நான்கு மாதங்களுள் புத்தகத்தை நிறைவேற்றி விடுவேன். உங்கள் கையில் பொங்கலுக்குள் முந்நூறு பிரதிகள் தருவேன்.

நான் : இதற்கு முன்பு சென்னையில் கும்பகோண புராணம் முதலிய சில நூல்களை அச்சிட்டதுண்டு. சேலம் இராமசுவாமி முதலியார் வேண்டிய உபகாரங்களைச் செய்வதாக வாக்களித்திருக் கிறார்.

தாமோ: அவர் என்ன உபகாரம் செய்வார்? பணம் வேண்டுமா னால் சிறிது கொடுப்பார். 'புரூப்' பார்ப்பாரா? பதிப்புக்கு வேண்டிய அமைப்புக்களைச் சொல்லித் தருவாரா? நீங்கள் முன்னமே பதிப் பித்த கும்பகோண புராணம் போன்றதன்று இந்த நூல். இதைப் பதிப்பிக்க வேண்டிய முறையே வேறு. சென்னைக்கே போய் அங்கே நேரில் இருந்து காரியத்தை முடிக்க வேண்டும். அங்குள்ள ஸ்காட்டிஷ் அச்சுக்கூடத் தலைவர் எனக்கு மிக வேண்டியவர். நான் எது சொன்னாலும் நிறைவேற்றித் தருவார். இந்த விஷயத்தில் காலேஜ் வேலை வேறு உங்களுக்கு ஒரு தடையாக இருக்கும்.

நான்: காலேஜ் வேலை எனக்கு ஒரு தடையாயிராது. ஒழிந்த நேரத்தில்தானே நான் இந்த வேலையைக் கவனிப்பேன்? அவசியமா னால் லீவு வாங்கிக் கொள்ளுகிறேன். நான் எழுத்தெழுத்தாக ஆராய்ந்து வைத்திருக்கும் நூலை உங்களிடம் விடுவதானால் என் உழைப்பு வீணாக அன்றோ போய் விடும்?

தாமோ: ஏன் வீணாகும்? அவ்வளவு நன்றாக உபயோகப் படுமே! நீங்கள் ஆராய்ந்து கண்ட விஷயங்களை என் பதிப்பில் சேர்த்துக் கொள்ளுகிறேன். உங்கள் பெயரையும் வெளிப்படுத்து கிறேன். நீங்கள் பதிப்பிப்பதாக இருந்தால் உங்கள் உழைப்பைப் பற்றி நீங்களே பாராட்டிக் கொள்ள முடியாது. நான் பதிப்பித்தால் உங்களைச் சிறப்பித்து நன்றாக எழுதுவேன்.

### புகழ் வேண்டாம்

நான்: எனக்குப் புகழ் வேண்டுமென்றும் பிறர் என்னைப் பாராட்ட வேண்டுமென்றும் நான் எதிர் பார்க்கவில்லை. நான் பதிப்பிப்பதாகச் செய்து கொண்ட சங்கற்பமும், அதன் பொருட்டு மேற்கொண்ட சிரமங்களும் வீணாகி விடுமேயென்று யோசிக் கிறேன்.

தாமோ: இதுவரையில் நீங்கள் பட்ட சிரமம் பெரிதன்று. இதைப் பதிப்பிப்பதிலேதான் உண்மையான சிரமம் இருக்கிறது. அந்தச் சிரமம் உங்களுக்கு ஏற்பட வேண்டாமே யென்றுதான் சொல்லுகிறேன். நான் அந்தத் துறையில் உழைக்க வேண்டுமென்று தீர்மானித்துச் சில நூல்களை வெளியிட்டிருக்கிறேன். ஆகையால் என்னைத் தமிழுலகு நன்றாக அறியும். சிந்தாமணி என் பதிப்பாக வெளிவந்தால் அதற்கு ஏற்படும் கௌரவமே வேறு. அதனோடு உங்கள் பெயரும் வெளிப்படும்.

நான்: நீங்களும் ஆரம்பத்தில் என்னைப் போலத்தானே இருந்திருப்பீர்கள்? நான் பதிப்பித்து வெளியிட்ட பிறகுதானே உலகம் அதை மதிப்பதும் மதியாததும் தெரிய வரும்?

### 'இராமாயணம் பதிப்பிக்கலாம்'

தாமோ: ஏதாவது நூலைப் பதிப்பிக்க வேண்டுமென்ற விருப்பம் உங்களுக்கிருந்தால் கம்பராமாயணத்தை வெளியிட லாமே! நீங்கள் பல வருஷங்களாக ஆராய்ந்து வைத்திருக்கிறீர்கள். அருமையான திருத்தங்களை உங்கள் பிரதியிற் கண்டேன். இராமா யணத்துக்கு எல்லா நூல்களையும் விட மதிப்பு அதிகம். பதிப்பித் தால் புண்ணியமும் உண்டு.

நான்: அதிலும் பொருட் செலவு இல்லையா?

தாமோ: இருந்தால் என்ன! இராமாயணம் பதிப்பிப்பதாக இருந்தால் பிரபுக்கள் நான் நானென்று பொருளுதவி செய்ய முன்வருவார்கள். ஒவ்வொரு காண்டமாகப் பதிப்பியுங்கள். நானே ஒவ்வொரு காண்டத்துக்கும் ஒவ்வொரு கனவானை உதவி செய்ய ஏற்பாடு செய்கிறேன். சிந்தாமணிப் பதிப்பை எனக்கு விட்டு விடுங்கள்.

### என் மன நிலை

அச்சமயம் எனக்கு ஒன்றும் தோன்றவில்லை. மனம் சஞ்சல மடைந்தது. சிந்தாமணியைப் பதிப்பிக்கும் விஷயத்தில் தமிழிலும் ஜைன நூல்களிலும் இன்னும் தேர்ந்த அறிவு இருந்தால் நன்றாக இருக்குமென்று ஒரு சமயம் நான் எண்ணியதுண்டு. அப்போது இந்தப் பெரிய காரியத்தை நிறைவேற்ற நமக்குச் சக்தியுண்டா என்ற அபிப்பிராயம் மனத்தே எழும். ஆனாலும் ஒன்றிலும் தளராமல் எப்படியாவது பதிப்பைத் தொடங்கிவிடுவது என்ற உறுதியோடு இருந்தேன். 'சேலம் இராமசுவாமி முதலியார் இந்நூலைப் பதிப் பிக்கும் விஷயத்தில் வேண்டிய உதவி செய்வதாக வாக்களித்திருக் கிறார். அதை ஆராய்ந்து பதிப்பிப்பதாக ஒப்புக்கொண்டு அதற்கு வேண்டியவற்றைச் செய்து வந்திருக்கிறோம். இப்போது இவரோ இப்படிச் சொல்லி நம் பிரதியை விரும்புகிறாரே! நாம் பின் வாங்கலாமா? நம் கைப் புத்தகத்தில் போட்டிருக்கும் ஒவ்வொரு கோடும் புள்ளியும் ஒவ்வொரு குறிப்பும் எவ்வளவு உபயோகமா னவை! மற்றவர்கள் கண்களுக்கு ஒரு சிறிய கோடாகத் தோன்ற லாம். ஆனால் அந்தக் கோட்டின் சங்கேதத்தால் நமக்குத்தோற்றும் விஷயங்கள் வேறு. அந்தக் குறிப்புக்களை இவர் எப்படி உணர முடியும்? நாம் இட்ட ஒவ்வோர் அடையாளமும் எவ்வளவு விஷயங்களை உள்ளடக்கியது? அவற்றை மற்றவர் எப்படித் தெரிந்து கொள்ள முடியும்? எவ்வளவு ஜைன நூல்கள் படித்து விஷயங்கள் தெரிந்து கொண்டோம்! எவ்வளவு ஜைனர்களிடம்

சென்று சமய மறிந்து நயந்தும் பயந்தும் கெஞ்சியும் சந்தேகங்களைத் தெளிந்து கொண்டோம்! எல்லாவற்றையும் வீணாக்கி விடுவதா' என்று இவ்வாறு சிறிதுநேரம் அவரோடு ஒன்றும் பேசாமல் சிந்தனை செய்தேன்.

அவர் மீட்டும் மீட்டும் பல விஷயங்களைச் சொல்லி என் சிந்தாமணிப் பிரதியை விரும்பினார். அப்போது நான், "என் தந்தையாரவர்கள் வெளியே போயிருக்கிறார்கள். அவர்கள் வந்த பின்பு கேட்டுக் கொண்டு, நாளைக் காலையில் தங்களிடம் வந்து பதிப்பு விஷயத்தைப் பற்றி என் கருத்தைத் தெரிவிக்கிறேன்" என்று சொன்னேன். அவர், "அப்படியே செய்யுங்கள்; இப்போது புஸ் தகத்தைக் கொடுங்கள்; நான் ஒரு முறை பார்த்து வைக்கிறேன். பிறகு உங்கள் தீர்மானப்படியே செய்யலாம். பெரும்பாலும் எனக்கு அனுகூலமாகவே முடியுமென்று எதிர்பார்க்கிறேன்" என்று கேட்டுக் கொண்டார்.

### பிரதி கொடுத்தேன்

உள்ளே சென்றேன். நான் ஆராய்ந்து திருத்தி இரண்டு பாகங்களாக எழுதி வைத்திருந்த சிந்தாமணிக் கையெழுத்துப் பிரதியை எடுத்து வந்து அவர் கையில் கொடுத்தேன். உடனே அவர் முகத்தில் ஒரு பிரகாசம் உண்டாயிற்று. அவர் செய்த புன்முறுவலிலே சந்தோஷம் பொங்கியது. "சரி. நான் போய் வருகிறேன். நான் சொன்னவற்றையும் என் வேண்டுகோளையும் தங்கள் தந்தையாரவர்களிடம் தெரிவித்து நாளைக் காலையில் வந்து தங்கள் சம்மதத்தைத் தரவேண்டும்" என்று சொல்லி என்னிடம் விடை பெற்றுப் புஸ்தகத்துடன் தம் வண்டியிலேறித் தம் வீட்டுக்குச் சென்றார்.

### புதிய உணர்ச்சி

அது வரையில் சாவதானமாகப் பேசிக் கொண்டிருந்த தாமோ தரம் பிள்ளை புஸ்தகம் கைக்கு வந்தவுடன் திடீரென்று புறப்பட் டது என் மனத்தில் ஒரு புதிய உணர்ச்சியை உண்டாக்கிற்று. பின் னும் சிறிது நேரம் அவர் பேசியிருந்தால் ஒருகால் அந்த உணர்ச்சி உண்டாயிருக்குமோ இராதோ அறியேன். அவர் போன பின் எனக்கு ஒரு மயக்கம் உண்டாயிற்று. ஒன்றிலும் புத்தி செல்ல வில்லை. அவர் கைக்குச் சென்ற பிரதி மீட்டும் வருமோவென்று எண்ணிக் கலங்கினேன். வெகுநேரம் வரையில் பலவகையான சிந்தனைகளுடன் ஒரு பெருங்கவலையில் ஆழ்ந்திருந்தேன். வெளியே போயிருந்த என் தந்தையார் அப்போது வந்தார். என்னைக் கவனித்து, "என்ன! வழக்கம்போல் இராமல் ஒரு மாதிரி யாக இருக்கிறாயே? என்ன விசேஷம்?" என்று கேட்டார். உடனே நான் முதலில் "ஒன்றுமில்லை" என்று சொல்லிவிட்டு, தாமோதரம்

பிள்ளை வந்திருந்ததையும், சிந்தாமணிப் பதிப்பு விஷயமாக நடந்த சம்பாஷணையையும், நான் என்னிடமிருந்த கைப்பிரதியைக் கொடுத்ததையும் மற்ற விவரங்களையும் சொன்னேன். அவர், "அவசரப்பட்டுப் பிரதியைக் கொடுத்திருக்க வேண்டியதில்லை. ஆனாலும் கவலைப்பட வேண்டாம். சிந்தாமணியை நீயே பதிப்பிப்பதாகப் பலரிடம் தெரிவித்திருக்கிறாய். இரவும் பகலும் அதே வேலையாக இருந்து வருகிறாய். நீதான் பதிப்பிக்க வேண்டும். ஒரு கவலையும் இல்லாமல் ஸ்ரீ மீனாட்சி சுந்தரேசுவரர் காப்பாற்று வார். நாளைக் காலையில் அவரிடம் போய் நான் சொன்னதைச் சொல்லிக் கையெழுத்துப் பிரதியை வாங்கி வந்து மேலே கவனிக்க வேண்டியதைக் கவனி" என்று தைரியமாகச் சொன்னார். "நானே பதிப்பிப்பதுதான் முறையாகும்" என்ற முடிவுக்கு வந்தேன்.

ஆகாரம் செய்து விட்டுப் படுத்தேன். தூக்கம் வரவில்லை. தாமோதரம் பிள்ளையிடம் என்ன சமாதானம் சொல்லிப் பிரதியைத் திரும்பி வாங்கி வருவது என்று யோசித்தேன். ஒன்றும் தோன்றவில்லை. பொழுது எப்போது விடியுமென்று காத்திருந் தேன். பொழுது விடிந்தவுடன் அனுஷ்டானம் முதலியவற்றை முடித்துக் கொண்டு என் தம்பி சிரஞ்சீவி சுந்தரேசனுடன் தாமோதரம் பிள்ளையின் வீட்டுக்குச் சென்றேன். அவர் வீட்டுத் திண்ணையில் நான் இருந்து, அவர் வருவதை எதிர்பார்த்துக் கொண்டேயிருந்தேன். நான் வந்ததைக் கேட்டு அவர் வெளியே வந்தார். வந்தவர் என் பிரதியை என் கையிற் கொடுத்துச் சில சந்தேகங்கள் கேட்கத் தொடங்கினார். அப்போது யாழ்ப்பாணம் அம்பிகை பாக உபாத்தியாயர் என்பவரும் உடன் இருந்தார். முதற் பாகத்தைப் பார்க்கையில் 20 பக்கங்கள் வரையில் அவர் கோடிட்டு 'ஸ்பேஸ்' அடையாளம் செய்திருப்பது தெரிந்தது. அவர், 'மீனேறுயர்த்த' என்னும் செய்யுளின் உரையில் உள்ள 'ஏற்றை மேம்படுத்தின' என்பது என்ன? பவர் துரை அச்சிட்டுள்ள புத்தகத்தில் 'மேம்படுத்தின' என்று இருக்கிறது. இதை விளங்கச் செய்ய வேண்டும்" என்று கேட்டார். விளக்கினேன். "வென்றிக் களிற்றை விரிதாரவன் வென்றவாறும்' என்பதற்கு, 'பிறரை முன்பு வென்ற வெற்றியையுடைய களிறு' என்று உரை எழுதியிருக்கிறதே. என்ன விஷயம்?" என்று கேட்டார்: அதையும் விளக்கமாகச் சொன்னேன்.

அப்பால் இவற்றைப் போன்ற வேறு சில ஐயங்களை வினாவி னார். விளக்கமாகச் சொன்னேன். எல்லாவற்றையும் அம்பிகை பாக உபாத்தியாயர் கவனித்து வந்தார். அப்பால் நான் தாமோதரம் பிள்ளையைப் பார்த்து, "நீங்கள் இப்போது கேட்ட கேள்விகள் மிகவும் சாதாரணமானவை. கடினமான பாகங்கள் இந்நூலில் எவ்வளவோ உண்டு. அவை விளங்குவதற்கு ஏற்ற சௌகரியம் உங்களுக்கில்லை. ஆதலால் இம்முயற்சியை நீங்கள் நிறுத்திவிடுங்

கள். நானே பதிப்பித்தலை மேற்கொள்வேன். பொருள் விளங்காமல் நீங்கள் எங்ஙனம் பதிப்பிக்க முடியும்?" என்றேன். அவர், "நூல் இறவாமல் இருக்கவேண்டுமென்பது என் கருத்து. பொருளுதவி கிடைக்கும்போது நூலைப் பதிப்பித்து விட்டால் படிப்பவர்கள் பொருள் செய்து கொள்வார்கள்" என்று சொன்னார். "விஷயம் தெரியாமல் வெளியிட்டால் படிப்பவர்கள் எவ்வாறு தெரிந்து கொள்வார்கள்? நான் ஒரு வகையாக வரையறை செய்து வைத்திருக்கிறேன். ஆதலால் இந்தக் காரியத்தை நானே செய்வேன். நீங்கள் பதிப்பித்தாலும் பதிப்பிக்கலாம். ஆனாலும் என் முயற்சியை நான் விடப் போவதில்லை" என்று சொல்லி, என் கையிலிருந்த என் பிரதி இரண்டு பாகங்களையும், அவரிடம் தெரிவித்துவிட்டு, என் தம்பி வசம் கொடுத்து, "இவற்றை ஜாக்கிரதையாக வீட்டிற்கு எடுத்துப்போய் வைத்திரு. அப்பாவிடமும் சொல்லு. நான் பின்னால் வருகிறேன்" என்று சொல்லியனுப்பி விட்டு அவரிடம் சிறிது நேரம் பேசினேன். எங்கள் சம்பாஷணைகளைக் கவனித்த அம்பிகை பாக உபாத்தியாயர் அவரை நோக்கி, "ஐயா, இந்த ஐயர் பலமுறை ஆராய்ந்து ஆழ்ந்து படித்தவரென்றும் நீங்கள் ஒரு முறையேனும் இந்நூலைப் படித்துப் பார்க்கவில்லை யென்றும் நீங்கள் இருவரும் பேசிக் கொண்டிருந்த சம்பாஷணையிலிருந்து நான் அறிந்தேன். ஆதலால் இந்த நூற்பதிப்பு வேலையை இவரிடமே விட்டு விடுங்கள். நீங்கள் மேற்கொள்ள வேண்டாம்" என்று கண்டிப்பாகச் சொன்னார். பிள்ளை ஒன்றும் சொல்லாமல் மௌனமாக இருந்தார். அப்பால் அவ்விருவரிடமும் விடைபெற்று வீடு வந்து சேர்ந்தேன். மிக்க கவலையோடிருந்த என் தந்தையார் சிந்தாமணிப் பிரதியைப் பார்த்து ஆறுதலுற்றார். "வென்றிக் களிற்றை" என்ற தொடரையும், அம்பிகை பாக உபாத்தியாயரையும் நினைத்துக் கொண்டேயிருக்கிறேன்.

## 95
### சிந்தாமணிப் பதிப்பு ஆரம்பம்

சீவக சிந்தாமணியை விரைவில் அச்சிட ஆரம்பிக்க வேண்டுமென்ற வேகம் எனக்கு உண்டாயிற்று. நன்றாக ஆராய்ந்து அதனை வெளியிட வேண்டுமானால் பல வருஷங்கள் செல்லும். ஆனால் ஒவ்வொரு விஷயத்தையும் சந்தேகமறத் தெளிந்து திருப்தியான பிறகு தான் வெளியிடுவது என்பது எளிதன்று. என்னுடைய நண்பர்களிற் சிலர், "இப்படி ஆராய்ந்து கொண்டே இருந்தால் வாழ்நாள் முழுவதும் இதிலேயே செலவாகிவிடும். நீங்கள் நிதானித்துப் பதிப்பிப்பதற்குள் வேறு யாராவது வெளியிட்டு விடுவார்கள். இதுவரையில் தெரிந்த விஷயங்களை ஒருவாறு அமைத்துக்கொண்டு ஆரம்பித்துவிடுங்கள். அடுத்த பதிப்பில்

வேண்டிய திருத்தங்களைச் செய்துகொள்ளலாம். பதிப்புக்கள் வர வர விஷயமும் திருந்தும்" என்று தைரியம் சொன்னார்கள். அப்போது பதிப்பிக்கலாமென்று நிச்சயம் செய்து கொண்டேன்.

## கையொப்பம் வாங்கியது

'பதிப்பிக்கப் பணம் வேண்டுமே; அதற்கு என்ன செய்வது!' என்ற கவலை உண்டாயிற்று; சில நண்பர்கள் அதற்கு உபாயம் சொன்னார்கள். "தமிழன்புடைய தக்க கனவான்களிடத்தில் சென்று சிந்தாமணியைப் பதிப்பிக்கும் செய்தியைக் கூறிக் கையொப்பம் பெற்று முன்பணம் வாங்கிக்கொண்டு பதிப்பிக்கத் தொடங்கலாம்" என்றார்கள். அது நல்ல உபாயமென்றே தோற்றியது. அதன் பொருட்டு ஒரு விளம்பரம் அச்சிட்டு அன்பர்களுக்கு அனுப்பி னேன்.

திருவாவடுதுறைக்குச் சென்று பண்டார ஸந்நிதிகளிடம் என் கருத்தைத் தெரிவித்தபோது அவர் மிக்க மகிழ்ச்சியுடன் முதற் கையொப்பத்தைத் தாமே இடுவதாகச் சொல்லிச் சில பிரதிகளுக்குக் கையெழுத்திட்டுப் பணமும் அளித்தார். கும்கோணத்தில் சற்றேறக் குறைய எழுபது அன்பர்களிடம் கையொப்பம் வாங்கினேன். தஞ்சைக்கும் திருச்சிராப்பள்ளிக்கும் சென்று அன்பர்கள் பலரு டைய உதவியைப் பெற்றேன். திருச்சிராப்பள்ளியில் தியாகராச செட்டியாருடைய சகாயத்தால் இருபது இருபத்தைந்து பேர்கள் கையொப்பம் செய்தார்கள்.

## இராமசுவாமி முதலியார் வார்த்தை

திருச்சிராப்பள்ளியில் இருக்கும்பொழுது உடையார்பாளையம் வழக்கு ஒன்றுக்காக வக்காலத்து வாங்கிக் கொண்டு சேலம் இராமசுவாமி முதலியார் அங்கே வந்திருந்தார். அவருடைய வரவை அறிந்து சென்று பார்த்தேன். சிந்தாமணிப் பதிப்புக்காகக் கையொப்பம் வாங்குவதைத் தெரிவித்தேன். முன்னெல்லாம் நான் பதிப்பிக்க வேண்டுமென்று சொன்ன அவர் அப்பொழுது, "நீங்கள் இந்தப் பதிப்பு வேலையைத் தொடங்கினால் மிக்க சிரமமாக இருக்குமே. அதிகப் பொருளும் உழைப்பும் காலமும் செலவாகுமே. தாமோதரம் பிள்ளை என்பவர் சிந்தாமணியைப் பதிப்பிப்பதில் ஊக்கமுள்ளவராக இருக்கிறாரென்று கேள்வியுற்றேன். தக்கவர்களு டைய சகாயம் அவருக்குக் கிடைக்கும். பணமும் செல்வாக்கும் உடையவராக இருக்கிறார். ஆதலால் இந்த வேலையை அவரே செய்யும்படி விட்டு விட்டு நீங்கள் கவலையின்றி இருக்கலாமே" என்றார்.

அவர் பேச்சைக் கேட்டு நான் திடுக்கிட்டேன். "இந்தச் சிந்தா மணியை ஆராய்வதற்கும் அச்சிட வேண்டுமென்று துணிவதற்கும் மூலகாரணமாக இருந்த சேலம் இராமசுவாமி முதலியாரா இப்படிச்

சொல்கிறவர்?" என்று நினைந்து ஆச்சரியமடைந்தேன். அவர் அப்படிச் சொல்வாரென்று நான் கனவிலும் எண்ணவில்லை. அவருக்கு என்னுடைய ஆராய்ச்சியும் தகுதியும் நான் பட்ட சிரமமும் நன்றாகத் தெரியும். அப்படியிருந்தும் அவர் என் சங்கற்பத்தை மாற்றிக்கொள்ள வேண்டுமென்று சொன்னதில் எனக்குச் சிறிது வருத்தமுண்டாயிற்று. ஆயினும் அவர் கூறியதை நான் ஏற்றுக் கொள்ளவேயில்லை.

"சில வருஷங்கள் இராப் பகலாக உழைத்து ஆராய்ந்து வைத்திருக்கிறேன். இம்முயற்சியைக் கைவிட எனக்கு மனமில்லை. தாமோதரம் பிள்ளை பதிப்பித்தால் பதிப்பிக்கட்டும். அதை நான் தடுக்கவில்லை. அதற்காக என்னை நிறுத்தச் சொல்லுவது நியாய மாகுமா? நான் எவ்வளவோ ஆவலாக இந்தக் காரியத்தைத் தொடங்கியிருக்கிறேனே" என்று துணிவு தோற்றச் சொன்னேன்.

அவர் உண்மையில் என்பால் உள்ளன்புடையவராதலின் எனக்குச் சிந்தாமணிப் பதிப்பிலுள்ள தீவிரமான சிரத்தையை உணர்ந்துகொண்டார்.

"உங்களுடைய முயற்சியை மாற்றவேண்டுமென்று நான் சொல்லவில்லை. அவர் பலசாலியாக இருக்கிறாரே என்ற எண்ணத் தால் சொன்னேன். உங்கள் தகுதி எனக்குத் தெரியாதா? இதற்குரிய துணிவு உங்களிடத்தில் இருக்கும்போது இது நன்றாக நிறைவேறு மென்றே நான் நம்புகிறேன். என்னாலான உதவியைச் செய்ய எப்போதும் காத்திருக்கிறேன்" என்று அவர் கூறியபோது தான் பழைய இராமசுவாமி முதலியாரே இவரென்று நான் ஆறுதலுற்றேன்.

எப்பொழுதும் சிந்தாமணியின் ஞாபகமாகவே நான் இருந்து வந்தேன். அப்பதிப்பு நன்கு நிறைவேற வேண்டுமென்று எல்லாத் தெய்வங்களையும் வேண்டினேன். 1886ஆம் வருஷம் காலேஜ் கோடை விடுமுறையில் சென்னைக்குச் சென்று சிந்தாமணிப் பதிப்பை ஆரம்பித்து விடவேண்டுமென்று நிச்சயம் செய்தேன். ஆதலால் அதற்கேற்றபடி கைப் பிரதியை ஸித்தம் செய்தேன்.

## சென்னைப் பிரயாணம்

இறைவன் திருவருளைச் சிந்தித்துக் கொண்டு சென்னைக்குப் புறப்பட்டேன். இராமசுவாமி முதலியார் அப்பொழுது சென்னை யில் இல்லாமையால் அவருடைய பங்களாவுக்குச் செல்லாமல் சோடசாவதானம் சுப்பராய செட்டியார் வீட்டிற்குச் சென்று தங்கினேன். நான் கொண்டு சென்ற கையெழுத்துப் பிரதிகளையும் ஆராய்ச்சிக்கு வேண்டிய கருவிகளையும் வேறுசாமான்களையும் அங்கே வைத்துக்கொண்டு புரசபாக்கத்திலுள்ள ஒரு போஜன விடுதியில் ஆகாரம் செய்துவந்தேன். என் பெட்டியில் பூர்த்தியும்

அபூர்த்தியுமான சிந்தாமணி ஏட்டுப் பிரதிகள் 24 இருந்தன. சுப்பராய செட்டியார் பல காலமாக நூற்பதிப்பு விஷயத்தில் ஈடுபட்டவராதலால் அவர் மூலமாகவே அச்சுக்கூடத்தைத் திட்டம் செய்து பதிப்பிக்கலாமென்று கருதினேன்.

## ராஜகோபாலாச்சாரியர்

நான் சென்னை சென்ற மறுநாட் காலையில் ஸ்ரீவைஷ்ணவ ரொருவர் சுப்பராய செட்டியார் வீட்டில் என் வரவை எதிர் பார்த்திருந்தார். என்னைக் கண்டு அவர் பராமுகமாகவே இருந்தார். செட்டியாரை நோக்கி, "இவர்கள் யார்?" என்று கேட்டேன். "இவர் எஸ்.பி.ஸி.கே. அச்சுக்கூடத்தில் இங்கிலீஷ் பகுதியில் மேல் விசாரணைக்காரர். தமிழிலும் நல்ல பயிற்சியுள்ளவர். பல பாஷைகள் இவருக்கு வரும். அச்சிடும் விஷயத்தில் ஆதியோடந்த மாக எல்லாவற்றையும் நன்றாக அறிந்தவர். உங்களைப் பார்க்கத் தான் வந்திருக்கிறார்" என்றார்.

எனக்கு அளவற்ற மகிழ்ச்சியுண்டாயிற்று. பதிப்பு விஷயத்தில் அவருடைய துணை கிடைக்குமென்ற நம்பிக்கையினால். "ஸ்வாமி உங்களைத் தெரிந்து கொண்டது பரம சந்தோஷம். உங்களுடைய பழக்கமும் ஆசீர்வாதமும் உதவியும் எனக்கு வேண்டும். அச்சிடும் வேலையில் எனக்கு அதிகப் பழக்கமில்லை. ஆதலால் உடனிருந்து பார்த்துக்கொள்ளவேண்டும்" என்று கேட்டுக் கொண்டேன். அவர் ஊர் தேரழுந்தூரென்றும் அவருடைய பெயர் சக்கரவர்த்தி ராஜகோபாலாச்சாரியரென்றும் அறிந்தேன். "நீங்கள் சிந்தாமணிப் பிரதிகள் கொண்டு வந்திருக்கிறீர்களென்று கேள்வியுற்றேன். அந்தப் புஸ்தகங்களையும் உங்களையும் பார்க்கத்தான் இப்போது வந்தேன்" என்றார் அவர்.

உடனே பெட்டியைத் திறந்து பிரதிகளை எடுத்துக்காட்டி னேன். "நீங்கள் வெகு சிரமப்பட்டு இவற்றைச் சேகரித்து ஆராய்ந்து வைத்திருக்கிறீர்களென்று தெரிகிறது" என்று அவர் அவற்றைப் பார்த்துவிட்டுச் சொன்னார்.

"இந்தப் பிரதிகளையெல்லாம் வைத்துக்கொண்டு ஒப்பிட்டீர் களா?" பாட பேதங்களைக் குறித்திருக்கிறீர்களா?" என்று அவர் கேட்டார்.

"எல்லாம் ஒருவாறு, செய்திருக்கிறேன். சில பிரதிகள் முற்றும் ஒப்பு நோக்கப்பட்டன. சிலவற்றை, சந்தேகமுள்ள இடங்களில் மட்டும் பார்த்துத் திருத்தங்களைத் தெரிந்து கொண்டேன். அப்படிச் செய்வதைத் தவிர வேறு என்ன செய்ய வேண்டுமென்று தெரியவில்லை. ஏதோ நான் சிரமப்பட்டு உழைத்துத் தொகுத்து வந்திருக்கிறேன். அதை நல்ல முறையில் அச்சிட்டு அழகுபடுத்தித் தருவது உங்கள் கடமை" என்று பணிவாகச் சொன்னேன். பிறகு

எந்த எந்த வகையில் பதிப்பு அமைய வேண்டுமென்பதைப் பற்றி யோசனை செய்யலானோம்.

"பாட்டு, பொழிப்புரை, விசேடவுரை எல்லாம் ஒன்றாக இருக்கின்றனவே! நான் என்ன செய்கிறது?" என்று கேட்டேன். அப்படி மூன்றும் கலந்திருப்பதைத் தெளிவாக வேறு பிரித்து அறிவதும், அறியும்படி செய்வதும் மிகவும் கடினமான செயல்களென்று அக்காலத்தில் நான் எண்ணியிருந்தேன். அப்பொழுது அவர் சொன்ன பதில் எனக்கு மிக்க ஆச்சரியத்தை விளைவித்தது.

"அவற்றை மிகவும் சுலபமாகத் தனித்தனியே அமைத்துவிடலாம். மூலத்தைப் பெரிய எழுத்திலும் உரைகளைச் சிறிய எழுத்திலும் அச்சிடவேண்டும். மொழிப்புரையையும் விசேட உரையையும் தனித்தனியே பாரா பாராவாக அமைத்துவிட்டால் அவை வேறு வேறு என்று தெரியவரும். ஏட்டுப் பிரதியிலுள்ள குழப்பங்களையெல்லாம் அச்சில் மாற்றி விடலாம். அதைப்பற்றி நீங்கள் சிறிதும் கவலையடைய வேண்டாம்" என்று அவர் சொன்னார்.

'இப்படி யார் சொல்லப்போகிறார்கள்! இதுவும் தெய்வத்தின் திருவருளே!' என்று எண்ணி நான் பேருவகையுற்றேன். "எந்த அச்சுக்கூடத்தில் பதிப்பிக்கலாம்?" என்று ஆலோசிக்கையில் அவர், "சூளை அவதானம் பாப்பையர் வீதியில் திராவிட ரத்னாகரம் என்ற பெயருள்ள அச்சுக்கூடமொன்று இருக்கிறது. அதன் சொந்தக்காரராகிய ஸ்ரீ த. கோவிந்த ஆசாரியார் என்பவர் என் நண்பர். மிகவும் யோக்கியமானவர். செட்டியாரவர்களுக்கும் தெரிந்தவர்" என்றார். "நீங்கள் சொல்வது எனக்கு நல்ல சகுனமாகத் தோற்றுகிறது; தமிழ்க் கடல் என்னும் அர்த்தத்தைத் தரும் திராவிட ரத்னாகர அச்சுக்கூடத்தில் சிந்தாமணியைப் பதிப்பிப்பது மிகவும் பொருத்தமே. சிந்தாமணி ஒரு கடலில் தானே தோன்றியது? தமிழ்ச் சிந்தாமணி தமிழ்க் கடலிலிருந்து வெளிவருவது நன்மையே" என்று என் சந்தோஷத்தையும் உடன்பாட்டையும் தெரிவித்துக்கொண்டேன்.

## நல்ல சகுனம்

சேலம் இராமசுவாமி முதலியாருடைய தந்தையாராகிய கோபாலசாமி முதலியாரென்பவர் அப்பொழுது சேலத்திலிருந்து சென்னைக்கு வந்திருந்தார். அவர், நான் சுப்பராய செட்டியார் வீட்டில் தங்கியிருத்தலை அறிந்து தம்முடைய பங்களாவிலேயே ஜாகை வைத்துக்கொள்ளலாமென்று எனக்குச் சொல்லியனுப்பினார். அவர் சொன்னபடியே நான் அங்கே சென்று வெளியறையொன்றில் தங்கியிருந்தேன்.

சிந்தாமணியை அச்சுக்குக் கொடுக்க ஒரு நல்ல நாள் பார்த்து நல்ல வேளையாகிய அன்று பிற்பகல் மூன்று மணிக்கு அச்சுக்குக் கொடுக்கவேண்டிய பாகத்தைக் கையிலெடுத்துக் கொண்டு நானும்

சுப்பராய செட்டியாரும் சேலம் இராமசுவாமி முதலியார் பங்களா விலிருந்து புறப்பட்டோம். கோபாலசுவாமி முதலியார் எங்களை அனுப்பும் பொருட்டு உடன் வந்து பங்களா வாசலில் நின்றார். அப்போது சிறு தூற்றல் தூறிக்கொண்டிருந்தது. "தூறுகிறது போலிருக்கிறதே" என்று சுப்பராய செட்டியார் சிறிது தயங்கி நின்றார். நான், "சிறு தூறல் நல்லதுதான்; குற்றமில்லை; புறப்பட லாம்" என்று சொல்லவே புறப்பட்டோம்.

செல்லுகையில் பங்களாவின் புறவாயிலிலிருந்து ஒரு மனிதன் தன் கையில் வஸ்திரத்தால் மூடிய ஒரு பெரிய வெள்ளித் தாம் பாளத்தை எடுத்துக்கொண்டு பங்களாவை நோக்கி வந்தான். நாங் கள் நெருங்க நெருங்க, அவன் அதன் மேலே இருந்த வஸ்திரத்தை எடுத்து விட்டான். அந்தத் தாம்பாளத்தில் கிச்சிலி முதலிய பழங்கள் இருந்தன. அவற்றின்மேல் என் பார்வை விழுந்ததோ இல்லையோ எனக்குப் புளகாங்கிதம் உண்டாயிற்று. அதே சமயத்தில் பின்னே நின்று எங்களைக் கவனித்த கோபாலசுவாமி முதலியார், "நல்ல சகுனமாகிறது. உத்தேசித்த காரியம் நன்றாக நிறைவேறும். பழம் வருகிறது. உங்கள் முயற்சி பலனைப் பெறும். கவலையின்றிப் போய் வாருங்கள்" என்று சொல்லிவிட்டு அந்த மனிதனைப் பார்த்து, "அடே, அதில் இரண்டு பழங்கள் அவர்களிடம் கொடு" என்று உத்தரவு செய்தார். கையில் பழம் கிடைத்தபோது நான் என்னையே மறந்தேன். 'கடவுள் திருவருள்' என்று எண்ணிச் சென்றோம்.

## பதிப்பு ஆரம்பம்

அச்சுக்கூடத்திற்குச் சென்று விக்கினேசுவர பூஜை செய்து விட்டுத் தலைவரிடம் நான் கொண்டு சென்ற கையெழுத்துப் பிரதியைக் கொடுத்தேன். அதை உடனே அவர் அடுக்குவதற்குக் கொடுத்து விட்டார். ராயல் எட்டுப் பக்க அளவில் ஐந்நூறு பிரதி கள் அச்சிடுவதென்றும், ஒரு பாரத்துக்கு 31/2 ரூபாய் அச்சுக் கூலியென்றும் பேசி ஏற்பாடு செய்து கொண்டோம்.

அச்சு வேலை தொடங்கியது. தக்க பழக்கமில்லாத எனக்குச் சுப்பராய செட்டியாரும், ராஜகோபாலாச்சாரியரும் உதவி புரிந்து வந்தனர். நூற்பெயர், இலம்பகப் பெயர், தலைப்பு, மூலம், உரை என்பவற்றை வெவ்வேறு எழுத்துக்களில் அமைக்கும்படி ராஜ கோபாலாச்சாரியர் திட்டம் செய்தார். முதற் பாட்டிற்குரிய உரை யில் மேற்கோள்கள் பல இருந்தன. அவற்றை அடிக் குறிப்பிலே எவ்வாறு தெரிவிப்பதென்று நான் மயங்கினேன். அவர் உடுக்குறி முதலிய அடையாளங்களை முறையே போட்டு அவற்றின் பெயரை எனக்குத் தெரிவித்தார். சில குறியீடுகள் போதாமல் இருந்தமையால் நூதனமாக வார்ப்பிக்க ஏற்பாடு செய்து உபயோகப்படுத்திக் கொண்டேன்.

சென்னைக்கு வந்தது முதல் சிந்தாமணிப் பதிப்புக்கு உரிய அனுகூலங்கள் கிடைத்து வருவதைச் சுப்பிரமணிய தேசிகருக்கும் என் தந்தையாருக்கும் தெரிவித்தேன். பதிப்பு வேகமாக நடைபெற்று வந்தது.

# 96

## சிந்தாமணிப் பதிப்பு நிகழ்ச்சிகள்

சீவக சிந்தாமணி அச்சாகி வந்தபோது நான் சென்னையிலுள்ள வித்துவான்களை இடையிடையே கண்டு பேசிப் பழகுவேன். புரச பாக்கத்திலிருந்த அஷ்டாவதானம் சபாபதி முதலியாரிடம் ஒரு நாள் சென்றேன். முன்பே பார்த்துப் பழகியவராதலின் திருவாவடுதுறை மடத்தைப் பற்றியும், கும்பகோணம் காலேஜைப்பற்றியும் அவர் விசாரித்தார். "சீவகசிந்தாமணியை உரையுடன் பதிப்பிப்பதற்காக வந்திருக்கிறேன்" என்று நான் சொன்னேன். அதைக் கேட்டு அவர் திடுக்கிட்டார். "என்ன ஐயா? சிந்தாமணி உரையையாவது, நீங்கள் பதிப்பிக்கிறதாவது? அது சுலபமான காரியமா? நீங்கள் பால்யர். சிந்தாமணி நூலுக்கும் உரைக்கும் உள்ள பெருமை என்ன? அதை முடிப்பது மிகவும் கஷ்டமாக இருக்குமே! அந்த முயற்சியை நிறுத்திக் கொள்ளுதல் மிகவும் நல்லது. ஆழந் தெரியாமல் காலை விடக்கூடாது" என்று கண்டிப்பாகச் சொன்னார். அப்படி அவர் சொன்னதைக் கேட்டு நானும் ஆச்சரியமடைந்தேன்.

### பழைய முயற்சிகள்

"நான் ஏன் பதிப்பிக்கக்கூடாது? அந்த நூலையும் உரையையும் பலமுறை படித்து ஆராய்ந்திருக்கிறேன். அதற்கு வேண்டிய கருவி நூல்களையும் படித்திருக்கிறேன். நிறைவேற்றி விடலாமென்ற துணிவு எனக்கு இருக்கிறது" என்று தைரியமாகச் சொன்னேன். கும்பகோணத்தில் சீவகசிந்தாமணியை ஆராய்ந்து வந்தபோது இப்படி யாராவது சொல்லியிருந்தால் நான் சிறிது அச்சமடைந் திருப்பேன். அஷ்டாவதானம் சபாபதி முதலியாரோடு சம்பாஷித்த அந்தச் சமயத்திலோ நான் சிந்தாமணியின் ஞாபகமாகவே இருந்தேன். யார் வந்து தடுத்தாலும் என் முயற்சியை நிறுத்திக் கொள்ளாத உறுதி என்னிடம் இருந்தது.

"நான் ஆரம்பித்திருக்கும் இந்த நல்ல காரியம் நன்றாக நிறை வேற வேண்டுமென்று வாழ்த்துவதை விட்டு இப்படி அதைரியம் உண்டாக்குகிறீர்களே!"

"ஆரம்பித்தால் என்ன? இதற்கு முன் இந்த நூலைப் பதிப் பிக்கப் பலர் ஆரம்பித்து அந்த ஆரம்பத்தோடே அது நின்றுவிட் டது. நானும் என் ஆசிரியராகிய காஞ்சீபுரம் சபாபதி முதலியாரும்

இதைப் பதிப்பிக்க வேண்டுமென்று எண்ணிப் படிக்கத் தொடங்கி னோம்; கஷ்டமென்று தோற்றினமையால் நிறுத்திவிட்டோம். *பல வருஷங்களுக்குமுன், ட்ரூ என்னும் பாதிரியார் (The Rev. W. H. Drew) ஒருவர் சிந்தாமணியைப் பதிப்பிப்பதாக ஒரு திட்டம் வகுத்து அந்த முறையை விளக்கி ஒரு விளம்பரம் வெளியிட்டார். அவர் அதை நிறைவேற்ற முடியவில்லை. போப் துரை பிறகு முயன்றார். அவராலும் இயலவில்லை. யாழ்ப்பாணத்து நல்லூர் ஆறுமுக நாவலருக்குக் கூடச் சிந்தாமணியைப் பதிப்பிக்கும் எண்ணம் இருந்தது. திருச்சிற்றம்பலக் கோவையாரின் முதற்பதிப்பில் 'இனி வெளிவரும் நூல்கள்' என்ற விளம்பரத்தில் சிந்தாமணியின் பெயர் காணப்படுகிறது. என்ன காரணத்தாலோ அவர் பதிப்பிக்க முற்பட வில்லை. உங்கள் ஆசிரியராகிய மகா வித்துவான் மீனாட்சி சுந்தரம் பிள்ளையவர்களும் சோடசாவதானம் சுப்பராய செட்டியாரும் சேர்ந்து சிந்தாமணியைப் பதிப்பிக்கலாமென்று ஆலோசித்தார் களாம். பிறகு அது பெரிய தொல்லை என்று நிறுத்தி விட்டார் களாம். இப்படி யார் தொட்டாலும் நிறைவேறாத இந்த நூலை நீங்கள் பதிப்பிக்கத் துணிந்தீர்களே யென்று அஞ்சுகிறேன்" என்று அந்தக் கிழவர் சொன்னார்.

ஆனால், அவருடைய வார்த்தைகளால் நான் சிறிதும் அதைரியம் அடையவில்லை. "முன்பு அவர்கள் நிறைவேற்றவில்லை என்ற காரணத்துக்காக நாம் நமது முயற்சியை நிறுத்திக்கொள்வதா? அவர்களெல்லாம் முயன்றார்களென்ற செய்தியினாலே இந்த நூல் எப்படியாவது அச்சு வடிவத்தில் வெளியாக வேண்டுமென்ற ஆவல் அவர்களுக்கு இருந்ததென்று தெரியவில்லையா? அந்த விருப்பத்தை நிறைவேற்ற முயல்வது மற்றவர்களுடைய கடமைதானே? என் முயற்சி தடைப்படினும் குறைவொன்றுமில்லை. இறைவன் திருவரு ளால் இது பலித்தால் தமிழன்பர்களுக்குச் சந்தோஷமுண்டாகாதா? ஏதோ என் சிற்றறிவுக்கு எட்டிய வரையில் ஆராய்ந்து பதிப்பித்து வருகிறேன், குறைபாடுகள் இருப்பது இயல்பே. அறிவுடையவர்கள் நாளடைவில் அவற்றைப் போக்கி விடுவார்கள்" என்று உத்ஸாகத் தோடு கூறினேன்.

"நான் சொல்லுவதைச் சொல்லி விட்டேன். அப்பால் உங்கள் பிரியம்" என்று அவர் அதிருப்தியோடே சம்பாஷணையை முடித் தார். நானும் விடை பெற்று வந்தேன்.

---

* The Printing of Chintamani was more than once projected. About 20 years ago, the late Rev. W. H. Drew published a prospectus with a specimen of the work; but his premature death put an end to the great undertaking.

– H. Bower in his Preface to the edition of 'Namagal Ilambakam'

## ‘ஏக்கழுத்தம்’

நாமகளிலம்பகம் 58ஆம் செய்யுளில், “ஏத்தரு மயிற்குழா மிருந்த போன்றவே” என்னும் அடிக்கு, ‘மேல் நோக்குதலைத் தருகின்ற மயிற்றிரள் பொலிந்திருந்தனவற்றை யொத்த வென்க’ என்று நச்சினார்க்கினியர் உரையெழுதிவிட்டு, ‘ஏக்கழுத்தம் என்றார் பிறரும்’ என்று மேற்கோள் காட்டுகிறார். அந்தச் செய்யுளும் உரை யும் அச்சாகும்போது ‘ஏக்கழுத்தம்’ என்ற சொல் எங்கே வந்துள்ள தென்று என் ஞாபகத்துக்கு வரவில்லை. அதை என் கைக் குறிப்புப் புஸ்தகத்தில் எழுதி வைத்துக் கொண்டேன். திடீரென்று ஒருநாள் சிறுபஞ்ச மூலத்தில் ஒரு பாடல் ஞாபகத்துக்கு வந்தது.

“கல்லாதான் றான்காணு நுட்பமுங் காதிரண்டும்
* இல்லாதா னெக்கழுத்தஞ் செய்தலும்”

என்பது அதன் முதற்பகுதி. அதில் வரும் ஏக்கழுத்தமென்ற சொல்லுக்குத் தெளிவாகப் பொருள் விளங்கவில்லை. சிந்தாமணி உரையில் வரும் மேற்கோள்கள் அவ்வளவும் என் ஞாபகத்தில் இருந்தன. இந்தச் சிறு பஞ்சமூலச் செய்யுட்பகுதி நினைவுக்கு வந்த போது முன்னே குறிப்பித்த ‘ஏக்கழுத்தம்’ என்ற மேற்கோளும் ஞாபகத்துக்கு வந்தது. “காது இரண்டும் இல்லாதவன் தலை யெடுத்துப் பார்த்தலும்” என்று சிறுபஞ்ச மூலத்துக்குப் பொருள் செய்யலாமோ வென்ற எண்ணம் உண்டாயிற்று. உடனே சிறுபஞ்ச மூலத்தை எடுத்து வைத்துக் கொண்டேன். நல்லார்கள் கேட்பின் நகையை உண்டாக்கும் செய்திகளைத் தொகுத்துக் கூறவந்த சிறுபஞ்ச மூல ஆசிரியர், முதலில் கல்வியில்லாதவன் ஆராய்ச்சி செய்து காணும் நுட்பத்தைக் கூறிவிட்டு அடுத்ததாக, “காதிரண்டும் இல்லாதா னேக்கழுத்தஞ் செய்தலும்” என்பதைக் கூறுகிறார். நச்சினார்க்கினியர், ‘ஏக்கழுத்தம்’ என்னும் தொடரில் ஏ என்பதற்கு மேல் நோக்குதல் என்று பொருள் செய்திருக்க வேண்டுமென்று தோன்றியது. ஏக்கழுத்தமென்பதற்குக் கழுத்தை மேலே உயர்த்துதல் என்று பொருள் செய்தால் சிறுபஞ்சமூலத்துக்குப் பொருள் விளக்க மாகும்.

ஒரு சங்கீத வினிகையைக் கேட்பதற்கு ஆடவரும் பெண்டிரும் போயிருந்தார்கள். அந்தக் கூட்டத்தில் ஒருவன் செவிடு. சங்கீத வினிகை நடைபெறுகையில் அவன் தலையைத் தூக்கி அசைக் கிறான். அவன் செவிடென்று தெரிந்தவர்கள் சங்கீத இனிமையை மிக நன்றாக அனுபவிப்பதாக அவன் காட்டிக்கொள்வதைப் பார்த்துச் சிரிக்க மாட்டார்களா? இந்தக் கருத்தை, “காதிரண்டு மில்லாதா னேக்கழுத்தம் செய்தலும்” என்ற அடி உணர்த்துகிற தென்று கண்டு கொண்டேன். சிறு பஞ்சமூலப் பதிப்பில் ஏக்கழுத்த மென்ற பாடமே காணப்பட்டது.

---

* இல்லாதாளென்றும் பாடம்

நீதிநெறி விளக்கத்தில், "ஏக்கழுத்த மிக்குடைய மாகொல், பகை முகத்த வெள்வேலான் பார்வையில் தீட்டும், நகை முகத்த நன்கு மதிப்பு" (39) என்று வீரச் சிறப்புடைய ஓர் அரசனது பார்வையைக் குறிக்கிறார் குமரகுருபரர். அந்தச் செய்யுளிலும் ஏக்கழுத்தமென்றே பதிப்பிக்கப் பெற்றிருந்தது.

பிறகு சிந்தாமணியில் காந்தருவதத்தையாரிலம்பகத்தை ஆராய்ந்து வருகையில் நாலாவது பாட்டில் "ஏக்கழுத்தம்" என்ற சொல்லே வந்தது. அங்கே நச்சினார்க்கினியர் தெளிவாக, 'ஏக்கழுத்தம் – தலையெடுப்பு' என்று உரை எழுதியிருக்கிறார். அதற்கு மேல் வேறு என்ன ஆதாரம் வேண்டும்? சிறுபஞ் சமூலச் செய்யுளையும் நீதிநெறி விளக்கச் செய்யுளையும் திருத்திக் கொண்டேன். அப்போது சந்தோஷத்தால் எனக்குக் கூடச் சிறிது 'ஏக்கழுத்தம்' உண்டாயிற்று.

இந்தச் சந்தோஷம் தாங்க முடியாமல், "இன்றைக்கு ஒரு பதத்தின் உண்மையான உருவத்தைக் கண்டு பிடித்தேன். நச்சினார்க் கினியர் மகோபகாரியென்று எனக்கு வரவரத் தெரிகிறது" என்று சக்கரவர்த்தி ராஜகோபாலாசாரியரிடம் சொன்னேன்.

"என்ன, அப்படி ஒரு புதிய தேசத்தைக் கண்டு பிடித்து விட்டீர்கள்?" என்றார் அவர்.

"புதிய தேசத்தைக் கண்டுபிடித்தாற்கூட இவ்வளவு சந்தோஷ மிராது" என்று சொல்லி ஏக்கழுத்தத்தைப் பற்றிய கதையைச் சொன்னேன். அவர் இந்தத் திருத்தத்தைத் தம் நண்பர்களாகிய சூளை அப்பன் செட்டியார் முதலியவர்களிடம் தெரிவித்தார். கேட்டவர்கள் யாவரும் மிக மகிழ்ந்து என்பால் வந்து என்னைப் பாராட்டினார்கள். இப்படியே உரையில் வரும் செய்திகளை அறிந்து தெளிந்து பதிப்பிக்கும்போதும் மேற்கோள்களினால் அறிந்த செய்திகளை வெளியிடும்போதும் வித்துவான்களெல்லாம் தங்கள் தங்கள் சந்தோஷத்தைப் புலப்படுத்துவார்கள். அஷ்டாவதானம் சபாபதி முதலியார் கூறிய வார்த்தைகளால் அதைரியம் அடை யாமல் இருந்த எனக்கு இந்தப் பாராட்டுக்கள் தைரியத்தை அளித்தன. "சிந்தாமணியைத் தெளிவாக விளங்கும்படி பதிப்பிக்கப் போகிறோமோ இல்லையோ; பல காலமாக விளங்காத விஷயங்கள் இம்மாதிரி சில விளங்கினாலும் போதும். அதையே பெரிய லாப மாக எண்ணுவோமே" என்ற திருப்தியைப் பெற்றேன்.

## பவர் துரையின் பிரதி

கிறிஸ்டியன் காலேஜ் தமிழ்ப் பண்டிதரும், அஷ்டாவதானம் சபாபதி முதலியார் மாணாக்கருமாகிய சின்னசாமி பிள்ளையென்ப வரிடம் சிந்தாமணி உரைப் பிரதியொன்று உள்ளதென்றும், இருபது பிரதிகளைப் பார்த்துச் சோதித்து எழுதப்பட்டதென்றும்

அது சிந்தாமணி நாமகளிலம்பகம் அச்சிட்ட பவர் துரையினுடைய தென்றும் சூளை அப்பன் செட்டியார் என்னிடம் ஒருநாள் தெரிவித்தார். என் அன்பரும் சின்னசாமி பிள்ளையின் உறவினரு மாகிய தில்லைவிடங்கன் வெண்பாப்புலி வேலுசாமி பிள்ளையுடன் சென்று அந்தத் தமிழ்ப் பண்டிதரைப் பார்த்தேன். அவரிடமுள்ள சிந்தாமணிப் பிரதியைப் பார்த்து விட்டுத் தருவதாகச் சொன்னேன்.

அவர் உள்ளே சென்று ஒரு பெரிய காகிதப் பிரதியை எடுத்துக் கொண்டு வந்தார். உருவத்தில் அது மிகப் பெரியதாகவும் அழகாக வும் இருந்தது. சின்னசாமிபிள்ளை, "இந்தப் பிரதி பவர் துரையால் சோதித்து எழுதுவிக்கப்பட்டது. அவர் எனக்குப் பழக்கமானவர். ஊருக்குப் போகும்போது தம்முடைய ஞாபகம் இருப்பதன் பொருட்டு இதை என்னிடம் கொடுத்துவிட்டுப் போனார்" என்று சொல்லி என் கையில் அதனைக் கொடுத்தார். 'இருபது பிரதி களைப் பார்த்துச் சோதிக்கப்பட்டதானால் எவ்வளவோ திருத்த மாக இருக்கும். நமக்கு மிகவும் உபகாரமாகும்' என்ற ஆவலோடு அதை வாங்கிக் கொண்டு ஜாகைக்கு வந்தேன்.

உடனே அதை மிக்க வேகமாகப் புரட்டிப் பார்த்தேன். அதில் பிழைகளே மிகுதியாக இருந்தன. திருத்தமில்லாத பிரதிகளில் காணப்படும் பிழைகள் அவ்வளவும் அதில் காணப்பட்டன. திருத்த மில்லாத பிழைகள் ஆயிரம் கிடைத்தாலும் திருத்தமான பிரதி ஒன்றுக்கு ஈடாகா என்பதை நான் உணர்ந்தவன். பிழையுள்ள பிரதிகள் எவ்வளவுக்கெவ்வளவு அதிகமாகக் கிடைக்கின்றனவோ அவ்வளவுக்கவ்வளவு உபயோகமில்லாத பாட பேதங்கள் அதிக மாகிக் குழப்பமும் மிகுதியாகும். அளவற்ற பாட பேதங்களைக் காட்டி, 'இவ்வளவு பிரதிகளைப் பார்த்தோம்' என்பதைப் புலப் படுத்தலாமேயன்றி விஷயத்தை விளக்கமாகத் தெரிந்து கொள்வது மிகவும் கடினம். அந்தக் கடிதப் பிரதி எனக்குச் சிறிதும் பயன்பட வில்லை.

## தனிமையில் செய்த வேலை

ஒவ்வொரு நாளும் அச்சுக்கூடத்திலிருந்து அச்சுப் பிரதிகளைத் திருத்திக் கொடுப்பேன். எனக்குத் துணையாக ஓழிவுள்ள நேரங் களில் வந்து சோடசாவதானம் சுப்பராய செட்டியாரும், ராஜ கோபாலாச்சாரியரும், வேலுசாமி பிள்ளையும் கையெழுத்துப் பிரதியைப் படிப்பது முதலிய உதவிகளைப் புரிந்து வருவார்கள். மாலையானவுடன் அச்சுக்கூடத்திலிருந்து 'புரூப்'களை எடுத்துக் கொண்டு இராமசுவாமி முதலியார் பங்களாவுக்குச் செல்வேன். அங்கே எனக்காக விடப்பட்ட அறையில் வேண்டிய சாமான்களை வைத்திருந்தேன். புறத்தே உள்ள தாழ்வாரத்தில் ஒரு விசுப்பலகை இருக்கும். அதில்தான் ஒவ்வொரு நாளும் படுத்துக் கொள்வேன். அவ்விடத்திற்கு நேர் மேலே ஒரு கண்ணாடி விளக்கு போடப்

பட்டிருக்கும். இரவு நேரத்தில் அந்த விளக்கு வெளிச்சத்தில் அச்சுக் கடிதங்களைத் திருத்துவேன். தனியாக இருந்து கையெழுத்துப் பிரதியையும் 'காலி புரூப்' முதலியவற்றையும் நானே ஒப்பு நோக்கு வேன். பிறகு ஒரு முறை கூர்ந்து படித்துத் திருத்தங்கள் செய்வேன். பார்க்கிற வரையில் பார்த்து விட்டு அயர்ச்சி ஏற்பட்டால் அப்ப டியே படுத்துக் கொள்வேன். இரண்டு மணிக்குத் திடீரென்று விழித்துக் கொண்டு மறுபடியும் விடியும் வரையில் 'புரூப்' பார்ப்பேன்.

அந்தத் தனிமையில் எனக்குத் துணை செய்வார் ஒருவரும் இல்லை. சற்றுத் தூரத்துக்கப்பால் பங்களாவுக்குக் காவலாக ஒரு நாய் கட்டப்பட்டிருக்கும். இரண்டு கூர்க்கச் சிப்பாய்கள் தூங்காமல் காவல் புரிவார்கள். அவர்களால் எனக்கு என்ன உதவி செய்ய முடியும்? 'இந்த இரவில் இப்படி உட்கார்ந்து கொண்டு பார்க்கிறாரே' என்று அவர்கள் ஆச்சரியப்பட்டிருக்கக் கூடும்.

## பூண்டி அரங்கநாத முதலியார்

இப்படி இருக்கையில் வெளியூர் சென்றிருந்த சேலம் இராம சுவாமி முதலியார் திரும்பி வந்தார். சிந்தாமணியில் பதிப்பித்திருந்த பகுதிகளைக் கண்டு அவர் அடைந்த மகிழ்ச்சிக்கு எல்லையில்லை. அவர் என்னை அழைத்துச் சென்று சில கனவான்களுடைய பழக் கத்தைச் செய்வித்தார், ஒரு நாள் காஸ்மொபாலிடன் கிளப்புக்குப் போனோம். அப்போது அங்கே பூண்டி அரங்கநாத முதலியார் 'பில்லியர்ட்ஸ்' விளையாடிக் கொண்டிருந்தார். விளையாடியபடியே அவர் என்னோடு பேசினார். நான் சொல்லிய தமிழ்ப் பாடல் களைக் கேட்டு உவந்தார். அவரும் சில பாடல்களைச் சொன்னார். மற்றொரு நாள் சிந்தாமணிக்கு அவரிடம் கையொப்பம் வாங்கலா மென்ற எண்ணத்தோடு அவர் வீட்டிற்குச் சென்றேன். அப்போது

கட்டளைக் கலித்துறை

"நந்தாத வான்பொ ருளைப்புல வோர்க்கு நயந்தளிக்கும்
சிந்தா மணியைப் பலரு மெளிதுறச் செய்திடுவாய்
மந்தாரத் தோடெழிற் சந்தானம் போலிரு வான்பொருளை
வந்தார்க் களித்திடு மால்ரங்க நாத மகிபதியே"

என்ற பாடலைச் சொல்லிக் கையொப்பப் புஸ்தகத்தைக் கொடுத்தேன். உடனே அவர் நூறு ரூபாய் தருவதாகச் சொல்லிக் கையொப்பம் இட்டார். பிறகு, "இந்தப் புஸ்தகம் சில நாள் என்னிடத்தில் இருக்கட்டும். வேறு சிலரிடம் சொல்லிக் கையொப்ப மிடச் செய்கிறேன்" என்றார். அப்படியே பம்மல் விஜயரங்க முதலி யார், ராஜா ஸர் சவலை ராமசாமி முதலியார், சூளை சிங்கார முதலியார் முதலிய கனவான்களின் கையொப்பங்களை அவர் வாங்கித் தந்தார்.

## கும்பகோணம் வந்தது

1886ஆம் வருஷம் கோடை விடுமுறை முடிவு பெற்றது. சிந்தாமணியில் பதினெட்டு பாரங்கள் (144 பக்கங்கள்) அச்சாகியிருந்தன. கும்பகோணம் புறப்பட வேண்டியவனாதலின் பதிப்பு மேலே தொடர்ச்சியாக நடைபெற்று வருவதற்குரிய ஏற்பாட்டைச் செய்தேன். "காலி புரூபை இங்கே நீங்களே பார்த்துவிடலாம்; மேலே பேஜ் புரூபையும் பாரம் புரூபையும் கும்பகோணத்துக்கு அனுப்புங்கள்" என்று சுப்பராய செட்டியாரிடத்திலும் ராஜ கோபாலாச்சாரியரிடத்திலும் தெரிவித்துக் கொண்டேன். அவ்விருவர்களுக்கும் உசிதமாகப் பொருளுதவி செய்ததுண்டு. அவர்கள் என் விருப்பத்தின் படியே செய்வதாகச் சொல்லவே நான் விடைபெற்றுக் கொண்டேன். சிந்தாமணிப்பதிப்பு நிறைவேறும் வரையில் உடனிருந்து பூர்த்தி செய்ய வேண்டுமென்ற விருப்பம் எனக்கு இருப்பினும் காலேஜ் வேலையைப் பார்ப்பது என் வாழ்வுக்கு ஆதாரமான கடமையாக இருந்தமையின் என் மனம் முழுவதையும் சென்னையிலே வைத்துவிட்டுப் புகைவண்டியிலேறிக் கும்பகோணம் வந்து சேர்ந்தேன்.

# 97

## பலவகைக் கவலைகள்

சென்னையிலிருந்து கும்பகோணத்திற்கு நான் வந்து சேர்ந்தவுடன் என்னுடைய அன்பர்களெல்லாம் வந்து சீவகசிந்தாமணிப் பதிப்பை ஆரம்பித்த சந்தோஷம் பற்றி விசாரித்தனர். அச்சிட்ட சில பாரங்களை நான் கையில் கொண்டு வந்திருந்தேன். அவற்றைப் பார்த்த காலேஜ் உபாத்தியாயர்கள் நன்றாயிருப்பதாகச் சொன்னார்கள். அப்போது காலேஜ் பிரின்ஸிபாலாக இருந்த மிஸ்டர் பில்டர் பெக் துரை மூன்று பிரதிகள் வாங்கிக் கொள்வதாகக் கையொப்பம் செய்தார். அவருக்குத் தமிழ் தெரியாவிட்டாலும் நல்ல காரியத்திற்குத் தம்மால் இயன்ற உபகாரத்தைச் செய்ய வேண்டுமென்பதே அவர் கருத்து. அவரிடம் நான் அச்சிட்ட பாரங்களைக் காட்டினேன். பதிப்பு முறை அழகாக உள்ளதென்று கூறி. "சீக்கிரத்தில் இதை முடித்து விடுங்கள்" என்று ஆதரவோடு சொன்னார்.

## தேசிகர் வார்த்தைகள்

அந்த வாரம் சனிக்கிழமை திருவாவடுதுறை சென்று சுப்பிரமணிய தேசிகரைக் கண்டேன். அவருக்கு எவ்வளவு மகிழ்ச்சி உண்டாயிற்றோ அதை அளவிட்டுச் சொல்ல முடியாது. நான் கையில் கொண்டு சென்ற பாரங்களை வாங்கித் திருப்பித் திருப்பிப் பார்த்தார். அதன் அமைப்பு முறையை நான் எடுத்துச்

சொன்னேன். அப்போது அருகில் இருந்த சிலரைப் பார்த்துத் தேசிகர், "சாமிநாதையர் மடத்திலேயே இருந்தால் இந்த மாதிரியான சிறந்த காரியங்களைச் செய்ய இடமுண்டா? நல்ல வஸ்துக்கள் தக்க இடத்தில் இருந்தால் நன்றாகப் பிரகாசிக்கும்" என்றார். நான் இடைமறித்து, "இது மட்டும் தக்க இடமன்றா? பிள்ளையவர்களும் அவர்களுக்கு முன் சிவஞான முனிவர் முதலியவர்களும் இந்த ஆதீனத்தில் இருந்துதானே மிக்க புகழைப் பெற்றனர்?" என்று விநயமாகச் சொன்னேன்.

"அது வேறு விஷயம்; இந்த ஆதீன சம்பந்தம் உங்களுக்கு விட்டுப் போகவில்லையே! அதோடு வேறு ஒரு சிறப்பும் உண்டாயிற்று. இப்போது சென்னைக்குப் போய் உங்கள் காரியத்தைத் திருத்தமாகச் செய்யத் தொடங்கி விட்டீர்கள்" என்று அவர் சொன்னார்.

கும்பகோணத்திற்கு அடிக்கடி 'புரூப்' கள் சென்னையிலிருந்து வரும். நான் காலேஜ் விட்டவுடன் வீட்டில் உட்கார்ந்து படித்துத் திருத்தம் செய்வேன். கும்பகோணத்திற்கு மெயில் வண்டி பாதி ராத்திரி நேரத்தில் வரும். அதற்குள் திருத்திப் புரூபைக் கட்டி, நானே ரெயில்வே ஸ்டேஷனுக்குச் சென்று தபாலிற் போட்டு வருவேன்.

## சகாயம் செய்தோர்

பக்தபுரி அக்கிரகாரத்தில் இருந்த என்னுடைய வீடு மிகவும் சிறியதானமையால் பிரதிகளை வைத்துக்கொண்டு பலருடன் ஒப்பிடுவதற்கு விசாலமான ஓர் இடத்தைத் திட்டம் செய்தேன். என் வீட்டிலிருந்து இரண்டு வீட்டுக்கு அப்பால் இருந்த மாடி அது. மாதம் இரண்டரை ரூபாய் வாடகை. அங்கே இருந்து பிரதிகளைப் பார்த்து ஒப்பிடுவதும், புரூப் பார்ப்பதுமாகிய காரியங்களைச் செய்து வந்தேன். காலேஜ் பிள்ளைகளும் வேறு சிலரும் வந்து உதவி புரிந்தனர். இப்போது பங்களூரில் இருக்கும் ஸ்ரீமான் திவான் பகதூர் ராஜஸபாபூஷண கே. ஆர். ஸ்ரீநிவாசையங்கார் (நிர்வாக சபையின் முதல் அங்கத்தினராக விளங்கியவர்) அக்காலத்தில் காலேஜில் படித்து வந்தார். அவர் மிக்க அன்போடு வந்து சிந்தாமணி புரூபைத் திருத்தும்பொழுது துணை செய்வார். மிகவும் நன்றாகப் படிப்பார். இப்படி என்பால் அன்பு பூண்டு உதவிய காலேஜ் மாணாக்கர் பலர். எனக்குச் சகாயம் செய்வதற்கு மடத்திற் படிக்கும் மாணாக்கர்களிற் சிலரை அனுப்ப வேண்டு மென்று ஸ்ரீ சுப்பிரமணிய தேசிகரை வேண்டினேன். அவர் *வேம்பத்தூர்ச்

* இவர் வேம்பத்தூர் ஆசு கவி சிலேடைப்புலி பிச்சுவையரின் இளைய சகோதரர். இவர் காலமடைந்து சில வருஷங்களாயின.

சுந்தரேச பாரதியையும் *நல்ல குற்றாலம் பிள்ளையென்பவரையும் அனுப்பினார். அவர்கள் ஏடு பார்த்து ஒப்பு நோக்குதல் முதலிய உதவிகளைச் செய்து வந்தார்கள். கும்பகோணத்திற்கு அருகிலுள்ள கொட்டையூரிலிருந்து ஸ்ரீநிவாசையங்கார் என்பவரும் என்னிடம் பாடங் கேட்டு வந்ததுடன் பதிப்பிற்கு வேண்டிய உதவியையும் செய்தார்.

## கோப்பாய் சபாபதிபிள்ளை

ஒரு சமயம் வழக்கம்போல் நான் திருவாவடுதுறை சென்று சிந்தாமணி புரூபையும் அடித்த பாரங்களையும் சுப்பிரமணிய தேசிகரிடம் காட்டினேன். அப்போது கோப்பாயென்னும் ஊரினராகிய **சபாபதிபிள்ளையென்பவர் அங்கே வந்திருந்தார். அவர் தமிழ்நூல்களில் நல்ல பயிற்சியுள்ளவர் நான் சிந்தாமணி புரூப்களைக் காட்டும்போது அவரும் கவனித்தார். எனக்கு அவர் பழக்கம் முன்பே உண்டு. பிறகு அவர், "நானும் இந்தப் புஸ்தகத்தின் புரூபைப் பார்த்துத் திருத்தித் தருகிறேன். அனுமதி செய்ய வேண்டும்" என்றார். அப்போது நான் ஒன்றும் சொல்லாமல் மௌனமாக இருந்து விட்டேன். பிறகு தனியே இருக்கும்போது சுப்பிரமணிய தேசிகர் என்னை நோக்கி, "கண்டபேரிடம் இதைக் கொடுக்கக் கூடாது. நீங்கள் மிகவும் சிரமப்பட்டுச் செய்த திருத்தங்களையெல்லாம் தாமே செய்தனவாகச் சொல்லிக் கொள்வதற்கு இடமேற்படும். சபாபதிபிள்ளை விருப்பத்திற்கு இணங்க வேண்டாம்" என்று சொன்னார். நான் அவர் கருத்தின் படியே இருந்தேன்.

## ஹிந்துவில் வந்த கடிதம்

சுதேசமித்திரன் பத்திரிகையைத் தொடங்கி நடத்தி வந்த ஹிந்து ஆசிரியர் ஸ்ரீ ஜி. சுப்பிரமணிய ஐயருடைய பழக்கம் சென்னையில் எனக்கு உண்டாயிற்று. அவர் நான் சிந்தாமணியைப் பதிப்பித்து வருவதையறிந்து அந்த நூலைப்பற்றியும் நான் பதிப்பிப்பதைப் பற்றியும் ஒரு குறிப்பெழுதித் தரச்சொல்லி அதனைத் தம் பத்திரிகையில் வெளியிட்டார். அன்றியும் அவ்வப்போது இன்ன இன்ன பகுதி வரையில் அச்சாகியுள்ள தென்ற செய்தியையும் தமிழ்ப் பத்திரிகையில் நான் வெளியிட்டு வந்தேன். ஹிந்து பத்திரிகையிலும் அந்தச் செய்தி வெளிவரும். அவற்றைக் கண்டு எனக்குக் கடிதம் எழுதிப் பல அன்பர்கள் பதிப்பைப் பற்றி விசாரிக்கத் தொடங்கினர். தமிழ் நூல்களில் அன்புடையவர்களிடையே இந்தச் செய்தி ஒரு மகிழ்ச்சியை

---

* இவர் ஆதி குமரகுருபர சுவாமிகள் மரபினர்.

** சபாபதி நாவலரென்றும் வழங்கப் பெறுவர்.

உண்டாக்கிற்றென்றே தோற்றியது. எனக்குப் பழக்கமில்லாதவர்கள் பலர் தங்கள் தங்கள் சந்தோஷத்தைத் தெரிவித்தும் என்னைப் பாராட்டியும் எழுதினார்கள். சிலர் அந்தப் பதிப்பில் சேர்த்துக் கொள்ளும்படி சிறப்புப் பாயிரங்கூட எழுதி அனுப்பி விட்டார்கள்.

1886ஆம் வருஷம் ஜூலை மாதத்தில் ஹிந்து பத்திரிகையில் ஒரு கடிதம் வெளி வந்தது. அதில் 'சாமிநாதையர் சிந்தாமணியை உரையுடன் பதிப்பிப்பதாகத் தெரிகிறது. அது நச்சினார்க்கினியரது உரையாக இருந்தால் தான் தமிழ் நாட்டினரால் ஏற்றுக் கொள்ளப் படும். சாமிநாதையர் உரையாக இருந்தால் பயன்படாது!' என்ற கருத்து இருந்தது. எழுதினவர் தம் பெயரை வெளியிடாமல் புனை பெயர் பூண்டிருந்தார். அது வரையில் பாராட்டுக்களையே கேட்டு வந்த எனக்கு அக்கடிதம் சிறிது வருத்தத்தை உண்டாக்கிற்று. 'நச்சினார்க்கினியரது உரையோடு வெளியிடுவதாகத் தனிப் பிரசுரத் தால் தெரிவித்திருப்பதோடு அவ்வப்போது பத்திரிகைகளிலும் அறிவித்து வருகிறோம். அப்படியிருக்க ஒன்றும் தெரியாதவர்போல் இப்படி எழுதி விட்டவர் ஏதோ கெட்ட நோக்கமுடையவராகத் தான் இருக்கவேண்டும்' என்று ஊகித்துக் கொண்டேன். என் ஊகம் சரியே என்று பிறகு தெரிய வந்தது.

அந்தக் கடிதத்திற்குப் பதில் எழுதுவது அவசியமென்று நண்பர்கள் வற்புறுத்தினார்கள். நானே எழுதுவதைவிட வேறு தக்க ஒருவரைக் கொண்டு எழுதுவித்தல் நலமென்று தோற்றிய படியால் உடனே சென்னையிலிருந்த இராமசுவாமி முதலியாருக்கு ஒரு கடிதம் எழுதித் தெரிவித்தேன். அவர் சிறிதும் தாமதமின்றி, "சீவக சிந்தாமணி மிகப் பழைய காவியம். அதைப் பல பிரதிகளைக் கொண்டு சோதித்து உழைத்து ஆராய்ந்து நச்சினார்க்கினியர் உரையுடனே தான் சாமிநாதையர் பதிப்பித்து வருகிறார். அந்த நூல் வெளிவந்தால் தமிழ் நாட்டுக்கு மிக்க உபகாரமாக இருக்கும்" என்னும் கருத்து அமையத் தம் கையெழுத்திட்டு ஒரு கடிதம் எழுதி அதை ஹிந்து பத்திரிகையில் 5.8.1886 ஆம் தேதியில் வெளிவரச் செய்தார்.

### தாமோதரம் பிள்ளை

கும்பகோணத்தில் இருந்து வந்த சி.வை. தாமோதரம் பிள்ளை பிறகு புதுக்கோட்டையில் ஜட்ஜ் உத்தியோகம் பெற்று அங்கே சென்றார். அங்கிருந்தபடியே இலக்கண விளக்கம், கலித்தொகை என்னும் இரண்டையும் பதிப்பித்து வந்தார். சீவகசிந்தாமணிப் பிரதியை நான் வாங்கிக் கொண்டதிலிருந்து அவருக்கு மனத்துள் சிறிது வருத்தம் இருந்ததென்று குறிப்பாகத் தெரிந்தது. தாமும் சிந்தாமணியைப் பதிப்பிக்கப் போவதாகச் சிலரிடம் அவர் சொல்லிக் கொண்டிருந்தாரென்றும் தெரிந்தது. 'யார் என்ன செய் தாலும் சரி; நான் மேற்கொண்ட காரியத்தை இடையில் நிறுத்தப்

போவதில்லை!' என்ற துணிவோடு சிந்தாமணிப் பதிப்பை நடத்தி வந்தேன். அதில் ஈடுபட ஈடுபடச் சிலரால் நேரும் இடையூறுகளை அறவே மறந்துவிடும் நிலை எனக்கு ஏற்பட்டது.

அவ்வப்போது சில அன்பர்கள் இத்தனை பிரதிகள் எடுத்துக் கொள்கிறோமென்றும், இத்தனை ரூபாய் அனுப்புகிறோமென்றும் தெரிவித்து ஊக்கமளித்தனர். ஊற்று மலை ஜமீன்தாராகிய ஸ்ரீ ஹிருதயாலய மருதப்பத் தேவர் தாம் நூறு ரூபாயனுப்புவதாக வாக்களித்தார்.

## சென்னைப் பிரயாணம்

கோடை விடுமுறைக்குப் பின் கும்பகோணத்திற்கு வந்த நான் அங்கிருந்தபடியே பதிப்பை நடத்திக் கொண்டிருந்தாலும் எதிர் பார்த்தபடி வேலை வேகமாக நடைபெறவில்லை. அடிக்கடி இராம சுவாமி முதலியார் கடிதம் எழுதுவார். "நீங்கள் இங்கே வந்திருந்து நடத்தினால் வேலை துரிதமாக நடைபெறும்" என்று அவர் ஒரு சமயம் எழுதினார். ஆகையால் கிறிஸ்துமஸ் விடுமுறையில் மீண்டும் சென்னைக்குச் செல்ல ஏற்பாடு செய்தேன்.

## கேள்வியுற்ற செய்தி

டிசம்பர் மாத இறுதியில் நான் சென்னைக்குப் புறப்பட்டுச் சென்றேன். அங்கே போனவுடன் யாழ்ப்பாணத்திலிருந்து வெளி வரும் பத்திரிகை ஒன்றில், யாரோ ஒருவர் சிந்தாமணியைப் பதிப்பித்து வருகிறாரென்று ஒரு விளம்பரம் வந்ததாகக் கேள்வியுற் றேன். தங்கசாலைத் தெருவில் உள்ள ஸ்ரீ ஆறுமுக நாவலரது வித்தியாநுபாலன அச்சியந்திர சாலையில் நாவலர் பதிப்புக்களைக் கவனித்து வந்த யாழ்ப்பாணம் சதாசிவ பிள்ளை என்பரிடம் போய் விசாரித்தேன். அவர், "நாவலரையாவின் மருகராகிய பொன்னம் பலம் பிள்ளையும் சீவகசிந்தாமணியைப் பதிப்பித்து வருகிறாராம். இருபது பாரம் பதிப்பித்தாயினவாம். இதோ பாருங்கள்: இந்தப் பத்திரிகையில் அறிவிப்பு" என்று அந்தப் பத்திரிகையையும் காட்டி, "ஒரே நூலை இருவர் பதிப்பிப்பதில் என்ன லாபம்!" என்றும் சொன்னார். "அதனால் என்ன?" என்று சொல்லி நான் வந்து விட்டேன். அது முதல் சிந்தாமணிப் பதிப்பைப் பின்னும் செவ்வை யாக நடத்த வேண்டுமென்று எண்ணி உழைத்து வந்தேன். கிறிஸ்டி யன் காலேஜில் தமிழ்ப் பண்டிதராக இருந்து வந்த சுப்பராயலு நாயகரென்பர் புரூப் பார்த்து எனக்கு உதவி செய்து வந்தார்.

கும்பகோணம் காலேஜில் இருந்த ஸ்ரீ ஆர்.வி.ஸ்ரீனிவாசையர் சென்னை ரெவின்யூ போர்டு ஆபீஸில் தக்க உத்தியோகம் பெற்று அப்போது சென்னையில் இருந்தார். நான் அவர் வீட்டுக்குச் சென்று சில நாள் தங்குவேன். அவர் என் பதிப்பு முயற்சிகளைக் கேள்வியுற்று மகிழ்ந்து ஊக்க மூட்டுவார். பூண்டி அரங்கநாத

முதலியாரையும் பார்த்து வருவேன். சேலம் இராமசுவாமி முதலி யாரை ஒவ்வொரு நாளும் கண்டு சல்லாபம் செய்து மகிழ்வேன்.

## கிராமவாசியின் தமிழன்பு

ஒருநாள் அச்சுக்கூடத்தில் புரூப் பார்த்துக்கொண்டிருந்தேன். ஒருவரும் வராமையால் நானே தனியே இருந்து வாய் விட்டுப் படித்து வந்தேன். கிறிஸ்துமஸ் சமயமாதலால் சென்னைக்கு வெளி யூரிலிருந்து பலர் வேடிக்கை பார்க்க வந்த ஜனங்கள் கூட்டம் கூட்டமாய்த் தெருவில் போய்க் கொண்டிருந்தனர். நான் தெருவை நோக்கியிருந்த ஜன்னலுக்கருகே உட்கார்ந்து படித்துக் கொண்டிருந் தேன். அப்போது யாரோ மெல்ல ஜன்னலண்டை வந்து ஓரமாக நின்றார். நான் அவரைக் கவனிக்கவில்லை. நான் படிக்கப் படிக்க அவர் நின்று கேட்டுக் கொண்டிருந்தார். அவரை நிமிர்ந்து பார்த் தேன். அவருடைய சாதாரணமான தோற்றத்திலிருந்து அவரை ஒரு கிராமவாசி என்று தெரிந்து கொண்டேன். கிறிஸ்துமஸ் வேடிக்கை பார்க்க வந்த அவர் நான் படித்ததைக் கேட்டார். அந்தத் தமிழ் அவரை இழுத்தது. அதனாலே தான் அங்கே வந்து நின்று கவனித்தார். அவர் பேசாமல் நின்று கொண்டிருந்ததைப் பார்த்து நான், "எங்கே வந்தீர்கள்?" என்று கேட்டேன். "என்னவோ படிக்கிறீர்களே! கேட்க வந்தேன்" என்றார் அவர்

"அங்கே ஏன் நிற்கிறீர்கள்? உள்ளே வாருங்கள்" என்றேன். அவர் வந்தார். "படிக்க வருமா?" என்று நான் வினவ, அவர் 'படிப்பேன்" என்று சொன்னார்.

உடனே நான் கையெழுத்துப் பிரதியை அவரிடம் கொடுத்துப் படிக்கச் சொன்னேன். புரூபை நான் பார்த்துத் திருத்தி வந்தேன். அவர் படிக்கையில் அதில் மனத்தைச் செலுத்திப் படித்தார். கிராமங்களில் தமிழ் வளம் நிரம்பியிருப்பதை அவர் மூலமாக அறிந்து மகிழ்ச்சி அடைந்தேன்.

ஒரு சமயம் என் நண்பராகிய தஞ்சை வக்கீல் கே. எஸ். ஸ்ரீனிவாச பிள்ளை சென்னைக்குக் கிறிஸ்துமஸ் வேடிக்கை பார்க்க வந்த ஒருவர் முகமாக எனக்கு, "நீங்கள் பதிப்பித்து வருகிற சிந்தாமணி அச்சுப் பாரங்களை எப்படியாவது முயன்று தமக்கு அனுப்பி வர வேண்டுமென்றும், அச்சுக்கூடத்தாருக்குப் பெருத்த தொகை கொடுப்பதாகவும், ஒருவர் சூழ்ச்சி செய்கிறாராம். இதை நாகை நீலலோசனி பத்திராதிபராகிய சதாசிவம் பிள்ளை தெரிவித்தார். நீங்கள் ஜாக்கிரதையாக இருக்க வேண்டும்" என்று சொல்லி அனுப்பினார். அதைக் கேட்டவுன் எனக்கு மிக்க கவலை உண்டாயிற்று. அச்சுக்கூடத் தலைவராகிய கோவிந்தாசாரியாரிடம் சொன்னேன். அவர் மிக்க நல்லவர். "நீங்கள் இதுபற்றிச் சிறிதும் கவலைப்பட வேண்டாம். யாரோ வேண்டுமென்று செய்யும் புரளி

இது. இங்குள்ள வேலைக்காரர்கள் மிகவும் நம்பிக்கையானவர்கள். இங்கே அச்சிடும் விஷயங்களை இரகசியமாகவே வைத்திருப்பார்கள்” என்று அவர் தைரியம் சொன்னார்.

‘நல்ல காரியத்திற்கு எத்தனை விக்கினங்கள்?’ என்று எண்ணி இதை இறைவன் திருவருளைத் துணையாகச் சிந்தித்துக் கொண்டு பதிப்பு வேலையைக் கவனிக்கலானேன்.

## பீப்பிள்ஸ் பார்க்கில் தீ

ஒரு நாள் மாலை ஆறரை மணிக்கு அச்சுக்கூடத்தில் நான் புரூப் பார்த்துக் கொண்டிருந்தபோது கோவிந்தாசாரியார் மிகவும் கலக்கமடைந்த முகத்தோடு என்னிடம் வந்தார். “என்னாங்க! சமாசாரம் கேள்விப்பட்டீங்களா?“ என்று கேட்டார். “என்ன?” என்று நான் வேகமாக விசாரித்தேன்.

“தீப்பிடித்து விட்டுதுங்களாம்” என்று சொல்லி மேலே பேசாமல் நிறுத்தினார். எனக்குப் பகீரென்றது. எப்போதும் சிந்தாமணியைப் பற்றிய விசாரத்திலே மூழ்கியிருந்த எனக்கு, “சிந்தாமணியில் அச்சிட்ட பாரங்களுக்குத்தான் அபாயம் வந்து விட்டதோ” என்று பயந்து, “எங்கே? எங்கே?” என்று பரபரப்போடு விசாரித்தேன்.

“ஐயோ! பார்க்கு வேடிக்கைக்குப் போட்டிருந்த பெரிய கொட்டகையில் தீப்பிடித்துக் கொண்டதாம். பல பேர் சேதம். தீயை அணைக்க முடியவில்லை. குழந்தைகளும், பெண்களும், சிறுவர்களும், கிழவர்களும் தீயில் அகப்பட்டுத் தீய்ந்து போய் விட்டார்கள்” என்று சொல்லிக் கண்ணீர் விட்டார். உடனே புரூப்களை அப்படியே வைத்து விட்டு அவருடன் அங்கே போய்ப் பார்த்தேன். என்ன பரிதாபமான காட்சி! கண்ணாற் பார்க்கச் சகிக்கவில்லை. உடல் முழுவதும் வெந்தும் உயிர் போகாமல் துடித்துக் கொண்டும் கை வெந்தும் கால் தீய்ந்தும் போன பல ஜனங்களைப் பார்த்தேன். வெளியூர்களிலிருந்து ஆயிரக்கணக்கான ஜனங்கள் வந்திருந்தனர். அவர்களிற் பலர் இந்த விபத்திற் சிக்கி உயிரை இழந்தனர்.

## என் பெற்றோர்களின் கவலை

இந்தச் செய்தி பத்திரிகை வாயிலாக வெளியூர்களில் எங்கும் பரவவே அங்கங்கேயுள்ளவர்கள் தங்கள் தங்களைச் சேர்ந்தவர்கள் என்ன ஆயினரோ என்று திடுக்கிட்டு விசாரிக்கத் தொடங்கினர். தந்திகள் பறந்தன. கடிதங்கள் குவிந்தன. இந்த விஷயம் தெரிந்தால் என் தாய் தந்தையர்கள் மிகவும் கவலைப்படுவார்களென்று நான் எண்ணி மறுநாள் காலையிலேயே ஒரு கார்டு எழுதி என் தகப்பனாருக்கு அனுப்பினேன். அதில் விசேஷ மொன்றுமில்லை. “... ஊட்டு மறுத்துப்போன பசுமாட்டை ஊருக்கு அனுப்பினது

நல்லதுதான். நான் பார்க் வேடிக்கை பார்க்கப் போகவில்லை. பதிப்பு வேலையைக் கவனித்துக்கொண்டு சௌக்கியமாக இருந்து வருகிறேன்" என்று எழுதினேன். என் சௌக்கியத்தைப் பற்றித் தெரிவித்ததுதான் முக்கியம்.

அதற்குள் என் பெற்றோர்கள் மிக்க கவலையில் ஆழ்ந்து ஒன்றும் தெரியாமல் திகைத்திருந்தார்கள். அவர்களுடைய துய ரத்தை அறிந்த சாது சேஷையர் அவர்களைத் தேற்றினார். கும்ப கோணத்துக்கு இரவில் வரும் தபால்களை விடிந்த பிறகுதான் உடைத்துப் பார்த்துப் பிரித்து எட்டுமணியளவுக்கு எல்லோருக்கும் கொடுப்பார்கள். அதுவரையில் காத்திருக்கச் சேஷையரால் முடிய வில்லை. மெயில் வந்தவுடன் அவர் தபால் நிலையத்துக்குப் போய்ப் போஸ்டு மாஸ்டரிடம், "உடனே தபால் கட்டைப் பிரித்துப் பாருங்கள்" என்றார். அவர் வழக்கத்துக்கு விரோதமாகச் செய்யக் கூடாதென்று சொல்லவே சேஷையருக்கு மிக்க கோபம் வந்து விட்டது. "என்ன ஐயா வழக்கம்! ஆபத்துக் காலங்களில் விதி விலக்கு இல்லையா? எல்லோரும் எப்போது தபால் வருமென்று கவலையோடு ராத்திரி முழுவதும் தூங்காமல் காத்திருக்கிறார்கள். நீர் ரூல் பேசுகிறீரே! நீர் இப்போது இந்தக் கட்டை உடைத்துக் கடிதங்களை அவரவர்களுக்குக் கொடாவிட்டால் நான் மேலதி காரிக்கு எழுதுவேன்" என்று கண்டிப்பாகச் சொன்னார். மிக்க செல்வாக்குள்ள அவர் சொல்லவே, போஸ்டு மாஸ்டர் தபாற் கட்டைப் பிரித்தார். என் தகப்பனார் விலாசத்துக்கு வந்த கார்டை வாங்கி உடனிருந்த என் தகப்பனாருக்குக் காட்டினார். வேறு பலரும் தங்களுக்கு வந்த கடிதங்களைப் பெற்றுச் சென்றனர். என் கார்டைப் பார்த்த பிறகே என் தந்தையாருக்கு உயிர் வந்தது.

## 98

## புதிய ஊக்கம்

கிறிஸ்துமஸ் விடுமுறையில் சென்னைக்குச் சென்று சிந்தா மணிப் பதிப்பை நடத்தி வந்தபோது ஒருநாள் தனியே 'புரூப்' பார்த்து விட்டு மாலையில் அச்சுக்கூடத்தின் வெளிப்புறத்தில் உள்ள குறட்டில் மிக்க தளர்ச்சியோடு உலாவிக் கொண்டிருந்தேன்.

### 'கிருஷ்ண தரிசனம்'

அப்போது கருடத்வனி கேட்டது. மேலே பார்த்தேன். ஒரு கருடப் பறவை வட்டமிட்டுக் கொண்டிருந்தது. அதைத் தரிசனம் செய்து என் பார்வையைக் கீழே செலுத்தினேன். எதிரே திருமானூர் அ.கிருஷ்ணையர் வந்து நின்றார். நான் ஆச்சரியத்தால் ஒன்றுந் தோன்றாமல் நின்றேன். "ஐயா, ஆகாயத்திலும் கிருஷ்ணதரிசனம்,

பூமியிலும் கிருஷ்ண தரிசனம்" என்று மகிழ்ச்சியுடன் சொல்லி விட்டு, "என்ன விசேஷம்? விடுமுறை முடியும் காலத்தில் இங்கே வந்தீர்களே!" என்று வினாவினேன்.

"வேலூர் மஹந்து பள்ளிக்கூட வேலையிலிருந்து இப்போது நீங்கி விட்டேன். தாங்கள் இவ்வூருக்கு வந்திருப்பது தெரிந்தது. அதனால் இங்கு வந்தேன்: தங்களைக் கண்டு இனி நான் செய்ய வேண்டியது இன்னதென்று தெரிந்து அந்தப்படி நடக்கலாமென்று வந்திருக்கிறேன்" என்றார். அந்த வார்த்தைகளைக் கேட்டபோது எதிர்பாராத பெரிய லாபம் கிடைத்தது போல எனக்குத் தோற்றியது. "வேலையை விட்டதைப் பற்றிக் கவலை வேண்டாம். இப்போது நடந்து வரும் சிந்தாமணிப் பதிப்பிற்கு உங்களைப் போன்ற அன்பர் ஒருவருடைய உதவி இன்றியமையாதது. ஆகையால் நீங்கள் இங்கேயே இருந்து இதைக் கவனித்துக் கொள்ளலாம். புஸ்தகங்களையும் கையெழுத்துப் பிரதிகளையும் ஜாக்கிரதையாக நீங்கள் பார்த்துக் கொள்ள வேண்டும்" என்று, சொல்லவே அவர் மிக்க மகிழ்ச்சியுடன் உடன்பட்டார். சிந்தாமணி சம்பந்தமான சில வேலைகளை அவரிடம் ஒப்பித்துவிட்டுக் கவலை இல்லாமல் நான் கும்பகோணம் வந்து சேர்ந்தேன்.

## பெற்றோர் அடைந்த ஆறுதல்

என் கடிதத்தால் ஆறுதல் உற்றிருந்தாலும் என்னை நேரே கண்ட பிறகுதான் என் பெற்றோர் முழு ஆறுதலை அடைந்தார்கள். "சௌக்கியமாக வந்தாயா?" என்று ஆவலோடு என் தாயார் என்னை எதிர்கொண்டபோது அவருடைய தொனியாலே எவ்வளவு தூரம் அவர் கவலையுற்றிருக்கக் கூடும் என்பதை உணர்ந்தேன். "புஸ்தகம் பூர்த்தியாக இன்னும் நாளாகும் போலிருக்கிறது" என்று என் தந்தையாரிடம் சொன்னேன். "எவ்வளவு நாளானாலும் ஆகட்டும். பாதகமில்லை. நீ ஜாக்கிரதையாகத் திரும்பி வந்தாயே அதுவே போதும்" என்று சொல்லித் தமக்கிருந்த கவலையைக் குறிப்பால் தெரிவித்தார்.

## வேறு பதிப்பு

திருவாவடுதுறையிலிருந்து சுப்பிரமணிய தேசிகர் ஒருநாள் எனக்கு, "யாழ்ப்பாணத்திலுள்ள பொன்னையா என்பவர் சிந்தாமணியை நச்சினார்க்கினியருரையோடு பதிப்பித்து வருவதாகவும், அது முடிந்தவுடன் அனுப்புவதாகவும் தெரிவித்திருக்கிறார். சி.வை.தாமோதரம் பிள்ளை மடத்திலிருக்கும் சிந்தாமணிப் பிரதி வேண்டுமென்று கேட்டுக் கொண்டமையால் கல்லிடைக்குறிச்சியில் இருந்த சின்னப் பண்டாரத்தின் பிரதியை வருவித்து அனுப்பியிருக்கிறோம்" என்று ஒருவர் முகமாகச் சொல்லி அனுப்பினார்.

## என் உறுதி

சிந்தாமணிப் பதிப்பில் எனக்கு இருந்த பற்று வரவர வன்மை யுற்றது. எப்படியாது பதிப்பை நிறைவேற்றி விடுவதென்று உறுதி கொண்டேன். நீண்ட விடுமுறைகளில் சென்னைக்குச் செல்லும் வழக்கத்தை மேற்கொண்டிருந்த நான், அது முதல் ஒரு வாரம் ஓய்வு கிடைத்தாலும் அப்பொழுது அந்நகருக்குச் சென்று கவனிக்க வேண்டியவற்றைக் கவனித்து வருவேன்.

1887 ஆம் வருஷம் ஏப்ரல் மாதம் கோடை விடுமுறைக்குச் சென்னை சென்றேன். திருமானூர்க் கிருஷ்ணையர் மிகவும் நம்பிக்கையாகவும், ஒழுங்காகவும் தம் கடமையைச் செய்து வந்தார். அவருக்கு மாதம் பதினைந்து ரூபாய் வீதமே நான் கொடுத்தேன். அதை வைத்துக்கொண்டு சென்னையில் அவர் ஜாக்கிரதையாகக் குடும்பத்தோடு இருந்து காலக்ஷேபம் செய்து வந்தார். சமய சஞ் சீவியாக வந்து என்னுடன் இருந்து அவர் செய்த உதவிகளை நான் என்றும் மறக்க இயலாது.

## 'புதையல்கள்'

சிந்தாமணியில் ஆறாவது இலம்பகமாகிய கேமசரியாரிலம்பகம் வரையில் அச்சாகியிருந்தது. மேற்கொண்டு நடக்க வேண்டிய பகுதிகளை என்ன என்ன விதங்களில் செவ்வைப்படுத்தலா மென்பதையே யோசித்துக் கொண்டிருந்தேன். நச்சினார்க்கினியர் உரையில் வரும் மேற்கோள்களுக்குரிய ஆகரங்களை அடிக்குறிப்பில் எடுத்துக் காட்டி வந்தேன். ஆனால் எல்லா மேற்கோள்களுக்கும் இடம் அகப்படவில்லை. இன்னும் முயன்று பார்த்தால் பலவற்றின் ஆகரங்களைக் கண்டு பிடிக்கலாமென்ற நினைவினால் என்பா லுள்ள பழஞ் சுவடிகளைப் பார்க்கத் தொடங்கினேன்.

ஒருநாள் இரவு என்னிடமிருந்த ஏடுகளில் ஒன்றை எடுத்துப் படித்தேன். முதலும் ஈறும் இல்லாதது அது. பொருநராற்றுப்படை என்ற பெயர் முதலேட்டிலிருந்தது. பிள்ளையவர்கள் பிரதியாகிய அதைப் படித்து வருகையில் சிந்தாமணி உரையில் வந்திருந்த மேற் கோள்கள் காணப்பட்டன. "அடடா! இதை இதுகாறும் ஊன்றிக் கவனிக்கவில்லையே!" என்று வருந்தி மேலும் படித்து வந்தேன். பொருநராற்றுப் படைக்குப் பின் சிறுபாணாற்றுப்படை இருந்தது. பிறகு பெரும்பாணாற்றுப் படையும், முல்லைப் பாட்டும், மதுரைக் காஞ்சியும் இருந்தன. உரையுடன் உள்ள அந்தப் பிரதியைப் படித்து வருகையில், "முருகு பொருநாறு" என்ற தனிப்பாட்டு ஒன்று நினைவுக்கு வந்தது. அதுகாறும் அந்தச் சுவடி பத்துப் பாட்டென்று தெரியாது. ஊன்றிக் கவனியாததால் வந்த குறை அது. அது பத்துப் பாட்டென்பதை அப்போதுதான் உணர்ந்து கொண்டேன். படிக்கப் படிக்கச் சிந்தாமணி உரையில் வரும் மேற்கோள்கள் பல அகப்

பட்டன. நான் படிக்கும்போது என் மனம் அந்தப்பாட்டுக்களின் பொருளிலே முற்றும் செல்லவில்லை. சிந்தாமணி உரையில் வரும் மேற்கோள்கள் அவ்வளவும் என் ஞாபகத்தில் இருந்தன. ஆதலின் எங்கேயாவது எந்த மேற்கோளாவது கிடைக்குமோவென்று நாடிப் படித்தேன். என் உழைப்பு வீண் போகவில்லை. அச்சுக்கூடத்தில் தனி அறையிலிருந்து அந்தப் பழைய ஏட்டுச்சுவடியைப் பார்க்கத் தொடங்கியபோது இரவு மணி எட்டு இருக்கும். அப்போது என்னுடன் கிருஷ்ணையரும் இருந்தார். ஒன்பது மணியானவுடன் அவர் படுத்துத் தூங்கி விட்டார். பொருநராற்றுப்படையையும், சிறுபாணாற்றுப்படையையும், முல்லைப்பாட்டையும் காணக் காண எனக்குப் புதிய ஊக்கம் உண்டாயிற்று. நேரம் போனதே தெரியவில்லை. மதுரைக் காஞ்சிவரையில் தான் பிரதியில் இருந்தது. அதை முடித்துவிட்டுப் பார்த்தேன். விடியற்காலை, மணி ஐந்துக்கு மேலாகியிருந்தது! பிறகும் எனக்குத் தூக்கம் வரவில்லை. அப்போது நான் கண்டு பிடித்த விஷயங்களை நினைந்து நினைந்து மகிழ்ந்தேன்.

கிருஷ்ணையர் விழித்துக்கொண்டார். "என்ன இது! இராத்திரி முழுவதும் தூங்கவில்லையா என்ன?" என்று கேட்டார். "தூங்கு வதா? இந்த ஓர் இரவில் எனக்கு எத்தனை புதையல்கள் கிடைத்தன தெரியுமா?" என்று பெருமிதத்தோடு சொன்னேன். அவருக்கு விஷயம் விளங்கவில்லை. "நான் பத்துப் பாட்டைக் கண்டு பிடித் தேன். அதற்கு மேல் சிந்தாமணியின் உரையில்வரும் உதாரணங்கள் பலவற்றைக் கண்டுபிடித்தேன்" என்று சொன்னேன். "எல்லாம் சிவகிருபை!" என்றார் அவர்.

## புறநானூறு

அன்று முதல் என்னிடமிருந்த எட்டுத் தொகைச் சுவடிகளை யெல்லாம் ஏடு ஏடாக வரி வரியாக எழுத்தெழுத்தாக ஆராயலா னேன். ஆதியும் அந்தமும் இல்லாத மற்றொரு நூலை எடுத்தேன். பிரித்துப் பார்த்தேன். "கொற்றுறைக் குற்றில" என்னும் பகுதி கண்ணிற்பட்டது. உடனே வியப்புற்றேன். அதே தொடரை நச்சி னார்க்கினியர் சிந்தாமணி உரையில் மேற்கோள் காட்டியிருக்கிறார். ஆனால் அவர் தம் வழக்கத்தை விடாமல், 'என்றார் பிறரும்' என்றே எழுதியிருக்கிறார். பழைய நூலென்று தெரிந்ததேயொழிய இன்ன நூலென்று தெளிவாகவில்லை. அந்தப் பிரதி மூலமும் உரையுமாக இருந்தது. அந்தப் பாடலின் இறுதியில் 95 என்ற எண் காணப் பட்டது. என் கையில் நற்றிணை முதலியவற்றின் மூலம் மட்டும் அடங்கிய கையெழுத்துப் பிரதி வேறு இருந்தமையால் அதை எடுத்து ஒவ்வொரு நூலிலும் 95 என்ற எண்ணுள்ள பாடலை எடுத்துப் பார்த்தேன். அப்படிப் பார்த்தபோது நான் பார்த்த சுவடி புறநானூற்று உரைப் பிரதியென்று தெரியவந்தது. ஆகவே அந்தச்

சுவடியிலிருந்து கிடைத்தவற்றையெல்லாம் புறநானூறென்ற தலைப் பிட்டு எழுதிக் கொண்டேன். மற்ற ஏடுகளையும் படித்தேன். தொடர்ந்து திருக்கோவையாரையும், பதினெண் கீழ்க் கணக்கையும் அழுத்தமாக வாசித்துப் பல மேற்கோள்களைத் தெரிந்து கொண் டேன். க்ஷேமசரியார் இலம்பகத்துக்கு மேல் பதிப்பித்த பகுதிகளில் அடிக்குறிப்பில் அந்த மேற்கோள்களைப் புலப்படுத்தினேன். நச்சினார்க்கினியர் மேற்கோள் காட்டும் பழைய நூற்பகுதிகளை இன்ன நூலிலுள்ளனவென்று காட்டுவதோடு அவர் காட்டிய பகுதிக்கு முன்னும் பின்னும் சில அடிகளையும் சேர்த்துப் பதிப்பித் தேன். வெறும் நூற் பெயரை மாத்திரம் காட்டுவதைவிட இப்படிக் காட்டினால் அந்நூல்களின் பெருமையும் அவற்றின் நடையும் நன்றாக வெளிப்படுமென்பது என் கருத்து. சில இடங்களில் புறநா னூற்றுப் பாடல் முழுவதையுமே அடிக் குறிப்பில் அமைத்தேன். சேர்க்க முடியாத மேற்கோள்களைப் புஸ்தகத்திற்குப் பின்பு சேர்த்து அச்சிடலாமென்ற எண்ணத்தோடு தனியே எழுதி வைத்துக் கொண்டேன்.

விடுமுறை முடிந்தவுடன் என்றும் இல்லாத ஊக்கத்தோடு கும்பகோணம் வந்தேன். புதிய விஷயங்களைக் கண்டுபிடித்ததைப் பற்றி நண்பர்களிடமெல்லாம் சொல்லி என் சந்தோஷத்தைப் புலப் படுத்திக் கொண்டேன். அப்போது கும்பகோணம் நேடிவ் ஹைஸ் கூலில் தமிழ்ப் பண்டிதராக இருந்த குடவாயில் ஐ.சண்முகம் பிள்ளை என்பவர் என்னிடம் சில நூல்களைப் பாடங் கேட்டு வந்தார்; சிறந்த புத்திமான்; அழுத்தமான ஞானமுள்ளவர். அவர் இந்த விஷயங்களை எல்லாம் கேட்டு மிகவும் இன்புற்றார்.

சிந்தாமணியை விரைவில் முடிக்க வேண்டுமென்று இரவும் பகலுமாக உழைத்து வந்தேன். அதன் இறுதிப் பகுதியாகிய முத்தியிலம்பகத்தில் ஜைன மத சம்பந்தமான பல செய்திகள் உள்ளன. அவற்றை அப்பொழுதப்பொழுது வீடூர் அப்பாசாமி நயினாரிடத்தும் கும்பகோணம் சந்திரநாத செட்டியாரிடத்தும் கேட்டுத் தெரிந்து குறிப்பெடுத்துக் கொண்டேன். சிந்தாமணிப் பதிப்பில் அடிக்குறிப்பாக எனக்குத் தெரிந்த அந்த விஷயங்களை விளக்கினேன்.

## தம்பியின் கலியாணம்

சிந்தாமணி முற்றுப்பெறும் நிலையில் இருந்தது. ஸர்வஜித்து வருஷம் ஆனி மாதம் என் தம்பியாகிய சிரஞ்சீவி சுந்தரேசை யருக்கும் கும்பகோணம் பக்தபுரி அக்கிரகாரத்தில் வக்கீலாக இருந்த என்.வேங்கடராமையருடைய குமாரியும், ராவ்பகதூர் கே. வி. கிருஷ்ணசாமி ஐயருடைய தமக்கையுமான ஸ்ரீ மங்களாம்பிகைக்கும் கல்யாணம் நடைபெற்றது. எனக்குப் பழக்கமுள்ள ஜைன நண்பர் கள், “சிந்தாமணியை ‘மண நூல்’ என்று சொல்லுவது வழக்கம்.

அதனை நீங்கள் பதிப்பித்து வருகிறீர்கள். அதனுடைய பயனாக உங்கள் குடும்பத்தில் ஒரு திருமணம் நிகழ்ந்தது" என்று சொல்லித் தம் திருப்தியை வெளியிட்டனர்.

## 99
## மகிழ்ச்சியும் வருத்தமும்

சீவக சிந்தாமணி அச்சில் இருந்தாலும் வேறு ஏட்டுச்சுவடிகள் கிடைத்தால் ஒப்பிட்டுப் பார்க்கலாமென்ற எண்ணம் எனக்கு இருந்தது. ஸ்ரீ சுப்பிரமணிய தேசிகருடைய உதவியால் எனக்குக் கிடைத்த ஏடுகளுள் திருநெல்வேலிப் பக்கத்துப் பிரதிகள் திருத்தமாக இருந்தன. அவர் திருநெல்வேலியில் யாத்திரை செய்த காலத்தில் அங்கங்கே உள்ள பரம்பரைத் தமிழ்ப் புலவர்கள் பலர் அவரைத் தரிசிக்க வந்ததை நான் கவனித்திருக்கிறேன். அவர்களுடைய பழக்கமும் எனக்கு உண்டாயிற்று. அவர்களிடம் நூற்றுக் கணக்கான தமிழ் நூற்சுவடிகள் உள்ளனவென்றும் அவர்கள் அவைகளை நன்றாகப் பாதுகாத்து வைத்துள்ளார்களென்றும் நான் கேள்வியுற்றிருந்தேன். அவ்விடங்களுக்கு நேரிற் சென்று ஏட்டுச் சுவடிகளைக் கவனித்துப் பார்த்தால் சீவகசிந்தாமணிப் பிரதிகள் கிடைக்கலாமென்ற நம்பிக்கை எனக்கு இருந்தது. ஆகவே ஒரு சமயம் ஏடு தேடும் யாத்திரையை மேற்கொண்டேன்.

### திருநெல்வேலிப் பிரயாணம்

ஒரு நல்ல நாளிற் புறப்பட்டு நேரே திருநெல்வேலி சென்றேன். அங்கே சிலரைப் பார்த்து விட்டுத் திருக்குற்றாலத்துக்குப் போகும் வழியிலுள்ள மேலகரத்துக்குப் போனேன். சுப்பிரமணிய தேசிகர் உதித்தது அவ்வூரே. அங்கே அவருடைய இளைய சகோதரராகிய திரிகூட ராசப்பக் கவிராயர் இருந்தார். அவருடைய வீட்டிலுள்ள பழைய ஏடுகளைப் பார்த்ததில் சிந்தாமணிப் பிரதியொன்றும் கிடைக்கவில்லை. அங்கிருந்து திருக்குற்றாலம் சென்று திரிகூடா சலபதியைத் தரிசித்துக்கொண்டு செங்கோட்டைக்குப் போனேன். அவ்வூரில் கவிராச பண்டாரம் என்ற புலவர் பெருமானுடைய பரம்பரையினர் வாழ்ந்து வந்தனர். அவருடைய வீட்டுக்குச் சென்று அவரைப் பழக்கம் செய்து கொண்டு, அவ்வீட்டிலுள்ள ஏடுகளைத் தேடிப் பார்த்தேன். எவ்வளவோ பிரபந்தங்களும் புராணங்களும் இருந்தன. சிந்தாமணியில் சில பகுதிகள் மட்டும் கிடைத்தன. பிறகு அதன் அருகிலுள்ள கிருஷ்ணாபுரம், கடையநல்லூர் என்னும் ஊர்களுக்குச் சென்று அங்கிருந்த கவிராயர்கள் வீடுகளில் ஏடுகளைக் கவனித்தபோது அங்கும் சிந்தாமணியின் சில பகுதிகளே கிடைத்தன. அச்சமயம் சேற்றூர்ச் சுப்பிரமணியக் கவிராயர், திருநெல்வேலி

கால்ட்வெல் காலேஜில் தமிழ்ப் பண்டிதராக இருந்த குமாரசாமி பிள்ளையினுடைய சிந்தாமணிக் கையெழுத்துப் பிரதியை வாங்கிக் கொடுத்தார். முற்றும் இருந்தது. அது தூத்துக்குடி வீரபாண்டிய கவிராயரென்பவரது பிரதியைப் பார்த்து எழுதியது; திருத்தமாக இருந்தமையால் எனக்கு மிகவும் பயன்பட்டது.

## செங்கோட்டைக் கனவான்

செங்கோட்டையில் சிந்தாமணிக்காக முன்னமே கையொப்பம் செய்திருந்த ஒரு கனவான் இருந்தார். என்னுடன் வந்தவர் கையொப்பப் பணத்தை அவரிடம் கேட்கப் போன போது அவர், "இவர் பதிப்பு எனக்கு வேண்டாம். இவர் பிழையாகவல்லவா பதிப்பிக்கிறார்? நான் வேறு ஒருவர் பதிப்பிக்கும் சுத்தப் பதிப் பையே வாங்கிக் கொள்ளப் போகிறேன்" என்றாராம். இவ்விஷயம் எனக்குத் தெரிந்தபோது என் பதிப்புக்கு விரோதமான புரளிகள் செங்கோட்டையிலும் பரவியிருத்தலை உணர்ந்து வருந்தினேன். "ஏடு தேடியது போதும்; இனி விரைவில் புஸ்தகப் பதிப்பை நிறைவேற்ற வேண்டும்" என்று உடனே புறப்பட்டுக் கும்பகோணம் வந்து சேர்ந்தேன்.

## அஷ்டாவதானம் சபாபதி முதலியார் பாராட்டு

அந்த எண்ணத்தால் அது முதல் காலேஜில் இரண்டு நாட்கள் சேர்ந்தாற்போல் ஓய்வு கிடைத்தாலும் சென்னைக்குச் சென்று சிந்தாமணிப் பதிப்பு வேலையைக் கவனித்து விட்டுவரும் வழக் கத்தை மேற்கொண்டேன். அவ்வாறு போயிருக்கையில் ஒரு முறை அஷ்டாவதானம் சபாபதி முதலியாரிடம் சென்றேன். சிந்தாமணியைப் பதிப்பித்தல் மிகவும் கடினமான காரியமென்று முன்னமே அவர் அச்சுறுத்தியிருந்தாலும் அவர் நல்ல அறிவாளி யாதலால் அவரைப் பார்த்தலில் எனக்கு விருப்பமுண்டு. பல நூல் களில் அவர் பழக்கமுள்ளவர்; மிகவும் ரசமாகப் பேசுவார். அன்று அவரோடு நெடு நேரம் பேசிக் கொண்டிருந்தேன். எங்கள் சம்பா ஷணை பல புலவர்களையும், தமிழ் நூல்களைப் பற்றியும் நிகழ்ந்தது. நான் இடையிடையே பல பழைய பாடல்களை எடுத்தெடுத்துச் சொன்னேன். பிள்ளையவர்களிடம் பாடங் கேட்ட பிரபந்தங்க ளிலும் புராணங்களிலுமிருந்து தங்கு தடையின்றிப் பல செய்யுட் களைச் சொல்லி வந்தேன். திடீரென்று முதலியார் எதையோ நினைத்துக் கொண்டவர் போல, "ஐயா, நீங்கள் சிந்தாமணியைப் பதிப்பிக்கத் தகுதியுடையவர்களே" என்று சொன்னார். நாங்கள் பேசி வந்த விஷயத்துக்கும் அதற்கும் சம்பந்தமேயில்லை. ஆனாலும் என்னோடு பேசியபோது முதலியார் தமிழ் நூல்களில் எனக்குள்ள பயிற்சியைத் தனியே நோக்கிக் கவனித்தார் போலும். முன்பு தாம்

கூறிய கருத்தை மாற்றிக்கொள்ள வேண்டுமென்று அப்போது அவருக்குத் தோற்றியிருக்கலாம். எனக்கு மிக்க வியப்பும் சந்தோஷமும் உண்டாயின. "என்ன, திடீரென்று இப்போது இப்படிச் சொன்னீர்களே!" என்று அவரைக் கேட்டேன்.

"முன்பு ஒரு நாள் சிந்தாமணிப் பதிப்பை நீங்கள் கைவிட்டுவிட வேண்டுமென்று நான் சொன்னேனல்லவா? அதை ஏன் சொன்னோமென்று இப்போது தோற்றியது. உங்களுடைய பரந்த தமிழறிவை இப்போதுதான் நன்றாக அறிந்து கொண்டேன்" என்று சொல்லிப் பின்னும் பாராட்டினார்.

அன்று முழுவதும் அந்த மகிழ்ச்சியில் மிதந்து கொண்டிருந்தேன். ஆனால் நிலையான மகிழ்ச்சி எனக்கு உண்டாகாதபடி மற்றொரு விஷயம் என் காதிற் பட்டது.

## சில விஷமிகளின் செயல்

மற்றொரு நாள் நான் பூண்டி அரங்கநாத முதலியாரைப் பார்க்கப் போயிருந்தேன். அவர் சிந்தாமணியில் எதுவரை நிறைவேறியுள்ளதென்று வழக்கம் போல் அன்புடன் விசாரித்தார். நான் விவரத்தைச் சொன்னேன். பிறகு அவர், "இராமநாதபுரம் அரசராகிய பாஸ்கர ஸேதுபதி அவர்களை நான் சந்தித்தேன். அவர் தமிழில் மிக்க அன்புடையவர். தங்கள் சிந்தாமணிப் பதிப்பைப் பற்றிய பேச்சு வந்தது. தமக்கும் அது முன்னமே தெரியுமென்று சொன்னதோடு, மிகவும் நல்ல நூலாகிய சிந்தாமணியைப் பதிப்பிக்கத் தங்களுக்குத் தகுதியில்லையென்று தம்மிடம் யாரோ கூறியதாகவும் சொன்னார், நல்ல காரியத்துக்கு இடையூறு விளைவிக்க எத்தனையோ விஷமிகள் காத்திருக்கிறார்கள்" என்று சிறிது வருத்தத்தோடு சொன்னார். அதைக் கேட்டவுடன் எனக்கு முன்பு உண்டான மகிழ்ச்சி இருந்த இடம் தெரியாமற் போய் விட்டது.

என் வாட்டத்தை அறிந்த அரங்கநாத முதலியார், "இதைப் போன்ற விஷயங்களை நீங்கள் காதிலேயே வாங்கிக் கொள்ளக் கூடாது. எடுத்த காரியத்தைப் பின் வாங்காமல் நிறைவேற்றி விட வேண்டும். உங்கள் திறமை எனக்குத் தெரியாதா? தைரியமாக இருந்து வேலையைக் கவனியுங்கள். நீங்கள் கொடுத்த கையொப்பப் புஸ்தகத்தில் என் நண்பர்கள் சிலர் கையெழுத்திட்டிருக்கிறார்கள். சவலை ராமசுவாமி முதலியார், பம்மல் விஜய ரங்க முதலியார் முதலியவர்கள் மிக்க விருப்பத்தோடு கையொப்பம் செய்தார்கள்" என்று சொல்லி எனக்கு மிக்க உத்ஸாகத்தை உண்டாக்கினார்.

## இராசகோபால பிள்ளை

மற்றொரு சமயம் கோமளீசுவரன் பேட்டை இராச கோபால பிள்ளையைப் பார்த்தேன். அவர் சென்னை இராசதானிக் கல்லூரியில்

தமிழாசிரியராக இருந்தவர். நான் அவரைப் பார்க்கப் போன போது அவருடன் காஞ்சீபுரம் இராமசாமி நாயுடு என்னும் வித்துவானும் இருந்தார். பல நூல்களுக்கு உரை எழுதியவரும் பிற்காலத்தில் இராமானந்த யோகியென வழங்கப் பெற்றவரும் அந்த நாயுடுவே.

பாகவதம் முழுவதையும் இராசகோபால பிள்ளை அச்சிட்டிருந்தார். அதிற் சில பகுதிகள் ஒரு வருஷம் பி. ஏ. பரீட்சைக்குப் பாடமாக இருந்தன. மீனாட்சி சுந்தரம் பிள்ளையவர்களிடம் நான் படிக்க வருவதற்கு முன்பிருந்தே பாகவதத்தில் எனக்குப் பழக்கம் இருந்தது. பாகவத ஏட்டுச் சுவடிகள் பலவற்றை நான் பார்த்திருக்கிறேன். இராசகோபால பிள்ளையின் பதிப்பில் நூலாசிரியரின் பெயர் "ஆரியப்பப் புலவர்" என்று இருந்தது. "சிந்தகத்துக் கீழமர்ந்த" என்ற சடகோபர் வணக்கச் செய்யுளொன்றும் இருந்தது. இவ்விரண்டையும் ஏட்டுப் பிரதிகளில் நான் கண்டதில்லை. அதனால், இராசகோபால பிள்ளையிடம், "நான் பார்த்த பிரதிகளில் எல்லாம் ஆசிரியர் பெயரே காணப்படவில்லை. இந்தச் செய்யுளும் இல்லையே இவற்றை நீங்கள் எங்கே கண்டு பிடித்தீர்கள்?" என்று கேட்டேன். அவர், "அந்த நூலை நான் பதிப்பிக்கவில்லை. சில பாகம் மாத்திரம் பார்த்ததுண்டு. என் பெயரைப் போட்டு யாரோ அச்சிட்டு விட்டார்கள். ஆதலால் இந்த விஷயத்துக்கு நான் பொறுப்பாளியல்ல" என்று சொல்லவே நான் வியந்தேன். பிற்காலத்தில் பாகவதத்தின் ஆசிரியர் வேம்பத்தூர்ப் புலவர்களுள் ஒருவரான செவ்வைச் சூடுவாரென்பதும், "சிந்தகத்து" என்னும் முதலையுடைய செய்யுள் அச்சிட்டவர்களால் சேர்க்கப்பட்டதென்பதும் எனக்குத் தெரியவந்தன.

## நினைத்ததும் நடந்ததும்

சிந்தாமணிப் பதிப்பு நடக்கையில் எனக்கு எவ்வகையிலேனும் உதவி செய்ய வேண்டுமென்ற எண்ணத்தினால் பூண்டி அரங்கநாத முதலியார் முயன்று நாமகளிலம்பகத்தை, பி. ஏ. பரீக்ஷைக்குப் பாடமாக வைக்கச் செய்தார். அதைத் தனியே நான் அச்சிட்டு வெளியிட்டால் பல பிரதிகள் செலவாகுமென்றும், அதனால் எனக்கு ஓரளவு பொருள் வருவாய் ஏற்படுமென்றும் அவர் எண்ணினார். நான் கும்பகோணத்தில் இருந்தமையால் இந்தச் செய்தி உடனே எனக்குத் தெரியவில்லை. காலேஜ் பாட புத்தகங்களுக்கும் ஹைஸ்கூல் பாட புத்தகங்களுக்கும் உரையெழுதிப் பதிப்பித்து விற்றுவரும் முயற்சியில் சோடசாவதானம் சுப்பராய செட்டியார் ஈடுபட்டிருந்தார். அங்கங்கே உள்ள நண்பர்கள் மூலமாகப் பள்ளிக் கூடப் பிள்ளைகளை வாங்கும்படி செய்து பிரதிகளை விற்று வந்தார். இந்த விஷயமாக அவர் தியாகராச செட்டியாருக்கும் பிறகு எனக்கும் கடிதங்கள் எழுதுவார். நானே புத்தகங்களை வருவித்துப் பல பள்ளிக்கூடங்களிற் சொல்லி மாணாக்கர்களை

வாங்கச்செய்வேன். சிந்தாமணிப் பதிப்புக்கு அவர் 'புரூப்' பார்த்து உதவி செய்து வந்தார். அக்காலத்தில் நாமகள் இலம்பகத்தை யூனிவர்ஸிடியார் பாடமாக வைத்தது தெரிந்ததும் அவர் அதனைத் தனியே அச்சிட்டு எனக்குத் தெரிவியாமலே வெளிப்படுத்தி விட்டார். இப்படி அவர் செய்ததில் எனக்கு மிகுதியான வருத்தம் உண்டாயிற்று. அரங்கநாத முதலியாருக்கு இது தெரிந்தபோது, "நான் ஒன்று நினைக்க இது வேறு விதமாக முடிந்ததே" என்று அவர் வருந்தினார். அது முதல் சுப்பராய செட்டியாரைப் 'புரூப்' பார்க்க வேண்டாமென்று சொல்லி விட்டேன்.

சிந்தாமணிப் பதிப்பைப் பற்றி அவ்வப்போது சுதேசமித்திரனில் என் நண்பரும் விவேகசிந்தாமணிப் பத்திரிகையின் ஆசிரியரு மான சி.வி.சாமிநாதையரும், யாழ்ப்பாணம் விசுவநாத பிள்ளை யென்பவரும் இன்ன இன்ன பாகங்கள் நடக்கின்றனவென்று எழுதி வருவார்கள். பத்திரிகையின் மூலமாக உணர்ந்த பல அபிமானிகள் அடிக்கடி எனக்குக் கடிதம் எழுதி விசாரித்து வந்தனர். முன்னமே கையொப்பம் செய்த ஊற்றுமலை ஜமீன்தாராகிய ஹிருதயாலய மருதப்பத் தேவர் நூறு ரூபாய் அனுப்பினார். பாலைக் காட்டில் நகரசபைத் தலைவராக இருந்த ராவ்பகதூர் பா. ஐ. சின்னசாமி பிள்ளை என்பவர் அடிக்கடி, "இப்போது எது வரையில் ஆகியிருக் கிறது?" என்று எழுதுவார்.

## தாமோதரம் பிள்ளையின் கடிதங்கள்

புதுக்கோட்டையிலிருந்த சி. வை. தாமோதரம் பிள்ளையும் பல முறை கடிதங்கள் எழுதினார். அவர் அப்போது கலித் தொகையை உரையுடன் பதிப்பித்து வந்தார். அதை முற்றும் 'புரூப்' பார்த்துத் தர வேண்டுமென்று எனக்கு எழுதினார்.

"சிந்தாமணிப் பதிப்பு வேலையில் என் கவனம் முற்றும் இருப்பதால் மற்றவற்றை இப்போது கவனிக்க இயலவில்லை" என்று அவருக்குப் பதில் எழுதினேன். ஆனாலும் அவர் விடாமல் கடிதம் எழுதிக் கொண்டும் கலித்தொகையின் புரூப்களை அனுப்பிக் கொண்டும் வந்தார். தளர்ச்சியில்லாமல் அவர் செய்த முயற்சி களால் நான் ஈடுபட்டு அவ்வப்போது சில சில பகுதிகளை மட்டும் பார்த்து எனக்குத் தோற்றிய திருத்தங்களை எழுதியனுப்பினேன். அவற்றை அவர் மகிழ்ச்சியோடு ஏற்றுக்கொண்டார். அந்தக் கலித் தொகைப் பதிப்பிலிருந்து சிந்தாமணியில் வந்துள்ள மேற்கோள்கள் சிலவற்றைத் தெரிந்து கொண்டேன். அவர் பதிப்பித்து வந்த இலக்கண விளக்கத்தைப் பற்றியும், தொல்காப்பியத்தைப் பற்றியும் அவ்வப்போது எழுதுவார். அதனால் பழைய தமிழ் நூல்கள் வெளிவர வேண்டுமென்பதில் அவருக்கிருந்த பேரூக்கத்தை நான் உணர்ந்து கொண்டேன். சிந்தாமணியில் இன்ன இன்ன பாகம் நடக்கிறதென்றும் நான் என் விடைக் கடிதங்களில் தெரிவிப்பேன்.

### கடன் வாங்கியது

சிந்தாமணிப் பதிப்பில் அச்சுக்கூலி, காகித விலை முதலியவற்றிற்கு எனக்குப் போதிய பணம் கிடைக்கவில்லை. பலர் முன் பணம் கொடுப்பதாகக் கையொப்பமிட்டிருந்தாலும் சிலரே பணம் அனுப்பினர். இந்த நிலையில் அச்சுக் கூலிக்கும், காகித விலைக்கும் பணம் அனுப்ப வேண்டுமென்று சென்னையிலிருந்து கடிதம் வரும் போது அதனைத் தொகுத்து அனுப்புவதில் மிக்க கஷ்டத்தை அடைந்தேன். நூறும் ஐம்பதுமாக அனுப்பி வருவேன். கையொப்ப மிட்ட கனவான்களுக்கு நான் கடிதம் எழுதினேன். சிலர் உடனே பணமனுப்பி உதவினார்கள்.

ஒரு சமயம் சில பாரங்கள் அச்சிடுவதற்குக் காகிதம் தேவையாக இருந்தது. அச்சுக்கூடத் தலைவர் காகிதத்துக்குப் பணம் அனுப்ப வேண்டுமென்று எழுதிவிட்டார். கையிலோ பணமில்லை, இன்னது செய்வதென்று தெரியவில்லை. நான் சிரமப்படுவதை அறிந்து தாமோதரம் பிள்ளை தமக்குத் தெரிந்த காகிதக் கடைக் காரர் ஷண்முகஞ் செட்டியார் என்பவரிடம் காகிதம் வாங்கிக் கொள்ளலாமென்றும் சில மாதங்கள் பொறுத்துப் பணம் கொடுக்கலாமென்றும் எனக்கு எழுதியதோடு சென்னையிலிருந்த அக்கடைக்காரருக்கும் எழுதி எனக்கு வேண்டிய காகிதத்தைக் கொடுக்கும்படி செய்தார். காகிதத்தின் விலை நூற்றைம்பது ரூபாய். குறிப்பிட்ட காலத்துக்குள் என்னிடம் பணம் சேராமையால், காலேஜ் ஆசிரியர் சிலரிடம் கடன் வாங்கி அந்தத் தொகையை அனுப்பிவிட்டேன். அடிக்கடி இந்த மாதிரியான முட்டுப்பாடுகள் நேரும். அப்போது, "எப்போது இந்தச் சிந்தாமணி முடியும்! இந்தச் சிரமங்களுக்கெல்லாம் முடிவு காலம் எப்போது வரும்?" என்ற எண்ணம் எனக்கு உண்டாகும்.

## 100
### சிந்தாமணி வெளியானது

சீவக சிந்தாமணியின் மூலமும் உரையும் பெரும்பாலும் அச்சாகி விட்டன. அக்காலத்தில் அச்சிடப்பெற்ற தமிழ்ப் புத்தகங்கள் பலவற்றில் முகவுரை முதலியன காணப்படவில்லை. அவை இருந்தால் படிப்பவர்களுக்கு மிக்க உபயோகமாக இருக்குமென்பதை உணர்ந்த நான் சிந்தாமணிக்கு அங்கமாக அவற்றை எழுதிச் சேர்த்துப் பதிப்பிக்கலாமென்று எண்ணினேன். என்ன என்ன விஷயங்களை முகவுரையில் எழுதவேண்டுமென்பதைப் பற்றி ஆலோசித்தேன். நூலைப் படிப்பதற்குமுன் அதிலுள்ள முக்கியமான விஷயங்களையும் நூலின் பெருமையையும் உரையின் தன்மை முதலியவற்றையும் படிப்பவர்கள் தெரிந்து கொள்ளுவது நலமென்பது

எனது கருத்து. முதலில் செய்யுட்களின் முதற் குறிப்புக்களை எழுதி ஒருவகையான அகராதி செய்து வைத்துக் கொண்டேன்.

## மேற்கோள்கள்

நூலைப் பதிப்பித்து வருகையில் அங்கங்கே உள்ள மேற்கோள் களில் விளங்கியவற்றிற்குரிய ஆகரங்களை அடிக்குறிப்பிற் புலப் படுத்தியிருந்தேன். பிறகு விளங்கிய மேற்கோள்களையும் விளங்காத மேற்கோள்களையும் தனித் தனியே தொகுத்து எழுதி வைத்துக் கொண்டேன். இவற்றையெல்லாம் நூலுக்குப் பின்பு அமைக்கலா மென்று நிச்சயம் செய்தேன்.

முகவுரைக்கு அடுத்தபடி நூலாசிரியர் வரலாறு, உரையாசிரியர் வரலாறு என்பவற்றை எழுத நிச்சயித்தேன்.

## சரித்திரச் சுருக்கம்

சீவக சிந்தாமணி தமிழ் நாட்டில் பழக்கமில்லாத நூலாதலால் அதிலுள்ள கதையை வசன நடையில் எழுதினால் நூலைப் படிப்பவர்களுக்கு உதவியாக இருக்கும். மூவாயிரத்திற்கு மேற்பட்ட பாடல்களையுடைய சிந்தாமணிக்கு வசனமெழுதத் தொடங்கினால், அது சீக்கிரத்தில் முடியக்கூடிய காரியம் அன்று என்றெண்ணி, சீவகன் சரித்திரத்தைச் சுருக்கமாக எழுதி அமைத்து விடலாமென்ற முடிவிற்கு வந்து கதைப்போக்கு விட்டுப் போகாமல் ஒருவகையாக அதை எழுதி முடித்தேன். அதை என்னுடன் பழகும் காலேஜ் ஆசிரியர்களிடமும் ஜைன நண்பர்களிடமும் படித்துக் காட்டினேன். அவர்கள் அதைக் கேட்டு அங்கீகரித்ததோடு சில யோசனைகளையும் சொன்னார்கள். அவற்றுள் உசிதமானவற்றை ஏற்றுக் கொண்டேன்.

## நூலாசிரியர் வரலாறு முதலியன

பிறகு நூலாசிரியராகிய திருத்தக்க தேவர் வரலாற்றை எழுத ஒரு குறிப்பும் கிடைக்கவில்லை. ஜைனர்கள் தமக்குள்ளே கர்ண பரம்பரையாகச் சொல்லி வந்த செய்திகளை அவர்கள் வாயிலாக அறிந்து அவற்றைக் கோவைப்படுத்தி அதனையும் ஒரு வகையாக எழுதினேன்.

நச்சினார்க்கினியர் வரலாற்றை எழுதுவதற்குத் துணையாக அவர் உரையைப் பாராட்டும் சிறப்புப் பாயிரப் பாடல்கள் இரண்டு இருந்தன. அவற்றை ஆதாரமாக வைத்துக் கொண்டு அம்மகோபகாரியின் வரலாற்றை எழுதினேன். அதில் அவர் உரை எழுதிய வேறு நூல்கள் இன்னவென்று குறிப்பிட்டேன். பத்துப் பாட்டுக்கு அவர் உரை எழுதியதைத் தெரிவிக்கும்போது, பத்துப் பாட்டுக்களின் பெயர்களும் அவற்றைப் பாடினோர், பாடப்

பெற்றோர் பெயர்களும் இன்ன வென்பதைச் சேர்த்து எழுதினேன். தமிழ்நாட்டினருக்கு அது புதிய செய்தியாக இருக்குமென்பதே என் கருத்து.

பிறகு சீவகன் சரித்திரத்தில் வரும் சிறப்புப் பெயர்களைத் தனியே எடுத்து அகராதியாக அமைத்து அவற்றை விளக்கி எழுதி, "அபிதான விளக்கம்" என்ற தலைப்பின்கீழ்ப் புலப்படுத்தினேன்.

## முகவுரை

முகவுரையை எழுதத் தொடங்கி, நூலின் சிறப்பையும் அந்நூலால் இன்ன செய்திகள் தெரியவருகின்றன வென்பதையும் முதலில் எழுதலானேன்:

'செந்தமிழ் மொழியிற் சிறந்து விளங்கும் காப்பியம் ஐந்தனுள் முந்தியதாகிய இந்தச் சீவக சிந்தாமணி யென்பது திருத்தக்க தேவ ரென்னும் ஜைன முனிவரால் இயற்றப்பட்டது. இது பழைய இலக் கிய உரைகளிலும் இலக்கண உரைகளிலும் உரையாசிரியர்களால் மேற்கோளாக எடுத்துக் காட்டப்பட்ட பிரமாண நூல்களுள் ஒன்று; முற் காலத்து முதல், இடை, கடை என்னும் முச்சங்கத்தும் எழுந் தருளியிருந்து தமிழாராய்ந்த தெய்வப் புலவர்கள் அருளிச் செய்த இலக்கியங்கள் போன்று செந்தமிழ் நடையிற் சிறந்துள்ளது; வட மொழியில் வான்மீகம் போல், எல்லா வருணனைகளும் தன்பால் அமையப் பெற்றிருத்தலின் மகா காவியமென்று கூறப்பட்டிருத்த லன்றி, பிற்காலத்து அதி மதுரமான காப்பியங்கள் இயற்றிய மகா கவிகள் பலர்க்கும் இன்ன இன்னவற்றை இன்ன இன்னவாறு வருணித்துப் பாடுகவென அவ்வான்மீகம் போல வழி காட்டியதும் இந்நூலே என்பர்.'

இவ்வாறு எழுதி விட்டுப் பலமுறை திருப்பித் திருப்பிப் படித்தேன். முதன் முதலாக இந்தத் துறையிலே புகுந்த எனக்கு, 'நல்ல பெயர் வாங்க வேண்டுமே' என்ற கவலை மிகுதியாக இருந்தது. அதனோடு 'பிழையென்று தோற்றும்படி விஷயங்களை எழுதக் கூடாது' என்ற நினைவும் இருந்தது. ஆதலின் நான் எழுதியதைப் பலமுறை பார்த்துப் பார்த்து அடித்தும் திருத்தியும் ஒழுங்குபடுத்திக் கொண்டேன். பழக்கமில்லாமையால் ஒவ்வொரு வாக்கியத்தையும் எழுதி முடிக்கும்போது சந்தேகமும் பயமும் உண்டாயின. 'வான்மீகத்தை இதனோடு ஒப்பிடுவது சரியோ? பிழையோ? ஸம்ஸ்கிருத வித்துவான்கள் ஏதாவது சொன்னால் என்ன செய்வது?' என்றும், 'பிற்கால நூல்களுக்கு வழிகாட்டி என்று சொல்லுகிறோமே; ஜைன நூலாகிய இதை அப்படிச் சொல்லுவதால் சைவர்களுக்கும் வைஷ்ணவர்களுக்கும் நம்மேல் சினம் உண்டாகுமோ?' என்றும் கலங்கினேன். 'நம் மனத்திற்குச் சரியென்று தோற்றியதை எழுதி விடுவோம்; பிறகு தவறென்று

தெரிந்தால் மாற்றிக் கொள்வோம்' என்று துணிந்து எழுதலானேன். நூலைப் பற்றிய செய்திகளை எழுதிவிட்டு அதனை ஆராய்ந்து பதிப்பித்தது சம்பந்தமான செய்திகளையும், எனது அன்பிற் சிறந்த ஸ்ரீ சேலம் இராமசுவாமி முதலியார் சிந்தாமணி பதிப்பிக்கும்படி என்னைத் தூண்டியதையும், பிரதி அளித்ததையும், வேறு பல பிரதிகள் கிடைத்ததையும் குறிப்பித்தேன்.

## பட்ட கஷ்டங்கள்

அப்பிரதிகளை ஆராய்ந்த போது நான் பட்ட கஷ்டங்களைச் சுருக்கமாக அதில் தெரிவித்தேன்:

எழுத்தும் சொல்லும் மிகுந்தும் குறைந்தும் பிறழ்ந்தும் திரிந்தும் பலவாறு வேறுபட்டுக் கிலமுற்றிருந்த இந்நூலுரைப் பழைய பிரதி கள் பலவற்றையும் பலகால் ஒப்புநோக்கி இடையறாது பரிசோதனை செய்து வந்த பொழுது, கவிகளின் சுத்த வடிவத்தையும் உரையின் சுத்த வடிவத்தையும் கண்டு பிடித்ததற்கும், உரையினுள் விசேட வுரை இன்னது பொழிப்புரை இன்னது என்று பிரித்தறிதற்கும், மேற்கோள்களின் முதலிறுதிகளைத் தெரிந்து கோடற்கும், பொழிப் புரையை மூலத்தோடு இயைத்துப் பார்த்தற்கும், பிழையைப் பிழை யென்று நிச்சயித்துப் பரிகரித்தற்கும், பொருள் கோடற்கும் எடுத்துக் கொண்ட முயற்சியும், அடைந்த வருத்தமும் பல. அப்படி அடைந் தும் சில விடத்துள்ள இசைத் தமிழ் நாடகத் தமிழின் பாகுபாடு களும், மற்றுஞ் சில பாகமும் நன்றாக விளங்கவில்லை. அதற்குக் காரணம் அவ்விசைத் தமிழ் நாடகத் தமிழ் நூல் முதலியவைகள் இக்காலத்துக் கிடையாமையே!"

## என் கொள்கை

ஏட்டுச் சுவடிகளிற் கண்ட பாடங்களின் வேறுபாட்டைக் கண்டு கண்டு என் மனம் புண்ணாகியிருந்தது. இன்னபடி இருந் தால் பொருள் சிறக்குமென்று எனக்குத் தோற்றின இடங்களிலும் பிரதியில் உள்ளதையே பதிப்பித்தேன். என்னுடைய கருத்தையோ, திருத்தத்தையோ சிந்தாமணியில் ஏற்றாமல் மிகவும் ஜாக்கி ரதையாகக் கவனித்துப் பதிப்பித்தேன். பதிப்பிக்கத் தொடங்கிய நூல் எனக்கு ஒரு தெய்வ விக்கிரகம்போல இருந்தது. அதன் அழுக்கைத் துலக்கிக் கவசமிட்டுத் தரிசிக்க வேண்டுமென்பதே என் ஆசை; 'கை கோணி இருக்கிறது, வேறுவிதமாக அமைக்கலாம்; நகத்தை மாத்திரம் சிறிது திருத்தலாம்' என்ற எண்ணம் எனக்கு உண்டாகவில்லை. அதன் ஒவ்வோரணுவிலும் தெய்விக அம்சம் இருக்கிறதென்றே நம்பினேன். அழுக்கை நீக்கி விளக்குவதற்கும், அங்கத்தையே வேறுபடுத்துவதற்கும் உள்ள வித்தியாசத்தை நன்றாக அறிந்திருந்தேன். இக்கருத்தை, 'புராதனமான தமிழ் நூல்களும் உரைகளும் பண்டைவடிவம் குன்றாதிருத்தல் வேண்டுமென்பதே

எனது நோக்கமாதலின் பிரதிகளில் இல்லாதவற்றைக் கூட்டியும், உள்ளவற்றை மாற்றியும், குறைத்தும் மனம் போனவாறே அஞ்சாது பதிப்பித்தேனல்லேன். ஒரு வகையாகப் பொருள் கொண்டு பிரதி களில் இருந்தவாறே பதிப்பித்தேன். யானாக ஒன்றுஞ் செய்திலேன்' என்று புலப்படுத்தினேன்.

இந்த விரதத்தை நான் அன்று முதல் இன்றுவரை மறந்தவ னல்லன். பல நூற்றாண்டுகளாகத் தமிழ்நாட்டில் வழங்கி வந்து இடையிலே மறக்கப் பெற்ற நூல்களில் உள்ள பொருள்களை உள்ளபடியே அறிய வேண்டுமானால் அந்நூல்கள் இயற்றப் பெற்ற காலத்து நிலையையும், இலக்கிய மரபையும் நன்றாக உணர்ந்து கொள்ள வேண்டும். அப்படி முற்ற உணர்ந்து கொள்வது இவ்வளவு காலத்திற்குப் பின் வந்த நம்மால் இயலாதது. ஆதலின் விளங்காதவை பிறகு விளங்குமென்று காத்திருத்தலும், மாறுபாடாக ஒரு சமயம் தோற்றுவனவற்றை மாறுபாடென்று உடனே துணியாமல் அவற்றிற்குச் சமாதானம் இருக்கக் கூடுமென்று எண்ணிப் பொறுத்திருத்தலும் என் இயல்புகளாயின. இந்தத் தாமதத்தால் என்னோடு பழகினவர்களுக்கு என்பால் சிறிது வெறுப்பு ஏற்பட்டதும் உண்டு. ஆயினும் நான் என் கொள்கையைக் கைவிடவில்லை.

## உதவி செய்தோர்

ஏட்டுப் பிரதிகளின் அமைப்பைப் பற்றி எழுதிய பின்னர் எனக்குப் பொருளுதவி செய்தவர்களைப் பற்றியும், பதிப்பிக்குங் காலத்தில் உடனிருந்து உழைத்தவர்களில் முக்கியமானவர்களைப் பற்றியும் எழுதினேன். அப்பால் கிடைத்த ஏட்டுப் பிரதிகளின் விவரத்தை எழுதி முகவுரையை முடித்து விட்டேன். அப்பொழுதே சீவக சிந்தாமணிப் பதிப்பு நிறைவேறியது போன்ற ஆறுதலும் ஆனந்தமும் உண்டாயின. எல்லாவற்றையும் கைக்கொண்டு சென்னையை அடைந்தேன்.

## பத்துப் பாட்டுப் பிரதி

இறுதிப் பகுதிகளையெல்லாம் முடித்து முகவுரை முதலிய வற்றையும் அச்சிற் கொடுத்து ஒரு முறை புரூப் திருத்தம் செய்து கொடுத்தவுடன் 'ஈசன் திருவருளால் காரியம் இனிது நிறைவேறியது' என்ற மகிழ்ச்சி மீதூர்ந்தது. உடம்பில் அப்போது ஒரு சோர்வு உண்டாயிற்று. இரவு பகலின்றி உழைத்த காலங்களிலெல்லாம் வாராத சோர்வு, முடித்துவிட்டோம் என்ற அளவில் காத்து நின்று பாய்வதுபோல என்னை அமிழ்த்தியது. அச்சுக்கூடத்தில் ஓரிடத்தில் படுத்து நித்திரை செய்யலானேன்; சுகமாகத் தூக்கம் வந்தது.

தூங்கி விழித்தபோது முன்பே வந்து காத்திருந்த ஒருவர், "இந்தாருங்கள், பத்துப் பாட்டு" என்று சொல்லி ஓர் ஏட்டுச்

சுவடியை என் கையில் அளித்தார். கொடுத்தவரை நிமிர்ந்து பார்த்தேன். வேலூரிலுள்ள வீரசைவராகிய குமாரசாமி ஐயரென்பரே அதை அளித்தவரென்று அறிந்தேன். அவர் இயற்றமிழாசிரியராகிய விசாகப் பெருமாளையருடைய மருகர். அவர் பழைய வித்துவான்களின் வீடுகளில் ஆதரவற்றுக் கிடக்கும் ஏட்டுச்சுவடிகளை இலவசமாகவாவது, சிறு பொருள் கொடுத்தாவது அவ்வீட்டுப் பெண்பாலார் முதலியவர்களிடம் வாங்கி விரும்பியவர்களுக்குக் கொடுத்து ஊதியம் பெற்றுக் காலக்ஷேபம் செய்பவர். அவரிடம் முன்னமே நான் 'பத்துப் பாட்டு முதலிய சங்கச்செய்யுள் கிடைத்தால் கொணர்ந்து கொடுக்க வேண்டும்; தக்க பொருளுதவி செய்கிறேன்' என்று சொல்லியிருந்தேன்.

அவர் பத்துப் பாட்டுப் பிரதியை அந்தச் சமயத்தில் கொண்டு வந்து கொடுத்தது எனக்கு நல்ல சகுனமாகத் தோன்றியது. 'தமிழன்னையே இவர் மூலம் மேலும் தமிழ்த் தொண்டுபுரிய வேண்டுமென்று கட்டளையிடுகிறாள்' என்று கருதினேன். உடனே அவர் விரும்பியபடி அவர் கையில் ஐம்பது ரூபாயை எடுத்துக் கொடுத்து அனுப்பினேன்.

"தாயே, நீ சிந்தாமணியை இந்த ஏழை முகமாக மீட்டும் அணிந்துகொண்டாய். பிற ஆபரணங்களையும் அடியேன் கைப்படும்படி செய்து அவற்றைத் துலக்கும் கைங்கரியத்திலே திருவருளைத் துணையாக வைத்துப் பாதுகாக்க வேண்டும்" என்று மனப்பூர்வமாகத் தமிழ்த்தாயை வேண்டிக் கொண்டேன்.

# 101
## அன்பர்கள் கொண்ட மகிழ்ச்சி

சீவக சிந்தாமணியைச் சேர்ந்த முகவுரை, கதைச் சுருக்கம் முதலியன அச்சிட்டு நிறைவேறின. அச்சுக்கூடத்தில் புத்தகத்தைப் பைண்டு செய்வதற்கு வேண்டிய ஏற்பாடு இல்லை. விசாரித்ததில் முருகேச முதலியார் என்பவர் திறமை உடையவரென்றும் நாணயமாக நடப்பவரென்றும் தெரிந்தமையால் அச்சிட்ட பாரங்களையெல்லாம் அவரிடம் அச்சுக்கூடத்தாரைக் கொண்டு ஒப்பிக்க நினைத்தேன். அச்சுக்கூடத்திற்கு அப்போது பணம் கொடுக்க வேண்டியிருந்தது. அதைக் கொடுத்துவிட்டே பாரங்களைப் பைண்டரிடம் ஒப்பிக்கச் செய்வதுதான் நலம் என்று தெரிந்தது. ஆனால், கையிற் பணமில்லாமையால் திருவல்லிக்கேணி சென்று, என் நண்பரும் நார்ட்டன் துரை குமாஸ்தாவுமான விசுவநாத சாஸ்திரிகளைக் கண்டு ரூபாய் முந்நூறு கடனாக வேண்டுமென்றும் சில வாரங்களில் வட்டியுடன் செலுத்தி விடுவேன் என்றும் விஷயத்தைச் சொல்லித் தெரிவித்தேன். அவர் அங்ஙனமே அந்தத் தொகையைக் கொடுத்து உதவினார். உடனே அச்சுக்கூடத் தலைவருக்குக் கொடுக்க

வேண்டியதைக் கொடுத்தேன். அவர் அச்சிட்ட பாரங்களை யெல்லாம் பைண்டரிடம் ஒப்பித்து விட்டார்.

## பெருமாள் தரிசனம்

அன்று சனிக்கிழமையாதலால் திருவல்லிக்கேணியிலுள்ள பார்த்தசாரதிப் பெருமாளைத் தரிசனம் செய்தேன். அந்தக் கோயி லில் சில ஸ்ரீ வைஷ்ணவ வித்துவான்களைக் கண்டு சம்பாஷித்தேன். அவர்கள் சிந்தாமணி நிறைவேறியது குறித்து என்னைப் பாராட் டினார்கள். அவர்களுள் வை.மு. சடகோபராமானுஜாசாரியரும் ஒருவர். முதன்முதலாக அப்பொழுதுதான் அவரைக் கண்டேன், அக்காலத்தில் அவருக்குப் பதினாறு பிராயம் இருக்கும். நல்ல சுறுசுறுப்புடையவராகவும் புத்திசாலியாகவும் தோற்றினார். 'பிற்காலத்தில் சிறந்த நிலைக்கு வருவார்' என்று கருதினேன். அது முதல் அவருடைய பழக்கம் விருத்தியாகி வந்தது.

## இராமசுவாமி முதலியார் பாராட்டு

பெருமாள் தரிசனம் செய்து கொண்டு ஜாகைக்குப்போய் மனக்கவலையின்றித் துயின்றேன்.

அச்சிட்ட சிந்தாமணிப்பிரதிகள் ஐந்நூறு. அவற்றிலும் ஏறக் குறைய நூறு பிரதிகள் அச்சுக்கூடத்தாருடைய கவனக்குறைவால் வீணாகிவிட்டன.

மறுநாள் ஞாயிற்றுக்கிழமை பைண்டர் மாதிரிக்காக ஒரு பிரதியைப் பைண்டு செய்து கொடுத்தார். அதைக் கையில் எடுத்துக் கொண்டு இராமசுவாமி முதலியாரிடம் சென்றேன். அவரிடம் புஸ்தகத்தைக் காட்டினபோது அவர் அடைந்த ஆனந்தம் இவ்வள வென்று சொல்லி முடியாது. "பெரிய காரியத்தை மேற்கொண்டு நிறைவேற்றி விட்டீர்கள். இனி, சிலப்பதிகாரம் முதலியவற்றையும் இப்படியே அச்சிட்டுப் பூர்த்தி செய்ய வேண்டும்" என்று சொன்னார்.

"எல்லாம் செய்யலாம், எல்லாவற்றிற்கும் பணம் வேண்டியிருக் கிறதே, அதற்கு நான் எங்கே போவேன்! நேற்று நான் விசுவநாத சாஸ்திரிகளிடம் முந்நூறு ரூபாய் கடன் வாங்கிச் சிந்தாமணிப் பிரதிகளை அச்சுக்கூடத்திலிருந்து எடுத்துச் செல்ல வேண்டியிருந் தது" என்று முதல் நாள் நிகழ்ச்சிகளை விரிவாகச் சொன்னேன்.

முதலியார் மிகவும் வருந்தி, "கையொப்பமிட்ட கனவான் களிடம் கொடுக்க வேண்டிய பணத்தைக் கேட்டால் கொடுப்பார் கள். அதை வாங்கிக் கடனுக்கு ஈடுசெய்து விடலாமே" என்றார்.

"நான் இன்றிரவே புறப்பட்டு நாளைப்பகலில் கும்பகோணம் காலேஜுக்குப் போக வேண்டியவனாக இருக்கிறேன். இந்த அவசரத்தில் நான் யாரிடம் போய்ப் பணம் கேட்பது?" என்றேன்.

"அப்படியானால் மற்ற நண்பர்களிடம் நான் கேட்டு வாங்கிச் சாஸ்திரியாரிடம் கொடுத்து விடுகிறேன். அரங்கநாத முதலியாரை மாத்திரம் நீங்களே போய்ப் பாருங்கள், அவர் கொடுக்க வேண்டிய பணத்தைத் தருவார்" என்றார்.

'அவர் இந்தப் புஸ்தகத்தைக் கண்டால் மிகவும் சந்தோஷ மடைவார்; நிச்சயமாகத் தாம் வாக்களித்தபடி உதவி செய்வார்' என்ற எண்ணத்தோடு அரங்கநாத முதலியார் வீட்டை அடைந்தேன். அவர் தம்முடைய அறையில் இருந்தார். அப்போது பிற்பகல் நான்கு மணியிருக்கும். என் வரவை அறிந்த முதலியார், "நான் இப்போது பரீட்சைக்குரிய வேலையில் இருக்கிறேன், அவகாசம் சிறிதும் இல்லை. பார்க்க முடியாததற்கு வருந்துகிறேன். நாளைக் காலையில் வந்தால் பார்த்துப் போகலாம்" என்று சொல்லியனுப்பினார். மிக்க ஆவலோடு சென்ற நான் எதிர்பாராத வருத்தத்தை அடைந்தேன். 'அதிருஷ்டமும் துரதிருஷ்டமும் மனிதர்களுக்குச் சேர்ந்தே வருகின்றன', என்றெண்ணி இராமசுவாமி முதலியாரிடம் விஷயத்தைத் தெரிவித்து விட்டு அன்றிரவே கும்பகோணத்துக்குப் புறப்பட்டேன்.

### புறப்பாடு

இந்த அலைச்சலினால் அன்று முழுவதும் நான் ஆகாரம் செய்து கொள்ளவில்லை. ஆனாலும் என் கையில் இருந்த பைண்டான சிந்தாமணிப் பிரதியைப் புரட்டிப் புரட்டிப் பார்த்து ஆனந்த மடைந்து கொண்டிருந்தேன். ரெயில்வே ஸ்டேஷனில் ஸி.எஸ்.எம். பள்ளிக்கூடத்துத் தமிழ்ப் பண்டிதராகிய பு.மா.ஸ்ரீநிவாஸாசாரிய ரென்பவர் என்னைச் சந்தித்துச் சிந்தாமணி நிறைவேறியது பற்றிப் பாராட்டினார். "இந்தத் தேசத்தில் கம்பெனியாருடைய பிரதிநிதி யாக இருந்த கிளைவ் துரை தம்முடைய எதிரிகளை அடக்கி வென்று பல பிரதேசங்களைக் கம்பெனியாருக்கு உரிமையாக்கி மீட்டும் தம் நாடு செல்லும்போது கம்பெனி உத்தியோகஸ்தர் யாவரும் அளவற்ற மகிழ்ச்சியோடு அவரை வழியனுப்பினார்களாம். உங்களைக் காணும்போது எனக்கு அவருடைய ஞாபகம் வருகிறது" என்று சொல்லித் தம் உவகையைப் புலப்படுத்தினார்.

### அரங்கநாத முதலியாருக்கு எழுதிய பாடல்கள்

மறுநாட் காலையில் கும்பகோணம் வந்து இறங்கினேன். என்னுடைய அன்பர்களெல்லாம் சிந்தாமணி பூர்த்தியான சந்தோ ஷத்தை விசாரித்தார்கள். அடுத்த நாள் எனக்கு அரங்கநாத முதலி யார் ஞாபகம் வந்தது. 'மறுநாள் நம்மை வரச் சொன்னாரே? அவரைப் பாராமல் வந்து விட்டோமே; என்ன நினைப்பாரோ?' என்று நினைந்து விஷயத்தை விளக்கி அவருக்கு ஒரு கடிதம் எழுதத் தொடங்கினேன்: கடிதம் பாடல்களாகவே அமைந்தது.

1, “குலத்தினாற் புலவர் மெச்சும் குணத்தினாற் பலநூ லாயும்
புலத்தினாற் றிசைய ளக்கும் புகழினாற் புரையில் வாய்மை
வலத்தினா லடுத்தோர்த் தாங்கும் வன்மையால் வன்மை மிக்க
நலத்தினாற் றிகழ ரங்க நாதமா முகிலீ தோர்க.”

(புலம் – அறிவு. புரை – குற்றம், தாங்கும் – ஆதரிக்கும், நலம் – குணம்.)

2. “திருத்தகுமா முனிவனருள் தெள்ளியசிந் தாமணியைத்
திருவி லாதேன்
வருத்தமிக வாய்ந்தச்சிற் பதிப்பித்து முடித்தபெரு
மகிழ்வை யோதும்
கருத்துடையே னாகியந்த நூலையுங்கைக் கொடுநின்னைக்
காண வந்தும்
பெருத்தவபாக் கியமென்னைத் தடுத்தமையால் நினைக்காணப்
பெற்றி லேனால்.”

(திருத்தகுமா முனிவன் – திருத்தக்க தேவர். திருவிலாதேன் – பொருளில்லாத வறியவனாகிய யான்.)

3. “ஆயினுநின் அன்புடைமை யென்னளவு மகலாதென்
றகத்திற் கொண்டே
தாயினுமன் பமைந்திலகு மிராமசா மிக்குரிசில்
தன்பாற் பின்னர்
மேயினனின் பால்விளம்ப வெண்ணியவெலா மவன்பால்
விளம்பி வந்தேன்
நீயிரிரு வீர்களுமோர் மனமுடையீ ரென்பதனை
நினைந்தே மன்னோ.”

(மேயினன் – சென்றேன்.)

4. “இது பொழுதி லெனக்கின்றி யமையாத தின்னதென
இயல்பா லோர்ந்த
மதுவிரவுந் தொடப்புயத்து வள்ளலே வெளிப்படையா
வழங்க வென்னெஞ்
சதுதுணிவுற் றிலதானின் றிருமுகமாற் றங்கேட்கும்
ஆசை யேற்குக்
கதுமெனவே மகிழ்வுமிக நினதுதிரு முகமாற்றம்
காணச் செய்யே.”

(தொடை – மாலை. திருமுக மாற்றம் – வாய்ச் சொல், கடித வாக்கியம். கதுமென – விரைவில்)

கடிதம் எழுதி இரண்டு நாளுக்குப் பின் நான் எதிர்பார்த்த படியே அரங்கநாத முதலியார் எனக்கு ஒரு கடிதம் எழுதினார். அதில் ஏழு பாடல்களும் ஒரு குறிப்பும் ஐம்பது ரூபாய்க்கு ஓர் உண்டியலும் இருந்தன. குறிப்பில் சேலம் இராமசுவாமி முதலியாரிடம்

ஐம்பது ரூபாய் கொடுத்து விட்டதாகவும் எழுதியிருந்தார். அவர் பாடல்களில் உண்மையன்பு ததும்பியது.

"அன்றெனைக் காண நயந்தனை யைய
அமயமொவ் வாமையா லமைவாய்ச்
சென்றனை நின்னைக் கண்டிலாக் குறைய
தென்னதே சிற்றறி வுடையேன்
ஒன்றல பலவாம் பிழைசெயத் தகுமே
உத்தம குணமொருங் குடையாய்
கன்றினைக் காராக் களியுறக் காக்கும்
கனிவொடு கமித்தனின் கடனே."

(நயந்தனை – விரும்பினை. அமயம் – சமயம். காரா – கார் காலத்திற்குரிய பசு; ஒருவகைப் பசு. கமித்தல் – பொறுத்தல்) என்னும் செய்யுளால் என்னைப் பார்க்க முடியாமற் போனது பற்றிய வருத்தத்தைத் தெரிவித்திருந்தார்.

"மருந்தனசீ வகசிந்தா மணிக்குரையை மாண்புலவர்
விருந்தெனக்கொள் வகையளித்தாய் வேறியம்பல் வேண்டும்
பெருந்திமிரம் போக்குவித்தாய் பேரறிவி னாதவனைப்
பொருந்தீரம் பெற்றனையே புத்தகமும் பெற்றேனே."

(மருந்து – அமிர்தம். திமிரம் – இருள், அறியாமை. ஆதவனைப் பொரும் – சூரியனை ஒக்கும். புஸ்தகம் கடிதம் எழுதுகையில் பெறாவிடினும் துணிவு பற்றிப் பெற்றேனென்று எழுதினார்.)

அந்தக் கடிதங் கண்டு என் உள்ளம் உவகையால் பொங்கியது. உடனே என் நன்றியறிவைத் தெரிவித்து எட்டுப் பாடல்கள் * அமைந்த விடைக் கடிதத்தை எழுதியனுப்பினேன். முதலியார் தாம் எழுதிய பாடல்கள் பொருளில்லாப் பாடல்களென்று தம் கடிதத்தில் குறித்திருந்தார். அதற்கு விடையாக, 'தங்கள் பாடலோடு பணம் வந்தமையால் அவையே பொருளமைந்த பாடல்கள்; என்னுடை யனவே பொருளிலாப் பாடல்கள், என்னும் கருத்தமைய,

"பொருளிலாப் பாட்டென்று புகன்றனைநீ நவின்றசுவை
பொழியும் பாவைப்
பொருளிலாப் பாடல்களென் பாடல்பொரு ளுளபாடல்
புகழ்நின் பாடல்
பொருளுடனே விரவியஞ்சல் வழிவந்த செயலொன்றே
பொருந்து சான்றாம்
பொருளிலா வெனையுமொரு பொருளாக்கொள் நயசுகுணப்
புகழ்க்கோ மானே"

* இவற்றை நான் வெளியிட்டுள்ள நல்லுரைக் கோவை முதற்பாகத்தில் விரிவாக எழுதியுள்ள அரங்கநாத முதலியார் சரித்திரத்திற் காணலாம்.

(பொருள் – நல்ல கருத்து, பணம். அஞ்சல் – தபால். சான்று – சாட்சி) என்னும் பாடலை எழுதினேன்.

ஒரு வாரத்துக்கெல்லாம் சென்னையிலிருந்து பைண்டர் நூறு பிரதிகள் வரையில் பைண்டு செய்து ஒரு பெட்டியில் அனுப்பியிருந்தார். அதைப் பிரித்துப் புஸ்தகங்களை எடுத்துக் கோலம் போட்ட ஒரு பலகையின் மேல் வைத்து மாலை சாத்திக் கற்பூர நீராஞ்சனம் செய்து மஞ்சள் நீர் சுற்றி என் தாயார் என் கையில் எடுத்து அளித்து ஆசீர்வாதம் செய்தார். என் தந்தையார் கண் குளிரக் கண்டு மகிழ்ந்தார்.

அன்று மழை நன்றாகப் பெய்தது. ஆயினும், கும்பகோணத்திற் கையொப்பம் செய்தவர்களுக்குப் புஸ்தகங்களைக் கொடுக்க வேண்டுமென்று ஒரு வண்டியில் சில பிரதிகளை ஏற்றிக் கொண்டு முதலில் சாது சேஷையரிடம் சென்று கொடுத்தேன். அவர் வாங்கிக் கொண்டு ஆசீர்வாதம் செய்தார். பிறகு மற்ற அன்பர்களை ஒவ்வொருவராகக் கண்டு புத்தகத்தை கொடுத்து விட்டுப் பன்னிரண்டு மணிக்கு வீடு வந்து சேர்ந்தேன்.

## இராமலிங்க தேசிகர் வரவு

அன்று மாலை ஆறு மணிக்கு இராமலிங்க தேசிகர் என்பவர் வந்தார். அவர் என்னிடம் படித்துக் கொண்டிருந்தவர்; கொழும் பிலும் யாழ்ப்பாணத்திலும் சைவப் பிரசங்கங்கள் செய்து பொரு ளீட்டிக் கொண்டு வந்தார். அங்கிருந்து கொணர்ந்த சில பொருள் களை எனக்கு அளித்ததோடு கருங்காலியாற் செய்த யானையொன் றையும் வழங்கினார். அவர் கொடுத்த மற்றப் பொருள்களை விட அந்த யானையினிடத்து அதிக விருப்பம் எனக்கு உண்டாயிற்று. என்னை உடனிருந்து பாதுகாக்கும் யானைமுகக் கடவுளே அந்த அடையாளத்தில் வந்ததாக நான் எண்ணிக் கொண்டேன்.

அவர் தமது பிரயாணத்தைப் பற்றியும் இலங்கையிலுள்ள கன வான்களைப் பற்றியும் சொல்லி, “ஸ்ரீ பொ. குமாரசுவாமி முதலி யார் தமக்குச் சிந்தாமணிப் பிரதிகள் 15 அனுப்பினால் விற்றுப் பணம் அனுப்புவதாகச் சொன்னார். அவர் பெரிய செல்வர்; தமிழன்பிற் சிறந்தவர்” என்றார். நான் அவ்வாறே குமாரசாமி முதலியாருக்குப் பிரதிகளை அனுப்பிக் கடிதமும் எழுதினேன்.

## சுப்பிரமணிய தேசிகர் மகிழ்ச்சி

மறு நாள் சில பிரதிகளை எடுத்துக் கொண்டு திருவாவடுதுறை சென்று சுப்பிரமணிய தேசிகரிடம் சேர்ப்பித்தேன். அவர் புஸ்தகங் களை மிக்க விருப்பத்தோடு பெற்று முகப்புப் பக்கத்தையும், முக வுரையையும், நூலாசிரியர் வரலாறு முதலியவற்றையும், நூலையும், உரையையும் பார்த்து மகிழ்ந்தார்.

அப்போது அவ்வூரிலுள்ளவர்களாகிய பொன்னோதுவார், மகாலிங்கம் பிள்ளை என்னும் இருவர் வந்து தேசிகரை வணங் கினர். அவ்விருவரும் யாழ்ப்பாணம் சென்று ஸ்ரீ ஆறுமுக நாவலர் மருகராகிய பொன்னையா பிள்ளையிடம் சில நாட்கள் இருந்து கம்பராமாயணம் முதலியவற்றைப் பாடங் கேட்டு விட்டு வந்தவர் கள். அவர்களைப் பார்த்துத் தேசிகர், "பொன்னையா பிள்ளை சிந்தாமணி பதிப்பிப்பதாக எழுதியிருந்தாரே; எந்த அளவில் இருக் கிறது? முற்றுப் பெற்றதா?" என்று கேட்டார்.

"அந்த பிரஸ்தாவமே அங்கில்லை. இரகுவம்சம் மாத்திரம் அவரால் அச்சிடப்பட்டு முடிந்தது. சந்நிதானத்தினிடம் ஒரு பிரதியையும் இவர்களிடம் ஒரு பிரதியையும் ஒரு கடிதத்தையும் சேர்ப்பிக்கும்படி கொடுத்திருக்கிறார்" என்று சொல்லி விட்டு இரகு வம்சத்தையும் கடிதத்தையும் என்னிடம் கொடுத்தார்கள். அக்கடி தத்தில் பொன்னையா பிள்ளை, சிந்தாமணியைப் பார்ப்பதில் மிக்க ஆவலுடையவராக இருப்பதாகவும் ஒரு பிரதி அனுப்ப வேண்டு மென்றும் தெரிவித்திருந்தார்.

நான் தேசிகரோடு பேசியிருந்து விடை பெற்றுக் கும்பகோணம் வந்து பொன்னையா பிள்ளைக்குச் சிந்தாமணிப் பிரதி ஒன்றும் ஒரு கடிதமும் அனுப்பினேன். அக்கடிதத்தில், "பாற்கடலின் ஆழம் மந்தர மலைக்குத் தெரியுமே யன்றி வேறு எந்த மலைக்கும் தெரி யாது. அது போலச் சீவகசிந்தாமணியின் ஆழம் உங்களுக்குத்தான் தெரியும். ஏதோ ஒருவாறு நான் பதிப்பித்திருக்கிறேன். தாங்கள் அங்கீகரித்துக் கொள்ள வேண்டும்" என்று எழுதினேன்.

பிறகு வெளியூரிலுள்ள கையொப்பக்காரர்களுக்குப் பிரதிகளை அனுப்பிக் கடிதங்களும் எழுதினேன். பலர் என்னைப் பாராட்டி விடை எழுதினர். பலர் பாடல்கள் அனுப்பினர். பலர் தாம் அளிப்பதாகச் சொன்ன பணத்தை அனுப்பினர். தஞ்சாவூர், திருச்சிராப்பள்ளி என்னும் இரண்டு ஊர்களுக்கும் நானே நேரில் சென்று கையொப்பமிட்ட அன்பர்களுக்குப் புத்தகம் கொடுக்க எண்ணினேன்.

## ஸ்ரீநிவாச பிள்ளை பாராட்டு

முதலில் தஞ்சாவூருக்குப் போய் அங்குள்ள என் அன்பரும் வக்கீலுமாகிய ஸ்ரீநிவாச பிள்ளையையும், கல்யாண சுந்தர ஐயர் முதலியவர்களையும் கண்டு பிரதிகளைச் சேர்ப்பித்தேன். ஸ்ரீநிவாஸ பிள்ளை சிந்தாமணியைப் பார்த்தார். அதில் நச்சினார்க்கினியர் வரலாற்றில் எட்டுக் தொகை, பத்துப் பாட்டு, பதினெண்கீழ்க் கணக்கு என்னும் மூன்று தொகுதிகளில் அடங்கிய நூல்கள் இன்ன வையென்று புலப்படுத்தும் பாடல்களைப் பார்த்து அவர் பிரமித்து விட்டார். "பெரிய வித்துவான்களெல்லாம் படித்த நூல்களுக்கு மேற்பட்டனவாக வல்லவோ இருக்கின்றன இவை? தமிழென்பது

கரை காணாத அமுத சமுத்திரமோ!" என்று ஆனந்தம் தாங்காமல் துள்ளினார். "உங்கள் பாக்கியமே பாக்கியம்!" என்று பாராட்டினார். "நான் செட்டியாரைப் போய்ப் பார்க்கப் போகிறேன்" என்றேன். ஸ்ரீநிவாச பிள்ளை, தியாகராச செட்டியாரிடம் பாடம் கேட்டவர்; தெய்வம் போல அவரை மதிப்பவர். ஆதலின் உடனே, "அவசியம் செய்ய வேண்டும்; இதன் அருமையையும், உங்கள் அருமையையும் அவரே பாராட்ட வேண்டும்" என்று சொல்லி விடை கொடுத்தார். நான் திருச்சிராப்பள்ளியை நோக்கிப் புறப்பட்டேன்.

## 102

### அடுத்த நூல்

சிந்தாமணியை நான் அச்சிட்டு வந்த காலத்தில் ஸ்ரீரங்கம் ஹைஸ்கூலுக்கு ஒரு நல்ல தமிழ்ப் பண்டிதரை அனுப்ப வேண்டுமென்று அந்தப் பள்ளிக்கூடத்து அதிகாரிகள் எனக்குத் தெரிவித்தார்கள். என்னிடம் பாடம் கேட்டவரும் சில காலம் திருவாவடுதுறையில் இருந்தவருமான சிதம்பரம் மு. சாமிநாதையரென்பவரை அனுப்பினேன்.

#### ம.வீ. ராமானுஜாசாரியார் *

அவர் அவ்வேலையை ஒப்புக்கொண்டு அந்தப் பள்ளிக்கூட சம்பந்தமான அதிகாரிகளுக்கும் மாணாக்கர்களுக்கும் திருப்தியுண்டாகும்படி நடந்து வந்தார். அவர் சிந்தாமணிப் பதிப்புக்குச் சிலரிடம் கையொப்பம் வாங்கித் தந்தார். கௌரவமாக எல்லாரோடும் பழகிவந்த அவர் சில அசௌகரியங்களால் வேலையை விட்டு விட்டு ஒருவருக்கும் தெரியாமல் வேறு ஊருக்குப் போய் விட்டார். அப்பொழுது அந்த வேலைக்கு வேறு ஒருவரை நியமித்தல் அவசியமாக இருந்தது. அந்தப் பள்ளிக்கூடத்தைச் சார்ந்த ஒருவர் என்னிடம் வந்து வேறொரு தக்க பண்டிதரை அனுப்ப வேண்டுமென்று சொன்னார். திருமானூர் அ. கிருஷ்ணையரை அவ்வேலையில் நியமிக்கச் செய்யலாமென்று எண்ணினேன். ஆனால் அவர் அப்போது சிந்தாமணிப் பதிப்புக்கு உதவியாகச் சென்னையில் இருந்து வந்தமையால் சில காலம் வேறு ஒருவரைப் பார்த்துவரச் செய்யலாமென்று நிச்சயித்தேன்.

அக்காலத்தில் திருவாவடுதுறையில் படித்துக் கொண்டிருந்த ம.வீ.ராமானுஜாசாரியரைக் கண்டு, கிருஷ்ணையர் சென்னையி

---

* மகாபாரதத் தமிழ் மொழிபெயர்ப்பை வெளியிட்டவரும் கும்பகோணம் காலேஜில் தமிழ்ப் பண்டிதராயிருந்தவருமான காலஞ் சென்ற மகாமகோபாத்தியாய ம.வீ. ராமானுஜாசாரியார் இவரே.

லிருந்து திரும்பி வந்து ஸ்ரீரங்கம் வேலையை ஒப்புக் கொள்ளச் சில மாத காலமாவது ஆகுமென்றும், அதுவரையில் அவ்வேலையைப் பார்த்துவர வேண்டுமென்றும் கூறினேன். அவர் அவ்வாறே செய்வதாக உடம்பட்டு வேலையைப் பார்த்து வந்தார். சிந்தாமணி பூர்த்தியானவுடன் கிருஷ்ணையர் ஸ்ரீரங்கத்துக்குப் போய் ராமானுஜாசாரியரிடமிருந்து அவ்வேலையை ஏற்றுக் கொண்டார். நான் தியாகராச செட்டியாரைப் பார்க்கச் சென்ற காலத்தில் கிருஷ்ணையர் ஸ்ரீரங்கத்தில் வேலை பார்த்து வந்தார்.

## தியாகராச செட்டியாரது ஆனந்தம்

தஞ்சாவூரிலிருந்து புறப்பட்ட நான் திருச்சிராப்பள்ளி சென்று, இரவு இரண்டு மணிக்கு உறையூரை அடைந்து, செட்டியாரிருந்த வீட்டுக்குப் போய்க் கதவைத் தட்டினேன். என் குரலைக் கேட்டவுடன் செட்டியார் வேகமாக வந்து கதவைத் திறந்து, "உன்னையே நினைத்துப் படுத்திருக்கிறேன்" என்று சொல்லி என்னைக் கட்டிக் கொண்டார். வழக்கமாக 'நீங்க' ளென்று அழைத்து வந்த அவர், அப்போது 'உன்னை' என்று சொன்னதும், அவ்வளவு வேகமாக வந்து கட்டிக் கொண்டதும் அவருடைய அன்பு கரை கடந்து பொங்கியதற்கு அடையாளங்களாக இருந்தன. சம்பிரதாயம், மரியாதை, கௌரவம் எல்லாம் அன்பும் அன்பும் சந்திக்குமிடத்தில் மறைந்து விடுகின்றன.

"சாயங்காலம் திருவாவடுதுறை வித்துவான் *ஆறுமுகச் சாமியும் கிருஷ்ண ஐயரும் வந்தார்கள். சிந்தாமணிப் புஸ்தகத்தைக் காட்டினார்கள். கண் தெரியாமையால் கையில் எடுத்துப் பார்த்தேன். கனமாக இருந்தது. பிரித்து முதலிலிருந்து படிக்கச் சொல்லிக் கேட்டேன்.

"என்ன வேலை செய்திருக்கிறீர்கள்! முகவுரை முதலியவை மிக அழகாக அமைந்திருக்கின்றன. நான் முன்பு நாமகளிலம்பகத்தோடு போராடினவனாதலால் புஸ்தகத்தின் அருமை எனக்கு நன்றாகத் தெரியும். இவ்வளவு சக்தி உங்களுக்கு எங்கிருந்து வந்ததென்று ஆச்சரியப்பட்டுக் கொண்டே இருக்கிறேன். ஐயா அவர்கள் இருந்தால் எவ்வளவு சந்தோஷமடைவார்கள் தெரியுமா? அவர்களுக்கும் உங்களைப் போஷித்த திருவாவடுதுறை மடத்தாருக்கும், உங்களுக்கு வேலை செய்வித்த எனக்கும், உங்களுக்கும் பெரிய கீர்த்தியைச் சம்பாதித்து வைத்து விட்டீர்கள்."

இவ்வாறு செட்டியார் பாராட்டிக் கொண்டே போனார். அந்த இரவு முழுவதும் ஆனந்தமாகப் பேசிக் கொண்டிருந்தோம். காலையில் திருச்சிராப்பள்ளியிலும் அதைச் சார்ந்த இடங்களிலும்

---

* இவர் திருவானைக்கா மடத்தில் இருந்தார். பிறகு குன்றக்குடி ஆதீனத் தலைவராக இருந்து விளங்கினார்.

கையொப்பமிட்ட கனவான்களிடம் சென்று சிந்தாமணிப் பிரதி களைச் சேர்ப்பித்து வரலாமென்று புறப்பட்டேன். செட்டியார் என்னைத் தடுத்து, "நான் தக்கவர்களை அனுப்பி, உரியவர்களிடம் சேர்ப்பித்து விடச் சொல்லுகிறேன். என்னுடன் இருந்து பேசிக் கொண்டிருக்க வேண்டும்" என்று சொல்லிச் சிலரை அழைத்து அவர்கள் மூலமாகப் பிரதிகளை உரியவர்களிடம் சேர்ப்பிக்கச் செய்தார்.

நான் அவருடன் இருந்து நேரம் போவதே தெரியாமல் பேசிக் கொண்டேயிருந்தேன். சிந்தாமணியிலுள்ள சுவை மிக்க சில பகுதி களைப் படித்துக் காட்டினேன். சில இடங்களில் அவர் மனமுருகிக் கண்ணீர் விடுத்தார். சில சொற்களின் உருவத்தைக் கண்டுபிடிக்க நான் அடைந்த கஷ்டத்தையும், பல காலமாகச் சந்தேகமாக விருந்த சில விஷயங்கள் தெளிவாகிய செய்தியையும் எடுத்துச் சொன்னேன். கேட்டுக் கேட்டு விம்மிதமடைந்தார்.

## ஒரு தவறு

இப்படிக் கேட்டு வந்த அவர், கடைசியில் ஒரு விஷயத்தைச் சொன்னார். "இதில் பல பேருடைய உதவிகளைப் பற்றி எழுதியிருக் கிறீர்களே? எந்த இடத்திலாவது என் பெயர் வந்திருக்குமென்று எதிர்பார்த்தேன். நீங்கள் எழுதவில்லை. இந்த விஷயத்தில் உங்க ளிடத்தில் சிறிது வருத்தந்தான்" என்று சொன்னார். தம் கருத்தை மறைக்காமல் வெளிப்படையாகச் சொல்லும் இயல்புடையரல்லவா அவர்? அந்த வருத்தத்தால் அவருக்கு என்னிடமிருந்த அன்போ, சீவகசிந்தாமணிப் பதிப்பிலுள்ள மதிப்போ குறையவில்லை. அது வேறு விஷயம், ஒரு விஷயத்தில் குறைபாடு கண்டால் அது பற்றி எல்லா விஷயங்களையும் குறைபாடுகளாகவே காண்பதும், ஒன்றிற் சிறப்புக் கண்டால் மற்றவற்றிலுள்ள குறைகளைக் காணாமற் போவதும் அவர்பால் இல்லை. குணமும் குற்றமும் தனித் தனியாக அவர் கண்களுக்குப்படும். அவற்றை வெளிப்படையாகவே எடுத்துச் சொல்லி விடுவார்.

அவர் பெயரை எழுதாமைக்கு ஒரு சிறிய காரணம் உண்டு. ஆனால் அது பற்றி எழுதாமல் விட்டது பிழைதானென்பதை என் மனம் அப்போது உணர்ந்து வருந்தியது. "நான் செய்தது தவறு தான்" என்று ஒப்புக் கொண்டேன்.

கம்பர் தம் வீட்டில் நிகழ்ந்த விசேஷத்திற்கு வந்த சடையப்ப வள்ளலை, இடமில்லாமையால் எங்கோ ஒரு மூலையில் அமரச் செய்தாராம். இதைக் கண்ட ஓர் அன்பர், "என்ன! இவர்களை இந்த இடத்தில் இருக்கச் செய்தீர்களே?" என்று கம்பரைக் கேட்டா ராம். உடனே அப்புலவர் பெருமான், "இவர்களை வைக்குமிடத்தில் வைப்பேன்" என்று சொல்லித் தாம் பாடிய இராமாயணத்தில் பத்து இடத்தில் அவ்வள்ளலைப் பாராட்டி அவர் புகழை

வைத்தாராம். இந்தக் கதை அப்போது எனக்கு ஞாபகம் வந்தது. 'தவறியதற்குத் தக்க ஈடு செய்து விட வேண்டும்' என்று சங்கற்பம் செய்து கொண்டேன். அந்தச் சங்கற்பத்தை நான் பிற்காலத்தில் மூன்று வகையில் நிறைவேற்றினேன். ஐங்குறு நூற்றுப்பதிப்பைச் செட்டியாருக்கு உரிமையாக்கினேன். "கும்பகோணம் காலேஜில் பி. ஏ. வகுப்பில் தமிழெடுத்துக் கொண்டு படிக்கும் ஒரு சைவ மாணவனுக்கு வருஷந்தோறும் செட்டியார் பெயரால் நாற்பத்தெட்டு ரூபாய் வீதம் பல வருஷங்களாகக் கொடுத்து வருகிறேன். சென்னைக்கு வந்தபிறகு எப்போதும் அவர் ஞாபகம் எனக்கிருப்பதற்காக என் வீட்டிற்கு, "தியாகராஜ விலாஸம்" என்ற பெயரை வைத்தேன். இவ்வளவும் அவர் உயிரோடிருந்த காலத்தில் செய்யும் பாக்கியம் எனக்கு இல்லை. என்னுடைய நிலையான துரதிருஷ்டங்களில் இந்தக் குறையும் ஒன்று என்று இன்றும் கருதி வருந்துகிறேன்.

செட்டியாரிடம் பேசிக் கொண்டிருந்து விட்டு அன்று இரவே புறப்பட்டுக் கும்பகோணம் வந்து சேர்ந்தேன். சேலம் இராமசுவாமி முதலியார் சென்னையிலுள்ள கையொப்பக்காரர்களிடமிருந்து பணம் தொகுத்துத் திருவல்லிக்கேணி விசுவநாத சாஸ்திரியாரிடம் நான் வாங்கியிருந்த கடனைத் தீர்த்து விட்டார். அவருக்குப் பணம் கொடுத்து விட்ட விஷயத்தை முதலியார் எனக்கு எழுதியபோது என் தலையிற் சுமந்திருந்த பெரும் பாரம் நீங்கியது போன்ற ஆறுதலை அடைந்தேன்.

## சின்னசாமி பிள்ளையின் பாடல்

சிந்தாமணிப் பிரதிகளைப் பெற்ற அன்பர்கள் அதைப் பாராட்டி எனக்குக் கடிதம் எழுதினார்கள். கிறிஸ்டியன் காலேஜ் தமிழ்ப்பண்டிதர் சின்னசாமிபிள்ளை பின்வரும் செய்யுளை 1887-ஆம் ௵ நவம்பர் ௴ 17-ஆம் தேதி எழுதியனுப்பினார்:

"பனிமதிச் சடிலத் திறைகழல் மறவாப்
பான்மையோய் பாருளா ரேத்தும்
நனிபெரும் புலவர் குலமணி சாமி
நாதவேந் தாலெனைப் பொருளாத்
தனியுளங் கொடுதொல் காப்பிய நன்னூல்
தந்தகத் தியமிது நோக்கென்
றினிதளித் தனைநிற் கியற்றுமா றுளதோ
எண்ணிலென் வந்தன மல்லால்."

இந்தப் பாடலில் 'தொல்காப்பியம் நன்னூல் தந்து அகத்தியம் இது நோக்கென்றினி தளித்தனை' என்பதற்கு, "பழைய காப்பிய மாகிய நல்ல நூலைத் தந்து அவசியம் இதைப் பார் என்று கொடுத் தாய்" என்பது பொருள். இப்பகுதியில் தொல்காப்பியம், நன்னூல், அகத்தியம் என்னும் மூன்று இலக்கணநூற் பெயர்கள் தொனிக்கும்

படி பாடியிருப்பது ஒரு நயம். நான் செய்யுளைப் பார்த்து மகிழ்ந்து உடனே வேறொரு செய்யுளால் விடையளித்தேன்.

"வன்புள பிரதி யுதவி நீ புரிந்தும்
மாறுள தோவென்ற தென்னே"

என்பது அதன் இறுதி அடி: முழுச்செய்யுள் இப்போது ஞாபகமில்லை.

## குமாரசாமி முதலியார் கடிதம்

ராமலிங்க தேசிகர் சொன்னபடி நான் அனுப்பிய சிந்தாமணிப் பிரதிகளைப் பெற்ற பொ. குமாரசாமி முதலியார் 21-12-1887 ஆம் தேதி பிரதிகளின் கிரயத்தையும் ஒரு கடிதத்தையும் அனுப்பினார். 'தங்கள் கீர்த்திகளைக் குறித்து ஸ்ரீமத் ராமலிங்க தேசிகரவர்கள் இங்கே பலமுறை என்னோடு கலந்து பேசியபொழுது மகிழ்ச்சியும், அப்படிப்பட்ட வித்வ சிரோமணிகள் இங்கே இருந்தால் கலந்து சம்பாஷித்துக்கொள்ளலாம்; அவ்வாறு கிடைக்கப் பெறவில்லையே என்பதனால் துக்கமுமடைந்தேன். தாங்கள் என்பேரில் வைத்த அன்பினாலனுப்பிய சீவக சிந்தாமணிப் புத்தகத்துக்காகத் துதி கூறுகின்றேன். மேற்படி புத்தகத்தைப் பார்த்தவளவில் என் மனத்தில் எழுந்த மகிழ்ச்சி இவ்வளவென்று சொல்லத் தக்கதன்று. இப்படிப்பட்ட அரிய நூலினது அருமை அறியத் தக்கவர்க்கு, ஏட்டுப் பிரதிகளிலிருந்தமையால், அறிதற்கரிதாயிருந்த குறையை நீக்கிய பரோபகார சிந்தைக்காகவும் முயற்சிக்காகவும் நாமெல்லாம் மிகக் கடமை பூண்டிருக்கின்றோம். இன்னும் இப்படிப்பட்ட அரிய பெரிய நூல்களைத் திருத்தி அச்சிட்டு வெளிப்படுத்திவரக் கடவுள் துணை செய்வாராக...' என்று அவர் அக்கடிதத்தில் எழுதியிருந்தார்.

## வளையாபதி

இவ்வாறு பல அன்பர்கள் எழுத எழுதப் பண்டைத் தமிழ் நூல்களைப் பதிப்பிக்கும் முயற்சியை மேலும் செய்து வரவேண்டுமென்ற எண்ணம் வலியுறத் தொடங்கியது. சீவகசிந்தாமணியோடு சேர்த்து ஐம்பெருங் காப்பியங்களென்று வழங்குபவை சிலப்பதிகாரம், மணிமேகலை, வளையாபதி, குண்டலகேசி என்பன. இவற்றுள் சிலப்பதிகாரம், மணிமேகலை என்னும் இரண்டு நூல்களின் ஏட்டுப் பிரதிகள் என்னிடம் இருந்தன. வளையாபதி, குண்டலகேசி என்னும் இரண்டும் கிடைக்கவில்லை. பிள்ளையவர்கள் இருந்த காலத்தில் திருவாவடுதுறை மடத்துப் புத்தகசாலையில் வளையாபதி ஏட்டுச்சுவடியை நான் பார்த்திருக்கிறேன். அந்தக் காலத்தில் அத்தகைய பழைய நூல்களில் எனக்குப் பற்று உண்டாகவில்லை. அதனால் அந்நூலை எடுத்துப் படிக்கவோ, பாடம் கேட்கவோ சந்தர்ப்பம் நேரவில்லை. பழைய நூல்களை ஆராய வேண்டுமென்ற

மனநிலை என்பால் உண்டான பிறகு தேடிப் பார்த்தபோது அந்தச் சுவடி மடத்துப் புஸ்தகசாலையில் கிடைக்கவில்லை. தமிழ்நாடு முழுவதும் தேடியும் பெற்றிலேன். எவ்வளவோ நூல்கள் அழிந் தொழிந்து போயினவென்று தெரிந்து அவற்றிற்காக வருத்தமடை வது என் இயல்பு. 'கண்ணினால் பார்த்த சுவடி கைக்கெட்டாமற் போயிற்றே!' என்ற துயரமே மிக அதிகமாக வருத்தியது. "கண்ணி லான் பெற்றிழந்தானெனவுழந்தான் கடுந்துயரம்" என்று கம்பர் குறிக்கும் துயரத்துக்குத்தான் அதனை ஒப்பிட வேண்டும்.

## எதைப் பதிப்பிப்பது?

சீவகசிந்தாமணியோடு சேர்த்து எண்ணப் பெறும் நூல்களில் ஒன்றினது ஆராய்ச்சியை அடுத்த வேலையாக மேற்கொள்ளலா மென்று எண்ணினேன். உரையுள்ள நூலாக இருந்தால் ஆராயும் சிரமம் சிறிது குறையுமென்ற நினைவினால் அடியார்க்கு நல்லாருரையோடுள்ள சிலப்பதிகாரத்தை வெளியிடலாமென்ற கருத்து உண்டாயிற்று.

அந்தச் சமயத்தில் சி.வை. தாமோதரம் பிள்ளை, பொ.குமாரசாமி முதலியார் முதலிய கனவான்கள் சிலப்பதிகாரத் தைப் பதிப்பிக்க வேண்டுமென்று அடிக்கடி எழுதினார்கள். அதனால் சிலப்பதிகாரத்தையே பதிப்பிக்கலாமென்று எண்ணி நான் சிலரிடம் சொல்லிக்கொண்டிருந்தேன். அப்போது ஜைன நண்பர்களிற் சிலர் என்னை அணுகி, "பல காலமாக அச்சேறாமல் இருந்த சீவகசிந்தாமணியை அச்சிட்டு எங்களுக்கு உபகாரம் செய்தீர்கள். இப்படியே சூளாமணியையும் பதிப்பித்துத் தந்தால் எங்களாலான உபகாரம் செய்கிறோம்" என்றார்கள். சந்திரநாத செட்டியார், "சீவகசிந்தாமணி விஷயத்தில் நீங்கள் அரும்பாடு பட்டீர்கள். ஜைன சம்பிரதாயங்களைத் தெரிந்து கொண்டிருக்கிறீர் கள், ஆகையால் சூளாமணியைப் பதிப்பிப்பது மிகவும் சுலபமான காரியம்" என்றார். அவர்கள் சொல்வது எனக்கு நியாயமாகவே தோற்றியது. சூளாமணியைப் படித்துப் பார்த்த நான், அதுவும் சிந்தாமணியைப் போலவே சிறப்புள்ள காவியமென்று உணர்ந்திருந் தேன். ஆகவே சூளாமணியிலே சிறிது கருத்தைச் செலுத்தலா னேன். குறிப்புக்களையும் எழுதி வைத்துக் கொண்டேன். இந்த நிலையில் தாமோதரம்பிள்ளை சூளாமணியைப் பதிப்பிப்பதாகத் தெரிந்தது. அதனால் சூளாமணியை அச்சிடும் முயற்சியை நிறுத்திக்கொண்டேன். சிலப்பதிகாரப் பகுதிகள் என் மனத்துக்குத் திருப்தி அளிக்கும் முறையில் அச்சமயம் இராமையாலும், சில பகுதிகளுக்கு உரை கிடைக்காமையாலும் பின்னும் பல பிரதி களைத் தேடித் தொகுத்தே ஆராய வேண்டுமென்ற நினைவினா லும் அந்த நூற்பதிப்பை உடனே மேற்கொள்வதையும் விடுத்தேன்.

பத்துப் பாட்டு

சீவகசிந்தாமணி முற்றுப்பெற்ற சமயத்தில் தமிழ்த்தாயின் கட்டளையைப் போல, என் கையில் பத்துப் பாட்டுப் பிரதி கிடைத்தது நினைவுக்கு வந்தது. சங்க நூலாகிய அதனையே அச்சிட வேண்டுமென்று முடிவு செய்துகொண்டேன். என்னுடைய குடும்பத்தார் வழிபடும் குலதெய்வமாகிய திருவேரகப்பெருமானைத் தியானம் செய்து கொண்டு தனியாக இருந்த திருமுருகாற்றுப் படையை எடுத்துப் படிக்கத் தொடங்கினேன்.

# 103

## சுப்பிரமணிய தேசிகர் வியோகம்

பத்துப்பாட்டை வெளியிடலாமென்று முடிவு செய்த போது என் கையில் அந்நூலின் ஏட்டுப் பிரதிகள் இரண்டே இருந்தன. அவற்றுள் ஒன்று அபூர்த்தியானது. வேலூர்க் குமாரசாமி ஐயர் கொடுத்த பிரதி பூர்த்தியாக இருந்தாலும் வழுக்கள் மிகுதியாகக் காணப்பட்டன. நச்சினார்க்கினியர் உரையும், சிறுசிறு பகுதிகளாக அமைத்துள்ள மூலமும் பிறவும் ஒன்றாகச் சேர்ந்து கலந்திருந்தன. அவர் செய்யும் அன்வயத்தினால் பாட்டின் உருவம் இன்னது தானென்று நிச்சயிப்பது கஷ்டமாக இருந்தது. பின்னும் சில பிரதி கள் கிடைத்தால் ஒப்பிட்டுப் பார்க்கலாமென்று எண்ணினேன்.

### சென்னைப் பிரயாணம்

அச்சமயத்தில் தியாகராச செட்டியார் தாம் இயற்றிய மருந்து வெண்பா மாலை, திருச்சிற்றம்பல வெண்பா அந்தாதி, திருவொற்றி யூர்பாதி திருவாரூர்பாதி அந்தாதி என்னும் மூன்று பிரபந்தங்களை அனுப்பி அச்சிட வேண்டுமென்று எழுதியிருந்தார். ஸ்ரீ சுப்பிர மணிய தேசிகருக்கு அப்போது கண்ணின் நோய் அதிகரித்து மிக்க துன்பம் உண்டாக்கியது. சென்னையிலிருந்து 'பிராக்மன்' என்ற ஆங்கிலக் கண் வைத்தியர் வந்து கண்ணைப் பரிசோதித்தார். தேசிகருடைய தேகத்தில் வன்மை குறைந்து விட்டதென்று அவர் சொல்லியதோடு, ஆதீன சம்பந்தமாக ஏதேனும் ஏற்பாடு செய்வதாயின் முன்னாடியே செய்து விடுவது நலமென்றும் பெரிய காறுபாறு தம்பிரானிடம் தனித்துக் கூறினார். சின்னப் பட்டத்தின் பொருட்டுச் சென்னையிலிருந்து வந்து படித்துக் கொண்டிருந்த அருணாசலத் தம்பிரானென்பவரை யாவரும் பட்டத்துக் குட்டி யென்று வழங்கி வந்தனர். அவருக்கு உடனே சின்னப் பட்டம் கட்டி விடலாமென்றெண்ணிச் சுப்பிரமணிய தேசிகர் நல்ல நாள் பார்த்துப் பத்திரிகையும் எழுதச் செய்தார். சென்னைக்குச் சென்று அப்பத்திரிகையை அச்சிட்டு வர வேண்டுமென்று எனக்குக்

கட்டளையிட்டார். அப்போது கிறிஸ்துமஸ் விடுமுறையாக இருந்தமையால் அங்ஙனமே செய்வதாக ஒப்புக் கொண்டேன். தியாகராச செட்டியாருடைய பிரபந்தங்களை அச்சிடுவதற்கும் பத்துப்பாட்டை அச்சிடும் முயற்சிக்கும் சென்னைப் பிரயாணம் அனுகூலமாக இருக்குமென்று நினைத்தேன்.

நல்ல வேளை பார்த்து என்னைத் திருவாவடுதுறையிலிருந்து தேசிகர் அனுப்பினார். எனக்கு மாத்திரம் ஏதோ உள்ளுக்குள்ளே ஒரு பயங்கரமான குறிப்புத் தோற்றியது. அவருடைய பலஹீனத்தைக் கண்டு வருந்தினேன். ஒரு முறை விடை பெற்றுக்கொண்டு போனவன் மறுபடியும் வந்து அவரைப் பார்த்துவிட்டுச் சென்றேன்.

## இராசகோபாலாசாரியர் செய்த உதவி

சென்னையில் இராமசுவாமி முதலியார் பங்களாவில் தங்கித் தியாகராச செட்டியாருடைய பிரபந்தங்களையும் திருவாவடுதுறைச் சின்னப் பட்டப் பத்திரிகையையும் அச்சுக்குக் கொடுத்தேன். பத்துப் பாட்டுக் கையெழுத்துப் பிரதிகளைக் கையிலே கொண்டு போயிருந் தேன். மூலம் தனியேயில்லாத அந்தப் பிரதியை என் நண்பர் தேரழுந்தூர் இராசகோபாலாசாரியரிடம் காட்டி, “பிரதியில் தனியே மூலம் இல்லை, உரையுடன் சிறு சிறு பகுதிகள் மாத்திரம் உள்ளன. அந்தப் பகுதிகளும் அன்வயத்தால் முன்பின் மாறி இருக் கின்றன” என்று கூறினேன். அவர், “அந்தச் சிறு பகுதிகளான மூலங்களையெல்லாம் தனியே எழுதி வைத்துக்கொண்டால் பிறகு பொருளைக் கொண்டும் வேறு ஆதாரங்களைக் கொண்டும் ஒழுங்குபடுத்திக் கொள்ளலாமே” என்றார். அவருக்குச் சட்டென்று தோற்றிய அந்த யோசனை அதுகாறும் எனக்குத் தோற்றவில்லை. முல்லைப் பாட்டை அவர் கையிலே கொடுத்தேன். அவர் சில பகுதிகளை எழுதிக் காட்டினார். அவ்வாறே செய்வதாகச் சொல்லி அவருக்கு என் நன்றியறிவைத் தெரிவித்துக் கொண்டேன். பிற்கா லத்தில் எவ்வளவோ சிரமமான ஏட்டுப் பிரதிகளோடு போராடிக் கஷ்டப்பட்டு நல்ல அனுபவம் அடைந்தாலும் அச் சமயம் அவர் தெரிவித்தது எனக்குப் பரம உபகாரமாக இருந்தது.

சேலம் இராமசுவாமி முதலியாரோடு பொழுது போக்குவது எனக்கு இன்பமாக இருந்தது. பூண்டி அரங்கநாத முதலியாரையும் கண்டு பத்துப்பாட்டை ஆராயத் தொடங்கியிருக்கிறேனென்று தெரிவித்தேன். அவர் கேட்டு மகிழ்ந்தார்.

சின்னப் பட்டப் பத்திரிகை அச்சிட்டானவுடன் தபாலில் திருவாவடுதுறைக்கு அனுப்பி விட்டேன். தியாகராச செட்டியாரு டைய பிரபந்தங்கள் அச்சிட்டு நிறைவேறும் நிலையில் இருந்தன.

## துக்கச் செய்தி

ஒரு நாள் காலையில் எட்டு மணிக்கு இராமசுவாமி முதலியார் பங்களாவில் இருந்து பேசிக்கொண்டிருந்தேன். அப்போது எனக்கு ஒரு கடிதம் வந்தது. பார்த்தேன்; கண்களில் நீர் வழிய அப்படியே ஸ்தம்பித்து உட்கார்ந்து விட்டேன். திருவாவடுதுறை ராயசம் பொன்னுசாமி செட்டியார், "இன்று (7-1-1888) மாலை நான்கு மணிக்கு மகா ஸந்நிதானம் பரிபூரணமாயிற்று. குறிப்பிட்டிருந்தவர் களுக்கே சின்னப் பட்டம் இன்று பன்னிரண்டு மணிக்கு ஆகி விட்டது" என்று அதில் எழுதியிருந்தார்.

என் உள்ளத்துள் பெருந் துக்கம் குமுறிக் கொந்தளித்துக் கொண்டிருந்தது. இந்த உலகத்தில் பிள்ளையவர்களுக்குப் பின்பு பற்றுக்கோடாக யார் உள்ளார்களென்று ஏங்கியிருந்த எனக்கு நல்ல கொள்கொம்பாக உதவிக் கற்பகம் போல் வேண்டுவனவெல்லாம் வழங்கி ஆதரித்த பெருவள்ளலை இறுதிக் காலத்தில் உடனிருந்து பார்க்க முடியாமல் ஊழ்வினை தடுத்துவிட்டதே என்ற ஏக்கம் தலைக் கொண்டது. உடனே ஒரு கார்டை எடுத்து அன்றிரவே புறப்பட்டு வருவதாக எழுதினேன். கீழே "இரவலரும் நல்லறமும் யானுமினி யென்பட நீத்து"ச் சென்றாயே என்ற கம்ப ராமாயண (ஆரண்ய காண்டம், சடாயு காண்படலம், 21) அடியை எழுதித் திருவாவடுதுறைக்கு அனுப்பினேன்.

அப்போது இந்த உலகத்தையே நான் மறந்தேன். அந்த நிமிஷத்திலேயே திருவாவடுதுறைக்குப் போக வேண்டுமென்ற வேகம் உண்டாயிற்று.

இராமசுவாமி முதலியார் இந்தச் செய்தியை அறிந்து மிக்க வருத்தமடைந்தார். எனக்கு ஆறுதல் கூறினார். தேசிகருடைய உயர்ந்த குணங்களை எடுத்துச் சொன்னார். எனக்கோ துக்கம் பொங்கியது. அவரிடம் விடைபெற்றுக் கொண்டு புறப்பட வேண்டிய ஏற்பாடுகளைச் செய்யலானேன்.

## இரங்கற் பாடல்கள்

நின்ற இடத்திலே நின்றேன்; ஒன்றும் ஓடவில்லை; புஸ்தகத்தைத் தொடுவதற்குக் கை எழவில்லை. என்னுடைய உடம்பிலே இரத்த ஓட்டமே நின்று விட்டது போன்ற உணர்ச்சி உண்டாயிற்று. என்னுடைய ஒவ்வொரு முயற்சியையும் பாராட்டி, எனக்கு வந்த பெருமையைக் காணும்போது தாய் குழந்தையின் புகழைக் கேட்டு மகிழ்வது போல மகிழ்ந்து என்னைப் பாதுகாத்த அந்த மகோபகாரியையும் அவர் எனக்குச் செய்த ஒவ்வொரு நன்மையை யும் நினைந்து நினைந்து உருகினேன். என் துக்கத்தை ஆற்றிக் கொள்ள வழியில்லை. சில செய்யுட்கள் இயற்ற எண்ணினேன். என் உள்ளத்துயரமே செய்யுளாக வந்தது. அவர் திருவுருவத்தை

இனிப் பார்க்க இயலாதென்ற நினைவு வரவே நான் மனத்திற் பதித்து வைத்திருந்த அவ்வுருவம் எதிர் நின்றது.

"கருணையெனுங் கடல்பெருகு மடையாய நினதுவிழிக்
கடையுஞ் சீதத்
தருணமதி யனையமுக மண்டலமுந் தெளியமுத
தாரை போல
வருமினிய மொழிவாக்கும் வருவோர்க்கு வரையாது
வழங்கு கையும்
திருவருட்சுப் பிரமணிய குருமணியே காண்பதென்று
சிறியேன் மன்னோ."
(வரையாது – கணக்கின்றி.)

நான் சென்னைக்குப் புறப்படும்போது "நல்ல வேளையில் புறப்பட வேண்டும்" என்று அவர் சொல்லியனுப்பியது ஞாபகத்திற்கு வந்தது. நல்ல வேளையிற் புறப்பட்டதாகத்தான் முன்பு எண்ணினேன். ஆனால் அந்தச் சமயத்திலோ அந்த வேளை மிகப் பொல்லாத வேளையென்று எண்ணும்படி ஆகிவிட்டது.

"நல்வேளை தனிற்சென்னை நகர்க்கேகப் புறப்படென
நவின்றே யென்னை
ஒல்வேளை தனில்விடுத்தாய் அவ்வேளை நினைப்பிரிய
உஞற்றும் தீய
அல்வேளை யென்பதனை அறியாது பிரிந்து துய
ரடைந்தே னந்தோ
வில்வேளை வென்றபெரு விறலுடைச்சுப் பிரமணிய
விமல வாழ்வே."

(உஞற்றும் – செய்யும். வேளை வென்ற பெருவிறல் – மன்மதனைத் துறவொழுக்கத்தால் வென்ற வீரம்.)

இவ்வாறு வேறு சில விருத்தங்களைப் பாடினேன்; சில வெண் பாக்களையும் சில கண்ணிகளையும் இயற்றினேன். அவற்றுள் இரண்டு கண்ணிகள் வருமாறு:

"தெய்வத் தமிழின் செழுஞ்சுவையைப் பாராட்டும்
சைவக் கொழுந்தின் சபைகாண்ப தெந்நாளோ?"

"இன்றிரப்பார் வந்தா ரிலரென் றியம்புகுணக்
குன்றின்மொழி கேட்டுவகை கூருநாள் எந்நாளோ?"

அந்தப் பாடல்களை வைத்துக்கொண்டு தனிமையிலே வருந்தி னேன். என் துரதிருஷ்டத்தை நினைத்து நொந்து கொண்டேன். அன்று இரவே புறப்பட்டு உடன்வந்த சிலருடன் நேரே திருவாவடு துறையை அடைந்தேன்.

அங்கே நான் விரும்பிய பொருளைக் காண முடியுமா? தேசிகர் நிற்கும் இடம், இருக்குமிடம், பாடம் சொல்லும் இடம் முதலிய இடங்களையெல்லாம் போய்ப் பார்த்தேன். அங்கே அவருடைய உருவம் இருப்பதாகப் பிரமை கொண்டேன். காணாமல் மயங்கினேன்.

### புதிய தலைவர்

புதிய தலைவர் ஸ்ரீ அம்பலவாண தேசிகர் என்னும் திருநாமத்தோடு பதினேழாம் பட்டத்து ஆதீனத் தலைவராக விளங்கினார். அவர் என்பால் அன்போடு பேசி ஆறுதல் கூறினார். என்னுடைய துயரம் ஆற்றுவிப்பார் முயற்சிக்கு அப்பாலதாக இருந்தது. திருவாவடுதுறையில் எல்லாம் இருந்தன. ஒரு தலைவர் போனார்; ஆனால் வேறொரு தலைவர் வந்துவிட்டார். சமாதியடைந்த தலைவருக்குக் குரு பூஜையும் புதிய தலைவருக்குச் சிறப்பும் நடைபெற்றன. அப்போது அந்த ஊர் திருவிழாக் கோலத்திலே இருந்தது.

ஆனாலும் சுப்பிரமணிய தேசிகருடைய குணங்களிலே ஈடுபட்டவர்கள் உள்ளத்தில் துக்கந்தான் நிரம்பியிருந்தது. அவர்கள் சம்பிரதாயத்திற்காக உடம்பைச் சுமந்துகொண்டு அங்கும் இங்கும் போய் வந்து கொண்டிருந்தனர்.

### குரு பூஜை

முறைப்படி சுப்பிரமணிய தேசிகருடைய சமாதிக்கு ஒவ்வொரு நாளும் பூஜை நடைபெற்றது. இறுதி நாளன்று விசேஷமான பூஜை நிகழ்ந்தது. அதன் பொருட்டுப் பல ஊர்களிலிருந்து மடத்தைச் சேர்ந்த அடியார்கள் வந்திருந்தனர். திருநெல்வேலிப் பக்கத்திலிருந்து நூற்றுக்கணக்கான பிரபுக்களும் வித்துவான்களும் வந்தார்கள். அவர்களோடு சம்பாஷித்துக் கொண்டிருந்தேன்.

திருநெல்வேலியில் திருவாவடுதுறை மடத்துச் சிஷ்யர்கள் பலர் உண்டு. அவர்களுள் மிகமுக்கியமானவராகிய அம்பலவாண கவிராயரென்பவரது பரம்பரையிற் பிறந்தவர்களாகிய கவிராச நெல்லையப்பப் பிள்ளை, கவிராச ஈசுவர மூர்த்தியா பிள்ளை என்று இரண்டு கனவான்கள் உண்டு. இளையவராகிய கவிராச ஈசுவர மூர்த்தியா பிள்ளையென்பவர் அப்போது குரு பூஜைக்கு வந்திருந்தார். சிந்தாமணிப் பதிப்புக்கு உதவியாக அவர் வீட்டு ஏட்டுப் பிரதி எனக்குக் கிடைத்தது. பத்துப் பாட்டு பிரதியும் கிடைக்கலாமென்ற நோக்கத்தால், அவரிடம் பேசிக் கொண்டிருந்த போது, "சிந்தாமணிப் பதிப்புக்குத் தங்கள் பிரதி உபயோகமாக இருந்தது. இப்போது பத்துப்பாட்டைப் பதிப்பிக்க உத்தேசித்திருக் கிறேன். ஸந்நிதானம் இருந்தால் எவ்வளவோ அனுகூலமாக இருக்கும். துரதிருஷ்டவசத்தால் அவர்களை இழந்து விட்டோம். உங்களைப் போன்ற அன்பர்கள் ஆதரவு எனக்கு அதிகமாக

வேண்டும். பழைய தமிழ் நூலாராய்ச்சி மிகவும் சிரமத்தைத் தருகிறது. பத்துப் பாட்டு ஏட்டுப் புஸ்தகங்கள் இன்னும் சில கிடைத்தால் நலமாக இருக்கும். திருநெல்வேலிக்கு வந்து தங்கள் வீட்டு ஏடுகளைப் பார்க்க எண்ணியிருக்கிறேன். அதற்கு அனுமதி அளிப்பதோடு தங்களைச் சேர்ந்த மற்ற வித்துவான்கள் வீட்டிலுள்ள ஏடுகளையும் பார்ப்பதற்கு உதவி செய்ய வேண்டும்" என்று கேட்டுக் கொண்டேன். எந்தச் சமயத்தில் வந்தாலும் உதவி புரிவதாக அவர் வாக்களித்தார்.

## ஒரு கண்டனம்

குரு பூஜையின் இறுதி நாள் இரவு மடத்தில் ஒரு சபை கூடியது. புதிய தலைவராகிய அம்பலவாண தேசிகரது முன்னிலையில் பலர் சுப்பிரமணிய தேசிகர் பரிபூரணமானதற்கு இரங்கியும், புதிய தலைவரை வாழ்த்தியும் தாம் இயற்றிய செய்யுட்களைச் சொல்லிப் பொருள் கூறினார்கள். நான் அப்போது அங்கே இல்லை.

ஆதீனத்து அடியாராகிய பழனிக் குமாரத் தம்பிரானென்பவர் தாம் இயற்றிய இரங்கற் பாக்களை வாசித்து வந்தார். அவற்றுள் ஒரு பாட்டின் பகுதியாகிய, "குருமணி சுப்பிரமணிய குலமணியா வடுதுறைப்பாற் கொழித்துக் கொண்ட ஒரு மணி சிந்தாமணியையுதவுமணி" என்பதற்குப் பொருள் சொல்லும் போது, "சிந்தாமணியை உதவுமணி" என்ற பகுதிக்கு, 'இந்த மடத்தில் தமிழ்க் கல்வி கற்று இப்போது கும்பகோணம் காலேஜிலிருக்கும் சாமிநாதையர் சீவகசிந்தாமணியைப் பதிப்பிப்பதற்கு ஊக்கமளித்துப் பிரதி முதலியன கொடுத்த மகாஸந்நிதானத்தின் அருஞ் செயலை நினைத்தும் சொன்னேன்' என்று ஒரு காரணம் கூறினாராம். அப்போது அந்தக் கூட்டத்திலிருந்த ஒருவர், "சைவ மடமாகிய இந்த இடத்தில் ஜைன நூலுக்குச் சிறப்புத் தருவது நியாயமன்று. சாமிநாதையர் இந்த மடத்திற்கு வேண்டியவராக இருந்தும் உமாபதி சிவாசாரியார் 'பொய்யே கட்டி நடத்திய சிந்தாமணி' என்று சொல்லியிருக்கும் ஜைன நூலை அச்சிட்டது தவறு. அதை நாம் கண்டிப்பதோடு அந்த நூல் பரவாமல் இருக்கும்படி செய்ய வேண்டும்" என்றாராம். அவர் அயலூரிலிருந்து வந்து மடத்திற் சில காலம் தங்கியிருந்தவர். எனக்கும் பழக்கமானவரே.

அதைக் கேட்ட தம்பிரான்களும் பிறரும் திடுக்கிட்டனர். அவர் பால் அவர்களுக்குக் கோபமும் உண்டாயிற்று. அவரை உடனே எதிர்த்துத் தக்க நியாயங்கள் கூறி அடக்கி விட்டார்கள். என் நண்பராகிய புலிக்குட்டி இராமலிங்கத் தம்பிரான் அவர்மீது சில வசை கவிகளைப் பாடிப் பள்ளிக்கூடப் பிள்ளைகளுக்குச் சொல்லிக் கொடுத்து அவர் காதிற் படும்படி சொல்லிக் காட்டச் செய்தார்.

இந்தச் செய்திகளைக் கேட்டு நான் வருத்தமடைந்தேன். என் அன்பர்கள், “தூஷணை செய்வதே தம் தொழிலாகக் கொண்ட பொறாமைக்காரர்கள் சிலர் உலகில் இருக்கிறார்கள். அவர்களுக்கு ஏதேனும் ஒரு சிறு காரணம் கிடைத்தாலும் போதும்; அதைப் பற்றுக்கோடாக வைத்துக் கொண்டு கிளம்பிவிடுகிறார்கள். இதற் கெல்லாம் வருந்திப் பயனில்லை. உங்கள் உண்மை மதிப்பையும் உழைப்பையும் தெரிந்துகொண்டவர்கள் அவர்கள் செயலைப் பொருட்படுத்தவே மாட்டார்கள்” என்று கூறினார்கள்.

குரு பூஜை நிறைவேறியது. வெளியூரிலிருந்து வந்தவர்கள் தங் கள் தங்கள் ஊருக்குச் சென்றனர். ஸ்ரீ சுப்பிரமணிய தேசிகருடைய அன்புச் செயல்களை நினைந்து நினைந்து பொழுது போக்கும் அளவோடு நான் பத்துப் பாட்டு ஆராய்ச்சியை மேற்கொண்டேன்.

# 104

## திருநெல்வேலிப் பிரயாணம்

*1888*ஆம் வருஷ ஆரம்பத்திலே சுப்பிரமணிய தேசிகரை இழந்த வருத்தம் ஆறுவதற்குள் மற்றொரு பெரிய நஷ்டம் நேர்ந்தது. எனது நன்மையைக் கருதிய மகோபகாரிகளுள் சுப்பிரமணிய தேசிகருக்கு அடுத்தபடியாகச் சொல்லக் கூடிய ஸ்ரீ தியாகராச செட்டியார் சிவபதமடைந்தார்.

### தியாகராச செட்டியார் பிரிவு

செட்டியாரிடமிருந்து எனக்கு அடிக்கடி கடிதம் வரும். அவர் கண்பார்வை குறைந்தது முதல் வேறு யாரேனும் அவருக்காக எழுதுவார். அக்கடிதங்களிலிருந்து செட்டியாருடைய தேகம் மிகவும் மெலிந்து விட்டதென்று தெரிய வந்தது. ஆனால் அவ்வளவு விரைவில் அவர் வாழ்நாள் முடிவுபெறுமென்று நான் எண்ணவில்லை.

*1888*ஆம் வருஷம் ஜனவரி மாதம் பத்தொன்பதாம் தேதி செட்டியார் சிவபெருமான் திருவடி நீழலை அடைந்தாரென்ற செய்தி மறுநாளே எனக்குக் கிடைத்தது. அவரைப் போய்ப் பாராமற் போனோமே யென்ற வருத்தம் என் மனத்தில் உண்டா யிற்று. பத்துப் பாட்டு ஆராய்ச்சியின் ஆரம்பம் இவ்வாறு இருந்த தில் என் மனம் சிறிது குழப்பமுற்றது. அதற்கு ஏற்றபடி இருந்தது அதன் ஏட்டுச் சுவடியின் நிலையும்.

செட்டியாரது பிரிவு வருத்தவே சில செய்யுட்கள் எழுதினேன். அவற்றுள்,

“மடியென்றுந் தவிர்தியறி வினைவளர்க்கும் நூல்கள்மிக
மகிழ்ந்தே மெல்லப்

> *படியென்றுஞ் சுவையொழுகப் பாடென்று மெனக்கன்பிற்
> பகர்வோர் யாரே
> மிடியென்று மெனையகலச் செயுந்தியாக ராசனெனும்
> மேன்மையோனே
> துடியொன்று மொருகரத்தா னடியென்று மறவாத
> தூய்மை யோனே"*

என்பது ஒன்று.

செட்டியாரிடம் படித்தவர்களும் அவருடைய பெருமையை உணர்ந்தவர்களும் மிக வருந்தினார்கள். பலர் எனக்குக் கடிதம் எழுதித் தங்கள் துயரத்தைத் தெரிவித்தனர். செட்டியாருடைய மாணாக்கரும் கோயம்புத்தூர்க் காலேஜ் தமிழ்ப் பண்டிதருமான சபாபதி பிள்ளை என்பவர் பல பாடல்கள் பாடினார். அவற்றுள்,

> *"பொய்யடையாத சிராமலைத் தியாக புரவலன்சீர்
> மெய்யடை நாவலர் முன்புவி நாட்டி விரும்பெமரைப்
> பையடை காக்குடந் தைச்சாமி நாதையன் பக்கலிலே
> கையடை யாக்கி யகன்றா னிதுநல்ல காரியமே."*

என்ற பாட்டில் அவர் என்னையும் குறிப்பித்திருக்கிறார்.

(எமரை – எம்மவர்களை. பையடைகா – பசுமையைப்பெற்ற சோலை. கையடை – அடைக்கலம்.)

சுப்பிரமணிய தேசிகர், தியாகராச செட்டியார் என்னும் இருவர் பிரிவும் என்னை வருத்தினாலும் பத்துப் பாட்டு ஆராய்ச்சியை நிறுத்தவே இல்லை. அந்தத் துக்கத்தை ஆராய்ச்சியினால் மறக்க எண்ணினேன். இன்னும் ஏட்டுப் பிரதிகள் இருந்தால் நல்ல பாடம் கிடைக்குமென்ற எண்ணம் உண்டாகும். அச்சமயங்களில் சுப்பிரமணிய தேசிகர் இருந்தால் திருநெல்வேலிப் பக்கத்திலிருந்து பல ஏட்டுச் சுவடிகளை வருவித்துக் கொடுப்பாரென்ற நினைவும் கூடவே வரும். நல்ல பகுதிகளைக் காணும் போதெல்லாம் தியாக ராச செட்டியார் கேட்டால் அளவில்லாத மகிழ்ச்சி கொள்வாரே என்ற ஞாபகம் உண்டாகும்.

## புறப்பாடு

பத்துப் பாட்டில் விஷயம் தெரியாமல் பொருள் தெரியாமல் முடிவு தெரியாமல் மயங்கிய போதெல்லாம் இந்த வேலையை நிறுத்தி விடலாமென்ற சலிப்புத் தோற்றும். ஆனால் அடுத்த கணமே ஓர் அருமையான விஷயம் புதிதாகக் கண்ணிற் படும் போது, அத்தகைய விஷயங்கள் சிலவாக இருந்தாலும் அவற்றிற்காக வாழ்நாள் முழுவதும் உழைக்கலாமே என்ற எண்ணம் உண்டாகும். இந்த நிலையில் திருத்தமில்லாதனவும் மூலமில்லாதனவுமாகிய பிரதிகளை வைத்துக்கொண்டு கஷ்டப்படுவதைவிட இன்னும்

சில நல்ல பிரதிகளைத் தேடித் தொகுத்து ஆராயலாமென்ற கருத்தினால் அவ்வருஷம் மே மாதம் திருநெல்வேலியை நோக்கிப் புறப்பட எண்ணினேன்.

திருவாவடுதுறை ஆதீனத் தலைவராகிய அம்பலவாண தேசிகரிடம் சொல்லி விடை பெற்றேன். அவர் என்னிடம் மிக்க அன்பு பாராட்டி உடனே திருநெல்வேலியில் திருவாவடுதுறை மடத்தைச் சார்ந்ததாக உள்ள ஈசான மடத்திலிருந்த ஸ்ரீ சாமிநாதத் தம்பிரானுக்கு, நான் வந்தால் வேண்டியவற்றைக் கவனித்து உதவும் படி உத்தரவு அனுப்பினார். என் வரவைக் குறித்துக் கவிராஜ ஈசுவர மூர்த்திப் பிள்ளைக்கு முன்பு நேரிற் சொல்லியபடி நான் கடிதம் எழுதினேன்.

ஒரு நல்ல நாளிற் புறப்பட்டுத் திருநெல்வேலிக்குச் சென்று ஈசான மடத்தில் ஜாகை வைத்துக் கொண்டேன். அங்கிருந்த தம்பி ரான் எனக்கு வேண்டியவற்றைக் கவனித்துக் கொண்டார். பிறகு கவிராஜ ஈசுவர மூர்த்திப் பிள்ளையிடம் போனேன். அவரும் அவர் தமையனாரும் என் வரவை எதிர்பார்த்திருந்தனர். அவர்களோடு சில நேரம் பேசிக் கொண்டிருந்தேன். வேறு சில கனவான்களும் அப்பொழுது உடனிருந்தார்கள். திருவாவடுதுறை மடத்தைப் பற்றி யும் சுப்பிரமணிய தேசிகருடைய குணங்களைப் பற்றியும் பிள்ளை யவர்கள் புலமையைப் பற்றியும் தமிழ் நூல்களைப் பற்றியும் எங்கள் சம்பாஷணை நடந்தது.

## தமிழ்க் கோயில்

அந்த இரண்டு சகோதரர்களும் நல்ல செல்வவான்கள். அவர் கள் செல்வத்தை அவர்கள் குணம் அழகுபடுத்தியது. மூத்தவராகிய கவிராஜ நெல்லையப்ப பிள்ளையின் வீடு தெற்குப் புதுத் தெருவில் உள்ளது. அவ்வீட்டின் முன்புறத்தும் பின்புறத்தும் வாய்க்கால் உண்டு. எப்போதும் ஜலம் ஓடிக்கொண்டேயிருக்கும். வீட்டுக்குப் பின்புறத்தில் பெரிய தோட்டமும் அதில் ஒரு சௌகண்டியும் இருந்தன. அவர் கொடையும் செல்வாக்கும் உடையவர். எப்போ தும் அவரைப் பார்க்கப் பல பிரபுக்களும் வித்துவான்களும் வருவார்கள், சிவபக்தியும் தமிழறிவும் ஒருங்கே பொருந்தி விளங்கிய அக்குடும்பத்தில் திருமகள் விலாசம் நன்றாகப் பொருந்தியிருந்தது.

நெல்லையப்பப் பிள்ளையவர்கள் தம் வீட்டில் பூஜை மடத்தை மிகப் பெரியதாகக் கட்டி வைத்திருந்தார். ஒரு வில்வ விருக்ஷத்தை வளர்த்து அதைத் தினந்தோறும் பூஜித்து வந்தார். மறுநாட் காலையில் அவ்விரு சகோதரர்கள் வீட்டிலும் உள்ள சுவடிகளைப் பார்க்கத் தொடங்கினேன். மேலை வீதியில் உள்ள கவிராஜ ஈசுவர மூர்த்திப் பிள்ளை வீட்டில் புத்தக அறை இருந்தது. அதுதான் அவர்கள் பரம்பரை வீடு. புத்தக அறையைத் திறந்து காட்டினார் கள். பார்த்தவுடன் என் உடம்பு சிலிர்த்தது. 'தமிழ்ச் சங்கத்தில்

முன்பு இப்படித்தான் சுவடிகளை வைத்திருந்தார்களோ?' என்று விம்மிதமடைந்தேன். ஏட்டுச் சுவடிகளை அடுக்கடுக்காகவும் ஒழுங் காகவும் வைத்திருந்தார்கள். சுவடிகளைக் கட்டி வைத்திருந்த முறையே திருத்தமாக இருந்தது. புழுதி இல்லை; பூச்சி இல்லை; ஏடுகள் ஒன்றோடொன்று கலக்கவில்லை. தமிழ்த் தெய்வத்தின் கோயிலென்று சொல்லும்படி இருந்தது அவ்விடம்.

அங்கே இருந்த ஏடுகளைச் சோதித்துப் பார்த்தேன். பல வகையான நூல்கள் இருந்தன. அச்சிட்ட புத்தகங்களின் ஏட்டுப் பிரதிகள் பல இருந்தன. எல்லாவற்றையும் உடனே பார்த்துவிட வேண்டுமென்ற ஆசை முதலில் எழுந்தது.

### எனது ஏக்கம்

பத்துப் பாட்டுப் பிரதிகள் உள்ளனவா என்று முதலில் கவனிக்கலானேன். ஒரு சுவடி கிடைத்தது. பொருநராற்றுப் படை முதல் நான்கு பாட்டுக்களே உள்ளது அது. அதிலும் மூலம் தனியே காணப்படவில்லை. 'இவ்வளவு சிறப்புள்ள இடத்திலேகூடப் பத்துப் பாட்டுக் கிடைக்கவில்லையே! வேறு எங்கே கிடைக்கப் போகிறது!' என்ற கவலை என்னைப் பற்றிக்கொண்டது.

"என்ன யோசனை செய்கிறீர்கள்?" என்று நெல்லையப்பக் கவிராஜர் கேட்டார்.

"ஒன்றும் இல்லை. சங்கப் புலவருடைய வீட்டைப்போல விளங்கும் இவ்விடத்தில் தமிழ்ச் செல்வம் முழுவதும் கிடைக்கு மென்று முதலில் எண்ணினேன். நான் எதைத் தேடி வந்தேனோ அது முற்றும் கிடைக்கவில்லையே! தமிழுலகத்தில் இந்தத் தமிழா லயத்தைக் காட்டிலும் சிறந்த இடம் எங்கே இருக்கப் போகிறது! இங்கே அகப்படாதது வேறு எங்கே அகப்படும்! சங்கத்துச் சான் றோர்கள் இயற்றிய நூல்களைத் தமிழுலகம் இப்படி ஆதரவின்றிப் போக்கி விட்டதே!" என்று வருத்தத்தோடு கூறினேன்.

"இந்த வீடு ஒன்றுதான் இப்படி இருக்கிறதென்று நீங்கள் நினைக்க வேண்டாம். இங்கே இன்னும் சில வீடுகளில் பல வகை யான ஏட்டுச் சுவடிகள் இருக்கின்றன. அங்கேயும் பார்க்கலாம். ஸ்ரீ வைகுண்டம் முதலிய ஊர்களில் பல கவிராயர்கள் வீடுகள் உண்டு. ஆயிரக்கணக்கான ஏடுகளை அவ்வீடுகளிற் காணலாம். ஆகையால் தாங்கள் சிறிதும் அதைரியம் அடையவேண்டாம்" என்று கவிராஜர் சொன்னார். அந்த இடத்திற் கோவில் கொண் டிருந்த தமிழ்த் தெய்வமே எனக்கு அபயங் கொடுப்பதாக எண்ணிப் பின்னும் சுவடிகளை ஆராயலானேன்.

### கொங்குவேள் மாக்கதை

அப்போது, 'கொங்குவேள் மாக்கதை' என்ற மேற் சீட்டை யுடைய ஒரு பழஞ் சுவடியைக் கண்டேன். அந்நூல் இன்னதென்று

அப்போது எனக்குத் தெரியாது. ஆனாலும் அந்தப் பெயரை இலக்கணக் கொத்து உரையினால் நான் அறிந்திருந்தேன். அந்நூலாசிரியராகிய ஸ்ரீ சாமிநாத தேசிகர், சிலர் நல்ல நூல்களைப் படியாமல் வீணாகப் பொழுது போக்குவாரென்று கூறும் ஓரிடத்தில், திருவைக் கோவைக்குங் கூட்டுக; மாணிக்க வாசகர் அறிவாற் சிவனே என்பது திண்ணம். அன்றியும், அழகிய திருச்சிற்றம்பலமுடையார் அவர் வாக்கிற்கு அலந்து இரந்து அருமைத் திருக்கையால் எழுதினார். அப்பெருமையை நோக்காது சிந்தாமணி, சிலப்பதிகாரம், மணிமேகலை, சங்கப் பாட்டு, கொங்குவேள் மாக்கதை முதலியவற்றோடு சேர்த்து அச்செய்யுட்களோடு ஒன்றாக்குவர்;.... பத்துப் பாட்டு, எட்டுத் தொகை, பதினென் கீழ்க்கணக்கு, இராமன் கதை, நளன் கதை, அரிச்சந்திரன் கதை முதலிய இலக்கியங்களையும் ஒரு பொருளாக எண்ணி வாணாள் வீணாள் கழிப்பர்' என்று எழுதியிருக்கிறார். சைவராகிய அவர் வெறுத்து ஒதுக்கும் நூல்களுள் ஒன்று கொங்குவேள் மாக்கதை யென்பது அப்போது ஞாபகத்துக்கு வந்தது. 'கொங்குவேள் என்பவருடைய கதையாக இருக்கலாம்' என்றெண்ணி அச்சுவடியை எடுத்து வைத்துக்கொண்டேன். எட்டுத் தொகையில் கலியும் பரிபாடலும் நீங்கலான மற்ற ஆறு நூல்கள் மாத்திரம் உள்ள பிரதி ஒன்று அங்கு இருந்தது. அதையும் வேறு சில நூல்களையும் கவிராஜருடைய அனுமதி பெற்று எடுத்து வைத்துக் கொண்டேன். இரண்டு நாட்கள் அவ்வீட்டில் உள்ள ஏட்டுப் பிரதிகளைப் பார்ப்பதில் சென்றன. பிறகு ஒரு நாட்காலையில் அவர்கள் என்னையும் உடனழைத்துக் கொண்டு தங்கள் உறவினர்கள் வீடுகளிலும் நண்பர்கள் வீடுகளிலும் உள்ள ஏட்டுச் சுவடிகளைப் பார்க்கலாமென்று புறப்பட்டார்கள்.

முதலில் அவர்கள் பந்துவும் மகா வித்துவானுமாகிய சாலிவாடீசுவர ஓதுவார் வீட்டிற்குச் சென்று பார்த்தோம். அப்பால் வேறு சில இடங்களுக்கும் சென்று பார்த்தோம். அவ்விடங்களில் பல சுவடிகளும் அச்சிட்ட நூல்களும் இருந்தனவேயன்றிச் சங்கச் செய்யுளாக ஒன்றும் கிடைக்கவில்லை.

### தகடூர் யாத்திரை

பிறகு தெற்குப் புதுத் தெருவில் இருந்த கிருஷ்ண வாத்தியா ரென்பவர் வீட்டிற்குப் போனோம். அங்கே தொல்காப்பிய உரைச் சுவடி ஒன்றில், "நாங்குனேரியிலிருக்கும் ஒருவருக்கு என்னிடமிருந்த தகடூர் யாத்திரைப் பிரதி ஒன்றைக் கொடுத்துவிட்டு இப்பிரதியை இரவலாக வாங்கிக் கொண்டேன்" என்று எழுதியிருந்தது. யாரிட மிருந்து வாங்கியது என்று குறிப்பிடவில்லை. தொல்காப்பிய உரை யில் தகடூர் யாத்திரை என்ற பெயர் வருகின்றது. ஆதலால் அது பழைய நூலென்று உணர்ந்திருந்தேன். அது நாங்குனேரியிலே

உள்ள தென்ற செய்தியைக் கண்டதும் அதனை எப்படியாவது கண்டு பிடிக்கலாமென்று எண்ணி, "நாங்குனேரியில் கவிராயர்கள் வீடுகள் இருக்கின்றனவா?" என்று உடனிருந்த அன்பர்களைக் கேட்டேன்.

"இருக்கின்றன. வைஷ்ணவர்களே அதிகமாகையால் வைஷ்ணவ நூல்கள் கிடைக்கும்" என்று அவர்கள் சொன்னார்கள். "இந்தப் பிரதியில் தகடூர் யாத்திரைச் சுவடியை அவ்வூரிலுள்ள ஒருவரிடம் கொடுத்திருப்பதாக எழுதியிருக்கிறது. அங்கே சென்று தேடிப் பார்த்தால் கிடைக்குமோ?" என்று வினவினேன்.

"கிடைக்கலாம். ஆனால் நிச்சயமாகச் சொல்ல முடியாது. இந்த மாதிரியான புத்தகங்களை இப்போது யார் படிக்கிறார்கள்? நீங்கள் தேடும் பத்துப் பாட்டே முழுவதும் கிடைக்கவில்லையே. இது போல அந்த நூலும் கிடைக்காமல் போனாலும் போகலாம். இந்தத் தொல்காப்பியப் பிரதி இங்கே இருப்பதுபோல இதற்குப் பரிவர்த்தனையாக அனுப்பிய தகடூர் யாத்திரை அங்கே இருக்கவும் நியாயம் உண்டு."

"கிடைத்தால் நல்லது" என்றேன் நான். ஆனால் பிற்காலத்தில் நாங்குனேரியில் நான்கு முறை ஏடு தேடியபோது தகடூர் யாத்திரை கிடைக்கவேயில்லை. பழைய நூல்கள் பல இந்த உலகத்தை விட்டு யாத்திரை செய்து விட்டதைப்போல அந்த அருமையான நூலும் போய்விட்டதென்றுதான் நினைக்கிறேன்.

## 105

## பத்துப் பாட்டின் நல்ல பிரதிகள்

### வேறு வீடுகள்

பல வீடுகளில் தேடியும் வந்த காரியம் கைகூடாமற்போகவே நான் உள்ளம் தளர்ந்து, "இன்னும் தேடக்கூடிய இடம் இருக்கிறதா?" என்று கவிராஜ நெல்லையப்பப் பிள்ளையைக் கேட்டேன்.

"உங்களுக்கு வேண்டிய சுவடி கிடைக்கவில்லையென்ற குறையைப் போக்க ஸ்ரீ நெல்லையப்பரே அருள் புரிய வேண்டும். ஒன்றும் தோற்றவில்லை. இன்னும் ஒரு வீடு இருக்கிறது. அங்கே கிடைக்காவிட்டால் பிறகு இந்த ஊரில் வேறு எங்கும் இல்லை யென்றே நிச்சயம் செய்து விடலாம்."

### திருப்பாற்கடனாதன் கவிராயர்

"அது யார் வீடு?" என்று ஆவலோடு கேட்டேன். "எங்கள் முன்னோராகிய அம்பலவாண கவிராயருடைய மாணாக்கர்களுட் சிறந்தவராகத் திருப்பாற்கடனாதன் கவிராயரென்று ஒருவர் இங்கே

வண்ணார் பேட்டையில் இருந்தார். அவர் மகா வித்துவான். அவர் வீட்டில் பல ஏட்டுச் சுவடிகள் உண்டு. போய்ப் பார்க்கலாம். இப் போது அவருடைய பேரர் அதே பெயரோடு இருக்கிறார்" என்றார்.

"இப்போதே புறப்படலாமே" என்று நான் துரிதப்படுத்தினேன்.

"வாருங்கள், போகலாம்" என்று சொல்லி அவ்வீட்டை நோக்கி என்னை அழைத்துச் சென்றார். நாங்கள் போய்ச் சேர்ந்தவுடன் அவ்வீட்டிலிருந்த திருப்பாற்கடனாதன் கவிராயர் மிகவும் பிரியமாக வரவேற்றார். அவர் சிறந்த குணசாலியாகத் தோற்றினார். கவிராஜ நெல்லையப்ப பிள்ளை முதலில் அவரை மிகவும் பாராட்டி விட்டு என்னை அறிமுகப்படுத்தி, பத்துப் பாட்டு முதலிய சங்க நூல்களைத் தேடிப் பார்க்கும் பொருட்டு நான் வந்திருப்பதைத் தெரிவித்தார். உடனே அவர்,"அப்படியா, முன்னமே தெரியாமற் போயிற்றே. நேற்றுத்தான் இவ்விடம் ஸப் ஜட்ஜ் கனகசபை முதலியாரவர்கள் தம் நண்பர் ஒருவருக்காக எட்டுத் தொகை, பத்துப் பாட்டு, பதினெண் கீழ்க் கணக்கு இம்மூன்றையும் வாங்கியனுப்பினார். இவை மிகவும் திருத்தமான பிரதிகள். இவர்கள் முன்னமே வந்திருந்தால் கொடுத்திருப்பேன்" என்று சொன்னார். சில தினங்களுக்கு முன்பு வராமற் போனோமே என்ற வருத்தம் அப்போது எனக்கு உண்டாயிற்று. ஆனாலும் இந்த மூன்றுமுள்ள வீட்டில் வேறு நல்ல நூல்களும் இருக்கலாமென்று எண்ணி அந்த வீட்டிலுள்ள மற்ற ஏடுகளைப் பார்க்கலாமாவென்று கேட்டேன். அப்போது இரவு 8 மணியானமையால் மறு நாட் காலையில் வந்து பார்க்கலாமென்று திருப்பாற்கடனாதன் கவிராயர் சொன்னார். அப்படியே மறுநாள் நெல்லையப்பக் கவிராயரும் நானும் அங்கே போனோம். திருநெல்வேலி ஹிந்து காலேஜில் அப்போது தமிழாசிரியராக இருந்த அனந்த கிருஷ்ண கவிராயரென்பவரும் எங்களுடன் வந்தார். தம் வீட்டிலுள்ள புத்தகங்களையெல்லாம் நாங்கள் பார்க்கும்படி திருப்பாற்கடனாதன் கவிராயர் எடுத்து வைத்தார். ஏறக்குறைய 500 சுவடிகள் இருக்கலாம். முக்கால்வாசி ஏடுகள் அவருடைய பாட்டனார் எழுதியவை. அவற்றை நாங்கள் மூவரும் பகுத்துக் கொண்டு தனித்தனியே பார்க்க ஆரம்பித்தோம் பெரிய சுவடி யொன்றை அனந்த கிருஷ்ண கவிராயர் எடுத்துப் பார்த்தார். நான் ஒன்றை எடுத்தேன்.

அந்தச் சுவடியின் தலைப்பு என்னவென்று அனந்த கிருஷ்ண கவிராயரை நான் கேட்டபோது அவர், 'திருமுருகாற்றுப்படை' என்றார். எனக்குச் சிறிது ஆறுதலுண்டாயிற்று. மறுபடி சில ஏடு களைத் தள்ளிப் பார்த்து, 'பொருநராற்றுப்படை' என்று சொன் னார். இதுவே பத்துப் பாட்டாக இருக்கலாமென்று பரமேசு வரனுடைய கருணையை நினைந்து நினைந்து உருகினேன். என் கண்ணுக்கு ஒன்றும் தெரியவில்லை. கவிராயரையே அந்த ஏட்டை ஒவ்வொன்றாகப் பார்க்கச் சொன்னேன். பத்துப் பாட்டு முழுவதும்

ஒன்றன்பின் ஒன்றாக உரையுடன் வரிசையாக இருந்தது. மிகவும் பழமையான ஏடு. எனக்கே அளவற்ற மகிழ்ச்சியும் பிரமையும் உண்டாயின. சுவடியின் இறுதியில், "ஸ்ரீ வைகுண்டத்திலிருக்கும் *கவிராயரிடத்தே தொல்காப்பிய ஏட்டைக் கொடுத்துக் கொல்ல மாண்டு... வாங்கி வந்தேன்" என்று எழுதியிருந்தது. கணக்குப் பார்த்ததில் அது 150 வருஷங்களுக்கு முற்பட்டதென்றும் ஏடு எழுதிய காலம் அதற்கும் 200 வருஷங்களுக்கு முன்பு இருக்கலா மென்றும் தோன்றின. அப்பால் நிதானித்துக் கொண்டு மற்ற ஏடு களைப் பார்த்ததில் சிந்தாமணியும், கொங்குவேள் மாக்கதையும், சில பிரபந்தங்களும் இருந்தன. கொங்குவேள் மாக்கதை முன்னே கூறிய பிரதியைப் பார்த்து எழுதியது. அதில் முதலுமில்லை; இறுதியுமில்லை. அப்போது 12 மணியாயிற்று.

சொந்தக்காரரிடமிருந்து அந்தப் பிரதிகளையெல்லாம் மிக்க நன்றியறிவுடன் பெற்றுக்கொண்டு ஜாகைக்கு வந்து சேர்ந்தேன். பத்துப் பாட்டு முழுவதுமுள்ள பிரதி கிடைத்ததில் என் மனம் மிக்க இன்பமடைந்தது.

## இராமன் கதை முதலியன

திருப்பாற்கடனாதன் கவிராயர் வீட்டு ஏட்டுப் பிரதியிலும் பத்துப் பாட்டின் மூலம் தனியே இல்லாதது கண்டு, திருநெல்வேலி யில் இன்னும் பார்க்கவேண்டிய இடங்கள் இருந்தால் பார்க்கலா மென்று என் நண்பர்களிடம் சொன்னேன். பழைய காலத்தில் பெரிய உத்தியோகத்திலிருந்த சம்பிரதி திருப்பாற்கடனாத பிள்ளை யென்பவர் வீட்டில் பல ஏடுகள் உள்ளனவென்று அவர்கள் சொல்ல அங்கே போய்ப் பார்த்தேன். அவையெல்லாம் பிற்காலத்து நூல்களாகவே இருந்தன. புலவர்கள் பழங்காலத்துத் தமிழ்ச் செல்வத்தை நன்றாகப் பாதுகாத்து வந்தார்கள். பிரபுக்கள் தாங்கள் படித்து இன்புறுவதற்கு ஏற்ற நூல்களை மாத்திரம் சேமித்து வைத்துக் கொண்டார்கள் போலும். அங்கே கண்ட புத்தகங்களில் கம்பராமாயணத்தின் தலைப்பில் இராமன் கதையென்றும் அரிச் சந்திர புராணத்தின் தலைப்பில் அரிச்சந்திரன் கதையென்றும், நைடதத்தின் மேல் நளன் கதையென்றும் எழுதியிருந்தன. இப்படியே வேறு நூற்பெயர்களிலும் இருக்கக்கண்டேன். அப்போது இலக்கணக்கொத்து ஆசிரியர் சாமிநாத தேசிகர் இராமன் கதை, அரிச்சந்திரன் கதை, நளன் கதையென்று நூற்பெயர்களைக் குறிப்பிடுதல் என் ஞாபகத்துக்கு வரவே, தென்பாண்டி நாட்டில் அவ்வாறு வழங்கும் வழக்கம் இருந்ததென்பதை அறிந்துகொண் டேன்.

---

* பெயரும் வருஷமும் ஞாபகமில்லை.

## மயிலேறும் பெருமாள் பிள்ளை

அத்தேசிகர் மிகச் சிறப்பித்துப் பாராட்டியிருக்கும் அவர் ஆசிரியராகிய மயிலேறும் பெருமாள் பிள்ளையென்னும் வித்து வானுடைய ஞாபகம் அப்போது எழுந்தது. துறவியாகிய சாமிநாத தேசிகரே,

“திருநெல்வேலி யெனுஞ்சிவ புரத்தின் தாண்டவ
மூர்த்தி தந்தசெந் தமிழ்க்கடல், வாழ்மயி
லேறும் பெருமாள் மகிபதி”

என்று புகழ்கிறார். அந்த வித்துவான் கல்லாடத்துக்கு உரை எழுதியவர். சங்க நூல்களும் நச்சினார்க்கினியர் உரை முதலியனவும் தமிழ்நாட்டில் வழங்காத காலத்தில் கல்லாடமும் மயிலேறும் பெருமாள் பிள்ளை உரையும் மிகவும் மதிப்புப் பெற்றிருந்தன. அப்பத்துப் பாட்டின் நல்ல பிரதிகள் புலவர் பெருமான் திருநெல்வேலியில் வசித்தவராதலால், அவர் வீட்டில் ஏடுகள் இருந்தால் கவனிக்க வேண்டுமென்று எனக்கு ஆசை உண்டாயிற்று.

“மயிலேறும் பெருமாள் பிள்ளையின் சந்ததியார் யாரேனும் இங்கே இருக்கிறார்களோ?” என்று நெல்லையப்பக் கவிராயரைக் கேட்டேன்.

“அவர் பரம்பரையில் மயிலேறும் பெருமாள் பிள்ளையென்றே ஒருவர் இருக்கிறார். அவர் பெரிய லௌகிகர். தமிழ் சம்பந்தமான முயற்சியில் அவர் ஈடுபடவில்லை. ஆனாலும் உங்களுக்குக் காட்டு கிறேன்” என்று கூறி, உடனே அவருக்குச் சொல்லியனுப்பினார்.

அவர் வந்தார். நெல்லையப்பக் கவிராயர் அவருக்கு என்னைப் பழக்கம் செய்வித்து “இவர்கள் ஏடு பார்க்க வந்திருக்கிறார்கள். நீங்கள் பெரிய வித்துவான்கள் பரம்பரையானமையால் உங்கள் வீட்டிலும் பார்க்க விரும்புகிறார்கள்” என்றார். அவர் “நான் பெரிய வித்துவான் பரம்பரையைச் சேர்ந்தவன் என்பதை ஒப்புக் கொள்ளுகிறேன். என் தகப்பனார் வரையில் அந்தப் படிப்பு இருந்து வந்தது. எனக்கு இலக்கண இலக்கியப் பயிற்சியை அவர் செய்விக்காமையால் இங்கிலீஷ் படித்தேன். இப்போது நான் நல்ல வக்கீல் குமாஸ்தாவாக இருக்கிறேன். சட்டத்தில் பழக்கம் உண்டு. என் வீட்டில் சட்ட புஸ்தகங்கள் நிறைய இருக்கின்றன. பழைய ஏடுகள் எங்கள் வீட்டில் இடத்தை அடைத்துக் கொண்டு இருப்பதேன் என்றெண்ணிக் கேட்டவர்களுக்கெல்லாம் கொடுத்து விட்டேன். இப்போது ஒன்றுகூட இல்லை. இதோ கையிலிருக்கிற கட்டு நம்பர்க் கட்டு” என்று சொன்னார்.

“அப்படிச் சொல்ல வேண்டாம்; ஒன்று இரண்டாவது இருக்க லாம். தேடிப் பாருங்கள்” என்று நான் சொன்னேன்.

“நான் தான் வீட்டைச் சுத்தமாக வைத்திருக்கிறேனே. எனக்குத் தெரியாமல் எங்கே ஒளிந்து கொண்டிருக்கும், எங்கள் வீட்டிற்கு வர வேண்டாமென்று சொல்லவில்லை. வாருங்கள்; இருங்கள். தாம்பூலம் தருகிறேன். ஆனால் ஏடு என்ற பேச்சு மாத்திரம் எடுக் காதீர்கள். என்னிடம் இருந்தால் அல்லவா உங்களுக்குக் கொடுப் பேன்” என்று சொல்லி விட்டார். நான் மறுபடியும் ஏதோ சொல்ல வாயெடுத்தபோது, “எனக்கு வேலையிருக்கிறது; விடை கொடுங்கள், போய் வருகிறேன்” என்று சொல்லிச் சென்று விட்டார்.

“கல்லாடத்துக்கு உரை எழுதிய மயிலேறும் பெருமாள் பிள்ளை எங்கே? அவர் பரம்பரையினராகிய இந்த மயிலேறும் பெருமாள் எங்கே? இந்த வம்சம் இப்படியா ஆகவேண்டும்!” என்று நான் வருந்தினேன்.

## நெல்லையப்பக் கவிராயர் உதவி

பின் இரண்டு நாட்கள் திருநெல்வேலியில் இருந்து சில வீடுகளைப் பார்த்து விட்டு நெல்லையப்பக் கவிராயர் அவர் தம்பி முதலியவர்களிடம் விடைபெற்றுக் கும்பகோணத்துக்குப் புறப்பட்டேன். அப்போது எனக்குப் பல வகையில் உதவி செய்த நெல்லையப்பக் கவிராயருடைய அன்பு என் உள்ளத்தில் நிரம்பியிருந்தது. அவருக்கு நான் என்ன கைம்மாறு செய்வேன்! புறப்படுகையில்,

“சங்கத் தமிழைத் தளர்வின்றி யான்பெறவே
அங்கங் குடன்வந் தளித்திட்டோன் – பொங்குபுகழ்
இன்போடு மீசனடி யெண்ணுநெல்லை யப்பனைப்போல்
அன்போ டுதவி செய்வா ரார்”

என்ற வெண்பாவை அவரிடம் சொன்னேன்.

## மீட்டும் அதிருப்தி

கும்பகோணம் வந்த பின் என் பிரயாண விவரத்தை அம்பல வாண தேசிகருக்குத் தெரிவித்தேன். பிறகு வண்ணார் பேட்டைப் பிரதியோடு வேறு பிரதிகளையும் வைத்துக்கொண்டு ஆராயத் தொடங்கினேன். அப்பிரதியிலும் உரையில் சில பகுதிகள் குறைந் திருந்தன. திருநெல்வேலிக்குப் போயிருந்தபோது, ஆழ்வார் திருநகரி யில் பல வித்துவான்கள் வீடுகள் உண்டென்று சொன்னார்களே. அங்கே போய்ப் பார்க்கலாமென்ற சபலம் அப்போது உண்டா யிற்று. ஆவணியவிட்டத்தைச் சார்ந்து சில நாட்கள் காலேஜில் விடுமுறை இருந்தது. அச்சமயம் போகலாமென்று நிச்சயித்து என் வரவை அந்தப் பிரதேசத்திலிருந்த சில நண்பர்களுக்கும், ஜவந்தி புரத்தில் திருவாவடுதுறை மடம் பெரிய காறுபாறாக இருந்த பன் னிருகைத் தம்பிரானுக்கும், அந்தப் பக்கத்தில் பள்ளிக்கூட இன்ஸ் பெக்டராக இருந்த சிவராம ஐயருக்கும் கடிதங்கள் எழுதினேன்.

## கனகசபை முதலியார்

திருநெல்வேலியில் அக்காலத்தில் சப் ஜட்ஜாக இருந்த கனகசபை முதலியாரென்பவர் நான் சீவகசிந்தாமணியை வெளிப்படுத்திய காலத்தில் எனக்குப் பழக்கமானார்; உதவியும் செய்தார்; அப்போது தஞ்சாவூரில் இருந்தார். நல்ல குணமும் தமிழில் அன்பும் உடையவர்.

அவர் திருநெல்வேலிக்குச் சென்ற பிறகு எனக்கு, "நான் இவ்வூருக்கு வந்திருக்கிறேன். இந்தப் பக்கங்களில் தமிழ் வித்துவான்கள் இடங்கள் பல இருக்கின்றன. அங்கே ஏட்டுச் சுவடிகள் கிடைக்கும். உங்கள் ஆராய்ச்சிக்கு அவை வேண்டுமானால் என்னாலான உபகாரம் செய்வேன்" என்று எழுதியதோடு அங்கிருந்து வந்த கனவானிடமும் சொல்லியனுப்பினார். நான் முதலில் திருநெல்வேலிக்குச் சென்றபோது அவர் வெளியூருக்குப் போயிருந்தமையால் அவரைப் பார்க்கவில்லை. ஆதலால் இரண்டாமுறை புறப்பட எண்ணிய போது என் வரவைப் பற்றி அவருக்கும் ஒரு கடிதம் எழுதினேன்.

என் கடிதங்களைப் பெற்ற நண்பர்கள் யாவரும் மகிழ்ச்சியோடு விடை எழுதினர். கனகசபை முதலியார் மாத்திரம் எழுதவில்லை. அவர் வெளியூருக்குப் போயிருப்பாரென்றும் போய்ப் பார்த்துக் கொள்ளலாமென்றும் எண்ணினேன்.

ஆவணியவிட்ட விடுமுறை தொடங்கியவுடன் கும்பகோணத்திலிருந்து புறப்பட்டு மறுநாட் காலையில் திருநெல்வேலி போய்ச் சேர்ந்தேன். முதலில் கனகசபை முதலியாரைப் பார்த்தேன். ஆனால் நான் எதிர்பார்த்தபடி இராமல் அவர், "நான் வேறொருவருக்கு ஏடு தேடிக் கொடுக்கும் விஷயத்தில் சகாயம் செய்வதாகச் சொல்லி விட்டேன். அதனால் தங்களுக்கு இவ்விஷயத்தில் இப்போது ஒன்றும் செய்ய முடியவில்லையேயென்று வருத்தமடைகிறேன்" என்று சொல்லிவிட்டார்.

## ஆழ்வார் திருநகரி

அப்பால் கைலாசபுரத்தில் வக்கீலாக இருந்த என் நண்பர் ஸ்ரீமான் ஏ. கிருஷ்ணசாமி ஐயரவர்களைப் பார்த்து நான் வந்த காரியத்தைத் தெரிவித்தேன். அவர், "நீங்கள் ஒன்றும் கவலைப்பட வேண்டாம்" என்று அபயமளித்தார். பிறகு ஸ்ரீ வைகுண்டம் வக்கீல் ஈ. சுப்பையா முதலியாரவர்களுக்கு ஒரு கடிதம் கொடுத்தார். அதை வாங்கிக்கொண்டு ஸ்ரீ வைகுண்டம் சென்றேன். முதலியாரவர்கள் மிக்க அன்புடன் ஆழ்வார் திருநகரிக்கு அழைத்துச் சென்றார்கள். போகும்போது வெள்ளூரில் சில கவிராயர்கள் வீடுகளில் உள்ள ஏடுகளைப் பார்த்தேன். பத்துப் பாட்டு அகப்படவில்லை. ஆழ்வார் திருநகரியில் என் நண்பர்களையும் பார்த்தேன். அவர்கள்

யாவரும் முயன்று கவிராயர்கள் வீடுகளிலுள்ள ஏடுகளையெல்லாம் நான் பார்க்கும்படியான நிலையில் செய்வித்திருந்தார்கள். முதலில் லக்ஷுமண கவிராயர் என்பவர் வீட்டிற்குப் போனேன். அவர் சிறந்த வித்துவானாகிய தீராதவினை தீர்த்த திருமேனி கவிராயரென்பவருடைய பரம்பரையினர். அவர் வீட்டில் ஆயிரக்கணக்கான சுவடிகள் இருந்தன. மூன்று நாட்கள் இருந்து தேடியும் நான் தேடி வந்த பத்துப்பாட்டு மட்டும் கிடைக்கவில்லை. பிறகு பல கவிராயர்கள் வீடுகளில் தேடினேன். ஒரு வீட்டிலும் அது கிடைக்கவில்லை. அதனால் என் மனம் மிக்க சோர்வையடைந்தது. அப்போது லட்சுமண கவிராயர் என் நிலைமையைக் கண்டு, "ஒரு விஷயம் மறந்துவிட்டேன். இங்கே என் மாமனார் இருக்கிறார். என் வேலைக்காரன் என் வீட்டிலிருந்த சில சுவடிகளை அவரிடம் கொடுத்துவிட்டான். அவரிடம் நீங்கள் தேடும் புத்தகம் இருக்கிறதா? என்று பார்க்கலாம்" என்றார். எங்ஙனமாவது முயன்று கிடைக்கும்படிசெய்ய வேண்டுமென்று அவரைக் கேட்டுக் கொண்டேன். அச்சமயம் ஒருநாள் இரவு ஆலயத்தில் விசேஷமாதலால் நான் இருந்த வீதிவழியே பெருமாளும் சடகோபாழ்வாரும் எழுந்தருளினார்கள். அப்போது நம்மாழ்வார் திருக்கோலத்தைத் தரிசித்து நான் வந்த காரியத்தை நிறைவேற்றுவிக்க வேண்டுமென்று மிகவும் பிரார்த்தித்துக் கொண்டேன். பிறகு என் நண்பர்களுடன் நான் ஆகாரம் செய்துகொண்ட வீட்டுத் திண்ணையில் உட்கார்ந்தேன். நிலா ஒளி நன்றாக வீசியது. அப்போது லக்ஷுமண கவிராயர் மிகவும் வேகமாக நாங்கள் இருந்த இடம் வந்து, "இந்தப் புத்தகத்தைப் பாருங்கள். இந்த ஒன்று தான் என் மாமனாரிடம் உள்ளது. பார்த்துவிட்டுத் திருப்பியனுப்பிவிடுவதாக வாங்கி வந்திருக்கிறேன்" என்று ஒரு சுவடியை என்னிடம் கொடுத்தார். எனக்கிருந்த ஆவலினாலும் வேகத்தினாலும் நிலா வெளிச்சத்திலேயே அதைப் பிரித்துப் பார்த்தேன். சட்டென்று *"முல்லைப் பாட்டு" என்ற பெயர் என் கண்ணிற்பட்டது. அப்போது எனக்கு உண்டான சந்தோஷத்திற்கு எல்லையில்லை. மிக விரைவாக முதலிலிருந்து திருப்பித் திருப்பித் பார்த்தேன். திருமுருகாற்றுப்படை முதல் ஏழு பாட்டுக்கள் வரிசையாக இருந்தன. ஆழ்வாரைப் பிரார்த்தித்தது வீண்போகவில்லையென்று பக்கத்திலிருந்தவர்களிடம் சொன்னேன். அன்றிரவு முழுவதும் சந்தோஷத்தால் தூக்கம் வரவில்லை. மறுநாள் அந்த ஏட்டுப் பிரதியையும், ஐங்குறுநூறு, பதிற்றுப்பத்து, புறப்பொருள் வெண்பாமாலை இவற்றின் பிரதிகளையும் லக்ஷுமண கவிராயரிடம்

---

* இந்த முறை ஏடுதேடும் விஷயத்தில் எனக்கு ஏற்பட்ட துன்பங்களையும் கவலையையும் 'நிலவில் மலர்ந்த முல்லை' என்ற தலைப்புடன் கலைமகள் பத்திரிகையில் விரிவாக எழுதியிருக்கிறேன். நான் வெளியிட்டிருக்கும் நல்லுரைக் கோவை இரண்டாம் பாகத்திலும் பதிப்பித்திருக்கிறேன். அந்த விவரங்களை விரிவஞ்சி இங்கே சுருக்கமாக எழுதியுள்ளேன்.

வாங்கிக் கொண்டு நண்பர்களிடம் விடைபெற்றுத் திருநெல்வேலி வந்து அங்கே பார்க்க வேண்டியவர்களைப் பார்த்துவிட்டுக் கும்பகோணம் வந்து சேர்ந்தேன்.

## 106

### நல்ல சகுனம்

### வெள்ளூர்க் கவிராயர் வீடு

ஆழ்வார் திருநகரிப் பிரயாணத்தில் வெள்ளூரென்னும் ஊரில் புகழ்பெற்ற கவிராயர் வீடொன்றில் ஏடு தேடியபோது ஒரு கம்பரா மாயணப் பிரதியில் 'இராமாவதாரம்' என்ற பெயர் எழுதப் பெற்றி ருந்ததைக் கண்டேன்.

"நடையி னின்றுயர் நாயகன் றோற்றத்தின்
இடைநி கழ்ந்த இராமாவ தாரப் பேர்த்
தொடைநி ரம்பிய தோமறு மாக்கதை"

என்னும் கம்பராமாயணச் செய்யுளில் அந்நூற் பெயர் இராமாவதாரமென்றே கூறப்பட்டுள்ளது. ஆதலின் அதன் இயல் பான பெயர் இராமாவதாரமென்பதாக இருக்கலாமென்று தோற்றி யது. பிற்காலத்திற் புறத்திரட்டு என்னும் நூலை ஆராய்ந்தபோது அதில் கம்பராமாயணச் செய்யுட்களின்கீழ் இராமாவதாரமென்ற பெயரே எழுதப் பெற்றிருத்தலைக் கண்ட பிறகு அந்தக் கருத்து உறுதியாயிற்று.

திருச்சிற்றம்பலக் கோவையாரின் உரையாசிரியர் இன்னா ரென்று அக்காலத்தில் தெரியவில்லை. நச்சினார்க்கினியருரை யென்றே பலர் அதனைக் கருதி வந்தனர். நானும் அப்படியே எண்ணினேன். சீவக சிந்தாமணியின் முதற் பதிப்பில் நச்சினார்க் கினியர் வரலாறு எழுதிய போது அவர் உரை இயற்றிய நூல்களில் திருக்கோவையாரையும் சேர்த்திருந்தேன். வெள்ளூர்க் கவிராயர் வீட்டிற் கண்ட அந்நூற் சுவடி ஒன்றின்மேல், அவ்வுரை பேராசிரிய ருடையதென்ற குறிப்பு இருந்தது. நச்சினார்க்கினியர் கோவை யாருக்கு உரை எழுதினாரென்ற கருத்தை உடனே மாற்றிக் கொண் டேன். பிரயோக விவேக உரையினாலும் இக்கருத்து வலியுற்றது. நான் சென்றிருந்த காலத்தில் அவ்வீட்டுத் தலைவராகிய கவிராயர் நோய்வாய்ப்பட்டிருந்தமையால் நான் ஒரு புத்தகமும் எடுத்துக் கொள்ளாமல் கும்பகோணம் வந்து சேர்ந்தேன்.

கிடைத்த பிரதிகளையெல்லாம் வைத்துக்கொண்டு பத்துப் பாட்டை ஆராயத் தொடங்கினேன். சிலவற்றில் பத்துப் பாட்டுக் களும் இல்லை. சிலவற்றில் இடையிடையே சில பகுதிகள் இல்லை. சிலவற்றில் பிழைகள் மலிந்திருந்தன. ஒன்றிலேனும் தனியே மூலம்

இல்லை. திருத்தமான பிரதி எங்கே கிடைக்குமென்ற கவலையில் மூழ்கியிருந்தேன்.

## வீரபாண்டியக் கவிராயர் பிரதி

எப்பொழுதும்போல் ஒரு முறை திருவாவடுதுறைக்குச் சென்றிருந்த போது ஆதீனத் தலைவராகிய அம்பலவாண தேசிகரிடம் பத்துப் பாட்டுக்காக நான் செய்த யாத்திரைகளைப் பற்றி விரிவாகச் சொல்லிவிட்டு, "இவ்வளவு சிரமப்பட்டும் முற்றும் உள்ள திருத்தமான பிரதி கிடைக்கவில்லை. ஆதீனத்தைச் சார்ந்த இடங்களில் எங்கேனும் கிடைத்தால் வாங்கி அனுப்பும்படி காரியஸ்தர்களுக்கு ஸந்நிதானம் உத்தரவிட்டால் அனுகூலமாக இருக்கும்" என்று தெரிவித்துக் கொண்டேன். என்னுடைய மன நலிவைக் கண்ட தேசிகர், "சிறிதும் கவலைப்பட வேண்டாம். ஆதீனத்தைச் சார்ந்த இடங்கள் பல இருக்கின்றன. எல்லோருக்கும் எழுதச் சொல்லி எப்படியாவது பத்துப் பாட்டுப் பிரதியை வருவித்துக் கொடுப்போம்" என்று தைரியம் கூறினார்,

"கிடைத்தால் நல்லது" என்று சொல்லி விடைபெற்றுச் சென்றேன்.

இரண்டு வாரங்களுக்குப் பின் திருவாவடுதுறையிலிருந்து எனக்கு ஒரு கடிதம் வந்தது. "தென்னாட்டுக் காரியஸ்தர்களுக்கெல்லாம் ஸந்நிதானத்தில் எழுதியிருக்கிறது. அனுகூலமான செய்தி கிடைக்கும்; கவலைப்படவேண்டாம்" என்று மடத்து ராயஸம் பொன்னுசாமி செட்டியார் அதில் எழுதியிருந்தார். அடுத்த வாரமே நான் என்னவாயிற்றென்று விசாரிப்பதற்காகத் திருவாவடுதுறை சென்றேன். மடத்திற்குள் புகுந்து ஒடுக்கத்தின் வாயிலில் கால் வைக்கும்போதே ஆதீனத் தலைவர் என் காதில் படும்படி, "பொன்னுசாமி செட்டியார்! பத்துப் பாட்டைக் கொண்டுவந்து ஐயரவர்களிடம் கொடும்" என்று உத்தரவிட்டார். அந்த வார்த்தைகள் என் காதில் விழுந்த போது என் உடம்பெல்லாம் மயிர்க் கூச்செறிந்தது. மிக்க வேகமாக ஆதீனத் தலைவரை அணுகி உட்கார்ந்தேன். உடனே பொன்னுசாமி செட்டியார் ஏட்டுச் சுவடியைக் கொணர்ந்து என் கையில் கொடுத்தார். பிரித்துப் பார்த்தேன். பத்துப் பாட்டுக்களும் இருந்தன. மூலமும் உரையும் கலந்ததாகவே இருந்தது அப்பிரதி. பத்துப் பாட்டு முழுவதும் இருந்தமையால் எனக்கு அளவற்ற சந்தோஷம் உண்டாயிற்று. ஒவ்வொரு பகுதியாகப் பார்த்து வந்தேன். ஒவ்வொரு பாட்டாகத் திருப்புகையில் என் உள்ளம் குதூகலித்தது. அதில், தூத்துக்குடிக் கால்டுவெல் காலேஜில் தமிழ்ப் பண்டிதராக இருந்த குமாரசாமிப் பிள்ளையால், வீரபாண்டிய கவிராயர் பிரதியைப் பார்த்து எழுதப்பட்டதென்று எழுதியிருந்தது.

"இந்தப் பிரதி எங்கிருந்து கிடைத்தது?" என்ற வியப்போடு ஆதீனத் தலைவரை வினவினேன்.

"திருச்செந்தூர் மடத்தில் வீரபாகு பிள்ளையென்பவர் காரியஸ்தராக இருக்கிறார்; நல்ல திறமையுள்ளவர். அவர் வாங்கி அனுப்பினார்" என்று அவர் சொன்னார். அந்தப் பிரதியைப் பெற்றுக்கொண்டு கும்பகோணம் வந்து என் கைப் பிரதியோடு ஒப்பிட்டுப் பார்த்தேன். பல பிழைகள் திருந்தின. மூலமில்லையே என்ற குறை ஒருபால் இருப்பினும் பத்துப் பாட்டுக்களுமுள்ள திருத்தமான பிரதி கிடைத்ததே போதுமென்ற திருப்தியோடு மேற் கொண்டு பதிப்புக்குப் பிரதியைச் சித்தம் செய்யலானேன்.

### குறிஞ்சியில் குறை

இடையில் வேறொரு தடை நேர்ந்தது. குறிஞ்சிப் பாட்டில் ஓரிடத்தில் ஒரு பகுதி விட்டுப் போயிருந்தது. எல்லாப் பிரதிகளிலும் அதே குறை காணப்பட்டது. எவ்வளவு அடிகள் அங்கே இருக்க வேண்டுமென்பதை நிச்சயம் செய்து கொள்ள முடியவில்லை. பொருளின் தொடர்ச்சியைப் பார்க்கையில் சிறுபகுதியாக இருக் கலாமென்றே தோற்றியது. பல மலர்களின் பெயர்கள் வரிசையாகச் சொல்லப் பெறும் இடம் இது. முன்னும் பின்னும் மலர்களுடைய பெயர்கள் வருகின்றன. இடையில் சில மலர்களின் பெயர்கள் அமைந்த பகுதியே காணப்படவில்லை. வீரபாண்டியக் கவிராயர் ஏடு கிடைத்ததனால் உண்டான மகிழ்ச்சி இந்தக் குறையால் ஓரளவு குறைந்தது.

தொடங்கியது முதல் இடைஞ்சல்களையே அனுபவித்துத் துயருற்றதனால் நான் ஓய்ந்து ஒன்றும் தோன்றாமல் இருந்தேன். அப்போது சைவ ஆதீனங்களில் திருவாவடுதுறையைப் போன்ற பழமையும் பெருமையும் உடைய தருமபுர ஆதீனத்தின் ஞாபகம் வந்தது. அதுகாறும் தருமபுர மடத்திலுள்ள ஏடுகளைத் தேடிப் பார்க்கும் சந்தர்ப்பம் எனக்கு நேரவில்லை. அப்போது இரண்டு இடங்களுக்கும் இடையே இருந்த சிறிது மனஸ்தாபத்தால் திருவாவடுதுறை மடத்தின் சார்புடைய நான் தருமபுர மடத்திற்குச் செல்வதைச் சிலர் தவறாக நினைத்தல் கூடுமென்று முதலில் எண்ணினேன்.

பல வித்துவான்கள் இருந்து விளங்கிய தருமபுர ஆதீனத்து ஏடுகளை ஆராய்ந்தால் பத்துப் பாட்டுப் பிரதி கிடைக்கலாமென்ற ஆசை எனக்குத் தோற்றியது. தமிழாராய்ச்சி விஷயத்தில் இந்தச் சம்பிரதாயங்களையெல்லாம் பார்த்துக் கொண்டிருந்தால் எடுத்த காரியம் நிறைவேறாமற் போகுமென்ற கருத்தால், திருவாவடு துறைக்குச் சென்று ஆதீனத் தலைவரிடம் தருமபுர மடத்திற்குப் போய் ஏடு தேடவேண்டுமென்ற என் விருப்பத்தை வெளியிட்டேன். அம்பலவாண தேசிகர் அப்படியே செய்யலாமென்று அனுமதி

அளித்ததோடு வண்டியையும், உடன் செல்லும்படி பொன்னுசாமி செட்டியாரையும் அனுப்பினார்.

## குறை நிரம்பியது *

அதிருஷ்டம் என் பங்கில் இருந்தது. நான் தருமபுர மடாலயத்திற்குச் சென்று ஆதீனத் தலைவராக இருந்த ஸ்ரீ மாணிக்கவாசக தேசிகரைக் கண்டு அவர் அனுமதி பெற்று அங்கிருந்த ஏடுகளைத் தேடினேன். நான் தேடிய பொருள் கிடைத்தது. அங்கே மிகப்பழைய தாகிய பத்துப்பாட்டின் ஒற்றை ஏடுகள் சில அகப்பட்டன. அவற்றால் குறிஞ்சிப் பாட்டிற் குறையாக இருந்த பகுதி பூர்த்தியா யிற்று. நான்கு மலர்களின் பெயர்கள் விடுபட்டுப் போயினவென்று தெரியவந்தது. குறை நிரம்பப் பெற்ற சந்தோஷத்தோடு என் நன்றியறிவைத் தெரிவித்து அவ்வேடுகளைப் பெற்றுக் கும்பகோணம் வந்து சேர்ந்தேன். தருமபுரத்தில் பல நூல்களைக் கண்டேன். ஒட்டக்கூத்தர் இயற்றிய தக்கயாகப்பரணி மூலமும் உரையும் உள்ள பிரதி ஒன்று இருந்தது. அப்போது அதில் என் கவனம் செல்லாமை யால் அதனை எடுத்துக் கொள்ளவில்லை.

பத்துப் பாட்டு மூலம் இல்லாத குறை மாத்திரம் நிரம்பாமலே இருந்தது. சென்னையில் உள்ள அரசாங்கத்துக் கையெழுத்துப் புத்தகசாலையில் ஒரு பத்துப் பாட்டுப் பிரதி இருந்தது. அதனைப் பிரதி பண்ணச் செய்து வருவித்தேன். அதில் இரண்டு பாட்டுக்களின் மூலம் இருந்தன. 'இனிமேல் பத்துப் பாட்டுப் பிரதிகள் வேண்டுமென்று கவலைப்படுவதில் பிரயோசனமில்லை' என்ற தீர்மானத்தோடு அந்நூலை அச்சுக்குச் சித்தம் செய்யத் தொடங்கினேன்.

திருமானூர்க் கிருஷ்ணையர் உடனிருந்து மிக்க உதவி புரிந்தார். என்னிடம் பாடங் கேட்டுக் கொண்டிருந்த ஸ்ரீ சொக்கலிங்கத் தம்பிரானும், ஸ்ரீ ம.வீ. இராமனுஜாசாரியரும் வேறு சில அன்பர்களும் பத்துப் பாட்டு ஆராய்ச்சியில் உடனிருந்து ஒப்பு நோக்குதல் முதலிய பல வகை உதவிகளைச் செய்து வந்தார்கள்.

## மற்றொரு பதிப்பு

நான் திருநெல்வேலிப் பக்கத்தில் ஏடு தேடியபோது அங்கங்கே சென்று சுவடிகள் பார்த்த செய்திகளைச் சுதேசமித்திரன் பத்திரிகை வாயிலாக அறிவித்து வந்தேன். சென்னைக் கல்வி இலாகாத் தலைவர் காரியாலயத்தில் வேலை பார்த்து வந்தவரும் தமிழறிஞரு மான தி.த. கனகசுந்தரம் பிள்ளை என்பவர் அவற்றைக் கண்ணுற்று 18-9-88 ஆம் தேதியில் எனக்கு ஒரு கடிதம் எழுதினார். அதில், "...யான் சில காலமாகப் பத்துப் பாட்டுப் பிரதி தேடி இயன்ற

---

* கலைமகளில் வெளிவந்த 'உதிர்ந்த மலர்கள்' என்ற கட்டுரையில் இவ்வரலாற்றின் விரிவைக் காணலாம்.

வரையும் பிழைதிருத்தி எழுதிக்கொண்டு வருகிறேன். எட்டுத் தொகை நும்போலியரே அச்சிட வேண்டும். எம்மாலியன்ற பத்துப் பட்டையாதல் யாமச்சிடுவோம்" என்று எழுதினார். அது கண்டவுடன், நான் பத்துப்பாட்டை அச்சிட ஏற்பாடு செய்திருப்பதைத் தெரிவித்து ஒரு கடிதம் எழுதினேன். அதற்கு மறுமொழியாக அவரிடமிருந்து 30-9-88ஆம் தேதி வந்த கடிதத்தில், "தாங்கள் கையிட்ட வேலையிலேயே யானும் கையிட்டிருக்க வேண்டுமாவென்று விசனமடைகிறேன். இதுகாறும் தாங்கள் சிலப்பதிகாரம் அச்சிடுவதாகக் கேள்வியுற்றேன். யான் பத்துப் பாட்டை யச்சிட்டால் மாறு கொண்டேனென்று கொள்ளற்க. யானுமச்சிட்டே முடிப்பேன்!" என்று எழுதியிருந்தார்.

"நீங்கள் உங்கள் முறையிலே அச்சிடுங்கள். நான் என் முறையில் அச்சிடுகிறேன். இருவர் புத்தகங்களையும் வாங்கிப் படிக்கத் தமிழ்நாட்டில் இடம் உண்டு" என்று அவருக்கு எழுதி விட்டுப் பத்துப் பாட்டு ஆராய்ச்சியில் முனைந்து நின்றேன்.

பாற்காவடி

ஒரு முறை நன்றாக முற்றும் பார்த்துவிட்டு அச்சுக்குக் கொடுக்க வேண்டிய பிரதியைப் பார்த்து ஒழுங்கு படுத்தலானேன். திருமானூர்க் கிருஷ்ணையர் உடனிருந்து எழுதி வந்தார். மற்றப் பாட்டுக்களை முதலில் முடித்து விட்டுக் கடைசியில் திருமுருகாற்றுப் படையைப் பார்த்து வந்தேன். மூலத்தையும் உரையையும் பிரித்து எப்படி எழுத வேண்டுமோ அப்படி எழுதச் செய்தேன். ஒரு நாள் காலையில் ஒன்பது மணிக்குத் திருமுருகாற்றுப்படை பூர்த்தியாயிற்று. ஒரு விதமான திருப்தி எனக்கு உண்டாயிற்று. அப்போது வீதியில் நாகசுர சத்தம் கேட்டது. கவனித்தோம். சுப்பிரமணிய பக்தராகிய நாயுடு ஒருவர் காவிரியில் ஸ்நானம் செய்து விபூதியை உடம்பெல்லாம் பூசிப் பாற்காவடி ஒன்றை எடுத்துக் கொண்டு வந்தார். உடம்பெல்லாம் அலகுடன் முருகன் துதியான சில பாடல்களைச் சொல்லிக் கொண்டும் ஆடியபடியே வந்தார். நாகசுரக்காரன் அவருடைய பாட்டுக்கும் ஆட்டத்திற்கும் ஏற்ப வாசித்து வந்தான்.

திருமுருகாற்றுப்படை எழுதி முடிவதற்கும் அந்த முருகனடியார் காலடி எடுத்து வாயிலில் வந்து நின்றதற்கும் சரியாக இருந்தது. பலவகைத் தடைகளால் புண்பட்ட எனக்கு அக்காட்சி மிக்க ஆறுதலளித்தது. "திருமுருகாற்றுப் படையை முடித்தோம். ஆண்டவன் திருவருள் இந்த வேலையை முற்றுவிக்குமென்பதற்கும் அடையாளமாக இக்காட்சியைக் காண்கிறோம்" என்று நான் உள்ளுணர்ச்சி பொங்கிவரக் கிருஷ்ணையரைப் பார்த்துச் சொன்னேன்.

"நல்ல சகுனந்தான்" என்று அவரும் ஆமோதித்தார்.

# 107

## கண்டனப் புயல்

சீவக சிந்தாமணிப் புத்தகம் தமிழ்நாட்டாருடைய அன்புக்கு உரியதாயிற்று. அதிலிருந்து பல விஷயங்களைத் தெரிந்து கொண்ட அறிஞர்கள் என்னைப் பாராட்டியதோடு பத்துப் பாட்டுப் பதிப்பையும் விரைவில் நிறைவேற்ற வேண்டுமென்று தெரிவித்தார்கள். சீவகசிந்தாமணியின் முகவுரையிலும் நூலின் அடிக்குறிப்புக் களிலும் புறநானூறு முதலிய பல பழைய நூற் பெயர்களைக் கண்டவர்கள் அவற்றையெல்லாம் ஒன்றன்பின் ஒன்றாகப் பதிப்பிக்க வேண்டுமென்று எனக்கு ஊக்கமளித்து வந்தார்கள்.

### சிலர் விஷமச் செயல்

இப்படி அபிமானிகளுடைய ஆதரவு எங்கும் வளர்ந்து வந்த போது ஒரு பால் சில பொறாமைக்காரர்களின் விஷமச் செயல் களும் தலைதூக்கத் தொடங்கின. பிறரைக் கண்டிப்பதிலே இன்பங் காணும் சிலர் சீவக சிந்தாமணிப் பதிப்பைப்பற்றிப் பல வகையான கண்டனங்களைக் கூறியும் எழுதியும் அச்சிட்டும் வெளிப்படுத்தலா யினர். அவர் கூறிய பிழைகளில் உண்மையில் பிழைகளாகக் கருதப்படுவனவும் சில உண்டு. ஆனாலும் அவர்களுடைய நோக்கம் பிழை திருந்தவேண்டுமென்பதன்று; எப்படியாவது கண்டனம் செய்து என் மதிப்பைக் குறைக்க வேண்டுமென்பதே, கண்டனத்தின் முறையும் நடையும் அவர்களுடைய உள்ளக் கொதிப்பைக் காட்டினவேயன்றித் தமிழன்பை வெளிப்படுத்த வில்லை. இத்தகைய கூட்டத்தார் உலகத்தில் எந்தக் காலத்திலும் உண்டு.

### பிழையும் திருத்தமும்

சிந்தாமணியை வெளியிட்ட காலத்தில் தமிழ்நாட்டில் அத் தகைய நூற்பயிற்சி எவ்வளவு மங்கியிருந்ததென்பதைத் தமிழுலகு நன்கு அறியும். அப்போது மிகவும் சிரமப்பட்டுச் செய்த ஒரு காரியத்தில் பிழைகள் இருப்பது இயல்பே. நூற்பதிப்பு விஷயத்தில் வரவரப் பாடங்கள் திருந்துவதும், உண்மைப் பொருள் தெளிவா வதும், புதிய புதிய செய்திகள் புலப்படுவதும் புதியனவல்ல. எடுத்த எடுப்பிலே முற்றத் திருந்திய பதிப்பை வெளியிடுவதென்பது இயலாத காரியம். என் முதற் பதிப்புக்களில் அமைந்திருந்த பல பிழைகளைப் பிற்காலத்தில் நானே திருத்திப் பதிப்பித்திருக்கிறேன். புதிய புதிய ஆராய்ச்சி செய்யும்போது கிடைக்கும் அறிவால் பல காலமாகத் திருந்தாத செய்திகள் திருந்தியதுமுண்டு.

"அறிதோ றறியாமை கண்டற்றால்"

என்று திருவள்ளுவர் கூறியது பொய்யாகுமா?

சிந்தாமணிப் பதிப்பில் என் அறியாமையால் சில பிழைகள் அமைந்ததுண்டு. திருத்தக்க தேவர் மதுரைக்குச் சென்று சங்க வித்துவான்களைக் கண்டனரென்று முதற் பதிப்பில் எழுதியிருக் கிறேன். இது தவறென்று பிறகு தெரிய வந்தது. ஜைன சங்கத்தைச் சார்ந்தவர்களை அவர் கண்டாரென்ற உண்மையைப் பிற்கால ஆராய்ச்சியால் அறிந்து கொண்டேன். இப்படியே நூற்பெயர்கள், புலவர் பெயர்கள் முதலிய பலவற்றில் பிழையான உருவங்களைச் சிந்தாமணி முதற் பதிப்பிற் காணலாம். அவற்றை நாளடைவில் திருத்திக் கொண்டேன். இன்று இருக்கும் ஒரு பாடம் நாளைக் கிடைக்கும் புதிய பாடத்தால் பிழையாக நேர்வதும் உண்டு. மனிதன் சிற்றறிவால் ஆராய்ந்து அமைக்கும் ஒன்றை எப்படி முடிந்த முடிபென்று கொள்ள முடியும்? இதனை யாவரும் உணர்வர். ஆனால் பொறாமையால் தூண்டப் பெற்றவர்களுக்கு இத்தகைய விஷயங்களெல்லாம் புலப்படுவதில்லை. கும்பகோணத்தில் பள்ளிக் கூடத் தமிழாசிரியராக இருந்த மூவர் சிந்தாமணிக் கண்டனத்தில் ஊக்கங் கொண்டனர். அவர்கள் என்னாற் சில உபகாரங்களைப் பெற்றவர்களே. ஜைன நூலை நான் அச்சிட்டது பிழையென்றும், சைவ மடாதிபதி சகாயம் செய்தது தவறென்றும், சிந்தாமணியில் பிழைகள் மலிந்துள்ளனவென்றும், அதிலுள்ள பிழைகள் கடல் மணலினும் விண்மீனினும் பல என்றும் கண்டித்துத் துண்டுப் பிரசுரங்களை வெளியிட்டனர். முதலில் அயலார் பெயரால் வெளியிட்டனர்: அப்பால் தங்கள் பெயராலேயே வெளி யிட்டனர். கும்பகோணத்தில், வீதிதோறும் இந்தப் பிரசுரங்களைப் பரப்பினர். திருச்சிராப்பள்ளி, தஞ்சாவூர், மதுரை, திருநெல்வேலி, கோயம்புத்தூர், மாயூரம், திருப்பாதிரிப் புலியூர், சென்னை முதலிய இடங்களுக்கும் அனுப்பி அங்கங்கே பரவும்படி செய்தனர். சென்னையில் யார் யார் எனக்கு உபகாரம் செய்தார்களோ அவர்களுக்கெல்லாம் கட்டுக் கட்டாகக் கண்டனப் பிரசுரங்களை அனுப்பினர். பூண்டி அரங்கநாத முதலியார், சேலம் இராமசுவாமி முதலியார், ஆர்.வி.ஸ்ரீநிவாச ஐயர் முதலியவர்கள் அவற்றைக் கண்டு எனக்குச் செய்தி தெரிவித்தனர்.

இந்தக் கண்டன அலைகளுக்கிடையே நான் பத்துப் பாட்டு ஆராய்ச்சியை நடத்தி வந்தேன். குடந்தை மித்திரனென்னும் ஒரு பத்திரிகை கும்பகோணத்தில் சில நாள் நடந்து வந்தது. அதில் ஒரு சமயம் என்னைப் புகழ்ந்தும் அடுத்த இதழில் இகழ்ந்தும் கட்டுரைகள் வரும். என் அன்பர்கள் இத்தகைய கண்டனங்களைக் கண்டு என்பாற் சிறிதும் அவமதிப்பு அடைந்ததாகத் தெரியவில்லை. கண்டனம் செய்தவர்களுக்கு யாரையேனும் கண்டிப்பதே நெடுங் காலப் பழக்கமென்பதையும், கண்டனத்தில் வழங்கிய பாஷையின் போக்கையும் அறிந்தவர்களுக்கு அக்கண்டனத்தில் உண்மை இருந் தாலும் மதிப்பளிக்க மனம் வராது.

## முருகனைப் பிரார்த்தித்தல்

ஒரு நாள் பத்துப்பாட்டை ஆராய்ந்து கொண்டிருந்தேன். என்னோடு திருமானூர்க் கிருஷ்ணையரும், குடவாயில் சண்முகம் பிள்ளையென்பவரும், வேறு சில மாணாக்கர்களும் இருந்தனர். கண்டனக் கூட்டத்தாருடைய செயல்களைப் பற்றிய பேச்சு வந்தது. நூலை ஆராய்வதில் உண்டாகும் சிரமத்தால் அலைவு பெற்ற என் உள்ளத்துக்கு இக்கண்டனக் கூட்டத்தாருடைய செயல் அதிக வருத்தத்தை உண்டாக்கிற்று. 'இக்கண்டனத்துக்கு விடைகூற ஆரம்பித்தால் என் ஆராய்ச்சி வேலை நின்று விடுமே. நியாயமான கண்டனத்திற்குப் பதில் சொல்லலாம். அநியாயமான பொறாமைக் கூற்றுக்குப் பரிகாரம் ஏது?' என்று எண்ணினேன். என் மனம் முருகக் கடவுளை நினைத்து உருகியது. உடனே அவ்வுள்ள உணர்ச்சி சில செய்யுட்களாக வெளிவந்தது. அவற்றிற் சில வருமாறு:

அகமே யொருசொல் அறைவன் னிகரில்
மகமே ருவளைத் தருள்வள் ளலருள்
குகனே முருகா குமரா திருவே
ரகவே லவவென் றழைநீ தினமே.

(அகமே – மனமே.)

மலர்கொண் டுனையே வழிபட் டிடுவேன்
அலர்கொண் டுவிளங் கலைவா விகள்சூழ்
கலர்கண் டறியாக் கவினே ரகவெற்
பலர்கண் டிகழும் படிவைத் ததெனே.

(அலர் – மலர். கலர் – கீழ் மக்கள். கவின் ஏரக என் பலர் கண்டு இகழும்படி வைத்தது எனே – அழகிய சுவாமி மலையை யுடையாய்! அடியேனைப் பலர் கண்டு இகழும்படி வைத்தது ஏன்?)

ததைதீஞ் சுவைநற் றமிழ்பா டியுளம்
பதையா துறையும் படிவைத் தருள்வாய்
உதையா திபனே ரொளியா யளியாய்
சிதையா துறையுந் திருவே ரகனே.

(ததை – செறிந்த. உதையாதிபன் – சூரியன். அளி – அருள்.)

## நான் எழுதிய சமாதானம்

நான் விடையொன்றும் வெளியிடாமல் இருந்தது கண்டு கண்டனக்காரர்களுக்குப் பின்னும் அதிகக் கோபமே உண்டாயிற்று. "சீவக சிந்தாமணிப் பிரகடன வழூப் பிரகரணம்" என்று ஒரு பிரசுரம் வெளி வந்தது. பிழையல்லாதனவற்றையும் பிழையாக அதில் சொல்லியிருந்தனர். அவற்றிற்குச் சமாதானம் சொல்லத்தான்

வேண்டுமென்ற கருத்து எனக்கு உண்டாயிற்று. ஒரு நாள் இரவில் நாலாம் ஜாமத்தில் எழுந்து சமாதானம் எழுதிக்கொண்டிருந்தேன். மனம் மிக வருந்தியது. அப்போது கம்பளத்தான் ஒருவன் வீதியில் "ஐயா, உங்களுக்கு க்ஷேமம் உண்டாகும்; கவலைப்பட வேண்டாம்" என்று தன் வழக்கப்படியே சொல்லி விட்டுப் போனான். அவன் வழக்கமாகச் சொன்னாலும் எனக்கு அது விசேஷமாகத்தோற்றியது. ஒருவாறு சமாதானத்தை எழுதி முடித்தேன். விடிந்தது. காலைக் கடன்களை முடித்த பிறகு நான் எழுதிய சமாதானப் பத்திரிகையை எடுத்துக் கொண்டு, சாது சேஷையரிடம் சென்றேன். கண்டனத்துக்கு நான் எழுதிய சமாதானத்தை வேறொருவர் படித்துப் பார்த்தால்தான் அதன் பொருத்தம் தெரியுமென்ற எண்ணத்தாலும், என் பால் பேரன்புடைய அவர் ஏதேனும் யோசனை கூறக் கூடுமென்ற கருத்தாலுமே அவரிடம் போனேன்.

## சாது சேஷையர் உபதேசம்

நான் எழுதிக் கொண்டு சென்ற கடிதங்களை அவர் கையிற் கொடுத்து, "சிந்தாமணியைப் பற்றிய கண்டனங்கள் எங்கும் உலாவி வருவது உங்களுக்குத் தெரியுமே. தூஷணைகளுக்குச் சமாதானம் சொல்லுவது சாத்தியமன்று. பிழையென்று சொல்லப்பட்டவற்றிற்கு எனக்குத் தெரிந்த அளவில் சமாதானம் எழுதியிருக்கிறேன். பார்வையிட வேண்டும்" என்றேன். அவர் வாங்கிப் பார்த்தார். அவர் என்ன சொல்லப் போகிறாரோ என்று நான் ஆவலோடு எதிர்பார்த்து நின்றேன்.

அவர் உடனே அதை அப்படியே கிழித்துப் பக்கத்திலிருந்த குப்பைக் கூடையில் போட்டார். எனக்கு ஒன்றும் தோன்றவில்லை. கலக்கமுற்றேன். அவர் என்னைப் பார்த்து மிகவும் நயமான குரலில் சொல்லத் தொடங்கினார்: "நான் கிழித்து விட்டதைப்பற்றி வருத்தப் படவேண்டாம். நீங்கள் சமாதானம் எழுதுவதென்ற வேலையையே வைத்துக் கொள்ளக்கூடாது. சிலர் உங்களைத் தூஷித்துக் கொண்டு திரிவதும் கண்டனங்கள் வெளிப்படுத்தி யிருப்பதும் எங்களுக்குத் தெரிந்தனவே. அப்படிச் செய்கிறவர்கள் இன்னாரென்பதை நான் நன்றாக அறிவேன். அவர்கள் செயலால் என்னைப் போன்றவர்களுக்கோ மாணாக்கர்களுக்கோ மற்ற அன்பர்களுக்கோ உங்களிடம் மன வேறுபாடு ஏற்பட்டிருக்கிறதா? இம்மியளவுகூட இல்லை என்பது நிச்சயம். அப்படி இருக்க, இந்த விஷயங்களைப் பற்றிச் சிந்தித்து நீங்கள் கவலைப்படுவது அனாவசியம். இதற்கு நீங்கள் பதில் எழுதினால் உங்களுடைய எதிரியின் பேர் பிரகாசப்படும். உங்கள் பதிலுக்கு மறுப்பு அவர்கள் எழுதுவார்கள்; நீங்கள் மறுப்புக்கு மறுப்பு எழுத நேரும். இப்படியே உங்கள் காலமெல்லாம் வீணாகி விடும். நல்ல காரியத்துக்கு நானூறு விக்கினங்கள் வருவது உலக வழக்கம். சீமையிலும் இப்படியே வீண் காரியங்கள் நடைபெறுவதுண்டு.

அவற்றைத் தக்கவர்கள் மதிப்பதில்லை. உங்கள் அமைதியான நேரத்தை இந்தக் காரியத்திலே போக்கவேண்டாம். இம்மாதிரி யாரேனும் தூஷித்தால் பதிலெழுதுகிறதில்லை யென்று வாக்குறுதி அளியுங்கள்” என்று கூறினார். முதலில் கண்டனத்துக்குச் சமாதானம் எழுதாமல் இருந்த நான் மிக்க யோசனை செய்தே அதனை எழுதினேன். தீர்மானத்தோடு செய்த ஒரு காரியம் வீணாவதென்றால் சிறிது மனத் தளர்ச்சி ஏற்படுவது இயல்புதானே? ‘சிறிதும் யோசியாமல் கிழித்து விட்டாரே’ என்று எண்ணினேன்.

“என்ன யோசிக்கிறீர்கள்? நீங்கள் இன்னும் பல நல்ல காரியங்களைச் செய்ய வேண்டும். அதற்கு இவ்விஷயங்களெல்லாம் தடைகளாக இருக்கும். இக்கண்டனம் இன்றைக்கு நிற்கும்; நாளைக்குப் போய்விடும். உங்களை எதிர்ப்பவர்கள் மனம் திருந்தி உங்கள்பால் அன்பு பூணும் காலமும் வரும். அவர்கள் தங்கள் செயலை நினைந்து தாமே வருந்தினாலும் வருந்துவர்; ஆதலால் இந்தக் கண்டனப் போரில் நீங்கள் இறங்க வேண்டாம். நீங்கள் உங்கள் தமிழ்த் தொண்டைச் செய்து கொண்டேயிருங்கள். தெய்வம் உங்களைப் பாதுகாக்கும்” என்று அவர் மீட்டும் வற்புறுத்திச் சொன்னார்.

இந்த வார்த்தைகள் எனக்கு ஆறுதலை அளித்தன. “நான் இனித் தூஷணைகளைக் கவனிப்பதும் இல்லை. அவற்றிற்குச் சமாதானம் எழுதப் புகுவதும் இல்லை” என்ற உறுதிமொழியை அன்று அவரிடம் சொன்னேன். இப்பொழுது கடந்த காலத்தையும் நிகழ் காலத்தையும் பார்க்கும்போது அந்தப் பேரறிஞருடைய மணிமொழிகள் எவ்வளவு சிறப்புடையனவென்று உணர்கிறேன். தமிழ்த் தாயின் திருவடித் தொண்டில் நான் செய்யும் பிழைகளை நாளடைவில் திருத்திக் கொள்ளலாம். அந்தத் தொண்டை மதியாமல் சிற்றறிவினேனாகிய என்னை மாத்திரம் இலக்காக்கி எய்யும் வசையம்புகளை நான் என்றும் பொருட்படுத்தவேயில்லை. தென்றலும் சந்தனமும் பிறந்த இடத்திலே வளர்ந்த தமிழ் மென்மையும் இனிமையும் உடையது. அந்தச் செந்தமிழ்த் தெய்வத் திருப்பணியே வாழ்க்கை நோக்கமாக உடைய என்பால் உலகியலில் வந்து மோதும் வெவ்விய அலைகளெல்லாம் அத்தெய்வத்தின் மெல்லருளால் சிறிதளவும் துன்பத்தை உண்டாக்குவதில்லை. “அவர்கள் இந்த வசை மொழிகளை வெளியிட்டுத் திருப்தியடைகிறார்கள். அவர்கள் திருப்தியடைவது கண்டு நாமும் சந்தோஷிப்போமே” என்று அமைதிபெறும் இயல்பை நான் பற்றிக் கொண்டிருக்கிறேன். அந்த இயல்பு நன்மையோ, தீமையோ அறியேன்; அதனால், என் உள்ளம் தளர்ச்சி பெறாமல் மேலும் மேலும் தொண்டு புரியும் ஊக்கத்தைப் பெற்று நிற்கிறது. இது கைகண்ட பயன். இதற்கு மூல காரணம் சாது சேஷையரென்பதை என்றும் மறவேன்.

## சிலர் கடிதங்கள்

ஒரு வகையாகக் கண்டனப் புயலினின்றும் ஒதுங்கிக் கொண்டேன். பத்துப்பாட்டில் மனம் தீவிரமாகச் செல்லலாயிற்று. ஆனாலும் அங்கங்கே இருந்த நண்பர்கள் கண்டனக்காரர்களுடைய இயல்பைக் கண்டித்து எனக்குக் கடிதம் எழுதினர். சிலர் தாங்கள் அவற்றைக் கண்டித்துப் பத்திரிகையில் எழுதுவதாகத் தெரிவித்தனர். பூவை கலியாணசுந்தர முதலியார் முதலியவர்கள் இவ்வாறு எனக்கு எழுதினர். நான் "கண்டனங்களுக்குச் சமாதானம் எழுத வேண்டாம்" என்று தெரிவித்தேன்.

சென்னையிலிருந்த தி.த.கனகசுந்தரம் பிள்ளையிடமிருந்து 12-11-1888ஆம் தேதி யன்று ஒரு கடிதம் வந்தது. பத்துப் பாட்டு விஷயத்தில் அவருக்கும் எனக்கும் போட்டியிருந்தும் அவர் எழுதிய கடிதத்திற் கண்ட விஷயங்கள் எனக்கு ஆறுதலையும் வியப்பையும் அளித்தன.

"... சீவகசிந்தாமணிப் பிரகடன வழூப்பிரகரணம் என்னுமொரு துண்டுப் புத்தகமுங் கைக்கெட்டியது. அதை வாசித்த போதே எழுதியோருடைய கருத்து நன்கு புலப்பட்டதாயினும், அவர் கூற்றினுஞ் சிறிதுண்மையிருக்கலாமென்ற ஐயப்பாட்டோடு என்னுடைய சிந்தாமணி எழுத்துப் பிரதியை எடுத்து ஒவ்வொன்றாய்ப் பார்த்தேன். பார்த்தபோது அம்ம! ஒன்றும் அவர் கூறியபடியின்றித் தங்கள் பாடம் போன்றே யிருக்கக் கண்டேன். அது நான் செய்த, பாவந்தான்போலும்... அவர் முறைமையோடு கூடாமையாலும், மனப் புழுக்கத்தோடு தெழித்துரைக்கின்றமையானும் அறிவுடையாரைத் தமக்குப் புறம்பாக்கிக் கொண்டன ரென்பதே என்னுடைய துணிபு..." என்பது அக்கடிதத்தின் ஒரு பகுதி.

அவர்கள் அனைவரும் சேர்ந்து செய்த கண்டனத்தால் விளைந்த மனவருத்தம் இந்த ஒரு கடிதத்தாலே நீங்கி விட்டதென்றே சொல்லலாம்.

## புயல் வேறு திக்கில் திரும்பியது

கண்டனக்காரர்கள் என் மௌனத்தைக் கண்டு சலித்துப் போயினர். என்னுடன் இருந்து உதவி செய்து வந்த குடவாயில் சண்முகம்பிள்ளை நான் எவ்வளவு சொல்லியும் கேளாமல் கண்டனக் கூட்டத்தாரைக் கண்டிக்கப் புகுந்தார். அவர் பாஷைக்கு இவர் பாஷை தாழவில்லை. கண்டனம் பல பல துறையிலே சென்றது. ஒருவருக்கொருவர் அவரவர் பதிப்பித்த பாட புத்தகத்திலும் உரையிலும் உள்ளவற்றைப் பற்றிய கண்டனத்திலே புகுந்தனர். வசனமெழுதினர்; வசை பரப்பினர்; செய்யுளாகவும் இந்தச் சண்டை பரிணமித்தது. நேருக்கு நேரே சொல்லவும் நாணும் வார்த்தைகள் அச்சில் செய்யுளில் வந்து புகுந்தன. கடைசியில் மிஞ்சியது ஒன்றும் இல்லை.

இந்தச் சண்டையில் ஈடுபடத் தொடங்கியது முதல், என்பால் வருவதை நிறுத்திக்கொள்ளும்படி சண்முகம்பிள்ளையிடம் சொல்லி விட்டேன்.

# 108

## பத்துப் பாட்டுப் பதிப்பு

பத்துப்பாட்டைப் பதிப்பிக்கும் விஷயத்தில் பொருள் முட்டுப் பாடு நேர்ந்தால் என்ன செய்வதென்ற யோசனை எனக்கு உண்டா யிற்று. சிந்தாமணிக்குச் செய்தது போலவே இதற்கும் அன்பர் களிடம் கையொப்பம் வாங்கலாமென்று எண்ணி ஒரு பத்திரிகை அச்சிட்டுப் பலருக்கு அனுப்பினேன்.

### கையொப்பம் வாங்கியது

மதுரையில் டெபுடி கலெக்டராக இருந்த ம.தில்லை நாயகம் பிள்ளை, சாது சேஷையர், சோழன் மாளிகை ரத்தினம்பிள்ளை, ஆர்.வி.ஸ்ரீநிவாசையர், தஞ்சாவூர் வக்கீல் கீ.சி.ஸ்ரீநிவாச பிள்ளை முதலிய அன்பர்கள் பொருளுதவி செய்தனர். சிறுவயல் ஜமீன்தா ராக இருந்த ஸ்ரீ முத்துராமலிங்கத்தேவர் என்னை முன்பு அறியாதவ ராக இருந்தும் தக்க பொருளுதவி செய்வதாகக் கடிதம் எழுதினர். இருநூறு ரூபாய் வரையில் சேர்ந்தது, அப்போது கும்பகோணத்தில் இருந்த ஒரு கனவான், "காலேஜ் பண்டிதர் சாமிநாதையர் பத்துப் பாட்டை அச்சிடுவதாகச் சொல்லிக் கையொப்பம் வாங்கிக் கொண் டிருக்கிறார். இது பணம் சம்பாதிக்கும் வழியென்று தோற்றுகிறது" என்று சொன்னதாக என் காதில் விழுந்தது. அதுமுதல் கையொப் பம் வாங்குவதை நிறுத்திக் கொண்டேன். பத்துப் பாட்டுப் பிரதி ஏதேனும் இருக்கிறதா என்று பொள்ளாச்சி வித்துவான் சிவன் பிள்ளை என்பவருக்கு எழுதியிருந்தேன். அவர் தம்மிடமிருந்த பிரதி ஒன்றை அனுப்பினார். ஒரு வகையாக ஆராய்ச்சியை முடித்துக் கொண்டு திருமானூர்க் கிருஷ்ணையருடன் சென்னைக்குப் புறப்படச் சித்தமானேன்.

### ஆறுமுகத் தம்பிரான்

*1888* ஆம் வருஷம் டிசம்பர் மாதம் *11*ஆம் தேதி நல்ல நாளாக இருந்தது. அன்று காலையில் குன்றக்குடியிலுள்ள திருவண்ணா மலை ஆதீனமடத்துக் காறுபாறாகிய தாண்டவராயத் தம்பிரானும் அவ்வாதீன வித்துவானாகிய தில்லைநாத பிள்ளையும் என்னிடம் வந்து பேசிக் கொண்டிருந்தனர். "தங்களுடைய சகபாடியாகிய திருவாவடுதுறை ஆதீன வித்துவான் ஆறுமுகத் தம்பிரானவர்களை எங்கள் ஆதீனத்துக்குச் சின்னப் பட்டமாக அபிஷேகம் செய்ய உத்தேசித்து அனுமதி கேட்பதற்காகத் திருவாவடுதுறைக்குப்

போயிருந்தோம். ஸந்நிதானம் ஒப்புக் கொண்டது. தங்களிடத்திலும் இந்தச் சந்தோஷத்தைத் தெரிவித்துப் போக வந்தோம்" என்றார்கள். "எனக்கு அளவற்ற சந்தோஷம். படித்தவர்களை ஆதீனத் தலைவர் களாக நியமிப்பது நல்ல காரியம். ஆறுமுகத் தம்பிரான் நன்றாகப் படித்தவரே. நான் இன்று பத்துப்பாட்டை அச்சிடுவதற்காகச் சென்னைக்குப் புறப்படப் போகிறேன். இன்று இந்த நல்ல செய்தி யைக் கேட்டது எனக்கு ஊக்கத்தை உண்டாக்குகிறது. உங்கள் முயற்சியும் என் முயற்சியும் அனுகூலமாக நிறைவேறுமென்று தோற்றுகிறது" என்று சொல்லி அவர்களுக்கு விடை கொடுத் தனுப்பினேன்.

## அம்பலவாண தேசிகர் செய்த உதவி

பிறகு என் தந்தையாரிடமும் பிறரிடமும் விடை பெற்றுக் கொண்டு திருவாவடுதுறையை அடைந்தேன். அங்கே ஆதீனத் தலைவராகிய அம்பலவாண தேசிகர் என் முயற்சியை அறிந்து மகிழ்ச்சியோடு எனக்கு உத்ஸாகமுண்டாக்கும் வார்த்தைகளைச் சொல்லி அறுபது ரூபாய் பணமும் வழங்கிச் சென்னைக்கு அனுப்பினார்.

மறுநாள் நானும் கிருஷ்ணையரும் சென்னையை அடைந்து சேலம் இராமசுவாமி முதலியார் பங்களாவில் தங்கினோம். அவர் அப்போது அலகபாத்துக்குப் போயிருந்தார். கொண்டு சென்ற சாமான்களையெல்லாம் அவர் பங்களாவில் வைத்து விட்டு என் நண்பர்களைப் பார்க்கச் சென்றேன். தேரழுந்தூர் இராஜகோபாலா சாரியரைப் பார்த்து நான் வந்த விஷயத்தைச் சொல்லி அச்சுக்கூட மொன்றைத் திட்டம் செய்ய வேண்டுமென்று தெரிவித்தேன். அவர் சிந்தாமணியை அச்சிட்ட திராவிட ரத்நாகர அச்சுக்கூடத்திலேயே கொடுத்து விடலாமென்று சொல்லவே அங்கேயே பதிப்பிக்க ஏற்பாடு செய்தேன்.

அச்சுக்கூடத் தலைவர் கையெழுத்துப் பிரதியைப் பார்த்து விட்டு, "சிந்தாமணியை விட இதில் வேலை அதிகம் இருக்கிறது. இதற்கு அதிகக் கூலி கொடுக்க வேண்டும்" என்று கேட்டார். பழகின இடமென்ற எண்ணத்தால் அப்படியே செய்வதாக ஒப்புக் கொண்டேன்.

## விடுதி

இராமசுவாமி முதலியார் பங்களாவில் ஜாகையும் புரசைப் பாக்கத்தில் ஒரு விடுதியில் உணவும் வைத்துக் கொண்டு அவதா னம் பாப்பையர் வீதியிலிருந்த அச்சுக்கூடத்தில் அச்சு வேலையைக் கவனித்து வந்தேன். இது சிரமமாக இருந்தமையால் நான் உணவு கொள்ளும் விடுதியிலேயே ஓர் அறையில் தங்கி இரவு நேரங்களில் புரூப் முதலியன பார்த்து வந்தேன். அந்த அறையை வாடகைக்கு

வைத்துக்கொண்டு படித்து வந்தவராகிய கதிராமங்கலம் சுப்பிர மணிய ஐயரென்னும் மாணாக்கரே இவ்வாறு செய்யலாமென்று சொல்லி எனக்காக ஏற்பாடு செய்தார்.

பத்துப் பாட்டு மூலப் பிரதியையே பாராத நான் சென்னையில் பின்னும் எங்கேனும் வித்துவான்கள் வீடுகளில் ஏடுகள் கிடைக் குமோ என்று விசாரித்துக் கொண்டிருந்தேன். அப்போது எனக்கு ஒரு பெரிய வித்துவானுடைய ஞாபகம் வந்தது.

## அண்ணாசாமி உபாத்தியாயர் வீடு

பல வருஷங்களுக்கு முன் மயிலாப்பூரில் திருவம்பலத்தின்ன முதம்பிள்ளையென்ற ஒரு பெரிய வித்துவான் இருந்தார். அவர் திருநெல்வேலி அம்பலவாண கவிராயருடைய மாணாக்கர்; பழைய தமிழ் நூல்களில் தேர்ந்த அறிவினர்; பிள்ளையவர்கள் இளமைக் காலத்தில் சென்னைக்குச் சென்றிருந்தபோது அந்த வித்துவானிடம் சில நூல்களைப் பாடங் கேட்டார். திருவம்பலத்தின்னமுதம் பிள் ளையிடம் ஏட்டுச் சுவடிகள் இருந்தனவென்று என் ஆசிரியர் சொல்லியிருக்கிறார்.

இந்தச் செய்திகள் என் நினைவுக்கு வந்தவுடனே, 'மயிலாப் பூரில் அவர் வசித்த வீடு எங்கே இருக்கிறது? அவருடைய சந்ததி யார் யார் இருக்கிறார்கள்?' என்று விசாரிக்கத் தொடங்கினேன். அவர் எங்கிருந்தாரென்று சொல்வார் ஒருவரும் இல்லை. அக்காலத்தில் மயிலாப்பூரிலுள்ள திருவண்ணாமலை மடத்தில் சரவணச் சாமியார் என்ற ஒரு துறவி இருந்தார். யாழ்ப்பாணத் தாராகிய அவரை ஸ்ரீ ஆறுமுக நாவலர், 'சபாப்பிரசங்க சிங்கமாகிய சரவணச் சாமியார்' என்று பாராட்டியிருக்கிறார். அவர் தமிழ் வித்துவான்; வைத்தியத்தில் இணையற்ற திறமையுடையவர். பிராயத்தில் முதிர்ந்தவராகிய அவரைக் கேட்டால் ஏதேனும் விவரம் தெரியக் கூடுமென்று சிலர் கூறவே திருவண்ணாமலை மடத்துக்குச் சென்று அப்பெரியாரைப் பார்த்தேன். நான் பார்த்த காலத்தில் அவருக்கு எழுபது பிராயம் இருக்கும், ஆனாலும் கட்டுத் தளராத உடம்பும் எடுப்பான பார்வையும் உடையவராக இருந்தார். அவருடன் சில மாணாக்கர் இருந்து பணிவிடை செய்து வந்தனர். சித்த வைத்தியராகிய அவர் தம்மைத் தேடி வந்தவர்களுக்கு மருந்து கொடுத்து நோய்களை நீக்கி வந்தார்.

நான் அவரிடம் திருவம்பலத்தின்னமுதம் பிள்ளையைப் பற்றி விசாரித்தேன். நல்ல வேளையாக அந்த வித்துவானைத் தமக்குத் தெரியுமென்றும், அவருக்குப் பிள்ளைகள் இல்லையென்றும், அவருடைய ஏட்டுப் பிரதிகளெல்லாம் மந்தைவெளியிலுள்ள அண்ணாசாமி உபாத்தியாயர் வீட்டில் ஒருகால் கிடைக்கலா மென்றும் அந்தப் பெரியார் கூறினார். மந்தைவெளி சென்று

அண்ணாசாமி உபாத்தியாயர் வீட்டைத் தேடிக் கண்டு பிடித்தேன். அண்ணாசாமி உபாத்தியாயர் காலமாகிவிட்டமையால் அவர் மாப்பிள்ளையையே நான் பார்க்க முடிந்தது. அவருடைய சமயம் அறிந்து தக்க மனிதர்களுடன் போய்க் கேட்டபொழுது தம் வீட்டிலிருந்த சுவடிகளையெல்லாம் எடுத்துப் போட்டார். அவற்றில் அபூர்த்தியாக இருந்த பத்துப் பாட்டு உரைப் பிரதி கிடைத்தது. திருமுருகாற்றுப்படை உரைப் பிரதி ஒன்றும் இருந்தது. அவற்றையும் வேறு சில சிறு நூல்களையும் எடுத்துக் கொண்டேன். பதினெண் கீழ்க்கணக்கு முழுவதும் உள்ள சிதிலமான பிரதி ஒன்று கிடைத்தது. அதில்தான் கைந்நிலை என்ற நூல் இருந்தது.

பிறகு தபால் இலாகா ஸூபரிண்டெண்டாக இருந்த வி. கனக சபைப் பிள்ளையிடமிருந்து பத்துப் பாட்டு உரைப் பிரதியொன்று கிடைத்தது. இவற்றையெல்லாம் உபயோகப்படுத்திக் கொண்டேன்.

## பதிப்பு ஆரம்பம்

பத்துப் பாட்டு அச்சிட ஆரம்பித்தேன். மிக விரைவாக வேலை நடைபெற்று வந்தது. திருமானூர்க் கிருஷ்ணையர் இடை விடாமல் உடனிருந்து உதவி புரிந்தார். ஓய்ந்த நேரங்களில் எல்லாம் தேரழுந்தூர் இராஜகோபாலாசாரியரும் வந்து துணை செய்வார்.

## பூண்டி அரங்கநாத முதலியார் சல்லாபம்

பூண்டி அரங்கநாத முதலியாரிடம் அடிக்கடி சென்று பேசிப் பழகினேன். இந்த முறை அவரது பழக்கம் பின்னும் அதிகமாயிற்று. அவரிடம் போனால் தமிழ்ப் பாட்டுச் சொல்லுவதும் தமிழ்ப் புலவர்களைப் பற்றிப் பேசுவதுமாகவே பொழுது போகும். நேரம் போவது தெரியாமல் உணவையும் மறந்து பேசிக்கொண்டிருப் போம்.

அக்காலத்தில் முதலியார் 'கச்சிக் கலம்பகம்' என்ற ஒரு பிரபந்தத்தை இயற்றிக் கொண்டிருந்தார். ஆதலின் கலம்பகங்களின் இலக்கணத்தைப் பற்றி நாங்கள் அதிகமாகப் பேசுவோம். நான் பிள்ளையவர்கள் இயற்றிய கலம்பகங்களிலிருந்தும் அவரிடம் பாடம் கேட்ட கலம்பகங்களிலிருந்தும் பல செய்யுட்களைச் சொல்வேன். பாட்டில் இன்னது சாரமான பாகமென்று விரைவில் அறிந்து சந்தோஷிக்கும் சக்தி அரங்கநாத முதலியாரிடம் மிக அதிகமாக இருந்தது. அவர் ஏகசந்தக் கிராகி. அவர் பாடல்களை முக மலர்ச்சியோடு கேட்பதும், கேட்கும்போது தம் மனம் முழுவதையும் அந்தப் பாடற் பொருளிலே செலுத்துவதும், அங்கங்கே நயம் காணும்போது மகிழ்வதும், அந்த மகிழ்ச்சியை வெளிப்படையாகப் புலப்படுத்துவதும் அவரோடு பழகும் நேரத்தை இன்பமயமாக்கின. "உங்களைப் போன்றவர்கள் இந்த ஊரில் இருந்தால் நன்றாகப் பொழுது போகும்" என்று அவர் அடிக்கடி சொல்வார்.

காலேஜ் விடுமுறை முற்றும் முடிந்தமையால் ஜனவரி மாதம் கும்பகோணம் புறப்பட வேண்டியவனாக இருந்தேன். ஆகவே அச்சுக்கூடத்தில் வேலை தடைபடாமல் நடைபெறும்படி ஏற்பாடு செய்து திருமானூர்க் கிருஷ்ணையரைச் சென்னையிலேயே வைத்து விட்டு நான் கும்பகோணம் வந்து சேர்ந்தேன். இரண்டு மூன்று நாள் விடுமுறை கிடைத்தாலும் சென்னைக்குப் போய்த் தங்கிப் பத்துப் பாட்டுப் பதிப்பைக் கவனித்து விட்டு வருவேன். அக்காலத் தில் புரசைப்பாக்கம் அஷ்டாவதானம் சபாபதி முதலியாரும், பிறகு தொழுவூர் வேலாயுத முதலியாரும் காலமாயினமை தெரிந்து மிக வருந்தினேன்.

## சென்னை உத்தியோகத்தை மறுத்தது

பூண்டி அரங்கநாத முதலியார் அடிக்கடி எனக்குக் கடிதம் எழுதலாயினர். வசனமாகவும் செய்யுளாகவும் கடிதங்கள் வந்து சென்றன. ஒரு சமயம் அவர் எனக்கு, "தாங்கள் சென்னையிலுள்ள பிரஸிடென்ஸி காலேஜுக்கு வந்தால் உங்கள் பதிப்பு வேலைகள் நன்றாக நடைபெறும். நல்ல சௌகரியங்களும் கிடைக்கும். எனக்கும் திருப்தியாக இருக்கும். உங்கள் சம்மதத்தைத் தெரிவித் தால் அதற்கு வேண்டிய முயற்சிகள் செய்வேன்" என்று எழுதியிருந் தார். முதலியாருக்குச் சென்னையிலிருந்த செல்வாக்கை நான் நன் றாக அறிந்தவன். அவர் மனம் வைத்தால் மிக எளிதில் என்னைப் பிரஸிடென்ஸி காலேஜுக்கு மாற்றும்படி செய்து விடுவார். எனக் கும் சென்னைக்குச் செல்வதில் விருப்பம் இருந்து வந்தது. நான் மேற்கொண்டிருக்கும் தமிழ் நூற்பதிப்புக்குச் சென்னை வாசம் எவ்வளவோ உதவியாக இருக்கும். கும்பகோணத்தில் இருந்தபடியே சென்னையில் பதிப்பை விரைவில் நடத்த முடியவில்லை. ஆதலின், "இறைவன் திருவருள் அரங்கநாத முதலியார் மூலம் தூண்டுகிறது" என்றுதான் முதலில் எண்ணினேன். திருவாவடுதுறைப் பழக்கம் விட்டுப் போகுமே என்ற நினைவு வந்து அந்த எண்ணத்தை மாற்றியது. சுப்பிரமணிய தேசிகர் என்னைக் கும்பகோணத்துக்கு அனுப்பியபோது, "இப்படியே பட்டணத்துக்கும் போய் மகா லிங்கையர், விசாகப் பெருமாளையர் ஆகியவர்கள் இருந்த இடத்தி லும் இருந்து விளங்கவேண்டும்" என்று அன்போடு வாழ்த்தியது என் உள்ளத்தில் அப்போது தோற்றியது. 'பெரியார் அன்போடு கூறியது பலிக்கலாம். அது பலிக்கும் காலமும் இதுவாக இருக்க லாம்' என்று நினைத்தேன். அரங்கநாத முதலியார் எழுதிய கடிதத்தை என் தந்தையாருக்குப் படித்துக் காட்டினேன். அவர், "நல்லதுதான். ஆனால் இங்கே கிடைக்கும் காவேரி ஸ்நானம் அங்கே ஏது? நான் ரெயில் வண்டியில் ஏறுவது இல்லையே. விருத்தாப்பிய காலத்தில் காவேரி தீரத்தை விட்டுப் போக மனம் இடம் கொடுக்கவில்லையே!" என்று சொன்னார். அந்த வார்த் தைகள் பல விதமாகத் தோற்றிய என் யோசனைகளை மாற்றின.

நான் ஒரு முடிவுக்கு வந்தேன். "என் தந்தையாரது முதுமைப் பிரா யத்தைக் கருதி இங்கே இருக்க வேண்டியது அவசியமாக இருக் கிறது" என்று முதலியாருக்கு எழுதி விட்டேன். இது 1889 ஆம் வருஷம் மார்ச்சு மாத ஆரம்பத்தில் நிகழ்ந்தது.

ஏப்ரல் மாத விடுமுறையில் நான் சென்னை சென்றபோது என் தந்தையார் கருத்தை முதலியாருக்கு விளக்கமாகச் சொன் னேன். அவர் ஒப்புக் கொண்டார். அந்த முறை அரங்கநாத முதலி யார் தாம் இயற்றிய கச்சிக்கலம்பகச் செய்யுட்களை எனக்குக் காட் டினார். நான் பார்த்து எனக்குத் தோற்றிய அபிப்பிராயங்களை சொன்னேன். அவர் மிக்க திருப்தியோடு ஏற்றுக்கொண்டார். ஒரு நாள் திருவனந்தபுரம் காலேஜ் புரொபஸர் சுந்தரம் பிள்ளையைச் சந்தித்துப் பேசினேன். அவர் தாம் இயற்றிய மனோன்மணீயமென் னும் நாடகத்திற் பல பகுதிகளைக் காஸ்மொபாலிடன் கிளப்பில் அரங்கநாத முதலியாரிடமும் என்னிடமும் படித்துக் காட்டினார்.

### பதிப்பு நிறைவேறியது

பத்துப்பாட்டின் பெருமையை உணர்ந்த இராஜகோபாலா சாரியார் அதிலுள்ள அரும் பதங்களையும், அருந் தொடர்களையும் தொகுத்து அகராதியாக வெளியிடலாமென்று சொல்லி அகராதி செய்யக் கருவியாகவுள்ள பெட்டி ஒன்றைக் கொணர்ந்து அகராதி செய்யும் முறையைக் காட்டினார். மிகவும் சுலபமாக அகராதி முடிந்ததைப் பார்த்து அந்தப் பெட்டியைப்போல இரண்டு செய்து வைத்துக்கொண்டேன். அது முதல் அகராதி செய்வதென்பது சிறிதும் சிரமமில்லாத காரியமாகி விட்டது.

இறைவன் திருவருளால் 1889ஆம் வருஷம் ஜூன் மாதத்தில் பத்துப் பாட்டு அச்சிட்டு நிறைவேறியது. ஆறே மாதத்தில் அந்த நூல் பூர்த்தியானது பற்றி எனக்கு உண்டான திருப்திக்கு அள வில்லை.

## 109

### சிலப்பதிகார ஆராய்ச்சி

பத்துப்பாட்டின் பதிப்பில் ஆரம்பத்தில் முகவுரையும் அப் பால் நூலின் மூலமும் நச்சினார்க்கினியருரையும் உரைச்சிறப்புப் பாயிரமும் அரும்பத விளக்கம் அருந்தொடர் விளக்கம் பிழை திருத்தம் என்பனவும் இருந்தன.

### பத்துப் பாட்டு முகவுரை

முகவுரையில் பத்துப்பாட்டின் பொதுச் சிறப்பையும், ஒவ் வொரு பாட்டின் வரலாற்றையும், ஏடுதேடிய விவரத்தையும், உதவி

செய்தோர் பெயர்களையும் எழுதினேன். அடுத்தபடியாகச் சிலப் பதிகாரம் வெளியிட எண்ணியதை, "இக்காலத்தே மிக அருகி வழங்குகிற பழைய நூல் ஒவ்வொன்றையும் ஆராய்ந்து வெளியிட மிக்க விருப்பமுடையனேனும் சீவகசிந்தாமணி அச்சிட்டுநிறை வேறிய காலமுதல் கொழும்பு நகரத்துப் பிரபு சிகாமணியும், செந் தமிழ்ப் பாஷாபிமானியுமாகிய மகா-ள-ள-ஸ்ரீ பொ. குமாரசுவாமி முதலியாரவர்கள், ஐந்து காப்பியங்களுள் இரண்டாவதாகிய சிலப்பதிகாரத்தை அடியார்க்கு நல்லாருரையுடன் பதிப்பித்துப் பிரகடனம் செய்ய வேண்டுமென்றும். அந்தச் செலவைத் தாம் கொடுப்பதாகவும் அடிக்கடி அன்போடு எழுதியனுப்புதலால், முந்தி அந்நூலை அவ்வுரையுடன் பதிப்பிக்க நிச்சயித்திருக்கிறேன்' என்று புலப்படுத்தினேன்.

சிந்தாமணி, பத்துப் பாட்டு என்னும் நூல்களின் உரையினால் நச்சினார்க்கினியரது பரந்த நூற் பயிற்சி எனக்குத் தெரிய வந்தது. அவருடைய உரை இல்லாவிடின் பல அரிய செய்திகள் புலப்பட வழியே இல்லை. கலித்தொகை உரையும், தொல்காப்பிய உரைகளும் அவ்வுரையாசிரியரின் பெருமையைப் பின்னும் நன்றாக விளக்கின.

நூலின்பெருமையை யாவரும் உணரும்படி செய்யும் உபகாரிகள் உரையாசிரியர்கள். நச்சினார்க்கினியர் உரையினால் அவருக்குப் பழைய நூலாசிரியர்களிடத்தும் நூல்களிடத்தும் உள்ள பேரன்பும் பிற்காலத்தார் செய்யும் மாற்றங்களில் உள்ள வெறுப்பும் தெரிய வந்தன. தமிழ் வளர்த்த மகோபகாரிகளில் அவர் ஒருவரென்பதே என் கருத்து. பத்துப் பாட்டுப் பதிப்பில் அவர் வரலாற்றைத் தனியே எழுதவில்லை. ஆயினும் அவர் மீது ஒரு துதி கவி பாடி முகவுரையின் ஈற்றில் அமைத்தேன். அது வருமாறு:

"எவனால வாயினிடை யமுதவா யுடையனென
இயம்பப் பெற்றோன்
எவன்பண்டைப் பனுவல்பல விறவாது நிலவவுரை
எழுதி யீந்தோன்
எவன்பரம வுபகாரியெவனச்சி னார்க்கினியன்
எனும்பே ராளன்
அவன்பாத மிருபோது மெப்போது மலர்கவென
தகத்து மன்னோ"

ஒருவாறு இறைவன் திருவருளால் நிறைவேறிய பத்துப் பாட்டோ தமிழ் நாட்டினருடைய பாராட்டைப் பெற்றது. பல அரிய சரித்திரச் செய்திகளும் பண்டைக்காலத் தமிழ் மக்களின் நாகரிக நிலையும் அதனால் தெரிய வந்தன. "பத்துப்பாட்டினைக் கொண்டு பலவகை ஆராய்ச்சிகளைச் செய்யலாம்" என்று அறிஞர் கள் கொண்டாடினர்.

## சிறு நூல்கள்

அந்நூல் அச்சாகி வந்தபோது ஸ்ரீ கச்சியப்ப முனிவர் இயற்றிய ஆனந்த ருத்திரேசர் வண்டு விடு தூது என்னும் பிரபந்தத்தின் மூலத்தையும், மாயூரம் ராமையார் இயற்றிய மயிலை யந்தாதி என்பதன் மூலத்தையும் பதிப்பித்து வெளியிட்டேன்.

பத்துப்பாட்டைப் பெற்ற அன்பர்கள் மிக்க மகிழ்ச்சியை அடைந்து பாராட்டுக் கடிதங்கள் எழுதி எனக்கு ஊக்கத்தை அளித்தனர். அது முதல் சிலப்பதிகார ஆராய்ச்சியில் முழுக் கவனத்தையும் செலுத்தி வந்தேன்.

## கச்சிக் கலம்பக அரங்கேற்றம்

அப்போது பூண்டி அரங்கநாத முதலியார் தாம் இயற்றிய கச்சிக் கலம்பகத்தை அச்சிட்டு முடித்துச் சில பண்டிதர்களைக் கொண்டு சென்னைத் தொண்டை மண்டலம் துளுவ வேளாளர் கலாசாலையில் அரங்கேற்றச் செய்தனர். நானும் வந்து சில பாடல்களை அரங்கேற்ற வேண்டுமென்று அவர் எனக்கு எழுதியமையால் 1889 ஆம் வருஷம் அக்டோபர் மாதம் ஒரு முறையும், நவம்பர் மாதம் ஒரு முறையும் சென்னை சென்று சில நாள் தங்கி அக்கலம்பகத்தின் சில செய்யுட்களை அரங்கேற்றி வந்தேன். அந்த அரங்கேற்றம் நடைபெற்ற காலத்தில் அதைக் கேட்க நூற்றுக் கணக்கான ஜனங்கள் கூடினர். நான் படித்திருந்த பிரபந்தங்களும் வேறு நூல்களும் அப்போது மிகவும் பயன்பட்டன. அரங்கநாத முதலியாருடைய பழக்கம் பின்னும் வன்மையடைந்ததோடு தமிழபிமானிகள் பலருடைய பழக்கம் புதிதாக ஏற்பட்டது. அரங்கநாத முதலியாருடைய செல்வாக்கும் அரங்கேற்றப் பிரசங்கமும் சேர்ந்து எனக்குப் பல வகை நன்மைகளை உண்டாக்கின.

பத்துப் பாட்டுப் பதிப்புக்குச் சென்னையிலிருந்து உதவி செய்து வந்த கிருஷ்ணையர் அப்பதிப்பு முடிந்தவுடன் வேலூருக்குச் சென்று சிலகாலம் இருந்தார். பிறகு சிறுவயல் சென்று அவ்விடத்து ஜமீன்தாராகிய ஸ்ரீ முத்துராமலிங்கத் தேவருடைய ஆதரவில் அவருக்கு நல்ல தமிழ் நூல்களைப் படித்துக் காட்டிக் கொண்டு அரண்மனை வித்துவானாக இருந்து வந்தார். அங்கே இருந்த போதும் எனக்காகப் புறநானூறு முதலிய நூல்களைப் பிரதி செய்து அனுப்பினார்.

## தண்டபாணி விருத்தம் முதலியன

கொழும்புத் துறையிலிருந்த அன்பராகிய தி. குமாரசாமி செட்டியாரென்பவர் அடிக்கடி எனக்குத் தம் அன்பு புலப்படக் கடிதம் எழுதி வந்தார். விநாயக புராணத்தை அச்சிட வேண்டுமென்று பல முறை எழுதினார். திருவாவடுதுறை ஸ்ரீ அம்பலவாண

தேசிகரும் அதனை அச்சிட வேண்டுமென்று என்னிடம் அடிக்கடி சொன்னதுண்டு. அந்நூலைச் சில முறை ஆராய்ந்தேன். பதிப்பிக் கலாமென்று எண்ணியும் அதனை நிறைவேற்றும் பாக்கியம் எனக்குக் கிடைக்கவில்லை.

கொழும்புத் துறையைச் சார்ந்த இலந்தை நகரென்னுமிடத்தில் ஓராலயம் நிறுவி அதன் கண் தண்டபாணியைப் பிரதிஷ்டை செய்து உத்ஸவ விக்கிரகம் முதலியவற்றையும் குமாரசாமி செட்டியார் அமைத்தார். அவ்விரு மூர்த்திகளின் விஷயமாகச் சில செய்யுட்களை இயற்றித்தர வேண்டுமென்று விரும்பி எனக்கு எழுதினார். அவர் விருப்பப்படியே தண்டபாணி விஷயமாகப் பத்து விருத்தங்களும் உத்ஸவ மூர்த்தியாகிய ஸ்ரீ முத்துக்குமாரர் விஷயமாக ஓர் ஊசலும் எச்சரிக்கையும் ஐந்து கீர்த்தனங்களும் இயற்றினேன்.

> "சேதிப் பரிய தவவொழுக்கச் செல்வம் வாய்ந்த குறுமுனிக்குச்
> செவ்வே தமிழி னிலக்கணத்தைச் செப்பி யருளி யொப்பில்லா
> ஆதிச் சங்கத் திடைமேய வதனா லெம்மான் றமிழ்ப்பரம
> ஆசா னென்ப தறிந்தடைந்தே னகற்றா தளித்த னின்கடனே
> சாதிப் பைம்பொற் றருவாதி தழைப்ப வொருமாப் பெருமுதலைத்
> தடிந்தே யரிமுன் னோர்துயரந் தணப்ப வரிமா முகற்றொலைத்
> [தோய்
> தாதிற் பொலிபூஞ் சோலைகளுஞ் சலச மலர்நீர் வாவிகளுந்
> தழைக்கும் வளமா ரிலந்தைநகர்த் தண்ட பாணிப் பெருமானே"

என்ற செய்யுளால் தமிழ் நினைவு என் உள்ளத்தில் மீதூர்ந்து நின்றமை வெளிப்பட்டது.

கீர்த்தனங்களை இயற்றுவதற்குச் சங்கீதப் போக்கு நன்றாகத் தெரிய வேண்டுமென்று கோபால கிருஷ்ண பாரதியாரும் வையை இராமசாமி ஐயரும் சொல்லக் கேட்டிருக்கிறேன். பல்லவிக்கும் அநுபல்லவிக்கும் உள்ள இயைபு, சரணங்களின் பொருளும் பல்லவி யின் பொருளும் தொடர்ந்து நிற்றல், சரணங்களில் முடுக்கு அமைய வேண்டிய முறை முதலிய செய்திகளை அவர்கள் மூலமாகவும் அனுபவத்தினாலும் அறிந்திருந்த எனக்கு அவற்றை அமைத்துக் கீர்த்தனங்கள் இயற்றும் சந்தர்ப்பம் அப்போது வாய்த்தது. சுருட்டி, சகானா, செஞ்சுருட்டி, துஜாவந்தி என்னும் ராகங்களில் கீர்த்தனங் களை இயற்றினேன்.

துஜாவந்தியில் அமைந்த கீர்த்தனத்தில் ஒரு பகுதி வருமாறு:

பல்லவி

உனைமற வாத ஒருவரம் அடியேனுக்
குவந்தருள் புரிந்திடு வாயே

அநுபல்லவி

நனைமலர்ப் பொழிற்செந்தில் நகரி லெழுந்தருளி
நம்பு மடியவர்க் கின்ப மருள்புரி
நாத பரசுக போத வனுதினம் (உனை)

சரணம்

1. உலவும் பசுமயிலு முனது திருவுருவும்
ஒழிவின்றி நினைப்பதெந் நாளோ–துன்பம்
பலவும் புரியுமைந்து புலனுக்கு யான்றொண்டு
பண்ணிச் செலுமடிமை யாளோ–வளம்
குலவும் பரங்கிரித் தேனே–சுர
குலங்களைக் காத்தருள் வோனே–எங்கும்
நிலவும் பரம்பொருள் நீயென் றறிந்ததொண்டர்
நிறைந்த பழனியில் உறைந்த குருபர
நீப மணிந்தப்ர தாப சுரவர (உனை)

கீர்த்தனங்களை எல்லாம் என் தகப்பனாரிடம் படித்துக் காட்டி அவருடைய அங்கீகாரத்தைப் பெற்றேன். குமாரசாமி செட்டியார், செய்யுட்களையும், கீர்த்தனங்களையும் பெற்று மிக்க ஆனந்தமடைந்தார். பிறகு அவை 1891ஆம் வருஷத்தில் கும்ப கோணத்திலேயே என்னால் அச்சிடப்பட்டன.

மதிப்புரைகள்

பத்துப்பாட்டைப்பெற்ற பாலைக்காட்டு முனிஸிபல் சேர்மன் ராவ்பகதூர் பா. ஐ. சின்னசாமி பிள்ளை அந் நூலைப்பற்றி மிக விரிவாக, 'ஹிஸ்டாரிக்ஸ்' என்னும் புனைபெயரோடு சென்னை 'ஹிந்து' பத்திரிகையில் ஒரு மதிப்புரை எழுதினார். அது 13-3-1890–ல் வெளி வந்தது. திருவனந்தபுரம் புரொபஸர் பி. சுந்தரம் பிள்ளை சென்னைக் கிறிஸ்டின் காலேஜ் பத்திரிகையில் ஒரு மதிப்புரை எழுதினார். இவற்றால் தமிழன்பர்களுக்குப் பத்துப்பாட்டினிடம் மதிப்பு உண்டாயிற்று. பலர் மேலும்மேலும் அத்தகைய பண்டைத் தமிழ் நூல்களை வெளியிட வேண்டுமென்று வற்புறுத்தி எழுதலாயினர். அன்பர்களுடைய பாராட்டினால் உண்டான சந்தோஷத்தில் சிலப்பதிகார ஆராய்ச்சியைத் தொடங்கி யமையால் மனம் மிக வேகமாகச் சென்றது. ஆனால் ஏட்டுப் பிரதிகள் அவ்வூக்கத்துக்கு அனுகூலமாக இல்லை. முதல் முதலாக எனக்குச் சேலம் இராமசுவாமி முதலியார் சிலப்பதிகாரம் மூலமும் உரையுமடங்கிய கடிதப் பிரதி ஒன்று கொடுத்தார். அதன் பின்பு

பிள்ளையவர்களுடைய மூலப் பிரதி ஒன்றும் உரைப் பிரதி ஒன்றும் கிடைத்தன. தியாகராச செட்டியார் வைத்திருந்த பிரதி ஒன்று என்னிடம் இருந்தது. இவற்றோடு வேறு சில பிரதிகளும் வைத்திருந் தேன். இவ்வளவு இருந்தும் என் ஆராய்ச்சி தடைபடுவதற்குப் பல காரணங்கள் இருந்தன.

## சிலப்பதிகார உரைகள்

கிடைத்த ஏடுகள் அவ்வளவையும் சோதித்துப் பார்த்தேன். அடியார்க்கு நல்லார் உரை ஒரு பெரிய சமுத்திரமாக இருந்தது. இயலிசை நாடகம் என்னும் முத்தமிழிலுமுள்ள பல நூல்களையும் மணியிலக்கணம், யோகம் முதலிய கலை நூல்களையும் அவர் அங்கங்கே மேற்கோள் காட்டுகிறார். நச்சினார்க்கினியரிடம் காணப்படாத ஒரு நல்ல குணத்தை அடியார்க்கு நல்லாரிடம் கண்டேன். மேற்கோள் காட்டும் நூலின் பெயரையும், சில இடங்களில் அதைப் பற்றிய வரலாற்றையும் அவர் எடுத்துச் சொல்லுகிறார். சீவகசிந்தாமணி உரையிலும் பத்துப் பாட்டு உரையிலும் 'என்றார் பிறரும்' என்பதைக் கண்டு அந்தப் பிறர் யாரென்று தேடித் தேடி ஆராய்ந்து கிடைத்தவற்றைத் தெரிந்து கொள்வதற்காக நான் பட்ட சிரமம் இவ்வளவென்று சொல்ல முடியாது. அந்தச்சிரமத்தை அடியார்க்கு நல்லார் வைக்கவில்லை. இந்தப் பெரிய உபகாரத்தின் அருமையை ஆராய்ச்சி செய்வோர் நன்கு அறிவர்.

சிலப்பதிகாரத்தில் முப்பது காதைகள் உள்ளன. அவற்றுள் ஏழாவதாகிய கானல் வரிக்கும், இருபதாவது பிரிவாகிய வழக்குரை காதை முதலிய பதினொன்றுக்கும் அடியார்க்கு நல்லார் உரை கிடைக்கவில்லை. சிலப்பதிகாரம் முழுவதற்கும் அரும்பதவுரை ஒன்று உண்டு. அதன் பிரதி ஒன்றை என் நண்பர் தேரழுந்தூர் சக்கரவர்த்தி ராஜகோபாலாசாரியர் கொடுத்தார். அது மிகவும் பழுதுபட்டிருந்தது. அடியார்க்கு நல்லாருரைக்கு அது முற்பட்ட தென்று எனக்குச் சில குறிப்புக்களால் தெரிய வந்தது. ஆனாலும் என்பாலிருந்த அப்பிரதியைக் கொண்டு நூற்பொருளைத் தெரிந்து கொள்வது மிகவும் அரிய செயலாக இருந்தது. அடியார்க்கு நல்லார் உரையில் சில இடங்கள் நன்கு விளங்குவதற்கு அரும்பதவுரைக் குறிப்புக்கள் நன்கு உதவின.

## உரையிற் குறை

அடியார்க்கு நல்லார் தம்உரையில் ஓரிடத்தில், 'கானல் வரியில் விரியக் கூறுவம்' என்றும், கானல் வரியின் பின் ஓரிடத்தில் 'முன்னர் ஆணி யென்பதனுட் கூறினாம்' என்றும் எழுதியிருக்கிறார். இவற்றைப் பார்த்த போது அவர் கானல்வரிக்கு உரை எழுதியிருக் கிறாரென்பது நிச்சயமாயிற்று. வேறிடங்களில் அழற்படுகாதைக்

கண்ணே விரித்துக் கூறுதும், 'கட்டுரை காதையுள் விரியக் கூறுவாம்' என்றும் எழுதியிருத்தலால் பின்னுள்ள காதைகளுக்கும் உரை எழுதியிருக்கக் கூடுமென்று தோற்றியது. ஆகவே மீண்டும் தமிழ்ச் சுவடிகள் தேடும் யாத்திரையை மேற்கொண்டு சிலப்பதிகாரப் பிரதிகளைக் கண்டுபிடிக்க வேண்டுமென்று நிச்சயம் செய்து கொண்டேன்.

உரையிலுள்ள குறை ஒரு பால் இருப்ப, அதன் கண் வரும் இசை நாடகப் பகுதிகள் இக்காலத்தில் வழங்காதனவாக இருந்தன. அவற்றைச் செப்பஞ் செய்வதற்கு நெடுங் காலம் ஆகுமென்றஞ் சினேன். 'எதைத் தொட்டாலும் சிரமத்தின் மேற் சிரமமாக இருக்கிறதே' என்ற எண்ணம் உண்டாயிற்று.

## அன்பர்களுக்கு எழுதிய கடிதங்கள்

அது காறும் தேடாத இடங்களுக்குப் போய்ப் பார்க்கலா மென்ற நினைவு உண்டாகவே, "சேலத்தைச் சார்ந்த இடங்களில் தமிழ்ச் சுவடிகள் கிடைக்கலாம். சிலப்பதிகாரத்தின் பிற்பகுதிக்கு உரை கிடைக்கவில்லை. தஞ்சைவாணன் கோவைக்கு உரை எழுதிய சொக்கப்ப நாவலர் முதலிய புலவர்கள் சேலத்தில் இருந்ததாகக் கேள்வி. அவர்கள் பரம்பரையினர் இருந்தால் தெரிவிக்க வேண்டு கிறேன். அங்கே தேடிப் பார்த்தால் எவையேனும் கிடைக்கலாம். தங்கள் உதவி வேண்டும்" என்று சேலம் இராமசுவாமி முதலி யாருக்கு எழுதினேன்.

குன்றக்குடி மடத்தில் முக்கியமான காரியஸ்தராக இருந்த அப்பாப் பிள்ளை என்பவருக்குச் சிவகங்கையைச் சார்ந்த இடங் களில் தமிழ் ஏட்டுச் சுவடிகள் கிடைக்கக் கூடுமென்றும், இருக்கும் இடம் தெரிந்தால் நான் வந்து பார்ப்பேனென்றும் எழுதினேன். அக்காலத்தில் பொ. குமாரசாமி முதலியார் தம்முடைய குமாரரைப் படிப்பிக்கும் பொருட்டு லண்டனுக்குச் சென்றிருந்தார். அங்கிருந்து அவர் எனக்குக் கடிதம் எழுதினார். அங்கே சில காலம் இருந்து பிரான்சு, ஜெர்மனி முதலிய தேசங்களைப் பார்த்துக் கொண்டு வர உத்தேசித்திருப்பதாகவும் அங்கே பல சிறந்த புத்தக சாலைகள் உண்டென்றும் இந்தியாவிலிருந்து சென்ற பல ஏட்டுச் சுவடிகள் அவற்றிலுள்ளனவென்று தெரிவதாகவும் அவர் அதில் தெரிவித்தார். நான் உடனே சிலப்பதிகாரம் இருக்கிறதா என்று ஆராயவேண்டுமென்று பதில் எழுதினேன்.

சேலம் இராமசுவாமி முதலியாரிடமிருந்து அனுகூலமான விடை வந்தது. ஒரு குறிப்பிட்ட காலத்தில் சிலப்பதிகார நூல் சம்பந்தமான யாத்திரையைத் தொடங்கிச் சேலத்துக்குப் புறப்பட் டேன்.

# 110

## பயனற்ற பிரயாணம்

சேலத்துக்குப் புறப்பட்டுச் செல்லுகையில் திருச்சிராப் பள்ளியில் இறங்கி அங்கே சில இடங்களில் ஏடு தேடலானேன். திரு. பட்டாபிராம பிள்ளையின் உதவியால் சில வித்துவான்களுடைய வீடுகளுக்குச் சென்று பார்த்தேன். எஸ்.பி.ஜி.காலேஜில் தமிழ்ப் பண்டிதராக இருந்த அண்ணாசாமிபிள்ளை என்பவரிடத்தில் புறத்திரட்டும் வீர சோழிய உரைப் பிரதியும் இருந்தன. வீர சோழியச் சுவடியில் அச்சுப் புத்தகத்தில் இல்லாத சில பகுதிகள் காணப்பட்டன.

### புறத்திரட்டு

முதலில் ஏடு தேடுகையில் அச்சிட்ட புத்தகங்களின் ஏடுகளாக இருந்தால் அவற்றை அதிகமாகக் கவனிப்பதில்லை. நாளடைவில் செய்து வந்த ஆராய்ச்சியால் அச்சிட்ட புத்தகங்களிலுள்ள பிழைகளைத் திருத்திக் கொள்வதற்கும், நல்ல பாடங்களைத் தெரிந்து கொள்ளுவதற்கும் ஏட்டுப் பிரதிகள் மிக்க உதவியாக இருப்பதை உணர்ந்தேன். ஆதலின் அது முதல் அச்சிட்டவற்றின் ஏட்டுப் பிரதிகள் கிடைக்குமேல் அவற்றையும் பொன்னேபோலப் போற்றி ஆராய்ச்சி செய்யும் வழக்கத்தை மேற்கொண்டேன். அண்ணாசாமி பிள்ளையிடமிருந்து அப்போது புறத்திரட்டை மாத்திரம் பெற்றுக் கொண்டேன்.

### வரகனேரி

அப்பால் திருச்சிராப்பள்ளியைச் சார்ந்த வரகனேரியில் பிள்ளையவர்களுடைய மாணாக்கராகிய சவரிமுத்தாபிள்ளை யென்னும் கனவானது வீட்டுக்குப் போனேன். கிறிஸ்தவராக இருந்தாலும் அவர் பல சைவப் பிரபந்தங்களையும் புராணங்களையும் சாஸ்திரங்களையும் பிள்ளையவர்கள் இயற்றிய நூல்களையும் சேகரித்து வைத்திருந்தார். அவற்றில் எனக்கு வேண்டிய சிலவற்றைப் பெற்றுக் கொண்டேன். நேஷனல் ஹைஸ்கூலில் தமிழ்ப் பண்டிதராக இருந்த ஆறுமுக நயினாரென்பவரிடம் சில ஏடுகள் இருந்தன. அவற்றைப் பார்த்தேன். பதினெண் கீழ்க்கணக்கு நூல்களிற் சிலவற்றைக் கண்டேன். இன்னும் சில இடங்களையும் பார்த்தேன். ஓரிடத்திலும் சிலப்பதிகாரப் பிரதி கிடைக்கவே இல்லை. திரிசிரபுரத்துக்கருகேயுள்ள ஒரு பேட்டையில் இருந்த வித்துவான் சுப்பிரமணிய ஐயரிடமிருந்த சில அருமையான பிரபந்தங்கள் முதலியவை கிடைத்தன.

திருச்சிராப்பள்ளியிலிருந்து குழித்தலை சென்று அதன் அருகிலுள்ள ஊர்களில் ஏடுகளைத் தேடினேன். எனக்கு உதவியாக ஒன்றும் கிடைக்கவில்லை. அப்படியே சேலத்தை அடைந்தேன்.

## சேலம்

சேலம் இராமசுவாமி முதலியாருடைய உதவியால் என் முயற்சி எளிதில் நிறைவேறுமென்று மகிழ்ந்தேன். சொக்கப்ப நாவலருடைய பரம்பரையினர் யார் இருக்கிறார்களென்று விசாரித்த போது சபாபதி முதலியாரென்று ஒருவர் இருந்தது தெரிந்தது. அவர் வீடு தேடிச் சென்றேன். நான் எதிர்பார்த்தபடியே அங்கே பல பழைய ஏட்டுப் பிரதிகள் இருந்தன. மிக்க வேகத்தோடு அவற்றைப் புரட்டிப் புரட்டிப் பார்த்தேன். பெரும்பாலான ஏட்டுச் சுவடிகள் பழுது பட்டும், குறைந்தும், ஒடிந்தும், இடையிடையே முறிந்தும், மிகவும் சிதிலமுற்றும் காணப்பட்டன. அவற்றில் எனக்கு வேண்டியதாக ஒன்றும் கிடைக்கவில்லை. கம்பராமாயணம் ஏழு காண்டமும் தனித் தனியே உள்ள ஏழு பிரதிகள் கிடைத்தன. சேலத்தைச் சார்ந்த சூரமங்கலத்தில் ஆறுமுகம் பிள்ளை என்ற சித்த வைத்தியர் ஒருவர் இருந்தார். அவர் வீட்டில் கணக்கில்லாத ஏட்டுச் சுவடிகள் உள்ளன என்று கேள்வியுற்று அங்கே போய்ப் பார்த்தேன். ஆறுமுகம் பிள்ளை சுறுசுறுப்பாக இருந்தார். முகத்தில் நல்ல தெளிவு இருந்தது. "உங்கள் பிராயம் என்ன?" என்று நான் கேட்டேன். *97* என்றார். நான் ஆச்சரியத்தில் மூழ்கினேன். அதிக மாகப் போனால் அறுபது பிராயம் இருக்கலாமென்றுதான் மதிப்பிடும்படி இருந்தது அவர் தோற்றம், "இவர் மற்றவர் உடம்பை மாத்திரம் பாதுகாப்பவரல்லர்; தம் உடம்பையும் பாதுகாத்துக் கொள்பவர்" என்று எண்ணிக் கொண்டேன்.

## அகத்தியர் நூல்

அவர் தம் வீட்டில் தனியே ஓர் அறையில் ஏட்டுச் சுவடிகளை ஒழுங்காக அடுக்கி வைத்திருந்தார். உள்ளே புகுந்தபோது ஐந்நூறுக்குக் குறையாத ஏடுகள் இருக்கலாமென்று தெரிந்தது. "இவற்றில் பழைய சுவடிகள் என்ன என்ன இருக்கின்றன?" என்று கேட்டேன்.

"எல்லாம் பழைய சுவடிகளே; அகஸ்தியர் இயற்றிய நூல்கள் முதற் கொண்டு எல்லாம் இருக்கின்றன" என்றார்.

அகஸ்தியரென்றவுடன் அவர் இயற்றிய அகத்தியமென்ற பெரிய இலக்கண நூல்தான் ஞாபகம் வந்தது. "எங்கே, அந்தச் சுவடியை எடுங்கள்" என்று சொல்லி உட்கார்ந்தேன். அவர் ஏதோ ஒன்றை எடுத்துக் கொடுத்து, "எங்கள் குடும்பம் பரம்பரையாக இந்தச் சுவடிகளைக் காப்பாற்றி வருகிறது. மிகவும் அருமையான சுவடிகள் இவை. இங்கே உள்ளவற்றை வேறிடங்களிற் பார்ப்பது அரிது" என்றார்.

நான் ஏட்டைப் பிரித்துப் பார்த்தேன். எழுத்துக்கள் மிகவும் விளக்கமாக இருந்தன. ஏட்டின் தலைப்பில் 'அகஸ்தியர் பூரணம்' என்பது போன்ற ஏதோ ஒரு பெயர் இருந்தது. உள்ளே புரட்டினேன்.

அது வைத்திய நூலாக இருந்தது. அகஸ்திகர் இயற்றியனவாக வழங்கும் பல நூல்கள் அங்கே இருந்தன எல்லாம் வைத்திய நூல்களே. சில சுவடிகளைப் பார்த்துச் சலித்தேன்.

"இலக்கண இலக்கிய ஏடு ஒன்றும் இல்லையா?" என்று ஆறு முகம் பிள்ளையைக் கேட்டேன்.

அவர் இல்லையென்று சொல்லி விட்டார். நான் பேசாமல் வந்த வழியே திரும்பினேன்.

## பாகற்பட்டி

பிறகு பாகற்பட்டி என்னும் ஊருக்குப் போய் அவ்வூர் மிட்டா தாராகிய ஸ்ரீநிவாஸ நாயகரென்பவருடைய புஸ்தகசாலையைப் பார்த்தேன். அவர் தமிழன்புமிக்கவர். கம்பராமாயணத்தில் பற்றுடையவர். அவர்பால் நூற்றைம்பது வருஷங்களுக்கு முன் எழுதப்பட்டனவான கம்பராமாயணப் பிரதிகள் பத்து இருந்தன. போகும் இடங்களிலெல்லாம் எங்கெங்கே ஏட்டுச் சுவடிகள் உள்ளனவென்பதை விசாரித்துக் கொண்டே இருந்தேன்.

## சிற்பச் செல்வம்

தாரமங்கலமென்னும் ஊரில் உள்ள ஆலயத்தில் மிகவும் சிறந்த சிற்பங்கள் உள்ளனவென்றும், அங்குள்ள ஆதி சைவர்கள் வீடுகளில் பழஞ் சுவடிகள் இருக்குமென்றும் கேள்வியுற்று அங்கே போனேன். முதலில் ஆதி சைவர்களை அணுகி அவர்களிடமுள்ள ஏடுகளைக் கவனித்தேன். பெரும்பாலும் ஆகமங்களும் பத்ததி களுமாகவே இருந்தன.

ஆலயத்திற்குச் சென்றேன். நான் கண்ட சிற்பக் காட்சியை எழுதித் தெரிவிப்பதென்பது இயலாத காரியம். ஒவ்வொரு தூணிலும் மிகப் பெரிய சிற்ப உருவங்களைக் கண்டேன். ஒன்றைப் பார்த்து அனுபவிக்க ஒரு நாள் வேண்டும். இராமர் வாலியை எய்யும் கோலத்தை விளக்கும் சிற்பம் ஒன்று உண்டு. இராமர் உருவத்தின் அருகிற் சென்று பார்த்தால் வாலியின் உருவம் தெரிகிறது. வாலியின் உருவத்துக்கருகிலிருந்து பார்த்தால் இராமபிரான் உருவம் தெரியவில்லை. இராமர் மறைந்திருந்து வாலியை எய்தாரென்ற வரலாற்றைச் சிற்பி எவ்வளவு நன்றாக அமைத்துக் காட்டியுள்ளானென்றெண்ணி வியந்தேன். அந்த ஆலயத்துக் கெதிரில் வேறு ஒரு சிவாலயம் உண்டு. அதனுள்ளே பல லக்ஷம் பொருட் செலவு செய்தாலும் அமைப்பதற்கரிய சிற்ப உருக்கள் பல இருந்தன. எல்லாம் சிறிய அளவில் சிற்பியின் வித்தகத் திறனை நன்றாக விளக்கும் அற்புத வடிவங்களாக உள்ளன. அந்தக் கோவிலுக்கு மூங்கிற் பிளாச்சினால் செய்யப்பட்ட ஒரு கதவை அமைத்திருந்தார்கள். உள்ளே கலையழகு பொழியும் சிற்ப உருவக் களஞ்சியம் நம் முன்னோர்களின் உயர்ந்த கலைத் திறமைக்கு

அடையாளமாக நிலவியது; புறத்திலோ நம் காலத்தினரது அசட்டைக்கும் வறுமைக்கும் அடையாளமாக அவலக்ஷணமான மூங்கிற் பிளாச்சுக் கதவு நின்றது. "இதற்குள்ளே என்ன இருக்கப் போகிறது?" என்ற நினைவை அந்தக் கதவு உண்டாக்கும். ஆனாலும் உண்மை தேர்பவர்கள் அதன் விகார ரூபத்தைப் பொருட்படுத்தாமல் உள்ளே சென்றால் அரும்பெறற் சிற்ப விலாஸத்தைக் கண்டு மகிழலாம். மூங்கிற் பிளாச்சுக் கதவைத் திறந்தபோது என் கையை அது குத்தியது; உள்ளே போய்ப் பார்த்துவிட்டு வந்தபோது அது கண்ணையும் கருத்தையும் குத்தியது. இந்த நாட்டின் நிலைக்கு நான் இரங்கி வருந்தினேன்.

அச்சிறுகோயிலுக்கருகே வட்டமான குளமொன்றைக் கண்டேன். அங்கும் பல சிற்ப வேலைகள் என் கண்ணுக்கு விருந்தாயின. என்னுடன் வந்த ஒருவர், "இதோ ஒரு வேடிக்கை காட்டுகிறேன், பாருங்கள்" என்றார். நான் கவனித்தேன். ஒரு கல்லை எடுத்து அக்குளத்தில் நேரே ஓங்கி அடித்தார். அந்த கல் உடனே எதிர்ப் பக்கத்திலடித்து அங்கிருந்து மீட்டும் எதிர்த்தடித்து இப்படியே மூன்று பக்கங்களிலும் பந்து போலடித்து மீட்டும் பழைய இடத்துக்கே திரும்பி வந்தது. "இவை யாருடைய திருப்பணி?" என்று கேட்டேன். "பழைய காலத்தில் அரசாங்க அதிகாரியாக இருந்த கட்டியப்ப முதலியாருடைய திருப்பணி" என்று அவர் கூறினார்.

தாரமங்கலம் சென்றதில் சிலப்பதிகாரம் கிடைக்காவிட்டாலும் சிற்பச் செல்வத்தைக் கண்டு களித்த திருப்தி உண்டாயிற்று. அங்கிருந்து வேறு சில ஊர்களுக்குச் சென்று தேடியும் சிலப்பதி காரம் கிடைக்கவில்லை. சில வீர சைவர்கள் வீட்டில் பெஸ்கி பாதிரியார் தொகுத்த சதுரகராதி என்ற நூல் ஏட்டில் எழுதப்பெற்ற பகுதிகளைக் கண்டேன். 'வண்டி ஓரிடத்திலே; ஓடம் வண்டியிலே' என்று ஒரு பழமொழி சொல்லுவார்கள். ஏட்டுச்சுவடியிலுள்ள பழைய நூல்களை அச்சிடுவதைக் கண்டவன் நான். அச்சிலிருந்த சதுரகராதியை ஏட்டில் எழுதி வைத்திருப்பதை அன்று கண்டு நான் தமிழ் மக்களிடத்தில் பழைய வழக்கம் எவ்வளவு ஊறியுள்ள தென்பதை உணர்ந்தேன்.

### கரிவலம் வந்த நல்லூர்

இந்தப் பிரயாணத்தில் ஒன்றும் அகப்படாமற் போகவே கும்ப கோணம் வந்து சேர்ந்தேன். எப்படியாவது நல்ல சிலப்பதிகாரப் பிரதிகள் கிடைத்தாலொழிய எனக்குத் தூக்கமே வராதென்று தோன்றியது. மீண்டும் பாண்டி நாட்டுக்குப் போய்ச் சுவடிகளைத் தேட வேண்டுமென்று முடிவு செய்தேன். காலேஜ் வேலையோடு ஏடுதேடும் வேலையையும் வைத்துக்கொள்வது சிரமமாக இருந்தது. திருநெல்வேலிப் பக்கம் போனால் சில நாட்கள் அவகாசத்தோடு

தேட வேண்டும். காலேஜ் வேலை அதற்கு இடங் கொடாமையால் ஒவ்வோரிடமாகத் தேடலாமென்றெண்ணி ஒரு முறை கரிவலம் வந்த நல்லூருக்குப் புறப்பட்டுச் சென்றேன். சுப்பிரமணிய தேசிகர் இருந்த காலத்தில் அவ்வூருக்கு முன்பு ஒரு முறை போயிருந்தேன். வரகுண பாண்டியருடைய ஏட்டுச் சுவடிகளெல்லாம் ஆலயத்தில் வைத்திருப்பதாகக் கேள்வியுற்றேன். அந்த நினைவினால்தான் அத்தலத்திற்கு இரண்டாமுறை போகலானேன்.

நேரே கோயிலை அடைந்து பால்வண்ண நாதர் சந்நிதிக்குச் சென்றேன். வரகுண பாண்டியர் மிக எளிய நடையில் மனத்தை உருக்கும் வண்ணம் பாடிய பாடல்கள் தமிழன்பர்களுக்கு அப்பெரு மானது நினைவை உண்டாக்கும். சந்நிதியில் நின்று,

"முன்னைப் பிறப்பின் தவப்பயனோ முழுது மறியா மூடனிவன்
என்னக் கருத்தில் இரங்கியோ யாதோ அறியேன் இரவு பகல்
கன்னற் பாகிற் கோற்றேனிற் கனியிற் கனிந்த கவிபாட
அன்னப் பழன வயற்கருவை ஆண்டா னென்னை
ஆண்டதுவே"

என்ற பாடலைச் சொல்லி, "உன்னுடைய திருவருளைத் துணையென நம்பித் தமிழ்த் தொண்டை மேற்கொண்டிருக்கிறேன். சிலப்பதிகாரப் பிரதி கிடைக்கும்படி செய்ய வேண்டும்" என்று பிரார்த்தித்துக் கொண்டேன். பிறகு சுவடிகள் எங்கே உள்ளன வென்று விசாரிக்கலானேன். தேவஸ்தானத்தின் தர்மகர்த்தாவைத் தேடிச் சென்றபோது அவரைச் சேர்ந்த ஒருவரைக் கண்டேன். வரதுங்கராம பாண்டியருக்கு வருஷந்தோறும் ஆலயச் செலவில் சிராத்தம் நடந்து வருவதாகக் கேள்வியுற்றிருந்தேன். அது நடந்து வருகிறதா என்று கேட்டேன்.

நடந்து வருவதாக அவர் சொன்னார்.

நான்: வரகுண பாண்டியர் வைத்திருந்த ஏட்டுச் சுவடிக ளெல்லாம் ஆலயத்திலே இருக்கின்றனவாமே?

அவர்: அதெல்லாம் எனக்குத் தெரியாது. என்னவோ வைக்கோற்கூளம் மாதிரி கணக்குச் சுருணையோடு எவ்வளவோ பழைய ஏடுகள் இருந்தன.

நான்: அப்படியா! அவை எங்கே இருக்கின்றன? தயை செய்து அந்த இடத்திற்கு அழைத்துப் போவீர்களா?

அவர்: அதற்குள் அவசரப்படுகிறீர்களே? வரகுணபாண்டியர் இறந்த பிறகு அவர் சொத்தெல்லாம் கோயிலைச் சேர்ந்துவிட்ட தாம். அவர் வைத்திருந்த ஏட்டுச் சுவடிகளெல்லாம் அப்போது தான் கோவிலுக்கு வந்தனவாம்.

நான்: அது தெரியும். இப்போது அவை எங்கே இருக்கின்றன?

அவர்: குப்பை கூளமாகக் கிடந்த சுவடிகளை நான் பார்த்திருக்கிறேன். எந்தக் காலத்துக் கணக்குச் சுருணைகளோ!

நான்: வேறே ஏடுகள் இல்லையா?

அவர்: எல்லாம் கலந்துதான் கிடந்தன.

எனக்கு அவர் தாமதப்படுத்துவதனாற் கோபம் வந்தது.

நான்: வாருங்கள் போகலாம்.

அவர்: ஏன் கூப்பிடுகிறீர்கள்? அந்தக் கூளங்களையெல்லாம் என்ன செய்வதென்று யோசித்தார்கள். ஆகம சாஸ்திரத்தில் சொல்லியிருக்கிறபடி செய்துவிட்டார்கள்.

எனக்கு ஒன்றும் புரியவில்லை. "என்ன செய்து விட்டார்கள்?" என்று பதற்றத்துடன் கேட்டேன்.

"பழைய ஏடுகளைக் கண்ட கண்ட இடங்களிலே போடக் கூடாதாம். அவற்றை நெய்யில் தோய்த்து ஹோமம் செய்துவிட வேண்டுமாம்; இங்கே அப்படித்தான் செய்தார்கள்."

"ஹா!" என்று என்னையும் மறந்துவிட்டேன்.

"குழி வெட்டி அக்கினி வளர்த்து நெய்யில் தோய்த்து அந்தப் பழைய சுவடிகள் அவ்வளவையும் ஆகுதி செய்து விட்டார்கள்" என்று அவர் வருணித்தார். இப்படி எங்காவது ஆகமம் சொல்லுமா? 'அப்படிச் சொல்லியிருந்தால் அந்த ஆகமத்தையல்லவா முதலில் ஆகுதி செய்ய வேண்டும்!' என்று கோபம் கோபமாக வந்தது. பழங்காலத்திற் பழைய சுவடிகள் சிதிலமான நிலையில் இருந்தாற் புதிய பிரதி பண்ணிக்கொண்டு பழம் பிரதிகளை ஆகுதி செய்வது வழக்கம். புதுப்பிரதி இருத்தலினால் பழம் பிரதி போவதில் நஷ்டம் ஒன்றும் இராது. பிற்காலத்து மேதாவிகள் பிரதி செய்வதை மறந்துவிட்டுச் சுவடிகளைத் தீக்கு இரையாக்கும் பாதகச் செயலைச் செய்தார்கள். என்ன பேதைமை! இத்தகைய எண்ணத்தால் எவ்வளவு அருமையான சுவடிகள் இந்த உலகிலிருந்து மறைந்தன!

வரகுண பாண்டியர் ஏடுகள் அக்கினி பகவானுக்கு உணவாயிற்றென்ற செய்தியைக் கேட்டது முதல் என் உள்ளத்தில் அமைதி இல்லாமல் போயிற்று. 'இனி இந்த நாட்டிற்கு விடிவு உண்டா!' என்றெல்லாம் மனம் நொந்தேன். நான் இரண்டு நாட்கள் தங்கிப் பார்க்கலாமென்ற விருப்பத்தோடு வந்தேன். எனக்குச் சிரமம் கொடுக்காத நிலையில் அவர்கள் செய்து விட்டார்கள். மறுபடியும் ஆலயத்துள் சென்றேன். "இந்த அக்கிரமம் இனியாகிலும் நடவாதபடி திருவுள்ளம் இரங்க வேண்டும்" என்று இறைவனிடம் முறையிட்டேன்.

"சிந்தனை யுனக்குத் தந்தேன் திருவருளெனக்குத் தந்தாய்
வந்தனை யுனக்குத் தந்தேன் மலரடி யெனக்குத் தந்தாய்

பைந்துண ருனக்குத் தந்தேன் பரகதி எனக்குத் தந்தாய்
கந்தனைப் பயந்தநாதா கருவையில் வாழுந்தேவே”

என்று துதித்து விட்டு வெறுங்கையோடு கும்பகோணம் வந்து சேர்ந்தேன்.

இந்த இரண்டு பிரயாணங்களும் பயனற்ற பிரயாணமாக முடிந்தன. ‘இறைவன் திருவருள் என்று சிலப்பதிகாரத்தின் நல்ல பிரதியை நமக்குக் கிடைக்கச் செய்யுமோ’ என எண்ணியபடியே ஆராய்ச்சியை நடத்தி வந்தேன்.

# 111

## பல ஊர்ப் பிரயாணங்கள்

1890ஆம் வருஷம் கோடை விடுமுறையில் சிலப்பதிகாரப் பிரதிகளைத் தேடுவதற்காகத் தென்பாண்டி நாட்டை நோக்கிப் புறப்பட்டேன். அங்கங்கே உள்ள கிளை மடங்களில் அதிகாரி களுக்கு என் வரவைத் தெரிவித்து வேண்டிய உதவி புரியும்படி திருவாவடுதுறை அம்பலவாண தேசிகர் உத்தரவு அனுப்பினார்.

### திருநெல்வேலி

முதலில் திருநெல்வேலியை அடைந்து அங்கே முன்பு பாராத இடங்களில் ஏட்டுச் சுவடிகளைத்தேட எண்ணியபோது கவிராஜ ஈசுவர மூர்த்திப் பிள்ளை மிக்க உதவியாக இருந்தார். முந்திய தடவை தேடிய இடங்களிலேயே மீண்டும் தேடலானேன். பத்துப் பாட்டைத் தேடும்போது அந்த நூலில் மாத்திரம் கவனம் இருந்தது. இப்போது சிலப்பதிகாரத்தின் மேற் கருத்துச் சென்றது. சாலி வாடீசுவர ஓதுவார் வீட்டில் சிலப்பதிகார மூலப் பிரதி ஒன்றும் மூலமும் உரையும் உள்ள பிரதி ஒன்றும் கிடைத்தன. அந்த உரைப் பிரதியில் உரை குறையாகவே இருந்தது. அப்பால் திருப்பாற்கட னாதன் கவிராயர் வீட்டுக்கும் பிறகு பாளையங்கோட்டையில் சில இடங்களுக்கும் போய்ப் பார்த்தேன். சிலப்பதிகாரம் கிடைக்க வில்லை. ஸ்ரீவைகுண்டம் முதலிய இடங்களுக்குச் செல்ல எண்ணி னேன். பெருங்குளமென்னும் ஊரில் செங்கோல் மடம் என்ற ஆதீனமொன்று இருக்கிறதென்றும் அதன் தலைவர் தமிழ்ப் பயிற்சி யுள்ளவரென்றும் தெரிந்தது. அங்கே போய்ப் பார்க்கவும் கருதி னேன். என் கருத்தையறிந்த என் நண்பராகிய வக்கீல் ஏ. கிருஷ்ண சாமி ஐயர் அந்த மடாதிபதிக்கு ஒரு கடிதம் எழுதிக் கொடுத்தார்.

### ஸ்ரீவைகுண்டம்

முதலில் ஸ்ரீவைகுண்டத்தில் ஒரு கவிராயர் வீட்டுக்குச் சென்றேன். அங்கே எண்பது பிராயமுள்ள வைகுந்தநாதன் கவிராய

ரென்பவர் உட்கார்ந்திருந்தார். அவரிடம் பேசிக்கொண்டிருந்த போது பல பழைய தமிழ்ப் பாடல்களைச் சொன்னார். பிறகு நான் ஏடு தேட வந்திருப்பதை அவரிடம் சொல்லி அவர் வீட்டில் உள்ள ஏடுகளைப் பார்க்க வேண்டுமென்று கேட்டுக் கொண்டேன். அந்த முதியவர் சிரித்தபடியே, "இந்தக் காலத்தில் ஏட்டுச் சுவடி களைத் தேடுபவர்களும் இருக்கிறார்களா? இங்கிலீஷ் படிப்பு வந்த பிறகு தமிழை யார் கவனிக்கிறார்கள்? தமிழ் ஏடுகளை யார் பாது காக்கிறார்கள்? எல்லாம் அச்சுப் புத்தகங்களாக வந்து விட்டனவே" என்றார்.

"அச்சுப் புத்தகங்கள் எப்படி வந்தன? ஏட்டுச் சுவடிகளை உங்களைப் போன்றவர்கள் பாதுகாத்து வைத்திருந்தமையால் அவற்றைப் பார்த்து அச்சிடுகிறார்கள். உங்கள் வீட்டிலுள்ள ஏடுகளைப் பார்க்கும்படி அனுமதி செய்யவேண்டும்" என்று கேட்டேன்.

"என்னிடம் பழைய ஏட்டுச் சுவடிகள் பல இருந்தன. என் பிள்ளைகள் இங்கிலீஷ் படித்து உத்தியோகத்துக்குப் போய் விட்டார்கள். இனிமேல் இந்த ஏடுகளை யார் காப்பாற்றப் போகிறார்களென்ற எண்ணத்தால் யார் யார் எது எதைக் கேட்டார்களோ அவர்களுக்கெல்லாம் கொடுத்து விட்டேன்."

"நாம் அப்பொழுதே வராமற் போனோமே" என்று இரங்கி னேன். கிழவர் தாம் படிப்பதற்காக வைத்திருந்த சில ஏட்டுச் சுவடிகளை எடுத்துக் காட்டினார். எனக்கு வேண்டியது ஒன்றும் கிடைக்கவில்லை.

### பெருங்குளம்

அவரிடம் விடை பெற்றுக்கொண்டு பெருங்குளத்தை அடைந்து அங்குள்ள செங்கோல் மடத்துக்குப் போய் மடாதி பதியைக் கண்டேன். நான் போனபொழுது அவர் வீணை வாசித்துக் கொண்டிருந்தார். மிக்க அன்போடு பேசி என்னை உபசரித்தார். "தங்களுக்கு யமகந்திரிபுகளில் நல்ல தேர்ச்சியுண்டு என்று கேட்டிருக்கிறோம். சிலவற்றைச் சொல்ல வேண்டும்" என்றார். எல்லாரையும் வசப்படுத்தும் கலையாகிய சங்கீதத்திலே இன்பம் காணும் அவர் மிகவும் சிரமப்பட்டுப் பொருள் தெரிதற் குரிய யமகந்திரிபுகளிலும் இன்பங் காணும் இயல்பினராக இருந் தமை எனக்கு ஆச்சரியத்தை விளைவித்தது. அவர் விரும்பிய பொருள் என்னிடம் நிரம்ப இருந்தது. ஸ்ரீ மீனாட்சிசுந்தரம் பிள்ளை யவர்கள் இயற்றிய திரிபுயமக அந்தாதிகளிலிருந்து பல பாடல் களைச் சொன்னேன். 3 எழுத்து முதல் 13 எழுத்துக்கள் வரையில் யமகமாக அமைந்த செய்யுட்களையும் அவற்றின் பொருளையும் சொன்னேன். கேட்டுக் கேட்டு அவர் மகிழ்ச்சி அடைந்தார். நான் வந்த காரியத்தை அறிந்து தம்மிடமுள்ள ஏடுகளெல்லாவற்றையும்

நான் பார்க்கும்படி செய்தார். பல பிரபந்தங்களும் புராணங்களும் அச்சிட்ட நூல்களும் இருந்தன. குறுந்தொகை மூலம் ஒரு பிரதி இருந்தது.

அன்று முழுவதும் அங்கே தங்கி அவருடன் சல்லாபம் செய்து கொண்டிருந்தேன். அவ்வூரிலுள்ள ஆலயத்திற்கு என்னை அழைத்துச் சென்று அதன் சிறப்பை அவர் எடுத்துரைத்தார். அங்கே உக்கிரபாண்டியர் அரசாட்சி செய்தாரென்றும், அவராற் பூசிக்கப் பெற்றமையின் அவ்வூர்ச் சிவபெருமானுக்கு உக்கிர வழுதீசுவரர் என்னும் திருநாமம் வழங்குகிறதென்றும் அறிந்தேன். அந்தப் பாண்டியர் முன்னிலையில் நக்கீரனார் முதலிய சங்கப் புலவர்கள் கூடிய இடத்தில் திருக்குறள் அரங்கேற்றம் நடை பெற்றதென்றும் அங்ஙனம் நடந்த இடம் அதுவேயென்றும் கூறி, அதற்கு அடையாளமாகச் சிவாலயத்தில் 49 புலவர்களின் வடிவ மும் உக்கிர பாண்டியர் வடிவமும் அமைந்துள்ள இடத்தை அவர் காட்டினார். 'இங்கே அவர்கள் இருந்தார்களோ இல்லையோ, தமிழ்ப் புலவர்களைத் தெய்வத்தோடு ஒன்றாக வைத்துப் போற்றும் வழக்கம் இந்த நாட்டில் இருப்பதை நாம் பாராட்டவேண்டும்' என்று நான் எண்ணினேன்.

## ஆறுமுக மங்கலம்

பெருங்குளத்துக்குக் கிழக்கேயுள்ள ஆறுமுக மங்கலவாசியும் தூத்துக்குடி கால்டுவெல் காலேஜில் தமிழ்ப் பண்டிதருமான குமார சாமி பிள்ளையென்பவர் வைத்திருந்த சிந்தாமணி, பத்துப் பாட்டு என்னும் இரண்டு நூல்களின் ஏட்டுச் சுவடிகள் எனக்கு முன்பு கிடைத்தன. அவை திருத்தமான பிரதிகளாக இருந்தன. அவர் வீட்டுக்குச் சென்று தேடினால் வேறு நூல்கள் கிடைக்கலாமென்ற நினைவினால் பெருங்குளத்திலிருந்து ஆறுமுக மங்கலம் சென்றேன். குமாரசாமி பிள்ளையின் மருகராகிய சுந்தரமூர்த்திப்பிள்ளை என்பவர் அங்கே இருந்தார். அவர் தம் வீட்டிலுள்ள சுவடிகளை யெல்லாம் காட்டினார். பல பழைய ஏடுகள் இருந்தன. அகநானூறு, புறநானூற்றின் குறைப்பிரதி ஒன்று, சிலப்பதிகார உரை, தமிழ் நாவலர் சரித்திரம் என்பவை எனக்குக் கிடைத்தன.

சுந்தரமூர்த்திப் பிள்ளை அவ்வூர் அக்கிரகாரத்தில் ஒரு வீட்டில் என் ஆகாரத்துக்கு ஏற்பாடு செய்தார். அங்கே அன்று பகற் போசனம் செய்து கொண்டேன். எனக்கு அந்த வீட்டுக்காரர் பெரிய விருந்து நடத்தினாரென்றுதான் சொல்ல வேண்டும். அந்த விருந்துணவை உண்டபோது அவ்வூர் சம்பந்தமான வரலாறு ஒன்று எனது நினைவுக்கு வந்தது.

ஆண்டான் கவிராயரென்ற பிராமண வித்துவான் ஒருவர் ஆறுமுக மங்கலத்துக்கு வந்தார். ஆறுமுக மங்கலம் பெரிய ஊர். ஆயிரத்தெட்டுப் பிராமணர் வீடுகள் முன்பு அங்கே உண்டென்றும்,

அவருள் விநாயகர் ஒருவரென்றும் சொல்வார்கள். அங்குள்ள விநாயகருக்கு ஆயிரத்தெண் விநாயகரென்பது திருநாமம்.

அவ்வளவு பெரிய ஊரில் ஆண்டான் கவிராயருக்கு என்ன காரணத்தாலோ பசிக்கு உணவு கிடைக்கவில்லை. அவர் வசை பாடுவதில் வல்லவர். பிற்காலத்துக் காளமேகமென்று சிலர் அவரைச் சொல்வதுண்டு. பசி மிகுதியால் அவர் வருந்தியபோது கோபத்தால், "ஆறுமுகமங்கலத்துக்கு யார் போனாலும், சோறு கொண்டு போங்கள், சொன்னேன், சொன்னேன்" என்று சொல்லிச் சில வசை கவிகளும் பாடினாராம்.

இந்த வரலாற்றுக்கும் எனக்குக் கிடைத்த விருந்துக்கும் நேர் மாறாக இருந்தது. "ஆண்டான் கவிராயர் இந்த ஊரைப் பற்றி இழிவாகச் சொல்லியிருக்கிறார். ஆனால் எங்கும் சாப்பிடாத புதிய புதிய உணவுகள் எனக்கு இங்கே கிடைக்கின்றனவே!" என்று உடன் உண்ட ஒருவரிடம் நான் சொன்னேன்.

"ஆம், அந்த இழிவைப் போக்குவதற்காகவே யார் வந்தாலும் இவ்வூரார் விசேஷமான விருந்து செய்வித்து அனுப்புவது வழக்கம்" என்று அவர் விடை பகர்ந்தார்.

## வெள்ளத்தில் விட்ட தமிழ்

ஆறுமுக மங்கலத்திலிருந்து திருச்செந்தூர் சென்று செந்தி லாண்டவனைத் தரிசித்து ஆழ்வார் திருநகரிக்குப் போய்ச் சில இடங்களில் ஏடு தேடிவிட்டு மீட்டும் திருநெல்வேலிக்கு வந்தேன். தெற்குப் புதுத்தெருவிலிருந்த வக்கீல் சுப்பையா பிள்ளையென்பவ ரிடம் சில ஏடுகளுண்டென்று கேள்வியுற்று அங்கே சென்றேன். அவ்வீட்டிற்கு ஸ்ரீ சுப்பிரமணிய தேசிகருடைய சகோதரரும் என் நண்பருமாகிய திரிகூட ராசப்பக் கவிராயர் வந்திருந்தார். சுப்பையா பிள்ளைக்கு அவர் உறவினர். நான் வந்த காரியத்தைச் சொன்ன போது கவிராயரும் சுப்பையா பிள்ளையிடம் என் கருத்தை எடுத்துச் சொன்னார்.

"எங்கள் வீட்டில் ஊர்க்காட்டு வாத்தியார் புத்தகங்கள் வண்டிக் கணக்காக இருந்தன. எல்லாம் பழுதுபட்டு ஒடிந்து உபயோகமில்லாமற் போய்விட்டன. இடத்தை அடைத்துக் கொண்டு யாருக்கும் பிரயோசனமில்லாமல் இருந்த அவற்றை என்ன செய்வதென்று யோசித்தேன். அவற்றில் என்ன இருக்கிற தென்று பார்ப்பதற்கோ எனக்குத் திறமை இல்லை. அழகான அச்சுப் புத்தகங்கள் வந்துவிட்ட இந்தக் காலத்தில் இந்தக் குப்பையைச் சுமந்து கொண்டிருப்பதில் என்ன பயனென்று எண்ணினேன். ஆற்றிலே போட்டுவிடலாமென்றும், ஆடிப் பதினெட்டில் சுவடிகளைத் தேர்போலக் கட்டிவிடுவது சம்பிரதாயமென்றும் சில முதிய பெண்கள் சொன்னார்கள். நான் அப்படியே எல்லா ஏடுகளையும் ஓர் ஆடிமாதம் பதினெட்டாந்தேதி வாய்க்காலில்

விட்டு விட்டேன்" என்றார். அவர் அதைச் சொல்லும்போது சிறிதும் வருத்தமுற்றவராகக் காணப்படவில்லை. எனக்குத்தான் மனம் மறுகியது. கரிவலம் வந்த நல்லூரில் ஏடுகளைத் தீக்கு இரையாக்கிய செய்தியைக் கேட்டபோது என் உள்ளம் எப்படியிருந்ததோ அப்படியே இங்கும் இருந்தது. தமிழின் பெருமையைச் சொல்லிய பெரியோர் சிலர் அது நெருப்பிலே எரியாமல் நின்றதென்றும், நீரிலே ஆழாமல் மிதந்ததென்றும் பாராட்டியிருக்கிறார்கள். அதே தமிழ் இன்று நெருப்பில் எரிந்தும், நீரில் மறைந்தும் புறக்கணிக்கப் படுவதை அவர்கள் பாராமலே போய் விட்டார்கள். பார்த்து இரங்குவதற்கு நாம் இருக்கிறோம்.

"உங்கள் வீட்டு ஏடுகளெல்லாம் வெள்ளத்திலே போய் விட்டனவென்று சொல்லுகிறீர்களே. இப்படிச் செய்வது நியாயமா?" என்று வருத்தந் தொனிக்கும் குரலில் கேட்டேன். அப்போது திரிகூட ராசப்பக் கவிராயர், "நான் வந்திருந்த சமயத்தில் கடைசித் தடவையாக ஏட்டுச் சுவடிகளை வாய்க்காலில் போட்டுக் கொண்டிருந்தார்கள். நான் அதைப் பார்த்தேன். கடைசியில் மிஞ்சியிருந்த சில ஏடுகளைக் கொண்டு போன ஒரு பையன் கன்னத்தில் ஓங்கி ஓர் அறை அறைந்து அந்தக் கட்டைப் பிடுங்கி உள்ளே பீரோவின் மேல் வைத்திருக்கிறேன். அதை எடுத்து வாருங்கள்" என்று வீட்டுக்காரரை நோக்கிச் சொன்னார்.

அந்தக் கட்டைக் கொணர்ந்து என் முன் போட்டார்கள். எனக்கு முன்பே எலி அந்தச் சுவடியை ஆராய்ச்சி செய்திருந்தமையால் பல ஏடுகள் துண்டு துண்டுகளாகக் கிடந்தன. அவை திருப்பூவண நாதருலா முதலிய சில பிரபந்தங்களின் பகுதிகளாக இருந்தன. சிலப்பதிகாரத் துணுக்குகளும் கிடைத்தன. அவற்றைப் பொறுக்கி எடுத்து வைத்துக்கொண்டேன். எழுத்துக்கள் தெளிவாகவும் பிழையின்றியும் இருந்தன. அவற்றைக் காணக் காண அகப் படாமற் போன ஏடுகளின் சிறப்பை நான் உணர்ந்து உணர்ந்து உள்ளழிந்தேன்.

## 'சிறப்பதிகாரம்'

திருநெல்வேலியிலிருந்து திரிகூட ராசப்பக் கவிராயரையும் அழைத்துக்கொண்டு அம்பா சமுத்திரம் சென்றேன். இடையே ஓர் ஊரில் ஓர் அபிஷிக்தர் (சைவர்களின் குரு) வீட்டுக்குப் போனோம். எங்களை நெடுந்தூரத்தில் கண்டதும் அவ் வீட்டுக்காரராகிய அபிஷிக்தர் உள்ளே எழுந்து சென்றார். அவருக்கு எழுபது பிராயம் இருக்கும், அவருடைய குமாரன் ஒருவன் எங்களை வரவேற்றான். பிறகு உள்ளே சென்று ஒரு பலகை எடுத்து வந்து திண்ணையில் போட்டான். மற்றொரு பலகையைச் சுவரோரமாகச் சார்த்தினான். அவ்வாறு ஆசனம் அமைத்தவுடன் உள்ளிருந்து பெரியவர் வந்தார். காதில் ஆறு கட்டி சுந்தர வேடமும், தலையில் ருத்திராட்ச மாலையும், கழுத்தில் ருத்திராட்ச கண்டியும் அணிந்து

கொண்டு அவர் வந்து பலகையின் மேலமர்ந்து, "வாருங்கள்" என்று எங்களை வரவேற்றார். அந்த அலங்காரமில்லாமல் சாதாரண மனிதராக மற்றவர் கண்களில் படக்கூடாது என்பது அவர் எண்ணம் போலும்! அவர் என்னுடன் வந்த திரிகூட ராசப்பக் கவிராயருக்குப் பழக்கமானவர்; அவருடைய உதவியைப் பெறுபவர்.

நாங்கள் திண்ணையில் அமர்ந்தோம், "எங்கே வந்தீர்கள்? அடிக்கடி உங்களைப் போன்ற கனவான்கள் இங்கே விஜயம் செய்கிறார்கள். நான் அவ்வளவு மரியாதைக்கு ஏற்றவனல்ல. என்ன விசேஷம்?" என்றார். "உங்களிடம் ஏட்டுச் சுவடிகள் இருப்ப தாகக் கேள்வியுற்றேன். அவற்றைப் பார்க்கலாமென்று வந்தேன்" என்றேன்.

"அப்படியா? உங்களுக்கு என்ன வேண்டும்?" என்று கேட்டார்.

நான், "சிலப்பதிகாரம் வேண்டும்" என்றேன்.

"சிறப்பதிகாரமா? இருக்கும்" என்று அழுத்தந்திருத்தமாகச் சொன்னார்.

"சிறப்பதிகாரமல்ல; சிலப்பதிகாரம்" என்று நான் இடை மறித்துச் சொன்னேன்.

"சிறப்பதிகார மென்றுதான் சொல்ல வேண்டும்; நீங்கள் சிறு பிள்ளை; உங்களுக்குத் தெரியாது" என்று கூறியபோது கவிராயர், "அது கிடக்கட்டும். புத்தகத்தைக் காட்டச் சொல்ல வேண்டும்" என்றார்.

"அவ்வளவு சுலபமாகக் காட்ட முடியுமா? இப்போதெல்லாம் அவற்றைத் தொடலாமோ? ஸரஸ்வதி பூஜையில்தான் அர்ச்சனை பண்ணிப் பூஜை செய்து எடுக்க வேண்டும்" என்றார்.

அவர் பேச்சிலிருந்து அவரிடம் பண்டம் ஒன்றும் இராதென்றே எனக்குத் தோன்றியது. ஆனாலும் கவிராயர் விடவில்லை. அந்தப் பெரியவருக்கு உதவி செய்பவராகையால், அவர் குமாரனை அழைத்து உள்ளே சென்று, "அந்தப் புத்தகத்தைக் காட்டு" என்று அதிகார தோரணையில் கூறினார். அவன் எடுத்துக் காட்டினான். பத்துப் பதினைந்து சுவடிகள் இருந்தன; அவை ஆகம ஏடுகளும் அந்திமக் கிரியையைப் பற்றிய சுவடிகளுமாக இருந்தன. நாங்கள் பேசாமல் விடை பெற்றுக் கொண்டோம்.

## நாங்குனேரி

அப்படியே நாங்குனேரி போய் அங்குள்ள வானமாமலை மடத்தில் ஏடு தேடினேன். அங்கே எல்லாம் ஸம்ஸ்கிருதச் சுவடி களாக இருந்தன. ஒரே ஒரு தமிழ்ச் சுவடி மாத்திரம் இருந்தது; அதுவும் நைடதம். தகடூர் யாத்திரைப் பிரதி கிடைக்குமோ என்ற

கருத்தால் பல வீடுகளில் தேடினேன். கிடைக்கவில்லை. கணக்குத் தாதர் என்ற ஒருவர் வீட்டுக்குப் போய்ப் பார்த்தேன். ஏட்டுச் சுவடிகளின் கயிறுகளையெல்லாம் உருவி எடுத்துக் கொண்டு ஒரு கயிற்றில் பல சுவடிகளைக் கட்டியிருந்தார்கள். சுவடிகளைக் காட்டிலும் கயிறுதான் அவர்களுக்குப் பெரிதாகப் பட்டது கணக்குச் சுருணைகளும் கம்பராமாயண ஏடுகளும் கலந்திருந்தன. அவற்றில் என் கண்ணிற்பட்ட கம்பராமாயண ஒற்றை ஏடுகளை மாத்திரம் பெற்றுக் கொண்டேன்.

## களக்காடு

நாங்குனேரியிலிருந்து களக்காட்டை அடைந்தேன். அங்கே இரண்டு சைவ மடங்கள் உண்டு. அவற்றுள் தெற்கு மடத்திற்குப் போய்ப் பார்த்தேன். அதன் தலைவராகிய சாமிநாத தேசிகரென் பவர் கல்வியிலும் குணத்திலும் சிறந்தவராக இருந்தார். நான் வந்த காரியத்தைத் தெரிந்து கொண்ட அவர் உடனே தாம் சுவடிகள் வைத்திருந்த மரப் பத்தாயத்தில் ஏணி வைத்து ஏறி அங்கிருந்த சுவடிகளையெல்லாம் எடுத்துப் போட்டார். இரண்டு நாட்கள் இருந்து எல்லாவற்றையும் பார்த்தேன். பல பிரபந்தங்களும், புராணங்களும், ஸம்ஸ்கிருத புத்தகங்களும் இருந்தன. சிலவற்றிற்குப் பெயர் இல்லாமல் இருந்தது. நான் பெயர் எழுதி வைத்தேன்.

பத்துப் பாட்டு மூலம் முழுவதும் அடங்கிய பழைய பிரதி அங்கே கிடைத்தது. ஆனந்த வெள்ளத்தில் மூழ்கினேன். "இதற்காக நான் எவ்வளவு அலைந்திருக்கிறேன்! முன்பே கிடைத்திருந்தால் எவ்வளவு அனுகூலமாக இருந்திருக்கும்! இரண்டாவது பதிப்புக்கு இதை உபயோகித்துக் கொள்வேன்" என்று கூறி அதைப் பெற்றுக் கொண்டேன்.

அதைப் பெற்ற சந்தோஷத்தால் மூன்றாவது நாளும் அங்கே இருந்தேன். அன்று அங்கே உள்ள ஆலயத்துக்குச் சென்று சத்திய வாகீசரென்னும் திருநாமத்தையுடைய மூர்த்தியைத் தரிசித்தேன். மகா மண்டபத்தில் 21 கதிர்கள் உள்ள தூண்கள் இருந்தன. அந்த 21 கதிர்களையும் ஒருவர் தட்டினார். மூன்று ஸ்தாயியிலும் உள்ள 21 ஸ்வரங்கள் முறையே உண்டாவதைக் கேட்டு வியந்தேன். 'கல்லை மென் கனியாக்கும் விச்சை' என்று மாணிக்கவாசகர் பாடியிருக்கிறார். அங்கே கல்லை மென்னரம்பாக்கும் விச்சைத் திறத்தைக் கண்டு மிக்க உவகை கொண்டேன். வீரமார்த்தாண்ட பாண்டியரென்பவர் திருப்பணி செய்த ஆலயம் அது என்று சொன்னார்கள்.

பிறகு, கிடைத்த சுவடிகளை எடுத்துக் கொண்டு திருநெல்வேலி வழியாகக் கும்பகோணம் வந்து சேர்ந்தேன்.

## 112

## தமிழ்க் கோயில்

கும்பகோணத்திற்கு வந்தவுடன் எனக்குக் கிடைத்த சிலப்பதி காரப் பிரதிகளையெல்லாம் வைத்துக் கொண்டு ஆராய்ந்தேன். அதன் மூலம், அடியார்க்கு நல்லார் உரை, அரும்பதவுரை என்னும் மூன்றையும் தனித்தனியே ஊன்றிப் படித்து ஒழுங்கு படுத்தலா னேன். அந்த மூன்றினுள் அரும்பதவுரை மிகவும் சிதைந்த உருவத் தில் இருந்தமையால் அதனை உருவாக்கிப் படிப்பதென்பது சாத்தி யமாக இல்லை. அடியார்க்கு நல்லார் அவ்வுரையைச் சில இடங் களில் எடுத்துக் காட்டுவதனால் அதில் மதிப்பு உண்டாயிற்றேயன்றி எனக்குக் கிடைத்த பிரதியினால் உண்டாகவில்லை. ஆயினும் பொறுமையோடு கவனித்த பொழுது சில சில இடங்களில் அடி யார்க்கு நல்லாருரையிற் காணப்படாத சில அரிய விஷயங்கள் இருந்தன. அவற்றைக் கண்ட பிறகு அரும்பதவுரையைப் பின்னும் ஊன்றிப் படிக்கத் தொடங்கினேன்.

### இசை நாடகச் செய்திகள்

சிலப்பதிகாரத்தில் இசை நாடக சம்பந்தமான பல செய்திகள் வருகின்றன. அவற்றை ஒழுங்கு படுத்த முயலும்போது அடியார்க்கு நல்லார் மேற்கோளாகக் காட்டும் செய்யுட்களும் சூத்திரங்களும் மிக்க வியப்பை உண்டாக்கின. சச்சபுட வெண்பா, தாள சமுத்திரம், சுத்தாநந்தப் பிரசாதம் என்னும் நூல்கள் எனக்குக் கிடைத்தன. அவற்றையும் ஆராய்ந்தேன். மகா வைத்திய நாதையரையும் அவர் தமையனாராகிய வையை இராமசுவாமி ஐயரையும் சந்தித்த காலங்களில் சிலப்பதிகாரத்திலும் மேலே சொன்ன மூன்று நூல்களிலும் வரும் சங்கீத விஷயங்களை அவர்களிடம் சொல்லிக் காட்டுவேன். அவர்களால் சில ஐயங்கள் நீங்கின. "தமிழில் இவ்வளவு சங்கீத சாஸ்திரங்கள் உள்ளனவா!" என்று அவர்கள் விம்மிதமடைந்தார்கள். கும்பகோணத்தில் பரத நாட்டியக் கலைப் பயிற்சியையுடைய நடேச தீக்ஷிதரென்று ஒருவர் இருந்தார். அபிநயம், கை வகைகள் முதலியவற்றைப் பற்றிய செய்திகள் சிலவற்றை அவரிடம் கேட்டுத் தெரிந்து கொண்டேன். அவ்வூரிலேயே பரத சாஸ்திரத்திற் கரைகண்டவராக இருந்த ராயர் ஒருவரிடமிருந்து பல செய்திகளை அறிந்தேன். சில நட்டுவர்களை அணுகி அவர்கள் முகமாகப் பல விஷயங்களை உணர்ந்தேன். அவர்கள் விஷயங்களை எடுத்துச் சொல்லும் போது, "இந்தக் கலைகளையும் இவற்றின் இலக்கணத்தைப் புலப்படுத்தும் நூல்களையும் தமிழ் நாட்டினர் போற்றிப் பாதுகாவாமற் போனார்களே!" என்று இரங்குவேன். நான் இவ்வளவு முயன்றும்

சிலப்பதிகார உரையில் வரும் செய்திகள் ஓரளவு விளங்கினவே யன்றி முற்றும் தெளிவாக விளங்கவில்லை. யோக சம்பந்தமான விஷயங்கள் முதலியவற்றைக் கும்பகோணம் தாசில்தாராக இருந்த ஐயாசாமி சாஸ்திரிகளென்பவரிடம் கேட்டுத் தெரிந்து கொண்டேன்.

## புரொபஸர் ஜூலியன் வின்ஸோன்

சிலப்பதிகார ஆராய்ச்சி நடக்கையில் 1891ஆம் வருஷம் ஏப்ரல் மாதம் பாரிஸிலிருந்து எனக்கு ஒரு கடிதம் வந்தது. நான் பதிப்பித்த சீவகசிந்தாமணியைக் கண்டு அந்த நகரத்தில் தமிழாசிரியராக இருந்த ஜூலியன் வின்ஸோன் என்னும் பிரஞ்சு அறிஞரே அதனை எழுதியிருந்தார். சிந்தாமணிப் பதிப்பைக் கண்டு அவர் மிகவும் இன்புற்றதாகவும், சிலப்பதிகாரம் முதலிய மற்ற நான்கு காப்பியங் களையும் நான் பதிப்பிக்க வேண்டுமென்றும் அவர் தெரிவித்தார். அந்தக் கடிதத்திலிருந்து அவருடைய தமிழன்பும் வணக்கமும் புலப் பட்டன. 'எம்முடைய புன்றமிழை உம்முடைய தயையினாலேயே வாசித்துக்கொண்டால் ஒரு காகிதம் எமக்கு மறுபடி யனுப்பினால் மிகவும் சந்தோடமாயிருப்போம். சுவாமியுடைய கிருபை யெல்லா மும் வருகவென்று உங்கள் Colleague and servant ஆயிருக்கிறோம்' என்று அக்கடிதத்தை முடித்திருந்தார். அவர் கடல் கடந்த நாட்டில் இருந்தாலும் 'உணர்ச்சிதான் நட்பாங்கிழமை தரும்' என்ற படி எங்கள் உணர்ச்சியினால் நாங்கள் அன்பர்களானோம். பாரிஸ் நகரத்தில் உள்ள புத்தகசாலையில் சிலப்பதிகாரப் பிரதி கிடைக் குமோ என்று அவருக்குக் கடிதம் எழுதினேன். உடனே அவர் விடை எழுதினார். 1891ஆம் வருஷம் மே மாதம் 7ஆம் தேதி அவர் எழுதிய அக்கடிதத்தில், 'Bibliothique Nationale' என்கிற பெரிய புத்தகசாலையிலிருக்கின்ற ஓராயிரம் தமிழ்க் கையெழுத்துப் புத்தகங்களெமக்கு நன்றாய்த் தெரியும். அவைகளின் List or Catalogue பண்ணினோமானால் அவற்றுள் சிலப்பதிகாரம் இல்லை. பழைய புத்தகங்களோவென்றால் அந்தச் சாலையிலே மணிமேகலை ஒரு கையெழுத்துப் பிரதி உண்டு, ஆனால் நாம் போன மாசம் எழுதிய காகிதத்திற் சொன்னபடி அந்தப் பிரதியில் பற்பல கவியும் வார்த்தையும் எழுதாமல் விட்டிருக்கின்றது. அந்தப் பிரதியிலும் மூலமாத்திரமுரையின்றி வருகிறது. அது ஓலைப் பிரதியாகும். நாம் அதைக் கடுதாசியி லெழுதினோம், நங்கட்சிறு புத்தக சாலையிலே வைக்க. ஆதலால் நீரதைப் பார்க்க வேண்டுமேல் அந்தக் கடுதாசிப் பிரதி அனுப்புவோம். நீரதைக் கண்டுமில்லாத கவிகளும் வார்த்தை களும் போட்டுத் திருப்பியனுப்பலாம்" என்று எழுதினார்.

தமிழ் நாட்டில் தங்கள் பரம்பரைச் செல்வமாகக் கருதற்குரிய ஏடுகளை நீருக்கும் நெருப்புக்கும் இரையாக்கி விட்டவர்களைப் பார்த்து வருந்திய எனக்குப் பல்லாயிர மைல்களுக்கப்பால் ஓரிடத்தில்

தமிழன்னையின் ஆபரணங்கள் மிகவும் சிரத்தையோடு பாது காக்கப் பெறும் செய்தி மேலும் மேலும் வியப்பை உண்டாக்கி வந்தது. ஆயிரம் தமிழ்ச்சுவடிகள் பாரிஸ் நகரத்துப் புஸ்தகசாலை யில் உள்ளனவென்பதைக் கண்டு, 'இங்கே உள்ளவர்கள் எல்லாச் சுவடிகளையும் போக்கி விட்டாலும் அந்த ஆயிரம் சுவடிகளேனும் பாதுகாப்பில் இருக்கும்' என்று எண்ணினேன். மணிமேகலை யையும் நான் இடையிடையே ஆராய்ந்து வந்தேனாதலால் அதன் பிரதி பாரிஸிலிருப்பதறிந்து அந்நண்பருக்குச் சில பகுதிகளைப் பிரதி செய்து அனுப்பும்படி எழுதினேன். அவர் அவ்வாறே அனுப்பினார். அது மிக்க பிழையுடையதாக இருந்தமையால் மேற்கொண்டு அவருக்குச் சிரமம் கொடாமல் நிறுத்திக் கொண்டேன்.

### திருப்பெருந்துறை

1891ஆம் வருஷம் மே மாதம் என் குமாரன் சிரஞ்சீவி கலி யாண சுந்தரத்துக்கு உபநயனம் நடைபெற்றது. அதே காலத்தில் திருப்பெருந்துறையில் மடாதிபதியாக இருந்த கண்ணப்பத் தம்பிரா னுடைய முயற்சியால் அவ்வாலய கும்பாபிஷேகம் மிகவும் சிறப்பாக நடைபெற்றது. திருவாவடுதுறை ஆதீனத்தலைவர் அதற்காக எனக்கு அழைப்பு அனுப்பியும் உபநயன ஏற்பாடுகளைக் கவனிக்க வேண்டியிருந்தமையால் அப்போது அங்கே போக முடியவில்லை. ஆயினும் உபநயனம் நிறைவேறிய பிறகு திருப்பெருந்துறை சென்று தரிசனம் செய்தேன். அங்கேயுள்ள ஆலயத்தைச் சார்ந்த புத்தக சாலையில் சில ஏட்டுச்சுவடிகள் இருந்தன. அவற்றைப் பார்த்த போது எனக்கு வேண்டியது ஒன்றும் கிடைக்கவில்லை.

### குன்றக்குடி

திருப்பெருந்துறையிலிருந்து குன்றக்குடி சென்று ஆதீன கர்த்தரையும் அங்கே சின்னப் பட்டத்தில் இருந்த என் நண்பர் ஆறுமுக தேசிகரையும் கண்டு பேசினேன். மடத்தின் தலைமைக் குமாஸ்தாவாக இருந்த அப்பாப்பிள்ளையைக் கண்டு, தமிழ் ஏட்டுச் சுவடிகள் இருக்குமிடத்தைத் தெரிவிக்க வேண்டுமென்று முன்பு எழுதியிருந்ததை ஞாபகப்படுத்தினேன். அவர் "இருங்கள்" என்று சொல்லி உள்ளே சென்று ஒரு சுவடியைக் கொணர்ந்து கொடுத்தார். அதைப் பிரித்துப் பார்த்தேன். சிலப்பதிகார மூலமும் மணிமேகலை மூலமும் அதில் இருந்தன. சிலப்பதிகாரத்தைப் புரட்டிப் பார்த்தேன். மூலம் முற்றும் இருந்தது. பிரதி மிகவும் திருத்தமாகக் காணப்பட்டது.

"இந்தச் சுவடி எங்கே கிடைத்தது?" என்று கேட்டேன்.

"இங்கே அருகில் முதலைப்பட்டி என்ற ஊரில் ஒரு கவிராயர் வீடு இருக்கிறது. அங்கே நூற்றுக் கணக்கான ஏடுகள் உள்ளன. அங்கிருந்து எடுத்து வந்தேன்" என்றார் அவர்.

"முதலைப்பட்டியா? விசித்திரமான பெயராக இருக்கிறதே!" என்று நான் கேட்டபோது அவர், "இப்போது முதலைப்பட்டி என்று வழங்குகிறார்கள்; மிதிலைப்பட்டி என்ற பெயர்தான் அப்படிப் பேச்சு வழக்கில் மாறிவிட்டது" என்றார்.

எனக்கு உடனே அந்த ஊருக்குப் போய்ப் பார்க்க வேண்டு மென்ற வேகம் உண்டாயிற்று.

"இங்கிருந்து அவ்வூர் எவ்வளவு தூரத்தில் இருக்கிறது?" என்று கேட்டேன்.

அவர் என் குறிப்பை அறிந்து கொண்டு, "அருகில்தான் இருக் கிறது. போகலாம்" என்றார்.

## மிதிலைப்பட்டி

அன்று பிற்பகலே ஆதீனகர்த்தர் உத்தரவு பெற்று அப்பாப் பிள்ளையுடன் மிதிலைப்பட்டி சென்று அந்தக் கவிராயர் வீட்டை அடைந்தேன். அப்போது அங்கே இருந்த கவிராயரின் பெயர் அழகிய சிற்றம்பலக் கவிராயர் என்பது. அவரைக் கண்டு பேசிக் கொண்டிருந்தேன். அவர் வீட்டிலுள்ள ஏட்டுச் சுவடிகளைப் பார்த் தேன். அவர் வீடு தமிழ் மகள் ஆலயமாகத் தோற்றியது. அவர் தம்முடைய முன்னோர்கள் பெருமையை எடுத்துரைத்ததோடு அவர்கள் இயற்றிய பாடல்கள் பலவற்றையும் சொல்லிக் காட்டி னார்.

அவர்களுடைய முன்னோர்கள் முன்பு சேலத்தைச் சார்ந்த ஓரூரில் வாழ்ந்திருந்தார்கள். அக்காலத்தில் அவர்கள் தாரமங்கலம் கோயிலில் திருப்பணி செய்த கட்டியப்ப முதலியாருடைய ஆதரவில் இருந்தார்கள். அந்தக் கவிராயர்கள் பரம்பரையில் அழகிய சிற்றம்பலக் கவிராயரென்பவருக்கு மிதிலைப்பட்டியை வெங்களப்ப நாயக்கரென்ற ஜமீன்தார் கொடுத்தார். அது முதல் அவ்வூரில் அழகிய சிற்றம்பலக் கவிராயர் வாழ்ந்து வரலாயினர்.

இராமநாதபுரம் சேதுபதிகளிடமிருந்தும், மருங்காபுரி ஜமீன்தார்களிடமிருந்தும் சிவகங்கை ஜமீன்தார்களிடமிருந்தும், புதுக்கோட்டை அரசர்களிடமிருந்தும் அப்பரம்பரையினர் பல பல பரிசுகளைப் பெற்றார்கள்.

"எங்கள் முன்னோர்கள் யானைப்பரிசில் பெற்றார்கள். இதோ பாருங்கள்; இதுதான் யானைகட்டும் கல். அவர்களுக்குச் சிவிகையிற் செல்லும் கௌரவம் இருந்தது. இப்போது அந்தச் சிவிகை அந்தப் பழங்காலத்தை ஞாபகப்படுத்திக் கொண்டு இதோ இருக்கிறது பாருங்கள்" என்று கவிராயர் அவ்விரண்டையும் எங்களுக்குச் சுட்டிக்காட்டினார்.

"எங்கள் பெரியவர்கள் எவ்வளவோ பிரபந்தங்கள் இயற்றியிருக் கிறார்கள். எவ்வளவோ மானியங்களைப் பெற்றார்கள். அவர்கள்

ஈட்டிய செல்வத்தை இப்போது நாங்கள் அனுபவிக்கிறோம். ஆனால் அவர்களைப் போன்ற தமிழறிவோ வாக்கோ எனக்கு இல்லை. இங்கே மேலை வீட்டில் குமாரசாமிக் கவிராயர் என்ற என் தாயாதி ஒருவர் இருக்கிறார். அவர் நன்றாகப் படித்தவர்" என்று சொன்னார். அவர் அப்படி அடக்கமாகச் சொல்லிக் கொண்டாலும் அவருக்குத் தமிழன்பு இருந்தது; பரம்பரை வித்தை யாதலால் செய்யுள் இயற்றும் பழக்கமும் சிறிது உண்டு. இந்தக் குடும்பத்தைச் சார்ந்த சில முதியவர்களுக்கு அந்தப் பழக்கம் நன்றாக இருந்தது.

அவர் வீட்டிலிருந்த சுவடிகளெல்லாம் மிகவும் திருத்தமாக இருந்தன. ஓர் ஏட்டின்மேல் புறநானூறு உரை, சிலப்பதிகார உரை என்ற குறிப்பு இருந்தது. குருடனுக்குக் கண் கிடைத்தது போல எனக்கு அளவற்ற ஆனந்தம் உண்டாயிற்று. பிரித்துப் பார்த்தேன் புறநானூறு மட்டுந்தான் இருந்தது; சிலப்பதிகார உரை இல்லை. வேறு சுவடிகளோடு கலந்து இருக்குமோ என்று தேடித்தேடிப் பார்த்தேன். கிடைக்கவே இல்லை. 'என்னுடைய துரதிருஷ்டம்' என்றெண்ணி மனம் நைந்தேன்.

'திருவிளையாடற் பயகர மாலை' என்ற ஒரு பிரபந்தம் உரை யோடு கிடைத்தது. 'திருவிளையாடற் பயங்கரமாலை' என்ற பெயரோடு ஒரு சிறிய நூல் மிகப்பிழையாக அச்சிலிருப்பதை நான் படித்திருக்கிறேன். அதற்குப் பயங்கரமாலை என்று ஏன் பெயர் வந்ததென்பது விளங்காமலே இருந்தது. மிதிலைப்பட்டியில் கிடைத்த பிரதியிற் பயகரமாலை என்ற பெயர் இருந்தது கண்டு உண்மை விளங்கியது. பயத்தை நீக்கும் மாலை என்னும் பொருளைத் தரும் பயஹரமாலை, பயங்கர மாலையாகி அச்சேறி யதை நினைந்து சிரித்தேன். அந்நூலை இயற்றியவர் வீரபத்திரக் கம்பரென்ற புலவரென்று அப்பிரதியால் தெரிய வந்தது. எனக்கு அந்த வீட்டை விட்டு வர மனமில்லை. அழகிய சிற்றம்பலக் கவிராயரை, "இன்னும் இந்தப் பக்கங்களில் ஏட்டுச் சுவடிகள் கிடைக்கும் இடம் இருந்தால் சொல்லவேண்டும்" என்றேன். அவர், "இங்கே அருகில் செவ்வூரில் உறவினர் இருக்கின்றனர். எங்கள் பரம்பரையிலிருந்து ஒரு கிளை அங்கே போயிருக்கின்றது. அங்கும் இவற்றைப் போன்ற ஏடுகளைக் காணலாம். மற்றொரு கிளை காரைச்சூரான்பட்டியில் இருக்கிறது. இப்போது கடுங்கோடையாக இருப்பதால் அங்கே உங்களால் போவது சிரமம்" என்றார். புதையல் இருக்குமிடத்தை ஒருவர் எனக்குச் சொல்லியிருந்தால் அவ்வளவு சந்தோஷம் உண்டாகியிராது; அவ்வளவு மகிழ்ச்சியில் மூழ்கினேன்.

கவிராயரிடம் புறநானூற்றையும் பயகர மாலையையும் மூவருலாவையும் வேறு சில நூல்களையும் பெற்றுக்கொண்டு செவ்வூருக்குப் போனேன். அங்கே சென்று தங்கியவர்களில்

முன்னோர் சிற்றம்பலக் கவிராயர் என்பவர். சேதுபதியின் மீது தளசிங்கமாலை என்னும் பிரபந்தம் செய்தவர் அவர். அவர் வீட்டிலும் பல சுவடிகள் இருந்தன. ஆனால் சிலப்பதிகாரப் பிரதியைக் காணவில்லை. ஏதோ ஒரு சுவடியில் மூன்று சங்கங் களையும் பற்றிய வரலாற்றைத் தெரிவிக்கும் ஒரு பெரிய அகவல் இருந்தது. அதனைப் பார்த்துப் பிரதி செய்து கொண்டேன். இந்தப் பிரயாணத்தில் அப்பாப் பிள்ளையின் சல்லாபத்தை மிகுதியாகப் பெற்றேன். அவர் சிலேடையாகப் பேசுவது மிக அருமையாகவும் அழகாகவும் இருக்கும். அதனால் பொழுது போனதே தெரிய வில்லை.

## மருதபாண்டியர் புகழ்

செவ்வூரிலிருந்து குன்றக்குடிக்கு வந்து ஆதீன கர்த்தரிடம் மிதிலைப்பட்டியின் சிறப்பைப் பற்றித் தெரிவித்தேன். அப்படியே சிறுவயல் சென்று அவ்விடத்து ஜமீன்தாராகிய முத்துராமலிங்கத் தேவரைப் பார்க்க எண்ணிப் புறப்பட்டேன். வரவேண்டுமென்று பல முறை அவர் தெரிவித்ததுண்டு, அவர் சங்கீதத்திலும், தமிழிலும் வடமொழியிலும் விசேஷமான அபிமானமுடையவர். தெலுங்கில் நல்ல பழக்கமுள்ளவர். இராமலிங்கம்பிள்ளை என்ற தமிழ் வித்து வானும் திருக்கோஷ்டியூர் சாமிநாத சாஸ்திரிகள் என்ற ஸம்ஸ்கிருத பண்டிதரும் அவருடைய ஆஸ்தான வித்துவான்களாக இருந்தனர்.

என்னுடைய வரவினால் மிக்க மகிழ்ச்சி கொண்டு ஜமீன்தார் பலவாறு உபசரித்தனர். குன்றக்குடியைச் சார்ந்த இடங்களி லெல்லாம் ஜனங்கள் மருதபாண்டியரைப் பற்றிய வரலாறுகளையும் கொடையையும் பாராட்டியும் அவரைப்பற்றிய தனிப்பாடல்களைச் சொல்லியும் இன்புற்றனர்.

சிறுவயல் ஜமீன்தாரும் பல வரலாறுகளைச் சொன்னார். "நான் வசித்துவரும் இந்த மாளிகை மருதபாண்டியர் இருந்த அரண்மனையாகும். அதனால் இவ்வூருக்கு அரண்மனைச் சிறுவய லென்னும் பெயர் உண்டாயிற்று. சிவகங்கை ஸமஸ்தானத்துத் தலைவர்களுள் அவரைப் போலப் புகழ் பெற்றவர் சிலரே. தம்முடைய வீரத்தால் ஸமஸ்தானத் தலைமையை அவர் பெற்றார். அவர் மிக்க தெய்வ பக்தியை உடையவர். பல ஸ்தலங்களில் அவர் திருப்பணி செய்திருக்கிறார். முக்கியமாகக் குன்றக்குடியில் சில மண்டபங்களைக் கட்டியிருக்கிறார். அவரால் செப்பம் செய்யப்பட்ட திருக்குளம் மருதாபுரி என்ற பெயரோடு இப்போதும் விளங்குகிறது. அவருடைய ஆஸ்தானத்தில் இருபத்தொரு தமிழ் வித்துவான்கள் இருந்தார்கள். அவரைப் பாராட்டி அவர்கள் பாடிய செய்யுட்கள் பல உண்டு." ஜமீன்தார் மருத பாண்டியரு டைய கல்வியிலும் கொடையிலும் வீரத்திலும் ஈடுபட்டவராதலின் மணிக்கணக்காக அவர் புகழை இவ்வாறு சொல்லிக் கொண்டிருந்தார்.

நான் சிலப்பதிகாரம் பதிப்பிக்க எண்ணியிருப்பது தெரிந்து, தம்மாலான பொருளுதவி செய்வதாகச் சொன்னதோடு என்னால் அனுப்பப் பெற்றவரும் தம் ஆஸ்தான வித்துவானுமாகிய திருமானூர்க் கிருஷ்ணையரை எந்தச் சமயத்தில் வேண்டுமானலும் வருவித்து உபயோகித்துக் கொள்ளலாமென்றும் சொன்னார்.

நான் அவரிடம் விடை பெற்றுக்கொண்டு மிதிலைப்பட்டி, செவ்வூரென்னும் இரண்டிடங்களிலும் கிடைத்த சுவடிகளோடு கும்பகோணம் வந்து சேர்ந்தேன்.

மிதிலைப்பட்டிப் பிரதியை வைத்துக்கொண்டு பார்த்ததில் சிலப்பதிகாரம் பல இடங்களில் திருத்தமடைந்தது. பல இடங்களில் பாடல்களுக்குத் தலைப்புகள் இருந்தன. அந்தப் பிரதியை ஆராய ஆராய மிதிலைப்பட்டியின் சிறப்பு மேலும் மேலும் புலப்பட்டது. மணிமேகலையையும் இடையிடையே ஆராய்ந்தமையால் அதிலும் பல திருத்தங்கள் கிடைக்குமென்று தெரிந்தது. அதைப் பிறகு பார்த்துக் கொள்ளலாமென்று சிலப்பதிகாரத்தைச் செப்பஞ் செய்யத் தொடங்கினேன். மிதிலைப்பட்டிப் பிரயாணம் நேர்ந்திரா விட்டால், கலங்கியிருந்த என் மனத்தில் அமைதி தேன்றியிராது. அந்த நினைவினாலேதான் மிதிலைப்பட்டியைப் பற்றிப் பிற்காலத் தில், “தமிழ் நாட்டில் எவ்வளவோ புண்ணிய ஸ்தலங்கள் இருக் கின்றன. சிவ ஸ்தலங்களும் விஷ்ணு ஸ்தலங்களும் சுப்பிரமணிய ஸ்தலங்களும் பல உள்ளன. அவற்றைப் போலத் தமிழ்த் தெய்வம் கோயில் கொண்டுள்ள ஸ்தலங்களுள் ஒன்றாகவே மிதிலைப் பட்டியை நான் கருதியிருக்கிறேன்” என்று * எழுதினேன்.

## 113

## ஹிருதயாலய மருதப்பத் தேவர்

### வேறு வீடு

என் பிரயாணங்களும் ஆராய்ச்சியும் விரிய விரிய என் தமிழ்க் குடும்பமும் தமிழ்நூற் செல்வமும் அதிகமாயின. அவற்றைப் பாதுகாப்பதற்குப் போதிய வசதி அவசியமாயிற்று. நான் இருந்த வீட்டில், மேலும் மேலும் நான் கொணர்ந்து சேர்க்கும் ஏட்டுச் சுவடிகளை வைப்பதற்கும், அன்பர்களுடன் இருந்து ஆராய்ச்சி செய்வதற்கும் இடம் போதவில்லை. ஆதலால் 1891ஆம் வருஷம் ஜூன் மாதம் முதல் முன்பிருந்த பக்தபுரி அக்கிரகாரத்திலேயே வடவண்டைக் கோடியிலுள்ள ஒரு மெத்தை வீட்டை மாதம் ரூ.6 வாடகைக்குப் பேசி அதிலே இருந்து வரலானேன்.

---

* ‘நான் கண்டதும் கேட்டதும்’ என்னும் புஸ்தகத்திலுள்ள ‘பரம்பரைக் குணம்’ என்னும் 8வது கட்டுரையைப் பார்க்க.

புதிய வீட்டுக்கு வந்தவுடன் நல்ல சுவடிகளை மேலும் தேடித் தொகுக்கலாமென்றும் பல மாணாக்கர்களுக்குப் பாடம் சொல்லலாமென்றும் பலரை வைத்துக் கொண்டு தமிழாராய்ச்சி செய்யலாமென்றும் என் யோசனை விரிந்தது.

என் குமாரனுக்கு உபநயனம் நடைபெற்றபோது பல கனவான்கள் பலவகையான உதவிகள் செய்தனர். அவர்களுள் ஊற்றுமலை ஜமீன்தாராகிய ஹிருதயாலய மருதப்பத் தேவரும் ஒருவர். அவரைப் பார்த்துப் பேசிப் பழகவேண்டுமென்ற விருப்பம் எனக்கு நெடு நாளாக இருந்தது. திருநெல்வேலிப் பக்கங்களில் பிரயாணம் செய்த போதெல்லாம் அப்படியே ஊற்றுமலை போய்ப் பார்க்க எண்ணியிருந்தும் முடியவில்லை. ஊற்றுமலைக்குப் போவதையே முக்கிய நோக்கமாக வைத்துக் கொண்டு புறப்பட்டாலொழிய அந்தக் கருத்து நிறைவேறாதென்று தோன்றிற்று. ஆதலால் மிதிலைப்பட்டியிலிருந்து வந்த சில நாட்களுக்குப் பிறகு ஊற்றுமலையை நோக்கிப் புறப்பட்டேன்.

## விக்கிரமசிங்கபுரம்

அச்சமயம் நான் ஏடு தேடாத இடங்களுக்கும் சென்று பார்த்து வரலாமென்று எண்ணியே புறப்பட்டேன். ஆகையால் நேரே விக்கிரமசிங்கபுரம் சென்றேன். சிவஞான போதத்திற்குத் திராவிட மகாபாஷ்யம் இயற்றிய திருவாவடுதுறை ஸ்ரீ சிவஞான முனிவர் உதித்த அவ்வூரில் அவர் பிறந்த வீடு இருக்கிறது. அங்கே எனக்கு உபயோகப்படும் நூல்கள் எவையேனும் கிடைக்கலாமென்று நினைத்தேன். போய்ப் பார்த்தபோது ஒன்றும் கிடைக்கவில்லை.

அவ்வீட்டில் ஒருவரைச் சந்தித்தேன். அவர் அவ்வூர்ப் பள்ளிக்கூடத்து உபாத்தியாயர். அவரை எந்த ஊரென்று விசாரித்தபோது, “கடையநல்லூர்” என்று சொன்னார்.

“அப்படியா? சந்தோஷம். உங்கள் வீட்டிலே பழைய தமிழ் ஏட்டுச் சுவடிகள் உண்டா?” என்று கேட்டேன்.

## வீண் அபவாதம்

“மிகுதியாக இருந்தன. எல்லாவற்றையும் ஒருவர் கொண்டு போய் விட்டார்” என்று அவர் சொன்னார்.

“யார் அவர்?” என்று மிக்க ஆவலோடு கேட்டேன்.

“கும்பகோணம் சாமிநாதையர் கொண்டு போய் விட்டார்” என்றார் அவர். எனக்கு வந்த சிரிப்பை அடக்கிக் கொண்டேன்.

“அவர் என்ன சுவடிகளைக் கொண்டு போனார்?”

“எவ்வளவோ சுவடிகள் இருந்தன. எல்லாவற்றையும் அவர் கொண்டு போய் விட்டார்.”

அவருக்கு என்னை இன்னாரென்று தெரியாது. அங்கே என்னுடனிருந்த அன்பர்கள் ஒன்றும் விளங்காமல் விழித்தார்கள். இந்த அபவாதம் இன்னும் எவ்வளவு தூரம் விரிவடையும் என்பதைத் தெரிந்து கொள்ளுவதற்காகவே நான் மேலும் மேலும் பல கேள்விகளைக் கேட்டேன். அவர் தம் வீட்டில் பல அருமை யான ஏடுகள் இருந்தனவென்றும் அவற்றை நான் கொண்டு போய் விட்டதாகவும் உறுதியாகச் சொன்னார். என்னால் சிரிப்பை அடக்க முடியவில்லை. மற்ற அன்பர்களுக்கு விஷயம் விளங்க வேண்டுமென்றெண்ணிச் சொல்லத் தொடங்கினேன்.

'இவர் என்னைத் தெரிந்து கொள்ளாமல் வீணான அபவாதம் சுமத்துகிறார். நான் கடையநல்லூருக்குப் போனதுண்டு. இவர் வீட்டில் ஏடு தேடியதும் உண்டு. ஆனால் இவர் சொல்லுவதுபோல அங்கே கணக்கில்லாத ஏட்டுச் சுவடிகளை நான் காணவில்லை. அவ்வூருக்குப் போனவுடன் இவர் வீடு ஒரு வித்துவான் வீடென்று தெரிந்து போய் விசாரித்தேன். வீட்டில் இருந்தவர், 'ஏடுகளெல்லாம் மச்சில் இருக்கின்றன' என்றார். மேலே ஏறிப் பார்த்தேன். இரண்டு மூன்று பெட்டிகள் இருந்தன. பல காலமாகக் கவனிக்கப்படாமல் இருந்தவையென்று அவற்றைப் பார்த்தவுடனே தெரிந்தது. ஒரு பெட்டியைத் திறந்து கை வைத்தேன். எலிப் புழுக்கை மயமாக இருந்தது. எலி தமிழ் நூலை உண்டு ஜீரணித்தது போக, விட்டு வைத்த துண்டுகளே அப்புழுக்கையோடு இருந்தன. அந்தப் பெட்டி களிலுள்ள சிதைந்த சுவடிகளையும் துண்டுகளையும் எடுத்துத் தட்டிக் கொட்டிப் பார்த்தபோது அபூர்த்தியான சிந்தாமணி ஏடு மாத்திரம் கிடைத்தது. அதை எடுத்துக் கொண்டேன். அந்தப் பெட்டிக்குள் இருந்த வேறு பதார்த்தங்களை வைத்துக் கொண்டு நான் என்ன செய்யப் போகிறேன். உண்மை இதுதான்!"

இவ்வாறு சொல்லி விட்டு, "நீங்கள் அப்போது அங்கே இருந் தீர்களா?" என்று அந்த உபாத்தியாயரைக் கேட்டேன். சோர்ந்த முகத்தோடு அவர், "நான் தெரியாமல் சொல்லி விட்டேன். நான் அப்பொழுது அங்கே இல்லை. விடுமுறைக்கு ஊர் போயிருந்த போது என் வீட்டில் இருந்தவர்கள் அப்படிச் சொன்னார்கள்" என்றார்.

"நல்ல வேளை. இந்த அபவாதத்தை என்னிடம் சொன்னதால் உண்மை எல்லோருக்கும் விளங்கியது. வேறு யாரிடமாவது சொல்லியிருந்தால் நீங்கள் சொல்லுவதை உண்மையாகவே எண்ணியிருப்பார்கள். நான் பிழைத்தேன்" என்றேன்.

பிறகு விக்கிரமசிங்கபுரத்திலிருந்து ஒரு வண்டி வைத்துக் கொண்டு ஊற்றுமலைக்குப் போனேன்.

## தோற்றம்

வண்டி ஊற்றுமலையை அணுகியபோது எதிரே சாலையில் ஒரு சிறு படை வந்தது. அதைக் கண்டவுடன் என்னுடன் வந்த ஒருவர், "அதோ, ஜமீன்தார் வருகிறார்" என்றார். நான் உடனே வண்டியை நிறுத்தச் செய்து கீழிறங்கினேன்.

நான் இறங்கியவுடன், "மிகவும் சந்தோஷம். தங்களை வரவேற்கத்தான் இந்த வழியாக வருகிறேன்" என்று ஒரு கம்பீரமான தொனி கேட்டது. நிமிர்ந்து பார்த்தேன் வேட்டைக் கோலத்தில் ஒரு வீரர் நின்றார் சுற்றிலும் பார்த்தேன். அவரைச் சூழ்ந்து ஆயுதபாணிகளாகிப் பல மறவர்கள் மிக்க வணக்கத்தோடு நின்றார்கள். பல நாய்கள் உடன் வந்தன. 'நம்மை வரவேற்கவா இந்த வேட்டைக் கோலத்தோடு வந்திருக்கிறார். இவர் பழங்காலத்து வீரரைப் போலவல்லவோ இருக்கிறார்?" என்று எண்ணினேன். என் கண்கள் அவருடைய தோற்றத்தில் ஈடுபட்டு அடி முதல் முடி வரையில் நோக்கின. அவருக்கு அப்போது பிராயம் ஐம்பதுக்கு மேல் இருக்கும்.

"அவ்விடத்தில் சிரமம் வைத்துக் கொள்வானேன்? நான் அரண்மனையிலே வந்து கண்டிருப்பேனே" என்று புன்னகையுடன் சொன்னேன்.

"நீங்கள் வருவதாக எழுதியது முதல் ஒவ்வொரு நாளும் எதிர்பார்த்துக் கொண்டே இருக்கிறேன், நேரே அரண்மனைக்குச் செல்லுங்கள். சிறிது தூரம் போய் வந்து விடுகிறேன்" என்று சொல்லி அவர் புறப்பட்டார்.

நான் அரண்மனையை அடைந்தேன். எனக்கு மிகவும் வசதியுள்ள ஜாகை ஹஜார வாசலின் மெத்தையில் அமைத்திருந் தார்கள். போனவுடன் ஸ்நானத்திற்கு வேண்டிய ஏற்பாடுகள் செய்யப் பெற்றன. பிறகு சிற்றுண்டிகளுடன் காபியும் கிடைத்தது. எல்லாவற்றையும் முடித்துக்கொண்டு எட்டு மணிக்கு ஆஸ்தானத் துக்குப் போனேன். அங்கிருந்த ஜமீன்தார் என்னைக் கண்டவுடன் எழுந்து, "இருக்க வேண்டும்" என்று உபசரித்தார். அவ்விடத்தில் நான்கு புலவர்கள் உடன் இருந்தனர். முத்துவீரப் புலவர், அண்ணாமலைப் புலவரென்று இருவர் பெயர்கள் மாத்திரம் ஞாபகம் இருக்கின்றன. நான் அமர்ந்தேன்.

## தமிழ்ப் பயிற்சி

ஜமீன்தார் அந்த நான்கு புலவர்களுடன் திருவானைக்காப் புராணம் படித்துக் கொண்டிருந்தார். எனக்கு அவர் சில சமயங் களில் சில தமிழ்ச் செய்யுட்களுக்குப் பொருள் தெரிவிக்கும்படி கடிதங்கள் எழுதியதுண்டு. அந்தச் செய்யுட்கள் கடினமானவை

யாகவும் பாடம் கேட்டவர்களுக்கல்லாமல் ஏனையோருக்கு எளிதில் விளங்காதனவாகவும் இருக்கும் "ஒரு ஜமீன்தார் இப்படிக் கடினமான செய்யுட்களைத் தேர்ந்தெடுத்துச் சந்தேகம் கேட்கிறாரே. மற்றச் செய்யுட்களெல்லாம் விளங்கி விட்டனவா? அவற்றைப் படிக்கிறாரா?" என்று சிந்தனை செய்வேன். நேரிலே ஜமீன்தார் புலவர்களோடு இருந்து தமிழ் நூல்களைப் படித்து இன்புறுவதைக் கண்டபோது அவருடைய தமிழ்ப் பயிற்சியின் அளவை ஊகித்துக் கொண்டேன்.

ஒரு புலவர் ஒரு பாடலைப் படித்தார். உடனே மருதப்பத் தேவர், "உத்தரவாக வேணும்" என்று என்னை நோக்கிக் கூறினார். நான் ஸ்தம்பித்துவிட்டேன். அவருடைய பேச்சிலே காணப்பட்ட விநயந்தான் அதற்குக் காரணம்.

"எல்லார்க்கும் நன்றாம் பணிதல் அவருள்ளும்
செல்வர்க்கே செல்வந் தகைத்து"

என்று திருவள்ளுவர் சொல்லியிருக்கிறார். அதற்கு இலக்கிய மாக இருந்தார் ஜமீன்தார். நான் என்ன ஆசாரியனா? வயசில் முதிர்ந்தவனா? 'உத்தரவாகவேணும்' என்று சொன்ன வார்த்தை யிலே அவருடைய பெருந்தன்மையும், தமிழிலுள்ள கரை கடந்த அன்பும் தொனித்தன 'பழங்காலத்தில் வீரமும் கொடையும் கல்வி யுமுடையவராக இருந்த சிற்றரசர்கள் இப்படித்தான் இருந்திருப்பார் களோ!' என்று நான் நினைத்து உள்ளத்துள் அவரைப் பாராட்டி னேன். அந்தப் பாட்டுக்குப் பொருள் சொல்லத் தொடங்கினேன். அத்தகைய ரஸிகர்களும் இடமும் காலமும் கிடைக்கும்போது எனக்கு உண்டாகும் உத்ஸாகத்துக்கு அளவு ஏது? கருத்து, பதப் பொருள், விசேஷ உரை எல்லாம் சொல்லி எழுத்து முதலிய ஐந்து இலக்கணச் செய்திகளையும் அமைத்துச் சொன்னேன். எழுது சித்திரம் போலிருந்து ஜமீன்தார் கேட்டார். மேலே இரண்டு பாடல்கள் நடந்தன. மணி பத்து அடித்தது. புத்தகத்தைக் கீழே வைத்துவிட்டு ஜமீன்தார் எழுந்தார். "இதுவரையிலும் அனுபவிக் காத பேரானந்தத்தை இன்று அனுபவித்தேன். நேரமாயிற்று போய்ப் போஜனம் செய்து கொள்ள வேண்டும்" என்று உபசரித்தார்.

மத்தியான்னம் எனக்குக் கிடைத்த விருந்தமுதத்தை தமிழ் நினைவோடு உண்டு மகிழ்ந்தேன். நான் கண்ட காட்சிகளெல்லாம் கண்ணுக்கு விருந்தாக இருந்தன. அங்கே பழகிய மனிதர்களும், வேலை பார்க்கும் உத்தியோகஸ்தர்களும் மிகவும் திருத்தமாக இருந்தார்கள். மணிக் கணக்குப் பிசகாமல் ஒவ்வொரு காரியமும் நடந்து வந்தது. ஹஜார வாசலில் காலத்தைத் தெரிந்து கொள்வ தற்கு மணற் கடிகாரம் வைத்திருந்தார்கள். இடங்களெல்லாம் திருத்தமாகவும் சுத்தமாகவும் இருந்தன. உத்தியோகஸ்தர்களிற் பெரும்பாலோர் தமிழை நன்றாகப் படித்தவர்கள்.

## காலப் போக்கு

ஹிருதயாலய மருதப்பத் தேவருடைய காலப் போக்கை உணர்ந்து நான் வியப்படைந்தேன். விடியற்காலை நான்கு மணிக்கே அவர் எழுந்து விடுவார். காலைக் கடன்களை முடித்துக்கொண்டு பால் சாப்பிட்டு விட்டு 6 மணிக்குப் புறத்தே உலாவுவதற்குப் பரி வாரங்களுடன் புறப்படுவார். யானைக்கூடம், குதிரைப்பந்தி, காளை கள் கட்டுமிடம் எல்லாவற்றையும் பார்வையிட்டுக் கொண்டே செல்வார். ஊரைச் சுற்றியுள்ள சாலைகளில் ஒவ்வொரு சாலை வழியாகச் சென்று உலாவி வருவார். அந்தச் சாலைகளெல்லாம் அவராலேயே அமைக்கப்பட்டவை; இருபுறமும் மரங்களைப் பயிராக்கிச் சாலைகளை ஒருங்காக வைத்திருந்தார். தோட்டங்கள் நல்ல முறையில் வளர்க்கப்பெற்று வந்தன. உலாவிவிட்டு வந்து எட்டு மணி முதல் பத்துமணி வரையில் தமிழ்ப் புலவர்களுடன் இருந்து தமிழ் நூல்களைப் படிப்பார். புதிய நூல்களைப் படிப்ப தோடு பழைய நூல்களையும் பன்முறை படித்து இன்புறுவார். அவருடன் இருந்த வித்துவான்கள் நல்ல வித்துவப் பரம்பரையினர்; சில பிரபந்தங்களை இயற்றியிருக்கிறார்கள்; பல வருஷ காலமாக அவருடைய ஆஸ்தான வித்துவான்களாகவே இருந்தார்கள். பத்து மணிக்குமேல் கச்சேரிக் கட்டுக்குச் சென்று ஸமஸ்தான சம்பந்த மான வேலைகளைக் கவனிப்பார். பிறகு ஸ்நானம், ஆகாரம் முதலியவற்றை முடித்துக் கொண்டு மீட்டும் பிற்பகல் இரண்டு மணிக்குத் தமிழ் நூல் படிக்க உட்காருவார். நான்கு மணி வரையில் படித்து விட்டு ஆறு மணி வரையில் ஸமஸ்தான சம்பந்தமான வேலைகளைப் பார்வையிடுவார். ஆறு மணிக்குமேல் தம்மைப் பார்க்க வந்தவர்களுக்குப் பேட்டி அளிப்பார். தம் குடிகளுடைய குறைகளை விசாரிப்பார். அவர்கள் அவற்றை ஓலையில் எழுதி நீட்டுவார்கள். அவற்றையெல்லாம் பிறகு பார்த்து மறுநாள் தம் கருத்தைச் சொல்லுவார். வேற்றூரிலிருந்து வந்தவர்களுக்குச் சிறிதும் குறைவின்றி உபசாரம் நடைபெறும்.

## ஆலயம்

மாலையில் ஆலயத்துக்குச் செல்வார். அங்கே நவநீத கிருஷ்ணசுவாமியின் ஆலயம் இருக்கிறது. ஹிருதயாலய மருதப்பத் தேவருடைய ஆட்சியில் நித்திய நைமித்திகங்கள் மிகச் சிறப்பாக நடைபெற்றன. ஜமீன்தாருக்கு நவநீத கிருஷ்ணரே குலதெய்வம். ஆலயம் சிறிதாக இருந்தாலும் பெரிய கோயில்களுக்கு நடைபெறு வன போன்ற சிறப்புக்களை அங்கே பார்க்கலாம். பல வர்க்கான் னங்களும், லாடு, லட்டு, ஜிலேபி, தேங்குழல் முதலிய பக்ஷியவகை களும் கண்ணபிரானுக்கு நிவேதனம் செய்யப்படும். எல்லாம் புத்துருக்கு நெய்யாற் செய்வார்கள். ஒரு லாடு உரித்த தேங்காயளவு இருக்கும். தேங்குழல் பெரிய சந்தக்கல் அளவு இருக்கும். அந்தப்

பிரசாதங்களை வெளியூரிலிருந்து வந்த விருந்தினர்களுக்கு எடுத்தனுப்பச் செய்வது ஜமீன்தார் வழக்கம்.

மாலையில் மருதப்பத் தேவர் சுவாமி தரிசனம் செய்வார். அங்கே நல்ல பாட்டுக்களைச் சில சங்கீத வித்துவான்கள் பாடிக் கொண்டே இருப்பார்கள்.

இவ்வளவு ஒழுங்காகவும் திறமையாகவும் அவர் நடத்தி வந்த ஆட்சியை வேறிடங்களில் நான் பார்த்ததில்லை. சிறிய ஜமீனாக இருந்தாலும் அவர் அதற்குத் தம் ஆட்சி முறையால் பெருமையை உண்டாக்கினார். அவர் ஒரு பெரிய தேசத்தின் அதிபதியாக இருந்தால் எவ்வளவோ நல்ல காரியங்களைச் செய்திருப்பாரென்று நான் எண்ணிப் பார்ப்பேன்.

## உபசாரம்

மாலை நாலு மணிக்கு ஜமீன்தாரைக் கண்டேன். தமிழ் நூலின்பத்தை இருவரும் நுகர்ந்தோம். பழைய நூல்களைப் பற்றியும் பிற்காலத்து நூல்களைப் பற்றியும் நான் ஊக்கத்தோடு பேசினேன். ஜமீன்தாருடைய கூரிய தமிழறிவை உணர்ந்து மகிழ்ந்தேன். அவர் யாரைப் பற்றியும் குற்றம் கூறுவதே இல்லை. ஜமீன்தாருடைய மாமாவாகிய பெரியசாமித் தேவரென்பவருடைய தமிழ்ச் சுவடிகள் அரண்மனையில் இருந்தன. அவற்றைப் பார்த்தேன். எனக்குப் பயன்படுவதாக ஒன்றும் இல்லை. சித்திரா நதி ஸ்நானமும், இனிய விருந்துணவும், அன்பில் ஊறி வெளிவரும் ஜமீன்தார் பேச்சும், தமிழின்பமும் சேர்ந்து அங்கே தங்கியிருந்த சிலநாள் வாழ்க்கையைத் தெய்வலோக வாசம் போலாக்கிவிட்டன. நான் ராஜோபசாரத்தைப் பெற்று இன்புற்றேன்; ராஜோபசாரமென்றது உபசாரவார்த்தையன்று; உண்மையிலேயே அது ராஜோபசாரந் தான். நான் அரசனல்லனென்ற ஒன்றுதான் குறை.

## பிரியா விடை

என் வாழ்நாள் முழுவதும் அங்கே இருந்தாலும் எனக்குச் சலிப்பு வராது; ஜமீன்தாரும் உபசரிப்பதில் குறைவு செய்யமாட்டார். அது சாத்தியமா? நான் உத்தியோகம் பார்ப்பதோடு தமிழ்ச் சுவடிக்காக ஊரெல்லாம் அலைய வேண்டிய சொந்த உத்தியோகம் வேறு உள்ளதே. ஒரு நாள், பிரிய வேண்டுமே என்ற வருத்தத்தை மிகவும் கஷ்டப்பட்டு அடக்கிக் கொண்டு ஜமீன்தாரிடம் பத்துப் பாடல்கள் கூறி விடை கேட்டேன்.

"... ஒருவஞ்சிக் காண்டநந், தேடத், தாரளவு புய * வீர கேரளபூ பால விடை தருவாய் மன்னோ" என்பது மட்டும் இப்போது ஞாபகத்தில் இருக்கிறது. அவர் பின்னும் சிலநாள் இருந்து போக வேண்டுமென்று சொன்னார். நான் வற்புறுத்தவே வேறு வழியின்றி

---

* வீர கேரளம் புதூரென்பது ஜமீன்தார் இருந்த ஊரின் பெயர்.

விடை அளித்தார். ஒரு சால்வையும் சில உயர்ந்த வஸ்திரங்களும் வழிச்செலவுக்குப் பணமும் வழங்கினார்.

ஒரு நாள் மாலையில் விடை பெற்றுக் கொண்டேன். அப்போது அவர், "இங்கிருந்து வண்டியையும் சமையற்காரனையும் திட்டம் செய்து பாத்திரங்களும், சாமான்களும் அனுப்புகிறேன். நீங்கள் எங்கெங்கே போக வேண்டுமோ அவ்விடங்ளுக்கெல்லாம் செல்லலாம்" என்றார். "நான் போகிற இடங்களிலெல்லாம் சமையற் காரனை வைத்துக் கொண்டு விருந்து சாப்பிடுவது முடியாத காரியம். அதற்கேற்ற வசதி இராது. பல இடங்களில் கிடைத்ததைக் கிடைத்த நேரத்தில் உண்டு விட்டு ஏடு தேடுவேன். பட்டினி கிடக்க நேர்ந்தாலும் நேரும். எனக்கே இப்படி இருக்கும்போது வண்டி மாடு, வண்டியாள், சமையற்காரன் இவ்வளவு பரிவாரங்களையும் வைத்துக்கொண்டால் என் காரியம் நிறைவேறாது, திருக்குற்றாலம் வரையில் செல்ல வண்டி அனுப்ப ஏற்பாடு செய்தாற் போதும்" என்று கேட்டுக் கொண்டேன். அப்படியே ஏற்பாடு செய்தார். மறுநாள் விடியற்காலையில் புறப்படவேண்டும்.

விடை பெற்ற பிறகு ஜாகைக்குச் சென்றேன். அன்றிரவு பத்து மணிக்கு வழக்கம்போல் எனக்கு ஒருவர் நன்றாகக் காய்ச்சிய பால் கொணர்ந்து தந்தார். தேன்பாகும், குங்குமப்பூவும் சேர்த்துக் குழம்பு போலக் காய்ச்சிய அதைப் பருகும்போது, "இவ்வளவு உபசாரத்தை நாம் எங்கே அடையப் போகிறோம்! இவ்வளவு அன்புடையவர் களை எப்படிப் பிரிவது!" என்ற நினைவு எழவே என் கண்களி லிருந்து பல பலவென்று நீர்த்துளிகள் உதிர்ந்தன.

மறுநாள் விடியற்காலையில் எழுந்தேன். வண்டி சித்தமாக இருந்தது. மறுபடியும் ஒருமுறை ஜமீன்தாரைப் பார்க்க வேண்டு மென்று தோற்றியது, போய்ப் பார்த்தேன். என்னைக் கண்டவுடன் அவர் திடுக்கிட்டு, "என்ன விசேஷம்? வண்டி வரவில்லையா?" என்றார்.

"எல்லாம் வந்து விட்டன. சமுகத்தைப் பிரிவதற்கு என் மனம் இடங்கொடுக்கவில்லை. தமிழ்த் தொண்டு முன்னே இழுக்கிறது. ராத்திரி நான் பால் அருந்தியபோது சமுகத்தின் அன்பை நினைந்து மனங்கசிந்தேன். மறுபடியும் பார்த்து விட்டுப் போக வேண்டு மென்ற ஆசையால் வந்தேன். விடைபெற்றுக் கொள்ளுகிறேன்" என்று சொல்லி நின்றேன்.

"நமக்கும் வருத்தமாகவே இருக்கிறது. எந்தச் சமயத்தில் ஓய்வு நேருமோ அப்போதெல்லாம் வந்து இங்கே தங்கி எங்களுக்குத் தமிழமுதை ஊட்டலாம்" என்று அவர் அன்பு கனியச் சொன்னார்.

விடை பெற்றுப் பிரிந்தேன். அன்று அவரைக் கண்டதுதான்; பிறகு அவரைக் காணமுடியாமல் விதி செய்து விட்டது.

என் உள்ளத்தை ஹிருதயாலய மருதப்பத் தேவரிடம் வைத்து விட்டுத் திருக்குற்றாலத்தை அடைந்தேன்.

## 114
## சிலப்பதிகாரப் பதிப்பு

திருக்குற்றாலத்திற்குப் போன போது மேலகரத்திலிருந்து திரிகூடராசப்பக் கவிராயர் அங்கே வந்திருந்தார். அவரைக் கண்டவுடன் அந்தப் பக்கங்களில் உள்ள பல ஊர்களுக்குச் சென்று ஏடு தேடலாமென்ற ஊக்கம் ஏற்பட்டது. "நான் ஊற்றுமலை போய் வந்தேன். கும்பகோணம் போனவுடன் சிலப்பதிகாரத்தை அச்சிட ஆரம்பிக்க வேண்டும். அதற்கு முன் சுவடிகள் கிடைக்கக் கூடிய இடங்களுக்கு உங்கள் துணையைக் கொண்டு சென்று பார்த்து வர எண்ணுகிறேன்" என்றேன்.

அவர், "அப்படியே செய்யலாம்" என்றார்.

### பிரபந்தச் சுவடிகள்

அவருடன் சொக்கம்பட்டி முதலிய பல ஊர்களுக்குப் போனேன். அங்கங்கே பல வித்துவான்கள் வீடுகளைப் பார்த்தேன். வித்துவான்கள் பலர் வறுமையால் வருந்துவதைக் கண்டு மிக வருந்தினேன். பழைய காலத்தில் இருந்த ஜமீன்தார்கள் நிறுவிய தர்மஸ்தாபனங்களைப் பார்த்தேன். ஸம்ஸ்தானாதிபதிகளைப் பற்றியும் வித்துவான்களைப் பற்றியும் பழங்கதைகளைச் சொல்லுவோர் அங்கங்கே இருந்தனர். சொக்கம்பட்டி ஜமீனில் மந்திரியாக இருந்த பொன்னம்பலம்பிள்ளை என்பவருடைய திறமையை விளக்கும் பல வரலாறுகளைக் கேட்டறிந்தேன்.

அப்பால் வாசுதேவநல்லூர், புளியங்குடி முதலிய ஊர்களுக்குப் போய்ப் பழைய நூல்கள் உள்ளனவா என்று தேடினேன். புளியங் குடியில் புலவர் கூட்டம் அதிகமாக இருந்தது. அந்த ஊரின் பழம் பெயர் பூழியன்குடி என்று சொன்னார்கள். நான் அப்புலவர் களோடு பேசினேன். பல பழைய பாடல்களைச் சொன்னார்கள். தங்களிடமுள்ள ஏட்டுச் சுவடிகளைக் காட்டினார்கள். பள்ளு, குறவஞ்சி, குளுவ நாடகம், காதல், முளைப்பாட்டு, விதைப்பாட்டு, திருமுக விலாசம் முதலிய பிரபந்தவகைகளே இருந்தன. அவற்றில் அப்போது என் புத்தி செல்லவில்லை. ஆழ்ந்த தமிழ்ப் பயிற்சியும் சிறந்த கவித்துவமும் மங்கியிருந்த காலத்தில் ஜமீன்தார்கள் மனத்துக்கு உவப்பு உண்டாக்கவேண்டி இத்தகைய பிரபந்தங் களைப் புலவர்கள் இயற்றிப் பரிசு பெற்றார்கள். காப்பியகதியும் பழைய நூல் மரபும் புலவர்கள் ஆராய்ச்சிக்கு உட்படவில்லை.

சொல்லடுக்குகளும், சிருங்காரமுமே அந்தப் பிரபந்தங்களில் மீதூர்ந்து நின்றன.

## தென்காசி நிகழ்ச்சி

பிறகு தென்காசிக்கு வந்தேன். நைடதம் முதலியவற்றை இயற்றிய அதிவீரராமபாண்டியருடைய ஆசிரியர் வாழ்ந்து வந்த மடமொன்று அங்கே உண்டு. அவ்விடத்திற் போய்ப் பார்த்தேன். எனக்கு வேண்டியது ஒன்றும் கிடைக்கவில்லை. ஒரு வீட்டில் சுப்பையா பிள்ளை என்ற கனவான் ஒருவரைச் சந்தித்தேன். அவர் தமக்குச் சில பழம் பாடல்கள் பாட முண்டென்று சொல்லி,

"உள்ளார் கொல்லோ தோழி சிள்ளெனப்
பருந்துவீழ்ந் தெடுத்த பைந்தலை யரவம்
காதறு கவண தேய்க்கும்
தீதுறு கள்ளியங் காடிறந் தோரே"

என்னும் செய்யுளைச் சொன்னார். நடையிலிருந்து அது சங்கச் செய்யுளாக இருக்குமென்று தோன்றியது.

"இவற்றை எங்கிருந்து தெரிந்து கொண்டீர்கள்?"

"என்னிடம் உள்ள ஏட்டுச் சுவடியில் இத்தகைய பல பாடல்கள் இருந்தன."

"அப்படியா! அந்தச் சுவடிகளை நான் பார்க்கலாமா?"

"என் வீடு என் ஸ்வாதீனத்தில் இல்லை. என்னிடம் இருந்த சுவடிகள் என் சொத்தோடு பிறர் கையிற் போய் விட்டன."

நான் ஒன்றை ஆவலோடு எதிர்பார்க்கும்போது அது நிறைவேறாமல் ஏமாற்றத்தை அடைதல் எனக்கு வழக்கமாகி விட்டது. சுப்பையா பிள்ளை சொன்ன பாடல்களும் அவர் முதலிற் கூறிய செய்திகளும், "இதுகாறும் பாராத ஒரு நூலை இன்று பார்க்கப் போகிறோம்" என்ற ஆவலை உண்டாக்கின. அவர் கடன் தொல்லையால் எல்லாவற்றையும் இழந்து விட்டுத் தலைமறைவாக இருந்தாரென்பதைப் பிறகு அறிந்து மிகவும் வருந்தினேன். அவர் தம் சொத்தை இழந்தாரென்பதற்காக நான் வருந்தாமல், தமிழ்ச் செல்வம் அவர் கையை விட்டுப் போயிற்றே என்பதற்காக வருந்தினேன்.

"அப்படியானால் உங்களிடம் இப்போது ஒரு சுவடியும் இல்லையா?" என்று மெலிந்த குரலோடு கேட்டேன்.

"சில ஒற்றை ஏடுகளும் இரண்டொரு புத்தகமும் உள்ளன" என்றார்.

அவற்றைக் காட்டும்படி கேட்டபோது அவர், "ஒரு வீட்டின் மச்சில் வைத்திருக்கிறேன். பகல் நேரத்தில் வந்து எடுத்துக் கொடுக்க முடியாது; ராத்திரி எடுத்து வருகிறேன்" என்று கூறினார்.

அன்று இரவு அந்த ஒற்றை ஏடுகள் அவரிடமிருந்து கிடைத்தன. அவற்றில் ஆறு செய்யுட்கள் இருந்தன.

சிற்றட்டகம் என்ற பழைய நூலைச் சேர்ந்தனவாக இருக்கு மென்று கருதினேன். இன்றளவும் அந்நூல் கிடைக்கவில்லை.

ஒற்றை ஏடுகளைப் பெற்றாலும் ஒரு பெருநூலையே பெற்றது போன்ற மகிழ்ச்சியை நான் அடைந்து சுப்பையா பிள்ளையைப் பாராட்டி விடைபெற்றுக் கொண்டேன். தென்காசியிலிருந்து வேறு சில ஊர்களுக்குப் போய்ப் பார்த்தும் சிலப்பதிகாரப் பதிப்புக்குப் பயன்படும் சுவடிகள் கிடைக்கவில்லை. ஆதலால் திரிகூடராசப்பக் கவிராயரிடம் விடைபெற்றுக் கும்பகோணம் வந்து சேர்ந்தேன். அடியார்க்கு நல்லாருரையிலுள்ள குறையைப் போக்கிக் கொள்ளு வதற்கு நான் அலைந்த அலைச்சலும் பட்ட சிரமமும் கொஞ்சமல்ல, ஐம்பது ஊர்களுக்கு மேல் பிரயாணம் செய்தேன். எதிர்பார்த்த பயன் கிடைக்கவில்லை. இனிமேல் பிரயாணத்தை நிறுத்திக் கொண்டு சிலப்பதிகாரத்தை அச்சிடற்குரிய முயற்சிகளைச் செய்ய வேண்டுமென்று முடிவு செய்தேன். உடனே சிறுவயல் ஜமீன்தாருக் கெழுதித் திருமானூர்க் கிருஷ்ணையரைக் கும்பகோணத்திற்கு வருவித்தேன். அவரையும் வேறு அன்பர்களையும் வைத்துக் கொண்டு முடிந்தது முடித்தலாகப் பதிப்புக்கு வேண்டிய அங்கங் களைச் செப்பஞ் செய்யலானேன்.

## அச்சுப் பிரதிகள்

சிலப்பதிகாரத்தில் புகார்க் காண்டத்தின் மூலத்தை மாத்திரம் பிரஸிடென்ஸி காலேஜில் தமிழ்ப் பண்டிதராக இருந்த ஸ்ரீநிவாச ராகவாசாரியரென்பவர் முன்பு பதிப்பித்திருந்தார். 'சேரமான் பெருமாணயனார் இயற்றிய சிலப்பதிகாரம்' என்று அவர் பதிப்பித் தார். 1880ஆம் வருஷத்தில் சோடசாவதானம் சுப்பராய செட்டியார் அக்காண்டத்தின் மூலத்தை அடியார்க்கு நல்லார் உரையோடு அச்சிட்டார். இரண்டு பதிப்புக்களும், அக்காலத்தில் சிலப்பதிகாரம் பாடமாக வந்தமையால் வெளியானவை. அவற்றிற் பல வகையான பிழைகள் இருந்தன. செட்டியார், கடின நடையாயுள்ளனவற்றை எளிய நடைகளாகச் செய்தும், வேண்டிய இடங்களில் விரித்துஞ் சுருக்கியும், கானல்வரிக்கு உரையின்மையால் உரையெழுதியும், அரங்கேற்று காதையுள் வரம்பின்றிப் பரந்த இசை நாடக இலக் கணங்கள் பல விடங்களிலும் வருதலால் ஆங்காங்குணர இங்குச் சுருக்கியும், அச்சிட்டதாக முகவுரையில் தெரிவித்திருக்கிறார். அத னால் அடியார்க்கு நல்லாருரை முழுதும் அப்படியே அப்பதிப்பில் அமைந்திருக்கவில்லையென்பது தெரியவரும். அவர் மதுரைக் காண்டத்தையும் அச்சிட முயன்றும் அது நிறைவேறவில்லை.

## ஏட்டுப் பிரதிகள்

இந்த இரண்டு அச்சுப் பிரதிகளால் எனக்கு ஒரு நன்மையும் உண்டாகவில்லை. நான் தேடித் தொகுத்தவற்றில் உரைப் பிரதிகள் பதினான்கும் மூலப் பிரதிகள் எட்டும் இருந்தன. அவற்றை நன்கு பரிசோதித்துத் தீர்மானமான பாடத்தைக் கைப்பிரதியில் அமைத்துக் கொண்டேன். பிறகு நூலுக்கு அங்கமான பகுதிகளைத் தொகுக்கத் தொடங்கினேன். தமிழ் நூற்பதிப்பில் நாளாக ஆக உண்டான ஆராய்ச்சிப் பழக்கமும் பண்டைத் தமிழ் நூலறிவும் புதிய புதிய முறைகளைத் தோற்றுவித்தன. சிந்தாமணிப் பதிப்பைக் காட்டிலும் பத்துப்பாட்டிற் சில புதிய பகுதிகளைச் சேர்த்தேன். அதைக் காட்டிலும் சிலப்பதிகாரத்தில் இன்னும் சில பகுதிகளை ஆராய்ச்சி செய்பவர்களுக்கு உதவியாகச் சேர்க்க வேண்டுமென்று தோற்றியது. அவற்றிற்குரிய விஷயங்கள் சிலப்பதிகார மூலத்திலும் உரையிலும் பல இருந்தன. அடியார்க்கு நல்லார் உரையினால் தெரியவரும் நூல்களைப் பற்றிய குறிப்புக்களை அவசியம் எழுத வேண்டுமென்ற ஆசை எனக்கு மிகுதியாக எழுந்தது. நூலாலும் உரையாலும் அறியப்படும் அரசர் முதலியோர் பெயர்களை வகைப்படுத்தி அகராதி வரிசையில் அமைக்க வேண்டுமென்பது மற்றொரு விருப்பம். இப்படி என்னுடைய ஆராய்ச்சி வகை விரிந்து கொண்டே சென்றது. தனித்தனியே விஷயங்களைப் பிரித்து வகைப்படுத்தி ஒவ்வொரு தலைப்பிட்டுத் தொகுத்து அகராதி வரிசையாக எழுதச் செய்தேன். என்னுடன் இருந்து உழைத்த மாணாக்கர்களும் அன்பர்களும் இந்த வேலையில் துணையாக இருந்தார்கள். காங்கேயம் ஜே. வி. சுப்பிரமணிய ஐயர் என்ற மாணாக்கர் மிகுதியான உதவியைச் செய்தார்.

## பதிப்புக்குரிய ஆராய்ச்சி

அரும்பதங்களையெல்லாம் தொகுத்து அகராதியாக எழுதிக் கொண்டேன். அரிய விஷயங்களையெல்லாம் ஒன்றாக்கி விஷய சூசிகை என்ற தலைப்பிட்டுத் தனியே ஓர் அகராதி சித்தம் செய்தேன். இப்படியே நூலாலும் உரையாலுந் தெரிந்த அரசர்கள், நாடுகள், ஊர்கள், மலைகள், ஆறுகள், பொய்கைகள், தெய்வங்கள், புலவர்கள் பெயர்களுக்குத் தனித்தனியே அகராதியும் அடியார்க்கு நல்லாருரையிற் கண்ட நூல்களுக்கு அகராதியும், தொகையக ராதியும், விளங்கா மேற்கோளகராதியும், அபிதான விளக்கமும் எழுதி முடித்தேன்.

சிலப்பதிகாரக் கதைச் சுருக்கமும், இளங்கோவடிகள் வரலாறும், அடியார்க்கு நல்லார் வரலாறும், மேற்கோள் நூல்களைப் பற்றிய குறிப்புக்களும் எழுதப் பெற்றன.

எல்லாவற்றையும் ஒழுங்குபடுத்திக் கொண்டு முகவுரையை எழுதத் தொடங்கினேன். முந்தின நூற்பதிப்புக்களில் நூல்

அச்சாகும் காலத்தில் முகவுரையை எழுதினேன். இதற்கு முதலிலே எழுதி விட்டால் பிறகு வேண்டியவற்றைச் சேர்த்துக் கொள்ளலா மென்றெண்ணினேன். ஏட்டுச் சுவடிகளின் நிலையைப் புலப்படுத்த வேண்டுமென்பது என் விருப்பம். ஆகவே முகவுரையில், “மேற்கூறிய பழைய பிரதிகள் பல, இனி வழுப்பட வேண்டுமென்பதற்கு இடமில் லாமற் பிழை பொதிந்து, அநேக வருடங்களாகத் தம்மைப் படிப் போரும், படிப்பிப்போரும் இல்லை என்பதையும், நூல்களைப் பெயர்த்தெழுதித் தொகுத்து வைத்தலையே விரதமாகக் கொண்ட சில புண்ணியசாலிகளாலேயே தாம் உருக் கொண்டிருத்தலையும் நன்கு புலப்படுத்தின. ஒன்றோடொன்றொவ்வாது பிறழ்ந்து குறை வுற்றுப் பழுதுபட்டுப் பொருட்டொடர்பின்றிக் கிடந்த இப் பிரதி களைப் பரிசோதித்த துன்பத்தை உள்ளுங்கால் உள்ள முருகும்” என்று எழுதினேன்.

இவ்வாறு சிலப்பதிகாரத்தை அச்சிடுவதற்கு ஏற்ற நிலையில் அமைத்து நிறைவேறும் தருணத்தில் கொழும்பு பொ. குமாரசுவாமி முதலியாருக்கு அச்செய்தியைத் தெரிவித்தேன். சிலப்பதிகாரப் பதிப்புச் செலவை அவர் ஏற்றுக் கொள்வதாக முன்னர் எழுதி யிருந்ததோடு அடிக்கடி அந்நூலைப்பற்றி விசாரித்து வந்தனர். அவர் தாம் ரூ.300 அனுப்புவதாகத் தெரிவித்தார். சிலப்பதிகாரப் பதிப்பை நிறைவேற்றுவதற்கு அத்தொகை போதாவிட்டாலும் ஏற்றுக்கொண்டேன்.

## பதிப்பு ஆரம்பம்

1891ம் ஹூ ஜூன் மீ கோடை விடுமுறையில் சென்னைக்குச் சென்று சிலப்பதிகாரத்தைப் பதிப்பிக்கத் தொடங்கினேன். திராவிட ரத்நாகர அச்சுக்கூடத்தார் கேட்ட அச்சுக்கூலி அதிகமாகத் தோன்றியமையால் வெள்ளைய நாடார் ஜூபிலி அச்சுக் கூடத்தில் அச்சிட ஏற்பாடு செய்தேன். பூந்தமல்லி ஹைரோடில் உள்ள அச்சுக் கூடத் தலைவராகிய தவசி முத்துநாடார் பங்களாவில் முதலில் தங்கினேன். பிறகு திவான் ராமையங்கார் தோட்டத்தில் ஜாகை வைத்துக்கொண்டேன். ராமையங்கார் மாப்பிள்ளையும் என் மாணாக்கருமாகிய வக்கீல் கே. ராஜகோபாலாசாரியரென்பவர் எனக்கு இடம் கொடுத்து வேண்டிய சௌகரியங்களையும் செய்வித் தார். திருமானூர்க் கிருஷ்ணையர் உடனிருந்து வேலைகளைக் கவனித்து வந்தார்.

சிலப்பதிகாரத்தின் அரும்பதவுரை மிகவும் சிதைந்திருந்தமை யால் அதனைப் பதிப்பிக்கலாமா வேண்டாமா என்று யோசித்துக் கொண்டிருந்தேன். ‘சிலப்பதிகாரம் நிறைவேறட்டும்; பிறகு பார்த்துக் கொள்ளலாம்’ என்று ஒரு முடிவு செய்யாமல் நிறுத்தினேன். சென்னையில் தங்கிய அக்காலத்தில் அந்நகரத்திலுள்ள பல வித்து வான்கள் வீட்டுக்குச் சென்று ஏட்டுச்சுவடிகளைத் தேடினேன்.

சரவணப் பெருமாளையருடைய கொள் பேரராகிய குருசாமி ஐயரென்பவர் வீட்டில் சிலப்பதிகார அரும்பத உரையில் பத்து ஒற்றையேடுகள் கிடைத்தன. அவற்றைப் பெற்று என்னிடமுள்ள ஏட்டோடு ஒப்பிட்டுப் பார்த்துத் திருத்தங்களைச் செய்து கொண்டேன். மற்றப் பகுதிகள் எங்கே போயினவென்று குருசாமி ஐயரைக் கேட்ட போது அவை போனவிடம் தமக்குத் தெரியவில்லை என்று சொல்லி விட்டார்.

## இரு விருந்து

சிலப்பதிகாரப் பதிப்பு வேகமாகவே நடைபெற்று வந்தது. அச்சுக்கூடத்துக்கும் சாப்பாட்டு விடுதிக்கும் இடையே இரண்டு மைல் தூரம் இருக்கும், காலையில் 10 மணிக்கு ஆகாரம் செய்து விட்டுச் சென்றால் இரவு வந்து தான் உணவு கொள்வேன். ஒருநாள் இரவு 8 மணிக்கு உணவு கொள்ளும் விடுதியில் வந்து சாப்பிடும் போது ஆகாரம் நன்றாயிராமையால் தடுமாறினேன். நாற்றமுள்ள நெய்யும் உப்புக்காரம் இல்லாத குழம்பும் வேகாத அன்னமும் குடலைக் குமட்டிக் கொண்டு வந்தன. அப்போது அவ்விடுதிக்கு வடக்கேயுள்ள ஹநுமார் கோயிலில் இராமர் சந்நிதியில் சிலர் திவ்யப் பிரபந்த ஸேவை செய்து கொண்டிருந்தனர். அது காதில் விழுந்தது. உற்றுக் கவனிக்கையில் பெருமாள் திருமொழியென்று தெரிந்தது. உடனே எழுந்து கை கழுவிக்கொண்டு அங்கே சென்றேன்.

அன்று புனர்வசு நக்ஷத்திரம். ஸ்ரீ வைஷ்ணவப் பெரியார் பலர் குலசேகரப் பெருமாள் வாக்கிலிருந்து தசரதன் புலம்பலென்னும் பகுதியிலுள்ள பாசுரங்களை நிறுத்திச் சொல்லிக் கொண்டிருந்தனர். சிலர் எனக்குப் பழக்கமானவர்கள். நான் போனவுடன் எனக்கு இடம் கொடுத்துப் பின்னும் மெல்லச் சொல்லலாயினர். அந்தப் பாசுரங்களைக் காது குளிரக் கேட்டேன்; பசியை மறந்தேன். உடலிளைப்புக் கூடத்தீர்ந்தது போலத் தோற்றியது. இந்தச் செவி விருந்தோடு நிற்கவில்லை. அதன் பிறகு, நிவேதனமான சித்திரான்னங்களும் கிடைத்தன. இரட்டை விருந்து பெற்று மகிழ்ந்தேன்.

விடுமுறை நாட்கள் தீர்ந்து விட்டமையால் பதிப்பு வேலையைத் திருமானூர்க் கிருஷ்ணையரைக் கவனித்துக் கொள்ளும்படியும் புரூபை எனக்கு அனுப்பும்படியும் ஏற்பாடு செய்துவிட்டுக் கும்பகோணத்திற்கு வந்தேன்.

# 115

## சிலப்பதிகார வெளியீடு

கும்பகோணத்திற்கு வந்து வழக்கம் போலக் காலேஜ் வேலையோடு சிலப்பதிகாரப் பதிப்பு வேலையையும் கவனித்து வந்தேன்.

அந்நூற்பதிப்பு விஷயத்தில் காகித விலை, அச்சுக்கூலி முதலியவற்றிற்குப் போதுமான பொருள் என் கையில் இல்லை. புத்தகத்துக்கு வேண்டிய விஷயங்களை விளக்கமாக அமைக்கும் முயற்சியில் மாத்திரம் என் திறமை வளர்ந்ததே யன்றி, பிரசுரம் செய்வதற்குரிய பொருள் வசதியை அமைத்துக்கொள்ளும் விஷயத்தில் என் கருத்து அதிகமாகச் செல்லவில்லை. சிலப்பதிகாரத்தில் ஏழு காதைகள் அச்சிட்டு நிறைவேறியிருந்தன; மேலே 23 காதைகள் நிறைவேற வேண்டியிருந்தன.

## பொருளுதவி செய்த அன்பர்கள்

எனது நிலையைத் தமிழ் அபிமானிகளுக்கும் நண்பர்களுக்கும் கனவான்களுக்கும் தெரிவித்தேன். திருவாவடுதுறை, குன்றக்குடி, திருப்பனந்தாளென்னும் மடங்களிலுள்ள தலைவர்களும், கொழும்பு பொ. குமாரசாமி முதலியாரவர்களும், கும்பகோணம் சாது சேஷையரவர்களும் வேறு பல கனவான்களும் தக்க சமயத்தில் பொருளுதவி புரிந்தனர். அதனால் மேலே பதிப்பை நடத்திச் செல்வதற்குரிய தைரியம் எனக்கு உண்டாயிற்று.

## இராமசுவாமி முதலியார் பிரிவு

சிலப்பதிகாரப் பதிப்பு வேகமாகவே நடைபெற்று வந்தது. விரைவில் அதனை முடித்து விட்டு அப்பால் வேறு நூல்களை அச்சிடத் தொடங்கவேண்டுமென்று எண்ணினேன். இடையிடையே புறநானூறு, பதிற்றுப்பத்து, மணிமேகலை முதலிய பழைய நூல்களின் ஆராய்ச்சியும் நடைபெற்று வந்தது. அக்காலத்தில் என் அரிய நண்பரும் பேருபகாரியுமாகிய சேலம் இராமசுவாமி முதலியாரை இழக்கும் துர்ப்பாக்கியம் இத்தமிழ் நாட்டிற்கு நேர்ந்தது. 1892ஆம் வருஷம் மார்ச்சு மீ இரண்டாம் தேதி அவர் உலக வாழ்வை நீத்தார். அந்தத் துக்கச் செய்தியைக் கேட்டு நான் துடி துடித்துப் போனேன். அவருடைய பழக்கம் எனக்கு ஏற்பட்டதையும் அதனால் பழந்தமிழ் நூலாராய்ச்சியிலே நான் புகும்படி நேர்ந்ததையும் எண்ணிப் பார்த்தேன். அவருடைய தூண்டுதல் இராவிட்டால் சிந்தாமணியை நான் அச்சிடுவது எங்கே? சங்க நூல்களின் பெருமையை உணர்ந்து இன்புற்று வெளிப்படுத்தும் முயற்சிக்கும் எனக்கும் என்ன சம்பந்தம்? துக்க உணர்ச்சியோடு சில பாடல்களை எழுதினேன். அவற்றுட் சில வருமாறு:

“என்புடையா ரன்புடைய இராமசா மிக்குரிசில்
உன்புடையார் நயசுகுணம் ஒவ்வொன்றை யுன்னியுன்னி

அன்புடையார் பல்லோரும் ஆற்றும்வழி காணாராய்த்
துன்புடையா ராகிமனஞ் சோர்ந்திடவெங் ககன்றனையே!"

(என்புடை – என்னிடத்தில்)

"இன்றேனும் பாலுமெனும் இன்சொலுடை யாய்வைரக்
குன்றேனும் ஒவ்வாக் குணனுடையாய் குற்றத்துள்
ஒன்றேனும் உனையணுக ஒண்ணாதோ சார்ந்திருப்பின்
என்றேனும் நிற்பிரிதல் எம்மை வருத்திடுமோ!"

(இன் தேனும், நிற்பிரிதல் – உன்னைப்பிரிதல்.)

"ஊர்க்குழைப்பான் போனானென் றுலைவாரும் போனானிப்
பார்க்குழைப்பா னென்று பதைப்பாருந் தமிழெனுமுந்
நீர்க்குழைப்பா னென்றுருகி நிற்பாரு மாய்க்கலங்க
ஆர்க்குழைப்பான் சென்றாய் அளியுடைய அண்ணலே!"

(உலைவார் – வருந்துவார். தமிழெனும் முந்நீர் – தமிழென்னும் கடல். அளி – அன்பு.)

சிலப்பதிகாரம், மணிமேகலை என்னும் இரண்டையும் புத்தக வடிவத்திற் பார்க்க வேண்டுமென்று முதலியார் எவ்வளவோ ஆவலோடிருந்தார். அவர் இருந்த காலத்தில் அவ்விரண்டையும் நிறைவேற்றும் பேறு எனக்கு இல்லாமற் போயிற்று.

இடையில் ஓய்வு கிடைத்த காலத்தில் சென்னைக்குச் சென்று வருவேன். 1892ஆம் வருஷம் கோடை விடுமுறையில் அங்கே போயிருந்தபோது, திருமானூர்க் கிருஷ்ணையர் ஊருக்குச் செல்ல வேண்டியிருந்தமையால் அவருக்கு விடை கொடுத்தனுப்பி விட்டேன். திருவழுந்தூர் சக்கரவர்த்தி ராஜகோபாலாசாரியரும் தில்லைவிடங்கன் வெண்பாப்புலி வேலுசாமிப் பிள்ளையும், மில்லர் காலேஜிலிருந்த சுப்பராயலு நாயுடு என்பவரும் தங்களாலான உதவிகளைச் செய்தார்கள். சுறுசுறுப்பும் கூர்மையான அறிவும் உள்ள வை. மு. சடகோப ராமானுஜாசாரியர் பெரும்பாலும் என்னுடன் இருந்து ஒப்பிட்டுப் பார்த்தல் முதலிய உதவிகளையெல்லாம் செய்து வந்தார். சிலப்பதிகாரம் மூலமும் உரையும் முற்றுப்பெறும் நிலையில் இருந்தன.

நண்பர்கள் பலர் அரும்பதவுரையையும் பதிப்பித்து வெளியிட வேண்டுமென்று வற்புறுத்தினமையால் அதனைச் செப்பஞ் செய்து சிலப்பதிகாரத்தின் பின் அச்சிடும்படி கொடுத்து விட்டேன்.

## அரும்பதவுரையின் முகவுரை

சிலப்பதிகாரத்திற்குரிய முகவுரையை முதலில் எழுதி விட்டேன். அதில் அரும்பதவுரையைப் பற்றி அதிகமாக எழுதாமல் ஓரிடத்தில் அடிக் குறிப்பில், 'இவ்வரும்பதவுரை, தனியே அச்சிட்டு இப்புத்தகத்தினிறுதியிற் சேர்க்கப்பட்டிருக்கிறது' என்று மாத்திரம் எழுதினேன்.

அரும்பதவுரை முழுவதும் அச்சான பிறகு அதைப் பற்றித் தெரிவிக்க வேண்டியவற்றைத் தனியே எழுத வேண்டுமென்று தோற்றியது. அதை எழுதி விட்டால் சிலப்பதிகாரப் புத்தகம் நிறைவேறிவிடும்.

இந்த நிலையில், அச்சுக்கூடத்திற்குக் கொடுக்க வேண்டிய பணம் என் கையில் இல்லாமையால், திருவல்லிக்கேணியிலிருந்த நார்ட்டன் துரை குமாஸ்தாவாகிய விசுவநாத சாஸ்திரியாரிடம் போய் வேண்டிய தொகையைப் பெற்றுக் கொண்டேன்.

அன்று வெள்ளிக்கிழமை, சனிக்கிழமை சிலப்பதிகார வேலையைப் பூர்த்தி செய்து ஒரு புத்தகத்தைப் பைண்டு செய்வித்துக் கண்ணால் பார்த்துவிட்டுக் கும்பகோணம் செல்ல வேண்டுமென்ற விருப்பம் பலமாக இருந்தது. வெள்ளிக்கிழமை மாலை விசுவநாத சாஸ்திரியாரை அணுகியபோது அவர் அன்றிரவு தம் வீட்டிலேயே உணவு கொள்ளச் செய்தார். இரவில் அங்கே தங்கினேன்.

அரும்பதவுரைக்கு முகவுரை எழுத எண்ணிக் காகிதமும் பேனாவும் சாஸ்திரியாரிடம் வாங்கிக்கொண்டு எழுத உட்கார்ந்தேன். எனக்கிருந்த சோர்வினாலும் பசியோடு ஆகாரம் செய்தமையாலும் உடனே தூக்கம் வந்து விட்டது. ஒன்றும் செய்ய இயலாமல் படுத்துக் கொண்டேன். படுத்துக் கொள்ளும் போது, ‘இப்பொழுதும் முகவுரை எழுதவில்லையே! நாளை எட்டு மணிக்கு அச்சுக் கூடத்திற் கொடுத்தால் தானே நாளைக்கே புத்தகத்தை முடித்துக் கண்ணாற் பார்க்கலாம்?’ என்ற கவலை மாத்திரம் இருந்தது. ‘விடியற் காலையில் எழுந்து எழுதிவிட வேண்டும்’ என்ற தீர்மானத்தோடு ஒரு மெழுகுவர்த்தியும் நெருப்புப் பெட்டியும் வாங்கி வைத்துக் கொண்டேன்.

நன்றாகத் தூங்கினேன். இரவில் இடையே விழிப்பு ஏற்பட்டது. பூர்த்தியாகாத சிலப்பதிகாரப் புத்தகம் என் அகக் கண்முன் நின்றது. எழுந்து விளக்கேற்றிப் பார்க்கையில் இரண்டு மணிதான் ஆகியிருந்தது. அரைத் தூக்கத்தில் எழுந்தமையால் மீட்டும் படுத்துக் கொள்ள வேண்டுமென்ற உணர்ச்சியே மேலோங்கி நின்றது.

‘படுத்துக் கொண்டால் நான்கு மணிக்கு எழுந்திருக்க முடியுமா? அயர்ச்சியால் நெடுநேரம் தூங்கி விட்டால் காரியம் அரைகுறையாக நின்று விடுமே!’ என்று பலவிதமான சிந்தனைகள் எழுந்தனவே யொழிய எழுத வேண்டுமென்ற வேகம் உண்டாக வில்லை. உலகமெல்லாம் குறட்டை விட்டுத் தூங்கும் அச்சமயத்தில் ஓய்ந்து போன நிலையில் எனக்கு ஊக்கம் ஏற்படுவதற்கு அனுகூல மான பொருள் யாதும் இல்லை.

கண்கள் சுழன்றன. கொட்டாவி விட்டேன்; அண்ணாந்த போது எதிரே சுவரில் இருந்த ஒரு படம் என் கண்ணிற் பட்டது.

இன்னாருடைய படமென்று தெரிந்து கொள்ள முடியவில்லை. படத்திலுள்ளவர் மிகச் சுறுசுறுப்பும் முயற்சியும் உடையவரென்பது தோற்றத்திலிருந்தே தெரிந்தது. அத்தோற்றம் என் உள்ளத்துள்ளே ஊக்கத்தை எழுப்பியது. 'இவர் யாரோ தெரியவில்லை; என்ன துடியாய் இருக்கிறார்! நாம் சோர்விலே மூழ்கியிருக்கிறோமே!' என்று எண்ணினேனோ இல்லையோ, உடனே பேனாவை எடுத்தேன்; எழுதத் தொடங்கி விட்டேன்.

அரும்பதவுரையைப் பற்றி என் ஞாபகத்துக்கு வந்தவற்றை வைத்துக்கொண்டு சுருக்கமாக ஒரு முகவுரை எழுதி முடித்தேன். அப்படி எழுதியதை மீட்டும் படித்துச் செப்பஞ் செய்து கொண் டேன். பிறகு எனக்குத் தூக்கம் வர நியாயம் ஏது?

காலையில் விசுவநாத சாஸ்திரியாரிடம் அந்தப் படம் யாருடையதென்று விசாரித்தேன். அவருடைய தலைவராகிய நார்ட்டன் துரையினதென்று தெரிந்து கொண்டேன். அப்படத்தைக் கண்டு எனக்கு உண்டான ஊக்கத்தையும் அதனால் விளைந்த நன்மையையும் அவரிடம் சொன்னேன். சனிக்கிழமையன்று சிலப்பதிகாரத்தில் எஞ்சியிருந்த பகுதிகளெல்லாம் அச்சாயின. ஞாயிறன்று இரவு பைண்டு பண்ணின பிரதி ஒன்றை எடுத்துக் கொண்டு கும்பகோணத்துக்குப் புறப்பட்டுச் சென்றேன்.

சிலப்பதிகாரப் புத்தகங்கள் பைண்டாகிச் சென்னையிலிருந்து வந்தவுடன் அனுப்ப வேண்டியவர்களுக்கெல்லாம் அனுப்பினேன். அதனைக் கண்ட அன்பர்கள் மிகவும் பாராட்டிக் கடிதம் எழுதி னார்கள். இராமநாதபுரம் ராஜா மு. பாஸ்கர சேதுபதியவர்களுக்கும் பிரதிகள் அனுப்பினேன். அவர் புத்தகம் கிடைத்த விவரத்தைத் தெரிவித்ததோடு தக்க சந்தர்ப்பமொன்றில் என்னை இராமநாத புரத்துக்கு அழைக்க நேருமென்றும், அப்போது தவறாமல் வர வேண்டுமென்றும் எழுதினார்.

## சரித்திரச் செய்திகள்

சீவகசிந்தாமணியும் பத்துப் பாட்டும் தமிழ் நாட்டில் உலாவத் தொடங்கிய பிறகு பழந்தமிழ் நூல்களின் பெருமையை உணர்ந்து இன்புறும் வழக்கம் தமிழர்களிடையே உண்டாயிற்று. அவற்றின் பின்பு சிலப்பதிகாரம் வெளிவரவே, பண்டைத் தமிழ் நாட்டின் இயல்பும், தமிழில் இருந்த கலைப் பரப்பின் சிறப்பும் யாவர்க்கும் புலப்படலாயின. 'கண்டறியாதன கண்டோம்' என்று புலவர்களும் ஆராய்ச்சியாளர்களும் உவகைக் கடலில் மூழ்கினர்.

சிலப்பதிகாரம் மிக அரிய சரித்திரச் செய்திகளை உடையது. தமிழ்நாட்டு அரசனாகிய செங்குட்டுவன் வட நாடு சென்று வடவேந்தர்களை வென்று கண்ணகியின் படிமச்சிலை கொணர்ந்த செய்தி மிக்க விம்மிதத்தை உண்டாக்கியது. அன்றியும், சங்க காலத்தை நிர்ணயிப்பதற்குச் சிலப்பதிகாரம் மிகவும் முக்கியமான

ஆதாரமாக இருக்கிறது. தமிழ்நாட்டுச் சரித்திர ஆராய்ச்சியில் வல்ல பலருடைய கவனத்தை அந்நூல் கவர்ந்தது.

அடியார்க்கு நல்லார் உரையினால் அறிந்த வேறு நூல்கள் தமிழன்பர்களுடைய அறிவுக்கு விருந்தாயின. இதனை எதிர்பார்த்தே அவருரையிற் கண்ட நூல்களைப் பற்றிய குறிப்புக்களைத் தனியே தொகுத்து வெளியிட்டிருந்தேன்.

## பெருங்கதை

அவ்வுரையினால் நான் அறிந்த பல செய்திகளுள் முக்கியமானது பெருங்கதை என்னும் நூலின் சிறப்பாகும். நான் தேடித் தொகுத்த நூல்களுள் 'கொங்குவேள் மாக்கதை' என்பது ஒன்று. அது யாரோ கொங்குவேள் என்ற ஒருவரைப் பற்றிய கதையாக இருக்கலா மென்றுதான் எண்ணியிருந்தேன். முன்னும் பின்னும் இல்லாத அந்த நூற்சுவடி என் பெட்டியில் தூங்கிக் கொண்டிருந்தது.

அடியார்க்கு நல்லாருரையை ஆராய்ச்சி செய்தபோது ஓரிடத்தில், "கூத்தியரிருக்கையுஞ் சுற்றியதாகக், காப்பிய வாசனை கலந்தவை சொல்லி" என்ற அடிகளை அவர் எடுத்துக் காட்டியிருப்பதைக் கண்டேன்; இடைச்சங்க காலத்து நூல்களை ஆராய்ந்து செய்த உதயணன் கதையில் அவ்வடிகள் உள்ளனவென்று அவர் அறிவித்திருந்தார்.

ஒரு நாள் என்னிடமிருந்த கொங்குவேள் மாக்கதையென்னும் சுவடியைப் புரட்டிய போது அந்த இரண்டு அடிகளை அதிற் கண்டேன். ஊன்றிக் கவனித்தேன். முன்னும் பின்னும் பார்த்தேன். உதயணனென்ற பெயர் பலவிடங்களில் வந்தது. கொங்குவேள் மாக்கதையே உதயணன் கதையென்று தெரிய வந்தது. பின்னும் அடியார்க்கு நல்லாருரையினால் அதற்குப் பெருங்கதை, கதை யென்ற பெயர்களும் உண்டென்பதை உணர்ந்தேன். அதுகாறும் அந்நூலைக் கவனியாதிருந்த நான் அதனை ஆவலோடு படித்துப் பார்க்க ஆரம்பித்தேன்.

நான் எழுதிய நூற்குறிப்புக்களில் என்னிடமுள்ள சுவடிகளி லிருந்து தெரிந்த செய்திகளையெல்லாம் புலப்படுத்தினேன். உதயணன் கதையைப்பற்றி எழுதுகையில், "இப்பொழுது கிடைத்த கையெழுத்துப் பிரதியில் முதலும் கடையும் பழுதுபட்டுப் போய் விட்டமையால் முதலாவது உஞ்சைக் காண்டத்தில் 32 சிற்றுறுப்புக் கள் காணப்படவில்லை; ஐந்தாவது நரவாண காண்டத்தின் மேலுள்ள காண்டங்கள் இவையென்பதும், அவற்றின் சிற்றுறுப்புக் கள் இத்தனையென்பதும் தெரியவில்லை. இவ்வடியார்க்கு நல்லாருரைப் பரிசோதனையாலேயே இந்நூல் இக்காலத்து வெளிப்பட்டதென்று சொல்லலாம்" என்று குறித்தேன். அந்நூற் பிரதி என்னிடத்தில் இருப்பதை இதனால் ஒருவாறு குறிப்பாக வெளிப்படுத்த வேண்டுமென்பதும் என் நோக்கம்.

## பிற நூல்கள்

இப்படியே முத்தொள்ளாயிரத்தைப் பற்றிய குறிப்பில், "முத்தொள்ளாயிர" மென்னும் நூல் இப்பொழுது கிடைக்கவில்லை; ஆயினும், 'வாரிய பெண்ணை' என்னும் இவ்வெண்பா, தான் எடுத்துக் காட்டும் செய்யுட்களின் தலைப்பில் அவ்வந்நூற் பெயரை எழுதி விளக்கும் 'புறத்திட்டு' என்னும் புத்தகத்திலெழுதப் பட்டிருத் தலால், முத்தொள்ளாயிரத்தி லுள்ளதென்றறியப் பட்டது" என்று புறத்திரட்டைப் பற்றிய செய்தியை எழுதினேன்.

இவ்வாறே அகநானூறு, குறுந்தொகை, பதிற்றுப்பத்து, பரிபாடல், புறநானூறு, மணிமேகலை என்னும் பழைய நூல்களைப் பற்றிய குறிப்புக்களை விரிவாக எழுதினேன். திருக்கோவையாருரை பேராசிரியர் இயற்றியதென்பதை ஒரு குறிப்பிற் பின்வருமாறு வெளிப்படுத்தினேன். "அவ்வுரையாசிரியர் நச்சினார்க்கினிய ரென்பது பலருடைய கொள்கை; யான் எண்ணியிருந்ததும் அதுவே. ஆயினும் தமிழ்ப் பிரயோக விவேக நூலாசிரியராகிய சுப்பிரமணிய பண்டிதர் தாமியற்றிய அப்பிரயோக விவேக நூலுரையில் இந்நூலுக்கு உரை செய்தோர் பேராசிரியரென்று பலவிடத்தும் புலப்படுத்தினமையானும், தென்னாட்டில் ஆழ்வார் திருநகரி முதலியவற்றிலிருந்த பரம்பரைத் தமிழ் வித்துவான்கள் வீடுகளில் இருக்கும் ஏட்டுப் பிரதிகளில் திருச்சிற்றம்பலக் கோவையாருரை என்றுள்ளவைகளுட் பலவற்றின் தலைப்பிலும் பேராசிரியருரை யென்றே எழுதப்பட்டிருத்தலானும், ஊன்றிப் பார்த்தவிடத்துச் சிறிதும் அவைகள் வேறுபாடின்றி அச்சிடப்பட்ட உரையாகவே இருத்தலானும் இந்நூலுரையாசிரியர் நச்சினார்க்கினியரென்று ஒரு தலையாகச் சொல்லக் கூடவில்லை."

நான் எழுதிய இத்தகைய குறிப்புக்கள் தமிழன்பர்களுடைய ஆவலை அதிகமாக்கின. முகவுரையின் இறுதியில், "இச்சிலப்பதி காரத்தைப் போலவே நான் பதிப்பிக்க விரும்பிய நூல் ஒவ்வொன் றையும் கருதிய வண்ணம் நிறைவேற்றுதற் பொருட்டும், பிரதியுதவி பொருளுதவி முதலியன புரிந்தோர் பெரு வாழ்வடையும் பொருட் டும் திருவருள் சுரக்கும்படி எல்லாம் வல்ல முழுமுதற் கடவுளாகிய இறைவனுடைய திருவடித் தாமரைகளைப் பிரார்த்திக்கின்றேன்" என்று எழுதியிருந்தேன். இவையெல்லாம் சேர்ந்து தமிழ் நாட்டில் ஒரு கிளர்ச்சியை உண்டாக்கின. அங்கங்கே உள்ளவர்கள் கூடி என்னை வாழ்த்தி மேலும் நூல்களைப் பதிப்பித்து வெளியிட வேண்டுமென்று அறிவித்தனர். என்னுடைய அன்பர்கள் தனித் தனியே கடிதம் எழுதி, இன்ன இன்ன நூலைத் தொடங்க வேண்டு மென்று வற்புறுத்தினர்.

சிலப்பதிகாரம் நிறைவேறியவுடன், இவ்வாறு வேறு அணி கலன்களையும் துலக்கித் தமிழ் மகளுக்கு அணியவேண்டுமென்ற அன்புக் கட்டளை தமிழ்நாட்டாரிடமிருந்து எனக்குக் கிடைத்தமை யின், மீண்டும் எந்த நூலைத் தொடங்கலாமென்ற எண்ணத்தில் நான் ஆழ்ந்தேன்.

# 116

## கம்பர் செய்தியும் ஸேதுபதி ஸம்மானமும்

பல வருஷங்களுக்கு முன் ஒரு நாள் திருவாவடுதுறை மடத்தில் ஆதீனத் தலைவர்களோடு பேசிக்கொண்டிருக்கையில் தேரழுந்தூரி லிருந்து ஸ்ரீ வைஷ்ணவர் ஒருவர் வந்தார். அவ்வூரின் விசேஷங் களைப் பற்றி நான் அவரிடம் விசாரிக்கலானேன். அவர் மூலமாகக் கம்பர் பிறந்த ஊர் அத்தேரழுந்தூரே என்று தெரியவந்தது.

### அழுந்தூர் மடம்

திருவழுந்தூரென்பதே அதன் இயற்பெயர். அதற்குத் திருஞான சம்பந்தர் திருவாய் மலர்ந்தருளிய தேவாரப் பதிகம் ஒன்றுண்டு. அதில் அழுந்தை என்று அதன் பெயர் சொல்லப் பெற்றுள்ளது. திருவாவடுதுறைக்கு வந்த ஸ்ரீ வைஷ்ணவர் அவ்வூர்ச் சிவாலயத்தில் எழுந்தருளியுள்ள ஸ்வாமியின் திருநாமம் வேதபுரீசரென்று சொன்னார். "சிவாலயத்தில் தனியே மகா மடேசுவரர் என்ற மூர்த்தி இருக்கிறார். தீர்த்தத்தின் அதிஷ்டான தெய்வமென்று பெரியவர்கள் சொல்வார்கள்" என்றும் அவர் கூறினார் அப்போது,

"அழுந்தை மாமறையோர்
வழிபாடுசெய் மாமட மன்னினையே"

என்ற தேவாரப் பகுதி என் நினைவுக்கு வந்தது. திருஞான சம்பந்தராற் பாடப் பெற்ற மூர்த்தி அந்த மகாமடேசுவரராகத் தான் இருக்க வேண்டுமென்று தோற்றியது. 'மாமறையோர் வழிபாடு செய்' என்பதனால் அங்கே முற்காலத்தில் வேதகோஷம் நிரம்பியிருந்ததென்றும், வேதபுரி என்ற பெயர் அவ்வூருக்கு அமைந்தது பொருத்தமென்றும் கருதினேன்.

கம்பர் பிறந்த ஊர் தேவாரம் பெற்ற ஸ்தலமாக இருந்ததில் காரணமில்லாத திருப்தி ஒன்று எனக்கு ஏற்பட்டது. கம்பர் காலத் தில் பழமறையும் கன்னித் தமிழும் அவ்வூரில் சிறந்து விளங்கி யிருக்கலாம்.

## கம்பர் பிறந்த ஊர்

கம்பரைப் பற்றிய செய்திகள் பல தமிழ்நாட்டில் வழங்கி வரு கின்றன. அவரைப் பற்றிய தனிப்பாடல்களும் பல உண்டு. அஷ்டா வதானம் வீராசாமி செட்டியார் தாம் இயற்றிய விநோதரஸ மஞ் சரியில் தனிப் பாடல்களையும் கர்ண பரம்பரைச் செய்திகளையும் பிணைத்துப் படிப்பதற்கு இனிமையாக இருக்கும்படி கம்பர் வரலாற்றை எழுதிவிட்டார். ஆனால் சரித்திர உண்மை எவ்வளவு என்பது வேறு விஷயம்.

கம்பராமாயணச் சிறப்புப் பாயிரங்களிலிருந்தும் தனிப் பாடல் களிலிருந்தும், 'கம்பர் திருவழுந்தூரிற் பிறந்த உவச்சர், அவரைப் போற்றிப் பாதுகாத்தவர் சடையப்ப வள்ளலென்ற வேளாளர், அவ்வள்ளல் வெண்ணெய் நல்லூரென்னும் ஊரினர்' என்பன போன்ற செய்திகள் தெரிய வந்தன. மாயூரத்துக்கருகில் திருவழுந்தூ ரென்ற பெயருடைய ஊர் ஒன்று இருக்கிறது அது சிறந்த விஷ்ணு ஸ்தலம். கம்பர் அங்கே பிறந்திருப்பாரென்ற சந்தேகம் சிலருக்கு எழுந்தது. ஆனால் அவ்வூரின் இயல்பான பெயர் திரு இந்தளூர்.

உவச்சரென்பார் கோயிற் பூசை புரியும் வகுப்பினர்; ஓச்ச ரென்றும் சொல்வதுண்டு. மிதிலைப் பட்டியில் எனக்குக் கிடைத்த திருவிளையாடற் பயகர மாலையில் அந்நூலின் ஆசிரியர் வீரபத்திரக் கம்பரென்று இருந்தது. அதிலிருந்து கம்பரென்பது குடிபற்றிய பெயரென்றும் கம்பருடைய இயற் பெயர் மறைந்து விடவே, அவர் குடிப் பெயரே நிலைத்ததென்றும் தோற்றியது. பழங்காலத்தில் கம்பத்தை வைத்துப் பூசித்த காரணத்தால் அவர்களுக்குக் கம்பரென்ற குடிப் பெயர் வந்திருக்கலாம்.

## கதிர் வேய் மங்கலம்

தஞ்சாவூரில் பிரபல வக்கீலாக இருந்தவரும் என்னிடம் பேரன்பு பூண்டவருமான கே. கல்யாண சுந்தரையர் தம்முடைய ஊராகிய கதிராமங்கலத்தில் ஒரு புது வீடு கட்டி 1892ஆம் வருஷம் ஜூன் மாதம் கிருகப் பிரவேசம் செய்தார். அவசியம் அந்த விசேஷத்திற்கு வரவேண்டுமென்று அவர் எனக்கு எழுதினார். அந்த அழைப்புக் கடிதம் கிடைத்தவுடன், அவ்வூருக்கருகில் உள்ள கம்பர் பிறந்தவூரையும் பார்த்து விட்டு வர வேண்டுமென்ற ஆவலையும் உடன் கொண்டு சென்றேன்.

குத்தாலம் ரெயில்வே ஸ்டேஷனில் இறங்கி வடக்கே சில மைல் தூரம் சென்றால் கதிராமங்கலத்தை அடையலாம். நான் ஏறிய ரெயில் வண்டியில் கதிராமங்கல வாசியான கோபால கிருஷ்ண

ஜோஸ்யரென்பவரைக் கண்டேன். அவர் கம்பரைப் பற்றிய சில விஷயங்கள் சொன்னார். "கம்பர் பிறந்தது தேரழுந்தூர் தான். அதற்கு வடக்கே வெண்ணெய் நல்லூர் இருக்கிறது. சடையப்ப வள்ளல் இருந்த ஊர் அது. எங்கள் ஊராகிய கதிரா மங்கலமும் கம்பர் சரித்திர சம்பந்தமுடையதே" என்றார் அவர்.

"எப்படி?" என்று ஆவலோடு கேட்டேன்.

"கதிர் வேய் மங்கலமென்பது அந்த ஊருக்கு முதலில் ஏற்பட்ட பெயர். அதுவே மாறிக் கதிராமங்கலமென்று ஆயிற்று."

"கதிர் வேய் மங்கல மென்ற பெயர் வரக் காரணம் என்ன?"

"கம்பர் ஒரு தாசியிடம் அன்பு வைத்துப் பழகி வந்தார். அவள் அந்த ஊரில் இருந்தாள். ஒருநாள் தன்னுடைய வீட்டுக் கூரையை வேய வைக்கோல் இல்லையென்று அவள் கம்பரிடம் தெரிவித்தாள். அவர் சடையப்ப வள்ளலிடம் இதைத் தெரிவிக்கவே, அவ்வள்ளல் நெற்கதிர்களையே அறுத்து அவற்றால் வேயச் சொன்னாராம். அதனால்தான் கதிர் வேய் மங்கலமென்ற பெயர் அந்த ஊருக்கு உண்டாயிற்று."

இந்தக் கதை அப்போது எனக்குப் புதிதாக இருந்தது. கம்பருக்குத் தாசிகளின் தொடர்பு உண்டென்ற வரலாற்றை மட்டும் கேட்டிருந்தேன். இந்த வரலாறு சடையப்ப வள்ளலின் பெருந்தன்மையை விளக்குவதாக இருந்தது. 'நாம் கதிராமங்கலம் போவதற்குப் பிரயோசனம் ஆரம்பத்திலேயே கிடைத்து விட்டது' என்று மகிழ்ந்து அந்த ஜோஸ்யரைப் பாராட்டினேன்.

கதிராமங்கலத்துக்குப் போய் இந்தக் கதையைப் பலர் வாயிலாகக் கேட்டு உறுதி செய்து கொண்டேன். கிருகப் பிரவேச மான பிறகு தேரழுந்தூருக்குப் போனேன். அங்கே கம்பர் மேடு என்ற ஓரிடத்தைக் காட்டினார்கள். கம்பர் வீடு அம்மேட்டில் இருந்ததென்று சொன்னார்கள். அவ்வூர்ப் பெருமாள் கோயிலில் கம்பர், அவர் மனைவி இவர்களுடைய பிம்பங்களையும் கண்டேன். வேதபுரீசர் ஆலயத்துக்குப் போய் மகாமடேசுவரர் சந்நிதியையும் பார்த்தேன்.

பக்கத்தில் க்ஷேத்திரபாலபுரம் என்ற ஊர் இருக்கிறது. க்ஷேத்திர பாலரென்பது வயிரவரது திருநாமம். கம்பர் முதல் முதலாகப் பாடிய,

"வாய்த்த வயிரபுர மாகாளி யம்மேகேள்"

என்ற பாட்டில் வரும் வயிரவபுரம் அந்த ஊராகத்தான் இருக்க வேண்டும். அவர் குறிப்பித்த காளி கோயில் இன்னும் இருக்கிறது. அதை அங்காளியம்மன் கோயிலென்று வழங்குகிறார்கள்.

## வெண்ணெய் நல்லூர்

அப்பால் வெண்ணெய் நல்லூருக்குப் போனேன். அதைச் சடையப்ப பிள்ளை கிராமமென்றும் வழங்குவார்கள்; அறுபது வேலியுள்ளது. அங்கே ஒரு குளம் உண்டு. அதன் கரையில் விஷ்ணுவின் விக்கிரகம் இருந்தது.

"மோட்டெருமை வாவிபுக முட்டுவரால் கன்றென்று
வீட்டளவும் பால் சொரியும் வெண்ணெயே"

என்ற பாட்டில் கூறப் பெறும் வாவி அதுதானென்று சிலர் கூறினர்.

கதிராமங்கலத்திலுள்ள சிவாலயத்திற்குப் போனேன். அங்கே உள்ள ஒரு விநாயகரைத் தரிசிக்கையில் பீடத்தில் ஏதோ எழுதி யிருப்பதைக் கண்டு கவனித்தேன். "வெண்ணெய் நல்லூர்ப் பிள்ளையார்" என்று பொறிக்கப்பட்டிருந்தது. மாயூரத்திலிருந்து தஞ்சைக்குச் செல்லும் சாலையில் அவ்விக்கிரகம் இருந்ததென்றும் பாதுகாப்பின் பொருட்டு அதனைக் கொணர்ந்து ஆலயத்தில் வைத்தார்களென்றும் கேள்வியுற்றேன்.

எல்லாவற்றையும் கண்டும் கேட்டும் இன்புற்றுக் கம்பரது நினைவிலே ஊறியவனாய்க் கும்பகோணத்துக்கு வந்து சேர்ந்தேன். கம்பராமாயணத்தைப் படித்துப் படித்து இன்புற்ற எனக்குக் கம்பர் வரலாற்றைப் பற்றிய புதிய செய்திகள் கிடைத்ததில் அளவற்ற மகிழ்ச்சி ஏற்பட்டது.

எனக்குக் கிடைத்த ஏட்டுச் சுவடிகளில் காணியாளர் அகவல் என்பது ஒன்று. அதனால் சோழ நாட்டு வேளாளர்களுடைய கோத்திரங்கள் 64 என்பது தெரிய வந்தது. அவற்றுள் சடையப்ப நயினார் கோத்திர மென்பது ஒன்று. சோழ நாட்டு வேளாளர் களுக்கு நயினாரென்ற பட்டம் உண்டு. சடையப்ப வள்ளலது பரம்பரையினரது கோத்திரமென்றே அதைக் கருதுகிறேன்.

கம்பரைப் பற்றியும் அவர் ஊரைப் பற்றியும் வேறிடங்களைப் பற்றியும் நான் தெரிந்து கொண்ட இச்செய்திகளைத் திருவாவடு துறை ஆதீன கர்த்தராகிய ஸ்ரீ அம்பலவாண தேசிகருக்குச் சொன் னேன். அருங்கலை விநோதராகிய அவர் கேட்டு மிக்க சந்தோ ஷத்தை அடைந்தார். பிற்காலத்தில் என் புத்தகப் பதிப்புக்கு உதவியாக இருந்த பின்னத்தூர் அ. நாராயணசாமி ஐயர் கம்பர் சம்பந்தமான இவ்விஷயங்களை என்னிடம் தெரிந்து கொண்டு இவற்றையும் வேறு சில விஷயங்களையும் சேர்த்துத் தாம் பதிப்பித்த தமிழ்ப் பாட புத்தக உரையில் வெளியிட்டிருக்கிறார்.

## நவராத்திரி விழா

அவ்வருஷம் நவராத்திரி விழாவுக்கு வரவேண்டுமென்று இராமநாதபுரம் ஸ்ரீ பாஸ்கர ஸேதுபதியிடமிருந்து எனக்கு அழைப்புக் கடிதம் வந்தது. நான் காலேஜில் பத்து நாட்கள் ரஜா பெற்றுக் கொண்டு புறப்பட்டு மதுரையில் இறங்கி மாட்டு வண்டி யில் இராமநாதபுரம் சென்றேன். வழியில் பல வண்டிகள் தாங்க முடியாத பண்டங்களை ஏற்றிக்கொண்டு சென்றன. பார மிகுதி யால் பல அச்சு முறிந்தன. எல்லாம் இராமநாதபுரத்தை நோக்கிச் செல்வதை அறிந்து நவராத்திரி விழாவின் சிறப்பை ஒருவாறு ஊகித்துக் கொண்டேன்.

இத்தமிழ் நாட்டிலிருந்தும் வேறு நாடுகளிலிருந்தும் நூற்றுக் கணக்கான வித்துவான்கள் வந்திருந்தார்கள். தமிழ்நாட்டுக் கனவான்களில் ஒருவர் பாக்கியில்லையென்று தான் சொல்ல வேண்டும். ஊர் தாங்காத கூட்டம் கூடியிருந்தது. பண்டங்களின் விலையெல்லாம் பன் மடங்கு ஏறி விட்டது.

சேதுபதி மன்னர்களின் குல தெய்வமாகிய ராஜ ராஜேசுவரி அம்பிகைக்கு 1008 சங்கம் வைத்து அபிஷேகம் நடைபெற்றது. பூஜை முதலியன மிக விரிவாக நிகழ்ந்தன. மேளக் கச்சேரி, சங்கீத வினிகைகள் முதலியவற்றிற்குக் கணக்கேயில்லை. ஸம்ஸ்கிருத வித்வான்களின் சபையும் தமிழ்ப் பண்டிதர்களின் சபையும் நடந்தன.

மகா வைத்தியநாதையர் அப்போது தேக அசௌக்கியத் தோடிருந்தமையால் வரவில்லை; அவர் தமையனார் மாத்திரம் வந்திருந்தார். இரட்டையரைப்போல அவ்விருவர்களையும் ஒருங்கு பார்த்தே பழகிய எனக்கு இராமசுவாமி ஐயரைத் தனியே பார்த்த போது உயிரில்லா உடம்பைப் பார்ப்பதுபோல இருந்தது "தங்கள் சகோதரர் வரவில்லையே; தேக அசௌக்கியம் கடுமையாக இருக் கிறதோ?" என்று கேட்டேன்.

"ஆம்; பிரணதார்த்தி ஹரர் திருவருள் என்ன செய்கிறதோ! நான் கூட வருவதாக இல்லை. வைத்தி தான் 'போய்விட்டு வா' என்றான். பல காலமாகப் பழகிய இடம்; அதனால் வந்தேன்" என்றார். எனக்குத் தனியே ஜாகை திட்டம் செய்திருந்தார்கள். பல வித்துவான்களை ஒருங்கே சந்திக்கும் சந்தர்ப்பம் அந்த மாதிரி ஏற்படுவது மிகவும் அரிது. சிலப்பதிகாரம் முடிவு பெற்ற சந்தோ ஷத்தை வித்துவான்களும் அன்பர்களும் என்னிடம் தெரிவித்துப் பாராட்டினார்கள். "நீங்கள் கொடுத்திருக்கிற நூல் வரிசையைப் பார்த்தால் மலைப்பாக இருக்கிறதே! அடுத்தபடி என்ன ஆரம் பிக்கப் போகிறீர்கள்?" என்று கேட்டார்கள்.

“மணிமேகலை இருக்கிறது; புறநானூறு இருக்கிறது; பதிற்றுப் பத்து, ஐங்குநூறு, அகநானூறு, நற்றிணை – இவைகளெல்லாம் இருக்கின்றன. ஒவ்வொன்றாக வெளியிட வேண்டும்” என்று சொன்னேன். இன்னதைத் தொடங்குவதென்ற நிச்சயம் அப்பொழுது எனக்கு ஏற்படவில்லை.

சிறு வயல் ஜமீன்தாராகிய முத்து ராமலிங்கத் தேவருடனும், பாலவநத்தம் ஜமீன்தாரும் பொன்னுசாமித் தேவருடைய குமாரரு மாகிய பாண்டித்துரைத் தேவருடனும் நெருங்கிப் பழகிச் சல்லாபம் செய்யும் சந்தர்ப்பம் எனக்கு அப்போது கிடைத்தது. முத்து ராமலிங்கத்தேவர் பாஸ்கர சேதுபதிக்குப் பாட்டனார் முறையினர். மேலே நான் வெளியிடும் நூல்களுக்குப் பொருளுதவி செய்வதாக அவர் வாக்களித்தார்.

அங்கே இருந்த பத்து நாட்களும் பொழுது போனதே தெரிய வில்லை. சேதுபதியினுடைய உபசாரமும் சாதுரிய வசனங்களும் கொடைப் பெருமையும் எனக்கு வியப்பை உண்டாக்கின. அந்த விழாவுக்கு இரண்டு லக்ஷ ரூபாய்களுக்கு மேல் செலவாயிற்றென்று தெரிந்தது.

வித்துவான்கள் சேதுபதியைப் பல படியாக வாழ்த்திப் பாடல்களைக் கூறினர். நானும் சில செய்யுட்களைச் சொன்னேன்.

“விண்ணிற் சிறந்திடு பாற்கரர் போல் விரும்புமிந்த
மண்ணிற் சிறந்துயர் பாற்கர பூபதி வாழியவே”

(பாற்கரர் – பாஸ்கரன் (சூரியன்), பால் போன்ற கிரணத்தை யுடைய சந்திரன்)

என்ற இரண்டடிகளே இப்போது நினைவுக்கு வருகின்றன.

## சம்மானம்

நான் சேதுபதி வேந்தரிடம் விடைபெற்றுக் கொண்ட போது அவர் எனக்கு இரண்டு உயர்ந்த சாதராக்களைப் போர்த்தி, “தஞ் சாவூர் ஜில்லாவிற்கு வருவேன். அப்போது அவகாசமாக உங்க ளோடு பேசி உங்கள் தமிழ்ப் பணிக்கு வேண்டிய உதவியைச் செய்வேன்” என்று சொன்னார். புறப்படும்போது தானாதிகாரி என் வழிச் செலவுக்கும் படிச் செலவுக்குமாக ரூபா நூறு அளித்தார். நான் கும்பகோணம் வந்து என் தாய் தந்தையருக்கும் அன்பர்களுக் கும் சாதராக்களைக் காண்பித்தேன். யாவரும் மகிழ்ந்தனர். திருவாவடுதுறைக்குப் போய் அம்பலவாண தேசிகரிடம் காட்டிய

போது, "மிகவும் உயர்ந்த சம்மானம்; தங்கள் தகுதியை அறிந்து செய்த சிறப்பு இது" என்று பாராட்டினார்.

"இந்த ஆதீன சம்பந்தம் இல்லாவிட்டால் எனக்கு என்ன மதிப்பு இருக்கப் போகிறது?" என்று சொல்லி விட்டு, "இவை இரண்டும் என்ன விலைபெறும்?" என்று கேட்டேன்.

"முந்நூறு ரூபாய்க்கு மேல் இருக்கும்" என்றார் அம்பலவாண தேசிகர்.

"இந்தத் துப்பட்டாவினால் எனக்கு என்ன பிரயோசனம்? இவற்றை இங்கேயே கொடுத்து விடலாமென்று நினைக்கிறேன்."

"என்ன, அப்படிச் சொல்லுகிறீர்கள்! ஒரு பெரிய சமஸ் தானத்தில் பெற்ற மரியாதை; பத்திரமாக நீங்களே பாதுகாத்து வைத்துக்கொள்ளுங்கள்."

"சிலப்பதிகாரம் அச்சிட்டதனால் ஏற்பட்ட சிரமம் இருக்கிறது. அதைத் தீர்க்க வழியில்லை. இந்த இரண்டையும் வைத்துக் கொண்டு என்ன செய்யப் போகிறேன்? தமிழ்த்தாயின் திருப் பணியினால் வந்த கௌரவம் இவை. ஆகையால் இவற்றை மீட்டும் அதற்கே உபயோகப்படுத்துவதுதான் நியாயம்" என்றேன்.

அம்பலவாண தேசிகருக்கு, நான் அவற்றைக் கொடுத்து விடுவதில் மனமிராவிட்டாலும் என் குறிப்பை அறிந்து மடத்தி லேயே அவற்றை எடுத்துக் கொண்டு அவற்றின் விலையாக ரூ.300 எனக்கு அளிக்கச் செய்தார். நான் அத்தொகையைப் பெற்றுச் சிலப்பதிகாரப் பதிப்பினால் அப்போது இருந்த கடன் தொல்லை யினின்றும் நீங்கினேன்.

கடன் தீர்ந்த சந்தோஷத்தில் தமிழ் நூற்பதிப்பைப் பற்றி யோசிக்கலானேன். பல நூல்கள் என் கையில் இருந்தாலும் மணிமேகலையையும் புறநானூற்றையும் அதிகமாக ஆராய்ந்து வந்தேன். அவ்விரண்டினுள்ளும் புறநானூற்றில் பாதிக்கு மேல் பழைய உரை இருந்தது. மணிமேகலைக்கு உரையில்லை. அன்றியும் அது பௌத்த சமய சம்பந்தமுள்ளது. அச்சமய நூற் கருத்துக்களை தான் முற்றும் உணர்ந்துகொள்ள முடியவில்லை. அந்த நிலையில் புறநானூற்றையே முதலில் அச்சிடலாமென்ற முடிவுக்கு வந்தேன்.

இடையில், திருப்பெருந்துறைக் கட்டளை விசாரணை ஸ்ரீ சுப்பிரமணியத் தம்பிரான், பிள்ளையவர்கள் இயற்றிய அந்த ஸ்தல புராணத்தை வெளியிடவேண்டுமென்று விரும்பினமையால் 1892ஆம் வருஷ இறுதியில் அதனை வெளியிட்டேன். குறிப்புரை முதலியவற்றை எழுதவேண்டுமென்று விருப்பம் இருந்தும், விரைவில் வெளிப்படுத்த வேண்டுமென்று தம்பிரான் வற்புறுத்தியமையால் மூலத்தை மாத்திரம் வெளியிட்டேன்.

மேலே புறநானூற்றை ஆழ்ந்து ஆராயத் தொடங்கினேன்.

## 117
### புறநானூற்று ஆராய்ச்சி

புறநானூற்றை அச்சிடுவதாக நிச்சயம் செய்தவுடனே, பதிப்பு முறையைப் பற்றி யோசிக்கலானேன். வர வரப் புதிய துறைகளிலும் புதிய முறைகளிலும் விஷயங்களைச் சேர்த்து நூல்களைப் பதிப்பிக்க வேண்டுமென்ற விருப்பம் எனக்கிருந்தது. ஆங்கிலம் தெரியாத எனக்கு அப்பாஷையிலுள்ள சிறந்த பதிப்புக்களைப் பார்த்து மகிழவோ, அவற்றைப் போலச் செய்து பார்க்கவோ சக்தியில்லை. சங்கநூலைப் படிக்கவோ, படித்தபின் ஆராய்ச்சி செய்யவோ, அதன் பின் பதிப்பிக்கவோ இறைவன் திருவருள்தான் துணையாக இருந்தது. முன் பழக்கம் அவற்றில் இல்லாத நான் எந்த எந்த விதத்தில் ஆராய்ந்தால் அழகாக இருக்குமென்று தோற்றுமோ அவ்வவ்விதத்தில் முயன்று வரலானேன்.

### புதிய முறை

கும்பகோணம் காலேஜில் சரித்திர ஆசிரியராக இருந்த கே. ஆர். துரைசாமி ஐயரென்பவர் தம் கையில் பெரிய இங்கிலீஷ் புஸ்தக மொன்றை ஒரு நாள் வைத்திருந்தார்.

"என்ன புத்தகம்?" என்று கேட்டேன்.

"பைபிள்" என்றார்.

"பைபிள் சிறியதாக அல்லவா இருக்கும்? இது மிகப் பெரிய தாக இருக்கிறதே!" என்றேன்.

"இது பைபிளில் ஒரு விசேஷப் பதிப்பு. பைபிளிலுள்ள விஷயங்களைத் தொகுத்து வகைப்படுத்தி ஒரே மாதிரியான சொல்லும் கருத்தும் உள்ள பகுதிகளை அங்கங்கே காட்டிப் பதிப்பித்திருக்கிறார்கள். ஒவ்வொரு பக்கத்திலும் நடுவிலே தனியே இந்த ஒப்புமைப் பகுதி இருக்கிறது. இதை, 'கன்கார்டன்ஸ்' (Concordance) என்று இங்கிலீஷில் சொல்வார்கள்" என்று சொல்லி அதைப் பிரித்துக்காட்டினார்.

அந்த ஒப்புமைப் பகுதிகளில் பலவகை எண்கள் காணப் பட்டன. அப்புத்தகத்தில் அதைத் தொகுத்தவர் படமும் அவருக்கு உதவியாக இருந்தவர் படமும் இருந்தன.

"இந்த ஒப்புமைப் பகுதியால் என்ன பிரயோசனம்?" என்று கேட்டேன்.

"பைபிளில் ஒரே செய்தி பல இடங்களில் வருகிறது. ஒரே விதமான சொற்றொடர்களும் வருகின்றன. அவற்றைத் தொகுத்து

வைத்து ஆராய்ந்தமையால் சில விஷயங்களின் உண்மையான பொருளும் சில சொற்களின் திருத்தமான உருவமும் புலப்பட்டன வாம். பைபிளில் ஏறியிருந்த பிழையான பாடங்கள் இந்தச் சோதனையினால் திருத்தமடைந்தனவாம்" என்று அவர் எனக்கு விளக்கினார்.

அப்போது எனக்குப் புறநானூற்று ஆராய்ச்சியில் புது முறை ஒன்று தோற்றியது. புறநானூற்றிலுள்ள விஷயங்களையும் சொற் களையும் முதலிலே அகராதியாகச் செய்துகொண்டு ஆராய்ச்சி செய்தால் உண்மையுருவத்தைக் கண்டு பிடிப்பது சுலபமாக இருக்கு மென்று அறிந்தேன். அங்ஙனமே செய்து வைத்துக் கொண்டேன்.

### ஆராய்ச்சிக்குரிய கருவிகள்

ஒரு நூலைத் திருத்தமாகப் பதிப்பிக்க வேண்டுமென்றால் பல வகையான கருவிகளை முதலில் அமைத்துக் கொள்ளவேண்டும். ஏட்டுச் சுவடிகள் கிடைப்பது மட்டும் போதாது. ஏட்டில் இருப்பது அவ்வளவும் திருத்தமாக இராது. பல காலமாகப் பிழையாகவே வழங்கி வந்த பாடங்களை அவற்றிற் பார்க்கலாம்; அவற்றுள் இது தான் சுத்த பாடம் என்று தெரிந்து கொள்வதற்குப் படும் சிரமந் தான் மிகவும் அதிகம். நூலில் உள்ள கருத்துக்களுக்கும் சொற்களுக் கும் அகராதி எழுதி வைத்துக்கொள்வது மட்டும் போதாது. புறநா னூற்றில் பல புலவர்கள் பாடியிருக்கிறார்கள். அப்புலவர்களுடைய பாடல்கள் வேறு நூல்களிலும் இருக்கின்றன. அந்தப் பாடல்களைப் பார்த்தால் அப்புலவர் வாக்கின் போக்கையும், அவருக்கு விருப்ப மான கருத்துக்களையும், நடையையும் உணர்ந்து கொள்ளலாம். அந்த ஆராய்ச்சியிலிருந்து சில திருத்தங்கள் கிடைக்கும். ஆகவே சங்கப் புலவர்கள் பெயர்களை வரிசையாக எழுதிக்கொண்டு அவர்கள் இயற்றிய பாடல்கள் எந்த எந்த நூல்களிலுள்ளனவென்று தெரிந்து தொகுத்துப் படித்தேன்.

சங்க காலத்து நூல்களில் வழங்கிய மரபை அறிவதற்கு அவை அனைத்தையுமே ஆராயவேண்டும். சங்க நூல்களவ்வளவும் சேர்ந்து ஓர் உடம்பு போன்றவை. அவ்வுடம்பு முழுவதும் ஒரு வகையான நாடி ஓடும், ஆகையால் அவற்றை முற்றப் பயின்றால் தான் அந்த மரபு தெளிவாக விளங்கும். இதை உத்தேசித்து என்னிடமுள்ள எல்லாச் சங்க நூல்களுக்கும் அகராதி எழுதி வைத்துக்கொண்டேன்.

புறநானூற்றை ஆராய்ச்சி செய்வதற்குச் சங்கநூல் முழுவதை யும் ஆராய்ச்சி செய்வது அவசியமாயிற்று. இதனால் எனக்குப் பன் மடங்கு இன்பம் உண்டானாலும் சிரமமும் பன்மடங்காயிற்று.

பலபேருடைய உதவியை நாடவேண்டியது இன்றியமையாததாக இருந்தது.

## உதவி புரிந்தோர்

என்னுடன் இருந்து திருமானூர் அ. கிருஷ்ணையரும். ம. வீ. இராமானுஜாசாரியரும் இந்த விரிந்த ஆராய்ச்சியில் உதவி செய்து வந்தார்கள். அக்காலத்தில் என்னிடம் தமிழ் நூல்களைப் பாடங் கேட்டு வந்த ஸ்ரீ* சொக்கலிங்கத் தம்பிரானும் இவ்வாராய்ச்சியில் துணை செய்தார். ஏம்பல் பொன்னுசாமி பிள்ளை என்பவரும் காலேஜ் மாணாக்கர்கள் சிலரும் தங்கள் தங்களால் இயன்ற உபகாரங்களைச் செய்து வந்தார்கள்.

## மேற்கோள் விளக்கம்

புறநானூற்றுச் செய்யுட்களையும் செய்யுட் பகுதிகளையும் இலக்கண இலக்கிய உரையாசிரியர்கள் மேற்கோள் காட்டி யிருக்கிறார்கள்.

அந்தப் பகுதிகளையும் மேற்கோள் காட்டவேண்டிய காரணத்தையும் ஆராய்ந்தால் பாடம் திருந்துவதோடு பாட்டின் கருத்தும் விளங்கும். பிரயோகங்களைத் தொகுப்பதற்கு எல்லா உரைகளையும் முற்றும் படித்துப் புறநானூற்றுப் பகுதி வருகின்றதா என்று பார்க்கவேண்டும். அச்சிட்ட புஸ்தகங்களில் பிரயோக விளக்கம் பெரும்பாலும் இருப்பதில்லை. ஏட்டுச் சுவடிகளிலோ மேற்கோட் செய்யுளைக் கண்டுபிடிப்பதே கஷ்டம். நூல்களைப் பாடங் கேட்பவர்கள் தம் ஆசிரியர் கூறும் விஷயங்களை அங்கங்கே சுவடிகளில் இரண்டு வரிகளுக்கிடையே எழுதி வைப்பதுண்டு. ஏடுகளில் உள்ளவற்றை உள்ளவாறே பிரதி செய்து அதற்குரிய ஊதியம் பெற்று ஜீவனம் செய்பவர்கள் அந்தக் குறிப்புக்களையும் பழைய மூலத்தோடும் உரையோடும் சேர்த்து எழுதி விடுவார்கள். ஆராய்ச்சி செய்யும்போது அவற்றைத் தனியே பிரித்தறிவது சில சமயங்களில் மிகவும் சங்கடமாக இருக்கும்.

உரைகளைப் படித்து வரும்போது அங்கங்கே வரும் மேற் கோள்களில் எனக்குத் தெரிந்தவற்றிற்கு ஆகரம் அங்கங்கே குறித்து வைப்பது எனது வழக்கம். அச்சிடப்பட்ட தொல்காப்பிய உரை களிலும், திருக்குறள் உரையிலும், வேறு உரைகளிலும், கண்ட மேற்கோள்கள் பலவற்றின் இடங்களை என் கைப்புத்தகங்களில் குறித்துக் கொண்டிருக்கிறேன். அந்த முயற்சியில் அந்தப் பதிப்புக்

---

* பிற்காலத்தில் (1919 – 1930) திருப்பனந்தாட் காசி மடத்தில் தலைமை வகித்து விளங்கினார்.

களிலுள்ள பிழையான பாடங்கள் எனக்குப் புலப்பட்டன. என் பதிப்புக்களில் அவற்றின் திருந்திய வடிவத்தை மட்டும் அமைப்பதையன்றி, "இது பிழை" என்று சுட்டிக் காட்டும் வழக்கத்தை நான் கொள்ளவில்லை.

இப்படி மேற்கோளாராய்ச்சிலே சென்ற காலம் மிக அதிகம். பிரயோகங்களைத் தொகுத்து வகைப்படுத்துவதிலே உண்டான சிரமம் எவ்வளவோ மிகுதியாக இருந்தாலும் ஒரு முறை பட்ட கஷ்டம் பல நூற்பதிப்புக்கு உபயோகமாக இருந்தது. அக்காலத்தில் நான் செய்து வைத்துக்கொண்ட பலவகை அகராதிகளே இன்றும் எனக்கு மூல நிதியாக உதவுகின்றன. அவற்றைக் காணும்போது 'எவ்வளவு காலம், எவ்வளவு அன்பர்களுடைய உழைப்பு இவற்றில் சென்றிருக்கின்றன?' என்று எண்ணி வியப்புறுவேன். அவற்றின் அருமை பெருமையை அச்சிட்ட புத்தகங்களைப் படிப்பவர்கள் சிறிதும் அறியார். மிக உயர்ந்த அலங்காரமான மாளிகையைக் கண்டு அதன் அழகில் ஈடுபடுபவர்கள் அம்மாளிகை எந்த அஸ்திவாரத்தின் மேல் எழுப்பப்பட்டதென்பதைக் கவனிப்பதில்லை. மிகவும் ஜாக்கிரதையாகப் போட்ட அந்த அஸ்திவாரம் பூமிக்குள் மறைந்து கிடக்கின்றது.

தொல்காப்பியப் பொருளதிகார உரையில் பல இடங்களில் புறநானூற்றுச் செய்யுட்கள் மேற்கோளாக வந்துள்ளன. என் கையிலிருந்த புறத்திரட்டில் பல செய்யுட்கள் இருந்தன. இவற்றைக் கொண்டு என்னிடமிருந்த புறநானூற்றுப் பிரதிகளில் கிடைக்காத பல குறையான பகுதிகளை நிரப்பிக் கொண்டேன்.

புறநானூறு 400 செய்யுட்களடங்கியது. நான் செய்த சோதனையின் முடிவில் 267, 268ஆம் பாடல்கள் எங்கும் கிடைக்கவில்லை பல பாடல்களுக்கு முதல் இல்லை; பலவற்றிற்கு இறுதிப் பகுதி இல்லை; பலவற்றில் இடையிடையே சில பகுதிகள் காணப்படவில்லை.

### உரை

என்னிடமுள்ள புறநானூற்றுப் பிரதிகளில் சிலவற்றில் பழைய உரை ஒன்று இருந்தது. அவ்வுரையாசிரியர் இன்னாரென்று புலப்படவில்லை. அவ்வுரையும் முதல் 260 பாடல்களுக்கே இருந்தன. 242ஆம் பாடலுக்கு மேல் உள்ள உரையோ இடையிடையே சிதைந்து மாறியிருக்கிறது. அவ்வுரையாசிரியர் பதப் பொருளை இனிது விளக்கி உரிய இடங்களில் சொற்களை முடித்துக் காட்டி இலக்கணக் குறிப்பையும் திணை துறைகளையும் ஆங்காங்குள்ள பழமொழிகளையும் அணியையும் சொல்நயம் பொருள் நயங்களையும் புலப்படுத்துகிறார். இடையிடையே சில வாக்கியங்கள்

நற்றிணை பதிப்பகம் ◆ 669

அவ்விடத்திற்குப் பொருத்தமில்லாதனவாகத் தோற்றின. அவர் சில இடங்களில் சில விஷயங்களை மறுத்திருக்கிறார். அதனால் புறநானூற்றுக்குப் பழைய உரை ஒன்று இருந்திருக்கலாமென்ற எண்ணம் உண்டாகிறது.

## திணையும் துறையும்

ஒவ்வொரு பாட்டின் முடிவிலும் திணையும் துறையும், பாடினோர் பெயரும், பாடப்பட்டோர் பெயரும் உள்ளன. நச்சினார்க்கினியர் தொல்காப்பிய உரையில் ஓரிடத்தில், "தத்தம் புது நூல் வழிகளால் புறநானூற்றுக்குத் துறை கூறினாரேனும் அகத்தியமும் தொல்காப்பியமுமே தொகைகளுக்கு நூலாகலின் அவர் சூத்திரப் பொருளாகத் துறை கூறவேண்டு மென்றறிக" என்று எழுதியிருக்கிறார். அவர் கருத்து அவ்வாறு இருந்தாலும் பிரதிகளில் உள்ள திணை துறைகளையே கொள்ளுதல் நெடுங்காலமாக வந்த வழக்கமாகி விட்டது. அவை பெரும்பாலும் பன்னிரு படலமென்ற பழைய புறப்பொருள் இலக்கணத்தின் படி அமைந்திருத்தல் கூடுமென்று தோற்றியது. அப்பழைய நூல் அகப்படவில்லை. ஆனாலும் அதன் வழி நூலாகிய புறப்பொருள் வெண்பா மாலை மூலமும் உரையுமுள்ள ஏட்டுச் சுவடி அப்போது என்னிடமிருந்தது. அதனை ஆராய்ந்து திணை துறைகளின் இலக்கணங்களுக்குட் பெரும்பாலானவற்றைத் தெரிந்துகொண்டேன். ஆயினும் சில துறைகளுக்கு விளக்கம் அந் நூலினாலும் தெரிந்து கொள்ள இயலவில்லை.

## சரித்திரச் செய்திகள்

பாடினோர் பாடப்பட்டோர் பெயரைக் குறிப்பிடும் வாக்கியங் களில் சரித்திரச் செய்திகள் இருந்தன. சங்க காலத்துச் சரித்திர ஆராய்ச்சிக்கு அவை மிகவும் பயன்படுவன. அவ்விருவருடைய பெயர்களிலும் பலவகையான பாட பேதங்கள் இருந்தன. அவற்றைத் தனியே தொகுத்து வைத்துக் கொண்டு பிற நூல்களில் அப்பெயர்கள் வந்துள்ள இடங்களை ஆராயலானேன். இந்தச் சரித்திர ஆராய்ச்சி பெரிய சமுத்திரமாக இருந்தது. சமுத்திரத்திற் காவது ஒரு பக்கம் கரையுண்டு; இதற்கு எந்தப் பக்கத்திலும் கரையே இல்லை.

சரித்திர ஆராய்ச்சியில் வல்லவர்களைக் கொண்டு அவ்விஷ யங்களைத் தெரிந்து கொள்ளலாமென்றெண்ணி இராசாங்கத்துச் சிலாசாசனப் பரிசோதகராக இருந்த ராவ்பகதூர் வி. வெங்கை யருக்குச் சில அரசர் பெயர்கள், சில ஊர்ப்பெயர்கள் முதலிய

வற்றை எழுதி அவை சம்பந்தமாகத் தெரிந்த செய்திகளைத் தெரிவிக்கும்படி வேண்டினேன். அதியமான், கரிகால்வளவன் முதலியவர்களைப் பற்றியும் வெண்ணி, மிழலை முதலிய ஊர்களைப் பற்றியும் அவர் சில குறிப்புக்களை எழுதியனுப்பினார்.

தபால் இலாகாவில் ஸூபரிண்டெண்டெண்டாக இருந்த ஸ்ரீ வி. கனகசபைப் பிள்ளை என்பவர் தமிழ் நூல்களிலும் தமிழ் நாட்டுச் சரித்திரத்திலும் ஈடுபட்டவர். தமிழர் சரித்திரம் எழுத வேண்டுமென்ற கருத்தோடு அவர் ஆராய்ந்து பல செய்திகளைத் தொகுத்து வந்தார். அந்த முயற்சியின் விளைவாகப் பிறகு அவர் ஆங்கிலத்தில் "1800 வருஷங்களுக்கு முந்திய தமிழர்" என்ற அரிய புத்தகத்தை எழுதி வெளியிட்டார்.

அவர் எனக்கு நண்பர். தம்மிடமுள்ள சில ஏட்டுப் பிரதிகளை உதவியிருக்கிறார். என்னுடைய தமிழ்நூற் பதிப்பைப் பற்றி அடிக்கடி விசாரித்து ஊக்கமூட்டுபவர்களில் அவரும் ஒருவர்.

## 'துஞ்சிய' என்னும் சொல்

அவருக்கும் சில விஷயங்களை விளக்க வேண்டுமென்று எழுதினேன். முக்கியமாகப் புறநானூற்றிலுள்ள அரசர் பெயர்களில் வரும் 'துஞ்சிய' என்னும் வழக்குக்குப் பொருள் கேட்டேன். காரியாற்றுத் துஞ்சிய நெடுங்கிள்ளி, சேரமான் கோட்டம்பலத்துத் துஞ்சிய மாக் கோதை, சோழன் குராப்பள்ளித் துஞ்சிய பெருந்திரு மாவளவன் எனவரும் பெயர்களில் துஞ்சிய என்பதற்கு இறந்த வென்று பொருள் கொள்ளலாமென்று தோற்றினாலும், 'ஓர் அரசனைச் சிறப்பித்துப் பாடும் பாடலுக்குக் கீழே அவன் இறந்த செய்தியைக் குறிப்பார்களா?' என்ற சந்தேகம் எழுந்தது. ஓர் உதாரணம் காட்டுகிறேன்.

புறநானூற்றில் 34ஆம் பாட்டு, கிள்ளி வளவனென்ற சோழ அரசனை ஆலத்தூர் கிழாரென்ற புலவர் பாடியது. அதில் அவர்,

"கொண்டன் மாமழை பொழிந்த
நுண்பஃ றுளியினும் வாழிய பலவே"

என்று வாழ்த்துகிறார். பாட்டின் இறுதியில் 'சோழன் குளமுற்றத்துத் துஞ்சிய கிள்ளிவளவனை ஆலத்தூர் கிழார் பாடியது' என்ற குறிப்பு உள்ளது. பாட்டு அரசனை வாழ்த்துகிறது; குறிப்பிலோ அவன் துஞ்சிய செய்தி விசேஷணமாக அமைந்திருக்கிறது. பிற்காலத்தில் செய்யுட்களைத் தொகுத்தவர்கள் எழுதிய குறிப்புக்கள் அவை. அரசர்களை இன்ன இடத்துத் துஞ்சினாரென்று குறித்தல் ஒரு சம்பிரதாயம். அதனை அக்காலத்தில் அறிந்து கொள்ளாமல் இருந்த எனக்கு, 'துஞ்சிய' என்பதற்கு 'இறந்த' என்ற பொருள் கொள்ளுவது

உசிதமாகப்படவில்லை. இந்த விஷயத்தை கனகசபைப் பிள்ளை தெரிவித்தார்.

துஞ்சியவென்பதற்கு இறந்தவென்றே பொருள் கொள்ள வேண்டுமென்று அவர் எழுதினார். அதற்கு ஆதாரமாகச் சிலப்பதி காரம், தேவாரம் என்பவற்றை எடுத்துக் காட்டினார். 'இப்படியே அரசர்கள் இறந்த காலத்தை அவர்கள் பெயர்க்கு விசேடணமாக்கிக் கூறுதல், கோழிக் கோட்டு ஸாமூதிரி அரசரின் பரம்பரை வழக்கம்; திருவனந்தபுரத்தரசரின் வழக்கமும் இதுவே' என்று பிறவிடங்களிலுள்ள வழக்கத்தையும் தெரிவித்தார். இறுதியில், 'இந்த அருமையான புறநானூறு வெளிவந்தால் தமிழ் நாட்டார் பல ஆச்சரியமான செய்திகளை உணர்ந்து கொள்வார்கள். தமிழ் நாட்டுச் சரித்திர ஆராய்ச்சியைப் பலர் மேற்கொள்வார்கள். விரைவில் பதிப்பித்து நிறைவேற்ற வேண்டும்' என்றும் எழுதினார்.

இப்படிப் பல பல முறையிலே சேகரித்த பலவகைக் குறிப்புக்களை வைத்துக் கொண்டு ஆராய்ந்து புறநானூற்றை ஒருவகையாகச் செப்பம் செய்து அச்சுக்குக் கொடுப்பதற்காகச் சென்னைக்குப் புறப்பட்டுச் சென்றேன்.

## 118

## மூன்று துக்கச் செய்திகள்

புறநானூறு 1893ஆம் வருஷம் ஜனவரி மாதம் வெ நா. ஜூபிலி அச்சுக்கூடத்தில் அச்சாகத் தொடங்கியது. வழக்கம்போல் நான் ராமையங்கார் தோட்டத்தில் தங்கி அச்சு வேலையைக் கவனித்து வந்தேன். இப்பதிப்புக்குத் திருமானூர்க் கிருஷ்ணையரது சகா யத்தைப் பெற முடியாமற் போயிற்று. வை. மு சடகோப ராமா னுஜாசாரியர் என்னுடனிருந்து மிக்க உதவி செய்து வந்தார். பதிப் பிக்கும் விஷயத்தில் அவருக்குச் சிறந்த திறமை இருந்தது. அவர் ஒருவரே இரண்டு மூன்று பேர் செய்யக் கூடிய வேலைகளைச் செய்தார். ஆகையால் பதிப்பு விரைவாகவே நடைபெற்று வந்தது.

### சதாசிவ பிள்ளை பிரதி

சென்னையில் ஆறுமுக நாவலருடைய அச்சுக்கூடத்தைக் கவனித்து வந்த சதாசிவ பிள்ளையிடம் ஒருநாள் போயிருந்தேன். அவர் தம்மிடம் புறநானூற்றுப் பிரதியொன்று இருப்பதாகச் சொல்லிப் பிறகு ஒரு நண்பர் மூலம் எனக்கு அனுப்பினார். அதில் மூலம் மாத்திரம் இருந்தது; நூல் முழுவதும் இல்லை. 267ஆம்

செய்யுள் முதல் 369ஆம் செய்யுள் வரையிலும் இருந்தன. ஒரு செய்யுள் கிடைத்தாலும் போற்றிப் பாதுகாக்கும் எனக்கு அந்தப் பிரதி பல வகையில் உபயோகமாக இருந்தது.

அந்த முறை புறநானூற்றில் 18 பாரங்கள் நிறைவேறின. காலேஜ் திறக்கும் காலம் சமீபித்தமையால் மேலே ப்ரூபைக் கும்பகோணத்துக்கு அனுப்பும்படி ஏற்பாடு செய்து விட்டு நான் புறப்பட்டு விட்டேன். சேலத்து வழியாகச் சில ஊர்களைப் பார்த்துக் கொண்டு சென்றேன். புறநானூற்றிலே சொல்லப்பட்ட ஊர்களிற் சிலவற்றைக் கண்டு அவற்றின் வரலாற்றை விசாரிக்க வேண்டுமென்பது என் விருப்பம். கருவூருக்குப் போயிருந்தபோது அங்குள்ள வக்கீல்களிற் சிலர், “எங்கள் கட்சிக்காரர்களிற் சிலபேர் வள்ளலென்னும் பட்டப் பெயருடையவர்களாக இருக்கிறார்கள்” என்ற செய்தியைத் தெரிவித்தார்கள். பத்துப் பாட்டிலும் புறநானூற்றிலும் கடையெழு வள்ளல்களின் பெயர்களும் வரலாறுகளும் சொல்லப் பெற்றுள்ளன; ஒரு கால் அவர்கள் பரம்பரையினராக இருக்கக் கூடுமென்று எண்ணினேன்.

## வெ. ப. சுப்பிரமணிய முதலியார்

கும்பகோணத்திற்கு வந்து புறநானூற்று அகராதியை முடித்தேன். அக்காலத்தில் ஸ்ரீமான் ராவ்சாகிப் வெ.ப.சுப்பிரமணிய முதலியார் அப்பக்கத்தில் மிருக வைத்திய ஸூபரிண்டெண்டெண்டாக இருந்தார். அவருடைய பழக்கம் எனக்கு உண்டாயிற்று. அவருடைய தமிழன்பும் கம்பராமாயணப்பற்றும் எங்களுடைய நட்பை வன்மை பெறச் செய்தன. கும்பகோணத்துக்கு அருகில் அவர் முகாம் போடும் பொழுதெல்லாம் அவரைக் கண்டு பேசிச் சல்லாபம் செய்து வருவேன். தாம் இயற்றும் செய்யுட்களை எனக்குச் சொல்லிக் காட்டி வருவார். ஆங்கிலம் படித்துத் தக்க உத்தியோகத்திலிருக்கும் ஒருவருக்குத் தமிழில் அவ்வளவு ஆழ்ந்த அன்பு இருந்தமை முதலில் எனக்கு வியப்பை உண்டாக்கியது.

காலேஜில் என் கடமையை ஒழுங்காகக் கவனித்து வந்தேன். கோபாலராவுக்குப் பிறகு பிரின்ஸிபாலாக வந்தவர்களெல்லாம் அவரைப் போலவே என்பால் அன்பு காட்டி வந்தார்கள். சிந்தாமணி பதிப்பிக்கும் காலத்தில் பிரின்ஸிபாலாக இருந்த பில்டெர்பெக் துரை எனக்கு அதிக ஊக்கத்தை உண்டாக்கினார். கேம்பிரிட்ஜ் சர்வ கலாசாலை முதலிய இடங்களுக்கு அந்நூலை அனுப்பி அவர்களை எனக்கு நன்றியறிவோடு கடிதம் எழுதும்படி அவர் செய்தார்.

## நடுவேனிற் கனவு

புறநானூற்றுப் பதிப்பு நடந்து வந்த காலத்தில் காலேஜில் பிரின்ஸிபாலாக இருந்தவர் ஜே.ஹெச். ஸ்டோன் என்பவர், அவர் காலத்தில் காலேஜில் பலவிதமான விசேஷங்கள் நடைபெறும். ஒரு முறை காலேஜ் மாணாக்கர்களைக் கொண்டு ஷேக்ஸ்பியர் நாடகமாகிய 'நடுவேனிற் கனவு' (Midsummer Night's Dream) என்பதைத் தமிழில் நடித்துக் காட்ட ஏற்பாடு செய்தார். அந்நாடகத்தைக் காலேஜ் ஆசிரியராகிய நாராயணசுவாமி ஐயரென்பவர் தமிழில் மொழி பெயர்த்தார். அவர் விருப்பப்படி அதனை முற்றும் பார்த்துத் திருத்தம் செய்து கொடுத்ததோடு இடையிடையே சில பாடல்களையும் இயற்றிச் சேர்த்தேன். அந்நாடகம் மிகவும் சிறப்பாக நடைபெற்றது. அந்த மொழி பெயர்ப்பைப் பரிசோதித்த காலத்தில் 'ஆங்கிலத்தில் ஷேக்ஸ்பியர் எழுதிய நாடகங்களை ஆங்கிலந் தெரிந்த ஒருவர் துணையைக் கொண்டு தமிழில் மொழி பெயர்த்து வெளியிடலாம். காளிதாஸ மகா கவியின் நாடகங்களைத் தமிழில் வசனமாகவும் செய்யுளாகவும் எழுதி வெளியிடலாம்' என்ற புதிய கருத்து எனக்கு ஏற்பட்டது. மடத்தில் படித்துக் கொண்டிருந்த காலத்தில் சாகுந்தலச் சுலோகங்களிற் சிலவற்றை மொழி பெயர்த்த துண்டு. 'பழங் காலத்துத் தமிழ் நூல்களை மாசு கழுவி வெளியிடும் தொண்டில் அல்லவா ஈடுபட்டிருக்கிறோம்?' என்ற எண்ணத்தால் அத்துறையிலே சென்ற உள்ளத்தை மீட்டுக் கொண்டேன். காலேஜ் ஆசிரியர்கள் பலர். "நீங்கள் புதிதாக வசன நூல்கள் எழுதுங்கள். பாடமாக வைக்கும்படி செய்யலாம். அதனால் உங்களுக்கு நல்ல பொருள் வருவாயுண்டாகும்" என்று அவ்வப்போது சொல்வார்கள். சில சமயங்களில் பொருள் முட்டுப்பாட்டினால் அவர்கள் சொல்லும் யோசனைப் படியே செய்யலாமென்ற சபலம் தோற்றினாலும் பழந்தமிழ் நூலாராய்ச்சியிலே ஒன்றிப்போன என் உள்ளத்தில் அந்தச் சிறு விருப்பங்களெல்லாம் நிலைகொள்ளவில்லை.

## காவேரி யாச்சிக்கு உபகாரம்

அக்காலத்தில் ஸ்ரீ மீனாட்சிசுந்தரம் பிள்ளையவர்களுடைய மனைவியாராகிய காவேரி யாச்சி மாயூரத்தில் இருந்து வந்தார். அவரைக் கவனித்துப் போஷிப்பவர் ஒருவரும் இல்லை. அவர் அடிக்கடி தமக்குப் பொருள் வேண்டுமென்று கடிதம் எழுதுவார். நான் அவ்வப்போது பொருளுதவி செய்து வருவேன். பழந்தமிழ் நூற்பதிப்பிலே ஈடுபட்ட அக்காலங்களில் இடையிடையே பிள்ளையவர்களுடைய நினைவு உண்டாகுவதற்குரிய சந்தர்ப்பங்கள் பல காவேரி யாச்சியின் கடிதங்களும் அந்நினைவுக்கு முக்கிய காரணமாக இருந்தன.

## திருப்புகழ்ப் பதிப்பு

திருத்தருப்பூண்டியில் அப்போது ஜில்லா முன்ஸீபாக இருந்தவர் வடக்குப்பட்டு த. சுப்பிரமணிய பிள்ளையென்பவர். அவர் முருகக் கடவுளிடத்தில் அளவற்ற பக்தியுடையவர். அக்காலத்தில் அருணகிரிநாதர் இயற்றிய திருப்புகழ் அங்கங்கே வழங்கி வந்தது. திருப்புகழ்ச் சுவடிகளைச் சிலர் வைத்திருந்தனர். அருணகிரிநாதருடைய வாக்கிலே ஈடுபட்ட சுப்பிரமணிய பிள்ளை திருப்புகழ்ப் பாடல்களைத் திரட்டி வெளியிடவேண்டுமென்று தீவிரமாக முயற்சி செய்யத் தொடங்கினார். தாம் உத்தியோகம் பார்த்து வந்த இடங்களிலும் அவற்றைச் சார்ந்த இடங்களிலும் விசாரித்து விசாரித்துத் திருப்புகழ்ப் பாடல்களைச் சேகரித்தார். ஏடுகளைத் தொகுத்தார். பாடுபவர்களிடமிருந்து கேட்டு எழுதிக் கொண்டார். எனக்குக் கிடைத்த சில சுவடிகளை அவரிடம் கொடுத்தேன். அவர் மிகவும் சிரத்தையுடன் தொகுத்து வந்ததை அறிந்து அவர்பால் எனக்குப் பற்றுதல் உண்டாயிற்று. அவர் அடிக்கடி கடிதம் எழுதுவார். திருப்புகழைப் பதிப்பிக்கத் தொடங்கிய பின்பு புரூபை எனக்கு அனுப்பி வந்தார். நான் பார்த்துத் திருத்தி அனுப்புவேன். புறநானூறு பதிப்பித்து வந்த காலத்தில் இந்தத் திருப்புகழ்க் கைங்கரியம் எனக்கு முருகப்பிரான் தியானத்தால் உண்டாகும் பயனையும் நெஞ்சத் திண்மையையும் கிடைக்கச் செய்தது.

## மகாவைத்தியநாதையர் நிரியாணம்

1893ஆம் வருஷத்தில் மூன்று துக்க நிகழ்ச்சிகள் நேர்ந்தன. நந்தன வருஷம் தை மாதம் 16ஆம் தேதி (27.01.1893) மகா வைத்தியநாதையர் சங்கீத உலகத்திலே தம் புகழுடம்பை நிலை நிறுத்திப் பூதவுடம்பை நீத்தார். அந்தச் செய்தியை அறிந்தபோது என் தந்தையாரும் திருவாவடுதுறை ஆதீனத் தலைவரும் நானும் பிறரும் அடைந்த வருத்தத்துக்கு முடிவில்லை. 'இனி அந்த மாதிரி சங்கீதத்தை வேறு எங்கே கேட்கப் போகிறோம்' என்ற பேச்சுத்தான் எல்லோரிடமும் எழுந்தது. சிவபக்தியும் பாஷா பயிற்சியும் ஒழுக்கமும் சங்கீதத் திறமையும் ஒருங்கே பொருந்தி விளங்கிய அவரைப் போன்ற ஒருவர் இந்நாட்டிற் பிறப்பது அரிது.

## தந்தையார் இழந்தது

அவ்வருஷம் செப்டம்பர் மாதத்தில் என் தந்தையாருக்கும் தாயாருக்கும் தேக அசௌக்கியம் உண்டாயிற்று. இருவருக்கும் நோய் கடுமையாகவே இருந்தது. இருவருடைய நிலையும்

நம்பிக்கை தருவதாக இல்லை. என் தாயார், தந்தையாருக்கு முன் காலமாய் விடலாமென்று தோற்றியது. ஆனால் விதி வேறு விதமாக இருந்தது. அக்டோபர் மாதம் 7ம் தேதி டாக்டர் வழக்கம் போல் வந்து இருவரையும் பார்த்தார். "தந்தையார் நிலை அபாயகரமாக இருக்கிறது; அவரை மேல் மெத்தையிலிருந்து கீழே கொண்டு போவது நல்லது" என்று டாக்டர் சொல்லவே அப்படியே செய்தோம். அப்பொழுது அவருக்கு நல்ல ஞாபகம் இருந்தது. பஞ்சாட்சர மந்திரத்தின் தியான சுலோகத்தையும் ஸ்ரீ மீனாட்சி சுந்தரேசர் தியான சுலோகத்தையும் அவர் சொல்லிக் கொண்டே இருந்தார். நான் அருகிலிருந்து கவனித்து வந்தேன். நினைவு மறக்கும் தறுவாயில் என்னை அவர் அழைத்து மெல்ல, "சிவபக்தி பண்ணிக் கொண்டிரு" என்று சொன்னார். அதன் பிறகு என் தந்தையாருடைய வார்த்தையைக் கேட்கும் பாக்கியம் எனக்கு இல்லாமற் போயிற்று. அவர் கூறிய அந்த உபதேசத்தை நான் மறக்கவில்லை; என்னால் இயன்றவரையில் கடைப்பிடித்து வருகிறேன். சிவபெருமானுடைய பக்தர் கூட்டத்தில் சேருவதற்கு எனக்குச் சிறிதும் தகுதியில்லை. என் தந்தையார் உறுதியான சிவ பக்தியுடையவர். சிவபக்தி பண்ணுவதையே தம் வாழ்க்கையாக அவர் செய்து கொண்டார். அவரிடம் பெற்ற பரம்பரைச் செல்வம் அந்தச் சிவ பக்தி. ஆதலால் என்னை அறியாமலே அதில் ஒரு பங்கு எனக்கு அமைந்திருந்தது. ஆனாலும் நானெங்கே! என் தந்தையாரெங்கே!

அவர் எங்களை விட்டுப் பிரிந்தார். அவருடைய மரண காலநிலையை என் தாயார் அறிந்து கொள்ளவில்லை; நோய்வாய்ப் பட்டு மயக்க நிலையிலிருந்தார். தந்தையார் காலமான துக்கச் செய்தி காதிற்பட்டவுடனே அந்த மயக்கம் இருந்த இடம் தெரியா மல் அகன்றது. உடனே எழுந்து உட்கார்ந்து புலம்பத் தொடங்கி விட்டார். நானும் அதுகாறும் அடையாத வருத்தத்தை அடைந் தேன்; அழுதேன்; அரற்றினேன். என் நண்பர்கள் ஆறுதல் கூறினர்; கடிதங்கள் எழுதினர். பலர் தங்கள் வருத்தத்தைச் சரம கவிகளால் தெரிவித்தனர்.

என் தந்தையார் இயல்புகளை எண்ணி எண்ணி நைந்து சில பாடல்களை நான் இயற்றினேன். அவரை நினைக்கும்போதெல்லாம் முதலில் அவரது சிவ பக்தியும் சிவ பூஜையுமே முன் வந்து நின்றன. அவரது சங்கீதத் திறமையும் தொடர்ந்து ஞாபகத்துக்கு வந்தது. நான் முன்னுக்கு வரவேண்டுமென்பதில் அவருக்கு இருந்த கவலையையும், என் கல்வியின் பொருட்டு ஊர் ஊராகத் திரிந்து அங்கங்கே தங்கித் தங்கி என் தமிழ்க் கல்வி அபிவிருத்தியாகும்படி செய்த பெருமுயற்சிகளையும் எண்ணி எண்ணி உருகினேன். இந்த

எண்ணங்களிற் சில அந்த இரங்கற் பாடல்களிலே அமைந்தன. அச்செய்யுட்களிற் சில வருமாறு:

"மெய்யார நீறணிந்து விழிமணிமா லிகைபூண்டு
கையார மலரேந்திக் கசிந்துருகித் தினந்தோறும்
மையாரும் மணிமிடற்று மாதேவை அருச்சிக்கும்
ஐயாவென் னையாவென் னையாவெங் ககன்றனையே!"

(நீறு – விபூதி. விழிமணிமாலிகை – ருத்திராட்ச மாலை. மையாரும் மணிமிடறு – நீல நிறம் பொருந்திய மணி போன்ற திருக்கழுத்து)

"பற்றலெங்கே செந்தமிழைப் பற்றிக்கற் றோர்பலர்பால்
துற்றலெங்கே மீனாட்சி சுந்தரநல் லாரியன்பால்
கற்றலெங்கே கற்றுக் கவலையொரீஇ யந்நிலையே
நிற்றலெங்கே இன்றுவரை நீயருள்செய் யாவிடினே!"

(துற்றல் – கல்வியை நுகர்தல். ஒரீஇ – நீங்கி)

"அத்தா நினதுபிரி வல்லற் கடலழுத்திப்
பித்தாக்கி யென்னைப் பெரிதும் வருத்துறுமால்
எத்தானஞ் சென்றாய் இதுவோநின் தண்ணளியே
சத்தான இன்பமுறு சங்கீத சாகரமே!"

(அல்லற்கடல் – துக்க சாகரம். தானம் – இடம். சத்தான – நிலையான)

"அன்போடு சிவபூசை யாற்று மிடத்தொடுநீ
இன்போடு பாடி இருக்குமிட முந்தமியேன்
துன்போடும் படிவார்த்தை சொல்லுமிடந் தானுமந்தோ
என்போடு முள்ளுருக என்னை வருத்துறுமால்."

(ஆற்றும் – செய்யும். துன்பு – ஓடும்படி)

என் தந்தையாருக்குரிய ஈமக் கிரியைகளையெல்லாம் செய்து முடித்தேன். அதுகாறும் என் தலையிலேறாமலிருந்த குடும்பச் சுமையை நான் ஏற்றுக் கொள்ள வேண்டிய அவசியம் நேர்ந்தது. தந்தையார் காலமானதால் உண்டான துக்கமும், புதிய பொறுப்பும் என்னுடைய தமிழ்ப் பணிக்குச் சிறிதளவு தளர்ச்சியைக் கொடுத்தன.

## அரங்கநாத முதலியார் பிரிவு

தந்தையார் காலமான செய்தி தெரிந்து வருத்தம் தெரிவித்த அன்பர்கள் பலர். பூண்டி அரங்கநாத முதலியார் அவர்களுள் ஒருவர். இரண்டு மாதங்களுக்குப் பின் அந்த உபகாரியின்

மரணத்தைக் குறித்தே வருந்தும் துர்ப்பாக்கியமும் எனக்கு உண்டாயிற்று. 10.12.1893 இல் அவர் காலமானார். அச் செய்தி கேட்டுத் தமிழ்நாட்டிலுள்ளார் திடுக்கிட்டனர். தமிழ்ப் புலவர்கள் மனங் கலங்கினர். பல வகையான ஸ்தாபனங்களில் அவர் தலைமை வகித்து ஊழியம் புரிந்து வந்தார். அவருடைய ஆதரவிலே பல நல்ல முயற்சிகள் ஓங்கி வந்தன. அவற்றோடு தொடர்புடைய யாவரும் இடி விழுந்தது போலச் செயலற்றுப் போயினர். ஆங்கிலத்தில் மிகவும் சிறந்த புலமை வாய்ந்து தமிழிலும் புலமை வாய்ந்தவர்களை அக்காலத்தில் பார்ப்பது அருமை. அவர் மரணத்தைக் குறித்துக் குறித்து தி. த. கனக சுந்தரம் பிள்ளை எனக்கு அனுப்பிய ஒரு கடிதத்தில் 'இனி இங்கிலீஷ் படித்தவர்களில் தமிழறியவல்லார் இல்லை என்பதுவே போதும்' என்று எழுதியிருக்கிறார்.

அரங்கநாத முதலியார் எனக்குச் செய்த உதவிகள் பல. பணத்தினால் மட்டும் ஒருவன் சிறப்படைய மாட்டான். தக்க மனிதர்களுடைய பழக்கம் பல பெருங் காரியங்களைச் சாதித்துக் கொள்ள அனுகூலமாக இருக்கும். பணத்தால் முடியாத காரியத்தை இந்தப் பழக்கத்தால் நிறைவேற்றிக் கொள்ளலாம். அரங்கநாத முதலியாருடைய நட்பினால் இந்தப் பலம் எனக்கு ஏற்பட்டது. அவருடைய பழக்கம் எனக்கு இருந்ததனால் நான் பலருடைய மதிப்புக்குப் பாத்திரனானேன். அவர் எனக்குப் பழக்கம் பண்ணி வைத்த கனவான்களால் நான் பல நன்மைகளை அடைந்திருக்கிறேன்.

அரங்கநாத முதலியார் மரணமடைந்தபோது நான் இரங்கற் பாட்டு ஒன்றும் உடனே எழுதவில்லை. "நான் செய்யும் பாடல்களைக் கேட்டுச் சந்தோஷிக்க அவர் இருக்கிறாரா?" என்று நினைத்துச் சும்மா இருந்து விட்டேன். அன்பர்கள் சிலர் வற்புறுத்தவே சில செய்யுட்களை எழுதினேன். அவற்றுள் பின்வருவனவும் சேர்ந்தவை.

"பொன்னைப் பெறலாம் புகழ்பெறலாம் பூவலயம்
தன்னைப் பெறலாந் தகமுயன்றால் யாவையுமே
பின்னைப் பெறலாம் பிறழா மனவலிசேர்
உன்னைப் பெறுமாறும் உண்டோ உரையாயே."

(பூவலயம் – பூ மண்டலம். பின்னை – பிறகு)

"பனியார் சிலசொற் பகர்ந்தே யுளங்குழைப்போய்
கனியார் இனிமை கலந்தே சுவைகள் பல
நனியார் தமிழின் நயந்தெரிய வல்லார்தாம்
இனியா ருனைப்போ லினியார் இனியாரே"

(பனி – குளிர்ச்சி)

"தரங்க வேலை யனைய தாய சபையி டைப்பு குந்துநின்
றுரங்க லந்த வாங்கி லேய ரொருமொழிப் பிரசங்கமங்
கரங்கநாத வள்ளல் போல வவர வர்வி யந்துதம்
சிரங்க ரந்து ளக்கு மாறுசெப்ப வல்லர் யாவரே."

(தரங்கவேலை – அலைகளையுடைய கடல். உரம் – அறிவு. துளக்குமாறு – அசைக்கும்படி)

என் தந்தையாரை இழந்த துக்கமும், குடும்பப் பொறுப்பை வகிக்க வேண்டுமே என்ற கவலையும், அரங்கநாத முதலியார் கால மான வருத்தமும் சேர்ந்து என் மனவுறுதியைக் குலைத்தன. அத னால் தேகம் பலஹீனப்பட்டது. பித்த சுரம் என்னைப் பற்றிக் கொண்டது. சில வாரங்கள் அந்த நோயினால் துன்புற்றுத் தக்க மருந்துகளை உட்கொண்டு ஒருவாறு சௌக்கியமடைந்தேன்.

## 119

## புறநானூற்றுப் பதிப்பு

*1894*ஆம் வருஷம் செப்டம்பர் மாதம் புறநானூறு பதிப்பித்து நிறைவேறியது. நான் பதிப்பித்த எட்டுத் தொகை நூல்களுள் இதுவே முதலாவது. ஆதலால் முகவுரையில் எட்டுத் தொகைகளையும் பற்றிய வரலாற்றை எழுதினேன். அகம், புறம் என்னும் இருவகைப் பொருளின் இயல்பையும் விளக்கினேன்.

### முகவுரை

புறநானூற்றால் தெரிய வந்த பலவகைச் செய்திகளையும் தொகுத்து ஓர் அகவலாக அமைத்தேன். உரையைப் பற்றிய செய்தி களையும் சுருக்கமாகத் தெரிவித்து விட்டு எனக்குக் கிடைத்த ஏட்டுச் சுவடிகளின் நிலையை யாவரும் உணரும் பொருட்டுப் பின் வருமாறு புலப்படுத்தினேன்:

"உரை யில்லாத மூலங்கள் எழுத்துஞ் சொல்லும் மிகுந்தும் குறைந்தும் பிறழ்ந்தும் திரிந்தும் பலவாறு வேறுபட்டிருந்ததன்றி, இவற்றுள், சில பாடல்களின் பின் திணை எழுதப்படாமலும் சிலவற்றின் பின் துறை எழுதப்படாமலும் சிலவற்றின் பின் இரண்டு மெழுதப்படாமலும் சிலவற்றின் பின் பாடினோர் பெயர் சிதைந்தும் சிலவற்றின் பின் இருவர் பெயருமே சிதைந்தும் சில பாடல்கள் இரண்டிடத் தெழுதப்பட்டு இரண்டெண்களையேற்றும் வேறு வேறிடத்தில் இருத்தற்குரிய இரண்டு பாடல்கள் ஒருங் கெழுதப்பட்டு ஓரெண்ணை யேற்றும் சில முதற்பாகங் குறைந்தும் சில இடைப்பாகங் குறைந்தும் சில கடைப்பாகங் குறைந்தும்

சில முற்றுமின்றியும் ஒரு பாடலின் அடிகளுள் ஒன்றும் பலவும் வேறு பாடல்களின் அடிகளோடு கலந்தும் ஓரடியே ஒரு பாட்டுட் சிலவிடத்து வரப்பெற்றும் பொருளண்மை காணாத வண்ணம் இன்னும் பலவகைப்பட மாறியும் கையெழுத்துப் பிரதிகள் இருந்தன. இவற்றைப் பரிசோதித்து வருகையில், இந்நூலிலிருந்து வேறு நூல்களினுடைய பழைய உரைகளின் இடையிடையே உரையாசிரியர்களால் பூர்த்தியாகவும் சிறிது சிறிதாகவும் எடுத்துக் காட்டப்பட்டிருந்த உதாரணங்கள், சிற்சில பாடல்களிலுள்ள வழுக்களை நீக்கிச் செவ்வை செய்து கொண்டு பொருளுண்மை காணுதற்கும், சிற்சில பாடல்களிற் குறைந்த பாகங்களை நிரப்பிக் கொள்வதற்கும் பிறழ்ந்து கிடக்கும் சில பாடல்களை ஒழுங்குபடுத்தி வரையறை செய்து கொள்ளுதற்கும் பெருந்துணையாக இருந்தன."

புறநானூற்றிலுள்ள செய்திகளைக் கொண்டு தமிழ்நாட்டுச் சரித்திரத்தை அறிந்து கொள்ளலாமென்பதையும், பல வகை ஆராய்ச்சிகளுக்கு அவை உபகாரமாகுமென்பதையும் உணர்ந்த போது, அத்துறையில் புகுந்து ஆராயலாமென்று தொடங்கினேன். எட்டுத் தொகை நூல்களுள் பதிப்பிக்கப் பெறாத நூல்களும் பிற பழைய நூல்களும் என்பால் இருந்தன. அவற்றை ஒவ்வொன்றாக வெளியிடும் பணியை மேற்கொண்ட நான் இடையே வேறு துறையுட் புகுவதற்கு இயலவில்லை. 'ஆதார நூல்களை ஒரு வகையாக வெளிப்படுத்தி விட்டால் ஆராய்ச்சியாளர் அவற்றை ஆராய்ந்து சரித்திரங்களையும் பிற குறிப்புக்களையும் வெளியிட லாம்' என்றெண்ணினேன். இக் கருத்தை முகவுரையில், "இத் தமிழ் நாட்டின் பழைய சரித்திரங்களைத் தெரிந்து கொள்ளுதலிலும் தெரிவித்தலிலுமே பெரும்பாலும் காலங்கழித்து உழைத்து வரும் உபகாரிகளாகிய விவேகிகள், இந் நூலை நன்கு ஆராய்ச்சி செய்வார்களாயின் இதனால் பலர் வரலாறுகள் முதலியன தெரிந்து கொள்ளுதல் கூடும்" என்று குறிப்பித்தேன்.

## அங்கங்கள்

அவ்வகை ஆராய்ச்சிகளைச் செய்பவர்களுக்குக் கருவிகளாக உதவுமென்ற ஞாபகத்தால் புறநானூற்றிற் கண்ட நாடுகள், கூற்றங்கள், ஊர்கள், மலைகள், ஆறுகள் என்பவற்றின் பெயர்களை அகராதி வரிசையில் தொகுத்து அமைத்தேன். பாடினோர் பாடப் பட்டோர் வரலாறுகளைச் சுருக்கமாகத் தெரிவித்து அவர் பெயர் களிற் காணப்படும் பேதங்களையும் தனியே பதிப்பித்தேன். விஷய சூசிகை, துறை விளக்கம், துறைக் குறிப்பு, அரும்பத அகராதி, பிரயோக விளக்கம் என்பவற்றைப் பதிப்புக்கு அங்கமாகச் சேர்த்

தேன். அரும்பத அகராதியில் பதமும் அதன் பொருளும், பிரயோ கமும் அமைத்தேன். வி. வெங்கையரவர்களும், வி. கனக சபைப் பிள்ளை அவர்களும் எழுதி அனுப்பிய குறிப்புக்களைப் புத்தகத்தின் இறுதியில் இணைத்தேன்.

புத்தகம் முடிந்து பார்க்கும்பொழுது, 'நானா இவ்வளவும் செய் தேன்!' என்று எனக்கே பிரமிப்பாக இருந்தது. இறைவன் திரு வருளை வழுத்தினேன். புத்தகத்தின் அமைப்பைப் பார்த்து நண்பர் களெல்லாம் பாராட்டி எழுதினர். சேலம் இராமசுவாமி முதலியா ரும், பூண்டி அரங்கநாத முதலியாரும் பார்த்து இன்புறுவதற் கில்லையே என்ற வருத்தம் மாத்திரம் எனக்கு ஏற்பட்டது.

## நண்பர் தூண்டுதல்

புத்தகம் வெளி வந்த பின்னர் எனக்குப் பல புதிய நண்பர்கள் பழக்கமாயினர். பலர் இன்ன இன்ன நூலைப் பதிப்பித்து வெளியிட வேண்டுமென்று அன்புடன் தூண்டலாயினர். தி. த. கனகசுந்தரம் பிள்ளை மணிமேகலையையும், உதயணன் கதையையும் பதிப்பிக்க வேண்டுமென்று எழுதினார். பொ. குமாரசுவாமி முதலியார் பதிற்றுப்பத்தையும் அகநானூற்றையும் வெளியிட வேண்டுமென்றும் தக்க பொருளுதவி செய்வதாகவும் தெரிவித்தார்.

நான் இந்நூல்களையும் வேறு சில நூல்களையும் ஆராய்ந்து கொண்டுதான் வந்தேன். ஒரு நூலைப்பார்த்து வருகையில் சலிப்பு ஏற்பட்டால் வேறு ஒன்றைப் பார்ப்பேன். ஒன்றிக்கு குறிப்பு எழுதும்போது தளர்ச்சி உண்டானால் மற்றொன்றைப் படித்து இன்புறுவேன். இப்படி மாறி மாறி நூல்களைப் பார்த்து வந்தமையால் பல நூல்கள் என் ஆராய்ச்சியில் இருந்து வந்தன.

## சொந்த வீடு

புறநானூறு நிறைவேறியவுடன் மேற்கொண்டு ஆராய்ச்சி வேலையை நடத்தி வருவதற்குப் பின்னும் வசதியான வீடு இருந் தால் அனுகூலமாக இருக்குமென்று நினைத்தேன். என் தந்தையார் ஏதேனும் ஒரு வீடு சொந்தத்தில் வாங்க வேண்டுமென்று முயற்சி செய்தார். அவர் காலத்தில் அது கைகூடவில்லை. போதிய பொரு ளின்மைதான் காரணம். இடவசதி அவசியம் வேண்டியிருந்தமை யின் இனிமேல் தாமதம் செய்யக்கூடாதென்றெண்ணிக் கையி லிருந்த தொகையோடு ஒரு பகுதி கடனாகப் பெற்று ரூ. 3000 க்கு ஸஹாஜி நாயகர் தெருவில் ஒரு வீடு வாங்கினேன். அந்த வீட்டை எனக்கு விற்றவர் சாமிநாதையரென்பவர். அவரிடம் அதை

வாங்கிய போது "இந்த வீடு உங்களிடம் இருந்தாலும் என்னிடம் இருந்தாலும் ஒன்றுதான். இரண்டு பேரும் ஒன்றேயல்லவா?" என்றேன்.

அந்த வீடு மூன்று கட்டும் மாடியும் உள்ளது. எங்கள் குடும்பத் திற்கு மிகவும் வசதியாக அமைந்திருந்தது. காவேரிக் கரையில் காலேஜுக்கு எதிரே இருந்தமையால் காலேஜில் முதல் மணி அடித்த பிறகு கூடப் புறப்பட்டுப் போய்ச் சேரும்படி இருந்தது. நல்ல நாளில் சொந்த வீட்டிற் குடி புகுந்து தமிழாராய்ச்சியை நடத்தி வந்தேன்.

### பாண்டித்துரைத் தேவர்

புறநானூற்றைப் பெற்றுக் கடிதமெழுதியவர்களுள் பாலவ நத்தம் ஜமீன்தாராகிய பாண்டித்துரைத் தேவரும் ஒருவர். அதில் அவர், "தங்களால் லோகோபகாரமாய் அரிய நூல்கள் அச்சிடுவதாக எடுத்துக் கொள்ளப்பட்ட நன்முயற்சிக்கு என்னால் இயன்ற உதவியைச் செய்ய எப்பொழுதும் ஆவலுற்றிருப்பவனாதலின் அதற் குரிய நற்சமயம் அறிவிக்கக் கேட்டுக் கொள்ளும் தங்கள் பாண்டித் துரை" (14.11.1894) என்று குறிப்பித்திருந்தார். இக்கடிதம் வந்த சில வாரங்களுக்குப் பிறகு அவர் திருவாவடு துறையாதீன கர்த்தரைத் தரிசிக்கும் பொருட்டுத் திருவிடை மருதூருக்கு வந்தார். ஆதீன கர்த்தராகிய அம்பலவாண தேசிகர் அவர் வரவை எனக்குத் தெரிவித்து என்னையும் வரும்படியாக எழுதினார். அவ்வாறே சென்று பாண்டித் துரையைச் சந்தித்துப் பேசிக்கொண்டிருந்தேன். அவர் புறநானூற்றுப் பதிப்பைப் பாராட்டி விட்டு "இனிமேல் எந்த நூலை அச்சிடப் போகிறீர்கள்!" என்று கேட்டார்.

"பல நூல்கள் இருக்கின்றன, மணிமேகலையை அச்சிடலா மென்று நினைத்தேன். ஆனால் இன்னும் அதிலுள்ள சில விஷயங் கள் தெளிவுபடவில்லை. புறத்திரட்டென்ற தொகை நூல் ஒன்று இருக்கிறது. அதில் இப்போது வழக்கில் இல்லாத பல நூற் செய்யுட் கள் உள்ளன. புறநானூற்றைப் பதிப்பித்தபோது புறத் துறைகளின் இலக்கணங்களைத் தெளிவாகத் தெரிந்து கொள்ள எண்ணினேன். அந்நூலிற்கண்ட துறைகளுக்கு விளக்கம் தேடுகையில் புறப்பொருள் வெண்பாமாலை மிகவும் உபயோகமாயிற்று. அதனை நன்கு ஆராய்ந்தேன். அதற்குப் பழைய உரையொன்று என்பால் இருக் கிறது. மூலம் மாத்திரம் சரவணப் பெருமாளையரால் முன்பு வெளி யிடப்பட்டிருக்கிறது. இப்போது உரையுடன் வெளியிடலாமென்று எண்ணுகிறேன்" என்றேன் நான்.

## செய்யுட் கடிதம்

அவர் இராமநாதபுரம் சென்றவுடன் எனக்கு ஒரு செய்யுட் கடிதமும் ஐந்நூறு ரூபாய்க்கு ஓர் உண்டியலும் 17-12-1894 அன்று எனக்கு அனுப்பினார். அக்கடிதத்திற் சில பகுதிகள் வருமாறு.

(கலி வெண்பா)

1. "திங்கள் புரையுந் திருவதனச் செல்வியொரு
பங்கினமர் பெம்மான் பதமலரே – துங்க
2. முடிக்கணியாத் தாங்கி முதுபரவை வேலிப்
படிக்கணியா யென்றும் பலநூல் – வடிக்கும்
3. உளத்தார்க் கொருநிதியா யோங்குபுகழ் மேய
வளத்தா லுயர்குடந்தை மன்னித் – துளக்கரிய
4. நேமிநா தன்மருகி நேயமனையா ளோடுவாழ்
சாமிநா தைய தகுநண்ப – மாமுகவை
5. மன்னியபாண்டித் துரைபல் வந்தனஞ்செய் தின்றெழுதும்
நன்னிருப மீதாம்...
6. காமாரி தந்தவிளங் காதலனே ராய்த்தமிழின்
மாமாரி பெய்துலகை வாழ்விப்போய்...
7. பயன்சிறிய தேனும் பனையளவாக் கொள்வர்
நயன்றெரிவோ ரென்றவுண்மை நாடி – முயன்றிதுபோ
8. தைந்நூறு ரூபா வனுப்பினனஃ தேற்றருள்வாய்
மெய்ந்நூ றுரீஇயொழுகும் வித்தகா–மைந்நூறி
9. ஆமாலை யிற்சுவையுண் டாக்கும் புறப்பொருள்வெண்
பாமாலை யச்சிற் பதிவுசெயும்–மாமுயற்சி
10. ஊறிகந்து முற்ற லுறுவிப்பா னோங்குகவான்
ஆறுகந்த சென்னியருள்."

1. செல்வி – உதாதேவியார். பெம்மான் – சிவபெருமான். 2. முதுபரவை வேலிப்படிக்கு – பழைய கடலாகிய எல்லையை யுடைய பூமிக்கு. வடிக்கும் – இயற்றும். 4. நேமிநாதன் மருகி – திருமாலுக்கு மருமகளாகிக் கலைமகள். 5. நேய மனையாள் – அவனுக்கு அன்புள்ள மனையாளாகிய திருமகள். முகவை – இராமநாதபுரம். 6. காமாரி – சிவபெருமான். 7. காதலன் – முருகக் கடவுள். 8. மெய்ந்நூறுஉரீஇ – மெய்யில் திருநீற்றைப் பூசி. மைநூறி – குற்றத்தை நீக்கி. 9. ஆம் ஆலையின் சுவை உண்டாக்கும் – ஆகின்ற கரும்பைப் போலச் சுவையை உண்டாக்கும். 10. ஊறு இகழ்ந்து – இடையூறு நீங்கி. ஆறு உகந்த சென்னி – கங்காதரனது

அருள் ஓங்குக.

பாண்டித்துரைத் தேவர் இங்ஙனம் செய்த உதவியை நான் பாராட்டி எழுதியதோடு, அம்பலவாண தேசிகரிடமும் தெரிவித்தேன். அவர் உடனே முந்நூறு ரூபாய் வழங்கினார். இவ்விருவரும் உதவிய பொருளைக் கொண்டு வீட்டுக்காக நான் வாங்கின கடனை அடைத்து விட்டேன்.

### புறப்பொருள் வெண்பாமாலை

பாண்டித்துரைத் தேவர் கடிதம் புறப்பொருள் வெண்பா மாலைப் பதிப்பைத் தொடங்கத் தூண்டுகோலாக உதவியது. அந்த நூலை அடுத்தபடி பதிப்பிக்க எடுத்து வைத்துக் கொண்டேன்.

புறப்பொருள் வெண்பாமாலை என்பது புறப்பொருளின் இலக்கணத்தைக் கூறும் சூத்திரங்களையும் அவ்விலக்கணத்துக்கு இலக்கியமாகிய வெண்பாக்களையும் கொண்டது. வெண்பாமாலை என்றும் அதற்கு ஒரு பெயர் உண்டு. சேரகுலத்திற் பிறந்த ஐயனாரிதனார் என்பவர் அந்நூலின் ஆசிரியர். என்னிடமிருந்த உரையின் ஆசிரியர் இன்னாரென்று அக்காலத்தில் எனக்குத் தெரியவில்லை. பிறகு, இராமநாதபுரம் மகாவித்துவான் ஸ்ரீ ரா. இராகவையங்கார், மதுரைத் தமிழ்ச் சங்கத்திலிருந்த ஒரு சுவடியிற் கண்ட குறிப்பினால் அவ்வுரையாசிரியர் மாகறல் சாமுண்டி தேவநாயகரென்று புலப்படுவதாகத் தெரிவித்தார்.

### இளம்பூரணம்

புறப்பொருள் வெண்பா மாலைச் சுவடிகள் சில என்பால் இருந்தன. பின்னும் கிடைக்குமோ வென்று தேடலானேன். தி. த. கனகசுந்தரம் பிள்ளை என்னிடம் ஒரு பழைய ஏட்டுச் சுவடியைக் கொடுத்து, "இந்தச் சுவடி இன்னதென்றுவிளங்கவில்லை; புறப்பொருள் பற்றிய வெண்பாவை இடையிலே கண்டேன்; பாருங்கள்" என்று சொன்னார். நான் அதை எடுத்து வந்து பார்க்கையில் ஏடுகள் வரிசையாக இராமல் நிலைமாறிக் கோக்கப்பட்டிருந்தன. மிகவும் சிரமப்பட்டு ஒழுங்குபடுத்திப் பிரதி செய்வித்தேன். அப்பால் அதைப் படித்துப் பார்க்கையில் தொல்காப்பியப் பொருளதி காரத்தின் உரையென்று தெரிந்தது. புறத்திணையின் உரையில் புறப் பொருள் வெண்பாமாலைச் செய்யுட்கள் பல உதாரணமாகக் காட்டப்பெற்றிருந்தன. பதிப்பிக்கப்பட்டிருந்த பொருளதிகார உரையை வைத்து ஒப்பு நோக்கியபோது அவ்வுரை வேறாகக் காணப்பட்டது. 'ஏதோ வேறு பழைய உரையாக இருக்க வேண்டும்' என்று தோற்றியதே தவிர இன்னாருடையதென்பது விளங்க வில்லை. மற்றும் ஒருமுறை படித்துப் பார்த்தேன்.

புறப்பொருள் சம்பந்தமாக உள்ள எல்லா நூல்களையும் படித்து ஆராயத் தொடங்கி இலக்கண விளக்கத்தைப் படித்தேன். அதில் மாலைநிலை என்னும் துறையைப் பற்றிச் சொல்லுகையில் உரையில், உரையாசிரியர் இன்னவாறு எழுதினாரென்ற குறிப்பு இருந்தது. அக்குறிப்பிலிருந்து என்னிடமிருந்த தொல்காப்பிய உரை, உரையாசிரியரென்று வழங்கும் இளம்பூரணருடையதென்று தெரிய வந்தது. அப்போது நான் மிக்க ஆனந்தத்தை அடைந்தேன். புறப்பொருளிலக்கண ஆராய்ச்சியில் நான் எதிர்பாராமற் பெற்ற பெரிய லாபம் இது. மீண்டும் அவ்வுரையை நன்கு ஆராய்ந்து அதில் வரும் மேற்கோள்களைக் கவனித்து இன்ன நூலென்று குறித்து வந்தேன்.

புறப்பொருள் வெண்பா மாலைப் பதிப்புக்கு வேண்டிய அங்கங்களைச் சித்தம் செய்துகொண்டு சென்னைக்குச் சென்று அதனை அச்சுக்குக் கொடுத்தேன்.

## 120

### மணிமேகலை ஆராய்ச்சி

திருவாவடுதுறை யாதீன கர்த்தராகிய அம்பலவாண தேசிகர் தமிழ்ப் பயிற்சி மிகுதியாக உடையவர். ஸம்ஸ்கிருதத்தில் அன்பும் சங்கீதப் பழக்கமும் அவர்பால் இருந்தன. கல்லிடைக்குறிச்சி வித்து வான் முத்து சாஸ்திரிகளிடம் அவர் தனியே ஸம்ஸ்கிருதம் பயின்றார். வித்துவான்களுக்குச் சம்மானம் செய்வதில் அவரைப் போஜ னென்றும் கர்ணனென்றும் பாராட்டுவார்கள்.

### திருவாவடுதுறைப் புத்தகசாலை

ஆதீனத்தின் சார்பில் ஒரு நல்ல புத்தகசாலையை அமைக்க வேண்டுமென்ற விருப்பம் அவருக்கு உண்டாயிற்று. அங்கே இயல் பாகவே ஒரு புத்தகசாலை இருந்தாலும் அதைப் பின்னும் விரிவு படுத்தி, தமிழ், ஸம்ஸ்கிருதம், ஆங்கிலம் என்னும் பாஷைகளில் உள்ள பலவகையான அச்சுப் புத்தகங்களை வாங்கி வைக்க வேண்டுமென்று எண்ணினார். புத்தகசாலைக்குரிய இடமாக ஒரு பெரிய கட்டிடத்தைக் கட்டுவித்தார். இப்போது ஸரஸ்வதி மஹால் என்று வழங்குவது அதுவே.

புத்தக சாலைக்கு வேண்டிய புத்தகங்களை வாங்குவதற்காகத் தேசிகர் என்னைச் சில காரியஸ்தர்களுடன் சென்னைக்கு அனுப்பினார்.

மற்றொரு வேலையையும் என்பால் அவர் ஒப்பித்தார். இராம நாதபுரம் ராஜா பாஸ்கர சேதுபதி சில முறை திருவாவடுதுறைக்கு வருவதாக இருந்தது எப்படியோ நின்று விட்டது.

அவரை ஒரு முறையேனும் மடத்துக்கு அழைத்து வரவேண்டு மென்ற ஆவல் மடத்தைச் சார்ந்தவர்களுக்கு இருந்தது. நான் புத்தகங்கள் வாங்கும் பொருட்டுச் சென்னைக்குச் செல்ல எண்ணிய காலத்தில் ஸேதுபதி சென்னையிலிருந்தார். "இந்தச் சமயத்தில் அவர்களைக் கண்டு எப்படியாவது இங்கே வரும்படி கேட்டுக் கொள்ள வேண்டும். இந்தப் பொறுப்பு உங்களைச் சார்ந்தது" என்று அம்பலவாண தேசிகர் என்னிடம் சொன்னார்.

நான் சென்னைக்கு வந்து முதற்காரியமாகப் பாஸ்கர சேதுபதி மன்னரைப் பார்த்தேன். தமிழ் நயந்தேரும் அவர் மிகவும் பிரிய மாகப் பேசிக்கொண்டிருந்தார். நான் வந்த காரியத்தைத் தெரிவிக் கவே அவர் ஒப்புக்கொண்டார். உடனே அந்தச் சந்தோஷச் செய்தியை அம்பலவாண தேசிகருக்குக் கடிதவாயிலாகத் தெரிவித் தேன். பிறகு புத்தக சாலைக்கு 5000 ரூபாய் மதிப்புள்ள புத்தகங்கள் வாங்கப்பட்டன. பல பாஷைகளிலுமுள்ள புத்தகங்களை வாங்கி னோம். வை. மு. சடகோபராமானுஜாசாரியர் புத்தகம் வாங்கும் விஷயத்தில் உடனிருந்து உதவி செய்தார். புத்தகங்களையெல்லாம் ரெயில்வே கூட்ஸ் மூலம் திருவாவடுதுறைக்கு அனுப்பச் செய்தேன்.

## மணி ஐயர் தரிசனம்

அப்போது மணி ஐயர் ஹைகோர்ட்டு ஜட்ஜாக நியமனம் பெற்றிருந்தார். நான் சென்னைக்கு வரும்போதெல்லாம் அவரைக் கண்டு ஊக்கமடைந்து வருவது வழக்கம்: அந்த முறை சந்தோஷம் விசாரிக்கச் சென்றேன். "புறநானூறு மிகவும் நன்றாயிருக்கிறது. இப்போது என்ன நடக்கிறது?" என்று என்னைக் கண்டவுடன் அவர் கேட்டார். புறநானூற்றுப் பிரதியை அவர் பெற்று எனக்குப் பணமும் முன்பு அனுப்பியிருந்தார். "ஜட்ஜ் உத்தியோகம் ஆகியிருக்கிற சந்தோஷ சமாசாரம் கேள்வியுற்றேன். ஜனங்களுடைய அதிருஷ்டந்தான் இது. இதற்குமுன் தங்களோடு பழகினமாதிரி இனிமேல் பழகுவதற்கு மனம் அஞ்சுகிறது" என்றேன்.

"என்ன அப்படிச் சொல்லுகிறீர்கள்? எனக்கு இப்போது கொம்பு முளைத்துவிட்டதா என்ன? நீங்கள் எப்போதும் போல் வரலாம்; பேசலாம்; சாப்பிடலாம்; என்னால் ஆகவேண்டிய காரியங்களை மனம் விட்டுச் சொல்லலாம்" என்று அவர் சொன்ன போது பரோபகாரத்தையே தம் வாழ்க்கையின் நோக்கமாகக்

கருதியிருக்கும் அவர் இயல்பு என்றும் மாறாதென்பது அந்தத் தொனியிலேயே வெளிப்பட்டது.

அவரிடம் விடைபெற்று வேறு நண்பர்களைப் பார்த்துப் பேசியிருந்துவிட்டுத் திருவாவடுதுறை வந்து சேர்ந்தேன். பாஸ்கர சேதுபதி *1895*ஆம் வருஷம் ஜனவரி மாதம் *31*ஆம் தேதி அங்கே வருவதாகச் சொல்லியிருந்தார். அச்சமயம் திருவாவடுதுறையில் முக்கியமான குருபூஜை நடக்கும் சந்தர்ப்பமாக இருந்தது. அதற்கு முன்பே புத்தக சாலையைத் திறந்துவிட நிச்சயித்து நாள் பார்த்த போது ஜனவரி *30*ஆம் தேதி நல்ல நாளாக இருந்தது. புத்தக சாலைக்கு என்ன பெயர் வைக்கலாமென்று அம்பலவாண தேசிகர் கேட்டார். வித்தியா நிதி என்ற பெயர் வைக்கலாமென்று சொன்னேன். ஜனவரி மாதம் *30*ஆம் தேதியன்று வித்தியா நிதி திறக்கப் பெற்றது. கும்பகோணம், மாயூரம் முதலிய பல இடங்களிலிருந்து பல கனவான்களும் வித்துவான்களும் வந்திருந்தார்கள்.

அடுத்தநாள் பாஸ்கர சேதுபதி மடத்திற்கு வந்தார். உபசாரங்கள் எண்ணிப் பார்க்கவும் முடியாத சிறப்புடன் இருந்தன. பாஸ்கர விலாஸம் என்ற பெயருடன் மிகப்பெரிய கீற்றுக்கொட்டகை ஒன்று போடப்பட்டது. கீற்றுக் கொட்டகையாயினும் பெரிய மாளிகையைப் போன்ற அலங்காரங்கள் அதில் அமைக்கப்பெற்றன. நான் உடனிருந்து சேதுபதியோடும் ஆதீனத் தலைவரோடும் சம்பாஷித்து மகிழ்ச்சியுற்றேன். சேதுபதியவர்கள் விடைபெற்றுப் புறப்பட்டார்.

### மணிமேகலை ஆராய்ச்சி ஆரம்பம்

சென்னையில் அச்சாகிக்கொண்டிருந்த புறப்பொருள் வெண்பாமாலை முற்றும் பதிப்பித்து நிறைவேறியது. அந்த நூற் பதிப்பில் எனக்கு அதிகமான சிரமம் ஒன்றும் ஏற்படவில்லை. ஆனால் நான் அப்போது ஆராய்ச்சி செய்து வந்த மணிமேகலைதான் பலவகையான சிக்கல்களை உண்டாக்கியது. முதலில் அந்நூல் இன்ன சமயத்தைச் சார்ந்ததென்பதே எனக்குத் தெரியவில்லை. கும்பகோணம் காலேஜில் ஆசிரியராக இருந்த மளூர் ரங்காசாரியரே அது பௌத்த சமயத்தைச் சார்ந்ததென்பதை எனக்குத் தெரிவித்தார். *

அதுகாறும் இன்னதென்று தெரியாமல், அல்லற் பட்டுக் கொண்டிருந்த எனக்கு, அதுமுதல் வேறுவகையான அச்சம் உண்டாயிற்று. 'நாம் சைவமடத்திற் பயின்றமையால் சைவசமய நூல்களைக் கற்கும் சந்தர்ப்பம் கிடைத்தது. அங்கே வரும்

---

* இதன் விரிவை நினைவுமஞ்சரியிலுள்ள 'மணிமேகலையும் மும்மணியும்' என்ற கட்டுரையிற் காணலாம்.

வைஷ்ணவ வித்துவான்களின் பழக்கத்தால் வைஷ்ணவ மதத்தைப் பற்றியும் அறிந்து கொள்ள முடிந்தது. சிந்தாமணியைப் பதிப்பிக்க முயன்ற காலத்தில் ஜைன மதத்தைப் பற்றிய செய்திகள் தெரியாமல் உழன்றோம். நல்ல வேளையாக ஜைன நண்பர்கள் கிடைத்தார்கள். புதிதாக அச் சமயத்தைப்பற்றிய செய்திகளை அறிந்தோம். இப் போது புத்த சமய நூலையல்லவா எடுத்துக்கொண்டோம்! இதுவும் நமக்குத் தெரியாத மதமாயிற்றே. ஜைன சமயத்தைப் பற்றித் தெரிந்து கொள்ள ஜைன நண்பர்கள் இருந்தார்கள். புத்தமதமே இந்தியாவில் இல்லையே. பௌத்தர்களை நாம் எங்கே தேடுவோம்! பௌத்த மதத்தைப் பற்றி நாம் எப்படி அறிந்து கொள்வோம்?' என்று என் சிந்தனை சுழன்றது.

அப்போது ரங்காசாரியர் அபயமளித்தார். "நீங்கள் பயப்பட வேண்டாம்; பௌத்த மத சம்பந்தமான புத்தகங்கள் நூற்றுக்கணக் காக இங்கிலீஷில் இருக்கின்றன. வெள்ளைக்காரர்கள் ஆராய்ந்து எழுதியிருக்கிறார்கள். நான் பலவற்றைப் படித்திருக்கிறேன். பாராத வற்றை நான் படித்துப் பார்த்து உங்களுக்குச் சொல்லுகிறேன்" என்றார்.

நான் அவரை மணிமேகலை ஆராய்ச்சிக்குப் பெருந்துணை யாகப் பற்றிக்கொண்டேன்.

### பௌத்த மத ஆராய்ச்சி

அது முதல் பௌத்த மத ஆராய்ச்சியிலே புகுந்தேன். தமிழ் நூல்களில் எங்கெங்கே பௌத்த மத விஷயங்கள் வருகின்றன வென்று தேடித் தொகுக்கலானேன். நீலகேசியின் உரையில் பௌத்த மத கண்டனம் வருமிடங்களில் புத்தரைப் பற்றிய வரலாறுகளும் பௌத்த சமயக் கொள்கைகளும் காணப்பட்டன. புத்தமித்திரர் என்ற தமிழ்ப் புலவர் இயற்றிய வீரசோழியமென்னும் இலக்கண நூலின் உரையில் புத்த தேவனைப் பற்றிய பல செய்யுட்கள் உதாரணமாக வந்துள்ளன. அவற்றையும் தனியே எடுத்து எழுதிப் படிக்கலானேன். சிவஞான சித்தியார் பரபக்கம், ஞானப் பிரகாசர் உரையில் பௌத்த மத கண்டனமுள்ள இடத்திற் பல பௌத்த சமயக் கருத்துக்கள் வருகின்றன. அவற்றையும் கவனித்து வைத்துக் கொண்டேன். இவற்றையன்றித் தமிழிலோ ஸம்ஸ்கிருதத்திலோ பௌத்த மதநூல் ஒன்றும் எனக்குக் கிடைக்கவில்லை. பாளிபாஷை யிலே தான் பெரும்பான்மையான பௌத்த மத நூல்கள் உள்ளன வென்று ரங்காசாரியர் தெரிவித்தார்.

ஆங்கிலத்தில் மானியர் வில்லியம்ஸ், மாக்ஸ் முல்லர், ஓல்டன்பர்க், ரைஸ் டேவிஸ் முதலியோர் எழுதிய புத்தகங்களை ரங்காசாரியர் படித்துக் காட்டினார்.

சில புத்தகங்களை விலைக்கு வருவித்துக் கொடுத்தேன். புத்த பகவானது சரித்திரத்தை கேட்கக் கேட்க அவருடைய இயல்புகளில் என் உள்ளம் புதைந்து நின்றது.

அடுத்தடுத்து மணிமேகலையையும் படித்து வந்தேன். புலப்படாமல் மயக்கத்தை உண்டாக்கிய பல விஷயங்கள் சிறிது சிறிதாகத் தெளியலாயின. இனிய எளிய வார்த்தைகளில் பௌத்த சமயக் கருத்துக்கள் அதிற் காணப்பட்டன. அவற்றைப் படித்து நான் இன்புற்றேன். ரங்காசாரியர் கேட்டுக் கேட்டுப் பூரித்துப் போவார். "ஆ! ஆ! என்ன அழகாயிருக்கிறது! மொழிபெயர்ப்பு வார்த்தைகள் எவ்வளவு பொருத்தமாக அமைந்திருக்கின்றன!" என்று சொல்லிச் சொல்லிப் பாராட்டுவார். புத்தரைப் புகழும் இடங்களைப் பல முறை படித்துக் காட்டச்சொல்லி மகிழ்ச்சி யடைவார். "நான் இங்கிலீஷில் எவ்வளவோ வாசித்திருக்கிறேன்; ஆனால் இவ்வளவு இனிமையான பகுதிகளை எங்கும் கண்டதில்லை" என்று சொல்லுவார்.

## இனிய பகுதிகள்

பௌத்த சமயத்தினர் கூறும் நான்கு சத்தியங்களாகிய துக்கம், துக்கோற்பத்தி, துக்க நிவாரணம், துக்க நிவாரண மார்க்கம் என்னும் நான்கையும்,

"பிறந்தோ ருறுவது பெருகிய துன்பம்;
பிறவா ருறுவது பெரும்பே ரின்பம்;
பற்றின் வருவது முன்னது; பின்ன
தற்றோ ருறுவ தறிக"

என்று மணிமேகலை சுருக்கமாகக் கூறுகிறது. புத்த பிரானைப் புகழும் பகுதிகள் பல. தயாமூல தர்மத்தைக் கடைப்பிடித்து வாழ்ந்த அவர் திறத்தை நன்கு வெளிப்படுத்தும் அடிகளை நான் படிக்கும் போதெல்லாம் என் உடல் சிலிர்க்கும்.

'தனக்கென வாழாப் பிறர்க்குரியாளன், மாரனை வெல்லும் வீரன், தீநெறிக் கடும்பகை கடிந்தோன், பிறர்க்கற முயலும் பெரியோன், துறக்கம் வேண்டாத் தொல்லோன்' என்பன முதலிய தொடர்களால் பாராட்டி இருக்கிறார் மணிமேகலை ஆசிரியர்.

இடையிடையே பிற தமிழ் நூல்களிற் கண்ட தமிழ்ப்பாடல் களைச் சந்தர்ப்பம் வந்தபோது நான் எடுத்துச் சொல்லுவேன். புத்தர் பிரான் நிர்வாணமடைந்த காலத்தில் அவர் அருகில் இருந்தோர் புலம்புவதாகக் கொள்ளுதற்குரிய செய்யுள் ஒன்று வீரசோழிய உரையில் மேற்கோளாகக் காட்டப் பெற்றிருந்தது;

> "மருளறுத்த பெரும்போதி மாதவரைக் கண்டிலமால்
> என்செய் கேம்யாம்
> அருளிருந்த திரு மொழியா லறவழக்கங் கேட்டிலமால்
> என்செய் கேம்யாம்
> பொருளறியு மருந்தவத்துப் புரவலரைக் கண்டிலமால்
> என்செய் கேம்யாம்"

என்னும் அச் செய்யுளை வாசித்தபோது படிக்க முடியாமல் நாத்தழுதழுத்தது. ரங்காசாரியரும் அதில் நிரம்பியுள்ள சோகரஸத்தில் தம்மை மறந்து உருகினார்.

இவ்வாறு புத்த சரித்திரத்திலே ஈடுபட்டு உருகியும் பௌத்த மத தத்துவங்களை அறிந்து மகிழ்ந்தும் பெற்ற உணர்ச்சியிலே மணிமேகலை ஆராய்ச்சி நடந்தது.

### ஸுமங்களர் செய்த உதவி

மணிமேகலை இலங்கைக்குச் சென்றதாக அக்காப்பியம் தெரிவிக்கிறது. இலங்கையிலே உள்ள சில இடங்களின் பெயர்கள் அதில் வருகின்றன. கொழும்புவிலிருந்த பொ. குமாரசாமி முதலியாருக்கு அவ்விடங்களைப் பற்றி விசாரித்துத் தெரிவிக்க வேண்டுமென்று எழுதியதோடு பௌத்த மத விஷயங்களை அறிவதற்குத் துணை செய்வார் யாரேனும் இருப்பின் தெரிவிக்கும்படியும் கேட்டுக் கொண்டேன். அங்கே வித்யோதய கலாசாலையில் பிரின்ஸிபாலாக இருந்தவரும் பௌத்த மத ஆசிரியருமாகிய ஸுமங்களரென்னும் பௌத்தப் பெரியாரொருவர் உள்ளாரென்று முதலியார் தெரிவித்தார். பௌத்த மத நூல்களைப் பற்றியும், அச்சமயக் கொள்கைகளைப் பற்றியும் பல செய்திகளை அப்பெரியாரைக் கேட்டு எழுதச் செய்து எனக்கு அனுப்பினார்.

"இலங்கா தீவத்துச் சமனொளி யென்னும் சிலம்பு."

என்பதில் வரும் சமனொளி யென்பது சமந்த மென்றும் ஆடம்ஸ்பீக் என்றும் வழங்கப்படுமென்பது அவரால் தெரிந்தது. புத்த தேவருடைய பாதப் படிமைகள் அங்கு உள்ளன என்பதையும் அறிந்தேன்.

### உள்ளங் கவர்ந்த பகுதிகள்

ரங்காசாரியரோடு இருந்து மணிமேகலையைப் படித்து இன்புறுவதையன்றி நானும் தனியே படித்துப் படித்து ஈடுபடலாயினேன். இந்த உடம்பை,

"வினையின் வந்தது வினைக்குவிளை வாயது
புனைவன நீங்கிற் புலால்புறத் திடுவது
மூப்புவிளி வுடையது தீப்பிணி யிருக்கை
பற்றின் பற்றிடங் குற்றக் கொள்கலம்
புற்றடங் கரவிற் செற்றச் சேக்கை
அவலக் கவலை கையா றழுங்கல்
தவலா வுள்ளந் தன்பா லுடையது
மக்கள் யாக்கை"

என்று இழித்துக் கூறிய பகுதியிற் கருத்தூன்றினேன். அன்ன தானத்தைச் சிறப்பிக்கும்,

"மண்டிணி ஞாலத்து வாழ்வோர்க் கெல்லாம்
உண்டி கொடுத்தோ ருயிர்கொடுத் தோரே"

என்ற அடிகள் என் உள்ளத்தைக் கவர்ந்தன. தான தருமம் இல்லாமைபற்றிச் சுவர்க்கத்தை ஆபுத்திரனென்பவன் இழிவாகக் கூறுகிறான்:

"அறஞ்செய் மாக்கள் புறங்காத் தோம்புநர்
நற்றவஞ் செய்வோர் பற்றற முயல்வோர்
யாவரு மில்லாத் தேவர்நன் னாட்டுக்
கிறைவ னாகிய வொருபெரு வேந்தே"

என்று இந்திரனை நோக்கி அவன் சொல்லும் வார்த்தைகளில் அமைந்த பொருளாழத்தை நினைந்து நினைந்து மகிழ்ந்தேன்.

ரங்காசாரியர் ஒன்றரை வருஷ காலம் கும்பகோணத்தில் இருந்தார். நாள் தவறாமல் அவரிடம் சென்று அவர் சொல்லும் பௌத்த மதக் கருத்துக்களைக் குறித்துக் கொண்டு வந்தேன். அதன் பிறகு அவரைச் சென்னைக்கு மாற்றி விட்டார்கள். அவர் சென்னைக்குப் புறப்படும் பொழுது, "இந்தப் புத்தகத்தை நீங்கள் விரைவில் பதிப்பித்து வெளியிடுங்கள்; இது மாணிக்கத்தைப் போல அருமையானது" என்றார்.

"தாங்கள் சென்னைக்குப் போவதனால் மணிமேகலையின் சம்பந்தம் உங்களை விடாது. அங்கேயும் வந்து தங்களுக்குச் சிரமம் கொடுப்பதை நான் விடப்போவதில்லை" என்றேன் நான்.

"அப்படியானால் நான் மிகவும் பாக்கியம் செய்தவனே" என்று அவர் தம் சந்தோஷத்தைத் தெரிவித்துக் கொண்டார். அவர் உள்ளத்தில் மணிமேகலையிற் கண்ட அரிய வரலாறுகளும் இனிய பகுதிகளும் குடிகொண்டன.

# 121

## மணிமேகலைப் பதிப்பு ஆரம்பம்

மேல் நாட்டில் எனக்கு நண்பரானவர்களில் ரெவரெண்ட் ஜி. யூ. போப் ஒருவர். அவர் பல காலம் தமிழ்நாட்டில் இருந்தவர். தமிழில் சிறுவர்களுக்குப் பயன்படும் வண்ணம் சிற்றிலக்கணம் ஒன்று எழுதியிருக்கிறார். 'போப்பையர் இலக்கணம்' என்ற பெயரோடு தமிழ் நாட்டில் அது வழங்கியது. திருவாசகத்தையும் நாலடியாரையும் ஆங்கிலத்தில் மொழி பெயர்த்து அவர் வெளியிட்டிருக்கிறார். ஆக்ஸ்போர்டு யூனிவர்ஸிடியில் தமிழ்ப் பேராசிரியராக அவர் இருந்து வந்தார்.

ஒரு சமயம் பூண்டி அரங்கநாத முதலியாரிடம் பேசிக் கொண்டிருந்தபோது போப்பினுடைய பிரஸ்தாவம் வந்தது. அப்போது முதலியார், "அவர் பதிப்பித்த நாலடியார் மிகவும் நன்றாக இருக்கிறது. மிகவும் உழைத்துப் பல குறிப்புக்களை எழுதியிருக்கிறார். தங்கள் சீவகசிந்தாமணிப் பதிப்பைப் பற்றியும் அதில் பாராட்டி எழுதியிருக்கிறார்" என்று சொல்லித் தம்மிடமிருந்த பிரதியைக் கொடுத்தார்.

## போப் துரையின் நட்பு

பிறகு புறநானூறு வெளியானபின் அதில் ஒரு பிரதி அவருக்கு அனுப்பினேன். அரங்கநாத முதலியார் இல்லாத காலம் அது. சில மாதங்கள் வரையில் போப்பிடமிருந்து கடிதம் வரவில்லை. புத்தகம் அவரிடம் போய்ச் சேர்ந்ததோ, இல்லையோ என்ற சந்தேகத்தோடு நான் இருந்தேன். மே மாதம் அவரிடமிருந்து எனக்கு ஒரு கடிதம் கிடைத்தது. ஆங்கிலத்தில் எழுதப்பட்டது அது.

இந்தியன் இன்ஸ்டிடியூட்
*26.04.1895*

"...தங்கள் புறநானூற்றைப் பற்றி நான் முன்பே எழுதியிருக்க வேண்டும். தாங்கள் சிறப்பாகப் பதிப்பித்த சீவக சிந்தாமணிப் புத்தகம் என்னிடம் இருக்கிறது. அதை அடிக்கடி உபயோகிப்ப துண்டு. என் நாலடியார்ப் பதிப்பில் முகவுரை 41ஆம் பக்கத்தில் அதைப் பற்றிக் குறித்திருக்கிறேன். தாங்கள் இன்னும் ஏதேனும் பதிப்பித்திருக்கிறீர்களா? தங்கள் பதிப்பு நூல்களைப் பற்றி ராயல் ஏஷியாடிக் ஸொஸைடிக்கு ஒரு கட்டுரை எழுதியனுப்ப உத்தேசித் திருக்கிறேன். புறநானூற்றை இன்னும் தெளிவு படுத்த முடியாதா? எனக்குத் தமிழ் தெரியுமென்று நான் எண்ணிக் கொண்டிருந்தாலும் எனக்கு அதில் பல பகுதிகள் விளங்கவில்லை. ஆதலால் இன்னும்

தெளிவும் சுலபமுமான நடையில் உரை வேண்டும். பண்டிதரல்லாத என்போலியரிடம் கருணை கொள்ளுங்கள்.

“சிந்தாமணி பெரும்பாலும் சுலபமாகவே இருக்கிறது. அருமையும் பெருமையுமுள்ள தமிழின் பொருட்டுத் தொல்காப்பியத்திற்கு ஆராய்ச்சித் திறனமைந்த பதிப்பு ஒன்று வேண்டும்... புராணக் கதைகளை விலக்கிவிட்டு முச்சங்க வரலாற்றைத் தக்க ஆதாரங்களைக் கொண்டு எழுத வேண்டும்... புறநானூற்றை எவ்வாறு படித்துப் பயன் படுத்தலாமென்பதையேனும் தெரிவியுங்கள்.”

அவர் முதல் முறையாக எழுதிய இக் கடிதத்தால், அவருக்கிருந்த தமிழன்பை ஒருவாறு அளந்தறிய முடிந்தது. தமிழ் நூல்களை நல்ல முறையில் நல்ல உருவத்தில் பதிப்பிக்க வேண்டுமென்ற கருத்துடைய எனக்கு அவர் எழுதியனவெல்லாம் மிகவும் பொருத்தமாகத் தோற்றின. அடுத்தபடி புறப்பொருள் வெண்பாமாலைப் பிரதி ஒன்றை அவருக்கு அனுப்பினேன். அதைப் பெற்றவுடனே பின் வரும் கடிதத்தை எழுதியனுப்பினார்.

“பேலியல் காலேஜ்”<br>ஆக்ஸ்போர்டு 21.10.1895

“...தாங்க ளனுப்பிய புறப்பொருள் வெண்பா மாலைக்காக நன்றி பாராட்டுகிறேன். அதன் பிரதி ஒன்று எங்கள் தமிழ்ப் புத்தக சாலையில் இருக்கிறது. அதைப் படித்து முடிக்க முயன்றேன்.

நானும் எவ்வளவோ திட்டம் போடுகிறேன்; ஆனால் நீங்கள் இளைஞர், நான் கிழவன்

‘ஒருபொழுதும் வாழ்வ தறியார் கருதுப
கோடியு மல்ல பல.’

நான் மிகவும் அசௌக்கியமாக இருந்தேன்; ஆயினும் இன்னும் ஏதேனும் செய்யலாமென்று நம்பியிருக்கிறேன்... உங்கள் பதிப்பு திருத்தமாகவும் பூர்ணமாகவும் இருக்கிறது. பழந்தமிழ் நூல்களெல்லாம் புதுத் தமிழர்களுக்கு விளங்கும்படி செய்ய வேண்டும். அதற்கு வழி செய்யுங்கள்...”

இக் கடிதத்தில் திருக்குறட் செய்யுளைத் தமிழிலே எழுதியிருந்தார். அவர் எழுத்துக்களிலே நடுக்கமும் வார்த்தைகளிலே தேக அசௌக்கியத்தைக் காட்டும் குறிப்பும் இருந்தன. ‘ஒரு பொழுதும் வாழ்வ தறியார்’ என்ற அருமைத் திருக்குறளை அவர் எழுதுகையில் அவரது மனநிலை எப்படி இருந்திருக்குமென்று யோசித்துப் பார்த்தேன். எவ்வளவோ காரியங்களைச் செய்யவேண்டுமென்ற ஆசையோடு உழைத்து வரும்போது இடையிலே வாழ்க்கை முடிந்துவிட்டால் என் செய்வதென்ற பயம் அவர் நெஞ்சில் இருப்பதை

அக்குறள் வெளிப்படுத்தியது. அவர் இன்னும் பல வருஷங்கள் வாழ வேண்டுமென்று வாழ்த்தினேன்.

நல்ல வேளையாக அவரது தேக அசௌக்கியம் மாறியது. முதுமைத் தளர்ச்சியிருந்தாலும் தமிழாசை அவர் உடம்பில் ஒரு புதிய முறுக்கை ஏற்றியிருக்க வேண்டும். 1896ஆம் வருஷ ஆரம்பத் தில் அவர் மீட்டும் எனக்குக் கடிதம் எழுதினார்.

3-1-1896.

"... நான் நெடுங்காலம் கடிதம் எழுதாமல் தாமதம் செய்து விட்டேன். மன்னிக்க வேண்டும். தங்கள் அற்புதமான பதிப்புக் களாகிய புறநானூறு, புறப்பொருள் வெண்பா மாலை என்னும் இரண்டையும் எளிதிற் படித்து இன்புற்று வருகிறேன். அவ்விரண் டும் ஒன்றையொன்று அழகாக விளக்குகின்றன.

பாரி, அவன் மகளிர், கபிலர், கோப்பெருஞ் சோழன், பிசிராந் தையார், பொத்தியார் முதலியவர்களைப்பற்றி ஒரு கட்டுரை எழுதிக்கொண்டிருக்கிறேன். இன்னும் கர்ணபரம்பரைச் செய்திகள் வேண்டும்; 115 முதல் 120 வரையிலுள்ள பாடல்கள் உள்ளங் கவர்வன... தங்களுக்கு நாலடியாரின் பிரதி ஒன்று அனுப்பச் சொன்னேன். ஆக்ஸ்போர்டிலிருந்து கிடைத்ததா?... புது வருஷ வாழ்த்துக் கூறுகிறேன்."

அவர் அனுப்பச் செய்த நாலடியார் எனக்குக் கிடைத்தது. அவர் எவ்வளவு ஊக்கத்தோடும் ஆவலோடும் தமிழ் நூல்களை ஆழ்ந்து படிப்பவரென்பதை இக்கடிதத்திலிருந்து உணர்ந்து கொண்டேன். எந்த விஷயத்தையும் தெளிவாகத் தெரிந்துகொள்ள வேண்டும், தெரிந்ததைப் பிறருக்கு விளங்கும்படி வெளியிட வேண்டுமென்ற அவர் கொள்கை எனக்கு மிகவும் உவப்பாக இருந்தது.

பாரிஸ் நகரத்தில் இருந்த ஜூலியன் வின்ஸோனது தமிழன் பையும் ஆக்ஸ்போர்டிலிருந்த போப்பினுடைய தமிழன்பையும் ஒப்பிட்டுப் பார்ப்பேன். ஒவ்வொன்றும் ஒவ்வொரு முறையில் சிறப்புடையதாக இருந்தது. இருவரிடத்தும் விடா முயற்சியும் மேற் கொண்ட காரியத்தில் ஆழ்ந்த அன்பும் இருந்தன. நம் நாட்டி னரிடத்தில் இக்குணங்கள் இல்லாமையால் சோம்பலுக்காளாகி வாழ்நாளை வீணே கழிக்கின்றனரென்றெண்ணி வருந்தினேன்.

போப் துரை மேலும் பல கடிதங்கள் எழுதினார். புறநானூற்றி லிருந்தும் புறப்பொருள் வெண்பா மாலையிலிருந்தும் பல அரிய செய்யுட்களைத் தெரிந்தெடுத்து ஆங்கிலத்தில் மொழிபெயர்த்து வெளியிட்டார். ஒவ்வொரு வருஷ ஆரம்பத்திலும் அத்தகைய மொழி பெயர்ப்பொன்றை வாழ்த்துடன் எனக்கு அனுப்பி வந்தார்.

இத்தகைய உண்மை உழைப்பாளிகளுடைய நட்பினால் தமிழ்ப் பணியில் என் மனம் ஊற்றமடையலாயிற்று. மணிமேகலை ஆராய்ச்சி நடைபெற்று வந்தது.

## சுந்தரம் பிள்ளை கடிதங்கள்

*1896*ஆம் வருஷ ஆரம்பத்தில் திருவனந்தபுரத்தில் இருந்த புரொபஸர் பி. சுந்தரம் பிள்ளை, தாமுள்ள காலேஜில் தமிழாசிரியர் வேலைக்குத் தக்க ஒருவரைத் தேடிக் கொண்டிருக்கிறார்களென்று தெரிவித்தார். அன்றியும், நான் அவ்வேலையை ஏற்றுக்கொண்டால் ஆரம்பத்தில் ரூபாய் அறுபத்தைந்து கிடைக்குமென்றும், படிப்படியாக உயருமென்றும் எழுதினார். எனக்கு அது சம்மதமாக இல்லை. பிறகு ஆங்கிலம் தெரிந்த ஒருவரை அந்த ஸ்தானத்தில் நியமித்து விட்டார்கள்.

அக்காலத்தில் சுந்தரம் பிள்ளை இயற்றிய மனோன்மணீய நாடகத்தின் சில பகுதிகள் காலேஜ் வகுப்புகளுக்குப் பாடமாக இருந்தன. அவற்றை நான் பாடம் சொல்லி வரும்போது பாராட்ட வேண்டிய இடத்திற் பாராட்டி விட்டுப் பிழையாகத் தோற்றிய சிலவற்றைப் பிள்ளைகளுக்கு எடுத்துச் சொன்னேன். இவ்விஷயத்தை யார் மூலமாகவோ அறிந்த சுந்தரம் பிள்ளை அக்குற்றங்கள் இன்னவையென்று தெரிவிக்கும்படி எனக்குக் கடிதம் எழுதினார். நான் அங்கங்கே கண்டவற்றைத் தொகுத்து எழுதியனுப்பவே அவர் உசிதமான திருத்தங்களை ஏற்றுக் கொண்டு தம் நன்றியறிவைத் தெரிவித்தார். அது முதல் அடிக்கடி அவர் அன்போடு எனக்குக் கடிதங்கள் எழுதி வந்தார்.

## காதையும் பாட்டும்

மணிமேகலையை விரைவில் அச்சுக்குக் கொடுக்கும் பொருட்டு உரிய ஏற்பாடுகளைச் செய்து வந்தேன். மிதிலைப் பட்டியில் கிடைத்த பிரதி தான் எனக்குப் பெருந்துணையாக இருந்தது. மற்றப் பிரதிகளில் ஒவ்வொரு பகுதியும் காதையென்ற பெயருடையதாக இருந்தது. மிதிலைப் பட்டிப் பிரதியில் பாட்டு என்று இருந்தது. முதலில் பதிகமென்பது கதை பொதி பாட்டு என்றும், விழாவறை காதை யென்பது விழா வறைந்த பாட்டு என்றும், இவ்வாறே மற்றவற்றின் பெயர்களும் மாறிக் காணப்பட்டன. அந்தத் தலைப்புக்களிலிருந்து காதை யென்பதற்குப் பாட்டென்னும் பொருள் கொள்ளலாமென்று தெரிய வந்தது. மற்ற ஆதாரங்களைக் கொண்டும் அப்பொருளே உறுதியாயிற்று.

## மணிமேகலை மூலம்

மணிமேகலையின் மூலம் மாத்திரம் 1891ஆம் வருஷம் திருமயிலை வித்துவான் சண்முகம் பிள்ளையால் அச்சிடப்பெற்றது. பொருள் வரையறை செய்து கொள்ளாமலே பல விடங்களில் ஏட்டிலுள்ள பாடங்களை அவர் அமைத்திருந்தார். அந்தப் பிரதியைக் கொண்டு நூற் பொருளை நன்கு அறிதல் சிரமமாகவே இருக்கும். அது பதிப்பிக்கப்பெற்று வந்த காலத்திலேயே அதைப் பற்றி, தி. த. கனக சுந்தரம் பிள்ளை எனக்கு எழுதியிருந்தார்; "மணிமேகலையில் மூன்று மூன்று பாரம் எனக்குக் காட்டினார்கள். அவர்கள் போடுவது நான் முன் எண்ணியிருந்ததிலும் கேடாகவே இருக்கின்றது. ஏட்டுப் பிரதியில் இருக்கின்றபடியே இருக்கின்றது. ஏட்டுப் பிரதியிலிருப்பது இதிலும் நலமென்று சொல்லலாம். ஏட்டில் சொக்கலிங்க மென்றிருப்பதை ஒருவர் முழுவதுங் கலிங்கமென்று பொருள் பண்ணி வாசித்தபோதிலும் மற்றொருவரா வது சந்தர்ப்பம் நோக்கிச் சொக்கலிங்கமென்று வாசிப்பார். இவர்கள் அதனைச் சேரக் கலிங்கமென்று அச்சிலிட்ட தன் பின் ஏட்டைக் காணாதவர்களெல்லாம் சேரக்கலிங்கமென்று தானே படிக்கவேண்டும்? 'எட்டி குமரனிருந்தோன்றன்னை' என்பது 'எட்டிருமானிருந்தோன்' என்றும், 'ஆறறி யந்தணர்' என்பது 'ஆற்றி யந்தணர்' என்றும் அச்சிடப்படுமாயின் அதனால் விளையும் பயன் யாதென்பதைத் தாங்களே யறிந்து கொள்ளவும்" (29-3-1891) என்று குறித்திருந்தார். பின்னால் புத்தகம் வெளி வந்த காலத்தில் அதைப் பார்த்தபோது, பின்னும் ஆராய்ச்சிக்கு இடமுண்டென்றே தெரிந்தது.

## குறிப்புரை

அப்பதிப்பு வெளிவந்து ஏழு வருஷங்களாயினமையின் நான் செய்த ஆராய்ச்சியின் பயனாகப் பலவகைக் குறிப்புக்களுடன் மணிமேகலையை வெளியிடுவதில் பிழையொன்றுமில்லை என்று கருதினேன். அன்பர்கள் பலர் மணிமேகலை முழுவதற்கும் உரை எழுதி வெளிப்படுத்த வேண்டுமென்று கூறினர். பழந் தமிழ் நூல் களைத் தெளிவுபடுத்த வேண்டுமென்று போப் துரை எழுதிய கடிதங்களும் எனக்குத் தூண்டுகோலாயின. பதவுரையின்றேனும் குறிப்புரையாக எழுதி முடிக்கலாமென்று தொடங்கிப் பெரும் பாலும் எழுதி நிறைவேற்றினேன். சமயக் கணக்கர் தந்திறம் கேட்ட காதையென்னும் பகுதியில் பிற சமய இலக்கணங்கள் வருகின்றன.

தவத்திறம் பூண்டு தருமங் கேட்ட காதை என்னும் பகுதியில் பௌத்த மதத்தினர் கூறும் அளவையிலக்கணம் முதலியன உள்ளன. இவ்விரண்டற்கும் குறிப்புரை எழுதுவது எளிதென்று தோற்றவில்லை. வடமொழித் தர்க்க சாஸ்திரங்களிற் பாரங்கதராக விளங்கிய குறிச்சி மகாமகோபாத்தியாய ரங்காசாரியரிடம் போய்க் கேட்டேன். முன்னதிலுள்ள விஷயங்களை அவர் விளக்கினார். ஆனால் பின்னதிலுள்ள விஷயங்களை அவரால் விளக்க இயல வில்லை; "இந்த முறையுள்ள பழைய நூல்கள் இக்காலத்து வழங்க வில்லை. இது பிராசீன தர்க்கம்" என்று சொல்லிவிட்டார்.

கும்பகோணம் காலேஜில் ஸம்ஸ்கிருத பண்டிதராக இருந்த பெருகவாழ்ந்தான் மகா மகோபாத்தியாய ரங்காசாரியரிடமும், திருமலை ஈச்சம்பாடி சதாவதானம் ஸ்ரீநிவாஸாசாரியரிடமும் சில வட மொழிப் பிரயோகங்களில் உண்டான ஐயங்களைக் கேட்டுத் தெரிந்து கொண்டேன்.

மற்றவற்றிற்கெல்லாம் ஒரு வகையாகக் குறிப்புரை எழுதி விட்டு அளவையிலக்கணம் வரும் பகுதியைப் பலமுறை வித்துவான் களுடைய முன்னிலையில் பரிசோதித்து இயன்ற வரையில் சுத்த பாடங்களென்று தோற்றியவற்றைத் தெரிந்து எழுதிக் கொண்டேன். பாடபேதங்களை அங்கங்கே அடிக்குறிப்பில் அமைத்தேன்.

### என் உவகை

எல்லாம் சித்தமானவுடன் மணிமேகலையை எடுத்துக் கொண்டு சென்னை சென்று வெ. நா. ஜூபிலி அச்சுக்கூடத்தில் 5.6.1896 அன்று அச்சுக்குக் கொடுத்தேன்.

அடிக்குறிப்பில் நான் எழுதிய குறிப்புரையோடு, புத்தகம் அச்சாகத் தொடங்கியது. முதல் பாரத்தைப் பார்த்து உத்தரவு கொடுத்த போது என் உள்ளத்தில் இருந்த உவகைப் பெருக்கை இறைவனே உணர்வான்! 'இந்த நூலையும் நாம் பதிப்பிப்போமா!' என்று அலந்திருந்தவனாதலின் அதற்கு ஓர் உருவும் ஏற்பட்டதைப் பார்த்து என் உள்ளமும் உடலும் பூரித்தன.

## 122

## நான் பெற்ற பட்டம்

மணிமேகலையின் பதிப்பு நடக்கையில் அந்நூலுக்கு அங்கமாக மணிமேகலையின் வரலாற்றைச் சேர்க்க எண்ணி அவ்வாறே கதைச்

சுருக்கத்தை எழுதி முடித்தேன். பௌத்த சமய சம்பந்தமான செய்திகள் இந்நாட்டில் வழங்காமையால் அவற்றை மணிமேகலையின் குறிப்புரையில் அங்கங்கே விளக்கியுள்ளேன். ஆனாலும் தொடர்ச்சியாக அந்த மதக் கொள்கைகளைத் தனியே எழுதி நூலுக்கு அங்கமாகச் சேர்த்தால் படிப்பவர்களுக்கு மிகவும் உபயோகமாக இருக்குமென்பது என் கருத்து. மளூர் ரங்காசாரியரோடு மணிமேகலையைப் பற்றிப் பேசி விஷயங்களைத் தெரிந்து கொண்ட காலங்களிலெல்லாம் அவர் கூறுவனவற்றைத் தனியே குறித்து வைத்துக் கொண்டேன். பௌத்த மத சம்பந்தமான ஆங்கிலத்திலுள்ள நூற் பகுதிகள் சிலவற்றைச் சில அன்பர்களைக் கொண்டு தமிழில் மொழிபெயர்த்தும் வைத்துக் கொண்டேன்.

## மும்மணிகள்

புத்தர், பௌத்த தருமம், பௌத்த சங்கம் என்னும் மூன்றையும் பௌத்தர்கள் மும்மணிகள் என்று வழங்குதல் மரபு. என்னிடமிருந்த குறிப்புக்களின் உதவியால் அம் மும்மணிகளைப் பற்றிய வரலாறுகளை எழுதத் தொடங்கினேன். ரங்காசாரியர் கும்பகோணத்தில் இருந்த காலத்தில் நான் எழுதியவற்றை அவ்வப்போது அவரிடம் படித்துக் காட்டிச் செப்பம் செய்து கொண்டேன். மாற்றலாகி அவர் சென்னைக்குச் சென்ற பிறகு நான் சென்னைக்கு வரும் போதெல்லாம் அதுகாறும் எழுதியவற்றைப் படித்துக்காட்டுவேன். இடையிடையே தமிழ்ச் செய்யுட்களை நான் அமைத்திருத்தலைக் கண்டு அவர் மிக்க மகிழ்ச்சியடைந்து பாராட்டுவார்.

## பாண்டித்துரைத் தேவர் வருகை

1896ஆம் வருஷம் நவம்பர் மாதம் பாலவநத்தம் ஜமீன்தாராகிய பொ. பாண்டித்துரைத் தேவர் கும்பகோணத்திலிருந்த மௌன ஸ்வாமிகளைத் தரிசித்தற்கு வந்தார். அக்காலத்தில் அவரைத் தக்கபடி வரவேற்று உபசரித்துப் பல கனவான்கள் கூடிய மகா சபையில் அவரைப் பேசச் செய்தேன். இரண்டு மூன்று நாட்கள் அவர் கும்பகோணத்தில் தங்கியிருந்தார்; என் வீட்டுக்கு ஒரு முறை வந்தார். அப்போது பல அன்பர்களையும் அழைத்து உபசரித்து அவருடன் வந்திருந்த சங்கீத வித்துவான் சீனுவையங்கார், திருக்கோடிகா கிருஷ்ணையர் முதலியவர்களைக் கொண்டு என் வீட்டில் ஒரு சங்கீத விநிகை நடைபெறச் செய்தேன். என்னிடமிருந்த ஏட்டுச் சுவடிகளையெல்லாம் பாண்டித்துரைத் தேவர் பார்த்துப்

பெருவியப்புற்றார். மணிமேகலை அப்போது அச்சாகி வருவது தெரிந்து அதற்குப் பொருளுதவி செய்வதாக வாக்களித்தார்.

என்னிடம் இருந்த புறத்திரட்டை அச்சமயம் அவரிடம் காட்டி அது பல பழைய நூல்களிலிருந்து திரட்டிய பல செய்யுட்களைக் கொண்டதென்பதைத் தெரிவித்தேன். "நான் பல நூல்களிலிருந்து நீதிகளைக் கூறும் செய்யுட்களைத் திரட்டி வகுத்து ஒரு நூல் வெளியிடலாமென்று எண்ணியிருக்கிறேன். இதை ஒரு முறை பார்த்தால் எனக்கு உபயோகமாக இருக்கும்" என்றார். அந்தச் சுவடியைச் சில மாதங்களுக்குப் பிறகு அவர் கும்பகோணத்துக்கு மகாமகத்துக்காக வந்த சமயம் பெற்றுக் கொண்டார்.

### உத்தம சம்பாவனை

1897ஆம் வருஷம் பிப்ரவரி மாதம் மகாமகம் நடந்தது. அப்போது கும்பகோணத்திற் கூடிய கூட்டம் கணக்கில் அடங்காது. திருவாவடுதுறை ஆதீனகர்த்தராக விளங்கிய அம்பலவாண தேசிகர் தம்முடைய பரிவாரங்களுடன் கும்பகோணம் பேட்டைத் தெருவிலுள்ள மடத்தில் விஜயம் செய்திருந்தார். பல தேசங்களிலிருந்தும் பிரபுக்களும் வித்துவான்களும் வந்து கூடினர்.

அப்போது தினந்தோறும் அம்பலவாண தேசிகருடைய முன்னிலையில் வித்துவான்களுடைய உபந்நியாசங்களும் சல்லாபங்களும் நடைபெற்றன. ஒரு நாள் மிகச்சிறந்த வித்துவான்களைப் பூசித்து உத்தம சம்பாவனை செய்வதாக ஏற்பாடாகியிருந்தது. அம்பலவாண தேசிகர் ஆறு ஆசனங்களைப் போடச் சொல்லிப் பிரசித்தமான ஸம்ஸ்கிருத வித்துவான்கள் ஐவரை ஐந்து ஆசனங்களில் அமரச் செய்தார். அவர்கள் அமர்ந்த பிறகு என்னை நோக்கி "அந்த ஆசனத்தில் இருக்க வேண்டும்" என்று ஆறாவது ஆசனத்தைக் காட்டினார். எனக்குத் துணுக்கென்றது. வாழ்நாள் முழுவதும் சாஸ்திரப் பயிற்சியிலே ஈடுபட்டு எழுத்தெண்ணிப் படித்துத் தாம் கற்ற வித்தைக்கே ஒளியை உண்டாக்கிய அந்தப் பெரியவர்கள் எங்கே! நான் எங்கே? நான் யோசனைசெய்து நிற்பதை அறிந்த தேசிகர், "என்ன யோசிக்கிறீர்கள்? அப்படியே இருக்க வேண்டும்" என்றார். "இவர்களுக்குச் சமானமாக இருக்க எனக்குத் தகுதி இல்லையே" என்றேன். தேசிகர், "தகுதி உண்டென்பதை இந்த உலகம் அறியும். இவர்களைப் போன்ற மகா வித்துவான்கள் இந்த நாட்டில் தேடிப்பார்த்தால் ஒருவேளை கிடைத்தாலும் கிடைப்பார்கள். தங்களைப் போல ஒருவர் அகப்படுவது அரிது" என்று அன்பொழுகக் கூறி வற்புறுத்தவே

அந்த மகா மேதாவிகளுடைய வரிசையிலே பணிவோடு அமர்ந்தேன். இரட்டைச் சால்வையும் சம்மானமும் பெற்றேன். மணிமேகலையில் மேற்கொண்ட உழைப்பே அந்தப் பெருமைக்குக் காரணமென்று நான் எண்ணி இறைவன் திருவருளை வாழ்த்தினேன்.

## பன்னூற் றிரட்டு

மகா மகத்துக்குப் பாண்டித்துரைத் தேவரும் அவருடைய நண்பரும் சிறந்த தமிழ் வித்துவானுமாகிய வீர. லெ. சிந்நய செட்டியாரும் வந்திருந்தனர். அவ்விருவர்களுடைய சல்லாபத்தாலும் நான் இன்புற்றேன். அப்போதுதான் புறத்திரட்டுப் பிரதியைப் பாண்டித்துரைத் தேவரிடம் சேர்ப்பித்தேன். பல நீதிச் செய்யுட்களை அவர் திரட்டிப் பன்னூற்றிரட்டு என்ற புத்தகத்தை வெளியிட்டார். அதற்குப் புறத்திரட்டு மிகவும் உதவியாயிருந்ததென்று தெரிய வந்தது.

## குமாரனுக்கு விவாகம்

*1897* ஆம் வருஷம் ஜூன் மாதம் என் குமாரன் சிரஞ்சீவி கலியாண சுந்தரத்துக்கும் நாகபட்டினத்தில் இருந்த ஸ்ரீ சக்கரபாணி ஐயரென்பவருடைய குமாரி கமலாம்பாளுக்கும் விவாகம் நடந்தது. அதைத் தொடர்ந்து கும்பகோணத்தில் வதூகிருகப் பிரவேசம் நடந்தது. அப்போது அம்பலவாண தேசிகர் முதலியவர்கள் எனக்குப் பல வகையில் உதவி புரிந்தார்கள். என் குமாரனுடைய விவாக தினம் விக்டோரியா மகாராணியாருடைய வைர ஜூபிலிக் கொண்டாட்ட நாள். பல இடங்களிலும் அக்கொண்டாட்டம் நடந்தது. கரூரில் ஜில்லா முன்ஸீபாக இருந்த ஸ்ரீ ஏ. சாம்பமூர்த்தி சாஸ்திரிகள் அவ்வூரில் நடந்த வைபவத்துக்கு மகாராணியார் விஷயமாகச் சில பாடல்கள் எழுதி அனுப்ப வேண்டுமென்று விரும்பியபடி எழுதியனுப்பினேன்.

## மணிமேகலைப் பதிப்பு

மணிமேகலை மூலமும் அரும்பதவுரை முதலியனவும் 1898 ஆம் வருஷம் ஜூலை மாதத்தில் அச்சிடப் பெற்று நிறைவேறின. முகவுரையும், புத்த சரித்திரம், பௌத்த தருமம், பௌத்த சங்கம், மணிமேகலைக் கதைச் சுருக்கம் என்பவையும் முதலில் சேர்க்கப் பெற்றன.

புத்தகம் வெளி வந்து உலாவியபோது எனக்குக் கிடைத்த பாராட்டுக்கள் பல. *59* தமிழ் நூல்களிலிருந்தும் *29* வடமொழி

நூல்களிலிருந்தும் மேற்கோள்களை என் குறிப்புரையிற் காட்டியிருந்தேன். இவற்றையன்றி, தமிழ் வடமொழி நூல்களின் உரையாசிரியர்கள் வாக்கிலிருந்து பல செய்திகளை அங்கங்கே கொடுத்தேன். அந்த நூல்களைப் பற்றியும் உரையாசிரியர்களைப் பற்றியும் நான் அறிந்துகொண்ட செய்திகள் யாவும் ‘அரும்பதவுரையிலடங்கியவை’ என்னும் பகுதியில் உள்ளன. புறத்திரட்டினால் தெரிந்த குண்டலகேசிச் செய்யுட்கள் சிலவற்றை அந்நூலைப் பற்றிச் சொல்லுமிடத்தில் சேர்த்திருந்தேன். அப் பகுதியைக் கண்ட அன்பர்கள், “இங்கிலீஷில் ‘என்ஸைக்ளோபீடியா’ என்று ஒரு வகை அகராதி உள்ளது. அதைப் போல இருக்கிறது இது. இந்த மாதிரி நீங்கள் ஒவ்வொரு நூலுக்கும் எழுதினால் கடைசியில் எல்லாவற்றையும் சேர்த்து ஒரு புத்தகமாகப் போட்டு விடலாம்” என்றார்கள். அத்தகைய பொருள் விளக்க அகராதி தமிழில் வேண்டுமென்ற ஆவல் இயல்பாகவே எனக்கு உண்டு. அவ்வன்பர்கள் கூறிய பிறகு அந்த ஆவல் அதிகரித்தது.

முதல் முதலாக நான் உரையெழுதிய நூல் மணிமேகலை. எனது உரை எளிய நடையில் அமைந்தமை பற்றிப் பலர் பாராட்டினர். பல விஷயங்களை விளக்குகின்றதென்று பலர் புகழ்ந்தனர். கிறிஸ்டியன் காலேஜில் தமிழாசிரியராக இருந்த வி. கோ. சூரிய நாராயண சாஸ்திரியார், “யான் இம் மணிமேகலைப் பதிப்பைப் பற்றி முகமனாவொன்றும் எழுதுகின்றிலேன். மிகவும் அற்புதமாயிருக்கின்றது. யான் விரும்பியாங்கே குறிப்புரையும் பிறரால் இது வேண்டும் இது வேண்டாவென்று சொல்லப்படாதவாறு செவ்வனே பொறித்திருக்கும் பெற்றிமையை யுன்னுந் தோறு மென்னுள்ளங் கழிபேருவகை பூக்கின்றது. இப்போழ்தன்றே யெந்தஞ் சாமிநாத வள்ளலைக் குறித்துக் குடையும் துடியும் யாமும் எம்மனோரும் ஆடிய புகுந்தாம். இன்னும் எம் மூரினராய் நின்று நிலவிய நச்சினார்க்கினிய நற்றமிழ்ப்பெருந்தகை போன்று பன்னூற் பொருளையும் பகலவன் மானப்பகருமாறு பைந் தமிழமிழ்தம் பரிவினிற்பருகிய பண்ணவர் பெருமான் எந்தம் மீனாட்சிசுந்தர விமலன் நுந்தமக்கு வாணாள் நீட்டிக்குமாறு அருள்புரிவானாக” என்று எழுதினார்.

## எனக்குக் கிடைத்த பட்டம்

இப்படி நாள்தோறும் மணிமேகலை புகுவித்த மகிழ்ச்சியைத் தெரிவிக்கும் கடிதங்களும் வார்த்தைகளும் என் பால் வந்து

கொண்டேயிருந்தன. 1899ஆம் வருஷம் மார்ச்சு மாதம் 7ம் தேதி வெளிவந்த 'விவேக திவாகரன்' என்னும் ஒரு பத்திரிகையில் 'ஆனந்தன்' என்ற புனை பெயரோடு ஓரன்பர் 'பௌத்த சமயப் பிரபந்த பிரவர்த்தனாசாரியர்' என்ற தலைப்பிட்டு ஒரு கட்டுரை எழுதினார். தலைப்பைப் பார்த்தவுடன் பௌத்த சமய ஆசிரியர் ஒருவரைப் பற்றியது போலும் என்ற ஆவலோடு படிக்கத் தொடங்கினேன். ஆனால் விஷயம் என்னைப் பற்றியதாக இருந்தது. "கும்ப கோணம் காலேஜில் தமிழ்ப் பண்டிதரான உத்தமதானபுரம் சாமிநாதையரவர்கள் தனது கால முழுவதும் சங்கத்து நூல்களின் ஆராய்ச்சியினையே செய்து அதி புராதன அரிய பௌத்த சமய பிரபல கிரந்தங்களான சிந்தாமணி, சிலப்பதிகாரம், மணிமேகலை யாதி யச்சிட்டுத் தமிழ் நாடு முழுவதும் பரவச் செய்து அவர் படைத்த கீர்த்தி எத்தகையராலும் கொண்டாடத் தக்கதேயாம். ஐயரவர்கள் காலமெல்லாம் பௌத்த சமய நூல்களின் கையெழுத்துப் பிரதிகளைத் தேச தேசமாய், நாடு நாடாய், ஊரூராய், கிராமங் கிராமமாய், வீதி வீதியாய், வீடு வீடாய்ச் சென்று சம்பாதிப்பதிலும், அகப்பட்ட நூல்களைப் பரிசோதிப்பதிலும் அவற்றிற்கு அரும்பதவுரை எழுதுவதிலும், அவற்றிலுள்ள பௌத்த சமய ஆசாரியர்களின் சரித்திரங்களைத் தெரிந்து கொள்வதிலும் அவர்கள் மரபறிவதிலும் அவரெடுத்துக் கொண்ட முயற்சியும், கழிந்த காலமும், அடைந்த வருத்தமும் அளவு படுவனவல்ல. பௌத்த சமய ஆராய்ச்சியிலேயே எந்நாளும் அவர் மனம் நாடிக் கொண்டிருக்கும். அவர் இருக்கும் போதும் நடக்கும் போதும் சந்தியாவந்தனம் புரியும் போதும் சிவ பூஜை செய்யும் போதும் தூங்கும் போதும் பௌத்த சமய சிந்தனையே யன்றி வேறு கிடையாது. இங்ஙன மிலையேல் இத்தகைய அரிய கிரந்தங்களை வெளிப்படுத்தல் முடியாது. இவ்வுண்மை அவரச்சிட்ட நூல்களின் முகவுரைகளிற் காணலாம். புத்தர் பிராமணர் கொள்கைக்கு விரோதஞ் செய்தாரில்லை யெனப்பல ஐரோப்பியர்களின் அபிப் பிராயங்களை எடுத்தெழுதியிருக்கிறார். புத்தர் ஈசன் உண்டென் றாவது ஆன்மாக்கள் உண்டென்றாவது விளங்கக் கூறாமையினா லேயே திருஞானசம்பந்தமூர்த்தி ஸ்வாமிகள் முதலியோர் மறுத் துரைத்தாரேயன்றி வேறு காரணமில்லையென்று காட்டி யிருக்கின்றார்.

பௌத்த நூலின் கடைப் பக்கத்திலே சில தேவாரங்களையும் அச்சிட்டனர். ஜன்மாந்தர புண்யத்தினாலேயே இவ்வாராய்ச்சி ஐயரவர்கட்குச் சித்தித்திருக்கும் போலும். என்னை! உயிர்

உடம்பினீங்குங் காலத்து அதனால் யாதொன்று பாவிக்கப்பட்டது அஃது அதுவாய்த் தோன்றுமென்பது எந்நூல்களுக்கும் ஒத்த துணி பாகலின், இவ்வுண்மை, 'மன்னுயிர் தாங்குங் கருத்தொடு ஆவயிற்றுதித்தனன்' என்று கூறிய மணிமேகலை பாத்திர மரபு கூறிய காதையினும் 358ஆம் திருக்குறளுக்குப் பரிமேலழகர் எழுதிய விசேட வுரையானும் காணலாம். பௌத்த சமய நூல்கள் ஆராய்ச்சி செய்பவர் இவரைக் காட்டிலும் வேறு இக்காலத்தில் அகப்படுவது அருமை. ஆதலின் பல தேயங்களிலுமுள்ள பௌத்த சமயர்கள் இவர்பால் நன்றி பாராட்டித் தங்கள் சமயத்துக்கேற்ற ஒரு பெரும் பட்டப் பெயர் இவருக்குச் சூட்டி அன்பு பாராட்டு வார்களென நம்புகின்றனம். அங்ஙனம் செய்யாரேல் அவர்கள் செய்ந்நன்றி கொன்றவரே யாவர். ஐயரவர்களின் முயற்சியின் பலனாக அடுத்த ஜன்மத்தில் ஐயர் புத்த குருவாக விளங்கினும் விளங்குவர். அங்ஙனமே பௌத்த சமய போதிநாதன் ஐயரவர்கட்கு அருள் புரிவாரென்பது நிச்சயம்."

என்பால் இவ்வளவு மதிப்புடைய அவ்வன்பருடைய கட்டு ரையைக் கண்டு நான் நகைத்தேன். அவருடைய ஸ்துதி நிந்தை எனக்கு வருத்தத்தை உண்டாக்கவில்லை. சிந்தாமணி முதலிய வற்றையும் பௌத்த நூல்களின் வரிசையிலே சேர்க்கும் இந்த ஆனந்தருக்குத் தமிழ் நூல்களில் எவ்வளவு அன்பு உண்டென்பதை நானா சொல்லவேண்டும்?

என்னுடைய அன்பர்கள் இதைக் கண்டு சிரித்தார்கள். 'பௌத்த சமயப் பிரபந்தப் பிரவர்த்தனாசாரியர்' என்று எதிர்பாரா மல் எனக்குக் கிடைத்த அப்பட்டத்தை நான் பெட்டியில் வைத்துப் போற்றி வந்தேன். வெளியிடும் சந்தர்ப்பம் இப்போதுதான் வாய்த்தது. முன்னே சிந்தாமணி பதிப்பித்த காலத்தில் ஒரு ஜைனப் பெண்மணி என்னை 'பவ்ய ஜீவன்' என்று அன்போடு அழைத்த தனால் நான் ஜைனனாகவில்லை. இப்போது இவர் குறிப்பாகப் புத்த சமய குருவென்றதால் நான் பௌத்தனாகவில்லை.

மேலே ஐங்குறுநூறு, பதிற்றுப்பத்து, அகநானூறு, பெருங்கதை என்பவற்றில் என் கருத்தைச் செலுத்தலானேன்.